PRINTED BY

V. RAMASWAMY SASTRULU & SONS,

AT THE AUDI SARASWATY NILAYA PRESS,

9, MALIA PERUMALL STREET, MADRAS—1914.

1st Edition—1869

2nd Edition—1886.

3rd Edition—1909

4th Edition—1914

విజ్ఞప్తి.

ఆంధ్రమహాశయులారా! ఇప్పటి కిఱువదిసంవత్సరములనుండి మేము సంస్కృతాంధ్రగ్రంథములను ప్రకటముచేయుచుండుట లోకవిదితము. ఎందఱో మాకార్యమునకు భంగమొందింపఁ బ్రయత్నించిరి కాని, దైవయత్నముచేతను, మిత్త్రులసాహాయ్యముచేతను, భాషాభిమానుల ప్రోత్సాహముచేతను నిర్విఘ్నముగా నెఱవేఱుచున్నది.

కడచిన సంవత్సరమునందు మాతండ్రిగారిచే ప్రకటింపఁబడిన యాముక్తమాల్యదను నాలవమాఱు ప్రకటింపవలయునని నిశ్చయించి పండితులచేఁ బరిష్కరింపించుచుండఁగా, వేఱొక్కరు దీనిని ప్రకటింపఁ బోవునట్లు విని, మామిత్త్రులగు మ. రా. రా. శ్రీ, గోకులదాసు గోవర్ధనదాసుగారితో నేతద్గ్రంథ విషయమునంతయు విన్నవించితిమి. అంతట, వారు మాయందలి విశ్వాసముచేతను, భాషాభిమానముచేతను "మీతండ్రిగారిచే వ్యాఖ్యచేయఁబడిన మహాగ్రంథమును శీఘ్రముగా ముద్రింపుఁడని" చాలా ప్రోత్సాహమొనర్చిరి. వీరి ప్రోత్సాహముచేతనే మే మచిరకాలములో ననేకగ్రంథములను బ్రకటించితిమి.

మా తండ్రిగారగు వావిళ్ల. రామస్వామిశాస్త్రులుగారిచే 1854-వ సం. స్థాపింపఁబడిన 'ఆదిసరస్వతీనిలయము' అనుముద్రాక్షరశాలను చెన్నపురి ఎస్ప్లనేడున నెలకొల్పి మఱికొన్నినూతనముద్రణపరికరములను సీమనుండి తెప్పించి విద్యుచ్ఛక్తితో పనుల జరపుచున్నారము.

ఇప్పటి కలువదిసంవత్సరములనుండి భాషాసేవచేయు గ్రహించినభగవంతుఁ డిట్లే శాశ్వతముగ మా యుద్యమమ వేర్చి రక్షింపఁగలఁ డని నమ్మియున్నాము.

ఈ యాముక్తమాల్యద యను గ్రంథరాజమున కొక లిఖియించి పంపవలయునని శ్రీమద్విజయనగర మహారాజ తాంగ్లేయ కళాశాలా సంస్కృత ప్రథమోపాధ్యాయులగు శ్రీ మేడేపల్లి. వేంకటరమణాచార్యులవారిని కోరియుంటిమి. మాయం దభిమానముంచి వెంటనే వ్రాసి పంపినందులకు కృతజ్ఞులము.

ఇందలి స్ఖాలిత్యములను భాషాభిమానులు తెల్పినచ కూర్పునందు సంస్కరించి ముద్రింపఁగలము.

ఆనందనామసంవత్సరము,
విజయదశమి
828, తండియార్పేట, చెన్నపురి.

ఇట్లు,
వావిళ్ల. రామస్వామిశా

ఆముక్తమాల్యద
ఉపోద్ఘాతము.

ఈ ప్రబంధరాజము జగత్ప్రసిద్ధుఁ డైనకృష్ణదేవరాయలచే ...ంపఁ బడినది. ఆముక్త = (తనచే) ధరించఁబడిన, మాల్య = పూల..., ద = ఇచ్చునది, అని శబ్దార్థము. దీనికి సరియయిన ద్రావిడ ...దము "శూడికొడుత్తాళ్" = (ధరించి యిచ్చినది) అని. ఇది ...నిపుత్త్రిక యగు గోదాదేవిపేరు. ఇందుఁ జెప్పఁబడు ముఖ్య ...థాంశ మీగ్రంథనామము వలననే స్పష్ట మగు చున్నది. దీనిలో ...ధాన ప్రతిపాద్యము గోదావిష్ణుచిత్తులకథ లగుటచే గోదాదేవినిఁ ...ట్టి "ఆముక్తమాల్యద" యనియు, విష్ణుచిత్తునిఁబట్టి విష్ణుచిత్తీయ ...నియు నీప్రబంధము నామద్వయముచే వ్యవహరింపఁ బడుచున్నది.

...కథాంశముతో విశేషసంబంధము లేనివయిన నొకరీతి సంబంధ ...ము ... కవి యామునాచార్యవృత్తాంతమును, ఖాండిక్య కేశి ...సంవాదమును, చండాల బ్రహ్మరక్షస్సంవాదమును దన యిచ్చకు ...ంత, ...గొన్ని మార్పులనుజేసి వర్ణించియున్నాఁడు. ఆ మార్పుల ...ముందు గనఁబడఁ బోవుచున్నాఁడను. గోదావిష్ణుచిత్తులకథయు, ...మునాచార్యచరిత్రమును, వైష్ణవ ప్రాచీన గురుచరిత్రమగు గురుప పరాప్రభ ... శ్రీవైష్ణవమతాచార్యచరిత్రమునుండి తీసి వీని ...గూడఁ గొంత కథాంశమును మార్చి కవి ప్రబంధరూపముగా ...సెను. కావున నీగ్రంథము శ్రీవైష్ణవమతావలంబుల కత్యంతోపా ...యము. ఇది అలంకార శాస్త్రవిహితోత్తమ కావ్య లక్షణోపేతం ...బు రాజిల్లుటయే కాక, విశిష్టాద్వైతసంప్రదాయ ప్రతిపాదకం ...టచేఁ బరమార్థజ్ఞానసంధాయకమయికూడఁ దత్త్వజిజ్ఞాసువుల కుప ...చుచున్నది. అంగముగా నాయాయిప్రకరణములయందు శృంగా ...రరసములను ప్రవిష్టములయి యున్నను, దీనిలోఁ బ్రధానరసము భక్తి

రూపాపన్నమైన శాంతరసము. విష్ణుచిత్తుఁడు శ్రీవైష్ణవులమతగురువు లగుపన్నిద్దరాళ్వారులలోనొకఁడు. ఇతనికి పెరియాళ్వారని ద్రావిడనామము. (పెరియ=పెద్ద, ఆళ్వార్=భక్తుఁడు), అందఱికంటె భగవద్భక్తి యధికముగాఁ గలవాఁ డగుటచే నీపేరబ్బినది.

+విష్ణుచిత్తుని చరిత్రము.+

భరతఖండముయొక్క దక్షిణదిగ్భాగముననుండు పాండ్యదేశమండలి దివ్యదేశములలోఁ బ్రసిద్ధిగాంచిన శ్రీవిల్లిపుత్తూరను (ధన్విన వ్యపురము) నొక గ్రామము కలదు. ఈ గ్రామ మీతని నివాసస్థలము. అచట శ్రీవటపత్త్రశాయి (శ్రీవడపెరుంగోయిలాన్) అను అర్చావతారమూర్తి ఆలయమునఁ బరిచారకుఁడయిన ముకుందాచార్యులీతని తండ్రి. తల్లిపేరు పద్మ. బోధాయనసూత్రము గలవాఁడు. యజుశ్శాఖీయుఁడు. *పురశిఖాచ్ఛదుఁడు. తలిదండ్రు లీతని జననకాలమున జాతకర్మాది సంస్కారముల నొనరించి విష్ణుచిత్తుఁడను నామ మిడిరి. గర్భాష్టమమం దుపనీతునిఁజేసి వేదాదివిద్యలఁ గఱపిరి. కాని యితఁడు బాల్యమునుండి విశేష విద్యాసంపన్నుఁడు కాకపోయినను సకల జగత్కారణుఁ డైన శ్రీమన్నారాయణునియందును దద్భక్తులయందు నధికభక్తిగలవాఁ డగుటచే స్వగ్రామమం దున్న వటపత్త్రశాయిస్వామి నుపాసించుచుఁ దమ పూర్వులు సంపాదించిన సారతమమయిన పంట భూమిలో నానావిధ పుష్పవృక్షములతోఁ గూడిన యొక పుష్పోద్యానమును వేయించి నిత్య మాదేవునికిఁ దులసీపుష్పమాలికలఁ గట్టి మాలాకారునివలె సమర్పించు చుండెడివాఁడు.

ఇట్లు విష్ణుచిత్తుఁ డచంచలభక్తితో వటపత్త్రశాయిస్వామి కవిచ్ఛిన్నమయిన పుష్పమాలికా కైంకర్యము సలుపుచున్న కాలమందు పాండ్యదేశమునకు రాజధానియైన మధురలో రాజ్యముఁజేయుచున్న వల్లభదేవుఁ డను పాండ్యవంశపురాజొకనాఁటిరాత్రి తన పరిపాలనమును గుఱించి ప్రజ లనుకొనుమాటలను వినఁగోరి మాఱువేషమును ధరించి పురవీథులయందు సంచరించుచుండఁగా నొకయింటి

* నడినెత్తిని జుట్టుగల శాఖయొకటి దక్షిణదేశ వైష్ణవులలో నిప్పటికి నున్నది.

యరుగుమీఁద నిద్రించుచున్న బ్రాహ్మణుని లేపి "నీవెవ్వఁడవు? ఈయర్ధరాత్రమందిచట నేల యొంటిగాఁ బరుండి యున్నా" వని ప్రశ్నించెను. "అయ్యా! నేనుపర దేశపుబ్రాహ్మణుఁడను. కాశికిఁబోయిగంగాస్నానముఁ జేసికొని సేతుస్నానేచ్ఛచే రామేశ్వరమున కరుగుచు నిచటికి వచ్చునంతలోఁ బ్రొద్దు గ్రుంకి చీఁకటి పడినందునఁ బయనము మాని యిచటఁ బండుకొంటి" నని విప్రుఁడు మాఱు వల్కెను. అది విని రాజు, "విప్రోత్తమా! నీవనేక దేశములఁ జూచివచ్చినకతమున 'దేశాటనం పణ్డితమిత్త్రతాచ' అనునట్లు మిగుల జ్ఞానమును సంపాదించిన వాఁడవై యుందువు. నీకనేక విషయములు తెలిసి యుండవచ్చును. నీకుఁ దెలిసిన దానిలో సారవత్తరమయిన యొకవిషయమును నాచెవిని వేయు" మని ప్రార్థింపఁగా నావిప్రుఁ డాతఁడు రాజని తెలియఁజాలకపోయిన నెవ్వఁడో వినీతుఁడగు పెద్దమనుష్యుఁ డని తలంచి, శ్లో. "వర్షార్ధమష్టౌ ప్రయతేత తమాసాన్నిశార్ధ మర్థం దివసం యతేత, వార్ధక్యహేతో ర్వయసా నవేన పరత్ర హేతో రిహజన్మనాచ" * అను నీ శ్లోకము నాభూసురుఁడు చదువ విని యారాజు ఆ శ్లోకతాత్పర్యమును గ్రహించి పరలోక ప్రాప్తికై తగినధర్మము నాచరింపక ఆయువునంతయు వ్యర్థముగాఁ గడపి మోసపోతినని నిర్విణ్ణతనొంది తన నగరికిఁ బోయి సర్వశాస్త్రార్థవేదియు భగవద్భక్తుఁడు నగు శెల్వనంబి యను తనపురోహితునిఁ బిలిపించి యాతనితోఁ, "దనతలంపు వెల్లడిచేసి బ్రహ్మవిష్ణుశివేంద్రాదులలో నెవ్వఁడు పరుఁడో ఎవ్వని నుపాసించిన ముక్తిసిద్ధించునో ఆసంగతి దెలిపెడు నుపాయముఁ జెప్పు" మని ప్రార్థించెను. అందులకాతఁడు సమ్మతించి కొలువుకూటమున నొక స్తంభము నాటించి దాని కొనను బంగరు నాణెముల సంచి నొకటి వ్రేలఁ గట్టించి "ఈలోకమునం దేమతస్థుఁడైనను, పరతత్త్వ మిది యని సిద్ధాంతముచేసి

---

* ఈశ్లోకార్థముఁ దెలుపు తెలుఁగు పద్యము:—

సీ. వానకాలమునకు వలసినయవియెల్ల నార్జింపవలయును మాసాష్టకమున,
రాత్రులకొనరు నర్థము లెన్ని యన్నియుఘటియింపవలయుఁ బగళ్ల యందు,
అపరవయోయోగ్య మగు వస్తుజాలంబు సాధింపవలయును జవ్వనమున,
పరలోకమునకు సంపాద్యమెయ్యది యది గడియింపవలయు నీయొడలియందు.

నన్నొప్పించుటకు సామర్థ్యము గలవాఁ డీవరాలమూటఁ బుచ్చుకొన నర్హుఁ'' డని యెల్ల దేశములకుఁ బ్రకటనపత్త్రికల నంపుమని ఉపదేశించెను. అందులకు వల్లభదేవరాజు మిక్కిలి సంతోషించి తన పురోహితుఁడు చెప్పినట్లు కావించెను.

అంతట బౌద్ధులు, శైవులు, కాపాలికులు, శాక్తేయులు, మాయావాదులు, వైశేషికులు, సాంఖ్యులు, పాశుపతులు మొదలుగాఁగల నానామతస్థులలోఁ బేరువడసిన సిద్ధాంత ప్రవర్తకు లగువారు తమతమ శిష్యగణములతోడ బయలుదేరి మధురకు వచ్చి రాజాసానమును జేరిరి.

అట్టియెడ శ్రీవిల్లిపుత్తూరిలో (ధన్వినవ్యపురము)వటపత్త్రశాయి స్వామికి నిరంతరము మాలాకైంకర్య మొనర్చుచు భగవచ్చింతాపరాయణుఁడై యున్నవిష్ణుచిత్తుని కాస్వామి యొకనాఁటిరాత్రి స్వప్నమందు సాక్షాత్కరించి ''ఓయివిష్ణుచిత్తుఁడా! మధురాపురము నేలు వల్లభదేవుఁడు పరతత్త్వనిర్ణయముఁ జేయింపఁగోరి తనయాస్థానమంటపమందొకవిద్యాశుల్కగ్రంథిని వ్రేలఁగట్టించియున్నాఁడు. మతసిద్ధాంతవేత్తలనేకులు తమతమ మతములను స్థాపించి యాధనగ్రంథినిఁ గొనిపోవలయు నని మధురకుఁ బోవుచున్నారు. నీవు వేకువజామున లేచి యచటికిఁ బోయి వారి కుసిద్ధాంతములనెల్ల ఖండించి మన విశిష్టాద్వైతసిద్ధాంతమును స్థాపించిరమ్ము. విద్యావిహీనుఁడనైన నేనెక్కడ? పండితులతో వాదమెక్కడ? నని వెనుదీయకుము. నేను నీజిహ్వాగ్రమునుండి సర్వశాస్త్రజ్ఞానమును, యుక్తిపాటవమును, వక్తృత్వశక్తినిఁ గలిగించెద. ఆమాట తెగి నీముందరఁబడును. ఆరాజు నీకు దాసుఁడగు'' నని పల్కెను. అపుడు విష్ణుచిత్తుఁడు ''ధన్యోస్మి'' అని నిర్మాల్యమువలె భగవదాజ్ఞను శిరమున నిడికొని మధురకుఁ బోయి వల్లభదేవుని యాస్థానమును సమీపించఁగా నారాజు ఇతని నెదుర్కొని సముచిత సత్కారంబులు సలిపి సింహాసనాసీనుం గావించె. విష్ణుచిత్తుఁడు భగవద్దత్త ప్రజ్ఞావిశేషంబుఁ గలవాఁ డగుటచే నుత్తరోత్తరోక్తి సంతానంబునఁ బ్రతివాదుల నెదిరించి క్రమక్రమముగా వారివారి మతంబుల నుండెడు విప్రతిపత్తుల వారిచే నొప్పించి వాని నన్నింటిని ఖండించి

శ్రీమన్నారాయణుఁడే పరుఁడనియు, అతఁడే ఉపాస్యుఁడనియు, అతఁడే మోక్షప్రదాతయనియు సిద్ధాంతీకరించెను. అంతట విద్యాశుల్కగ్రంథి స్వయముగాఁ దెగి నేలఁగూలెను. ప్రతివాదు లందఱు విస్మయావిష్ట చిత్తులయిరి. రాజు విష్ణుచిత్తుని సామర్థ్యమునకు భగవన్మహిమంబునకు సంతసిల్లి యాతని నేనుంగుపై నెక్కించి ఊరేగించి పెద్దయుత్సవమును గావించెను. ఆసమయమందుఁ దనభక్తుఁ డగు విష్ణుచిత్తుని పరమాభ్యుదయము నీక్షింపఁగోరి లక్ష్మీకాంతుండు కమలాలయా ద్వితీయుఁడై యంతరిక్షమున గరుడవాహనముననుండి యాతనికి తనదర్శనమును బ్రసాదించెను. విష్ణుచిత్తుఁడు భగవంతుని సేవించి యనేక సూక్త వాక్యములతో స్తుతించి ధన్యుఁడై రాజు నానతి మరలఁ దన గ్రామమునకుఁ బోయెను.

బ్రాహ్మణుఁ డొకఁడు వృషగిరిలోనున్న స్వామిని సేవించివచ్చి మధురలో రాజపురోహితునియింటఁ బసచేసి వేసవిబాధచేఁ బైని పండుకొని తోడి విప్రులతో [illegible]కకు జదువుచున్న శ్లోకములలో నొకటియైన "మాసార్[illegible]" అను శ్లోకమును రాజు వేశ్యాసంగతికిఁ బోవుచుండఁగా [illegible], మొదటఁ దనకు లభించిన ద్రవ్యమును విష్ణుచిత్తుఁడు భాగ[illegible] క్రిందను దేవాలయము క్రిందను వ్యయపఱచుటచే రిక్తుఁడయ్యెననియు, భగవంతుఁడు కరుణించి యతని గృహమును మణిమయముగాను సర్వసంపత్సమృద్ధమయినదిగాను నిర్మింపుమని దేవశిల్పి యగు విశ్వకర్మ నాజ్ఞాపించెననియు, నీప్రబంధములో నున్నది., ఈ కథ కాకరగ్రంథమగు గురుపరంపరాప్రభావములో నీయంశములు గానరావు. రాజసభలో విష్ణుచిత్తుఁడు పరతత్త్వవిషయకోపన్యాసమును జేయునపుడు శ్రీవిష్ణుపురాణ షష్ఠాంశప్రతిపాదిత మగు ఖాండిక్య కేశిధ్వజసంవాదము నుపన్యసించినట్లు ప్రబంధములోనున్నది. ఇదియునుంగూడ మూలగ్రంథమం దనుక్తము.

యామునాచార్య చరిత్రము.

ఈతఁడు విశిష్టాద్వైత సిద్ధాంతప్రవర్తకాచార్యులలో ముఖ్యతముఁడగు నాథమునికిఁ బౌత్త్రుఁడు. ఇతఁడును బితామహునికంటెఁ గూడ నధికతరమయిన వైదుష్యము గలవాఁడు. ఇతని నివాసస్థలము

చోళదేశమందలి వీరనారాయణపురము. తండ్రి పేరు ఈశ్వరముని. ఇతని బాల్యమునఁ జోళదేశము నేలు రాజుయొక్క పురోహితుఁడు ఆక్కియాళ్వా ననునతఁడు లోకాతిశాయి పాండిత్యము గలవాఁడై ఆకాలమం దాదేశముననుండు పండితుల నందఱను వాదమం దోడించి వారి వలనఁ గప్పము గొనుచు "విద్వజ్జనకోలాహలుఁడ"ను బిరుదము నొందెను. ఒకనాఁడు యామునముని తనగురువునొద్దఁ బాఠమును జదువుచుండ నారాజపురోహితుఁడు తన కీయవలసిన కరము నిమ్మని యామునార్యుని గురువున కొకజాబు నంపెను. ఆగురువు దరిద్రుఁడగుటచే ధనమీయఁజాలక దైన్యమునొందఁజూచి యామునార్యుఁడా పత్త్రికను నూఱుముక్కలుగాఁ జింపి మఱియొక పత్త్రమును దీసికొని "నవయం కవయస్తు కేవలం నవయం కేవలతంత్రపారగాః, అపితు ప్రతివాదిమస్తక ప్రకటాటోప విపాటనక్షమాః" అను శ్లోకమును దానిపై వ్రాసి ఆదూతచేతి కిచ్చిపంపెను. రాజపురోహితుఁడగు ఆక్కియాళ్వానది చూచి కుపితుఁడై రాజున కెఱింగింప నారాజు తనపురోహితునితో శాస్త్రవాద మొనరించుటకు విచ్చేయుమని యామునార్యునిఁ బ్రార్థించెను.

అతఁడు రాజుప్రార్థన మంగీకరించి రాజసభకుం బోయెను. వీరిరువురకు శాస్త్రివాదము జరుగునపుడు మాధ్యస్థ్యము వహించుటకు నానాదేశములనుండి పండితులు రావింపఁబడిరి. అప్పటి శ్రీవైష్ణవమతమం దాసక్తి గలరాజభార్య తనవల్లభునిఁజూచి మనపురోహితుని యా యామునాచార్యులు జయింపఁగలఁడని ప్రతిజ్ఞ చేసెను. అందులకు రాజు, యామునాచార్యులు విజయము నొందినయెడల నీకర్థరాజ్య మొసంగెద. పురోహితుఁడు గెల్చినచో నాఱువమానములవఱకు నీవు నాయాజ్ఞకు లోఁబడవలసినదాన" వని చెప్పెను. అందులకు రాణి సమ్మతించెను. అపుడు రాజపురోహితుఁడు యామునార్యు నాలోకించి "నీవు విద్వాంసుఁడవైనను బాలుఁడవు. నాతో వాదించుటకుఁ దగిన శక్తి లేనివాఁడవు కావున మూఁడు లౌకికవాక్యములను జెప్పుము. నేను వానిని ఖండించెదను. లేదా నేను మూఁడు లౌకికవాక్యముల నుచ్చరించెద. నీవు వానిని కాదనుము. జేత, తనపాదములతోఁ బరాజితుని

శిరముఁ దన్నవలయున''ని ప్రతిజ్ఞఁజేసెను. అట్లే కానిమ్మని యామునే
యుఁడు ''నీతల్లి వంధ్యకాదు, ఈరాజు సార్వభౌముఁడు, రాజమహిషి
పతివ్రత'' అను మూఁడువాక్యముల నుడివి వీనిని నిషేధించుమనెను.
అందులకాపురోహితుఁడు ప్రత్యుత్తర మీఁజాలక మూకీభూతుఁడై తల
వంచుకొనెను. రాజు మిక్కిలి సంతసిల్లి వివాదసమయమందు యాము
నార్యుఁడు గెల్చినచో భార్యకిచ్చెద నని వాగ్దానముజేసిన అర్ధరాజ్య
మును భార్య ప్రార్థించఁగా యామునార్యున కిచ్చెను.

యామునార్యుఁడిట్లు సమధిగత రాజ్యవైభవుఁడయి ద్వితీయా
శ్రమమును స్వీకరించి సకలభోగముల ననుభవించుచు సుఖముగాఁ
గాలము పుచ్చుచుండ నీతని పితామహుని ప్రశిష్యుఁడగు శ్రీరామ
మిశ్రుఁడను వైష్ణవోత్తముం డొకఁడు యామునార్యుఁడు పాండిత్యపుకలి
మిచే విష్ణుదర్శన స్థాపకుఁడుగ నుండుటకు బదులుగ నిట్లు రాజ్యభోగ
కాంక్షఁ దగిలి తృతీయ పురుషార్థపరుఁడై యుండె నని చింతిల్లి యిత
నికి వైరాగ్యము బుట్టింపనెంచి యాతనిఁ జూడఁబోయెను. దౌవారి
కులచే ద్వారమందు నివారిత ప్రవేశుఁడై రాజదర్శనోపాయము నాలో
చించుచు నెట్టకేల కాతని పాచకునితో జెలిమిజేసి యాతనికిఁ బ్రీతికర
మగు ముండ్లముస్తెకూర ననుదినము దెచ్చి యిచ్చుచుండెను. పాచ
కుఁడు నాశాకమును వండి యామునార్యుని భోజనసమయమందు
భోజనపాత్రమం దుంచుచుండెను. ఇట్లాఱుమాసములు గడచినపిమ్మట
శ్రీరామమిశ్రుఁడు విసికి వేసారి యేఁనాటికిని యామునార్యుఁడు తన
వృత్తాంతమును దెలియఁజాలఁడాయెనని మనస్తాపమునొంది నాలుగు
దినములు శాకము నిచ్చుట మానెను. తరువాత నొకనాఁడు యాము
నార్యుఁడు భోజనసమయమున నాశాకము లేకపోవుటకు కారణ
మడిగెను. అందుపై నాపాచకుఁ డెవ్వఁడో యొకవృద్ధవైష్ణవుఁ డాకూర
నిన్నిదినములు దెచ్చి యిచ్చుచున్నాఁడు. ఏమికారణముననో నాలు
గయిదు దినములనుండి తే లేదని చెప్పెను. ఆమరుచటిదివసమందు
శ్రీరామమిశ్రుఁ డెప్పటియట్ల శాకపాణియై యామునార్యుని పాకశాల
కరుగ నాపౌరోగవుఁడు వానింజూచి మా ప్రభువు నిన్న నేఁడు
తనసమోరిలకుఁ దీసికొనిరమ్మని నా కుత్తరు వొసంగె నతనిం జూడఁ

బొమ్మనిచెప్పెను. శ్రీరామమిశ్రుఁడు యామునార్యుకడకేఁగ నాతండు సాష్టాంగ దండప్రణామంబులాచరించి యథార్హ సత్కారకలాపంబున రంజిల్లఁజేసి సముచితాసనాసీనుం గావించి యాతఁ డేతెంచిన ప్రయోజనం బడిగెను. అంత శ్రీరామమిశ్రుఁడు ‘‘నేను నిస్స్పృహుఁడను. ప్రయోజనాపేక్షినై మీయొద్దకు వచ్చినవాఁడనుకాను. మీతాత యగు నాథముని మీకొఱకు నొకనిక్షేపము నాయొద్దనుంచి మీకిమ్మని చెప్పెను. దానిని మీకొసంగుటకు మిమ్మిట జూడవచ్చితి’’నన, యామునార్యుఁడు సంతోషభరితుఁడై యాతని వెంబడి శ్రీరంగమునకుం జనియె. అచట శ్రీరామమిశ్రుండు యామునార్యుని శ్రీరంగనాయకుని సన్నిధికిఁ గొనిపోయి ‘‘ఇదియే మీతాత మీకిమ్మని చెప్పిన నిక్షేప’’మని శ్రీరంగనాథుని పాదారవింద ద్వంద్వముంజూపె. యామునార్యుఁ డప్పుడానందపారవశ్యముచే మైమఱచి కొంతవడికిఁ దెలిసి, ఆహా! ఇట్టి పరమప్రాప్యవిషయమును విడనాడి యింతకాలము క్షుద్రభోగంబులఁ దగిలియుంటి. బుద్ధికెంత మోసము వాటిల్లె నని దుఃఖించి సద్యస్సంజాతవైరాగ్యుఁడై కుమారునికి రాజ్య మొప్పగించి తాను ప్రవ్రజించెను. ఇది గురుపరంపరాప్రభావములోనికథ.

ఈ యామునార్యచరిత్రమునకు కవి యీప్రబంధమునందు విష్ణుచిత్తునికథతో నొకరీతి సంబంధమును గల్పించి యాదిగువ వ్రాసినవిధమునఁ గొంతమార్చి శ్రీవిల్లిపుత్తూరు వటపత్త్రశాయిస్వామి లక్ష్మితోఁ జెప్పినట్లు చెప్పియున్నాఁడు.

విష్ణుచిత్తుఁ డొకనాఁడు యథాపూర్వముగా స్వామికి మాల్యముల నర్పించి యింటికిఁ జనుచుండ నతనిఁజూచి స్వామి లక్ష్మితో నిట్లనియె.

తే. ‘‘యామునాచార్యుఁ డొక్కఁడు నీమహాత్ముఁ
డొక్కఁడును గాదె మన్మతం బుద్ధరించి
రస్మదీయకృపాతిశయమున ననిన
నిందిరాదేవి తనభర్త కిట్టులనియె.’’ 4. ఆ. 39 ప.

క. ‘‘ఇతనికథ యెఱిఁగిన దొకొ, యతఁ డేమి యొనర్చె ననిన నబ్జాక్షుండా
వటపత్త్రనిలయుఁ డిట్లను, నలిన కులం డొకఁడు మత్పదాశ్రితుఁ డాదిన్.’’ 4 ఆ. 40 ప.

పాండ్యదేశపు రాజొకఁడు శైవమతమం దతిగాఢభక్తిఁ గల వాఁడై విష్ణుభక్తుల నవమానించుచు నతిశ్రద్ధతో జంగమార్చనఁ జేయుచుండెను. అతనిభార్య విష్ణుమతమం దభినివేశము గలదియయి లోకులకు నానావిధోపకారముల నొనర్చుచు పరమధార్మికురాలయి తన భర్త విష్ణుభక్తివిముఖుఁడై నందులకు మిగులఁజింతిల్లుచుండెను. ఇట్లుండ నొకనాఁ డారాజమహిషి యేకాంతమునందు ప్రాణవల్లభునితో నా యామునార్య వృత్తాంతం బెఱింగింప నారాజు విని అదరిపడి ఎట్టెట్టా? ఆబ్రహ్మచారి మాశైవమతమును వాదమందు జయింపఁగలఁడా? ఏమి వింత? పిలువనంపుము. చూత మాతనిశక్తి యన నారాజపత్ని ప్రతీహారిచే నాతని రావించె. వచ్చినయామునార్యునిఁజూచి రాజు భార్యతో నిట్లనియె. "ఈవాదమున మాశివమతస్థుఁ డోడెనేని విభూతి రుద్రాక్షములఁ బరిత్యజించి నే నీతనిచేఁ జక్రాంకితుఁడ నయ్యెద. లేక నీతఁ డపజయము నొందెనేని నీవు నీతఁడు శైవదీక్ష వహింపవలసియుండును" అందులకు రాణి సమ్మతించెను. అపుడు యామునార్యుఁ డా శైవమతస్థులతో వాదించి సప్రమాణమయినయుక్తులచే వారినందఱను జయించి విష్ణుదేవుండె పరతత్త్వం బనియు విశిష్టాద్వైతంబె మతంబనియు స్థాపించెను. ఇట్లయ్యామునాచార్యుఁడు సిద్ధాంత మొనర్చినసమయమున నా రాజాస్థానమున కెదుటనున్న రావిచెట్టునుండి "ఓయిరాజా! ఈబ్రహ్మచారి చెప్పినదే సత్యము. శ్రీమన్నారాయణుండే పరబ్రహ్మ యగుటం జేసి యద్దేవునె యుపాసింపు" మని యొకయశరీరవాణి యందఱు విను నట్లు బయలు వెడలెను.

అంత నాపాండ్య దేశాధీశ్వరుఁడు యామునార్యుని మాహాత్మ్యంబునకు సంతోషించి సాష్టాంగ మెఱఁగి సద్య స్సముత్పన్న భగవత్పదారవింద భక్తిచే ధన్యుఁడై పాండ్యదేశంబునకు భాగినేయుండ రాజ్యార్హుండుగావునఁ బాత్రం బని బ్రహ్మచారి యగు నాతనికిఁ దనకడగొట్టు చెలియలిం బెండ్లిసేసి యరణంబుగా నమ్మహాత్మునకు ధారాపూర్వకంబుగా నర్ధరాజ్యం బొసంగి యువరాజుం జేసి దుర్జయం బగు నిజవిరోధివర్గంబుఁ బరిమార్పుమని దండయాత్రకుం బనిచిన నయ్యామునే యుండును బ్రస్థానోన్ముఖుండు గాఁగ నట మంత్రులు వర్షకాలము సమీ

వించినది గావున దీనిని(గడపి శరత్సమయంబున(బోవచ్చునన(బయన మూపెను.

పిదప నీతఁడు దిగ్విజయయాత్రలో నుండు సమయంబున నాథ మునిప్రశిష్యుం డగు శ్రీరామమిశ్రుండు శ్లో. "అయత్నతో యామున మాత్మదాస మలర్క పత్రార్పణ నిష్క్రియేణ, యఃక్రీతవా నాస్థిత యావరాజ్యం నమామి తం రామ మమేయసత్త్వమ్" అను శ్లోకోక్త ప్రకారముగా దనపరమగురుపౌత్త్రుఁ డగు యామునార్యుఁ డిట్లు భగవ త్ప్రిపత్తి సామ్రాజ్యంబు మఱచి రాజ్యభోగాసక్తుం డయ్యెనని వగచి యాతనికి నిత్యము ముండ్లముస్తెకూర నిచ్చి జ్ఞానవైరాగ్యంబుల గలి గించి శ్రీరంగంబునకుఁ దోడితెచ్చి శ్రీరంగనాథుని సేవింపఁజేసె. తరు వాత నీతఁడు తనకుమారునికి నీతి నుపదేశించి రాజ్యమొప్పగించి తురీ యాశ్రమమును స్వీకరించె.

యామునార్యుఁడు శైవమతస్థుఁడగు పాండ్యరాజును వైష్ణవునిగాఁ జేయుట; తాను బ్రాహ్మణుఁడై యుండియు క్షత్త్రియజాత్యుత్పన్నురా లగు పాండ్యరాజుసోదరిని వివాహమాడుట; కుమారునికి రాజనీతి నుపదేశించుట; క్షత్త్రియధర్మావలంబియై యుద్ధముఁజేసి పగఱగెల్చుట; అను నీయంశములు గురుపరంపరాప్రభావములో నున్న యామునా చార్య చరిత్రయందుఁ జెప్పఁబడలేదు. ఈయంశములు కవికల్పితములని నిస్సంశయముగాఁ జెప్పవచ్చును.

ఆముక్తమాల్యద (గోదాదేవి) చరిత్ర.

పూర్వోక్త చరిత్రగల విష్ణుచిత్తుఁడు పాండ్యరాజుసభలో జయ ముఁ గొనివచ్చిన మఱి కొంతకాలమునకు యథాపూర్వముగా ఖనిత్ర ముతోఁ దులసీకాననభూమిఁ ద్రవ్వుచుండ నొకనాఁడు "తదాఖనిత్ర వక్త్రేణ విష్ణుచిత్తే మహాత్మని, తులసీ వృక్షమూలస్య ఖననంచ ప్రకు ర్వతి,లక్ష్మ్యంశా ల్లోకరక్షార్థం గోదాభూమ్యాస్తతో ఽజని" అన్నట్లొక కన్యక భూమినుండి యావిర్భవించెను. విష్ణుచిత్తుఁ డామెనుజూచి ప్ర మోదభరితాంతరంగుఁడై యానిసుగుబిడ్డనింటికిఁగొనిపోయి పెంచుమని భార్యచేతికిచ్చెను. ఆమెకు గోద యని నామమిడెను. గోదాదేవి చంద్ర

కళవలె దినదిన ప్రవర్ధమాన యౌచు నసమాన లావణ్యముఁ గలిగి లోక నేత్రాహ్లాదకారిణి యయ్యె. చిన్ననాఁటనుండియు నీమెకు భగవద్భక్తి మెండుగ నుండెను. శ్రీమన్నారాయణునిఁ దప్ప ప్రాకృతమనుష్యు నెట్టి వానినైనఁ బెండ్లియాడనని ప్రతినవట్టెను. తనతండ్రి వటపత్త్రశాయి స్వామికొఱకు సమర్చిపెట్టినకుసుమమాలికల మొదటఁ దానొకపరి తన కొప్పుపై ధరించి బావిలో సౌందర్యమును జూచికొని తిరుగ నాపూల దండల నెప్పటియట్ల తండ్రికిఁ దెలియకుండఁ బూలసజ్జలో నుంచునది. ఇట్లనేకదినములు జరుగఁగా నొ[illegible]మాలికను గొప్పున జుట్టికొనుట జనకుని కంటఁబడెను. అ[illegible]సాడ వెఱచి "తల్లీ! దేవుని కర్పించఁదగిన మాలికల నీ[illegible]చుట యుచితమగునా" యని మందలించి యాదివసమున స్వా[illegible]కాసమర్పణము మానెను. ఆనాఁటిరాత్రి స్వామి విష్ణుచిత్తునికి స్వప్నమందు సాక్షాత్కరించి మాల్యములు సమర్పించక పోవుటకుఁ గారణ మడిగెను. అందుల కాతఁడు "స్వామీ ముగ్ధయగు నాపుత్త్రిక బాల్యసులభ చాపల్యముచే నామాలికను ధరించఁగా జూచి యది నిర్మాల్య మయ్యెనని పరిహరించితిని. మఱియొకటిఁ గట్ట బూవులు లేకపోయెను. క్షమింపుఁడ"నెను. అదివిని స్వామి సస్మితోష్ఠపుటముతో నిట్లనియె. "ఓయీ! ఆమె యెవ్వరో నీ వెఱుంగనివాఁడ వగుటచే నిట్లొనర్చితివి. ఆమె లోకరక్షార్థమయి యీ విభూతియం దిట్టిరూపముతో నవతరించిన లక్ష్మి. నీ భాగ్యవశమున నీకు లభించెను. ఇటనుండి నీవు నిర్మించుమాలికల మొదట నామెకొప్పున నలంకరించి పిమ్మట మాకుఁ దెమ్ము. ఆమె దాల్చిన మాలికయే మాకు స్పృహణీయము. ఆమె కబరీ సంపర్కములేని స్రజము నే నొల్లను." అప్పటినుండి విష్ణుచిత్తుఁ డామెయందు పుత్త్రికయను ప్రాకృతాభిమానమును విడిచి పరదేవతాభావమును జూపఁదొడఁగె. ఇట్లు క్రమక్రమముగా గోదాదేవి సంప్రాప్త యౌవనయై గోపికలవలె కృష్ణునియం దత్యర్థానురాగముఁ బూని అహర్నిశములు దత్ప్రాప్తికై ధ్యానించుచుండెను. కృష్ణసంశ్లేషముకొఱకు గోపాంగనలు కాత్యాయనీవ్రతము నాచరించిరని విని యీమెయు వారిననుకరించి ధనుర్మాసములో ముప్పది రోజులు వేకువజామున లేచి తోడిబాలికలతో స్నానముచేసి

వటపత్త్రశాయిస్వామిని సేవించుచు దినమునకొక్కొకగాథను(శ్లోకము) ద్రావిడభాషతో రచించి స్వామిసన్నిధిని. విన్నవించుచు వ్రతము జేసెను. ఇట్లు భగవంతునియం దీమె అత్యంతానురక్తయై విగళితాన్యభావ యగుటఁజూచి కింకర్తవ్యతామూఢుఁడై విష్ణుచిత్తుఁ డొకనాఁ డీమె స్థితిని వటపత్త్రశాయితో విన్నవింప నాశౌరి యామెను శ్రీరంగమునకుఁ గొనిపోయి రంగనాథునికిచ్చి వివాహముఁ జేయు మని ఉపదేశించెను. విష్ణుచిత్తుఁ డట్లు గావింప నీమె రంగనాథుని సాయుజ్యపదవి నొందెను.

ఇది గురుపరంపరాప్రభావములో వక్కాణించఁబడిన గోదాదేవి కథ. దీనికిని యీ ప్రబంధములోఁ జెప్పఁబడిన కథకును గొంచెము భేదముఁ గలదు.ఎట్లన; ఈ గోదాదేవి పూర్వభవమున భూదేవిగావున బూర్వజన్మ స్నేహమువలన మరాళికా, స్రగ్విణీ, ఏకావళీ, హారిణీ, మనోజ్ఞ అను నామధేయములుగల నాగకన్యక లీమెతోఁగూడ నీ విల్లిపుత్తూరు గ్రామములో బ్రాహ్మణ గృహములయం దవతరించి గోదాదేవికి నెచ్చెలులయి యుండిరని కవి చెప్పుచున్నాఁడు. ఇదిగాక మఱియొక విశేషము. అనపత్యుఁడు ఛాందసుఁడు లోకానుభవ విహీనుఁడు నగు విష్ణుచిత్తుఁడు కృష్ణునియం దనురాగముగల గోదాదేవియొక్క మనోభవవేదననెఱుంగఁజాలక వటపత్త్రశాయిస్వామితోనామెకున్నాదావస్థ బొడమిన దని దైన్యముతో విన్నవింప నాస్వామి లోకస్థితి నెఱుఁగని యాతనిమౌగ్ధ్యమునకు నవ్వి "తొల్లి భూదేవికి వహనసమయమందు వరాహదేవునిచేఁ జెప్పఁబడిన చండాల బ్రహ్మరక్షస్సంవాద మను నొకపుణ్యకథ నాతనికిఁదెల్పి యీ నీపుత్త్రిక పూర్వజన్మంబున ధాత్రీకాంత గావున మదీయ సకల పూజోపచారంబులలో గానంబె నాకెక్కువ ప్రీతికరమనియు విశేషఫలప్రదం బనియు నక్కథలో వినియుండుటవలన నిపుడు వైష్ణవియై యవతరించి ప్రత్యహంబును తనకు భగవంతునియందుండెడు ననురాగమును బట్టఁజాలక యారీతినిఁ బాటలబాడుచు గీర్తించుచున్నది. వేఱొండుగాదు. నీకు మేలయ్యెడు ఈమెను రంగేశు సేవింప శ్రీరంగంబునకుఁ దోడుకొని పొమ్మని సెలవిచ్చెను.

చండాల బ్రహ్మరక్షస్సంవాదము.

ఈకథ వరాహపురాణాంతర్గతము. వరాహభూదేవి సంవాదములో భగవద్గాన మాహాత్మ్యమును బ్రతిపాదించు నలువదినాలుగవ సర్గలో నిట్లు చెప్పఁబడినది.

శ్రీవరాహ ఉవాచ. శ్లో. ''జాగరేతు విశాలాక్షి జానతోవా ప్యజానతః, యోమే ప్రగాయతే గీతం మమభక్త్యా వ్యవస్థితః, యావంతి త్వక్షరాణ్యత్ర గీయమానే యశస్విని, తావద్వర్ష సహస్రాణి స్వర్గలోకే మహీయతే, ఏవం తు వచనం శ్రుత్వా తత్ప్రిసాదాద్వసున్ధరా, వరాహరూపిణం దేవం ప్రత్యువాచ శుభాననా, అహోగీత ప్రభావో వై యస్త్వయా పరికీర్తితః, కశ్చి ద్గీతప్రభావేన సిద్ధిం ప్రాప్తో మహాతపాః, వదస్వ మమ దేవేశ ప్రసాదసుముఖో యది''.

శ్రీభగవానువాచ. ''శృణు తత్త్వే న మే భూమే కథ్యమానం యశస్విని, యస్తు గీతప్రభావేన సిద్ధిం ప్రాప్తో మహాతపాః, అస్తి దక్షిణదిగ్భాగే మహేంద్రోనామ పర్వతః, తత్ర క్షీరనదీ పుణ్యా దక్షిణే సాగరంగమా, తత్రసిద్ధాశ్రమే భద్రే చండాలః కృతనిశ్చయః, దూరా జ్జాగరణే గాతిమమ భక్త్యావ్యవస్థితః'' అని యున్నది.

ఈ చండాలుఁడు పరమభక్తుఁడు తననివాసమునకుఁ గొంత దవ్వుగా మఱియొకయూరిలోనున్న దేవాలయమునకుఁ బోయి యచట భగవత్సన్నిధియందు నిత్యము భగవత్కల్యాణ గుణప్రతిపాదకములగు గీతములఁ బాడుచు భగవంతుని స్తోత్రము జేయుచుండును. ఇట్లు పదిసంవత్సరములు గానకైంకర్యముచేఁ గడపెను. ఒక కాలమందు కార్తిక శుక్ల ద్వాదశినాఁటిరాత్రి యామముకాఁగా వీణనెత్తుకొని మంగళకైశికినిఁ బాడుటకు దేవాలయమునకుఁ జనుచుండెను. ''కౌముదస్యతు మాసస్య ద్వాదశ్యాం శుక్లపక్షకే, సుప్తే జనేగతే యామే వీణామాదాయ నిర్యయౌ'' అంతట దారిలో బలవంతుఁడు క్రూరుఁడునైన బ్రహ్మరాక్షసుఁ డొకఁడు వీనిని బట్టుకొని ''నేఁటికి పదిదినములనుండి నాకాహారము లభించలేదు. దైవవశమున నీవు నాకంటఁబడితివి. నిన్ను భక్షించెదన''ని చెప్పెను. దాని కీమాలదాసరి భయము నొందక ''అట్లే నీవు నాశరీరమును భక్షింపవచ్చును. ఈశరీరము నీదయే. కాని నే

నీప్రాంతముననున్న దేవసదనమునకుంబోయి భగవత్సన్నిధిలో మంగళకైశికీగానముచే భగవంతుని రంజింపఁజేసి సూర్యుఁడుదయించకమునుపు నీకడకుఁ దప్పక రాఁగలను. నామాటనమ్ము మ'' ని చెప్పి రాక్షసునకు విశ్వాసముఁ బుట్టించుట కనేకవిధముల శపథముల జేసెను. ఎంత నమ్మించినను దనుజుఁడు సరకు గొననందున నెట్టకేలకు శ్రీమన్నారాయణు నన్యదేవతలతో సమానముగాఁ జూచినవాని మహాపాతకమును బొందెద దనన నా రాక్షసుఁడు వానిని విడిచిపెట్టెను. వాఁడును ద్వరితగతి దేవళమునకుఁ జని యారాత్రియంతయు జాగరణ మొనరించి కైశికీగానముచే సర్వేశునిఁ గీర్తించి తరువాత స్వప్రతిజ్ఞానుగుణముగ రక్షోనివాసభూత మగు న్యగ్రోధపాదపంబు దరిఁజేరి ''ఇదె చూడు, వచ్చియున్నాఁడను. నీయిచ్చవచ్చినటుల నన్నిక భక్షింపుమ'' ని ఎలుగెత్తి చెప్పెను. ఆమాట విని రాక్షసుఁ డీ మాలదాసరిసత్యప్రతిజ్ఞకు విస్మయము నొంది, '' ఆహా! వీఁ డెట్టి మహానుభావుఁడు! వీనివలన నా దురవస్థ నివృత్తంబగు న''ని తలంచి, ''ఓయి చండాలుఁడా! త్వమద్యరాత్రౌ చండాల విష్ణోర్జాగరణం ప్రతి, ఫలంగీతస్య మే దేహి'' నీ వీరాత్రి విష్ణుసన్నిధిలో జాగరణముజేసి పాడిన పాటయొక్క ఫలమును నాకిచ్చి తరింపఁజేయుము. లేక తదర్ధ మయిన నొసంగుము; అందులకు సమ్మతింపవేని యొకయామములోఁ బాడినపాటయొక్క ఫలమునైన నాకిమ్ము; దానికి నంగీకారము లేనియెడఁ గొసపాట యగు కైశికియొక్క సుకృతము నయిన నాకు ధారవోయు మ''ని రాక్షసుఁడు దాసరి పాదములపైఁబడి పలువిధములఁ బ్రార్థింప దుట్టతుద కాతఁడు కరుణించి కైశికీ గానఫలము నిచ్చెను. తత్క్షణంబ వాని పిశాచత్వము నివర్తించెను. ఇట్లు శ్వపాకుని కృపచే నివృత్తరక్షోజన్ముఁడైన యాతఁడు బ్రాహ్మణుఁడై యెదుటనిలిచి తనపూర్వజన్మవృత్తాంతము నిప్పగిదిం జెప్పె. '' నేను పూర్వము చరకగోత్రోత్పన్నుఁడనైన సోమశర్మ యను విప్రుఁడ. నేను చేయఁబూనినయజ్ఞకర్మ సమాప్తి నొందకమున్ను శూలదోషముచే దీక్షాదినములలో మృతినొందితిని. దాన నీజన్మము సంభవించెను. నీదయచే నిపు డుత్తీర్ణుఁడనైతిని. పోయి వచ్చెద, 'సలవిష్ణు.'' అని పలికి యా మాతంగుని వీడ్కొల్పి తనయిచ్చం జనెను.

పై నుపపాదింపఁబడిన మాతంగ బ్రహ్మరక్షస్సంవాదమునకు బ్రధానకథతో సంబంధము లేకపోయినను కవి యేదోయొక విధమున సంబంధముఁ గల్పించి కొన్ని మార్పులఁజేసి దీనిలో విశిష్టాద్వైత మతసంప్రదాయంబును, యుక్తి చాతుర్యంబును, జ్ఞానపూర్తియుం గనఁబఱచి మిక్కిలి సొగసుగా వ్రాసినాఁడు ? ఎట్లన.

మాలదాసరి తనపల్లెనుండి తిరుక్కురుంగుడి యను దివ్యదేశ మందున్న దేవాలయమునకుఁ బోవుచుండ మార్గమధ్యమున రాక్షసునిచేఁ బట్టుకొనఁబడియె. అనేకనీతులను ధర్మములను సయుక్తికముగ బోధించినను విడువలేదు. తుద "కన్యదేవతలతో శ్రీమన్నారాయణునిఁ దుల్యముగాఁ జూచినవాని పాపము నొందినవాఁడ నగుదు" నని ఘోరప్రమాణముఁజేయఁగా రాక్షసుఁడు వానిని విడిచెను. దాసరి కురుంగుడినంబి కోవెలకుఁ జని కైశికగానముచే భగవంతు నానందింపఁజేసి తిరుగ బ్రహ్మరక్షస్సుకడకు వచ్చి "నా ప్రతిజ్ఞా ప్రకారము వచ్చినాఁడను, నన్నిఁక భక్షింపుమ"ని నుడివిన, యారక్కసుఁడు మనఃపరిపాకముఁ జెంది జ్ఞానోదయముఁ గలవాఁడై "ఓయి మహానుభావా! ఇటపై నా అయోగ్యతను గణింపకుము. ఎవ్వఁడైన నీవంటి భాగవతవతంసుఁ డొకఁడు వచ్చి నన్నెన్నఁడైనఁ దరింప జేయునా యని వేచియుంటి. నీ విట్లానతిచ్చుట న్యాయమా. న న్నీపిశాచత్వమునుండి యుద్ధరించుట కుపాయ మాలోచింపుము. ఘంటాకర్ణునికంటె నేనధికతర పాపమొనర్చలేదు. అట్టివానికి శ్రియఃపతి పరిశుద్ధునిఁజేసి మహోన్నతపదవి నొసంగెను. ఆభగవంతుని భక్తులైన భాగవతులు నట్టివారె. ఎట్టిపాపులనైన రక్షింపఁగలరు. కావున నీవిపుడు భగవత్సన్నిధిని బాడినపాటయొక్క ఫలము నాకిచ్చి నన్నురక్షింపుమ"ని యనేక విధముల మొఱలిడ విష్ణుభక్తుఁడైన దాసరి యొప్పుకొనలేదు. అందుపై రాక్షసుఁడు గుర్వాజ్ఞ నుల్లంఘించి గోప్యమయినమంత్రమును సకల జనుల కుద్ఘోషించిచెప్పిన శ్రీవైష్ణవసిద్ధాంత కర్తయగు శ్రీరామానుజుని పరసమృద్ధియు పరోపకారబుద్ధియునుఁ గొనియాడి నీవు నావగిదిని నావిషయమయి యుపకరింప వలయునని ప్రార్థించి, తిరుగ నారామానుజమునియే మరియొకజన్మంబున రమ్యజామాతృయోగియై యవ

తరించె ననియు, నతఁడె కాలాంతరమున శఠకోపుఁడై జనించి జ్ఞాన హీనులయిన మనుజులకు జ్ఞాన ముపదేశించి భగవద్భక్తుల నొనరించె ననియుఁ జెప్పెను. ఇది శ్రీవైష్ణవమత సంప్రదాయగ్రంథ విరుద్ధము. శఠకోపునికంటె రామానుజముని చాలకాలమున కీవల జన్మించినవాఁడు. శఠకోపుఁడు విష్వక్సేనాంశ సంభూతుఁ డనియు, రామానుజముని శేషాంశసంభూతుఁ డనియు, విశిష్టాద్వైతమతగ్రంథములు చెప్పు చున్నవి. ఇదికాక మరియొకవిశేషము. శఠకోపునికంటె తరువాతి వాఁడైన రామానుజమునిని భూతకాలక్రియచేతను, ప్రాచీనుఁడైన శఠకోపుని తనకు సమకాలికుఁడైన వేదాంతదేశికుని భవిష్యత్కాలక్రియచేతను కవి నిర్దేశించెను.

వరాహపురాణాంతర్గత బ్రహ్మరాక్షసుఁ డెక్కడ? వానికంటె బహుకాలము తరువాత జనించిన శఠకోప రామానుజ వేదాంతదేశికాదులెక్కడ? అని చదువరులకుఁ గలుగు సంశయమును, కవి ''ఇట్టి యేష్యంబులు మదీయ దివ్యబోధంబున నెఱింగియుండుదు నని'' తన దివ్యజ్ఞానముతో భవిష్యత్తు నెఱింగి బ్రహ్మరక్షస్సు చెప్పినట్లు వ్రాసి చమత్కారముగాఁ దొలఁగించెను.

పిమ్మట నీపిశాచము దాసరితోఁ దనపూర్వవృత్తాంతమును జెప్పుటలో దానొకకాలమందు పథికసామర్థ్యముతో గ్రామాంతరమునకుఁ బోవుచుండ దారిలో దొంగ లడ్డగించుకొని బాటసారులను దోఁచుకొని రనియు, ఆదస్యులలో నొకఁడు తనసంచిని దీసికొనఁగా నెదిరించిన తననుఁ గత్తితో నఱికెననియు, కాకశ్మశ్రునాముఁడగు నా చోరుని ఘోరరూపము దనకట్టెదుట వ్రేలాడదీసినట్లుండ వ్రణవేదనచే మృతినొందఁ దనకీ భీభత్సరూపము కలిగెననియుఁ జెప్పెను. ఇదియంతయు గురుపరంపరాప్రభావములో ననుక్తము. అంత దాసరి యా రక్కసునికి కైశికిగాన సుకృత మొసంగుటవలన విప్రత్వంబె కాక భాగవతశ్రీయునుం గలిగి పరమానందభరితుండై యావిష్ణుభక్తునిఁ బూజించె. ముక్తసంసార సంగుండై బదరీవనాది పుణ్యక్షేత్రంబులఁ దీర్థయాత్రఁ జరింపఁబోయె.

ఖాండిక్య కేశిధ్వజసంవాదము.

ఇది శ్రీ పరాశర కృత శ్రీవిష్ణుపురాణషష్ఠాంశములో షష్ఠసప్తమాధ్యాయములలోఁ బరాశరునిచే మైత్రేయఋషికిఁ జెప్పఁబడియె.

ఈకథ శ్రీమద్భాగవత నవమస్కంధమందు పదమూఁడవ యధ్యాయములో నించుకంత సూచన జేయఁబడినది.

"కృతధ్వజసుతో రాజ న్నాత్మవిద్యావిశారదః,
ఖాండిక్యః కర్మతంత్రజ్ఞో భీతః కేశిధ్వజాద్గతః" 20 శ్లో.

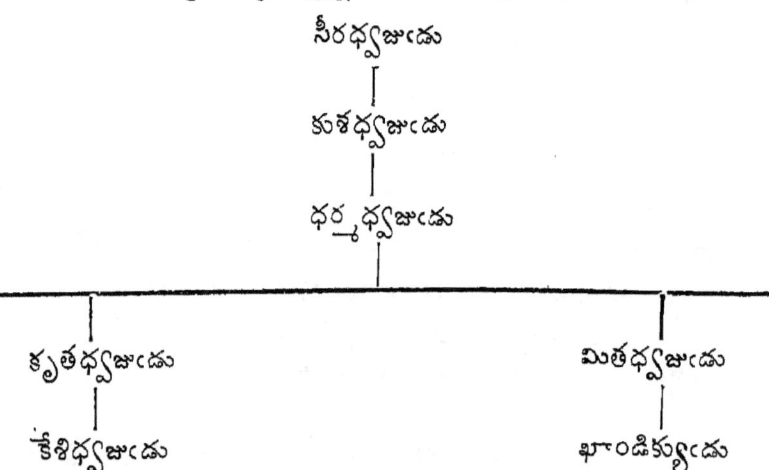

ఈఖాండిక్యకేశిధ్వజులు పైని వ్రాయఁబడిన వృక్షమువలన నన్నదమ్ముల బిడ్డలని స్పష్ట మగుచున్నది. వీరిరువురు రాజ్యామిషలోలులై చిరకాల మొకరితోనొకరు పోరాడిరి. తుదకు కేశిధ్వజుఁడు రాజ్యమును గెల్చుకొనఁగా ఖాండిక్యుఁడు మంత్రి పురోహిత భటవర్గముతో నరణ్యమునకుఁ జని పర్ణకుటీరంబుల నివసించుచుండెను. కేశిధ్వజుఁడు రాజ్యము వశపఱచుకొని స్వర్లోకప్రాప్తికై యజ్ఞములఁ గావించుచుండ నొకకాలంబున గ్రతూద్దిష్టమయి విడువఁబడిన యజ్ఞపశువు వ్యాఘ్రింబుచే భక్షితంబయ్యె. ఈయజ్ఞపశుభంగంబున కనురూపంబగుఁ బ్రాయశ్చిత్తంబు నెవ్వరును జెప్పఁజాలక ఖాండిక్యునికడకుఁ బోయి తెలిసికొని రమ్మని కేశిధ్వజున కుపదేశించిరి.

అపుడు కేశిధ్వజుఁడు ఖాండిక్యునియొద్దకుఁ జని వినయసమ్పన్నుఁడై పశులోపమునకు నిష్కృతిఁ గనుంగొని గురుదక్షిణ గ్రహింపు మని యాతని నిర్బంధించెను. అతఁ డందుల కియ్యకొనక నీవాత్మవిద్యావిశారదుఁడవు గావున నాకాత్మతత్త్వము నుపదేశించి యీ సంసారబంధము నుండి తొలఁగింపుము. నా కింతకంటె నెద్దియుఁ బ్రార్థ్యతరము గాదని వేఁడుకొనెను. కేశిధ్వజుఁడు ఖాండిక్యునికి యథాప్రార్థితముగా నాత్మవిద్య నుపదేశించి యాతనికుమారునిఁ దోడితెచ్చి తా నపహరించిన రాజ్య మాబాలుని కిచ్చి పట్టాభిషేకముఁ జేసెను.

కవి యీకథను లేశమును మార్చలేదు. శ్రీవిష్ణుపురాణమం దెట్లున్నదో అట్లనే వ్రాసియున్నాఁడు.

పాండ్యరాజులచరిత్రము.

ఈప్రబంధములో వర్ణింపఁబడిన మత్స్యధ్వజుఁ డను దక్షిణమధురాపట్టణపురాజు పాండ్యవంశజుఁడు, విష్ణుచిత్తుని సమకాలికుఁడు. గావున నీతని కాలమును నిర్ణయించుటయు నీప్రకరణములోఁ బాండ్యులచరిత్రమును గొంత వివరించుటయుఁ బ్రస్తావసర మని యెంచి యీ వృత్తాంతము నిచటఁ బొందుపఱచు చున్నాఁడను.

ఈపాండ్యవంశపురాజులు మిక్కిలి ప్రాచీనులు. దక్షిణహిందూదేశపుచరిత్రముఁ బట్టిచూడఁగా వీరు క్రీస్తుశకమునకు ముందు నాల్గవ శతాబ్ది మొదలుకొని పదునాఱవ శతాబ్ది కొనవఱకు రాజ్యముఁ బాలించినట్లు కానవచ్చుచున్నది. వీరిరాజ్య మొకప్పుడు తూర్పుసముద్రతీరము మొదలుకొని పశ్చిమసముద్రతీరమువఱకును, దక్షిణమందు కన్యాకుమార్యగ్రమువఱకును వ్యాపించియుండె ననియు, నిప్పుడు మధుర తిరునెల్వేలి కోయంబుత్తూరు తిరువాన్కూరు ననునవి యీరాజ్యములోని వనియు, గ్రీకు భూగోళజ్ఞుఁ డగు టాలమీ యనువాఁడు చరిత్రములో వ్రాసియున్నాఁడు. ఈపాండ్యులరాజ్యమునకు మధుర రాజధాని. యుధిష్ఠిరసోదరుఁడైన అర్జునుఁడు మలయధ్వజుఁడను రాజుయొక్క పుత్త్రికయగు చిత్రాంగదయ నెడుకన్యకను బెండ్లియాడెననియు, వారుభయులకు జనించిన సంతానమువలన నావంశమునకు పాండ్యవంశ మని

పేరొదవెననియు నొకఐతిహ్యముగలదుకాని, యిట్టిపురాణగాథల సత్యాసత్యత్వములను నిశ్చయించుట మనకు శక్యము గాదు. వీనివలన వాస్తవచరిత్రాంశ మేమియుఁదెలదు. ఏలయన, మనపూర్వులు తాము రచించిన గ్రంథములయందుఁ దమభాషాపరిశ్రమమును దమకవితాచాతుర్యమును గనఁబఱచుటయందును, వర్ణ్యులయిన నాయకులకు లేని మహిమల నారోపించి వ్రాయుటయందు నెక్కువ శ్రద్ధను వహించిరిగాని, వాస్తవచరిత్రమును దెలుపుటయందుత్సాహము జూపరైరి. అందుచే మన ప్రాచీనగ్రంథములవలన నీపాండ్యుల వాస్తవచరిత్రమును మనము దెలిసికొనఁ జాలము.

Vincent Smith's "Ancient History of India", Krishnaswamy Aiyangar's "Ancient History of India", Dr. Bhandarkar's "History of Deccan", Kanakasabai Pillai's "Tamils 1800 Years ago" అనుగ్రంథములవలనను, సింహళద్వీపబౌద్ధుల మహావంశమను గ్రంథమువలనను, ప్రాచీనద్రావిడ వాఙ్మయమువలనను (Ancient Tamil Literature) ప్రథమపరాంతకుఁడు మొదలుకొని తృతీయ కులోత్తుంగునివరకు రాజ్యమేలిన చోళదేశపు రాజుల శాసనములవలనను పాండ్యులచరిత్రము సవిస్తరముగాఁ దెలియనగు.

తాను పాలించుచుండెడి భరతఖండమునందె కాక ఐరోపా మొదలగు విదేశములందుఁ గూడఁ బరమధార్మికుఁడని ప్రసిద్ధిగాంచిన అశోక మహారాజు సుమారు రెండువేల నూటడెబ్బది సంవత్సరముల క్రిందట రాజ్యముజేయుచున్నసమయమందీతని రాజ్యమీ భరతఖండములోఁ బెద్దభాగమైయుండుటయేకాక దక్షిణమున మైసూరు రాజ్యమందున్న సిద్ధపురమువరకు వ్యాపించి యుండెను. అప్పుడీ హిందూద్వీపకల్పముయొక్క దక్షిణాగ్రభాగము కొన్ని స్వతంత్రరాజకుటుంబములచేఁ బరిపాలింపఁబడుచుండెను. వానిలోఁ బ్రధానమయినది పాండ్యరాజకుటుంబము. చిరకాలము క్రిందటనుండియు నీపాండ్యులుత్తమ నాగరికులయియుండి రనుటకు శ్రీరామాయణము మహాభారతము వాయుమత్స్య మార్కండేయాది పురాణములు ప్రబలప్రమాణములు. శ్రీరామాయణములో కిష్కింధాకాండము నలువది

యవసర్గలో సుగ్రీవుఁడు సీతాన్వేషణార్థమయి దక్షిణదిక్కునకుఁ బంపఁబడిన హనుమదాది వానరపుంగవులతో "తతో హేమమయం దివ్యం ముక్తామణి విభూషితమ్, యుక్తం కవాటం పాండ్యానాం గతాద్రక్ష్యథవానరాః" అని చెప్పియున్నాఁడు. మహాభారతమందును పాండవకనిష్ఠుఁ డగు సహదేవుఁడు సభాపర్వములో ముప్పదియవ యధ్యాయమందు "యుయుధే పాండ్యరాజేన దివసం నకులానుజః, తం జిత్వా స మహాబాహుః ప్రయయౌ దక్షిణాం దిశమ్" అనుశ్లోకములో పాండ్యరాజుతో యుద్ధముజేసి వానిని జయించినట్లుచెప్పఁబడియున్నది. పూర్వోక్త వచనప్రామాణ్యముంబట్టి యీపాండ్యులు చిరకాలపు వారనియు బలపరాక్రమైశ్వర్య సంపన్ను లనియుఁ దెలియవచ్చుచున్నది.

పతంజలి క్రీస్తుశకమునకు ముందు నూటయేఁబది సంవత్సరముల నాఁటివాఁ డనియు, కాత్యాయనుఁడు మున్నూట యేఁబది సంవత్సరములనాఁటివాఁ డనియు, పాణిని యేడవశతాబ్దము నాఁటివాఁ డనియును పండిత భండారుకారు వ్రాసియున్నాఁడు. ఈపాణికి సమకాలమునందె భరతఖండముయొక్క దక్షిణాగ్రభాగమునం దార్యులు పైనుండి వచ్చి స్థిరపడినట్లు గ్రంథనిదర్శనములవలనఁ గానవచ్చుచున్నది. ఏలయన; పాండ్యశబ్ద నిర్వచనము పాణినిసూత్రములలోఁ గానరాకుండుటచేతను కాత్యాయనుని వార్తికములలోఁ గానవచ్చుటచేతను దక్షిణహిందూస్థానముయొక్క వృత్తాంతము పాణినికంటెఁ గాత్యాయనుని కెక్కువగాఁ దెలిసియుండవచ్చునని యూహింపవలసియున్నది. (జనపదశబ్దాత్ క్షత్రియాదఞ్. 4-1-168. దీనిపై వార్తికములు. క్షత్రియసమానశబ్దాజ్జన పదాత్తస్య రాజన్య పత్యవత్; పూరోరణ్వక్తవ్యః; పాండోర్డ్యణ్ — తే తద్రాజాః 4-1-174.)

" Kâtyâyana, however, the object of whose aphorisms called Vartikas is to explain and supplement Panini, shows an acquaintance with southern nations. Panini gives rules for the formation of derivatives from the names of tribes of warriors which are at the same time the names of the countries inhabited by them in the sense of " one sprung from an individual belonging to that tribe, " and also, it must be understood, in the sense of " king of the country." Thus a man sprung from an individual of the tribe of the Panchalas or the king of the country Panchâlas, is to be called Pânchâla; a descendant of a Salva or the king of the country of the Salvas, is to be called Sâlvaya. Kâtyâyana notices here an omission; the name Pândya is not explained by Panini; Katyayana therefore adds, " one sprung from an individual of the tribe of the Pândus or the king of their country, should be called a Pandya"

Dr. Bhandarkar's Early of History of the Deccan, VIth Page.

ఆర్యు లీ దేశమునకు వచ్చుకాలమునకే వీరిచట స్థిరనివాసులై యుండుటచేఁ గొందఱు వీరి ననార్య (Non-Aryans) సంతతివారని వ్యవహరించుచున్నారు. అట్లు వ్యవహరించువారు " పండు=పూర్వము అను నర్థమిచ్చు ద్రావిడభాషాపదమునుండి యీ పాండ్యశబ్ద ముత్పన్నమయిన దని వక్కాణించెదరు. ద్రావిడభాషలో నీ పాండ్యులకు " పంచవర్, కారియర్" అని పేర్లుండుటచేఁ గాత్యాయనుని యభిప్రాయము సమర్థించఁ బడెనని వేఱుగాఁ జెప్ప నవసరములేదు. ఈ వ్యుత్పత్తి వలననే వీ రార్యులని ఋజువుఁ జేయుటకుఁ బుష్కలసాక్ష్యముండఁగా బండితు లయినవా రెవ్వరును వీ రార్యేతరు లని చెప్పఁజాలరు.

సింహళద్వీపమునకు మొదటిరాజైన విజయుఁడనువాఁడు క్రీస్తుశకమునకు ముందు 478-వ సంవత్సరమందు బుద్ధుఁడు నిర్వాణమునొందినదినమందె సింహళద్వీపమున నోడదిగి వచ్చెను. ప్రతిసంవత్సరము తానుపాయనముల నిచ్చుచున్న పాండ్యనృపాలుని పుత్త్రికను బెండ్లియాడె నని మహావంశమను బౌద్ధగ్రంథమందుఁ జెప్పఁబడియున్నది. ఈ కథలో నిజమేమైన నున్నయెడల పాండ్యరాజ్యము సింహళమునకంటెఁ బ్రాచీనతర మయినదని యిందువలన గ్రహింపనగు. క్రీస్తువునకుముందు మూఁడవశతాబ్దిలో గ్రీకురాయబారి యగు మెగాస్థనీసనువాఁడు పాండ్యరాజ్యోత్పత్తిని గురించి యొకచిత్రమయిన కథఁజెప్పెను. వాఁడిట్లు వ్రాయుచున్నాఁడు. "తరువాత పాండో వచ్చెను. హిందూదేశములోని దొకటియే స్త్రీచే నేలఁ బడుచుండెడిజాతి. హెరకిల్సను

వానికిఁ బుత్త్రసంతతి లేదు. ఒక కూఁతు రుండెను. అతఁడు దానియం దధిక ప్రేమగలవాఁడై దాని కొక గొప్పరాజ్య మొసంగెను. ఆమె సంతతివారు మున్నూఱు గ్రామములకు నొకలక్ష యేఁబదివేల పదాతి సైన్యమునకు నయిదువందల యేనుఁగులకు నధిపతులయి యుండిరి.'' పాండ్యరాజ్య స్థాపనమును గురించిన కథకే గ్రీకుదేశపురాయబారి వికృతమయిన మరియొకపాఠాంతరమును గల్పించె ననుటకు సందియ ములేదు.

క్రీస్తువునకు ముందు రెండవ శతాబ్దియందలి బౌద్ధమతస్థులచి హ్నము లిప్పటికి నీపాండ్య దేశమం దచ్చటచ్చట గానవచ్చుచున్నవి. బౌద్ధభిక్షువు లిష్టదేవతా ధ్యానాసక్తులై సుఖముగ నివసించెడు గుహ లు, వానిలో శిలాశయ్యలు నా దేశమం దిప్పటికిని ప్రతిపర్వతమందును గానవచ్చుచున్నవి. సింహళదేశపు బౌద్ధమతబోధకుల బోధనదా ర్ఢ్యముచే నీ పాండ్య దేశస్థులందఱు నాకాలమందు బౌద్ధమతము నవ లంబించిరి. క్రీస్తుశకమునకుముందు నాల్గవశతాబ్దినుండియు వీరికి సింహళద్వీపవాసులతోఁ సంబంధ ముండుటచే నా నూతనమత సిద్ధాం తముల నెఱింగిన వారయి యుండి రని సంభావించుటకుఁ దగిన హే తుసామగ్రి కానవచ్చుచున్నది.

ఈ పాండ్య దేశస్థులు క్రీస్తుశకమునకుముందు మొదటి శతాబ్ది నుండి క్రీస్తువునకు వెనుక నాఱవశతాబ్దివఱకును నాగరకతా సంప న్నులైన పడమటి జాతులవారితో ముఖ్యముగా రోమకపురీ వాసుల తో వాణిజ్యసంబంధము గలిగి యుండిరి. గ్రీసు, ఈజిప్టు, రోము, పారసీకము, అరేబియా, చైనా, మొదలగు దేశములనావలు వర్తకము కొఱకు దక్షిణ హిందూస్థానమం దుండురేవులకుఁ దఱుచుగ వచ్చు చుండెను. తామ్రపర్ణినదీగతము లయిన మౌక్తికములు రోమకనగర ములో శతగుణిత మూల్యమునకు విక్రయింపఁబడుచుండె నని ప్లినీ (Pliny) యను భూగోళశాస్త్రజ్ఞుఁడు వ్రాసియున్నాఁడు. ముత్య ములు, సుగంధిద్రవ్యములు, ఆభరణములు మొదలగువస్తువులను రోమ కపురీవణిజులు పాండ్య దేశమునుండి కొనిపోయినట్లు ప్రాచీన ద్రావిడ గ్రంథములయందు వ్రాయఁబడి యున్నది.

ఈ పాండ్యులచరిత్ర మింతవఱకును విదేశీయులుచెప్పెడి వృత్తాంతమువలనను, బౌద్ధగ్రంథముల వలనను మనకుఁ దెలియవచ్చినది. ఇటుపైని వీరిచరిత్రమును దెలియుటకు ముఖ్యాధారము లయిన ప్రాచీన ద్రావిడగ్రంథంబులఁ గొన్నిటిని పరిశీలింతము. అవి యెవ్వియన; 1 ఇఱైయనా రగప్పొరుళ్. 2 పత్తుప్పాట్టు. 3 పురనానూర్. 4 శిలప్పదికారం. 5 మణిమేకలై మొదలగునవి. వీనిని వ్రాసిన ప్రాచీనకవులిప్పటివారివలెఁ దమకవితాచాతురిని, కల్పనలను, శబ్దవైచిత్రిని గనఁబఱచుట మాని కేవలము తాము ప్రతిపాదింపఁబూనుకొనిన యంశముల యొక్కసత్యతనే వెల్లడిచేయఁగోరి తమకు సమకాలికులు పోషకులు నయిన ప్రాచీనరాజపుంగవుల వాస్తవచరిత్రమును లోకమందుఁ బ్రకాశింపఁ జేసిరి. ఇట్లు వ్రాసిన ప్రాచీనద్రావిడ గ్రంథకర్తలలో పెరుంబనరుప్పద మనుగ్రంథమును వ్రాసిన కడియలూరు రుద్రంగన్ననారను గ్రంథకర్త సర్వాధికుఁడు. కాని యీగ్రంథము లేకాలమందు వ్రాయఁబడెనో ఆకాలమును నిశ్చయించుటకుఁ దగిన సాధనములెవ్వియుఁ గానరావు. ఈ యంశమును నిర్ణయించుటకు మనము పై ప్రమాణములనె (External Authorities) సాధనముగాఁ జేసికొనవలయును. ఈవిషయమందు మొన్నమొన్నటివఱకు ఘనకు సహాయమొనర్పఁదగిన పరికర మేమియు లేకయుండెను. కాని యిటీవల కొలఁది దినములక్రిందటఁ గ్రొత్తఁగాఁ గనుఁగొనఁబడిన చిన్నమనూరుశాసనములవలనను, వేళ్వికుక్కుడి శాసనములవలనను పాండ్యదేశాధిపతుల యొక్క వృత్తాంతమును సాకల్యముగాను తృప్తిగాను దెలిసికొనుటకు సమర్థులమయితిమి.

Mr. K. U. Subrahmania Iyer, B.A., M.R. A.S., Christian College Magazine, 1914.

ఇంతియకాక ద్రావిడ మహాభారతమును రచించిన పెరుందేవనా రనునతఁడు పైనిచెప్పఁబడిన ప్రాచీనద్రావిడగ్రంథములనన్నింటిని సంగ్రహించి యొకచోట జేర్చి వాని కన్నిటికిని వ్యాఖ్యానము

నుపోద్ఘాతమును రచించెను. తనపోషకుఁ డగు నందిపోతవర్మ యను పల్లవవంశపురాజు నీతఁడు గ్రంథాదిని బేర్కొనుటచే నీతని కాలము నిష్కృష్టముగాఁ దెలియవచ్చుచున్నది. ఈ పల్లవరాజు నవమశతక ప్రారంభమందు రాజ్యమేలిన ట్లితర ప్రమాణములవలనఁ గానవచ్చుచున్నది. కావున నీయాధారమునుబట్టి పై నుదాహరింపఁ బడిన ప్రాచీన ద్రావిడగ్రంథములకు నాయకు లయిన పాండ్యరాజులలోఁ గొందఱ వృత్తాంతము స్పష్టముగా మనకుఁ దెలియుచున్నది. చిన్నమనూరు వేళ్విక్కుడి శాసనములయందుఁ జెప్పఁబడినవారును ప్రాచీనద్రావిడ గ్రంథములయందు వర్ణింపఁబడినవారు నొక్కటియే కావున, వీరి వంశానుక్రమణికను వంశవృక్షరూపముగా నిచటఁ జూపుచున్నాఁడను.

చిన్నమనూరుశాసనమునందలి రాజులు.

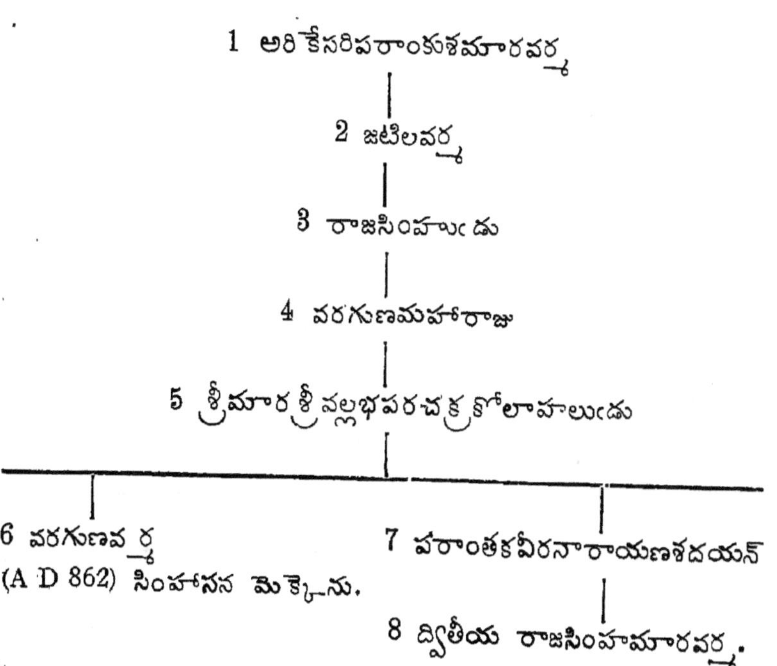

వేళ్వికుడిశాసనము.

1 పాల్యాగసవై ముడుకుడుమికొలాభ్రి.

2 కడంగన్

3 మారవర్మన్

4 సెలియన్ శేందన్

5 అరికేసరి అసమసమన్ మారవర్మ

6 శడయన్ రణధీర

7 తెర్మారన్

8 నెడుంజడైయన్

9 రాజసింహ

10 వరగుణమహారాజ

11 శ్రీమార శ్రీవల్లభ

- 12 వరగుణవర్మన్
- 13 పరాంతకవీరనారాయణ శడయన్
  - 14 రాజసింహ.

ఒక పట్టికలోనున్న జటిలుఁడు మొదలుగాఁగల రాజులే రెండవ పట్టికలోఁగూడ గానవచ్చుచున్నారు. ఈ చిన్నమనూరు శాసనము రెండవపట్టికలో పదునాల్గవ వాఁడయిన రాజసింహునికాలములోఁ బుట్టినది. ఇతఁడు తంజావూరి రాజుతోఁ బోరాడినట్లు శాసనమందుఁ జెప్పఁబడియున్నది. క్రీస్తు వెనుక 907-953 సంవత్సరములలో రాజ్యము జేసిన ప్రథమపరాంతకుఁ డొక పాండ్యదేశపురాజును జయించినట్లు చోళదేశపు శాసనములవలనఁ దెలియఁబడుచున్నది. కావున చిన్నమనూరు శాసనములు పదియవ వత్సరశతకమందు వ్రాయఁబడె నని చెప్పవచ్చును. ఈ రాజసింహుని పినతండ్రియయిన వరగుణవర్మ యనువాఁడు క్రీస్తుశకమునకు వెనుక 862 సంవత్సరమున బట్టాభిషిక్తుఁడయ్యె నను నంశము వరగుణవర్మయొక్క తమ్మునికుమారుఁడైన రాజసింహుఁడు ప్రథమపరాంతకునిచే జయింపఁబడిన రాజసింహుఁడునొక్కఁడేయని స్థిరపఱుచుటకు సహకారిగానున్నది. ఈవరగుణ వర్మయొక్క పట్టాభిషేకపు సంవత్సరము మనకుఁ దెలియుటవలన ప్రథమపట్టికలో రెండవవాఁడును, ద్వితీయపట్టికలో నెనిమిదవవాఁడు నైనట్టియు, జటిలవర్మయను సంస్కృతనామమును, నెడుంజడైయన్ (దీర్ఘమయిన జడలుగలవాఁడు) అనుద్రావిడనామమును గలిగినవాఁడైనట్టిరాజు యెనిమిదవశతాబ్దము యొక్క మూఁడవ భాగమం దున్నట్లు మన మూహించుకొనవచ్చును. మధుర జిల్లాలోనున్న ఆనైమలై (గజగిరి) అను కొండమీదఁ గట్టఁబడిన నృసింహాలయములో దొరికినదియు, 770 వ సంవత్సరమున వ్రాయఁబడినదియు నైన యొకశాసనమువలన నీ జటిలవర్మ యనువాఁడు నెడుంజడైయ ననువాఁడు నొక్కఁడే యని మనము స్థిరపఱుచుటకు సమర్థులమగుచున్నాము. వైష్ణవమతగురువు లయిన పన్నిద్ద రాళ్వార్లలో నొకఁ డయిన మధురకవి యీజటిలవర్మకు మంత్రిగా నుండె ననియు నాతని యధికారమం దీ దేవాలయము కట్టఁబడె ననియు నాశాసనము వలన స్పష్ట మగుచున్నది. వేళ్విక్కుడి దానశాసనములలోఁ గూడ నీ యంశములే చెప్పఁబడుచున్నవి.

ప్రథమపట్టికలో శ్రీమారశ్రీవల్లభ పరచక్ర కోలాహలుఁ డనియు ద్వితీయ పట్టికలో శ్రీమార శ్రీవల్లభుఁడనియుఁ జెప్పఁబడిన రాజు క్రీస్తు వెనుక 862వ సంవత్సరమున సింహాసనము నధిష్ఠించిన వరగుణ

వర్మయొక్క తండ్రి. ఇందువలన నితఁడు తొమ్మిదవ శతాబ్దియందున్న వాఁడని మనము నిశ్చయముగాఁ జెప్పఁగలము. గురుపరంపరా ప్రభావము, ప్రపన్నామృతము, దివ్యసూరిచరిత్రము మొదలగు శ్రీవైష్ణవ మతగురు చరిత్రములలో నితఁడే శ్రీవల్లభదేవుఁ డని చెప్పఁబడుచున్నాఁడు. ఇతఁడే విష్ణుచిత్తుని (పెరియాళ్వారు) రావించి పరతత్త్వనిర్ణయము జేయించి విద్యాశుల్కగ్రంథి నొసంగినవాఁడు.

ఇతని నీ ప్రబంధకర్త "తత్పురంబేలు పాండ్యమత్స్యధ్వజుండు" అని నిర్దేశించి యున్నాఁడు. మత్స్యధ్వజుఁ డనఁగా మత్స్యమును ధ్వజమందు చిహ్నముగాఁగలవాఁ డని యర్థము. జనకునికి సీరధ్వజుఁ డనియు, అర్జునునికి గపిధ్వజుఁ డనియు ధ్వజచిహ్నములచే బిరుదములు గలిగిన ట్లితనికిఁ గూడ ధ్వజమందు మత్స్య చిహ్నముండుటచే మత్స్యధ్వజుఁ డని వ్యవహరింపఁ బడెను. ఇది ప్రకృతమునకు విరోధించదు. ఈ రాజుపేరు వల్లభదేవుఁడు కాఁడని సమర్థించుట కిది యుపపత్తి కానేరదు. ఈ విష్ణుచిత్తుఁ డాళ్వార్ల కోవలో నాల్గవవాఁడు.

"భూతం, సరస్య, మహదాహ్వయ, భట్టనాథ, శ్రీభక్తిసార, కులశేఖర, యోగివాహాన్, భక్తాంఘ్రిరేణు, పరకాల, యతీంద్ర మిశ్రాన్, శ్రీమత్పరాంకుశమునిం, ప్రణతోస్మి నిత్యమ్" ఇది శ్రీవైష్ణవుల గురుపరమ్పరానుసంధాన శ్లోకము. మొదటి మువ్వురాళ్వార్లయొక్క కాలమును నిర్ణయించుటకుఁ దగిన చరిత్రాంశములుగాని శాసనములుగాని యెచటను దొరకనందున వారికాలము మనకుఁ దెలియదు. వారు పురాణకథిత పురుషులవంటివారు కాని (Mythical personages) చరిత్రతో సంబంధించినవారు కారు. కలియుగము నలువదియాఱుసంవత్సరములయిన తరువాత నీవిష్ణుచిత్తుఁడు జననమొందినట్లు మతగ్రంథములలో వ్రాయఁబడియున్నది. ఈకాలమును మన మొప్పుకొన్నయెడల నీ విష్ణుచిత్తుఁడు క్రీస్తుశకమునకుముందు మూఁడువేల యేఁబదియాఱుసంవత్సరముల క్రిందట నున్నవాఁడు కావలయును. అట్లయినచోఁ బాండ్యులెక్కడ? వీరి చరిత్ర మెక్కడ? పాణిని సయితము క్రీస్తునకుముందు ఏడవశతాబ్దినాఁటివాఁడనియు, ఆసమయమందే ఆర్యులు దక్షిణ హిందూస్థానమందు స్థిరపడిరనియు, క్రీస్తువునకుముందు నూటయేఁబది సంవత్సరముల క్రిందట[illegible]న కాత్యాయనునిచే బాండ్యశబ్ద నిర్వచనార్థక

మయిన వార్త్తికము వ్రాయఁబడెను గాన నీపాండ్యుల ప్రారంభము పాణిని కాత్యాయనుల కాలమునకు మధ్యనయి యుండవలయు ననియు, డాక్టరు భండారుకారు తనగ్రంథమందు వ్రాసె నని యిదివఱకే చెప్పియున్నాఁడను. మనపూర్వులకు కాలగణన విద్యయందు (Chronology) శ్రద్ధ మంద మని లోఁగడ వ్రాసియుంటిని.

కావున సమకాలికు లగు విష్ణుచిత్త వల్లభదేవు లుభయులు తొమ్మిదవ శతాబ్దము వా రని పై చర్చవలనఁ దేలిన సారాంశమై యున్నది.

ఈ ప్రబంధమును రచించిన కవికిఁ గలిగిన చిత్రమయిన కాల విషయక భ్రాంతిని (Anachronism) గనఁబఱచుట కిట్టి కాలనిర్ణయ చర్చాప్రకరణమే సముచిత స్థల మని యెంచి యాయంశమునుగూడ నిచట వివరించుచున్నాను.

చతుర్థాశ్వాసములో విష్ణుచిత్తునికథ ముగిసిన తరువాత "ఒక్క నాఁడు మధ్యాహ్న సమయ మాలికారోపణానంతరంబున మందిరంబు నకుఁ బోవు నతనిం బ్రసాదమందస్మిత వళక్షం బగు కటాక్షంబున వీక్షించి పక్షిపుంగవకేతనుండు పుండరీకనికేతన కిట్లనియె"

తే. యామునాచార్యుఁ డొక్కఁడు నీమహాత్ముఁ,డొక్కఁడును గాదె మన్మతం బుద్ధరించి
రస్మదీయ కృపాతిశయమున ననిన, నిందిరాదేవి తనభర్త కిట్టు లనియె.

క. ఇతనికథ యెఱిఁగినదికా, యతఁ డేమి యొనర్చె ననిన నబ్జాక్షుం డా
శతపత్త్రనిలయ కిట్లను, నతివ కలం డొకఁడు మత్పదాశ్రితుఁ డెలమిన్.

ఆ. అతఁడు చిఱునాఁడె యాచార్య కులమున, వేద వేదశాస్త్ర విద్య లభ్య
సించుచుండ నపుడు చెలువ యిప్పటిపాండ్య, నృపతి పూర్వవంశ్యుఁ డే యొకండు.

ఈ మొదలగు పద్యములను విచారించఁగాఁ దేలిన యంశమే మన ; విష్ణుచిత్తునివలన నుపదేశమునొంది వైష్ణవమతావలంబి యయిన పాండ్యవల్లభదేవుని వంశమందుఁ బుట్టిన పూర్వపు రాజొకఁడు శైవ మతమందుఁ బట్టుదలగలవాఁడై యుండ నీ యామునాచార్యుఁ డతని కడ కేఁగి తనయుక్తులచే నా శైవమతమును ఖండించి వైష్ణవ మతస్థాపన చేసి యారాజును స్వమతమందుఁ గలిపె నని చెప్పెనట.

‘‘ఇప్పటి పాండ్యనృపతి’’ యగువాఁడు వల్లభదేవుఁడు. ఇతఁడును విష్ణుచిత్తుఁడును సమకాలికులనియు, తొమ్మిదవ శతాబ్దియం దున్నవారనియు పైని చెప్పఁబడినది. ప్రథమకులోత్తుంగుఁడు, (1070-1118) విక్రమచోళుఁడు (1118-1135) ద్వితీయకులోత్తుంగుఁడు (1123-1146) అను మువ్వురు పాండ్యరాజుల రాజ్యపాలన కాలమం దున్నవాఁడును, 1017వ సంవత్సరములోఁ బుట్టి 1137వ సంవత్సరమువఱకు (120 సంవత్సరములు) జీవించి వైష్ణవమతమును స్థాపించి దానిని వ్యాపింపఁజేసినవాఁడు నైన శ్రీరామానుజమునికి సమకాలికుఁడైన (K. V. Rangaswamy Aiyangar's Ancient History of India) యామునాచార్యుఁడు తొమ్మిదవ శతాబ్దములో జీవించిన వల్లభదేవునికంటెఁ బూర్వుఁడైన యొకరాజుకాలమునందున్నవాఁ డనుట యెట్లుపొసఁగును? అట్లయినచో యామునాచార్యుఁడు విష్ణుచిత్తునికంటె మిక్కిలి ప్రాచీనుఁడై యుండవలయును. చరిత్రములవలనను, మతగ్రంథములవలన నట్లు కానరాదు. ఇదియునుగాక రామానుజముని ముప్పదిసంవత్సరముల ప్రాయము గలవాఁడై యుండ యామునార్యుఁడు పరమపదము నలంకరించె నని గురుపరంపరాప్రభావము మొదలుగాఁగల గ్రంథములు చెప్పుచున్నవి కావున, యామునార్యుఁడు విష్ణుచిత్తునికంటెఁ బ్రాచీనుఁ డని చెప్పుట కవికృత ప్రమాదము. యామునార్యుఁడు చోళదేశమునందుండు వీరనారాయణపురనివాసి యని లోఁగడఁ జెప్పియుంటిని. ఇతనిని వాదమునకుఁ బిలిపించిన రాజుగూడ చోళదేశపురాజు. ప్రబంధకర్త పాండ్యవంశజుఁ డని చెప్పుట మరియొక తప్పు.

విష్ణుచిత్తుఁ డుపన్యసించిన వేదాంతము.

విశిష్టాద్వైతమతము రెండుభాగములుగా విభజింపఁబడి యున్నది. వానిలో మొదటిది సభలలో వాదక్షమమయి ప్రతివాదులను జయించుటకు సాధనమయి బ్రహ్మసూత్రభాష్యము, గీతాభాష్యము, ఉపనిషద్భాష్యము, సహస్రనామభాష్యము, సిద్ధిత్రయము మొదలగు ననేక సంస్కృతగ్రంథములచేఁ బ్రతిపాదింపఁబడుచున్నది. రెండవ భాగము పూర్వోక్త సంస్కృత గ్రంథంబుల యర్థంబును సాకల్యముగ

బ్రతిపాదించునవియు, స్వగోష్ఠీ నిష్ఠములయి కేవల గురుపరంపరా సంప్రదాయ ప్రాప్తంబులయిన యర్థవిశేషంబులఁ దెల్పునవియు, సకల శాస్త్రసిద్ధాంతములను సులభముగాఁ దెల్పునవియు, భక్తిప్రపత్తిజ్ఞాన వైరాగ్యాదులను వృద్ధిఁ బొందించు నవియు నగు ద్రావిడగ్రంథములచే బోధింపఁబడుచున్నది. ఈ విష్ణుచిత్తుఁ డుపన్యసించిన యుపన్యాసమును బట్టి విమర్శింపఁగా నీ ప్రబంధ కర్తకు సాంఖ్యయోగ మీమాంసాద్వయాది తంత్రంబులయందె కాక, పూర్వోక్తోభయవిధ విశిష్టాద్వైతమతగ్రంథములయందుఁ గూడ నిరుపమాన మయిన పాండిత్య మున్నదని నిస్సంశయముగాఁ జెప్పనగు. ప్రధానకథతో సంబంధము లేకపోయినను ఖాండిక్య కేశిధ్వజ సంవాదముఁ దీసికొని వచ్చి యొక రీతి సంగతిఁ గల్పించి వ్రాసినది కవి తనకు యోగ శాస్త్రమం దున్న ప్రవేశమును వెల్లడిజేయుటకే యని యూహింపవచ్చును. అట్లనే యామునాచార్య చరిత్రమును మాతంగబ్రహ్మరక్షస్సంవాదమును ప్రధాన ప్రతిపాద్య మగు గోదాచరిత్రముతో సంబంధము లేకపోయినను సంబంధముఁగల్పించి యే సంస్కృతమత గ్రంథములయందును గానరాని విశిష్టాద్వైత ద్రావిడమత సంప్రదాయ రహస్యములను బ్రకాశింపఁజేసి యున్నాఁడు. ఇందువలన నీకవి కీమతమందుఁ గల భక్తి విశేషము, నమ్మకము, శ్రద్ధ, పట్టుదల మొదలగునవి స్పష్ట మగుచున్నవి.

ఇఁక, విష్ణుచిత్తుఁ డుపన్యసించిన వేదాంతాంశములను గొంత మట్టుకు విమర్శింతము.

“సీ. జగదుద్గతికిని బీజము ప్రధానమన నీక్షత్యాది వీశునశబ్దవాది
బొరినీశుఁడే నన భోగమాత్రేత్యాద్యుదాహృతిస్ఫూర్తి మాయావివాది
ఫలియించుఁ గ్రియయనా ఫలమతయిత్యాది సర్వేశుఁగొనని యపూర్వవాది
శాస్త్రయోనిత్వాదిసరణి నీశ్వరునిఁ దెల్పెదుననుమానమన్పిలువాది

తే. నిత్యులం దెల్ల నిత్యుఁడ న్శ్రుత్యురూక్తి, క్షణికసర్వజ్ఞతేశ సౌగతవివాది
ననుపపత్తేర్న యను సూత్రమాదియైన, వాని నృపతీశుఁ బ్రత్యక్షవాది గెలిచె.

ఈ సీసపద్యములో మొదటిపాదమున సాంఖ్యమతము ఖండింపఁబడినది.

ప్రకృతి (సకలమునకు కారణము) సత్త్వరజస్తమస్సులయొక్క సామ్యావస్థ (Primordial matter) దీనికే ప్రధానము, అవిద్య, అజ్ఞానము, మాయ అనిపేర్లు. దీనినుండి మహత్తత్త్వము (బుద్ధి) దీనివలన నహంకారము (Ego), అహంకారము వలన శబ్ద, స్పర్శ, రూప, రస, గంధతన్మాత్రలు (Primary Elements), (తన్మాత్ర లనఁగా భూతపంచకముయొక్క సూక్ష్మావస్థ.) పంచతన్మాత్రల వలన పంచభూతములు, కర్మేంద్రియపంచకము, జ్ఞానేంద్రియపంచకము, మనస్సు. ఇవి యిరువది నాలుగు తత్త్వములుకలిగెను. ఆత్మ పురుషాది శబ్దవాచ్యుఁడగు జీవుఁ డిరువది యయిదవవాఁడు. నిత్య బుద్ధ శుద్ధస్వభావుఁడు. బంధమోక్షములు లేనివాఁడు. రక్తవస్త్రసంపర్కమువలన శుద్ధస్ఫటికమునకు రక్తిమ కలిగినట్లు, ప్రకృతి సంసర్గమువలన నాత్మ సుఖ దుఃఖాదుల ననుభవించుచున్నట్లు కానవచ్చుచున్నది. ఆత్మకు కర్తృత్వము లేదు. తామరాకునకు జలమంటనట్లు ఆత్మకు కర్మలేప మంటదు. ప్రకృతి జగత్సర్గముఁ జేయునది. కాని జడము. పంగ్వంధసంయోగమువలన గమనాది వ్యాపారములు సిద్ధించునట్లు, ప్రకృతిపురుష సంయోగముచే సృష్ట్యాది వ్యాపారము లుపపన్న మగుచున్నవి. కావున, అచేతనమయిన ప్రకృతియే జగత్కారణము. దీనికి శబ్దము ప్రమాణము కాకపోవుటచే నానుమానికము కావున నశబ్దమని సాంఖ్యుల సంకేతము. ఇదియే పురుషునికి భోగమోక్షముల నిచ్చునది. ఇది సాంఖ్యమతము.

దీని ఖండన మిట్లు చేయఁబడినది.

ఛాందోగ్యములో ''సదేవ సోమ్యేదమగ్ర ఆసీ దేకమే వాద్వితీయమ్, తదైక్షత బహుస్యాం ప్రజాయేయ '' ఓయి శ్వేతకేతువా, యీసృష్టికంటె ముందు సచ్ఛబ్ద వాచ్య మయిన వస్తు వొక్కటియే యుండెను. ఆవస్తువు ''నేను బహుత్వావస్థ నొందుదును గాక '' అని చూచెను(సంకల్పించెను). ఈశ్రుతిలోఁ బ్రయోగింపఁబడిన 'ఈక్షతి' అను ధాతువు అచేతనమయిన ప్రధానమునకు కుదరకపోవుటచేతను, లేక యీయీక్షణము అముఖ్య మనుకొన్న యెడల శ్రుతిలోఁ బైన నాత్మశబ్దముండుటచేతను, ''తన్నిష్ఠస్య మోక్షోపదేశాత్'' 7. 1. 1. అని, తరు

వాతి సూత్రములో సదాత్మకత్వానుసంధాననిష్ఠునికి మోక్ష ముపదేశించుటచేతను ప్రధానము జగత్కారణము కానేరదు.

+ రెండవపాదములో నద్వైతమతఖండనము. +

బ్రహ్మపదార్థం బొక్కటియే సత్యము. జగమంతయు మిథ్య. శుక్తియందు రజతమువలె బ్రహ్మ యను నధిష్ఠానమందు ప్రపంచము మాయచేఁ గల్పింపఁబడినది. జీవత్వముకూడఁ గల్పితమే. జీవబ్రహ్మల కభేదము.

+ దీనిఖండనము. +

బ్ర.సూ. "భోగమాత్రసామ్యలింగాచ్చ 21-4-4. జగద్వ్యాపారవర్జం ప్రకరణాదసన్నిహితత్వాచ్చ 4-4-19. సోఽశ్నుతే సర్వాన్కామాన్సహ బ్రహ్మణా విపశ్చితా" ఇత్యాది శ్రుతిసూత్ర వాక్యములచే ముక్తునకు బ్రహ్మయాథాత్మ్యానుభవరూప భోగమునందే బ్రహ్మసామ్యము ప్రతిపాదింపఁబడుట వలనను, జగత్సృష్ట్యాది వ్యాపారములలో ముక్తుని కెంతమాత్రము బాధ్యత లేదని శ్రుతి వక్కాణించుట వలనను, బ్రహ్మకంటె జీవునికి భేదము సిద్ధించుచున్నది.

+ మూఁడవపాదములోఁ బూర్వమీమాంసమతఖండనము. +

ఈమతమందు ప్రపంచకము సత్యము. జీవులు నిత్యులు. అనంతములు. వేదము లపౌరుషేయములు. వేదవిహితమయిన యాగాది కర్మల నొనరించుటచేఁ గలిగిన అపూర్వము (సుకృతఫలము) ఆత్మలకు స్వర్గము నిచ్చును. చిరకాలార్జిత పుణ్యవిశేషముగల జీవులే యీజగత్తును సృజించుచున్నారు. ఇంద్రాయస్వాహా, వరుణాయస్వాహా ఇత్యాదులయందుండు చతుర్థ్యంత ప్రతిపాదితమైన దేవతయే బ్రహ్మము. వేరే ఈశ్వరు నొప్పరు.

+ దీని ఖండనము. +

ఫలమత ఉపపత్తేః, 3. 2. 37. యాగ దాన హోమాదుల చేతను, ఉపాసనచేతను ఆరాధితుఁడైన పరమపురుషుఁడే ఐహికాముష్మిక భోగములను స్వస్వరూపావాప్తిరూపమయిన మోక్షము నిచ్చువాఁడుకాని యచేతనమయిన అపూర్వమున కట్టి శక్తిలేదు. "అహం

హి సర్వాయజ్ఞానాం భోక్తాచ ప్రభురేవచ ", " యాంతి మద్యాజినోపి మామ్ " అని భగవద్గీతావాక్యము.

నాల్గవపాదమందు తార్కిక మతఖండనము.

తార్కికుఁడీ జగమునకు పరమాణువు లుపాదానకారణ మనియు ఆనుమానికమైన ఈశ్వరుఁడు నిమిత్తకారణ మనియు, సంసార మనాది యనియు, ఈశ్వరోపాసనచే సుఖదుఃఖప్రయత్నజ్ఞానేచ్ఛాదులు పూర్ణముగా నశించుటయే ఆత్మకు మోక్ష మనియు వక్కాణించెను. తార్కికులముక్తి పాషాణముక్తి; అనఁగా నాత్మ మోక్షదశయందు జ్ఞానాది రహితమయి పాషాణమువలె నుండు ననుట.

దీని ఖండనము.

శాస్త్రయోనిత్వాత్, 1. 1. 3, (తెలిసికొనుటకు శాస్త్రము కారణముగాఁ గలవాఁడై యుండుటవలన) భగవంతునిఁ దెలియుటకు శాస్త్రమేకారణము. ఇతరప్రమాణములవలన బరబ్రహ్మము తెలియఁబడఁడు. అనుమానమువలన నొకరీతియైన కర్త తేలునుగాని, అట్టివాఁడు నిత్యుఁడు, సర్వజ్ఞుఁడు, సర్వశక్తి, అకర్మవశ్యుఁడునై యుండకపోవచ్చును. కావున సకలేతర ప్రమాణాసాధ్య సమస్తవస్తు విజాతీయుఁడు, సార్వజ్ఞ్య సత్యసంకల్పత్వా ద్యనవధికోదార గుణసాగరుఁడు, నిఖిల హేయ ప్రత్యనీకుఁడు నగు పరబ్రహ్మ శాస్త్రమువలననే సిద్ధించును గాని, యితరప్రమాణమువలన సిద్ధింపఁడు.

బౌద్ధమతఖండనము.

బౌద్ధుఁడీ జగము పరమాణుసంఘాతమయి ప్రత్యక్షసిద్ధమయి నదియనియు, ప్రతిక్షణము జ్ఞానము మాఱుచుండు ననియు, వేఱొక ఆత్మలేదనియు, స్థిరత్వబుద్ధి సంసారమనియు, క్షణికత్వబుద్ధి మోక్ష మనియు పార్థివతైజసాప్యవాయవీయ పరమాణువులు పరస్పరము మిళితములయి పృథివ్యప్తేజోవాయువులను సృజించుచున్నవనియు, ఆపృథివ్యాదులనుండి శరీరేంద్రియ విషయరూపసంఘాతము లుద్భవిల్లుచున్నవనియు, సర్వసంస్కారములు క్షణికము లను జ్ఞానమువలన మోక్షము సిద్ధించు ననియు చెప్పుచున్నాఁడు.

దీని ఖండనము.

ఉత్తరకాలిక ఘటము పుట్టినపుడు పూర్వకాలిక ఘటము నష్టమయినందున నభావ మన్నిటికి హేతు వగుటచే, సర్వఘటములు సర్వకాలములయందు నుత్పన్నములు కావలసివచ్చును. నిన్నటిదినమందు మన మవలోకించిన గోవ్యక్తిని మరల నీదినమందుఁజూచి నిన్నటిగోవని యానవాలు పట్టుచున్నాము. జగత్తులోనుండు సర్వపదార్థములు క్షణికములే అయినయెడల నిట్టి ప్రత్యభిజ్ఞానశక్తి లోకులకు లేకపోవలసి వచ్చును. అందువలన లోకప్రవృత్తి జరగదు. కావున బౌద్ధమతమందు క్షణికత్వము కుదరదు.

సీ. ఆదినారాయణుం డాయెనొక్కఁడబ్రహ్మ లేఁడు మహేశుఁడు లేఁడు లేను
రోదసిలేఁడు సూర్యుఁడు లేఁడు చంద్రుఁడు లేవు నక్షత్రము ల్లేవునీళ్లు
లేదగ్నియట్లుండ లీల నేకాకిత చనదు పెక్కయ్యెద ననుచు నయ్యెఁ
జిదచిద్ద్వయంబు సొచ్చి యని ఛాందోగ్యంబు దెలిపెడునంతరాదిత్యవిద్య
తే. నర్కులోఁ బుండరీకాక్షుఁ డతఁడయగుట, కక్షిణీయని యష్టదృక్త్రియక్ష దశశ
తాక్షవిధిరుద్రశక్రాదులందు నొకఁడు, కామి కాశ్రుతియే విలక్షణతఁ దెలిపె.

ఈపద్యమందు "ఏకోహవై నారాయణ ఆసీత్ న బ్రహ్మా నేశానః", "నతత్రసూర్యోభాతి నచన్ద్రతారకం, నేమావిద్యుతో భాన్తి కుతోఽయమగ్నిః" (సృష్టికంటె ముందు బ్రహ్మ, రుద్రుఁడు, సూర్యచంద్రాదిగ్రహములు, తారకలు మొదలగునవి లేవనియు, శ్రీమన్నారాయణుఁడొక్కఁడే యుండె ననియు, "స ఏకాకీనరమేత" (ఆపరబ్రహ్మమగు నారాయణుఁ డొంటిగా నుండలేఁ డనియు) "సో ఽకామయత బహుస్యాం ప్రజాయేయ" (నేను పెక్కయ్యెద నని అతఁడు సంకల్పించె ననియు) "తత్సృష్ట్వాత దేవాను ప్రావిశత్" (దానిని ఆప్రపంచమును సృజించి దానిలోఁ జొచ్చె ననియు) నర్థమిచ్చు శ్రుతులు మొదటి నాలుగుపాదములయందు వివరింపఁబడినవి.

పద్యశేషముచే "అంతరాదిత్యవిద్య" తెలుపఁ బడియె. 1.121 సూ. "అంతస్తద్ధర్మోపదేశాత్" సూర్యమండలాంతర్వర్తియై యుండెడువాఁడు పుణ్యవిశేషము గల గరుడోరగ యక్షగంధర్వాదులలో నొకఁడా ? లేక చతుర్ముఖుఁడా ? లేకరుద్రుఁడా? ఇంద్రుఁడా? యని వెనుక

సూత్రములయందు శంకించి యీసూత్రమునకు విషయవాక్యమయిన శ్రుతి "ఆదిత్యమణ్డలాన్తర్వర్తిని" అపహతపాప్మత్వాదివిశిష్టుఁ డనియు గంభీరాంభస్సముద్భూతసుమృష్టనాళరవికర వికసిత పుండరీక దళామలాయతేక్షణుఁడనియుఁ జెప్పుటచే నధికాక్షిత్వ విరూపాక్షత్వ విశిష్టులయిన బ్రహ్మ రుద్రేంద్రాదులకు చెల్లదని నిషేధించెను.

"మ. తులలేకుండు స్వరూపరూపగుణభూతుల్ వోఁచె నేతచ్ఛ్రుతిన్
దలమై యోవెలిఁ దానె యున్కి దెలిపె న్నారాయణం బాయణం
బుల సామాన్యవిశేషరీతి నిఖిలంబు న్శబ్దజాలంబు ని
ర్మలనారాయణశబ్దమందునె తుద న్బర్యాప్తమయ్యెన్ శ్రుతిన్"

ఈ పద్యములో "యచ్చకించి జ్జగత్యస్మిన్ దృశ్యతే శ్రూయతేఽపివా, అన్తర్బహిశ్చ తత్సర్వం వ్యాప్య నారాయణస్థితః" అను తైత్తిరీయోపనిషచ్ఛ్రుతి వివరింపఁబడెను.

రామానుజ బ్రహ్మసూత్రభాష్యనిర్వాహము మరియొకటి పద్యశేషంబునఁ బ్రతిపాదింపఁ బడియె. ఎట్లన,

"పశునా యజేత"(పశువుచే యజ్ఞముఁ జేయవలయును.) అను దానిలోనే పశువు యజ్ఞమందు వినియోగింపఁబడవలయు నని సంశయ మొదవఁగా, "ఛాగస్యవపాయా మేదసః", "ఛాగోవా మన్త్రవర్ణాత్" అను పూర్వమీమాంసాన్యాయము ననుసరించి సామాన్య వాచకమయిన పశుశబ్దమునకు విశేషవాచకమైన ఛాగ (మేక) మర్థమయినట్లు ఉపనిషత్తులలోఁ గారణవాక్య ప్రతిపాదితము.లయిన "సద్బ్రహ్మాత్మాది" సామాన్య శబ్దములకు దేవతాంతరభ్రాంతి జనకములగు "శివశంభు హిరణ్యగర్భాది" శబ్దములకును, "అపహతపాప్మాదివ్యోదేవ ఏకోనారాయణః" అను శ్రుత్యుక్త విశేషవాచకమగు "నారాయణ" పదమందు పర్యవసానము.

"తొల్లి జామదగ్ని భయంబునఁ బరిత్యక్తరాజ్యుండై" ఇత్యాది వచనమందు రామానుజ సూత్రి భాష్యాంశములు పెక్కులు వివరింపఁబడినవి. అవి విశిష్టాద్వైత సిద్ధాంతమున కాధారభూతములు.

బృహదారణ్యకోపనిషత్తులో పంచమాధ్యాయ సప్తమ బ్రాహ్మణమందు:—

"యః పృథివ్యాం తిష్ఠన్ - యస్య పృథ్వీశరీరమ్"
"యోఽప్సుతిష్ఠన్ యస్యాపశ్శరీరమ్"
"యోఽగ్నౌతిష్ఠన్ - యస్యాగ్నిశ్శరీరమ్"
"య ఆదిత్యేతిష్ఠన్ - యస్యాదిత్యశ్శరీరమ్"
"య ఆత్మని తిష్ఠన్ - యస్యాత్మాశరీరమ్"

ఇత్యాది వాక్యము లనేకములు గలవు. పరబ్రహ్మ సర్వచిద చిద్వస్తువుల కంతర్యామిగా నుండుటచే "సర్వం ఖల్విదం బ్రహ్మ, ఐత దాత్మ్యమిదం సర్వం, అన్తః ప్రవిష్టశ్శాస్తా జనానాం సర్వాత్మా, జగత్స ర్వం శరీరం తే, తత్సర్వం వై హరే స్తనుః" ఇత్యాది శ్రుతిస్మృతి ప్రామా ణ్యముంబట్టి చేతనాచేతనాత్మక సర్వజగము పరబ్రహ్మకు శరీరము. భగవంతుఁడు శరీరి. శరీర వాచక శబ్దములు లోకములో శరీరిని బోధించుట మన మెఱుఁగుదుము. ఎట్లన; దేవదత్తుఁడు పరుగిడుచున్నాఁ డనుచో దేవదత్త శబ్దము శరీరమునకు పేరుగాని ఆత్మకుఁగాదు. ఆత్మ రహితముగా దేవదత్త శరీరమునకు ధావన ముపపన్నముగాదు. కావున దేవదత్తుని యాత్మకుఁగూడ చెల్లును. అట్లనే కౌషీతకిబ్రాహ్మణోక్త ప్రతర్దనవిద్యయందు దివోదాసాత్మజుఁడైన ప్రతర్దనుఁ డనువాఁ డింద్రుని యొద్దకుఁ బోయి "త్వమేవ మే వరం వృణీష్వ, యం త్వం మనుష్యాయ హితతమం మన్యసే" (ఏది నీవు మనుష్యునికి మిక్కిలి హితమయినదని తలంచెదవో దానిని నీవే నాకుఁ గోరి పెట్టుము) అని ప్రార్థింపఁగా "ప్రా ణోఽస్మి ప్రజ్ఞాత్మా","తం మా మాయు రమృత మి త్యుపాస్స్వ"(నాఁడు వుని అమృతమని యుపాసించుము) అని ఇంద్రుఁ డుపదేశించెను. ఇచట నింద్రజీవ శబ్దనిర్దిష్టుఁడు కేవలజీవుఁడా? లేక పరబ్రహ్మమా? యని చర్చరాఁ గా నీ శ్రుతియొక్క ఉత్తరవాక్యమునందు "ఆనందోఽమృతోఽజరః" అని జీవుని కసంభావితములయిన అజరత్వామృతత్వాదు లుపన్యసిం పఁబడుటచే నింద్రజీవ నిర్దిష్టుఁడు "ఇంద్రజీవశరీరకుఁడైన పరమాత్మగాని కేవలజీవుఁడు గాదని తాత్పర్యము. ఇది యనుభవ విరుద్ధము గాదా? ఎక్కడ నైన నిట్టి యుపదేశ ముండునా యనఁగా:—

"శాస్త్రదృష్ట్యా తూపదేశో వామదేవవత్" సూ. 31.1.1. ఇట్టి యుపదేశము నింద్రుఁడు తొంటి వామదేవునివలె శాస్త్రదృష్టిచేఁ

జేసెను. "మా ముపాస్వ" అని స్వాత్మ శబ్దముచే బరమాత్మోపదేశము విరుద్ధముకాదు. ఎట్లన; తొల్లి పరమాత్మజ్ఞానసంపన్నుఁడైన వామదేవుఁ డను నొకఋషి స్వాత్మశరీరకుఁడైన పరమాత్మను జూచుచు "నేను మనువును, సూర్యుఁడను కక్షీవంతుఁడను విప్రర్షి నయితి"ననెను.

విధి శివ పావక వ్యాస భాను భార్గవ వార్జున విత్తేశాదిదేవతలు భగవచ్ఛరీరభూతు లయిన నహంకారయుక్తజీవుల నధిష్ఠించి యుండుటచే ముముక్షువుల కనుపాస్యులు.

"పితాచ రక్షక శ్శేషీ భర్తా జ్ఞేయో రమాపతిః, స్వామ్యాధారోయమాత్మాచ భోక్తా చాద్యమనూదితః" అని జీవునికి ఈశ్వరునకు నవవిధ సంబంధము లున్నవని విశిష్టాద్వైతసంప్రదాయము.

ఖాండిక్య కేశిధ్వజ సంవాద విమర్శనము.

ఆ. ఆత్మగాని మేన నాత్మబుద్ధియును న,స్వంబునందు మిగుల స్వత్వమతియు
నవనిగల యవిద్య యను మహాతరువు న,త్పత్తికిఁ ద్వయంబు విత్తుమొదలు. 3. 65.
విష్ణుపురాణము 6 అంశము. 7 అధ్యాయము.

అనాత్మన్యాత్మబుద్ధిర్యా అస్వే స్వ మితియా మతిః,
అవిద్యాతరుసంభూతి బీజమేతద్ద్విధాస్థితమ్.

ఆ. ప్రాణికోటి కెల్ల బంధంబు మోక్షంబు, చేరుటకును మనసు కారణంబు
విషయసంగియైన విను బంధకారి ని,ర్విషయమైన ముక్తి విభవకారి. వి. పురా.

మనఏవ మనుష్యాణాం కారణం బన్ధమోక్షయోః,
బన్ధాయవిషయాసంగి ముక్త్యై నిర్విషయం మనః.

దిగువ వ్రాయఁబడిన శ్లోకములకుఁ బైపద్యములు సరియైన యనువాదము.

యోగము.

యోగమనఁగాఁ జిత్తముయొక్క రజస్తమోవృత్తులను నిరోధించుట. దీనికి యమము, నియమము, ఆసనము, ప్రాణాయామము, ప్రత్యాహారము, ధారణ, ధ్యానము, సమాధి అని యెనిమిది అంగములు. వీనిలో ధారణాదులు సమాధికి సాక్షా దుపకారకములు; అహింసా

స్తేయ సత్యాదులు ప్రతిపక్ష భూత హింసాద్యున్మూలన ద్వారముగా సమాధి కుపకారకములు.

యమములు:—అహింస, సత్యము, అస్తేయము, బ్రహ్మచర్యము, అపరిగ్రహము.

పరుల నెవ్విధమునను హింసించకుండుట అహింస; యథార్థ కథనము సత్యము; ఒరు లెఱిఁగినగాని యెఱుఁగకుండినగాని పరద్రవ్యమును హరింపకుండుట అస్తేయము; జితేంద్రియత్వము బ్రహ్మచర్యము; దేహధారణ కపేక్షితమైనదానికంటె నెక్కుడుగ స్వభోగము కొఱకు స్వీకరింపక పోవుట అపరిగ్రహము.

నియమములు:— శౌచము, సంతోషము, తపస్సు, స్వాధ్యాయము, ఈశ్వరప్రణిధానము.

శౌచము బాహ్యమని అభ్యంతరమని రెండువిధములు. మృజ్జలాదులచే శరీర క్షాళనము బాహ్యశౌచము; మైత్రి, ముదిత, కరుణ, ఉపేక్ష అను నాల్గు భావనలచే చిత్తమలమును బోనడచుట ఆంతర శౌచము; ప్రాణధారణ మాత్రముచేఁ దుష్టినొందుట సంతోషము; శీతోష్ణ సుఖదుఃఖాదుల సహించుట తపస్సు; ప్రణవాభ్యాసము స్వాధ్యాయము. సర్వకర్మల నీశ్వరునియందు సమర్పించుట ఈశ్వర ప్రణిధానము.

స్థిరసుఖముఁ గలుగజేయునది ఆసనము.

శ్వాసప్రశ్వాసముల గతినిరోధము ప్రాణాయామము.

ఇంద్రియములను బాహ్యవిషయములనుండి మరలించుట ప్రత్యాహారము.

హృదయకమలమందు ధ్యానింపఁబడు శుభాశ్రయమును దీర్ఘ కాలము నిలుపుట ధారణము.

తైలధారావదవిచ్ఛిన్నస్మృతి సంతానముతో శుభాశ్రయమును జింతించుట ధ్యానము.

అతిస్వచ్ఛమయిన చిత్తవృత్తియొక్క ప్రవాహరూపమయిన ధ్యానమే అర్థస్వరూపముగా నిర్భాసించుట సమాధి యనంబడును.

ఇట్టి అష్టాంగయోగం బభ్యసించు యోగికి, భావనాత్రయ వియుక్తం బయిన బ్రహ్మస్వరూపంబె ధ్యేయంబు.

భావనాత్రయ మనఁగఁ గర్మభావన, బ్రహ్మభావన, ఉభయభావన, అనునవి. కర్మభావన యనఁగాఁ గర్మల నాచరింపవలయు ననెడి యుద్దేశము. బ్రహ్మభావనయనఁగాఁ బ్రహ్మము నుపాసించుట కుద్దేశము. ఉభయభావన యనఁగాఁ బూర్వోక్తోభయమందు నుద్దేశముఁ గలిగియుండుట. సనందనాదులు బ్రహ్మభావనాపరులయ్యును ప్రాక్కల్పంబుల సంచరించినవా రగుటచే భావనాబద్ధులే గాన యోగికి ధ్యేయులుగారు. హిరణ్యగర్భాదు లుభయభావనాబద్ధులు గావున వారును సేవ్యులుగారు.

“ ద్వేరూపే బ్రహ్మణ స్తస్య మూర్తంచా మూర్తమేవచ,
క్షరాక్షర స్వరూపే తే సర్వభూతేషుచ స్థితే,
విష్ణుశక్తిః పరాప్రోక్తా క్షేత్రజ్ఞాఖ్యాతథాపరా,
అవిద్యా కర్మసంజ్ఞాన్యా తృతీయా శక్తి రిష్యతే,
యయాక్షేత్రజ్ఞ శక్తిస్సా వేష్టితా౽నృప సర్వగా,
సంసారతాపానఖిలానవాప్నోత్యతి సంతతాన్.”

శ్రీవిష్ణుపురాణము ఖాండిక్య కేశి ధ్వజసంవాదము 6 అం॥

ధారణ సిద్ధించుటకై శుభాశ్రయమును జెప్పుటకు పరబ్రహ్మమగు విష్ణువుయొక్క శక్తి యని చెప్పఁబడెడి రెండు రూపములను మూర్తామూర్త విభాగముతోఁ దెలియఁజేసి, మూఁడవశక్తి కర్మమనెడి యవిద్యచేత నావరింపఁబడిన యచేతనముతోఁ గూడిన క్షేత్రజ్ఞుఁడనెడి మూర్తవిభాగము భావనాత్రయముతోఁజేరి యుండుటచే నశుభమని చెప్పి కర్మమనెడి యవిద్య లేనిదియయి అచేతనముతోఁ జేరక యుండి జ్ఞానమాత్రస్వరూప మైన అమూర్త మనెడి రెండవవిభాగము యోగము సిద్ధించినవారలచే ధ్యానింపఁ బడఁదగినది కాదని నిషేధించి ప్రధానాది విశేషాంతచేతనాచేతనాత్మక ప్రపంచభావం బగు స్థూలరూపం బుపక్రాంత యోగునకుఁ జింతింపశక్యం బని చెప్పఁబడినది.

సీ. “ శ్రీవిష్ణు నీగతి జింతింప వలయు ” నను నీ పద్యమందు యోగాభ్యాసము జేయు పురుషుఁడు భగవంతుని యీ విధమున ధ్యానింపవలయునని యుపదేశింపఁ బడియున్నది.

మొదట నొక అవయవమును ధ్యానింపఁదొడఁగి అది ధారణలో స్థిరపడిన పిదప, మరియొక అవయవమును ధ్యానింప వలయును. అది వశమయిన వెనుక నింకొకటియు నిట్లనే క్రమక్రమముగా ధ్యేయమూర్తి అంతయు దా నేయవస్థలో నున్నను చిత్తమందు స్థిరముగా నిలుచున ట్లభ్యాస మొనర్చవలయును. ఈ యంశము శ్రీమద్భాగవతమున ద్వితీయస్కంధములో ద్వితీయాధ్యాయమునందు చెప్పఁబడినది.

8 శ్లో. "కేచిత్స్వ దేహాన్తర్హృదయావకాశే
ప్రాదేశమాత్రం పురుషం వసంతం,
చతుర్భుజం కంజ రథాంగ శంఖ
గదాధరం ధారణయా స్మరంతి.

9 శ్లో. ప్రసన్నవక్త్రం నలినాయతేక్షణం
కదంబ కింజల్క పిశంగ వాససమ్,
లసన్మహారత్న హిరణ్మయాంగదం
స్ఫురన్మహా రత్నకిరీటకుండలమ్,
ఈక్షేత చింతామయమేవ మీశ్వరం
యావన్మనోధారణ యావతిష్ఠతే.

13 శ్లో. ఏకైకశోఽంగాని ధియానుభావయే
త్పాదాది యావద్ధసితం గదాభృతః,
జితం జితం స్థానమపో హ్యధారయే
త్పరంపరం శుద్ధ్యతి ధీర్యథాయథా.

శ్లో. విభేద జనకే జ్ఞానే నాశ మాత్యంతికంగతే, [6-7 అ॥
ఆత్మనో బ్రహ్మణోభేద మసంతం కః కరిష్యతి" విష్ణుపురాణము.

(భేదముఁ గలిగించు జ్ఞానము బొత్తిగా నశించగా నాత్మకును బ్రహ్మకును లేని భేదము నెవ్వఁడు గల్పించును) పై నుదాహరింపఁబడిన సీసపద్యముయొక్క తేటగీతియం దీ శ్లోకార్థ మీరీతిగ వివరించియున్నాఁడు.

"సురాది భేదసంజన కాజ్ఞానమేదఁ బిదప, నలము కల్యాణ గుణముల హరికిఁ దనకు, లేని భేదమెవ్వాఁడు కల్పింపఁగలఁడు".

విశిష్టాద్వైతమతసంగ్రహము.

ఈ మతమందు చిత్తు (జీవుఁడు), అచిత్తు (ప్రకృతి), ఈశ్వరుఁడు అని తత్త్వములు మూఁడు.

చిత్తు:—అనఁగా జీవస్వరూపము శరీరేంద్రియాదులకంటె విలక్షణము. జ్ఞానానందమయమయినది. నిత్యము. అణు పరిణామము. ఈశ్వరునికి నియామ్యము. శేషము నయినది. మోక్షదశయం దీశ్వర సాధర్మ్యము నొందునది.

అచిత్తు:—దీనికి ప్రకృతియనియు, మాయయనియు, అవిద్యయనియు నామాంతరములు గలవు. ఇది జడము. వికారాస్పదము. భగవదిచ్ఛచే నానావిధముగాఁ బరిణమించును. భగవంతునికి క్రీడాపరికరభూతము. సంసారమున కిదియ మూలము.

ఈశ్వరుఁడు:—ఇతఁడు నిత్యుఁడు, నిఖిల హేయప్రత్యనీకుఁడు, సకలకల్యాణగుణాకరుఁడు. జగత్సర్గస్థితి సంహారకర్త. చేతనాచేతనముల కంతర్యామి. పైని చెప్పఁబడిన చిదచిత్తు లతని కపృథక్సిద్ధ విశేషణములు (వేఱుగాని విశేషణములు). కారణావస్థయందు (సృష్టిలేని కాలమందు) పరమాత్మ సూక్ష్మావస్థ నొందిన యీ చిదచిత్తులచే విశిష్టుఁడై యుండును. కార్యావస్థయందు (సృష్టికాలమందు) స్థూలావస్థ నొందిన చిదచిత్తులచే విశిష్టుఁడై యుండును కావున నిట్టి ఉభయవిధమయిన పరమాత్మల కైక్యమును బోధించుటచే నీ సిద్ధాంతమునకు విశిష్టాద్వైత మని పేరు.

ఈశ్వరుఁ డఖిల పదార్థములకు నంతర్యామియై యుండుటచేఁ బైని వ్రాయఁబడిన ప్రకారముగా శరీర శరీరి భావ నిబంధన సామానాధికరణ్యముచే సర్వశబ్దవాచ్య మతనికి సిద్ధించుచున్నది. పరము, వ్యూహము, విభవము, అంతర్యామి, అర్చ యని ఈశ్వర స్వరూప మయిదు విధములు. జ్ఞానము, భక్తి, ప్రపత్తి ఆచార్యోపవిత్తి అనునవి మోక్షసాధనములు. "శ్వపచోపి మహీపాల విష్ణుభక్తో ద్విజాధికః," "విప్రాద్ద్విషడ్గుణయుతా దరవిందనాభ పాదారవింద

విముఖాచ్ఛ్వపచం వరిష్ఠం, మన్యే తదర్పిత మనోవచనే హితార్థ ప్రాణః పునాతి సకులం నతు భూరిమానః" ఇత్యాది ప్రమాణ వచసములచే జ్ఞానభక్తివైరాగ్యములు గలవాఁ డెట్టివాఁడైన నాదరణీయుఁడను నంశముఁ గవి చండాల బ్రహ్మరక్షస్సంవాదమందు గనఁబఱిచెను. ముఖ్యముగా నీయంశము నుదాహరించుటకే యీకథ యీప్రబంధమందు వక్కాణింపఁబడిన దని యూహించెద. పైని వ్రాయఁబడిన విశేషాంశము లన్నియు నీప్రబంధమున నచ్చటచ్చటఁ బూర్ణముగాఁ జూపింపఁబడినవి.

ఇందువలన నీ గ్రంథకర్తకు విశిష్టాద్వైత మతమందుఁ గల భక్తివిశ్వాసములు, నిరుపమానమయిన జ్ఞానము, పాండిత్యము మొదలగునవి వెల్లడి యగుచున్నవి.

ప్రబంధకథాపురుషుల శీలవర్ణనము.

(CHARACTER-DELINEATION.)

తాను రచించిన నాటకములయం దాయాయి ప్రకరణముల కను గుణములయిన రసములతోఁ బాత్రలయొక్క లక్షణములను గుణదోషములను శీలమును లోకస్వభావమునకు సరిపడునట్లు వర్ణించి సామాజికాంతఃకరణవృత్తులను శోకభయాది రసవీచికలలో ముంచుట కాంగ్లేయకవులు సమర్థులు. వారిలో ముఖ్యముగా షేక్స్పియర్ (Shakespeare) మహాకవియు నుత్సాహమును శ్రమను చాతుర్యమును బూనినట్లు మనవారిలో నాంధ్రకవులె కాక, ప్రసిద్ధులయిన సంస్కృత కవులు గూడ నిట్టిపనికిఁ బ్రయత్నించినవారు కారు. కావ్యనాటకాదులయందు వర్ణింపఁబడు స్త్రీపురుషపాత్రలు నిజముగా నెట్టివారైనను వారితలయందలంకార శాస్త్రములో నేర్పఱుపఁబడిన లక్షణములుగల ఖండితాది నాయకిత్వమును ధీరోదాత్తాది నాయకత్వము నారోపించి గతాను గతికముగా వారినిఁ జూచి వీరు, వీరినిఁ జూచి వారు వర్ణించుచు తమకుఁ గవిత్వమందు గల శక్తిని జూపుటతప్ప, నాయికలకును నాయకులకును దక్కిన పాత్రలకును వారి చర్యను బట్టి విలక్షణస్థితి నీయఁ

జాలరు. కవితా మాధుర్యచాతుర్యములకుఁ బ్రసిద్ధికెక్కినవని వ్యవహరింపఁబడు సంస్కృతనాటకములు నాటికలు నొక తీరుననే వ్రాయఁబడినవి. రాజశేఖరుఁడు వ్రాసిన విద్ధసాలభంజిక, శ్రీహర్ష కృతములయిన రత్నావళీ ప్రియదర్శనలు, రాజచూడామణి దీక్షితుని కమలినీకలహంసయుఁ, గాళిదాసుని మాళవికాగ్నిమిత్రమును బోలి యున్నవి. వీనిలో వీని కే విషయమందును లేశమయిన వైలక్షణ్యము గానరాదు. ఇరుగుపదండి మల్లికామారుతము, భవభూతి విరచితమాలతీమాధవమునకును, మురారి అనర్ఘరాఘవము మహా వీరచరిత్రమునకును పాఠాంతరము లని నమ్ముడు. ఒకటి చదివినచో నింకొకటి నిస్సారముగా నగపడును. అట్లే మన తెలుఁగు ప్రబంధములుగూడఁ జాలమట్టుకు నీతిని ధర్మమును బోధించు కథా సందర్భముగాని, వర్ణ్యనాయకుల శీలవర్ణనగాని లేనివి యయియున్నవి. వానిఁగూర్చిన కవులందఱు నేకరీతిగాఁ దమకు స్వప్నమందు సాక్షాత్కరించిన పరదేవతయొక్క ఆజ్ఞచేఁ గావ్యరచనకుఁ దొడంగితిమని ప్రతిజ్ఞచేసి తమ కిచ్చ వచ్చిన వర్ణనల కెడమిచ్చునేదో యొకగుణీభూతమయిన కథను దీసికొని దానియందు పురమును, చాతుర్వర్ణ్యమును, పుష్పలావికాజనమును, పురాధిపతిని, ఋతువులను, నాయకుని, ఆనాయకుఁడు జూచి మోహించిన స్త్రీరత్నమును, వారి పరస్పరానురాగమును, తుదకు వారి వివాహమును వర్ణించి కావ్యమును ముగింతురు. దీని కుదాహరణముగాఁ గూచిమంచి తిమ్మకవిరచించిన రసికజనమనోభిరామము, రెంటూరి రంగరాజు భానుమతీపరిణయము, కాకమానిమూర్తి రాజవాహనవిజయము మొదలగునవి పై యాక్షేపణకు లోఁబడిన వనుటకు సందియము లేదు. ఈ కవుల వ్రాతలలో సంవాదము (Harmony) పరస్పరానుగుణ్యమును (Proportion) మృగ్యములు. దీని కుదాహరణముగ నొకదానిం జెప్పెద వినుఁడు. కూచిమంచి తిమ్మకవి రచించిన రుక్మిణీపరిణయములో గథానాయిక యగు రుక్మిణి కృష్ణసంప్రాప్తి కొఱకత్యంతార్తి గలది యయి కృష్ణుని శీఘ్రముగాఁ దోడి తెమ్మని పంపిన విప్రకుమారుఁడు ద్వారకకుఁ బోవు మధ్యమార్గంబున నొక శివాలయముం బొడగాంచి

యందుండు శివుని దండకాదులతో దీర్ఘముగ స్తుతించినటుల వర్ణింపఁబడి యున్నది. గ్రంథకర్త తానెంత శివభక్తుఁడైనను శివస్తుతిచేసి తనభక్తి ప్రకర్షను గనఁబఱచుట కిది యా సమయము? ఇది ఔచిత్య సంపాదక మగునా? నాయిక ప్రాణవల్లభుని సంశ్లేషము కొఱకు బరమోత్కంఠితయయి యొక త్రుటికాలము నొక యుగముగాఁ గడపుచు వెతల గుందుచున్నతఱిని బ్రియుని సందేశము నతిత్వరలోఁ దెచ్చి యామె విరహబాధను శమింపఁజేయుట సమయోచితముగాను రసోచితము గాను గన్పట్టును. విచారించిన నిట్టి వెన్నియో ప్రబంధములయందు గలవు. గ్రంథవిస్తర భీతిచే వ్రాయ నుడిగితిని.

ఏది యెట్లున్నను బూర్వోక్త దూషణగంధవర్జితము లయిన గ్రంథములు మనలోఁ గొన్ని లేకపోలేదు. మితముగా నున్నవి. ఆంధ్ర కవులకందఱకు ననుకార్యము నుదాహరణ భూతము నగు నాంధ్రభారతములో మనుష్యుల నిజమయిన జీవనము, స్వభావము, వారి తలంపులు చక్కఁగాఁ వర్ణింపఁబడినవి. దానిమార్గము ననుసరించిన కొందఱు మహాకవులు నటులే వ్రాసిరి. శ్రీనాథుఁడు, పెద్దనార్యుఁడు సకలంకమ యినచరిత్రము, దృఢవ్రతము, యోగ్యతయుఁగల మహాపురుషులను (Characters) పాత్రలగా సృజించిరి. శ్రీనాథుఁడు హరవిలాసములో శివుఁడు జంగమవేషము ధరించి చిఱుతొండరాజు నొద్దకుఁ బోయి వాని నిశ్చలభక్తిని పరీక్షించుటకు "నీకుమారునిఁ జంపి వాని మాంసము ను భక్షించుటకు నాకిమ్ము" ని యడుగఁగా, నారాజు దృఢవ్రతము నవలంబించి వెనుదీయక పుత్త్రునిఁజంపి యాజంగమున కిచ్చెను. ఆహా! యీ రాజెట్టి మహానుభావుఁ డనవచ్చును? ఎంతశివభక్తి యున్న నిట్టిపనిజేయుట దుష్కరముకదా?

పెద్దనార్యుని స్వారోచిషమనుసంభవమందు వర్ణింపఁబడిన ప్రవరాఖ్యుఁడు నట్టి సచ్చరిత్రుఁడే. తపస్స్వాధ్యాయ నిరతుఁడు, నిత్యాగ్నిహోత్రి, దేవాతిథి పూజాపరాయణుఁడు, ఏకపత్నీవ్రతుఁడు. ఇట్టి సద్గుణకదంబమునకు శిరశ్శేఖరం బగు నింద్రియ సంయమమును గలవాఁడు. "జాతాస్వాదో వివృతజఘనాం కో విహాతుం సమర్థః" అనునట్లు లోకోత్తరసౌందర్యముగల దివ్యాప్సరస మోహించి మీఁదఁ బడఁ

గా మనస్సునందు కామవికారమునకు లేశము నెడమీయక చిత్తదార్ఢ్యముగలవాఁడై పరాఙ్ముఖతనొంది మీఁదు మిక్కిలి స్వగాత్రము తచ్ఛరీర సంస్పర్శచే దూషితమయ్యె నని దిగులొంది శుద్ధజలస్నాన పూతుఁడై యింటికిఁ జనెను. అతఁడు "తా సుతే ష్వప్యనా సక్తస్సాక్షా ద్భర్గో నరాకృతిః" అను శ్లోకమున కుదాహరణభూతుఁడు.

ఏతత్ప్రబంధకర్తయుఁ బూర్వోక్తమహాకవుల మార్గమునే యవలంబించి విశిష్టాద్వైతమతగురు చరిత్రమునుండి కొందఱు మహాశయులను దీసికొని వారిగుణగణమును, సచ్చరిత్రమును జక్కఁగాఁ జిత్రించియున్నాఁడు.

అట్టివారిలో నగ్రగణ్యుఁడు విష్ణుచిత్తుఁడు. ఇతని భగవద్భక్తి, కైంకర్యధురంధరత్వము, భాగవతజనసపర్యాశ్రద్ధయు మిక్కిలి శ్లాఘనీయములు. "శాస్త్రజ్ఞానం బహుక్లేశం బుద్ధేశ్చలనకారణం, ఉపదేశాద్ధరిం బుద్ధ్వా విరమేత్సర్వకర్మసు" అనునట్లు శాస్త్రవాదంబులనుమాని తొల్లి రహూగణుం డను సౌవీరదేశపురాజున కాత్మజ్ఞానం బుపదేశించిన జడభరతునిభంగి, పరులచే దుర్విభావ్యం బయిన జ్ఞానసంపత్తి గలవాఁడై పరమపదంబునందు సయితము ముక్తుఁ డనేక దేహంబులఁ బరిగ్రహించి భగవత్కైంకర్యమే సలుపుచుండుం గావున, భగవత్పరిచర్య సేయుటయ పరమ పురుషార్థం బని నిశ్చయించి, శ్రీవిల్లిపుత్తూరు (నవ్యధన్విపురము) వటపత్త్రశాయిస్వామికి మాలాకారునివలె మాలికాకైంకర్యంబు సేయఁ దొడంగె.

"క. న్యాయార్జితవిత్తంబున, నాయోగీశ్వరుఁడు వెట్టు నన్నం బాప్రా
తేయపటీరాచలప, ద్యాయాతాయాతవైష్ణవావళి కెల్లన్" 79. 1. ఆ.

ఆవిష్ణుచిత్తుఁ డుత్తరము మొదలుకొని దక్షిణమువరకు వచ్చుచుఁ బోవుచుండెడి శ్రీవైష్ణవులకుఁ దాను న్యాయముతో నార్జించిన ధనమును వ్యయపఱిచి ఆతిథ్య మిచ్చువాఁడు.

"శా. ఆసిస్థానిధగేహసీమ నడురే యాలించినన్మ్రోయుసెం
తేనాగేం గ్రశయాను పుణ్యకథలుం దివ్యప్రబంధానుసం
ధానధ్యానము నాస్తిశాకబహుతా నాస్త్యుష్ణతా నాస్త్యపూ
పో నాస్త్యోదనసౌష్ఠవంచ కృపయా భోక్తవ్యమన్నాటలున్." 84. 1. ఆ.

ఆవిష్ణుచిత్తునిగృహమందర్ధరాత్రి వేళ చని వినిసను భగవద్గుణానుసంధానము, దివ్యప్రబంధానుసంధానము, కూరలు లేవు, భక్ష్యములు లేవు, అన్న సౌకర్యము లేదు, అన్నము వేడిగా లేదు, భాగవతులారా, మీరు నాయందుఁ గృపచే నారగింపుఁ డని అతిథులతో నావిష్ణుచిత్తుఁడు చెప్పెడు నుపచార వాక్యములును వినవచ్చెడిని.

వటపత్త్రశాయి యాతనిఁ బిలిచి "నీవు పాండ్యరాజు సభకుఁ జని పండితులతో వాదించి మనవిశిష్టాద్వైత సిద్ధాంతమును స్థాపించిరమ్ము" నియాజ్ఞాపింపఁగా నీతఁ డొసంగిన సవినయ ప్రత్యుత్తరము వేనోళ్లఁ బొగడఁ దగి యున్నది.

శా. స్వామీ నన్ను నితఃపురాపఠితశాస్త్రగ్రంథజాత్యంధు నా
రామక్ష్మాఖననక్రియాకర ఖనిత్రగ్రాహిహస్తోద్యతి-
స్తోమాస్నిగ్ధకరు న్భవద్భవన దాసు న్వాదిగాఁ బంపుచోఁ
భూమీభృత్సభ నోటమైన నయశంబు న్నీకు రాకుండునే. 81. 2. ఆ.

"మ. గృహసమ్మార్జనమో జలాహరణమో శృంగారపల్యంకికా
వహనంబో వనమాలికాకరణమో వాల్లభ్యలభ్యధ్వజ
గ్రహణంబో వ్యజనాతపత్రధృతియో ప్రాగ్దీపికారోపణో
నృహరీ వాదము లేల తేరె యితరు ల్నీలీలకుం బాత్రముల్". 82. 2. ఆ.

మొదట విష్ణుచిత్తుఁ డింత వినయమును, స్వాజ్ఞతను, స్వనైచ్యమును గనఁబఱచి మాటలాడినప్పటికిని, కొనకు రాజసభలో నీతఁడు గొప్ప వక్తృత్వముతో సకలశాస్త్రముల నుపన్యసించి వాదములోఁ బండితులఁ గెలిచి స్వమతమును స్థాపించె నని చెప్పుటలో సంభవించిన స్వవచన వ్యాఘాతమును (Inconsistency) కవి "దేవుఁ డనుగ్రహించి యుతని కింత శాస్త్రజ్ఞానముఁ గలిగించె నని చెప్పుటచేఁ దొలఁగించుకొనెను.

తన పుత్త్రిక యైన ఆముక్తమాల్యద రంగనాథుని యందనురాగము గలదియయి విరహవేదనచే బాధనొందుచున్నపు డీమెయవస్థను వటపత్త్రశాయితో వర్ణించి చెప్పిన మాటలవలన నితఁడు కేవలము భగవత్కైంకర్యనిమగ్నమానసుండనియు, నవిదిత విషయాంతరుండనియు స్పష్టమగుచున్నది.

ఈమె జన్మకథారహస్యము మనకుఁ దెలియదు. కవి ఈమె శీలమునంత పరిణమింపఁ జేయలేదు. తక్కిన కవులు తమతమ ప్రబంధములయందు వర్ణ్యులైన స్త్రీల యౌవనము వర్ణించినట్లీతఁడు నీమె యౌవనమును వర్ణించెనుగాని యీమె చిన్ననాఁటి యాటపాటలను ముద్దు పల్కులను వర్ణించ లేదు. క్రమముగా నీమె ప్రాప్తయౌవన యయి విష్ణువునం దనురాగము గలది యయి తన యుత్కంఠాతిశయమును చెలులతోఁ జెప్పుటను, తనవలెనతనియం దనురక్తలయిన స్త్రీలనందఱ నాశౌరి యవతారములయందు పూర్ణమనోరథలం జేయలేదని యాతని దూఱుటను, కవి మిక్కిలి సొగసుగా వర్ణించియున్నాఁడు. కొన కీమె మనోరథానుగుణముగా శ్రీరంగనాథునిం బెండ్లియాడెను. రంగనాథుఁ డీమెను హఠాత్తుగాఁ దనలోనికిఁ దీసికొనినపుడు తండ్రి యేడువసాగెను. ఈమె భగవంతునియం దాసక్తచిత్తురా లయినను చిన్ననాఁటనుండి పెంచి సకలవిధముల సంరక్షించిన తండ్రివిషయమయి తగినవిశ్వాసమును జూపించినట్లు కానరాదు. ఇది యొక్కటియె యీమెయందుండు లోపము. ఈమె భూదేవియొక్క యవతారమని చెప్పఁబడుచున్నది. అట్టి దేవతోచితమయినశీలము కవి యీమెయందున్నట్లు వర్ణించలేదు.

ఖాండిక్యుఁడు.

ఖాండిక్యుఁడు తనరాజ్య మపహరించి తన్నరణ్యమున కంపిన పరమ శత్రువగు కేశిధ్వజుఁడు పశులోపమునకు బ్రాయశ్చిత్త మడుగ నిల్లు జొచ్చుకొనిరాఁగాఁ దన మంత్రిపురోహితాద్యాప్తజనులు,

"క. పాలుగలవాఁడు పనికొక, జాలియిడక తానె తారసానకు వచ్చెన్
వేళయిది వెమ్మునృపకృప, చాలు న్గారఁకు మేపి చంపకు ప్రజలన్. ౩౨.౩ ఆ.

"క. అతనిపనిఁదీర్పరాజ్య, ద్వితయము నినుఁ జేరు నెట్టి వెలవుర నైనన్
క్షితిపులకరిజయముధనో, న్నతియుఁ బ్రజానీతిరక్షణము ధర్మంబుల్." ౩౫.౩ ఆ.

"క. అన్యాయంబున దుస్సహ, మన్యుం డగుప్రబలరిపుని మడియించిన ధ
ర్మన్యక్కృతి కగునిష్కృతి, సన్యాయంబుగఁ బ్రజాళి సంరక్షింపన్." ౩౬.౩ ఆ.

అని వానిని జంపవలయు నని బోధించినను వినక,

“క. పరలోకసుఖము శాశ్వత, మరయ మహీరాజ్యసౌఖ్య మస్థిరమ్మౌ సేసాంగ
పరిభోగ్యం బిందులకై, దురితము గావించి తొలఁగుదునె పరమునకున్” 49. 3 అ.

“క. బద్ధాంజలిపుటుదీనున్, గ్రుద్ధతఁ దన మఱుఁగు సొరఁగఁ గూల్చుట సిద్ధుల్
ఉద్ధతి పరలోకార్జన, బుద్ధికి నను కణ్వవాక్యములు వలఁపవు గో. 60. 3 అ.

తనమంత్రుల కీరితిని బ్రత్యుత్తరమిచ్చి కేశిధ్వజునికి దర్శన మిచ్చి యాతఁ డడిగిన దానికి ననుకూలముగా సదుత్తర మొసంగి పంపెను. ఇట్లు శత్రువు దనచేతఁ జిక్కినపుడు వానిని క్షమతోఁ జూచుటయేగాక మఱింత వాని కుపకార మొనర్చుట సామాన్యుని లక్షణమా? ఇతఁడు మహానుభావుఁడు. వీతరాగుఁడు. ఐహికమం దపేక్ష లేనివాఁడు. మహాజ్ఞాని. ఇతని శీలసంపద మిక్కిలి స్తవనీయము.

కేశిధ్వజుఁడు.

కేశిధ్వజుఁడు ఖాండిక్యునిపట్ల నుపకారస్మృతిగలవాఁడై తా నపహరించిన యాతనిరాజ్య మాతని కుమారున కిచ్చి నిబ్బరుఁడయ్యెను. ఇదియును స్తోత్రార్హమే.

మాలదాసరి.

మాలదాసరి, మున్ను వామనుఁడు నివసించిన సిద్ధాశ్రమమున కామడదూరమం దున్న యొక పల్లెటూరిలో జీవించువాఁడు. ఇతఁడు జాతిచేఁ జండాలుఁడైనను శీలసంపదచే నధికుఁడు, పరిశుద్ధాంతఃకరణుఁడు, పరమభాగవతోత్తముఁడు, నిరంతర భగవద్గుణానుసంధానపరుఁడు. తనను బ్రహ్మరాక్షసుఁడు మ్రింగుట కుద్యమించినపుడు నిర్భయుఁడై స్వప్రాణవ్యయముఁగూడ సరకుగొనక,

“ఆ. హీనజన్మ మఱుట యెన్వఁడే నొక ప్రాణి, సంతసిలుట ముక్తి పొంతగనుట
మేలె కాదె శిబియ మేల్పంతిగాఁడె న,శ్వరపుదేహమున్మి సగముఁగొనుట. 29. 6 అ.

అని జవాబు చెప్పెను. తాను రాక్షసునితోఁ జేసిన ప్రతిజ్ఞాప్రకారము మరలి వచ్చి భక్షింపుమని తన శరీరమును రక్కసుని కొసంగెను. పరులకొఱకుఁ దమ దేహ మర్పించిన శిబి, నాగానందనాటక నాయకుఁడైన జీమూతవాహనుఁడు, కపోతము, మొదలగు మహనీయులలో నితనిఁగూడఁ జేర్పవలదా? ఇతఁడు తనకు ప్రాణాపాయముఁ దలంచిన

వానికే స్వార్జిత పుణ్యఫలముఁ గొంత ధారవోసి యుత్తీర్ణునిఁ జేసె. ఇది మఱింత ప్రశంసనీయము.

పాండ్యరాజు.

వేశ్యాగృహంబునకుఁ జనుచున్న పాండ్యరాజు పరదేశబ్రాహ్మణుఁడు చదివిన "వర్షార్థమష్టౌ ప్రయతేతమాసాన్" అను శ్లోకమును విన్నతోడనే జాతవైరాగ్యుఁడై పరమార్థచింతలేక యూరక కాలము గడపుచున్న తనస్థితిని దలంచుకొనినిర్వేదమునొంది వెంటనే పరతత్త్వనిర్ణయముకొఱకు సభగావింపఁ బ్రియత్నించె నని కవి వ్రాసియున్నాఁడు. ఇంత మహా విభవ సంపత్తితోఁ దులఁదూగుచు నైహిక భోగలంపటుఁడై యున్నవానికి శ్లోకశ్రవణ మాత్రమున విరక్తి జనించి భగవదుపాసనయం దాభిముఖ్యము కలిగె నని చెప్పుట యాశ్చర్యకరముగాఁ గానవచ్చును. కాని, భగవత్కటాక్షమూలముగాఁ గల్గినచోఁ గల్గవచ్చును.

యామునాచార్యుఁడు వైష్ణవునిగా నొనర్చిన శైవపాండ్యరాజు భార్య మఱియొక సుశీల. ఈమె చాతుర్యము మిక్కిలి కొనియాడఁదగినది. లోకములో దంపతు లిరువురు విరుద్ధమతావలంబులు. విరుద్ధమనోవృత్తులు నయినచోఁ బరస్పరానురాగ ముండుట దుర్ఘటము. ఈమె యటువలెఁగాక తన భర్త అపమార్గమం దుండెనని చింతిల్లుచు,

సీ. "వింగడంబైనట్టి ముంగిట నెలకొన్న బృందావనికి మ్రొగ్గఁ బెట్టుదాన
దశమినాఁ డేకభక్తముఁజేసి యవలినాఁ డోర్చి జాగరముతో నుండునిట్రి
బారసి పోనీను పైనిద్రఁబాఱుటక్కలువాడు మత్పుణ్యకథలఁ దోఁయు
నేనుంపుమానాళ్లు కొమింప దధినాథు నఃఋనాఁడు కన్నునా మనసుదనియ
తే. నారజపువన్నెఁ బ్రతిసెజ్జకరుగుఁ గూర్మి,నరుగుచోఁ నాభిఁ దుడిచి కప్పురపునాభి
బెట్టు నిట్టులుమద్భక్తి పుట్టియును నిజేశునెడభక్తిచెడదుమదిష్టమగుట. 50. 4 అ.

అను పద్యమునందుఁ జెప్పఁబడినట్లు తన నియమములను నెఱవేర్చుకొనుచు భర్త్రనువ్రతురాలయి మెలఁగుచు రహస్యమందు యామునార్యుని వృత్తాంతం బాతని కెఱింగించి యతని రప్పించి మెల్లగ రామానుజమతమునకుఁ ద్రిప్పెను. కవి యీమె పాతివ్రత్యమును బాగుగ వర్ణించెను.

కథ.

ఈ ప్రబంధములోఁ బ్రధాన ప్రతిపాద్యము గోదా విష్ణుచిత్తుల కథ. గోదాదేవి కథనుబట్టి "ఆముక్తమాల్యద" అనియు, విష్ణుచిత్తుని కథనుబట్టి విష్ణుచిత్తీయమనియు నీగ్రంథమునకు నామద్వయ మబ్బినది. తక్కిన ప్రబంధములయందు వలెఁ బూర్వోత్తర సందర్భములతో ననుస్యూత మయి యవిచ్ఛిన్నమగు నొక కథ కాదు. శ్రీవిష్ణు పురాణాంతర్గత ఖాండిక్య కేశిధ్వజ సంవాదము, వరాహపురాణస్థ మాతంగ బ్రహ్మరక్షస్సంవాదము, గురుపరంపరాప్రభావ (శ్రీవైష్ణవుల ద్రావిడమతగ్రంథము) గతమయిన యామునాచార్య చరిత్రమునను నీమూఁడు కథలకుఁ బ్రధాన కథతో నెంతమాత్రము సంబంధము లేక పోయినను కవి యొకరీతి సందర్భమును గల్పించి ప్రబంధ ప్రతిపాద్యమగు ముఖ్యకథతో నతికెను. వీనిలో మొదటికథయగు ఖాండిక్య కేశిధ్వజ సంవాదమందుఁ గవి మార్పు లొనర్పకపోయినను కొన రెండు కథలలో దనయిచ్చకు వచ్చినటులు మార్చి యేయే ప్రకరణములయం దెట్లు వ్రాయవలయునో అట్లాయాయి ప్రకరణములందు రసౌచిత్యమును భావౌచిత్యమును, గనఁబఱచి తనకు సర్వతంత్రములయందున్న నిరంకుశ జ్ఞానమును బ్రకాశింపఁజేసినాఁడు. ఆయాయికథల యొక్క మార్పులను నే నీవ్యాసముయొక్క మొదటనే జూపితిని. కవి ప్రబంధీకరించిన యిక్కథ కేవలము మతవిషయక మయినది. వేదాంత మత సిద్ధాంతమునందుఁ బరిచయము లేనివారి కీకథా సందర్భమంతగా రుచింపదని నాయభిప్రాయము. చదువురాని విష్ణుచిత్తుని పండిత సభలో గెలిపించుట, అమనుష్యసంభూత యయిన కన్యకను పెండ్లియాడుట మొదలగునవి లోకాతిగములయిన దైవకర్మలు. ఇట్టివానిలో విశ్వాసము లేనివా రీప్రబంధ ప్రతిపాద్యాంశముయొక్క మర్మములను గ్రహింపఁ జాలరు.

ప్రబంధశైలి, గుణములు, దోషములు.

ఆంధ్రవాఙ్మయములో నింతప్రౌఢప్రబంధ మిదియు కాని మఱేదియు లేదు. వ్యంగ్యప్రధానమయిన ఉత్తమకావ్యము. దీనిలో నంగముగా శృంగారాదిరసము లనుప్రవిష్టము లయియున్నను ప్రధాన

రసము శాంతరసాంతర్భూత భక్తిరసము. కవనపాకము ప్రచుర ముగా నారికేళపాకము. అచ్చటచ్చట ద్రాక్షాపాకస్ఫురణముగల పద్య ములును విరళముగాఁ గన్పట్టుచున్నవి. ఇందలికల్పనలు వర్ణనలు నత్య ద్భుతములు, నపూర్వములు. అన్యకవి సజాతీయ కల్పనలు వెదకినను గానరావు. శైలి ఓజోగుణ భూయిష్ఠము. ఓజస్సనఁగా దీర్ఘసమాసము లను గలిగియుండుట. ఓజోగుణలక్షణమును గుఱించి ఆచార్యదండి కావ్యాదర్శమం దిట్లని జెప్పియున్నాఁడు.

"ఓజస్సమాసభూయస్త్వ మేతద్గద్యస్యజీవితమ్, పద్యే ఽ ప్య దాక్షిణాత్యానా మిదమేకం పరాయణమ్. తద్గురూణాం లఘూనాంచ బాహుళ్యాల్పత్వమిశ్రణైః, ఉచ్చావచప్రకారం త ద్దృశ్యమాఖ్యాయి కాదిషు. ఇతి పద్యేపి పౌరస్త్యా బధ్నంత్యోజస్వినీర్గిరః, అన్యేత్వనాకు లం హృద్య మిచ్ఛంత్యోజోగిరాంయథా." 1 - 80, 81, 83.

(ఓజస్సనఁగా సమాసప్రాచుర్యము. ఇది గద్యమునకు బ్రిధానము. గౌడరీతి నవలంబించుకవులు పద్యమునందుఁగూడఁ దీని నుపయోగిం తురు. హర్షచరిత్రా ద్యాఖ్యాయికలయం దిది బాహుళ్యాల్పత్వ విశి ష్టములయిన గురు లఘు వర్ణములయొక్క పరస్పర సంమేళనము వలన ననేకప్రకారములుగా వ్రాయఁబడుచున్నది. కాని, మఱికొందఱు దీర్ఘ సమాస మెప్పుడును శీఘ్రార్థప్రతీతికి భంజకముకావున, తాము రచిం చు సమాసములను నాతిదీర్ఘములుగాను, అనుద్ధత వర్ణోపేతములుగాను, సహృదయ మనోరంజకముగాను వ్రాయుదురు.)

మొదటఁ జెప్పఁబడిన ఓజోలక్షణ మీ కవి పద్యములయందుఁ బూర్ణముగాఁ బట్టినది.

ఉదాహరణము:—

శా. "కాంచెన్ సైన్యపతుల్ డర్ధయోజనజటాఘాటోత్థశాఖోపశా
ఖాంచద్ఘూటచరన్మరుత్త్రయ దవీయస్ప్రేషితోద్యచ్ఛదో
దంచత్త్రుట్యకృశత్త్రసంచ్ఛలన లిప్యాపాదితా ధ్వన్యని
స్సంచారా త్రివహోఘలోపమఫలస్ఫాయద్వటక్ష్మాజమున్. 1వ. 6. అ.

కవిత్వసరణి వైదర్భమార్గము, గౌడమార్గ మని రెండు విధములు. వానిలో ప్రసాదము, సుకుమారత, అర్థవ్యక్తి, ఉదారత్వము మొదలగు గుణములతోఁ గూడినది వైదర్భమార్గము. దీనికి విపర్యయ మయినది గౌడమార్గము.

"ఏషాంవిపర్యయః ప్రాయో దృశ్యతే గౌడవర్త్మని, శ్లిష్టమస్పృష్ట శైథిల్య మల్పప్రాణాక్షరోత్తరమ్, అనుప్రాసధియా గౌడైస్తదిష్టం బన్ధగౌరవాత్". అనుప్రాసము మొదలగు శబ్దాలంకారములు దీనిలోఁ గానరాకున్నను, బంధగాఢత్వమును బట్టిచూడఁగా పైనివ్రాసిన లక్షణముగల గౌడరీతి నవలంబించె నని నిస్సంశయముగాఁ జెప్ప వచ్చును. ప్రసాదమాధుర్యాది గుణములతోఁ గూడిన పద్యములును కాదాచిత్కముగాఁ గానవచ్చు చున్నవి.

ఉ. ఎక్కడి రాజ్యవైభవము లెక్కడి భోగము లేటిసంభ్రమం
బక్కట బుద్బుదప్రతిమ మైన శరీరము నమ్మి మోక్షపుం
జక్కి. గణింపకుంటి యుగసంధుల నిల్వియుఁ గాలుచేతఁ బెక్
ద్రొక్కుల నమ్మనుప్రభృతులుం దుద రూపఱకుండ నేర్చిరే. ౭౮. ౨. ౮౩.

వసుచరిత్రకారునికివలె శ్లేష, యమకానుప్రాసాదిశబ్దాలంకార ములయం దీకవి కిష్టమున్నట్లు కానరాదు. అర్థాలంకారము లగు నుపమ, ఉత్ప్రేక్ష, అతిశయోక్తి, రూపకము, ససందేహ, అపహ్నుతి, అర్థాంతరన్యాసము, పరిసంఖ్య మొదలగువానిని విశేషముగా వ్రాసియున్నాఁడు. ఇందుఁ బ్రయోగింపఁబడిన సంస్కృతపదములుగాని ఆంధ్రపదములుగాని సంస్కృతభాషలోని యేసంపూర్ణకావ్యనాటకాదులయందును, తెలుఁగు ప్రబంధములయందును గానరావు. అట్టి శబ్దముల పట్టిక నొకదాని నీక్రింద బొందుపఱచి యున్నాను.

సంస్కృతశబ్దముల పట్టిక.

1 మత్తల్లి, మతల్లి కారూపాంతరము.
2 హల్లీసక
3 పాదూవాహ
4 కస్థల
5 మణిధనువు
6 కలంబ
7 శృంగాటక
8 ఘర్మగవి
9 ఝూట
10 కుథ
11 కర్బుర
12 ఘుణ
13 కతక
14 అయనిష్ట
15 షాడబ
16 చాండాలిక
17 పర్జనీ
18 దివాకీర్తి
19 ప్లవ
20 చండాతక
21 కర్కరీ
22 కట
23 వారవాణ
24 ఖురళీ
25 మండ
26 భుగ్నికుంస
27 శృంగిబేర
28 వళక్షు
29 వైజనన
30 కృకలాస
31 పాటచ్చర
32 ఉంభిత
33 సామి
34 సేవధి
35 ఘుసృణ
36 సృణి
37 కాశ్మీర
38 కరండ
39 మైరేయ
40 ఇరంమద
41 భల్లాతకి
42 శిఖ
43 ధామార్గవ
44 జంభల
45 ధూమ్యా
46 మిహికా
47 వైశికి
48 కడార
49 వర్ధకి
50 ఏధన
51 అధ్వనీన
52 అందూ
53 అగస్తి
54 వితీర్ణి
55 హట్ట
56 కేకర

57 హస్తిక
58 దాత్ర
59 వార్ధశ్రవస
60 వార్ధుషిక
61 తృణతా, ఇత్యాదులు

ఆంధ్రపదముల పట్టిక.

1 అడ్డిగము
2 జడి
3 ఉలియ
4 బారాసి
5 చుయ్యంకి
6 సన్నగాళ్లె
7 ఎడకాండ్రు
8 కక్కసము
9 ఇట్టింకులు
10 వింగడము
11 నిట్రు
12 తపారంబు
13 ఎలగోలు
14 హదను
15 ఓహారిసాహారి
16 కేలసము
17 కిసరు
18 గండె
19 గార
20 కొడిమెలు
21 దాపెకత్తె
22 తూపరాణి
23 కరుసులు
24 చావడము
25 టెంకి
26 దివెదారికొమ్ము
27 లాపరా
28 మరులుదీగె
29 కాడుపడి
30 పొట్రిను
31 ఉరు
32 ఎరవు
33 త్రాడ్గొరికకోక
34 కొంగవాలు
35 మలకవాలు
36 గనపరాకులు
37 ఒరుదలకాడు
38 సరపణి
39 గిరవుంచుట
40 పాగడము
41 దుసికిలుట
42 పెరంజు
43 తెండి

అనేక నిఘంటువ్యాకరణసహాకారముచే నిరూఢ మగు సంస్కృత భాషాపాండిత్యముగలవారికిఁ గాని సామాన్య జ్ఞానముఁగలవారికిఁగాని వర్ణనలతోను గల్పనలతోను గూడుకొన్న పద్యములు దుర్జ్ఞేయములు. కథాభాగమును దెలుపు పద్యములు గొన్ని సామాన్య జ్ఞానముగలవారి కర్థమగును. మహాకావ్యమున కపేక్షితము లయిన పురచాతుర్వర్ణ్యరాజ ఋతు వివాహాదివర్ణన లిందులో నున్నవి. గ్రీష్మవర్షాశరద్వసంతము లిందులో వర్ణింపఁబడినవి. ఇన్ని ఋతువులు మఱి యేప్రబంధమందును వర్ణింపఁబడి యుండలేదు. చంద్రసూర్యోదయాదివర్ణనలు లేవు. అయ్యలరాజు రామభద్రకవి రామాభ్యుదయమందును, పింగళిసూరన రాఘవపాండవీయమందును, పుష్పగిరి తిమ్మన సమీరకుమారవిజయమందును, తక్కు కవులు తక్కుప్రబంధములందును ఋతువర్ణన జేసిరిగాని, యిట్టి యత్యద్భుతకల్పన లెందును గానరావు. కల్పనలయందును సంస్కృత భాషాప్రాచుర్యమందును దాదాపుగా దీనికి సరివచ్చునది చంద్రికాపరిణయ మొక్కటియే యని యూహించెద.

దీనిలో ద్వివిధ మగు శైలి గానవచ్చుచున్నది. వర్ణనలో నుపయోగింపఁబడిన బంధకార్కశ్యముగల శైలి యొకటి; ఉదాహరణము,

"శా. తారుణ్యాతిగచూతనూత్నఫలయుక్తైలాభిఘారస్వన
ద్ధారాధూపితశుష్యదంబుహృతమాత్స్యచ్ఛేదపాకోద్గతో
ద్గారంబుం గనరార్చ భోగులకు సంధ్యావేళలం గేళికాం
తారాభ్యంతరవాలుకాస్థిత హిమాంతర్నారికేళాంబువుల్."

68. 2. ఆ. ఇత్యాదికము,

ప్రకరణానుకూల సౌలభ్యముగలదియయి రసవంతమయి కథాభాగమును దెల్పునపుడు కవిచే నుపయోగింపఁబడునది మఱియొకటి.

దీనికి దిగువవ్రాసిన పద్యములే సాక్షి.

"చ. గగనము నీరుబుగ్గ కెనగా జడివట్టిననాళ్ల భార్యక
న్నొగసారకుండ నారికెడపుం బొఱియల్దవులించి వండన
య్యగపలముంచి పెట్టు గలమాన్నము నొల్చినప్రప్పునాలుగే
న్నొగిపిసహూరలు న్వడియము ల్వరుగు ల్పెరుగున్ ఘృతప్లుతిన్." 80. 1. ఆ.

"మ. గృహసమ్మార్జనమో జలాహరణమో శృంగారపల్యంకికా
వహనంబో వనమాలికాకరణమో వాల్లభ్య లభ్యధ్వజ
గ్రహణంబో వ్యజనాతపత్రధృతియో ప్రాగ్దీపికారోపమో
నృహరీ వాదములేల లేరె యితరుల్ నీలీలకుం బాత్రముల్." 91. 2. ఆ.

రామరాజభూషణుఁడు, కాకమానిమూర్తి, పుష్పగిరితిమ్మన, కంకంటిపాపరాజు మొదలగువారి కవనము సంస్కృతశబ్దబహుళముగా నున్నదిగాని యీగ్రంథకర్తవలె నింతగాఢసంస్కృతము నెవ్వరును వాడుక చేయలేదు. ఈయంశమున కీప్రబంధమంతయు నుదాహరణమయి యుండినను నొకటిరెండు పద్యముల నిచట గనఁబఱచుచున్నాఁడను.

"సీ. స్యందనస్థిత బిడౌజఃక్షుత్తృజాడ్య కృజ్జగన్నూపురుద్గుణజ్యాత్కృతములు
క్రవ్యాశిరాడ్గాత్రకనదసృగ్గాహనస్ఫుటశల్యహవ్యభుక్ఛూత్కృతులు
యోధవర్మిత వ్యాత్తపుటోత్క్రాంత నిజపాతసాలాశ్మకృత ముహుస్త్రాత్కృతములు
పతితోగ్రరక్షః కబంధభారభృశార్తి భుగ్నభోగ ఫణీంద్ర ఫూత్కృతములు

తే. క్రాంత రథ్యనిరంతరచ్ఛాయదములు, దివ్యతానక కౌష్మకోత్ప్రేరితములు
కలుషము లడంచు గాత లంకాపురాంగణాంబరచరత్కళంబకశంబకములు."

"శా. అద్ధావాగ్విబుధ మ్మహాసచన కవ్యాహార మాహానచ
స్సిద్ధమ్మాః కృతతాంగతః కలిరితి శ్రీసూక్తి విద్యాధర
మ్మిద్ధోద్ధత్యమగా ల్లయం హి కుధయామిత్థంవదత్కిన్నర
మ్మద్ధీరాగ్రణి గెల్పుటుత్సవమునందయ్యె న్నభమ్మంతయున్." 6. 4. ఆ.

"మ. చని కాంచె న్విరజాభిధాంతర వపుస్సహోద్భవాతీరసం
దనవాటీవలయ ద్రుమావళి దళాంతర్ద్వ్యష్టపాపాళిభం
జనచాంపేయ సుమాయమాన విషమస్వర్ణాస్పృతివ్రాత గ
శ్మి నభస్స్పృక్శిఖరాళి దీపకళికా శృంగంబు శ్రీరంగమున్." 91. 6. ఆ.

ఈ ప్రబంధకర్త న్యాయవైశేషికములందును, పూర్వోత్తర మీమాంసలయందును, సాంఖ్యయోగ తంత్రములయందును, నిరంకుశ పాండిత్యము గలవాఁ డని ఋజువుచేయుట కీప్రబంధమే నిదర్శన మని యిదివఱకే వ్రాసియున్నాఁడను.

"తే. ......ఎండ్రి రవిఁజేర మూఁడవయెడఁజేరు
ధరణిధరణిం బ్రమోద సంధాయిగాఁడె." 77. 4. ఆ.

మ. "మునుపే చంద్రబలంబుగల్గి మలయంపుం గమ్మతేగాడ్పు దే
గున నేతెంచు లతాంతబాణునకు సూర్యుండు న్మహింగ్రొత్తగా
ననుకూలించె......" 101. 5. ఆ.

ఈ పైనివ్రాసిన వాక్యములంబట్టి యాలోచింపఁగా నితనికి జ్యోతిశ్శాస్త్రమందుఁగూడ బ్రావీణ్య మున్నట్లు కన్పట్టుచున్నది.

ఈకవి యిట్టిసర్వతంత్రస్వతంత్రుఁ డైనను గ్రంథమం దచ్చ టచ్చటఁ గొన్ని స్ఖలితముల నొనరించుట కెద్దియు నుపపత్తి కానరాదు. "ప్రమాదో ధీమతా మపి" అను న్యాయ మున్నదికదా? ఇందుకిరణ సందోహమందు డిందుకందువలె గుణబాహుళ్యమందు దోషలేశ మున్న నడఁగిపోవును. ఏతాదృశాల్పదోషము లిట్టి యుత్తమకావ్య శోభకు భంజకములు గానేరవు.

పాండ్యరాజు సభలో విష్ణుచిత్తుఁడు విపక్షులను జయించుటకు జేసిన ఉపన్యాసములో,

"సీ. జగదుద్గతికిని బీజము ప్రధాన మన నీక్షత్యాదిపీశు నశబ్దవాది,
బొరి నీశుఁ జేసన భోగమాత్రేత్యాస్యదాహృతి సూ్ఫర్తి మాయావివాది.
... ... "

ఇచట రెండవపాదములో "భోగమాత్ర సామ్యలింగాచ్చ" (4 అ. 4 పా. 21 సూ) అను సూత్రముచేత, మాయావాది ననఁగా నద్వైతుని ఖండించె నని కవి చెప్పుచున్నాఁడు. ఈసూత్రము రామానుజ బ్రహ్మసూత్రభాష్యములో జగద్వ్యాపార వర్జాధికరణములోనిది. ఆ యధికరణముయొక్క తాత్పర్య మేమనఁగా, ముక్తినొందిన జీవుని కీశ్వరునికివలె జగత్సృష్ట్యాది వ్యాపారముల నొనరించుటకు శక్తికలదా లేదా యని శంకించుకొని "ఈశ్వరుని కొక్కనికే జగత్సృష్ట్యాదులను జేయుటకు శక్తికలదుగాని, అట్టిపనులలో ముక్తజీవుని కెంతమాత్రము వంతులేదని సిద్ధాంతీకరించిరి. "భోగమాత్ర సామ్యలింగాచ్చ" అను సూత్రముచే పైనిచెప్పఁబడిన యర్థమే బలపఱుపఁబడినది. ఎట్లన; ముక్తునికి బ్రహ్మయాథాత్మ్యానుభవరూప భోగమందె బ్రహ్మసామ్యముగాని యితరమందు బ్రహ్మసామ్యము లేదు. కావున, జగత్సృష్ట్యాదులతో ముక్తుని కవసరము లేదని యర్థము. కావున నీయధికరణము జగత్సృష్ట్యాది

వ్యాపారములయందు ముక్తుని కెంతమాత్రము సంబంధము లేదని తెలియఁజేయుటకుఁ బుట్టినదిగాని "జీవుఁడీశ్వరునికంటె భిన్నుఁడు" అను నంశమును సాధించుటకై ప్రవర్తిల్లినది కాదు. జీవబ్రహ్మైక్యము సిద్ధింపదు. "జీవుఁడు వేఱు, బ్రహ్మ వేఱు" అను సంగతిని సమర్థించు సూత్ర కదంబము ప్రథమాధ్యాయ ప్రథమపాద ద్వితీయపాదములలోఁ బ్రతిపాదింపఁబడెను. ఎట్లన ; ఆనందమయోఽభ్యాసాత్. I. 113

1. తైత్తిరీయక శ్రుతియందు శతగుణితోత్తరముగా నావృత్తి జేయఁబడిన నిరతిశయానందము జీవునికి సంభవింపదు గావున శ్రుతిలో నానందమయశబ్దముచేఁ జెప్పఁబడినవాఁడు జీవునికంటె భిన్నుఁడైన ఈశ్వరుఁడు.

2. తద్ధేతువ్యపదేశాచ్చ. I. 11. 15

ఈశ్వరుఁ డానందహేతు వని శ్రుతి చెప్పుటచే జీవునికంటె భిన్నుఁడు.

3. నేతరోఽనుపపత్తేః. I. 1. 17. బహుభవనసంకల్ప సర్వజ్ఞత్వ సర్వశక్తిత్వాదులు జీవుని కుపపన్నములు కావు గనుక జీవునికంటె నీశ్వరుఁడు వేఱు.

4. కర్మకర్తృ వ్యపదేశాచ్చ. I. 2. 4.

ఈశ్వరుఁడుపాస్యుఁడగుటచేఁ గర్మయనియు, జీవుఁ డుపాసించువాఁడగుటచేఁ గర్తయనియు శ్రుతి చెప్పుటచే జీవేశ్వరులు భిన్నులు.

ఇత్యాది జీవేశ్వర భేదసాధక సూత్రగణము మాయావాది మతఖండనమందు గవివ్రాసినచో బాగుగ నుండు నని యూహించెద.

ఈ విష్ణుచిత్తుఁడు శ్రీ విష్ణుపురాణమునకు వ్యాఖ్యానము జేసినట్లు కవి వ్రాసి యున్నాఁడు. ఇదియు భ్రాంతిమూలకమే. విష్ణుపురాణవ్యాఖ్యాత యగు విష్ణుచిత్తుఁడు వేఱు. ఇతఁడు రామానుజుల వారి శిష్యుఁడు. ఆచార్యాజ్ఞచే నీపురాణమునకు వ్యాఖ్యానము వ్రాయుచున్నా నని వ్యాఖ్యానప్రథమశ్లోకమందె ప్రతిజ్ఞ చేసియున్నాఁడు.

" తే. అలసతబరున్న మనుజుండు గలియుగంబు
ద్వాపరంబెన్నఁగూర్చున్నవాఁడు త్రేత

యుత్థితుఁడు యాయిమరి కృతయుగమటన్న
నముచి దమనోక్తి బ్రాహ్మణమున వినవె."

[7 పంచికా, 3 అధ్యాయము.

"కలిశ్శయానో భవతి సంజిహానస్తు ద్వాపరః, ఉత్తిష్ఠం స్త్రేతాభవతికృతం సమ్పద్యతేచరమ్", ఐతరేయ బ్రాహ్మణము, 7 పంచిక, 3 అధ్యాయము.

ఈ కవిమార్గము తక్కిన కవులమార్గమువలె గాక కొన్ని విషయములందు కేవల విసజాతీయముగఁ గానవచ్చుచున్నది.

1. కొన్నిచోట్ల సంస్కృతమునందువలె విశేషణములకు లింగవచనాదులయందు విశేష్యనిఘ్నత కానంబడుచున్నది.

"ఉ. ఆయతి యుష్మదాకృతి కరాగ్రనగాంచలవాంతవారి ధా
రాయుత చంద్రకాంత ఫలకావళి బింబితయై...." 29. 4. ఆ.

ఇచట "ఆకృతిశబ్దము" (క్తిన్నంత మగుటచే స్త్రీలింగము గావున దాని విశేషణ మగు "బింబిత" యనునది గూడ స్త్రీలింగ రూపములో నుంపఁబడెను.

"...సాత్త్వికపు మనోగతి యొయ్యదిగలను దాని
బ్రహ్మసంబంధనిగ జేయు ప్రోధిసూవె...." 74. 3. ఆ.

"కపచిత సుధాకర్బురలగు కరివర కరేణుకంధరలన్"

ఇట్టివి మఱికొన్ని పై విషయమున కుదాహరణములు.

2. కొన్ని స్థలములయందు సంస్కృతజాతీయమును (Sanskrit idiom) కలదు.

"ఉ. ...ఈగవిస్ఫుట్దీపకళికలుమిసిన ధూమస్ఫురణ ......" 188. 4. ఆ.

ఇచట "నిష్ఠ్యూతోద్గీర్ణవాంతాది గౌణవృత్తి వ్యపాశ్రయమ్, అతిసుందర మన్యత్ర గ్రామ్యకక్ష్యాం విగాహతే" అను ఆచార్య దండి వచనానురోధముగాఁ గవి "ఉమిసిన" అను శబ్దమును, నిష్ఠ్యూతశబ్దార్థమందు గౌణవృత్తిలో (Metaphorical sense) బ్రయోగించెను.

3. మఱికొన్నితావులయందు ద్రావిడజాతీయము. (Tamil idiom).

"క. ...మీరు నాకనురక్తుల్వరికించి పదింబదిగానగునుండుమపది సెద్దిమేలు
ప్రార్థించుటకున్." 55. 3. ఆ.

ఇందులో "పదింబదిగా" అనునది ద్రావిడములో "పత్తుం పత్తాగ" అనఁగా, పది-పదిగా పదిలోనొక్కటియు దక్కువ గాకుండ-సరిగా అని తాత్పర్యము.

4. కొన్నిచోట్ల ద్రావిడశబ్దప్రయోగము.

(1) "...ఎండ గాలి పసితాఁకుం జూడఁగా ప్రోత్థాయున్." 7. 6. ఆ.

ఇచట "పసి" ఆఁకలి.

(2) "...వెండి యేజంగ మెత్తిన వెలుగుపడును." 13. 4. ఆ.

ఎత్తిన=స్తుతించిన. ద్రావిడము "ఎత్తు=స్తుతించు.

(3) "భక్తిద్రోవకు సాధ్వి పరికరంబులువెట్టి కట్టిన పారవిళంగాయుగములు..."

ఇచట విళంగాయ = వెలగకాయ. 97. 2. ఆ.

(4) "...కడుమోప్రీతపెన్దిరువడిం గని రాఖగరాజుమాపునన." 10. 4. ఆ.

పెన్దిరువడి=పెరియ తిరువడి, పెద్దశ్రీపాదమని యర్థము. ఇది గరుడునికి ద్రావిడవైష్ణవమత పరిభాషానామము. గరుడుఁడు భగవంతు నికి పాదస్థానీయుఁడు.

"...ఉద్దామపితృప్రసూప్లవగిదైన్యరుతోత్థ రథాంగపోతనిచితాపముయ నిద్ర లంబోలసి తాపముసేయఁదొడంగె నింతకన్." 87. 6. ఆ.

ఇచట సంధ్యాసమయము విరహిణుల కుద్దీపక మను సంకేతము చెప్పఁబడినది. ఇది ద్రావిడ కవిసమయ సిద్ధముగాని సంస్కృతకవి సమయ సిద్ధము కాదు.

ఈకవిపుంగవుండు గూర్చినసంధులును,భప్రయోగించిన ప్రయోగములును, కొంతమట్టుకు లక్షణాపేతములయి గానవచ్చు చున్నవి.

1. తే. "నింగిటుత్రిశంకుకతన మాతింగవాట యయ్యెనిక నుండఁగనిని..." 82.2.ఆ.

నింగి+ఇటు-ఇకారమునకు సంధి.

2. "...నిట్టతాడువెంటతివరమించెఁ దా ముసలియుయ్యగ షిన్ ..." 68. 6. ఆ.

తాడువంటి+అతిన.

తత్సమము లం దకారసంధులు.

3. "...ప్రోల్చెడని కడంక దంచెవపుజేతుల గంగనుకొసె దూరగా..."

గంగ+అనుకొసె. [9. 2. ఆ.

4. "...వడఁకుటెకొక చేష్టుడిగె నక్షము పత్తులుజానువుల్ చోరన్" 118. 4. ఆ.

చేష్ట+ఉడిగె.

5. "...ఈబ్రబక్ష్యం ద్విజుఁ జూడరయ్యా సభవా శ్రీరంగభర్తంచు దుఃఖాబ్రాశిం బడి..." 108. 6. ఆ.

శ్రీరంగభర్త+అంచు.

6. సీ. "తనుసేగిజెప్పలో దయమీరవినిచీర జించిచ్చువాని దీవించువారు"

చించి+ఇచ్చు క్త్వార్థకసంధి.

7. "...నీదుకఅసుట్లందీనదస్త్రాలకొంతారాంతర్న్భకపాలకుంద..." 25. 6. ఆ.

అంది+ఈన్ - క్త్వార్థరేత్తునకు సంధి. [85. 6. ఆ.

8. "కొంగవాల్నరుస లంగుళుల బట్టుక జబ్బలంటగట్టిడ వెజ్జు నరయువాడు .."

పట్టుకొని యనుటకు పట్టుక. [వాడు...." 86. 6. ఆ.

9. "...తలఁబడ్డ గుదియ దెబ్బలఁబాతపసియిడి యంబలి గంజిండ్ల నడుగు

గంజి+ఇండ్లన్.

10. "...పుట్టున్నీగెద దీని సానోదవి యోపుణ్యాత్మ యెట్లుంటివే" 54. 6. ఆ.

పుట్టున్ + ఈగెద=పుట్టునీగెద అని యుండవలయును.

మఱికొన్ని చిత్రమయిన ప్రయోగములు గలవు.

1 "ఇంక రజ్జాల్లుచూచి..." 39. 3. ఆ.

2 "...కళిందజాతటక్షితి దున నేటికి..." 28. 4. ఆ.

3 "కగ్గాన ఘూర్ఘవాత ఘుట్టనల బారు."

ఈకవికి ఘూటశబ్దమును (సమూహవాచి) దఱచుగా వాడుక చేయు సలవాటు గలిగియున్నది.

మ. "అటు లేత ద్వాదశేందురాగమిళనా ప్రాంసుగ్రావతో..గకంబులతే నెల్లధ
లంచు..."
132. ప. అ.

ఈపద్యముయొక్క ప్రథమపాదమందలి యతి విచారణీయము, వ్యాఖ్యాత "ప్రా" అనుచోట "ఆజ్" ఉపశ్లేషముచేసి యతి నిర్వహింప వలయు నని వ్రాసి యున్నాఁడు. ఉపసర్గ లనియు గతు లనియు నుపసర్గలకు రెండు పేర్లు."ఉపసర్గాః క్రియాయోగే" 1. 4. 59. 'గతిశ్చ' 1. 4. 60. ప్ర, పరా, ఆజ్, అపి, అధి మొదలగునవి ఉపసర్గలనియు; ఊరీ, ఉరరీ, అంగీ, ప్రాదుః, ఆవిః, తిరః మొదలగునవి గతు లనియు వాడుక. ఇచట "ప్రాదుః" అనునది వ్యస్తపదముగాని సమస్తపదము కాదు. అందుచే 'ప్ర' అను దానిపై "ఆజ్" నుపశ్లేషముచేయుట కవకాశము లేదు. ఇందులకు అప్పకవి. తే.గీ. ఆంధ్రము నకుఁ జేరని పరాజపులు (పరా+ఆజ్+అపి) మూఁడు, గాక తక్కిన యుపసర్గకముల తలల, స్వరము లతికినవాని కవ్వలననిలుచు, నచ్చయిన హల్లయినఁ బ్రాదియతి యనంగ." 132 ప. 134 పుట.

యామునాచార్యుఁడు కుమారుని కుపదేశించిన నీతి.

ఈ నీతినిఁబట్టి విమర్శింపఁగా రాజ్యపాలనానుభవమందుఁబండిన బుద్ధిగల రాజన్యుఁ డిట్లు వ్రాయఁగలుగునుగాని, కేవలగ్రంథాధ్యయనమువలన నీతిశాస్త్రమందుఁ బాండిత్యము సంపాదించిన బ్రాహ్మణ పండితుఁ డిట్లువ్రాయఁజాలఁ డనియు, దీనిచే నీగ్రంథకర్త రాజ్యపాలనమం దారి తేరిన క్షత్త్రియుఁ డనియు నిస్సంశయముగాఁ జెప్పవచ్చును.

అలంకార విమర్శ.

ఈప్రబంధమందుఁ గవి ఉపమ, ఉత్ప్రేక్ష, రూపకము, అతిశయోక్తి, సహోక్తి, అర్థాన్తరన్యాసము, స్వభావోక్తి, పరిసంఖ్య మొదలగు నలంకారములను వాడుకచేసియున్నాఁడు.

ఉపమ.

"తే. సామరదిదృతుఘుస్థరత్నఃపిశాచ, ప్రజమహిభుక్పత్రప్రభంజనములు
సోక వెలిబాంకెంగల్లానశూర్పవాత, ఘుట్టనలబాఱుపెనుపాలకట్లుపోలె,"

కళ్లములోఁబోసిన ధాన్యరాశిఁ జేటలచే విసరఁగాఁ గట్టిగింజ నిలిచి ధాన్యపుపొల్లు పైకెగిరిపోయినట్లు స్వామిని సేవించుటచేవచ్చిన దేవతలలోఁ గలసిన రక్షః పిశాచసంఘములు గరుడుని పక్షానిలముచేఁ దూలిపోయి రని తాత్పర్యము. కాళిదాసుని యుపమవలె నీయుపమ యెంత సౌష్టవము గలిగియున్నదో ఎంతసమయోచితముగా నున్నదో చిత్తగింపుఁడు. ఇట్టి వనేకములు గలవు. గ్రంథవిస్తరభీతిచే వ్రాయఁ జాలను.

సీ. ముసుగు వనసీమ దేసికొని ముల్లిడి గ్రుద్దట వెండిచేని మె
త్తనకయి వేసువెల్లకియుఁ ద్రవ్యేశుకర్షసునట్లు శత్రుతో
నెనసియుద్ధైన దుర్గబలమే కొనియైన నిజాత్మచింతతో
నెగడెఁజేసి లోనపురి కంటకశోధనజేయుటొప్పగున్. 219. 4. ఆ.

ఇదియు నట్టిదియే.

స్వభావోక్తి.

మనపూర్వకవులు గోరంతను కొండంతజేసి యుత్ప్రేక్షాతిశయోక్త్యత్యుక్తులచే వర్ణించుట దప్ప యథాస్థిత వస్తువర్ణనచే వాస్తవమును దెల్పి జనమనోరంజన మొనర్చుట కలవాటుపడినవారు కారని యిప్పటి యిరువదియవ శతాబ్దమునందలి యాంగ్లేయకావ్యరసభావనాపరిపక్వహృదయు లగు మనవారు కొందఱాక్షేపించుచున్నారు. ఇట్టి యాక్షేపణకుఁ బాత్రు లయినవా రస్మత్ప్రాచీన కవులలోఁ గొందఱు లేకపోలేదు. ఉన్నారు కాని, తిక్కన, శ్రీనాథుఁడు సూరనార్యుఁడు మొదలగు కతిపయ కవిశిరోమణులు సకలజనమనోహ్లాదకరములయిన స్వభావోక్త్యలంకృత సూక్తులను మెండుగ వ్రాసియున్నారు. శుకవికూడ నట్టివాఁడె. ఇందుల కుదాహరణముగా "ద్రావిడాంగనలు కొలఁకులలో స్నానముచేసి దివ్యప్రబంధము ననుసంధించుచు నభిషేకజలపూర్ణ ఘటములఁ గటిప్రదేశములయందు ఘటించి కోటలలోనడిచెద" రని వర్ణించినపద్య మెంత సొగసైన స్వభావోక్తియో చూడుఁడు.

"సీ. ద్రావిడాంగనలు ఘుటించ దడబడక జడదోయి తేఁగొనుపై
నుదుటినప్పన్నసపొడి పొంగడపు పాదంబొప్పఁ జెంగల్వడి

గ్గియు నీరచ్యుత మజ్జనార్థము గటికిఁ గీలించి దివ్యప్రబం
ధయుగాస్యల్ ద్రవిడాంగనల్ నడుతు రుద్యానంబులోఁ బ్రోలసన్. 56. 1. ఆ.

ఉత్ప్రేక్ష.

"మ. కలయన్ నీలమయంపు దల్లియొఱఁ బాకం దేటనీ రొప్పఁగ
ధ్యలకూపంబుల మీలఁ జూచి వలభీవ్యాసంగితుంగద్రుమ శా
ఖలలో నాడి గబాలునన్ లనుముకుల్ క్రిందై పడున్ లేచు ద్రు
చ్చిలి గేహేందిర ద్రావిడీపరిచితిం జెందాను నగరంబునన్. 57. 1. ఆ.

వీథులయందలి నూతులలోఁ గనఁబడు మత్స్యములఁ జూచి యిండ్లచూరులయందు వ్యాపించియున్న తరుశాఖలలో రెక్కలాడించి యాబావులలో దుముకుచు లేచుచున్న లకుముకిపిట్టలు గృహలక్ష్మి పరులకుఁ గనఁబడకుండనుండి ఆడుచున్న బంతులవలె నున్న వని యుత్ప్రేక్ష.

భ్రాంతిమదలంకారము.

"మ. తలఁబక్షచ్ఛట ద్రుక్కి బాతువులు కేదారంపు గుల్యాంతర
స్థలి నిద్రింపఁగఁ జూచి యారెకు లుషస్స్నాతప్రయాతద్విజా
వలి పిండీకృతశాటుల న్సవిఁ దదావాసంబుఁ జేర్పంగఁ గే
వుల డిగ్గన్వెస బారువాని గని నవ్వున్ శాలిగోప్యాసుమల్.

ఆపట్టణ సమీపమందున్న వరిమళ్ళకు బారు కాలువలయందు బాతులు వాని స్వభావగుణముచేత దలలు రెక్కలలోఁ బెట్టుకొని నిద్రించుచుండఁగా గ్రామముఁ గాపాడువారు వానిని జూచి ప్రాతః కాలమందు స్నానార్థమై యాకాలువలకు వచ్చిన బ్రాహ్మణోత్తములు తమ ధౌతవస్త్రముల నచట మఱచినారని తలంచి మరల వారిగృహ ములలో వాని నొప్పగించుటకై రేవులలో దిగఁగా నావతిస్థులు వఱ చుటఁ జూచి యచ్చటఁ బైరుగాపాడుచున్న స్త్రీలాతలవరులును హాసింతురు. రెక్కలలో దలవెట్టుకొని నిద్రించుబాతులు తెల్లగా నుతికి పెట్టినవస్త్రము లనుకొనుట భ్రాంతి.

పరిసంఖ్యాలంకారము.

"సున్నమెత్తుటయుఁ బట్టుకారులం బట్టుటయు సౌధసౌవర్ణ భూషాది నిర్మాణంబులయంద, కాసెచుట్టుటయు గత్తిగట్టుటయు గృహ

వాకుకలహంబులయంద, ధాతువాదంబులు తరుచగుట శాబ్దికుల యంద" ఇత్యాదులు.

గ్రంథకర్తృనిరూపణము.

ఈ ప్రబంధ ప్రామాణ్యముం బట్టియు ప్రబంధశైలిని బట్టియు విచారింపఁగాఁ గృష్ణదేవరాయలే దీనిని రచించినట్లు నిష్కృష్టముగాఁ జెప్ప వచ్చును. ఈతఁడు చంద్రవంశోత్పన్నుఁ డగు నరసింహరాయని కుమారుఁడు. తుంగభద్రానదీతీరముననుండు ఆనెగొందె యను నామాంతరము గల విజయనగర మీతని రాజధాని. పూర్వ కాలమునందు మాలవ దేశాధీశ్వరుఁడగు భోజరాజు సంస్కృత భాష నెట్లాదరించెనో, అట్లే యీకృష్ణదేవరాయ లాంధ్రభాష నాదరించి కవుల సమ్మానించి గ్రంథరచనము చేయించుటచేత నీతఁ డాంధ్రభోజుఁ డని ప్రఖ్యాతిఁ గాంచెను. ఇతఁడు దన యాస్థానమం దనేక విద్వత్కవుల నునిచి వారిచేఁ గావ్యములను జేయించుట మాత్రమే కాక, సంస్కృతాంధ్రభాషలయం దసాధారణ ప్రజ్ఞావిశేషముఁ గలవాఁ డగుటచేఁ దాను స్వయముగా నుభయభాషలయందును గావ్యముల రచించుటకుఁ దగిన దక్షతఁ గలిగి యుండెను. ఇతఁడు, కవులను బ్రోత్సాహపఱిచి కావ్యములు చేయించియుఁ, దాను స్వయముగాఁ జేసియు, నాంధ్రభాషకు మహోపకారము నొనరించి యున్నాఁడు. దక్షిణ హిందూ దేశమును బాలించిన రాజులలో నింత దేశమును జయించి యేలిన వాఁడును, ఇంత ప్రసిద్ధ నొందినవాఁడును మఱెవ్వఁడును లేఁడు.

ఇతఁడు, తెలుఁగున రచించిన గ్రంథము విష్ణుచిత్తీయ మను నామాంతరముగల ఆముక్తమాల్యద. ఇతఁడు సంస్కృత భాషయందు గూడఁ గొన్ని గ్రంథములను రచించినట్లు విష్ణుచిత్తీయము నందలి యీ పద్యము వలనఁ దెలియ వచ్చుచున్నది.

సీ. పలికి యుత్ప్రేక్షోపమలజాతి పెంపెక్క సరసులౌనన మదాలసచరిత్ర
భావధ్వనివ్యంగ్యసేవధి గాగఁ జెప్పితివి సత్యావధూప్రీణనంబు
శ్రుతిపురాణోపసంహితలేర్చి కూర్చితి సకలకథాసారసంగ్రహంబు
శ్రోత్రఘనచ్ఛటలువిచ్చ గరచించితి సూక్తినైపుణి జ్ఞానచింతామణిక్కృతి

తే. మఱియు రసమంజరీముఖ్యమధురకావ్య, రచనమున్నుఁ జేసినాఁడ గీర్వాణభాష
నంధ్రభాష యసాధ్యంబె యంచునొక్క, కృతి రచింపుము మాకు మిక్కిలి ప్రియము
[ఆముక్తమాల్య. 13. 1.

ఈ పద్యమునం దుదాహరింపఁ బడిన సంస్కృతగ్రంథము లెవ్వియు నిప్పుడు గానరావు.

ఈతని కాలముననె క్రొత్తగాఁ బ్రబంధరచన మారంభ మయ్యెను. ఆవఱ కుండెడు నాంధ్రకవులు, పురాణములు మొదలగు సంస్కృత గ్రంథములను మృదుమధుర శైలిని నాంధ్రీకరించి యున్నారు గాని, నూతనముగా స్వాతంత్ర్యము నవలంబించి క్రొత్త ప్రబంధము లను రచియించినవా రెవ్వరును గానరారు. ప్రథమమందు ప్రబంధరచ నకు మార్గమును జూపించినవాఁడు కృష్ణరాయల యాస్థానకవులలో సుప్రసిద్ధుఁ డగు నల్లసాని పెద్దనార్యుఁడు.

అల్లసాని పెద్దన, నందితిమ్మన, మాదయ్యగారి మల్లన, అయ్య లరాజు రామభద్రకవి, పింగళిసూరనామాత్యుఁడు, రామరాజ భూషణుఁడు, తెనాలి రామకృష్ణుఁడు, ధూర్జటికవి, అను నెనమండ్రు కవులు కృష్ణరాయల యాస్థానమం దుండిరనియు, వారి కష్ట దిగ్గజము లని పేరనియు, లోకములో వాడుక కలదు గాని కడపటఁ బేర్కొనఁ బడిన ముగ్గురును కృష్ణరాయని యాస్థానమున నున్నవారని ధారా ళముగాఁ జెప్పుటకుఁ దగిన ప్రమాణములు గానరావు. ఒకవేళ నాతని కాలమం దున్నను మిక్కిలి బాల్యదశలో నున్నవారు గావలయును గాని యాతని యాస్థానకవులు మాత్రము గాఁ జాలరు. అందును గుఱించి తెలిపెడు కథలు నమ్మఁదగినవి కావు.

ఈ దిగువ వ్రాయఁబడిన హేత్వాభాసములఁ బట్టి కొందఱ ఆముక్తమాల్యద పెద్దనార్యకృత మని వాదించెదరు. గాని యది విచారవిధుర మయిన యంశము.

1. కృష్ణరాయవిరచిత మగు నాముక్తమాల్యదలోని పీఠిక యందు మనుచరిత్రములో నుదాహరింపఁ బడిన పద్యములు కొన్ని కానవచ్చుచున్నవి. అందుచే నిది పెద్దనార్యకృతముగాని కృష్ణ రాయ విరచితము గాదు.

కృష్ణరాయఁడు భగవదాజ్ఞచే నీయాముక్తమాల్యద యను మహాకావ్యమును రచింప సమకట్టి కృత్యాదియందు గ్రంథకర్తృవంశ మును వర్ణించుట పరమావశ్యకము నాచారము గావున నాప్రకారము తన వంశమును వర్ణింపఁ బూనును. రాయలు "అవికత్థనః క్షమా వా నతిగంభీరో మహాసత్త్వః, స్థేయాన్నిగూఢమానో ధీరోదాత్తో దృఢవ్రతః కథితః" అను కారికలోఁ జెప్పఁబడిన ధీరోదాత్తలక్షణములు గలవాఁడు గావునఁ, దన్ను దన వంశస్థులను శ్లాఘించుకొనుట కిష్టము లేక, తన యాస్థాన కవీశ్వరుఁడు తన కాంతరంగికుఁడైన పెద్దనార్యుఁ డింతకు మున్న రచించిన మనుచరిత్రములోని స్వవంశవర్ణనాపరము లయిన పద్యములనే యిచట దిరుగ వాడినచో నేమి దోషము? ఇంతమాత్రముచేఁ గృష్ణరాయుని పాండిత్యమునకు లోపమా? ఇందు వలనఁ బెద్దనార్యుఁడే యీకృతిని రచించె నని సమర్థించుట కదిసాధన మగునా?

2. కృష్ణదేవరాయ లల్లసాని పెద్దనను రామరాజభూషణుని బ్రబంధముల రచించి తెమ్మని యాజ్ఞాపించెననియు, తదాజ్ఞానుసారముగా నాయిద్దరు కవులు గ్రంథములను రచించి రాయల కడకుఁ దేగా రాయలు చూచి వసుచరిత్రముకంటె మనుచరిత్రము కొంచెము లేతపాకముగా నున్నదని చెప్పఁగా నందుపైఁ బెద్దన కుపితుఁడై అతి కాఠిన్యముతో నాముక్తమాల్యదను రచించెననియుఁ జెప్పుదురు.

ఇది కేవల మసంగతము. మనుచరిత్రము రచింపఁబడిన తరువాత, మఱికొంత కాలమునకు వసుచరిత్ర ముత్పన్నమయిన దనియు, రామరాజభూషణుఁ డనుగ్రంథకర్తయే కృష్ణరాయని యాస్థానమందు లేఁ డనియు, ఋజువు చేయుటకు ప్రబల ప్రమాణములు గలవు. మనుచరిత్రము కృష్ణరాయల దిగ్విజయ యాత్రకుఁ దరువాతను రాచూరి ముట్టడికిఁ బూర్వమందును రచింపఁబడి యుండుట స్పష్టము. అనఁగా క్రీస్తుశకము 1516వ సంవత్సరమునకును 1520 సంవత్సరమునకును మధ్యకాలమున రచింపఁబడినది. వసుచరిత్రము క్రీస్తుశకము 1577వ సంవత్సరమునకుఁ దరువాతనే రచియింపఁబడిన దని మనము

నిర్ధారణజేయఁ గలము. వసుచరిత్రమును గృతినందిన తిరుమల దేవరాయలు 1567వ సంవత్సరమున దన రాజధానిని పెనుగొండకు మార్చుకొనెను. ఈతఁడు పెనుగొండను రాజధానిగాఁ జేసికొనిన తరువాత మహమ్మదీయులతోఁ జేసిన యుద్ధమును గుఱించి వసుచరిత్రములోఁ గవి యీవిధముగఁ జెప్పియున్నాఁడు.

“ చ. తిరుమలరాయ శేఖరుని ధీరచమూభట రాజపాళి శ్రీ
కర యవనేశ్వర ప్రహిత ఖానబలంబుల జక్కుసేయ ని
ర్ధరఁ బెనుగొండ కొండలును దద్వపుచర్మకపాలమాలికా
పరికర భూషితంబులయి పల్విడి గాంచె గిరీశభావముల్.

క్రీస్తుశకము 1577 వ సంవత్సరమునందుఁ మహమ్మదీయులు తిరుమలదేవరాయని పెనుగొండనుండి చంద్రగిరికిఁ దఱిమినట్లుగా మహమ్మదీయచరిత్రకారులు వ్రాసియున్నారు. ఇంతియుగాక, వసుచరిత్రమును గృతినందిన తిరుమలరాయఁడు శ్రీరంగరాజు కుమారుఁడు. ఈశ్రీరంగరాజునకు తిరుమలరాజుగాక కోనరాజు, తిమ్మరాజు, రామరాజు, వెంకటరాజు నని మఱి నలుగురు పుత్త్రులుగలరు. వీరిలో రామరాజు కృష్ణరాయని యల్లుఁడు. ఇతని కళియరామరాజని పేరు.

క. శ్రీరంగరాజసుతులు ధ, రారంగత్కీర్తులిమ్మయామాప్రముఖుల్ . . .

అయ్యలరాజు రామభద్రకవి రామాభ్యుదయము.

కృష్ణరాయని యనంతర మీతఁడు 1547వ సంవత్సరమున విజయనగర రాజ్యము నాక్రమించుకొని యేలె నని నరపతివిజయమందును, రామాభ్యుదయ మందునుఁ జెప్పఁబడియున్నది.

గీ. సలకవిభుతిమ్మ రాజుసేనలను ద్రుంచి, గుత్తిపెనుగొండమున్నగు ఘనకోటకములు
నోలిపురమాడ తేనవలీలగెలిచి, తొలుదొలుత రామనృపతి మార్గ్యులము మగిడె.

ఉ. అపటుకీర్తి రామ వసుధాధిప చంద్రుఁడు కృష్ణరాయధా
త్రీపతిసార్వభౌమ మహితప్రియుఁడై వితతప్రతాపసం
తాపితశత్రుఁడై యల సదాశివరాయని రంతరాయ వి
ద్యాపుర రాజ్యలక్ష్మికిని దానము దానయిమించె నంతయున్.

కాఁబట్టి, వసుచరిత్రము 1570 సంవత్సరమునకు దరువాతనే ప్రారంభ మయినది. ఇందువలన వసుచరిత్రమును రచించిన రామరాజభూషణుఁ డనునామాంతరముగల భట్టుమూర్తి కృష్ణరాయల ఆస్థానమందుండెడు కవికాఁడనియు, మనుచరిత్రము రచింపఁబడిన కొంతకాలమునకుఁగాని వసుచరిత్ర ముత్పాదితము కాలేదనియుఁ, గృష్ణరాయల కాలమునకు కృతిపతియగు దిరుమలరాయఁడు బాల్యదశలో నుండె ననియు స్పష్ట మగుచున్నది. కావునఁ బైనిచెప్పఁబడిన ఆముక్తమాల్యదోత్పత్తి అసద్ధేతుకముగాని సద్ధేతుకము కాదు.

సీ. కృష్ణరాయలపేరు నిడి నీవురచియించితివి తొల్లి విష్ణుచిత్తీయ మనఁగ
గాఢిస్యమర్థంబు గ్రాహ్యంబు గాదు సాధారణులకని భూధవుఁడు బలుకఁ
దరువాత మనుచరిత్రము నొనరించి తుత్తమకావ్యము మహాద్భుతముగఁ బిదపఁ
బెక్కు కావ్యములను బెం పెక్క విరచించి మంటివి రాజసన్మానమునను
భంగ మొందిన యల రామలింగముఖులు, సాటిరాగల వారె నీతోటినార
యా గ్రకవిరాసితాపహ యల్లసాని, పెద్దనార్యవిశేష వివేకధుర్య.

కే. ఈపద్య మెవరు రచించియున్నారో ఏగ్రంథములోనిదో ఎవ్వరికిం దెలియదు. ఇట్టి యప్రామాణమయిన పద్యముంబట్టి మనవారుకొందఱు విష్ణుచిత్తీయము పెద్దనార్యకృత మని వాదించెదరు.

దీనిప్రామాణ్యమును గొంచెమరయుదము. ఇందులో నీకవి మొదట నాముక్తమాల్యదయుఁ, బిదప మనుచరిత్రమును వ్రాయఁబడినట్లు చెప్పియున్నాఁడు. కాని పూర్వమందు మనుచరిత్రము, దరువాత నాముక్తమాల్యదయు రచింపఁబడె నని యీ గ్రంథద్వయ సాక్ష్యమువలననే మనము నిర్ణయింపవచ్చును. కృష్ణరాయలు రాచూరు ముట్టడించి ఎడిల్‌ఖాను జయించెననియు, బీజపురసుల్తాను దేశముమీఁదికి దండెత్తిపోయి కలుబర్గ సాగరు మొదలగుపట్టణములను గైకొని తురుష్కులఁ బొలిఁదోలె ననియు, మనుచరిత్రములోఁ జెప్పియుండకపోవుటను యీ యుద్ధవృత్తాంతములు నాముక్తమాల్యదలో నుదాహరించి యుండుటను జూడఁగా నాయుద్ధములకు బూర్వమునందు మనుచరిత్రమును, దరువాత నాముక్తమాల్యదయు రచింపఁబడినట్లు స్పష్ట మగుచున్నది. పద్యశేషమందు "భంగ మొందిన యల రామలింగముఖులు,

సాటి రాఁగలవారె నీతోఁటినౌర" అని పెద్దనార్యుని సంబోధించుటఁజూడఁ
గా నీపద్యమును విమర్శజ్ఞానము లేనివాఁ డెవఁడో రచించినట్లు గాన్పించు
చున్నది. రామలింగకవి కృష్ణరాయల యాస్థానమునందుండెనని చెప్పుట
మృషోద్యమమని నేనిదివఱకే వ్రాసియున్నాను. అట్లున్న కాలమునందున్న
రామలింగకవి యాతనిచేఁ బరాభవము నొందుట యెట్లు సంభవించును?
కావున, నీచాటుధారపద్యము విశ్వసనీయము కాదు.

4. ఆముక్తమాల్యద కవిత్వము మిక్కిలి కఠినముగానుండుట
కును, అచ్చటచ్చట కొన్నిస్ఖాలిత్యంబులు గలిగి యుండుటను గారణంబు జూడ నీగ్రంథంబు పెద్దనకృతంబు గాదనియు, రాయలు రచించె
ననియు లోకులకుఁ దోఁచుటకై పెద్దన బుద్ధిపూర్వకంబుగఁ గొన్నితప్పు
లను వ్రాసి యంతకఠినముగా నాముక్తమాల్యదను రచించెననియు
లేదా, పైనివ్రాసినపద్యప్రకారము విష్ణుచిత్తీయము మనుచరిత్రకంటె
మొదట వ్రాయఁబడినయెడలఁ, బ్రథమరచిత గ్రంథంబు గావునఁ దప్పు
లుండుట సహజం బనియుఁ గొందఱయభిప్రాయము.

ఇది విచారసహము కాదు. సామాన్యముగఁ బండితులైనవా
డెవ్వఁడైన పరులకొఱకు స్వగౌరవమును బోఁగొట్టుకొని బుద్ధిపూర్వకముగఁ
తప్పులు వ్రాయునా? దానిలో విశేషించి పెద్దనవంటి మహాపండితుఁడును
లక్షణవేత్త మఱియొకఁడు దీనిని రచించి నాఁడని లోకులు నమ్ముంచు
టకు వ్యాకరణదోషదుష్టముగా నీగ్రంథమును రచించెననుట పండితు
లయినవారు విశ్వసింతురా?

ఈ ప్రబంధమును రచించినవాఁడు క్షత్రియుఁడై యుండవలె
యుఁ గాని బ్రాహ్మణుఁడు గాఁడనుట కీగ్రంథమందె కొన్ని సాక్ష్యము
లున్నవి.

శా. తారుణ్యాతిగ చూతనూత్న ఫలయుక్తామ్రేడితశ్రీగన్వాన
ద్ధారాధూపిత శుష్యదంబు ప్రాతమాత్స్యచ్ఛేదసౌరభ్యగర్భ
ద్ధారంపుఁ గనరాచ్చ భోగులకు సంధ్యాశోభలఁ గేహసీ
తారాభ్యంతర వాలుకాస్థిత హిమాంతర్నారికేళాంబువుల్. (ఆ. 2. ౧౯.)

ఈ పద్యముంబట్టి విచారింపఁగాఁ గేవలము మత్స్యములు దిను
వాఁడును, అందులోఁ గూడ రాజభోగ్యముగా దానిని పచనముచేయు

విధముం దెలిసినవాఁడు గాని యిట్టి వర్ణనము చేయంజాలఁడు. కావున నీయాముక్తమాల్యద మత్స్యమాంస భోజియగు క్షత్త్రియునిచేఁ గాని లేక, అతనికి సమానుఁడగు మరియొక వర్ణము వానిచేఁగాని రచియింపఁ బడియుండవలెను గాని, మత్స్యభుక్కులు గాని బ్రాహ్మణు లగు పెద్దనాదులవలన రచియింపఁబడలేదని నిశ్చయముగాఁ జెప్పవచ్చును.

2. కృష్ణరాయని తండ్రియగు నరసింహరాజు ప్రకృతమందు 'కనరా' యని వ్యవహరింపఁబడు తుళువదేశమునుండి బయలు వెడలి కావేరీనదిని దాఁటివెళ్లి శ్రీరంగపట్టణమును ముట్టడించె నని మైసూరు శాసనములలో నున్నది. దీనికిఁ దార్కాణముగా నాముక్తమాల్యదలో "వాని వంశంబు తుళువాన్వవాయమయ్యె" నని చెప్పఁబడియున్నది. ఇంతియ కాక "కన్నడరాయ యక్కొఁదువ గప్పుప్రియాపరిభుక్త భాక్కథన్" అను పద్యములో నీతఁడు కన్నడరాయఁ డని సంబోధించఁబడెను. ఈ తులుభాష కన్నడ భాషలో నొకశాఖ. అందుచే నీతఁడు కణ్కిసరు (4. 175) = నేత్రరక్తిమ; హిండితములు, (5. 93) = కలుషఁ బడినవి; మొదలగు కన్నడ శబ్దములను ప్రయోగించి యున్నాఁడు.

ఇది కాక మరియొక విశేషము. పాండ్యరాజు తన కనిష్ఠసోదరిని యామునాచార్యున కిచ్చి వివాహముచేసె నని ప్రబంధములో వ్రాయఁ బడినది.

ఈ యంశము కేవలము కవి కల్పితము. మూలగ్రంథమందు లేదని మున్నే చెప్పియున్నాఁడను. బ్రాహ్మణునితో యానసంబంధము జేయుట క్షత్త్రియుని కుత్కర్ష హేతువు. బ్రాహ్మణుఁడు తనపిల్లను క్షత్త్రియునికిచ్చుట తన కపకర్షమని తలంచును. ఈ గ్రంథమును రచించిన వాఁడు క్షత్త్రియుఁడు గాని యెడల నిట్లు వ్రాయఁడు. మేనల్లునికి రాజ్యమిచ్చుట(మరుమక్కళ్ దాయమ్),(మరుమగన్),అనఁగా ద్రావిడములో మేనల్లునికి పేరు. ఈ యాచారము మలయాళదేశమం దిప్పటికి నున్నది. యామునాచార్యుఁడు కుమారునికిఁ జేసిన నీత్యుపదేశము మొదలగు సంశములు విమర్శింపఁగా నీగ్రంథకర్త క్షత్త్రియుఁడై యుండకతీరదు.

వేయేల; ప్రతివారును స్వానుభూతిచే పరికించిన బోధమగును. మనుచరిత్ర నొకచేతిలోను, ఆముక్తమాల్యద మరియొకచేతిలోను, బట్టుకొని వరుసగాఁ బద్యములఁ జదివిన, మనుచరిత్ర పద్యములకున్న శ్రావ్యత, (music) మాధుర్యము, ప్రసాదము, సరళత మొదలగు గుణములు ఆముక్తమాల్యదా పద్యముల కున్నవా? ఈ తారతమ్య జ్ఞానమును గలిగి యుండుట కెవ్వనికిని విశేష పాండిత్య మక్కఱ లేదు. మనుచరిత్రపద్యములు చదువువారికి వినువారికిని హృదయ మునం దమృతము జిలికిన ట్లుండును. ఈ స్వానుభవపరీక్షకు శ్రవణేంద్రియ మే నికషోపలము. ఆముక్తమాల్యద యన్ననో పాషాణ కల్పము. పాకమా నారికేళపాకము. శబ్దగ్రథనమా దీర్ఘసమాస జటిలము. ఇందుఁ బ్రయోగింపఁబడిన "తృణతా" (ధనువు) మొదలగు సంస్కృత పదములుగాని, "తెండి," (శయనించి) మొదలగు నాంధ్రపదములు గాని మాఱుమూలవి. ఏనిఘంటువులయందును గానరానివి. సామాన్యముగాఁ గవులెవ్వరును వాఙ్మయమం దిట్టి పదముల నుపయోగించుట గానరాదు. "కపి రపిచ కాపిశాయన మదముదితో వృశ్చికేన సందష్టః" అనున ట్లిందుపైఁ బ్రతిపాద్యము విశిష్టాద్వైత మతసంప్రదాయజ్ఞైక సమధిగమ్యము. ఇందలి వేదాంత ఘట్టములు రామానుజ ప్రస్థానత్రయ భాష్యమును గూలంకషముగా వ్యాసంగము జేసిన శ్రీవైష్ణవపండితునికిఁదక్క యాసంప్రదాయ మెఱుంగని యద్వైతపండితులలోఁ గొప్పవారైనవారికిఁ గూడ దుర్జ్ఞేయము. ప్రబంధమంతయు విశిష్టాద్వైత సంప్రదాయముతో నిండియున్నది.

పెద్దనార్యుని ప్రజ్ఞయు సర్వతోముఖ మయినది. పాండిత్యమందును గవిత్వమందు నీతని కీతండె సాటి. ఇది నిర్వివాద మయిన యంశము. మనుచరిత్రములోఁ గృత్యాదియందు,

క. "కొలుతు నస్మద్గురువిద్యా, నిలయు న్గరుణాకటాక్ష నిబిడజ్యోత్స్నా
దళితాశ్రితజనదురిత, చ్ఛలగాఢధ్వాంతసమితి శఠగోప యతిన్."

అని యితఁ డొనర్చిన గురువందనము వలన నితఁడును విశిష్టాద్వైతసంప్రదాయవేత్త యనియు, రామానుజ మతావలంబి యనియు,

శ్రీవైష్ణవ శిష్యుఁడనియు స్పష్టమగుచున్నది. కావున, పెద్దన యిట్టి శ్రీవైష్ణవమత సంప్రదాయ విశిష్టంబగు గ్రంథంబును వ్రాయుట కసమర్థుఁడని యెవ్వ రనలేరు. కాని, యితఁ డొరులకుఁ దెలియకుండ మిక్కిలి కాఠిన్యముతో గ్రంథమును రచింపవలయు నని సంకల్పించి పూనిక వహించినను, తా నిదివఱకు రచించియున్న గ్రంథములలోఁ దనకు సహజముగాఁ బట్టువడిన శైలి, అభిప్రాయసాంకర్యము, పదప్రయోగ సరణి, కవితయొక్క స్నిగ్ధత్వము మొదలగునవి లేశము గానరాకుండ నొక్కపండితుఁడె తా జన్మాంతరము నొందినవానివగిది, కేవల విజాతీయముగాఁ గవనము జెప్పఁగల్గె ననుట స్వభావవిరుద్ధమును,అనుభవాసంవేద్యముగను గానవచ్చును.సంస్కృతకవులలో శిఖామణు లనఁదగు కాళిదాస భవభూతులును, తక్కు సంస్కృత కవీశ్వరులును గఠినశైలితోను సులభశైలితోను కావ్యములను నాటకములను చంపూప్రబంధములును రచించియున్నారు. వారివారి కవిత్వములలోఁ గన్పట్టు నభిప్రాయములం బట్టియు,పదప్రయోగములం బట్టియు,నాగ్రంథము నీగ్రంథమును రచించినవాఁ డొక్కఁడే యని సులభముగా నూహింపవచ్చును.అందుల కుదాహరణము. బాణకవి, కాదంబరీ హర్ష చరిత్రలను వ్రాసెను. వీనిలో హర్ష చరిత్ర మొదట వ్రాయఁబడినది. కావున కఠిన పాకము గలది. కవిత్వ పాండిత్యములు పరిపాకావస్థ నొందినపిదప విరచితమగుటచేఁ గాదంబరి మిక్కిలి రసవంతముగాను సులభముగా నుండెను. అయిన, నీగ్రంథ ద్వయమందు నభిప్రాయైక్య మెట్లు కానవచ్చుచున్నదో చూడుఁడు.

హర్షచరిత్రము.

ప్రథమోచ్ఛ్వాసము, నలువదియవపుట. (Bombay Edition), చ్యవనముని దౌహిత్రుఁడైన దధీచి యనువానిని జూచి మోహించిన సరస్వతితో వాని దూతి యగు మాలతి యిట్లు చెప్పుచున్నది.

"దేవి కిం వా విజ్ఞాపయామి, అనురూపో దేవ్యా ఇత్యాత్మసంభావనా, శీలవా నితి ప్రక్రమవిరుద్ధమ్, ధీర ఇత్యవస్థా విపరీతమ్, సుభగ ఇతి త్వదాయత్తమ్,జానాతి సేవితు మిత్యస్వామిభావోచితమ్, త్వంతస్య ప్రాణేభ్యోపి ప్రియమ్, స్వప్నేఽప్యశూన్యాశః కృతప్రసాదాసీత్య సాక్షికమ్,

వారితోపి బలా దాగచ్ఛతీతి పరిభవః, తదేవ మగోచ నేగిరామసీ తి, "శ్రుత్వా దేవీ ప్రమాణమ్"

కాదంబరి.

కాదంబరి పూర్వభాగముయొక్క చివరపంక్తులు చూడుఁడు. కాదంబరి చంద్రాపీడునికిఁ బంపిన సందేశములో "బాలాత్ర స్త్రీమి కింవా సందిశామి అతిప్రియోఽసీతి పౌనరుక్త్యమ్, త్వయిగరీయా ననురాగ ఇతి వేశ్యాలాపః, త్వయా వినా నజీవామీ త్యనుభవ విరోధః, అవశ్య మాగంతవ్య మితి సౌభాగ్యగర్వః, స్వయ మాగమిష్యామీతి స్త్రీచాపలమ్, అనన్యానురక్తోఽయం పరిజన ఇతి స్వభక్తినివేదనలాఘవమ్, జ్ఞాస్యసి మరణేన ప్రీతి మిత్యసంభావ్యమేవ"

తెలుఁగు ప్రబంధమునుండి మరియొక యుదాహరణము.

కూచిమంచి తిమ్మకవి, రాజశేఖరవిలాసమును రు[illegible]పరిణయ మునుగూడ రచించెను.

రాజశేఖరవిలాసము (వావిళ్లవారిప్రతి) ప్రథమాశ్వాసము, 17 వ పుట, 55 పద్యము, పురీవాజి వర్ణనము

"చ. గుఱుతుగ నప్పురింగలుగు ఘోటకసంఘముతోడ నెంతయుం
బరువిడనోడి వేగ హరిణంబులు వాయునిశాధనాథశే
కరులను జేరి యైన నధికం బగు వైరము దీర్పలేక యా
కరణిన యుండె దథ్యమిది కాదన వానికి నట్టులేటికిన్.

రుక్మిణీపరిణయము ప్రథమాశ్వాసము 47 వ పద్యము. పురాశ్వ వర్ణనములోఁ బై పద్యమందున్న కల్పనయే యిందులో నున్నది. వృత్తముమాత్రము భిన్నము.

క. హరిణము లప్పురమునఁగల, తురగంబులతోడఁ బోరి తుదనోడి మహా
త్వరితమునఁ బవనహిమకర, గిరిజేశుల శరణునొందె కీవలభీతిన్.

ఇట్లేకకర్తృకములగు ననేక సంస్కృతాంధ్రకావ్యములయందు గ్రంథకర్త్రైక్యసాధకలింగములు బహుళముగాఁ గానవచ్చుచున్నవి.

అయినను, స్థాలీపులాకన్యాయానుసారముగ నొకటి రెండిటినిమాత్ర మే కనఁబఱచితి.ఏతాదృశ గ్రంథకర్తైక్యసాధకలింగములు (పీఠికలోని పద్యములు తప్ప) పైనికనఁబఱచి నట్లుభయసాధారణముగా మనుచరిత్రాముక్తమాల్యదలలోఁ గానవచ్చునా? లేదు సరియే కదా,మీఁదు మిక్కిలి పెద్దనార్యుఁడు మఱచి తప్పినను స్వప్నమందైనను పరిహాసమునకైనను చేసి యెఱుఁగని నియమోల్లంఘనముతోఁ గూడిన ప్రయోగములు మెండుగా నాముక్తమాల్యదలోఁ గానవచ్చుటంజేసి, ఆముక్తమాల్యద కృష్ణరాయకృతముగాని, పెద్దనార్య విరచితముకాదని ఘంటాఘోషముతోఁ జెప్పవచ్చును. దీనియందు మనుచరిత్రములోని పదవిన్యాస లాలిత్యముకాని రసపుష్టిగాని యంతగా లేదు. ఏలయన;కృష్ణరాయఁడు మహారాజగుటచే పెద్దనమొదలగు వారివలె గురూపదేశ పూర్వకముగా విద్యల నభ్యసించినవాఁడు కాకపోవచ్చును. అయినను,నిరంతరము పండితగోష్ఠినుండువాఁడగుటచే ముందుశ్రుతిపాండిత్యంబు విశేషంబుగ సంపాదించి యావల శాస్త్రసంప్రదాయంబుల నేర్చి యసాధారణ శేముషీసంపన్నుండు గావునఁ గవిత్వంబుఁ జెప్పఁ దొడఁగె. విద్యలఁ గ్రమశిక్షితుండుగాఁ డనుట కీతని పదబంధౌజ్జ్వల్యమే మనకు నిదర్శనము. భావము గంభీరమయి దానికి సదృశమయిన పదములఁ బ్రయోగింపని యెడల నాభావము సులభముగాఁ బ్రకాశింపదు. ఇష్టానుసారంబుగఁ బ్రయోగించిన పదంబు లగుటంజేసి శీఘ్రింబుగా భావనివేదకములు గావు. కావునఁ బైనిచెప్పిన యుపపత్తులచే నీగ్రంథము పెద్దనార్యకృతము గాదనియుఁ గృష్ణరాయకృతమనియు స్పష్టముగాఁ జెప్పనగు.

ఇదికాక మరియొక విశేషము. రాయల కాలములో గొప్ప కవులలో నొకఁడగు ముక్కు తిమ్మనార్యుఁడు, తాను రచించి కృతి యిచ్చిన పారిజాతాపహరణములో నీ కృష్ణరాయని గుఱించి,

క. "శ్రీవేంకటగిరివల్లభ, సేవాపరతంత్రహృదయ చిన్నమదేవీ
జీవితనాయక కవితా, ప్రావీణ్యఫణీశ కృష్ణరాయమహీశా."

అని వ్రాసియున్నాఁడు. "కవితాప్రావీణ్యఫణీశ" అను విశేషణమును బట్టి కృష్ణరాయఁడు కవిత్వమం దతి సమర్థుఁ డని యూహింపవచ్చును.

ఇతఁడును ప్రత్యాశ్వాసాంతమందును నైషధకారకుఁ డగు శ్రీహర్షుని వలె తాను రచించిన శ్లోకైక పద్యమును వ్రాసియున్నాఁడు. "స్థితస్యగతి శ్చింతనీయా" అనున్యాయము ననుసరించి శబ్ద ప్రమాణ సిద్ధుఁడైన కర్తను బరిత్యజించి అనుమానాదులచేఁ గర్త్రంతరమును సాధింప నుద్యమించుట సత్తర్కలక్షణముగాదు. అట్లయినచో భోజకృత మగు చంపూరామాయణము, కులశేఖరవర్మ విరచిత మగు తపతీసంవరణము, హాలాపరనామక శాలివాహనప్రణీత గాథా సప్తశతి, శూద్రకవి రచిత మృచ్ఛకటికము మొదలగు వాని గతి యేమగును ? మహీపాలకు లైన వారిలో నెవ్వనికి గ్రంథకరణ సామర్థ్యము లేదనినచో నీపూర్వోక్తగ్రంథము లన్నియుఁ దమ తమ యాస్థానపండితులు రచించి యాయాయి రాజుల పేరుబెట్టి నారనవలయును. ఇట్టివాదుక మన వారిలో లేకపోలేదు. కాని, పైని చెప్పిన రాజు లందఱు గ్రంథరచనా సామర్థ్యము గలవారని ప్రమాణాంతరములచే సత్యముగాఁ దెలియవచ్చుచున్నది. అంత ప్రాచీనులైనవారి గ్రంథ కర్తృత్వము తథ్య మని మన మొప్పుకొనినచోఁ బ్రబలతర లేఖన ప్రమాణవిదిత సర్వవృత్తాంతుఁడు నవీనుఁడు వాస్తవచరిత్రాంశములచేఁ బూర్ణముగఁ దెలియఁబడినవాఁడైన కృష్ణరాయని గ్రంథకర్తృత్వమును మనమేల యొప్పుకొనఁ గూడదు ? ఇట్టి వాదివిప్రతిపన్నాంశములు కేవలము "విద్యావివాదాయ" అనునట్లు వివాదాధ్యాసితములుగావున తుషావహానస కల్పంబగు నీ ప్రసంగమునుండి విరమించుచున్నాఁడను.

బుధవరుల కొకవిజ్ఞప్తి.

పాఠకమహాశయులారా! చెన్నపురీనివాసులును మా ప్రియమిత్త్రులు నగు వావిళ్ల. వేంకటేశ్వరులుగారు నే నేమో విశేషజ్ఞుఁడ ననుకొని యీ యాముక్తమాల్యద కుపోద్ఘాతము వ్రాయునట్లు నన్నుఁ బురికొల్పిరి. ఇంతవఱకు నముద్రితము లైన సంస్కృతాంధ్ర గ్రంథములను ముద్రించి, వారు లోకమున కొనరించుకొన్న మహోపకారమును దలంచి యిట్టి లోకోపకర్తల కొకపాటి తోడ్పాటు గావించుటకు దైవవశమున నిన్నాళ్లకు నాకు లభించిన యీమంచియవకాశమును బోఁ

గొట్టుకొనుట కిష్టములేక సేతురచనోద్యత చిక్రోడన్యాయము నవలంబించి తగిన యధికారము లేనివాఁడనైన నీపనికిఁ బూనుకొంటి. దినమంతయుఁ గళాశాలాధ్యాపన కర్మవ్యగ్రుఁడనై యుండుటఁజేసి చాలినంత యవకాశము లేకపోవుటచే రాత్రులయందుఁ గొంతమట్టుకు శనైశ్చరాదిత్యవారములయందు మఱికొంతమట్టుకు వ్రాసి యెట్టెట్టో రెండుమాసములకు ముగించఁగలిగితి. నాచే నైనంతమట్టుకు గొన్నికొన్ని యంశములను విమర్శించి వ్రాసితిని. కాలము చాలదు. స్ఖలితములు మెండుగ నుండు నని నాభయము. ఇట్టి ప్రౌఢప్రబంధమును నే నెన్నఁడు విమర్శించి యుండలేదు. ఇదియే నాకు బ్రథమము. కావున, నాయందు దయనుంచి నాతప్పులను క్షమించి యొప్పులను గ్రహించుటకు మిమ్ము వేఁడుకొనుచున్నాఁడను.

ఈవ్యాసలేఖనమందు శ్రీయుత గాడిచెర్ల - హరి సర్వోత్తమ రావుగారు, మ. రా. శ్రీ. చిలుకూరి వీరభద్రరావుగారు వ్రాసినగ్రంథములు నాకనల్పమయిన సహాయము నాచరించినవి గావున వారికిని, నన్నీవిషయమునఁ బ్రోత్సాహపఱచిన మాప్రియమిత్త్రులగు మ.రా.రా.శ్రీ. గురజాడ.అప్పారావుపంతులు బి. ఏ. యఫ్. యం. యూ. గారికిని నా నతితతులు.

ఇట్లు విన్నవించు భవద్విధేయుఁడు

మేడేపల్లి. వేంకటరమణాచార్యులు

విజయనగర మహారాజ సంస్థాపితాంగ్లేయ పాఠశాలా సంస్కృతోపాధ్యాయుఁడు.

విజయనగరము.

4 నవంబరు, 1914

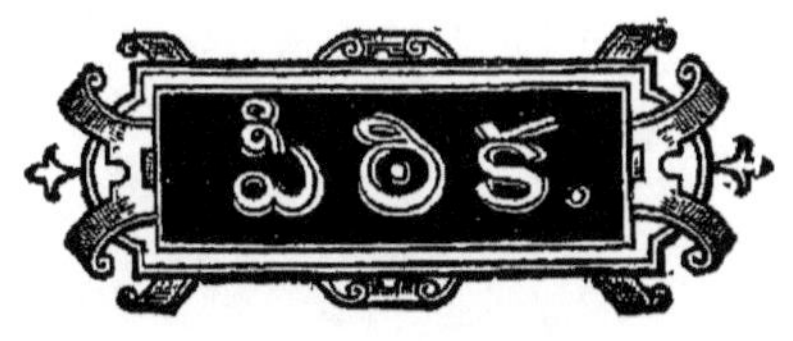

ఈ గ్రంథమునందు ముఖ్యవిషయ మాముక్తమాల్యదను శ్రీరంగనాయకులు పెండ్లియాడుట యగుటంజేసి దీనికి గ్రంథకర్త యిడిననామ మాముక్తమాల్యద యని యుండిన నాయమతంద్రి యగు విష్ణుచిత్తునియొక్క చరితమే యతిశయముగా వర్ణింపం బడియున్నది గాన లోకులు దీనిని విష్ణుచిత్తీయమని వాడుచుందురు. మఱియు దీని నాలవయాశ్వాసమునఁ బ్రసంగసంగతిచేత యామునాచార్యుని చరిత మంతయు వక్కాణింపఁబడినది. వీరు వైష్ణవమతమున కాచార్యులు. ఈ విషయమునుబట్టి యిది వైష్ణవుల కాదరణీయమైన గ్రంథమని చెప్పవలసి యున్నను గవితాచమత్కృతిచేత నెల్లపండితులమనంబులను స్వాయత్తములు కావించుకొనుచున్నది. దీనియాశ్వాసాంతములందుఁ గర్ణాటకదేశాధిపతిగా నున్న శ్రీకృష్ణదేవరాయఁడు దీని రచించినట్లును అతనిసభయం దష్టదిగ్గజములని బిరుదు వహించి యున్న యష్టకవులలో నాంధ్రకవితాపితామహుం డని నుతికెక్కిన యల్లసాని పెద్దనగారు రచించినట్లు సంప్రదాయజ్ఞులైనపండితులు వాడుకొనుచున్నారు. ఈ కృష్ణదేవరాయనివంశానుక్రమణికను దెలుపు పద్యము లీగ్రంథముమొదట నున్నవియు నభిన్నములుగా నుండుట పండితుల వాడుకకుఁ గొంచెము నిదర్శనముగా నున్నది. దీనికిఁ బూర్వపండితులు రచించిన టీకలు పెక్కులుండిన నొకటియైనను మొదట నుండి కడవఱకు నేకరూపముగా నుండునది కాదు. అవియును లభించుట యరుదు. మూలమును లేఖకప్రమాదాదులచేత నానావిధపాఠములుగా నుండెను. ఈ హేతువుచేతనే దీని నిదివఱ కెవరును ముద్రింపఁ బూనరైరి. ఇట్టి యీగ్రంథమును జాలినంత ప్రయాసపడి భిన్న

దేశపుస్తకములను దెప్పించి శక్యమైనవఱకు శోధించి
కిందులోనివిషయము సుగమ మగునట్లు రుచి యను నొక
దానితోడ ముద్రించినాడను.

తండయార్పేట,
చెన్నపురి.

వావిళ్ల. రామస్వామిశాస

శ్రీరస్తు.

ఆముక్తమాల్యద

సవ్యాఖ్యానము.

పీఠిక.

ఉ. శ్రీకమనీయ హారమణిఁ • జెన్నుఁగఁ దానును గౌస్తుభంబునం
దాకమలావధూటియు ను•దారతఁ దోఁపఁ బరస్పరాత్మలం
దాకలితంబులైన తమ•యాకృతు లచ్ఛతఁ బైకిఁ *దోఁపన
స్తోకత నందుఁ దోఁచె నన • శోభిలు వేంకటభర్తఁ గొల్చెదన్. 1

టీక. శ్రీకమనీయ హారమణిన్ - శ్రీ=లక్ష్మియొక్క, కమనీయ=మనోహరం బగు, హార = హారమందలి, మణిన్ = రత్నమునందు (నాయకమణియందనుట), చెన్నుగన్ = ఒప్పునట్లు, తాను = వేంకటభర్తయును, కౌస్తుభంబునందున్ = కౌస్తుభమణియందు, ఆకమలావధూటియును = ఆలక్ష్మిదేవియును, ఉదారతన్ = అతిశయమాటచేత, తోఁపన్ = ప్రతిబింబింపఁగా, పరస్పరాత్మలందున్ = ఒకరొకరిమనంబులందు, ఆకలితంబులైన = (ప్రేమాతిశయముచే) నిలిచిన, తమ = తమయిద్దఱయొక్క, ఆకృతులు = ఆకారములు, అచ్ఛతన్ = శరీరస్వచ్ఛతచేతను, పైకిన్ తోఁపన్=ప్రకాశములుకాఁగా, అస్తోకతన్ = అధిక్యముచేత, అందున్ = ఆరత్నములందు, తోఁచెన్ = కానవచ్చెను, అనన్ = అనునట్లుగ, శోభిలు = (లక్ష్మితోఁ) బ్రకాశించుచున్న, వేంకటభర్తన్=వేంకటేశ్వరస్వామిని, కొల్చెదన్=సేవించెదను.

తాత్పర్యము. లక్ష్మిదేవియొక్క సుందర మగు హారమణియందు వేంకటేశుండును, నతనికౌస్తుభమం దాలక్ష్మియుం బ్రతిబింబింపఁగాఁ బరస్పరమనంబులందుఁ బ్రేమాతిశయముచేత నిలిచియున్న తమయిద్దఱి యాకారములును శరీరము స్వచ్ఛ

---

* ద్రోఁచి, ఘు.

మాటచేత బహిః ప్రకాశములై యారతినములందుఁ గాననచ్చె నన్నట్లు పిలసిల్లుచున్న వేంకటేశ్వరుని సేవించెద ననుట.

ఇందు శ్రీమహావిష్ణువు లక్ష్మియు నొండొరులవక్షస్స్థలములందలి నాయకరత్నములందుఁ బ్రతిఫలించినట్లు వర్ణించుటవలన నీప్రబంధమునకు నాశ్యమాన మైన యాముక్తమాల్యదా రంగనాయకపరిణయసముచిత పరస్పరాభిముఖ్యావస్థాపన్యాగిత్య మర్యాదచేతఁ దోఁచుచున్నది. ఈపద్యమందు శ్రీపతిలక్ష్మీదేవుల నిద్దఱను సర్శించి పద్యాంతమందు వేంకటేశ్వరునిమాత్రమే గ్రహించుటకు నభిప్రాయము. 'యతో హి స్తతో లక్ష్మీ' అనియు, 'విష్ణో రేషానపాయినీ' యనియును, 'వాగర్థా వివ సంపృక్తౌ' అనియు, 'శ్రియం దేవీం నిత్యానపాయినీ' మనియు 'అనన్యా రాఘవేణాహం భాస్కరేణ ప్రభా యథా' యనియు, 'అర్థో వా ఏష ఆత్మనో యత్పత్నీ' యను శ్రుతియు నివి మొదలగు ప్రమాణముల యర్థమును బర్యాలోచింపఁగా భగవంతునిదేహమును విడిచి లక్ష్మి యుండ దని తెలియవచ్చుచున్నది. ప్రబంధమునొదటఁ దఱచుగా మంగళసిద్ధ్యర్థము శార్దూలవిక్రీడితవృత్తము ప్రయోగించుట గలిగియున్నను నీగ్రంథకర్త యుత్పలమాలావృత్తము ప్రయోగించుటవలన నాముక్తమాల్యద యుత్పలమాలా సమర్పణము చేయుటచేత భగవన్ముఖోల్లాసము కలిగినకథ రచింపఁగలవాఁడై తానును నుత్పలమాలికావృత్తరూప మైన వాక్కుసుమదామమును సమర్పించెనని తోఁచుచున్నది. మఱియు, తే.గీ. 'వేదముల కెల్ల నోంకార మాదియైన, కరణిఁ గృతులను శ్రీకార మాది, గానఁ గవివరు లెల్లను దానిఁ దక్క, నితర వర్ణంబు లిడరు సత్కృతుల మొదల' నన్నట్లు మహాకవి యగు నీగ్రంథకర్తచే శ్రీశబ్దము సత్కృతిమొదల బ్రయోగింపఁబడినది. కొనవర్ణగణాదిశుద్ధులును గలవు. 'దేవతావాచకాః శబ్దా యే చ భద్రాదివాచకాః, తే సర్వే నైవ నింద్యాః స్యుర్లిపితో గణతోఽపి వా' యనునది ప్రమాణము. ఇదియునుంగాక దీనియందు విశిష్టదేవతానమస్కారరూపమంగళము చేయంబడినది. 'ఆశీర్నమస్క్రియా వస్తునిర్దేశో వాపి తన్ముఖ' మనునది ప్రమాణము.

మ. సిరి నొక్కప్పుడు కన్నెఱంగి హరి దా జేర న్విరహాగ్నించును
ర్వరకు *న్వంచనఁ గూడఁ గాఁ గలుగు భాస్వచ్చంద్రశాలాపరం
పర లయ్యెన్బఱ పైన యెవ్వని ఫణాపఙ్క్తు ల్భజింతు న్నిరం
తరముం దాంతుని నయ్యనంతుని నతీతబ్రహ్మకల్పాంతునిన్. 2

టీ. పఱపైనయెవ్వనిఫణాపంక్తుల్ - పఱపైన = విశాలములగు, ఎవ్వని = ఏ శేషునియొక్క, ఫణాపఙ్క్తుల్ = పడగలబంతులు, హరి = విష్ణుమూర్తి, ఒక్కప్పు

* వేడ్కకుఁ గూడఁ గాఁ.

డు=ఒకసమయమున, సిరిన్ = లక్ష్మిని, కన్నొంఇంగి = కినుకరించి, తన్ = తన్ను, చేరన్=కదియఁగా, ప్రహర్షించు=కడుఁబ్రీతినొందుచున్న, ఉర్వరకున్=భూమికి, ని.'ఉర్వరా సర్వసస్యాఢ్యా' యని యమరము,వంచనన్=వంచనచేత,కూడఁగాన్= పొందఁగా (గుప్తక్రీడఁ జేయునిమిత్తమనుట),కలుగు=సిద్ధించినట్టి, భాస్వత్=ప్రకాశించుచున్న, చంద్రశాలా=ఉప్పరిగలయొక్క, పరంపరలు=గుంపులు, అయ్యెన్ = ఆయెనో, దాంతుఁడు=ఇంద్రియనిగ్రహము గలయట్టియు, అతీత=అతిక్రమింపఁబడిన, బ్రహ్మకల్పాంతునిన్ = బ్రహ్మప్రళయములుగల, అనంతునిన్ = ఆశేషుని, నిరంతరమున్=ఎల్లప్పుడును, భజింతున్ = కొల్చెదను. ని. 'చన్ద్రశాలా శిరోగృహమ్' అనియు, 'శేషో నన్తః' అనియు నమరము.

తా. ఎల్లప్పుడును, దన్నెడఁబాయకుండెడిలక్ష్మిని స్వామి యొకసమయమున మఱుఁగుపఱిచి కదియఁగా నాశ్రీహరితో గుప్తక్రీడ సేయఁదలఁచినభూదేవికి నెవ్వని యొక్క విశాలంబు లైనపడగలు మేడలచాళ్లాయెనో, నిత్యుఁడై యింద్రియనిగ్రహము గలవాఁడైనయాశేషుని నిరంతరమును సేవించెద ననుట.

సీ. ఖ నటత్పయోబ్ధి వీక్ష్య రసాతలాన్యోన్య,
పిండీకృతాంగ భీతాండజములు
ధృత కులాయార్థ ఖండిత సమిల్లవ రూప,
చరణాంతికభ్రమత్తరువరములు
ఘన గుహాఘటిత ఝూంకరణ లోకైక ద్వి,
దుందుభీకృత మేరుమందరములు
చటుల ఝంపాతరస్స్వ నగరీ విపరీత,
పాతితాశాకోణపరిబృఢములు
తే. ప్రబలతర బాడబీకృతేరమ్మదములు
భాస్వరేరమ్మదీకృతబాడబములు
పతగ సమాప్తపత్త్ర ప్రభంజనములు
వృజినతూలౌఘములఁ దూల విసరుఁగాత. 3

టీ. ఖనటత్...జములు - ఖ=ఆకసమందు, నటత్ = ఆడుచున్న, పయః = ఉదకముగల, అబ్ధి=సముద్రములయందు, వీక్ష్య=చూడఁదగిన, రసాతల = పాతాళమందు, అన్యోన్య=ఒకటితోనొకటి, పిండీకృత = ముద్దలుగాఁజేయఁబడిన, అంగ= అవయవములు గలవై, భీత = భయపెట్టఁబడిన, అండజములు=సర్పములుగలవియు (అనఁగా గరుడని ఱెక్కలగాలిసోఁకుటచేత సముద్రమునందలినీళ్లాకాశమున కెగసి

పోఁగాఁ బాతాళద్వారము బట్టబయలై కనుపడఁగా నచట పాములు తమకుఁ బక్షిరాజగు గరుత్మంతుఁడు నిత్యశత్రుఁ డౌటచేత భయపడి యొండొరులఁ గౌఁగిలించుకొని ముద్దలుగా నణఁగి యుండె ననుట),ధృత...చరములు-ధృత=ధరింపఁబడిన,కులాయార్థ = గూఁటికొఱకు, ని. 'కులాయో నీడ మస్త్రియామ్' అని యమరము. ఖండిత=విఱువఁబడిన, సమిత్ = సమిధలయొక్క, లవ=తుంటలయొక్క, రూప = ఆకారములుగల, చరణ = (గరుడుని) పాదములకు, అంతిక=సమీపమునందు, భ్రమత్ = తిరుగుచున్న, తరువరములు = పెనుమ్రాఁకులు గలవియును, (అనఁగా ఱెక్కలగాలిచేత గొప్పమ్రాఁకులు పెల్లగిలి యతనిపాదముల వెంబడి నీడ్చుకొనిపోఁగా గరుత్మంతుఁడు పక్షి యగుటంజేసి గూఁటినిమిత్తమై కాళ్ల నిఱికికొనిపోవుచున్న కట్టెపుల్లలవలెఁ గన్పట్టెననుట, ఘన...రములు - ఘన=గొప్పలైన, గుహా = గుహాలయందు, ఘటిత=చేర్పఁబడిన, ఝాంకరణ = ఝాంకారముచేత, లోక = లోకములకు, ఏక=ముఖ్యముగా, ద్విగుణదుందుభీకృత=రెండుభేరులుగాఁజేయఁబడిన, మేరుమందరగములు - మేరుమందరపర్వతములుగలవియును, (అనఁగా ఱెక్కలవాయువులు పర్వతగుహలలోఁ బ్రవేశింపఁగా నప్పు డా పర్వతములు, మారు మొరయ లోకముల కెల్ల వినఁబడునట్లు శబ్దించు రెండుదుందుభులో యని తోఁచుచున్నవనుట.),చటుల...ఘములు - చటుల=చంచలమగు, ఝంపా = సుడియుటయొక్క, తరః = వేగముచేతను, స్వ - తమయొక్క, నగరీ=పట్టణములనుండి, విపరీత = వ్యత్యస్తమగునట్లు, పాతిత-త్రోయఁబడిన, ఆశాకోణ=దిక్కోణములయొక్క,పరిబృఢములు=ప్రభువుగలవియు, (గాడ్పులు వేగముగా విసరుటచేతను దిక్కులయొక్కయు మూలలయొక్కయుఁ బాలకులు తమతమపట్టణములయందు నిలుచుటకు వలనుగాక త్రోపువడి మఱియొకదిక్కునకు వేఱువేఱఁబఱచి రనుట), ప్రబల...ములు-ప్రబలతర=మిక్కిలి ప్రబలములగు, బాడబీకృత=బడబాగ్నులుగాఁ జేయఁబడిన, ఇరమ్మదములు=మెఱుపులుగలవియు, (మేఘములతోడ మెఱుపులను మింటినుండి సముద్రములలోనఁ గూలఁ ద్రోయు ననుట.),భాస్వర...బములు - భాస్వర = ప్రజ్వలించుచున్న, ఇరమ్మదీకృత = మెఱుపులుగాఁ జేయఁబడిన, బాడబములు=బడబాగ్నులుగలవియు, (సముద్రములయందలిబడబాగ్నులను మింటి కెగయఁజిమ్ము ననుట.), ఇట్టిదైన, పతగసమ్రాట్-పతగ = పక్షులకు, సమ్రాట్ = ప్రభు వగుగరుత్మంతునియొక్క, పతత్త్రి = ఱెక్కలవలని, ప్రభంజనములు = వాయువులు, వృజిన = పాపము లనియెడి, తూల = దూదిపింజెలయొక్క, ఓఘములకు = గుంపులను, తూలక = తూలిపోవునట్లు, విసరుఁగాత = వీచుఁగావుత. అట్టిమహాబలముగల గరుత్మంతుని ఱెక్కలవలని గాడ్పులు నాపాపము లనియెడు దూదిపింజెలను జెదరిపోవునట్లు వీచుఁగాక యని గ్రంథకర్త ప్రార్థన సేయుచున్నాఁడు.

ఉ. పూని ముకుందు నాజ్ఞఁ గనుబొమ్మనె కొంచి యజాండభాండముల్
వానను మీఁదఁ బోవ నడఁవ న్గొనెఁ ద న్నన నగ్రనిశ్చల
త్వానుచలత్వనిష్ఠలై సమస్తజగంబుల జాడ్యచేతనల్
గా నుతి కెక్కు సైన్యపతి కాంచనవేత్రము నాశ్రయించెదన్. 4

టీ. ముకుందునాజ్ఞన్ = నారాయణునియాజ్ఞను, కనుబొమ్మనె=భ్రూసంజ్ఞచేతనే, కాంచి=గ్రహించి, పూని = ప్రయత్నపడి, అజాండభాండముల్-అజాండ=బ్రహ్మాండము లనియెడు, భాండముల్ = కుండలను, వానను=రూపుగలవిగాఁ జేయుకొఱకును, మీఁదన్ = ప్రళయమందు, పోవనడవన్ = పోవున ట్లడచుకొఱకును, తన్నున్=తన్ను (అనఁగా వేత్రము ననుట), కొనె ననన్=గ్రహించె ననఁగా, అగ్రనిశ్చలత్వానుచలత్వనిష్ఠలై - అగ్ర=తనచివరయొక్క, నిశ్చలత్వ = కదలకుండుటయొక్కయు, అనుచలత్వ = కదలుటయొక్కయు, నిష్ఠలై = నియమములై, సమస్తజగంబుల = ఎల్లజగత్తులయొక్క, జాడ్యచేతనల్ - జాడ్య=లయ మొందుటయు, చేతనల్ = తెలివొందుటయును, కాన్=కాఁగా, నుతికెక్కు=స్తుతింపఁబడుచున్న, సైన్యపతి = సేనానాయకుని (విష్వక్సేనుని) యొక్క, కాంచనవేత్రమున్=బంగారుబెత్తమును, ఆశ్రయించెదన్ = భజించెదను.

తా. విష్వక్సేనుఁడు భగవత్కార్య ధూర్వహుఁడు గనుక భగవదభిప్రాయానుగుణముగ లీలావిభూతి యగు ప్రపంచమునకు స్థితిసంహారములఁ గావింపఁ బూనఁగాఁ గులాలదండము ఘటాదులకుఁ గారణ మైనట్లే విష్వక్సేనుని వేత్రము బ్రహ్మాండములకుఁ గారణ మైన దనియు నా వేత్రాగ్రము గదలనియపుడు లోకవ్యాపారము లేదనియుఁ గదలినప్పుడు లోకవ్యాపారము గల దనియును భావము.

మ. హరి పూరింపఁ దదాస్య మారుత సుగంధాకృష్టమై నాభిపం
కరుహక్రోడమిళిందబృంద మెదు రెక్కం దుష్క్రియాపంకసం
కరదైత్యాసుపరంపరం గముచు రేఖం బొల్చు రాకానిశా
కరగౌరద్యుతి పాంచజన్య మొసఁగుం గళ్యాణసాకల్యమున్. 5

టీ. హరి = నారాయణుఁడు, పూరింపన్ = ఒత్తఁగా, తదాస్యమారుతసుగంధాకృష్టమై - తత్ = ఆహరియొక్క, ఆస్య = ముఖమందలి, మారుత = వాయువుయొక్క, సుగంధ = పరిమళముచేతను, ఆకృష్టమై = ఆకర్షింపఁబడినదై, నాభిపంకరుహక్రోడమిళిందబృందము - నాభి=బొక్కిలియందలి, పంకరుహ = పద్మముయొక్క, క్రోడ = మధ్యమందలి, మిళింద = తుమ్మెదలయొక్క, బృందము = సమూహము, ఎదు రెక్కన్ = ముఖమారుతమున కెదురు రాఁగా, దుష్క్రియాపంక

సంకరదైత్యాసుపరంపరన్ - దుష్క్రియా=దుష్కార్యములనలని, పంక - పాపములతోడ, సంకర = కూడుకొన్న, దైత్య = రాక్షసులయొక్క, అసు = ప్రాణములయొక్క, పరంపరన్ = పంక్తిని, కముచు = ఆకర్షించెడు, [illegible] - [illegible]చేతను, పొల్చు = ఒప్పుచున్న, రాకానిశాకరగౌరద్యుతి - రాకా=పున్నమనాఁటి, నిశాకర= చందురునివలె, గౌర=ధవళ మగు, ద్యుతి = కాంతి గల, పాంచజన్యము - హరిశంఖము, కల్యాణసాకల్యమున్ - కల్యాణ = మంగళములయొక్క, సాకల్యమున్ = సమృద్ధిని, ఒసఁగున్ = ఇచ్చును.

తా. శ్రీపతి పాంచజన్యమును బూరించు నప్పు డాహరిముఖవాయువు [illegible] సుగంధము గలిగి వాసించుటవలన నాభికమలమం దున్న తుమ్మెదలు [illegible] వదలి యక్కమలవాసనకంటె మిగుల సొగయు[illegible] [illegible]ప్పుడు శత్రుజనంబుల హృదయ విదారణం బగు నాదంబును [illegible] దుష్టు లగు రక్కసుల మలీమసంబు లగునసువులఁ బీల్చుచున్న[illegible] నని భావము. అట్టి శ్రీవిష్ణునిచేతిలో నుండెడిపాంచజన్య మను శంఖము మాకు సంపూర్ణ మగుమంగళముల నిచ్చుచుండును.

మ. ప్రతతోర్ధ్వాధరభాగ పీఠ యుగళీ • భాస్వత్త్సరు స్తంభ *సం
స్థితిఁ దీండ్రించెడుజాళువా మొసలివా • దీప్తార్చిగాఁ గజ్జలా
న్వితధూమాసితరేఖ పైయలుగుగా • విజ్ఞానదీ పాంకురా
కృతి నందం బగునందకం బఘలతా • శ్రేణిచ్ఛిదం జేయుతన్. 6

టీ. ప్రతత = విస్తీర్ణములగు, ఊర్ధ్వాధరభాగ = మీఁదిక్రిందిప్రదేశములయందలి, పీఠ = పీఠములయొక్క, యుగళీ=ద్వంద్వమునందు, భాస్వత్ - ప్రకాశించునట్టి, త్సరు = పిడికిటిపట్టనియెడు, స్తంభ = కంబమందు, సంస్థితిన్ - ఉన్కిచేతను, తీండ్రించెడు = వెలుంగుచున్న, జాళువా = స్వర్ణమయమైన, మొసలివా - మకరవక్త్రమను, ఖడ్గాంగవిశేషము. దీప్తార్చిగాన్-దీప్త=ప్రజ్వరిల్లుచున్న, అర్చిగాన్ - జ్వాలగాఁగా, 'ని. అర్చి ర్హేతిః శిఖా స్త్రియా' మని యమరము. పైయలుగు- పైన, కజ్జలాన్వితధూమాసితరేఖగాన్ - కజ్జల=కాటుకతో, అన్విత=కూడికొనిన, ధూమ=పొగయొక్క, అసిత=నల్లనైన, రేఖగాన్ = గీఱుగాఁగా, (ఇచ్చట [illegible] నన్వయము.), విజ్ఞానదీపాంకురాకృతిన్-విజ్ఞానదీప=జ్ఞానదీపముయొక్క, అంకుర= మొలకయొక్క, ఆకృతిన్ = ఆకారముల చేతను, అందంబగు = సుందరమైన, నందకంబు = విష్ణుఖడ్గము, అఘలతాశ్రేణిచ్ఛిదన్ - అఘ=పాపములనియెడు, లతా

* క, స్థితిఁ.

తీఁగలయొక్క, శ్రేణి = పంక్తులయొక్క, ఛిదన్ = ఛేదనమును, చేయుతన్ = చేయుఁగాతి.

తా. నందక మనువిజ్ఞానదీపమునకుఁ బరుజు దీపస్తంభమనియును, బంగారు మొసలివాయి దీపకళిక యనియును, నలుగు దీపపుఁగోడి యనియును భావము.

ఉ. యాదవసార్వభౌమ భయ•దాయత బాహునియుక్తిఁ జేసి యెం
దే దనుజేంద్రసాళ్వపుర• హేమమణీవరణంబు సంగతం
బై దివి నాత్మకంకణము•లం దొకకంకణ మయ్యె నట్టి కా
మోదకి మోదకీలితస•ముజ్జ్వలకల్పకమాల్యఁ గొల్చెదన్. 7

టీక. యాదవ...జేసి - యాదవ = యనువంశజులకు, సార్వభౌమ = రాజైన కృష్ణునియొక్క, భయద = భయంకరమైన, ఆయత = పొడవైన, బాహు=భుజముయొక్క, నియుక్తిఁజేసి = పనుచుటచేత (బాహువుచేఁ బ్రయోగింపఁబడుటవలన ననియర్థము.), ఎందేనిన్ = ఏయాకాశమందు సంచరించుచున్నగదయందు (ఇచట నపిశబ్దార్థకం బగు నేని శబ్దమువికారమునకు వైకల్పికలోపం బని యెఱుంగునది.), దను...ణంబు - దనుజేంద్ర=రాక్షసవరుండైన, సాళ్వ = సాళ్వుఁ డనువానియొక్క, పుర = పట్టణముయొక్క, హేమ = స్వర్ణమయమును, మణీ = రత్నమయమును నగు, వరణంబు = కోట, ని. 'ప్రాకారో వరణ స్సాల' యని యమరము. సంగతంబై = కలిసికొన్నదై, దివిన్ - అంతరిక్షమందు, ఆత్మకంకణములందున్-ఆత్మ = తనయొక్క, కంకణములందున్ = వలయములయందు, ఒకకంకణ మయ్యెన్=కంకణ మాయెనో, మోదకీలితసముజ్జ్వలకల్పకమాల్యన్-మోద = సంతోషముచేతను, కీలిత = కూర్పఁబడిన, సముజ్జ్వల = ప్రకాశించెడు, కల్పక=కల్పవృక్షములయొక్క, మాల్యన్ = దండలుగల, అట్టికామోదకిన్ = అట్టివిష్ణుగదను, కొల్చెదన్ = భజించెదను.

తా. అనఁగాఁ దొలుత సాల్వుఁ డను రక్కసుఁడు కామగమన మైనతన పట్టణముతోఁ గూడ మధురానగరముం బ్రాలి ప్రజాహింస గావింతు నని రాఁగాఁ గృష్ణుఁడు కౌమోదకి యనుతనగద నాపట్టణముపైఁ బ్రయోగింపఁగాఁ గనకరత్నమయమైన యా నగరికోట యీకౌమోదకియుంచుఁ దొడిగిన కంకణములలోఁ దాను నొకకంకణమై కనుపట్టినది గాని బాధకము కా దాయెను. కావున సర్వశత్రునిరాసకం బగునాకౌమోదకి మదీయశత్రునిరాసముఁ గావింపఁ గల దని యభిప్రాయము.

చ. పిడికెఁడుకొనుఁ గొప్పుఁ గని • ప్రేమఁ ద్రివక్ర సమాంగిఁ జేసి తేఁ
బిడికెఁడుకొనుఁ గొప్పుఁ బయిఁ • *బెచ్చు గుణంబును గంటినంచు నే

---

* జేర్చు.

ర్పడఁగ నిజత్రివక్రతయుఁ • బాపఁగ ద్రొక్కెడు నా సుమాలిపైఁ
జడిగొన నమ్ములీనుహరి • శార్ఙ్గధనుర్లత గాచుఁ గావుతన్. ౮

టీక. పిడికెఁడుకానుక—పిడికెడు = పిడికిటిలో నడఁగెడు, కానుక — నడుమును, కొప్పున్=ధమ్మిల్లమును, కని = చూచి, ప్రేమన్ = ప్రేమచేతను, త్రివక్రన్ — (మూఁడువంకరలుగల) కుబ్జను, సమాంగిన్ = చక్కనిదానినిగా, చేసితి — చేసితివి. ఏన్ = నేను, పిడికెఁడుకాను = పిడికిటి కడఁపున యగు లస్తకమును, కొప్పున్ — ధనురగ్రమును, పయిఁబెచ్చు = అధికతరమగు, గుణంబును — అల్లెత్రాటిని (శబ్దశ్లేషము వలన మంచిగుణ మనియు లభించుచున్నది.), కంటే నంచున్ = పొందితి ననుచు, ఏర్పడఁగన్ = స్ఫుటమగునట్లు, నిజ = తనయొక్క, త్రివక్రతయున్ = మూఁడువంకరలు గలుగుటను, పాపఁగన్ = పోఁగొట్టుకొఱకు, ద్రొక్కెడునాన్ — ద్రొక్కుచున్నదియో! యనఁగా, సుమాలిపైన్ = సుమాలి యను రాక్షసునిమీఁద, జడిగొనన్ = సంతతధారగా వర్షించునట్లు, అమ్ములీను = బాణముల నీనెడు, హరిశార్ఙ్గధనుర్లత — హరి = నారాయణునియొక్క, శార్ఙ్గ = శార్ఙ్గ మను పేరుగల, ధనుర్లత = తీఁగవంటివిల్లు, కాచుఁగావుతన్ = రక్షించుఁగాత.

తా. శ్రీపతి సుమాలియను నాదిమరాక్షసునితో యుద్ధము సేయుచున్నప్పుడు శార్ఙ్గకోదండముయొక్క రెండుకొనలు నొకకోటికిఁ జేయునట్లు నారి [illegible] గాఁ గృష్ణావతారమందుఁ గుబ్జను జూచి దీనికిఁ బిడికెఁడుకాను గొప్పనున్నదని దానిఁ జక్కనిదానిం జేసితివి నాకును బిడికెఁడుకాను గొప్పను విశేషించి గుణము నున్నది కాఁబట్టి నన్నును జక్కనిదానిం జేసి రక్షింపు మని శరప్రయోగసమయమునందు [illegible] పై యావిల్లు ద్రొక్కుచున్నదో యన్నట్లుండెను.

చ. అడరుగళాస్రధారలు మ•హాముఖవాంతసుధాంబుధారలున్
బొడవగువహ్నికీలములు • పొంగునుగాఁ బెఱదైత్యకోటికిన్
బెడిదపుఁగిన్కతో నెసరు • వెట్టినపెద్ద *పనంటివోలె నొ
క్కుడువెన రాహుమస్తకముఁ • గొన్న సుదర్శనదేవుఁ గొల్చెదన్. ౯

టీక. అడరు = ప్రస్ఫుటమగుచున్న, గళ = కంఠముయొక్క, అస్రధారలు — రక్తధారలు, మహాముఖ = పెద్దనోరివలన, వాంత = వెలఁగ్రక్కఁబడిన, సుధాంబుధారలున్ = అమృతోదకధారలును, పొడవగు = దీర్ఘములగు, వహ్నికీలములు = అగ్నిజ్వాలలు, పొంగునుగాన్ = ఎసటిపొంగును గాఁగా, పెఱ = ఇతరమయిన, దైత్యకోటికిన్ = రాక్షససమూహమునకు, బెడిదపుఁగిన్కతోన్ — తీక్ష్ణకోపముతో, ఎసరు

* పరంజి.

పెట్టినపెద్దపనంటివోలెన్ = ఎసరెక్కించినపెద్దకుండవలె, ఎక్కుడువెసన్ = అధికవేగముచేతను, రాహుమస్తకమున్ = రాహువనురాక్షసునిశిరమును, కొన్న=గ్రహించిన, సుదర్శనదేవున్ = విష్ణుచక్రమనుదేవుని, కొల్చెదన్ = సేవించెదను.

తా. తొల్లి రాహువనురాక్షసుఁడు మాయచేత దేవతావేషధారియై యమృతము ద్రాగునప్పుడు విష్ణుదేవుం డెఱింగి తనసుదర్శనముచే వానిశిరంబుఁ ద్రుంచినప్పుడు కంఠమునుండి వెడలెడు రక్తధార లడుగున మండెడుమంటలుగాను నమృతమును ద్రింగకమునుపే తునిసెను గావున నాయమృతము మఱల నోటఁ గ్రక్కుచుండ నదియె కుండపయిపొంగుగాఁ గానంబడుచుండెను గాన నప్పు డాశిరస్సు పొయ్యిమీఁద నెసరుపెట్టిన పెద్దపంటివలె నుండె నని భావము.

మ. అలపన్నిద్దఱుసూరులందును సముద్యల్లీలఁ గాపున్న వె
గ్గలపుందాపముఁ బాప నా నిజమనఃకంజాతసంజాతపు
ష్కలమాధ్వీకఝురి న్మురారి సొగియంగాఁ జొక్కి ధన్యాత్ములా
నిలపన్నిద్దఱుసూరులం దలఁతు మోక్షేచ్ఛామతిం దివ్యులన్. 10

టీక. అలపన్నిద్దఱుసూరులందును=ఆ ప్రసిద్ధులగుద్వాదశాదిత్యులయందును, (సూర్యమండలము నారాయణస్థాన మని శ్రుతిప్రసిద్ధము.) సముద్యల్లీలన్=ఒప్పుచున్న విలాసముచేతను, కాపున్నవెగ్గలపుందాపమున్=నివసించుటచే నైనయధికతాపమును, పాపనాన్ = పోఁగొట్టుటకొఱకనునట్లుగా, నిజ = స్వకీయములగు, మనః=మనస్సులనియెడు, కంజాత=కమలములయందు, సంజాత = పుట్టినట్టియు, పుష్కల=సమృద్ధమగు, మాధ్వీక = మకరందముయొక్క, ఝురిన్ = ప్రవాహముచేతను, మురారి = హరి, సొగియంగాన్ = సుఖింపఁగా, చొక్కి = ఆనందించి, ధన్యాత్ములౌ = కృతార్థులయిన, ఇలపన్నిద్దఱుసూరులన్ = భూమియందలి పన్నిద్దఱైన యాళువారులను, దివ్యులన్=దేవతామూర్తులగువారిని, మోక్షేచ్ఛామతిన్=మోక్షాభిలాషగల మనస్సుచేతను, తలఁతున్=సంస్మరించెదను.

తా. నారాయణుఁడు సూర్యమండలమధ్యవర్తి యగుటంజేసి యాసూర్యసంబంధ మగుతాపమును బోఁగొట్టుకొనుటకై భూమియందుఁ బన్నిద్దఱాళువారలై యవతరించినమహాత్ములమనఃపద్మములయందుఁ జేరి వసించి సుఖించె ననియును, పన్నిర్వురాళువారలు ద్వాదశాదిత్యులకంటెనుఁ బరిశుద్ధులయి తమయంతరంగములయందు నారాయణుని నిలుపుకొని యాస్వామిశరీరతాపము నడంచి సుఖపఱిచి తా మానందించువా రనియును భావము. ఫలోత్ప్రేక్ష.

వ. అని యిష్టదేవతాప్రార్థనంబుఁ జేసి మున్నే కళింగదేశవిజిగీషామనీషన్ దండెత్తి పోయి విజయవాటిం గొన్నివాసరంబు లుండి శ్రీకా

కుళనికేతనుం డగునాంధ్రమధుమథను సేవింపం బోయి హరివాస
రోపవాసం బచ్చటఁ గావింప నప్పుణ్యరాత్రచతుర్థయామంబున.

టీ. అని=ఇట్లు (ప్రియదేవతాప్రార్థనముఁజేసి), మున్ను=పూర్వము, ఏన్—ఏను, కళింగదేశ=కళింగ మనుదేశముయొక్క, విజిగీషా=విజయముఁ జేయవలయు ననునిచ్ఛగల, మనీషన్=బుద్ధిచేతను, దండెత్తి పోయి=దండయాత్ర దరలి, విజయవాటిన్=బెజవాడయందు, కొన్ని వాసరంబు లుండి = కతిపయదినంబులు నివసించి, శ్రీకాకుళనికేతనుం డగు = శ్రీకాకుళ మనియెడు పుణ్యక్షేత్రము గృహము గాఁగల, ఆంధ్రమధుమథనుని=తెలుఁగువల్లభరాయఁ డనుపేరుఁగల హరిని, సేవింపఁ బోయి—భజింప నేగి, హరివాసరోపవాసంబు = ఏకాదశీవ్రతోపవాసము, అచ్చటన్ = ఆ శ్రీకాకుళమందు, కావింపన్ = చేయఁగా, అప్పుణ్యరాత్రచతుర్థయామంబునన్ = ఆపుణ్యమైన రాత్రియొక్క నాలుగవజామునందు.

సీ. నీలమేఘముడాలు • డీలు సేయఁగఁ జాలు,
మెఱుఁగుఁజామనచాయ • మేనితోడ
నరవిందములకచ్చు • లడఁగించుజిగి హెచ్చు,
నాయతం బగుకన్ను • దోయితోడఁ
బులుఁగురాయనిచట్టు • పలవన్నె నొఱఁబట్టు,
హొంబట్టుజలుగు రెం • టెంబుతోడ
నుదయార్కబింబంబు • నొఱపు విడంబంబు,
దొరలంగ నాడుకౌ • స్తుభముతోడఁ
తే. దమ్మికే లుండఁ బెఱకేల • దండ యిచ్చు
లేము లుడిపెడు లేఁజూపు • లేమతోడఁ
దొలఁకుదయఁ దెల్పుచిఱునవ్వు • తోడఁ గలఁద
దంధ్ర జలజాక్షుఁ డిట్లని • యాన తిచ్చె. 12

టీ. నీలమేఘముడాలు = నల్లని మేఘములకాంతిని, డీలుసేయఁగన్ = బలహీనముగాఁ జేయుటకు, చాలు=సమర్థమగు, మెఱుఁగుఁజామనచాయ—నిద్దమై నిగనిగలాడుచామనచాయగల, మేనితోడన్=శరీరముతోడను, అరవిందముల—తామరపువ్వులయొక్క, కచ్చులు=గర్వములను, అడఁగించు=తక్కువసేయు, జిగిన్—కాంతిచేతను, హెచ్చు = అతిశయించుచున్న, ఆయతం బగు — నిడువాలికయగు, కన్నుదోయితోడన్ = నేత్రయుగళముతోడను, పులుఁగురాయనిచట్టుపలవన్నెన్=పక్షి

ద్రుఁడగుగరుత్మంతుని ఱెక్కలవర్ణమును, ఒఱఁబట్టు=ఒఱియుకఁజేసెడు, హోంబట్టు=బంగారుపట్టుగలిగిన, జిలుఁగు=సన్నపునేఁతగల, రెంటెంబుతోడన్ = వస్త్రముతోడను, ఉదయార్కబింబంబు = బాలసూర్యబింబముయొక్క, ఒఱపు = ఒప్పిదముయొక్క, విడంబంబు=సామ్యమును, తోరలంగ నాడు=తూలనాడెడు, కౌస్తుభముతోడన్=కౌస్తుభ మనియెడురత్నముతోడను, తమ్మికేలుండన్ = పద్మముఁబట్టినహస్తమటుండఁగా, పెఱకేలన్=ఇతరహస్తముచేతను, దండియిచ్చు=కైదండ యిచ్చెడు, లేములుడిపెడు=దారిద్ర్యధ్వంసక మగు, లేఁజూపు=లేఁతచూపుగల, లేమతోడన్=తరుణి యగులక్ష్మీదేవితోడను, తొలకు=తరంగితమగు, దయన్ = కృపను, తెలుపు=ఎఱిఁగించెడు, చిఱునవ్వుతోడన్=మందస్మితముతోడను, కలన్ = స్వప్నమందు, తదంధ్రజలజాక్షుఁడు = ఆల్ల తెలుఁగువల్లభరాయఁడు, ఇట్లని = వక్ష్యమాణప్రకారముగా, ఆనతిచ్చెన్=సెలవొసంగెను.

తా. గ్రంథకర్త నిద్రించుచుండఁగా స్వప్నమందు నల్లనిశరీరచ్ఛాయగలిగి, తామరఱేకులం దిరస్కరించెడుకన్నులు గలిగి, యురంబునం గౌస్తుభమాణిక్యంబు గలిగి, తనపార్శ్వమందు నిలిచి లక్ష్మీదేవి యొకచేతఁ గమలంబును, రెండవచేతఁ దనహస్తంబునుం గీలించి యుండఁ జిఱునగవులయందే తనకుం గలదయ దెలియుచుండ నాయాంధ్రవల్లభస్వామి కనుపడి ముందు చెప్పఁబోవురీతిని పలికెనని భావము.

సీ. పలికితు త్ప్రేక్షోప•మల జాతిపెం పెక్క,
రసికు లౌ నన మదా•లసచరిత్ర
భావధ్వనివ్యంగ్య•సేవధి గాఁగఁ జె,
ప్పితివి సత్యావధూ•ప్రీణనంబు
శ్రుతిపురాణోపసం•హిత లేర్చి కూర్చితి,
సకలకథాసార•సంగ్రహంబు
శ్రోత్రఘచ్ఛటలు *వి•చ్చుగ రచించితి సూక్తి,
నైపుణిజ్ఞాన చిం•తామణికృతి
తే. మఱియు రసమంజరీముఖ్య•మధురకావ్య
రచన మెప్పించికొంటి గీ•ర్వాణభాష
నంధ్రభాష యసాధ్యంబె • యందు నొక్క
కృతి వినిర్మింపు మిఁక మాకుఁ • బ్రియము గాఁగ. 13

* మం•చుగ.

టీ. ఉత్ప్రేక్షోపమలన్ = ఉత్ప్రేక్షాలంకారముచేతను నుపమాలంకారముచేతను, జాతి=స్వభావోక్తిచేతను, పెంపెక్కన్=అతిశయించునట్లు, గసీసలు=గసజ్జాలు, జౌననన్ = ఒప్పుకొనునట్లుగా, మదాలసచరిత్రన్ — మదాలసచరిత్ర యను ప్రబంధమును, పలికితివి = రచించితివి. భావ...గాఁగన్ - భావ=అభిప్రాయమునకును, ధ్వని=ధ్వనులకును, వ్యంగ్య=వ్యంజనావృత్తికిని, నేపథ్యగాఁగన్ — నిక్షేపము అగునట్టుల, సత్యావధూప్రీణనంబున్ = సత్యభామాపరిణయ మను ప్రబంధమును, చెప్పితివి=వచించితివి. శ్రుతి=వేదములు, పురాణ=పురాణములును, ఉపసంహితలు=పాంచరాత్రాగమాదులలో విష్వక్సేనసంహిత మొదలగువానిని, ఏర్చి...కూర్చి, సకలకథాసారసంగ్రహంబున్ = సకలకథాసారసంగ్రహ మను గ్రంథమును, కూర్చితివి=అనుకూలపఱిచితివి. శ్రోతృ=వినియెడువారియొక్క, అసు = ప్రాణములయొక్క, ఛటలు=సమూహములు, విచ్చగన్=విచ్చిపోవునట్లు, సూక్తిసైపుణీ=భాషాచాతుర్యముచేత, జ్ఞానచింతామణికృతిన్=జ్ఞానచింతామణి యనియెడు ప్రబంధమును, గనింటి తివి=చేసితివి. మఱియున్ = ఇంకను, రసమంజరీ = రసమంజరి యను గ్రంథము, ముఖ్య = మొదలగు, మధుర = మనోహరము లగు, కావ్య = కావ్యములయొక్క, రచనన్=కూర్పుటచేతను, గీర్వాణభాషన్=సంస్కృతభాషయందు, మెప్పుగనొంటివి=మెప్పువడసితివి. ఆంధ్రభాష=తెలుఁగుబాస, అసాధ్యంబె=(నీకు) సాధ్యముకానిదియా, అందున్=ఆయాంధ్రభాషయందును, మాకున్, ప్రియముగాఁగన్=ప్రియము మగునట్లు, ఇఁక నొకకృతి వినిర్మింపుము=ఇంక నొక్క గ్రంథము రచింపుము.

తా. ఎల్లభాషలకును దల్లి యగుసంస్కృతభాషయందు మదాలసచరిత్ర, సత్యభామాపరిణయము, సకలకథాసారసంగ్రహము, జ్ఞానచింతామణి...మును, రసమంజరి మొద లగుశృంగారకావ్యములు రచించిననీకు నాంధ్రభాష యసాధ్యము కాదు గావున నాయాంధ్రభాషయందును మాకుఁ బ్రియ మగున ట్లొక్క ప్రబంధంబు రచియింపు మని తెలుఁగువల్లభరాయఁడు పలికె నని భావము.

ఉ. ఎన్నినుఁ గూర్తు నన్న వినుమేము మును దాల్చినమాల్య మిచ్చిన
ప్పిన్నది రంగమం దయినపెండిలి సెప్పుము మున్ను గొంటి మీ
వన్నదదండ యొక్క మగవాఁ డిడ నేను దెలుంగురాయఁడన్
గన్నడరాయ యక్కొదువఁ గప్పు ప్రియాపరిభుక్తభాక్కథన్. 14

టీ. ఎన్నినన్=ఏనిన్ను, కూర్తు నన్నన్=కూర్తు నంటివేని, వినుము. ఏన్=నేను, మును=ముందుగా, దాల్చిన=ధరించిన, మాల్య మిచ్చు=దండను సమర్పించిన, అప్పిన్నది=అచిన్నది (చూడికుడుత్తనాంచా రనుట), రంగమునన్=శ్రీరంగమునను, అయిన=చేసికొనిన, పెండిలి=వివాహమును, చెప్పుము=రచింపుము. మున్ను=పూర్వ

మందు, ననదండ=పుష్పమాలికను, ఒక్కమగవాఁడిడన్=ఒక్కపురుషుఁడీఁగా, ఏవన్=అసహ్యతచేతను, కొంటిమి=గ్రహించితిమి. నేను, తెలుంగురాయఁడన్=తెలుఁగువల్లభరాయఁడను, కన్నడరాయ=ఓకర్ణాటరాజా! ప్రియాపరిభుక్తభాక్కథన్-ప్రియా=ప్రియురాలిచేతను, పరిభుక్త=లెస్సగా ననుభవింపఁబడినమాల్యమును, భాక్=పొందినరంగమన్నారు స్వామియొక్క, కథన్=కథచేతను, అక్కొదువన్=అట్టితక్కువను, కప్పము=ఆచ్ఛాదింపుము.

తా. శ్రీరంగనాయకాద్యర్చావతారములలో నేయర్చావతారము నహించిన నిన్ను నాగ్రంథమునఁగుఁ గూర్తు నంటివేని వినుము. నేనును పూలదండలను దాలుతఁ దానే ధరించి పిమ్మట నవి నాకు సమర్పించినచిన్నది యగుచూడికుడుత్త నాంచా రనియెడుపాలఁతియు శ్రీరంగమందుఁ బెండ్లాడినకథను జెప్పు మనియును, పూర్వము కృష్ణావతారమందు నొకపురుషుఁ డగు మాలాకారుఁ డొసంగిన పుష్ప మాలికను మే మిష్టము లేక గ్రహించియున్నాము గావున నట్టికొఱఁత దీఱునట్లు ప్రియురాలు మున్ను దా ననుభవించి పిదప నొసంగఁగాఁ బ్రీతిచేత గ్రహించి యా దండను బూనుకొన్న వాఁ డగు రంగమన్నారులకథఁ జెప్పు మనియును, దానివలనఁ గాని పురుషదత్త మాల్యధారణ మనుపాచ్చేము వదల దనియును భావము.

మతాంతరమందు మగవాఁడన్నయెడ విష్ణుచిత్తుం డని యన్వయించి తత్సమర్పితమాల్య మిష్టములేక గ్రహింపఁబడినట్లును, అక్కొఱంతను బ్రియాపరభుక్తభాక్కథచేత నాచ్ఛాదింపు మనిన ట్లూహించినవిధంబునం గానఁబడుచున్నది.

ఆ. తెలుఁ గ దేల యన్న • దేశంబు దెలుఁ గేను
దెలుఁగువల్లభుండఁ • దెలుఁ గొకండ
యెల్లనృపులు గొలువ • నెఱుఁగవే బాసాడి
దేశభాషలందుఁ • దెలుఁగు లెస్స. 15

టీ. తెలుఁగదేలయన్నన్=తెనుఁగుకావ్య మేలయంటివేని, దేశంబు=నేనివసించియున్న దేశము, తెలుఁగు=తెలుఁగుది, ఏను=నేను, తెలుఁగువల్లభుండన్=తెలుఁగురాయఁడను, తెలుఁగొక్కటియే, (అనఁగా నది వింతగా దనుట). ఎల్లనృపులు గొలువన్=సకలరాజన్యులు సేవింపఁగా, బాసాడి=నీవు సంభాషించి, యెఱుఁగవే=కాక్వర్థమువలన సకలదేశభాషల నెఱుఁగుదు వనుట. దేశభాషలందుఁ దెలుఁగు లెస్స

తా. ఇన్ని సంస్కృతగ్రంథంబుల వ్రాసిన నన్నుఁ దెలుఁగున నేల ప్రబంధము వ్రాయు మని సెలవిచ్చుచున్నా రనవలదు. ఏమనఁగా నేను నివసించియున్న దేశము తెలుఁగుదేశము. నేను దెలుఁగు వల్లభుఁడను. తెలుఁగు క్రొత్తది గాదు. సకలసామంత

రాజులను గొలుచుచుండఁగా నీవు సకలదేశభాషలను మాటలాడుచుండుట లేదా? సమస్తమైన దేశభాషలలోనను తెలుఁగే కదా చక్కని భాష.

క. అంకితమో యన నీ కల, వేంకటపతి యిష్టమైన వేల్పగుటం దదీ
యాంకితము చేయు మొక్కొక, సంకేతము కాక తత్పరుఁడ నేఁగానే.

టీక. అంకితమో యనన్=ఎవ్వరిపేర నంకిత మొసఁగెద నంటివి, నీకుం, అల వేంకటపతి=ఆవేంకటరమణుఁడు, ఇష్టమైనవేల్పగుటన్=ఇష్టదేవత గావున, తదీయాంకితము=ఆవేంకటరమణసంబంధి యగునంకితమే, చేయుము=ఒనర్పుము. (అట్లు చేసిన నీ కేమిలాభ మని శంకింపఁగా నాశంకను బరిహరించుచున్నాఁడు.) ఒక్కొక సంకేతము కాక=ప్రత్యేకనామభేదమే కాక, తత్పరుఁడన్=[illegible] ఆవేంకటేశ్వరుఁడే, నేఁగానే=నేను గానా.

తా. నేను వ్రాయు ప్రబంధ మెవరి కంకితము చేయుదు నని యడిగెదవా వినుము. నీ కల్ల వేంకటేశ్వరస్వామి యిష్టదైవమే కనుక నతని పేర నంకితము చేయుము. నాకును నతనికిని పేరుమాత్రమే భేదముగాని నేనే యతఁడు అతఁడే నేను.

తే. పొత్త మిటు సేయ నీ కుత్తరోత్తరాభి
వృద్ధి యని పోవ మేల్కని వెఱఁగుతోడ
భక్తిఁ దద్గృహగోపురప్రణతిఁ జేసి
వేఁగుటయుఁ గల్యకరణీయవిధులు దీర్చి. 17

టీక. పొత్తము=పుస్తకము, (ప్రబంధ మనుట.) ఇటు=ఈ ప్రకారముగా, చేయన్=చేయఁగా, నీకు, ఉత్తరోత్తరాభివృద్ధి=ఒకనాటికంటె నొకనాటికి వృద్ధి (అగును), అని, పోవన్=వెంచేయఁగా, మేల్కని=(నేను) నిద్రమేల్కని, వెఱఁగుతోడ=ఆశ్చర్యముతోఁగూడిన, భక్తిన్=భక్తిచేతను, తద్గృహగోపురప్రణతిన్=ఆయాంధ్రనాయకస్వామియొక్క యాలయగోపురప్రణామ మాచరించి, వేఁగుటయున్=ప్రభాతము గాఁగానే, కల్య=ప్రత్యూషకాలమందు, కరణీయ=చేయఁదగిన, విధులు=సంధ్యావందనాదివిధులను, తీర్చి=నెఱవేర్చుకొని.

తా. నేను చెప్పినచొప్పునఁ బ్రబంధము వ్రాసితివేని నీ కుత్తరోత్తరము నభివృద్ధి యగు నని చెప్పి స్వామి యంతర్ధానము గాఁగా నేను మేలుకొని యాశ్చర్యపడుచు భక్తితో నాస్వామియాలయగోపురమునకు నమస్కారము చేసి తెల్లవారఁగానే నిత్యకృత్యములు నెఱవేర్చుకొని.

వ. నిండోలగం బుండి దండనాథసామంతసందోహంబులం బెండఁ
కడన మందిరంబుల కనిపి వివిధవేదాగమవిదు లగువిద్వజ్జనంబులఁ

గాన్పించికొని నమస్కరించి యాశుభస్వప్నంబు వినిపించిన హర్షించి వారు సవిస్మయస్వాంతులయి దేవా దేవదేవుండు విజయంబుఁ జేసిన యాస్వప్నం బనేకశోభనపరంపరలం దెలుపుచున్న యది యెట్లనినఁ బ్రథమ మప్పద్మేక్షణ స్వప్నసాక్షాత్కారం బితోధికభక్తియు, నతండు ప్రబంధనిబంధనంబుఁ గావింపు మనుట యితోధికాగాధ సారస్వతోద్బోధనంబును, నతని దేవీసమాగమం బితోధికాఖండ భాండాగారసమృద్ధియు, నతనియాసతిచేతివిశదశతచ్ఛదం బితోధికాద్వితీయసితచ్ఛత్రతయు, నతం డశేషనృపసేవం దత్తద్భాష లెఱుంగవే యనుట యితోధికసమస్తసామంతసమాజసమాకర్షణంబును, బ్రియోపభోగపరిశిష్టభోగం బిం పనుట యితోధికబహుప్రేయసీప్రాప్తియు, నీకుఁ గృతి సెప్ప నుత్తరోత్తరాభివృద్ధి యగు ననుట యితోధికాపత్యపరమాయురవాప్తియు నగు నఖర్వమహిమాతిధూర్వహుం డగుదుర్వాసువంశంబునం బుట్టినట్టినీ కిట్టిశోభనంబు లే మద్భుతంబు లవధరింపుము. 18

టీ. నిండు=పరిపూర్ణమగు, ఓలగంబుండి=సభయందుండి, దండనాథ = సేనానాయకులయొక్కయు, సామంత=సామంతరాజన్యులయొక్కయు, సందోహంబులన్=సమూహములను, పెందలకడన=ఉపకడనే, మందిరంబుల కనిపి=ఉనికిపట్లకుం జన సెల వొసంగి, వివిధ=పలుతెఱంగులగు, వేద=వేదములను, ఆగమ=పాంచరాత్రాద్యాగమములను, విదులగు=ఎఱింగిన, విద్వజ్జనంబులన్=విద్వాంసులను, కాన్పించికొని=దర్శనముచేయించుకొని, నమస్కరించి=(వారికి) మ్రొక్కి, ఆశుభస్వప్నంబు=తాఁగన్నకలను, వినిపించినన్, వారు=ఆవిద్వాంసులు, హర్షించి=సంతోషించి, సవిస్మయ=ఆశ్చర్యముతోఁగూడిన, స్వాంతులై = చిత్తముకలవారై, దేవా=ఓరాజా, దేవదేవుండు=దేవతలకు దేవుఁ డయిననారాయణుఁడు, విజయంబుఁజేసిన=విచ్చేసిన, ఆస్వప్నం బనేకశోభనపరంపరలం దెలుపుచున్నయది=అకల పెక్కుశుభపరంపరల కాస్పదంబై యున్నది. ఎట్లనిన, ప్రథమము=మొదట, అప్పద్మేక్షణ=ఆకమలాక్షునియొక్క, స్వప్నసాక్షాత్కారము=కలలో ప్రత్యక్షదర్శనము, ఇతోధికభక్తియున్=ఇంతకంటెనధికభక్తియును, 'దృశ్యతే భగవాన్ యస్య స్వప్నే సర్వ శుభావహః । తస్మిన్నేవ దృఢాభక్తి ర్జాయతే తస్య సంతతమ్' సకలమంగళములను గలిగించు విష్ణు అనఁగా నెవనికలలో భగవానుఁడు కనుపడునో వాని కెప్పుడును నాభగవానునియందె దృఢమైన భక్తిగలుగును. (అనియుండుటచే స్వప్నమందు

భగవత్సాక్షాత్కారము భక్తిసాంతత్యకారకము), అతండు—ఆ దేవుండు, ప్రబంధనిబంధనంబుల్=గ్రంథసందర్భమును, కావింపుఁడనుట—చేయుమనుట, ఇతోధిక=ఇంతకతిశయ మగు, అగాధ=గంభీరమగు, సారస్వత—విద్యయొక్క, సంబోధనంబును=జ్ఞానమును, అతనిదేవీసమాగమంబు = అవిష్ణుపత్నిరాక, ఇతోధిక - ఇంతకు మిక్కిలియగు, అఖండ=ఎడతెగని, భాండాగార—ధనమునిలుపుచేయునిల్లుయొక్క, సమృద్ధియున్=సంపూర్ణత్వమును, అతని=అవిష్ణునియొక్క, అసితేతర—[illegible] నున్న, విశదశతచ్ఛదంబు—విశద=శుభ్రమగు, శతచ్ఛదంబు—శతపత్త్రము, (తామరపువ్వు)ఇతోధిక=ఇంతకంటె నెక్కుడగు, అద్వితీయ=ఏకమైన, సితచ్ఛత్త్రతయుఁ—శ్వేతఛత్త్రము గలుగుటయును, అతఁడు=ఆదేవుఁడు, అశేషనృప—సకలరాజులయొక్క, సేవన్=భజించుటచేతను, తత్తద్భాషలు=ఆయాదేశభాషలను, ఎఱుంగఁజేయు నుట=తెలిసికొనవా యనుట. ఇతోధిక=ఇంతకంటెనధికములగు, సమస్తసామంత—ఎల్ల సమానరాజులయొక్క, సమాజ=సమూహముయొక్క, సమాకర్షణంబును—రాఁబట్టుటయును, ప్రియా=ప్రియురాలియొక్క, ఉపభోగ=అనుభవమునుండి, పరిశిష్ట—శేషించిన (మాల్యమను) వస్తువుయొక్క, భోగము—అనుభవము, ఒసఁగుట—ఇచ్చునుట. ఇతోధిక=ఇంతకంటె నధికములగు, బహు=పలువు రగు, ప్రేయసీ—ప్రియురాండ్రయొక్క; ప్రాప్తియున్=లాభమును, కృతిఁ జెప్ప నుత్తరోత్తరాభివృద్ధి యగు ననుట=ప్రబంధనిర్మాణమును జేసినచో నీకు నొకనాఁటికంటె నొకనాఁటికి శ్రేయస్సగు ననుట. ఇతోధికాపత్యపరమాయురవాప్తియున్=ఇంతకంటె నధిక మగుసంతానము, సంపూర్ణ మగునాయువు లభించుటయు, అగుఁగాఁ గలుగును. అని శోభనపరంపరలం దెలుపుచున్న దని పూర్వముతో నన్వయము. అఖర్వ = కుఱుచగాని, (అధికమైన) 'ఖర్వో హ్రస్వశ్చ వామనః' అని అమరము. మహిమన్=మహత్త్వముచేతను, అతిధూర్వహుండగు=మిక్కిలిధురంధరుఁడైన, నుర్వాసు=నుర్వాసుఁ డనుపుణ్యపురుషునియొక్క, వంశంబునన్=కులమునందు, పుట్టినట్టి=జనించినయట్టి, నీకున్=నీకు, ఇట్టి శోభనంబులు=ఇటువంటిశుభంబులు, ఏమద్భుతంబులు—ఏమాశ్చర్యకరములు, (అద్భుతంబులు కావనుట.) అవధరింపుము=చిత్తగింపుము.

సీ. కలశపాథోరాశి•గర్భవీచిమతల్లి,
కడుపార నెవ్వాని•గన్నతల్లి
యనలాక్షుఘనజటా•వనవాటి కెవ్వాఁడు,
వన్నె వెట్టుననార్త•వంపుఁబువ్వు
సకలదైవతబుభు•క్షాస్ఫూర్తి కెవ్వాని,
పుట్టు కామని లేని•మెట్టపంట

కటికిచీఁకటిదిండి • కరములగిలిగింత,
నెవ్వాఁడు దొగకన్నె • నవ్వఁ జెనకు
తే. నతఁడు పొగ డొందు మధుకైట • భారిమఱఁది
కళలనెల వగువాఁడు చు • క్కలకు ఱేఁడు
మిసిమిపరసీమ వలరాజు • మేనమామ
వేవెలుంగులదొరజోఁడు • రేవెలుంగు. ౧౯

టీ. కలశపాథోరాశి = క్షీరసముద్రముయొక్క, (అమృతప్రాప్తికై దేవాసురులు మథించునెడఁ గలశప్రాయ మగుటఁజేసి సముద్రము కలశపాథోరాశి యనఁబడినది). గర్భ=లోపలి, వీచిమతల్లి=తరంగశ్రేష్ఠము, కడుపారన్=గర్భము పరిపూర్ణ మగునట్లు, ఎవ్వానిన్=ఏచంద్రుని, కన్నతల్లి=ప్రసవించినజననియో (అనఁగాఁ జంద్రుఁడు క్షీరసముద్రమందుఁ బుట్టినవాఁడు గనుక నచ్చటితరంగమునకు మాతృత్వము తోఁచుచున్న దనుట), ఎవ్వాఁడు=ఏచంద్రుఁడు, అనలాక్షు=ఫాలాక్షుఁ డగుశివుని యొక్క, ఘన=దట్టమైన, జటా=జడ యనెడు, వనవాటికిన్ = వనప్రదేశమునకు, వన్నెవెట్టు=శృంగారించెడు, అనార్తవంపు=ఋతుసంబంధికాని, పువ్వు=పుష్పమో (అనఁగా శివుఁడు శిరస్సునధరించినాఁ డనుట.), ఎవ్వానిపుట్టుక=ఏచంద్రునిజన్మము, సకలదైవత=ఎల్ల వేల్పులయొక్క, బుభుక్షా=పేరాఁకటియొక్క, స్ఫూర్తికిన్=స్ఫురణకు, అమనిలేని=నుతిపిడికాలములేని, మెట్టపంట=దేవమాతృకభూఫలమో, ('ప్రథమాం పిబతే వహ్నిః' అను మొదలయినప్రమాణము ననుసరించి యనుట.) ఎవ్వాఁడు ఏచంద్రుఁడు, కటికి=కఠినమగు, చీఁకటి=అంధతమసము, తిండి=భక్షణముగాఁగల, కరముల=కిరణములయొక్క, గిలిగింతన్=చక్కిలిగింతచేతను, తొగకన్నెన్=కలువతీఁగయనియెడు కన్యకను, నవ్వన్=నవ్వునట్లు, చెనకున్=స్పృశించునో, మధుకైటభారిమఱఁది=మధుకైటభు లనురాక్షసులకు శత్రు వగువిష్ణునకు మఱఁదియు, కళల=షోడశకళలయొక్క, నెలవగువాఁడు=స్థానమైనవాఁడు, చుక్కలఱేఁడు=నక్షత్రనాథుఁడు, మిసిమిపరసీమ-మిసిమి=కాంతికి, పరసీమ=ఎక్కుడగు పొలిమేఱయైనవాఁడు, వలరాజుమేనమామ=మన్మథునికి దల్లితోఁబుట్టినవాఁడు, వేవెలుంగులదొర=సహస్రకిరణములుగలదొరయగుసూర్యునియొక్క, జోడు = ఉద్దియగువాఁడు, రేవెలుంగు=రాత్రియందుఁ బ్రకాశించెడువాఁడగు, అతఁడు=ఆచంద్రుఁడు, పొగ డొందున్=నుతింపఁబడును.

తా. కృష్ణదేవరాయలవంశంబునకు మూలం బగుచంద్రుఁడు పాలసముద్రంబునం బుట్టినాఁ డనియును, శివునిజటాజూట మలంకరించినాఁ డనియును, సమస్తదేవతలకును, దున్నక, చల్లక, కోయక, నుఱుపక, కాలనిర్ణయములేక, ఆఁకటి కొది

గడుసుకరమగునాహార మైనవాఁడనియు, (మహోపకారియనుట), తనగుణములచేతఁ గలువతీఁగ యనుకన్యకను నవ్వఁజేయు ననుటవలన మహారసికుఁ డనియును, విష్ణునకు మఱఁది యనుటవలన మిక్కిలియాభిజాత్యము గలవాఁ డనియును, కళానిధి యనుటవలనఁ గాంతిమంతుఁ డనియును, చుక్కలఱేఁ డనుటవలన రాజ్యపరిపాలనశీలుఁ డనియును, మిసిమిపరసీమ, వలరాజు మేనమామ యనుటవలన లావణ్యసౌందర్యాదిగుణములు గలవాఁ డనియును, సూర్యసఖుఁ డనుటవలనఁ బ్రతాపగుణముగలవాఁ డనియును, రేవెలుంగనుటవలన స్వయంప్రకాశుం డనియును భావము.

తే. ఆసుధాధామవిభవమ•హాంబురాశి
 కుబ్బు మీఱంగ నందనుం • డుదయ మయ్యె
 వేదవేదాంగశాస్త్రార్థ•విశదవాస
 నాత్తధిషణాధురంధరుం • డైనబుధుఁడు. 20

టీ. ఆ=అల్ల, సుధాధామ=చంద్రునియొక్క, విభవ=సంపదగ లయట్టి, మహాంబురాశికిన్=మహాసముద్రమునకు, ఉబ్బుమీఱంగన్=సంతోషము మితిమీఱునట్లుగా, నందనుండు=కుమారుఁ డగు, వేద=వేదములయొక్కయు, వేదాంగ=వేదముల కవయవము లగుశిక్షాదులయొక్కయు, శాస్త్ర=మీమాంసాదిశాస్త్రములయొక్కయు, అర్థ=అర్థములయొక్క, విశద=స్వచ్ఛమగు, వాసనా=సంస్కారముచేతను, ఆత్త=పొందఁబడిన, ధిషణా=బుద్ధియొక్క, ధురంధరుఁడైన=భారవాహియగు, బుధుఁడు=బుధగ్రహము, ఉదయమయ్యెన్=జనించెను.

తా. బుధుఁడు చంద్రునకుఁ దనయుఁడై సమస్తవేదశాస్త్రములయర్థంబులు లెస్సఁగాఁ దెలిసికొనియె ననుట.

క. వానికిఁ బురూరవుఁడు ప్ర
 జ్ఞానిధి జనియించె సింహ•సదృశుఁడు తద్భూ
 జానికి నాయువు తనయుం
 *డానృపతికిఁ దనయుఁ డై య•యాతి జనించెన్. 21

టీక. వానికిన్=ఆబుధునకు, ప్రజ్ఞానిధి=మతిమంతుఁడును, సింహసదృశుఁడు=సింహసమానవిక్రముఁడును అగు, పురూరవుఁడు=పురూరవుఁ డనుచక్రవర్తి, జనియించెన్=పుట్టెను. తద్భూజానికిన్=ఆపురూరవశ్చక్రవర్తికి, ఆయువు=ఆయువను పేరుగలరాజు, తనయుండు=కుమారుఁడు, ఆనృపతికిన్=ఆయాయువనురాజునకు, యయాతి=యయాతి యనుమహారాజు, తనయుఁడైన్=నందనుఁడై, జనించెన్=జన్మమునొందెను.

* డై నెగడె నతఁడు గనె యయాతినరేంద్రున్.

తా. బుధునకుఁ బురూరవుండును, బురూరవునకు నాయువును, నాయువునకు యయాతియు సుతులై పొడమి రని భావము.

క. అతనికి యదుదుర్వసులను, సుతులుద్భవమందిరహిత•సూదనులుకళా
న్వితమతులు వారిలోవి,శ్రుతకీర్తివహించె దుర్వ•సుఁడు గుణనిధియై.

టీ. అతనికిన్ = ఆయయాతిమహారాజునకు, యదుదుర్వసు లనుసుతులు= యదువు, దుర్వసుఁడు ననుతనయులు, అహితసూదనులు-అహిత=శత్రువులను, సూదనులు=మర్దించువారును, కళాన్వితమతులు-కళా=విద్యలతోడను, అన్విత=కూడుకొన్న, మతులు=బుద్ధిగలవారు, ఉద్భవమందిరి=పుట్టిరి. వారిలోన్=ఆయదు దుర్వసులలో, దుర్వసుఁడు, గుణనిధియై=సుగుణనిధానమై, విశ్రుతకీర్తి వహించెన్=ప్రశస్తమైన యశస్సును బొందెను.

తా. ఆయయాతికి యదుదుర్వసు లనునిర్వురు తనయులు గలిగి రనియును, వారిలో దుర్వసుఁడు కీర్తిమంతుఁ డాయె ననియును భావము.

తే. వాని వంశంబు తుళువాన్వ•వాయ మయ్యె
నందుఁ బెక్కండ్రు నృపు లుద•యంబు నొంది
నిఖిలభువనాభిపూర్ణని•ర్ణిద్రకీర్తి
నధికు లైరి తదీయాన్వ•యమునఁ బుట్టి. 23

టీ. వాని = ఆదుర్వసునియొక్క, వంశంబు=కులము, తుళువాన్వవాయమయ్యెన్=తుళువకులమయ్యెను. అందున్=ఆకులమందు, పెక్కండ్రు=అనేకులగు, నృపులు=రాజులు, ఉదయంబునొంది=జనించి, నిఖిల=సమస్తములగు, భువన=లోకములందు, అభిపూర్ణ=నిండింపఁబడిన, నిర్ణిద్ర=ప్రకాశించెడు, కీర్తిన్=కీర్తిచేతను, అధికులైరి=ఆధిక్యమును వహించిరి. తదీయాన్వయమున -తదీయ=ఆరాజుల సంబంధియగు, అన్వయమునన్=వంశంబునందు, పుట్టి=జననమంది, ఇది ముందరిపద్యమున కన్వయము.

తా. ఆదుర్వసుని వంశము తుళువవంశమని పేర్పడినది. ఆవంశమందు పెక్కుమందిరాజులు పుట్టి సకలలోకములయందును నిండిన కీర్తిచే గొప్పవారయిరి. అటువంటి రాజుల వంశమునం దుద్భవించి;

మహాస్రగ్ధర. ఘనుఁడై తిమ్మక్షితీశా•గ్రణి శరకమఠ•గ్రావసంఘాతవాతా
శనరాడాశాంతదంతి•స్థవిర కిరుల జం•ఝూటము ల్మాన్పి యిమ్మే
దిని దోర్దండైక పీఠి• స్థిరము పఱిచి కీ•ర్తిద్యుతు లొప్పిదసింబ
ర్వనరాతుల్నమ్ర్రులై పా•ర్శ్వములఁగొలువఁదీ•వ్రప్రతాపంబుఁజూపెన్,

టీ. తిమ్మక్షితీశాగ్రణి = తిమ్మభూపాలశ్రేష్ఠుఁడు, ఘనుఁడై = అధికుఁడై, శత ...ఝాటముల్ - శత = గూఢవిప్రియకారియగు, కమఠ = కూర్మమునియొక్కయు, గ్రావ = పర్వతములయొక్కయు, సంఘాత = సమూహముయొక్కయు, నాతాశనరాట్ - వాత = వాయువే, అశన = ఆహారముగాఁగల సర్పములయొక్కయు, రాట్ = రాజగు శేషునియొక్కయు, ఆశాంతదంతి - ఆశాంత = దిగంతములయందలి, దంతి = గజములయొక్కయు, స్థవిర = వృద్ధయిన, కిరి = ఆదివరాహముయొక్కయు, (ఈశబ్దము మొదలుగాఁ గిరి శబ్దమువఱకు ద్వంద్వసమాస మగుటవలన నంతమందలి కిరిశబ్దము బహువచనాంత మైనది). ఝంఝాటముల్ = ఝంజాటములను, మాన్పి = వదలించి, ఇళన్ = భూమిని, దోర్దండైక పీఠిన్ - దోర్దండ = తనభుజాదండమను నేకముఖ్యమగు, పీఠిన్ = పీఠమందు, తిరముపఱిచి = స్థిరముగా నిలిపి, కీర్తిస్ఫురితులన్ - యశఃకాంతులు, రోదసిన్ = భూమ్యాకాశములందు, పర్వన్ = వ్యాపింపఁగా, అరాతులు = శత్రువులు, నమ్రులై = తగ్గినవారై, పార్శ్వములఁగొలువన్ = చెంతలఁ జేరి సేవింపఁగా, తీవ్ర ప్రతాపంబున్ = తీక్ష్ణ మగు శౌర్యమును, చూపెన్ = కనపఱిచెను.

తా. ఆవంశమునందుఁ బుట్టి ఘనుఁడయిన తిమ్మదేవరాయఁడు మున్ను భూమిని భరించుచున్న యాదికూర్మ, సప్తకులపర్వత, శేష, దిగ్గజాదివరాహములయందును వరుసగాఁ గలిగిన శఠత్వకాఠిన్యవాతాశనత్వమూఢత్వస్తబ్ధత్వము లనుగుణములఁ జూచి యట్టికమతాచలతోడితోడుసు భూమికి లేకుండఁ దానే తనభుజాగ్రమున ధరయించి శత్రువులు నమ్రులై తన్ను సేవించుచుండఁ దన కీర్తిప్రతాపములు భూమ్యాంతరిక్షంబులయందు వ్యాపింపఁ జేసి భూమి కధిక సౌఖ్యమును గలుగఁ జేసె నని భావము.

క. వితరణఖని యాతిమ్మ, క్షితిపగ్రామణికి దేవ•కీదేవికి సం
చితమూర్తి యీశ్వరప్రభుఁ, డతిపుణ్యుఁడు వుట్టె సజ్జ•నావనపరుఁడై.

టీ. వితరణఖని = దానినిధియగు, ఆ తిమ్మక్షితిపగ్రామణికిన్ = ఆతిమ్మ భూపాలశ్రేష్ఠునకు, దేవకీదేవికిన్ = దేవకీదేవి యనునతనిభార్యకును, సంచితమూర్తి - అంచిత = ఒప్పుచుండెడి, మూర్తి = ఆకారముగల, అతిపుణ్యుఁడు = మిక్కిలి పుణ్యముగల, ఈశ్వరప్రభుఁడు = ఈశ్వరదేవరాయఁడు, సజ్జనావనపరుఁడై = సాధుజనసంరక్షణనిష్ఠ గలవాఁడై, పుట్టెన్ = జనించెను.

తా. తిమ్మభూపాలునకును దేవకీదేవమ్మకును నీశ్వరదేవరాయలు పుట్టె నని భావము.

చ. బలమదమత్తదుష్టపుర•భంజనుఁడై పరిపాలితార్యుఁడై
యిలపయిఁ దొంటియీశ్వరుఁడె•యీశ్వరుఁడై జనియింప రూపఱన్

జలరుహనేత్రలం దొఱఁగి • శైలవనంబుల భీతచిత్తులై
మెలఁగెడుశత్రుభూవరులు • మేనులఁ దాల్చినమన్మథాంకముల్. 26

టీ. బల...జనుఁడై - బల=బలముచేతను, మద=గర్వముచేతను, మత్త=మదించిన, దుష్ట=దురాత్ములైనశత్రువులయొక్కయు, రాక్షసులయొక్కయు, పుర=పట్టణములను (త్రిపురములను), భంజనుఁడై=భంగపఱుచువాఁడై, పరి...ర్యుఁడై - పరిపాలిత=సంరక్షణముచేయఁబడిన, ఆర్యుఁడై = పెద్దలుగలవాఁడై, (పార్వతిగలవాఁడై), తొంటియీశ్వరుఁడె=మొదటి యీశ్వరుఁడే (అనఁగా శివుఁడే), ఇలపయిన్ = భూమిమీఁదను, ఈశ్వరుఁడై=ఈశ్వరరాజై, జనియింపన్=పుట్టఁగా, జలరుహనేత్రలన్=స్త్రీలను, తొఱఁగి=విడిచి, శైలవనంబులన్=పర్వతారణ్యములయందును, భీతచిత్తులై=భయపడినమనస్సుగలవారై, మెల...రులు - మెలఁగెడు = సంచరించెడు, శత్రుభూవరులు=శత్రురాజులు, మేనులన్=దేహములందు, తాల్చి...కముల్ - తాల్చిన=ధరించిన, మన్మథాంకముల్=మదనలాంఛనములు, రూపఱెన్=రూపుమాసెను.

తా. అనఁగా నాయీశ్వరరాజు శత్రువు లతనిదాడికి నిలువం జాలక ప్రియురాండ్రను విడిచి కొండలయందు నడవులయందును భయముపడుచుఁ దిరుగు నపుడు వారి దేహములందలి మన్మథ చిహ్నములు మాసె ననియు నీశ్వరసందర్శనముచే మన్మథచిహ్నములు మాయుట యుక్త మనియు భావము.

ఇందలివిశేషణములు, శివపరముగాను, రాజపరముగాను నన్వయించుటవలన శ్లేషాలంకారము.

సీ. నిజభుజాశ్రితధారు•ణీవజ్రకవచంబు, దుష్టభుజంగాహి•తుండికుండు
వనజేక్షణామనో•ధనపశ్యతోహరుఁ, డరిహంసనసంసద•భ్రాగమంబు
మార్గణగణపిక•మధుమాసదివసంబు,గుణరత్నరోహణ•క్షోణిధరము
బాంధవసందోహ•పద్మవనీహేళి, కారుణ్యరసనిమ్న•గాకళత్రుఁ

తే. డన జగంబుల మిగులఁ బ్ర•ఖ్యాతిఁ గాంచె
ధరణిధవదత్తవివిధోప•దావిధాన
మార్జితశ్రీవినిర్జిత•నిర్జరాల
యేశ్వరుఁడు తిమ్మభూపతి•యీశ్వరుండు. 27

టీ. నిజ...చంబు- నిజ = స్వకీయమగు, భుజ=బాహువును, ఆశ్రిత=ఆశ్రయించిన, ధారుణీ=భూమికి, వజ్రకవచంబు=మగటాలపైమఱువయినవాఁడును, దుష్టపుండు, దుష్ట=దుర్మార్గులనియెడు, భుజంగ=సర్పములకు, అహితుండికుండు=పాములంబట్టెడువాఁడును, వన...హరుఁడు- వనజేక్షణా=కమలలోచనలగుస్త్రీలయొక్క, మనః=మనస్సులనియెడు, ధన=ధనములకు, పశ్యతోహరుఁడు=ప్రత్యక్షచోరుఁడును,

అరి...మంబు- అరి=శత్రువులనియెడు, హంస=అంచలయొక్క, సంసత్=సమూహమునకు, అభ్రాగమంబు - అభ్ర=మేఘములయొక్క, ఆగమ=రాక=కాలమును, (వర్షర్తు వనుట), మార్గ...సంబు - మార్గణ=యాచకులయొక్క, [illegible] పులనియెడు, పిక=కోయిలలకు, మధుమాస=వసంతమాసమునకు, [illegible]నాఁడును, గుణరత్నరోహణక్షోణిధరము-గుణ=గుణములనియెడు, రత్న=మణులకు, రోహణక్షోణిధరము=రోహణపర్వతమైనవాఁడును, బాంధ...హేళి - బాంధవ=బంధుసమూహమనెడి, పద్మినీ=కమలవనమునకు, హేళి=సూర్యుఁడును, కారు...సముద్రుఁడు- కారుణ్యరస=కరుణయనునుదకమునకు, నిమ్నగాకాంత=నదీభర్తయగుసముద్రుఁడును, అనన్=అనఁగా, ధర...పుఁడు- ధరణీధవ=రాజులచేత, దత్త=ఈయఁబడిన, వివిధ=పలుతెగలగు, ఉపదా=కానుకలయొక్క, విధా=ప్రకారముచేత, సమార్జిత=సంపాదింపఁబడిన, శ్రీ=సంపదచేత, వినిర్జిత=జయింపఁబడిన, స్వర్గ...లయు-స్వర్గమునకు, ఈశ్వరుఁడు=ప్రభువగునింద్రుఁడునుగల, తిమ్మభూపాలయోగ్య[illegible] తిమ్మభూపాలపుత్రుఁ డగునీశ్వరదేవరాయఁడు, జగంబులన్=జగత్తులయందును, మిగులన్=అతిశయించునట్లు, ప్రఖ్యాతిఁగాంచెన్=కీర్తిఁబొందెను.

తా. తిరుమలదేవరాయలకుమారుఁ డగునీశ్వరదేవరాయఁడు రాజులనలని కప్పంబులచే నధికసంపద గలవాఁడయి తనయైశ్వర్యముచే నింద్రుని జయించుచుఁ దనభుజము నాశ్రయించినభూమికి [illegible] అను [illegible] వానివలెఁ జెండాడుచును, మిగుల సొగసగువాఁడు గావున మగువలమనంబులఁ దన చక్కఁదనంబుచే నాకర్షించుచు వానకాలము హంసలను [illegible]నట్లు శత్రువులను [illegible]చుఁ గోయిలలకు వసంతర్తువట్లు యాచకులకుఁ [illegible] సంతోషకరుఁడై రత్నంబులు రోహణపర్వతంబునందుంబలె గుణంబులు దనయందు [illegible] సూర్యునిఁ గాంచినపద్మవనంబుచందంబునఁ దన్నుం గాంచి చుట్టంబులు [illegible] సముద్రంబున నెడఁబడనిజలంబట్ల తనహృదయంబునఁ [illegible] నేలుచున్నాఁడని లోకంబులందు విఖ్యాతి వహించెను.

క. ఆయీశ్వరనృపతికిఁ బు, ణ్యాయతమతి యైనబుక్కమాంబకుఁ దేజ
స్తోయజహితులుదయించిరి, ధీయుతులగునారసింహతిమ్మనరేంద్రుల్.

టీ. ఆయీశ్వరనృపతికిన్ = ఆయీశ్వరదేవరాయలకును, పుణ్యాయతమతియైన=పుణ్యములయందు విశాలమగు మనస్సుగల, బుక్కమాంబకున్=బుక్కమ్మకును, తేజ...తులు- తేజః=తేజముచేతను, తోయజహితులు=సూర్యులును, ధీయుతులు=బుద్ధిమంతులును, అగు=అయిన, నారసింహతిమ్మనరేంద్రుల్=నరసింహదేవరాయలును తిరుమలదేవరాయలును, ఉదయించిరి=జననమందిరి. ఈపద్యమున రెండవచరణమందు

బుక్కమాంబ యనుచోట నంబాశబ్దఘన మైనయమ్మ యనునది తేలఁబలికిన నదు రైనది గనుక బుక్కమ యని యుండఁగా దానిపైని మరల నంబాశబ్దము ప్రయోగించి నందునఁ బౌనరుక్త్యముగాఁ గానఁబడుచున్నది. ఇందుకు 'ఆర్యాంబాదికశబ్దా స్సర్వత శ్శ్రేష్ఠార్థగోచరాః, తత స్తదంతశబ్దేభ్యో నైవశ్రేష్ఠార్థగోచరాః' అని యధర్వణ వచనము. ఈతీరున నున్నను నీప్రకారముగాఁ బ్రయోగించుటకు మూలము విచారింప వలయును.

తా. అటువంటి యీశ్వరరాజునకును, బుణ్యాత్మురాలైన బుక్కమ్మకును, సూర్యునివంటి తేజశ్శాలురను, బుద్ధిమంతులును నగు నరసింహరాజును, తిమ్మరాజును బుట్టిరి.

క. అందు నరసప్రభుఁడు హరి
చందనమందారకుంద•చంద్రాంశునిభా
స్పందయశస్తుందిలది
క్కందరుఁడై ధాత్రి యేలెఁ•గలుషము లడఁగన్. 29

టీ. అందున్=వారిరువురందును, నరసప్రభుఁడు = నరసింహదేవరాయఁడు, హరి...రుఁడై - హరిచందన=శ్రీగంధముతోడను, మందార=పారిజాతపుష్పములతోడను, కుంద=మల్లెపువ్వులతోడను, చంద్రాంశు = చంద్రకిరణములతోడను, నిభ= సమానమైనట్టి, ఆస్పంద=చలింపని, యశః=కీర్తిచేతను,తుందిల=పెద్దకడుపుగల,దిక్= దిక్కులయొక్క, కందరుఁడై=గుహలుగలవాఁడై, కలుషములు=పాపములు, అడఁగన్=నశించునట్లు, ధాత్రి=భూమిని, ఏలెన్=పాలించెను.

తా. వారిద్దఱిలో నరసభూపాలుఁడు హరిచందనాదులతో సమానమై శుభ్రమైన తన కీర్తి దిగంతములయందు వ్యాపించుచుండఁగాఁ బాపము లడఁగిపోవునట్లు భూమిని బాలించెను.

సీ. అంభోధివసనవి•శ్వంభరావలయంబు,
దనబాహుపురి మర•తకముఁ జేసెఁ
గకుబంతనిఖిలరా•ణ్ణికరంబుఁ జరణమం,
జీరంబు సాలభం•జికలఁ జేసె
మహనీయనిజవిని•ర్మలయశస్సరసికి,
గగనంబుఁ గలహంస•కంబుఁ జేసె
నశ్రాంతవిశ్రాణ•నాసారలక్ష్మికిఁ,
గవికదంబముఁ జాత•కములఁ జేసె

4

తే. నతిశితకృపాణకృత్తమ • త్తారివీర
మండలేశసకుండల • మకుటనూత్న
మస్తమాల్యపరంపరా • మండనార్చి
తేశ్వరుం డగునారసిం • హేశ్వరుండు. 30

టీ. అతి...రుండు - అతిశిత=మిక్కిలివాఁడియగు, కృపాణ=ఖడ్గము చేతను, కృత్త=నఱకఁబడిన, మత్త=మదించిన, అరివీర=శత్రువులగు వీరులగు, మండలేశ=రాజుల యొక్క, సకుండలమకుట = కుండలకిరీటములతోఁగూడిన, నూత్న = నూతనము లయిన, మస్త=శిరస్సులనియెడు, మాల్య=విరిసరములయొక్క, పరంపరా- సమూహ ముచేతను గలిగిన, మండన=అలంకారము చేతను, అర్చిత=పూజింపఁబడిన, ఈశ్వరుం డు=సర్వేశ్వరుఁడు గలిగినవాఁడు, అగు=అయినట్టి, నారసింహేశ్వరుండు=నరసిం హదేవరాయఁడు, అంభో...యంబున్ - అంభోధి=సముద్రము, వసన=వస్త్రము గాఁగల, విశ్వంభరా=భూమియొక్క, వలయంబున్=నిలయమును, తన...తమున్- తన=తనయొక్క, బాహుపురి=కేయూరమందలి, మరకతమున్ జేసెన్ - మరకతమణిని జేసెను. కకు...రంబున్ - కకుప్=దిక్కులయొక్క, అంత=చెఱఁగులయందలి, నిఖిల = సమస్తమయిన, రాట్=రాజులయొక్క, నికరంబున్=సమూహమును, చర... కలన్ - చరణమంజీరంబు-చరణ = పాదముయొక్క, మంజీరంబు=గండపెండేరము యొక్క, సాలభంజికలఁ జేసెన్=ప్రతిమలఁ జేసెను, మహ...సికిన్-మహనీయ- అధి కమైయున్న, నిజ=స్వకీయమయిన, వినిర్మల=మిక్కిలి శుభ్రమగు, యశః=కీర్తియని యెడు, సరసికిన్=సరస్సునకు, గగనంబున్=ఆకాశమును, కలహంసకంబుఁ జేసెన్ = హంసవిశేషమునుఁ జేసెను. అశ్రా...లక్ష్మికిన్- అశ్రాంత=ఎడతెగని, విశ్రాణన = వితరణమనియెడు, ఆసార = ధారాసంపాతముయొక్క, లక్ష్మికిన్ = సమృద్ధికి, కవికదంబమున్ = కవీశ్వరసమూహమును, చాతకములఁ జేసెన్ = చాతకపక్షులను జేసెను.

తా. నరసింహరాయలు యుద్ధరంగమందు బహిరంగముగా నెదిరించినశత్రు వీరులతలలు మకుట కుండలంబులతోడం గూడఁ దనఖడ్గంబున ఖండించి, అట్టి శిరం బులను విరులసరములచేఁ గఱకంఠుఁడు కపాలమాలాధరుఁడు గనుక నతని నలంకరిం చుచుఁ జతుస్సముద్రముద్రితభూవలయంబు ననాయాసంబుగ వహించి పాలించుచు సమస్తదేశాధీశ్వరులచే మ్రొక్కులు గైకొనుచు భూమ్యంతరిక్షంబులయందుఁ దన యశంబు నించి యెల్లప్పు డెడతెగనిదానంబులచేతఁ గవీశ్వరులకుఁ దృప్తి సేయు చుండెనని భావము.

తే. ఆనృసింహప్రభుండు దిప్పాంబవలన
నాగమాంబికవలన నందనులఁ గాంచె
వీరనరసింహరాయభూవిభుని నచ్యు
తాయతాంశజు శ్రీకృష్ణరాయ నిన్ను. 31

టీ. శ్రీకృష్ణరాయ=కృష్ణదేవరాయా! ఆనృసింహప్రభుఁడు=ఆనరసింహదేవరాయఁడు, తిప్పాంబవలనన్=తిప్పమ్మాదేవివలన, వీరనరసింహరాయభూవిభునిన్=వీరనరసింహరాయలను, నాగమాంబికవలనన్=నాగమ్మవలన, అచ్యుతాయతాంశజున్-అచ్యుత=శ్రీకృష్ణునియొక్క, ఆయత=పూర్ణమగు, అంశ=కళచేతను, జున్=పుట్టినట్టి, నిన్నున్=నిన్నును, నందనులన్=పుత్త్రులనుగా, కాంచెన్=పడసెను.

తా. ఆ నరసింహరాయలకు భార్యలగు తిప్పమ్మ, నాగమ్మ యనువారిలోఁ దిప్పమ్మకు వీరనృరసింహరాయలును, నాగమ్మకు కృష్ణాంశసంభూతుఁడగు కృష్ణదేవరాయలును సుతులైరి.

క. వీరనృసింహుఁడు నిజభుజ, దారుణకరవాలపరుష•ధారాహత వీ
రారి యగుచు నేకాతప, వారణముగ నేలె ధరన•వారణమహిమన్.

టీ. వీరనృసింహుఁడు=వీరనరసింహరాయఁడు, నిజ..యగుచున్ - నిజ=స్వకీయమగు, భుజ=భుజమండలి, దారుణ=భయంకరమైన, కరవాల=ఖడ్గముయొక్క, పరుష=కఠినమగు, ధారా=అంచుచేతను, హత=సంహరింపఁబడిన, వీర=వీరులైన, అరియగుచున్=శత్రువులుగలవాఁడగుచు, అవారణమహిమన్ - అవారణ=అప్రతిహతమైన, మహిమన్=మహత్త్వముచేతను, ధరన్=భూమిని, ఏకాతపవారణముగన్=ఏకచ్ఛత్రము గలుగునట్లుగా, ఏలెన్=పాలించెను.

తా. వీరనృసింహరాయఁడు తనఖడ్గముచేత నెదురించినవీరులగు శత్రువుల నణఁకి యడ్డము లేనివిజృంభణముచేత నేకఛత్రాధిపతియై భూమిని బాలించెను.

క. ఆవిభునరంతరంబ ధ
రావలయముఁ బూని తీవు • రహిమైఁ దిరుమ
ల్దేవియును నన్నపూర్ణా
దేవియుఁ గమలాబ్జముఖులు • దేవేరులుఁగాన్. 33

టీ. ఆవి...రంబ - ఆవిభు=ఆవీరనృసింహరాయలయొక్క, అనంతరంబ=తరువాతనో, ఈవు=నీవు, తిరుమల్దేవియున్=తిరుమలయమ్మయు, అన్నపూర్ణాదేవియున్=అన్నపూర్ణమ్మయునను, కమలాబ్జముఖులు=కమలములవంటియు చంద్రునివంటియు

ముఖముగలవారు, దేవేరులు గాన్ = పట్టపుదేవులుగాఁగా, ధరాతలయమునన్ = భూవలయమును, రహిమైన్ = సంతోషముచేతను, పూనితివి = వహించితివి.

తా. జ్యేష్ఠుఁ డగు నారసింహరాయలపిమ్మటఁ గృష్ణదేవరాయలు భూభారమును వహించె ననియును, దిరుమలదేవి, యన్నపూర్ణాదేవి యతనికిఁ బట్టపుదేవులనియును భావము.

సీ. తొలఁగెను ధూమకే॰తుక్షోభ జనులకు,
నతివృష్టిదోషభ॰యంబు పాసెఁ
గంటకాగమభీతి ॰ గడచె నుద్ధతభూమి,
భృత్కటకం బెల్ల ॰ నెత్తువడియె
మానె నఘస్ఫూర్తి ॰ మరుభూములందును,
నెలమూఁడువానలు ॰ నిండఁ గురిసె
నాబాలగోపాల ॰ మఖిలసద్ద్విజమును,
నానంద మగుమన్కి ॰ నతిశయిల్లెఁ
తే. బ్రజల కెల్లను గడు రామ॰రాజ్య మయ్యెఁ
జారుసత్త్వాఢ్య యీశ్వర॰నారసింహ
భూవిభునికృష్ణరాయ య॰భ్యుదయ మొంది
పెంపుతో నీవు ధాత్రిఁ బా॰లింపఁగాను. 34

టీ. చారుసత్త్వాఢ్య - చారు = ఒప్పిదమగు, సత్త్వ - సాత్త్వికగుణముచేతను, బలముచేతను, ఆఢ్య = ఘనుఁడవైనవాఁడా! ఈశ్వ...రాయ - ఈశ్వరనారసింహభూవిభుని = ఈశ్వరరాయలపుత్త్రుఁడగు నారసింహరాయల తనయుఁడవగు, కృష్ణరాయ - కృష్ణదేవరాయా! నీవు, అభ్యుదయ మొంది = శ్రీయన్నను జెంది, ధాత్రిన్ - భూమిని, పాలింపఁగాను = పాలించుచుండఁగా, జనులకున్ - ప్రజలకు, ధూమ...క్షోభ - ధూమకేతు = తోఁకచుక్కవలని, క్షోభ = దుర్భిక్షము, తొలఁగెను = లేదాయెను. అతివృష్టిదోషభయంబువాసెన్ = అధికవర్షదోషమువలని వెఱపు వదలెను. కంట...భీతి - కంటక = క్షుద్రవైరిరాజులయొక్క, ఆగమ = రాకవలని, భీతి - భయము, గడచెన్ = అతిక్రమించెను, ఉద్ధత...బెల్లన్ - ఉద్ధత = గర్వించిన, భూమిభృత్ - రాజులయొక్క, కటకంబెల్లన్ = రాజ్యమెల్లను, ఎత్తువడియెన్ = బలహీనమయ్యెను, అఘస్ఫూర్తి - అఘ = పాపములయొక్క, స్ఫూర్తి = అతిశయము, మానెన్ = రూపుసెడియెను. మరుభూములందును = నిర్జలభూములయందును, నెలమూఁడువానలు = నెలనుమూఁడేసివానలు,

నిండన్=పరిపూర్ణమగునట్లు, కురిసెన్=వర్షించెను. ('మరుభూములందును' అనుసము చ్చాయకప్రమతసారస్యమువలన ఫలవద్భూములందు సైతము పదిదినముల కొక్క వర్షము గురియు ననుట). ఆబాలగోపాలము= బాలురు గోపాలురు మొదలుగా,అఖి ...ములు-అఖిల=సమస్తములగు, సత్=సజ్జనులయొక్క,ప్రజమును=సమూహమును, ఆనందమగు=సంతోషముగల, మనిక్కిన్=బ్రమకుచేతను, అతిశయిల్లెన్ = అధికమ య్యెను. ప్రజలకెల్లను=సమస్తజనులకును, కడున్=మిక్కిలి, రామరాజ్యమయ్యెన్= బాలమరణాదిపీడలులేని శ్రీరామరాజ్యమువలె నయ్యెను.

తా. కృష్ణదేవరాయలు శ్రేయస్సు గలిగి రాజ్య మేలుచుండఁ గా, భూమిపై జనులకు దుర్భిక్షభయమును, అతివృష్టిభయంబు ననావృష్టిభయంబు మొదలగునీతిబా ధలు లేవనియును, దగినకాలములయందుఁ గావలసిన వానలు గురియుచుండె నని యును, బరరాజులు దాడి సేయ రనియును, బాలురు వృద్ధులు గోపకులు మొదలుగా నెల్లవారలును నిరంతరసంతోషంబుఁ గాంతు రనియును, బాలమరణాదిదోషంబులు లేక శ్రీరామరాజ్యమై యుండె ననియును భావము.

క. తునియలు దొమ్మిదియఁటఁ బదు
నెనమండ్రఁట మోచువా రనేకపకిటికూ
ర్మనగాహు లేటిలావరు
లని తావకబాహు వొకఁడ యవని భరించెన్. 35

టీ. తునియలు = భూఖండములు, తొమ్మిదియఁట = నవసంఖ్యాకంబులఁట. మోఁచువారు=వహించెడువారు, పదు నెనమండ్రఁట=అష్టాదశసంఖ్యాకులఁట. అనే ...హులు - అనేకప=రెంటఁబానము జేసెడిదిగ్గజము లెనిమిదియును, కిటి=వరాహ మొక్కండును, కూర్మ=ఆదికూర్మ మొక్కండును, నగ = కదలనికులపర్వతంబులే డును, అహులు=శేషుఁడొక్కండును,(ద్వంద్వాంతమున బహువచనము) వీరు, ఏటి లావరులు=ఏపాటిబలవంతులుఅని, తావక=నీసంబంధమగు, బాహు వొకఁడ=భుజ మొక్కఁడే, అవనిన్=భూమిని, భరించెన్=పూనెను.

తా. కృష్ణదేవరాయలభుజము మున్ను భూభారమును వహించియున్నవారగు, గజ, వరాహ, కమఠ, కులపర్వత, శేషులను లెక్కించి పదునెనమండ్రని యొతింగి భూభాగములు లెక్కించి భరతఖండాదినవఖండంబు లని తెలిసి యొక్కొక్క ఖండమునఁ బెద్దపెద్దలు వహించుచున్న ట్లూహించి వార లెట్టిబలవంతు లని యోగ్గించి యట్టి తొమ్మిదిఖండంబులు గలభూమండలం బంతయుఁ దానే వహించె నని భావము. ఈ పద్యంబునందలి 'యఁట' శబ్దద్వయము ననఁగీకారార్థకంబై యున్నది.

సీ. తొలుదొల్త నుదయాద్రి • శిలఁ దాఁకి *తీండ్రించు,
  నసిలోహమున వెచ్చ • నై జనించె
మఱి కొండవీఁ డెక్కి • మాఱ్మోఁగిన నలిగ్ణమైన,
  యలకసవాపాత్రు • నంటి రాఁజె
నట సాఁగి జమ్మిలో • యఁ బడి వేఁగి దహింపఁ,
  గోనఁ బిట్టేర్చెఁ గొ • ట్టానఁ దవిలెఁ
గనకగిరిస్ఫూర్తిఁ • గఱఁచె గౌతమిఁ గ్రాఁచె,
  నవల నాపొట్నూర • రవులుకొనియె
తే. † మాఁడెములు వ్రేల్చె నొడ్డాది • మసియొనర్చెఁ
గటకపురిఁ గాల్చె గజరాజు • గలఁగి పఱవఁ
దోఁకచిచ్చన నౌర నీ • దురవగాహ
ఖేలదుగ్రప్రతాపాగ్ని • కృష్ణరాయ. 36

టీ. కృష్ణరాయ=కృష్ణరాయభూపాలా, నీను...పాగ్ని—నీ— నీయొక్క, దురవగాహ=ప్రవేశింపశక్యము గానియట్లు, ఖేలత్—ప్రకాశమానమున్న, ఉగ్ర=తీక్ష్ణమగు, ప్రతాప=ప్రతాపమనియెడు, అగ్ని=నిప్పు, తోఁకచిచ్చనన్—నిర్గమించిన జ్వాలయో యన్నట్లు, తొలుదొల్తన్=ప్రప్రథమమందు, ఉదయాద్రిశిలన్=ఉదయగిరిదుర్గ మనియెడుచెకుముకిరాతిని, తాఁకి=స్పృశించి, తీండ్రి...మునన్—తీండ్రించు—జ్వలించెడు, అసి=ఖడ్గమనియెడు, లోహమునన్=అగ్నిజననకారణమగు నుక్కుపేకయందు, వెచ్చనై=వేఁడిమిగలదియై, జనించెన్=అంకురించెను, (శిలను రాపిలను లోహపురేకయు నొలసినప్పుడు నిప్పుపుట్టు ననుట), మఱి=పిమ్మట, కొండవీఁడు—కొండవీటి దుర్గమును, ఎక్కి=ఆరోహించి, మాఱ్మోఁగి=ప్రతిఘటించి, నలిగ్ణమైన—నలఁగియున్న, అల=ఆప్రసిద్ధుండగు, కసవాపాత్రుఁ డనువానిని, (నలిగ్ణమైన=నలఁగిన, కసవాపాత్రున్=కసవాపాత్రుఁడనుకసవును), అంటి=తాఁకి, రాఁజెన్—రాఁగెను. (ఆనిప్పు నలఁగినకసవుపైఁ బడినప్పుడు రాఁజు ననుట). అటన్=అచ్చట, సాఁగి—వెడలి, జమ్మిలోయఁబడి=జమ్మిలోయ యనుప్రదేశము ప్రవేశించి, (జమ్మిచెట్లు గల బొటియలోఁ బడియును), వేఁగిన్=వేఁగినాడును, దహించెన్=కాల్చెను. వేఁగి—ప్రకాశించి, (కాల్చె ననుట), కోనన్—కోనసీమను, బిట్టు=అధికముగా, ఏర్చి—కాల్చి, కొట్టానఁ దగిలెన్=ఘనకొట్టాము మనుదేశమున దంటుకొనియెను. (జమ్మిచెట్లు గాల్చి యాయగ్ని కొట్ట మనఁగా శాల గావున దాని నంటుకొనెననుట), కనకగిరి—

* కెరలునీ, యసిలోహ. † మాఁడుగులవ్రేల్చె నొడ్డాది • మసియొనర్చె.

కనకదుర్గముయొక్క, స్ఫూర్తిన్=ఆధిక్యమును, కఱఁచెన్=కఱఁగఁజేసెను.(అగ్ని వలన బంగారము గఱఁగు ననుట), గౌతమిఁ గ్రాఁచెన్=గోదావరిని దపింపఁ జేసెను, (అగ్నివలన జలంబులు దప్తము లగు ననుట), అవలన్=అనంతరమందు, అపొట్నూరన్=పొట్టునూరు అనుప్రదేశమందు, రవులుకొనియెన్ = ప్రజ్వలించెను. (అగ్ని పొట్టుమీఁదఁ బడినప్పుడు రగులుకొను ననుట), మాఁడెములు ప్రేల్చెన్=మాఁడెములనియెడుమన్నెపుదేశములు గాల్చెను, ఒడ్డాణిన్=ఓఢ్రదేశమును, మసియొనర్చెన్ = భస్మసాత్కృతముఁగావించెను. (అనఁగా బుగ్గిచేసెననుట), కటకపురిన్=కటకమనుపట్టణమును, గజరాజు=గజపతి, కలఁగి=కలఁతపడి, పఱవన్ = పలాయితుఁడుగాఁగా, కాల్చెన్=దహించెను. కటకపురిన్=పురివంటిగిరినితంబమును, గజరాజు=పర్వతమందలిగజశ్రేష్ఠము, పఱవన్=మంటఁ జూచి పఱుగులిడునట్లు, కాల్చెన్=తగులఁబెట్టెను.

తా. కృష్ణదేవరాయలప్రతాపము ప్రథమమం దుదయగిరిదుర్గ మాక్రమించి పిమ్మటఁ గొండవీటిదుర్గముమీఁది కేఁగి కసవాపాత్రుని సంహరించి యచ్చట వెడలి జమ్మిలోయమీఁద నేఁగి వేఁగిదేశము నాక్రమించి కోనసీమఁ గైకొని కొట్టమును గ్రహించి కనకదుర్గమును బాడుఁజేసి గోదావరిని దపింపించి పొట్నూర వ్యాపించి మన్నెపు దేశము లాక్రమించి యోఢ్రదేశము జయించి గజపతి భయంపడి పఱచునట్లు కటకపురి నాక్రమించె ననియును, ఆప్రతాప మగ్నివలె నుండె ననుటవలన నయ్యగ్ని యుదయగిరి యనుచెకిముకిశిలఁ దాఁకి కత్తియనెడుచెకుముకి కత్తియందుఁ దొలుతఁ బుట్టి కొండవీఁ డనుకొండయొక్క నలియైనకసవాపాత్రుఁ డనుకసవు నంటి రాఁజుకొని జమ్మిచెట్లమీఁద వేఁగిచెట్లమీఁదఁ బడి దహించి కొట్ట మంటుకొని కనకదుర్గమనుకనకమును గఱఁగఁజేసి గోదావరిలోనియుదకములు గ్రాఁగఁజేసి పొట్నూ రనుపొట్టుమీఁదఁ బ్రజ్వరిల్లి యావలఁ గటకపురి యనుకొండదరియందుఁ జేరి యచ్చట నివసించుచున్న యేనుఁగు పాఱిపోవునట్లాప్రదేశమును దహించె నని యచ్చటచ్చట నుండెడుశబ్దములవలన రూపకాలంకారమును, ధ్వన్యలంకారమును దోఁచుచున్నది.

ఉ. చిత్రము కృష్ణరాయనృప• శేఖర నీదగుధాటి కోడి స
ర్వత్ర నిలింపకామినుల•వాడకుఁ గాఁపులు వోదు రుత్కల
క్షత్త్రియపాత్రు లెల్లఁ గసు•గందనిమేనులఁ దొంటిపెద్ద లే
సూత్రముఁ బన్నినారొ బల•సూదనువీఁటికిఁ గొండవీఁటికిన్. 37

టీ. కృష్ణరాయనృపశేఖర=ఓకృష్ణరాయభూపాలశ్రేష్ఠుఁడా! నీదగు=నీసంబంధమగు, ధాటికిన్ = ఔద్ధత్యముచేత, (ఇది విభక్తివ్యత్యయము), ఓడి=హతులై,

సర్వత్ర = అన్ని దేశములరాజులు, నిలింపకామినులవాడకున్ — స్వర్గస్త్రీలవాడకు, (అనఁగా స్వర్గమున కనుట. యుద్ధములోఁ జచ్చినవారు స్వర్గమునందలి యప్సరల యిండ్లకుఁ బోవుదురని వర్ణించుట కవిసంప్రదాయము), కోఁపురి [illegible] కోఁపుర ముగాఁబోవుదురు. నీదగు=నీసంబంధియగు, ధాటికిన్ — దాడివేటునకు, ఓడి—భయం పడి, ఉత్క...తెల్లన్ — ఉత్కల=ఓఢ్రదేశము [illegible], [illegible] పాత్రపుతెల్లన్ = పాత్రనామధేయు లగురాజు లందఱును, కసుగందని=లేఁతయగు [illegible], (కసు వుచేతఁ గందని యని మఱియొక యర్థము), మేనుల=[illegible]ముల చేతను, నిలింపకామినుల=దేవతాస్త్రీలయొక్క, వాడకున్=పట్టణమునకు, కోఁపురి [illegible] కోఁపురము లేఁగుదురు. తొంటిపెద్దలు=పూర్వపుఁబెద్దలు, బలసూదనువీటికిన్ = ఇంద్ర పట్టణ మగుస్వర్గమునకును, కొండవీటికిన్ = కొండవీఁ డను పట్టణమునకు, ఏసూత్రమునన్ =ఎట్టిసూత్రమును, పన్నినారో=కల్పించినవారో, చిత్రము=ఆశ్చర్యము.

తా. కృష్ణరాయనృపశేఖరా! నీవు దాడి వెడలినప్పు డుత్కలదేశపు రాజులు భయపడి గఱిచిట్లనిశరీరములతోడనె దేవతాస్త్రీ లున్నపట్టణమునకుఁ గాఁపురమునకు బోయెదరు; స్వర్గమునకును, గొండవీటికిని బూర్వపుఁబెద్ద లేమి సూత్రముఁ బన్నిరో కదా! ఇది చిత్ర మనఁగా లోకములో గడిరంగమున నెదురించి [illegible] ప్రయోగముల వలని కొమ్ముగాయములతోడి శరీరము విడ్చుట [illegible]పిడిచినవారికే స్వర్గము గలుగుఁ గాక పిఱికితనంబునఁ బఱచినవారికి స్వర్గ సౌఖ్య [illegible]? [illegible] స్వర్గ మెట్లు గల్గు నని శంక రాఁగా కృష్ణదేవరాయలదాడి విన్నమాత్రమున నే యుత్కలదేశస్థు లగు రాజులు పాఱి గఱచి గాయ పడని దేహముతోఁ గొండవీఁడను [illegible] పరమునకు సమీపమందలి కిరాతస్త్రీలపల్లెలకుఁ గాఁపురముగాఁ బోదు రని భావము. [illegible] గఱచినవారిని గొట్టఁగూడ దని యుద్ధధర్మము. నిలింపశ్లిష్టము. '[illegible] కిరాతశ్చ' యనియు, 'నిలిమ్పా దేవశబరా' అనియు నున్న నిఘంటువులవలన [illegible]ర్థకమును, గిరాతార్థకము నవుటంజేసి యాశబ్దము మీఁదను బలసూదనువీఁ డను శబ్దము మీఁదను శ్లేషకలిగి యిట్టి యర్థము వచ్చునట్లు చమత్కరింపఁబడియెను. [illegible] బల సూదనువీఁ డనఁగా నమరారామ మని కొంద ఱందురు.

ఉ. కూరిమిఁ గృష్ణరాయనృప • కుంజర చేరెఁ గళింగరాజ్యల
క్ష్మీరమణీలలామ నిను • మిన్నలు ముట్టెస మోహనా[illegible]
గారణ మట్ల లక్ష్మి గసు • గందని వేడుకఁ గృష్ణరాయసిం
జేరునకాక వావి సెడఁ • జెందునె సోదరుఁ డైసరుద్రునిన్. 38

టీ. కృష్ణరాయనృపకుంజర=కృష్ణరాయభూపాలశ్రేష్ఠుఁడా! కళింగరాజ్యలక్ష్మీరమణీలలామ=కళింగదేశరాజ్యలక్ష్మియనెడుపాలఁతిమిన్న, కూరిమిన్ = ప్రేమ

చేతను, మిన్నులుముట్టిన=ఆకాశమంటిన, మోహనాలతోఁన్=ఏనుఁగులతో, (కళింగ పతి గజపతి గనుక నని భావము. మోహనా లనఁగాఁ గోటయందలిశత్రునిరసన సాధనము లని కొందఱందురు. ఆపక్షమున వానిఁ బెఱికి తెచ్చినాఁడని భావము). మోహనాలతోన్=మోహనములతో, నినుఁజేరన్ =నిన్నుఁబొందెన్, కారణమట్ల= ఆక్రమమున నే హేతువు, లక్ష్మి=శ్రీదేవి, కృష్ణరాయనిన్=శ్రీకృష్ణదేవుని, కసుగందని=వాడిపోవని, వేడుకన్=ప్రీతిచేతను, చేరనకాక = పొందునేకాని, సోదరుఁడైన=సహోదరుఁడగు, రుద్రునిన్=రుద్రదేవుని, వావిసెడన్=వరుస చెడిపోవునట్లు, చెందునె=చెందునా, చెందదనుట.

తా. కృష్ణరాయా! కళింగరాజ్యలక్ష్మి యతిప్రేమచేతను నిన్నే చేరును గాని ప్రతాపరుద్రునిఁ జేరకపోయె నేల యనఁగా నాకళింగరాజ్యలక్ష్మి లక్ష్మి యనునామము వహించుటంజేసి తనకుఁ బ్రియుఁడగుకృష్ణనామము వహించిననిన్నే చేరును గాని తనకు సోదరుఁడగురుద్రునినామము వహించినప్రతాపరుద్రునిఁ బొందదని భావము. లక్ష్మీదేవికి రుద్రదేవుఁడు సోదరుఁడౌట యాగమప్రసిద్ధము.

సీ. కచసక్తఫణికంచు•కము మౌళి వీరకే,
దారంపుఁబాగచం•దంబు నొందఁ
గలయ నంగమున మ•ర్కటకీటకృత మైన,
మగ్గంబు నేత్రసం•పద వహింప
ధ్వాంతగహ్వరశిలా•తాడితాళికచిక్క,
ణాస్రపంకము చంద్ర•మై పొసంగఁ
దనుభృశశ్రాంతవే•ష్టనలగ్నబర్హిబ,
ర్హంబు మువ్వన్నెచుం•గై చెలంగ
తే. నిద్ర మేల్కాంచి సెలయేట•నీడఁ గాంచి
గోపవేషంబు సెడి తొంటి•భూపవేష
మగుట యవ్వనమహిమఁగా•నలికి యచటు
విడుచు గజరాజు నీధాటి•వింధ్యవాటి. 39

టీ. కచ=జుట్టునందు, సక్త=తగులుకొన్న, ఫణికంచుకము=పాఁపకుబుసము, మౌళిన్ = శిరస్సునందు, వీరకేదారంపు = వీరకేదారమనియెడిపేరుగల, పాగ = ఉష్ణీషముయొక్క, చందంబున్=రీతిని, ఒందన్ = పొందఁగా, కలయన్ = కలియునట్లు, (అంతటననుట), అంగమునన్=శరీరమునందు, మర్కటకీట=సాలెపుర్వు

చేతను, ని. 'లూతా స్త్రీ తన్తువాయోర్ణనాభమర్కటకాస్సమాః', కృత—చేయఁబడిన, మగ్గంబు=తంతురచన, నేత్ర...పదన్—నేత్ర—వలిపెంపుసలువయొక్క..., సంపదన్= సంపత్తును, వహింపన్=తాల్పఁగాను, ని. 'స్యాజ్జటాంశుకయోర్నేత్రమ్', ధ్వాంత... కము - ధ్వాంతగహ్వర = చీఁకటిగుహయందలి, శిలా — రాతిమీఁదను, తాడిత = పొడువఁబడిన, అళిక=నొసటియందలి, ని. 'లలాటమలికం గోధిః', విస్పష్ట—స్పష్టమ యిన, అస్ర=రక్తముయొక్క, పంకము=బురద, సాంద్రమై—చెంగావియై, (సిందూర మైయనుట), పొసంగన్=ఒప్పుచుండఁగా, తను...గ్రంబు—తనశరీరముయొక్క, భృశ=అధికమగు, శ్రాంత = బడలికచేతనైన, వేల్లన — పొర్లాడుటచేతను, అగ్న= కఱచుకొన్న, బర్హిబర్హంబు=నెమ్మిపురి, మువ్వన్నెచుంగు — మూఁడువన్నెలుగా నీలరక్తపీతవర్ణములు గల యుత్తరీయపుఁజెఱంగై, వెలుఁగన్—ప్రకాశించుచుండఁగా, నిద్రమేల్కాంచి=నిద్దురమేల్కని, సెలయేటన్—కొండవాఁకయందు, నీడఁగాంచి= నీడఁజూచుకొని, గోపవేషంబు=తాను ధరించిన గొల్లనివేషము, చని - పోయి, తొంటి=పూర్వము దనకున్న, భూపవేషము=రాజవేషము, అగుట - సంభవించుట, అవ్వనమహిమఁగాన్=ఆవనసంబంధియయిన మహిమచేతను గాని, (శంకించి యనుట), అలికి = భయపడి, గజరాజు = గజపతి, నీధాటిన్ — నీదాడిచేతను, వింధ్యవాటిన్=వింధ్యపర్వతప్రాంతమందు, అచటు=తానున్న యాప్రదేశమును, విడుచున్= వదలును.

తా. నీవు దాడి వెడలినప్పుడు గజపతి భయపడి కళింగదేశము విడిచి వింధ్య పర్వతమునకు వలస పోయి యచ్చటఁ బసులఁ గాచువానివేషముతో నా యరణ్య ములోని చీఁకటిగుహలోఁ బ్రవేశించి వడివడిగాఁ బోవుచుండ నాగుహలో నున్న యొక్కఱాయి నొసలు దాఁకె. దానివలనఁ గ్రొత్తనెత్తు రాలిక పూసికొనియెను. తత్ప్రదేశంబుననే యాయాసముచేత నిగురించి మేలుకొని యాసమీపమునఁ బ్రవ హించెడు సెలయేటినీటిలో నీడఁ జూచుకొని తాను నిద్రపోవుచుండఁగా నాగుహలో నుండెడు పాపకుబుసము జుట్టునకుఁ గఱచుకొనెను గావున నది యుష్ణీషము గాని భయభ్రాంతిచేత నుష్ణీషమనియును, తాను నిద్రించునప్పుడు తద్గుహలో నొక్క సాలె పురుగు తనమీఁద మగ్గంపునేత నేయఁగా నది రవసెల్లా యనియును, మున్ను చెప్పఁ బడిన నొసటిగాయము సిందూరపుఁదిలక మనియును, ఆగుహలోఁ దాను మిక్కిలి బడలికచేతఁ బొర్లాడుటంజేసి చెమర్చి యున్న తనశరీర మెల్ల నంటికొన్న నెమలిపింఛము చిత్రవస్త్ర మనియును, భ్రమాత్మకజ్ఞానమును బొంది తాను గుహలోఁ బ్రవేశించు నప్పుడు వహించి యున్న గోపాలవేషము రూపుచెడి తొల్లిటిభూపాలవేషము వచ్చెనే యిది యీవనమాహాత్మ్యముచేతఁ గాఁబోలు ననియు నగచి యావేషముతో నచ్చట నివసించుటకు నీవలనిభయముచే నిచ్చగింపక యావలఁ గదలు నని భావము.

చ. అభి*రతిఁ గృష్ణరాయ విజ•యాంకము లీవు లిఖించి తాళస
న్నిభముగఁ బొట్టునూరికడ • నిల్పినకంబము సింహభూధర
ప్రభుతిరునాళ్లకుం డిగుసు•రప్రకరంబు కళింగమేదినీ
విభునపకీర్తికజ్జలము • వేమఱుఁ బెట్టి పఠించు నిచ్చలున్. 40

టీ. కృష్ణరాయ=కృష్ణదేవరాయా, విజయాంకములు - విజయ = జయించుట యొక్క, అంకములు = రేఖలు, ఈవు=నీవు, లిఖించి = వ్రాసి, పొట్టునూరికడన్= పొట్నూరిసమీపమునందు, తాళసన్నిభముగన్=త్రాటిచెట్టుపొడవునకు సమానమగు నట్లు, నిల్పిన=నాటించిన, కంబము = స్తంభము, సింహ...ళ్ళకున్ - సింహభూధర ప్రభు = సింహాచలస్వామియొక్క, తిరునాళ్లకున్ = బ్రహ్మోత్సవమునకు, డిగు=దిగి వచ్చెడు, సురప్రకరంబు=దేవసమూహము, కళింగమేదినీవిభు=కళింగదేశాధీశ్వరుం డగుగజపతియొక్క, అపకీర్తి=అపయశస్సనెడు, కజ్జలము=కాటుకనీరు, వేమఱున్= పలుమాఱును, పెట్టి=కప్పువేసి, నిచ్చలున్=నిత్యమును, అభిరతిన్ = ఆసక్తిచేతను, పఠించున్=చదువును.

తా. నీవు విజయాక్షరమును వ్రాయించి పొట్నూరియొద్ద నాటించినజయస్తంభమునందలియక్షరములు తెస్సగా నగపడమిం జేసి గజపతియపకీర్తి యనెడునల్లని కప్పు వేసి దేవతలు సింహాచలస్వామితిరునాళ్లకు వచ్చినప్పు డెల్లమిక్కిలి యాసక్తిచేతఁ జనువుదు రని భావము. (తాటియాకులమీఁద వ్రాయఁబడిన యక్షరములు స్పష్టముగా నగపడనివో నల్లని రంగుపూసి చదువుచుండుట ప్రసిద్ధము.)

సీ. సనకాదిదివిజమ•స్కరిఫాలగోపిచం,
దనపుండ్రవల్లిక • ల్నాకి నాకి
సెలసి హాహాహూహూ•వులదండియలతంత్రి,
త్రెవ్వ సింగిణులుగాఁ • దివిచి తివిచి
సప్తర్షికృతవియ•ఝ్ఝరవాలుకాలింగ,
సమితి ముచ్చెలకాళ్లఁ • జమరి చమరి
రంభాప్రధానాప్స•రఃపృథూరోజకుం,
భంబు లెచ్చటఁ గన్నఁ • బట్టి పట్టి
తే. తిరుగు హరిపురసురతరు•సురల మరగి
బహుళహాళహళిభరితక•ల్బరిగనగర

* నుతి.

సగరపురవరపరిబృఢ • జవనయవన
పృతన భవదసి ననిఁ దెగి • కృష్ణరాయ. 41

టీ. కృష్ణరాయ=కృష్ణదేవరాయా! బహు...తన-[illegible]మున, హాళి హాళి=హాలాహాలిచేతను, భరిత=నింపఁబడిన, కల్పకనగర [illegible] కల్పకనగ [illegible] మునయొక్కయు, సగరపురవర-సగర=సగరునియొక్క, పురవర=పట్టణ[illegible] నగు నయోధ్య యొక్కయు, పరిబృఢ=దొరలయిన, జవన=వేగముగల, యవన=[illegible]కలయొక్క, పృతన=సైన్యము, అనిఁ=యుద్ధమునందు, భవదసిఁ-[illegible]యొక్క, అసిఁ=ఖడ్గముచేతను, తెగి=ఖండింపఁబడి మృతినొంది, హరి...గళఁ-హరి=దేవేంద్రుని యొక్క, పుర=పట్టణమగు స్వర్గమందలి, సుగతరు=కల్పవృక్షములయందలి, సుర లఁ=మద్యములను, మరగి=అలవాటు చేసికొని, సన...[illegible] - సనకాది సనక సనందనాదులగు, దివిజమస్కరి=దేవమునులయొక్క, [illegible] పరివ్రాట్కర్మంది పారాశర్యపి మస్కరీ', ఫాల=లలాటములయందలి, గోపి [illegible] ములయొక్క, పుండ్రవల్లికల్=తీఁగెలవంటి యూర్ధ్వపుండ్రములను, [illegible] మాటిమాటి కిని నాలుకలతో నాకిపైచి, హాహా...తంత్రు - హాహాహూహూవులు- [illegible] లనెడు దేవగాయకులయొక్క, దండియల=వీణలయొక్క, తంత్రు [illegible], త్రెవ్వఁ=తెగిపోవునట్లు, సెలసి=గుంజుకొని, [illegible], తివిచి తివిచి=ఆకర్షించి యాకర్షించి, సప్త...సమితిఁ - సప్తర్షి - సప్తమహర్షుల చేతను, కృత=చేయఁబడిన, వియజ్ఝర=ఆకాశగంగయందలి, [illegible] ములయొక్క, సమితిఁ=సమూహమును, ముచ్చెలకాళ్లఁ=ముచ్చెలు [illegible] కాళ్ల చేతను, చమరిచమరి=తాచితాచి, రంభా...భంబుల్ - రంభాప్రధాన [illegible] గాఁగల, అప్సరః=అచ్చరలయొక్క, పృథు=పెద్దవియగు, [illegible]ములు= కుండలవంటి స్తనములను, ఎచ్చటఁగన్నఁ=ఎక్కడఁజూచినను, పట్టిపట్టి=పట్టుకొని పట్టుకొని, తిరుగుఁ=సంచరించును.

తా. కృష్ణరాయా! అధికకోలాహలధ్వని గలకల్బరిగపట్టణముయొక్కయు, నయోధ్యయొక్కయు నాథులగుతురకలసేనాజనులు యుద్ధమునందు నీఖడ్గప్రహారము చేత మృతులై స్వర్గమందుఁ జేరియును దొల్లి వారు భూమియం [illegible] యచ్చటను గల్పవృక్షమద్యములు పానము సేయుచును దేవమునులగోపి [illegible] ములనాకుచును మొఱఁదనముచేత గంధర్వులవీణలు దాము లాఁగికొని [illegible] నట్లు వంచుచును, సప్తమహామునులాకాశగంగాతీరములఁ జేయుచున్న [illegible] రూపుమాపుచును, రంభ మొదలగునచ్చరలగబ్బిగుబ్బలఁ బట్టి నలుపుచును బూర్వప్రకృతివాసన విడలక తిరుగుచున్నా రని భావము.

మ. అలుక న్ఘోటకధట్టికాఖురపుటీ•హల్య న్ఖురాసానిపు
చ్ఛలు వో(దున్ని చలచ్చమూగజమదా•సారప్లుతి న్కీర్తిపు
ష్కలసస్యం బిడి యేకధాటి భళిరా•కట్టించి తౌ దృష్టి కే
దులఖా నోగ్రకపాల మర్థపహరి•ద్భూజాంగలశ్రేణికన్. 42

టీ. అలుకన్=కోపము చేతను, ఘోట...హల్యన్ - ఘోటక=గుఱ్ఱములయొక్క, ధట్టికా=దండుయొక్క, ఖురపుటీ=దొప్పలవంటిగిట్టలనియెడు, హల్యన్=నాగళ్లగుంపుచేతను, ఖురా...చ్ఛలు - ఖురాసాని=ఖురాసానిదేశస్థు లగుమ్లేచ్ఛులనియెడు, పుచ్ఛలు=పుచ్ఛచెట్లు, (ఖురాసానిపుచ్ఛ లన(గా(దురకల కభీష్టము లైనయాదేశపుపుచ్ఛచెట్లనియును జెప్పవచ్చును), పో(దున్ని=చెడ(దున్ని, చల...ప్లుతిన్-చలత్=నడుచుచున్న, చమూ=సేనయందలి, గజ=యేనుంగులయొక్క, మదాసార=మదధారాసంపాతమనియెడుధారాసర్షముచేత, ప్లుతిన్=తడుపుటచేత నయినపదనుచేతను, కీర్తి...స్యంబు-కీర్తి=యశస్సనియెడు, పుష్కల=సమృద్ధమగు, సస్యంబున్=పైరును, ఇడి=ఉనిచి, ఏకధాటిన్-ఏక=ముఖ్యమగు, ధాటిన్=దాడిచేతను, దృష్టికిన్=వెఱబొమ్మకొఱకు, ఏదు...లమున్ - ఏదులఖాన = ఏదులఖాను(డనుమ్లేచ్ఛుని యొక్క, ఉగ్ర=భయంకరమగు, కపాలమున్=పునుకను, అర్థ...ణికన్-అర్థప=కుబేరునియొక్క, హరిత్=దిక్కుయొక్క, భూ=భూమియందలి, జాంగల=మెట్టచేలయొక్క, శ్రేణికన్=పఙ్క్తియందు, కట్టించితౌన్=కట్టించితివి, భళిరా=ఆశ్చర్యము.

తా. కృష్ణదేవరాయా! నీ వుత్తరదేశమందు గుఱ్ఱపు దండుతో వెడలి ఖురాసాను లనుమ్లేచ్ఛుల నశింప(జేసి యచ్చట నీకీర్తి నిలిపి యేదులఖాను(డనుపేరు గల మ్లేచ్ఛునితల నఱికి వ్రేల(గట్టించితివి గావున నది యాదేశమందలి మొలవవేయ(బడిన నీకీర్తి యనెడుపైరుగల మెట్టచేలకు దృష్టిపరిహారార్థముగా నెత్తించిన తలపుఱియ వలె నుండెను; ఏమాశ్చర్యము!

చ. సుమతిపునఃపునారచిత•షోడశదానపరంపరావసం
తముల ననంతవిత్తము స•న్నంత ననంతమహాగ్రహారబృం
దమును నొసంగుని న్నొఱసి•తా రెన రాక కదా నిలింపభూ
జములు వహించె(దుర్యశము•షట్పదకోకిలకైతవంబునన్. 43

టీ. సుమ...ములన్ - సుమతి=మంచిమనస్సుచేతను, పునఃపునః=మాటిమాటికిని, రచిత=చేయ(బడిన, షోడశ [illegible]దానములయొక్క, పరంపరా=సమూహమనియెడు, వసంతములన్=వసంతకాలములయందు, అనం...మున్-అనంత=పారములేని, విత్తమున్=ధనమును, అన్నంతన్=[illegible]ని, అనంత...దమును-అనంత=

నశింపని, మహత్=గొప్పలగు, అగ్రహార=విప్రవృత్తులయొక్క, బృందమును=సమూహమును, ఒసంగు=ఇచ్చునట్టి, నిన్ను, ఒఱసి = కలహించి, తారు=తాము, ఎనరాకకదా=సరిరాకకదా, (అది హేతువుగా ననుట), నిలింపభూజములు = కల్పవృక్షములు, షట్ప...బునన్ - షట్పద = తుమ్మెదలనియెడు, కోకిల = కోయిలలనియెడు, కైతవంబునన్ = నెపముచేతను, దుర్యశమున్ = అపకీర్తిని, వహించున్ = మోయుచుండును.

తా. కృష్ణదేవరాయలు సేయు షోడశదానపఙ్క్తి యనువసంతకాలములయందు మిక్కిలి ద్రవ్యమును బుడమియు మహాగ్రహారములొసంగఁగా వసంతకాలములయందు దాతృత్వమును వహించెడు కల్పవృక్షము లంతము లేనివిత్తాను లియ్యలేక తుమ్మెదలు కోయిలలు అనుమిషచేతను దుష్కీర్తి వహించెను. వృక్షములయినవి శాఖాంతములు లతాంతములు మొదలయినవి కావున వసంతములుగా నియ్యంజాల వనియును వసంత కాలములయందుఁ దుమ్మెదలు గోయిలలు వృక్షములమీఁదఁ జేరి యుండుట స్వభావసిద్ధం బగుటంజేసి యవి యపయశస్సూచకంబులై యున్న వనియు భావము.

తే. ప్రబలరాజాధిరాజవీ•రప్రతాప
రాజపరమేశ్వరార్థదు•ర్గానవేశ
సాహితీసమరాంగణ•సార్వభౌమ
కృష్ణరాయేంద్ర కృతి విని•ర్మింపు మనిరి. 44

టీ. ప్రబలరాజాధిరాజవీరప్రతాప, రాజపరమేశ్వరార్థదుర్గానవేశ, (ఇవి బిరుదాంకములు), సాహితీసమరాంగణసార్వభౌమ - సాహితీ=సాహిత్యమందును, సమరాంగణ=యుద్ధరంగమందును, సార్వభౌమ=చక్రవర్తివైన, కృష్ణరాయేంద్ర=కృష్ణరాయ భూపాలా, కృతి=ప్రబంధమును, వినిర్మింపుమనిరి=రచింపుమని చెప్పిరి.

తా. సులభము.

వ. అని విన్నవించినఁ బ్రహృష్టాంతరంగుండనై. 45

టీ. అని=ఈవిధంబున, విన్నవించినన్ = మనవిచేయఁగా, (మహాప్రభు వగుటం జేసి పండితులును విన్నవించి రనుట), ప్రహృ...డనై - ప్రహృష్ట=సంతసించిన, అంతరంగుండనై=మనస్సు గలవాఁడనై యని ముంగ... దనములగోపిచందనపుండ్ర ... షష్ఠ్యంత... దాము లాఁగికొని విఁడువంచి ... కాశగంగాతీరములఁ జేయుచున్న సైకత

క. అంభోధికన్యకాకుచ, కుం...లగునచ్చరలగబ్బిగుబ్బలఁ బట్టి నలుపుచు ...
జంభారిముఖాధ్యక్షున, ...భావము. 46

టీ. అంభోధి...నకున్ - అంభోధి=సముద్రునికి, కన్యకా=పుత్త్రికయగులక్ష్మి యొక్క, కుచకుంభ = కలశములవంటి కుచములయందు, ఉంభిత = పూయఁబడిన, ఘుసృణ=కుంకుమము చేత, మసృణ=స్నిగ్ధమగు, గురు=విశాలమగు, వక్షునకున్=వక్షస్థలముగలవానికిని, జంభారి...నకున్-జంభారి=దేవేంద్రుఁడే, ముఖ=మొదలగువారికి, అధ్యక్షునకున్=నాథుఁడగువానికిని, అంభోజాక్షునకున్ - అంభోజ=కమలములవంటి, అక్షునకు=నేత్రములుగలవానికి, సామిహర్యక్షునకున్ - సామి = అర్ధభాగము, హర్యక్షునకున్=సింహమగువానికి, 'సామిత్వర్ధే' యనినమరము (నరసింహాకృతి కలిగినవాఁడనుట).

తా. సులభము.

క. మర్దితకాళియఫణికిఁ గ, పర్దభృదజబింబితాచ్ఛ•పదనఖఘృణికిన్
దోర్దండశార్ఙ్గకిణి కఘ, కర్దమదినమణికి దనుజ•కరివరసృణికిన్. 47

టీ. మర్ది...ణికిన్-మర్దిత=మర్దింపఁబడిన, కాళియ=కాళీయుఁడను పేరుగల, ఫణికి=సర్పముగలవానికి, (కాళియుఁడను నాగేంద్రుని శిరస్సుమీఁదఁగృష్ణుఁడు తాండవముసలిపెననుట), కపర్ద...ణికిన్ - కపర్ద = జటాజూటమును, భృత్ = భరించిన శివునిచేతను, అజ = బ్రహ్మదేవునిచేతను, బింబిత = ప్రతిఫలింపఁబడిన, అచ్ఛ = పరిశుద్ధములగు, పద=పాదములయొక్క, నఖ=గోళ్లయొక్క, ఘృణికిన్ = కాంతులు గలవానికి, (పంచాస్యచతురాస్యులువిష్ణునిపాదములకు నమస్కరింతురనుట), దోర్దండ...ణికిన్-దోర్దండ=దండమువంటి భుజమందలి, శార్ఙ్గ=శార్ఙ్గమను పేరుగల ధనస్సుయొక్క, కిణికిన్=కాయలుగలవానికి (శార్ఙ్గకోదండమునొత్తుటవలనఁ గాయలు గాచినబాహువు గలవాఁడనుట), అఘ...మణికిన్-అఘ=పాపములనెడు, కర్దమ=బురదకు, దినమణికిన్=సూర్యుఁడగువానికి, (అనఁగాసూర్యుఁడు బురద నెండించినట్లు పాపముల శోషింపఁ జేయువానికనుట), దనుజ...సృణికిన్-దనుజ=రక్కసులనియెడు, కరివర=గజశ్రేష్ఠములకు, సృణికిన్=అంకుశమగువానికిని.

తా. సులభము.

క. గుహాపుష్కరిణీతటఘన, గహనగుహాఖేటవంచ•కపుళిందునకున్ [న్.
ద్రుహిణాండతుందునకయా, వహదీర్ఘాపాంగకరుణ•వాస్యేందునకు

జములు వహించు [illegible] పుష్కరిణీ = కుమారపుష్కరిణియొక్క, తట=

[illegible] టీ. సుప్రసిద్ధుగు [illegible] గుహా=గుహావంటివనమందు, ఆఖేట=వేఁటయందు, వంచకపుళిందునకున్ [illegible] మగుపూగ [illegible] వానికిని, ద్రుహి...నకున్-ద్రుహిణాండ=బ్రహ్మాండములు, [illegible] అనుసూ [illegible] సంత కాల [illegible] గలవానికి, అయా...నకున్-అయ=శుభములను, ఆవహ [illegible] బను వచ్చినది. [illegible] =దీర్ఘ=వాలికలగు, అపాంగ=కడ

గన్నులయందు, కరుణావాః=దయారసముయొక్క, స్యందనసుత్=జాఱుటగలవానికిని, (నేత్రాంతములయందుఁ గరుణారసము దొరఁగుచున్నదనుట).

తా. సులభము.

క. బంధురరథాంగధారా, గంధవహోత్థజ్వలచ్ఛిఖాపటలపునస్సంధుక్షణఘృతరాహుప, లాంధోఽసృక్స్రుతికి వేంకటాచలపతికిన్.

టీ. బంధుర...తికిన్ - బంధుర = ఘనమైన, రథాంగ = చక్రముయొక్క, ధారా=అంచుయొక్క, గంధవహోత్థ=వాయుసఖుఁడగునగ్నిహోత్రముయొక్క, జ్వలత్=మండుచున్న, శిఖా=జ్వాలలయొక్క, పటల=సమూహముయొక్క, పునస్సంధుక్షణ=పునస్సంధానకర్మయందు, ఘృత=ఆజ్యమైన, రాహు=రాహువనెడు, పలాంధః - పల=మాంసమే, అంధః=అశనముగాఁ గలరాక్షసునియొక్క, అసృక్=రక్తముయొక్క, స్రుతికిన్=స్రావముగల, వేంకటాచలపతికిన్ = వేంకటాచలరమణునకు, ఈవేంకటాచలపతికి ననువిశేష్యమునకుఁ బూర్వోక్తములగు షష్ఠ్యంతశబ్దములు విశేషణములు.

తా. సుదర్శన చక్ర ధారాగ్నియందు రాక్షసులను హోమము చేయుటకా యగ్నియొక్క పునస్సంధాన కర్మమునందు రాహువు యొక్క కంఠరక్త స్రావ మాజ్యమై యుండెను.

కథా ప్రారంభము.

వ. నా విన్నవింపం బూను నాముక్తమాల్యదామహాప్రబంధంబునకుఁ
గథాక్రమం బెట్టి దనిన. 50

టీ. నావిన్న...నకున్-నావిన్నవింపంబూను=నేనురచించి మీకు విన్నవించుకొనఁదలఁచిన, ఆముక్త...నకున్ - ఆముక్త = అనుభవించివిడువఁబడిన, మాల్య=విరులసరాలను, దా=ఇచ్చినచూడికుడుత్తనాంచారను నామె కథ కలిగిన యీ ప్రబంధమునకు, కథాక్రమంబు, ఎట్టిదనినన్=ఎటువంటిదనఁగా.

తా. సులభము.

మ. లలితోద్యానపరంపరాపికశుకాలాపప్రతిధ్వానము
*ల్వాలభీనీలహరిన్మణీపికశుకస్వానభ్రమం బూన్పు మి
న్నులతో రాయుసువర్ణసౌధ[illegible]
విలుబుత్తూరు సెలంగు[illegible]గంగాతీరములఁ [illegible]జూడఁ [illegible]ందిశ్రీ
[illegible]గునచ్చరలగబ్బిగుబ్బలఁ [illegible] సీమంతమై. 51

* బలభిన్నీల. [illegible]శాపము.

టీ. శ్రీవిలుబుత్తూరు = శ్రీవిల్లిపుత్తూరనుపట్టణము, పాండ్య...సీమంతమై - పాండ్య=పాండ్యదేశమందలి, నగర=పట్టణమగుమధురయొక్క, ఊర్వీ=భూమికి, రత్నసీమంతమై=మానికపుఁబాపటబొట్టై, లలితో...ముల్ -లలిత = ఒప్పుచున్న, ఉద్యాన=ఎలదోఁటలయొక్క, పరంపరా=గుంపులయందలి, పిక=కోయిలలయొక్కయు, శుక=చిలుకలయొక్కయు, ఆలాప=పలుకులయొక్క, ప్రతిధ్వానములు=ప్రతిధ్వనులు, వలభీ...భ్రిమంబు-వలభీ=ముంజూరులయందలి, నీల=నీలములయొక్కయు, హరిన్మణీ=గరుడపచ్చలయొక్క, పిక=కోయిలలయొక్కయు, శుక=చిలుకలయొక్కయు, స్వాన=పలుకులయొక్క, భ్రిమంబు=భ్రాంతిని, ఊన్పన్=వహింపఁజేయఁగా, మిన్నులతోన్=ఆకాశముతో, ఊయు=ఒఱియుచుండెడు, సువర్ణసౌధములన్= బంగరుమేడలచేతను,ఎందుఁజూడన్=ఏదిక్కునఁజూచినను,చెన్నొందె=శృంగారమై, చెలంగున్=ప్రకాశించును. (విల్లిపుత్తూరు అనుటయే సాధువు).

తా. పాండ్యదేశమందలి భూమి యనెడు నాతికిఁ బాపట బొట్టువోలె నొప్పుచున్న శ్రీవిల్లిపుత్తూరు సమీపమునందుండు నుద్యానములలోని కోయిలలు చిలుకలు గూయుచుండఁగా వాని కామేడలు ప్రతిధ్వనులు సేయఁగా నప్పట్టణ వీథులలోనేఁగెడు మార్గస్థులు తల లెత్తి చూడఁగా నత్యున్నతము లగు మేడలయొక్క వాచూరులయందు నీలములతోఁ జెక్కఁబడియున్న కోయిలలును మరకతంబులచేఁ జెక్కఁబడిన చిలుకలును గానరాఁగా నీపక్షులే యాధ్వనులు సేయుచున్న వన్నట్లుండు నని యును నావిల్లిపుత్తూరిలోని బంగారుమేడలు మిన్నంటి యున్న వనియును భావము.

చ. మలఁచి పయోజకోశములమాడ్కి నొనర్చినపద్మరాగపుం
గలశపుటెఱ్ఱడాల్బొమిడికంబులతో నపరంజియోడుబి
ల్లల నలవైజయంతముఁ జలంబునఁ గెల్వఁగ దంశితంబు లై
నిలిచినయట్లు మాడువు లనేకము లుల్లసిలున్ బురంబునన్. 52

టీ. మలఁచి=తొలిచి, పయోజ...మాడ్కిన్-పయోజ=కమలముల యొక్క, కోశములమాడ్కిన్=మొగ్గలవలెను, ఒనర్చిన=చేసినట్టి, పద్మ...లతోన్-పద్మరాగపున్=కెంపులయొక్క, కలశపు=కలశములనియెడు, ఎఱ్ఱడాల్ = రక్తకాంతిగల, బొమిడికంబులతోన్=శిరస్త్రాణములతో, (ఇచ్చటఁ బద్మరాగపుంగలశపుటెఱ్ఱడాలనుచోటను, 'సుప్పోతః' అనుసూత్రమువలనం బవర్ణగతం బగుసుకారంబునకం బెఁబరంబున సుమాగమరూప మగుపూగ...బయ, 'సామానాధికరణ్యేషూపంతానాం టుగాగమో ఽచిస్యాత్' అనుసూ[...]సంత కాలష్[...]గలశశబ్దసంబంధి యగుపువర్ణమునకుఁ బరమందు టుగాగమంబును వచ్చినది.) [...]సంజియోడుబిల్లలన్=మేలివన్నెబంగారు

కప్పుబిళ్లలచేతను, అల=అప్రసిద్ధమగు, వైజయంతమున్=ఇంద్రసౌధమును, చలంబునన్=చలముచేతను (ఇచ్చటఁ దృతీయార్థమున సప్తమి.) గెల్వఁగన్ = గెల్చుటకు, దంశితంబులై=మైమఱువులు దొడగినవై 'దంశితో వ్యూఢకఙ్కట' యని యమరుఁడు. నిలిచినయట్లు = నిలిచియున్నవనఁగా, మాడువులు = గృహములు, అనేకములు = పెక్కులు, పురంబునన్ = శ్రీవిల్లిపుత్తూరియందు, ఉల్లసిలున్ = ప్రకాశించును.

తా. శ్రీవిల్లిపుత్తూరియందలి గృహములు తమపైఁ దామరమొగ్గలవలె మలఁచియున్న కెంపుల కలశముల నెడు నెత్తిమంటి శిరస్త్రాణములు గలిగి బంగారుచేతఁ జేయఁబడిన యోడుబిళ్లల నెడు కవచముఁ దొడిగి స్వర్గమందలి ఇంద్రుని మేడయగు వైజయంతముతో యుద్ధము చేయుటకు సిద్ధపడి నిలిచియున్నట్లుండు నని భావము. యుద్ధసన్నద్ధు లెత్తిమట్టివస్త్రములు తలలకుఁ గట్టుకొని కవచములు దొడిగికొనుట ప్రసిద్ధము.

సీ. పాథోధి జలయుక్తిఁ • బ్రాఁచివట్టిన దిశా,
  కరులు నాఁ దగు మర•కతపుఁ గరులు
గరులతొండము సిక్కఁ • గబళించి మ్రింగిన,
  హరులు నాఁ దొండ మొ•ప్పుగుఁ దదశ్మ
హరులఁ దాపినతాప • లమర నేనికదోయి,
  నీరార్చు నపరంజి•నీటి వ్రాఁత
శ్రీలుఁ దత్పార్శ్వవీచి• త్రితశంఖచక్రముల్,
  రత్నపుఁదిన్నెలఁ • బ్రతిఫలింపఁ
తే. బెలఁపురాళి గృహశ్రీలఁ • బెండ్లియాడ
భవనరాజులు గట్టిన•బాసిక మనఁ
దనరు మణితోరణములతో • ద్వారవితతిఁ
బరఁగు వీథులు పురిసూత్ర•పట్టినట్లు. 53

టీ. పాథోధిజలయుక్తిన్ - పాథోధి = సముద్రముయొక్క, జల = జలముయొక్క, యుక్తిన్ = సంయోగముచేతను, ప్రాఁచివట్టిన = పాఁచిపట్టిన, దిశాకరులునాన్=దిగ్గజములనఁగా, తగు = తగునట్టి, మరకతపుఁగరులు=పచ్చలయేనుఁగులును, కరులతొండముసిక్కన్=ఏనుఁగులతుండముమాత్రము మిగులునట్లు, కబళించి =ఆహారించి, మ్రింగిన=మ్రింగినట్టి,హరులునాన్=సింహము లనునట్లు, తొండమొప్పగు=తొండముచేఁ బ్రకాశించుచున్న,తదశ్మ=అమరకతవికారములగు, హరులన్=సింహములను, తాపిన = చెక్కిన, తాపలు=సోపానములు, అమరన్=అమరుచుండఁగా, ఏనికదోయి=గజద్వంద్వము, నీరార్చు...శ్రీలు-నీరార్చు = స్నానముచేయించె

డు, అపరంజినీటి=బంగారునీటియొక్క, వ్రాఁత = చిత్తరువుయొక్క, శ్రీలు=లక్ష్మీప్రతిమలు, తత్పార్శ్వ...ముల్-తత్పార్శ్వ=ఆప్రతిమల యుభయపార్శ్వములయందు, చిత్రిత = చిత్రింపఁబడిన, శంఖచక్రముల్=శంఖచక్రములును, రత్నంపుఁదిన్నెలన్ = రత్నమయములగువేదులయందు, ప్రతిఫలింపన్=ప్రతిబింబింపఁగా, పెఱ...శ్రీలన్-పెఱ = ఇతరములగు, పుర్వాళి=పట్టణసమూహముయొక్క, గృహశ్రీలన్ = గృహసంపద లనియెడుస్త్రీలను, పెండ్లియాడన్=వివాహమగుటకు, భవనరాజులు=తత్పురగృహము లనురాజులు, కట్టిన=కట్టుకొన్న, బాసికమనన్ = పట్టబంధ మనునట్లుగా, తనరు = ప్రకాశించుచున్న, మణితోరణములతోన్ = మాణిక్యతోరణములతోఁగూడిన, ద్వారవితతిన్ = ద్వారసమూహముచేతను, వీథులు, పురిన్=శ్రీవిల్లిపుత్తూరియందు, సూత్రపట్టినట్లు=సూత్రముపట్టినట్లుగా, పరఁగున్=ఒప్పును. సూత్రపట్టినట్లన్నచోట, శ్లో. 'అదంతపాది శబ్దేచ పత్యర్థే బిందులోపకా, వర్ణకస్యాత్రకథితౌ క్వచి త్సుకవి సమ్మతేః' అని యథర్వణాచార్యసూత్రము ప్రమాణము.

తా. అష్టదిగ్గజము లెల్లప్పుడు సముద్రోదకములయందే యుండుటవలనఁ బ్రాఁచినట్టిన యెన్నట్లు తోఁచెడు పచ్చఱాతియేనుంగులును ఆయేనుంగులతుండము మాత్రము గనఁబడుచుఁ దక్కినశరీరము గానరాకుండుటం జేసియును, నల్లతుండంబులు పచ్చఱాతిసింహముల నోళ్లలోనుండి వెడలినట్లుండుటం జేసియును, ఏనుంగుల శరీరమెల్లను మ్రింగి తుండంబుల మిగిలించినట్లు కనుపడు సింహంబులను జెక్కిన పలుకఱాలు వెనుకదిక్కునఁ బ్రకాశించు ననియును, ఇట్టిసోపానములకుఁ బైఁగా గోడలయందు లక్ష్మీదేవి కభిషేకముఁ జేయుచున్న ట్లపరంజినీటితోఁ జిత్రింపఁబడిన యాలక్ష్మీప్రతిమలును గజంబులును లక్ష్మీప్రతిమల యుభయపార్శ్వములయందలి శంఖచక్రములును దిగువను రత్నమయవేదికలయందు నీడలు దోఁచుచుండఁగా బ్రతియింటివాకిట మణితోరణములు ప్రకాశింపఁగా నాగృహరాజంబు లితర పట్టణ గృహశ్రీలను వివాహముఁ జేసికొనుటకుం గట్టికొన్న బాసికము లనున ట్లొప్పుననియును వీథులు వంకరలు లేక సూత్రము పట్టి కట్టినట్లు వంకరలేక ప్రకాశించుచుండును.

చ. పగడపుఁజాయ చెందిరముఁ • బ్రామిన పాండ్యవధూకుచంబులన్
నగునరుణంపుఁబొండ్లములు • నారికెడంబులు వజ్రకుట్టిమం
బగు పథముం జెలంగు భవ•నాహృత శేషితరత్నరక్షక
ప్రగతరుసంతతిం బ్రథమ•భార్యఁ బురిన్ గిలువుంచె వార్ధినాన్. 54

టీ. పగడ...ముల్-పగడపుఁజాయ=విద్రుమకాంతిగల, చెందిరముల్=కుంకుమమును, ప్రామిన...బులన్-ప్రామిన = అలఁదినట్టి, పాండ్యవధూకుచంబులన్=పాండ్యదేశస్త్రీలగుబ్బలను, నగు...బులు-నగు=పరిహసించుచున్న, అరుణంపు=ఎఱ్ఱ

నగు, బొండ్లముల = పైపీఁచు ఒలువనికాయలు గల, నారికేళంబులు = నారికేళపుమ్రాఁకులును, వజ్ర=వజ్రముల చేతను, కుట్టిమంబగు=గట్టింపఁబడిన, పథముల్ = మార్గమును(ప్రథమాంతముమీఁద ద్రుతము సముచ్చయార్థకము.) భవనా... సుల్ - భవన=గృహములకొఱకు, అహృత=వ్యయముఁ జేయఁబడినవానినుండి, శేషిత - మిగిలింపఁబడిన, రత్న=రత్నములయొక్క, రక్షకున్ =కాపాడుటకు, వార్ధి=సముద్రుఁడు, అభ్రిగ = ఆకాశగతములగు, తరు=వృక్షములగు మందారాదులనియెడు, సంతతిన్=సంతానమును, ప్రథమభార్యన్=మొదలిపెండ్లామగు గంగానదిని, పురిన్ = శ్రీవిల్లిపుత్తూరయందు, గిఱవుంచె నాన్=కుదువయుంచె ననునట్లు, వెలుంగున్ = ప్రకాశించును.

తా. శ్రీవిల్లిపుత్తూరిలో నుండెడుగృహములు రత్నమయములైనవి గావున నా గృహములకు వినియోగము కాఁగా మిగిలినరత్నములను గాపాడుట నని రత్నాకరుం డగుసముద్రుఁడు పూటపడి యారత్నములు తీసికొని యాంగులకై తనసంతాన మగు కల్పవృక్షములను పెద్దభార్య యగుగంగను దత్పట్టణమునం గుదువ యుంచెనో యన్నట్లు సంతత మెడతెగని యుల్లనిబొండ్లములతోడి నారికేళపుమ్రాఁకులును వజ్రములచేత గట్టింపఁబడిన రాజమార్గమును ప్రకాశించును. నారికేళములు కల్పవృక్షములవలెను మార్గము తెల్లనికాంతి గలిగి యుండుటంజేసి గంగానదియుంబోలె నలుంగు చున్నకతంబున నట్లుత్ప్రేక్షింపంబడియెను.

క. కోరకితనారికేళ
క్ష్మారుహములు రత్నకుట్టిమంబులఁ దోఁచున్
ద్వారములలయత్నకృతశృం
గారంబుగ నలికి ముగ్గు ఘటియించి రనన్. 55

టీ. ద్వారములు = వాకిళ్లు, కోరకిత = సంజాతకోరకములు గల, నారికేళక్ష్మారుహములు=టెంకాయమ్రాఁకులు, రత్నకుట్టిమంబులన్=రత్నములచేఁ గట్టింపఁబడిన భూములయందు, అయత్నకృత=యత్నముచేతఁ జేయఁబడని, శృంగారంబుగన్=శృంగారము గలుగునట్లు, అలికి=గోమయలిప్తముఁ జేసి, ముగ్గుఘటియించిరనన్=రంగవల్లిక యుంచి రనునట్లు, తోఁచున్=ప్రతిబింబించును.

తా. శ్రీ విల్లిపుత్తూరిలో వాకిళ్లయందలి రత్నమయము లైనభూములయందు మొగ్గలు పచ్చనియాకులు గల నారికేళములు ప్రతిఫలింపఁగా నా యిండ్లవారు యత్నముచేత సింగారింపకయే శృంగారము గలుగునట్లు ఆకులనీడ యలికినట్లును మొగ్గల నీడ ముగ్గులు పెట్టినట్లు నుండె నని భావము.

మ. శయపూజాంబుజముల్ ఘటిం దడఁబడన్ • జన్దోయి లేఁగౌనుపై
దయఁ దప్పన్ బస పాడి పాగడపుఁబా•దంబొప్పఁ జెంగల్వడి
గ్గియ నీ రచ్యుత మజ్జనార్థము కటిం • గీలించి దివ్య ప్రబం
ధయుగాస్యల్ ద్రవిడాంగనల్ నడుతు రు•ద్యానంపులోఁద్రోవలన్.

టీ. చెంగల్వడిగ్గియన్ = ఎఱ్ఱకలువపూలు గలకొలనియందు, పసపాడి = హారిద్రాలేపపూర్వకముగా స్నానముఁజేసి, అచ్యు...ర్థము-అచ్యుత=శ్రీపతియొక్క, మజ్జనార్థము=అభిషేకముకొఱకు, నీరు=తీర్థము, కటిన్=ఒూండియందు, కీలించి = ఉనిచికొని, శయ = హస్తమందలి, పూజాంబుజముల్=పూజకొఱకైన కమలములు, ఘటిన్=తీర్థపుబిందెయందు, తడఁబడన్=తొట్రుపడుచుండఁగా, చన్దోయి=కుచద్వంద్వము, లేఁగౌనుపైన్=లేఁతనడుముమీఁద, దయతప్పన్=కృపాహీనమగుచుండఁగా, దివ్య...స్యల్-దివ్యప్రబంధ=ద్రావిడప్రబంధముతోడ, యుక్=కూడికొన్న, ఆస్యల్=వక్త్రములుగల, ద్రవిడాంగనల్=ద్రావిడస్త్రీలు, ఉద్యా...లన్-ఉద్యానంబు=ఎలదోఁటయొక్క, లోఁద్రోవలన్=అంతర్మార్గములయందు, పాగడపుఁబాదంబు=పాదకటకము లనియెడుభూషణము ధరించినపాదము, ఒప్పన్=ఒప్పుచుండఁగా, నడుతురు=ఏత్తురు.

తా. విల్లిపుత్తూరియందలి ద్రవిడస్త్రీ లుద్యానంబులలోని చెంగలువలుగల కొలఁకులలోఁ బసపుతో స్నానముఁ జేసి స్వామి తిరుమజ్జనము నిమిత్తము తీర్థంపుబిందె యాదేశాచారరీతిగా ఒూండియందు ధరించి తమహస్తములయందు నాళములు గలిగి పూజార్థము లైనకమలములు తద్ఘటములయందుఁ దొట్రిల్లుచుండఁ గుచభారముచే లేఁతనడుము లసియాడుచుండ దివ్యప్రబంధానుసంధానముఁ జేయుచు నుద్యానంబుల లోపలిత్రోవలయందుఁ బావడాలు ధరించినపాదములు గదల నడుచుచుందురనిభావము.

మ. కలయన్ నీలమయంపుఁదల్లి యొఱదాఁ•కం దేటనీ రొప్పు ర
థ్యలకూపంబుల మీలఁ జూచి వలభీ•వ్యాసంగితుంగ ద్రుశా
ఖలలో *డాఁగి గుభాలనన్ లకుముకుల్ • క్రందై పడున్ లేచు ము
చ్చిలి గేహేందిర ద్రావిడీపరిచితిన్ • జెండాడుచందంబునన్. 57

టీ. గేహేందిర=గృహలక్ష్మి, ద్రావి...తిన్-ద్రావిడీ=ద్రవిడస్త్రీలయొక్క, పరిచితిన్=పరిచయముచేతను, ముచ్చిలి=వంచించి (ఎవ్వరికిని గనుపింపకయనుట), చెండా...నన్-చెండాడు=కందుకక్రీడ సలిపెడు, చందంబునన్=రీతిచేతను, లకు

* పాఁడి గబా.

మకుల్=పక్షివిశేషములు, కలయన్=నిండునట్లుగా, నీలమయంపు-నీలమణివికారమగు, తల్లియొఱదాఁకన్=బొడ్డుటొఱదనుకను (పైనుండెడు పెద్దయొఱయనుట), తేటనీరు=నిర్మలోదకము, ఒప్పన్=ఒప్పుచున్న, రథ్యలకూపంబుల=వీథులబావులయందలి, మీలన్=మీనములను, చూచి=ఈక్షించి, వలభి...లోన్-వలభి=చూరులయందు, వ్యాసంగి=కూడియున్న, తుంగ=పొడవులగు, ద్రుమ-వృక్షములయొక్క, శాఖలలోన్=కొమ్మలలో, డాఁగి=పొంచి, శుభాలనన్=శుభాలను శబ్దము గలుగునట్లు, క్రంపై=సందడించి, పడున్=దుముకును, లేచున్=మఱల నుద్గమించును.

తా. వీథులలోని యొఱలబావులలోఁ దల్లియొఱవఱకుఁ బైని కునికియున్న తేటనీటిలోఁ గనఁబడుచున్న చేఁపలను జూచి యిండ్లచూరులవెంబడి వ్యాపించియున్న పెద్దపెద్ద తరుశాఖలయందు పొంచియుండి యాబావులలో దుముకుచు లేచుచున్న లకుముకిపిట్టలు ద్రవిడస్త్రీపరిచయము గలిగిన గృహలక్ష్మి తనకౌతుకము గానఁబడునట్లు రహస్యముగాఁ జెండు గొట్టుచుండఁగా నట్టి పుట్టచెండ్లవలె నుండెనని తాత్పర్యము. లకుముకులు చేఁపల బట్టికొనుటకు నీట దుముకుట ప్రశస్తము.

మహాస్రగ్ధర. స్వనిలింపావాసదత్త్వాశనదతలమిథస్తారతమ్యంబు లీరెం
డును దీనుల్గాంచునమ్మాడువులనయడుగం దోఁచునుద్యద్రతిస్నే
హనసిద్ధద్వంద్వబృందాలయ తటబిల కల్యాణమంథాద్రులలో నా
వనజాక్షస్యందనద్వంద్వము లిఖిత నరావాప్తదాంపత్యమొప్పన్.

టీ. లిఖిత...త్యము-లిఖిత=చిత్రింపఁబడిన, నర=మనుష్యప్రతిమలచేత, అవాప్త=పొందఁబడిన, దాంపత్యము=మిథునములుగల, వనజాక్షస్యందనద్వంద్వము-(వనజాక్షీ చ-వనజాక్షశ్చ-వనజాక్షౌ - వనజాక్షయోస్స్యందనే-తయోర్ద్వంద్వం- 'పుమాన్ స్త్రియా' యను సూత్రమువలన స్త్రీవాచకమగు వనజాక్షీశబ్దము లుప్తమై పురుషవాచకమగు వనజాక్షశబ్దమాత్రము శేషించుటంజేసి యట్టిరూపంబు వచ్చెనగాన), వనజాక్ష=శ్రీశ్రీపతులయొక్క, స్యందన=తేరులయొక్క, ద్వంద్వము=జోడు, స్వనిలింపా...బులు-స్వ=తమయొక్క, నిలింప=దేవతలకు, ఆవాస=నివాసముయొక్క, దత్త్వ=ఇచ్చుటయొక్కయు, అశన=ఆహారముయొక్క, దతుల=ఇచ్చుటయొక్కయు (ద్వంద్వాంతమున బహుత్వము), మిథః=ఒండొంటియొక్క, తారతమ్యంబులు-ఎచ్చుతగ్గులు, ఈరెండును=ఈయశనవాసములు, దీనుల్గాంచు=దీనస్థితులుపొందుచున్న, అమ్మాడువులన=ఆమాడుగులనే (ఆమాడుగులయందు నివాసమును నన్నదానమును విస్తరించి కలవనుట). (మఱియు క్వచిద్దకారో వ యనుసూత్రము ననుసరించి మాడుగులు మాడువులనియును గలదు). అడుగన్=వేఁడుకొనుటకు, తోఁచు...గులలో-తోఁచు=కానఁబడుచున్న, ఉద్యత్=ఒప్పుచున్న, రతి=సుఖములఁగల, స్నేహశన..

కూటములుగల, సిద్ధ=సిద్ధులను దేవయోనులయొక్క, ద్వంద్వ=మిథునములయొక్క, బృంద=సమూహములకు, ఆలయ=నివాసస్థానములగు, తట=దరులును, బిల=గుహలునుగల, కళ్యాణమంథాద్రులో=హేమాద్రి మందరాద్రులో, (మేరుమందరపర్వతములో యనుట. కళ్యాణమన బంగారము, మంథమనఁ గవ్వము గాన నాకళ్యాణ మంథశబ్దము లద్రిశబ్దముతోడ సంబంధించి ద్వంద్వాంతమందు బహువచన మగుచున్నది). నాన్=అనునట్లు, ఒప్పున్=ప్రకాశించును.

తా. మానవ దంపతులరూపములుగాఁ జెక్కఁబడిన బొమ్మలు గల శ్రీశ్రీపతుల రెండుతేరులు దేవతలకు నివాస మిచ్చిన మేరుపర్వతమును నాహార మగునమృత మిచ్చిన మందరపర్వతమును దమతమ పుణ్యతారతమ్యముల నడిగి తెలిసికొనవలయునని వచ్చి శ్రీవిల్లిపుత్తూరిలో దీనులకు నివాసంబులును నాహారంబు లిచ్చెడు నాగృహములదగ్గఱఁ జేరి తమ దరులయందును గుహలయందును సురతములయందు ననురక్తులగుసిద్ధమిథునములతోడ నున్నవో యన్నట్లు ప్రకాశించుచున్న వని భావము. తేరులమీఁదిబొమ్మలు సిద్ధదంపతులంబోలె నున్నవి. ఈపద్యమునందు దీనుల్గాంచు ననుచోట మిన్నుల్గాంచు ననియుఁ గొందఱు చదువుదు రచ్చట నాకాశమునొందుచున్న యమ్మాడువు లని యన్వయింతురు.

సీ. నవలయధ్వని గాఁగ • సాలిఁ ద్రేయు నదల్పు,
  యతి నైన గుండె ఝల్లనఁ గలంప
సుడిసిన మొగమెత్తి • చూడకుండు పరాకు,
  కుసుమబాణుని నైనఁ • గువిటుఁ జేయ
శ్రీకార్యపరులఁ గాంచిన లేచిద్రొక్కు నం,
  జలికి నింద్రుండు న•క్కొల్లువుఁ గోర
హరిగృహావసరశం•ఖాకర్ణనకుఁ ద్రిప్పు
  కడగంటిజిగిద్రజఁ • గాఁడిపాఱఁ
తే. గవఱ లుంకించి ద్రేయఁ గొ•ప్పవి య నవలి
కరమున నమర్పఁ బైఁటలో • మరుని బటువు
బిల్ల క్రియఁ బట్టుకంచెలఁ • బిగువు చన్ను
నిక్కఁ దిన్నెలఁ బాత్రముల్ • నెత్తమాడు. 59

టీ. నవలయధ్వనిగాఁగన్ = కంకణధ్వనికలుగునట్లుగా, సాలిఁద్రేయు=పాచికవేసెడు, అదల్పు=అదలించుట, (ఇచ్చట సారెఁద్రేయునదల్పని కొందఱందురు గాని యది ఏకార్థయుతరేఫాంతశబ్దమయ్యేనేని దానిబహువచనమందు సారెలని నిల్వ

వలయు నట్లుగాక మహాభారతంబున నడ్డసాళ్లనియు నడ్డసాగులనియుఁ బ్రయోగంబు కలిమింజేసి యిచ్చట నికారయుత లకారాంతశబ్దముగా నుండుటయే సమీచీనంబు.) యతినైనక్ = సన్న్యాసినైనను, గుండెఝల్లనక్ = హృదయము జలదరింపఁగా, కలంపక్ = కలుషముఁజేయుచుండఁగా, సుడిసినక్ = ఎదురైనప్పుడు, మొగమెత్తి - ముఖము పైకెత్తి, చూడకుండు = ఈక్షింపకుండెడు, పరాకు = గరువచంచనము, పసుపుబాణుని నైనక్ = పూవిలుతునైనను, కవిటుక్ చేయక్ = నీచవిటునిఁజేయఁగా, శ్రీకైంకర్యపరులక్ = భగవత్కైంకర్యపరులను, కాంచినక్ = చూడఁగానే, లేచి - ప్రత్యుత్థానముఁజేసి, మ్రొక్క = మ్రొక్కెడు, అంజలికి = దోసిలికై, ఇంద్రుఁడుక్ - దేవేంద్రుఁడును, అక్కొలువుక్ = ఆభగవత్కైంకర్యమును, కోరక్ = అపేక్షింపగా, హరి...నకుక్ - హరి - స్వామియొక్క, గృహ = ఆలయమునందలి, అనసర = ఆరాధనసమయములయొక్క, శంఖ - శంఖనాదముయొక్క, ఆకర్ణనకుక్ = వినుటకు, త్రిప్పు = మరల్పు, కనుగొనల - నేత్రాంతములయొక్క, జిగి = బెళుకు, ప్రజక్ = చూచెడువారిని, కొఁడిపోవక - ఉచ్చిపోవఁగా,(అంత వాఁడియనుట.) కవలులు = అడ్డసాళ్లు, ఉంకించి - ఉప్పొంగించి, వ్రేయక్ = వ్రేయఁగా, కొప్పువియక్ = తురుము వదలఁగా, ఆవలికగమునక్ - రెండవహస్తము చేతను, అమర్పక్ = సవరింపఁగా, పైఁటలోక్ = పైయెదలోపలను, మగుని - స్మరుని యొక్క, పటువుబిల్ల క్రియక్ = తొడక్రింద నునిచికొను చుట్టుబిగడుసంచియు, పట్టుకంచలక్ = పట్టురవికయందు, బిగువుఁజన్ను = బటువుగుబ్బ, నిక్కక్ - నిట్టవొడువఁగా, పాత్రములు = వేశ్యాంగనలు, తిన్నెలక్ = వేదికలయందు, నృత్తము - నృత్యమును, ఆడుక్ = క్రీడింతురు.

తా. ఆశ్రీవిల్లిపుత్తూరియందు నరుఁగులమీఁద వేశ్యకాంతలు యతీశ్వరుని హృదయమైన గలంగునట్లు విలాసము గలిగి యదలించి శంకణములు కనని ధ్వని సేయునట్లు పాచిక వ్రేయుచును, మఱియు నెట్టివాఁ రదటికి వచ్చినను మొగ మెత్తి చూడక పరాకుఁ జేయుచు గరువము గలిగియును స్వామి యాలయము కైంకర్యముఁ జేసెడువారిఁ జూచినమాత్రముననే లేచి మ్రొక్కుచుండఁగా నట్టి మ్రొక్కు తనకుఁ గలుగ వలయునని దేవేంద్రుఁడును స్వర్గమందలి యప్సరోగణముల కొలువు గలప్రభుత్వము నైన మాని యాదేవాలయమందుఁ దా నొక్క సేవకుఁ డై యుండవలయు నని కోరుచుండఁగా నట్టిసౌందర్యము గలిగి యప్పుడప్పుడు స్వామి యాలయమునందలి కొలువుల సమయములలోని శంఖనాదములు వినఁగానే దరదర చూచుచును బాచికలాటకుఁజేసి దొరలింపఁగాఁ గొప్పు వీడఁగా నాటయందలి త్వర వాటుచేతను రెండవచేత నాకొప్పు సవరించుటకుఁ జేయెత్తినప్పుడు పైటలోని పట్టురవికలో నిక్క వాడిచెడు బటువుగుబ్బ కానరాఁగా నిట్టివిలాసములు గలిగి పగడసా లాడుదురని భావము,

సీ. వీడెంపుఁ *బలుకెంపు • విరిసి వెన్నెల గాయ,
వరిగింజ నొకటఁ బల్వరుసఁ దోమ
నొఱసి యొత్తినమణుం • గొందక మేన ని,
గ్గులు దేఱఁ బస పాడి • జలక మాడ
ముదుక గాకుండఁ బయ్యెదలోనె కేలార్చి,
కలయ †నొంటను జంటఁ • గలప మలఁద
రతి రయచ్ఛిన్నసూత్రమునఁ జిక్కక ముత్తె,
ములు రాల గఱగఱికలు వహింప
తే. నొలసినను నెట్టినరునైనఁ • గులముఁ దెలియఁ
బ్రభుత సెడి పల్లవుఁడు పేద • వడిన నేఁద
నృపతి వెలి యంతిపురముగా • నెన్న మెలఁగ
బాసఁ గృతిఁ జెప్పవలఁతు • లప్పద్మముఖులు. 60

టీ. వీడెంపుఁబలుకెంపు=తాంబూలసంబంధియగు నరుణకాంతి, విరిసి=విచ్చిపోయి, వెన్నెలగాయ=శుభ్రవర్ణమేర్పడఁగా, వరిగింజనొకటన్=ఒక్కశాలిబీజముచేతనే, పల్వరుసన్=దంతపంక్తిని, తోమన్=ధావనముఁజేయుటనను, ఒఱసియొత్తినన్=తాచియద్దినను, మణుంగొందక=తెలివలువనంటక, మేనన్ =శరీరమందే, నిగ్గులుదేరన్=మిసిమిగనుపించునట్లు, పసపాడి=పసపుఁబూసికొని, జలకమాడన్=స్నానముఁజేయుటకును, ముదుకగాకుండన్ = ముడుగుఁదనములేకుండ, పయ్యెదలోనన్=పైఁటలోనే, కేలార్చి=హస్తమాడించి, కలయన్=వ్యాపించునట్లు, ఒంటన్=ఒడలియందును, చంటన్=కుచములయందును, కలపములఁదన్=కదంబముఁబూయుటకును, రతి...మునన్-రతిరయ=పురుషాయితసురతవేగముచే, ఛిన్న=త్రెస్సిన, సూత్రమునన్=త్రాటియందు, చిక్కక=చిక్కుపడక, ముత్తెములురాలఁగన్=మౌక్తికములు రాలుచుండఁగా, గఱగఱికలు=సొగసులను, వహింపన్=తాల్చుటకును, ఒలసినను=సమీపించినను, ఎట్టినరునైనన్ = ఎంతధనరూపాదులు గలవానినైనను, కులముఁదెలియన్=వర్ణ మడిగి తెలిసికొనుటకును, ప్రభుతసెడి=ప్రాభవములేక, పల్లవుఁడు=తనమునుపటివిటకాఁడు, పేదవడినన్=దరిద్రుఁడైనను, ఏఁదన్=పోషించుటకును, నృపతివెలియంతిపురముగాన్=నరపాలునియొక్క బహిర్గతమైన మఱియొక్కయంతఃపురమనఁగా, ఎన్నన్=గణింపఁగాను, మెలఁగన్=సంచరించుటకును, బాసన్=ప్రతిభాషయందును, కృతిఁజెప్పన్ =ప్రబంధనిర్మాణముఁ జేయుటకును, అప్పద్మముఖులు=

* నునుగెంపు. † జంటను నొంట.

ఆవారవనితలు, వలఁతులు = సామర్థ్యముగలవారు, వలఁతు లనుపదము పల్వురుసఁ దోమ నను నదిమొదలుగాఁ గృతిఁజెప్ప ననుదానివఱకు నెనిమిదిపనులకు నన్వయించుచున్నది.

తా. విడియము పెక్కుమాఱులు నమలుటం జేసి మిక్కిలి ఱంపెక్కిన తమ దంతములయందలి యరుణిమ విరిసి తెల్లనగునట్లావారవనిత లాక్కుపరిగింజచేతనే దంత ధావనముఁ జేయుదు రనియును, స్నానముఁ జేయునప్పుడు పూసికొన్న పసపు పరీక్షకైనను తెల్లనివస్త్రముతోఁ దాచినను వస్త్రము నంటక వారి మేనులందే నిగనిగ లాడుననియును, వారు చనుగవ బయల్పడనీక పైఁటలోన కాశ్మీర కస్తూరీ కర్పూరములు మొదలగు వాసనలు గల కదంబము మిక్కిలి పలుచనఁగాఁ బూసి కొనుదు రనియును, సురతమందు తమహారముల ముత్తియంబులు తెగిన సూత్రంబున నుండక పఱువెత్తు నంత వడిగా నుపరతిఁ జేయుదు రనియును, ఎట్టిసొబగుఁడైన నెట్టిధనికుఁడైనఁ దమ్ము వలచెనేని యతని కులము తెలియక కేవల ద్రవ్యాపేక్షచేతనే యతనితోఁ గూడరనియును, మున్ను దమతోడఁ జెలిమిచేసిన విటుఁడు ధనహీనుఁ డయ్యెనేని యతని నాదరింతురనియును, రాజాంతఃపుర స్త్రీజనమునకుఁ గలిగి నంత పరువు గలిగి సంచరింతు రనియును, మిగుల విద్యావతులు గాన నుఁ గావ్య గానముఁ జేయుటకైనను నేర్పు గలవారనియును భావము.

ఉ. అంచితహారవల్లివల • యాభరణంబుల తక్కఁ ద్రోయుఁ జి
ల్కుంచుఁ బసిండి యేణమద • మంగముఁ జేర్చుట తక్క రోయు జి
డ్డించు జవాది ధూపితమ • యందుట తక్క విదిర్చుఁ బూవుఁ జె
మ్మంచు జిలుంగ తక్క నగు • యౌవత మొత్తు నటంచు నన్యముల్.

టీ. యౌవతము=యువతిసమూహము, అంచిత...బుల–అంచిత — సొగసగు, హారవల్లి=వల్లికలవంటి ముక్తాహారములచేతఁజేసిన, వలయాభరణంబుల=వలయభూషణములే, తక్కన్ = కాక, పసిండి = బంగారము, చిల్కుంచు — చిలుకుచుట్టునను చు, త్రోయున్=పరిహరించును. ఏణమదము=కస్తూరి, అంగముఁజేర్చుటతక్కన్—శరీరమందు నలఁదుటయే కాక, జవాది=సంకుమదమును, జిడ్డించున్—దముగతోడిమలినమని, రోయున్=ఏవగించును. ధూపితమయందుటతక్కన్=శిరోజముల కగరు సాంబ్రాణి మొదలగువస్తువులధూమధూపముఁ బొందుటయే కాక, పూవున్=పుష్పమును, చెమ్మంచున్=తడియనుచు, విదిర్చున్=విసర్జించును. జిలుంగదక్కన్=సన్నపుఁజీరయే కాక, అన్యమున్=పెరసరిగచీరనైనను, ఒత్తునటంచున్=ఒత్తుకొనుననుచును, నగున్=పరిహసించును.

తా. ఆపురిజవరాండ్రు మిగుల సుకుమార శరీరములు గలవా రగుటం జేసి రంగగుబంగరుకన్న మిన్న యగు వన్నియ గల తమ సెమ్మేనుల ముత్తియంబుల సొమ్ములు ధరింతురే కాక పసిఁడి సొమ్ములు చిలుము పట్టు నని త్రోసి వేయుదురు. పునుంగు జిడ్డు గలదని దానిఁ బూసికొనుట వదలి కస్తూరియే పూయుదురనియును, తుఱుములయందు విరులఁ దురిమిన నవి చెమ్మగిల్లు నని వాని విడిచి ధూమధూపములచేతనే వెండ్రుకలకు వాసన లెక్కింతురనియును, సరిగ మొదలగు వానిచే నెక్కుడు వెలగల వలువల నేని యవి కఱకుగ నొఱయు నని వానిఁ బరిహసించి జిలుంగు వలువలే కట్టుదు రని యును నిట్టి నాగరకంబు గల వారని భావము.

ఉ. వేవిన మేడపై వలభి • వేణికఁ జంట వహించి విప్పఁగా
బూవులు గోటమీఁటుతఱిఁ • బోయెడు తేఁటులమ్రోఁత కామిశం
కావహ మౌఁ గృతాభ్యసన • లౌటను దంతపుమెట్లవెంబడిం
జేవడి వీణ మీఁటుటలుఁ • జిక్కుఁడలించుటలు న్సరింబడన్. 62

టీ. వేవిన=ప్రభాతముకాఁగానే, ('క్వచిద్గకారోవః' అనుసూత్రమును బట్టి వేగిన యనుశబ్దము వేవిన యనియునుం గలదు.) మేడపైన్=సౌధాగ్రముమీఁదను, వలభిన్ = లోవయందు, వేణికన్ = జడను, చంటన్=కుచమందును, వహించి= ధరించి, విప్పఁగాన్=ఉద్గ్రథనముఁజేయుటకొఱకు, పూవులు=పుష్పములను, గోట మీఁటుతఱిన్=నఖముచేత విదిర్చుసమయమునందు, పోయెడు...మ్రోఁత-పోయెడు= విచ్చిచనుచున్న, తేఁటులమ్రోఁత=భ్రమరములధ్వని, కృతాభ్యసనలౌటను - కృత= చేయఁబడిన, అభ్యసనలౌటను=అభ్యాసముగలవారౌటచేతను, దంతపుమెట్లవెంబ డిన్=వీణకు వేసియున్న దంతపుమెట్లవెంబడిఁగా, చేవడిన్=హస్తలాఘవముచేతను, వీణమీఁటుటలున్=వీణవాయించుటలును, చిక్కుఁడలించుటలున్=శిరోజములచిక్కుఁ దీయుటలును, సరింబడన్=సదృశములగుచుండఁగా, కామి...మౌన్-కామి=కాము కులకు, శంకావహమౌన్ = సంశయాస్పదమగును. (ఈపద్యమునందు వారస్త్రీలని యధ్యాహారముఁ జేసికొనవలయును).

తా. ఆపట్టణమందు వారస్త్రీలు తెల్లవాఱఁగానే మేడమీఁదఁ జూరువెంబడి గూర్చుండి తమ వేనలి కుచోపరిభాగము మీఁద ధరించి యాజడ విప్పుచు నందలి పుష్పములు గోట విదిలించునప్పుడు పరిమళార్థ మయి ముసరికొని మరల విచ్చి పోవు తుమ్మెదలు రొదఁజేయుచుండఁగా నా ఝుంకారము విని వీథిఁబడి బోవుచున్న కాము కులు నిలిచి యాస్త్రీలు చేతులు వడివడిగా నాడించుట వీణవాయించిన ట్లుండఁగాఁ బుష్పములు దంతపు మెట్లవలెనుండఁగా జడ వీణవలెనుండఁగా నాస్త్రీలు వీణాభ్యా

సము గలవా రగుట వలన నప్పుడు జడ విప్పుట వీణవాయించుటకా అని సంశయింతు రని భావము. సందేహాలంకారము.

క. అళివచఃకార్పణ్యాం, బా లేమల చెవులు సోఁక • దధమాన్వయ జీ
ర్ణా లావణ్యులపిలుపున,కై లాభముఁ దెలిపెనేని • యవి శ్రీలగుటన్.

టీ. అళిర...ణ్యంబు - అళి=చెలికత్తెలయొక్క, వచః=వాక్కులయొక్క, కార్పణ్యంబు=లుబ్ధత్వము, అధమా...కై - అధమాన్వయ=తక్కువజాతియొక్కయు, జీర్ణ=ముసలివాండ్రయొక్కయు, అలావణ్యుల = సౌందర్యహీనులయొక్కయు, (ద్వంద్వాంతమున బహువచనము) పిలుపునకై=పెల్చుటకొఱకు, లాభముఁ దెలిపెనేని=ఆదాయ మెక్కింగించెనేనియు, అవి=ఆస్త్రీలచెవులు, శ్రీలగుటన్ = లక్ష్మీస్వరూపములగుటచేతను (శ్రీకారములఁబోలినవనుట), అలేమల=అసొగసుకత్తెలయొక్క, చెవులుసోఁకదు=చెవిజొరదు.

తా. జవ్వనము గలయావారకాంతల దాఁపున నుండు చెలులు కొందఱుఁ బురుషులఁ దాల్చు వారై యాపురుషులు మిక్కిలి ధన మిచ్చెద గని చెప్పినను ఆవార కాంతలు పురుషులు తక్కువకులము వారయినను ముసలివారైనను సొగసు లేని వారైనను వారిని దెలియఁజేయుచు చెలుల పలుకులు విన రనియును సామాన్యలు కేవల విత్తాపేక్ష గలవారైన నచ్చటి వార లుత్తమ కులీనులై యౌవనము గలిగి సుందరులైనపురుషులనేకాని కూడరనియు భావము.

చ. ద్రవిడ కుటుంబినుల్పసపు • టాచినరత్నపుఁదాఁపక్రింద సం
బువు దెరవారఁగా నిదుర • వోయి గరుత్తతి పచ్చఁబాఱినన్
భవనసరోమరాళములు • భర్మమయచ్ఛద గుచ్ఛవిస్ఫుర
ద్దివిజధునీమరాళవిత•తిభ్రమఁ *బూన్చుఁ బురిన్భ్రమించుచున్.64

టీ. భవన...ళములు - భవన = గృహసంబంధులగు, సరః = కొలఁకుల యందలి, మరాళములు=హంసలు, ద్రవిడకుటుంబినుల్ = ద్రావిడస్త్రీలు, పస... క్రిందన్-పసపుటాచిన=పసపుఁజాఁదినట్టి, రత్నపుదాఁపక్రిందన్ - రత్నసోపానము క్రింద, అంబువు తెరవారఁగాన్=ఉదకము తరంగితమగుచుండఁగా, నిదురవోయి= నిద్రించి, గరుత్తతి - గరుత్=ఱెక్కలయొక్క, తతి=గుంపు, పచ్చఁబాఱినన్= హరిద్రావర్ణముగలదికాఁగా, పురిన్ = శ్రీవిల్లిపుత్తూరను, భ్రమించుచున్ - తిరుగుచును, భర్మమయ...భ్రమన్ - భర్మమయ=స్వర్ణమయములగు, ఛద - ఱెక్కలయొక్క, గుచ్ఛ=గుత్తులచేతను, విస్ఫురత్=ప్రకాశించుచున్న, దివిజధునీ- ఆకాశగంగ

* మాన్చు.

యందలి, మరాళ=హంసలయొక్క, వితతి=సమూహముయొక్క, భ్రమక్=భ్రాంతిని, పూన్చున్=వహింపఁజేయును.

తా. ద్రావిడస్త్రీలు గృహముల వెనుక నుండెడుకాలువలలోఁ బసపాడి స్నానము సేయునప్పుడు రత్నసోపానము క్రింద హంసలు నిద్రఁబోవుచుండఁగా నా పసపునీరు ఱెక్కల కంటుకొని పచ్చబడియుండుటవలన నాహంసలే పట్టణమందుఁ దిరుగఁగా బంగారు ఱెక్కలు గలస్వర్గమందలి హంసలని చూపఱ భ్రమింపించు ననియు నచ్చటికాలువల సోపానములు మణిమయము లనియును భావము.

మ. తలఁ బక్షచ్ఛటఁ గ్రుక్కి బాతువులు కేదారంపుఁగుల్యాంతర
స్థలి నిద్రింపఁగఁ జూచి యారెకు లుషస్స్నాతప్రయాతద్విజా
వలిపిండీకృతశాటుల న్నవిఁ దదావాసంబుఁ జేర్పంగ రే
వుల డిగ్గ న్వెసఁ బాఱు వానిఁ గని నవ్వు న్శాలిగోప్యోఘముల్. 65

టీ. బాతువులు=బాతులనియెడుజలపక్షులు, తలన్=తమతలను, (జాత్యేకవచనము) పక్షచ్ఛటన్ = ఱెక్కచాలునందు, గ్రుక్కి = గ్రుచ్చి, (క్రుచ్చి యను పాఠముంగలదు) కేదారంపు...స్థలిన్ - కేదారంపు=వరిమళ్లసంబంధులగు, కుల్యా=కాలువలయొక్క, అంతరస్థల=మధ్యప్రదేశమందు, నిద్రింపఁగన్=నిద్రపోవుచుండఁగను, చూచి=కాంచి, ఆరెకులు=ఊరికాపరులు, ఉషస్స్నాత...లు-ఉషస్స్నాత=ప్రాతస్స్నానముఁజేసినట్టియు, ప్రయాత=చనినట్టి, ద్విజావలి=బ్రాహ్మణసమూహముచేతను, పిండీకృత=పిడుచలుగాఁజేయఁబడిన, శాటులు=వస్త్రములు, అన్ సవిన్=అను భ్రమచేతను, తదావాసంబున్ - తత్=ఆబ్రాహ్మణులయొక్క, ఆవాసంబున్=గృహములను, చేర్పంగన్=చేర్చుటకొఱకు, రేవులన్ = రేవులయందు, డిగ్గన్=దిగఁగా, వెసన్=వేగముచేతను, పాఱు=పరుగెత్తెడు, వానిన్=ఆబాతులను, కని=చూచి, శాలిగోప్యోఘముల్ - శాలిగోపీ=పైరుగాఁపరులగు స్త్రీలయొక్క, ఓఘముల్=సమూహములు, నవ్వున్=హసించును.

తా. ఆపట్టణసమీపమందు వరిమళ్లకు దిద్దినకాలువలయందు బాతులు వాని స్వభావగుణముచేతఁ దలలు ఱెక్కలలోఁ దూర్చుకొని నిద్రించుచుండఁగాఁ దలవరులు వానిఁ జూచి యుషఃకాలమందు స్నానార్థమై యాకాలువలకు వచ్చినబ్రాహ్మణులు తమవస్త్రములను బిండి యచ్చట నుంచి మఱచి పోయిరని తలంచి వాని మరల వారి వారి గృహములలో నొప్పగించుటకై రేవులలో డిగఁగానే యాపక్షులు పఱచుటఁ జూచి యచ్చటఁ బైరులను గాపాడుచున్న గడితలు తలవరులను బరిహసింతు రని భావము.

మ. సారిదిం జేర్చినతీఁగెమల్లియలు ఖ•ర్జూరంబులు న్పుష్పమం
జరులు న్మామిడిగుత్తులు న్గుసుమము • ల్సంపెంగలు న్పచ్చగ
న్నెరు*లు న్బాళెలు గల్గి రాజనము కాం•తిం దారు ముల్చూపి చే
లరుదార న్నగుఁ బువ్వుఁదోఁటల బలా•కానీకదంభంబునన్. 66

టీ. చేలు=కేదారములు, ('బహువచనే కుత్రచిన్నలోపస్స్యాత్' యను నన్నయభట్టీయసూత్రమువలనఁ జేనుశబ్దబహువచనమారూపమయ్యెను) సారిదిన్=సొగసుగాఁగ, చేర్చిన=విత్తినట్టి, తీఁగెమల్లియలు=అల్లుమల్లెలును, ఖర్జూరంబులున్=ఖర్జూరపుఁజెట్లును, పుష్పమంజరులున్=పువ్వులగుత్తులును, మామిడిగుత్తులున్=రసాలగుచ్ఛములును, కుసుమముల్=పుష్పములును, సంపెంగలున్=చంపకములును, పచ్చగన్నెరులున్=పచ్చపూలకరవీరములును, పాళెలు=పాళెలనుపుష్పవిశేషములు, కల్గిన, పువ్వుఁదోఁటలన్=పుష్పోద్యానములను, (తీఁగెమల్లియలు, ఖర్జూరంబులున్, పుష్పమంజరులున్, మామిడిగుత్తులున్, కుసుమముల్, సంపెంగలున్, పచ్చగన్నెరులున్, పాళెలు అను పేరుగలధాన్యవిశేషములు), కల్గి=తమకుంగలిగి, రాజనము-రాజనమను పేరుగలశాలివిశేషముయొక్క, కాంతిన్=ప్రకాశముచేతను, తారు=[illegible] శబ్దబహువచనము (చేలనుట), ముల్చూపి=ముల్లుచూపి, (రాజనములకు ముల్లుగలిగి యుండుట సహజము. త్రాచునఁదూఁచునప్పుడు భారమగుచున్నదిక్కునఁ ద్రాసుముల్లు త్రాలును గాన దమతమసామ్యవిమర్శయందుఁ దామే హెచ్చయ్యెననుట), బలాకా...నన్-బలాకా=బెగ్గురుపిట్టలయొక్క, అనీక=సమూహమనియెడు, దంభంబునన్=నెపముచేతను, అరుదారన్=ఆశ్చర్యమగునట్లు, నవ్వున్=ప్రహసించును. (ముల్చూపి యనుచోట 'ప్రథమైక వచనమాత్రేవికృతానాంతాదయోపికథ్యంతే' యనుసూత్ర[illegible]కారము).

తా. అచ్చటి వరిచేలు పువ్వుఁదోఁటలయందుఁ గలతీఁగెమల్లియలు మొదలుగా బాళెలను పదమువఱకుఁ జెప్పఁబడిన పేరులు గలధాన్య విశేషములు దమయందుం గలిగి తోఁటలయందుఁ గలుగనిరాజనము విశేషముగాఁగలిగి యారాజనమునకుఁ గలముల్లనియెడు త్రాసుముల్లు జూపి తాము హెచ్చగుటవలన నాపువ్వుఁదోఁటలను దమమీఁదఁ దిరిగెడు బెగ్గురుపులుఁగుల తెలిచాయలనియెడి నెపమున నవ్వుచున్నవని భావము. అనఁగాఁ బువ్వుఁదోఁటలకంటె నధికతర శృంగారములై వరిచేలు ప్రకాశించునని తాత్పర్యము.

చ. బలసినహల్లకచ్ఛటల•పైఁ దమ జుంజురుముంజ్జు రాయఁగాఁ
గలమము లుండుఁ బండి యొఱు•గంబడి నీ రెడలింపఁ దృష్ణ లోఁ

* పూ బాళెలు,

దలకొన వంగి మున్ జలముఁ • ద్రావెడు క్రిందటి వేళ్లు మీఁదటన్
నిలిపి మరంద మానుకర•ణిన్నికటోపవనానిలాహతిన్. 67

టీ. కలమములు=వరిపైరులు, పండి=పక్వములై, నీరెడలింపన్=కట్టియున్న నీరు పరిపాకార్థమై వెడలఁజేయఁగా, తృష్ణ=నీరువట్టు, లోఁదలకొనన్=అంతర్వ్యాపకముగాఁగా, వంగి=నమ్రములై (బడలికచేతననుట), మున్=పూర్వమందు, జలముఁ ద్రావెడు=ఉదకపానముఁజేసెడు, క్రిందటి వేళ్లు=క్రిందనున్న మూలములను, మీఁదటన్=ఉపరిభాగమందు, నిలిపి=ఉనిచి, బలసిన=పుష్టిగల, హల్లకచ్ఛటలపైన్ - హల్లక=చెంగలువపువ్వులయొక్క, ఛటలపైన్=గుంపులమీఁద, మరందము=మకరందమును, అనుకరణిన్=పానముసేయురీతిగా, నిక...తిన్ - నికట=సమీపమందలి, ఉపవన=ఉద్యానవనములవలని, అనిల=గాలియొక్క, ఆహతిన్=వీఁచుటచేతను, తమ ఝుంఝురుముండ్లు=తమయొక్క ధాన్యమంజరీకంటకములు, రాయఁగాన్=ఒఱసికొనుచుండఁగా, ఒఱుగంబడి=కైవ్రాలి, ఉండున్=ఉండును.

తా. వరిపైరులు పక్వము గాఁగానే కోఁత నిమిత్తమై మళ్లలో నీరుండనీక కర్షకు లెడలించిన నెల్లప్పు డుదకపానము సేయుచున్నయవి గావున నప్పుడు నీరు లేమిం జేసి దప్పిచేత నామళ్లలోఁ బుష్పించి యున్న చెంగలువ పువ్వులమీఁద వ్రాలి మున్ను నీరు ద్రావెడు వేళ్లవలెనున్న ముండ్లు రాచుకొనుచుండఁగాఁ బువ్వులఁ దేనె యానిన ట్లుండెననియును, వాయువశముచేతఁ గదలుచుండఁగాఁ దృష్ణాభరము వలనఁ బడలికచేత సోలుచున్న వన్న ట్లుండె ననిభావము. కేదారములయందుఁ బైరులు పండి యొఱిగియుండు నని ముఖ్యతాత్పర్యము.

చ. అడుగునఁ బండి వ్రీలి యస•లై మధు*పుట్టఁగఁ ద్రావఁ దేంట్లు మ
ల్లడిఁ గొని చుట్టి రాఁ బనస•ల న్వ్రేలుచు న్గలుగుండ్లతోడ నీ
డ్వడు పెనుఁబండ్లు భిన్నతట•పాంసుల భూరిమదాంబుసేచనా
జడదృఢశృంఖలాయుతవ•సంత †మదద్విరదాధిపాకృతిన్. 68

టీ. కలుగుండ్లతోడన్=ఱాతిగుండ్లతోడ, ఈడ్వడు=సమానములగు, పెనుఁబండ్లు=పెద్దఫలములు, అడుగునన్=భూమిలోనే, పండి=ఫలించి, వ్రీలి=వ్రద్దలై, అసలై=బురదయై, మధు=రసము, పుట్టఁగన్=కల్గఁగా, ద్రావన్=పానముసేయుటకు, తేంట్లు = భృంగములు, (ఇచ్చటఁ దేఁటిశబ్దమునకు బహువచనమందు లువర్ణము పరముగాఁగా దేఁటులని రూపము వచ్చెంగావున 'రోలోడలటాముదితాంతస్య చవాలుక్స్యలోలోశ్చ' యనునాంధ్రశబ్దచింతామణిసూత్రమును బట్టియలతేఁటిశబ్దాంత

* వుబ్బఁగ ద్రావి. † నృప.

మందలి టివర్ణోకారము వికల్పములుగా లుప్తం బగుటం జేసి తేఁట్లని నిలువవలసి యుండి నను తేంట్లని పూర్ణబిందుయుతముగా బహుప్రయోగముల కలిమిం జేసియును, 'శాస్త్రప్రయోగవచసోః శాస్త్రంబలవదుచ్యతే, అనిష్పన్నే పదే తేన ప్రయోగాశ్రయణం హితమ్' అను వికృతి వివేకసూత్రము కలిమిబలిమిం జేసియును నిట్లే బోంట్లు మొదలగు శబ్దములు గానంబడు చుండుటం జేసియును దేంట్లని యుండుటే సాధువుగాఁ దోఁచుచున్నది). మల్లడిఁగొని=పెనఁగొని, చుట్టిరాన్=చుట్టికొనిరాఁగా, భిన్న=పగిలినట్టి, కట=చెక్కులయందలి, పాంసుల=పరాగితమైన, భూరిమదాంబు=అధికమదజలముయొక్క, సేచన=తడుపుగలట్టియు, అజహ=కదలుచున్న, దృఢ=గట్టియైన, శృంఖలా=సంకెలతోడను, యుత=కూడికొన్న, వసంత...కృతిన్=వసంత=వసంతునియొక్క, మదద్విరదాధిప = మదపుటేనుఁగుమిన్నలయొక్క, ఆకృతిన్ = ఆకారముచేతను, పనసలన్ = పనసచెట్లయందు; పొలుచున్=ప్రకాశించును.

తా. వేరుపనస పండ్లు భూమిలోనే పండి పగులఁగా నారసము పగిలిన భూమిలోనుంచి పైకివచ్చి బురదకాఁగా నవ్వాసనకుఁ దుమ్మెదలు పెనగొని చుట్టుకొనఁగా నాపండ్లే వసంతుని మదపుటేనుంగులవలె నున్న వనియును, మదాతిశయము వలన భిన్నములైన చెక్కులవలన దొఱఁగెడు మదధారలతోఁ గలసిన దుమ్ముతోడి బురదవలె నాఫలరస మున్న దనియును కదలుచున్న యినుపసంకెలవలెఁ జుట్టుకొన్న తుమ్మెదలున్న వని భావము.

ఉ. చాల దళంబుగాఁ బృథుల • చంపకకీలనఁ బొల్చు బొందుఁ దో
మాలె లనంగఁ బండి మహీ • మండలిఁ జీఱుచు వ్రాలి గంధమూ
ర్ఛాలస మైనభృంగతతి • నాఁదుదకప్పు మరన్ఫలావళు
ల్వ్రీలి గెల ల్సుగంధ కద • ళీవన పఙ్క్తుల నొప్పు నప్పురిన్. 69

టీ. అప్పురిన్=ఆపట్టణమందు, సుగంధ...పఙ్క్తులన్ - సుగంధకదళీ=సుగంధములను పేరుగలయరఁటిచెట్లయొక్క, వన=తోఁటలయొక్క, పఙ్క్తులన్=గుంపులయందు, గెలల్=గుచ్ఛములు, చాలన్=మిక్కిలియు, దళంబుగాన్ = దట్టమగునట్లు, పృథుల...లనన్-పృథుల=గొప్పలగు, చంపక=సంపఁగిపూలయొక్క, కీలనన్=కూర్చుటచేతను, పొల్చు=ఒప్పుచున్న, బొందుఁదోమాలెలనంగన్=...పూవుగలతో మాలెలనునట్లు, పండి=ఫలించి, ఫలావళులు=పండ్లపిండులు, వ్రీలన్=పగులఁగా, మహీమండలిన్=భూమండలమందు, చీఱుచున్=తాఁచికొనుచు, వ్రాలి=సంపఁగిపూలమీఁదవ్రాలి, గంధ...లస-గంధ=పరిమళమువలని, మూర్ఛా=శోషచేతను, అలసమైన=వివశమైన, భృంగతతి నాన్=భృంగసమూహమనఁగా, తుదకప్పు-తుద=తమకొనలయం

దలి, కప్పు=నీలిమము, అమరన్=కనుపడఁగా, ఒప్పున్=ప్రకాశించును. (ఈపద్యము మూఁడవపాదమందుఁ బ్లుతయతి).

తా. ఆపట్టణమం దరఁటితోఁటలయందు సుగంధము లనియెడు నరఁటిపండ్లు గెలలయందు లెస్స పండి విరిసి కొనలయందలినలుపు గలిగి భూమిపర్యంతము జీఱాడుచుండఁగా నాపండ్ల గెలలు సంపెంగ పూల బొందు తోమాలెల వలె నున్న వనియును, పండ్లు వికసించిన సంపెంగ పువ్వులవలె నున్న వనియును, పండ్ల కొనలనున్న నీలకాంతి యాసంపెంగ పువ్వులమీఁద వ్రాలి మూర్ఛ వోయిన తుమ్మెదలవలె నున్న వనియును, నట్టిగెలలు తోమాలెలవలెఁ బొడవు గలిగి యాఁడోఁకపాటుగా నున్న వనియును భావము.

చ. మన కనురక్తి హెచ్చ నిదె • మం దని కంఠముఁ గౌఁగిలించి ని
క్కిన ఫణిరాజవల్లి యెఱిఁ • గింపఁగనో యనఁ బూగము ల్భరం
బునఁ బడు మట్టచేఁ జెఱకు • ముత్తియము ల్చిటిలించి తద్రసం
బనిశము వండు నంతికత • లాంతికఁ జూర్ణముఁ జేయు నప్పురిన్. 70

టీ. కంఠమున్=మెడను, కౌఁగిలించి=ఆలింగనముజేసి, నిక్కి...ల్లి-నిక్కిన=పైకుబికిన, ఫణిరాజవల్లి=తములపుఁదీఁగెయనులతకూన, మనకున్=మనయిద్దఱకును (తములపాకునకును బోఁకచెట్టునకనుట.), అనురక్తి=అరుణిమయును అనురాగమును, హెచ్చన్=అతిశయించుటకు, ఇదె=ఈచూర్ణమే, మందని=ఔషధ మని, ఎఱిఁగింపనో=తెలియఁజేయఁగానో, అనన్=అనునట్లుగా, పూగముల్=పోఁకచెట్లు, భరంబునన్=పోఁకలభారముచేత, పడు=పతనమగు, మట్టచేన్=పోఁకగెలలచేతను, చెఱకుముత్తియముల్=సమీపమునందున్న చెఱకులలోనిముత్తెములను, చిటిలించి=రాల్చి, తద్రసంబు=ఆచెఱకురసమును, అనిశము=నిరంతరము, వండు...కిన్-వండు=పాకముఁ జేయుచున్న, అంతికతల=సమీపస్థలమందలి, అంతికన్=ప్రొయ్యియందు, చూర్ణము జేయున్=సున్నముజేయును, అప్పురిన్ అని మొదటికన్వయము. క. 'జలధర ఫణిఫణ కీచక,జలచర కరిమస్తకేక్షు శంఖవరాహో,జ్జ్వలదంష్ట్రి శుక్తిజాతం,బులు ముత్తెములొప్పు వర్ణముల వివిధము లై.' అని చెప్పఁబడిన రత్నశాస్త్రపద్ధతిచేతఁ జెఱకులయందును ముత్యములుండుట ప్రసిద్ధము.

తా. ఆపట్టణమందుఁ జెఱకు తోఁటలలోనే తములపాకు తీఁగెలును బోఁక బ్రమాఁకులు నాటఁబడి యున్నవనియును, ఆచెఱకుపా లచ్చటనే వండు చున్నా రనియును, పోఁకలమట్ట లప్పటప్పటికిఁ బరిపక్వములై చెఱకులమీఁదఁ బడఁగా నందలిముత్తెములు చెదరి ప్రొయ్యిలోఁ బడి సున్నమగుచున్న దనియును, అట్లు సున్న మగు

టకుఁ బోఁకచెట్లనియెడు పురుషుల కంఠములను దములపుఁదీఁగెయనుపొలఁతి యల్లుకొనుట యనియెడు కవుఁగిలింతఁజేసి మన కిద్దఱకు ననురాగము కల్గుటకు నీసున్నమం దని తెలుపఁగా దానివలన నాపోఁకచెట్లే సున్నముఁ జేయుచున్న వనియును, ఆకు పోఁకలకు సున్న మెఱుపు తెచ్చునది యనియును భావము.

చ. అలరుఁ బురంబునం దొగల • నంతరదామరఁ బ్రాఁచిఁ గప్రపున్
వలపులు *మీఱ లో వలుద • వాలుగమొత్తము పోర నీరుకో
ళ్ళోళకోళ యంచుఁ గ్రుంకు మెడ • గుంపులవంపులు దోఁప మావితోఁ
పుల విరుల న్బయి న్నడువఁ • బొల్చు పురాతనతీర్థకుండముల్. 71

టీ. పురంబునన్=అప్పట్టణమందు, తొగల=కలువల చేతను, అంతరదామరన్=జలవల్లి చేతను, ప్రాఁచి=శైవాలము చేతను, కప్రపున్వలపులు=కర్పూరవాసనలు, మీఱన్=అతిశయింపఁగా, లోన్=లోపలను, వలుద=వర్తులములగు, వాలుగమొత్తము=వాలుగచేఁపలగుంపు, పోరన్=కలహింపఁగా, నీరుకోళ్లు=జలకుక్కుటములు, ('సలోశ్చ' యనుసూత్రమును బట్టి నీరుకోడి యనుశబ్దము బహువచనమందు నీరూపమును వచ్చును.) కోళకోళ యంచు=కోళకోళధ్వనిఁజేయుచు, గ్రుంకు=మునుఁగునట్టి, మెడగుంపుల=కంఠసమూహములయొక్క, వంపులు=నమ్రీకరణములు, తోఁపన్=కానరాఁగా, మావితోఁపులన్=మామిడితోఁపులయందు, విరులన్=పువ్వులచేతను, పయిన్=ఉపరిభాగమందు, నడువఁబొల్చు=నడుచుటకు వలనగు, పురాతనతీర్థకుండముల్=ప్రాఁతనీటిగుండములు, అలరున్=ఒప్పును.

తా. ఆపట్టణమందు మామిడితోఁపులలోని ప్రాఁతబావు లుండుననియును, నా బావులయందుఁ గలువలు మొదలయిన వానివాసనలు కర్పూర వాసనలవలె నుండు ననియును, లోపల వాలుగచేఁపలు చెరలాడు ననియును, నీరుకోళ్లు మునుఁగుచు లేచుచుండు ననియును, పైనినిండిన పూలచేత నవి బావులని తెలియరాక నడిచి పోవచ్చు ననిపించు ననియును భావము.

శా. సాయంకాలములం దదీశమురజి • త్సద్మస్వనద్దుందుభి
స్ఫాయత్కాహళకాప్రతిస్వనత దోఁ • ప న్గుంజగర్భంబుల
న్మ్రోయుం గేళివనిం గులాయగమన • ప్రోత్తిష్ఠ దస్తస్వర
స్థాయిశ్వేతగరుద్గరుత్పటపటా • త్కారంబుఁ గ్రేంకారమున్. 72

టీ. సాయంకాలములన్=సూర్యాస్తమయకాలములయందు, కేళివనిన్=లీలోద్యానమందు, కులాయ...బున్-కులాయ=గూండ్లనుగూర్చి, గమన=పోవుట

* మీఱఁగా.

కొఱకు, ప్రోత్తిష్ఠత్=లేచుచున్న, అంతస్సరః = కొలఁకులలోన, స్థాయి = ఉన్నట్టి, శ్వేతగరుత్=హంసలయొక్క, గరుత్ = ఱెక్కలవలనఁబుట్టిన, పటపటాత్కారంబుల్=పటపటాత్కృతియును, క్రేంకారముల్=కంఠక్రేంకృతియును, తదీశ...త - తత్=ఆశ్రీవిల్లిపుత్తూరికి, ఈశ=స్వామియగు, మురజిత్=మన్నారుకృష్ణునియొక్క, సద్మ = కోవెలయందు, స్వనత్ = మ్రోయుచున్న, దుందుభి = భేరులయొక్కయు, స్ఫాయత్=వృద్ధియగు, కాహళికా=బూరుగలయొక్కయు, ప్రతిస్వనత=ప్రతిధ్వనులగుట, తోఁపన్=తోఁచునట్లు, కుంజగర్భంబులన్ = పొదరిండ్లలోపలను, మ్రోయున్=ధ్వనిఁజేయును.

తా. సాయంకాలములయందు విల్లిపుత్తూరియం దుండు నుద్యానవనములలోని సరస్సులయందు హంసలు విహరించుట చాలించి గూండ్లకుఁ బోవుటకు లేచునప్పుడు వాని ఱెక్కలవలనఁ బుట్టిన ధ్వనులును గంఠధ్వనులును వినఁబడఁగా నప్పుడే యాపట్టణమందు స్వామి యగు మన్నారుకృష్ణునికోవెల సంధ్యాకాలువులో మ్రోసెడు భేరుల ధ్వనులును గాహళముల ధ్వనులును వ్యాపించి పొదరిండ్లలోఁ బ్రతిధ్వను లిచ్చుచున్నట్లు దోఁచునప్పుడు పటపటాత్కారము భేరీప్రతిధ్వనిగాను క్రేంకారము కాహళప్రతిధ్వనిగాను దోఁచు నని భావము.

మ. పొలయుం గాడ్పు లుదఙ్మహాలయవదంభోజాక్షవక్షస్స్తుల
స్యలఘుస్రఙ్మకరందబిందువులఁ బణ్యారంపుఁబుణ్యాంపుఁగం
పులఁ దాపత్రయి మీఁటి వీట నటనప్రోద్యోగసజ్జీభవ
ల్లలనావర్జితకైశికక్షురితకల్హారాళీ నల్లార్చుచున్. 73

టీ. వీటన్ = అప్పట్టణమందు, ఉద...లన్ - ఉదక్=ఉత్తరదిశయందలి, మహత్=గొప్పదియగు, ఆలయవత్=కోవెలగలిగిన, అంభోజాక్ష = మన్నారుకృష్ణునియొక్క, వక్షః=అక్కునందలి, తులసీ=తులసీదళములయొక్క, అలఘు=గొప్పలగు, స్రిక్=మాలికలయందలి, మకరందబిందువులన్ = మకరందకణములచేతను, పణ్యారంపు=అపూపసంబంధులగు, పుణ్యాంపు=పవిత్రములగు, కంపులన్ = వాసనలచేతను, తాపత్రయిన్ = ఆధ్యాత్మికాధిభౌతికాధిదైవికము లనుతాపత్రయమును, మీఁటి = పోవిడిచి, నటన...ళిన్ - నటన=నాగవాసమనెడు, ప్రోద్యోగ = ఉద్యోగమునకు, సజ్జీభవత్=ఆయితమగుచున్న, లలనా=వారకాంతలచేతను, ఆవర్జిత = చెరువఁబడిన, కైశిక=కొప్పులవలన, క్షురిత=జాఱిన, కల్హారాళిన్ = చెంగలువపూలచాలును, అల్లార్చుచున్ = మెల్లనఁగదలించుచు, గాడ్పులు = వాయువులు, పొలయున్ = వీఁచును. ఈపద్యమం దుదఙ్మహాలయవదంభోజాక్షశబ్దము ద్రవిడభాషయందు—

నడపెరుంగోయిలుండయ రని యా మన్నారు కృష్ణుని నేర్పడ యున్న దానిపలనం గలిగినది.

తా. అపట్టణమందు వాయువులు మన్నారు కృష్ణుని వక్షస్థలమందలి తులసీసవ మాలికల మకరంద బిందువుల మీఁద వీఁచుటం జేసి యాశైత్యంబును పరిమళంబును స్వామి కోవెలయందలి యపూపముల పైఁగా వీఁచుటం జేసి పుణ్యసౌరభంబును అందలి యాటకత్తెల కొప్పుల చెంగలువల నల్లనల్లనఁ గదల్చుచు మాంద్యంబును నందలి సౌరభంబును గలిగి సంచరించు నని భావము.

చ. మలయపుగాలి రేలు వన•మాలివిమానపతాక ఘల్లుమం
చులియఁ బసిండిమువ్వగమి • యొక్కొకమాటు గదల్ప నుల్కి మి
న్నలము తదీయహేమవర•ణాంచలచంపకశాఖలందుఁ బ
క్షులు రొద సేయ వేగె నని • కూడుదు రల్కలు దేరి దంపతుల్.74

టీ. మలయపుగాలి = మలయమారుతము, రేలు = రాత్రులయందు, వన ... తాకన్ - వనమాలి = స్వామియొక్క, విమాన = కోవెలయందలి, పతాకన్ = ధ్వజమందు, పసిండిమువ్వగమిన్ = బంగారుచిఱుగంటలగుంపు, ఘల్లుమం చులియుచున్ = ఘల్లుమని ధ్వనిసేయునట్లు, ఒక్కొకమాటు = ఒక్కొకసారి, కదల్పన్ = కదలింపఁగా, మిన్న...దున్ - మిన్నలము = ఆకసమునంటెడు, తదీయ = అక్కోవెలసంబంధియగు, హేమవరణ = బంగారు ప్రాకారముయొక్క, అంచల = అంచులనున్న, చంపక శాఖలందున్ = సంపెంగకొమ్మలయందు, పక్షులు = పులుఁగులు, ఉల్కి = అదరుపాటుఁజెంది, రొద సేయన్ = కలకలఁబలుకఁగా, దంపతులు = అపట్టణమందలి స్త్రీపురుషులు, వేగెనని = తెల్లవారె ననుకొని, అల్కలుదేరి = ప్రణయకోపములను మాని, కూడుదురు = సంభోగింతురు.

తా. అపట్టణమందు స్వామి కోవెలధ్వజస్తంభమం దున్న బంగారు మువ్వలు రాత్రులయందు మలయమారుతము సోఁకి కదలి ఘల్లు మని యొక్కొక్క సారి చప్పుడు కాఁగా నా కోవెల బంగారు ప్రాకారము వెంబడి నున్న సంపంగ కొమ్మలయందు నిద్రించుచున్న పక్షు లదరి ధ్వనిఁ జేయఁగా విని పక్షులు కూయుచున్నవి తెల్లవా అవచ్చె నని భ్రమించి ప్రణయ కలహములు వహించి యున్న దంపతులు కోపములు మాని యప్పుడె రమింతు రని భావము.

చ. కలమపుటెండుఁగ ల్ద్రివిడ•కన్యలు ముంగిటఁ గాచి యుండి త
జ్జలరుహనాభ గేహరురు•శాఖము సారెకు బొక్కులాడఁ గొం

కెలపయి కమ్మ గ్రామ్యతరుణీతతి డించిన పేఁపగంపలం
దల మగుచున్న చెంగలువదండలఁ దోలుదు రప్పురంబునన్. 75

టీ. అప్పురంబునన్ = ఆవిల్లిపుత్తూరను, ద్రవిడకన్యలు = ద్రావిడకన్యకలు, కలమపుఁ బెండుగల్ = రాజనపువడ్లుపోసినయెండుగలను, ముంగిటన్ = గృహపురోభాగమందు, కాచియుండి=కనిపెట్టియుండి, తజ్జ...ము-తత్=ఆపట్టణమందలి, జలరుహనాభ=స్వామియొక్క, గేహ=కోవెలయొక్క, రురుశాబము=ఇఱ్ఱిపిల్ల, సారెకున్=మాటిమాటికిని, బొక్కులాడన్ = ఆయెండఁబోసినవడ్లు దినుచుండఁగా, కొండెలపైకిన్=తమకొండెసిగలమీఁదికిగా, అమ్మన్=విక్రయించుటకై, గ్రామ్యతరుణీతతి=పల్లెలస్త్రీలసమూహము, డించిన = అక్కడ దించుకొనియున్న, పేఁపగంపలన్ = పేములచేనల్లినగంపలయందు, తలమగుచున్న = నిండియున్న, చెంగలువదండలన్=ఎఱ్ఱకలువదండల చేత, తోలుదురు=పోఁజోపుదురు.

తా. ఆవిల్లిపుత్తూరియందు ద్రవిడకన్యలు ముంగిళ్ల నెండఁబోసియున్న వడ్లకుఁ గాపలియుండఁగా నచ్చటి స్వామికోవెలలోని పెంపుడు జింకపిల్ల యావడ్లు మాటిమాటికి బొక్కుచుండఁగా నాపిల్లను వేఱ మఱియొకదానిచేఁ గొట్టిన నొచ్చుననియెడు నానృశంస్యముచేతను, దమకొండెసిగలపైకిగాఁదెచ్చి విక్రయార్థ మచ్చట దించుకొనియున్న గ్రామ్యస్త్రీల పేఁపగంపలలోని కలువదండలచేతనే తోలుదు రనిభావము.

సీ. ఎదు రేఁగి సాష్టాంగ • మెఱఁగి పాద్యం బిచ్చి,
  నారికేళకటాసనముల నునిచి
నునుబోఁకపొత్తిఁ గుట్టిన దొప్పగమితోడ,
  రంభావిశాలపర్ణములు వఱచి
శాల్యన్నసూపాజ్య • కుల్యాబహువ్యంజ,
  నక్షీరదధు ల*ర్పణంబుఁ జేసి
వార్చినపిదప సం • వాహన మంఘ్రుల,
  కొనరిచి తాంబూల • మొసఁగి కుశల

తే. మడిగి పోయెద మన్న ద • వ్వనిచి సిరికిఁ
దగినసత్కృతిఁ జేసి ఖేదమున †మగిడి
యర్చఁ గావింతు రెపుడు ని • ట్లతిథు లైన
భాగవతులకు ‡నప్పురి • భాగవతులు. 76

* ప్రీణనము. † మగుడి. ‡ నవ్వీటి.

టీ. అప్పురిన్ = ఆపట్టణమందలి, భాగవతులు = భగవత్సంబంధులు, అతిథు లైన=అభ్యాగతులైన, భాగవతులకున్ = భగవద్భక్తులకు, ఎదు రేఁగి - ఎదురుగాఁబోయి, సాష్టాంగము=కరపాదఫాలవక్షోభుజములనియెడి యష్టావయవములతోఁ గూడునట్లు, ఎరఁగి=ప్రణమిల్లి (శ్లో. 'వైష్ణవం వైష్ణవో దృష్ట్వా దణ్డవత్ప్రణమేద్భువి' యన్నట్లు దండప్రణామముఁ జేసి యనుట), పాద్యంబిచ్చి=పాదప్రక్షాళనముఁ జేసి, నారికేళీకటాసనములన్ = నారికేడపుటాకులచే నల్లినచాఁపలయందు, ఉనిచి - కూర్చుండఁ బెట్టి, స్నానాద్యనుష్ఠానములు మున్నే తీర్చుకొనివచ్చినారు గాన, సునుబోఁకపొత్తిన్ - సును=మృదువగు, పోఁకపొత్తిన్=పోఁకమట్టచేత, కుట్టిన=కూర్చిన, దొప్పగమితోడన్= దొన్నెలగుంపుతోఁగూడ, రంభావిశాలపర్ణములు=వెడందయరఁటియాకులు, పఱచి= ఆస్తీర్ణముఁజేసి, శాల్యన్న...లు - శాల్యన్న=వరియన్నమును, సూప=పప్పును, ఆజ్యకుల్యా = నేతికాలువలును, బహువ్యంజన = పెక్కుపరికరములును, క్షీరదధులు - పాలుపెరుగులును, అర్పణంబుఁజేసి=వారికి సమర్పించిన భోజనానంతరము, కూర్చిన పిదప=హస్తప్రక్షాళన పాదప్రక్షాళనముల వెనుక నాచమనము జేసిన యనంతరమునందు, అంఘ్రులకున్=వారిపాదములకు, సంవాహనము=మర్దనము, ఒనరించి - చేసి (పాదములఁ బిసికియనుట), తాంబూలమొసఁగి=విడెమిచ్చి, కుశలమడిగి=వారప్పటికి సేద దేరి యుండఁగాఁ గుశలప్రశ్నఁ జేసి, పోయెద మన్నన్ - వారు పోయెద మని చెప్పఁగాని, (వీరు బలాత్కారముగా నిల్పుటకు స్వాతంత్ర్యము లేనివారుగావున వెంబడించి), దవ్వనిచి=దూరముగననిచి, సిరికిఁదగిన=తమ కలిమికిఁ దగిన, సత్కృతిఁజేసి=సత్కారముఁజేసి (సంభావన యిచ్చియనుట), ఖేదమునన్ = ఎడఁబాసిన దుఃఖముచేతను, మగిడి=తిరిగి, ఎపుడును=ఎప్పుడు, ఇట్లు=ఈచెప్పినట్లు, అర్చఁగావింతురు = పూజ సేయుదురు.

తా. సులభము. ఇచట భాగవతు లతిథులం బూజించి రనుట విష్ణుచిత్తుఁడీరీతిని భాగవతులం బూజించు నని సూచించుచున్నది.

శా. అం దుండుం ద్వయసద్మపద్మవదనుం • డద్వంద్వుఁ డశ్రాంతయో
గాందూబద్ధమధుద్విషద్ద్విరదుఁ డ•న్వర్థాభిధానుం డురు
చ్ఛందోబృందతదంతవాగపఠనా•సంజాతతజ్జన్యని
ష్పందద్వైతసుసంవిదాలయుఁడు ని•ష్ఠ న్విష్ణుచిత్తుం డనన్. 77

టీ. ద్వయ...నుండు - ద్వయ=ద్వయమను శ్రీవైష్ణవమంత్రమునకు, సద్మ-గృహమైనట్టియు, పద్మ = కమలమువంటి, వదనుండు = ముఖముగలయట్టియు, అద్వంద్వుఁడు=శీతోష్ణ సుఖదుఃఖాదులు లేనియట్టియు, అశ్రాం...డు - అశ్రాంత= ఎడతెగని, యోగ=న్యాసయోగమనెడు, అందూ=సంకిళ్లచేత, బద్ధ=కట్టఁబడిన,

మధు ద్విషత్=మధుసూదనుఁడనియెడు, ద్విరదుఁడు=ఏనుఁగు గలయట్టియు, ఊరు... డు-ఊరు=బహువిధము లయిన, ఛందః=వేదములయొక్క, బృంద=సమూహము యొక్కయు, తదంత - తత్=ఆవేదములయొక్క, అంత=అంతములగు నుపనిషత్తుల యొక్క, వాక్=వాక్యములయొక్క, అపఠనా=చదువమిచేతనే, సంజాత=పుట్టినట్టియు, తజ్జన్య=ఆవేదవేదాంతజన్య మగునట్టియు, నిష్పంద=చలింపనియట్టి, ద్వైత=చిదచిదీశ్వర భేదకమైన, సుసంవిత్=మంచిజ్ఞానమునకు, ఆలయుఁడు=గృహామగునట్టి, విష్ణుచిత్తుండన౯=విష్ణునందుఁ జిత్తము గలవాఁడనఁగా, అన్వర్థాభిధానుండు=సార్థకనామధేయుఁడగు పరమయోగి, నిష్ఠ౯=సదాచార సంపత్తిచేతను, అందు౯=ఆశ్రీవిల్లిపుత్తూరియందు, ఉండు౯=నివసించును.

తా. ఆ శ్రీవిల్లిపుత్తూరియందు నిరంతరము ద్వయానుసంధానముఁ జేయుచు సుఖదుఃఖములు శీతోష్ణములు సరిగాఁ దలంచుచుఁ దన నిరంతర యోగముచేత శ్రీపతిని వశపఱచుకొని వేదవేదాంతములు చదువకయే వానివలనఁ గలుగవలసిన నిశ్చల ద్వైతజ్ఞానమునకుఁ దాను నివాసభూమియై విష్ణుచిత్తుం డనుసార్థకనామధేయముగల యొకమహాయోగి నిష్ఠఁగలిగియుండు నని భావము. (ద్వయ తిరుమంత్ర చరమ శ్లోకములు వైష్ణవ సాంప్రదాయకములు).

వ. అమ్మహీసురవరుండు ప్రకృతికంటెఁ బరుం డగుదన్నును దనకంటెఁ బరుం డగుపరమేశ్వరుం బరమేశ్వరప్రసాద బహుజనకృత సుకృత ఫలరూప యగు నాచార్యకృపగుప్తదానంబు నిధానంబుఁ దెలిపిన గతిం దెలుప నాత్మీయ తదీయ శేష శేషిత్వ సంబంధం బనాద్యంబుగాఁ దెలిసి యీ తెలివి గలిగి యఖర్వనిర్వృతిం గాంచి సుఖించు పరమ యోగికి బహుక్లేశదంబు లగుచదువులం బనియేమి యీ వివేకంబు లేనివాని హేతువాదంబు ధాతువాదంబు కాణాదంబు ప్రాణాదంబు కాపిలంబు చాపలంబు మీమాంసహింసవ్యాకరణంబ శరణం బటుగాక చదువదొరకొనినవరునకుఁ గాలంబు నాలంబు విఘ్నంబు లక్షలోద్యమఘ్నంబు లందులకు సామగ్రి గిటకిటన గొంతెఱుంగ నగు మదంబు పుటపుటన దుదముట్టం జదివెనేనియు సముత్పన్న విజ్ఞానుండై త్రైగుణ్యవిషయంబు లగువాని నానీతధాన్యుండు నిష్ఫలం బైన పలాలంబును నాలబ్ధమధుండు సిక్థకంబును విడుచువడువున విడువవలయుఁ గావున శాంతిదాంతిపరతం బరమైకాంతినైన నాకు మొదల నివిద్యయధిగమింపం దుద విసర్జింప నేమిప్రయోజనంబు వాదిభంజ

నంబు రాజరంజనంబును జేయుచుఁ బునర్జననంబులకు విసువనిజనం
బులకుఁ గానిమ్ము మాదృశులకుఁ దదీయఖ్యాతి యీతిలాభంబు క్షో
భంబు పూజనం బుద్వేజనం బని వితర్కించి యుర్వరఁ బూర్వంబున
సౌవీరభూరమణునకు గౌరవం బంగీకరించి బోధించి ముక్తి కనిచిన
భరతభూమి సురవతంసంబునుబోలె దుర్విభావ్యబోధుండై పరమ
పదంబునను భాగవతుల కప్రాకృతంబు లగుబహుభద్రమూర్తులు
ధరియించి భగవత్పరిచర్య సేయుటయు పరమపురుషార్థం బగుట
యెఱిఁగి యచటి రథచరణపాణిమాలికాకరణకైంకర్యంబున కంకు
రితకౌతూహలుం డై చేయుచుండె మఱియును. 78

టీ. అమ్మహీసురవరుండు = ఆవిష్ణుచిత్తుఁడు, ప్రకృతికంటెన్ — ఇరువదినాల్గు తత్త్వములుగల యచిత్తుకంటె, పరుండగు = వేఱైన, తన్ను = జీవుననుట, తనకంటెఁ బరుండగు పరమేశ్వరున్ = బ్రహ్మమును, అనఁగా శ్లో. 'ఈశ్వరస్సర్వభూతానాం హృద్దేశేఽర్జునతిష్ఠతి, భ్రామయన్ సర్వభూతాని యన్త్రారూఢానిమాయయా.' అను తెఱంగునఁ దనకంతర్యామి యగుపరమేశ్వరు ననుట. పరమే...రూప - పరమేశ్వరప్రసాద = భగవదనుగ్రహము వలననైన, బహుజనన = పెక్కుజన్మముల యందలి, సుకృత = పుణ్యములకు, ఫలరూపయగు = ఫలస్వరూపమగు, ఆచార్యకృప = గురుకారుణ్యము (ఇది కర్తృపదము), గుప్తదానంబు = పూర్వజన్మమునఁజేసిన యేకాంతదానము, నిధానంబుఁ దెలిపినగతిన్ = సద్యోజన్మమందు నిక్షేపమును జూపిన తెఱంగున, తెలుపన్ = తెలుపఁగా, అనఁగా సకలవేదశాస్త్రపురాణేతిహాసములకు సారభూతమైన చిదచిదీశ్వర తత్త్వత్రయజ్ఞానమును బహుజన్మకృత సుకృతలబ్ధమైన యాచార్యకృప తేటపఱిచినదనుట. శ్రు. 'ఆచార్యదేవోభవ' యని తైత్తిరీయశ్రుతియందును, 'ఆచార్యవాన్ పురుషోవేద' యని ఛాందోగ్యమందును, 'యస్యదేవేపరాభక్తిర్యథాదేవేతథాగురౌ, తస్యైతేకథితాహ్యర్థాః ప్రకాశంతే మహాత్మనః.' అని కఠవల్లియందును, 'దేవతాయాగురోశ్చైవ మంత్రస్యాపి ప్రకీర్తనాత్, ఐహికాముష్మికాసిద్ధిర్ద్విజస్యాస్తి నసంశయః.' అని పురాణసముచ్చయమందును, 'యస్మాద్దేవో జగన్నాథః కృత్వా మర్త్యమయీం తనుమ్, మగ్నానుద్ధరతే లోకాన్ కారుణ్యాచ్ఛాస్త్రపాణినా, తస్మాద్భక్తిర్గురౌ కార్యా సంసారభయభీరుభిః.' అని పాంచరాత్రమందలి జయాఖ్య సంహితయందును, 'చక్షుర్గమ్యం గురుం త్యక్త్వా శాస్త్రగమ్యంతు యస్స్మరేత్, హస్తస్థ ముదకం త్యక్త్వా ఘనస్థం సోఽభివాంఛతి. సులభం తు గురుంత్యక్త్వా దుర్లభం య ఉపాసతే, బద్ధం త్యక్త్వా ధనం మూఢో గుప్త

మన్యేష పతితా' అనునీమొదలగు ప్రమాణములచేత నాచార్యకృపయే ప్రధానమని యెఱుఁగఁదగినది. ఆత్మీయ...బు-ఆత్మీయ=తనసంబంధమగు, తదీయ=అపరమేశ్వర సంబంధమగు, శేష=శేషిత్వ సంబంధము, భృత్యత్వ=స్వామిత్వసంబంధము, అనాద్యంబుగాఁ దెలిసి=అనాది సిద్ధమని యెఱిఁగి, ఈ తెలివిగలిగి=ఈజ్ఞానము గలిగి, అఖర్వ=అఖండమగు, నిర్వృతిం గాంచి=సుఖమును జెంది, సుఖించు=సాగిసెడు, పరమయోగికి=మహాయోగీశ్వరునకు, శ్లో.'శాస్త్రజ్ఞానం బహుక్లేశం బుద్ధేశ్చలనకారణ' మ్మన్నట్లు, బహుక్లేశదంబులగు=బహుప్రయాస కరములగు, చదువులంబనియేమి=చదువులచే నేమిపని, ఈవివేకంబులేనివాని=ఈజ్ఞానములేనివానియొక్క, హేతువాదంబు=కారణవాదము, ధాతువాదంబు=లోహాదిమారణక్రియ, కౌణాదంబు=తర్కశాస్త్రము, ప్రాణాదంబు=ప్రాణహరము, కాపిలంబు=సాంఖ్యమతము, చాపలంబు=సర్వేశ్వరనిరీశ్వరభావభేదములచేత బుద్ధి చాంచల్యకరము, మీమాంస=అగ్నిష్టోమాది కర్మకాండ విషయము, హింస=పరప్రాణాపహారిణి, వ్యాకరణంబు=శబ్దశాస్త్రము, అశరణంబు=రక్షించునది గాదు, చదువఁదొరకొనినన్=పఠించుట కుపక్రమించెనేని, కాలంబు నాలంబు=కాలము చాలదనియు, అననుకూల మనియును, విఘ్నంబులు=అంతరాయములు, సకలోద్యమఘ్నంబులు=సర్వకార్యనాశకంబులు, అంమలకు=శాస్త్రాభ్యాసమునకు, సామగ్రి=సాధనసంపత్తి, కిటకిటన=మిక్కిలి కొంచెము, కొంతెఱుంగనగు మదంబు పుటపుటన=కొంత దెలియఁగానే గర్వంబు పుటపుటన పొడమును; పలాలంబు=ఉముకపొట్టు, సిక్థకంబు=మైనము, ఈతి=ఈతిబాధ, ఉద్వేజనంబు=భయంకరము, గౌరవంబు=గురుత్వమును, రథచరణపాణి = చక్రపాణియగు మన్నారుకృష్ణుని. కడమది సులభము. తా. సులభము.

క. న్యాయార్జితవిత్తంబున
నాయోగీశ్వరుఁడు వెట్టు • నన్నం బాప్రా
లేయ పటీరాచల ప
ద్యాయాతాయాత వైష్ణ•వావలి కెల్లన్. 79

టీ. ఆయోగీశ్వరుఁడు = అవిఘ్నచిత్తుఁడు, న్యాయార్జితవిత్తంబునన్=న్యాయార్జిత ధనముచేతను, ఆప్రాలేయ పటీరాచల పద్యాయాతాయాతవైష్ణవావలి కెల్లన్=హిమాచల మలయాచలముల మధ్యమార్గస్థులై వచ్చుచుం బోవుచుండెడు వైష్ణవ సముదాయమునకెల్లను, అన్నంబుపెట్టున్. 'సరణిః పద్ధతి పద్యా' యని యమరుఁడు. తా. సులభము.

చ. గగనము నీరుబుగ్గ కెన•గా జడివట్టిననాళ్లు భార్య క
న్నొగ సొరకుండ నారికెడ•పుంబొఱియ ల్దవులించి వండ న

య్యగపల ముంచిపెట్టుఁ గల • మాన్నము నొల్చినప్రప్పు నాలుగే
న్బొగిపినకూరలు న్వడియ • ము ల్వరుగు ల్పెరుగు ఘ్రుతప్లుతిన్. 80

టీ. కర్తృపద మధ్యాహార్యము. ఆయోగీశ్వరుండు, గగనము = ఆకాశము, నీరుబుగ్గకున్ = జలబుద్బుదమునకు, ఎనగాన్ = సదృశముకాఁగా, జడిపట్టిననాళ్లు = వర్షముపట్టిన దినములయందు, భార్య = తనయిల్లాలు, కన్నున్ = నేత్రమును, పొగ సొరకుండన్ = ధూమము ప్రవేశింపకుండ, నారికెడపుంబోఱియలు = నీరువెడలించి యెండించిన యెడనీటి టెంకాయ బొండ్లములు, తవులించి = ప్రొయ్యిలోనంటించి, వండన్ = పాకముఁజేయఁగా, అయ్యగపలన్ = ఆటెంకాయ చిప్ప యబకలచేతనే, కలమాన్నమున్ = వరియన్నమును, ఒల్చినప్రప్పు = ఒల్చుప్రప్పును, నాలుగేన్బొగిపిన కూరలున్ = నాలుగైదుపొరటిన కూరలును, వడియములు = వడియాలును, వరుగులు = శుష్కశాకములును, పెరుగున్ = దధియును, ఘృతప్లుతిన్ = ఆజ్యసిక్తమగునట్లుగా, ముంచి పెట్టును = ఘృతప్లుతి దధికిఁ బూర్వమన్వయించునది.

చ. తెలినులివెచ్చయోగిరముఁ • దియ్యని చారులుఁ దిమ్మసంబులున్
బలుచనియంబళు ల్చెఱకు • పా లెడనీళ్లు రసావళు ల్ఫలం
బులును సుగంధిశీతజల • ము ల్వడఁబిందెలు నీరుజల్లయున్
న్వెలయఁగ బెట్టుభోజనము • వేసవిఁ జందనచర్చ మున్నుగన్. 81

టీ. వేసవిన్ = గ్రీష్మర్తువందు, చందనచర్చ = చందనాలంకారము, మున్నుగన్ = మొదలుగాఁగా, (ముందఱ చందనమిచ్చియనుట), తెలినులివెచ్చయోగిరము = తెల్లనై మందోష్ణమగు నన్నంబును, తియ్యనిచారులు = తియ్యఁజారులును, తిమ్మసంబులున్ = తిమ్మనములను రసాయన విశేషములును, పలుచని యంబళులు (అంబలి శబ్దబహువచన మంబళులనియునుంగలదు), చెఱకుపాలు = ఇక్షురసములు, ఎడనీళ్లు = లేఁతటెంకాయనీళ్లును, రసావళులు = షడ్రససమూహములు, ఫలంబులును = కదళీరసాలాదిఫలములును, సుగంధిశీతజలములు = వట్టివేళ్లు మొదలగువానివలనఁ బరిమళించు చల్లనగు నుదకములును, వడఁబిందెలు = ఊరవేసిన లేఁతమామిడి పిందియలు, నీరుఁజల్లయున్ = నీరుమజ్జిగయును, వెలయంగన్ = ప్రసిద్ధమగునట్లు, భోజనముఁ బెట్టున్ = ఆహారమొసంగును. తా. సుగమము.

మ. పునుఁగుందావి నవోదనంబు మిరియం • పుం బొళ్లతోఁ జట్టిచు
య్యను నాదాఱనికూఱగుంపుముకుమం • దై యేర్చునావం జిగు
రొ్కనుపచ్చళ్లును బాయసాన్నములు నూ • రుంగాయలున్ జేసుఱు
క్కనునేయుం జిఱుపాలవెల్లువుగ నా • హారం బిడు న్సీతునన్. 82

టీ. సీతునన్ = శీతకాలమంను, పును...బు-పునుఁగుందావి=పునుఁగుదావు లను పేరుగల కలమ విశేష సంబంధియగు, నవ=నూతనమగు, ఓదనంబు=ఓగిరమును, (వేఁడివేఁడి యన్నమనుట - పునుఁగు రాజనము లుష్ణప్రధానములని వైద్య శాస్త్రి మందుఁ బ్రసిద్ధము గనుక నాశీతకాలమున నుచితములు), మిరియంపుంబొళ్లతోన్ = మిరియముల పొడులతోడ, చట్టి=భాండ విశేషము, చుయ్యనునాదు = చుయ్యనుచు మోగిసెడు నాదము, అఱని= నశింపని, కూరగుంపు=శాక సమూహము, (మిరియాల పొడితోఁగూడఁ దిరుగఁ బోసిన నాదము వదలకమున్నేయనుట), ముకుమంటై = ముక్కులో వేసికొనెడు నస్యమై, ఏర్చు = చుఱచుఱ మనియెడు, అవన్ = ఆవాల పిండి చేతను, చిగుర్కొను = బ్రుచ్చియెత్తిన, పచ్చళ్లను = ఊరుఁ బిండ్లను, పాయసాన్నములును = పాలువోసి చేసిన పరమాన్నములును, ఊరుఁగాయలును = ఊరుఁగాయలును, చేసుఱుక్కను నేయున్ = చేతిమీఁదఁబడఁగా నే యుష్ణతగనుపించెడు ఘృతమును, చిఱుపాలవెల్లువుగన్ = చిన్న పాలవెల్లువు గట్టునట్లు (చిఱుపాలనఁగా నగ మిగురఁగాఁచిన పాలని కొందఱందురు), ఆహారంబిడున్ = భోజనము పెట్టును, ఈపద్యంబునందు, 'సుప్సోపాతః' అను సూత్రబలమువలనఁ బునుఁగుదావి యను నెడఁ బూర్ణబిందువును 'సంస్కృతపదేన పరిమిత మాంధ్రపదం కర్మధారయో భవతి' యను సూత్రమువలనను, 'అంధ్రం షడ్వర్ణపర్యంతం సంస్కృతేన సమస్యతే' యను నథర్వణోక్తివలనను, పునుఁగుందావినవోదనంబని కర్మధారయసమాసంబును బ్రయుక్తంబులయ్యెను. తా. సుగమము.

చ. కదళిగభీరపుష్పపుటి•కాచ్ఛటఁ జేతుల నిప్పపిండిపైఁ
గుదురుగ నిల్పి యోపుఁగతి • గూనల నూనియ నించి త్రాట ము
న్నుదికినశాటి వ్రేల నది • నొక్కటఁ గ్రుంకిడి వత్తు రెందఱే
వదలక యాతనింట శని•వారమున న్బరదేశివైష్ణవుల్. 83

టీ. ఆతనింటన్ = ఆవిష్ణుచిత్తునిఁటను, (ఇచ్చట నిత్యసంధి), పరదేశివైష్ణవుల్ = అభ్యాగతులగువైష్ణవులు, శనివారమునన్=మందవాసరమునాఁడు, కదళి... టన్-కదళి=అరఁటియొక్క, గభీర=లోఁతగు, పుష్పపుటికా=పూదొన్నెలయొక్క, ఛటన్=సమూహమును, చేతులన్=హస్తములయందు, ఇప్పపిండిపైన్ = తలఁబుగిమి కొనుటకునూఱిన మధుకపిష్టముమీఁదను, కుదురుగన్=తొలఁగకుండునట్లు, నిల్పి = పాదుకొల్పి, ఓపుగతిన్ =చాలినరీతిగ, గూనలనూనియ - గూనల=మహాభాండములలోని, నూనియ=తిలతైలమును, నించి=నిండించి, త్రాటన్=దారమందు, మున్నుదికిన = పూర్వధౌతమగు, శాటీ=వస్త్రము, వ్రేలన్=వ్రేలుచుండఁగా, నదిన్ = ఏటి

యందు, ఒక్కొకటన్ = ఒక్కసారిగా, గ్రుంకిడి = స్నానముఁజేసి, ఎండకేగన్ = అనేకు లనుట, వదలక వత్తురు = విడువక తిరిగి వత్తురు.

తా. అవిష్ణుచిత్తునియింట శనివారమునాఁడనేకు లగు పరదేశవైష్ణవులు తమ తమ యభ్యంగన స్నానములకొఱకు నిప్పపిండి నూఱి యాముద్ద చేతిలోఁ బట్టుకొని దానిమీఁద నఱఁటిపూవు దొన్నెలు పెట్టుకొని వానిలోఁ దమకుఁ గావలసినంత నూనె యవిష్ణుచిత్తుని యింటిలో గూనలకుఁ బోసి యున్ననూనె తామే పోసికొని స్నానానంతరము ధరించుకొనుటకై ధౌతవస్త్రములు గ్రాడునకుఁ గట్టి తాఁకక యొకచేతఁ బట్టుకొని నదికిం బోయి యచ్చట నభ్యంగన స్నానముఁ జేసి వత్తు రని భావము.

శా. అనిష్ఠానిధిగేహసీమ నడురే • యాలించి నన్క్రోయు నెం
తే నాగేంద్రశయానపుణ్యకథలుం • దివ్యప్రబంధానుసం
ధానధ్వానము నాస్తి శాకబహుతా • నాస్త్యుష్ణతా నాస్త్యపూ
పో నాస్త్యోదనసౌష్ఠవంచకృపయా • భోక్తవ్య మన్మాటలున్. 84

టీ. అని...మన్ — అనిష్ఠానిధి = అవిష్ణుచిత్తునియొక్క, గేహసీమన్ = గృహసీమయందు, నడురేయి = అర్ధరాత్రమందు, ఆలించినన్ = వినఁగా, ఎంతేని = మిక్కిలి, నాగేం...లున్ — నాగేంద్రశయాన = శేషశాయియగు స్వామియొక్క, పుణ్యకథలున్ = పవిత్రకథలును, దివ్య...ము — దివ్యప్రబంధ = ద్రావిడ ప్రబంధముయొక్క, అనుసంధాన = పారాయణముయొక్క, ధ్వానము = ధ్వనియును, శాకబహుతా = కూరగల బాహుళ్యము, నాస్తి = లేదు, ఉష్ణతా = పదార్థములందు వేఁడిమి, నాస్తి = లేదు, అపూపః = పణ్యారము, నాస్తి = లేదు, ఓదనసౌష్ఠవంచ — ఓదన = ఓగిరముయొక్క, సౌష్ఠవంచ = సౌకర్యమును, నాస్తి = లేదు, కృపయా = దయచేతను, భోక్తవ్యం = అరగింపఁదగినది, అన్మాటలున్ = అనియెడు వాక్యములను, మ్రోయున్ = ధ్వనించును. ఈపద్యమందుఁ గేవలసంస్కృతవాక్యములుండినను ననియెడు ననుకరణము గలిగినది గావున, 'అనుకృతేఽస్తివాక్యంతు' అనుసూత్రబలమువలనఁ జెల్లును. భోక్తవ్యమను చోట 'అహమాదీనాం ద్విత్వ' మను సూత్రముంబట్టి ద్విత్వంబు రావలయునైనను, శ్లో. 'శబ్దానా మన్త్యభాగేషు యోఽనుస్వారః ప్రదృశ్యతే, తస్యాఽపరతో మస్యాత్ సర్వత్రైకవిసమ్మతేః.' 'పదేషు తద్య దాద్యంతే వాద్విత్వం హారసమ్మతేః,' అను నథర్వణోక్తులవలన ద్విత్వాభావమై యనుస్వారమునకు మకారము వచ్చెను. మూఁడవపాదమందు నిత్యసమాసపదములఁ జేరిన నాస్తిపదమున కనునాసికయతి.

తా. అవిష్ణుచిత్తుని గృహమందుఁ బగటిపూఁటలయందేకాక అర్ధరాత్రమందును వినఁబోయినను శేషశాయిపుణ్యకథలఁ జెప్పుకొనువారి కంఠస్వరములును, దివ్యప్రబం

ధముల రవములును, భోక్తలతో నావిష్ణుచిత్తుఁడు కూరలు లేవు పాదము వేఁడిగా లేదు భక్ష్యములే దన్నసౌకర్యము లేదు కృపచేత నే యారగింపవలయు నని చెప్పెడి యుపచారవాక్యములును వినంబడు నని భావము.

తే. ఇత్తెఱంగున నవ్వైష్ణ•వోత్తముండు
జాగరూకతఁ దైర్థిక•భాగవతుల
కితర మెఱుఁగక యెవ్వ రే•మేమి వేఁడి
రలయ కవి పెట్టి సంతుష్టి • సలుపుచుండె. 85

టీ. అవ్వైష్ణవోత్తముండు=ఆవిష్ణుచిత్తుఁడు, జాగరూకతన్=హెచ్చరికచేత, తైర్థికభాగవతులకున్=తీర్థయాత్రాపరులగు భగవద్భక్తులకు, అలయక=ఆయాసము నొందక, ఎవ్వరేమి వేఁడిరి=ఎవ్వరేమియేమి యడిగిరో, వారికి. కడమ సులభము. తా. సుగమము.

శా. బాలార్కాంశువిజృంభితామలశర•త్పద్మాక్ష పద్మాక్షమా
నీళాజాంబవతీశ యీశబలభి•న్నీరేరుహోద్భూతది
క్పాలామూల్యశిరోమణిద్యుతికన•త్పాదాబ్జ పాదాబ్జఫా
లాలంకారకచావలీమకరదీ•వ్యత్కుండలాంచన్ముఖా. 86

టీ. బాలా...క్ష - బాలార్క=లేఁతసూర్యునియొక్క, అంశు=కిరణముల చేత, విజృంభిత=వికసింపఁజేయఁబడిన, అమల=నిర్మలములైన, శరత్=శరత్కాలమందలి, పద్మ=కమలములవంటి, అక్ష=నేత్రములు గల్గినట్టివాఁడా, (ఇది మొదలుగా శ్రీవేంకటేశ్వరునకు విశేషణములు), పద్మా...శ-పద్మా=లక్ష్మీదేవికి, క్షమా=భూదేవికి, నీళా=నీళాదేవికి, జాంబవతీ=జాంబవతీదేవికి, ఈశ=నాథుఁడా, ఈశ...బ్జ-ఈశ=శివునియొక్కయు, బలభిత్=ఇంద్రునియొక్కయు, నీరేరుహోద్భూత-నీరేరుహ=కమలమందు, ఉద్భూత=పుట్టిన బ్రహ్మయొక్కయు, అమూల్య=వెలఁబెట్టరాని, శిరోమణి=శిరోరత్నములచేత, కనత్ = ప్రకాశించుచున్న, పాదాబ్జ=పాదపద్మములుగలవాఁడా, (శివుఁడు మొదలగు దేవతలచే నమస్కరింపఁ బడియెడువాఁడనుట), పాదా...ఖా - పాదాబ్జ=చవితినాఁటి చంద్రునివంటి, 'పాదారశ్మ్యంఘ్రి తుర్యాంశాః' అని యమరుఁడు. ఫాల=లలాటమునను, అలంకార=అలంకారమగు, కచావలీ=ముంగురులచేతను, మకర=మకరాకారములచేత, దీవ్యత్ = ప్రకాశించుచున్న, కుండల=కర్ణభూషణములచేత, అంచత్=ఒప్పుచున్న, ముఖా=నెమ్మొగము గలస్వామీ. తా. సుగమము.

క. జలచర కిటి హరి వటి భృగు,కుల రఘుకుల సీరి బుద్ధ • ఘోటిప్రముఖో
జ్జ్వల జనికృత జనరక్షా, యలమేల్మంగాభిధేందిరాలయవక్షా. 87

టీ. జల...క్షా - జలచర=మీనకూర్మములును, కిటి=వరాహమును, హరి=సింహమును, వటు=బ్రహ్మచారి యగువామనుండును, భృగుకుల = పరశు రాముండును, రఘుకుల=శ్రీరాముఁడును, సీరి=బలరాముఁడును, బుద్ధ=బుద్ధుఁడును, ఘోటి=గుఱ్ఱముగలిగిన కల్కియు, ప్రముఖ=మొదలు, ఉజ్జ్వల=ప్రకాశించుచున్న, జని=అవతారములచేత, కృత=చేయఁబడిన, జనరక్షా=ప్రజాసంరక్షణము గలవాఁడా, అలమే...క్షా - అలమేల్మంగా=అలమేలుమంగయనెడు, అభిధా = పేరుగల, ఇందిరా=లక్ష్మీదేవికి, ఆలయ=నివాసమగు,వక్షా=వక్షఃస్థలముగలవాఁడా. తా. సుగమము.

భుజంగప్రయాతము. బలద్విడ్వినిర్దిష్ట • పాథోధరోరూ
పలాసారధారాత • పత్రీకృతాద్రీ
ఫలన్మూర్ధచాణూర • భంగోగ్ర * బాహా
కళాకృత్తకంసా శి • ఖండావతంసా. 88

టీ. బల...ద్రీ - బలద్విట్=దేవేంద్రునిచేత, వినిర్దిష్ట=నియోగింపఁబడిన, పాథోధర=మేఘములయొక్క, ఉరు=గొప్పలగు, ఉపల = పాషాణములయొక్క, ఆసారధారా = ధారావర్షమునకు, ఆతపత్రీకృత = గొడుగుగాఁ జేయఁబడిన, అద్రీ=గోవర్ధన గిరిగలవాఁడా, ఫలత్ = పగులుచున్న, మూర్ధ = శిరస్సుగల, చాణూర = చాణూరమల్లునియొక్క, భంగ =సంహారమందు, ఉగ్ర = వాఁడిమిగల, బాహా=బాహువులుగలవాఁడా,కళా=కళాసంజ్ఞగల యల్పతమకాలమందు, కృత్త=నఱుకఁబడిన,కంసా=కంసుండు గలవాఁడా, శిఖం...సా-శిఖండ=నెమిలిపింఛము, అవతంసా=శిరోభూషణముగాఁ గలవాఁడా, బాహార్గళా యనుపాఠమున గడెయ్రమానులవంటి భుజములచేత ననిఅర్థము. 'తద్విష్కంభేఽర్గళం నా' యని యమరుఁడు; ఆపక్షమునఁ గృత్తకంసాయనియే పైపదము. తా. సుగమము.

మ. ఇది కర్ణాటధరాధృతిస్థిరభుజా • హేలాకలబ్ధే భరా
డుదయోర్వీధర తత్పితృవ్యకృతన • వ్యోపాయనోక్షీవ గ
త్నదృగంచత్పద కృష్ణరాయ వసుధా • ధ్యక్షోదితాముక్తమా
ల్యద నాశ్వాసము హృద్యపద్యముల నా • ద్యంబై మహిం బొల్పగున్.

టీ. ఇది=ఈసందర్భము, కర్ణాట...దన్ - కర్ణాటధరా = కర్ణాటభూమి యొక్క, ధృతి = ధరించుటయందు, స్థిర=నిశ్చలమైన, భుజ = బాహువులయొక్క,

---

* బాహార్గళా.

హేలాక = విలాసముగలయట్టియు, లబ్ధ=పొందఁబడిన, ఇభరాట్ = గజపతియగు రుద్రునియొక్క, ఉదయోర్వీధర=ఉదయగిరియందలి, తత్పితృవ్య - తత్ =ఆరుద్రుని యొక్క, పితృవ్య=పినతండ్రియగు ప్రహరేశ్వరుని చేత, కృత=చేయఁబడిన, నవ్య= నూతనమగు, ఉపాయన=కానికయగు, ఉష్ణీష=కిరీటముయొక్క, రత్న=రత్నముల యందలి, దృక్=దృష్టిచేతను, అంచత్=ఒప్పుచున్న, పద=పాదములుగల, కృష్ణ రాయవసుధాధ్యక్ష=భూమీశ్వరుఁడగు కృష్ణరాయలచేత, ఉదిత = చెప్పఁబడిన, అముక్తమాల్యదన్=అముక్తమాల్యద యనుగ్రంథమునందు,హృద్య=మనోజ్ఞములగు, పద్యములన్ =పద్యములచేత, ఆశ్వాసము, ఆద్యంబై=ప్రథమమై, మహిన్=భూమి యందు, పొల్పగున్=ఒప్పును.

తా. కృష్ణరాయలు గజపతిపినతండ్రి యగుప్రహరేశ్వరుఁ డుదయగిరిదుర్గము మీఁద నుండఁగా నచ్చటి కేఁగి యతని తలఁ దొక్కి స్నానము సేయ నని ప్రతిజ్ఞ చేసెఁ గావున, సేనలు లగ్గలు పట్టఁగా నాప్రహరేశ్వరుఁడు భయపడి తనతలకుఁ బదులుగాఁ గిరీటము రాయలకుఁ గానిక జేయుటవలన నది చూచి త్రొక్కె నని భావము.

గద్యము. ఇది శ్రీదక్షిణామూర్తి మంత్రోపాసనాసమాసాదితాఖండ సాహితీ ధురీణుండు నాత్రేయగోత్రపవిత్రుండును వావిళ్లవంశపయోరాశిరాకాసుధాకరుండు నగు రామస్వామిశాస్త్రిచేత ననేకపూర్వవ్యాఖ్యానాభిప్రాయంబులఁ బర్యాలోచించి రచింపఁబడిన రుచిసమాఖ్యానం బగు నాముక్తమాల్యదావ్యాఖ్యానంబునఁ బ్రథమాశ్వాసము.

శ్రీ ర స్తు.

ఆ ము క్త మా ల్య ద

స వ్యా ఖ్యా న ము.

ద్వి తీ యా శ్వా స ము.

క. శ్రీనయనకువలయుగళా
నూనజ్యోత్స్నాయితస్మితోజ్జ్వలముఖ దై
త్యానీతసురశ్రీపున
రానయనక్రమణ వేంకటాచలరమణా. 1

టీ. శ్రీ...ఖ - శ్రీ = లక్ష్మీదేవియొక్క, నయనకువల — కన్నులనెడికలువల యొక్క, 'కువలంచాసితాంబుజే' అని వైజయంతి, యుగళ — జంటకు, అనూన — అధికమైన, జ్యోత్స్నాయిత = వెన్నెలైన, స్మిత = చిఱునవ్వుచేత, ఉజ్జ్వల = ప్రకాశించుచున్న, ముఖ = వదనముగలయట్టియు (అనఁగా స్వామియొక్క చిఱునగవు మహాలక్ష్మి కన్నులకు సంతత వికాసహేతువై యున్నదనుట), దైత్య = రాక్షసులచేత, ఆనీత = అపహరింపఁబడిన, సుర = దేవతలయొక్క, శ్రీ = సంపదయొక్క, పురానయన — మగుడఁ దెచ్చునట్టి (ఆనయనశబ్దమిచట ధర్మిపరము), క్రమణ — పాదవిక్షేపము గలయట్టి, వేంకటాచలరమణా = వేంకటేశ్వరుఁడా యని సంబోధనము.

తా. గ్రంథకర్త యాశ్వాసాది యగుటఁజేసి, మంగళాదీని మంగళమధ్యాని మంగళాంతానీత్యాదిప్రమాణవచనమును బట్టి యిష్టదేవతాస్మరణాత్మక మంగళాచరణపూర్వకముగా శ్రీవేంకటాచలపతి నవధరింపు మని వచించుచున్నాఁ డనుట.

వ. అవధరింపు మాసమయంబునఁ బాండ్యమండలంబున. 2

సీ. ఏవీటిసతులపాలిండ్లపై గంబూర,
నవహారములచిప్పఁ గవుఁచు మాన్పు
లయజం బేవీటఁ దోలుచెక్కు డులిచి మే,
డలకిడ్డ మిగుల భూములకు డిగ్గుఁ

గలఁచు నేవీటసింహళగజంబులగాలి,
చైత్రవేళ నుదగ్దిశాగజంబుఁ
దాల్తు రేవీటిప్రాక్తనభూపనిర్మాల్య,
మరకతంబులు పెఱధరణిపతులు
తే. కపివర నియుక్తగిరిసదృగ్గహననిలయ
గాత్రగాహితకనకముక్తాకవాట
గోపురావేదితోచ్ఛ్రితాక్షోభ్యవప్ర
దనరు దక్షిణమధుర సాంద్రద్రుమధుర. 3

టీ. ఏవీటి...ర - ఏవీటి=ఏపట్టణమందు, సతుల = స్త్రీలయొక్క, పాలిండ్లపై= స్తనములమీఁది, గంబూర=(అలఁదిన) కర్పూరము, నవ...చు - నవ=నూతనములైన, హారముల = ముక్తాహారములయొక్క, చిప్పకవుఁచు = శుక్తిదుర్గంధమును, మాన్పున్=పోఁగొట్టుచున్నదో (అనఁగా ముత్యపుచిప్ప లుత్పత్తి యయ్యెడి తామ్రపర్ణీనదికి సమీపముననుండువారు గాన నప్పటికప్పుడు తెచ్చిన కాఁచు వదలని ముత్యాల హారములు ధరింపుచున్నారని భావము), ఏవీటన్, మలయజంబు=శ్రీగంధవృక్షములు, తోలుచెక్కడులిచి = మొదటిచెక్కఁదీసి, మేడలకిడన్ = మేడలకుఁ బెట్టఁగా, మిగులు=మిగిలినవి, ధూమములకుదిగ్గు=ధూమములకు దిగివచ్చునో (అనఁగా నాపట్టణమందలి మేడలన్నియు నుత్తమ శ్రీగంధములచేఁ గట్టఁబడియున్నవనుట), ఏవీటన్,సింహళగజంబులగాలి=సింహళద్వీపమునందుఁ బుట్టినయేనుఁగులయొక్క వాయువు, చైత్రవేళన్ = వసంతకాలములయందు, ఉద...బున్=ఉత్తరపుదిక్కునందున్న యేనుఁగును, కలఁచున్=చెదరఁజేయునో, (అనఁగా నాపట్టణమందలి గజంబులు సింహళద్వీపంబునఁ బుట్టినవౌటంజేసి సింహశరీర వాసనవంటి వాసనగలవియనుట),ఏవీటి...లు - ఏవీటి, ప్రాక్తన=పూర్వికులగు, భూప=రాజులయొక్క, నిర్మాల్య = ధరించి కడవేసిన, మరకతంబులు=పచ్చలను, పెఱధరణీపతులు=ఇతరరాజులు, తాల్తురు=ధరియించుచుందురో (అనఁగా నుత్తమరత్నంబులకాపట్టణము నికిపట్టుగా నుండెననుట), కపి...వప్ర - కపివర=సుగ్రీవునిచే, నియుక్త=నియోగింపఁబడినట్టి, గిరి=పర్వతములతో, సదృక్=సరిపోలునట్టి, గహననిలయ=కపులయొక్క, గాత్ర = శరీరములచేత, గాహిత=ప్రవేశింపఁబడిన, కనకముక్తాకవాట=స్వర్ణయుతమైన ముత్యాలతలుపులుగల, గోపుర = పురద్వారములచేత, ఆవేదిత= తెలియఁజేయఁబడిన, ఉచ్ఛ్రిత=పొడవుచేత, అక్షోభ్య=కోలుపుచ్చనశక్యంబైన, వప్ర=కోటగలట్టియు (అనఁగా సుగ్రీవుఁడు సీతాన్వేషణార్థముగ హనుమదాదులను దక్షిణపుదిక్కునకు నంపుచుఁ దొలుతఁ దాను దెలిసినవాఁడు గనుక నాయాదిక్కులఁగల తావులఁ దెల్పుచును, శ్లో.'ము

క్తా కవాటం పాణ్డ్యానాం తత్ర ద్రక్ష్యథ వానరాః' అని పల్కరించిన తెలుఁగున నా వానరులు కొండలంతలేసి తమశరీరములతో నాపట్టణము వాకిళ్లలోఁ జొచ్చిరనుట వలన నావాకిళ్ల కత్యున్నతత్వమును గోటకు నతిదైర్ఘ్యమును దెలిపినట్లాయెను). సాంద్ర=దట్టములైన, ద్రు=వృక్షములచేతను, మధుర=మనోహరమైనట్టి, దక్షిణమధుర=మధురాపట్టణము, తనరున్=ఒప్పును. దక్షిణమధుర యనుటవలన నుత్తరమునఁగూడ నొకమధుర యున్నదని తెలియునది.

క. శమనరిపుత్రిపురభిధో, ద్యమవద్దోర్వర్జ్యవలయి•తస్వర్ణగిరి
భ్రమదంబై కాంచనవ,ప్రముదీప్రం బగుచు నప్పు•రంబున నొప్పున్.

టీ. శమన...బై-శమనరిపు=శివునియొక్క, త్రిపురభిధా=త్రిపురములను భేదించుట యనియెడు, ఉద్యమవత్=ఉద్యోగముగల, దోః=భుజములవలన, వర్జ్య=విడువఁదగినట్టియు, వలయిత=వలయముగాఁజేయఁబడిన, స్వర్ణగిరి=మేరుపర్వతమనియెడు, భ్రమదంబై=భ్రాంతినిచ్చునదియై, కాంచనవప్రము=బంగారుకోట, దీప్రంబగుచున్=ప్రకాశమగుచు, అప్పురంబునన్=ఆమధురాపట్టణమందు, ఒప్పున్-తగియుండును.

తా. త్రిపురములఁ గెలిచి యీశ్వరుఁడు కడవేసిన మేరుగిరి యనునట్లుల నామధురాపట్టణపుబంగారుకోట వలయాకారమై యుండెననుట.

తే. సొరిదిఁ గనుపట్టి హేమర•శ్ములు సెలంగఁ
బొడవుకతమున సూక్ష్మమై • పొల్చుఁ జూడఁ
బట్టణము కోటకొమ్మల•పంక్తి గగన
మండలశ్రీకి సంపంగి•దండవోలె. 5

టీ. పట్టణముకోటకొమ్మలపంక్తి, సొరిదిన్=బాగుగాను, హేమరశ్ములు=సువర్ణప్రభలు, కనుపట్టి=కానుపించి, చెలంగన్=విజృంభింపఁగా, పొడవుకతమునన్=కోటపొడవైనందున, సూక్ష్మమై=కొమ్మలచాలుకొంచెముగా నున్నదియై, చూడన్=చూడఁగా, గగనమండలశ్రీకిన్= ఆకాశలక్ష్మికి, సంపంగిదండవోలెన్=సంపంగిదండవలెనే, పొల్చున్=ప్రకాశించును.

తా. మధురాపట్టణపు కోట మిగులఁ బొడవైనందున నతి సూక్ష్మముగఁ గనుపడుచున్నదై సువర్ణ కాంతులు విజృంభించువేళఁ జూడఁగా గోటకొమ్మలపంక్తి యాకాశలక్ష్మి ధరించిన సంపంగిదండవలెఁ బ్రకాశించెననుట.

మ. పరిఖం దత్పురకామినీజనము లం•భఃకేళిసల్పంగఁ ద
ద్గురువక్షోరుహాలిప్తసంకుమదక•స్తూరీమిళచ్చందనా

గురుతంకంబుల సౌరభంబులఁ జుమీ • కుంభీనసావాసని
ర్జరకల్లోలిని కందు భోగవతి నాఁ • జన్సంజ్ఞ గల్గె న్దగన్. 6

టీ. పరిఖన్=అగడ్తలో, తత్పురకామినీజనములు=ఆమధురాపురస్త్రీలు, అంభఃకేళి=జలక్రీడ, సల్పంగన్=చేయఁగా, తద్గురు...లన్-చుమీ-తత్=ఆస్త్రీలయొక్క, గురు=గొప్పలైన,వక్షోరుహ=స్తనములయందు,లిప్త=పూయఁబడిన, సంకుమద=జవ్వాదితోడను, కస్తూరీ=కస్తూరితోడను, మిళత్=కూడుకొనియున్న, చందన=శ్రీగంధముయొక్కయు,అగురు=అగరుగంధముయొక్కయు,పంకంబులన్=బురదలయొక్క, సౌరభంబులఁజుమీ = వాసనలచేతనే, కుంభీనసా...కిన్ - కుంభీనస=సర్పములకు, ఆవాస=ఉనికిపట్టగునాగలోకమందున్న, నిర్జరకల్లోలినికిన్=దేవగంగకు, అందున్=ఆపాతాళలోకమందు, భోగవతినాన్=భోగవతియనఁగా, చన్=ఒప్పునట్టి, సంజ్ఞ=అన్వర్థనామము, తగన్=తగునటుల, కల్గెన్=కలిగెను. శ్లో. 'నదీ నగర్యో ర్నాగానాం భోగవతీ' యని యమరుఁడు.

తా. ఆమధురాపురస్త్రీలు కుచకుంభములకు నలఁదినపరిమళములు పాతాళముదాఁక వ్యాపించి యున్నయగడ్తనీళ్ల జలక్రీడలాడుతరియందు నిండింపఁబడినదిగాన నాగంధానుభవముగల నాగలోకమందలి గంగకు నకారణంబునంజేసి భోగవతి యనునామము గల్గెననుట. ఇచట నిరుక్త్యలంకారము. 'శ్లో నిరుక్తి ర్యోగతో నామ్నా మన్యార్థత్వ ప్రకల్పనమ్' అని లక్షణము.

తే. కాద్రవేయులు భూమియుఁ • గైకొనంగ
నురగలోకంబు వెడలి త•త్పరిఖనీట
నెగసి తోడనె క్రుంకుదు • ర్నిలువ లేక
త త్తటాబద్ధగారుత్మ•తముల కులికి. 7

టీ. కాద్రవేయులు=సర్పములు, భూమియున్=ధరిత్రియును, కైకొనంగన్=ఆక్రమించుటకు, ఉరగలోకంబు=పాతాళలోకంబు, వెడలి=తర్లి; తత్పరిఖనీటన్-తత్=ఆపురముయొక్క, పరిఖనీటన్ = అగడ్తనీటను, నెగసి = లంఘించి, తత్తటా...లకు - తత్తట = ఆపరిఖదరులయందు, ఆబద్ధ = అంతటంజెక్కఁబడిన, గారుత్మతములకు = గరుడపచ్చలకు, ఉలికి=భయపడి, తోడనె=వెంటనే, నిలువ లేక=ఉండఁజాలక, క్రుంకుదురు = మునుఁగుదురు (నెగసి యనుచోట నీటిలోనుండి భీముండు నెగయుచెంచె నని భారతప్రయోగమును హాలాదిగాఁగలదు).

తా. సర్పములు భూమినిఁగూడ నాక్రమించుటకై నాగలోకమునువదలి యాయగడ్తనీట నెగసివచ్చి యం... గట్టంబడియున్న గరుడపచ్చలకు వెఱచి నిలువఁ

జాలక వెంటనే మునుంగు ననఁగాఁ బాతాళమువఱకు నాయగడ్త వ్యాపించియున్నదనియు, సర్పములు గరుడున కాహారముగానఁ దన్మణిదర్శనమాత్రజన్యభయముచే వెఱచినవనియు, పరిఖములుగూడ రత్నఖచితమై యున్ననియును తాత్పర్యము.

తే. తరుణశైవాలజలజప • త్త్రములు వొదువ
మరకతచ్ఛాయ బొల్చుఁ ద • త్పరిఖజలము
కోట బంగరు సేయుట • కొఱకు మున్ను
బ్రహ్మ పిడిచినమందాకు • పస రనంగ. 8

టీ. తరుణ...ములు - తరుణశైవాల = లేఁతనాఁచుతీఁగెలును, జలజపత్త్రములు=తామరాకులును, పొదువన్ = క్రమ్మకొనఁగా, మరకతచ్ఛాయన్ = పచ్చరాలవన్నెచేత, తత్పరిఖజలము=ఆయగడ్తనీళ్లు, మున్ను=అపురనిర్మాణకాలమునందు, కోటన్ = ప్రాకారమును, బంగరుసేయుటకొఱకు = కనకమయముగాఁ జేయుటకై, బ్రహ్మ = చతుర్ముఖుఁడు, పిడిచినమందాకుపసరనంగాన్ = పిండినమందాకుపసరో యనునటుల, పొల్చున్=ఒప్పును.

తా. అనఁగా మధురాపట్టణపుకోట బ్రహ్మనిర్మితంబై స్వర్ణమయముగా నున్నదనితాత్పర్యము.

చ. అడుగున నుండియు న్పదిల • మై చద లంటెడుకోట నొప్పు ప్రో
ల్చెడనికడంక దంచెనపుఁ • జేతుల గంగను కాసెఁ దూఱఁగా
నడుమన యునికిఁ జేసి యల • నాకపురిన్ *సరికై పెనంగి లా
వెడలఁగఁ బట్టివ్రేయుటకు • నెత్తె నన జ్జను మల్లుపోరునన్. 9

టీ. అడుగుననుండియున్ = దిగువనుండియును, పదిలమై = దృఢమైనదై, చదలు=ఆకసమును, అంటెడు=తాఁకుచున్నట్టి, కోటన్=ప్రాకారముచేత, ఒప్పు=ప్రకాశించుచున్న, ప్రోలు = పట్టణము, చెడనికడంకన్ = పాలిపోనిబలిమిచేతను, దంచెనపుఁజేతులన్ = పిరంగు లనియెడి చేతులచేతను, గంగను = గంగయనియెడు, కాసెన్=దట్టికోకను, దూఱఁగా=ప్రవేశింపఁగా, నడుమన=మధ్యముననే, ఉనికిఁ జేసి=ఉండుటచేతను, అలనాకపురిన్ = ఆస్వర్గమును, సరికై = దీటైయుండుటకై, పెనంగి=పెనఁగులాడి, లావు=బలిమి, ఎడలఁగన్=పోవునట్లుగా, మల్లుపోరునన్=మల్లయుద్ధమునందు, పట్టివ్రేయుటకున్=చేతఁబట్టి క్రిందవైచుటకు, ఎత్తెన్=ఎత్తెను, అనన్=అనఁగా, చనున్=ఒప్పును (గంగను కాసెనను కోట సంస్కృతశబ్దాంతిమగు నచ్చునకు వైకృతాచ్ఛపరముగాఁగా, శ్లో.'క్వచిత్సంస్కృతీయోఽపి ప్రాంతోఽ పన్యత్రచ్యుతో భవే' త్తను నథర్వణోక్తి ప్రమాణము.)

* సరయై పెనంగ.

తా. ఆకాశగంగ స్వర్గమును వలయాకారమై చుట్టికొని యుండును గాన స్వర్గమును జెట్టికి గంగ కౌసెవలెనుండెననియు శత్రుభంజనార్థముగ వప్రాగ్రమందుంచిన దంచెనములనఁగా నినప గొలుసులతోఁగూడిన పాషాణవిశేషములు చేతులవలె నిడుపుగానఁ బురమును జెట్టికి దంచెనములు హస్తములవలెనుండెననియు నామధురాపురమును జెట్టి తనతో సాదృశ్యమునకు పెనఁగుచును నాయాకాశగంగ మధ్యప్రదేశమందే యుండుటవలన మల్లయుద్ధమునందుఁ గోటకొమ్మలనియెడి హస్తములచేత గంగయను కౌసెకోకదూఱునటులఁ బట్టి బలిమిచెడునట్లుగా క్రిందవైచుటకు నెత్తెనో యనునటుల నొప్పుచుండెననఁగా నాకాశగంగవఱకు గోటకొమ్మలున్నవనియు నప్పట్టణము స్వర్గముకంటె విశేషవస్తు సమృద్ధంబై నిఖిలసుఖప్రదమై యుండెనని యభిప్రాయము.

తే. ఉదుటుగుబ్బలు గలతల్పు • టురముసూచి
గందపట్టెలు సూచి బం•గారు సూచి
వీటివాకిటిచోటనే • విడువ కెపుడు
సుట్లఁ బెట్టుచు నుందురు • సోమరవులు. 10

టీ. సోమరవులు = చంద్రసూర్యులు, ఉదుటుగుబ్బలు-ఉదుటు = నిక్కిఁ బొడిచియున్న, గుబ్బలు=గుబ్బలను పేరంబరగినములుకులనియెడు స్తనములు, కల=కలిగినట్టి, తల్పుటురము=కవాటమనియెడు నురస్థ్సలము, చూచి=కనియును, గందపట్టెలుసూచి=కవాటతిర్యగ్దారువిశేషములనియెడు గందపుగీఱలనుచూచి, బంగారుసూచి=కవాటఖచితస్వర్ణమును స్వర్ణభూషణముఁజూచి, వీటివాకిటిచోటనే=ఊరివాకిటిదగ్గఱనే, విడువక=వదలక, ఎప్పుడు=ఎల్లప్పుడు, చుట్లబెట్టుచునుందురు=చుట్టుకొనియుందురు.

తా. సోమరవులనువిటులు గొప్పలైనగుబ్బగోళ్లను స్తనములచేతను గందపట్టెలనియెడు మైపూఁతలచేతను కవాటమందలి బంగారపుతగుళ్లను స్వర్ణభూషణములచేత నామధురాపట్టణ మొకస్త్రీవలెనుండఁగా దానిఁజూచి దానివాకిళ్లువిడువక చుట్టిచుట్టి తిరుగుచుందు రనిభావము. దీనియందు శ్లేష.

మ. స్థిరసౌధాగ్రవిహా*రయావతరతి•చ్ఛిన్నాచ్ఛహారస్ఫుర
ద్గురుముక్తావలిఁ జేటిక ల్విరులతోఁ • గూడంగఁ ద్రోయ న్నిజో
దరలగ్నం బగుదాని నెమ్మొగు లధ•స్థ్సంబై తఱిఁ ఱాల్ప నా
కర మభ్రింబని యంద్రు గాకుదధిఁ ద•క్క న్బుట్టునే ముత్తెముల్.

టీ. నెమ్మొగులు=మేఘము, అధస్థ్సంబై=క్రిందనున్నదై, స్థిర...లిఁ-స్థిర=నిశ్చలమైన, సౌధాగ్ర=మేడకొప్పురులయందు, విహార=సంచరించుచున్న, యావత=

* రిదలపు.

యువతిసమూహముయొక్క, రతి=సురతమునందు, భిన్న=పగిలినట్టియు, అచ్ఛ=స్వచ్ఛమైనట్టి, హార=దండలయందు, స్ఫురత్=ప్రకాశించునట్టి, గురు=స్థూలములగు, ముక్తా=ముత్తెములయొక్క, ఆవళిన్=పంక్తిని, చేటికల్=పరిచారికలు, విరులతోఁగూడంగన్=పువ్వులతోఁగూడ, త్రోయన్=పాఱఁజల్లఁగా, నిజోదర...గు-నిజ=మొగులయొక్క, ఉదర=గర్భమునందు, లగ్నంబగు=తగిలికొనినట్టి, దానిన్=ఆ మౌక్తికపంక్తిని, తటిన్=వానఁగురియువేళ, రాల్పన్=వర్షింపఁగా, అభ్రంబు=మేఘము, ఆకరమని=ముత్యములకు జన్మస్థానమని, అంద్రుగాక=వచింపుదురేకాని, ఉదధిన్=సముద్రమున, తక్కన్=కాక, ముత్తెములు=మౌక్తికంబులు, పుట్టునే=జనియించునే, జనియింపవనుట.

తా. మేఘమండలాతీతంబు లగునప్పట్టణపు మేడలయందు యౌవనస్త్రీలు సురతక్రీడ సలుపుతఱి త్రెస్సి రాలినముత్తియములఁ బరిచారికలు కసువుఁ ద్రోయుచోఁ బువ్వులతోఁగూడఁ జిమ్మిత్రోయఁగా మేఘములయందుఁ బడును గాన వర్షాకాలమున భూమియందు నాముత్యము లుండుటంజేసి మేఘములనుగూడ ముక్తాకరంబని చెప్పంబడుటయేకాక సముద్రభిన్నం బొకటియును మణిజన్మస్థానముగాదు. దీనియందత్యుక్తి.

మ. ఘనసౌధాళి వియద్ధునీజలధి వీఁక న్నావలై నీడ దోఁ
ప నెలంత ల్వణిగాకృతి న్సరకు మార్ప న్గోలల న్గట్టి యి
చ్చునిజద్వీపవిచిత్రపట్టవసనస్తోమంబు నాఁ బొల్చుఁ బె
ల్లనిలాన్యోన్యవి*మర్శితన్నగరనాకానేక కేతుచ్ఛటల్. 12

టీ. ఘనసౌధాళి - ఘన=గొప్పలైన, సౌధాళి=మేడలసముదాయము, వియద్ధునీజలధిన్ - వియద్ధునీ=ఆకాశగంగయనెడు, జలధిన్=సముద్రమునందు, వీఁకన్=స్పష్టముగాను, నావలై=ఓడలై, నీడ=మేడలనీడ, తోఁపన్=కనుపింపఁగా, నెలంతల్=ఆమేడలమీఁదనుండువనితలు, వణిగాకృతిన్=వర్తకులవలె, సరకుమార్పన్=భాండప్రతిభాండముఁజేయుటకై, కోలలన్=గడలచేత, కట్టి=బంధించి, ఇచ్చు...బు - ఇచ్చు=ఇచ్చునట్టి, నిజ=తమయొక్క, ద్వీప=దీవియందలి, విచిత్ర=నానావన్నెలైన, పట్టవసన=పట్టువస్త్రములయొక్క, స్తోమంబు=సమూహము, నాన్=అనునట్టుల, అనిలా...ల్ - అనిల=వాయువుచేత, అన్యోన్య=ఒకటితోనొకటి, విమర్శ=ఒరయుచున్నట్టి, తన్నగర=ఆపురమునందలియు, నాక=స్వర్గమునందలి, అనేక - అసంఖ్యాకములైన, కేతు=టెక్కెములయొక్క, ఛటల్=గుంపులు, పెల్లు=తఱుచుగా, పొల్చున్=ప్రకాశించును.

* మర్ధి.

తా. ఆకాశగంగ యను సముద్రములో మేడలనీడ గనుపింపఁగా నోడలవలె నుండెననియును, అప్పుడా మేడలమీఁదనుండు స్త్రీలు బేరగాండ్రుంబలె నుండిరనియు, గడలయందున్న టెక్కెములకుఁ గట్టిన వసనంబులు గాలిచేఁ గదలుటంజేసి యాస్త్రీలచేతఁ దమదీవియందలి పట్టుపటావళులు ద్వీపాంతరవాసులకు భాండప్రతిభాండరీతిచే విక్రయింపఁబడుచున్నవో యనునటులఁ బ్రకాశించె నని తాత్పర్యము.

ఉ. సోరణగండ్ల రాఁ గొదమ•చుక్కలు పట్ట సతు ల్కవాటము
ల్చేరుప మౌక్తికంబులని • చిల్లులు వుత్తురు ద మ్మటంచుఁ బో
ల్పారువితానహారముల•యం దొకహారత వ్రేలి ప్రొద్దు పోఁ
గా రతి డస్సి గాడ్పులకు•గా దెఱువ న్జను విచ్చి మేడలన్. 13

టీ. కొదమచుక్కలు=పిన్ననక్షత్రములు, సోరణగండ్లన్=గవాక్షములవలన, రాన్=రాఁగా, పట్టన్ = ఆనక్షత్రములఁ బట్టుటకొఱకు, సతులు = యువతులు, కవాటములు=తలుపులను, చేరుపన్=మూయఁగాను, తమ్ము=ఆనక్షత్రములను, మౌక్తికంబులని=ముత్తెములని, చిల్లులువుత్తురు=రంధ్రములు వేయుదురు, అటంచున్=అట్లనుచు, పొల్పారు...దున్ - పొల్పారు=సుందరమైన, వితాన=మేలుకట్లయొక్క, హారములయందున్=సరములయందు, ఒకహారత=ఒకదండవలె, వ్రేలి=వ్రేలాడి, ప్రొద్దు=విశేషకాలము, పోఁగాన్=గతింపఁగా, రతిన్=క్రీడచేత, డస్సి=అలసి, గాడ్పులకుఁగాన్=వాయుసంచారముకొఱకు, తెఱవన్=తల్పుఁదెఱవఁగా, మేడలన్=సౌధములనుండి, విచ్చి=విడచి, చనున్=వెడలిపోవును.

తా. అనఁగా మేడలు నక్షత్రమండలమును ముట్టిపోయిన వని భావము.

ఉ. ఆపురసౌధవీథి నధ•రాధరభూముల గర్జ మున్నుగా
నాపయికి న్వినంబడని•యట్లుగఁ గ్రాలుఘనాలిఁ దార్చి లీ
లాపరతన్ ఘటింపుదురు • లాస్యము సేయఁగ మేఘరంజనా
లాపముఁ జేసి పోషితక•లాపిఁ గలాపికలాపకుంతలల్. 14

టీ. కలాపి...లు-కలాపి=నెమిలియొక్క, కలాప=బర్హమువంటి, కుంతలు=కురులుగలస్త్రీలు, ఆపురసౌధవీథిన్ - ఆపుర=ఆపట్టణముయొక్క, సౌధ=మేడలయొక్క, వీథిన్=పంక్తియందు, అధరా...లన్ - అధరాధర=క్రిందటిక్రిందటి, భూములన్=ప్రదేశములయందు, గర్జమున్నుగాన్=ఉఱుములు మొదలుగా, ఆపయికిన్=ఆ మేడలమీఁదికి, వినంబడనియట్లుగన్=వినరానియటుల, క్రాలుఘనాలిన్ - క్రాలు=ఒప్పుచున్నట్టి, ఘన=మొగులయొక్క, ఆలిన్=సమూహమును, మేఘరంజనాలాపముఁజేసి=మేఘరంజన మనురాగము నాలాపముఁజేసి, తార్చి=క్రిందనున్న మేఘములను

మేడలపైకి రప్పించి, పోషితకలాపిన్-పోషిత=పెంపఁబడినట్టి, కలాపిన్—నెమలిని, లీలాపరతన్=విలాసాసక్తిచేతను, లాస్యముసేయఁగన్—నృత్యమొనర్చునటుల, ఘటింపుదురు=సంఘటనచేయుదురు, అనఁగా నాపురమందలి యువతులు గాననృత్యాదులయందు నిపుణలగుటంజేసి యామేడలు మేఘమండలాశ్రితంబులై యున్న నా షడ్జగుణ రాగాలాపములచే మొగిళులఁ బైకి రప్పించుచున్నారని యభిప్రాయము.

చ. అనిమిషపట్టణంబు పుర•హార్మ్యపతాకలు మువ్వమ్రోఁతతోఁ
దనగృహపంక్తిపైఁ గలశ•తామరసంబులఁ గప్పఁ గ్రింద నుం
డును నిజలక్ష్మిచే సరిప•ణుల్ మొఱయంగఁ దదీయలక్ష్మి శం
కను మొగమెత్తి చూచుతఱిఁ•గన్నులు కేళికి మూయఁగా బలెన్.

టీ. నిజలక్ష్మి=మధురాపురలక్ష్మి, చేసరిపణుల్=తనచేతనున్న సరిపణగొలుసులు, మొఱయంగాన్ = మ్రోయఁగా, తదీయలక్ష్మి = అమరావతీపురలక్ష్మి, శంకను=ఈ చప్పుడేమనుశంకచేతను, మొగమెత్తి=ముఖమును పైకెత్తి, చూచుతఱిన్=వీక్షించు సమయమున, కన్నులు=నేత్రములను, కేళికిన్=వినోదమునకు, మూయఁగా బలెన్—మూయుచుండఁగాననునటుల, అనిమిషపట్టణంబు=అమరావతీపట్టణంబు, పురహర్మ్యపతాకలు - పుర=మధురయొక్క, హార్మ్య=మేడలయందలి, పతాకలు=టెక్కెములు, మువ్వమ్రోఁతతోన్=చిఱుగజ్జెలధ్వనితోఁగూడ, తనగృహపంక్తిపైన్=అమరావతీ గృహపంక్తియందలి, కలశతామరసంబులన్ = తామరమొగ్గలవంటి కలశములను, కప్పన్ = మూయఁగా, క్రిందనుండును = మధురాపట్టణపు టెక్కెములకు దిగువ నుండును.

తా. మధురాలక్ష్మిచే సరిపణగొలుసులయొక్క మ్రోఁతను విని యిదేమనుశంకచే నమరావతీలక్ష్మి చూచుసమయమున మధురాలక్ష్మి యాలక్ష్మియొక్క కన్నులను వేడుకకై మూసెనో యనురీతి మధురాపురపు మేడలయందలి పతాకలు గజ్జెలమ్రోఁతతోఁ గూడవచ్చి తనగృహపంక్తిపై నున్న తామర మొగ్గలవంటి కలశములఁ గప్పుచుండఁగా నమరావతీలక్ష్మి టెక్కెములకుఁ గ్రింద నుండు నని తాత్పర్యము.

చ. ఘనగతశంపఁ గంచ మిడి• కాటుకఁ దీర్చి పునుం గినోష్మఁ ద
ట్టినది యలంది కైశికము•తేవఁ బ్రభాతశశాంకు మోఁప వి
చ్చిననవహల్లకాలిఁ గయి•సేసి సతు ల్పతితో రమింతు ర
మ్మునిజరఠాంగన ల్కలహ•ము ల్కృప నేడ్వురుఁ దీర్ప మేడలన్.

టీ. మేడలన్=అప్పట్టణపు మేడలయందు, సతులు=స్త్రీలు, అమ్మునిజరఠాంగనలు, అమ్ముని=ప్రసిద్ధులగుసప్తర్షులయొక్క, జరఠాంగనలు=వృద్ధభార్యలు, (వృద్ధలు

గావున నే దంపతులకలహములం దీర్చుచున్నారని చెప్పంబడియె.) కృపన్ = దయ చేతను, కలహములు=సతీపతులప్రణయకలహంబులను, తీర్పన్=పోఁగొట్టఁగా, ఘనగతశంపన్ - ఘన=మేఘములను, గత=పొందినట్టి, శంపన్=మెఱుపనెడిదీపమందు, కంచము=పళ్లెమును, ఇడి=ఉంచి, కౌటుకఁదీర్చి=ఆపళ్లెమునందుఁ గలిగినకౌటుకను గన్నులఁబెట్టుకొని, ఇనోష్మఁదట్టినది - ఇనోష్మన్=సూర్యునివేఁడిమిచేతను, తట్టినది= = కరిగినట్టి, పునుంగు=తట్టుపునుఁగు, అలంది=పూసికొని, కైశికము = కొప్పులను, శేవన్=తీవిచేత, ప్రభాత=ప్రాతఃకాలమునందు, శశాంకున్=చంద్రుని, మోపన్ = మోపఁగా, (ఇచట రాత్రియందుఁ బ్రణయకలహంబున నే పొద్దుపుచ్చఁబడినది గావునఁ దెల్లవాఱవచ్చెనని సూచింపఁబడియె.) పిచ్చిన=వికసించినట్టి,నవ...లిన్ - నవ=క్రొత్తలగు, హల్లకాలిన్=చెంగల్వలను, కైకేసి=శృంగారించుకొని, పతితోన్ = పెనిమిటితోడను, జాత్యేకవచనము. రమింతురు=క్రీడింతురు - అనఁగా సప్తర్షి మండల పర్యంత మామేడలు గట్టంబడియున్న వని భావము.

చ. రవి యనుదివ్వెఁ గేతువు చెఱంగున మూసి ధృతోర్ధ్వయంత్రవా
రవిరళఘర్మ మై కలరవాల్పరవోక్తుల వాంతధూపరా
జివరనిశ న్గనన్మదనచేతులచాతురి నెయ్యపుంగురుం
జువిదలు దార్ప విష్ణుపద మొత్తుఁ బురిన్ గృహలక్ష్మి నూత్నతన్.

టీ. పురిన్=పట్టణమందు, గృహలక్ష్మి=గృహలక్ష్మియనెడిస్త్రీ, నూత్నతన్ = నవోఢాత్వముచేతను, కనన్=చూడఁగా, మదనచేతులన్=మదనచేతులనియెడి చేతులయొక్క, (మదనచేతులనఁగా గృహమున కమర్చిన యంగదారువు), చాతురిన్ = నైపుణ్యముచేతను, నెయ్యపుం...లు - నెయ్యపున్ = ప్రేమగలిగినట్టి, కురుంజువిదలు=కురుజులనియెడిచెలులు, దార్పన్=చేర్పఁగాను, రవియనుదివ్వెన్=సూర్యుఁడనుదీపమును, కేతువుచెఱంగునన్ మూసి = టెక్కెపుగుడ్డయనెడు పైఁటచెఱఁగునఁ గప్పి, ధృతోర్ధ్వ...మై - ధృత=ధరింపఁబడిన, ఊర్ధ్వ = ఉపరిప్రదేశమందున్న, యంత్ర=జలయంత్రములయొక్క, వాః = ఉదకములనియెడి, అవిరళ=ఎడతెగని, ఘర్మమై=చెమటగలదై, (సాత్త్వికోదయమాయెననుట), కలరవాల్పరవోక్తులన్ - కలరవ = పావురములయొక్క, అల్పరవ = కొంచెపుధ్వనులనియెడు, ఉక్తులన్ = పలుకులచేత, వాంత...నిశన్ - వాంత = గవాక్షలనుండి వెడలెడు, ధూప=అగరుశ్రీగంధాదిధూపములయొక్క, రాజి = సమూహమనియెడు, వర = శ్రేష్ఠమైన, నిశన్=రాత్రియందు, విష్ణుపదమున్ = విష్ణుపదము, ఆకాశ మనియెడు విష్ణుపాదమును, ఒత్తున్=సంవాహనముచేయును.

తా. ఆపట్టణమందు ధ్వజపటములు సూర్యునిం గప్పఁగా, మదన చేతులతో గురుజులు మిన్ను ముట్టఁగా జలయంత్రములు స్రవింప ధూపధూమములు మెఱయఁ బురలక్ష్మి యాకాశమును స్పృశించెను. మఱియు, పురలక్ష్మి విష్ణుపదమనియెడి పదద్వయ స్వారస్యముచేత నర్థాంతరముఁ దోఁచుచున్నది. నూతనస్త్రీకిఁ జెలుల ప్రేరణముచేతఁ బెనిమిటినిఁబొందుట, దీపము మఱుఁగుపఱుచుటయు, స్వల్పధ్వనితో సంభాషించుటయు, భోగగృహమందు ధూపవాసనలునిండఁబతిచరణములొత్తుటయు, స్వభావముగానఁ బురలక్ష్మి యనుస్త్రీ ధూపధూమములనియెడి రాత్రియందు గత్యను కూల సంభారముగలదియై విష్ణుపదము నొత్తుననుట. సమాసోక్త్యలంకారము. శ్లో. 'సమాసోక్తిః పరిస్ఫూర్తిః ప్రస్తుతే ప్రస్తుతస్యచేత్' అని దానిలక్షణము.

చ. గిఱికొనుగోపురాగ్రపరి • కీలితపంకజరాగరశ్మిక
ట్టెఱ యగుచాయఁ బొల్చు దివ • సేంద్రుఁడు సక్కనిమింటఁ బోవుచో
మఱచి విధాత పాటలిమ • మధ్యమసంధ్యకుఁ జేయ లేనియా
కొఱఁతయుఁ దీర్చుకోఁ దొగరు • కొల్పిన కైవడిఁ బట్టణంబునన్.

టీ. దివసేంద్రుఁడు=సూర్యుఁడు, చక్కనిమింటఁబోవుచోన్ = ఆకాశమధ్యమునఁ బోవునపుడు, విధాత=చతుర్ముఖుఁడు, పాటలిమ=రక్తిమను, మధ్యమసంధ్యకు = మధ్యాహ్నమునకు, చేయలేని=నిర్మింపఁజాలని, ఆకొఱఁతయున్ = ఆకొఱఁతను, తీర్చుకోన్=తీర్చుకొనుటకు, తొగరు=రక్తిమను, కొల్పిన = చేసిన, కైవడిన్ = రీతిగా, గిఱికొను=నిబిడమైన, గోపురాగ్ర = మేడలమీఁద, పరికీలిత = చెక్కఁబడిన, పంకజరాగ = పద్మరాగమణులయొక్క, రశ్మి = కాంతులచేత, కట్టెఱయగుచాయన్ =మిగుల నెఱ్ఱనైనకాంతిచేత, పొల్చున్ = ఒప్పును, పట్టణంబునన్ = మధురయందనుట.

తా. మధురాపురగోపురములకు సరిగా నంతరిక్షమునఁ బోవుసూర్యుండు, సృష్టికాలమున బ్రహ్మ, ప్రాతస్సాయంకాలములకే రక్తిమగలుగఁజేసి మధ్యాహ్నమునకుఁ జేయనేఱకున్న కొఱఁతె దీర్చికొనుటకు రక్తిమను గలుగఁజేసిన విధమునఁ బురద్వారములయందుఁ జెక్కఁబడిన పద్మరాగమణుల ప్రభలచే మిగుల నెఱ్ఱనైన చాయచేత నొప్పెనని తాత్పర్యము.

సీ. వెలఁది యీనీదండ • వెలయెంత నాదండ,
కును వెలఁ బెట్ట నెవ్వనితరంబు
కలువతావులు గాన • మలికదంబకవేణి,
కలువతావులు వాడ • కయ కలుగునె

కడివోదు నాకిమ్మ • పడఁతి యీగేదంగి,
  ననకడివోమి ముం•దటికిఁ జూడు
జాతు లేవంబుజే•క్షణ పద్మినులు సైత,
  మును నున్నయెడ జాతు • లునికి యరుదె
తే. యనుచుఁ దొలి నుడి నభిలాష • లెనయ మూఁగి
పలుకుతోడనె నర్మగ•ర్భంబు గాఁగ
నుత్తరము పల్లవశ్రేణి • కొసఁగు చలరు
లమ్ముదురు పుష్పలావిక • లప్పురమున. 19

టీ. వెలఁది=ఓయింతీ, ఈనీదండ=ఈనీయొక్క పుష్పమాలికకు, వెల=క్రయము, ఎంత=ఏమాత్రము, అని విటుఁడడుగ నావెలఁదిచెప్పు నుత్తరము, నాదండకును=నామాలికకు (నాసమీపమున నిలుచుటకును), వెలఁబెట్ట నెవ్వనితరంబు=మూల్యమింతయని నిర్ణయింప నెంతవానికైనను వశంబే, (వశముగాదనుట), అలికదంబకవేణి=భ్రమర సమూహమువంటి జడగలయోయింతీ, కలువతావులుగానము (తావులనఁగా వాసనలకు స్థలమునకునుఁ బేరగుటంజేసి)కలువదండవాసనలు గానమేమియనియు,కలువలకు,తావులు,వాసస్థానములగుకొలంకులవంటి నాభులు గాన మేమియనియునుప్రశ్న, కలువతావులు=కలువవాసనలు,(కలువస్థాన సాదృశ్యముగల నాభులును),వాడకయె=వాడుఁజూపకయె, (పరిచయములేకయే), కలుగునె=సిద్ధింపవనుట, (కడియనఁగా వాసన) పడఁతి=ఓస్త్రీ, కడివోదు=వాడుఁబారదు, (కడిబోకయుండును), ఈగేదంగినన=ఈమొగలిరేకు, దానివంటి రహస్యప్రదేశమును, నాకిమ్మ, కడివోమిముందటికిఁజూడు=వాసన చెడకుండుట ముందుధరించిచూడుము, (తనతోఁ గలసి యెడబాసినప్పుడు కబళము నోటికిఁ బోకయుండునది ముందరఁ జూచెదవనుట), అంబుజేక్షణ=ఓపద్మాక్షీ, జాతులేవి=జాజిపువ్వులేవి,(జాతియేమని ప్రశ్న), పద్మినులు సైతము=తామరపువ్వులును, (పద్మినీజాతిస్త్రీలును),రతిరహస్యమందుఁ బద్మినీజాతిలక్షణము. శ్లో. 'కమలముకుళమృద్వీ ఫుల్లరాజీవగంధి స్సురతపయసి యస్యాస్సౌరభం దివ్యమఙ్గే, చకితమృగదృగాభే ప్రాన్తరక్తే చ నేత్రే స్తనయుగళమనర్ఘం శ్రీఫలశ్రీవిడంబి. వ్రజతి మృదుసలీలం రాజహంసీవ తన్వీ త్రివళిలలితమధ్యా హంసవాణీసువేషా, మృదుశుచిలఘుభుఙ్క్తే మానినీగాఢలజ్జా ధవళకుసుమవాసో వల్లభా పద్మినీస్యాత్.' అని. ఉన్నయెడ=ఉన్నచోటను, జాతులునికి=జాతులుండుట, అరుదే=ఆశ్చర్యమా, (ఆశ్చర్యముగాదనుట), అనుచున్=ఇట్లనిపచించుచు, తొలినుడిన్=మొదటిమాటచేతను, అభిలాషలు=కోరికలు, ఎనయన్=స్ఫుటమగునటుల, మూఁగి=

క్రమ్మకొని, పలుకుతోడనే=వచింపఁగానే, నర్మగర్భంబుగాఁగన్ - నర్మ=శృంగారచేష్ట,గర్భంబుగాఁగన్=అంతస్థమైయుండఁగా, ఉత్తరము=ప్రతివాక్యమును, పల్లవశ్రేణికిన్=విటుల సమూహమునకు,ఒసఁగుచున్=ఇచ్చుచును, పుష్పలావికలు=పువ్వులఁగోసి విక్రయించెడి స్త్రీలు, అలరులు = పుష్పములను, అప్పురమునన్=ఆపట్టణమందు, అమ్ముదురు=విక్రయింతురు.

తా. ఆమధురయందు విలాసవంతులగు విటులు విహరించువేళ నీపద్యపాదచతుష్టయమున మొదటఁ జెప్పంబడియున్న తెఱఁగునఁ దమయభిలాషలు స్ఫుటముగునటులఁ బ్రశ్నలఁజేయుచుఁజుట్టుకొని పలుకఁగా వెంటనే నర్మగర్భఁబుగ నావిటులఁగూర్చి ప్రత్యుత్తరములిచ్చుచు రసికశిఖామణు లగుపుష్పలావికలు పువ్వులమ్ముదురని.

చ. సరసులనర్మ మింపుల నొ•సంగఁ గదంబపుదండఁ గట్టుచోఁ
గరఁగుటఁ దెల్పుదృక్తరళ•కాంతులు నుత్తర మిచ్చునంతరాం
తరముల నవ్వులు న్గలువ•తండము మొల్లలు నంచు మిన్నుగ్రు
చ్చి రహిని రిత్తనూలొసఁగి • సిగ్గు వహింతురు పుష్పలావికల్.

టీ. సరసుల=రసికులగువిటులయొక్క, నర్మము=శృంగారము, ఇంపులన్=ఇష్టములను, ఒసంగన్ = కలుగఁజేయుచుండఁగా, కదంబపుదండఁగట్టుచోన్=కదంబపుసరముఁగట్టెడు వేళ, కరఁగుటన్ = అవిటులసరసంపుబలుకు దమమనములు గరఁగుటను, తెల్పు...లు - తెల్పు = తెలియఁజేయుచున్నట్టి, దృక్ = నేత్రములయొక్క, తరళ=చంచలములగు, కాంతులు = ప్రభలు, ఉత్త...లన్ - ఉత్తరము = ప్రత్యుత్తరమును, ఇచ్చు = ఒసఁగుచున్నట్టి, అంతరాంతరములన్ = నడుమనడుమను, నవ్వులున్=నవ్వెడునవ్వులును, కలువతండము=ఉత్పలములు, మొల్లలు=మొల్లలును, అంచున్=నిశ్చయించుకొని, మిన్నుగ్రుచ్చి = బయలుగూర్చి, రహిని=విలాసముగన్, రిత్తనూలొసఁగి = ఒట్టినూలుచేతికిచ్చి, పుష్పలావికలు= పుష్పములమ్మువారలు, సిగ్గువహింతురు=లజ్జపడుదురు. అ. ఆ మధురాపురమందుఁ బుష్పముల విక్రయించు స్త్రీలు మిగులఁ జమత్కారిణులై యున్నను రసికశిఖామణులగు విటులు సరసోక్తులచేత నట్టిచాతుర్య యుక్తస్త్రీలనుగూడ మోహింపఁజేయుదురని వ్యాఖ్యాభిప్రాయము.

సీ. పద్మాస్య పురి నను•*భవతకు నీవ మె,
త్తులు వెట్టు దనఁగ రా•వలసె నిటకుఁ
దెలుపుమా జాముండు•నల రింపొ ఘటికాద్వ,
యం బుండు నల రింపొ • కంబుకంఠి

* భవిత.

యే వేఁడుటకు నీవు • ఋతు వేల చెప్పెద,
వువిద మే మందాఁక • నోర్వఁ గలమె
చేరఁగా రాదె బా•సికము గేల్సోఁకిన,
యంతనే చెడునె యే•ణాయతాక్షి

తే. యనుచుఁ బరిభాషవోలెఁ ద•మ్మాస దొరల
నాడ మోవిఁ జెఱంగిడి • యాఁగు నవ్వు
కంట నిగుడ విరు ల్వాన్పు•కరణి జల్లు
సరసపుజలంబె జాణల•మరులుకొల్పు. 21

టీ. పద్మాస్య=ఓపద్మముఖి, పురిన్ = ఈమధురలో, అనుభవతకున్=అనుభవించుటకు, నీవ=నీవే, ఎత్తులు వెట్టుదు=పుష్పముల యెత్తులువెట్టుదువనియును, క్రీడకొఱకు నెదురు వెచ్చము వెట్టుదు వనియును (ఎత్తులనఁగాఁ బ్రయత్నములని కొందఱందురు), అనఁగన్=వచింపఁగా, ఇటకు=ఇచ్చటికి, రావల సెన్=వచ్చుటకుఁ గారణంబాయెను, కంబుకంఠి=శంఖమువంటి మెడగలయోవనితా, జాముండు=యామమువఱకు వాసనచెడకుండు, అలరు=పుష్పము, ఇంపా=బాగైనదో, ఘటికాద్వయంబుండు=రెండుగడియలు వాసనచెడకుండు, అలరు = పుష్పము, ఇంపా = బాగైనదో, (అదియానందమునకును నామమగుటవలన) యామపు సురతానందమిష్టమో లేక రెండుగడియల సురతానందమిష్టమో, తెలుపుమా=తేటపఱుపుమా, ఉవిద=ఓయింతీ, ఏ వేఁడుటకు=నేను వలయునని కోరినపుష్పమిచ్చుటకు, ఋతువు=ఋతుకాలమురావలయునని, ఏల=ఎందుకు, నీవు=నీవు, చెప్పెదవు=నుడివెదవు, మేమందాఁకన్=ఏమదివఱకు, ఓర్వఁగలమె=ఓర్వఁగలమా,(ఏము నీతోడిసంసర్గమును గోరిన ఋతుస్నానముఁజేసినది పిదపను నయ్యెడునని చెప్పెదవు. మేమందాక నోర్వలేమనుట), ఏణాయతాక్షి - ఏణ=ఇఱ్ఱియొక్క, ఆయత=దీర్ఘములైన, అక్షి=కన్నులవంటి కన్నులుగల యోలలనా, చేరఁగారాదె=దగ్గఱఁ జేరఁగూడదా, బాసికమనఁగా బుష్పమాలిక రచనావిశేషమునకును, ఊరుమూలమునకును నామముగావున, పుష్పమాలికయు=నీయూరుమూలమును, కేలుసోఁకినయంతనె=నాచేసోఁకిన మాత్రముననే, చెడునే=చెడిపోవునా, అనుచున్=ఏలప్రశ్నింపనియ్యవనుచు, పరిభాషవోలెన్=సంకేతపుమాటలాడినటుల, తమ్మున్=తమున్, ఆసదొరలన్=అభిలాషవెడలునటుల, ఆడన్=పలుకఁగా, మోవిన్=అధరోష్ఠమున, చెఱంగిడి=పైఁటకొంగు మూసికొని, ఆఁగునవ్వు - ఆఁగు=నిలిపిన, నవ్వు=హాసము, కంటన్=నేత్రములయందు, నిగుడన్=వెలిరాఁగా, విరులు=పుష్పములను, వాన్పు=తడుపునట్టి, కరణిన్=రీతిచేత, చల్లుసరసపుజలంబె - చల్లు=

చల్లెడు, సరసపు జలంబె=రసయుక్తంబగు నుదకమే, జాణలన్=విటులను, మరులు కొల్పున్=మోహపడఁజేయును.

తా. సుగమము.

సీ. ఇంద మంతరి దంత • కుందాభఁ గూడి ని,
శ్చలపుఁజూపులు మున్ను • సంభ్రమింప
వెలయొప్ప కవలఁబో • విఱుచు మోవియుఁగోప,
మొదవెడుచూపు మో • మోటఁ ద్రిప్పఁ
దిరిగినసస్మితో • క్తియుఁ జూపుటొయ్యార,
ములు నగుఁ గా దను • పలుకు లుడుప
నని గాని కావొ నీ • కనుపరాసాపత్న్య,
సంపాదనంబుల • నింపుఁ బెనుపఁ
తే. జతురవచనవిలాసాంగ • సౌష్ఠవములఁ
బసిఁడిఁ దా నిచ్చినట్టియ • ప్పణఁతి మఱువఁ
బతికిఁ గైదువ లందిచ్చు • రతివిధమున
విటుల కిత్తురు మఱి వారు • విరులు పురిని. 22

టీ. ఇందము=ఇదిగో, అంతరి=అనువేళ, దంతకుందాభన్=మొల్లలవంటిదంతముల కాంతి, కూడి=చేరికొని, నిశ్చలపుఁజూపులు-నిశ్చలపు=కదలకుండునట్టి, చూపులు=చూడ్కులు, మున్న=తొలుతనే, సంభ్రమింపన్=తొట్రుపడఁగా, వెల=క్రయము, ఒప్పక=సమ్మతింపక, అవలఁబోన్=ఆవల మఱియొకయంగడికిఁబోఁగా, విఱుచు మోవియు=మడవఁబడిన యధరోష్ఠమును, కోపమొదవెడుచూపు=కోపమును గనుపఱచుచున్నదృష్టియును, మోమోటఁద్రిప్పన్=మొగమాటమునఁ ద్రిప్పఁగా, తిరిగిన=ఆవిటులు మరలరాఁగా, సస్మితోక్తియున్ = చిఱునవ్వుతోఁగూడినమాటయును, చూపుటొయ్యారములును=గర్వపుఁజూపులును, అగుఁగాదనుపలుకులు=ఔనుకాదన్నవాక్యములను, ఉడుపన్=మాన్పఁగా, అనిగాని=ఆమాలికలే గాని, ఆస్త్రీలే గాని, కావొ నీకు=నీకిష్టములు గావా, అను=అనునట్టి, పరాసాపత్న్యసంపాదనంబులు - పరా=ఇతరస్త్రీలకు, సాపత్న్య=తమతో సపత్నీభావమును, సంపాదనంబులు=సంపాదింపుచున్న పలుకులు, ఇంపుఁ=ఇష్టమును, పెనుపన్=వృద్ధిఁజేయఁగా, (అవియు పువ్వేగాని నాపువ్వు పనికిరాదా యని భావార్థము.), చతురవచన...లన్ - చతుర వచన=చాతుర్యపుమాటలచేతను, విలాస=చేష్టలచేతను, అంగసౌష్ఠవములన్=సౌందర్యముచేతను, పసిఁడి=పైకము, తానిచ్చినట్టి యప్పణఁతిన్=తానిచ్చిన యాస్త్రీని,

మఱవక్ = మఱచిపోఁగా, పతికిన్ = పెనిమిటికి, కైదువలు = ఆయుధములు, అందిచ్చు రతివిధమునన్ = చేతికందిచ్చునట్టి రతీదేవివలె, పురిని = మధురయందు, వారు = పుష్పములమ్ము యువతులు, విరులు = పుష్పములను, ఇత్తురు = ఒసఁగుదురు. అ. మన్మథునికి రతీదేవి యాయుధములఁ జేతికందిచ్చునటుల యామధురాపట్టణమందలి పుష్పలావికలు విలాసచాతుర్య సౌందర్యములచే మోహింపఁజేయుచు విటులకుఁ బుష్పము లమ్ముదురని యభిప్రాయము.

చ. దల మగుచంద్రఖండములు • దారలు సాంకవ మొప్పుపాణిపా
టల మగుదంతపుంగరవ•డంబు శశాంకుఁడు గుంకుమైనచీ
రలజిగి కెంపుగా బయిటి•రథ్యల నొప్పుదు రిందుకాంతవే
దులపయి సంధ్యయే బహుత• దోఁచె ననన్పురి గట్టివాల్సతుల్.

టీ. దళ...ఖండములు - దళమగు = సాంద్రమైన, చంద్రఖండములు = కర్పూరంపుఁదునుకలు, తారలు = చుక్కలు, సాంకవము = పునుఁగు చేతను, ఇచటఁ దృతీయార్థమందు ప్రథమ. ఒప్పు = ప్రకాశించుచున్న, పాణి = హస్తముచేతను, పాటలమగు = తెలుపు ఎఱుపువర్ణముగల, దంతపుంగరవడంబు = దంతపుఁగరాటము, శశాంకుఁడు = చంద్రుఁడు, కుంకుమైనచీరలజిగి = చెందిరమంటిన కోకలకాంతి, కెంపుగాన్ = ఎఱుపుగాఁగా, ఇందుకాంతవేదులపయిన్ = చంద్రకాంతపుఁదిన్నెలమీఁదను, సంధ్యయే = సంధ్యాకాలమే, బహుతన్ = బహుత్వముచేతను, తోఁచెననన్ = కానఁబడియెననునటుల, పురిన్ = పట్టణమందలి, బయిటిరథ్యలన్ = వెలపటివీథులయందు, గట్టివాల్సతులు = పరిమళద్రవ్యములమ్మెడు స్త్రీలు, ఒప్పుదురు = ప్రకాశించుచుందురు.

తా. ఆపట్టణమందుఁ బరిమళద్రవ్యము లమ్ముచున్న స్త్రీలు, బైటివీథులయందున్న చంద్రకాంతమణిమయమగు వేదికలపైఁ దమచేతనుండు పునుఁగుచే నిండింపఁబడి హస్తకాంతిచే నెఱ్ఱనైన దంతపుబరణి చంద్రుఁడుగాను, అకరాటమందున్న కర్పూరపుఁదునుకలు చుక్కలుగాను, కుంకుమచేఁ దుడువఁబడిన చీరలకాంతి ఎఱ్ఱనగుచుండఁగా సంధ్యాకాలలక్షణ మొప్పుచుండెనుగాన ననేకరూపంబులఁబొందిన సంధ్యయోయనునటులఁ బ్రకాశించుచు నుందురని తాత్పర్యము. (గట్టివాల్సతులు అనుపదము భారత ప్రసిద్ధము).

సీ. ఉపరిస్థజనవార•ణోత్తికిఁ జెవిఁ దార్చి,
యమ్మొగంబై బయ • ల్చిమ్మి చిమ్మి

గవని వెన్నొఱయ మి•న్నవియ దట్టించుతో,
త్త్రధరు బండపుదాంట్లఁ • దఱిమి తఱిమి
చలువచే ద్వారవే•దు లెఱింగి నిల్చి త,
జ్జనజిఘృక్షుకుఁ గేలు • సాఁచి సాఁచి
డిండిమంబుల కుబ్బి • గండాల్పదాన మే,
ఱులుగఁ దద్వహు ఱాల • ఱువ్వి ఱువ్వి
తే. వేణుకాహతులకు వీడు • వెడలి వెడలి
పరపథగజధ్వనికిఁ బోక • తిరిగి తిరిగి
దృక్పుటలు వైరులకుఁ బంపు•కృత్యలన వ
శానుగతిఁ జేరు వెలిఁ గరు • లగ్గలికల. 24

టీ. కరులు=ఏనుఁగులు, ఉప...కిన్-ఉపరిస్థ=పైనుండెడు, జన—మానవటీల యొక్క, వారణోత్తికిన్ - వారణ=వారణార్థమైన, ఉత్తికిన్=అదలింపునకు, చెవిఁ దార్చి=చెవియొగ్గి, అమ్మొగంబై=ఆదిక్కుముఖమై, బయలు = ఆకాశమును, చిమ్మి చిమ్మి, మిన్నవియన్=ఆకాశము బ్రద్దలయ్యెడునట్లు, దట్టించుతోత్త్రధరున్ - దట్టించు =ధ్వనిఁజేయుచున్న, తోత్త్రధరున్ = ఈటెధరించినవానిని, గవని వెన్నొఱయ—ఊరివాకిలివీఁపుఁదాఁకఁగా, బండపుదాంట్లన్=కుప్పిగంతుల చేతను, తఱిమితఱిమి, చలువచేన్=చల్లగానుండుట చేత, ద్వారవేదులు=వాకిటనున్న తిన్నెలను, ఎఱింగి—తెలిసికొని, నిల్చి, తజ్జనజిఘృక్షుకున్ - తత్=ఆవేదికలయందలి, జన=జనములయొక్క, జిఘృక్ష=పట్టవలయునను నిచ్ఛచేత, కేలు = తొండము, సాఁచిసాఁచి, డిండిమంబులకున్=ముందఱఁబోవువాఁడు వాయించెడు డిండిమవాద్యధ్వనులకు, ఉబ్బి=ఎక్కువై, గండాల్పదానము - గండ=గండస్థలమందలి, అల్ప = కొంచెమగు, దానము=మదోదకము, ఏఱులుగన్=ఏఱులై పాఱఁగా, తద్వహున్ = ఆడిండిమవాద్యములఁ జేతఁబట్టియున్నవాని, ఱాలన్=శిలలచేతను, ఱువ్వి ఱువ్వి, వేణుకాహతులకున్=పెద్దవెదురుకోలల పెట్లకు, వీడు=పురమును, వెడలి వెడలి, పరపథగజధ్వనికిన్-పరపథ = ఇతరమార్గములయందలి, గజధ్వనికిన్ = ఏనుఁగులబృంహితములకు, పోక తిరిగి తిరిగి, దృక్పుటలు=దొప్పలవంటికన్నులు, వైరులకున్=శత్రువులకు, పంపు=పంపునట్టి, కృత్యలనన్ = శక్తులోయనునట్లు, వెలిన్ = వెలపటను, వశానుగతిన్-వశా=ఆఁడేనుఁగులయొక్క, అనుగతిన్=అనుసరించు మార్గమున, ని. 'కరిణీ ధేనుకా వశా' యని యమరుఁడు). అగ్గలికలన్=ఉద్దండాలచేత, చేరున్=పట్టణము ప్రవేశించును.

తా. ఆపురమందలి మదపుటేనుఁగులు మావటీలయదలింపులు విని యాముఖము గ బయలు చిమ్ముచు ఊరివాకిటియొద్దనుండెడి యరుఁగులమీఁదనున్న జనులఁ బట్టుటకుఁ దొండములు సాఁచుచుఁ దమ్ముఁగట్టిగ దండించుచు నీటెఁబట్టి క్రిందనున్నవానిఁ దఱుముచు తమముందఱ డిండిమవాద్యధ్వనిఁజేయుచున్నవానిని మదోదకము హెచ్చుటం జేసి తాలుఉవ్వుచును పెద్దవెదురుపెట్లకుఁ బురంబు వెడలివచ్చి యీవలావల వినంబడు గజబృంహితముల లక్ష్యపెట్టక శత్రురాజులమీఁదికిఁ బ్రయోగించినశక్తులో యనునటుల నుండెడు దొన్నెలవంటి కన్నులుగలవై ఆఁడేనుఁగులు పోవుమార్గముఁ బట్టి యతి ప్రయాసచేత మరలఁ బట్టణముఁ జేరు నని తాత్పర్యము.

ఉ. పైపై నని శంబుఁ జల్లుకొను • పాంసువుపై ఖగతుండఖండితా
లానమహా మహీరుహ ఫ • లచ్యుతబీజము లుత్తిపత్కరాం
భోనిబిడాప్లుతి న్మొలువఁ • బొల్చునగమ్యతఁ దూలుచు న్పురో
ద్యానముల న్మదేభములు • ప్రాణముతోడినగంబులో యనన్. 25

టీ. పైన్=దేహముమీఁదను, అనిశంబు=నిత్యమును, చల్లుకొను పాంసువు పైన్- చల్లుకొను=రాల్చుకొనునట్టి, పాంసువుపైన్=పరాగముమీఁదను, ఖగ...లు-ఖగ= పక్షులయొక్క, తుండ = చంచూపుటములచేతను, ఖండిత=పగుల్పఁబడిన, ఆలాన= కట్టుకంబములైన, మహత్=పాదవులైన, మహీరుహ=వృక్షములయొక్క, ఫల = పండ్లనుండి, చ్యుత=జారిన, బీజములు=విత్తనములు, ఉత్తిపత్=పైఁజిమ్ముకొనియెడి, కర=తొండములయందలి, అంభః=జలములయొక్క, నిబిడ=దట్టమగు, ఆప్లుతిన్ = తడుపుటచేత, మొలవన్ = చెట్లుపుట్టఁగా, అగమ్యతన్ = పట్టనశక్యంబగునటుల, తూలుచున్=ఊఁగుచును, మదేభములు = మదపుటేనుఁగులు, పురోద్యానములన్- పుర = పట్టణమందలి, ఉద్యానములన్ = శృంగారవనములయందు, ప్రాణముతోడి నగంబులోయనన్=ప్రాణములుగలపర్వతములో యనునటుల, పొల్చున్=ఒప్పును.

తా. ఏనుఁగులకు దుమ్ము పైజల్లుకొనుట సైజముగాన నట్లు నిండింపఁబడియున్న మంటిపై గజములఁ గట్టువృక్షముల మీఁదనున్న పక్షులు ఫలములఁ బగిల్చి రాల్పఁగా బడిన బీజములు దొండముచేఁ బైఁజల్లుకొను నుదకముచేత మిగుల నాన్పఁబడి యంకురింపఁగాఁ బట్ట నశక్యంబులై యూఁగుచుఁ బురోద్యానములయందుఁ జైతన్యయుక్తంబులగు పర్వతములో యనునటుల సంచరించుచుండు నని తాత్పర్యము.

శా. మానిక్రోధవిధూతపత్త్రిముల మా • మాతో సపత్త్రిల్లదా
*కా నిం డంచును నేకరాక్షిరుచిమో • క్కల్పిక్కల న్నార్జతూ

* కానీ రండని.

ణానల్పాహిపకల్పకాండతతులం • దారం బురిం బొల్చు నా
జానేయంబులు ఫేనహాస మిడి కై • జామోర లల్లార్చుచున్. 26

టీ. మౌని...లము - మౌని=ఒకానొకమహామునియొక్క, క్రోధ = కోపము చేతను, విఘాత=పోఁగొట్టఁబడిన, పత్త్రిములమా=ఱెక్కలుగలవారమైనట్టియనఁగా (ఱెక్కలులేని వారమనుట. ని. 'గరుత్పక్షఛదాః పత్త్రి'మని యమరుఁడు), మాతోన్ = ఇట్టిమాతోడను, సపత్త్రిల్లదా=మీరు ఱెక్కలుగలవారుగదా, కొనిండంచును=తలయూఁచినట్లు, కే...లు-కేకరాక్షి=కడకన్నులయొక్క, రుచి=కాంతులయొక్క, మొల్కలు=అంకురములు, ప్రక్కలన్=పార్శ్వములయందు, శార్ఙ్గ=విండ్లతోఁ గూడిన, తూణ=పొదులయందు, అనల్ప=విస్తారమైన, అహిప = సర్పరాజములతో, కల్ప=తుల్యమగు, కాండ=బాణములయొక్క, తతులన్ = సమూహములయందు, తారన్ = ప్రసరింపఁగా, ఫేనహాసమిడి = నురుఁగనునవ్వుగలదై, కైజామోగలల్లార్చుచున్=కైజా చేసినముఖములనూఁచికొనుచు, (కైజా అనఁగాఁ గళ్లెముపైకెత్తి బిగియఁగట్టుట), ఆజానేయంబులు=జాతిగుఱ్ఱములు, ('ఆజానేయాః కులీనాస్స్యుః' అని యమరుఁడు), పురిన్=పట్టణమందు, పొల్చున్ = ఒప్పును.

తా. ఆపట్టణమందలి వేగశీలంబులగు జాతిగుఱ్ఱములు కళ్లెములచే బిగింపఁబడిన ముఖము లల్లార్చుచుఁ బ్రక్కలఁ జూచుచుండ మాకు మునిశాపంబున ఱెక్కలు పోయినవి మీకు ఱెక్కలున్నవి. ఉండిననుండనిండు త్రొక్కికొనితరలుదము రండని ప్రక్కలఁ గట్టియున్న పొదులలోనుండెడి సర్పతుల్యంబులగు బాణములఁ బిలుచు చున్నవో యనునటుల నొప్పుచుండునని తాత్పర్యము.

చ. చలమున సింగిణీతఱక • సంబులు గట్టుక మాన రంపపె
న్నెలగతి మాగతి న్వెనుకఁ • జిక్కక మానదు తప్పి దారి వె
న్నొలసినఁ దారు వెన్నఱుఁగ • కుండుట నొచ్చెము సాదికోటి కం
చలమినచింతఁ ద్రవ్వికొను • నంఘ్రి తుద న్పురిలోనివాహముల్. 27

టీ. పురిలోనివాహముల్=ఆపట్టణమందలి యుత్తమాశ్వములు, చలమునన్ = ఈసుచేత, సింగిణీతఱకసంబులు=శార్ఙ్గతూణీరంబులను, కట్టుకమానరు=బంధింపక విడువరు, అంపపెన్నెలగతిన్ - అంప=బాణములయొక్క, పెను=అమితమైన, నెల = గుంపుయొక్క, గతి=గమనము, మాగతిన్ = మావేగమునకు, వెనుకఁ జిక్కక మానదు=వెనుకఁజిక్కకయుండదు (ఆబాణంబు లెవిగిరాలేవనుట), తప్పిదారి = ఒకవేళను, వెన్నొలసినన్=వీఁపుదాఁకినను, తారు వెన్నఱుఁగకయుండుటన్ = తాము వెన్నఱుఁగకయుండుటచేత, మాఱువీఁపనియొకపాఠము. సాదికోటికిన్=రౌతులకు,

ని. 'అశ్వారోహస్తుసాదిన' యనినిఘంటువు. ఒచ్చెము=తక్కువ, అంచున్ = అనుచును, అలమినచింతన్=కప్పుకొన్నచింతచేతను, అంఘ్రితుదన్=కాలిగొరిసెలచేత, త్రవ్వికొనున్=భూమినిఁ ద్రవ్వుచుండును.

తా. గుఱ్ఱములకుఁ గాలిగొరిసెలచేత నేలఁద్రవ్వుట స్వభావము గావున నాపట్టణమందలి యశ్వము లాక్రియలొనర్చుచుండ రోషంబులు గలరౌతులు శార్ఙ్గతూణీరంబులఁగట్టి శత్రువులపై శరములఁ బ్రయోగింప నాశరములగమనము దమవేగమునకు వెనుకఁ జిక్కునుగాన వీఁపెఱుఁగని సాదులకు వెన్నునఁ దగులుననియెడి యొచ్చెము వచ్చెగదా యనుచింతతో నేలత్రవ్వుచున్న వనునటుల నుండు నని తాత్పర్యము. లోకమునం దొకానొకచింత గలిగినయెడ మనుజులలో నేలఁ ద్రవ్వుట ప్రసిద్ధము.

ఉ. అంజ సమానవాయుగణ • మంతయు ఖంజతఁ జిక్క నజ్జవో
ష్మం జనియించుచిక్కనిస • మానపువాయువులో నొకండు గ
ల్మిం జనియించు దుర్యశమ • మేల్కని లేహనవేళ వాజు లూ
ర్పం జెడుమాణిబంధముకు • రంబుల కాళిమ పేరఁ గార్కొనున్. 28

టీ. అంజన్ = ఒక యంగలోపలనే, సమాన = సరియైన, వాయుగణమంతయున్=వాయుసమూహంబెల్లను, ఖంజతన్=వేగములేమిచేత, చిక్కన్=పట్టుపడఁగా, అజ్జవోష్మన్=ఆవేగపువేఁడిమివలన, జని...లోన్-జనియించు=పుట్టుచున్నట్టి, చిక్కని=స్వాధీనముగానియట్టియు, సమానపు=సమానంబనియెడి, వాయువు=గాడ్పు, లోన్=దేహములోపల, ఒకండు=ఒక్కఁడు, కల్మిన్=ఉండుటవలన, జనియించు=సరియైనదియొకటియుండెననిపుట్టిన, దుర్యశము=అపకీర్తి, మేల్కని=తెలిసి, లేహనవేళన్=గుఱ్ఱములు కవణముదినుసమయమున, వాజులు=గుఱ్ఱములు, ('వాజివాహార్వగంధర్వహయసైంధవసప్తయ' యనియమరుఁడు.), ఊర్పన్=ఆఘ్రాణింపఁగా, చెడు=చెడిపోవుచున్నట్టి, మాణిబంధముకురంబులన్=అద్దములవంటి సైంధవలవణపుఁబిళ్లలయొక్క, కాళిమ=నైల్యమనియెడి, పేరన్ = వ్యాజముచేత, కార్కొనున్=నల్లనగును.

తా. అచటనుండు నశ్వముల లేహనవేళలయందుంపఁబడిన సైంధవ లవణపుఁ జెక్కల నాగుఱ్ఱము లాఘ్రాణింపఁగా దానియందేర్పడిన నైల్యము సమానవాయువుల నెల్లగెలిచి సమానమనుపేరుగలిగి తమనాభిస్థానమందున్న వాయువును గెలువనైతిమను నపకీర్తి జనియించెనో యనునటులనుండె ననఁగా వాయువేగముల నతిక్రమించెడి వేగముగలయశ్వము లని తాత్పర్యము.

మ. ఇలఁ బాదద్వయి రాయ నళ్కొసఁగు నెం•దే పారుచో నంకవ
న్నెలు రెండై *లఘిమం దకీర్తి యిడుము•న్నే యెక్కుచో నిందు నెం
దుల కే మాదు మటంచు సాదు లల†యన్•రూపోచ్చ ముల్వాజులం
దలరున్ బాహ్లికపారసీకశక‡థా•రారట్టఘోట్టాణముల్. 29

టీ. ఎందేన్=ఎక్కడనైనను, పారుచోన్ = పరుగిడునపుడు, పాదద్వయి= తమమీఁద నారోహణముజేసియున్నవారియొక్క రెండుపాదములను, ఇలన్=భూమియందు, రాయన్=ఒఱయఁగా, అళ్కు = భయమును, ఒసఁగున్=ఆయారోహకులకు నిచ్చును, మున్నే = తొలుతనే, ఎక్కుచోన్ = ఎక్కునపుడు, అంకవన్నెలురెండై = రెండంకవన్నెలచేతఁగాని యెక్కుటకసాధ్యంబై, లఘిమందు = లఘుత్వమందు, అకీర్తియిడున్=అపకీర్తినిచ్చును, ఇందున్ = ఈరెంటియందు, ఎందులకే మాదుము = దేనికి నెటులఁజేయుదుము, అటంచున్ = అట్లని, సాదులు = గుఱ్ఱపురౌతులు, అలయన్=వేసటపడఁగా, రూపోచ్చముల్=రూపములచేఁ గొప్పనువహించియున్నట్టి, బాహ్లిక పారసీక శక థారా ఆరట్ట ఘోట్టాణములు=ఈదేశములయందు జనించిన, వాజులు=జాత్యశ్వములు, అందున్=ఆపట్టణమందు, అలరున్=ఒప్పును.

తా. పట్టణమందున్న యశ్వములు బాహ్లికాదిదేశ సంభవము లగుటఁజేసి మిగులఁ బొడవైనవిగాన రెండంకవన్నెలతోఁగాని యెక్కఁగూడక పోవుటయు, పరుగిడెడి సమయమున సాఁగి నేలకు వంగునపుడు కుఱుచలౌటవలన రౌతులపాదము నేల రాచుకొనుచుండఁగా నీయపకీర్తులకేమి సేయువారమని గుఱ్ఱపురౌతులు నిత్యము చింతాపరులైయుండ నశ్వములచే నాపట్టణము ప్రకాశించునని తాత్పర్యము. వేగవంతంబులగు నుత్తమాశ్వంబులు పరుగిడునపుడెల్లను నేలకు వంగుటయు, మరల హెచ్చుటయు గొప్పగుఱ్ఱములకు రెండేసి యంకవన్నెలు వేయుటయును లోకసిద్ధము.

సీ. ముడివిప్ప నడుగుఁద•మ్ములపైనె వ్రాలుపె,
న్నెఱులు దేం ట్లగుట సం•దియము గలదె
కన నెంతవాని లోఁ•గొనుట నాదర్శంబు,
నెమ్మొగం బగుట సం•దియము గలదె
ఇఱిగొనుమింటిపై • మెఱయుటఁ జక్రద్వి,
తయిచన్ను లగుట సం•దియము గలదె
పొలుసుదోర్లఁగఁ జూచు•కలికిచూపులమీలు,
దెలిగన్ను లగుట సం•దియము గలదె

---

* లఘుసం. † యన్దూర్ణో. ‡ ఘట్టా.

తే. పొలసినవె తావి బుగులుకో • నలరుఁదీఁగ
తిన్ననిశరీర మగుట సం • దియము గలదె
యనఁగఁ జెలువొంది సురతవై • యాత్యనిధులు
పణ్యయువతులు పొలుతు ర • ప్పట్టణమున. 30

టీ. ముడివిప్పక=కొప్పువిప్పఁగా, అడుగుఁదమ్ములపైనె= పాదములనుకమలములపైననే, వ్రాలు=వ్రాలెడి, పెన్నెలులు= పెద్దవెంట్రుకలు, తేంట్లగుటక=తుమ్మెదలగుటయందు, సందియముగలదె=సందేహముగలదా (నిస్సందేహమనుట, తఱుచుగాఁగమలములమీఁద వ్రాలునవితుమ్మెదలుగాననిట్లు వర్ణింపఁబడియె), కనక=చూడఁగానే, ఎంతవానిక=ఎట్టిగొప్పమనుష్యునిని, లోఁగొనుటక=తనలోనిమిడిచికొనుటవలన, నెమ్మొగంబు=ముఖము, ఆదర్శంబు=అద్దము, అగుటక=అగుటయందు, సందియముకలదె, (ఎంతటిధీరుఁడైనను పురుషుండాస్త్రీలముఖసౌందర్యముఁ జూచినవారికి వశ్యుఁడగుననుట),ఇఱిగాను=సూక్ష్మమైన నడుమనియెడి, మింటిపైక=ఆకాశముపై, మెఱయుటక=ప్రకాశించుటచేత, చన్నులు=స్తనములు, చక్రద్వితయి=జక్కవదోయి, ఔటక=ఔటయందు, సందియముగలదె, (మధ్యప్రదేశమాకాశమువలె శూన్యముగనుండుటవలన నందుపైనుండునది చక్రద్వితయియనియూహింపఁబడియె), పొలుసువోర్లఁగక=మత్స్యగంధముకౌటిల్యమును పొర్లునటుల, (పొలుసన మత్స్యగంధమునకు, కౌటిల్యమునకును పేరు). చూడుకలికిచూపులక=చూచునటువంటిసొగసైనదృష్టులచేతను - సొగసుగాఁగనఁబడుటచేతను, మీలు=మీనములు, కన్నులౌటక=నేత్రములౌటయందు, సందియముగలదె, (తమయందుఁ బొలుసుండుటవలన మీనములు గన్నులౌటకు సందేహము లేదనుట). పొలసినవే = సుడిసినప్పుడే, తావి= సుగంధము, బుగులుకోక=గమ్మనఁగా, తిన్ననిశరీరము, అలరుఁదీఁగ=పూఁదీఁగఅగుటసందియముగలదె, (పరిమళించునది పూఁదీఁగగాన సుగంధముండుటవలన నదియనియుత్ప్రేక్షింపఁబడియె), అనఁగక=అనునట్లు, చెలువొంది = ఒప్పి, సురత=రతియందు, వైయాత్య=ప్రౌఢత్వమునకు, నిధులు =స్థానములగు, పణ్యయువతులు = ప్రాయపువేశ్యలు, అప్పట్టణమునక=అమధురయందు, పొలుతురు=ఒప్పుచుందురు.

తా. సుగమము.

మ. ప్రతతప్రాంతపిశంగకుంకుమజటా • పాళీకురంగీమదా
సికవీణాళికలస్వనంబు లెసఁగం • జెన్నారుకర్పూరపుం
జతతు ల్కంటికి నారదత్వమున మిం • చ న్గామినీకామిసం
తతి కేలా యెడ తెవ్వుఁ గంతుకలహో • న్మాదంబు లాప్రోలునన్. 31

టీ. ప్రతత...లు-ప్రతత=విస్తారమైనట్టియు, ప్రాంత=సమీపమున (కాంతిప్రసరించుటచేత ననుట), పిశంగ=పచ్చనైన, కుంకుమజటాపాళీ=కుంకుమపురాసులను జడల సమూహములును, కురంగీమదాసితవీణా=కస్తూరియనునల్లనైన వీణెయును, అళికలస్వనంబులు=తుమ్మెదలఝుంకారములను వీణావాదములును, ఎసఁగన్=కూడఁగా, చెన్నారు=ఒప్పుచున్నట్టి, కర్పూరపుంజతతులు=కప్పురపురాసులు, కంటికిన్ = కన్నులకు, నారదత్వమునన్=నారదభావముచేతను, మించన్ = అతిశయింపఁగా, కామినీకామిసంతతికిన్=కాముకులగు స్త్రీపురుషులసమూహమునకు, కంతుకలహాస్వాదంబుల్=మన్మథయుద్ధమనియెడియాస్వాదములు (సురతములనుట), అప్రోలునన్=ఆపురమున, ఏలా=ఏమిటికి, ఎడ్తెవ్వున్=ఎడఁబడును.

తా. ఆమధురయందుఁ దమసమీపమునఁ గర్పూరకాంతులు ప్రసరించుటవలనఁ గొంచెము పచ్చనై జడల కాంతివలెనున్న కుంకుమరాసులును, వీణవలె నల్లనై యున్న కస్తూరియు అవ్యక్తమధురమైనతుమ్మెదల ఝుంకారములును గూడియుండఁ బ్రకాశించుచున్నట్టి కప్పురపురాసులు నారదభావముచేతఁ గంటికి నగపడఁగా నారదుఁడు కలహప్రియుఁడు గానఁ దద్ధర్మముగల కర్పూరపురాసులుండఁగ నాకాముకులగు స్త్రీపురుషులకు మన్మథయుద్ధమేల మానుననఁగాఁ దాదృశకర్పూరపురాసులఁ జూడఁగాఁ గామోద్రేకమున మోహితులై నిత్యము సురతక్రీడలయం దాసక్తులై యుందు రనితాత్పర్యము.

తే. నిం గిటు త్రిశంకుకతన మా•తంగవాటి
యయ్యె నిఁక నుండఁదగదని • యవని కరిగి
నట్టినక్షత్రతారా•గ్రహాలి యనఁగఁ
గాంతనవరత్నరాసు లం•గళ్లఁ బొలుచు. 32

టీ. ఇటు=ఈప్రకారము, నింగి=ఆకసము, త్రిశంకుకతనన్ — త్రిశంకుఁడు ప్రవేశించుటచేతను, మాతంగవాటియయ్యెన్=వెలివాడయాయెను. ని. 'మాతఙ్గో గజనీచయోః' అని వైజయంతి. ఇఁకనుండఁదగదని = ఇఁకమీఁద నుండఁగూడదనుచు, అవనికి=భూమికి, అరిగినట్టి=వ్రాలినట్టి, నక్షత్ర=నక్షత్రములు, తారా = అశ్విన్యాదితరతారలు, గ్రహ=సూర్యాదిగ్రహములు, వీనియొక్క, ఆళియనన్ = సమూహమనునటుల, కాంత=రమ్యములైన, నవరత్న రాసులు, అంగళ్లన్ - సంత్య గృహములయందు, పొలుచున్=ఒప్పును.

తా. ఆమధురాపట్టణమందలి యంగళ్లయందున్న నవరత్నరాసులు ఆకాశము త్రిశంకుచే నాక్రమింపఁ బడినదిగానఁ జండాలవాటియయ్యె. నిఁక నుండఁ

గూడదని యభిప్రాయముగలవై భూమికివచ్చియున్న సూర్యాదిగ్రహాశ్విన్యాది నక్షత్రములును విజ్ఞాతనామములగు జ్యోతులునో యనునటుల వెలుంగుచుండునని తాత్పర్యము. నక్షత్రతారలను భేదము రఘువంశమందు, శ్లో. 'నక్షత్రతారాగ్రహసంకులాః' అని యున్నది.

చ. చిరసముపాశ్రితాగ్నితడిఁ • జెంది నశించునటంచునో కృతా
ధ్వరతఁ దదగ్నిమైనునికి • దాన నొకంగము దాఁచుచేతనో
పురధరణీసురుల్నిగమ • భూధరము ల్జపయజ్ఞశీలురా
హరిధనదేశు లైనవల • హస్తము సాఁపరు వారిధారకున్. 33

టీ. చిరసముపాశ్రితాగ్ని-చిర=బహుకాలమునుండి,సముపాశ్రిత=ఆశ్రయించియున్న, అగ్ని=వైశ్వానరుఁడు, తడిఁజెంది = తేమదాఁకి, నశించును=చల్లారును, అటంచునో=ఆప్రకారమనియో, కృతాధ్వరతన్ - కృత=చేయఁబడిన, అధ్వరతన్ = జన్నముగలవారౌటచేత, తదగ్ని=ఆయగ్ని, మైన్ = దేహమందు, ఉనికిన్ = ఉండుటచేతను, దానన్ = దానియందు, ఒకంగము = ఒక్కవయవమును, దాఁచుచేతనో=దాఁచుటచేతనో, పురధరణీసురులు - పుర=పట్టణమందలి, ధరణీసురులు = బ్రాహ్మణులు, నిగమభూధరములు = వేదపర్వతములు, జపయజ్ఞశీలురు = జపయజ్ఞపరులై, ఆ హరిధనదేశులైనన్ = ఆయింద్రకుబేరాదులు, వారిచ్చెదనన్నప్పటికిని, వారిధారకున్=దానార్థమగునుదకధారకు, వలహస్తము=దక్షిణహస్తము, చాఁపరు=చాఁచెడువారుగారు.

తా. బ్రాహ్మణుల దక్షిణహస్తంబున నగ్నియుండుట నిగమసిద్ధంబు గావున నాయగ్ని దానోదకముచేతఁ జల్లారుననియో, లేక, యెల్లరు సోమయాజులగుటచేఁ దమయందగ్నియుండును గాన దానియొకయంగమును దాఁచవలయుననియో యాపట్టణమున వసించుచున్న బ్రాహ్మణులు దేవేంద్రాదులవంటి వారిదానోకమైనను గ్రహింపకయుందురనఁగాఁ బ్రతిగ్రహపరాఙ్ముఖులై వేదాధ్యయన జపయజ్ఞపరులగుచు నొప్పుచుందు రని తాత్పర్యము.

చ. ఉరవడిఁ బోరికై కవచ • మొల్లరు మంత్రములందుఁ దక్క సు
స్థిరనిజశక్తినై దుపది • సేయరు దత్తినఁ దక్క మంటికై
పొరల రథీశుఁ డీకమల • బుద్ధి ఖళూరికఁ దక్క వజ్రదోః
పరిఘవశీకృతాన్యనర • పాలకు లప్పురి రాకుమారకుల్. 34

టీ. అప్పురిన్ = ఆమధురయందలి, వజ్రదోఃపరిఘవశీకృతాన్యనరపాలకులు- వజ్ర=వజ్రాయుధతుల్యమైన, దోః=భుజమందలి, పరిఘ=పరిఘయను నాయుధవిశేషముచేత, వశీకృత=స్వాధీనులుగాఁ జేయఁబడిన, అన్య=ఇతరులైన, నరపాలకులు=మనుజపతులుగల, రాకుమారకులు=రాచకొమరులు, మంత్రములందు = జపకాలంబున నుచ్చరించెడు మహామంత్రములయందు, తక్కన్ = తప్ప, ఊఁదనడిన్=బలముగా, పోరికై=యుద్ధముజేయుటకై, కవచమొల్లరు=కవచముఁదొడుగరు, సుస్థిరభుజశక్తిన్- సుస్థిర=దృఢమగు, భుజశక్తిన్=బాహుబలముచేతను, దత్తిఁదక్కన్=దానకాలమందుఁదక్క, ఐమువదిసేయరు=రెండుచేతులుజోడింపరు, ఖురూరికఁదక్కన్-గరడీలయందువినాగా, ని.'ఖురూరీఖురళీసమే' యని గరడీపర్యాయము. అమలబుద్ధిన్- సద్బుద్ధిగలవారుగాన, అధీశుఁడు=ఏలుచున్నప్రభువు, ఈక=ఇయ్యకయే, మంటికై-- ఎఱ్ఱమంటికై - భూమికొఱకు, పోరలరు=పోర్లాడరు.

తా. మిగుల బలశాలులగు నప్పట్టణమందలి రాచకొమరులు కవచముదొడుగకయే యుద్ధముఁజేయుదురనియు, మంత్రజపానుష్ఠానపరులుగాన నుపాసనాకాలమందే కవచాదులు పఠింతురనియు, దృఢమైననిజశక్తిగలవారుగాన దానకాలమున నైదిచ్చుచోఁ బదిగానిచ్చునట్టి దానశీలురనియు, పరులకు బద్ధాంజలులైయుండరనియు, సాముఁ జేయుటయందతిసమర్థులనియు, విపులమతులుగాన రాజు పిలుపించియిచ్చునంతను భూముల నపేక్షింపక యుందురనియును తాత్పర్యము.

శా. దంభాపేతవితీర్ణతోయములు ర•థ్యందొట్టి హట్టస్థిత
స్తంభంబుల్ చిగురించుచున్నవి యన • న్ధర్మైకనిత్యార్జనా
సంభూతం బగుపైఁడికోటికొనకై • నానాఁటికి న్హెచ్చుచ
య్యంభోదావళిఁ గప్పు కేతువులవై•శ్యశ్రేణి పొల్చు న్పురిన్. 35

టీ. దంభా ... ములు - దంభ = దంభమువలన, అపేత — విడువఁబడిన, వితీర్ణ=దానసంబంధులగు, తోయములు=ఉదకములు, రథ్యందొట్టి=వీథులకేఁగి దొట్టి, హట్ట...బుల్-హట్ట=అంగళ్లయందు, స్థిత=ఉన్నట్టి, స్తంభంబులు=కంబములు, చిగురించుచున్నవి=సంజాతపల్లవములగుచున్నవి, అనన్=అనునట్లుల, ధర్మైకనిత్యార్జనన్- ధర్మ=ధర్మముచేతనే, ఏక=ముఖ్యముగాను, నిత్య=ఎల్లప్పుడును, అర్జనన్=సంపాదించుటచేత, సంభూతంబగుపైఁడి=లభ్యపడినట్టి ద్రవ్యముయొక్క, కోటికొనకై= కోటికొక్కపడగరై యనుట, నానాఁటికిన్ = దినదినమునకు, హెచ్చుచన్=వృద్ధిఁ బొందుచు, అయ్యంభోదావళిన్=ఆమేఘపంక్తిని, కప్పు=కప్పుచున్నట్టి, కేతువులన్= టెక్కెములచేత, వైశ్యశ్రేణి=కోమటులగుంపు, పురిన్=పట్టణమందు, పొల్చున్= ఒప్పును.

తా. ఆపట్టణమందుఁ దాము పారమార్థికముగ నిచ్చుదానజలంబులు వీథుల యందుఁ దొట్టియుండ దానిచేత నంగళ్లకంబములు చిగురించుచున్నవి యానునటుల ధర్మము వదలక యార్జించినద్రవ్యము కోటికిఁ బడగెత్తి నానాఁటికి హెచ్చుచుండ మేఘబృందములఁ గప్పునట్టి టెక్కెములచేతఁ గోమట్లగుంపు లొప్పుచుండు నని తాత్పర్యము.

తే. నృపులపదహాలరేఖల • కెల్ల మాభు
జాగ్రహాలరేఖలే మూల • మనుచుఁ గోటి
కొండలుగ ధాన్యరాసులు • పండ వీట
సుజనభజనైకవిఖ్యాతి • శూద్రజాతి. 36

టీ. నృపుల...కెల్లన్ - నృపుల = భూపతులయొక్క, పద = పాదముల యందలి, హలరేఖలకెల్లన్ = హలాకారరేఖలకెల్లను, మాభుజాగ్రహలరేఖలే = మాభుజములమీఁదనున్న నాఁగేళ్లరేఖలే, మూలమనుచున్ = మొదలనుచు, కోటికొండలుగన్ = కొండలుకోట్లుగాను, ధాన్యరాసులు, పండన్ = ఫలింపఁగా (పండించుకొనుచు ననుట), వీటన్ = పట్టణమునందు, సుజన = సత్పురుషులయొక్క, భజన = సేవ, ఏక = ముఖ్యమైన, విఖ్యాతి = కీర్తిగాఁగల, శూద్రజాతి = శూద్రకులము, పొలుచున్ = ఒప్పును. ఈపొలుచు ననుపదము పూర్వపద్యమునుండి యధ్యాహార్యము.

తా. ఆపురముననున్న కాఁపులు తాము నాఁగేలుపట్టి దున్నుటచేతనేగదా రాచవారి రాచతికపుసొగసని యెంచుకొనుచు మన్ని కొండలుకోట్లుగ నానావిధ ధాన్యములఁ బండించికొని సత్పురుషులకు సేవఁజేయుచు సుఖంబున నుండుదురు.

చ. ఉమియఁగ దన్న నవ్వ నన • నొచ్చెము గాంచినకొన్నిమ్రాఁకు లా
ప్రమదల నప్పగింపు మని • రంజిలుసేఁతలు గన్నచెట్లకున్
దమ కళిశృంఖల న్పెనఁచి • నమ్మిక *చుట్టెఁ బురంబుఁ గంతుసై
న్యముఁ గొని నా వెలిన్ శుకపి • కాదులఁ గేళివనాళి పొల్పగున్. 37

టీ. పుష్పింపఁజేసెడి పద్క్రియలు దోహద మనంబడును. అందు-ఉమియఁగన్ = ఉమియఁగాను, తన్నన్ = తన్నఁగాను, నవ్వన్ = నవ్వఁగాను, అనన్ = పల్కరింపఁగాను, ఒచ్చెముఁగాంచిన = అవమానముఁబొందిన, కొన్నిమ్రాఁకులు = కొన్నివృక్షములు, ఆప్రమదలన్ = ఆయవమానపఱిచిన స్త్రీలను, ఒప్పగింపు మని = తమకునొప్పింపుమని, రంజిలుసేఁతలుగన్నచెట్లకున్ = తగినచేష్టలుగల వృక్షములకు, (తక్కిన దోహదములుగల మ్రాఁకులకుననుట), తమకున్ = తమకును, అళిశృంఖలన్ = తుమ్మెదలను సంకిలిని

* ముట్టెఁ.

పెనఁచి=తగిలించి, నమ్మక=అప్పటికిని నమ్మకముచాలక, కంతుసైన్యము=మన్మథబలము, కొని=తీసికొనివచ్చి, 'పట్టణంబు=పురమును, చుట్టెన్=ముట్టడివేసెను. నాన్=అనఁగా, వెలిన్=వెలపటను, శుకపికాదులన్=చిలుకలు కోయిలలు మొదలగుపక్షిజాతులచేతను, కేళివనాళి=శృంగారవనములపంక్తి, పొల్పగున్=సుందరమౌను, శ్లో. 'తరుగుల్మలతాదీనా మకాలేకుశలైఃకృతమ్, పుష్పాద్యుత్పాదకంద్రవ్యం దోహదం స్యాత్తు తత్క్రియా. ఆలిఙ్గనాత్కురవక స్తిలకో వీక్షణేనచ, కరస్పర్శేన మాకన్దో ముఖరాగేణ చమ్పకః. సల్లాపతః కర్ణికార స్సిన్దువారో ముఖానిలాత్, గీత్యాప్రియాళు ర్నితరాం నమేరుర్హ్మసితేనచ.' అని దోహదశాస్త్రమం దున్నది.

తా. దశదోహదములు గలవృక్షములను తుమ్మెదలు చుట్టుకొని తిరుగుటవలన సంకిల్లిగాఁగాఁ దొలఁగనీయక మన్మథబలముఁ గూర్చికొనివచ్చి యుమియుట మొదలగు నవమానంబులు చేసినస్త్రీలను దమకుఁ బట్టియిమ్మని యవమానపడినచెట్లు తక్కిన చెట్లను ముట్టడివేసెనో యనునటులఁ జిలుకలు కోయిలలు తొట్రుకొన శృంగారపు తోఁటలు పురమానుకొని సుందరముగా నుండును.

సీ. మదగంధతారతమ్యము యామ్యకరికిఁ ద,
  త్కరులకుం గనబలెఁ • గటము లొఱసి
సురతశ్రమజ మాటఁ • జూపోపకయెబలెఁ,
  గామినీమృదుగండ•ఘర్మ ముడిపి
పరిమళవాహేచ్ఛఁ • బ్రాణమిూబలెఁ జించు,
  మృగనాభిచర్మభ•స్త్రికలు దూఱి
అహితపన్నగఖేదు • లనిబలె గృహావిటం,
  కపుఁగలాపుల నొయ్య • గఱులు నిమిరి
తే. వీటిసామగ్రిఁ గనుఁగొన • వేగపడక
నడవఁ దనదిక్కుపుష్పదం•తద్విపంబు
నెక్కెనో యన జడగతి • నెపుడుఁ బొలయు
నందుఁ జందనశిఖరిమం•దానిలుండు. 38

టీ. మద...ము - మద = మదముయొక్క, గంధ=వాసనయొక్క, తారతమ్యము = ఎక్కువతక్కువ, యామ్యకరికిన్ - యామ్య = యమదిక్సంబంధియైన, కరికిన్ = వామనమనుగజమునకును, తత్కరులకున్=ఆపట్టణపుటేనుఁగులకును, కనబలెన్ = చూచుటకొఱకుబలె, కటములు = గండస్థలములను, ఒఱసి = ఒరాచికొని, సురతశ్రమజము-సురత = రతియందలి, శ్రమ = బడలికచేతను, జము = పుట్టినది,

ఔటన్ = ఐనందువలన, చూపోపకయెబలెన్ = చూడలేకవలె, కామినీ...ము-కామినీ = స్త్రీలయొక్క, మృదు=లేఁతలైన, గండ=చెక్కిళ్ళయందలి, ఘర్మము=చెమటను, ఊడిపి=పోఁగొట్టి, పరి...చ్ఛన్-పరిమళ=సుగంధమును, వాహ=వహించెడి, ఇచ్ఛన్=కాంక్షచేత, ప్రాణమీబలెన్=ప్రాణమిచ్చుటకొఱకుబలె, చించు...లు-చించు=చినిఁగినట్టి, మృగ=కురంగములయొక్క, నాభి=బొడ్డుయొక్క, చర్మభస్త్రికలు=చర్మపుఁదిత్తులను, దూఱి=ప్రవేశించి, అహిత...లై-అహిత=తనకుశత్రువులైన, పన్నగ=పాములను, భేదులనిబలె=భేదించెడురవియన్నట్టువలె, గృహ...లన్ -గృహ=గృహమందలి, విటంక=కొణిగలమీఁదనున్న, కలాపులన్=నెమళ్ళను, ఒయ్యన్=తిన్నఁగా, గఱులు=ఱెక్కలను, నిమిరి=తొడసి, వీటిసామగ్రిన్-వీటి=పురముయొక్క, సామగ్రిన్=పరిపూర్ణతను, కనుఁగొనన్=చూచుటకొఱకు, వేగపడక=త్వరపడక, నడవన్=సంచరింపఁగా, తనదిక్కు=వాయవ్యపుదిక్కుననున్న, పుష్పదంతద్విపంబు=పుష్పదంతమనునేనుఁగును, ఎక్కెనోయనన్ = ఆరోహణముఁజేసెనోయనునటుల, జడగతిన్=మందగమనముచేతను, ఎప్పుడున్=నిత్యమును, చంద...డు-చందనశిఖరి=చందనపర్వతమందలి, మందానిలుండు=తిన్ననిగాలి, అందున్=ఆపురమునందు, పొలయున్=విసరును.

తా. యమునిదిక్కునందలి యేనుఁగునకుఁ బురగజంబులకును మదగంధ తారతమ్యముఁ జూతమనునటు లయ్యేనుఁగుల గండస్థలముల నొఱసి యందున్న పరిమళంబులం గ్రహించి రతిశ్రమవలనఁబుట్టిన చెమటనార్చునట్లు స్త్రీలచెక్కిళ్ళఁ బ్రసరించి తద్గంధముల సంగ్రహించికొని చించినబొడ్లుగలిగిపడియున్న కస్తూరీమృగములకుఁ బ్రాణములఁ గల్పించుదానివలె వానిబొడ్డుచర్మపుఁదిత్తులలోఁ జొచ్చి యాసుగంధమును దీసికొని గృహములయందున్న నెమళ్లు దమకు శత్రువులగు పాముల భక్షించునవియని యాప్తతచేత దువ్వెనోయనునటుల వానిఱెక్కల నిమిరి పట్టణపుసకలసమృద్ధిఁ జూడనిచ్ఛగలదై వేగిరపడక మెల్లఁగాఁ దనదిక్కుననున్న పుష్పదంతమను గజమునెక్కి సంచరించుచున్నదో యనునటుల నాపట్టణమందు మందమారుతము గమ్మనవాసించుచు విసరుచుండును.

సీ. ద్విద్వయోపాయధీ•విద్వద్వతంసంబు,
షాడ్గుణ్యచాతురీ•చక్రవర్తి
క్రీడాచలీకృత•శ్రీఖండగిరిరాజు,
కనకాద్రిముద్రణ • గ్రంథకర్త
యందూనిబద్ధాబ్ధి•బృంద వేదండాళి,
వననిధిస్తంభనా•ధునికరఘువు

తామ్రపర్ణ్యమలపాథః కేళిహంసంబు,
లంకేశ మైత్త్రీప్రియంకరుండు
తే. స్వస్తికృద్వాస్తవస్తుత్యగస్తిమఘవ
మకుటమోటనశతకోటిమంత్రభృత్య
భూతభూతాత్తశాంభవీభూమికుండు
దత్పురం బేలుఁ బాండ్యమత్స్యధ్వజుండు. 39

టీ. ద్విద్వ...బు-ద్విద్వ్యయ=నాలుగైన, ఉపాయ = సామదానభేదదండము లనియెడి యుపాయములయొక్క; ని. 'సామ దానే భేద దణ్డా విత్యుపాయాశ్చతుష్టయ' మ్మని యమరుఁడు. ధీ=బుద్ధియందు, విద్వద్వతంసంబు=పండితశ్రేష్ఠుఁడు, షాడ్గు...ర్తి- షాడ్గుణ్య=సంధి విగ్రహ యాన ఆసన ద్వైధీభావ సమాశ్రయము లనియెడి షడ్గుణములయొక్క, చాతుర్య = నిపుణతయందు, చక్రవర్తి = సార్వభౌముఁడు, ని. 'సన్ధిర్నా విగ్రహో యాన మాసనం ద్వైధ మాశ్రయః, షడ్గుణాః' అని యమరుఁడు. వ్యా. 'షడ్గుణా ఏవ షాడ్గుణ్య' మని చాతుర్వర్ణ్యం-త్రైలోక్య మన్నట్లు స్వార్థమందు ష్యఞ్ప్రత్యయము. క్రీడా...జు-క్రీడాచలీకృత=విలాసార్థమైన పర్వతముగాఁ జేయఁబడిన, శ్రీఖండగిరిరాజు=మలయపర్వతముగలవాఁడు, కనకా...ర్త - కనకాద్రి = మేరుపర్వతమును, ముద్రణ = ముద్రించుటయందు, గ్రంథకర్త = తన గెలుపు లిఖించినవాఁడు, శ్లో. 'ఉదీచీం దిశ మాక్రమ్య పాణ్డ్యః పరమధార్మికః, ప్రాప్య మేరు గిరిం తస్మిన్ లిలేఖ బిరుదాన్ స్వకాన్' అని హాలాస్యమందు నతని గెలుపులు మేరుపర్వతమున వ్రాసినకథ వర్ణింపఁబడియున్నది. అందూ...ళి-అందూ=శృంఖలలచేతను, నిబద్ధ=బంధింపఁబడిన, అబ్దబృంద=మేఘసమూహమువంటి, వేదండాళి=గజసమాజముగలవాఁడును, వన...వు-వననిధి=సముద్రముయొక్క, స్తంభన=కట్టుటయందు, ఆధునిక రఘువు=నూతనరాఘవుఁడు, 'అధునాభవః ఆధునికః' అని కాలవాచకముమీఁద ఠక్ ప్రత్యయము. 'ఏతర్హి సంప్రతీదానీ మధునా' యనియమరుఁడు. తామ్ర...బు-తామ్రపర్ణి=తామ్రపర్ణి యనునదియొక్క, అమల = నిర్మలమగు, పాథః=ఉదకమండలి, కేళి=క్రీడించుటకు, హంసంబు=హంసప్రాయుఁడు, లంకే...డు-లంకేశ=విభీషణునితో, మైత్త్రి=చెలిమియందు, ప్రియంకరుండు=ఇష్టముఁజేయువాఁడు, స్వస్తి...స్తి-స్వస్తికృత్=ఆశీర్వదించెడి, వాస్తవ=సత్యమైన, స్తుతి=స్తోత్రముగల, అగస్తి=అగస్త్యుఁడుగలవాఁడును, 'వస్తున ఇయం వాస్తవీ', 'వాస్తవీస్తుతిర్యస్య వాస్తవస్తుతిః' అని వ్యుత్పత్తి. (అగస్త్యశబ్దమున కగస్తిశబ్దమునుంగలదు.) మఘువ...డు-మఘువ=దేవేంద్రునియొక్క, మకుట=కిరీటమును, మోటన=మొట్టునట్టి, శతకోటి=నూఱుకోట్లు లెక్కగల, మంత్ర = మంత్రశక్తిచేతను, భృత్యభూత=కింకరులయిన,

భూత=భూతములుగలిగి, ఆత్త=పొందఁబడిన, శాంభవీ=రుద్రసంబంధియగు, భూమి కుండు=వేషాంతరముగలవాఁడునునైన, పాండ్య మత్స్యధ్వజుండు = మత్స్యధ్వజుఁడను పాండ్యదేశపురాజు, తత్పురంబు=ఆమధురాపట్టణమును, ఏలుక్=పరిపాలించును.

తా. పాండ్యదేశము నేలెడి మత్స్యధ్వజుఁ డనురాజు మేరుపర్వతమందుఁ దన గెలుపుకథలను వ్రాసినవాఁడై వాసవుని సెత్తి మొట్టినవాఁడై నూఱుకోట్ల సంఖ్యలుగలిగియున్న భూతములను మంత్రశక్తిచే వశపఱచుకొనుటవలన నవి తన్ను సేవింపుచుండ రెండవరుద్రునివలె నుండువాఁడై సామాద్యుపాయములయందును సంధి విగ్రహాది షాడ్గుణ్యవిచారణయందును నతికుశలుఁడై విలాసకాలంబులయందు మలయపర్వతమున నే విహరించుచు నసంఖ్యాతంబులగు నేనుంగులుగలవాఁడై సముద్రబంధనముఁ జేసినవాఁడై శుద్ధోదకములుగల తామ్రపర్ణియందుఁ గ్రీడించువాఁడై విభీషణునితోఁ జెలిమిఁజేసి యతనికిష్టములఁదీర్చువాఁడై నిత్య మగస్త్యాశీర్వాదముఁ బొందుచు నాపట్టణమును బాలించుచుండును.

ఉ. ఇందుకులావతంస మతఁ డేతఱి నేతరిగాఁ డరిం బ్రజ
లకుఁ గొనండొరుం డొరుతలన్ వినిపించినమాట డెందముం
జెంద ముదంబు దక్కి చెడఁ జేయఁ డొరున్ వినతాస్యుఁడౌ నుతిం
పం దనుఁ బందనుం గొఱఁతవల్కఁడు శూరత దానమిచ్చియున్.

టీ. ఇందుకులావతంసము = చంద్రవంశభూషణుండగు, అతఁడు=ఆమత్స్యధ్వజుఁడనురాజు, ఏతఱిక్=ఎప్పటికిని, ఏతరిగాఁడు=నీతితప్పువాఁడు గాఁడు, అరిక్=పన్నును, ప్రజలు=మనుష్యులు, కందక్=నలుగునట్లుగ, కొనండు=గ్రహింపఁడు, ఒరుండు=పరుఁడు, ఒరుతలక్=మఱియొకనిమీఁద, వినిపించిన=విన్నవించిన, మాట=కొండెపుమాట, డెందముక్=హృదయమును, చెందక్ = పొందఁగా, ముదంబు దక్కి=సంతసమువిడిచి, ఒరుక్=పరుని, చెడఁజేయఁడు=చెఱుపఁడు, తనుక్=తన్ను, నుతింపక్=ప్రజలుస్తోత్రముఁజేయఁగా, వినతాస్యుఁడౌక్=ముఖమువంచువాఁడౌను. అనఁగా నీరాజు ధీరోదాత్తనాయకుఁడు గనుక, శ్లో. 'శౌర్యశ్రీప్రవణప్రశంసిషు నమద్భూర్నిర్లజ్జతే వందిషు' అని ప్రతాపరుద్రీయమందలి ధీరోదాత్తోదాహరణమును, శ్లో. 'మహతాం కుఞ్జరాణాఞ్చ పురఃస్తోత్రం నహిప్రియ' మ్మని మత్స్యభావకథనమున నుండు రీతిగా నాత్మప్రశంసయందు నిష్టములేనివాఁడనుట. శూరత...యుక్ - శూరతక్=శౌర్యముచేత, దానమిచ్చియుక్=దానమొసఁగియును, పందక్=సోమరియగువానిని, కొఱఁతవల్కఁడు=తక్కువమాట సెప్పఁడు.

తా. ఆపురము నేలెడి మత్స్యధ్వజుఁడనురాజు ప్రజల నొప్పించి పన్ను దీయక, కొండెపుమాటలు విని జనుల బాధపెట్టక, తన్ను ప్రజలు స్తోత్రముఁ జేసిననుబ్బక,

పరాక్రమముచేత గర్వపడి పందలఁ దక్కువమాటలాడక, చంద్రవంశమునకు భూష ణప్రాయుఁడై సుగుణములచే నొప్పుచు సెప్పటికిని నీతితప్పక యుండెను.

సీ. పాటీరగిరివన • వాటిఁ గ్రీడించియు,
నహిభయం బెఱుఁగఁ డా • వంతరైన
నత్యంతమితభాష • నవికత్థనుం డయ్యుఁ,
బరులఁ గేరడమున • భంగపఱుచుఁ
బ్రీతిఁ దాఁ దామ్రప • ర్ణికి నాథుఁ డయ్యును,
సద్గోష్ఠిచే ననం • జనత మెలఁగు
మహనీయమహిమఁ దా • మధురాస్పదుం డయ్యు,
లావణ్యకలన ను • ల్లాస మొందు
తే. విషధిలహరిభిదోత్పత • త్పృషతజటిల
వలదురుక్రమతిమినర • వాలపతన
తులితపరబలకరిశిర • స్స్థలసముత్థ
బహుళముక్తావిముక్తాసి • పాతుఁ డతఁడు. 41

టీ. పాటీ...టిఁ-పాటీరగిరి=మలయపర్వతమందలి, వనవాటిఁ=వనవీథిని, క్రీడించియుఁ=క్రీడసల్పుచును, ఆవంతరైనఁ=అవగింజంతరైన, అహిభయంబు=సర్పభయంబును, ఎఱుఁగడు (శ్రీచందనాదులయందు సర్పములున్నను తద్భయం బెల్లెఱుంగఁడని విరోధముగలుగఁగ నిత్యము క్రీడాపరుఁడైయున్నను స్వపక్షభయం బెఱుంగఁడని పరిహారము. ని. 'మహీభుజామహిభయంస్వపక్షప్రభవంభయ' మ్మని యమరుఁడు. అత్యం...షఁ-అత్యంత=మిక్కిలియు, మితభాషఁ=అల్పభాషచేత, అవికత్థనుండయ్యుఁ=ప్రల్లదములాడనివాఁడయ్యును, గేరడమునఁ=పరిహాసముచేత, పరులఁ=అన్యులను, భంగపఱుచుఁ=అవమానపఱుచును. (అల్పభాషికిఁ గేరడమే మని విరోధముగల్గఁ గేరడదేశమునందలి శత్రువుల భంగపఱుచునని పరిహారము. కేరడమనుచోట శడల కభేదము-'విషయానంతరోరాజా' శత్రువనురీతినిఁ గేరళ దేశపురాజితనికి శత్రువు). ప్రీతిఁ=ప్రేమచేతను, తామ్రపర్ణికిఁ=తామ్రపర్ణియను నాఁడ మేనుంగునకు, నాథుఁడయ్యును=ప్రభువయ్యును, సద్గోష్ఠిచేఁ=సత్సహవాసముచేత, అనంజనతఁ=(అంజనోనభవతీ త్యనంజనః-తస్యభావః-అనంజనతా) అనువ్యుత్పత్తిచేత ను అంజనమను దిగ్గజముగాక, మెలఁగుఁ (తామ్రపర్ణియను పేరుగల దిక్కరిణికిఁ బెనిమిటియై యుండియు అంజన మనుదిగ్గజ మెట్లుగాకపోయెనని విరోధము జనింపఁగా-తామ్రపర్ణియను పేరఁ బాండ్యదేశమందుఁ బ్రసిద్ధినొందిన నదికిఁ బ్రభుఁడై సద్గోష్ఠి

చేత, అపగతం అంజనం పాపం యస్యసః తస్యభావః, అనంజనత యనువ్యుత్పత్తిచేత పాపరహితుఁడుగా నుండెనని పరిహారము. మహ...మక్ - మహనీయ = ఒప్పుచున్నట్టి, మహిమక్=సామర్థ్యముచేతను, తాఁ=తాను, మధురాస్పదుండయ్యును=తియ్యఁదనమునకు స్థానముగానుగడియును, లావణ్యాకలనక్=లవణభావసంగతిచేతను, ఉల్లాసమొందును. మధురాస్పదుఁడైనవాఁడు లవణభావసంగతిచేత నెట్లుల్లాసమొందునని విరోధముపుట్టఁగా మధురాపట్టణమందుండి అవయవకాంతి విశేషప్రాప్తిచేత నుల్లాసమొందుననిపరిహారము. శ్లో. 'ముక్తాఫలేషుతారళ్యంమనోజ్ఞం దృశ్యతే యథా, తద్వద్గాత్రేషులోకానాం లావణ్యం దృశ్యతే బుధైః' అని లావణ్యలక్షణము. సీసపాదము నాలుగింటను విరోధాభాసాలంకారము. శ్లో. 'ఆభాసత్వేవిరోధస్య విరోధాభాస ఇష్యతే' యని లక్షణము. విషధి...డు-విషధి=సముద్రముయొక్క, లహరి=ప్రవాహముయొక్క, భిదా=భేదించుటచేత, ఉత్పతత్=ఎగురుచున్న, పృషత=బిందువులయందు, జటిల=ముప్పిరిగా, వలత్=చుట్టుకొనియున్నట్టియు, ఉరు=విస్తారమగు, క్రమ=సంచారముగల, తిమి=పెద్దచేఁపయొక్క, వర=శ్రేష్ఠమైన, వాల=తోఁకయొక్క, పతన=పతనముతోడను, తులిత=తుల్యమైన, పరబల=శత్రుబలములయందలి, కరి=ఏనుఁగులయొక్క, శిరస్థల=కుంభస్థలములవలన, సముత్థ=ఎగిరినట్టి, ముక్తా=ముత్యములయందు, అవిముక్త=విడువఁబడని, అసి=ఖడ్గముయొక్క, పాతుఁడు=పతనముగలవాఁడు, అతఁడు=ఆమత్స్యధ్వజుఁడనురాజు.

తా. పరబలము సముద్రమువలె నేనుంగుల కుంభస్థలములు కరుళ్లవలె ముత్యములు జలబిందువులవలె ఖడ్గము తిమివాలమువలె నుండె నని యంతటను ఉపమాలంకారము.

శా. దానత్యాగపతత్రమై తొలుపతత్రం బంబుధార న్సదా
నానం దత్సితకీర్తిహంసి చను మింటం గ్రొత్తనానేల నా
నానీరార్ద్రపతత్రయయ్యు వడి మింటం బాఱు తజ్జాతి కే
లా నిల్చు న్గతి యన్యపత్త్రిగతిఁ బత్త్రైకప్రదేశాప్లుతిన్. 42

టీ. దానత్యాగపతత్రమై=దానమన నుదకధారాపూర్వకముగ నిచ్చునది, త్యాగమన నడుగఁగ నుదకస్పర్శలేక యిచ్చునది, పతత్రమై=దానత్యాగములు రెండును రెండుఱెక్కలు గాఁగలదై, తత్సిత...సి-తత్=ఆరాజుయొక్క, సిత=తెల్లనైన, కీర్తి=యశమనియెడి, హంసి=పెంటిహంస, తొలుపతత్రంబు=మొదటిఱెక్క, 'పతత్రం పతనూరుహ'మ్మనియమరుఁడు. అంబుధారక్=ఉదకధారచేత, సదా=ఎల్లప్పుడు, నానక్=నానఁగా, మింటక్=ఆకసమునం, చనుక్=పోవును, క్రొత్తనానేల=ఇదిక్రొత్త యననేటికి, నానా...యయ్యుక్ - నానా = సకలమయిన, నీర = ఉదకముల

చేతను, ఆర్ద్ర=తడుపఁబడిన, పతత్రయుగ్మున్=ఱెక్కలుగలదైనను, వడిన్=వేగముచేతను, మింటన్=ఆకాశమందు, పాఱు=ఎగురుస్వభావముగల, తజ్జాతికిన్=ఆహంసజాతికి, అన్యపత్త్రిగతిన్=ఇతరపక్షివలె, పత్త్రైకప్రదేశాప్లుతిన్-పత్త్ర=ఱెక్కలయొక్క, ఏకప్రదేశ=ఒకప్రక్క, ఆప్లుతిన్=తడియుటచేతను, గతి=గమనము, ఏలా=ఏమిటికి, నిల్చున్=విరమించును.

తా. అనఁగా రెండుఱెక్కలుదడిసినను హంసగమనమున కవిరోధమనియుఁ దదితరజాతిపక్షులయిన యెడ నార్ద్రమగు ఱెక్కలతో నెగసిపోనంజాల వనియు నారాజుయొక్క కీర్తి దానత్యాగము లను ఱెక్కలుగల హంసీస్వరూపమై తడిసిన మొదటిఱెక్కతోనే యాకాశమునందును వ్యాపించి సంచరించుచున్నది.

సీ. శుకకదంబము గొలు•సులచే నిబద్ధమై,
వారాంగనాగార•కారఁ బడఁగ
గిరికానికాయంబు • లరిశూన్యబహుపుర,
హర్మ్యవాటికలఁ జెం•డాడు చుండఁ
గ్రందుగా నితరేత•రంబు రాయిడి సేయు,
రాజులు దననూపు•రమున నొదుగ
నెగడు ననావృష్టి•నిజబలేభస్పర్ధ,
సమదాన్యకరటి గం•డములఁ జేర
తే. దానవేళల నతివృష్టి • తనదు హస్త
గతముగాఁ బ్రతాపాగ్నిఁ • గ్రాఁగిపోవు
కంటకులయందు శలభత•గలయనడఁగ
నేలు నాపాండ్యుఁడు మహి ని•రీతిగాఁగ. 43

టీ. శుకకదంబము=చిలుకలగుంపు, గొలుసులచేన్=శృంఖలలచేతను, నిబద్ధమై=కట్టఁబడినదై, వారా...రన్-వారాంగనా=వేశ్యాస్త్రీలయొక్క, అగార=గృహములనియెడు, కారన్=చెఱసాలయందు, పడఁగన్=ప్రవేశింపఁగా, గిరికానికాయంబులు=చిట్టెలుకలగుంపులు, అరి...లన్-అరి=శత్రురాజుపరుగిడినందున, శూన్య=పాడుపడియున్న, బహుపుర=అనేకపట్టణములయందలి, హర్మ్యవాటికలన్=మేడలవరుసలయందు, చెండాడుచుండన్=గంతులువేయుచుండఁగా, క్రందుగాన్=సందడిగా, ఇతరేతరంబు=తమలోఁదాము, రాయిడి=జగడము, చేయు=ఒనరించునట్టి, రాజులు=పుడమిఱేండ్లు, తన=తనయొక్క, నూపురమునన్=పాదకటకమందే, ఒదుగన్=అణఁగియుండఁగా-పాదాక్రాంతులై తనుఁ గొలుచు చుండఁగా ననుట, నెగ

డు=మిక్కుటమైన, అనావృష్టి=వర్షములేకపోవుట, నిజ=స్వకీయమైన, బల=సేనల యందలి, ఇభ=ఏనుంగులతోడను, స్పర్ధి=కలహించిన, సమద=మదముతోఁగూడిన, అన్యకరటి=ఇతరగజములయొక్క, గండములన్=చెక్కిళ్లయందు, చేరన్=ప్రవేశింపఁగా, అతివృష్టి=అతివర్షము, దానవేళలన్=దానముఁజేయు సమయములను, తనదు=తనయొక్క, హస్తగతముగాఁగ=హస్తమునఁ బ్రవేశింప, శలభత=శలభదోషము, ప్రతాపాగ్నిన్ - ప్రతాప=తనప్రతాపమనియెడి, అగ్ని=అగ్గియందు, క్రాఁగిపోవు=మాడిపోవుచున్న, కంటకులయందు [illegible] వులయందు, కలయన్=కలియునటుల, అడఁగన్=అణఁగిపోఁగ [illegible]=ఆపాండ్యరాజు, మహిన్=భూమిని, నిరీతిగాఁగన్=ఈతిపట్లు [illegible]=పాలించును.

తా. శ్లో. 'అతివృష్టి రనావృష్టి [illegible] కాః శ్శలభా శ్శుకాః, అత్యాసన్నాశ్చ రాజాన షడేతా ఈతయస్స్మృతాః' అనునట్టి షడ్బాధలను స్వరాష్ట్రమున లేకుండునట్లు, నితరస్థలముల నిల్పి యాపాండ్యభూపతి రాజ్యపరిపాలనముఁ జేసెను.

వ. అమ్మహీవల్లభుం డివ్విధంబున సామ్రాజ్యవైభవంబు లనుభవించుచుండఁ గొంతకాలంబున. 44

టీ. అమ్మహీవల్లభుండు=ఆభూపాలుఁడు, ఇవ్విధంబునన్=ఈరీతిని, సామ్రాజ్యవైభవంబులు=సామ్రాజ్యసుఖంబులను, అనుభవించుచుండన్, కొంతకాలంబున=కొన్నిదినంబులకు.

తా. సుగమము.

తే. పాటలవసుంధరారుహ•భాగధేయ
మాతతమరీచికాంబువ•ర్షాగమంబు
ధరణిఁ బొడసూపె నంత ని•దాఘసమయ
ముదుటుతో శాల్మలీఫల•విదళనంబు. 45

టీ. అంతన్ = అంతలో, పాటల...ధేయము - పాటలవసుంధరారుహ = పాదిరిచెట్లకు, భాగధేయము=భాగ్యరూపమైనట్టియు, ఆతత...వర్షాగమంబు - ఆతత=విస్తారమగు, మరీచికా=ఎండమావులనియెడి, ని. 'మృగతృష్ణా మరీచికా' యని యమరుఁడు. అంబు=ఉదకమునకు, వర్షాగమంబు = వర్షాకాలమైనట్టియు, శాల్మలీఫలవిదళనంబు - శాల్మలీ=బూరుగచెట్లయొక్క, ఫల=ఫలములను, విదళనంబు=పగలఁగొట్టునట్టి, నిదాఘసమయము=గ్రీష్మర్తువు, ఉదుటుతోన్=ఉద్ధతితోడ, ధరణిన్=భూమియందు, పొడసూపెన్=కనఁబడెను.

తా. పాదిరిచెట్లను బుష్పింపఁజేయుచు నెండమావులఁ గలుగఁజేయుచును బూరుగకాయలఁ బగలగొట్టునట్టి గ్రీష్మర్తువు, ఉద్ధతిచేత భూమియందుఁ గనిపించెను.

సీ. నిర్ఝరప్రబలవేణిక లింకఁ జట్రాలఁ,
    జేరినప్రాచి పెన్బీఁటలెగయ
నెఱుకులు పడియనీ రివుర గువ్వలఁబట్టఁ,
    బోయునీ రాడాడఁ బొలముఁ నెఱసె
సురగాలిదవదగ్ధ తరుపర్ణతతి రేఁపఁ,
    బావురాలని డేఁగపదుపు దూఱె
నిద్రితద్రుచ్ఛాయ నిలువక జరుగ వెం,
    బడిగ నధ్వగపంక్తి పొడలువెట్టె
తే. క్షేత్రపాలున కుదికినచీర లాఱు
చాకిరేవులగములయ్యె సకలదిశలు
దెలుపులుగఁ దోఁచె నెండమావుల బయళ్లు
గండె నివి యెండనన దిఙ్ముఖములు రాఁజె. 46

టీ. నిర్ఝరప్రబలవేణికలు - నిర్ఝర=సెలయేళ్లయొక్క, ప్రబల-విస్తారమైన, వేణికలు=ప్రవాహములు, ఇంకన్=ఇనికిపోఁగా, చట్రాలన్=చట్టుబొలయందు, జేరిన=పేముకొన్నట్టి, ప్రాఁచి, పెన్బీఁటలెగయన్=పెద్దబీఁటికలెగయఁగా, ఎఱుకులు-ఎఱుకువాండ్రు, పడియ=పడియలయందలి, నీరు=ఉదకము, ఇవురన్=ఇగిరిపోఁగా, గువ్వలఁబట్టన్=పిట్టలఁబట్టుటకు, పోయు=పోయుచున్న, నీరు=ఉదకము, ఆడాడన్=అక్కడక్కడ, పొలమునన్=భూమియందు, నెఱసెన్-వ్యాపించెను, సురగాలి=సుడిగాడ్పు, దవదగ్ధతరుపర్ణతతిన్ - దవ=కారుచిచ్చుచేత, దగ్ధ=కాలినట్టి, తరు=మ్రాఁకులయొక్క, పర్ణతతిన్=ఆకులగుంపులను, రేఁపన్-ఎగురఁగొట్టఁగా, పావురాలని=కపోతములనుకొని, డేఁగపదుపు=శ్యేనసమూహము, దూఱెన్=అడ్డముగదూరెను. నిద్రి...యన్-నిద్రిత=తాముణిమురఁబోయిన, ద్రు=వృక్షములయొక్క, ఛాయ=నీడ, నిలువక=నిలిచియుండక, జరుగన్=అవలఁబోఁగా, వెంబడిగన్-వెంటనే, అధ్వగపంక్తి-అధ్వగ=పాంథులయొక్క, పంక్తి=సమూహము, పొడలువెట్టెన్=పొర్లుదండములు పెట్టెను, సకలదిశలు=అన్నిదిక్కులును, క్షేత్రపాలునకున్=భైరవునకు 'త్వంభైరవసమాగమ్య పుణ్యక్షేత్రాణిపాలయ, క్షేత్రపాల ఇతిశ్రీమన్ త్రిషు లోకేషువిశ్రుత'యని స్కాందమునన్నది గనుక క్షేత్రపాలుఁ డనఁగా భైరవుఁడు. ఉదికిన=ధౌతముఁజేసిన, చీరలు=వస్త్రములు, ఆఱు=ఆఱఁగట్టినట్టి, చాకిరేవులగము

ల్యయె=చాకిరేవులాయెను. ఎండమావులన్=ఎండమావులచేతను, బయళ్లు=బహిఃప్రదేశములు, తెలుపుగఁదోఁచెన్=తెలుపులైతోఁచెను. ఎండన్=ఎండచేతను, ఇవి=ఈదిఙ్ముఖములు, కందెన్=వాడెను. అనన్=అనఁగా, దిఙ్ముఖములు=దిక్కులమొగములు, రాఁజెన్=ధూమితములయ్యెను.

తా. గ్రీష్మర్తువు ప్రవేశింపఁగానే సెలయేఱులప్రవాహము లింకెనుగానఁ జత్రాతియందుఁ జేరియున్న ప్రాఁచిపెన్నీఁట లెగసెను. ఎఱుకునాండ్రు పిట్టలఁబట్టుటకుఁ బోవగాఁ బడియలయందు నీరింకియున్నందున వారిచేతఁ బోయంబడిన యుదకము పాలములయందు గనుపించును. సుడిగాడ్పు లెండుటాకు లెగురునటుల వీఁచుచుండ డేగలు చూచి యవి పావురములని యెదురుదూఱుచుండును. త్రోవనడుచువారు వేఁడిమిచేత వృక్షములక్రిందఁ బరుండి నిద్రించుచుండ నావృక్షములనీడ ప్రొద్దుతోఁగూడ జరుగునపుడు వెంటనే పొర్లాడుదురు. నలుదిక్కుల నెండమావులు వ్యాపించియుండ నవి భైరవుఁడు దిగంబరుఁడుగనుక నతని కుదికి యారవేయించినచీరలో యనునటులఁ దెల్లనై యుండును.

చ. సరియగు నిట్టివెట్టలను • సర్వము నం చటమీఁదిసృష్టికై
శరధిప దిఙ్మరుజ్జ్వలిత•చండతరాతపవహ్ని నాఱఁగాఁ
గరువు లజుండు వీనిపయిఁ • గట్టె ననన్ గనుపట్టె వెచ్చల
న్గరి కిరికాసరాంగములఁ • గప్పిన ఱొంపులు నంటి యాఱఁగన్ .47

టీ. వెచ్చలన్ = ఉడుకులచేతను, కరికిరి...ములన్ - కరి = ఏనుఁగులయొక్కయు, కిరి=వరాహములయొక్కయు, కాసర=ఎనుబోతులయొక్క, ని. 'వాహద్విషత్కాసరసైరిభా'యని యమరము. అంగములన్=దేహములను, కప్పినఱొంపులు=ఆచ్ఛాదించినపంకంబులు, అంటి=పేరుకొని, ఆఱఁగన్=ఎండఁగా, ఇట్టివెట్టలను=ఇట్టివేసవియందు, సర్వమున్=సకలమును, సరియగున్=నష్టమగును, అంచున్=అనుకొని, అటమీఁదిసృష్టికై=భావిసృజనకై, అజుండు = బ్రహ్మ, శరధిప = సముద్రములకధిపతియగువరుణునియొక్క, దిక్=దిశయైనపడమటిదిక్కుయొక్క, మరుత్=వాయువుచేతను, జ్వలిత=ప్రజ్వలింపఁజేయఁబడిన, చండతర=మిక్కిలి ప్రచండమైన, ఆతపవహ్నిన్=ఆతపమనునగ్నిచేతను, అఱఁగన్=ఎండునటుల, వీనిపైన్=ఈకాసరాములపై, కరువులు=మూసలు, కట్టెననన్=కట్టెనోయనునటుల, కనుపట్టెన్=కానవచ్చెను.

తా. వేఁడిమిచేత నేనుంగులు వరాహములు ఎనుబోతులు వీనిదేహములయందు పేరుకొనియున్న బురద లెండఁగా నిట్టివేసవియందుఁ గాసరాములు నష్టమగునని పైసృ

ష్టికై చిచ్చునంటి పడమటిగాడ్పున నాఱుమండఁ జతుర్ముఖుండు వీనిపై కరువులు గట్టెనో యనునటులఁ గనుపడుచుండును.

మ. దవధూమంపుఁదమంబులోఁ దమరస•ద్రవ్యంబుఁ బంకేజబాం
ధవభానుప్రతతుల్హరింపఁ గుయివె•ట్ట న్వెళ్లు శూన్యోరుకూ
పవితానం బనఁ జూడఁ జూడఁ బుడమి•న్బాటిల్లి పైవిప్పులై
యవసం బంచుల నాడఁగా నెగసె వా•త్యాళి న్రజశ్చక్రముల్. 48

టీ. దవ...బులోన్ - దవ=గ్రీష్మసంబంధి యగు కార్చిచ్చుయొక్క, ని. ‘దవో వనహుతాశనః’ అని యమరుఁడు. ధూమంపు=పొగలనియెడి, తమంబులోన్=చీఁకటియందు, పంకేజబాంధవభానుప్రతతుల్ = సూర్యకిరణసమూహములు, తమ...బు - తమ = తమయొక్క (అనఁగా బావులయొక్క యనుట), రస = ఉదకములనియెడు, ద్రవ్యంబు=ధనమును, హరింపన్ = గ్రహింపఁగా, కుయి వెట్టన్=మొఱవెట్టుటకు (కుయివెంట నను హాశమున జాడవెంట నని యర్థము), వెళ్లు...వితానంబు - వెళ్లు = వెళ్లిపోవుచున్నట్టి, శూన్య=పాడైన, ఉరు = బహుళంబులగు, కూపవితానంబులు=నూతులగుంపులు, ‘క్రతువిస్తారయోరస్త్రీ వితాన’ స్సని యమరుఁడు. అనన్=అనఁగా, వాత్యాళిన్=వాయుసమూహముచేత, (‘వాతానాం సమూహో వాత్యా’ యని పాశాదికముగనుక సమూహార్థమందు యప్రత్యయము) పైవిప్పులై=విరివిగలవై, యవసంబు=కసువు, అంచులన్ = కొసలను, ఆడఁగాన్ = చుట్టితిరుగఁగా, చూడఁజూడన్=వీక్షించుచుండఁగా, పుడమిన్=భూమియందు, పాటిల్లి=విస్తరిల్లి, రజశ్చక్రములు=చక్రాకారపుఁబరాగములు, ఎగసెన్=ఎగిరెను.

తా. సూర్యకిరణంబులు తమయొక్కరసములనియెడి ద్రవ్యంబులను హరింపఁగా మొఱవెట్టుటకు వెళ్లుచున్న పాడుబావులగుంపులో యనునటుల సుడిగాలి దుమ్ము కసవులతో నెగసి చక్రాకారముగఁ దిరుగుచుండును.

చ. పడమరవెట్ట నయ్యుడుకుఁ•బ్రాశన మొల్లక కూటిపేదలై
బడలిక నూడు నచ్చిలువ•ప్రగ్గములన్ రవియాజ్ఞ మాటికి
న్మడియిడఁ బిచ్చుగుంటు రథ•ము న్నిలుప న్బయనంబు సాఁగమిన్
జడను వహించె నాఁగ దివ•సంబులు దీర్ఘము లయ్యె నత్తరిన్. 49

టీ. పడమర వెట్టన్ = పశ్చిమదిక్కుయొక్క వేఁడిమిచేత, అయ్యుడుకుఁబ్రాశనము=ఆయుడుకుటన్నమును (అనఁగా వేడిగాలిననుట.), ఒల్లక=తిననొల్లక, కూటిపేదలై=కూటికినొచ్చినవై, బడలికన్=ఆయాసముచేతను, ఊడు=వీడిపోవుచున్న, అచ్చిలువప్రగ్గములన్=ఆపాములనియెడుప్రగ్గములను, రవియాజ్ఞన్=సూర్యునియాజ్ఞచేతను,

మాటికిక్=ప్రతిపదమున, ముడియిడక్=ముళ్లు వేయుటకు, పిచ్చుగుంటు=అనూరుఁడు, రథమున్=అరదమును, నిలుపక్=నిలుపఁగా, పయనంబు=ప్రయాణము,సాఁగమిక్ =సాఁగకుండుటచేత, జడనువహించెక్=జాడ్యమును బొందెను, నాఁగక్=అనఁగా, అత్తతిక్ = ఆగ్రీష్మకాలమందు, దివసంబులు = వాసరములు, దీర్ఘములయ్యెక్ = పొడవులాయెను.

తా. గ్రీష్మకాలంబున నహస్సు వృద్ధినొందుటకుఁ గారణమును చెల్పుచున్నాఁడు. పడమటిగాలి వేఁడియగుటవలన నాయశనమొల్లక యన్నము లేనివియై యున్నందు వలన బడలికచేత ముళ్ళు వీడిపోవుచున్నట్టి థములకుఁగట్టియున్న సర్పములను దివసేశ్వరునియాజ్ఞచేత మాటిమాటికి ముడియిడుట కనూరుఁడరదము నిలుపఁ బ్రయాణము సాఁగనిహేతువుచేత జడత్వము వహించెనోయనునటుల నాగ్రీష్మసంబంధియగు దివసంబులయం దహస్సు పొడిగెను.

క. తరణిఖరకిరణశిఖి జగ, మెరియింపఁగ బొడమి గాలి• నెగసినభసితో
త్కర మనఁగ శాల్మలీతరు,పరిణతఫలతూలమర్క• పథమున కెగసెక్.

టీ. తర...ఖి – తరణి=సూర్యునియొక్క, ఖర=తీక్ష్ణమైన, కిరణ = కిరణము లను,శిఖి=అగ్ని,జగము=జగత్తును,ఎరియింపఁగక్=దహింపఁగా, ని. ‘ద్యుమణి స్తరణి ర్మిత్రః, అగ్నింతీక్ష్ణంఖరంతద్వ’ త్తనియు నమరుఁడు. పొడమి=జనియించి, గాలిక్= వాయువుచేతను, ఎగసినభసితోత్కరము = ఎగసినట్టిభస్మసమూహము, అనఁగక్ = అనునట్లు, శాల్మ...ము – శాల్మలీతరు=బూరుగచెట్లయొక్క, పరిణత=పరిపక్వము లైన, ఫల=ఫలములయందలి, తూలము=దూది, అర్కపథమునకుక్=సూర్యమార్గము నకు, ఎగసెక్=ఎగిరను.

తా. బూరుగకాయలు పగిలి యందున్నదూది యాకసమున కెగయఁగా సూర్యకిరణంబు లనునగ్ని జగంబుల దహింప నాసమయంబున జనియించి గాలిచేత నెగసినభస్మసమూహమో యనునటుల నుండును.

చ. భరితనిజాంబుబింబితవి• భాకరబింబవిజృంభితప్రభాం
కురముల నధ్వనీనకృత•కూపకపంక్తులు వొల్చు నబ్ధిరా
డ్వీరహభరంబున న్బొడము•వెచ్చకు శాంతి యొనర్ప వాహినీ
తరుణులు మేన దట్టముగఁ• దాల్చినముత్తైపుఁ బేరులో యనక్. 51

టీ. భరిత...లక్ – భరిత = సంపూర్ణమైన, నిజ = తమయొక్క – చెలమల యొక్కయనుట, అంబు = నీళ్లయందు, బింబిత = ప్రతిఫలించిన, విభాకరబింబ = సూర్యబింబముయొక్క, విజృంభిత=ప్రకాశితములగు, ప్రభా = కాంతులయొక్క,

అంకురములన్ = మొలకలచేతను, అధ్వ...పజ్ఞ్కులు - అధ్వనీన = పథికుల చేతను, కృత=ఉదకపాననిమిత్తముగాఁ జేయఁబడిన, కూపకపంక్తులు=చెలమలచాళ్లు, ని. 'కూపకౌస్తువిదారికా'యని యమరుఁడు. అబ్ధి...నన్ - అబ్ధిరాట్ = సముద్రుని యొక్క, విరహాభరంబునన్=విరహాతిశయముచేత, పొడము వెచ్చకన్ =జనియించిన వేఁడిమికి,శాంతియొనర్పన్=ఉపశమనముఁజేయుటకు, వాహినీతరుణులు - వాహినీ= నదులనియెడి, తరుణులు=స్త్రీలు, మేనన్=శరీరమందు, దట్టముగన్=నిండారఁగా, తాల్చిన = ధరియించిన, ముత్తెఁపుఁజేరులో యనన్= ముత్యపుదండలో యనునటుల, పొల్చున్=ఒప్పును.

తా. ఉదకపానముజేయుటకై పథికులచేత నదులయందుఁ జేయంబడిన సంపూర్ణములగు చెలమలచాళ్లు తమయందు సూర్యప్రభాంకురములు ప్రతిఫలింపఁగా నిజనాథుఁ డగుసముద్రునితో గ్రీష్మకాలమందుఁ గలియకుండుట యను విరహముచే జనియించిన వేఁడిమికి శమనముఁ జేయుకొఱకు నదులనియెడు స్త్రీలు స్వశరీరములందు నిండారగా ధరియించిన ముత్యపుదండలో యనునటులఁ బ్రకాశించుచుండును.

మ. అతివృష్టి న్మును వార్ధిఁ గూర్చునెడకాఁ•డౌటం దముం గూర్చున
న్మతి లంచంబుగ హేమటంకములు మిం•టం బొల్చుపర్జన్యదే
వత కీ నెత్తినకే లనాఁ బొలిచె ని•ర్వారిస్రవంతి న్పయ
శ్చ్యుతి నమ్రచ్ఛదదృశ్యకర్ణికములై•యున్నాళనాళీకముల్. 52

టీ. అతివృష్టిన్= అతిశయంబగువానలచేతను, మునున్=మునుపు, వార్ధిన్= సముద్రుని, కూర్చు=పొందించునట్టి, ఎడకాఁడౌటన్ = సంబంధకాఁడవుట చేతను, తముఁన్=తమ్మును, కూర్చున్=పొందించును, అన్=అనునట్టి, మతిన్=బుద్ధిచేతను, లంచంబుగ=ఉత్కోచముగ, హేమటంకములు = స్వర్ణటంకములు, మింటన్ = అంతరిక్షమున, పర్జన్యదేవతకు=పర్జన్యుఁడనుదేవతకు, ఈన్= ఇచ్చుకొఱకు, ఎత్తిన కేలనాన్=ఎత్తినహస్తమనఁగా, నిర్వారి=ఉదకములేని, స్రవంతిన్ - నదియందు, పయశ్చ్యుతిన్=నీళ్లుదఱుగుటచేతను, నమ్ర...వై - నమ్ర = వంగిన, ఛద= ఱెకులమీఁద, దృశ్య=కనఁబడుచున్న, కర్ణికములై=మిద్దెలుగలవై, ఉన్నాళనాళీకముల్- ఉత్=ఉన్నతములైన, నాళ=కాఁడలుగల, నాళీకములు=కమలములు, పొలిచెన్= ఒప్పెను.

తా. పూర్వము అతిశయంబుగ వర్షించి మేఘుఁడు సముద్రమునకు నదులకును సంధానముఁజేసెగాన మరల నాలాగు జేయుమని వేఁడి పర్జన్యునకు లంచమిచ్చుటకై బంగారు నాణెములఁ జేతులం బట్టి యెత్తినదో యనునటుల నుండునదులయందున్న నీ

రినుకఁగాఁ గాఁడలు హస్తములవలెను ఈకలు వ్రేళ్లవలెను మిద్దెలు వరాలవలె నొప్పుచుండును.

సీ. నులివాఁడునాఁచువ•ల్పుల గొంతొఁగర్చి లేఁ,
బొలవల్పుగాలి వేఁ • బోక యొదిగి
కడకువెళ్లఁగ నొక్క•కడనుండి త్రొక్కుచు,
నులుచలఁ జిఱుతగు•ల్లల నమలుచు
నెంద్రి కాలిజిక్కిన•నెగసి యొక్కించుక,
తొలఁగి శితత్రోటిఁ • దూఁటి తినుచుఁ
దడియింకునిలఁ జేమ•మడివోనితమ్మిగుం,
పులను జీలుగల నెం•డలుగడపుచుఁ

తే. దనరుబకపంక్తులకు జాను•దఘ్నమయ్యెఁ
జెఱువుగమి యుడుములన రే•ల్దిరిగెఁ గుక్క
వసికి బావులఁ బడుటకు • బసులయెరవు
యెఱలకు మొసళ్లు మలుఁగుమీఁ • నొబ్బఱియఁ దూఱె. 53

టీ. నులి...లన్ - నులివాఁడునాఁచు = కొంతవాడిన నాఁచుతీఁగయొక్క, వల్పులన్=బొబ్బరలచేత, గొంతొఁగర్చి=గొంతొఁగరించి, లేఁబొలవల్పుగాలిన్=లేఁత మాంసపువాసన గలవాయువుచేత, వేఁబోక=శీఘ్రముగఁజనక, ఒదిగి=శరీరము వంచికొని, ఒక్కకడనుండి = ఒక చోటనుండి, కడకువెళ్లఁగన్ = తుదముట్టునట్లుగ, త్రొక్కుచున్, ఉలచలన్=ఉలచలను పేరుగల చేఁపలను, చిఱుతగుల్లలన్-చిఱుత=పిన్నలైన, గుల్లలన్=నత్తగుల్లలను, నమలుచున్=భక్షించుచు, ఎంద్రి=ఎంద్రకాయ, కాలిజిక్కిన=తన కాలుపట్టుకొన్న, ఎగసి=ఒక్కించుకతొలఁగి, శితత్రోటిన్=వాఁడిముక్కున, దూఁటి=పొడిచి, తినుచు=నమలుచు, ని. 'చంచుస్త్రోటిరుభే స్త్రియా' మ్మని యమరుఁడు. తడియింకునిలన్=తేమయింకునట్టి భూమియందు, చేమమడివోని=చేమకూరమడివంటి, తమ్మిగుంపులను=తామరగుంపులయందును, జీలుగలన్ = జీలుగచెట్ల యందును, ఎండలుగడపుచు, తనరు=ఒప్పుచున్న, బకపంక్తులకున్ = కొంగగుంపులకు, చెఱువుగమి=చెఱువులగుంపు, జానుదఘ్నమయ్యెన్=మోఁకాలిబంటిదాయెను, ఉడుములనన్=ఉడుములవలెనే, మొసళ్లు = మకరములు, పసులయెరవు = పశువుల యెరవుపెంటలలోని, ఎఱలకున్=ఎఱ్ఱలకు, కుక్కవసికి=కుక్కలరాయిడికి, బావులఁ బడుటకు=కూపములయందుఁ బతనమగుటకు, రేల్=రాత్రులయందు, తిరిగెన్=సంచ

రించెను, మలుఁగుమీన్=మలుఁగను పేరుగల చేఁప, బొఱియఁదూఱె=బొక్కలోఁ దూఱెను.

తా. ఆగ్రీష్మవాసరంబులయందు నులివాడిన నాఁచుఁదిని గొంతుకయొగ రెక్కి లేఁతమాంసపువాసనగల గాలిచేత వేగిరఁబోక యొదిగి కడముట్టఁ గ్రొక్కి కొనిపోయి యొకచోటనున్న యులుచలను నత్తగుల్లలను నమలి తిని, యెండ్రకాయ తనకాలుపట్టుకొనఁగా నెగసి కొంతదూరమున నిల్చి ముక్కునఁ బొడిచి దానిం భక్షించి, చేమకూర మళ్లవలె దడియాఱిన తామరగుంపుల క్రిందను జీలుగబెండు చెట్ల క్రిందను నెండలకు దాఁగియున్న కొంగలకుఁ జెఱువులు జానుదఘ్నములాయెననియు, ముక్కులకు వెఱచి మొసళ్లు బావులలోఁ బడుటకుఁ బసరముల యొరవులలోని యొజ్జిలకుఁగా సంచరించె ననియును, మలుఁగుమీను బొక్కలోఁ బ్రవేశించె ననియును తాత్పర్యము.

ఉ. మీటగుమీలనెల్ల మును • మ్రింగి క్రమంబున నైనయెండపె
న్బీటికవెంటఁ దోఁచుతొగ • వేరుబడి న్గొడుపై చెలంగఁగాఁ
ద్రోటికఁ గర్దమద్రవము • తోనె నశించిన బొమ్మడాయ డా
త్కూటకులంబులం దినె బ • కోటకులంబు జలహ్రదంబులన్. 54

టీ. బకోటకులంబు=పెద్ద కొంగలగుంపు, ని. 'బకోటస్తుమహాబకః' యని నిఘంటువు. మీటగు=గొప్పలైన, మీలనెల్లన్ = చేఁపలనన్నిటిని, మును మ్రింగి=ముందు మ్రింగి, క్రమంబునన్=వరుసగా, ఐన=ఐనట్టి, ఎండపెన్బీఁటికవెంటన్ = ఎండచేత నైన పెద్దబీఁటికలచాలున, తోఁచు=కనుపించెడి, తొగవేరుబడిన్ = కలువవేరు వెంటను, గొడుపై=గొడుపువలెనై, చెలంగఁగాన్ = ఒప్పఁగా, త్రోటికన్=ముక్కుచేతను, కర్దమద్రవముతోనె=బురదతడితోనె, నశించిన=చనిపోయిన, బొమ్మడాయ=బొమ్మడాయలను పేరుగల చిన్న చేఁపలయొక్కయు, డాత్కూట=చేఁదుచేఁపలయొక్కయు, కులంబులన్=గుంపులను, ని. 'బొమ్మడాయనూన్యత్స్మతో స్యాద్డాత్కూటస్తు తిక్తమత్స్యక' యనివిశ్వము. జలహ్రాదంబులన్ = మడుఁగులయందు, తినెన్=భక్షించెను, (క్రమంబున నానె ననుపాఠమున అనెను ద్రాఁగె నని యర్థము - డాత్కూటకులంబు తేజెన ననుపాఠమున జెన యనఁగా వంకరగుడ్డులలోని రక్తవిశేషము.)

తా. పెద్దకొంగలగుంపు మడుఁగులయందుఁ దొలుత గొప్ప చేఁపలనెల్ల భక్షించి గ్రీష్మకాలము రాఁగా నీళ్లింకిన పిమ్మట నేల పగులుటవలన బీఱియలలోఁ గలువవేళ్ల వెంటఁ గొడుపువలె నొప్పుచున్న బొమ్మడాయలనియెడి పిన్న చేఁపలను, బురదతోఁ గూడ నెగిరిన చేఁదుచేఁపలను భక్షించెను.

శా. పాతర్వేళల నట్టివెట్ట సొగసై • పాటిల్లెఁ గుంభోంభనో
ద్భూతాంబుధ్వనివాద్యమై మరుదధః • పుంజీభవత్పాటల

వ్రాతామ్రేడిత సిక్తభూసురభిళా • రామంబు కుల్యాబహు
స్రోతస్సంధుల నంధుయంత్రనతికృ • త్ప్రోద్గీతగేయౌఘముల్. 55

టీ. ప్రాతర్వేళలన్=ప్రాతఃకాలములయందు, అట్టివెట్టన్=అటువంటి గ్రీష్మమునందు, మరుద...లన్ - మరుత్=వాయువుచేతను, అధః=చెట్లక్రిందను, పుంజీభవత్=రాసులుగాఁబడిన, పాటలవ్రాత = కలిగొట్టుపువ్వులచేత, ఆమ్రేడిత=రెండుమూఁడువరుసలుగా, సిక్త=తడుపఁబడిన, భూ=భూమియందు, సురభిళ = సౌరభ్యముగల, ఆరామంబు=ఉద్యానవనముయొక్క, కుల్యా = కాలువలయొక్క, బహు=అనేకములైన, స్రోతః=ప్రవాహములయొక్క, సంధులన్=మధ్యప్రదేశములయందు, అంధు...ల్-అంధు=బావులయొక్క, యంత్ర=ఏతములయొక్క, నతి=వంగద్రొక్కుటను, కృత్=చేయుచున్న జనులచేతను, ప్రోద్గీత=ఎత్తిపాడఁబడినట్టి, గేయ=గానములయొక్క, ఓఘముల్ = సమూహములు, కుంభో...ధ్వని - కుంభ=ఘటములయొక్క, ఉంభన=మునుఁగుటచేతను, ఉద్భూత=పుట్టినట్టి, అంబుధ్వని=నీళ్లచప్పుడు, వాద్యమై=వాద్యధ్వనిగలదై, సొగసై=సొంపుగను, పాటిల్లెన్ = ఒప్పెను. ని. 'ఆమ్రేడితం ద్విస్త్రిరుక్తం కుల్యాల్పాకృత్రిమాసరిత్, పుంస్యేవాన్ధుః ప్రహిఃకూప' యనియు నమరుఁడు.

తా. వాయువుచే రాల్పఁబడిన కలిగొట్టుపువ్వులచేత రెండుమూఁడు మాఱులు తడుపఁబడినదై యున్న భూమియందుఁ బరిమళించుచున్న యుద్యానవనములయందలి వృక్షములకు నీళ్లుగట్టుటకై యేతములు ద్రొక్కుచున్నవాండ్రు గానముఁజేయఁగ బొక్కెనల ముంచునపుడు జనియించిన నీళ్లచప్పుడను తాళధ్వనిగలదియై సొగసుగా నుండెను.

తే. మెండుమీఱిన పగటి పే • రెండ దాఁకి
యొల్లఁబోయిన లేబొండు • మల్లెపొదల
తుదలఁ జప్పటిలై కడు • దొడ్డ లగుచుఁ
బొడమె మొగ్గలగము లగ్గి • బొబ్బలట్లు. 56

టీ. మెండు...రెండ-మెండుమీఱిన=దట్టమైన, పగటి=పవటియొక్క, పేరెండ=పెద్దయెండ, తాఁకి=కొట్టి, ఒల్లఁబోయిన=మూర్ఛఁబోయిన, లేబొండు...లన్-లేబొండుమల్లెపొదల=లేఁతబొండుమల్లెపొదలయొక్క, తుదలన్=కొనలయందు, చప్పటిలై=అణఁగినవై, కడుదొడ్డలగుచున్=మిగులగొప్పలై, అగ్గిబొబ్బలట్లు=కాలినబొబ్బలవలెను, మొగ్గలగములు=మొగ్గలగుంపులు, పొడమెన్=పుట్టెను.

తా. ఆవేసవియందు దట్టమైనపేరెండ దాఁకి వాడినబొండుమల్లెలపొదల కొనలయందణఁగినవై మిగుల గొప్పలగుచు నగ్గిబొబ్బలవలె నా మొగ్గలగుంపులు పుట్టెను.

మ. సుడి నాభిచ్ఛలన న్సరోజములు చక్షుఃప్రక్రియన్నాఁచు క్రొ
మ్ముడి దంభంబునఁ జక్రఫేనపటలంబు ల్చన్నులు న్నవ్వుగా
నడరంజేసి నిదాఘభీతి సలిలం బాగామిబీజార్థమై
కడవం బెట్టినవారిదేవతల నాఁ గాంతాళి యొప్పు న్ప్రపన్. 57

టీ. సుడి...లనన్ - సుడి = నీళ్లసుడి, నాభిచ్ఛలనన్ = బొడ్డులనియెడివ్యాజముచేతను, సరోజములు=పద్మములు, చక్షుఃప్రక్రియన్=నేత్రములరీతిచేతను, నాఁచు=ప్రాఁచి, క్రొమ్ముడిదంభంబునన్=కొప్పనువ్యాజముచేతను, చక్ర...ల్-చక్ర=చక్రవాకములయొక్కయు, ఫేన=నురుఁగుయొక్కయు, పటలంబుల్=సమూహము లు, (క్రమముగా) చన్నులు=చనుదోయి, నవ్వుగాన్=మందహాసమునుగా, అడరంజేసి=అమరునట్లుచేసి, నిదాఘభీతిన్=గ్రీష్మమువలనిభయముచేత, ఆగామి=ముందటికి, బీజార్థమై=విత్తనముకొఱకై, సలిలంబు=జలమును, కడవన్=కుండలోన్, పెట్టిన=ఉనిచినట్టి, వారిదేవతలనాన్=ఉదకాధిదేవతలో యనునటుల, ప్రపన్ = చలిపందిళ్ల యందు, కాంతాళి=స్త్రీసమూహము, ఒప్పున్=పొల్పగును.

తా. జలదేవతాలక్షణములు స్త్రీలయవయవములకుఁ జెప్పంబడెను గానఁ జలిపందిళ్లయందు నీళ్లుపోయుచున్న స్త్రీలు గ్రీష్మమునందు సకలము నష్టమగునని భయపడి ముందటివిత్తనముకొఱకు నీళ్లుకడవల నించికొని తమయందుఁ గలవస్తువులను నంగములుగాఁ జేసికొనియుండెడి వారిదేవతలో యనునటులఁ బ్రకాశించుచుండును.

సీ. సెగ కుల్కి మఱుఁగుఁజొచ్చినజహ్నుఁరవిజల,
సరణి మల్లెలతోడి జడలు మెఱయ
వలిచన్నుకొమరుమ్రుచ్చిలినదిమ్మనుతెఱం,
గున ముంచుగరిగకాఁగులమునుంగ
ధారలోఁ దోఁచు కందళుకులు వాసితో,
త్పలపత్త్రిపతనసంభ్రాంతి నొసఁగ
దెలిమోముపస మెచ్చి తలయూఁచు టెఱఁగి మా,
నక నవ్వనేర్పు డెందముల గరఁప
తే. దెఱవ లిటు నీరువోయుపందిరియచేరి
యవలఁ గొఱగాక పిచ్చుగుంపై యనంగుఁ
డనువుఁగొనఁ జొచ్చెఁ గల్లగుట్టమర వారి
కథ్వగులు లాఁచియిడువిడియములపేర. 58

టీ. సెగకు=గ్రీష్మమునకు, ఉల్కి=భయపడి, మఱుఁగు...జొన్-మఱుఁగు

జొచ్చిన, జహ్నురవిజలసరణిక్=గంగాయమునలరీతిని, మల్లెలతోడిజడలు=గంగవలె మల్లెలు, యమునవలెజడలు, మెఱయన్=ఒప్పఁగా, వలిచన్నుకొమరు=వట్రువలైనతమ స్తనముల సౌందర్యమును, ప్రముచ్చిలినది=హరించినది, ఇమ్మనుతెఱంగునన్=అది మరల నిమ్మనుకరణిని,ముంచు=మునుంగఁజేయునట్టి,గరిగ=కడవముంత,కౌఁగులమునుంగన్= నీళ్లకౌఁగులలోమునుఁగఁగా,ధారలోన్=పథికులకుఁబోయు నీటిధారలో, తోఁచు... లు-తోఁచు=ప్రతిఫలించిన, కన్గవలు=నేత్రప్రభలు, వాసి...తిన్-వాసిత=వాసింపు చున్న, ఉత్పలపత్తి=కలువఱేకులయొక్క, పతన=పడుచున్నవనియెడి, సంభ్రాంతిన్=భ్రమను, ఒసఁగన్=కలుగఁజేయఁగా, తెలిమోముపస=ఆస్త్రీలముఖసౌందర్యము ను (నీరుఁద్రాగుచున్నవారు సూచి), మెచ్చి=ఆనందించి, తలయూఁచు టెఱిఁగి= వారియభిప్రాయముఁగని, మానక=నీరుపోయుట చాలింపక, నవ్వునేర్పు=నవ్వేడు చమత్కారము, డెందములన్=పథికులమనంబులను, కరఁపన్=కరఁగింపఁగా, తెఱవలు=స్త్రీలు, ఇటు=ఇట్లు, నీరుపోయుపందిరియచేరి=నీళ్లుపోయుచుండెడిపందిటిఁబ్రవేశించి, అవలన్=మఱియొకతావునకు, కొఱగాక=పనికిరాక, పిచ్చుగుంటై=పంగువై, అనంగుఁడు=మన్మథుఁడు, కల్లగుట్టమర=అబద్ధముగనఁబడకుండ, వారికిన్=ఆస్త్రీలకు, అర్వగులు=తెరువర్లు, బాఁచియిడు=ప్రీతితోనిచ్చునట్టి, విడియములపేరన్=తాంబూలములనువ్యాజముచేతను, అనువుగొనన్=సుంకముఁదీసికొనుటకు, చొచ్చెన్=ప్రవేశించెను.

తా. మల్లెపూదండలు గలకొప్పులు గంగాయమునలు రెండును సెండకువెఱచి స్త్రీలమఱుఁగుఁ జొచ్చెనో యనునటుల నొప్పెననియు, నీళ్లకౌఁగులలో ముంచెడి ముంతలు మానక్కదనమును మీరుదొంగిలినారు గాన మరల నిమ్మని చన్నులకడవల లోఁజొచ్చి బాధించునట్లుండెననియు, నీళ్లుపోయఁగ నాధారయందుఁ గనుపించుచున్న కన్నులకాంతులు పరిమళమునకుఁగాఁ గట్టినకలువలో యనునట్లుండెననియు,పథికు లా స్త్రీలముఖ సౌందర్యముఁజూచి తలయూఁచఁగా వాచారఁబట్టి నీళ్లుత్రాఁగుచుఁ జాలు నని యూఁచినట్లూహింపక మానక నీళ్లుపోయుచు నవ్వేడునేర్పుపథికులమనంబులఁ గర గింపఁగ స్త్రీలకుఁ బాంథులు మంచితనమునకై యిచ్చువిడియములు పిచ్చుకుంటై మఱియొకచోటికిఁ బోక పడియున్న మన్మథుఁడు తీసికొను సుంకమువలె నుండెను.

చ. తొడిబడ నమ్మ యక్క యని • తూలుచు దీనత దోయిలొగ్గుచున్
వడ మఱి తేఁదేర నల•వాక్యము లెన్నక మోము గుబ్బలున్
గడకొనురక్త*దీధితు లెఁగాదిగఁ గన్గొనుచిట్టకంపుఁద్రాఁ
గుడుఁ గని సన్నల న్నగిరి • కొందఱు పాంథుఁ బ్రపాప్రపాలికల్.59

---

* దీప్తులు సె.

టీ. తోడిబడన్ = దాహత్వరచేతనైనతొట్రుపాటుచేత, తూలుచున్ = తూఁగాడుచు, అమ్మ, అక్క, అని = అనుచు, దీనతన్ = దైన్యముతో, దోయిలొగ్గుచున్ = దోసిలిపట్టుచు, నడమతిఁ దేరన్ = నీళ్లు ద్రాగుటచే నట్టి నట్టి దీరఁగా, అలవాక్యములు = మునుపన్న మాటలను, ఎన్నక = విచారింపక, మోముగుబ్బలన్ = ముఖములను స్తనములను, కడ...ధతులన్ - కడకొను = బయలొఱసిన, కక్షసీధతులన్ = చంకలమెఱపులను, ఎగాదిగన్ = పైనిఁ గ్రిందను, కన్గొను = చూచుచున్నట్ట, చిట్టకంపుఁ దాౘఁగుడు = చేష్టలుగలతాౘఁగుటను, చిట్టకము, కపటమనియునర్థముగలదు. కని = చూచి, పాంథున్ = పథికుని, సన్నలన్ = సంజ్ఞచేతను, కొందలు - కొందలైన, ప్రపా ప్రపాలికలు = చలిపందిటియందు నీళ్ళుపోయుచున్న స్త్రీలు, నగిరి = నవ్విరి.

తా. తొలుత నమ్మ యక్క యనుచు దీనభావముతో వచ్చి దాహత్వరచేఁ దూలుచు దోసిళ్లయందు నీళ్లుపోయఁగఁ ద్రాఁగి బడలిక దీరఁగా మునుపటిమాటల విచారింపక నీళ్ళుపోయు స్త్రీలయొక్క కన్నులు, మోములు, స్తనములు, చంకలు, వీని నెగాదిగఁ జూచి వికారముతోఁ ద్రాఁగుచున్న పథికునింగని యాస్త్రీలు సైగతో నవ్విరనియు, పాంథుఁడు కాముకుఁడనియు, తొట్రుపాటుచేతఁ దొలుత నమ్మ యక్క యని వచించెను.

తే. ఎసఁగు కట్టావిక్రియ నావి • రెగయఁ బగటి
యెండ యుడుకాఱకుండ భూ • మండలమునఁ
బొలిచె మాపటిపండువె • న్నెల చకోర
పోతవితతికి జాఁపట్టు • వోసినట్టు. 60

టీ. ఎసఁగు = పెనముమీఁదఁ బిండిఁబోయఁగఁ జుట్టు నెగసినట్టి, కట్టావిక్రియన్ = కట్టవలె లేచెడియావిరిఫొగవలెను, ఆవి రెగయన్ = ఆవిరి యెగురుచుండఁగా, పగటియెండ, ఉడుకాఱకుండన్ = చల్లాఱకుండఁగ, భూమండలమునన్ = కాలిన పెనమువంటిభూమండలమున, మాపటిపండువెన్నెల = రాత్రిముదురువెన్నెల, చకోరపోతవితతికిన్ = చకోరపుఁబిల్లలగుంపులకు, జాఁపట్టు = పలుచనిదోసెలను, పోసినట్టు = పోసినట్టువలె, పొలిచెన్ = ఒప్పెను.

తా. పెనముమీఁద బిండిఁబోయఁగ నెగసినయావిరి,పొగవంటియావిరవలె నెగయఁగాఁ బవటయెండ యుడుకాఱకుండెనుగానఁ గాలినపెనమువలెనున్న భూమండలమునందు రాత్రి ముదురు వెన్నెల చకోరపుఁబిల్లలగుంపులకుఁ బలుచని దోసలను బోసినట్లొప్పుచుండెను.

సీ. పవలెల్ల దీర్ఘికాం • బువుచల్లుపోరాడ,
సొలసి మృణాలికో • జ్జ్వలము లైన

బాహువు ల్తమదుకూర్పరముల కెదురుగా,
    మలఁచి మూఁపులఁ గరతలము లునిచి
ప్రాల్మాలి మిగుల నార్పమిఁ గమ్ము క్రొమ్ముడిఁ,
    దని మొగ్గవిరవాదిదండవిరియ
ధాతగంధామోదశీతల స్తనములు,
    వొందఁ గౌఁగిళ్లతో బోరగిల్లి
తే. నారికేళాసవపుఁదీపుటూరుపొలయ
    వలిపెయొంటొల్లెతో నురస్థ్సలులఁగూర్కు
    ప్రియలవేకువఁ దొడ లెచ్చరించి కలసి
    రెలమి ధన్యులు దఱిపివెన్నెలబయళ్ళ. 61

టీ. పవలెల్లన్ = పగటివేళలనెల్లను, 'క్వచిద్గకారలోపః' యనుసూత్రమున గవర్ణమునకు నవర్ణము. దీర్ఘి...డన్-దీర్ఘికా=డిగ్గియలయొక్క, అంబువు=నీళ్లచేతను, చల్లపోడన్=చల్లులాడఁగా, సొలసి=అలసి, మృణా...లైన-మృణాళికా=తమ్మితూఁడులవలెను, ఉజ్జ్వలములైన=ప్రకాశించునట్టి, బాహువుల్=భుజములు, తమ...కున్-తమదు=తమయొక్క, కూర్పరములకున్ = మోఁచేతులకు, ఎదురుగాన్, మలఁచి=మరలించి, మూఁపులన్=భుజములపై, కరతలములు=అఱచేతులను, ఉనిచి=ఇడికొని, ప్రాల్మాలి=బద్ధగించి, మిగులన్=మిక్కిలి, ఆర్పమిన్ = ఆర్పకుండుటచేత, కమ్ము క్రొమ్ముడిన్=వ్యాపించుచున్నకొప్పునందు, తని...డ-తని=క్రొత్తలగు, మొగ్గ=మొగ్గలచెలఁగిట్టిన, విరవాదిదండ=మల్లెపువ్వులదండ, విరియన్=వికసింపఁగా, ధాత...లు-ధాత=కడుగఁబడిన, గంధామోద=చందనపువాసనగలిగి, శీతల=చల్లనైన, స్తనములు=చన్నులు, పొందన్=స్పృశించినటుల, కౌఁగిళ్లతోన్ = ఆలింగనములతోడ, బోరగిల్లి, నారికేళాసవపు=నారికేళమద్యమయమగు, తీపుటూరుపొలయన్=తీపుగలనిట్టూర్పు వడలఁగను, వలిపె=సన్నమైన, ఒంటొల్లెతో=ఏకవస్త్రముతోను, ఉరస్థ్సలులఁగూర్కు=ఱొమ్ములపైనిద్రించుచున్న, ప్రియలన్=ఇష్టులగు స్వస్త్రీలను, వేకువన్=వేకువ జాములయందు, తొడలు=ఊరువులను, ఎచ్చరించి=కదలించి, తఱిపివెన్నెల బయళ్లన్=పండువెన్నెలగల బయళ్లను, ఎలమిన్ = సంతోషముచేత, ధన్యులు=భాగ్యవంతులు, కలసిరి=రమించిరి. తఱిపివెన్నెల యనుపదమునకు లక్షణచేత బండువెన్నెల యనునర్థము సిద్ధించును.

తా. వేఁడిమిగలిగియుండుటచేతఁ బగళ్లెల్లను నడబావులయందు జలక్రీడలుసేసి తూఁడులవలెఁ బ్రకాశించుచున్న హస్తములఁ దమమోఁచేతులకెదురుగ మరలించి భుజములపైఁ జేతుల నుంచికొని ప్రాల్మాలి తడిబోవున ట్లార్పఁబడమి వాసించుచున్నకొప్పు

నందున్న క్రొత్తలగు విరవాది మొగ్గలు వికసింపఁగా కడుగఁబడిన శ్రీగంధపువాసనగలిగి చల్లనైన స్తనములు దాఁకుచుండున ట్లాలింగనముతో బోరగిల్లి పానము సేసిన నారికేళాసవముచేతఁ దీపుగలనిట్టూర్పు వెడలఁగా సన్ననైన యొంటివస్త్రముతోఁ దమబొమ్మలపై నిద్రించుచున్న ప్రియురాండ్రను వేఁకువజాములయందుఁ దొడలసంజ్ఞచేత లేపి పండువెన్నెల బయళ్లను వారితో భాగ్యవంతు లగుపురుషులు రమించుచుందురు.

చ. హృదయము లెప్పుడు న్గదియ • కే తఱచౌ వెడకౌఁగిలింతలన్
గదిరెడు మేలుకార్యములఁ • గల్గక మాటలయందె కల్గుప
స్సదురులు వట్టిశైత్యములు • చాలఘనంబయి మండువేసవిన్
బొదలఁగ నిల్చె దంపతుల • పొందు లనార్యులపొందుకై వడిన్. 62

టీ. మండువేసవిన్=గ్రీష్మమందు, దంపతులపొందులు — సతీపతుల సంపర్కములు, అనార్యులపొందుకైవడిన్=దుర్జనులకూటమివలె, హృదయములు — రొమ్ములు, ఎప్పుడున్=ఎప్పటికిని, కదియకే=సోఁకకయే (దుష్టపక్షమున నంటక), తఱచౌ=మెండైన, వెడకౌఁగిలింతలన్=వెట్టికౌఁగిలింతలను, మనస్సంగము లేక యని యర్థాంతరము. గదిరెడు=ప్రాప్తమైన, మేలుకార్యములన్=రతిక్రియలయందు, కల్గక=లేక, మాటలయందె=ఒకప్రయోజనము లేక మాటలనేర్పునందే, కల్గు = కలుగుచున్నట్టి, పస్సదురులు=గొప్ప చాతుర్యములు, పెద్దబిచ్చలని యర్థాంతరము. వట్టిశైత్యములు — వట్టి చల్లఁదనములు (క్రియలచేత లేవనుట), చాలఘనంబయి—మిగుల గొప్పదై, పొదలఁగన్=పొందునట్లుగా, నిల్చెన్=ఉండెను.

తా. గ్రీష్మమందు సతీపతుల సంపర్కములు దుర్జనులకూటమివలె నెప్పటికిని మనస్సంగము లేక మెండైన వట్టికౌఁగిలింతలచేత ప్రాప్తమైన రతిక్రియలయందు లేక మాటలయందుఁ గల్గు చాతుర్యములచేతను చల్లదనముచేతను మిగుల గొప్పదై పొందునట్లుండబలె నుండెను.

ఉ. తీలగు కంతువెంబడిన • తెమ్మెఱలు స్రవిదీప్తికల్కిఁ పా
తాళముఁ బట్టుచుండఁ దమ • తావులు ముచ్చిలఁ బట్టి రోషధీ
పాలున కొప్పగించె ననఁ • బై సురభిశ్వసనంబు నించెఁ గాం
తాలసవక్త్రసీమ విటు • లార్చు నుశీరపుఁదాళవృంతముల్. 63

టీ. విటులు=పల్లవులు, కాంతా...మన్ — కాంతా—స్త్రీలయొక్క, అలస—బడలినట్టి, వక్త్ర=ముఖముయొక్క, సీమన్—ప్రదేశమునందు, ఆర్చు...ల్ — ఆర్చు—విసరునట్టి, ఉశీరపుఁదాళవృంతముల్=వట్టివేళ్లవిసనకఱ్ఱలు, తీలగు—బలహీనుఁడైనట్టి, కంతువెంబడిన=మన్మథుని వెంటనే, తెమ్మెఱలున్—శీతవాయువులును, రవిదీప్తికల్కి—సూర్యప్రతాపమునకు వెఱచి, పాతాళముఁ బట్టుచుండన్—పాతాళలోకముఁ జేరఁ

బోవుచుండఁగా, తమ తావులు = తమవాసనలను, ప్రుచ్చిలన్ = అపహరింపఁగా, పట్టి=పట్టుకొని, ఓషధీపాలునకున్ = చంద్రునికి, ఒప్పగించెననన్ = అప్పగించెనను నటుల, పైన్ = ముఖముమీఁద, సురభి = వాసించుచున్న, శ్వసనంబు = గాలిని, నించెన్=నిండించెను.

తా. గ్రీష్మమందు బలహీనుఁడై బాతాళమునకు వెళ్లుచున్న మన్మథుని వెన్నంటి సూర్యదీప్తికి వెఱచి వలసపోవుచున్న వాయువులను, దమవాసనల దొంగిలికొని పోవుచున్నవని పట్టి తామోషధులు గనుకఁ దమకుఁ బ్రభువైన చంద్రునికి నొప్పగించెనో యనునటుల విటులు స్త్రీలముఖములయందలి చెమటాఱవిసరెడు వట్టివేళ్లవిసనకఱ్ఱ లొప్పుచుండెననియు, నప్పగించిన సురభిశ్వసనము మలయమారుతము. స్త్రీల ముఖములు చంద్రుఁడు. వాయువు దొంగ యనియును భావము.

చ. సమసి కథావశిష్టమగు • చందనశైలసమీరణంబుఁ గృ
త్రిమగతి నింద్రజాలమునఁ • దేఁ దొడఁగె న్భువిఁ దాళవృంతజా
లము లది మాయయాటకుఁ ద•లంప దదీయమయూరపింఛికా
భ్రమణమె సాక్షిగాదె నగ•రంబున నట్టికడింది వేసవిన్. 64

టీ. సమసి = నష్టమై, కథా...బున్ - కథావశిష్టమగు = కథామాత్రమందు మిగులునట్టి, చందనశైలసమీరణంబున్ - చందనశైల = మలయపర్వతమునందలి, సమీరణంబున్=మందమారుతమును, భువిన్=భూమియందు, తాళ...లు - తాళవృంత=విసనకఱ్ఱలయొక్క, జాలములు=సమూహములు, ఇంద్రజాలమునన్=ఇంద్రజాలవిద్యచేత, కృత్రిమగతిన్ = మాయచేతను, ని. 'వ్యజనం తాలవృంతకం, చక్రం జాతంచజాలకి'మ్మనియు నపరము. తేఁదొడఁగెన్=తెచ్చుట కారంభించెను, అది= ఆవాయువులఁ దెచ్చునది, మాయయాటకున్ = కపటమాటకు, తలంపఁగన్ = విచారింపఁగా, తదీయ...మె - తదీయ = ఆతాళవృంతసంబంధియైన, మయూరపింఛికాభ్రమణమె - మయూర=నెమలియొక్క, పింఛికా = పింఛముయొక్క, భ్రమణమె= తిరుగటయె, నగరంబునన్=పట్టణమునందు, అట్టి=అటువంటి, కడింది వేసవిన్=కఠినమగుగ్రీష్మమందు, సాక్షి గాదె=గుఱుతు గాదా.

తా. మిగుల కఠినమగు గ్రీష్మమందు మలయమారుతము నష్టమైపోఁగా దానిని మాయతో గారడివిద్యచేత విసనకఱ్ఱలు దెచ్చెననియు, నది గారడమగుటకుఁ దాళవృంతముల చుట్టును కొనలయందున్న నెమలిపింఛికయె సాక్షియనియు, దాఁగను పింపకయుండి యిట్టివిద్యను జేసెననియును భావము. ఐంద్రజాలికునకు నెమలిపింఛము కావలయు ననుటకుఁ బ్రయోగము. శ్లో. 'భ్రామయన్ బర్హిబర్హాణి మోహయన్ జంతుసంతతిం, విస్మాపయన్ సభాః కశ్చి దాయయా వైంద్రజాలికః' అని.

తే. అట్టివేసవి బెడిదంపు • వెట్టకతన
హస్తము సెమర్ప సారెకు • లస్తకంబు
దుసికిలఁగఁగాదె సవరింప • వసముగాక
పుష్పబాణుని చెఱకువి • ల్పుడమిఁ బడియె. 65

టీ. అట్టివేసవిన్=అట్టిగ్రీష్మమందు, బెడిదంపువెట్టకతనన్ = కఠినమగువెట్ట చేతను, హస్తము=పాణి, చెమర్పన్=చెమటఁబోయఁగా, సారెకున్=పలుమాఱు ను, లస్తకంబు=ధనుర్మధ్యము, ని. 'లస్తకస్తుధనుర్మధ్య'మ్మని నిఘంటువు. దుసికిలఁగఁ గాదె=పిడికిటనుండక జాఱిపోవఁగఁగదా, సవరింపన్=చక్కఁజేయుటకు, వసము గా క=వశముగాక, పుష్ప...ల్ - పుష్పబాణుని=మన్మథునియొక్క, చెఱకువిల్=ఇక్షు ధనువు, పుడమిన్=భూమియందు, పడియెన్=పతనమాయెను.

తా. అనఁగా నది భూమియందుఁ జెఱకుపండెడుకాల మనుట.

మ. తరుణుల్ దల్లియొఱన్ గుచంబు లునుపం • దచ్ఛైత్యముల్ దీముల్లై
పెరరేఁపం జనుదెంచెఁగాక రవిదీ • ప్తిం గ్రుంక పాతాళగ
హ్వరముం దూఱినవాని నీయదుకుత్రా • ళ్లా తెచ్చు నా దీర్ఘత
చ్చిరకృష్టింగనునట్టిశైత్య మలరిం • చె న్నూతులం దత్తఱిన్. 66

టీ. తరుణులు=యువతులు, తల్లియొఱన్ = నూతులకుఁ గట్టియున్న పెద్దయొర మీఁదను, కుచంబులునుపన్=నీళ్లుజేఁదునప్పుడు స్తనములానింపఁగా, తచ్ఛైత్యముల్- తత్=ఆకుచములయొక్క, శైత్యముల్=చలువలు, దీముల్లై=పాటిగువ్వలై, (పాటి గువ్వయనఁగా స్వజాతిపక్షుల నాకర్షించుటకుఁ బెంపఁబడినపక్షి. ఇచట శైత్యమున కాకర్షకంబులై యనుట), పెరరేఁపన్=ప్రేరేపింపఁగా, జనుదెంచెఁగాక - శైత్యము వచ్చెఁగాక, అట్లుగాకుండెనేని, రవిదీప్తిన్=సూర్యప్రతాపముచేతను, క్రుంగన్=క్రుంగి, పాతాళగహ్వరమున్ = పాతాళబిలమును, ని. 'దేవఖాతబిలేగుహా, గహ్వర'మ్మని యమరము. దూఱినవానిన్=చొచ్చినయుదక శైత్యములను, ఈయదుకుత్రాళ్లా = ఈ ముళ్లువేసినత్రాడులా, తెచ్చున్=తేఁగలవు, నాన్=అనఁగా, దీర్ఘ...ష్టిన్ -దీర్ఘ= పొడవైన, తత్=ఆత్రాళ్లయొక్క, చిర=తడవైన, కృష్టిన్=చేఁదుటచేతను, కనునట్టి శైత్యములు = పొందునట్టిచల్లఁదనములు, అత్తఱిన్=ఆగ్రీష్మమున, నూతులందున్= చేఁదుడుబావులయందు, అలరించెన్=సంతోషపెట్టెను.

తా. శ్లో. 'కూపోదకం వటచ్ఛాయా తాంబూలం తరుణీకుచౌ, శీతకాలేభవే దుష్ణ ముష్ణకాలేతు శీతల'మ్మను న్యాయముంబట్టి బావులయందు నీళ్లు చేఁదెడి తరుణుల యొక్క కుచములు తల్లియొఱమోఁపఁగ నాకుచశైత్యములు పాటిగువ్వలై సూర్యకిరణ ములకు వెఱచి పాతాళము దూఱుకొనియున్న శైత్యమును రేఁపఁగాఁ జనుదెంచెఁగాని

యీముళ్ళువేసిన త్రాళ్లు తెమ్చునా యనునట్లు నూతులయందున్న నీళ్లచల్లఁదన మట్టి గ్రీష్మమునందు మిగుల సంతోషముపెట్టె నని తాత్పర్యము. నూతులలోనీళ్ళు పాతాళమునంటె నని భావము.

మ. స్వనిదానోగ్రనిదాఘవైఖరిన యూష్మన్మల్లికల్ కామినీ
కనదానీలకచాగ్రపఙ్క్తి నెఱియల్గాఁ బాపఁగాఁ బాటల
ల్ఘనతం దేనియసోనఁ గూర్చునది యాఁగా నాభియు న్నిర్విషం
బును దోఁబుట్టువు లయ్యు వేర్పడ గుణంబు ల్చూపఁగాఁ జూడమే.

టీ. స్వని ..న - స్వ=తమకు, నిదాన = కారణమైనట్టి, నిదాఘవైఖరిన = వేసవివలెనే, మల్లికల్=మల్లెలు, ఊష్మన్=వేఁడిమిచేత, కామినీ...న్ - కామినీ=స్త్రీలయొక్క, కనత్=ఒప్పుచున్నట్టి, ఆనీల=సర్వమునల్లనైన, కచాగ్రపఙ్క్తిన్=తలవెండ్రుకలకొసలను, నెఱియల్గాన్ = పగిలి బ్రద్దలగునట్లుగా, పాపఁగాన్ = పాయఁజేయఁగా, పాటలల్ = కలిగొట్టుపుష్పములు, 'పుష్పేఽక్లీబేపిపాటలా' అని యమరము. ఘనతన్=అధికముగునట్లుగా, తేనియసోనన్ = మధుస్రవముచేతను, కూర్చున్=ఆకచాగ్రపుబ్రద్దలనుమరలఁగలియునట్లు చేయును, అదియాఁగా=ఒకఋతువునందుఁబుట్టినద్వివిధంబులగు పుష్పములకు విరుద్ధముగనుండు రెండుగుణము లెట్లుగల్గు ననఁగాయుక్తిం జే, నాభియు=విషము, నిర్విషంబును=అమృతమును, తోఁబుట్టువులయ్యున్, గుణంబులు=నైజగుణంబులను, వేర్పడన్=వేఱుపడునట్లు, చూపఁగాన్=అగపఱుపఁగను, చూడమె= చూడలేదా (చూచితిమనుట).

తా. గ్రీష్మమున మల్లెలు పాదిరిపువ్వులును మెండుగనుండుటవలన మల్లెలు ధరియింపఁగా నవి విచ్చుటవలన స్త్రీలతలవెండ్రుకలు వసులుననియు పాదిరిపువ్వులధరియింపఁగా నందున్న దేనెసోనచేత విచ్చియున్నకచాగ్రములు మరలఁ గదిసియుండునని యు తోఁబుట్టువులైనను భిన్నగుణంబులు గల్గియున్న విషామృతములంబలె మల్లెలు పాదిరపువ్వులు నొకఋతువునందుఁ బుట్టినవైనను భిన్నగుణంబులను బ్రకాశింపఁ జేయుచుండెను.

శా. తారుణ్యాతిగచూతనూత్నఫలయుక్తైలాభిఘారస్వన
ద్ధారాధూపితశుష్యదంబుహృతమాంత్స్యచ్ఛేదపాకోద్గతో
ద్గారంపుంగన రార్చు భోగులకు సంధ్యావేళలం గేళికాం
తారాభ్యంతరవాలుకాస్థితహిమాంతర్నారికేళాంబువుల్. 68

టీ. కేళి...ల్ - కేళికాంతార=శృంగారవనములయొక్క, అభ్యంతర=నడుమనున్న, వాలుకా=ఇసుకయందు, స్థిత=ఉంచఁబడిన, హిమాంతః=అంతశ్శీతముగల,

నారికేళాంబువుల్ =టెంకాయనీళ్లు, తారుణ్యా...రు-తారుణ్య=తరుణత్వమును, అతిగ=అతిక్రమించిన, చూత=మామిడిచెట్లయొక్క, నూత్న ఫల=దోరపండ్లతోడను, యుక్=కూడినట్టి, తైల=నూనెయొక్క, అభిఘార=తిరుగఁబోఁతచేతను, స్వనత్=ధ్వనించుచున్నట్టి, ధారా=అవిచ్ఛిన్నముగ, ధూపిత=పొగపఁబడినట్టి, శుష్యత్=శోషించుచున్న, అంబు=ఉదకముగలప్రదేశమువలన, హృత=తేఁబడినట్టి, మాత్స్య=మత్స్యసంబంధియగు, ఛేద=శకలములయొక్క, పాక=జీర్ణకాలమందు, ఉద్గత=ఊర్ధ్వముగవెళ్లివచ్చునట్టి, ఉద్గారంబు=త్రేఁపులయొక్క, కనరు = కనరువాసనను, భోగులకున్ = భోగానుభవశాలురకు, సంధ్యావేళలన్ = సంధ్యాకాలములందు, అర్పున్=అణఁచును.

తా. అనఁగా నాగ్రీష్మకాలమందు భోగపరులయిన పురుషులు మామిడికాయలతో వండుచున్న నూనెవలన గమ్మనునట్లు దిరుగఁబోసినచేఁపలతో భోజనముఁజేసిన త్రేఁపులు విడువఁగ నది కనరుగనుండును గాన నాకనరు మట్టుపడుటకుఁగా శృంగారవనములయందలి యిసుకలో స్థాపించియుండుటవలన నతిశీతలమగు టెంకాయనీళ్లను సంధ్యాకాలములయందుఁ ద్రాఁగుచుందురు.

క. గ్రామగ్రామంబున నొక
సామంతున కిడినచలువ • చప్పరములు * త
ఱచై మేదినిఁ గుంపటిలోఁ
దామరలుంబోలె నట్టె • తటి నొప్పారెన్. 69

టీ. గ్రామగ్రామంబునన్=ఊరూరనున్న, ఒకసామంతునకున్ = ఒక్కొకదొరకుఁగా, ఇడిన = దట్టముగ వేసిన, చలువచప్పరములు = చలువపందిళ్లు, తఱచై=మెండై, (తన్పై యనుపాఠమందుఁ దనియఁజేయునవియై యనియర్థము.) అట్టెతటిన్ =ఆవేసవియందు, మేదినిన్ =పుడమియందు, కుంపటిలోన్ = కుంపటిలోనున్న, తామరలుంబోలె=కమలములవలెను, ఒప్పారెన్=ఒప్పెను.

తా. ప్రతిగ్రామమునందుండెడి దొరలకుఁగా వేసిన యనేకములగు చలువపందిళ్లు మెండై యాగ్రీష్మకాలమందు భూమిలోఁ గుంపటియందుఁ దామరలు మొలిచినరీతి నుండెను.

తే. తోఁటఁ బగ లుండి మల్లెలు • దుఱిమి కావు
లమర మాపైన నిత్తుయం • త్రముల నొయ్యఁ
జేరుప్రజ వొల్చె భావివృ • ష్టికిని గ్రుడ్డు
తో మధురిమేచ్ఛ డిగునెఱ్ఱ • చీమ లనఁగ. 70

* తన్పై.

టీ. తోఁటన్ = తోఁటయందు, పగలుండి = పవలెల్లనుండి, మాపైనన్ = ప్రొద్దుగ్రుంకఁగా, మల్లెలు ముడిచి = మల్లెపువ్వులు శిరంబున ముడుచుకొని, కావులమరన్ = చంద్రకావివస్త్రములు ధరియించి, ఇక్షుయంత్రములకున్ = చెఱకుగానిగెల సమీపమునకు, ఒయ్యఁజేరు = మెల్లగఁ బ్రవేశించుచున్న, ప్రజ = జనము, భావివృష్టికిన్ = ముందుగాఁగల వర్షమునకు, గ్రుడ్డుతోన్ = గ్రుడ్డు మోచికొని, మధురిమేచ్ఛన్ = తీపుమీఁది కాంక్షచేతను, డిగు = దిగివచ్చునట్టి, ఎఱ్ఱచీమలనఁగన్ = రక్తపిపీలికలనునట్లు, పొల్చెన్ = ఒప్పెను.

తా. పగలెల్లను దోఁటలలోనుండి యస్తమింపఁగ మల్లెపువ్వులను శిరంబుల ధరియించుకొని చెఱకుగానిగెల సమీపములను మెల్లగఁజేరుచున్న ప్రజలఁ జూడఁగా ముందువర్షమునకు సూచకంబై గ్రుడ్డుతోఁగూడఁ దీపువస్తువులమీఁదియాశచేత దిగి వచ్చుచున్న యెఱ్ఱచీమలో యనునటుల నొప్పుచుండెను.

క. అప్పెను వేసవి విభవము
విప్పుగఁ దన్నగరనికట • వృషగిరి హరికిం
దెప్పతిరుణాళ్ళ రా ముద
మొప్పన్పరదేశవిప్రుఁ • డొక్కఁడు భక్తిన్. 71

టీ. అప్పెను వేసవిన్ = ఆగ్రీష్మమందు, విభవము = వైభవము, విప్పుగన్ = విస్తరింపఁగాను, తన్న...కిన్ - తన్నగర = ఆమధురయొక్క, నికట = సమీపమందలి, వృషగిరిహరికిన్ = అళఘురియందుండు సుందరబాహుస్వామికి, తెప్పతిరుణాళ్ల = ఉడుపోత్సవము, రాన్ = రాఁగా, భక్తిన్ = ప్రియభక్తిచేతను, ముదమొప్పన్ = సంతసము పొల్చునటుల, ఒక్కఁడు = ఏకాకియైనట్టి, పరదేశవిప్రుఁడు = పరదేశమందలి బ్రాహ్మణుఁడు.

తా. సుగమము.

క. సేవించి పోవుతఱి మధు
రావిభవముఁ జూడ వచ్చి • శ్రాంతిమెయి న్మా
పా వైఘునీటఁ గృతసం
ధ్యావిధి యై నృపపురోహి • తావాసమునన్. 72

టీ. సేవించి = భజించి, పోవుతఱిన్ = పోవునపుడు, మధురావిభవము = మధురాపట్టణపుశృంగారమును, చూడవచ్చి = కన్గొనుటకువచ్చి, శ్రాంతిమెయిన్ = బడలికచేతను, మాపు = సాయంకాలమునందు, ఆ వైఘునీటన్ = ప్రసిద్ధంబగు నావైఘయను నదీతీర్థంబులందు, కృత...విధియై - కృత = చేయఁబడిన, సంధ్యావిధియై = సంధ్యా

నుష్ఠానముగలవాఁడై, నృపపురోహితావాసమునన్ = రాజపురోహితునిగృహముం జేరి యందు.

తా. ఆ విప్రుఁడు సుందరబాహుస్వామిని సేవించిపోవు సమయమున నామధురాపురవైభవంబులఁ జూడ నిచ్ఛగలవాఁడై వచ్చి బహిః సాయంకాలమం దా ప్రసిద్ధంబులగు వైఘయను నదీతీర్థంబులయందు సంధ్యావందనాద్యనుష్ఠానములం బరిసమాప్తి నొందించి రాజపురోహితునియొక్క యిల్లు సొచ్చి యని యభిప్రాయము.

సీ. పరిపక్వసురభిరం•భాఫలంబులతోడ,
దలమెక్కు పనసపెం•డోలలతోడ
ఘృతపిండనిభకర్క•రీఖండములతోడఁ,
బలుదెఱంగుల మావి•పండ్లతోడ
గోస్తనీమృదుగుళు•చ్ఛస్తోమములతోడఁ,
గప్పు దేరిన వడ•పప్పుతోడ
సుమధురస్థూలదా•డిమబీజములతోడఁ,
* దనరారు రసదాడి•గనెలతోడఁ

తే. బానకం బతిథుల కిడఁ• దానుఁ గ్రోలి
యర్చనాదత్తచందన•చర్చఁ దేలి
విరులు సిగఁ దాల్చి కర్పూర•వీటిజబురు
గొట్టుచు ద్విజుండు వెన్నెల•బెట్టుగాయ. 73

టీ. పరి...తోడన్ - పరిపక్వ=క్రమముగఁబక్వమై, సురభి=పరిమళించుచున్న, రంభాఫలంబులతోడన్ = అరఁటిపండ్లతోడను, దలమెక్కు=బలిసియున్న, పనసపెండోలలతోడన్=పనసతొలలతోడను, ఘృత...తోడన్-ఘృతపిండనిభ= నేతికరడులవంటి, కర్కరీఖండములతోడన్ =దోసపండ్ల బద్దలతోడను, ని. 'ఉర్వారుః కర్కరీస్త్రియా' మ్మనియమరము. పలు...తోడన్ -పలుదెఱంగుల=అనేకవిధములయిన, మావిపండ్లతోడన్=చూతఫలంబులతోడను, గోస్తనీ...తోడన్ - గోస్తనీ=ద్రాక్షయొక్క, ని.'మృద్వీకాగోస్తనీద్రాక్షా' యనియమరము. మృదు=కోమలంబులగు, గుళుచ్ఛ=గుత్తులయొక్క, స్తోమంబులతోడన్=సమూహములతోడను, కప్పు దేరినవడపప్పుతోడన్=పొట్టువదలినవడపప్పుతోడను, సుమధుర...తోడన్ - సుమధుర=మిక్కిలి యుఁ దీపై, స్థూల=గొప్పలైయున్న, దాడిమబీజములతోడన్=దానిమ్మగింజలతోను, తన...తోడన్ - తనరారు=ప్రకాశించెడు, (తనుపారు అను పాఠమునఁ ద్యప్తికరములైన

* తనుపారు.

యనియర్థము.) రసదాడిగనెలతోడన్=రసదాడిచెఱకుగడలతుంటలతోను, పానకంబు=పానకమును, అతిథులకున్=అతిథులైనబ్రాహ్మణులకు, ఇడ్డన్=ఆయింటిబ్రాహ్మణుండియ్యఁగా, తాను, క్రోలి=పుచ్చుకొని, అర్చ...న్ - అర్చనా=పూజాకాలమందు, దత్త=ఇయ్యఁబడిన, చందన=శ్రీగంధముయొక్క, చర్చన్=పూఁతచేత, తేలి=తోఁగి, విరులు=పుష్పంబులు, సిగన్=శిఖయందు, తాల్చి=ధరియించి, కర్పూరవీటిజబురుగొట్టుచున్=కర్పూరమతిశయించినవిడియముచే జబురుకొట్టుకొనుచు, వెన్నెలబెట్టుకాయన్=మంచివెన్నెలగాయఁగా, ద్విజుఁడు=అపరదేశబ్రాహ్మణుఁడు.

తా. పండిన యరఁటిపండ్లు బెద్దవిగానున్న పనసతొలలు దోసపండ్ల బ్రద్దలు నేకవిధములైన మామిడిపండ్లు ద్రాక్షగుత్తులు తీపుగలదాడిమువిత్తులు పొడవైనచెఱకుతుంటలు వీనితో నాయింటిబ్రాహ్మణుం డతిథులకుఁ బానకంబిచ్చునెడఁ దానును బానముసేసి తొలుతనిచ్చియున్న చందన మలదిఁకొని పుష్పముల సిగయందు ధరియించి కర్పూరయుక్తంబైన తాంబూలము వేయుచు మంచి వెన్నెలయం దాపరదేశబ్రాహ్మణుం డుండఁగా.

తే. మాత్రసంచి తలాడగా • మార్గవేది
నొక్కఁ డార్యలు గీత లొం•డొకఁడు దాను
భాషితంబులుగాఁ దోడి•బ్రాహ్మణౌఘ
ముబుసుపోకకుఁ జదువఁ బ•రున్న వేళ. 74

టీ. మాత్రసంచి = ఆసిమిసంచిని, తలాడగాన్ = తలగడబిల్లగాఁబెట్టుకొని, మార్గవేదిన్=త్రోవయందున్నయరుఁగుమీఁదను, ఒక్కఁడు = ఒకబ్రాహ్మణుండు, ఆర్యలు=ఆర్యావృత్తములను, ఒండొకఁడు=మఱియొక్కఁడు, గీతలు=గీతలనుశ్లోకములను, తాన్=తాను, సుభాషితంబులుగాన్=నీతిశ్లోకంబులుగా, తోడిబ్రాహ్మణౌఘము=తనతోఁబరుండియున్న బ్రాహ్మణులు, ఉబుసుపోకకున్=ప్రొద్దుపుచ్చుకొనుటకు, చదువన్=పఠింపఁగా, పరున్నవేళన్=పండియున్న సమయమున.

తా. ఆసిమిసంచిఁ దలగడబిళ్ళం జేసికొని మార్గములో నున్న తిన్నెమీఁద నొకఁ డార్యావృత్తములు మఱియొకండు గీతలును, దాను నీతిశ్లోకములు నిట్లు తనతోఁగూడ నున్న బ్రాహ్మణులును బ్రొద్దుఁబుచ్చికొనుటకుఁ బఠింపఁగాఁ బరుండియుండఁగా.

సీ. పన్నీటితోఁ గదం•బముఁజేసి పూసిన,
మృగనాభిపస రాచ•నగరు దెలుపఁ
బాటలానిలము లా•ర్పఁగఁ దపారపుఁజుంగు,
లలరుఁ దావికి మూఁగు • నళుల జోఁప

గర్ణడోలామౌక్తి•కచ్ఛాయ లెగఁబ్రాఁకు,
నురుహారరుచులఁ ద్రి•స్తరికిఁ దన్న
శశికాంతి చెంగావి • దసిలిమించిన కేలి,
స్వర్ణత్సరువువాఁడి•వాలు మెఱయ
తే. మెలఁత యడపముఁ దేఁ జర•న్మేరు వనఁగ
దలవరులు గొంద ఱొలసి ముం•దఱఁ జనంగ
నర్థి రథ్యాంతరాంతఃపు•రాంతరమున
భోగినీసంగతికి రాజు • వోవుచుండి. 75

టీ. పన్నీటితోఁ=పన్నీటితోడను, కదంబముఁజేసి=పరిమళద్రవ్యముల నన్నిటిఁగలిపి, పూసిన...స-పూసిన=అలఁదినట్టి, మృగనాభి=కస్తూరియొక్క, పస=మేలిమి, రాచనగరు=రాజగృహమును, తెలుపన్=కనుపఱుపఁగా, (కస్తూరి రాజులకుఁదక్క సామాన్యులకుఁజిక్కదనుట), పాటలానిలములు-పాటల=కలిగొట్టుపువ్వులయొక్క, అనిలములు=గాడ్పులు, అర్పఁగన్=విసరఁగా, తసారపుఁజుంగులు=తలనుజుట్టియున్న వస్త్రపుఁ జుంగులు, అలరుఁదావికిన్=పుష్పవాసనలకు, మూఁగునళులన్-మూఁగు=చుట్టుకొనునట్టి, అళులన్=తుమ్మెదలను, ప్రోఁపన్=తోలఁగా, కర్ణ...లు-కర్ణ=శ్రోత్రములందు, డోలా=కదలుచున్న, మౌక్తిక=ముత్యములయొక్క, ఛాయలు=కాంతులు, ఎగ...లన్-ఎగఁబ్రాఁకు=పైకెగయుచున్న, ఉరు=అధికమైన, హార=ముత్యాలదండలయొక్క, రుచులన్=కాంతులను, త్రిస్తరికిన్=వనుకకు, తన్నన్=కాలఁద్రోయఁగా, శశి...లు-శశి=చంద్రునియొక్క, కాంతి=కాంతివంటికాంతిగల, చెంగావిదసిలి=చెంగావిరుమాలు, మించిన=మీఱిన, కేలి=చేతఁబట్టిన, స్వర్ణత్సరువు=బంగారుపరుఁజుగల, వాఁడివాలు=తీక్ష్ణఖడ్గము, మెఱయన్=ప్రకాశింపఁగా, మెలఁత=ఒకస్త్రీ, అడపముఁదేన్=అడపంబుఁదేఁగా, చరన్మేరువు=నడగూడుమేరుపర్వతము, అనఁగన్=అనునటుల, తలవరులు=తలారులు, కొందఱు=కాపుగానుండుకొందఱు, ఒలసి=కనిపెట్టి, ముందఱన్=పురోభాగమునందు, చనఁగన్=పోఁగా, అర్థిన్=ఆసక్తిచేతను, రథ్యాంతరాంతఃపురాంతరమునన్-రథ్యాంతర=మార్గమధ్యమందలి, అంతఃపురాంతరమునన్=రంజెనయంతఃపురమువలెనున్నగృహమునందు, భోగినీసంగతికిన్=భోగస్త్రీని భోగించుటకొఱకు, రాజు=పాండ్యుఁడు, పోవుచుండి=వెళ్లుచుండి.

తా. సులభము.

చ. వినిమొ నెల ల్చతుర్ద్వయిని • వృష్టిదినాలికి రాత్రికై దివం
బున జరకై వయస్సునను • బూని పరంబున కప్పు డుద్యమం

బనువుగఁ జేయఁగా వలయు॰నంచుఁ బురోహితధర్మ మాత్మ గీ
ల్కొ౯న నలవిప్రుఁ డాద్విజుల॰లోన సుభాషితము న్పఠింపఁగ౯. 76

టీ. వృష్టిదినాలికి౯ = వర్షాకాలమైన నాలుగుమాసములకు, నెలల్ చతుర్ద్వయినిఁ=తక్కినయెనిమిదినెలయందును, రాత్రికి౯, దివంబుల౯ = పవటియందును, జరకై=ముదిమికై, వయస్సునను, పూని=ఆరంభించి, పరంబునకు౯ = పరలోకమునకు, ఇప్పుడు=ఈశరీరమందే, ఉద్యమంబు=ప్రయత్నము, అనువుగ౯ = లెస్సగా, చేయఁగావలయు౯=చేయవలయును, అంచు౯=అనుచును, పురోహితధర్మము, పురః=ముందటికి, హిత=క్షేమకరంబైన, ధర్మము = న్యాయము, ఆత్మ౯ = బుద్ధియందు, కీల్కొన౯=నాటునట్లుగ, అలవిప్రుఁడు= ఆబ్రాహ్మణుఁడు, ద్విజులలో౯=విప్రులలోపల, సుభాషితము౯=నీతిప్రతిపాదకశ్లోకములను, పఠింప౯ = చదువఁగా, వినియె౯= = విన్నవాఁడాయెను.

తా. 'వర్షార్థమష్టౌప్రయతేతమాసా న్నిశార్థమర్ధం దివసేయతేత, వార్ధక్యహేతో ర్వయసానవేన పరత్రహేతోరిహజన్మనాచ' అను శ్లోకార్థముచొప్పున వర్షాకాలమైన నాలుగుమాసములకు వలయువస్తుసామగ్రులను మిగతయగు నెనిమిది మాసములయందును, రాత్రికిఁ బవటియందును, జరకు వయస్సునందును, పరలోకమునకు వర్తమానశరీరమందును, చేయందగిన ప్రయత్నములను బాగుగాఁ జేయవలయు నని ముందటికి హితమగు న్యాయము మనంబున కంటునట్లుగా నాబ్రాహ్మణుండు విప్రులనడుమనుండి నీతిశ్లోకములఁ బఠింపఁగా నప్పాండ్యరాజు వినియె నని యభిప్రాయము.

క. విని తద్గ్రంథార్థము నె
మ్మనమున నూహించి తెలిసి॰ మ్రాన్పడి కడకుం
దనమోసమునకు భయపడి
జనపతి యటుచనక నిలిచి॰ సంతాపమున౯. 77

టీ. విని, తద్గ్రంథార్థము౯=ఆశ్లోకములయభిప్రాయమును, నెమ్మనమున౯=నిండుమనస్సునందు, ఊహించి=ఆలోచించి, తెలిసి=ఎఱింగి, మ్రాన్పడి=స్తబ్ధచిత్తుఁడై, కడకు౯=చివఱకు, తన=తనయొక్క, మోసమునకు౯=ప్రమాదమునకు, భయపడి=భీతిల్లి, జనపతి=రాజు, అటుచనక = భోగినీగృహమునకుఁబోక, సంతాపమున౯=పరితాపముచేత, నిలిచి, పైపద్యములోక్రియ.

ఉ. ఎక్కడిరాజ్యవైభవము॰ లెక్కడిభోగము లేటిసంభ్రమం
బక్కట బుద్బుదప్రతిమ॰మైనశరీరము నమ్మి మోక్షపుం
జక్కి గణింపకుంటి యుగ॰సంధుల నిల్పియుఁ గాలుచేతిబల్
త్రొక్కుల నమ్మనుప్రభృతు॰లు౯ దుద రూపఱ కుండ నేర్చిరే. 78

టీ. ఎక్కడిరాజ్యవైభవములు = రాజ్యమేమిశాశ్వతము, ఎక్కడిభోగములు = తనభోగమేమినిత్యము, ఏటిసంభ్రమంబు = ఎక్కడిసంతోషము, అక్కట=కటకట, బుద్బుదప్రతిమమైన = నీటిబుగ్గతోడఁ దుల్యంబైన, శరీరమునమ్మి = దేహము నిత్యమనినమ్మి, మోక్షపుంజక్కి = మోక్షమార్గమును, గణింపక = లక్ష్యపెట్టక, ఉంటి = ఉన్నవాఁడవైతివి. యుగసంధులన్ = ఒక్కొకయుగము ముగియునపుడును, నిల్చియున్ = ఉండియును, కాలు...లన్ - కాలుచేతి=యమునిచేతనైన, ఒక్కొక్కయెడన్ = విశేషమగుత్రొక్కుళ్లచేత, అమ్మనుప్రభృతులున్ = ప్రసిద్ధులైనమనుస్వాయంభువులును, తుదన్ = శరీరత్యాగకాలమందు, రూపఱక = రూపునష్టముగాకుండఁగ, ఉండనేర్చిరే = ఉండఁగలిగిరా.

తా. ఆవిప్రుండు చెప్పిననీతిశ్లోకముల యభిప్రాయమును గ్రహించి మనంబున మిగులవిచారించి స్తబ్ధచిత్తుఁడై చివరకుఁ దనకుం గలిగెడు ప్రమాదమునకు భీతిల్లి యప్పాండ్యరాజు భోగనిగ్రహమునకుఁ బోక మార్గముగాదే నిలిచి పరితాపముచేత రాజ్యమేమి శాశ్వతము భోగమేమి నిత్యమెక్కడి సంతోషము కటకటా నీరుబుగ్గతో సమానంబగు నీశరీరమును నమ్మి మోక్షమార్గము విచారింపనైతి నొక్కొక యుగవత్సరములు భూమినిఁ బాలించినమనుస్వాదులు దమతమశరీరములను నిల్పఁగలిగిరా లేదుగదా యని విచారయుక్తుఁడై యుండె నని తాత్పర్యము.

క. ఉన్నట్ల యుండఁగా దరి
కి న్నరులను నావ చేర్చు • క్రియ వెసఁ దాఁ బో
కున్నట్ల యుండి కాలం
బు న్నరులకు వయసుఁ బుచ్చి • మోసముఁ దెచ్చున్. 79

టీ. ఉన్నట్లయుండఁగా=ఉన్నదానింబలెనుండి, నావ=ఓడ, సూ. 'స్త్రోనావౌ రైనావో' యను సూత్రముచేత నౌశబ్దమున కీరూపంబువచ్చెను. దరికిన్=తీరమునకు, నరులను=మనుష్యులను, చేర్చుక్రియన్=చేర్చులాగున, తాన్ = తాను, వెసఁబోకున్నట్లయుండి=వేగిరముజరిగిపోకున్నట్లుగానుండి, కాలంబు=కాలము, నరులకు=మనుష్యులకు, వయసుఁబుచ్చి=ఆయువుఁబోఁగొట్టి, సూ. 'సాంతాదపయః ప్రభృతేష్వపోఽన్యే షాం చ' యనుసూత్రముచేత ద్విత్వాభావము, మోసముఁ దెచ్చున్=భంగపాటు గలిగించును.

తా. నావ యొక్కచో నచటనే యున్నట్టు గనుపడుచు దరికి మనుష్యులఁ జేర్చురీతినిఁ గాలంబును నరులవయసు దెలియకుండునట్లుగఁ జేసి పోఁగొట్టి కడపటికి మోసముఁ దెచ్చు నని తాత్పర్యము.

చ. సగరు నలుం బురూరవుఁ ద్రి॥శంకుసుతు న్పురుకుత్సుఁ గా ర్తవీ
ర్యు గయుఁ బృథుం భగీరథు సు॥హోత్రు శిబిం భరతుం దిలీపునిన్
భృగుకులు యౌవనాశ్వ శశి॥బిందు ననంగుని నంబరీషుఁ బూ
రుఁ గురుని రంతి రాఘవు మ॥రుత్తునిఁ గాలము కోలుపుచ్చదే. 80

టీ. షట్చక్రవర్తు లగు సగరుని, నలుని, పురూరవుని, త్రిశంకుని సుతుఁడగు హరిశ్చంద్రుని, పురుకుత్సుని, కార్తవీర్యుని, మఱియు మహారాజులగు గయుని, పృథుని, భగీరథుని, సుహోత్రుని, శిబిని, భరతుని, దిలీపుని, పరశురాముని, యౌవనాశ్వుని (అనఁగా మాంధాత), శశిబిందుని, అనంగుని, అంబరీషుని, పూరుని, కురుమహారాజును, రంతిదేవుని, రాముని, మరుత్తుని, అగు వీరలను కాలము కోలుపుచ్చదే = కాలము మోసపుచ్చలేదా.

తా. సుగమము. ఇచ్చట పేర్కొనఁబడిన మహారాజులు, షోడశమహారాజులును, మఱియునొక్కఁడునని తెలియునది.

క. కానఁ దటిచ్చల మగురా
జ్యానందము మరగి యింద్రి॥యారాముఁడనై
పో నింతనుండి పరలో
కానందంబునకె యత్న॥ మాపాదింతున్. 81

టీ. కానన్=కావునను, తటిచ్చలమగు = మెఱుపువలె ననిత్యమైన, రాజ్యానందము=రాజ్యసుఖము, మరగి=తగిలి, ఇంద్రియారాముఁడనై = ఇంద్రియపరవశుఁడనై, పోన్=పోవను, ఇంతనుండి=ఇదిమొదలు, పరలోకానందంబునకె=పరలోకసుఖమునకే, యత్నము=ప్రయత్నమును, ఆపాదింతున్=ఒనరింతును.

తా. కాలము చక్రవర్తులు మొదలగువారినింగూడ మోసపుచ్చినది. కావున మెఱుపువలె నతిచంచలంబగు రాజ్యానంద మపేక్షించి యింద్రియపరవశుఁడనై యుండక యిదిమొదలు పరలోకసుఖమునకు వలయుప్రయత్న మొనరించెదను.

క. వర్గత్రయపరత ముహు
స్స్వర్గక్ష్మామధ్యమాధ్వ॥జాంఘాలికతా
దుర్గతియు నొల్ల మఱి యప
వర్గదుఁ డే వేల్పెఱింగి॥ వాని భజింతున్. 82

టీ. వర్గత్రయపరతన్=ధర్మార్థకామాసక్తిచేత, ముహుః=పలుమాఱును, స్వర్గ...యున్ - స్వర్గ=త్రివిష్టపముయొక్క, క్ష్మా=భూమియొక్క, మధ్యమ=మధ్యప్రదేశమండలి, అధ్వ=మార్గమునందు, జాంఘాలికతా=సత్వరగమనమనియెడు, దుర్గతిన్=

నరకమును, 'నిరయోనరకః' యని యమరుఁడు. ఒల్లక=ఇష్టపడను, మఱి=మఱియేమనఁగా, అపవర్గదుఁడు = మోక్షము నిచ్చువాఁడు, ఏవేల్పు = ఏదైవమో, ఎఱింగి=తెలిసి, వానిక=ఆదైవమును, భజింతుక=సేవింతును.

తా. ధర్మార్థకామంబు లనియెడి పురుషార్థత్రయాసక్తిచేతఁ బలుమాఱు స్వర్గము నుండి భూమికి భూమినుండి స్వర్గమునకును బోవుచుండు మార్గమునను సత్వరగమనమును నరకమొల్లను. మఱి యేమన నపవర్గప్రదుం డగునట్టివాఁ డెవ్వఁడో వాని నెఱింగి సేవించుచున్నాఁడను.

క. అని తలఁచి మెచ్చి యవ్వి
ప్రునకు వీటీకరండమున ముద్రిత మై
యునిచినయొకముడు పార
త్తునిచే నిప్పించి నగరుసొచ్చి నిశి చనక. 83

టీ. అని తలఁచి=అట్లని యూహించి, మెచ్చి=తన కిట్టి జ్ఞానముఁ గలుగఁజేసినందులకై సంతసిల్లి, అవ్విప్రునకుక=ఆబ్రాహ్మణునికి, వీటీకరండమునక—నిక్కులాకుల బరణియందు, 'గడుఃకరణ్డోలగుడో వరణ్డశ్చకిణోఘుణః' యని పుంలింగశేషమునందమరుఁడు. ముద్రితమై=ముద్రింపఁబడి, ఉనిచిన=ఉంచఁబడియున్న, ఒక ముడుపు=వరాలముల్లెయొకటి, ఆరత్తునిచేక=అముల్లెపాలించువానిచేతక, ఇప్పించి, నగరు = రాజగృహమును, చొచ్చి=ప్రవేశించి, నిశి=రాత్రి, చనక=వెళ్లఁగా.

తా. అప్పాండ్యరాజు పూర్వోక్తప్రకారంబుగ నూహించి తన కిట్టి జ్ఞానముఁ గలుగఁజేసిన యవ్విప్రువిషయమై యానందమొంది యతనికిఁ దాంబూలకరండంబున ముద్రింపఁబడి యుంచియున్న వరాలముడు పొకటి యాధనరక్షకునిచేత నిప్పించి తాను నగరు ప్రవేశించి తెల్లవాఱిన పిమ్మట.

క. కొలువై బహుసమయంబుల
మెలఁగెడు కోవిదులఁ జూచి మీమాంశాస్త్రం
బులలో నెవ్వఁడు మోక్షం
బెలయించునొ చూచి నిశ్చయింపుఁ డటంచుక. 84

టీ. కొలువై=ఆస్థానమందుఁగూర్చుండి, బహు...లక – బహు=అనేకవిధంబులగు, సమయంబులక = సిద్ధాంతములయందు, ని. 'సమయాశ్శపథాచార కాలసిద్ధాంతసంవిద'యని నిఘంటువు. మెలఁగెడుకోవిదులక – మెలఁగెడు=సమర్థులైన, కోవిదులక=పండితులను, చూచి = వీక్షించి, మీమాంశాస్త్రంబులలోనక, ఎవ్వఁడు, మోక్షంబు=అపవర్గమును, ఎలయించునో=పొందించునో, చూచి నిశ్చయింపుఁడు=పరిశీలనఁజేసి నిర్ణయింపుఁడు, అటంచుక=అలాగని, పైపద్యములో క్రియ.

తే. వాద మొనరించి గెలిచి త•త్త్వంబు దెలుపు
వాని కని బీరపువ్వులఁ•బోని టంక
సాలవాటులు నించి యా•స్థానిఁ గట్టఁ
గాలసర్పముగతి వ్రేలు•జాలెఁ జూచి. 85

టీ. వాద మొనరించి = ప్రసంగముసేసి, గెలిచి=జయమునొంది, తత్త్వంబుఁ దెలుపువానికని=ఇదియ సత్యం బని కనుపఱుచువానికనుచు, బీర...లు - బీరపువ్వులఁ బోని=బీరపువ్వులవంటి, టంకసాలవాటులు=క్రొత్తముద్రలు వేసినమాడలను, నించి= నిండఁబోసి,ఆస్థానిక్=సభయందు,ని. 'ఆస్థానీ క్లీబమాస్థాన'మ్మనియమరము.కట్టక్= కట్టఁగా, కాలసర్పముగతిక్ = కృష్ణసర్పమువలె, వ్రేలుజాలెక్ = వ్రేలాడుచున్న జాలెను, చూచి=వీక్షించి.

తా. ఆస్థానమం జాపాండ్యరాజు గూర్చుండి యున్నవాఁడై యనేకశాస్త్ర సిద్ధాంతములు దెలిసికొనియున్న పండితోత్తముల రావించి వారినింజూచి మీమీశాస్త్రములయందుఁ జక్కఁగా విచారించి మోక్షప్రదుం డైనదేవుఁ డెవ్వఁడో యెఱింగింప వలయు ననుచు బ్రసంగ మొనరించి గెలిచి తత్త్వముం దెలిపినవానికి నిప్పించెద నని మాడలచే నింపఁబడిన జాలెను దెప్పించి సభయందుఁ గట్టింప నావరాలజాలెను జూచి యప్పండితులు.

క. హరు నొకఁ డన నుమ నొకఁ డన
హరి నొకఁ డన శిఖి నొకఁ డన • నర్కు నొకఁ డనక్
గరిముఖు నొకఁ డన రజనీ
శ్వరు నొకఁ డన నజు నొకఁ డన • వా దైనతతిక్. 86

టీ. ఒకఁడు=ఒకవిద్వాంసుఁడు, హరుననక్=శివుఁడు మోక్షప్రదుఁడనఁగా, ఒకఁడు = మఱియొకఁడు, ఉమననక్ = శక్తి మోక్షప్రదాత్రియనఁగా, ఒకఁడు = ఒక్కఁడు, హరిక్=ఇంద్రుని, ఒకఁడు = ఒక్కఁడు, శిఖిక్ = అగ్నిని, ఒకఁడు= ఇంకొకఁడు, అర్కుక్=సూర్యుని, ఒకఁడు, కరిముఖుక్= విఘ్నేశ్వరుని, ఒకఁడు, అజుక్ = బ్రహ్మను, (వీరలు మోక్షప్రదాతలని) వాదు = ప్రసంగము, ఐనతతిక్ = ఐనసమయమందు.

తా. సుగమము.

తే. విల్లిపుత్తూరులో నల్ల•విష్ణుచిత్తుఁ
డతులతులసీసుగంధమా•ల్యమును మూల

మంత్రమున నక్కు సేర్చుచో • మన్ననా రు
దారమధురోక్తి * నిట్లని • యానతిచ్చె. 87

టీ. విల్లిపుత్తూరిలోన్ = శ్రీవిల్లిపుత్తూరియందు, అల్ల విష్ణుచిత్తుఁడు = ఆవిష్ణుచిత్తుండు, అతుల...ను - అతుల=శ్రేష్ఠమైన, తులసీ=తులసిచేతను, సుగంధ=పరిమళించుచున్న, మాల్యమును=పుష్పమాలికను, మూలమంత్రమునన్=శ్రీమదష్టాక్షరియను మహామంత్రముచేత, అక్కు సేర్చుచో = వక్షస్స్థలమందు సమర్పించునపుడు, మన్ననారు=మన్నారుస్వామి, ఉదార=గంభీరమైన, మధురోక్తిన్=తియ్యనిమాటలచేత, ఇట్లని=ఇవ్విధముగ, ఆనతిచ్చెన్=సెలవిచ్చెను.

తా. శ్రీవిల్లిపుత్తూరులోనున్న యావిష్ణుచిత్తుండు శ్రేష్ఠంబగు తులసీదళములచేఁ బరిమళించుచున్న వనమాలిక నష్టాక్షరియను మహామంత్రంబగు మూలమంత్రమును జపించుచు వక్షస్స్థలంబున సమర్పింపంగ నాసమయంబున మన్నారుస్వామి గంభీరమైన తియ్యనిమాటలచేత నిట్లని యానతిచ్చెను.

ఉ. నేఁడు మహామతీ మధుర • నీవు రయంబునఁ జొచ్చి యందుఁ బాం
డ్యేఁడు దివాణము న్నెఱయ • † నించినఁ బ్రేలెడు దుర్మదాంధులన్
బోఁడిమి మాన్పి మన్మహిమ • ముం బ్రకటించి హరింపు శుల్కమున్
వాఁడును రోసినాఁ డిహము • వైష్ణవుఁగా నొనరింపు ‡ సత్కృపన్.

టీ. మహామతీ=మహాజ్ఞానముగల విష్ణుచిత్తుఁడా, నేఁడు=ఈప్రొద్దు, నీవు=నీవు, మధురన్=మధురాపురమును, చొచ్చి=ప్రవేశించి, అందు = ఆమధురయందు, పాండ్యేఁడు=పాండ్యరాజు (ఇది దేశ్యోక్తి), దివాణమున్=ఆస్థానమును, నెఱయన్=నిండునట్లుగా, నించినన్=నింపఁగా, ప్రేలెడు = నానావిధంబులుగఁ బలుకుచున్న, దుర్మదాంధులన్ = దుర్మదముచేత నంధులైనవాండ్రను, పోఁడిమిమాన్పి = గర్వమణంచి, మన్మహిమన్=నాయొక్క మాహాత్మ్యమును, ప్రకటించి - ప్రసిద్ధియునర్చి, శుల్కమున్=విద్యాశుల్కమును, హరింపు=గ్రహింపుము, వాఁడును- ఆపాండ్యుఁడును, ఇహము=ఈలోకమును, రోసినాఁడు = అసహ్యపడినాఁడు, సత్కృపన్=దయచేత, వైష్ణవుఁగాన్=విష్ణుభక్తునిఁగా, ఒనరింపుము- చేయుము.

తా. మహాబుద్ధిశాలివగు విష్ణుచిత్తుఁడా యని స్వామివారు సంబోధించి నేఁటి దినమున నతివేగముతో మధుర కేతెంచి యందున్న పాండ్యరాజు దివాణము నిండఁ గూర్చుండి నానావిధములుగ బలుకుచున్న దుర్మదాంధులయొక్క కైపు మాన్పి నా మహిమలను కొంతఁ దెలిపి విద్యాశుల్కమును గ్రహించి యీలోకమును రోసియున్న

* నవ్విధ. † జూచిన. ‡ సత్కృతిన్.

పాండ్యునిం గృపచేత వైష్ణవుం గావింపు మని మన్నారుస్వామి విష్ణుచిత్తునితో సెల విచ్చెను.

తే. అనిన వడవడవడఁకి సా • ష్టాంగమెఱఁగి
సమ్మదాశ్రులు పులకలు • ముమ్మరముగ
వినయవినమితగాత్రుఁడై • విప్రవరుఁడు
వెన్నునకు భక్తి నిట్లని • విన్నవించె. 89

టీ. అనినన్=అనఁగా, విష్ణుచిత్తుఁడు, వడవడవడఁకి=మిక్కిలికంపించి, సాష్టాంగ మెఱఁగి=సాష్టాంగప్రణామముఁజేసి, సమ్మదాశ్రులు=ఆనందాశ్రులు, పులకలు=పులకాంకురములు, ముమ్మరముగన్=అతిశయింపఁగా, వినయవినమితగాత్రుఁడై=వినయముచేత వంపఁబడినదేహము గలవాఁడై, విప్రవరుఁడు=బ్రాహ్మణోత్తముండగు విష్ణుచిత్తుఁడు, వెన్నునకున్ = విష్ణునకు, భక్తిన్ = భక్తిచేతను, ఇట్లని = ఈవిధముగా, విన్నవించెన్=విన్నపము సేసెను.

తా. మన్నారుస్వామి యారీతి నాజ్ఞాపింపఁగా భయమునొంది విష్ణుచిత్తుండు సాష్టాంగనమస్కారముం జేసి యానందబాష్పములుఁ బులకాంకురములును విస్తరిల్లఁగా వినయముచేత నమ్రుఁడై విష్ణునకు వక్ష్యమాణక్రమంబుగా భక్తిచేత విన్నవించెను.

శా. స్వామీ నన్ను నితఃపురాపఠితశా • స్త్రగ్రంథజాత్యంధు నా
రామక్ష్మాఖననక్రియాఖరఖని • త్రగ్రాహితోద్యత్కిణ
స్తోమాస్నిగ్ధకరు న్భవద్భవనదా • సు న్వాదిఁ గాఁ బంపుచో
భూమీభృత్సభ నోట మైన నయశం • బు న్మీకు రాకుండునే. 90

టీ. స్వామీ = రక్షకుఁడా, ఇతః...ధున్ - ఇతఃపురా = ఇంతకు మున్ను, అపఠిత=చదువంబడని, శాస్త్రగ్రంథ=శాస్త్రగ్రంథములయందు, జాత్యంధున్=పుట్టుగ్రుడ్డివాఁడ నైనట్టియు, ఆరామ...రున్ - ఆరామ=ఉద్యానవనముయొక్క, క్ష్మా=భూమియొక్క, ఖననక్రియా=త్రవ్వుటకొఱకు, ఖర = తీక్ష్ణమైన, ఖనిత్ర = గుద్దలియొక్క, గ్రాహిత=గ్రహించుటచేత, ఉద్యత్=ఏర్పడిన, కిణస్తోమ=కాయల సమూహముచేతను, అస్నిగ్ధ=బిరుసైన, కరున్=హస్తములు గలయట్టియు, భవ...సున్ - భవత్=మీయొక్క, భవనదాసున్ = గృహసేవకుఁడనైనట్టి, నన్నున్=ఇట్టినన్ను, వాదిఁగాన్ = ప్రసంగించువానిఁగాఁజేసి, పంపుచోన్ = అనిపినయపుడు, భూమీభృత్సభన్ = ఆపాండ్యరాజుయొక్కసభయందు, ఓటమైనన్ = ఓటమియైనను, అయశంబున్ = అపకీర్తి, మీకురాకుండునే = మీకు వచ్చునుగదా.

తా. ఇంతకుమున్ను శాస్త్రముం జదువక జ్ఞానమునందుఁ బుట్టుగ్రుడ్డినైనట్టియు, పూలతోఁట నేలఁ ద్రవ్వుటకుఁ గా గుద్దలిం బట్టుటచేతఁ గాయలు గాచి బిరుసైన హస్తములు గలయట్టియు, మీకోవెలకు దాసుఁడనైనట్టి నన్ను వాదమున కనిపితిరేని యీరాజసభయందు గెల్పు లేక యోటమి వచ్చినయెడల దేవరకే యపకీర్తి వచ్చును గదా యని విష్ణుచిత్తుండు విన్నవించెను.

మ. గృహసమ్మార్జనమో జలాహరణమో • శృంగారపల్యంకికా
వహనంబో వనమాలికాకరణమో • వాల్లభ్యలభ్యధ్వజ
గ్రహణంబో వ్యజనాతపత్రధృతియో • * ప్రాగ్దీపికారోపమో
నృహరీ వాదము లేల లేరె యితరు • ల్నీలీలకుం బాత్రముల్. 91

టీ. నృహరీ=నృసింహస్వామీ, గృహసమ్మార్జనమో=మీ కోవెలయూడుఁ బరిమార్జనముఁజేయుటో, జలాహరణమో=తీర్థంబుఁదెచ్చుటో, శృంగార పల్యంకికా వహనంబో=విలాసార్థము దేవరవా రారోహణముఁజేసిన పల్లకిమోచుటయో, వనమాలికాకరణమో=తులసిదండలుగట్టి సమర్పించుటయో, వాల్ల...బో - వాల్లభ్య = ప్రభుత్వమునకు, లభ్య = పొందఁదగిన, ధ్వజగ్రహణంబో = టెక్కెములు మోచుటయో, వ్యజనాతపత్రధృతియో = విసనకఱ్ఱ గొడుగు వీనిం బట్టుటయో, ప్రాక్= ముందఱను, దీపికారోపమో = దీపముఁబెట్టుటయో, వాదములేల—వేఱువాదులేల, ఇతరుల్=అన్యులు, నీలీలకున్ = నీవిలాసమునకు, పాత్రముల్=తగినవారు, లేరె= లేరా, ఉన్నారనుట. 'క్వచిద్ధర్మవిశేషేతు క్లీబేప్యుభయరూపతా' యను నిఘంటూక్తిచేతఁ బాత్రములని యమహద్రూపము.

తా. సుగమము.

తే. అనినఁ దద్భక్తి కెదమెచ్చి • యచ్యుతుండు
మొలకనగవొప్ప శ్రీదేవి• మోము సూచి
వా దితనిచేత గెలిపింతు • నాదుమహిమ
యువిద కను మని ప్రాభవం • బొప్పఁ బలికె. 92

టీ. అనినన్=అనఁగా, తద్భక్తికిన్=ఆవిష్ణుచిత్తునిభక్తికి, ఎద మెచ్చి—మనంబున మెచ్చి, అచ్యుతుండు=శ్రీహరి, మొలకనగవొప్ప = చిఱునవ్వంకురింపఁగా, శ్రీదేవి మోముసూచి=లక్ష్మిముఖమువీక్షించి, వాదు=వాదము, ఇతనిచేత గెలిపింతున్—అనాఘ్రాతశాస్త్రగంధుఁడైన యీవిష్ణుచిత్తునిచేతనే గెలిపింతును. నాదుమహిమ= నా

* ప్రాగ్దీపికారోపమో.

సామర్థ్యమును, ఉవిద=ఓయువతీ, కనుమని=చూడుమని, ప్రాభవము=ప్రభుత్వము, ఒప్పన్=పొల్పగునట్లుగా, పల్కెన్=మఱియు నొక్కవాక్య మానతిచ్చెను.

తా. ఇట్లనఁగా నావిష్ణుచిత్తునిభక్తికి మెచ్చి మన్నారుస్వామి చిఱునవ్వు వెడలుచుండ శ్రీదేవిముఖము చూచి యితనిచేతనే వాదము గెలిపించెద నాసామర్థ్యముం జూడుమని ప్రభుత్వ మొప్పునటుల మఱియొకవాక్య మానతిచ్చెను.

క. నీయిచ్ఛయె మిన్నక పో
వోయి మునిప్రవర నిన్ను • మెప్పింతును భూ
నాయకసభ నిందులకై
నీయత్నము వలవ దవల • నే నున్నాఁడన్. 93

టీ. మునిప్రవర=మునిశ్రేష్ఠుఁడా, నీయిచ్ఛయె=నీయిష్టమా, మిన్నక=ఊరక, పోవోయి=చనుము, భూనాయక=పాండ్యునిసభయందు,నిన్నున్=నిన్ను, మెప్పింతున్ = సభ్యులు శ్లాఘించునట్లు చేయుదును, ఇందులకై = ఈకార్యమునకై, నీయత్నము = నీప్రయత్నము, వలవదు = అక్కఱలేదు, అవలన్=ఆవలనడుచుకార్యవిషయమై, నే నున్నాఁడను.

తా. మునిశ్రేష్ఠుఁడ వగు నోయి విష్ణుచిత్తుఁడా, నీయిష్టప్రకారమా, ఊరక వెళ్లు మప్పాండ్యరాజుయొక్క సభయందు నీకు మెప్పు గలుగఁ జేసెద నిందులకై నీ వేమియుం జేయవల దచ్చటి కార్యముల నెఱవేర్చుటకై నేనున్నాఁడ నని స్వామి యానతిచ్చెను.

ఆ. అనిన మాఱు వలుక • నలికి యయ్యాళువా
రియ్యకొనియెఁ బోవ • నింతలోనఁ
బద్మనయనుఁ డతని•పయనంబుఁ దూగింపు
మనుచు నంబితోడ • నానతిచ్చె. 94

టీ. అనినన్=అనఁగా, మాఱువలుకన్=ప్రత్యుత్తరమిచ్చుటకు, అలికి=వెఱచి, ఆయ్యాళువారు = అప్పెరియాళ్వారు, పోవన్=స్వామిసన్నిధినుండియాజ్ఞవహించి వెళ్ళుటకు, ఇయ్యకొనియెన్=సమ్మతించెను, అంతలోనన్ = ఆసమయమున, పద్మనయనుఁడు = మన్నారుస్వామి, అతనిపయనంబు = ఆవిష్ణుచిత్తుని ప్రయాణమును, తూఁగింపుము=సాగింపుము, అనుచున్=ఇట్లనుచు, నంబితోడన్=అర్చకునితో, ఆనతిచ్చెన్=ఆజ్ఞాపించెను.

తా. సుగమము.

క. ఆనతిఁబడి శ్రీభండా
రాన న్సంబడమునందు • ప్రాయందలముల్

స్థానికుఁ డొసంగి పనుపం
గా నానతిఁ బడిన నిమిత•కాండ్రు వహింపన్. 95

టీ. ఆనతిఁబడి=స్వామియాజ్ఞనుపొంది, స్థానికుఁడు = పారుపత్తి, శ్రీభండారానన్=ఉగ్రాణమునుండి, సంబడము=బత్తెపుసంబళము,తన...మున్ - తనదు=తన సంబంధియైన, ప్రాయందలమున్=పురాతనమైన యందలమును, ఒసఁగి = ఇచ్చి, పనుపన్=అనుపఁగా, ఆనతిఁబడిన=సెలవువెంటనే,నిమితకాండ్రు=మోఁతకాండ్రు, వహింపన్=మోయఁగా.

తా. ఆకోవెలపారుపత్తి స్వామి యానతిచ్చినతెఱంగున నుగ్రాణమునుండి బత్తెపుసంబళము దీసియిచ్చి పురాతనమగు నందలము నొసఁగి పంపఁగా సెలవొందిన మోఁతకాండ్రు మోయుచుండఁగా.

క. లావు గలయట్టిగుజ్జుపుఁ
జావడములమీఁద మాత్ర•సంచులు దూలన్
గ్రేవల నేకాంగులు రా
వేవిధముల నరిసె లవని•విభునకుఁ గొనుచున్. 96

టీ. లావు...మీఁదన్ - లావుగలయట్టి=బలిసియున్నట్టి, గుజ్జుపుఁజావడములమీఁదన్=గుజ్జుపుఁదట్టువులమీఁద, మాత్రసంచులు=అసిమిసంచులు, తూలన్=వ్రేలాడుచుండఁగా, ఏకాంగులు=కోవెలయధికారులగునేకాంగులు, (ఏకాంగులనఁగా బుత్త్రమిత్త్రకళత్త్రాదులం బరిత్యజించి భగవత్కైంకర్యమే పరమప్రయోజనమని కావివస్త్రములు గట్టుకొని భగవత్కైంకర్యార్థము శరీరమును బ్రాణము నర్థమును తృణముగాఁ జూచు విరక్తులు.) క్రేవలన్=ఇరుప్రక్కల, రాన్=రాఁగా, వేవిధములనరిసెలు=అనేకవిధములుగాఁ జేయంబడిన యతిరసములు, అవనివిభునకున్ = భూపతికి, కొనుచున్=పట్టించికొని.

తా. మిగుల బలిసియున్న గుజ్జుపుఁదట్టువులమీఁద నసిమిసంచులు వ్రేలాడుచుండఁగా గోవెల యధికారు లుభయపార్శ్వంబులఁ జనుదేర ననేకప్రకారంబులగు భగవత్ప్రసాదంబులయిన యతిరసంబులు రాజునకిచ్చుటకుఁగాఁ బట్టించికొని.

సీ. భక్తిఁ ద్రోవకు సాధ్వి • బరికరంబులు వెట్టి,
కట్టిన పొరివిళం•గాయ గములు
నెసటిపోఁతలు గాఁగ • నేర్చి నించినచిరం,
తనపుశాలిక్షేమ•తండులములు

వడిఁబెట్టి లో జీర • గుడము సాఁబా లూన్పఁ,
జెలఁగు సంబారంపుఁ•జింతపండు
పెల్లులోహాండికా•విళ్ల కొమ్ముల వ్రేలు,
గిడ్డిమొత్తము నేతి•లడ్డిగలును
తే. పెరుగువడియంబులును బచ్చి•వరుగు బేడ
లురుతరాచ్యుతపూజోప•కరణపేటి
కలును చాత్తిన చాత్తని•కులము బలసి
విధినిషేధము లెఱిఁగితే • మధుర కరిగె. 97

టీ. సాధ్వి=ఆవిష్ణుచిత్తునిభార్య, భక్తిన్=భక్తిచేతను, త్రోవకున్=మార్గమునకు, పరికరంబులు వెట్టి=పరికరంబులునిచి, కట్టిన=మూటఁగట్టిన, పారివిళంగాయగములు=పారివిళంగాయలపణ్యారములును, ఎసటిపోఁతలుగాఁగన్=అతీయననే వండుకొనఁదగినవై యిసుక లేకుండునట్లుగా, ఏర్చి=ఏఱి, నించిన=నిండించిన, చిరంతనపు=ప్రాఁతలైన, శాలిక్షేమతండులములు, లోన్=లోపల, వడిఁబెట్టి= శోధించి (నలుసులు లేకుండునట్లేరుట), జీర=జీలకఱ్ఱను, గుడము=బెల్లమును, సాఁబాలు=సరివాటుగా, ఊన్పన్ = ఉంచఁగా, చెలఁగు = ఒప్పుచున్న, సంబారంపుఁజింతపండు, పెల్లు...లన్ - పెల్లు=మెండైన, లోహాండికావిళ్ల=లోపలహాఁడీలుగలకావిళ్లయొక్క, కొమ్ములన్=అగ్రములందు, వ్రేలు ..ము - వ్రేలు=వ్రేలాడుచున్నట్టి, గిడ్డి...ను - గిడ్డిమొత్తము=ఆవులసంబంధియైన, నేతిలడ్డిగలును = నెయ్యిపోసిన లడ్డిగలును (లడ్డిగలనఁగా మూఁతికూఁచిగనుండుపిడతలు), పెరుగువడియంబులును, పచ్చివరుగు=వేయింపనివరుగులు, బేడలు = ఒలుపుపప్పు, ఉరు...టి - ఉరుతర = గొప్పలైన, అచ్యుత=శ్రీవిష్ణునియొక్క, పూజోపకరణపేటికలును=అర్చనోపయోగివస్తుపూరితములగు పెట్టెలును, చాత్తిన=శ్రీవైష్ణవులయొక్కయు, చాత్తని = చాత్తాదులయొక్క, కులము=సమూహము (చాత్తినవారనఁగా ద్రావిడప్రబంధమధికరించియు భగవత్సన్నిధియందు సమర్పితముఁజేసిన బ్రాహ్మణోత్తములైన శ్రీవైష్ణవులు, చాత్తనివారనఁగా ద్రావిడప్రబంధ మధికరించియు భగవత్సన్నిధియందు సమర్పితముఁజేయ నధికారముచాలని యితరవర్ణవైష్ణవులు.) విధినిషేధము లెఱిఁగి తేన్=ఎవ్వరెవ్వరేమేమియుం దెచ్చుటకర్హులో వార లాయావస్తువుల దెచ్చుచుండఁగా, ఆవిష్ణుచిత్తుఁడు, మధురకరిగెన్ = మధురాపురంబునకుఁ జనెను.

తా. ఆపెరియాళ్వారుయొక్కభార్య పతివ్రతాశిరోమణి యగుటంజేసి మిగుల భక్తితోఁగూడినదై యతనిత్రోవకుఁ బరికరంబు లుంచి మూటఁగట్టినపారివిళంగాయలు

మిక్కిలియు పరిశోధింపఁబడిన క్షేమతండులములు, సంబారంపుఁజింతపండు, హండి కావిళ్లకొనలయందు వ్రేలాడుచుండెడి యావునేతిచే నింపఁబడిన కూచిమూఁతిపిడతలును పెరుఁగు వడితుంబులు వరుగులు చాయపప్పు శ్రీవిష్ణుపూజోపయోగిపరికరణబృందపూరితంబులగు పేటికలును వీని శ్రీవైష్ణవులు చాత్తానులు స్వస్వయోగ్యతానురూపంబుగ వెంట దెచ్చుచుండ నావిష్ణుచిత్తుండు మధురానగరమునకు వెళ్లెను.

చ. యమనియమాదిలభ్య ద్రుహిణాది*జరన్మరుదిభ్య సంసృతి
శ్రమహరనామకీర్తన మురప్రవికర్తన పాతకావలీ
దమన రమాంగనాకమన తామరసాయతనేత్ర భక్తహృ
ద్భ్రమతృణదాత్ర భూయువతిరంజన వర్ణజితాభ్రఖంజనా. 98

టీ. యమ నియమాదిలభ్య=యమ, నియమ, ఆసన, ప్రాణాయామ, ప్రత్యాహార, ధ్యాన, ధారణ, సమాధు లనియెడు నష్టాంగయోగములచేఁ బొందఁదగినవాఁడా, ద్రుహి...భ్య-ద్రుహిణ=బ్రహ్మ, ఆది=మొదలగు, జరత్=వృద్ధులైన, మరుత్=దేవతలకు, ఇభ్య=ప్రభువైనవాఁడా, ని. 'ధాతాబ్జయోనిర్ద్రుహిణః, ఇభ్యఆఢ్యోగనీ స్వామీ మరుతో పవనామరా' యని యమరుఁడు. సంసృతి...న-సంసృతి=జన్మమరణాదిరూప సంసారమందలి, శ్రమ=ఆయాసమును, హర=హరించునట్టి, నామకీర్తన=నామసంకీర్తనముగలవాఁడా, మురప్రవికర్తన=మురాసురునిఖండించినవాఁడా, పాతకావళీదమన=పాపములహరియించువాఁడా, రమాంగనాకమన=లక్ష్మికాముక, 'కమనఃకామనోభిక' యనియమరుఁడు. తామరసనేత్ర = తామర రేకులవలె వెడల్పైనకన్నులుగలవాఁడా, భక్త...త్ర - భక్త=భక్తులయొక్క, హృత్=మనంబులందలి, భ్రమ=భ్రమలనియెడు, తృణ=గడ్డికి, దాత్ర=లవిత్రమైనవాఁడా, ని. 'దాత్రంలవిత్ర' మ్మనియమరుఁడు. భూయువతిరంజన - భూయువతి=భూమియను స్త్రీని, రంజన=సంతోషపెట్టువాఁడా, వర్ణ...నా - వర్ణ=దేహకాంతిచేతను, జిత=గెలువఁబడిన, అభ్ర=మేఘము, ఖంజనా=కాటుకపిట్టయునుగలవాఁడా, ని. 'ఖఞ్జరీటస్తుఖఞ్జనః, వర్ణో ద్విజాదౌ శుక్లాదౌ అభ్రంమేఘోవారివాహ' యనియు నమరుఁడు.

తా. యమ నియ మాసన ప్రాణాయామ ప్రత్యాహార ధ్యాన ధారణ సమాధు లనియెడియష్టాంగయోగములచేతఁ బొంద సాధ్యమైనట్టియు, చతుర్ముఖుఁడు మొదలగు బృందారకబృందంబులకుఁ బ్రభువైనట్టియు, జననమరణాదిరూపసంసారజన్య శ్రమనివారకంబైన నామకీర్తనముగలయట్టియు, మురాసురునివధియించినట్టియు లక్ష్మీదేవికిఁ గాముకుఁడైనట్టియు, తామర రేకులవలె విశాలంబులైన నేత్రంబులు గలయట్టియు, భక్తజనహృదయస్థితంబులగు భ్రమలనియెడిగడ్డికి లవిత్రమైనట్టియు, భూవల్లభుండై

* జగ.

నట్టియు నిజదేహకాంతిచేత గెలువంబడిన మేఘఖంజనములయొక్క కాంతిగల యో శ్రీహరీ యని గ్రంథకర్త గ్రంథమధ్యమందుఁ జేయందగిన మంగళం బొనరించు చున్నాఁడనుట.

క. దోర్ధూర్ధృతదుర్ధరగో, వర్ధన రాధానురాగ•వర్ధన లీలా
వార్ధుషికా యిషికాకృత, వార్ధశ్రవసైకనేత్ర•వైకృతినిపుణా. 99

టీ. దోర్ధూ...న - దోః=భుజములయొక్క, ధూః=భారముచేతను, ధృత=ధరియింపఁబడినట్టి, దుర్ధర=అన్యులచేఁగరియింపశక్యముగాని, గోవర్ధన=గోవర్ధనపర్వతము గలవాఁడా, రాధా...న - రాధా=రాధయొక్క, అనురాగ=ప్రీతిని, వర్ధన=వృద్ధిఁ బొందించువాఁడా, లీలా...కా - లీలా=విలాసముచేతను, వార్ధుషికా=వడ్డిపుచ్చుకొనువాఁడా, ని. 'వృధ్యాజీవో వార్ధుషిక' యనియమరుఁడు. (వేంకటేశ్వరుఁడు వడ్డికాసులవాఁడనుట.) ఇషికా...ణా- ఇషికాకృత=తృణముచేతఁజేయఁబడిన, వార్ధశ్రవస=కాకిరూపుగలజయంతునియొక్క, ఏక=ఒక్కటైన, నేత్ర=కంటియొక్క, వైకృతి=భంగమునందు, నిపుణా=సమర్థుఁడా.

తా. ఇతరులచే ధరియింపనశక్యంబైన గోవర్ధనపర్వతమును భుజముచేతధరియించినట్టియు, రాధకుఁ దనయందుఁగలప్రీతి నభివృద్ధిఁజేయుచున్నట్టియు, విలాసార్థము జనులచే వడ్డిఁబుచ్చుకొనునట్టియు, తృణముచేత కాకరూపము వహించి సీతాస్తనవిదారణముచేసినజయంతుని యొకకంటియొక్క వికారమును బొందించుటయందలి సమర్థుఁడవైనట్టి యో శ్రియఃపతీ; యని పూర్వమువలె మంగళం బొనరించుచున్నాఁడు.

మాలినీ. ద్రుహిణజముఖమౌని•స్తోమనిస్తంద్రభాస్వ
ద్దహరవిహరమాణా • తామ్రపాదాంబుజాతా
బహిరబహిరపార•ప్రాణికోటిప్రపూర్ణా
మహిమవినుతవాణీ• మాధురీవేద్యపర్ణా. 100

టీ. ద్రుహిణజ...తా - ద్రుహిణ=బ్రహ్మవలన, జ=పుట్టిననారదుఁడు, ముఖ=మొదలగు, మౌనిస్తోమ=మునిబృందముయొక్క, నిస్తంద్ర=మఱపులేని, భాస్వత్=ప్రకాశించుచున్న, దహర=దహరాకాశమందు, విహరమాణ=విహరించుచున్న, ఆ తామ్ర=అంతటఎఱ్ఱనైన, పాదాంబుజాతా=కమలములవంటి పాదములుగలవాఁడా, బహి...ర్ణా - బహిః=వెలపలను, అబహిః=లోపలను, అపార=పారములేని, ప్రాణికోటి=జంతుకోట్లయందు, ప్రపూర్ణా=సంపూర్ణుఁడైనవాఁడా, మహిమ...ర్ణా - మహిమ=మహత్త్వముయొక్క, వినుతి=స్తోత్రరూపమైన, వాణీ = వాక్యములయొక్క, మాధురీ= మాధుర్యమును, వేది= తెలిసిన, అపర్ణా=పార్వతిగలవాఁడా.

తా. బ్రహ్మవలన జనియించిన నారదుఁడు మొదలగువారి సమాజముయొక్క నిశ్చలమై ప్రకాశించుచున్న దహరాకాశమందు సంచరించుచున్నట్టి మిగుల సెజ్జలై యున్న కమలములవంటి పదయుగళముగలవాఁడా, వెలపలను లోపలను పారము లేక యసంఖ్యేయంబులగుజంతువులయందుఁ బరిపూర్ణుఁడా, పార్వతీదేవిచేతఁ దెలియఁబడిన నిజమాహాత్మ్యముయొక్క స్తోత్రవాక్యమాధుర్యముగల లక్ష్మీనాయకా, అని.

మ. ఇది భూమండనకొండవీటిధరణీ•భృద్దుర్గపూర్వాద్రిభా
స్వదిభేశాత్మజవీరభద్రజనజీ• వగ్రాహరాహూయమా
ణదృఢాంచద్భుజకృష్ణరాయమహిరా•ణ్ణామాస్మదాముక్తమా
ల్యద నాశ్వాసము హృద్యపద్యము ద్వితీ•యం బై మహిం బొల్పగున్.

టీ. ఇది, భూమండన...దన్ - భూమండన = భూదేవికిభూషణంబైన, ని. 'భూషణంస్యాదలంక్రియా, మణ్డనంచ' యనియమరము. కొండవీటిధరణీభృద్దుర్గ= కొండవీడను కొండదుర్గమునందు, పూర్వాద్రి=ఉదయగిరిదుర్గమునందును, భాస్వత్= ప్రకాశించుచున్న, ఇభేశాత్మజ=గజపతికుమారుఁడైన, వీరభద్ర=వీరభద్రనపాత్రుని యొక్క, జన = ప్రజయొక్క, జీవగ్రాహ = ప్రాణముతో గ్రహించుటయందు, రాహూయమాణ=రాహువువలె నాచరించెడి, దృఢ=బలిష్ఠమైన, అంచత్ = ఒప్పుచున్న, భుజ=భుజములుగలయట్టి, కృష్ణరాయమహిరాణ్ణామ=కృష్ణరాయభూపతి యను పేరుగల, అస్మత్ = నాయొక్క, ఆముక్తమాల్యదన్ = ఆముక్తమాల్యద యందు, హృద్యపద్యము=మనోహరపద్యములుగల, ఆశ్వాసము, ద్వితీయంబై= రెండవదియై, మహిన్=భూమియందు, పొల్పగున్=ఒప్పగును.

గద్యము. ఇది శ్రీదక్షిణామూర్తిమంత్రోపాసనా సమాసాదితాఖండ సాహితీధురీణుండు నాత్రేయగోత్ర పవిత్రుండును వావిళ్లవంశ పయోరాశిరాకాసుధాకరుండు నగు రామస్వామిశాస్త్రిచేత ననేక పూర్వవ్యాఖ్యానాభిప్రాయంబులం బర్యాలోచించి రచియింపఁబడిన రుచిసమాఖ్యానం బగు నాముక్తమాల్యదావ్యాఖ్యానంబునందు ద్వితీయాశ్వాసము.

శ్రీ ర స్తు.

ఆ ము క్త మా ల్య ద

స వ్యా ఖ్యా న ము.

తృ తీ యా శ్వా స ము.

క. శ్రీ క్షితి నీళా వర దను
జోక్షప్రాణహర దంష్ట్రికోత్కృత్తహిర
ణ్యాక్షక్షపాచర కృపా
వీక్షాదృతబాహులేయ • వేంకటరాయా. 1

టీ. శ్రీ...వర - శ్రీ=లక్ష్మికి, క్షితి=భూమికి, నీళా = నీళాదేవికిని, వర = నాథుఁడైనవాఁడా, దను...ర - దనుజోక్ష=వృషభరూపుఁడైన రాక్షసునియొక్క, ప్రాణ=ప్రాణములను, హర=హరియించినట్టివాఁడా, దంష్ట్రి...ర - దంష్ట్రికా=కోఱచేత, ఉత్కృత్త=ఖండింపఁబడిన, హిరణ్యాక్ష=హిరణ్యాక్షుఁడనునట్టి, క్షపాచర=నిశాచరుఁడుగలవాఁడా, కృపా...య - కృపా=దయతోఁగూడిన, వీక్షా=కటాక్షముచేత, ఆదృత=ఆదరింపఁబడిన, బాహులేయ=కుమారస్వామిగలవాఁడవైన, వేంకటరాయా=వేంకటేశుఁడా.

తా. కమలాక్షితినీళాదేవులకు భర్తయైనట్టియు వృషభాసురుని జీవమును హరియించి నట్టియు వరాహావతారమందుఁ దన దంష్ట్రికచేత ఖండింపఁ బడిన హిరణ్యాక్షుఁడు గలయట్టియుఁ గృపాకటాక్షముచేతఁ గుమారస్వామి నాదరించినట్టి వేంకటరాయా! యని గ్రంథకర్త దన యిష్టదైవం బగు వేంకటేశుని సంబోధించి మంగళ మొనర్చెను.

వ. అవధరింపు మట్లరిగి యవ్విష్ణుచిత్తుండు. 2

టీ. అవధరింపుము = చిత్తగింపుము, అట్లరిగి = అత్తెఱఁగునవెడలి, అవ్విష్ణుచిత్తుండు.

శా. నిత్యంబు న్బ్రతిహారి వాద మగుట • న్విజ్ఞప్తి లే కంపఁ దా
నత్యూర్జస్వలుఁ డౌట భూపతియు స•భ్యవ్రాతము న్శంకమైఁ
బ్రత్యుత్థానముఁ జేసి మ్రొక్కఁగ సభా•భాగంబు సొత్తెంచి యా
స్నత్యప్రోజ్జ్వల రాజదత్తవరర•త్నస్వర్ణపీఠస్థుఁడై. 3

టీ. నిత్యంబున్=ప్రతిదినమందును, వాదమగుటన్=విద్వాంసులకుఁ బరస్పర సంవాదము గలిగియుండుటచేత, ప్రతీహారి=ద్వారపాలకుఁడు, విజ్ఞప్తిలేక=ప్రభువునకు విన్నవింపకయె, అంపన్=అనుపఁగా, తాన్=తాను, (అనఁగా విష్ణుచిత్తుఁడనుట.) అత్యూర్జస్వలుఁడు=మిగులఁదేజముగలవాఁడు, ఔటన్=అగుటచేత, భూపతియు=ప్రభువును, సభ్యవ్రాతమున్=పండితసమూహంబును, శంకమైన్=శంకచేత, ప్రత్యుత్థానముఁజేసి=లేచి, మ్రొక్కఁగన్=నమస్కారముసేయఁగా, సభాభాగంబు=సభాప్రదేశమును, చొత్తెంచి=చొచ్చి, ఔన్నత్య=పొడవౌటచేతను, ప్రోజ్జ్వల=ప్రకృష్టముగఁ బ్రకాశించుచున్నట్టియు, రాజ=ఏలికచేతను, దత్త=ఇయ్యఁబడిన, వర=శ్రేష్ఠములగు, రత్న=రత్నములుదాపిన, స్వర్ణపీఠస్థుఁడై=బంగారుపీఁటయందుఁ గూర్చుండియున్నవాఁడై.

తా. నిత్యమును విద్వాంసు లేతెంచి ప్రసంగించుట గలిసి యున్నవాఁడు గాన ద్వారపాలకుండు రాజాజ్ఞఁ బొందకయే లోపలి కనుపఁగాఁ బ్రవేశించిన విష్ణుచిత్తుండు మిగులఁ దేజోవంతుఁ డగుటం జేసి యానృపాలుండును బండితులును మహాత్ముం డను శంకచేత లేచి నమస్కరింప సభాప్రదేశము సొచ్చి రాజదత్తంబైన రత్నఖచితసింహాసనమునఁ గూర్చుండి యున్నవాఁడై.

క. ఆతిథ్యము గొని హరి తన
చేతోగతి నోలయ రంతు • సేయని విద్వ
ద్వ్రాతంబుఁ జూచి లాఁతుల
మా తరవా యుడుగ మాట • లాడుం డనుచున్. 4

టీ. ఆతిథ్యముగొని=అతిథిపూజనుగ్రహించి, తనచేతోగతిన్=తనయొక్కచిత్తవృత్తిని, హరి=శ్రీహరి, ఒలయన్=విహరింపఁగా, రంతుసేయని=చప్పుడుసేయకున్న, విద్వద్వ్రాతంబున్=పండితసమూహమును, చూచి=వీక్షించి, లాఁతులమా=క్రొత్తవారమా, తరవాయి=ఉపక్రమము, ఉడుగన్=నిలుపుటకు, మాటలాడుండు=ప్రసంగముఁ జేయుండు, అనుచున్.

తా. సుగమము.

తే. కతిపయోక్తులకే వారి • ప్రతిభఁ దెలిసి
నగవు దళుకొత్త రాజునె • మ్మొగముఁ జూచి
యీవు మాధ్యస్థ్యమున నున్న • నేముఁ గొన్ని
నొడివెదము మాట లని తద • నుజ్ఞ వడసి. 5

టీ. కతిపయోక్తులన్, కతిపయ=కొన్నియైన, ఉక్తులన్=మాటలచేతనే, వారి=అసభ్యులయొక్క, ప్రతిభన్=బుద్ధిని, తెలిసి=ఎఱింగి, నగవు=నవ్వు, తళుకొత్తన్=అంకురింపఁగా, రాజు=రాజుయొక్క, మొగము = ముఖమును, చూచి=కని, ఈవు=నీవు, మాధ్యస్థ్యమునన్=తటస్థభావమునందు, ఉన్నన్=ఉన్నయెడ, ఏము=మేము, కొన్ని మాటలు=కొన్ని యుక్తులను, నొడివెదము=వచించెదము, అని=చెప్పి, తదనుజ్ఞ వడసి=ఆరాజానుమతి నొంది.

తా. విష్ణుచిత్తుండా సభ్యులు వచించు చున్న కొన్ని మాటలు వినుటచేతనే వారలబుద్ధిని తెలిసికొని చిఱునవ్వుతోఁ గూడినవాఁడై రాజుయొక్క ముఖమును జూచి నీవు మాధ్యస్థ్యమునం దున్నయెడ మేము కొన్ని యుక్తులు చెప్పెద మని రాజానుమతి నొంది.

సీ. అందులో నొకమేటి • కభిముఖుండై యాతఁ,
డనిన వన్నియును ము • న్ననువదించి
తొడఁగి యన్నిటి కన్ని • దూషణంబులు వేగ,
పడక తత్సభ యొడఁ • బడఁగఁ బల్కి
ప్రక్కమాటల నెన్న • కొక్కొకమాటనె,
నిగ్రహస్థాన మ • నుగ్రహించి
క్రందుగా రేఁగినం • గలఁగఁ గందఱఁ దీర్చి,
నిలిపి యమ్మొదలివా • నికిని * మగిడి
తే. మఱి శ్రుతి స్మృతి సూత్రస • మాజమునకు
నైకకంఠ్యంబు గల్పించి • యాత్మమతము
జగ మెఱుంగఁగ రాద్ధాంత • ముగ నొనర్చి
విజితు గావించి దయ వాని • విడిచి పెట్టె. 6

టీ. అందులోన్ = ఆవాదులలో, ఒకమేటికి = ఒకపౌఢవాదికి, అభిముఖుఁడై=ఎదురుగానున్నవాఁడై, ఆతఁడనినవన్నియును=ఆతఁడు సెప్పినయుక్తుల నన్నిటిని, మున్ననువదించి=ముందనువాదముఁజేసి, తొడఁగి=ఉపక్రమించి, అన్నిటికిన్=అతఁడు సెప్పినయుక్తుల కన్నిటికిని, అన్నిదూషణంబులు = అన్నిదోషంబులు, వేగపడక = త్వరపడక, ('ప్రథమాపై ళక్తిక మోర్చిందుశ్చమహాన్పతిక్రియాశ్లేషు' అను సూత్రముచేత మువర్ణకలోపము.) తత్సభ=ఆసభ్యులు, ఒడఁబడఁగన్ = సమ్మతించునట్లుగ, పల్కి=సంభాషించి, ప్రక్కమాటలన్=పార్శ్వములనున్నవారు సెప్పునట్టి

* మగుడి.

యాయుక్తులను, ఎన్నక=గణనచేయక, ఒక్కొకమాటనె = ఒక్కొకయుక్తిచేతనే, నిగ్రహస్థాన మనుగ్రహించి=నిగ్రహస్థానమును బొందించి యనుగ్రహించి, (నిగ్రహస్థానముఁగాఁ బ్రసంగదోషములకుఁ బేరు.) క్రందుగా రేఁగిన=దొమ్మిగాఁ బ్రసంగింప రాఁగా, కలఁగక=తొట్రుపాటుపడక, అందఱన్ = ఎల్లరను, తీర్చి = సమాధానపఱిచి, నిలిపి=ఉంచి, అమ్మొదలివానికినె = ఆమొదలివిద్వాంసునకే, మగిడి=తిరిగి, మఱి=మఱియును, శ్రుతి=వేదవేదాంతములు, స్మృతి=ధర్మశాస్త్రములు, సూత్ర=వ్యాససూత్రములు మొదలగు దర్శనసూత్రములు, వీనియొక్క, సమాజమునకు=సమూహమునకు, ఐకకంఠ్యము=ఏకగ్రీవత, కల్పించి=చేసి, ఆత్మమతము=స్వమతము, జగమెఱుంగఁగన్=లోకమెఱుంగునట్లు, రాద్ధాంతముగన్ = సిద్ధాంతముగా, ఒనర్చి = చేసి, విజితుఁగావించి=ఓడించి, దయన్=కరుణచేతను, వానిన్=అతనిని విడిచిపెట్టి.

తా. ఆవాదులలో నొక ప్రౌఢవాది కభిముఖుండై యతఁడు సెప్పిన యుక్తులను ముం దనువాదముఁ జేసి యుపక్రమించి పిమ్మట నాయుక్తుల కన్ని దూషణంబులును దాను త్వరపడక సభ్యులు మెచ్చునటులఁ బల్కి యిరుప్రక్కల నున్నవారు సెప్పుచున్నమాటల నెన్నక యొక్కొక్కయుక్తిచేత నిగ్రహస్థానము లొదవిన వనుగ్రహించి సభ్యులు దొమ్మిగా వచ్చి ప్రసంగింపఁ దాఁ దొట్రుపడక యందఱను సమాధానపఱిచి యుంచి యామొదలివిద్వాంసునకే మరల వేదశాస్త్రబ్రహ్మసూత్రములకు నేకవాక్యతఁ గల్పించి చెప్పి పిమ్మట స్వమతము సిద్ధాంత మని లోక మెఱుంగునట్లుగాఁ జేసి యోడించి దయచేత వాని విడిచి.

క. నీ వేమంటివి రమ్మం
చావలి వానికిని మగిడి • యట్లనె వానిం
గావించి యొకఁ డొకఁడు రా
నా విప్రుఁడు వాదసరణి • నందఱఁ గెలిచెన్. 7

టీ. నీవేమంటివి=తొలుతఁ దొమ్మిగఁ బ్రసంగింప వచ్చినవారలలో నొక్కనిం జూచి యీవువల్కినదేమి, రమ్మంచు=రమ్మని యోడించి, అవలవానికిని = అవలనున్న మఱియొకనికిని, మగిడి=అభిముఖుండై, వానిన్=ఆవాదినిని, అట్లనె=మొదలివాది వలెనే, కావించి=చేసి, మఱియు నీప్రకారముగన్, ఒకఁడొకఁడు = ఒకని వెంట నొకఁడుగా, రాన్=రాఁగా, ఆవిప్రుఁడు = ఆవిష్ణుచిత్తుఁడు, వాదసరణిన్=వాదముఖమున, అందఱన్=వాదులనెల్లను, గెలిచెన్=జయించెను.

తా. మఱియొకనితట్టు తిరిగి నీ వేమంటివి రమ్మని ప్రసంగించి యోడఁగొట్టి యావలివాని కెదురై వానిని నోడఁగొట్టి యీరీతి నొక్కొక్కఁడుగా రాఁగా నావిప్రుఁడు ప్రసంగించి యందఱఁ బ్రసంగించుసమయమున నోడఁగొట్టె.

సీ. జగదుద్గతికిని బీ•జము ప్రధాన మన నీ,
క్షత్యాది వీశు న•శబ్దవాదిఁ
బోరి నీశుఁ డే నని • భోగమాత్రేత్యాద్యు,
దాహృతిస్ఫూర్తి మా•యావివాది
ఫలియించుఁ గ్రియయ నా • ఫలమత యిత్యాది,
సర్వేశుఁ గొనని య•పూర్వవాది
శాస్త్రయోనిత్వాది•సరణి నీశ్వరునిఁ దె,
ల్పెడు ననుమాన మ•న్పీలువాది
తే. నిత్యులం దెల్ల నిత్యుఁ డ•న్నశ్రుత్యురూక్తి
క్షణికసర్వజ్ఞతేశ సౌ•గత వివాది
ననుపపత్తేర్న యనుసూత్ర • మాది యైన
*వాని నృపతీశుఁ బ్రత్యక్ష • వాదిఁ గెలిచె. 8

టీ. జగదుద్గతికిని - జగత్=జగంబులయొక్క, ఉద్గతికిని=ఉత్పత్తికి, బీజము=కారణము, ప్రధానము=ప్రకృతి, అనన్ = ఇట్లని వాదింపఁగా, వీశున్=విగతేశుఁడనఁగా నీశ్వరుండు జగత్కారణము గాదనునట్టి, అశబ్దవాదిన్=సాంఖ్యుని, ఈక్షత్యాదిన్=ఈక్షత్యాదిసూత్రోక్తుల చేతను, పోరిన్=మిక్కిలి, ఏను=నేను, ఈశుఁడు=ఈశ్వరుఁడు, అనన్=అనఁగా, మాయావివాదిన్=మాయకుఁ గారణత్వముఁ జెప్పుచున్నట్టి యద్వైతిని, భోగ ... న్ - భోగమాత్రేత్యాది = భోగమాత్ర అనునది మొదలుగాఁగల సూత్రముయొక్క, ఉదాహృతి=ఉదాహరణముయొక్క, స్ఫూర్తిన్=స్మరించుటచేతను, క్రియయ = అగ్నిష్టోమాదిసత్క్రియయే, ఫలియించున్ = ఫలముల నిచ్చును, నాన్=అని వాదింపఁగా, సర్వేశుఁగొనని = సర్వేశ్వరునిఁ గొని యాడనట్టి, అపూర్వవాదిన్=మీమాంసకుని, ఫలమతయిత్యాది=ఫలమత యను మొదలగుదానిచేతను, ఈశ్వరునిన్=జగదీశుని, అనుమానము= 'క్షిత్యంకురాదికంసకర్తృకం కార్యత్వాద్ఘటవత్' అనునట్టి యనుమానమే, తెల్పెడున్=ఈశ్వరసద్భావమందు ప్రమాణము, అన్=అనియెడు, పీలువాదిన్ = పరమాణుకారణవాదిని, శాస్త్ర... శిన్ - శాస్త్రయోనిత్వాది = శాస్త్రయోనిత్వాత్తనునది మొదలగు, సరణిన్=రీతిచేతను, నిత్యులందెల్లనిత్యుండు=నిత్యవస్తువులలోనిత్యుఁడీశ్వరుండు, అన్=అనునట్టి, శ్రుత్యురూక్తిన్-శ్రుతి=వేదముయొక్క, ఉరు=గొప్పయైన, ఉక్తిన్=వాక్యముచేత, క్షణికసర్వజ్ఞతేశ = క్షణికత్వసర్వజ్ఞత్వాను లీశ్వరలక్షణంబులనియెడు, సౌగతవివా

*. వానినె నిరీశుఁ.

దిన్ = బౌద్ధుని, ని. 'సౌగత శ్శూన్యవాదిని' యని యమరము. అనుపపత్తేర్న యను సూత్రము, ఆదిగాఁగలవానిచే = మొదలగువానిచేత, నృపతీశుఁ = నిగ్రహానుగ్రహసమర్థుఁడగు రాజే యీశ్వరుండనునట్టి, ప్రత్యక్షవాది = ప్రత్యక్షమే సత్యమని వాదించువానిన్, (అనఁగాఁ జార్వాకుఁ డనుట.) గెలిచెన్ = సభయందుఁ గ్రమముగ నందఱి నోడించెను.

తా. పరిదృశ్యమానం బగు నీ జగత్తునకుఁ బ్రకృతి కారణం బని వాదించునట్టి యశబ్దవాదియగు సాంఖ్యుని ఈక్షత్యాది సూత్రములచేతను, నే నీశ్వరుఁడని వాదించుచున్న యద్వైతిని భోగమాత్రేత్యాది సూత్రములచేతను, కర్మబ్రహ్మవాది యగు మీమాంసకుని ఫలమత ఇత్యాది సూత్రములచేతను, పీలుపాకవాదిని శాస్త్రయోనిత్వాది సూత్రములచేతను, నిత్యత్వసర్వజ్ఞత్వాదు లీశ్వరలక్షణం బనియెడు బౌద్ధుని నిత్యో నిత్యానా మను శ్రుతిచేతను, నిగ్రహ సామర్థ్యము గలిగి కంటికి విషయుం డైయున్న రా జీశ్వరుం డను నట్టి ప్రత్యక్షవాదిని అనుపపత్తేర్న యను సూత్రముచేతను, నిత్తెఱఁగున నా విష్ణుచిత్తుఁడు సభయందు వాదించి, వారల నెల్లఁ గ్రమంబుగ నోడఁగొట్టెను.

పైని చెప్పఁబడిన సూత్రముల యర్థములను శ్రీరామానుజాచార్య విరచిత బ్రహ్మసూత్ర భాష్యమునఁ గనం దగు.

శా. విద్వద్వందితుఁ డాతఁ డిట్లు సుఖ సంవిత్తత్త్వబోధైకచుం
చుద్వైపాయనసూత్రసచ్ఛ్రుతుల నీశు న్మున్నిరూపించి పైఁ
దద్విష్ణుత్వము దాని కన్య దివిషద్వ్యావర్తనంబు న్విశి
ష్టాద్వైతంబును దేటగాఁ దెలుప మాటాడె న్ప్రమాణంబులన్. 9

టీ. విద్వ...డు - విద్వత్ = విద్వాంసులచేతను, వందితుఁడు = నమస్కరింపఁబడు, ఆతఁడు = ఆవిష్ణుచిత్తుండు, ఇట్లు = ఈరీతిగా, సుఖ...లన్ - సుఖ = సుఖస్వరూపమును, సంవిత్ = జ్ఞానస్వరూపమునైన, తత్త్వ = పరబ్రహ్మముయొక్క, బోధైకచుంచు = జ్ఞానమునకు ముఖ్యసాధకంబైన, 'తేనవిత్తిశ్చుంచుప్చణపౌ' అనిసూత్రము. ద్వైపాయనసూత్ర = వ్యాససూత్రములచేతను, సచ్ఛ్రుతులన్ = వేదములచేతను, ఈశున్ = సర్వేశ్వరుని, మున్ = మున్ను, నిరూపించి = తెల్పి, పైన్ = పిమ్మట, తద్విష్ణుత్వము - తత్ = ఆసర్వేశ్వరునికి, విష్ణుత్వమున్ = వ్యాపకత్వమును, 'విష్ణుర్వ్యాప్తౌ' దానికిన్ = ఆవిష్ణుత్వమునకు, అన్య...నంబున్ - అన్యదివిషత్ = ఇతర దేవతలకు, వ్యావర్తనంబున్ = లేకుండుటయును, విశిష్టాద్వైతంబును, తేటగాన్ = ప్రత్యక్షముగా, తెలుపన్ = తెలుపుటకు, ప్రమాణంబులన్ = ప్రమాణములచేతను, మాటాడెన్ = సంభాషించెను.

తా. విద్వాంసులచే నమస్కరింపఁబడుచున్న యా విష్ణుచిత్తుండు జ్ఞానస్వరూపమును, సుఖస్వరూపమునైన పరబ్రహ్మయొక్క బోధను బ్రకటింపఁజేయునట్టి బ్రహ్మసూత్రములచేతను వేదములచేతను నీశ్వరుని మున్నుగా నిరూపించి సిద్ధాంతముజేసి యాపిమ్మట నాయీశ్వరునికి వ్యాపకత్వమును దదితర దేవతలకు వ్యాప్యత్వమును విశిష్టాద్వైతంబును బ్రమాణములచేతఁ బ్రత్యక్ష మగునటులఁ దెలుపుటకు సంభాషించెను.

సీ. ఆదినారాయణుం డాయె • నొక్కఁడ బ్రహ్మ,
లేఁడు మహేశుండు • లేఁడు లేదు
రోదసి లేఁడు సూ•ర్యుఁడు లేఁడు చంద్రుఁడు,
లేవు నక్షత్రము • ల్లేవు నీళ్లు
లే దగ్ని యట్లుండ లీల • నేకాకిత,
చనదు పెక్కయ్యెద • ననుచు నయ్యెఁ
జిదచిద్ద్వయంబు సొ•చ్చి యని ఛాందోగ్యంబు,
దెలిపెడు నంతరా•దిత్యవిద్య
తే. నర్కులోఁ బుండరీకాక్షుఁ • డతఁడ యగుట
కక్షిణీ యని యష్టదృ• క్త్ర్యక్షదశశ
తాక్షవిధిరుద్రశక్రాదు•లందు నొకఁడు
కామి కాశ్రుతియే విల•క్షణతఁ దెలిపె. 10

టీ. ఆదిన్=సృష్ట్యాదియందు, నారాయణుండు=విష్ణువు, ఒకఁడ=ఒక్కఁడే, అయెన్=బహురూపములాయెను. బ్రహ్మ=చతుర్ముఖుఁడు, లేఁడు. మహేశుఁడు=శివుఁడు, లేఁడు. రోదసి=భూమ్యంతరిక్షప్రదేశము, లేదు. సూర్యుఁడు, లేఁడు. చంద్రుఁడు, లేఁడు. నక్షత్రములు=చుక్కలు, లేవు. అగ్ని, లేదు. అట్లుండన్=ఆరీతినుండఁగా, లీలన్=విలాసముచేత, ఏకాకిత=ఒక్కఁడై యుండుట, చనదు=యుక్తముగాదు. పెక్కయ్యెదన్=అనేకములయ్యెదన్, అనుచున్=సంకల్పించి, చిదచి...సొచ్చి - చిత్ = చిత్తు, అచిత్ = అచిత్తు, వీనియొక్కద్వయంబు = రెంటిని (అనఁగా జీవులయందును జడములయందుననుట), చొచ్చి=ప్రవేశించి, అయ్యెన్=తాను బహురూపంబులాయెను, అని=ఇట్లని, ఛాందోగ్యంబు=ఛాందోగ్యంబను నుపనిషత్తు, తెలిపెడున్=బోధించుచున్నది. అంతరాదిత్యవిద్యన్=అంతరాదిత్యవిద్యయందు, అర్కులోఁబుండరీకాక్షుఁడతఁడయగుటకు=సూర్యునియందున్న పుండరీకాక్షుండు శ్రీమన్నారాయణుండౌటకు 'కప్యాసం పుణ్డరీకాక్షం పుణ్డరీకే ఇవఅక్షిణీ' యని ద్వివచనముచేతను, అష్ట...దున్ - అష్టదృక్ = ఎనిమిదికన్నులుగలయట్టి, త్ర్య

క్షు=త్రిలోచనుండైనట్టి, దశశతాక్షు = సహస్రలోచనుండైనట్టి, విధి రుద్ర శక్రాదులందుఁ=బ్రహ్మేశానేంద్రాదులందు, ఒకఁడు=ఒక్కండును, కౌమికి=సూర్యమండలాంతర్వర్తికాపోవుటకు, ఆశ్రుతియే, విలక్షణతన్=వైలక్షణ్యమును, తెలిపెన్=కనఁబఱచెను.

తా. సృష్ట్యాదియందు శ్రీమన్నారాయణుం డొక్కఁడె యుండుటం జేసి యేకాకిత విలాసమునకు యుక్తము గామి ననేకరూపంబులం బొందెద నని సంకల్పించి చిదచిద్ద్వయాత్మకం బైన ప్రపంచమందుఁ దాను బ్రవేశించి బహురూపము లాయె నని ఛాందోగ్యమను నుపనిషత్తు బోధించు చున్న దనియు, ఇదియునుంగాక యంతరాదిత్య విద్యయందు సూర్యునియందున్న పుండరీకాక్షుండు నారాయణుం డనుటకు నక్షిణీ యను ద్వివచనము ముఖ్యసాధకం బనియు, బ్రహ్మరుద్రేంద్రాదులలో నెవ్వఁడుఁ గా దనుటకు ఆశ్రుతియే వైలక్షణ్యమును దెలుపు చున్న దనియు భావము.

మ. తుల లేకుండు స్వరూప రూప గుణ భూ•తుల్దోఁచె నేతచ్ఛ్రుతి
న్దలమై లో వెలిఁ దానె యున్కిఁ దెలిపె • న్నారాయణం బారుణం
బుల సామాన్య విశేషరీతినిఖిలం•బు న్శబ్దజాలంబు ని
ర్మలనారాయణశబ్దమందునె తుద • న్బర్యాప్తమయ్యె న్శ్రుతిన్.

టీ. తుల...ల్-తులలేకుండు=సమానము లేనట్టి, స్వరూప=నారాయణునియొక్క దివ్యస్వరూపమును, రూప=దివ్యవిగ్రహమును, గుణ=అనంతకల్యాణగుణములును, భూతుల్=దివ్యైశ్వర్యంబును, ఏతచ్ఛ్రుతిన్=ఈవేదముచేత, తోఁచెన్=కానవచ్చెను, దలమై=తెలియుచుగా, లోవెలిన్=లోపలను బైటను, తానెయున్కిన్=శ్రీమన్నారాయణుండె యున్నవాఁడని (తైత్తిరీయోపనిషత్తునందు), నారాయణంబు=నారాయణమనునైదవపన్నము, తెలిపెన్=తెలుపుచున్నది. శ్రుతిన్=వేదమందలి, ఆరుణంబులన్=ఆరుణములంను, సామాన్యవిశేషరీతిన్=సామాన్యవిశేషన్యాయముచేతను, నిఖిలంబున్=సకలమైన, శబ్దజాలంబు=శబ్దసమూహము, నిర్మలనారాయణశబ్దమందునె=నారాయణశబ్దములోపలనే, తుదన్=కడపట, పర్యాప్తమయ్యెన్=పర్యవసన్నమాయెను.

తా. సాదృశ్యము లేనట్టి శ్రీహరియొక్క దివ్యస్వరూప దివ్య విగ్రహానంత కల్యాణ గుణ దివ్యైశ్వర్యములు నీ శ్రుతియందు స్పష్టమౌచున్న వనియు, నారాయణుండె సర్వాంతర్బహిర్వ్యాపకుఁడై తెలియుచుగా నున్నవాఁ డని తైత్తిరీయస్థమైన నారాయణ మను నైదవ పన్నము దెలుపుచున్న దనియు, నారుణంబులందు సామాన్య విశేష న్యాయముచేత బ్రహ్మేంద్రాది సకల శబ్దములును దుదను నారాయణ శబ్దమందె పర్యవసన్నము లాయెననియు భావము.

క. వా దపహతపాప్మాది, వ్యో దేవ యనంగఁ బరఁగు • సూక్తులమీఁదం
బా దగు నారాయణపద, మే దేవాంతరము లేమి • కీ శ్రుతిఁ దీర్చెన్.

టీ. ఈశ్రుతిన్ = ఈఛాందోగ్యాదిశ్రుతులందు, అపహతపాప్మాదివ్యో దేవ యనంగన్ = శ్రు. 'అపహతపాప్మాదివ్యో దేవఏకో నారాయణః' అనునటుల, పరఁగు = ఒప్పుచున్న, సూక్తులమీఁదన్ = వేదవాక్యములమీఁదను, పాదగు = కుదురై యున్నట్టి నారాయణపదము, ఏదేవాంతరము లేమికి = అంతకంటె వేఱొదైవము లేకుండుటను, వాదము = వివాదమును, తీర్చెన్ = పోఁగొట్టెను.

తా. 'అపహతపాప్మే' త్యాది శ్రుతివాక్యములమీఁద కుదురై యున్న యా నారాయణ పదమే శ్రీమన్నారాయణునికంటెఁ బరంబుగ నే దైవమును లేదని నిస్సందేహ మగునటుల భ్రిమాత్మకజ్ఞానజన్య వివాదమును దీర్చెను.

వ. తొల్లి జామదగ్నిభయంబునఁ బరిత్యక్తరాజ్యుం డై వైరాగ్యంబున దివోదాసాత్మజుం డగు ప్రతర్దనుండు జనార్దను నెఱుంగక యపవర్గకాంక్షి నింద్రు నారాధించిన నతండు సన్నిహితుం డై మాముపాస్వ యనుటయు, ముందు గర్భమునందుండియు నఖండిత తపస్స్ఫురిత వామదేవుం డగు వామదేవుండు సూర్యోహం మనురహం కక్షీవానహ మ్మని శరీరవాచకశబ్దంబు శరీరపర్యంతంబు పోవుటం జేసి చిదచిచ్ఛరీరకుం డగు నప్పరమాత్ముం గూర్చి యనుసంధించె ననియుఁ దెలిపి,చేతనుం డైన తా జగత్కారణంబు గామి విబుధులం దెల్ల విజ్ఞానవృద్ధుం డగు నా వృద్ధశ్రవుండు తదనుసంధాన న్యాయంబున నుపదేశించె నని శ్రుతి సూత్రముఖంబుల నిగమాంత శాస్త్రఫక్కిఁ జాల వక్కాణింపంబడు నాత్మయు నవనియు ననల పవన గగన కాల మృత్యు ప్రభృ త్యఖల చిదచిత్ప్రపంచంబు లతనిశరీరంబు లనియు నందె వినంబడు, నట్లగుట న శేష దివిషచ్ఛరీరంబు లన్నారాయణ శరీరంబులే కదా యని ముముక్షువున కప్పుండరీకాక్షు దక్క నేవ్యక్తి నైన నుపాసింపవచ్చునే? విష్ణునకుఁ దత్త్వాల విగ్రహంబు లగుటం బ్రహ్మ రుద్రార్జున వ్యాస భాను భార్గ వాది భజనంబు త్రైవర్గికునకుం గాక యపవర్గ కాంక్షుల కయుక్తం బని స్మృతి చెప్ప, నదియునుంగాక యీశ్వరునకుఁ జేతనునకు నిత్యానంబంధంబు 'మాతా పితా భ్రాతా వాస శ్శరణం సుహృద్గతి ర్నా

రాయణ' యని సమస్తంబునకుఁ బరాయణంబుగా నతనిఁ బ్రతి
పాదించు శ్రుత్యంతరంబు గల దట్టి పరమేశ్వరుం గనుటకుం దగిన
యోగంబుఁ జెప్పెద ; ఖాండిక్య కేశిధ్వజ సంవాదంబు విను మని
యిట్లనియె. 13

టీ. తొల్లి=పూర్వకాలమందు, జామదగ్నిభయంబునన్=పరశురామునివలని భయముచేత, పరిత్యక్తరాజ్యుండై=రాజ్యముఁ ద్యజించినవాఁడై, వైరాగ్యంబునన్=వైరాగ్యముచేత, దివోదాసాత్మజుండగు=దివోదాసునకుఁగుమారుఁడైన, ప్రతర్దనుండు=ప్రతర్దనుండనువాఁడు, జనార్దనున్=శ్రీహరిని, ఎఱుంగక=తెలిసికొనక, అపవర్గకాంక్షన్=మోక్షేచ్ఛచేత, ఇంద్రున్=పాకశాసనుని, ఆరాధించినన్=ఉపాసనసేయఁగా, అతఁడు=అయింద్రుఁడు, సన్నిహితుండై=సమీపించినవాఁడై, మాముపాస్స్వ=నన్ను నారాధింపుము అనుటయు, (తొలుతఁ దన్ను నారాధించుచున్నవానితో మరలఁ దన్నే యారాధింపుమనుటచేత నతనియంతర్యామి యగు నారాయణుని నుపాసన సేయుమన్న ట్లర్థము సిద్ధించె నదియెట్లనిన), మున్ను=పూర్వమందు, గర్భమునం దుండియు=ఉదరమునందుండియె, అఖండిత=భేదింపఁబడని, తపః=తపంబుచేతను, తులిత=సరిసేయఁబడిన, వామదేవుండగు=రుద్రుఁడుగలవాఁడైనట్టి, వామదేవుండు=వామదేవుండనుజడదారి, సూర్యోహం=సూర్యుఁడు నేను, మనురహం=మనువు నేను, కక్షీవానహం=అగ్ని నేను, అని=అనుచు, శరీరవాచకశబ్దంబు=శరీరవాచకంబైన యస్మచ్ఛబ్దంబు, శరీరపర్యంతంబు=శరీరముగల జీవపర్యంతంబు, పోవుటం జేసి=పోవుటచేతను, చిదచిచ్ఛరీరకుండగు-చిత్=జీవుఁడు, అచిత్=శరీరము, శరీరకుండు=శరీరముగాఁగలవాఁడు, చిద్రూపాచిద్రూపదేహముగలవాఁ డనఁగా సర్వశరీరకుం డనుట. అగు=అగునట్టి, అప్పరమాత్ముంగూర్చి=అపరవాసుదేవునింగూర్చి, అనుసంధించెను=చింతించెను, అనియు=అట్లని, తెలిపి=ఎఱింగించి, చేతనుండైన తాన్-జీవుఁడైనతాను, జగత్కారణంబు గామిన్=ఆకాశాదిజగత్తునకు హేతువు గాకపోవుటను, విబుధులందెల్ల=దేవతలయందెల్లను, విజ్ఞానవృద్ధుండగు=విశేషజ్ఞానముచేతఁ బెద్దయైన, వృద్ధశ్రవుండు=దేవేంద్రుఁడు, తద...న్-తత్=ఆయర్థముయొక్క, అనుసంధాన న్యాయంబునన్=చింతన యను న్యాయముచేతను, ఉపదేశించెను=ఆరాజున కుపదేశము జేసెను, అని=అనుకొని, శ్రుతిసూత్రముఖంబుల=వేదములచేతను వ్యాససూత్రములచేతను, నిగమాంతశాస్త్రపఙ్క్తికన్=వేదాంతశాస్త్ర వాక్యరీతులచేతను, మిగులన్=విశేషముగ, వక్కాణింపఁబడున్=వ్యాఖ్యానము సేయంబడుచున్నది, ఆత్మయు=జీవాత్మయును, అవనియు=భూమియును, అనల పవన గగన కాలమృత్యుప్రభృతి=అగ్నివాయ్వాకాశ కాలమృత్యువులు మొదలగు, చిదచిత్ప్రపంచంబులు=చిదచిత్తులయొక్క విస్తా

రము, అతని=అప్పరమాత్మునియొక్క, శరీరంబులనియు=దేహములని, అందెవినం బడు=ఆవేదమందెవినఁబడును,అట్లగుటన్=ఆలాగగుటచేత,అశే...లు-అశేష=సమ స్తమైన, దివిషత్=బ్రహ్మాది దేవతలయొక్క, శరీరంబులు=దేహములు, అన్నారాయ ణుని శరీరంబులేకదా యని, ముముక్షువునకు=మోక్షేచ్ఛగలవానికి, అప్పుండరీకాక్షుఁ దక్కన్ = ఆనారాయణుండుగాక, ఏవ్యక్తినైనను = ఏశరీరమునైనను, ఉపాసింప వచ్చునె=ఉపాసనచేయఁదగునా? విష్ణునకున్=పరమాత్మునకు, తత్తత్కాల విగ్రహం బులగుటన్=సమయోచిత దేహములౌటచేతను, బ్రహ్మ రుద్రార్జున వ్యాస భాను భా ర్గవ వీరులు, ఆది=మొదలగువారియొక్క, భజనంబు=ఉపాసన, త్రైవర్గికునకుంగాక =ధర్మార్థకామాపేక్షగలవారలకేగాని, అపవర్గకాంక్షులకు=ముముక్షువులకు, అయు క్తంబని=తగదని, స్మృతి=ధర్మశాస్త్రము, చెప్పున్=తెలుపుచున్నది, అదియునుం గాక, ఈశ్వరునకున్, చేతనునకు=జీవునకును, నిత్యసంబంధంబు, మాతా=తల్లి,పితా= తండ్రి,భ్రాతా=తోఁబుట్టువు,ఆవాసః=అధిష్ఠానము, శరణం=రక్షకుఁడు, ని. 'శరణం గృహరక్షిత్రోః'యని యమరము, సుహృత్=మిత్రుఁడు,గతిః=ప్రాప్యము,నారాయ ణః=నారాయణుండె, అని=అట్లని, 'లోపోనమ ఆదికే విసర్గస్య' యను సూత్రము చేత విసర్గలోపము.సమస్తంబునకుఁ బరాయణంబుగాఁ=నిఖిలమునకును బరమపదం బుగాఁ, అతనిఁ=ఆనారాయణుని, ప్రతిపాదించు=తెలుపునట్టి, శ్రుత్యంతరంబు గలదు=మఱియొకశ్రుతిగలదు, అట్టిపరమేశ్వరుఁగనుటకుఁ=తాదృశదేవునిం దెలిసి కొనుటకు, తగినయోగంబుసెప్పెదఁ=అనుకూలమైనయోగమునువచించెదను, ఖాం డిక్యకేశిధ్వజ సంవాదంబు, వినుమని=ఆకర్ణింపు మని, ఇట్లనియె=వక్ష్యమాణక్రమం బుగాఁ బలికెను.

తా. పూర్వకాలంబునఁ బరశురామునకు వెఱచి వైరాగ్యము నొందినట్టి దివో దాసాత్మజుండైన ప్రతర్దనుం డనువాఁడు మోక్షేచ్ఛ గలవాఁడై జనార్దనునిం గానక యింద్రు నారాధింప నతండు ప్రత్యక్షమై నన్నుపాసనసేయుమనఁగా మదంతర్యామి నుపాసన సేయుమన్నట్టియర్థ మూహింపఁబడియె, నెట్లనఁగా మున్ను గర్భమునందుండి యుఁ దపంబునం దీశ్వరునితోఁ దుల్యుం డైనవామదేవుం డనుముని సూర్యుఁడు నేను జంద్రుఁడు నే నగ్నియు నే నను శరీరవాచకశబ్దము శరీరిపర్యంతము వోవుటచేత నుభయశరీరకుం డైనపరమాత్ముం గూర్చి యనుసంధాన మొనర్చె నని తెలిపి జీవుఁడైన తా నుపాస్యుండను గానని జ్ఞానవృద్ధుం డగునింద్రుఁడు దదనుసంధాన న్యాయంబున నుపదేశించెనని వేదవ్యాససూత్రవేదాంతశాస్త్రములయందు వివరింపఁబడియె ననియు, బ్రహ్మ శివుఁడు భూమి మొదలగు పంచభూతములు కాలమృత్యుప్రభృతి నిఖిలం బగు చిదచిద్రూపవిస్తారంబు లతనిశరీరంబులనియు, నైనను శుద్ధంబగు నారాయణ స్వరూ పమును దక్క మఱియొకస్వరూపమును భజింపఁగూడదనియు, బ్రహ్మాదులను ధర్మార్థ

కామకాంక్షు లుపాసన సేయుదురుగాని మోక్షార్థు లుపాసన సేయరని స్మృతులు దెలుపుచున్నవనియు, జీవేశ్వరులకు నిత్యసంబంధంబనియు, మాతా పితా భ్రాతా వాసశ్శరణం సుహృద్గతి ర్నారాయణ యని నిఖిలంబు నా నారాయణుండని తెలుపునట్టి కొన్ని శ్రుతులున్నవనియు, నట్టి పరమేశ్వరుం గనుటకు సాధకం బైనయోగంబు గలను, ఖాండిక్య కేశిధ్వజ సంవాదంబు చెప్పెద విను మని యిట్లనియె.

మ. జనకాఖ్యాఖిలరాజ మొప్పు నిమివం•శం బందు ధర్మధ్వజుం
డను భూజాని మితధ్వజాఖ్య వసుధా•ధ్యక్షుం జగద్రక్షణా
వనజాతాక్షుఁ గృతధ్వజాఖ్యుఁ గనియె • న్వారిద్దఱు స్గర్మఠుఁ
ఘనవిజ్ఞానుఁ గ్రమంబునం గనిరి త•త్ఖాండిక్యుఁ గేశిధ్వజుఁ. 14

టీ. జనకా...జము - జనక = జనకుఁడను, అఖ్య = పేరుగల, అఖిలరాజము=సమస్తరాజులుగల, నిమివంశంబు=నిమి యను రాజుయొక్క వంశము, ఒప్పుఁ= తనరును (అనఁగా నా నిమివంశంబునఁబుట్టిన రాజుల కెల్ల జనకులను నామము గలదనుట), అందు=ఆ నిమివంశమందు, ధర్మధ్వజుండను=ధర్మధ్వజుండనునట్టి, భూజాని=భూపతి, మితధ్వజాఖ్య=మితధ్వజుం డనుపేరుగల, వసుధాధ్యక్షుఁ=అవనీశుని, జగ...న్-జగత్=జగత్తుయొక్క, రక్షణా=పాలనయందు, వనజాతాక్షుఁ=విష్ణువైనట్టి, కృతధ్వజాఖ్యుఁ=కృతధ్వజుఁడనువానిని, కనియెఁ, వారిద్దఱుఁ=వారిరువురును, క్రమంబునఁ=వరుసగా, కర్మఠుఁ=యాగాదికర్మశీలుఁడైనట్టి, ఖాండిక్యుఁ=ఖాండిక్యుఁ డనునతనిని, ఘనవిజ్ఞానుఁ - ఘన=అధికముగు, విజ్ఞానుఁ=జ్ఞానముగల (అనఁగా బ్రహ్మనిష్ఠుఁడనుట), కేశిధ్వజుఁ=కేశిధ్వజుఁ డనువానిని, కనిరి.

తా. నిమివంశమందుఁ బుట్టిన రాజులకెల్లను జనకు లను నామము గలదనియు, ఆ నిమివంశోత్పన్నుఁ డైనట్టి ధర్మధ్వజుం డనురాజు మితధ్వజుం డనునట్టియుఁ గృతధ్వజుఁ డనునట్టి యిద్దఱు బుత్త్రులుగాఁ బడసెననియు, వా రిరువురును గ్రమంబుగ ననఁగా మితధ్వజుఁడు ఖాండిక్యుఁ డనువానిని, కృతధ్వజుఁడు బ్రహ్మనిష్ఠుం డగుకేశిధ్వజుఁ డనువానినిం గనిరి.

క. వారిరువురుఁ దమలోపల
వేరము గొని రాజ్యకాంక్ష • విజిగీషువు లై
హోరాహోరిం బోరిరి
బారాసిదినంబు లవని • ప్రజలు దలంకఁ. 15

టీ. వారిరువురు = ఖాండిక్యకేశిధ్వజులు, తమలోపలఁ, వేరము గొని=వైరముఁ బెట్టికొని, రాజ్యకాంక్షఁ = రాజ్యాపేక్ష చేతను, విజిగీషువులై=జయేచ్ఛగల

వారలై, హోరాహోరిన్=ఎడతెగక, బారాసిదినంబులు=పండ్రెండు దివసములు, అవనిప్రజలు=భూమియందలిప్రజలు, శలంకన్=భయపడఁగా, పోరిరి=జగడమాడిరి. (బారాసి యనఁగా నేడని కొందఱు).

తా. పిమ్మట నాఖాండిక్యకేశిధ్వజు లిరువురును దమలో విరోధపడి రాజ్యాపేక్షచేత నొకని నొకఁడు జయింప నిచ్ఛఁగలవారై భూమియందున్న ప్రజలు భయంపడునటులఁ బండ్రెండు దినములు ఘోర మగు యుద్ధ మొనర్చిరి.

చ. పలపల వేగ నిచ్చలును • బౌఁజులు దీర్చి యతండు నాతఁడున్
వెలువడి వచ్చి యిక్షుమతి • వేణిక యేపిరిగాఁగ వీఁగుచున్
దలపడుచుం బెనంగఁగఁ గృ • తధ్వజనందను సైనికావళీ
హాళహాళికిం జెడ న్విఱిగె • నార్తి మితధ్వజనందనుం డనిన్. 16

టీ. అతండున్=ఆఖాండిక్యుఁడును, అతఁడున్=ఆకేశిధ్వజుండును, నిచ్చలును = నిత్యమును, పలపలవేగ=తెల్లవాఱఁగా, పౌఁజులుదీర్చి=బారులుదీర్చికొని, వెలువడి=రణమునకువెళ్లివచ్చి, ఇక్షుమతివేణిక=ఇక్షుమతీనది, ఏపిరిగాఁగన్=ఎల్లగాఁగను, వీఁగుచున్=విక్రమించుచును, తలపడుచున్=తగులు పడుచును, పెనంగఁగన్ = పోరఁగా, కృత...కిన్-కృతధ్వజనందను=కేశిధ్వజునియొక్క, సైనిక=సేనాపతుల యొక్క, ఆవళి=సమూహముయొక్క, హాళహాళికిన్=హాయిడికి, ఆర్తిన్=ఆపదచేత, మితధ్వజనందనుండు=ఖాండిక్యుఁడు, అనిన్=యుద్ధమందు, చెడన్విఱిగెన్ = పాఱిపోయెను.

తా. ప్రతి దివస మందును దెల్లవాఱఁగానే యిక్షుమతీనది నెల్లఁ జేసికొని పౌఁజులు దీర్చుకొని జగడముసేయఁగాఁ గేశిధ్వజుని సేనాపతుల ధాటికి నిలువఁజాలక వెఱచి చెడవిఱిగి ఖాండిక్యుండు యుద్ధమందుఁ బరువిడెను.

క. చెడవిఱిగి యడవిఁ బడి యెడ
నెడఁ గట్టులతుదలఁ గోవు • లిడి లోఁ గడకున్
దడుకుఁ బొడిపించి యాకుల
గుడిసెల వసియించె మంత్రి • గురుభటయుతుఁడై. 17

టీ. చెడవిఱిగి=పాఱిపోయి, అడవిఁబడి=అరణ్యముఁ బ్రవేశించి, ఎడనెడన్=అక్కడక్కడను, గట్టులతుదలన్=కొండలమీఁదను, కోవులిడి=కోవరములునిచి, లోన్=లోపలను, కడకున్=తుదవెళ్లను, తడుకుఁబొడిపించి=కంపపాతించి, ఆకుల గుడిసెన్=పర్ణశాలలయందు, మంత్రి...డై-మంత్రి=ప్రధానులతోడను, గురు=గురువులతోడను, భట=బంట్లతోడను, యుతుఁడై=కూడినవాఁడై, వసియించెన్=ఉండెను.

తా. పరువిడి యరణ్యముసొచ్చి యక్కడక్కడనున్న కొండల కోనలయందుఁ గోవరాలుంచి లోపలఁ జుట్టును గంప నాటించి పర్ణశాలలయందు నాఖాండిక్యుఁడు మంత్రి పురోహిత భట సహితుండై వాసము సేయుచుండెను.

శా. ఆ కేశిధ్వజుఁ డంత నా నృపునిరా•జ్యం బెల్లఁ జేర న్ఫలం
బాకాంక్షింపక గెల్తు మృత్యువు నవి•ద్య న్పుట్టకుండం దుదన్
జా కుండ న్వలె నంచు యోగనిరతిం • జ్ఞానాశ్రయుం డై మఖా
నీకంబు ల్రచియించు చం దొకటికిం • దీక్షించి తా నున్నచోన్.18

టీ. అంతన్=పిమ్మట, ఆకేశిధ్వజుఁడు, ఆనృపునిరాజ్యంబెల్లన్ = ఖాండిక్యుని రాజ్యమంతయును, చేరన్ = రాఁగా, ఫలంబాకాంక్షింపక = యాగాదికర్మఫలంబులంగోరక, మృత్యువున్=సంసారరూపమృత్యువును, గెల్తున్=జయింతును, అవిద్యన్=అజ్ఞానముచేత, పుట్టకుండన్ = మరలజనింపకుండ, తుదన్ = కడపట, చాకుండన్వలెన్=చావకుండవలెననుచును, యోగనిరతిన్=యోగాసక్తిచేత, జ్ఞానాశ్రయుండై=జ్ఞానము నాశ్రయించినవాఁడై, మఖానీకంబు - మఖ=క్రతువులయొక్క, అనీకంబున్= సమూహమును, రచియించుచు = ఒనరించుచు, అందు = ఆక్రతువులయందు, ఒకటికిన్=ఒకజన్నమునకు, దీక్షించి=దీక్షఁగైకొని, తాన్=తాను, ఉన్నచోన్=ఉండఁగా.

తా. పిమ్మట నా ఖాండిక్యుని రాజ్యమంతయుఁ దనస్వాధీనమై యుండఁగాఁ గర్మఫలంబుల నపేక్షింపక మృత్యువును గెలువవలెననియు, నజ్ఞానముచేత మరలఁ బుట్టక కడపటఁ జావులేకుండవలెననియు, నపేక్షించి యోగస్థితిచేతను జ్ఞానము నాశ్రయించి యసంఖ్యేయంబు లగుక్రతువులం జేయుచు నందొక క్రతువునకు దీక్షవహించి యున్న సమయంబున.

చ. పులు మఖశాలికానికట•భూముల మేయుచు నేటివెంటఁ బె
ల్లలమెడునీఱముం దరసి • యామ్యపతాకన ఘర్మధేను వా
కెలవుల నాడు వాలభుజ•గిం గని గోండ్రని యంగలార్చుచున్
గళగతఘంటమ్రోయ నుఱు•కం బిడుగుం బలె దాఁకి యుద్ధతిన్.

టీ. ఘర్మధేనువు=యాగధేనువు, మఖశాలికానికటభూములన్=యజ్ఞశాలాసమీపభూములయందు, పులు=కసవును, మేయుచున్, ఏటివెంటన్ = నదివెంబడి, పెల్ల...న్-పెల్లలమెడు=మిగులదట్టమైన, ఈఱమున్=పొదరింటిని, సూ. 'సస్వాస్త్రీ త్తద్ధరోన్మత' యని తద్ధర్మార్థకవిశేషణమున కచ్చుపరమైనప్పుడు నకారాగమము రాఁగా నలమెడునీఱ మనియాయెను. తరసి = అనుకొని, యామ్య ... కనన్ -

యామ్య=యమసంబంధియైన, పతాకన్ = ధ్వజపటమనఁగా, అకెలవులనాడు = ఆపార్శ్వమునందుఁ గదలుచున్న, వాలభుజగిన్=పామువంటి తోఁకను, కని=చూచి, గోండ్రినియంగలార్చుచున్=గోండ్రినిమిడుకుచును, గళగతఘంట - గళగత=మెడనున్న, ఘంట, మ్రోయన్=ధ్వనించుచుండఁగా, ఉఱుకన్=పరువెత్తఁగా, పిడుగుంబలెన్=అశనివలె, తాఁకి=స్పృశించి, ఉద్ధతిన్=వడిచేతను.

తా. యాగధేనువు యజ్ఞశాలాసమీప ప్రదేశములందుఁ గసవు మేయుచు నేటివెంట దట్టమగు పొదరింటి నానుకొని యమ సంబంధియైన ధ్వజపట మను నటుల నా పార్శ్వమునం గదలుచున్న పామువంటి పులితోఁకను జూచి గోండ్రి నియంగలార్చుచు మెడ నున్న ఘంట మ్రోయునటులఁ బరువిడినను వదలక పిడుగు వలె వెంబడించి వడిచేత తాఁకెను.

ఉ. గబ్బి సమక్షికం బయి మొ•గంబడువ న్దరుపర్ణము ల్పడన్
ద్రొబ్బుచుఁ గార్మొగిళ్లరొద•తోఁ బురణించెడు బొబ్బరింతగా
డ్పుబ్బి విసంజ్ఞగాఁగఁ జెవు•లూఁదిన వల్లవుఁ డుర్విఁ గూలఁగా
బెబ్బులి గొంతుక్రో ల్గఱచి • పెల్లున మార్మెడఁ ద్రెళ్ల దాఁటుచున్.

టీ. గబ్బ=దుర్గంధము, సమక్షికంబయి=ఈఁగెలతోఁగూడినదై, మొగంబడువన్=ముఖమునఁ గొట్టుచుండఁగా, తరుపర్ణముల్పడన్=చెట్లనున్న యాకులురాలునట్లుగా, ద్రొబ్బుచున్=త్రోయుచును, కార్మొ...తోన్-కార్మొగిళ్ల=వర్షాకాలపు మేఘములయొక్క, రొదతోన్=ధ్వనితోడను, పుర...గాడ్పు - పురణించెడు=సమానమగునట్టి, బొబ్బరింత=ఆర్పుటయొక్క, గాడ్పు=గాలి, ఉబ్బి=ఉల్బణమై, విసంజ్ఞగాఁగన్=ఒడలెఱుఁగకుండునట్లుగాను, చెవులూఁదినన్=కర్ణములఁ బ్రవేశింపఁగా, వల్లవుఁడు=గొల్ల, ఉర్విన్=భూమియందు, కూలఁగాన్=పడఁగా, బెబ్బులి=పెద్దపులి, గొంతుక్రోల్=గొంతుక్రోవి, కఱచి, పెల్లునన్=అతిశయముచేత, మార్మెడన్=మాఱుమెడతో, త్రెళ్లన్=పడునట్లుగా, దాఁటుచున్=లంఘించుచును.

తా. ఈఁగెలతోఁ గూడిన దుర్గంధము ముఖమునకుఁ గొట్టుచుండఁ జెట్లయందున్న యాకులు రాలునటుల నూఁకుచును మేఘధ్వనివంటి రొదచేత నిండియున్న ఆర్పు వలని గాలి యుబ్బి స్మృతి దప్పునట్లుగాఁ జెవులూఁదినఁ బసులకాపరియైన గొల్లవాఁడు నేలఁ బడఁగాఁ బెద్దపులి ధేనువు మెడ గొఱికి మాఱుమెడతోఁ బడునటుల దాఁటెను.

ఆ. తనువుఁ గొమ్ము గొరిజఁ • గొనకుండ మలపుచుఁ
జప్పు డెసఁగఁ దోఁక • నప్పళించి

శోణితంబుఁ గ్రోలు • చును నేర్పుమై ఘర్మ
గవిని గవికి నీడ్చు • నవసరమున. 21

టీ. ఆవ్యాఘ్రము, కొమ్మున్=ఆగోవుయొక్క-శృంగమును, గొరిజన్=గొరిసెలను, కొనకుండన్=తాఁకకుండ, తనువున్=దేహమును, మలఁపుచు=మరలించుచు, చప్పుడెసఁగన్=ధ్వనించునటుల, తోఁకన్=వాలమును, అప్పళించి=తాటించి, శోణితంబున్=రక్తమును, క్రోలుచున్=పానము సేయుచు, నేర్పుమైన్=నేర్పుతోను, ఘర్మగవిన్=యాగధేనువును, గవికిన్=కొండగుహకు, ఈడ్చునవసరమునన్=ఈడ్చుసమయమందు.

తా. ఆ పులి యాగోవుయొక్క కొమ్ములు గొరిసెలు దాఁకకుండ దానిశరీరము మరలిచి తన తోఁకను జాడించుచు రక్తపానము సేసి తన సామర్థ్యమునఁ గొండగవికి నీడ్చుచున్న సమయంబున.

చ. పొలమరు లందుఁ గూఁతలిడ • భూసురు లన్నది *వార్చివార్చి మ్రాఁ
కుల తుద లెక్కి చప్పటలు • గొట్టి యదల్పఁగ సాహిణీలు మా
వులఁ బఱపంగ వైచి సెల • వు ల్వెస నాకుచు బోయె వృక్షమం
డలికయి †తూలుచు న్ఘుటఘు • టధ్వని సారె మలంగి చూచుచున్.

టీ. అందున్=అక్కడ, పొలమరులు=పొలముఁదిరుగువారు, కూఁతలిడన్=కూఁతలు పెట్టఁగా, భూసురులు=బ్రాహ్మణులు, అన్నదిన్=ఆనదియందు, వార్చివార్చి=సంధ్యవార్చి, మ్రాఁకులతుద లెక్కి=కొనమ్రాఁకులకెక్కి, చప్పటలుగొట్టి=చప్పట్లుగొట్టి, అదల్పఁగన్=అదలింపఁగా, సాహిణీలు=రౌతులు, మావులఁబఱపంగన్=గుఱ్ఱములనెక్కి తఱుమఁగా, వైచి=ఆధేనువునువిడిచి, సెలవులు నాకుచు, వెసన్=గొబ్బున, వృక్షమండలికయి=చెట్లు మెండుగ నుండుచోటికి, తూలుచున్=తూఁగుచు, ఘుటఘుటధ్వనిన్=ఘుటఘుటధ్వనిచేత, సారె=మాటిమాటికి, మలంగిచూచుచున్=మరలిచూచుచును.

తా. ఆ ప్రాంతములందుఁ బొలముఁ దిరుగువారలు సూచి కూఁతలిడఁగా విని బ్రాహ్మణులానదియందు సంధ్యవార్చి చెట్లపైనెక్కి చప్పట్లు గొట్టి యదలించుచుండ నంతలో రౌతులు గుఱ్ఱములనెక్కివచ్చి తఱుమఁగా నా పెద్దపులి సెలవులనాకుచు శీఘ్రముగా మిగుల జెట్లు గలిగియున్నచోటికి ఘుటఘుటధ్వనిఁ జేయుచుఁ బలుమాఱు వెనుకఁ దిరిగి చూచుచు వెళ్లెను.

క. చుఱచుఱుకున నెత్తురు వెలి
కుఱుకుచు రొద సేయ నఱితి • యొడపిన యార్పుల్

* లోనవార్చి. † తేలుచు.

పఱవ మిడిగ్రుడ్లు వడఁకఁగఁ
గొఱప్రాణముతోడఁ దన్ని • కొను నమ్మొదవుల్. 23

టీ. చుఱుచుఱుకునన్, నెత్తురు=రక్తము, వెలికి=వెలపటికి, ఉఱుకుచున్=బయలువెడలుచు, రొదసేయన్=చప్పుడు సేయఁగా, అతితిరియోడపిన=మెడగండిపిలనసె, ఊర్పులు=నిట్టూర్పులు, పఱపన్=వెడలఁగాన్, మిడిగ్రుడ్లు=మిట్టగ్రుడ్లు, వడఁకఁగన్=వణఁకుచుండఁగా, కొఱప్రాణముతోడన్ = కొనయుసురుతోడ, తన్నికొను=తన్నుకొనుచున్న, అమ్మొదవున్=ఆగోవును.

తా. సుగమము.

సీ. విన్నవించుటయు ఋత్విజులఁ బ్రాయశ్చిత్త,
మడిగె రా జడిగిన • నడుగు మనిరి
వారు కసేరువుఁ • దా రెఱుంగక పోయి,
యతఁడును శునకుని • నడుగు మనియె
నతఁడు దాను నెఱుంగ • నని పల్కి *నృప విను,
మా ఋత్విజులపిండు • నాకసేరు
వేను నెఱుంగ లే • మిఁక నొక్కయేమెకా,
దిల మఱి యెవ్వాఁడు • నెఱుఁగఁ డెవ్వఁ

తే. డేని సప్తాంగములు నీకు • నిచ్చి చెట్లు
వట్టి పెన్రాలతిప్పలు • వట్టి తిరుగు
నట్టిఖాండిక్యుఁ డొక్కఁడ • యరయ నెఱిఁగె
నేనెఱుఁగు వేఁడు మది కర్జ•మేని యనిన. 24

టీ. విన్నవించుటయున్=ధేనువుకథను రాజునకుఁ దెలుపఁగా, రాజు, ఋత్విజులన్=ఋత్విజులను, ప్రాయశ్చిత్తమడిగెన్, అడిగినన్=అడుగఁగా, వారు, తారెఱుంగకపోయి=తా మెఱుంగక, కసేరువున్=కసేరుపను ఋషిని, అడుగుమనిరి, అతఁడును=ఆకసేరువును, శునకునిన్=శునకమహర్షిని, అడుగుమనియెన్, అతఁడు=ఆశునకుండు, తానున్=తానును, ఎఱుంగన్=ఎఱుఁగను, అనిపల్కి=అట్లని చెప్పి, నృపా=ఓరాజా, వినుము=ఆలకింపుము, ఆఋత్విజులపిండును=ఋత్విక్సమూహమును, ఆకసేరువును, ఏనున్=నేనును, ఎఱుంగలేము=ఎఱుఁగఁజాలము, ఇఁకనొక్కయే మెకాదు=ఒకమేముమాత్రమె యెఱుంగనివారము కాము, ఇలన్=భూమియందు,

---

* కృప.

ఎవ్వాఁడును=ఎట్టివాఁడును, ఎఱుఁగఁడు=తెలిసికొనఁడు, ఎవ్వఁడేని=ఎవ్వఁడైన, నీకు, సప్తాంగములు=స్వామ్యమాత్య సుహృత్కోశ రాష్ట్రబలదుర్గము లనియెడి సప్తాంగములను, ఇచ్చి=ఒసంగి, చెట్లుపట్టి=వృక్షములంబట్టి, పెనాదిలతిప్పలుపట్టి=పెద్దజాతి గుట్టలఁబట్టి, తిరుగున్=సంచరించుచున్నవాఁడో, అట్టి ఖాండిక్యుఁడు, ఒక్కండె=ఒకఁడుమాత్రమె, అరయన్=విచారింపఁగా, ఎఱిఁగెనేని=ఎఱింగియుండెనేని, ఎఱుఁగున్=ఎఱిఁగియుండును, అది=అడుగుట, కర్జమేని=కర్తవ్యమాయెనా, వేఁడుము=అడుగుము, అనినన్=అనఁగాన్.

తా. ఆ ఘర్మధేనువుయొక్క వృత్తాంతము రాజునకు విన్నవింప నతఁడు ఋత్విజులను బ్రాయశ్చిత్తమడుగఁగా దమకుఁ దెలియదు గానఁ గసేరు ననుఋషి నడుగుమనిరి, వానినడుగఁగ నాకసేరువు శునకుని నడుగుమనియె, నాశునకు నడుగఁగా నతఁడు నాకుం దెలియదని పల్కి, ఋత్విజులకును గసేరువునకును నాకును దెలియదు గదా, భూమియం దెవ్వరికిని దెలియదు, తెలిసియున్నయెడ నెవ్వఁడు సప్తాంగముల నీకిచ్చి యడవిపాలై చెట్లు గుట్టలుపట్టి తిరుగుచున్నవాఁడో యట్టి ఖాండిక్యునికిఁ దెలిసి యుండవచ్చును గాన బ్రాయశ్చిత్త మడుగుట యావశ్యకముగాఁ గర్తవ్యమాయెనేని యతని నడుగవలయునని చెప్పెను.

చ. నరపతి పల్కె మౌని వర • నారిపు నిష్కృతి వేఁడ బోయిన
న్ధర హతుఁ జేసెనేని సవ • నంపు ఫలం బొడఁగూడుఁ గాక మ
త్సరగతిఁ జెప్పెనేని మఖ • తంత్ర మతంత్రముఁ గాక పూర్ణ మా
నిరుదెఱఁగు న్మదీప్సితమె • యేగెద నంచు రథాధిరూఢుఁడై. 25

టీ. నరపతి=రాజు, పలికెన్ = ఆశునకునితో ననియెను, మౌనివర = మునిశ్రేష్ఠుఁడా, నారిపున్ = నాశత్రువును, నిష్కృతిన్ = ప్రాయశ్చిత్తమును, వేఁడఁ బోయినన్ = అడుగఁబోతినేని, ధరన్=నేలపై, హతుఁజేసెనేని = చంపెనా, సవన ఫలంబు=యజ్ఞఫలంబు, ఒడఁగూడున్=సిద్ధించును, కాక=అట్లుకాక, అమత్సరగతిన్=మత్సరపుమార్గము విడిచి, చెప్పెనేని=ప్రాయశ్చిత్తము వచించినయెడ, మఖతంత్రము=యజ్ఞకృత్యము, అతంత్రము గాక=క్రమము తప్పక, పూర్ణమౌన్ = నెఱవేరును, ఇరుదెఱఁగున్=రెండువిధములు, మదీప్సితమె=నాకుఁ గోరఁబడినదే, ఏగెదనంచున్=పోయెదనని, రథాధిరూఢుఁడై=అరదము నెక్కినవాఁడై.

తా. ఆ కేశిధ్వజుం డనురాజు శునకునితో నోయిమునిశ్రేష్ఠుఁడా! నాయొక్క శత్రువును బ్రాయశ్చిత్త మడుగఁబోయిన సమయంబున నేలపైఁ జంపెనేని యజ్ఞమధ్యంబున శరీరము విడుచుటచేత యజ్ఞఫలము చేకూరును. లేక మాత్సర్యము వదలి

ప్రాయశ్చిత్తము సెప్పెనేని యజ్ఞానుష్ఠానము పరిసమాప్తి నొందును. గాన నీరెండు విధంబులు నా మనోరథంబు లగుటచేతఁ బోయెద నని చెప్పి రథము నెక్కెను.

క. హరిణాజినోత్తరీయుఁడు
నిరాయుధుఁడు నగుచు నతని • నెల వగు నడవిన్
జొర *గొట్టికాండ్రు డెక్కెముఁ •
బరికించి యెఱింగి కలయఁ•బడి కూఁత లిడన్. 26

టీ. హరి...డు - హరిణాజిన=జింకచర్మము, ఉత్తరీయుండు=పైవస్త్రముగాఁ గలవాఁడును, నిరాయుధుఁడును=ఆయుధము లేనివాఁడును, అగుచున్ = ఐ, అతని నెలవగు=ఆఖాండిక్యుని స్థానమైన, అడవిన్=అరణ్యమును, చొరన్ = ప్రవేశింపఁగాన్, గొట్టికాండ్రు=అచ్చటనున్న వేగువాండ్రు, డెక్కెముఁ బరికించి=డెక్కెమును జూచి, ఎఱింగి=కేశిధ్వజుండని తెలిసి, కలయఁబడి = కూడి, కూఁతలిడన్=కూఁతలు పెట్టఁగా.

తా. జింకచర్మము నుత్తరీయంబుగా ధరించి నిరాయుధుండై యా ఖాండిక్యునకు నివాసస్థానమగు నడవిఁ జొచ్చి పోఁగా నచ్చటనుండు వేగువాండ్రు డెక్కెముఁ జూచి కేశిధ్వజరాజని యూహించి కలసి కూఁతలువేయ సాగిరి.

ఆ. వలస బెదర నృపతి • కలఁగక ప్రజ వగ
లార్పఁ బనిచి కనమ•లందు నిలువ
వేఱు వేఱ యేర్చి• విలుమందిఁ బనిచి తాఁ
దడుకు పెండె మలుక • పొడమ వెడలి. 27

టీ. వలసబెదరన్=వలసవచ్చియున్న జనము భయపడఁగా, నృపతి=ఖాండిక్యుఁడు, కలఁగక=చలింపక, ప్రజవగలు = జనులచింతలు, అర్పన్=మాన్పుటకు, పనిచి=కొందఱఁబంపి, కనములందు నిలువన్ = గండ్లుకాచుటకు, విలుమందిన్=విలుకాండ్రను, వేఱువేఱయేర్చి=ఏర్పఱచి, పనిచి=పంపి, తాన్=తాను, అలుక=కోపము, పొడమన్=అంకురింపఁగా, తడుకుపెండెము=తెట్టువాకిటితలుపు, వెడలి=వెళ్లివచ్చి.

తా. వలస వచ్చియున్న ప్రజలు బెదరఁగా నాఖాండిక్యుఁడు చలింపక ప్రజల గోడు మాన్పుటకుఁ గొందఱ నియమించి గండ్లు గాచుటకు విలుకాండ్ర నేర్పఱచి పంపి తాను గోపయుక్తుండై తడికపెండెము వెడలి వచ్చెను.

---

* గోటె.

క. వచ్చు రిపుఁ *జూపులనె చుఱుఁ
బుచ్చుచు సిరిఁ గొనుట మగుడఁ • బొడముట రుష ము
చ్చిచ్చునను వెచ్చమరి వి
ద్యుచ్చలచాపజ్యఁ దూపుఁ • దొడుగుచుఁ బలికెన్. 28

టీ. వచ్చురిపున్-వచ్చు=తనదిక్కునవచ్చెడి, రిపున్=శత్రుఁడైనకేశిధ్వజుని, చూపులనె=చూపులచేతనే, చుఱుఁబుచ్చుచున్=దహించుచు, సిరిఁగొనుట=రాజ్యముఁ దీసికొనుట, మగుడఁబొడముట=మగలవచ్చుట, రుష=రోషము గలుగుటయును నీ, ముచ్చిచ్చునను=మూఁడగ్నులచేతను, వెచ్చమరి=వేఁడిగలిగి, విద్యు...న్-విద్యుత్=మెఱుపువలె, చల=కదలుచున్నట్టి, చాపజ్యన్=వింటియల్లెయందు, తూపుఁదొడుగుచున్=బాణముదొడుగుచు, పలికెన్=వచించెను.

తా. తన దిక్కునకు వచ్చుచున్న కేశిధ్వజుని ఖాండిక్యుఁడు చూపులచేతనే దహించుచు రాజ్యముఁ దీసికొనుటయు మగల వచ్చుటయు రోషము గలుగుటయు నీ మూఁడు విధంబులైన యగ్నిచేతఁ వేఁడిమిని బొంది మెఱుపువలెఁ జపలమైనట్టి వింటియల్లెయందు బాణముఁ దొడుగుచుఁ బలికెను.

మ. ధన ధాన్య ద్విరదాశ్వ గోధనసమే • తం బెల్ల సామ్రాజ్యమున్
గొనియుం జాలక తాటకేయ ఫల భు • క్కూటాకృతిం జింకతో
లున నాచ్ఛన్నుఁడవై ప్రశాంతుగతిమా • లోఁ జొచ్చి ప్రాణంబులున్
గొన నేతెంచితె దుర్మతీ కెడపెద • న్ఘోరంపుభల్లంబునన్. 29

టీ. ధన...బు-ధనము, ధాన్యము, ద్విరద=ఏనుంగులు, అశ్వములు, గోధన=గోవులనెడి ద్రవ్యములతో, సమేతంబు=కూడిన, ఎల్లసామ్రాజ్యముం గొనియున్=సామ్రాజ్యమంతయుఁ గైకొనియును, చాలక=తృప్తిపొందక, తాట...తిన్-తాటకేయ=తాటకాపుత్త్రుఁడైన, ఫలభుక్=మాంసభక్షకుఁడైన మారీచునియొక్క, కూటాకృతిన్=కపటాకారముతో, ని. 'మాయానిశ్చల యంత్రేషు కైతవానృతరాశిషు, అయోఘనే శైలశృఙ్గే సీరాఙ్గేకూటమస్త్రియామ్' మ్మని యమరము. జింకతోలునన్=కృష్ణాజినముచేత, ఆచ్ఛన్నుఁడవై=కప్పఁబడినవాఁడవై, ప్రశాంతుగతిన్=శాంతునింబలె, మాలోన్=మాలోపల, చొచ్చి=ప్రవేశించి, ప్రాణంబులున్గొనన్=ప్రాణములను దీసికొనుటకు, ఏతెంచితె=వచ్చితివా, దుర్మతీ=ఓరిదుర్బుద్ధీ, ఘోరంపుభల్లంబునన్=ఘోరమైనయమ్ముచేత, కెడపెదన్=పడవేసెదను.

తా. ధనధాన్యాది సకల సామ్రాజ్య సమృద్ధంబగు రాజ్యముం గైకొనియును దృప్తి లేక మాయావేషము ధరియించిన మారీచునిం బలె జింకతోలుఁ గప్పుకొని

* జూచుటయు మఱిఁ.

వచ్చి మాలోఁ జొచ్చి మదీయ ప్రాణంబుల హరింప వచ్చితివా దుర్బుద్ధీ నిన్ను బెడిదపు బాణమునఁ బడ వేసెద నని ఖాండిక్యుండు వచించెను.

మ హా స్ర గ్ధ ర.

అనినం జేయెత్తి యోహో•యలుగక విను కా•నాతతాయి న్ప్రమాదం
బున వైకల్యంబు యాగం•బునకుఁ బొడమ నే•భూసురశ్రేణి వేఁడన్
నిను నావేదించి పంపె•న్నృప యతఁడెఱుఁగు•న్నిష్కృతిన్వేఁడు పో పొ
మ్మని కోప మ్మైన్మనరోప•మ్మైన్మన విడువు మె•ట్లైన మే లింక నన్నన్.30

టీ. అనినన్=ఇట్లనఁగా, కేశిధ్వజుండు, చేయెత్తి=హస్తముఁ బైకెత్తి,ఓహో, అలుగక=కోపింపక, వినుము=ఆకర్ణింపుము. ఆతతాయిన్=వధోద్యతుఁడను, (వధార్హుం డనియుఁ జెప్పవచ్చును), కాన్=కాను, శ్లో.'అగ్నిదోగరదశ్చైవ శస్త్రపాణిర్ధనాపహః, క్షేత్రదారాపహర్తారా షడేతే హ్యాతతాయినః, ఆతతాయి నమాయాంతం హన్యాదేవా విచారయన్' అని మనుస్మృతి, ప్రమాదంబునన్=మాంద్యముచేత, యాగంబునకున్=యజ్ఞమునకు, వైకల్యంబు=వికలత్వము, పొడమన్ = పుట్టఁగా, ఏన్=నేను, భూసురశ్రేణిన్=విప్రసంఘమును, వేఁడన్=ప్రాయశ్చిత్తమడుగఁగా, నృప=రాజా, అతఁడు=ఖాండిక్యుఁడు, ఎఱుఁగున్=తెలిసినవాఁడు, నిష్కృతిన్=ప్రాయశ్చిత్తమును, వేఁడుము=అడుగుము, పో పొమ్మని, నినున్=నిన్ను, ఆవేదించి=నిరూపించి, పంపెన్=పైనము సేసెను. ని. 'పత్త్రిరోప ఇషుర్ద్వయోః' అని యమరము. విడువుము, ఎట్లైనన్=ఏవిధంబైనను, ఇంకన్=ఇఁకమీఁదను, మేలు=క్షేమము, అన్నన్=అనఁగా.

తా. ఖాండిక్యుండు చంపెద ననఁగా విని కేశిధ్వజుండు చేయెత్తి యోహో కోపింపకుము. మఱి 'హన్యాదేవా విచారయన్' అను మను వచనప్రకారము విచారింపకయే వధించుటకు నే నాతతాయిని గాను. బుద్ధిమాంద్యమువలన జన్నమునకు వైకల్యమొదవఁగా, విప్రసంఘమును ప్రాయశ్చిత్తము వేఁడ నందులకు, నోయి రాజా! యీఖాండిక్యునకుం దక్క నెవ్వరికిం దెలియదు గాన, నతని వేఁడుము పొమ్మని నిన్నావేదించి పనిచిరి గాన వచ్చితిని. రోషమును వదలి ప్రాయశ్చిత్తము సెప్పినను లేక బాణమును విడిచి వధించినను, నీకునుం దేవిధం బైనను క్షేమంబే యని పలికెను.

వ. అనిన నతండు తరుషండంబు సొచ్చి మంత్రి పురోహిత ప్రభృతి సుహృజ్జనంబులకుఁ దద్వృత్తాంతం బంతయుం జెప్ప మంతనంబునకుం జొచ్చిన మంత్రు లిట్లనిరి. 31

టీ. అనినన్ = ఆకేశిధ్వజుండిట్లని చెప్పఁగా, అతండు = అఖాండిక్యుఁడు, తరుషండంబుసొచ్చి=చెట్లగుంపులోపలికిఁబోయి, మంత్రి పురోహితప్రభృతి సుహృ

జనంబులకున్ = ప్రధానులు పురోహితులు మొదలగు నాప్తజనంబులకును, తద్వృత్తాంతంబు సెప్పి = ఆకేశిధ్వజుని యొక్కవృత్తినిం జెప్పి, మంతనంబులకున్ = ఆలోచించుటకు, చొచ్చినన్ = ప్రవేశింపఁగా, మంత్రులు = ప్రధానులు, ఇట్లనిరి.

తా. సుగమము.

క. పాలు గల వాఁడు మన కొక
జాలి యిడక తానె తారసానకు వచ్చెన్
వేళ యిదె లెమ్ము నృప కృప
చాలున్గా రాకు మేపి చంపకు ప్రజలన్. 32

టీ. పాలుగలవాఁడు = దాయాదుఁడయినవాఁడు, మనకొక జాలియిడక = మనకొక వ్యథపెట్టకయె, తానె, తారసానకు వచ్చెన్ = తలపడుట కేతెంచెను, 'విశ్వతా క్వచిచ్ఛలోపో మో ర్దీర్ఘశ్చాత ఆదిమస్యభవే' త్తను సూత్రముచేత ములోపమును బూర్వవర్ణ దీర్ఘంబునుం గలిగె. వేళయిదె = సమయమిదె, నృప = రాజా, కృపచాలును = దయచేసినదిచాలును, ప్రజలను = మీప్రజలను, కొరాకుమేపి = ముదికూరదనిపించి, చంపకుము = వధింపకుము, లెమ్ము.

తా. మంత్రులు దాయాదుఁడైనవాఁడు మన కొకశ్రమ నియ్యక తానే తారసమునకువచ్చెఁ గాన నిదె సమయము; రాజా! శత్రువు విషయమయి మీదయ చాలును, మీసేవకులగు ప్రజలను ముదికూరఁ దినిపించి చంపకుము, శీఘ్రముగ యుద్ధమునకు లెమ్ము.

ఉ. అంటలు గట్టి * చేలకును నాండ్రును బిడ్డలుఁ గూరఁగోయఁ బోఁ
గంటకము ల్పదాగ్రముల † గాడఁగ దూసిననొప్పిఁ గూయిడన్
గంటికి నిద్ర గాన కొదుగంబడి వేఁగెద మిందు నొక్కమా
కంటయ కాదు నీవు వడునట్టియవస్థ వచింప శక్యమే. 33

టీ. ఆండ్రును = భార్యలును, 'నిత్యం దారాదేశ్చ స్యాల్లో ర్లలయో రురా చ తత్రస్త' అను సూత్రముచేత నాండ్రు, బిడ్డలు, అంటలుగట్టి = గుంపులుగట్టుకొని, చేలకున్ = చెలికలకు, కూరఁగోయఁబోన్, కంటకముల్ = ముండ్లు, పదాగ్రములన్ = కాళ్లకొసలయందు, కాఁడఁగన్ = నాటఁగా, దూసిననొప్పిన్ = విడఁదీసిననొప్పిచేత, కూయిడన్ = కూఁతలువెట్టఁగన్, కంటికినిద్రగానక = కంటికినిద్రయెఱుంగక, ఒదుగంబడి = ఒదిగి, వేఁగెదము = వేఁగుచున్నారము, ఒక్కమాకంటయకాదు = మాకుమాత్రమునుకేకాదు, ఇందున్ = ఇక్కడ, నీవువడునట్టియవస్థ = నీవుపడుకష్టము, వచింపన్ శక్యమే = చెప్పఁదరమా.

---

* చెల్కలకు. † గాడ నొదర్చిన.

తా. అందుఱి బిడ్డలును పొలములయందుఁ గూరలు గోయం బోవుతఱిఁ గాళ్లు ముండ్లునాటినను దీయఁగానే నొప్పిచేతఁ గూఁతలిడఁ గంటికి నిద్ర దొట్టక యిచ్చట నాదిగికొని వేఁగుచున్నార మిట్టి శ్రమ మాకు మాత్రమె కాదు నీవు పడునట్టి యవస్థయు చెప్పఁదరము గాకున్నది గదా.

తే. స్వామ్యమాత్యసుహృత్కోశ • జనపదబల
దుర్గములు స్వామి గలిగినఁ • దొలుతఁ గలవు
అంగి సుఖియైన నంగంబు • లటకు మునుపె
చాల సుఖులౌట మనకు • దృష్టంబు గాదె. 34

టీ. స్వామ్య...లు-స్వామి=ప్రభుత్వము, అమాత్య=మంత్రులు, సుహృత్=అప్తులు, కోశ=భండారము, జనపద=దేశము, బల=చతురంగబలము, దుర్గములు = కోటలు, ఇవి, స్వామి=ప్రభువు, కలిగినన్=కలిగినట్లాయెనేని, తొలుతఁగలవు = అమాత్యాదులుముందేకలరు, అంగి=శరీరి, సుఖియైనన్=సుఖముగలవాఁడాయెనేని, అంగంబులు=కరచరణాదులు, అటకుమునుపె=అంతకుముందఅనే, చాలసుఖులౌట= మిగుల సుఖముగలవౌట, మనకు దృష్టంబుగాదె=మనకు దృష్టాంతముగావా.

తా. స్వామ్యమాత్యాది సప్తాంగములు రాజు గలిగనేని యటకు మున్నె యమాత్యాదులుం గలరు. శరీరి సుఖియైన యెడఁ గరచరణాద్యవయవములు మున్నె సుఖంబులం బడసి యుండుట మనకు దృష్టాంతముగా నుండలేదా యని నుడివిరి.

క. అతనిపనిఁ దీర్ప రాజ్య
ద్వితయము నినుఁ జేరు నెట్టి • వెఱవున నైనన్
క్షితిపుల కరిజయము ధనో
న్నతియుఁ బ్రజా*నీతిరక్ష • ణము ధర్మంబుల్. 35

టీ. అతనిపనిఁదీర్పన్ = ఆకేశిధ్వజునిం జంపితివేని, రాజ్యద్వితయము = మీయుభయుల రాజ్యములు, నినున్=నిన్ను, చేరున్ = పొందును. ఎట్టివెఱవుననైనన్=ఏయుపాయము చేతనైనను, అరిజయము=శత్రుసంహారము, ధనోన్నతియు= ధనమార్జించుటయు, ప్రజానీతిరక్షణము=ప్రజలయొక్క నీతి చెల్లించుటయు, ఇవి, క్షితిపులకున్=రాజులకు, ధర్మంబుల్=ధర్మములు.

తా. ఆ కేశధ్వజుని వధియించితి వేని మీ యిరువుర రాజ్యములు నిన్నుఁ జేరును. ఎట్టి నేర్పుచేతఁ గాని శత్రుసంహారము సేయుటయు ధన మార్జించుటయుఁ బ్రజలను నీతిప్రకారముగఁ బాలించుటయు నివి క్షత్త్రియ ధర్మంబులు.

* సదయ.

క. అన్యాయంబున దుస్సహ
మన్యుం డగుప్రబలరిపుని • మడియించిన ధ
ర్మన్యక్కృతి కగు నిష్కృతి
సన్యాయంబుగఁ బ్రజాళి • సంరక్షింపన్. 36

టీ. దుస్సహమన్యుండగు = సహింపరాని యాగ్రహముగలవాఁడైన, ప్రబలరిపునిన్ = బలవంతుఁడైన శత్రువును, అన్యాయంబునన్ = అనీతిచేత, మడి...కిన్ - మడియించిన = మడియించుటవలని, ధర్మన్యక్కృతికిన్ = ధర్మతిరస్కారమునకు, ప్రజాళిన్ = ప్రజలసంఘమును, సన్యాయంబుగన్ = న్యాయయుక్తముగా, సంరక్షింపన్ = పరిపాలింపఁగా, నిష్కృతి = అదె ప్రాయశ్చిత్తము, అగున్.

తా. మిగుల కోపయుక్తుఁడైన శత్రువు నన్యాయముగ వధియించిన పక్షమున ధర్మతిరస్కారమగు నందులకు న్యాయముగా దయతోఁ బ్రజాపాలన మొనరించిన యెడ నదియె ప్రాయశ్చిత్త మగుఁ గాక; నిరాయుధుఁడై వచ్చిన పగవానిం జంపిన యెడఁ బ్రాయశ్చిత్త మొనరింప నవ్వునని చెప్పిరి.

క. తనరాష్ట్రము చెడ వచ్చిన
ననిమిషపతి విప్రుఁ డనక • యాచార్యుఁ ద్రిశీ
ర్షునిఁ దునుమఁడె విడువుము దయ
నిను నమ్మిన ప్రజలు నవయ • నీ దయ యేలా. 37

టీ. తనరాష్ట్రము = తనరాజ్యము, చెడవచ్చినన్ = హానిఁజెందరాఁగా, అనిమిషపతి = దేవేంద్రుండు, విప్రుఁడనక = బ్రాహ్మణుండనక, ఆచార్యున్ = గురువైనట్టి, త్రిశీర్షున్ = విశ్వరూపుని, తునుమఁడె = వధింపఁడా, దయన్ = శత్రునిమీఁది కృపను, విడువుము = వదలుము, నినునమ్మినప్రజలు, నవయన్ = కష్టపడఁగా, నీదయ = నీకృప, ఏలా = ఏటికి.

తా. దేవేంద్రుండు తన రాజ్యమునకుఁ గీడొనరించుచున్న యాచార్యుండగు విశ్వరూపుని బ్రాహ్మణుం డని విచారింపకయే వధింపలేదా. శత్రునిమీఁద నున్న కృప విడువుము. నిన్ను నమ్మియుండు ప్రజలు కష్టపడుచుండఁగా నీ దయవలన నేమి ప్రయోజనం బని పలికిరి.

క. శిష్టు నిను నింతఁ జేసిన
దుష్టాత్ముని బిలుకు మార్చి • దురితము పిదపన్
నష్టంబుగ భూవల్లభ
యిష్టాపూర్తములు సేసి • యొనఁగఁగ రాదే. 38

టీ. భూవల్లభ=రాజా! శిష్టున్ = శిష్టుఁడవైనట్టి, నినున్ = నిన్ను, ఇంతఁజేసిన, దుష్టాత్మునిన్=దురాత్ముని, పిలుకుమార్చి=చంపి, పిదపన్=పిమ్మట, దురితము=పాపము, నష్టంబుగన్=నశించునటుల, ఇష్టాపూర్తములు సేసి=క్రతువులు వాపీకూపాది నిర్మాణములు సేసి, ని. 'అథ క్రతుకర్మేష్టం పూర్తంఖాతాదికర్మ' యని యమరము. ఎసఁగఁగరాదే=ఒప్పరాదే.

తా. పూజ్యుండవైన నిన్ను వ్యథపెట్టిన దుష్టుండగు శత్రునిం జంపి పిదపఁ బాపములు పోవుటకుఁ గాఁ గ్రతువులు వాపీ కూపాది ధర్మములు సేయఁ గూడదా యని వచించి రనుట.

తే. ఇంక రెన్నాళ్లు సూచి నీ • వంకఁ దెగువ
గలుగ కుండినఁ బ్రజ లూళ్లు • దలఁచి పోవ
మౌని వగుట యె యుండెఁ వి • హీనసంధి
నతనిఁ గను టొండె గాఁ కొండు • మతము గలదె. 39

టీ. ఇంకన్=ఇఁకను, రెన్నాళ్లుసూచి = రెండుదినములు సూచి, నీవంకన్=నీయందు, తెగువ=తెంపు, కలుగకుండినన్ = లేకయుండెనేని, ప్రజలు = జనులు, ఊళ్లుదలఁచిపోవన్=తమతమయూళ్లు స్మరించి లేచిపోయినయెడల, మౌనివగుటయె=మునివగుటకాని, విహీనసంధిన్ = హీనమగుసంధిచేత, అతనిఁగనుటొండె = ఆకేశిధ్వజునిఁ జేరుటగాని, ఈరెండువిధములు దక్క, ఒండుమతము = గౌరవమైన మఱి యొక మార్గము, కలదె=కలదా, లేదనుట.

తా. రాజా! ఇఁకమీఁద రెండు దినములు సూచి జనులు నీయందుఁ దెగువ పుట్టకుండెనేని వారి వారి యూళ్లు తలంచుకొని వెళ్లెదరు. పిదప నీవు మునివృత్తి నాశ్రయింపవలెను; లేక యతనితో హీన సంధియైనను జేయవలయు. ఈరెండు విధములు దక్క గౌరవంబైన మఱియొకమార్గము లేదనిరి.

క. జనవర తపమునకుం జొ
చ్చినఁ గన్నులు మూసికొంటె • సెల వింతియకా
క నిది ధ్యాసకు బ్రహ్మం
బెనయునె పరిభవము శల్య • మెదలో మెఱిమఱ్. 40

టీ. జనవర = రాజా! తపమునకున్ = తపస్సునకు, చొచ్చినన్ = ప్రవేశించినను, కన్నులు మూసికొంటె = కన్నులు మూసికొనుటయె, సెలవింతియకాక = ఇంతేప్రయోజనము గాని, నిదిధ్యాసకు=ధ్యానమునకు, బ్రహ్మంబు=పరబ్రహ్మము,

ఎనయునే=సందర్భించునా, పరిభవముశల్యము = తిరస్కారమనియెడియలుఁగు, ఎద లోన్=హృదయమున, మెఱమన్=మెఱయుచుండఁగా.

తా. ఓ రాజా! తపం బొనర్చుట కేతెంచినను గన్నులు మూసికొనుటే ప్రయోజనముగాని తిరస్కార మనియెడి యలుగు హృదయమందు మెఱయుచుండఁగా బ్రహ్మానుసంధాన మనుకూలింపదు.

క. అవమతిఁ బితృఘ్ను లగు భూ
ధవుల వెదకి పిల్లపిల్ల • తరము దునిమి భా
ర్గవుఁడు ముని యయ్యె మఱి వై
భవము వలదు శాంతి కైనఁ • బగ దెగ కగునే. 41

టీ. అవమతిన్=అవమానముచేత, పితృఘ్నులగు=తండ్రినిఁ జంపినట్టి, భూధవులన్=రాజులను, వెదకి, పిల్లపిల్లతరము, తునిమి=చంపి, భార్గవుఁడు=పరశురాముఁడు, మునియయ్యెన్=జడధారియయ్యెను, మఱి=మఱియును, వైభవము=ప్రభుత్వము, వలదు=అక్కఱలేదు, శాంతికైనన్=ఉపశాంతికైనను, పగదెగక=పగఁదీర్చికొనక, అగునే=సిద్ధించునా, సిద్ధింపదనుట.

తా. పరశురాముం డవమానముచేతఁ దనతండ్రినిఁ జంపిన రాజులను వెదకి పిల్లపిల్లతరము చంపి పిమ్మట మౌని యయ్యెను కాన నటువలెఁ బ్రభుత్వము వలసు, పోనీ, శాంతికైనను బగఁ దీర్పకయె సిద్ధింప దని పల్కిరి.

తే. పగయు వగయును లేక యే• పాటి గన్న
నలరు సామాన్య సంసారి • యగుట మేలు
మదిఁ దగిలె నేని శాంతిచే • మఱవఁ దగదు
రాజ్యభూమికఁ దాల్చిన• రాజునకును. 42

టీ. పగయు=ద్వేషము, వగయును=విచారమును, లేక, ఏపాటికన్నన్=ఏమాత్రము గలిగినను, అలరు...రి-అలరు=సంతసించునట్టి, సామాన్య సంసారి అగుటమేలు=పరిపాటి సంసారి యగుటయే మేలు, రాజ్యభూమిక-రాజ్య=ప్రభుత్వమనెడి, భూమికన్=వేషమును, తాల్చినరాజునకును-తాల్చిన=ధరియించిన, రాజునకును=భూపాలునకు, మదిన్=బుద్ధిని, తగిలెనేని=శత్రుకృత తిరస్కారగ మంటినట్లాయెనా, శాంతిచేన్=శమముచేత, మఱవఁదగదు=మఱవరాదు.

తా. ఒకనితో ద్వేషమును జింతయును లేక యేపాటి కలిగినను సంతసించునట్టి పరిపాటి సంసారి యగుట యుత్తమము. రాజ్య మను భూమికను ధరియించిన

రాజునకు శత్రుకృత తిరస్కారము మదిం దగిలెనేని శాంతచిత్తుఁడై సమాధిమైనుండ దుష్కరము.

క. పులి మల డిగి యూళ్లకు న
క్షులరుజ రా జనము మాన్పఁ • గోఁ బనిచి గవిన్
*నెలకొన సురియలు గొని చని
పొలియునో యూరఁ గుయి రేఁగి • పొడుచునో చెప్పుమా. 43

టీ. పులి=వ్యాఘ్రము, (ఈనినపుడు) అక్షులరుజన్=కన్నులకలఁకచేత, మల డిగి=పర్వతముడిగి, ఊళ్లకున్=గ్రామములకు, రాన్=రాఁగా, జనము=ప్రజ, మాన్పఁ గోఁబనిచి=దయచే మాన్పకొననిచ్చి, గవిన్=గుహయందు, నెలకొనన్=స్వస్థమైయున్న దానిమీఁద, సురియలుగొని=ఆయుధములుపట్టి, చని=పోయి, పొలియునో=దానిచేతఁజచ్చునో, లేక, ఊరన్=కన్నుల నొప్పితో వచ్చినప్పుడు గ్రామమం దున్నవారందఱు, కుయి రేఁగి=గుంపులయి కూఁతలుపెట్టుచు, పొడుచునో, చెప్పుమా=వచింపుమా.

తా. పులి యీనినప్పుడు కన్నుల కలఁకతోఁ గొండఁ దిగి గ్రామములకు రాఁగా నందఱు పోగై కూఁత లిడుచు వచ్చి యపాయము నొందిన పులినిఁ జంపుదురో, లేక దాని నేత్రవ్యాధిని దయచేసి మాన్పకొన నిచ్చి,దానికి నెలవగు గవియందు స్వస్థముగా నుండు తఱి జన మాయుధములం బట్టి పోయి యా పులిచేతఁ జచ్చునో వచింపుము.

క. ఈవేళ బలియు నతనిం
బో విడిచితి పొమ్ము వాఁడు • పోయిన రాజ్యం
బేవిధిఁ గ్రమ్మఱు నావెర
పీవెర వని వ్రేలు మడచి • యేర్పడఁ జెపుమా. 44

టీ. ఈవేళన్=ఈసమయమున, బలియునతనిన్=బలవంతుఁడగు నా కేశిధ్వజుని, పోవిడిచిపొమ్ము=పోవునట్లుగ విడిచిపెట్టితివి పో, వాఁడుపోయినన్, రాజ్యంబు=సామ్రాజ్యము, ఏవిధింగ్రమ్మఱున్=ఏప్రకారము మరలవచ్చును, ఆవెరవు=సామ్రాజ్యమునచ్చెడి యాయుపాయము,ఈవెరవని=ఈయుపాయ మని, వ్రేలుమడచి=అంగుళిమునంచి, ఏర్పడన్=తెలియునటుల, చెపుమా=వచింపుమా.

తా. ఈ సమయమందు మిగుల బలవంతుఁడగు కేశిధ్వజుని విడిచి పెట్టితివి పో వాఁడు పోయిన పిమ్మట సామ్రాజ్య మేవిధంబున మరల వచ్చునో యా యుపాయం బిది యని వ్రేలు మడచి చెప్పుము.

---

* నెలవుకొని సురియ గొని.

తే. అలసతఁ బరున్న మనుజుండు • కలియుగంబు
ద్వాపరం బెన్నఁ గూర్చున్న • వాఁడు త్రేత
యుత్థితుఁడు యాయి మఱి కృత • యుగ మటన్న
నముచిదమనోక్తి ఋగ్బ్రాహ్మణమున వినవె. 45

టీ. అలసతన్=ఆయాసపడుటచేతను, పరున్నమనుజుండు = పండినవరుఁడు, కలియుగంబు=కలియుగము వంటివాఁడు, కూర్చున్నవాఁడు, ఎన్నన్ = విచారింపఁగా, ద్వాపరంబు = ద్వాపరమువంటివాఁడు, ఉత్థితుండు = లేచినవాఁడు, త్రేత= త్రేతాయుగమువంటివాఁడు, మఱి=మఱియును, యాయి=సంచరించువాఁడు, కృత యుగము=కృతయుగమువంటివాఁడు, అటన్నన్=అట్లనునట్టి, నముచిదమనోక్తిన్= ఇంద్రుని వాక్యమును, ఋగ్బ్రాహ్మణమునన్ = ఋగ్వేదమందలి బ్రాహ్మణమందు, వినవే=విన్నవాఁడవుకావా. (అనఁగా నిరుద్యోగుఁడుగా నున్నవాఁడు పరమ నికృష్టుఁ డనుట.)

క. ఛిద్రప్రహారి రాష్ట్రో
పద్రవ పరిహారి యాప్త • భాషణ రుచి వే
ళోద్రిక్తుఁ డన్యవేళా
నుద్రిక్తుఁ డనల్పకాల • ముర్వి భరించున్. 46

టీ. ఛిద్రప్రహారి - ఛిద్ర=తన రాజ్యమందుఁ బుట్టిన దోషంబులను, ప్రహారి=పోఁగొట్టువాఁడును (శత్రువున కేదేని యిక్కట్టు వచ్చినప్పుడు సమయించువాఁడును), రాష్ట్రోపద్రవపరిహారి=రాజ్యమునకు శత్రువులవలన యుపద్రవమును బోఁగొట్టువాఁడును, ఆప్త=ఇష్టులయినవారియొక్క, భాషణ=వాక్యములయందు, రుచి=ప్రీతిఁగలవాఁడును, వేళా=శత్రువును వధింపఁదగిన సమయముదొరకినప్పుడు, ఉద్రిక్తుఁడు=త్వరపడినవాఁడు, అన్యవేళన్=సమయము కానియప్పుడు, అనుద్రిక్తుఁడు=త్వరపడక యుండువాఁడును, అనల్పకాలము=బహుకాలము, ఉర్విన్ = భూమిని, భరించున్=వహించును.

తా. తనరాజ్యమునఁ బుట్టిన దోషములను వెంటనే పోఁగొట్టుచుఁ దనరాజ్యమునకు శత్రువుల వలని యుపద్రవము లంటకుండఁ జేయుచు శత్రుభంజనావసరము సిద్ధించిన నాప్తుల ప్రీతి వాక్యముల విని ప్రయత్నపడుచును నాసమయములయందుఁ ద్వరపడక నిమ్మళించుచు నిత్తెఱంగునఁ బ్రవర్తించురాజు బహుకాలము పుడమిఁ బాలించును.

వ. లే లెమ్మనుటయుఁ బ్రధానులకు భూనాథుం డిట్లనియె. 47

క. మీ నోడివినయది కార్యం
బౌ నిప్పని సేయ రాజ్య • మంతయు మనకున్
వానికిఁ బరలోకము జిత
మౌ నొక్కటి యిందు వాసు • లరయఁగ వలయున్. 48

టీ. మీనోడివినయది=మీరన్న వాక్యము, కార్యంబౌన్=కర్తవ్యమవును, ఇప్పని సేయన్=ఈకార్యము సేయఁగా, రాజ్యమంతయున్ = ఎల్లరాజ్యము, మనకున్, వానికిన్=ఆకేశిధ్వజునకు, పరలోకము=స్వర్గము, జితమౌన్ = గెలువఁబడినదౌను. (అనఁగాఁ గలుగుననుట). ఒక్కటి=ఒక్కసారిగా, ఇందున్=ఈరెంటియందు, వాసులు=ఎక్కువతక్కువలు, అరయఁగవలయున్=విచారింపవలయును.

తా. మీరన్నది చేయఁ దగినది యౌను. ఈలాగునఁ జేయఁగా మనకు నెల్ల రాజ్యంబును వానికిఁ బరలోకమును సిద్ధించుచున్నది యయిన నొకసారిగా నీ రెంటి యొక్క తారతమ్యము విచారింప వలయు నని చెప్పెను.

క. పర*లోకసుఖము శాశ్వత
మరయ మహీరాజ్యసౌఖ్య • మల్పానేహః
పరిభోగ్యం బిందుల కై
దురితము కావించి తొలఁగు•దునె పరమునకున్. 49

టీ. పరలోకసుఖము=పరలోకానందము, అరయన్=విచారింపఁగా, శాశ్వతము=నిత్యము, మహీరాజ్యసౌఖ్యము=భూపాలనమువలనిసుఖము, అల్పానేహఃపరిభోగ్యంబు=స్వల్పకాల మనుభవింపఁదగినది. ని. 'కాలోదిష్టోఽప్యనేహాపి' యని యమరము. ఇందులకై=ఈయల్పసుఖమునకై, దురితము=పాపము, కావించి=చేసి; పరమునకున్=పరలోకసుఖమునకు, తొలఁగుదునె=దూరమగుదునా.

తా. విచారింపఁగాఁ బరలోకానందము నిత్యమును, రాజ్యానంద మనిత్యమును గాన నల్పకాలానుభవయోగ్యం బైన రాజ్యమునకై పాప మొనర్చి పరలోకమునకు దూరీభూతుఁడను కా నొల్ల ననియె.

క. బద్ధాంజలిపుటు దీనున్
† గ్రుద్ధతఁ దనమఱుఁగుసొరఁగఁ • గూల్చుట కడు కీ
డుద్ధతి పరలోకార్జన
బుద్ధికి నను కణ్వవాక్యములు • దలఁప రొకో. 50

* లోకము శాశ్వతసుఖ. † గ్రుద్ధుండై శరణు చొరఁగ.

టీ. బద్ధాంజలిపుటున్=ముకుళితహస్తుఁడయినట్టి, దీనున్ = దైన్యమొందినవానిని, తనము౯ఁగుసారఁగన్=తన్ను శరణుఁజొచ్చినపుడు, క్రుద్ధతన్=కోపయుక్తుఁడై, ఉద్ధతి౯=గర్వముచేత, కూల్చుట = వధియించుట, పరలోకార్జనబుద్ధికిన్=పరలోకము సంపాదించెద ననుమనంబు గలవానికి, కడుకీడు=మిక్కిలిపాపము, అను=అనునట్టి, కణ్వవాక్యములు=కణ్వమహర్షి వాక్యములు, తలఁపరో = విచారింపరా.

తా. బద్ధాంజలి యయి దీనత్వము వహించి శరణుఁ జొచ్చినవానిఁ బరలోకబుద్ధిగల పురుషుఁడు కోపయుక్తుఁడై గర్వముచేత వధియించెనేని యతనికి మహాపాతకం బని కణ్వమహర్షి సెప్పినవాక్యములు విచారింపరు కాఁబోలును.

ఆ. అనుచు వెడలి వచ్చి • యారాజు నడిగి త
దర్ధ్మనైచికీవ•ధక్రమంబు
దెలిసి తగిన నిష్కృ•తి వచింప నాతండు
* మగుడఁ గ్రతువు సాంగ•ముగ నొనర్చె. 51

టీ. అనుచు౯=ఇట్లనుచు, వెడలివచ్చి=పెండెము బయలువెళ్ళివచ్చి, ఆరాజు౯=ఆకేశిధ్వజుని, అడిగి, ధర్మనైచికీవధక్రమంబు = యజ్ఞధేనువధ ప్రకారమును, ని. 'ఉత్తమాగోషునైచికీ' యని యమరము. తెలిసి=ఎఱింగి, తగిననిష్కృతి౯=సరియైన ప్రాయశ్చిత్తమును, వచింప౯=చెప్పఁగా, ఆతండు=ఆకేశిధ్వజుండు, మగుడ౯ = మరలివచ్చి, క్రతువు=యజ్ఞమును, సాంగముగ౯=సంపూర్ణముగా, ఒనర్చె=చేసె.

తా. ఖాండిక్యుండు మంత్రులతో నాలోచించి యిట్లనుచుఁ బెండెము వెడలి వచ్చి కేశిధ్వజునివలన యజ్ఞధేను వధక్రమం బెఱింగి తగిన ప్రాయశ్చిత్తము విచారించి చెప్పఁగా నా కేశిధ్వజుండు మరల యజ్ఞశాలకు వచ్చి క్రతువును సాంగోపాంగముగ నొనర్చెను.

ఆ. అవభృథాప్లుతో త్త•మాంగుఁ డై ఋత్విక్స
దస్యగణముఁ బూజఁ • దనిపి పిదప
సూత మగధ వంది • వైతాళికప్రభృ
త్యర్థికోటి కభిమ•తార్థ మొసఁగి. 52

టీ. అవ...డై-అవభృథ=అవభృథమనుయజ్ఞదీక్షాంతస్నానముచేతను, అప్లుత=చక్కఁగాఁదడపఁబడిన, ఉత్తమాంగుఁడై=శిరముగలవాఁడై, ఋత్వి...న్-ఋత్విక్=ఋత్విజులయొక్కయు, సదస్య=సభ్యులయొక్కయు, గణము౯=సమూహమును, పూజ౯=దక్షిణాంతపూజచేత, తనిపి=తృప్తినొందించి, పిదప౯=పిమ్మట, సూత...

* మగుడి.

కిన్-సూత, మగధ, వంది, వైతాళికప్రభృతి=వీరలుమొదలగు, అర్థికోటికిన్=యాచకసమూహమునకు, అభిమతార్థము=కోరినవస్తువులను, ఒసఁగి=ఇచ్చి.

తా. కేశిధ్వజుండు యాగము ముగియఁగా నవభృథస్నాతుఁడై ఋత్విజులకుఁ బూజనీయులగు సభ్యులకును దక్షిణాంతపూజ లొనర్చి తృప్తి నొందించి సూతమాగధాది యాచక సమాజమునకుఁ గోరిన వస్తువుల నెల్ల నిచ్చెను.

తే. మఱియుఁ గోరినవారి యక్కఱలు తీర్చి
యును మనఃపూర్తి చాల కొయ్యనఁ దలంచి
యకట గురుదక్షిణ యొసంగ నయితి నంచు
మగుడఁ జని శంక నతఁడు సంభ్రమపడంగ. 53

టీ. మఱియున్ = ఇదియునుంగాక, కోరినవారి యక్కఱలు దీర్చియును = కోరినవారికోర్కులన్నియు నిచ్చియును, మనఃపూర్తిచాలక=మనస్సునకుఁ దనివితీరక, ఒయ్యనన్ = మెల్లగా, తలంచి=తలఁచుకొని, అకట, గురుదక్షిణయొసంగనైతిని = గురుదక్షిణయియ్యనైతిని, అంచున్, మగుడన్=మరలను, చని=పోయి, అతఁడు = ఆఖాండిక్యుఁడు, శంకన్ = అనుమానముచేతను, సంభ్రమపడంగన్ =తొట్రుపడఁగా.

తా. మఱియు నాకేశిధ్వజుండు గోరిన వారి మనోరథముల నెల్లఁ బూరించియును మనస్తృప్తిలేక యాలోచించి గురుదక్షిణ యియ్యనయితినని మెల్లగఁ దలంచికొని యాఖాండిక్యుఁ డున్న నెలవుఁ గూర్చి వెళ్ళి యాఖాండిక్యుఁడు తొట్రుపడఁగా.

క. వారించి నీకు నెయ్యది
కోరిక యేతెంచినాఁడ గురుదక్షిణ యీ
భూరమణ వేఁడు మనుటయు
నారాజన్యుండు మఱియు నాప్తులతోడన్. 54

టీ. వారించి=నీకుశంకవలవదని తొట్రుపాటుమాన్పి, గురుదక్షిణయీన్ = గురుదక్షిణ యిచ్చుటకొఱకు, ఏతెంచినాఁడన్=వచ్చినాఁడను, భూరమణ=ఓరాజా, నీకున్=నీకు, ఎయ్యది కోరిక=ఏమేమియపేక్షితంబు, వేఁడుము=అడుగుము, అనుటయున్=అనఁగా, అరాజన్యుండు=ఆఖాండిక్యుఁడు, మఱియున్ = మగుడన్, ఆప్తులతోడన్=ఇష్టులతోడ.

క. గురుదక్షిణ యిచ్చుట కీ
నరవరుఁ డేతెంచె మీరు నా కనురక్తుల్

పరికించి పదింబదిగా
నరయుఁడు మది నెద్ది మేలు • ప్రార్థించుటకున్. 55

టీ. గురుదక్షిణయిచ్చుటకున్, ఈనరవరుఁడు = కేశిధ్వజుండు, ఏతెంచెన్ = వచ్చెను, మీరు=మీరలు, నాకున్, అనురక్తులు = ఆప్తులు, ప్రార్థించుటకున్ = అడుగుటకు, ఎద్దిమేలు = ఏదియుత్తమంబు, మదిన్ = మనస్సున, పరికించి = వెదకి, పదింబదిగా, అరయుఁడు=విచారింపుఁడు.

తా. గురుదక్షిణ యిచ్చుటకై కేశిధ్వజుండు వచ్చి యున్నాఁడు. మీరలు నాకాప్తులు కాన నెయ్యది యుత్తమం బపేక్షించుటకు దానిం బరికించి మనంబునఁ బదింబదిగా విచారింపుఁడీ యని పలికెను.

ఉ. నావుఁడు వార లమ్మనుజ•నాథున కిట్లని రుబ్బి నేఁడుగా
దైవము గల్గె వేగ గురు•దక్షిణగాఁ జతురర్ణ వీవృతో
ర్వీవలయం బశేషమును • వేఁడుము భూవర మమ్ము నందఱన్
బ్రోవుము బాంధవాప్తజన•పోషణకం బెను ధర్మ మున్నదే. 56

టీ. నావుఁడు=అట్లనఁగా, వారలు, అమ్మనుజనాథునకున్=ఆఖాండిక్యునకు, ఇట్లనిరి = ఈవిధముగా నొడివిరి, ఉబ్బి=పొంగి, నేఁడుగా = నేఁడుగదా, దైవము కల్గెన్=అదృష్టము కలిగెను, వేఁగన్ = గొబ్బున, చతు...బు - చతురర్ణవీవృత= నాలుగు సముద్రములచేతఁ జుట్టఁబడియున్న, ఉర్వీవలయంబు = భూమండలము, అశేషము=సమస్తము, గురుదక్షిణగాన్, వేఁడుము=ప్రార్థింపుము, భూవర=రాజా, మమ్మునందఱన్, ప్రోవుము = రక్షింపుము, బాంధవాప్త జనపోషణకంబెను = బంధుమిత్రవర్గ రక్షణకంబె, ధర్మము=పుణ్యము, ఉన్నదె=ఉన్నదా, లేదనుట.

తా. అట్లనఁగా వారలు హర్షముచేత నుబ్బి నేఁడుగదా యదృష్టము గలిగెను, నాలుగు సముద్రముల మధ్యంబున నున్న యశేష భూమండలమును దక్షిణగాఁ గోరి మమ్ముం గాపాడుము, బంధు మిత్ర జన రక్షణ కంబెను వేఱే ధర్మము లేదని ఖాండిక్యునితో విన్నవించిరి.

ఉ. ఎన్నఁడు లావు గూడు మన•కెన్నఁడు నగు నద్దఱి యయ్యె నేని పో
రెన్నిక యాని పోరిన జ•యింప నశక్యము నీదుభాగ్యసం
పన్నతఁ జేరెఁ గార్య మిటు • బంధు సుహృత్తతి కొక్కకీడు రా
కున్నటులుండఁగానె సిరు • లూరక చావక నోవ కబ్బునే. 57

టీ. ఎన్నఁడు=ఎప్పుడు, లావుగూడు = బలిమిగల్గును, మనకున్, ఎన్నఁడు= ఎప్పుడు, తఱి=సమయము, అగున్ = ఔను, అయ్యెనేని = సమయము సిద్ధించినను,

పోరు=యుద్ధము, ఎన్నికయౌనె = శ్రేష్ఠమగునా, శ్రేష్ఠము కాదనుట, పోరినన్ = యుద్ధమొనరించినను, జయింపన్ = గెలుచుటకు, అశక్యము=శక్యముగాదు, నీదు= నీయొక్క, భాగ్యసంపన్నతన్=భాగ్యాతిశయముచేతను, కార్యము=ప్రయోజనము, ఇటు=ఈవిధంబుగ, చేరెన్=ఒనగూడెను, బంధుసుహృత్తతికిన్=బంధుమిత్రవర్గము నకు, కీడు=చెఱుపు, రాక = కలుగక, ఉన్నటులుండఁగానె, సిరులు = సంపదలు, చావక=మరణము నొందక, నోవక=నొప్పింబడక, ఊరక, అబ్బునె=సిద్ధించునా, సిద్ధింపదనుట.

తా. ఎప్పుడు బలిమి గలుగు నెన్నఁడు సమయమగును సమయము కల్గినను జగడము శ్రేష్ఠము గాదు కదా. అయినను జగడ మొనర్చితిమిపో జయింప నశక్యంబు, నీయదృష్టమువలన నిట్టి ఘనకార్య మొనగూడెను, బంధుమిత్రవర్గముల కపాయము సంభవింపకయే సంపదలు సిద్ధింప వనిరి.

చ. అనవుఁడు నల్ల నవ్వి మనుజాధిపుఁ డిట్లను మీర లర్థసా
ధనపరతంత్రకోవిదులు దక్క మహాసుఖదాయి మోక్షమా
ర్గనయవిచారకోవిదులు గా రతిచంచలరాజ్యలక్ష్మి యే
మని చని వేఁడు వాఁడఁ బరమార్థము వేఁడక యమ్మహామతిన్. 58

టీ. అనవుఁడున్=వారిట్లనఁగా, అల్ల నవ్వి=మెల్లగా నవ్వి, మనుజాధిపుఁడు= ఖాండిక్యుండు, ఇట్లనున్=ఈప్రకార మనియెను, మీరలు = మీరు, అర్థసాధన పర తంత్రకోవిదులు దక్క=అర్థసాధక తంత్రవేత్తలుగాని, మహాసుఖదాయి = అఖండా నందము నిచ్చునట్టి, మోక్షమార్గ నయవిచారకోవిదులు=మోక్షమార్గ విచారపరులు, కారు, అతిచంచల=మిగుల నస్థిరంబైన, రాజ్యలక్ష్మి=రాజ్యసంపదను, ఏమని=ఏమి పదార్థమని, పరమార్థము వేఁడక= పరమపురుషార్థము గోరక, అమ్మహామతిన్=అజ్ఞా ననిష్ఠుండగు కేశిధ్వజుని, చని=వెళ్ళి, వేఁడువాఁడన్=ప్రార్థింతును.

తా. వార లిట్లపేక్షింప మనుజాధిపుండగు ఖాండిక్యుండువిని నవ్వి మీర లర్థ సాధక తంత్రవేత్తలుగాని పరమ పురుషార్థసాధక తంత్రవేత్తలుగా రమ్మహాజ్ఞానియైన కేశిధ్వజుని యొద్దకుఁ బోయి మోక్షసాధక మార్గముం గోరక యస్థిరం బగు రాజ్య సంపద నెట్లు వేఁడుదు నని పల్కెను.

క. నిమివంశోత్పన్నుల మఁట
మముబోఁటుల కకట రాజ్యమా లక్ష్యము వాఁ
డమలిన యోగాశ్రయుఁ డు
త్తమయోగము గొనుట యుఱవో ధరఁ గొను టుఱవో. 59

టీ. నిమి=నిమిచక్రవర్తియొక్క, వంశ=కులమందు, ఉత్పన్నులమఁట=పుట్టినవారమఁట, అకట = అయ్యో, మముబోఁటులకున్ = మావంటివారికి, రాజ్యమాలక్ష్యము=రాజ్యము విషయమా, వాఁడు=ఆకేశిధ్వజుండు, అమ...డు - అమలిన = శుద్ధమైన, యోగ=యోగమునకు, ఆశ్రయుఁడు=స్థానమైనవాఁడు, ఆతనివలన, ఉత్తమయోగముఁగొనుట, ఉఁజవో=ఉచితమో, ధరన్=భూమిని, కొనుట=గ్రహించుట, ఉఁజవో=యుక్తమో.

తా. అయ్యో! నిమిచక్రవర్తివంశంబునఁ బుట్టిన మావంటి వారలకు రాజ్యమొక విషయమా ? వాఁ డుత్తమయోగి గాన వానివలన నపవర్గప్రదం బగు నుత్తమ యోగంబుఁ గొనుట యుత్తమంబో, లేక, భూమిని గొనుట యుత్తమంబో యని వచించె ననుట.

సీ. విడుఁ డని *వీడు వె•ల్వడి వచ్చి ఖాండిక్యుఁ,
    డారాజుఁ గనుఁగొని • గారవమున
గురునిష్క్రియంబు ని•క్కువముగా నొసఁగెదే,
    యని పల్కి యిత్తుఁ ద•థ్యముగ నన్న
నవనీతలేంద్ర నీ • వధ్యాత్మరతుఁడవు,
    దక్షిణ గురున కీఁ • దలఁచి తేని
సకలభవక్లేశ•సంక్షయం బెయ్యది,
    యవ్విద్య బోధింపు • మనిన నవ్వి
తే. యహహ నిష్కంటకాస్మదీ•యాధిరాజ్య
మడుగ నొల్లక యిది యేటి • కడిగి తిపుడు
క్షత్త్రియుల † కెల్ల రాజ్యంబు•కంటె మఱి ప్రి
యంబు గలదె యటన్న ని • ట్లనియె నతఁడు. 60

టీ. విడుఁడని=ఈమాటలు యుక్తంబులుగావు విడువుండని, వీడు వెల్వడివచ్చి=పాళెమువిడిచివచ్చి, ఖాండిక్యుఁడు, ఆరాజున్=కేశిధ్వజుని, కనుఁగొని=చూచి, గారవమునన్=ప్రేమచేత, గురునిష్క్రియంబు = గురుదక్షిణ, నిక్కువముగాన్=నిజముగా, ఒసఁగెదేయని=ఇచ్చెదవాయని, పల్కి=వచించి, ఇత్తున్=ఇచ్చెదను, తథ్యముగన్=సత్యముగా, అన్నన్=అనఁగా, అవనీతలేంద్ర=రాజా, నీవు=ఈవు, అధ్యాత్మరతుఁడవు=బ్రహ్మవిద్యానిష్ఠుండవు, దక్షిణగురునకీఁదలఁచితేని=గురుదక్షిణ యీఁదలఁచితివా, సకలభవక్లేశసంక్షయం బెయ్యది = సాంసారికసర్వక్లేశనాశకం బేదో,

* గుడిసె. † కెందు.

అవ్విద్యన్=అట్టివిద్యను, బోధింపుము=తెలుపుము, అనినన్=అనఁగా, నవ్వి=హసించి, అహహ=ఆశ్చర్యము, నిష్కం...ము-నిష్కంటక=శత్రురహితమైన, అస్మదీయ=నాసంబంధియైనట్టి, అధిరాజ్యము=ప్రభుత్వమును, అడుగనొల్లక=వేఁడవలవక, ఇదియేటికడిగితిపుడు=ఈయధ్యాత్మవిద్య నిపుడేల యడిగితివి, క్షత్రియులకెల్లన్=రాజులకెల్లను, రాజ్యంబుకంటెన్=ప్రభుత్వమునకంటె, మఱిప్రియంబుగలదె=అతిశయమైనయిష్టముగలదా, అటన్నన్=అట్లనఁగా, అతఁడు=ఖాండిక్యుఁడు, ఇట్లనియె=ఈప్రకారమనియె.

తా. ఈ మీమాట లుత్తమంబులు గావు విడువుండని యా ఖాండిక్యుండు పాళెము వెడలివచ్చి కేశిధ్వజుం గని ప్రీతితో గురుదక్షిణ నిశ్చయముగ నీఁ దలఁచితివా యని పల్కి సత్యముగా నిత్తునన్న నోరాజా నీ వధ్యాత్మ విద్యయందు దక్షుండవు. గాన సాంసారిక సర్వక్లేశ నాశకం బగునది యేదో యట్టి విద్యను బోధింపు మనఁగా నవ్వి యాశ్చర్యమొంది నిష్కంటకం బగునారాజ్యము నడుగ నొల్లక యీ యధ్యాత్మవిద్య నిపు డేల యడిగితివి, రాజుల కెల్ల బ్రభుత్వముకంటె గొప్పకార్యముం గలదే యనఁగా నాఖాండిక్యుండు వక్ష్యమాణ ప్రకారంబుగ నిట్లనియె.

మ. విను కేశిధ్వజ ధాత్రి వేఁడమికి నా•వేదించెద న్హేతు వ
జ్ఞునకుం గాక వివేకి కేల జనియిం•చున్ లౌల్య మెందున్ రణం
బునఁ బాడిన్ రిపుగెల్చువాఁడియుఁ బ్రజా•పోషంబు ధర్మంబు రా
జున కౌ నైన నశక్తు త్వద్విజితరా•జ్యు న్న *న్నఘం బంటునే. 61

టీ. కేశిధ్వజ=కేశిధ్వజుఁడా, వినుము=ఆకర్ణింపుము, ధాత్రి వేఁడమికిన్=భూమినిఁ బ్రార్థింపకయుండుటకు, హేతువు=బీజమును, ఆవేదించెదన్=తెలిపెదను, ఎందున్=ఎందైనను, లౌల్యంబు=చాపల్యము, అజ్ఞునకుం గాక=అవివేకికిఁదక్క, వివేకికిన్=జ్ఞానికి, ఏలజనియించున్=ఎందులకుఁబుట్టును, రణంబునన్=జగడమందు, పాడిన్=ధర్మముచేత, రిపున్=శత్రువును, గెల్చువాఁడిమిన్=జయించునట్టి బంటుతనము, ప్రజాపోషంబు=ప్రజలరక్షించుట, రాజునకున్=ప్రభువునకు, ధర్మంబౌన్=న్యాయమగును, ఐనన్=అట్లయినను, త్వద్విజితరాజ్యున్-త్వత్=నీచేత, విజిత=జయింపఁబడిన, రాజ్యున్=రాజ్యముగలయట్టియు, అశక్తున్=బలిమిలేనియట్టి, నన్ను=నను, అఘంబు=పాపము, అంటునె=స్పృశించునా, అంటదనుట.

తా. ఓయి కేశిధ్వజుఁడా! రాజ్యము వేఁడకుండుటకుఁ గారణముఁ దెలిపెద వినుము. ఏవస్తువందయినను చాపల్య మజ్ఞునకుఁ గలుగు గాక జ్ఞానికి నేల జనియించును? యుద్ధమందు ధర్మముచేత శత్రువును గెల్చుటయుఁ బ్రజల రక్షించుటయును

* న్నిహం.

రాజులకు ధర్మంబౌ నయినను నీచేత నపహరింపఁబడిన రాజ్యము గల్గి యశక్తుఁడనై యున్న నన్నఘంబులు స్పృశింపవని చెప్పెను.

సీ. నరనాథ యీరాజ్య•పరిపాలనారాతి,
హననాదికృతరూప • యగునవిద్య
యనధికారికి విస•ర్జనముఁ గావింపఁగఁ,
గలుషంబు రా దధి•కారియైన
వాఁడు విసర్జింప వచ్చు • వర్ణాచార,
లోపంబుచే నగు • పాపలేప
మైన నేనిత్తుఁ గొ•మ్మనఁ గొను ధరణిభో,
గమునకుఁ గాక ధ•ర్మమున కగునె
తే. కాన సత్క్షత్త్రియులకు భై•క్షంబు కీడు
మత్ప్రధానులు వేఁడు సా•మ్రాజ్యమనెడు
పలుకు ధర్మచ్ఛలంపులో•భం బయుక్త
మది యెఱిఁగి రాజ్య • మడుగ నే నిచ్ఛయింప. 62

టీ. నరనాథ=కేశిధ్వజుఁడా, ఈరాజ్య...ప- ఈరాజ్యపరిపాలనము, అరాతిహనన=శత్రుసంహారము, ఆది=మొదలగువానిచేత, కృత=చేయంబడిన, రూపయగు=స్వరూపము గలదైన. అవిద్య=అజ్ఞానము, అనధికారికిన్=అధికారము లేనివానికి, విసర్జనముఁ గావింపఁగన్=విడిచిపెట్టఁగా, కలుషంబురాదు=పాపమొదవదు, అధికారియైనవాఁడు, విసర్జింపన్=విడువఁగా, వర్ణాచారలోపంబుచేన్=క్షత్త్రియ సంశాచార లోపముచేతను, అగు...ము - అగు=ఐనట్టి, పాప=కిల్బిషముయొక్క, లేపము=పూఁత, వచ్చున్=కలుగును, (అనఁగాఁ బాపప్రాప్తియౌననుట), ఐనన్=ఐనను, ఏన్=నేను, ఇత్తున్=ఒసఁగెదను, కొమ్మనన్=గ్రహింపుమనఁగా, కొను=గ్రహించునట్టి, ధరణి=భూమి, భోగమునకుఁగాక=అనుభవించుటకేగాని, ధర్మమునకగునె=ధర్మమునకగునా, కానన్ = గనుక, క్షత్త్రియులకున్ = ప్రభువులైనవారికి, భైక్షంబు = అడిగిపుచ్చుకొనుట, కీడు=పాపము, మత్ప్రధానులు=నామంత్రులు, వేఁడు సామ్రాజ్యము=రాజ్యముకోనుము, అనెడు = అనియెడు, పలుకు=మాట, ధర్మ...బు-ధర్మచ్ఛలంపు=ధర్మమనువ్యాజముగల, లోభంబు=లోభగుణము, అయుక్తము=యుక్తముగాదు, అదియెఱిఁగి=అది తెలిసి, రాజ్యమడుగన్=ప్రభుత్వము వేఁడుటకు, ఇచ్ఛయింపన్=అపేక్షింపను.

తా. ఓయి కేశిధ్వజుఁడా ! యీరాజ్య పరిపాలన శత్రుసంహారము మొదలగువానిచేతఁ జేయఁబడిన రూపము గలయట్టి యవిద్య యనధికారి యగువాఁడు

గ్రహింపక విడిచెనేని పాతకము రాదధికారి యగువాఁడు విడిచెనేని క్షత్త్రియ వంశాచారలోప మగుటవలని పాపలేపంబౌనైనను నే నిచ్చెదఁ బరిగ్రహింపు మనఁగా గ్రహించినట్టి సామ్రాజ్యము భోగమునకేఁగాని ధర్మమునకుఁగాదు కావున రాజులకు యాచ్ఞావృత్తిచేతఁ బుచ్చుకొనుట మిగులఁ బాతకము నామంత్రులు రాజ్యమును గోరు మన్నమాట ధర్మవ్యాజముగల లోభగుణం బయుక్తమైనది యని తెలిసి నే రాజ్యమడుగక బ్రహ్మవిద్య నడిగితి నని ఖాండిక్యుఁడు పలికెను.

తే. ఆసపడుదురు బుధులు * రా • జ్యమున మమత
మానని జడాత్ముల ట్లహం • మానపాన
మత్తులకె కాక యది యేల • మాదృశులకు
ననిన హర్షించి మెచ్చి య • జ్జనకుఁ డనియె. 63

టీ. బుధులు=పండితులు, మమతమానని=మమకారము విడువనట్టి, జడాత్ములట్లు=మూఢాత్ములంబలె, రాజ్యమునన్=రాజ్యమందు, ఆసపడుదురే=వాంఛింతురా, అది=ఆవాంఛ, అహం...కాక - అహంమాన=అహంకారమనియెడి, పాన=మధుపానముచేతను, మత్తులకేకాక=మదించినవారికేకాని, మాదృశులకున్=మావంటివారికి, ఏల=ఎందుకు, అనినన్=అనఁగా, హర్షించి=సంతసించి, మెచ్చి=శ్లాఘించి, అజ్జనకుఁడు=ఆకేశిధ్వజుండు, అనియె=పలికెను.

తా. ప్రాజ్ఞులైనవారు మమకారము విడువని మూఢులవలె రాజ్య మపేక్షింపరను వాంఛ యహంమానపానమత్తులై యున్న వారలకే కాక మముఁబోటులకేల? అనఁగా నజ్జనకుండు హర్షించి స్తుతిఁజేసి యొకమాట సెప్పెను.

ఆ. ఏ నవిద్యవలన • మృత్యువుఁ దరియింప
ననఘ రాజ్యమును మ • ఖాదికములు
చేయు చున్నవాఁడ • క్షీణింపఁ జేయుదుఁ
బుణ్యఫలము భోగ • భుక్తివలన. 64

టీ. అనఘ=పాపరహితుఁడా! ఏన్=నేను, అవిద్యవలనన్=అజ్ఞానమువలన, మృత్యువున్=సంసారమును, తరియింపన్=దాఁటుటకై, రాజ్యమును=ప్రభుత్వమును, మఖాదికములు=యజ్ఞాదిసత్కర్మఫలమును, భోగభుక్తివలనన్=భోగానుభవముచేతను, క్షీణింపఁజేయుదున్=నష్టపఱుతును.

తా. పాపరహితుఁడ వగు నోయి ఖాండిక్యుఁడా! నే నజ్ఞానమువలన సంసారము దాఁటుటకు ప్రభుత్వమును, యాగాది సత్కర్మములుఁ జేయుచున్నాఁడను, భోగానుభవమువలనఁ బుణ్యఫలంబుల క్షీణింపఁ జేయుదు నని వచించెను.

---

* రాజ్యంపు మమత.

క. మన యీ నిమివంశము పా
వన మగుభాగ్యమున మనుజ•వర తత్త్వవివే
చనచింత నీకుఁ బొడమెను
విను మింక వినుపింతు నేను • విద్యావిధముఁ. 65

టీ. మనుజవర=రాజా! మన...ము-మన=మనయొక్క, ఈనిమివంశము=నిమిచక్రవర్తివంశము, పావ...న్-పావనమగు=పవిత్రమగునట్టి, భాగ్యమునన్=పుణ్యముచేత, తత్త్వవివేచనచింత-తత్త్వ=తత్త్వముయొక్క, వివేచన= తెలిసికొనునట్టి, చింత=విచారము, నీకున్, పొడమెన్=పుట్టెను. ఏన్=నేను, విద్యావిధమున్=జ్ఞానమార్గమును, వినుపింతున్=తెలియఁ జెప్పెదను. ఇఁక, వినుము=ఆలకింపుము.

తా. మానవశ్రేష్ఠుఁడా! మన యీ నిమిచక్రవర్తివంశము పరిశుద్ధ మగునట్టి పుణ్య విశేషముచేత నీకుఁ దత్త్వవివేచనచింత గలిగెను గాన నీకు నేను జ్ఞానమార్గముం దెలిపెద నాకర్ణింపు మనియెను.

ఆ. ఆత్మ కాని మేన • నాత్మబుద్ధియును న
స్వంబునందు మిగుల • స్వత్త్వమతియు
నవనివర యవిద్య • యను మహాతరువు ను
త్పత్తి కీద్వయంబు • విత్తు మొదలు. 66

టీ. అవనివర=భూనాథుఁడవగు నోయి ఖాండిక్యుఁడా! ఆత్మగాని=జీవుఁడు గానట్టి, మేనన్=శరీరమందు, ఆత్మబుద్ధియును = జీవజ్ఞానమును, అస్వంబునందు=తనదిగాకుండునట్టి గృహాదులయందు, స్వత్త్వమతియు=తనది యను బుద్ధియు, ఈద్వయంబు=ఈరెండును, అవి...కిన్ - అవిద్యయను=అజ్ఞానమనియెడు, మహాతరువు=గొప్పవృక్షముయొక్క, ఉత్పత్తికిన్=జననమునకు, 'షష్ఠ్యాఉతో ఁచినుమ్సే' అను సూత్రముచేత నుమాగమము. మొదలు=ఆదియైనట్టి, విత్తు=బీజము.

తా. ఓ ఖాండిక్యమహారాజా! తానుగాని దేహమందు తాననుజ్ఞానమును, తనదిగాక యుండెడి గృహాదులయందుఁ దనది యనెడి బుద్ధియు, నీరెండు నజ్ఞానమను మహావృక్షమునకు నాదియైన బీజంబు.

క. నరనాథ పాంచభౌతిక
శరీరమున దేహి మోహ•సాంద్రతమతమః
పరివృతుఁ డై యే నిది నా
పరికర మని యవధిలేని • భ్రమపడి తిరుగున్. 67

టీ. నరనాథ=రాజా ! దేహి=జీవుండు, పాంచ...నన్-పాంచభౌతిక=పంచభూతపరిణామంబై, శరీరమునన్=కాయమునందు, సాంద్ర...డై-సాంద్రతమ=మిగుల దట్టమైన, తమః=అవిద్యచేతను, పరివృతుఁడై=ఆవరింపఁబడినవాఁడై, ఏన్=నేను, ఇది, నాపరికరము=నాసొమ్ము, అని=నిశ్చయించికొని, అవధిలేని, భ్రమపడి=అజ్ఞానమునఁబడి, తిరుగున్=భ్రమణముఁ జేయుచుండును.

తా. ఓ రాజా! పంచభూత పరిణామంబగు దేహమందు మిగుల బలసియున్న యజ్ఞానముచేత నావరింపఁబడినవాఁడు గాన జీవుఁడు నేననియు, నాపరికరంబులనియును దరిలేని భ్రాంతిఁజెంది తిరుగుచుండును.

క. జలవసుధాంబరపవన
   జ్వాలనంబులకంటెఁ దా నజస్రంబు వెలిన్
   వెలుఁగొందునాత్మ యుండఁగఁ
   గళేబరము నెవ్వఁడాత్మగాఁ దలపోయున్. 68

టీ. జల...న్-జల=ఉదకము, వసుధా=భూమి, అంబర=ఆకాశము, పవన=వాయువు, జ్వలన=అగ్ని, ఈపంచభూతములకంటె, తాన్=తాను (అనఁగా నాత్మయనుట), అజస్రంబు=నిరంతరమును, వెలిన్=కడను, వెలుఁగొందున్=ప్రకాశించునట్టి, ఆత్మ=జీవుఁడు, ఉండఁగన్=ఉండఁగా, కళేబరమున్=దేహమును, ఎవ్వఁడు=ఎట్టివాఁడు, ఆత్మగాన్=తానుగా, తలపోయున్=నిశ్చయముఁ జేయును.

తా. పృథివ్యప్తేజోవాయ్వాకాశంబు లను పంచభూతములకంటెను దా నిరంతరము వెలపటఁ బ్రకాశించుచున్న జీవుండై యుండియు శరీరము నెవ్వఁడాత్మయని తలంచును.

సీ. వపు రుపభోగ్యముల్ • నృప గృహక్షేత్రాదు,
      లవి బొంది వాఁగాక • యాత్మవగునె
   య ట్లన పుత్రపౌత్రానీకమును నాత్మ,
      గాని మైఁ బుట్టుటఁ • గావు తనవి
   గాన మృత్యువుఁగను • కాయంబున జనించు,
      పుత్రాదులెడ స్వత్వబుద్ధి దగదు
   ఎపుడేని యాత్మ వే•తే యనునప్పుడే,
      యడరు భోగంబు లీ•యాత్మకంట

తే. వట్లుగా కీయొడలె యాత్మ • యన్న నంటు
మృద్గృహము నిల్చు నె ట్లలుక • మృజ్జలాది
నట్లు భౌతికభోగాశ • నాది భౌతి
కాంగములు నిల్చు భోగ మిం • దాత్మ కెద్ది. 69

టీ. నృప=రాజా, వపురుపభోగ్యముల్ = శరీరముచేత ననుభవింపఁదగినట్టి, గృహక్షేత్రాదులు=ఇండ్లు భార్య మొదలైనవి, ని. 'క్షేత్రంపత్నీ శరీరయోః' అని యమరము. అవి=ఈ చెప్పఁబడినవి, బొందివి=దేహసంబంధులైనవి, కాఁగాక, ఆత్మవగునె=ఆత్మసంబంధులైనవి యగునా, అల్లన=ఆరీతిగానే, పుత్త్రి...ము-పుత్త్రిపౌత్త్రి = కొమారులు మనుమలు, వీరియొక్క, అనీకమును=సంఘమును, ఆత్మగాని=జీవుఁడు గాని, మైన్=దేహమందు, పుట్టుటన్=జనియించుటచేత, తనవి గావు=ఆత్మవి గావు, కానన్=అట్లగుటచేత, మృత్యువుఁగను కాయంబునన్=మృత్యువును బొందునట్టి శరీరమందు, జనించు = పుట్టుచున్న, పుత్త్రాదులెడన్ = కుమారులు మొదలగువారియందు, స్వత్వబుద్ధి=తనదనుజ్ఞానము, తగదు=కూడదు, ఎప్పుడేని = ఎప్పుడైనను, ఆత్మ=జీవాత్మ, వేఱె= భిన్నమే, అనున్ =అనుకొనునో, అప్పుడె, అడరు = వృద్ధియగుచున్న, భోగంబులు=సక్చందనాదులు, ఆత్మకున్=తనకు, అంటవు=స్పృశింపవు, అట్లుగాక=అటుగాక, ఈయొడలె=ఈశరీరమె, ఆత్మ=నేను, అన్నన్=అన్నట్టాయెనేని, అంటున్=ముట్టును, మృద్గృహము=మృణ్మయనికేతనము, అలుక-మృజ్జలాదిన్ = అలికి పూసినట్టి మన్ను నీళ్లు మొదలగువానిచేత, ఎట్లు = ఏప్రకారము, నిలుచున్=ఉండునో, అట్లు=ఆప్రకారముగ, భౌతిక=భూతసంబంధులైన, భోగ=సుఖము, అశన=అన్నము, ఆదిన్ = మొదలుగాఁ గలవానిచేత, భౌతికాంగములు నిల్చున్=పంచభూతాత్మక శరీరములు నిలుచును, ఇందు=దీనియందు, భోగము = సుఖము, ఆత్మకున్=జీవునకు, ఎద్ది=ఏది.

తా. ఓయిరాజా! దేహోపభోగ్యంబులైన, గృహక్షేత్రాదులు, శరీర సంబంధులుగాని యాత్మ సంబంధులుగావు. అత్తెఱంగుననే పుత్త్రపౌత్త్రాది సమూహము దేహమందు జనియించుటచేత నాత్మవిగావు,గాన మరణము నొందునట్టి శరీరమున జనియించిన పుత్త్రాదులందు స్వత్వబుద్ధి కూడదనియు నెపుడేని యాత్మకు దేహము భిన్నంబని భేదజ్ఞానము గలుగుచున్నదో యపుడు భోగంబు లాత్మకంట వటుగాక శరీరమె తానని తలంచినయెడ భోగంబు లంటుచున్నవి; మంటితోఁ గట్టంబడియున్న గృహము మృజ్జలాదులచేత నెట్లు నిలుచునో యత్తెఱంగున పంచభూతసంబంధులైన సుఖము, అశనము మొదలగువానిచేత భౌతికాంగములు నిలుచును, దీనియం దాత్మకు భోగమెక్కడిది.

మ. జనిసాహస్రబహుప్రయాణ మగు సం•సారంపుఁ ద్రోవ న్సదా
చనుచుండు న్ఘన మోహఖేదమల మ•న్సంసారి పాంథుండు వా
సనలం ధూళి ముసుంగుఁ గాఁగ నెపుడేన్ • జ్ఞానంపుటుష్ణోదకం
బునఁ దత్క్షాళనసేయు వాని కపు డ•మ్మోహశ్రమంబు న్జనున్. 70

టీ. జని...ము - జనిసాహస్ర = జన్మసహస్రము లనియెడి, బహుప్రయాణమగు = అనేక ప్రయాణములు గల, సంసా...ఎన్ - సంసారంపు = జననమరణాది రూపమైన సంసారమనియెడు, త్రోవన్=మార్గమునందు, సంసా...డు - సంసారి= సంసారియను, పాంథుండు=పథికుఁడు, వాసనలన్=అనాదికర్మ వాసనలనియెడు, ధూళి=పరాగము, ముసుంగు గాఁగన్ = కప్పుగాఁగా, ఘన...ము - ఘన=అతిశయమగు, మోహ=మోహమనియెడు, ఖేదము=క్లేశము, అలమన్ = చుట్టుకొనఁగా, సదాచనుచుండున్=ఎప్పటికినిఁ దిరుగుచుండును, ఎపుడేన్=ఏసమయమున, జ్ఞానంపుటుష్ణోదకంబునన్=శాస్త్రజన్య జ్ఞానమనియెడి యుష్ణజలంబుచేత, తత్క్షాళనసేయున్ - తత్ = ఆకర్మవాసన లనియెడు పరాగమును, క్షాళనసేయున్ = కడుగుకొనునో, వానికి=సంసారియను పథికునికి, అపుడు = అక్షణమందు, అమ్మోహశ్రమంబున్= ఆమోహమను శ్రమమును, చనున్=నివర్తించును.

తా. జన్మసహస్రము లనియెడి యనేకప్రయాణముగల జనన మరణాది రూపమగు సంసార మను త్రోవయందు సంసారి యనుపథికుం డనాదికర్మవాసన లనియెడి పరాగము గప్పుకొనఁగా నతిశయం బగు మోహ మనుక్లేశము చుట్టుకొనఁగా నెడతెగక తిరుగుచుండును. ఎపుడు శాస్త్రజన్యజ్ఞానమను నుష్ణోదకముచేత సంసారి యను తెరువరి యా కర్మవాసన లనియెడి పరాగమును గడుగు కొనుచున్నాఁడో యపుడ యమ్మోహమను శ్రమము నివర్తించును.

తే. అట్టి మోహశ్రమం బాఱ • నాశరీరి
స్వస్థుఁడై తా ననన్యాతి•శయ మబాధ
మనఁగ విలసిల్లు నిర్వాణ • మనుభవించు
ననఘ తొల్లియు నిర్వాణ•ఖనియ కాన. 71

టీ. అనఘ=పాపరహితుఁడా! అట్టి...బు - అట్టి=అటువంటి, మోహశ్రమంబు = అజ్ఞానమనియెడి యాయాసము, ఆఱన్=తీఱఁగా, ఆశరీరి=ఆజీవుఁడు, స్వస్థుఁడై=తాను సుఖపడినవాఁడై, అనన్యాతిశయము=తనకంటె నతిశయము లేనట్టిదియు, అబాధము = దుఃఖరహితమైనది, అనఁగన్=అనఁగా, విలసిల్లు=ఒప్పుచున్న, నిర్వాణము = మోక్షానందమును, అనుభవించున్=భోగించును, తొల్లియు=మునుపును, నిర్వాణఖనియె కాన=మోక్షాశ్రయుండే కాన, (అనఁగా జీవన్ముక్తుఁడే యనుట).

తా. పాపరహితుండవగు నోయిరాజా! యతండు తొలుత జీవన్ముక్తుఁడే కానఁ దాదృశంబగు నజ్ఞానమనియెడి యాయాసము దీఱఁగా జీవుండు సుఖియై సర్వోత్తమంబును దుఃఖరహితము నైనది యనునట్లుగఁ బ్రకాశించుచున్న యానంద మనుభవించును.

వ. విను జనేశ్వర జలం బస్పృష్టదహనం బయ్యుఁ దదీయ యోగం బునఁ గలశోదరంబున నునికిం దా నతిశీతలం బయ్యు నుడికి శబ్దో ద్రేకాది ధర్మంబులం బొందున ట్లాత్మయుం బ్రకృతి సంబంధంబున నహంమానాది దూషితుండై ప్రాకృతంబు లగు ధర్మంబులం బొందు వీని కత్యంత విలక్షణుండు నక్షయుండు నాత్మయ ట్లగుట నింత యనర్థమూలం బగు నీయవిద్యాబీజంబు నీ కెఱింగించితి నేవం విధంబు లగు సకల క్లేశంబులకు సంక్షయ కరంబు యోగంబు దక్క మఱియొం డుపాయము లే దనుటయుఁ బ్రీతుం డై ఖాండి క్యుండును మహాత్మా యిన్నిమివంశంబున విజ్ఞాత యోగశాస్త్రా రుండ వీవు నాకు నయ్యోగంబు సమస్తంబు విస్తరింప వలయు ననినఁ గేశిధ్వజుండు కృపాళుం డై మహీపాలా విను మెందేని సంస్థితుం డై ముని మఱి పునర్భవంబునకు రాక బ్రహ్మసాధర్మ్యం బుఁ బొందు నట్టియోగంబుఁ జెప్పెద సావధానుండ వై విను మని యిట్లనియె. 72

టీ. విను=వినుము, జనేశ్వర = రాజా, జలము = నీరు, అస్పృష్ట దహనం బయ్యున్=అగ్ని నంటకయుండియు, తదీ...న్ - తదీయ=అయగ్ని సంబంధియైన, యోగంబునన్=సంపర్కముచేత, కలశోదరంబునన్=ఘటోదరమునందు, ఉన్కిన్= ఉండుటంజేసి, తాన్=ఉదకము, అతిశీతలంబయ్యున్=మిగులఁ జల్లనైయుండియు, ఉడికి=కాఁగి, శబ్దోద్రేకాది ధర్మంబులన్ = సలసలయను శబ్దము పొంగు మొద లైన గుణములను, పొందునట్లు=ఆశ్రయించినట్లు, ఆత్మయున్ = జీవుఁడును, ప్రకృతి సంబంధంబునన్ = శరీరసంబంధముచేత, అహంమానాదిదూషితుండై = అహంకార మమకారాదులచేత మలినుండై, ప్రాకృతంబులగు ధర్మంబులంబొందున్ = ప్రకృతి జన్యగుణంబుల నాశ్రయించునుగాని, వీనికి = ఈప్రకృతిధర్మములకు, అత్యంతవిలక్ష ణుండును = మిగుల వేఱైనవాఁడును, అక్షయుండును = నాశము లేనివాఁడును, ఆత్మ=జీవుఁడు, అట్లగుటన్ = అట్లుగాన, ఇంత యనర్థమూలంబగు, ఈ అవిద్యా= ఈ అజ్ఞానముయొక్క, బీజంబు=కారణమును, ఎఱిఁగించితిన్ = తెలిపితిని. శ్లో. 'అనా

త్మ న్యాత్మబుద్ధిర్యా అస్వేస్వమితియామతిః, అవిద్యాతరుసంభూత బీజమేత ద్విధాస్థితమ్.' అని విష్ణుపురాణము. ఏవంవిధంబులగు=ఈప్రకారమైన, సకలక్లేశములకు=సమస్త దుఃఖములకు, సంక్షయకరంబు = నాశముఁ జేయునది, యోగంబుదక్క = యోగము వినా, మఱియొం డుపాయము లేదనుటయు = మఱియొక సాధనంబు లేదనఁగా, ప్రీతుండై=సంతసించినవాఁడై, ఖాండిక్యుండును, మహాత్మా = మహామతి యగు నోయి కేశిధ్వజుఁడా, ఈనిమివంశంబునకె, విజ్ఞాత = తెలియఁబడిన, యోగ శాస్త్రార్థుండవు = యోగశాస్త్రార్థము గలవాఁడవు, నీవు, నాకున్ = నాకును, అయ్యోగంబు సమస్తంబు విస్తరింపవలయు ననినన్ = ఆయోగమంతయు విపులముగాఁ జెప్పవలయు ననఁగా, కేశిధ్వజుండు, కృపాళుండై=దయగలవాఁడై, మహీపాల=భూనాయకుఁడా, వినుము=ఆకర్ణింపుము. ఎందేని సంస్థితుండై=ఏయోగశాస్త్రమందు నున్నవాఁడై, ముని=సాధకుండు, మఱి=పిమ్మట, పునర్భవంబునకున్ రాక=పునర్జన్మమునకు రాక, బ్రహ్మసాధర్మ్యంబు=బ్రహ్మత్వమును, పొందున్ =పొందునో, అట్టి యోగంబుఁజెప్పెద=ఆయోగము వచించెదను, సావధాన చిత్తుఁడవై =నిశ్చలమనస్కుఁడవై, వినుమని=ఆకర్ణింపుమని, ఇట్లనియె.

ఆ. ప్రాణికోటి కెల్ల • బంధంబు మోక్షంబు
చేరుటకును మనసు • కారణంబు
విషయసంగియైన • విను బంధకారి ని
ర్విషయ మైన ముక్తి • విభవకారి. 73

టీ. ప్రాణికోటికెల్లన్=ఎల్లప్రాణులకు, బంధంబు=సంసార రూపబంధము, మోక్షంబు=తద్విమోచనము, చేరుటకును=ఈరెంటిపొందుటకు, మనసు=మనంబు, కారణంబు=హేతువు, విషయసంగియైన=స్రక్చందనవనితాదివిషయములయందుఁ దగిలెనేని, బంధకారి=బంధము గలుగఁజేయునది, నిర్విషయమైన=విషయములయందుఁ దగులకుండెనేని, ముక్తివిభవకారి=ముక్తివైభవముం జేయునది.

తా. సకల ప్రాణులయొక్క సంసారరూపబంధమునకును మోక్షమునకును మనంబె కారణ మనియు, నామనంబు స్రక్చందనాదివిషయములయందుఁ బ్రవేశించెనేని బంధంబును, విషయములయెడఁ దగలకుండెనేని యనన్యాతిశయం బగుమోక్షంబునుం గలుగఁ జేయును.

సీ. విజ్ఞానమునఁ జేసి • విషయాది వలన నె,
మ్మన మాహరించి బ్ర•హ్మము బరేశుఁ
జింతింపవలయు • నిశ్శ్రేయసంబున కట్లు,
చింతింప నతఁడు త•చ్చింతకునకు

నాత్మభావం బిచ్చు • నాకర్షకము వికా,
రయశ్మసారముఁ దార్చు • నట్లు యోగ
మన యమాదికవిష • యంబైన యాత్మ ప్ర,
యత్నంబున కధీన • మైన సాత్త్వి
తే. కపుమనోగతి యెయ్యది • గలదు దాని
బ్రహ్మసంబంధినిఁగఁ జేయు • ప్రౌఢి సూవె
యిట్టి వైశిష్ట్యధర్మ మెం • దేనిగలుగు
నట్టి యోగంబు గలిగిన • యతఁడె యోగి. 74

టీ. విజ్ఞానమునఁజేసి=విశేషజ్ఞానముచేతను, విషయాదివలన = స్రక్చందనాది విషయములు మొదలగు వానివలన, నెమ్మనము=మనస్సును, ఆహరించి=మరలించి, పరేశుఁ=పరమేశ్వరుఁడైన, బ్రహ్మముఁ = పరబ్రహ్మను, నిశ్శ్రేయసంబునకుఁ= మోక్షమునకు, చింతింపవలయుఁ=ధ్యానముసేయవలయు, అట్లుచింతింపఁ=అలాగు ధ్యానముసేయఁగా, అతఁడు = ఆబ్రహ్మము, తచ్చింతకునకుఁ = ఆధ్యానముసేయు వానికి, ఆకర్షకము=ఆకర్షకమైనట్టి సూదంటుఱాయి, వికారి=రూపాంతరముగల, అశ్మసారము=లోహమును, తార్చునట్లు=ఆకర్షించునట్లు, ఆత్మభావంబు=తనస్వరూపమును, ఇచ్చున్=ఒసఁగును, యోగమనఁ=యోగమనఁగా, యమాదికంబైన=యమ నియమాది విషయకమయిన, ఆత్మప్రయత్నంబునకున్=జీవునియొక్క వ్యవసాయము నకు, అధీనమైన = తగులైన, సాత్త్వి...గతి - సాత్త్వికపు = సత్త్వగుణప్రధాన మైన, మనోగతి=మనోవ్యాపారము, ఎయ్యదిగలదు=ఏదికలదో, దానిన్ = ఆమనో వ్యాపారమును, బ్రహ్మసంబంధినిఁగాన్=బ్రహ్మమును బొందినదానిఁగా, చేయుప్రౌఢి సూవె=చేయుప్రౌఢిమచుమీ, ఇట్టివైశిష్ట్యధర్మము=విశేషభావముగల ధర్మము, ఎందే నిగలుగు=ఎక్కడఁగలదో, అట్టియోగంబు గలిగినయతఁడే యోగి=అట్టియోగము గల వాఁడె యోగి.

తా. విశేషజ్ఞానముచేత విషయాదులను హరించి బ్రహ్మానుసంధానముఁ జేయు వానికి పరబ్రహ్మము సూదంటుఱాయి వికారముగల యినుమును దనయందు గ్రహించినట్లు నాత్మస్వరూపము నిచ్చుననియు, యోగమనఁగా యమనియమాది విషయకంబయిన తనప్రయత్నమున కధీనమైన సత్త్వగుణప్రధానమగు మనోవ్యాపారమును బ్రహ్మసంబంధిఁగాఁ జేయునట్టి ప్రౌఢిమచుమీ యనియు, నిట్టివైశిష్ట్యధర్మ మెందుఁ గలదో యదే యోగ మాయోగము గలవాఁడె యోగి.

వ. మఱియు బ్రహ్మచర్యాదులగు యమంబు లేనును స్వాధ్యాయాదులగు నియమంబు లేనును నిష్కాముండై యోగి యగు వాఁడు మనోనైర్మల్య సంపాదనకు నాచరింపవలయు నివి కామ్యంబు లైన విశిష్టఫలదంబులు నిష్కాములకు ముక్తిదంబు లగునట్టి యమనియమంబులు వదలక భద్రాసనాదులందు నొకటి నవలంబించి ప్రాణాభిధానం బగు పవనంబు నభ్యాసంబున వశంబు సేయవలయు నదియె ప్రాణాయామ మనంబడు నట్టి ప్రాణాయామంబు సబీజాబీజ సంజ్ఞలం బరఁగునదియె ప్రాణాపానంబుల మిథోనురోధంబుల నుభయనిరోధనంబున రేచకాదిత్రైవిధ్యంబునుం బొందు మొదల నా చెప్పిన బీజాబీజ సంజ్ఞలందు నంతస్స్థూలరూపావలంబి యగునదియ సబీజం బితరం బబీజంబు మఱి శబ్దాదివిషయంబులం బ్రవణంబు లగు నింద్రియంబులం ద్రిప్పి మానసంబున కధీనంబులు సేయుట ప్రత్యాహారం బట్టి ప్రత్యాహారంబు ముముక్షున కవశ్యకర్తవ్యంబు దీనివలన నతిచంచలంబు లగు నింద్రియంబులకు నాత్మవశ్యత గలుగు నివిగన వశ్యంబులు గాకుండిన నాయోగి యోగసాధకుండు గానేరండు ప్రాణాయామంబునఁ బవనంబులు ప్రత్యాహారంబున నింద్రియంబులు వశంబు లైన పిమ్మటఁ జిత్తంబు శుభాశ్రయంబునం దిడునది యనుటయు ఖాండిక్యుఁ డిట్లనియె. 75

టీ. మఱి=మఱియును, బ్రహ్మచర్యాదులగుయమంబులేనును = బ్రహ్మచర్యము మొదలైనయమంబులైదును, స్వాధ్యాయాదులగు నియమంబులేనును = వేదపారాయణను మొదలైన నియమంబులైదును, యోగియగువాఁడు, నిష్కాముఁడై=కోరికలేనివాఁడై, మనోనైర్మల్యసంపాదనకున్=మనశ్శుద్ధిని సంపాదించుటకొఱకు, ఆచరింపవలయున్=అనుష్ఠింపవలయును, ఇవి=ఈయమనియమములు, కామ్యంబులైనన్=కోరికచేతఁజేయఁబడినయెడ, విశిష్టఫలదంబులు=సకల ఫలప్రదంబులు, నిష్కాములకున్=కోరికలేనివారలకు, ముక్తిదంబులగున్=మోక్షమిచ్చునవియగును, అట్టియమనియమంబులు, వదలక=విడువక, భద్రాసనాదులయందు=భద్రాదులగునాసనవిశేషములయందు, ఒకటినవలంబించి = ఒకటినాశ్రయించి, ప్రాణాభిధానంబగు = ప్రాణమను పేరుగల, పవనంబున్ = వాయువును, అభ్యాసంబునన్ వశంబుసేయవలయున్=వాడుకచేత వశపఱచుకొనవలయు, అదియె ప్రాణాయామమనంబడున్ =అట్టిప్రాణాయామంబు, సబీజాబీజసంజ్ఞలం బరఁగు=సబీజప్రాణాయామం బబీజప్రాణాయా

మం బని నామద్వయముచేత నొప్పును, అదియె=ఆ ప్రాణాయామమే, ప్రాణాపానంబుల=ప్రాణాపానంబులను రెండు వాయువులయొక్క, మిథః=పరస్పరము, అనురోధంబులన్=అనుసరించుటచేతను, ఉభయనిరోధనంబునన్ = రెంటిని నిలుపుటచేతను, రేచకాది త్రైవిధ్యంబునున్=రేచక పూరక కుంభకము లనియెడి త్రివిధత్వమునున్, పొందున్=వహించును, మొదలనాచెప్పిన=తొలుతనేఁ జెప్పిన, సబీజాబీజసంజ్ఞలందు=ఈరెండు నామములయందు, అంతః=లోపలను, స్థూలరూపావలంబియగునదియు=స్థూలస్వరూపము నాశ్రయించునదియు, సబీజంబు=సబీజప్రాణాయామంబు, ఇతరంబు=సూక్ష్మస్వరూపావలంబి యగునదియే, అబీజంబు=అబీజప్రాణాయామంబు, మఱిశబ్దాదివిషయంబులన్=శబ్ద స్పర్శ రూప రస గంధంబులను విషయములందు, ప్రవణంబులగు=వ్యవహర్తలైనట్టి, ఇంద్రియంబులన్=శ్రోత్ర, త్వక్, చక్షుః, జిహ్వాఘ్రాణంబు లనుపంచేంద్రియములను, త్రిప్పి = మరలించి, మానసంబున కధీనంబులు సేయుట=మనంబునకు వశముసేయుట, ప్రత్యాహారంబు, ఇట్టిప్రత్యాహారంబు, ముముక్షునకున్=మోక్షేచ్ఛగలవానికి, అవశ్యకర్తవ్యంబు=తప్పక చేయఁదగినది, దీనివలనన్=ఈప్రత్యాహారయోగమువలన, అతిచంచలంబులగు=మిగులఁజపలంబులైన, ఇంద్రియంబులకున్=పంచేంద్రియంబులకు, ఆత్మవశ్యతగలుగున్=ఆత్మవశంబౌటకలుగును, ఇవి=ఈప్రాణేంద్రియంబులు, కనన్=చూడఁగా, వశ్యంబులు కాకుండినన్=వశవర్తులు కాకుండెనేని, అయోగి=అయోగపురుషుండు, యోగసాధకుండు కానేరండు=యోగము సాధించువాఁడుగాఁడు, ప్రాణాయామంబునన్ = ప్రాణాయామముచేతను, పవనంబులు = వాయువులు, ప్రత్యాహారంబునన్ = ప్రత్యాహారముచేత, ఇంద్రియంబులు=శ్రోత్రాదులు, వశంబులైన = అధీనములైన, పిమ్మటన్=పిదప, చిత్తంబు = మనమును, శుభాశ్రియంబునందు = శుభాధారమగు పరబ్రహ్మమునందు, ఇడునది = పొందింపవలయును, అనుటయు = అనఁగా, ఖాండిక్యుండు, ఇట్లనియెన్=ముందు చెప్పుచున్నాఁడు.

తా. బ్రహ్మచర్యము మొదలగు యమములైదును, స్వాధ్యాయము మొదలగు నియమములైదును చిత్తశుద్ధికొఱ కనుష్ఠింప వలయును. ఇవి కోరికచేతఁ జేసిన పక్షమున విశేషఫలములనిచ్చును. కోరిక లేక చేసినయెడ మోక్షమబ్బును. భద్ర ముక్త పద్మ సిద్ధ వీర ముక్త పద్మ మను నివి మొదలగు నాసనములలో నొకటి నవలంబించి వాయువును రేచక పూరక కుంభకాభ్యాసముచేత వశపఱచుకొనవలయును. ఇట్లు ప్రాణవాయువును వశపఱచుకొనుటయే ప్రాణాయామ మనంబడును. అది సబీజం బబీజం బని ద్వివిధంబు. శబ్ద స్పర్శ రూప రస గంధము లను పంచవిషయములకుఁ బోవు శ్రోత్రత్వక్చక్షుర్జిహ్వాఘ్రాణమ్ము లనుపంచేంద్రియంబుల మరలుచుకొనుట ప్రత్యాహారంబు. ఇది ముముక్షున కవశ్యము చేయఁదగినది. ఇట్లొనరింప నింద్రియ

ములు మనస్సున కధీనములగును. పిమ్మట శుద్ధం బగుచిత్తమును పరబ్రహ్మాయందుఁ జేర్పవలయును.

క. మనమున కెద్ది శుభాశ్రయ
మనఘ యెఱింగింపు మఱి సమస్తాధారం
బనఁ జన యద్వస్తువు య
న్మనన మశేషోరుదుఃఖమండలిఁ జెఱుచున్. 76

టీ. మనమునకున్=మనస్సునకు, ఎద్ది=ఏవస్తువు, శుభాశ్రయము= శుభమైన స్థానము, మఱి=మఱియును, సమస్తాధారంబు=సకలమును ధరించునది, అనన్=అను నటుల, యద్వస్తువు=ఏవస్తువు, చనున్=ఒప్పును, యన్మననము=ఏదేవునిమననము, అశే...లిన్ - అశేష=సకలమైనట్టియు, ఉరు=విస్తారమయిన, దుఃఖమండలిన్= శోకసమూహములను, చెఱుచున్=నష్టముఁజేయునో, అనఘ=పరిశుద్ధుఁడా, ఎఱిం గింపుము= తెలుపుము.

తా. మానసంబున కేది శుభమైన స్థానము, సకలాధారంబగు వస్తువేది, ఏదేవు ని మననము సకల దుఃఖ సమూహంబులం బోగొట్టునో, పరిశుద్ధుండవగు నోయి కేశి ధ్వజుఁడా! యెఱింగింపు మని పలికెను.

తే. అనినఁ గేశిధ్వజుఁడు వాని • కనియె బ్రహ్మ
మాశ్రయంబు మనంబున • కదియ పరము
నపరము ననంగఁ బొలుచు నం • దపర మనఁగ
మూర్తము పరం బనంగ న•మూర్త మనఘ. 77

టీ. అనినన్=ఇట్లనఁగా, కేశిధ్వజుఁడు=జనకుండు, వానికనియెన్=అఖాండి క్యునకుఁ జెప్పెను, అనఘా=పరిశుద్ధుండవగు నోయిరాజా, మనంబునకున్=చిత్తంబు నకు, బ్రహ్మము=పరబ్రహ్మము, ఆశ్రయంబు=స్థానము, అదియ=అపరబ్రహ్మమే, పరమున్=పరమనియు, అపరమున్=అపరమనియు, అనంగన్=అనునటుల, పొలు చున్=ఒప్పును. అందు=ఆరెంటియందు, అపరమనఁగన్=మూర్తము, అనఁగా రూప ముకలది, పరంబనంగన్=అమూర్తము, అనఁగా రూపము గాకుండునది.

తా. అట్లనఁగాఁ గేశిధ్వజుండు పరబ్రహ్మమే చిత్తమునకు నాశ్రయం బని యు, నా పరబ్రహ్మము పరాపరభేదంబులఁ జెంది యుండు ననియు, నపర మనఁగా రూపవత్పదార్థమనియు, పరమనఁగా రూపవర్తనియు, నాఖాండిక్యునకుఁ దెలిపెను.

మ. మును నాచెప్పిన రెంటిలోఁ బర మనన్•ముక్తాత్మ దూరం బుపా
సనఁ గావింప నమూర్త మింక పరసం•జ్ఞం బబ్జగర్భాది బ

ద్ధనికాయం బది మూర్తమైనను బరి•త్యాజ్యంబు శశ్వత్త్రిభా
వనలం గూడుట నారురుక్షున కసే•వ్యం బీద్వయంబు న్తుదన్. 78

టీ. మును=ముంను, నాచెప్పిన=నేఁ జెప్పినట్టి, రెంటిలోన్=ద్వయములో, పరమనన్=పరమనఁగా, ముక్తాత్మ=విడువఁబడిన బ్రహ్మము, అమూర్తము=ఆకారము లేనిది, గనుక, ఉపాసనగావింపన్=ధ్యానముచేయుటకు, దూరంబు=శక్యముగాదు, ఇంక=ఇంకను, అపరసంజ్ఞంబు=అపరమనుపేరుగలది, అబ్జగర్భాది = బ్రహ్మమొదలగు, బద్ధనికాయంబు=బద్ధజీవుల సంఘరూపము, అది=ఆయపరము, మూర్తమైనను=రూపవత్తైనను, శశ్వత్=మాటిమాటికిని, త్రిభావనలన్ = భావనాత్రయముతోడను, కూడుటన్=కూడియుండుటచేత, పరిత్యాజ్యంబు=సేవింపఁదగినదికాదు, ఆరురుక్షునకున్=సాధకునికి, తుదన్=కడపట, ఈద్వయంబున్=ఈపరాపరములురెండును, అసేవ్యంబు=విడువఁదగినది.

తా. పూర్వము నాచేతఁ జెప్పఁబడిన పరాపరములోఁ బరము నిరాకారముగాన ముముక్షువు లగుజీవుల కుపాసనా శక్యమనియు, నపరమను సంజ్ఞగల చతుర్ముఖాది బద్ధజీవ సంఘరూపము సాకారమైనను భావనాత్రయవిశిష్ట మగుటంజేసి పరిత్యాజ్య మనియు, నారురుక్షునకు శరీరత్యాగకాలమందు నీరెండువిధంబు లుపాసనకుఁ దగినవి కావనియును దాత్పర్యము.

వ. ఆభావనాత్రయం బెద్ది యనినఁ జెప్పెద బ్రహ్మభావనయుం గర్మభావనయు బ్రహ్మకర్మోభయభావనయు నందు బ్రహ్మభావనాయుతులు సనందనాదులు, దేవాది స్థావరావరు లగుప్రాణు లందఱు కర్మభావనాభావకులు హిరణ్యగర్భాదు లుభయభావనాపరు లీమూఁడుతెఱఁగులవారు భావనాత్రయాన్వితులు గావున నీత్రివిధాత్మక రూపంబ సేవ్యంబు సనందనాదులునుం బ్రాగ్బ్రహ్మకల్పంబులసంచరించుట భావనాబద్ధులై యిబ్భావనాత్మకం బగు విశ్వంబు సంస్థితికి నవధి దేవమనుష్యాది విశేషజ్ఞాన కర్మంబులు క్షీణించుటయ యట్టి విశ్వంబై తోఁచు హిరణ్యగర్భాదులకంటె నన్యంబు పరాఖ్యం బది ముక్తరూపం బమూర్తంబై యుండు నని మొదల సూచించితిం గదా తదాకారంబుఁ దేటపఱచెద ; పూర్వోక్త దేవాది భేదరహితంబై తద్భేదరాహిత్యంబున నిట్టి దట్టి దని వచించుటకు గోచరంబుగాక యపక్షయాది రహితంబును సచ్ఛబ్దవాచ్యంబును నాత్మసంవేద్యంబును నై జ్ఞానైకనిరూపణీయం

బగుచు జ్ఞానశబ్ద వాచ్యంబునుం దానయై బ్రహ్మాత్మకం బగుట బ్రహ్మ సంజ్ఞయుం గాంచి యొప్పు; మఱి భావనాత్రయాత్మక విశ్వ వైలక్షణ్యంబె లక్షణంబుగాఁగల యీరూపం బభ్యస్యమాన యోగుండగు యోగికిం జింతింప నశక్యంబు. మఱి యపరంబని చెప్పంబడిన హిరణ్యగర్భుండు వాసవుండును ప్రజాపతులు మరుత్తులు వసువులు రుద్రులు ఆదిత్యులు తారకంబులు గ్రహంబులు గంధర్వ యక్ష రక్షో దైత్యాది సమస్త దేవయోనులు మనుష్యులు పశువులు అద్రులు సముద్రంబులు ద్రుమంబులు వెండియు నేకపాద ద్విపాద బహుపాదాపాదంబు లగు నితర భూతంబులుం దదుత్పత్తి హేతువులునుగా విలసిల్లునట్టి ప్రధానాది విశేషాంత చేతనాచేతనాత్మక ప్రపంచభావం బగు స్థూలరూపం *బుపక్రాంత యోగునకుఁ జింతింప శక్యంబు. శక్యమేనియుఁ దద్భావనాత్రయాత్మకం బగుట నశుభాశ్రయంబుగావున ముక్తిసాధనంబుగా దీ చెప్పఁబడిన సకల ప్రపంచంబును విష్ణుశక్తి సమన్వితంబై యతనికి శరీరంబునై యుండు నట్టి విష్ణుశక్తులు మొదల నేఁజెప్పిన పరాపరాఖ్యలను దదతిరిక్తయగు కర్మాఖ్యయుం ద్రివిధములై యుండు నందుఁ గర్మాఖ్యశక్తి చేత వేష్టితయై యపరాఖ్య యగు క్షేత్రజ్ఞశక్తి జన్మ జరామరణాద్యనేక సంసారతాపంబు లనుభవించుచుఁ దత్తత్కర్మానుగుణ శరీరంబు లెత్తి విజ్ఞాన తారతమ్యంబుల నొందుఁ దత్ప్రకారం బాకర్ణింపుము. 79

టీ. అభావనాత్రయం బెద్దియనిన=ఆభావనాత్రయం బేదియనిన, చెప్పెదన్=వచించెదను. బ్రహ్మభావనయు కర్మభావనయు బ్రహ్మకర్మోభయ భావనయు నని మూఁడు ప్రకారములు. అందు = ఆమూటియందు, సనందనాదులు = సనందనుఁడు మొదలగు మహాయోగులెల్లను, బ్రహ్మభావనాయుతులు, దేవాదిస్థావరావరులగు=దేవతలు మొదలు పర్వతపాషాణములుతుదగాఁగల, ప్రాణులందఱు = జీవులందఱును, కర్మభావనాభావకులు = కర్మభావనాయుతులు, హిరణ్యగర్భాదులు, ఉభయభావనాపరులు = కర్మబ్రహ్మఉభయభావనాపరులు, ఈమూఁడు తెఱంగులవారు = ఈమూఁడు విధంబులవారును, భావనాత్రయాన్వితులు = త్రిభావనలతోఁ గూడి

* బు ప్రశాంత.

యున్నవారు, కావునన్ = అట్లౌటవలన, ఈత్రివిధాత్మకరూపంబు = మూఁడువిధంబులగు రూపంబులు, అసేవ్యంబు = సేవింపఁదగినవి కావు, సనందనాదులు = సనందనుఁడు మొదలగువారును, ప్రాగ్వ్యతీతకల్పంబులన్ = మునుపటి బ్రహ్మకల్పములయందు, సంచరించుటన్ = జన్మము లెత్తుటచేతను, భావనాబద్ధులు = బ్రహ్మభావనచేత బద్ధులైనవారు, ఈ భావనాత్మకం బగు=భావనాస్వరూపంబైన, విశ్వంబు=జగత్తుయొక్క, స్థితికిన్ = ఉనికికి, అవధి = మర్యాద, దేవమనుష్యాది = దేవమనుష్యులు మొదలగు, విశేష = నానావిధప్రపంచముయొక్క, జ్ఞానకర్మంబులు, క్షీణించుట = నష్టమౌట, ఇట్టి= ఈదృశంబైనట్టి, విశ్వంబై = జగత్తై, తోఁచు = కనుపించునట్టి, హిరణ్యగర్భాదులకంటెన్ = చతుర్ముఖాదులకంటెను, అన్యంబు= ఇతరమైనది, పరాఖ్యంబు = పరమనుపేరుగలది, అది, ముక్తరూపంబు = రూపము లేనిది, అమూర్తంబైయుండునని, మొదల=తొలుతనే, సూచించితిఁగదా=జ్ఞాపకము సేసితిఁగదా, తదాకారంబు దేటపఱచెద = తత్స్వరూపంబుఁ దెలిపెద, పూర్వో...బై - పూర్వోక్త = మున్ను చెప్పఁబడిన, దేవాది భేదరహితంబై = దేవాది భేదంబులు లేనిదై, తద్భేదరాహిత్యమునన్ = ఆభేదము లేకపోవుటచేత, ఇట్టిదట్టిదని వచించుటకున్ = ఈదృశంబు తాదృశంబని పల్కుటకు, గోచరంబుగాక = విషయము గాక, అపక్షయాది రహితంబును, అపక్షయ=నాశము, ఆది = మొదలగు వికారములచే, రహితంబు=విడువఁబడినది, సచ్ఛబ్దవాచ్యంబు - సత్ = సత్తును, శబ్ద=శబ్దముచే, వాచ్యంబు=చెప్పఁదగినది, ఆత్మసంవేద్యంబును - ఆత్మ=జీవునిచేత, సంవేద్యంబు= తెలియఁదగినదియు, జ్ఞానైకనిరూపణీయంబును = జ్ఞానముచేతనే నిరూపింపఁదగినదియును, అగుచున్, జ్ఞానశబ్దవాచ్యంబును=జ్ఞానమను శబ్దముచేఁ జెప్పఁదగినవియును, తానయై, బ్రహ్మాత్మకంబగుటన్ = బ్రహ్మస్వరూపమౌటచేతను, బ్రహ్మసంజ్ఞయున్ = బ్రహ్మమనునట్టి నామమును, కాంచి=పొంది, ఒప్పున్=ఒప్పును, మఱి, భావనా...బై - భావనాత్రయాత్మక = త్రిభావనస్వరూపమైన, విశ్వ = జగత్తుకంటె, వైలక్షణ్యంబై=వేఱగుటై, లక్షణంబుగాఁగల = చిహ్నముగాఁగల, ఈరూపంబు = ఇట్టి రూపము, అభ్యస్యమానయోగుండగు = అభ్యసింపఁబడు యోగముగల, యోగికిన్= యోగవంతునికి, చింతింప నశక్యంబు=అనుసంధానముచేయ శక్యముగాదు, మఱి యపరంబని చెప్పంబడిన, హిరణ్యగర్భుండు = చతుర్ముఖుండు, వాసవుండు = ఇంద్రుఁడును, మొదలుగా మశిమాంతము=ఏకపాదాదీతరభూతంబులును, తదుత్పత్తి హేతువులుగాన్ = అభూతాది జన్మములకుఁ గారణంబులుగా, విలసిల్లునట్టి = ఒప్పుచున్నట్టి, ప్రధానాది విశేషాంత=ప్రధానము మొదలు వ్యక్తివిశేషములు తుదగాఁగల, చేతనాచేతనాత్మక=జ్ఞానాజ్ఞానజీవరూపమైన, ప్రపంచభావంబగు=ప్రపంచభావము గలయట్టి, స్థూలరూపంబు, ఉపక్రాంతయోగునకున్=యోగమున నుపక్రమించినయోగికి, చింతింప

శక్యంబు=ధ్యానసాధ్యంబు, శక్యమేనియు=ధ్యానసాధ్యంబైనను, తత్=ఆ, భావనాత్రయాత్మకంబగుటకున్=భావనాత్రయ స్వరూపమగుటచేత, అశుభాశ్రయంబు=శుభాశ్రయము గాదు, కావునన్=కాన, ముక్తిసాధనంబు గాను, మోక్షసాధనంబు గాదు=ఈ చెప్పఁబడిన సకల ప్రపంచంబును, విష్ణుసమన్వితంబై, ఆతనికిన్=ఆదేవునికి, శరీరంబునై యుండున్, అట్టి విష్ణుశక్తులు=విష్ణుసామర్థ్యములు, మొదలనే చెప్పిన=తొలుత నా చేఁ జెప్పఁబడిన, పరాపరాఖ్యలను=పర అపర అను నామములచేతను, తదతిరిక్తయగు=వానికివేఱైన, కర్మాఖ్యము=కర్మశక్తియనునట్లుగా, త్రివిధములైయుండును, అందు=వానియందు, కర్మాఖ్యశక్తిచేత వేష్టితయై=కర్మమను పేరుగల శక్తిచేతఁ జుట్టఁబడినదై, అపరాఖ్యయగు=అపరమను పేరుగల, క్షేత్రజ్ఞశక్తి=పురుషశక్తి, జన్మ...లన్ - జన్మజరామరణాది=జననము ముదిమి చచ్చుట మొదలగు, అనేక సంసారతాపంబులన్=బహువిధములగు సంసారమువలని వేదనలను, అనుభవించున్, తత్క...లు - తత్కర్మ=ఆయాకర్మలకు, అనుగుణ=సరియైనట్టి, శరీరంబులు = దేహములు, ఎత్తి=పొంది, విజ్ఞానతారతమ్యంబుల = విశేష జ్ఞానంబులయొక్క వాసులను, పొందున్=చెందును, తత్ప్రకారంబు=తత్క్రమంబు, ఆకర్ణింపుము=వినుము.

సీ. ఉండు నప్రాణులం • దొక్కించు కాశక్తి,
  స్థావరశ్రేణిఁ ద • జ్జాతికంటె
నెఱ్ఱు రోఁకటిబండ • జెఱ్ఱి మన్దిండి ము,
  న్నగు సరీసృపములం • దంతకంటె
ఖగముల మఱి వాని • కంటె మృగావలి,
  యందు నూహింపంగ • నంతకంటె
దంతి గోముఖ పశు • తతి నంతకంటె మా,
  ర్త్యకదంబకములయం • దంతకంటె
తే. యక్ష గంధర్వ నాగాళి • నంతకంటె
నంతకంటె నిలింపులం • దంతకంటె
హరిహయునియందు దక్షునం • దంతకంటె
నాద్యుఁడు హిరణ్యగర్భునం • దంతకంటె. 80

టీ. ఆశక్తి=అక్షేత్రశక్తి, అప్రాణులందున్ = ప్రాణరహితవస్తుజాలమందు, ఒక్కించుక=కొంచెము, ఉండున్=ఉండును, తజ్జాతికంటెన్ = ప్రాణరహిత వస్తుజాతికంటెను, స్థావరశ్రేణిన్=స్థావరపఙ్క్తులగు పర్వతవృక్షాదులయందు, ద్విగుణంబుగ నుండును, (ఈపద్యమునం దుదాహరింపఁబడిన స్థావరశ్రేణిశబ్దము మొదలు

హిరణ్యగర్భశబ్దమువఱకు యథాక్రమంబుగా దత్తచ్ఛబ్దవాచ్యంబు లగు భూతముల యందు నొకదానికంటె నొకదానియం దావిష్ణుశక్తి ద్విగుణంబు హెచ్చుగా నుండు నని యూహింపవలయు), తజ్జాతికంటెన్=ఆస్థావరజాతికంటెను, ఎఱ్ఱలు, రోఁకటిబండలు, జెఱ్ఱిపోతులు, మన్నిండి=మన్నుదినునట్టికణుఁగురు, మున్నగు=మొదలయిన, సరీసృపములందున్=సర్పములందును, అంతకంటెన్, ఖగములన్=పక్షులందు, వానికంటెన్, మృగావలిన్=మృగసమూహమందు, ఊహింపన్=గ్రహింపఁగా, అంతకంటెన్, దంతి...న్ - దంతి=ఏనుఁగు, గో=ఆవు, ముఖ=మొదలగు, పశుపతిన్=పశుసంఘమందును, అంతకంటెన్, మార్త్య...చున్ - మార్త్య=మనుష్యసంబంధియైన, కదంబకములయందున్=గుంపులయందును, అంతకంటె, యక్షగంధర్వనాగాళిన్=యక్షాదులయందును, అంతకంటె, నిలింపులందున్=దేవతలయందు, అంతకంటెన్, హరిహయునియందు=దేవేంద్రునియందు, అంతకంటె, దక్షునియందును, అంతకంటెన్, ఆద్యుండు=మొదలివాఁడైన, హిరణ్యగర్భునందున్=చతుర్ముఖునియందు, క్షేత్రజ్ఞశక్తి యుండును.

ఆ. ఇట్టిరూపకోటు • లెల్ల నవ్విష్ణుని
తనుచయంబు సుమ్ము • ధరణినాథ
యతఁ డచింత్యశక్తి • నిఖిలభూతముల నా
కసమువోలె నిండి • యెసఁగుఁ గాన. 81

టీ. ధరణినాథ=రాజా! ఇట్టిరూపకోటులెల్లన్=ఏతాదృశరూప సహస్రంబులన్నియును, అవ్విష్ణుని = ఆదేవునియొక్క, తనుచయంబుసుమ్ము=దేహసమూహముసుమీ, అతఁడు=ఆదేవుఁడు, అచింత్యశక్తిన్=చింతింప నశక్యంబైన సామర్థ్యముచేత, అఖిలభూతములన్=సకలభూతములయందు, ఆకసమువోలెన్ = ఆకాశముంబలె, నిండి=సంపూర్ణుఁడై, ఎసంగుఁగానన్=ఒప్పును గాన.

తా. ఓ ధరణినాథా! ఆవిష్ణుం డప్రమేయం బగు నిజసామర్థ్యముచేత నిఖిల భూతములయం దాకాశమువాడ్కిఁ నిండి ప్రకాశించుచుండును గాన సుక్తంబు లగు నేతాదృశరూప సహస్రంబు లాదేవుని శరీర పుంజంబులు సుమీ! యని కేశిధ్వజుండు పలికెను.

సీ. మున్నెన్ని నపరాఖ్య • మునకు ద్వితీయమై,
విష్ణుసంజ్ఞఁ గను ను • ర్వీతలేశ
యోగిహృద్ధ్యేయ మై • యొప్పు నమూర్తరూ,
పం బొందు సత్సంజ్ఞఁ • బ్రాజ్ఞకోటి

దానివచించు నే • తద్రూపమె సమస్త,
శక్తుల కెల్ల నా • శ్రయత నొంది
ప్రాగుక్త విశ్వరూ • పవిలక్షణతఁ గాంచి,
కల్యాణ గుణభూతి • గరిమఁ దనరి
తే. యతిమహత్త్వంబుచే వెల్గు • నట్టి శక్తి
నలరు బ్రహ్మంబు దేవతి • ర్యఙ్మనుష్య
నామచేష్టావదవతర • ణముల నాత్మ
లీల జగదుపకృతికిఁ గ • ల్పించుచుండు. 82

టీ. ఉర్వీతలేశ=రాజా! మున్నెన్నిన పరాఖ్యమునకున్=మునుపు చెప్పినపరమనియెడు పేరుగల బ్రహ్మమునకు, ద్వితీయమై=రెండవదియై, యోగిహృద్ధ్యేయమై=యోగిచిత్తములచేత ధ్యానము సేయఁదగినదియై, ఒప్పు...బు-ఒప్పున్=ఒప్పుచున్న, అమూర్తరూపంబు=మూర్తభిన్నరూపంబు, ఒండు=ఒకటి, విష్ణుసంజ్ఞన్ = విష్ణువను పేరును, కనున్=పొందును. ప్రాజ్ఞకోటి=పండితసమూహము, ని. 'ధీరో మనీషీజ్ఞః ప్రాజ్ఞస్సంఖ్యావాన్పణ్డితః కవిః' యని యమరము. దానిన్=ఆరూపమును, సత్సంజ్ఞన్=సత్తనునామముచేత, వచించున్=పలుకును. ఏతద్రూపమె=ఈరూపమె, సమస్తశక్తులకెల్లన్ = నానావిధములైన సామర్థ్యములకు, ఆశ్రయతన్ = స్థానమగుటను, ఒంది=పొంది, ప్రాగు...తన్-ప్రాగుక్త = ముందు చెప్పఁబడిన, విశ్వరూప=జగద్రూపముకంటె, విలక్షణతన్=వైలక్షణ్యమును, కాంచి=కని, కల్యాణగుణభూతి=కల్యాణగుణసంపత్తియొక్క, గరిమన్=గురుత్వముచేతను, తనరి=ఒప్పి, అతిమహత్త్వంబుచే=అత్యంత మాహాత్మ్యముచేత, వెల్గున్=ప్రకాశించును, అట్టి, శక్తిన్ = సామర్థ్యముచేత, అలరు...బ-అలరు=ఒప్పునట్టి, బ్రహ్మంబ = పరబ్రహ్మమే, దేవ...లన్-దేవ=దేవతలయందు, తిర్యగ్=మత్స్యాది తిర్యగ్జాతులయందు, మనుష్య=మనుష్యులందు, నామచేష్టావత్=నృసింహ వామన మత్స్య కూర్మ వరాహ రామ కృష్ణాది నామములకుఁదగిన చేష్టలుగల, అవతరణములన్=అవతారములను, ఆత్మలీలన్-ఆత్మ=తనయొక్క, లీలన్=విలాసముచేతను, జగదుపకృతికిన్=లోకోపకారమునకు, కల్పించుచుండున్=చేయుచుండును.

తా. ఓయి భూనాయకుఁడా! మున్ను నేఁ జెప్పిన పరబ్రహ్మమనియెడు బ్రహ్మమునకు రెండవదియై యోగులచేతఁ దెలియఁదగినదియైన మూర్తభిన్నరూపం బొక్కటి విష్ణువను నామమును బొందియున్నదనియుఁ, బండితు లట్టిరూపంబును సత్తను సంజ్ఞచేత వచించుచున్నారనియు, నీరూపంబె నానావిధసామర్థ్యముల కాశ్రయతను బొంది పూర్వము చెప్పఁబడిన జగద్రూపముకంటెను వైలక్షణ్యముం గాంచి కల్యాణ

గుణ సంపద్గురుత్వముచేత నొప్పి యత్యంత మాహాత్మ్యము గలిగి ప్రకాశించుచున్న సామర్థ్యముచేత నొప్పునదియు, నట్టి పరబ్రహ్మమే నిజవిలాసముచేత దేవతిర్యఙ్మనుష్యులయొక్క నామములు వ్యాపారములుం గలరామకృష్ణాద్యవతారములను లోకోపకారమునకై కల్పించుచుండును.

ఆ. కర్మభుక్తికొలఁది గాదిట్టి తల్లీల
యతఁడు సకలజాతులందుఁ బుట్టు
బుట్టినట్టి యతని భూరిచేష్టితము ల
వ్యాహతములు రావణాదివలన. 83

టీ. ఇట్టితల్లీల-ఇట్టి, తత్=ఆదేవునియొక్క, లీల=విలాసక్రియ, కర్మభుక్తికొలఁదిగాదు = కర్మానుభవము కొలఁదిగాదు, అతఁడు = అవిష్ణుదేవుండు, సకలజాతులందున్=దేవమనుష్య తిర్యగాది సమస్తజాతులయందును, పుట్టున్=జన్మము నొందును. పుట్టినట్టి=జనియించిన, అతని=ఆదేవునియొక్క, భూరిచేష్టితములు=అధికములైన వ్యాపారములు,రావణాదివలన=రావణుండు మొదలగు దుష్టులవలన, అవ్యాహతములు=భగ్నములు గావింప నశక్యంబులు.

తా. ఆవిష్ణుదేవునియొక్క విలాసక్రియ స్వకీయ కర్మానుభవము కొలఁదిగాదనియు, అతఁడు తిర్యగాది నిఖిల జాతులయందుఁ బుట్టిననతని వ్యాపార విస్తారంబులు దుష్టు లగు రావణాదులవలన భగ్నములు గావింప నసాధ్యంబులనియును తా.

వ. అట్టి పరమేశ్వరునకు బద్ధముక్తాది రూపంబు లనేకంబులు గలిగిన ముముక్షునకు జ్ఞానసిద్ధికిఁ బరవ్యూహ విభవాది రూపంబు లే చింతనీయంబులు; ప్రజ్వలిత శిఖుం డగుపవనసఖుండు నీరస నికుంజంబు నెట్లు దహించు నట్లు చిత్తస్థుం డగునవ్విష్ణుండు యోగిజనంబుల సకల కల్బిషంబులు నిర్దహించుఁ గావున సకలశక్త్యాశ్రయుం డైన యప్పరమాత్మునియందుఁ జిత్తంబు నిల్పుట విశుద్ధయగు ధారణ యనంబడు; సర్వసంగంబునఁ జలాత్మకం బగుచిత్తంబునకుఁ ద్రిభావభావనాతీతుం డగునద్దేవుండు శుభాశ్రయుండై ముక్తికరుం డగు; నేతద్వ్యతిరిక్తు లగుబ్రహ్మాదిదేవతలు కర్మయోను లగుట నశుద్ధులు గావునఁ జిత్తంబున కవలంబనీయులుగారు;మఱి నిరవలంబధ్యానంబు పొందుపడదు గావున, ధారణాధ్యాన విషయంబై శుద్ధం బగు స్థూలరూపాంతరం బయ్యనంతునకుం గలదు, దాని విస్తరంబుగాఁ జెప్పెద నాకర్ణింపుము. 84

టీ. అట్టిపరమేశ్వరునకు, బద్ధ,ముక్త, ఆది=మొదలైన, రూపంబులు, అనేకంబులుఁగలిగినన్=పెక్కులుఁగలిగియుండినను, ముముక్షునకున్=సాధకునికి, జ్ఞానసిద్ధికిన్=జ్ఞానము సిద్ధించుటకొఱకు, పర...లే-పర=వైకుంఠవాసుఁడైన పరవాసుదేవుఁడు, వ్యూహ=సంకర్షణ ప్రద్యుమ్నానిరుద్ధులు, విభవ=రామకృష్ణాద్యవతారంబులు, ఆది=మొదలగు, రూపంబులె = స్వరూపములే, చింతనీయంబులు = ధ్యానవిషయంబులు, చిత్తస్థుఁడగు=మనంబున నిల్చినట్టి, విష్ణుండు=విష్ణువు, ప్రజ్వలిత శిఖుండగు=మిగుల మండుచున్న జ్వాలలుగల, పవనసఖుండు=అగ్ని, నీరసనికుంజంబున్=ఎండినపొదను, ఎట్లుదహించున్=ఏవిధంబుగఁగాల్చునో, అట్లు=ఆవిధంబుగ, యోగి...లు - యోగిజనంబుల=యోగులయొక్క, సకలకిల్బిషఁబులు=సమస్తపాపములను, నిర్దహించున్=కాల్చును, కావునన్=కానన్, సకలశక్త్యాశ్రయుండైన = సమస్త సామర్థ్యములకాధారమైన, అప్పరమాత్మునియందున్, చిత్తంబునిలుపుట=మనంబుంచుట, విశుద్ధయగు ధారణ యనంబడు, సర్వసంగంబునన్=నిఖిలవస్తుసంబంధములచేత, చలాత్మకంబగుచిత్తంబునకున్=చంచలరూపమైనమనంబునకు, త్రిభావ...డు-త్రిభావ=మూఁడు భావములుగల, భావనా=ధ్యానమునకు, అతీతుం డగు=వెలిగానున్నట్టి, అద్దేవుండు, శుభాశ్రయుండై=శుభస్థానమై, ముక్తికరుండగు=మోక్షమునిచ్చువాఁడగును, ఏతద్వ్యతిరిక్తులగు=ఈవిష్ణునకుభిన్నులైన, బ్రహ్మాదిదేవతలు=చతుర్ముఖుండు మొదలగు నిలింపులు, కర్మయోనులగుటన్ = కర్మమేకారణంబుగాఁగలవారౌటచేత, అశుద్ధులు=అయోగ్యులు(మలినులనుట), కావునన్,చిత్తంబున కవలంబనీయులుగారు=మనస్సునకాశ్రయింపఁదగినవారలుగారు, మఱియును, నిర...బు - నిరవలంబ=ఆధారములేని, ధ్యానంబు, పొంమపడదుకావునన్=సిద్ధింపదుగాన, ధారణాధ్యానవిషయంబై=ధారణాధ్యానంబులకు గోచరంబై, శుద్ధంబగు=నిర్మలంబగు, స్థూలరూపాంతరంబు=మఱియొకస్థూలరూపము, అయ్యనంతునకున్=అపరబ్రహ్మమునకు, కలదు=ఉన్నది.దాని విస్తరంబుగాఁ జెప్పెద నాకర్ణింపుము.

సీ. శరదిందుచకచక•స్మయజిత్వరిసన్నాస్య,
దొడ్డకెందమ్మికఁ•న్దోయివాని
నతికమ్రిగల్లభా•గాభోగఫాలాఢ్యు,
మకరాంకరత్నక•ర్ణికలవానిఁ
గాంబవోద్యచ్ఛ్రివి•డంబివృత్తశిరోధి,
సిరి పొల్చుమచ్చ పే•రురమువాని
నతనాభియుతవళి•త్రితయశాతోదరు,
జానులంబిచతుర్భు•జములవానిఁ

తే. కరివరకరోరురుచిరజం•*ఘరమణీయు
సమతఁబొందిన పదపల్ల•వములవాని
హైమవసనుఁ గిరీటహా•రాంగదాది
కలితు శంఖరథాంగాదు•లలరువాని. 85

టీ. శర...స్యుఁడు-శరదిందు = శరత్కాలచంద్రునియొక్క, చకచక=చాకచక్యముయొక్క, స్మయ=గర్వమును, జిత్=గెలిచినట్టి, ప్రసన్న = ప్రసాదముగల, ఆస్యుఁడు=ముఖముగలవానిని, దొడ్డ...నిఁడు-దొడ్డ=గొప్పలైన, కెందమ్మి=ఎఱ్ఱదామరలవంటి, కన్దోయివానిఁడు=నేత్రయుగళముగలవానిని, అతి...ఢ్యుఁడు-అతిక్రమ=మిగులఁ గమనీయమైన, గల్ల=చెక్కిళ్లయొక్క, భాగ=ప్రదేశముచేత, ఆభోగ=పరిపూర్తిగల, ఫాల=నొసటిచేత, ఆఢ్యుఁడు = సంపన్నుఁడైనవానిని, మకర...నిఁడు-మకర=మొసళ్లు, అంక=చిహ్నముగాఁగల, రత్న = మణిఖచితములయిన, కర్ణికలవానిఁడు=పోఁగులుగలవానిని, కాంబవ...ధిన్-కాంబవ=శంఖసంబంధియైన, ఉద్యత్=విలసిల్లుచున్న, శ్రీ = కాంతియొక్క, విడంబి = పోలికగలిగినట్టి, వృత్త = వర్తులమైన, శిరోధిఁడు = మెడగలవానిని, సిరి = లచ్చి, పొల్చుపేరురమువానిఁడు - పొల్చు = ఒప్పునట్టి, మచ్చ = శ్రీవత్సమనుమచ్చగల, పేరురమువానిఁడు = గొప్ప ఱొమ్ముగలవానిని (లక్ష్మీదేవియు శ్రీవత్సమను మచ్చయును స్వామివక్షస్స్థలమందుండుట ప్రసిద్ధంబు), నత...రుఁడు-నత=లోఁతైన, నాభి=బొడ్డుతోడను, యుత=కూడియున్న, వళిత్రితయ=మూఁడుతరులుగలిగిన, శాత=సూక్ష్మమైన, ఉదరుఁడు=బొజ్జగలవానిని, జాను...నిఁడు - జానులంబి=మోఁకాళ్లపర్యంతము వ్రేలుచున్న, చతుర్భుజములవానిఁడు=నాలుగుచేతులు గలవానిని, కరి...యుఁడు-కరివర=గజశ్రేష్ఠముయొక్క, కర=తుండమువంటి, ఊరు=తొడలచేత, రుచిర=మనోహరమైన, జంఘ=పిక్కలచేత, రమణీయుఁడు=సుందరుఁడైనవానిని, సమ...నిఁడు - సమతఁబొందిన=సమమైనట్టి, పద పల్లవములవానిఁడు=చిగురుటాకులవంటి పాదములు గలవానిని, హైమ...నుఁడు - హైమ=సువర్ణసంబంధియైన, వసనుఁడు=వస్త్రముగలవానిని, కిరీట...తుఁడు - కిరీట, హార, అంగద=బాహుపురి, ఆది=మొదలైనవానితో, కలితుఁడు=కూడియున్నవానిని, శంఖ...లు - శంఖ=శంఖము, రథాంగ=చక్రము, ఆదులు=మొదలుగాఁగల పంచాయుధములు, అలరువానిఁడు=ఒప్పుచున్నవానిని.

తా. శరత్కాలచంద్రునియందలి చాకచక్యమును ధిక్కరించుచుఁ బ్రసన్నమైయున్న ముఖము గలట్టియు, గొప్పవైన యెఱ్ఱదామరలవంటి నేత్రయుగళము గలిగినట్టి

* ఘామనోజ్ఞు.

యు, మిగుల సుందరమగు చెక్కిళ్లు పరిపూర్తిగలనాసలు వీనిచే సంపన్నుఁడైనట్టియు, మకరాంగములు రత్నఖచితములు నైన ప్రోగులుగలయట్టి శంఖకాంతి ననుకరించుచు వట్రువగానున్న మెడగలయట్టియు, లక్ష్మిచేతను శ్రీవత్సమను మచ్చచేత నొప్పుచున్న అఱొమ్ముగల మిగుల లోఁతైన నాభితోఁగూడిన వళిత్రయముగల సూక్ష్మమగు బొజ్జగలయట్టియు, మోఁకాళ్లవఱకు వ్రేలెడి చతుర్భుజములుగలట్టియు, నేనుంగు తుండమువంటి తొడలచే నతిరమణీయంబగు పిక్కలచేత సుందరుండైనట్టియు, చిగురుటాకులవంటి పాదములుగల్గి హైమాసనము గలట్టియు, కిరీటహారాంగదాది సహితుఁడైనట్టియు, శంఖరథాంగాది పంచాయుధములచే నొప్పుచు నుక్తసకల లక్షణ లక్షితుండై యున్న జగదీశ్వరుం డగు శ్రీహరి దివ్యమంగళ విగ్రహమును సాధకుండు వక్ష్యమాణ క్రమంబున ధ్యాన మొనర్ప వలయును.

సీ. శ్రీవిష్ణు నీగతిఁ • జింతింప వలయుఁ ద,
న్మయుఁ డగు యోగి క్ర • మంబుతోడ
నొక్కయంగమె మున్ను • చిక్కలో భావించి,
యది దృఢం బగుటయు • నవలియంగ
కము మఱి చింతింపఁ • గాఁ దగునట్టి య,
ధ్యానంబువలన న • య్యవయవములు
నడచిన నున్నమా • నక యెద్దియేనియుఁ,
జేయుచున్నను మదిఁ • బాయఁడేని
తే. యతనిసామ్యంబు గని ముక్తుఁ • డగు సురాది
భేదసంజనకాజ్ఞాన • మేదఁ బిదప
నలము కల్యాణగుణముల • హరికిఁ దనకు
లేని భేద మెవ్వాఁడు క • ల్పింపఁగలఁడు. 86

టీ. శ్రీవిష్ణున్=శ్రీహరిని, ఈగతిన్=వక్ష్యమాణ ప్రకారంబుగ, చింతింప వలయున్=ధ్యానము సేయవలయును, తన్మయుఁడగు=ఆవిష్ణుస్వరూప మయ్యెడి, యోగి=యోగవంతుఁడు, క్రమంబుతోడన్, మున్ను=తొలుత, ఒక్కయంగమె=ఒకయవయవమునే, చిక్కన్=గుఱుతుచిక్కునట్లుగ, లోన్=లోపల, భావించి=చింతించి, అదిదృఢంబగుటయున్=ఆయంగము దృఢముగ మనంబులో నిలిచినపిమ్మట, అవలియంగకము-అవలి=అవలనున్న, అంగకము, మఱి=మఱియును, చింతింపఁగాఁదగున్=ధ్యానము సేయవలయు, అట్టియధ్యానంబువలనన్=అటువంటివాడుకచేత, అయ్యవయవములు=ఆయంగములను, నడచినన్=గమన మొనరించినను, ఉన్నన్=స్థితుండైనను,

మానక=వదలక, ఎద్దియేనియుఁజేయుచున్నను=ఏపని సేయుచుండినను, మదిన్=బుద్ధిని, పాయఁడేని=తొలఁగకుండఁ జేసెనేని, అట్లాచరించిన సాధకుండు, అతనిసామ్యంబు-అతని=అప్పరమాత్మునియొక్క, సామ్యంబు=సారూప్యము, కని=కాంచి, ముక్తుఁడగున్=మోక్షమందును, సురాది...ము - సురాది=సురలు మొదలగు, భేద=భేదమును, సంజనక=పుట్టించుచున్న, అజ్ఞానము=అవిద్య, ఏదన్=నివర్తింపఁగా, పిదపన్=పిమ్మట, అల...ములన్ - అలము=ప్రాప్తమగునట్టి, కల్యాణగుణములన్=సౌశీల్యాది శుభగుణములచేత, హరికిన్=విష్ణునకు, తనకున్=యోగికిని, లేని భేదము=ఎన్నఁటికిలేనియండు భేదమును, ఎవ్వాఁడు=ఎట్టివాఁడు, కల్పింపఁగలఁడు=నిర్మాణముసేయ సమర్థుఁడౌను.

తా. శ్రియఃపతియొక్క సారూప్యం బపేక్షించువార లీప్రకారము ధ్యానము సేయవలయు, నెట్లనిన, మున్నొక్క యవయవమును మనంబున కంటునట్లుగా మిగుల భావన యొనర్చి యది దృఢముగ గుర్తు దగిలినపిమ్మట మఱియొక యంగమును భావించుచు నిత్తెఱంగున నవయవంబుల నెల్ల ధ్యానించి తానూరకున్నను లేక గమనాది వ్యాపారంబులు నడసి యున్నను మఱియు నెట్టి యవస్థ నొందియున్నను ధ్యానము మానక యుండిన నాయంగంబులు మనంబు విడిచి కదల కుండునట్లభ్యాసపాటవ మొనర్చెనేని యట్టిసాధకుండు శ్రీహరి సారూప్యము నొంది ముక్తుండగుననియు, దేవతలు మొదలగు భేదమును గల్పించుచున్న యజ్ఞానము నివర్తించిన పిదపఁ గల్యాణ గుణసమన్వితుండై యావిష్ణునకుం దనకును లేని భేదం బెవ్వఁడేనియుం గల్పింపఁజాలఁడు.

క. నరవర యిటు బంధచ్యుతి
కొఱ కగు నంగాష్టకాఖ్య • గురుయోగముఁ వి
స్తరముగఁ జెప్పితి నింకన్
గరణీయం బెద్ది నాకుఁ • గల్పింపు మనన్. 87

టీ. నరవర=రాజా! ఇటు=ఈప్రకారము, బంధచ్యుతికొఱకగు=సంసారబంధమోచనమునకైనట్టి, అంగా...ము - అంగాష్టకాఖ్య=అంగాష్టకమను పేరంబరఁగిన, గురు=అతిశయంబగు, యోగము=సమాధిని, విస్తరముగన్=విపులమగునట్లు, చెప్పితిన్=వచించితిని, ఇంకన్=ఇఁకను, నాకున్, కరణీయంబు=చేయందగినది, ఎద్ది=ఏది, కల్పింపుము=చెప్పుము, అనన్=అనఁగా.

తా. ఓయి రాజా! ఈప్రకారముగా సంసార రూప బంధ మోచనంబునకై యంగాష్టకాఖ్యం బగు నుత్తమ యోగంబు సెప్పితి నింక నేఁ జేయం దగినది యెద్దియో తెలుపు మనఁగా నాఖాండిక్యుండు ముందు వచించుచున్నాఁడనుట.

తే. నృప కృతార్థుండ వైతి నా • కింతకంటె
నర్థనీయంబు మఱి యెద్ది • యనుచు నతని
కర్చఁ గావించి వల దన్న • నతఁ డొసంగు
తనదు తొంటిరాజ్యంబునఁ • దనయు నిలిపి. 88

టీ. నృప=కేశిధ్వజుండా! కృతార్థుండవైతివి = ధన్యుండవైతివి, నాకున్, ఇంతకంటెన్=ఈయోగముకంటెను, అర్థనీయంబు=కోరఁదగినది, మఱియెద్ది=మఱియొకటియేది, అనుచున్, అతనికి=కేశిధ్వజునకు, అర్చఁగావించి=పూజయొనర్చి, వల దన్నను=వలవదన్నను, అతఁడు=ఆకేశిధ్వజుండు, ఒసఁగు=ఇచ్చినట్టి, తనదు...నన్-తనదు=తనయొక్క, తొంటిరాజ్యంబునన్=పూర్వపు రాజ్యమునందు, తనయున్=పుత్త్రకుని, ఉనిచి.

తా. ఓయి కేశిధ్వజుఁడా! ధన్యుండవైతి నీ యోగంబుకంటె వేఁడఁదగినది యెద్దియును లేదనుచు నాకేశిధ్వజునకుం బూజఁ గావించి వలవదన్నను గేశిధ్వజుం డిచ్చిన తన పూర్వపు రాజ్యమునందుఁ దన పుత్త్రకుని నియమించి.

వ. పురోహిత ప్రధానుల నప్రాప్తయౌవనుం డగు నతని నెలపి కొండని నియోగించి వారల దానసమ్మానాదులం బ్రోవు మని కుమారునకు నప్పగించి గోవిందచరణారవింద విన్యస్తమానసుండై ఖాండిక్యుం డుభయ కర్మంబులు డులిపి యవ్వనంబ తపోవనంబుగాఁ గొంతకాలంబు కేశిధ్వజోపదిష్టభక్తియోగానుసంధానంబున మధుమథన సాధర్మ్యంబు నొందెఁ గేశిధ్వజుండును దత్పుత్త్రినిఁ దత్ప్రధానులఁ దదీయ రాజ్య పరిపాలన కనిచి మగుడి మిథిలాపురంబు ప్రవేశించి యోగాశ్రయుఁడై భోగంబులం బుణ్యంబులు తదితరంబుల దురితంబులు ప్రక్షీణంబులుగా క్షోణీతలం బేలుచుండెం గావున ముముక్షున కుపాశ్రయణీయుం డధోక్షజుండు పాండ్యక్షితీశా నీ వతని భజియింపు మిదియె భక్తి యోగంబు దీనియందు నొక్క కొఱఁతగల దంతరాయంబు నొందినఁ బునర్భవంబుఁ బొందించి మఱి ముక్తిఁ జేర్చు నట్లగుట నింతకంటె సులభోపాయం బాయోధనంబున నయ్యధోక్షజుండు గాండీవి కుపదేశించిన శరణాగత ధర్మంబ నిరపాయధర్మం బని పరిణతాంతఃకరణుం డగు నతనికి మూలమంత్ర పూర్వకంబుగా ద్వయము ప్రసాదించి భాగవత ప్రధానుం గావించిన. 89

టీ. ఖాండిక్యుండు, పురోహితులను, ప్రధానులను, అప్రాప్తయౌవనుండగు=వయసురానివాఁడైయున్న, అతనిన్=ఆకుమారుని, మెలపికొండని=తీర్చికొండని, నియోగించి=ఆజ్ఞాపించి, వారలన్=ఆమంత్రిపురోహితులను, దాన...లన్-దాన=ఈవులు, సమ్మాన=బహుమానములు, ఆదులన్=మొదలగువానిచేత, ప్రోవుమని=రక్షింపుమని, కుమారున కప్పగించి=పుత్త్రికుని నొసపజెచి, గోవింద...డై-గోవింద=శ్రీహరియొక్క, చరణారవింద=పాదపద్మములయందు, విన్యస్త=ఉంచఁబడిన, మానసుండై=మనంబుగలవాఁడై, ఖాండిక్యుండు, ఉభయకర్మంబులుడులిపి=పుణ్యపాపములడుల్లఁగఁగొట్టి, అవ్వనంబు=తానున్న యరణ్యంబె, తపోవనంబుగాన్=తపమొనరించునట్టి యాశ్రమముగా, కొంతకాలంబు=కొన్ని నాళ్లు, కేశి...నన్ - కేశిధ్వజోపదిష్ట=కేశిధ్వజునిచేత నుపదేశింపఁబడిన, భక్తియోగానుసంధానమ్మునన్=భక్తియోగము నాచరించుటచేత, మధు...నన్ - మధుమథన = శ్రీమన్నారాయణునియొక్క, సాధర్మ్యంబున్=సమానధర్మమును, ఒందెన్=పొందెను, కేశిధ్వజుండును, తత్పుత్త్రుని=ఆఖాండిక్యుని కుమారుని, తత్ప్రధానులన్=అతని మంత్రులను, తదీయ రాజ్యపరిపాలనకనిచి=ఖాండిక్యునిరాజ్యమంతయు నేలుటకుఁబంపి, మగుడి=మరలి, మిథిలాపురంబు ప్రవేశించి=తాను మిథిలాపట్టణముసొచ్చి, యోగాశ్రయుండై, భోగంబులన్=సుఖానుభవములచేత, పుణ్యంబులు=పుణ్యకర్మంబులు, తదితరంబులన్=వానికంటె వేఱైన దుఃఖానుభవములచేత, దురితంబులు=పాపములు, ప్రక్షీణంబులుగాన్=నశించునటుల, 'ప్రారబ్ధకర్మణాంభోగాదేవక్షయః' యనునట్టిన్యాయావలంబియై, క్షోణీతలంబేలుచుండెన్, కావున=అటుగాన, ముముక్షునకున్, ఉపాశ్రయణీయుండు=ఆశ్రయింపఁదగినవాఁడు, అయ్యధోక్షజుండు=ఆవిష్ణుండె, పాండ్యక్షితీశా=ఓయి రాజా! నీవు, అతనిన్=ఆవిష్ణుని, భజింపుము=భజనసేయుము, ఇది భక్తియోగంబు, దీనియందునొక్కకొఱఁతగలను, అంతరాయంబు=విఘ్నము, ఒందినన్=పొందినన్, పునర్భవంబుఁబొందించి=పునర్జన్మమెత్తించి, మఱి=పిదప, ముక్తిఁజేర్చున్=పరమపదమునందుఁజేర్చును, అట్లగుటన్=అలాగగుటచేత, ఇంతకంటె సులభోపాయంబు, ఆయోధనమునన్=తొల్లి భారతయుద్ధమందు, అయ్యధోక్షజుండు=ఆశ్రీకృష్ణుండు, గాండీవికిన్=అర్జునునకు, ఉపదేశించిన శరణాగతధర్మంబు=శ్రీభగవద్గీతా చరమశ్లోకోక్తధర్మంబె, నిరపాయధర్మంబు=అపాయరహితమైన ధర్మము, అని=ఇట్లని, పరిణతాంతఃకరణుండగు=పరిపక్వమనస్కుండైన, అతనికి = ఆపాండ్యరాజునకు, మూలమంత్రపూర్వకంబుగాన్=శ్రీమదష్టాక్షరీ మంత్ర సహితంబుగా, ద్వయంబు=వాక్యద్వయంబును, ప్రసాదించి = అనుగ్రహించి, భాగవతప్రధానున్ = భాగవతోత్తమునిఁగా, కావించినన్=చేయఁగా.

మ. వకుళాలంకృత యోగిహృన్నిలయ భాఃస్వత్పాండు భాస్వన్మయాం
బక నాభీజలజాత సూత విధి సంఃప్రాప్తస్మరారిష్ట ము
ష్టికఠోరార్పణ కర్కరీఫలిత కేఃశిక్రూర రక్షోంగకా
కృకవాకుధ్వజ దీర్ఘికాప్లవతపఃక్రీడోత్సవాద్యుత్సుకా. 90

టీ. వకుళా...య - వకుళ=పొగడపువ్వులచేతను, అలంకృత = అలంకరింపఁబడిన, యోగి=నమ్మాళ్వారనుయోగియొక్క, హృత్=హృదయము, నిలయ=గృహముగాఁగలవాఁడా! భాస్వ...క - భాస్వత్=సూర్యునియొక్క, పాండు=తెల్లనైన, భాస్వత్=కాంతిగల చంద్రునియొక్క, మయ=స్వరూపమైన, అంబక=నేత్రద్వయముగలవాఁడా! ని. 'స్యాదంబకమిషౌదృశి' యని నిఘంటువు. నాభీ...ష్ట - నాభిజలజాత=బొడ్డుతామరయందు, సూత=పుట్టిన, విధి=చతుర్ముఖునిచేతను, సంప్రాప్త=పొందఁబడిన, స్మర=మన్మథునికి, అరిష్ట=శత్రుఁడైన శివుఁడుగలవాఁడా! (విష్ణువలన బ్రహ్మాయు నతనివలన రుద్రుఁడును బుట్టిరనుట) ముష్టి...కా - ముష్టి=పిడికిలియొక్క, కఠోర=నిష్ఠురమైన, అర్పణ=ఈవికి (అనఁగా ముష్టిఘాతమున కనుట), కర్కరీఫలిత=దోసపండుగాఁ జేయఁబడిన, ని. 'ఉర్వారుఃకర్కరీస్త్రియా' మ్మని నిఘంటువు. కేశి=కేశియనునట్టి, క్రూరరక్షః=కర్కశుండగురక్కసునియొక్క, అంగకా=దేహముగలవాఁడా, కృకవాకుధ్వజ=కోడిటెక్కెమందుగల కుమారస్వామియొక్క, దీర్ఘికా=సరస్సునందు, ప్లవ=ఈఁదులాటగల, తపస్క్రీడా=గ్రీష్మకాలమందలి కేళియొక్క, ఉత్సవ=మహోత్సవము, ఆది=మొదలగువానియందు, ఉత్సుక=ఆసక్తుఁడైనవాఁడా.

తా. భాగవత ప్రధానుండగు నమ్మాళ్వారు హృదయమందుఁ గ్రమ్మరుచున్నట్టియు సూర్యచంద్రులు నేత్రములుగాఁగలయట్టియు తనవలనఁ బుట్టినట్టి చతుర్ముఖునియందుం బుట్టిన రుద్రుఁడుగల యట్టియుఁ గఠోర మగు ముష్టిఘాతముచేత దోసపండుంబలెఁ బగులఁబడిన కేశిదనుజుఁడు గలట్టియుఁ గ్రీష్మర్తువందు స్వామిపుష్కరిణిలో నీఁదులాడుట యను నుత్సవమం దుత్సుకుఁడ వైనవాఁడా! యని తాత్పర్యము.

క. ఊరీకృతపాండవరథ, సారథ్యసయూథ్యగోపఃశాబకసహకే
లీరత భక్తప్రహ్లా, దారచితస్తోత్రపులకిఃతాంచితగాత్రా. 91

టీ. ఊ...థ్య - ఊరీకృత = అంగీకరింపఁబడిన, పాండవ=అర్జునునియొక్క, రథ=అరదముయొక్క, సారథ్య=సూతత్వముగలవాఁడా! సయూథ్య...రత-సయూథ్య=చెలికాండ్రైన, గోపశాబక=గొల్లపిన్నవాండ్రతోడను, ని. 'పృథుకశ్శాబకశ్శిశుః' అని నిఘంటువు. సహకేళీ = కూడఁగ్రీడించుటయందు, రత=ఆసక్తిగలవాఁడా! భక్త...త్రా - భక్త=అనురక్తుఁడైన, ప్రహ్లాద=ప్రహ్లాదునిచేత, ఆరచిత=విశేషముగాఁ

జేయంబడిన, స్తోత్ర=స్తుతిచేత, పులకిత=సంజాత పులకమైన, అంచిత=ఒప్పుచున్న, గాత్రా=దేహముగలవాఁడా.

తా. అర్జునుని రథమునకు సారథియైనట్టియు వయస్యులగు గొల్లలతోడి క్రీడల యం దాసక్తిగలయట్టియు భాగవతుం డగు ప్రహ్లాదునిచేతఁ జేయఁబడిన స్తోత్రముచేత నైన రోమాంచముచే నొప్పుచున్న దేహముగలవాఁడా యని తాత్పర్యము.

స్రగ్విణి. ఆస్థితాహీంద్రశ • య్యా దవీయ స్తర
ప్రస్థితాంఘ్రి శ్రిత • వ్రాతచేతోఘదా
కస్థలప్రస్పృశ • త్కాళియక్ష్వేళమూ
ర్ధస్థలీనృత్తమ • త్తల్లిహల్లీసకా. 92

టీ. ఆస్థితా...య్యా - ఆస్థిత=శయనింపఁబడిన, అహీంద్ర - శేషుఁడనెడు, శయ్యా=పాన్పుగలవాఁడా! దవీ...ఘ్రి - దవీయ స్తర=మిగులపొడువుగ, ప్రస్థిత=నడచిన, అంఘ్రి=పాదములు గలవాఁడా! శ్రితవ్రాత=భక్తసమూహముయొక్క, చేతః=మనంబులందలి, అఘ=పాపములను, దా=ఖండించువాఁడా! (దో=అవఖండనే అని ధాతువు), కస్థల...కా - కస్థల=ఉదకప్రదేశములు, ప్రస్పృశత్=స్పృశించుచున్నట్టి యనఁగా నుదకమందున్న, కాళియ=కాళియుఁడను సర్పముయొక్క, క్ష్వేళ=విషయుక్తమైన, మూర్ధస్థలీ=శిరఃప్రదేశమందు, నృత్తమత్తల్లి=నృత్తశ్రేష్ఠమైన, హల్లీసకా=హల్లీసకమను తాండవము గలవాఁడా.

తా. శేషశాయియైనట్టియు వామనావతారమందుఁ గడుదూరముగ నుంచఁబడిన యంఘ్రియుగముగలయట్టియు నాశ్రిత జనపుంజ చిత్తస్థితంబులగు పాపంబులఁ బోఁగొట్టునట్టియుఁ గాళియుండనురక్కసుని శిరంబున నృత్తమొనర్చినట్టి యో శ్రీహరీ యని గ్రంథకర్త యొనర్చినధ్యానము.

మ. ఇది పాత్రప్రహరేశ్వరప్రభృతి బం • హిష్ఠోత్కలానీక గు
ప్త దివిస్పృక్పటుయంత్రకొండపలి హృ • ద్బాహాసి కద్రూజదీ
వ్యదుదారోద్యమకృష్ణరాయనృప సం • జ్ఞాసన్నత్కృతాముక్తమా
ల్యద నాశ్వాసము హృద్యపద్యము తృతీ • యంబై మహిం బొల్పగుః.

టీ. ఇది, పాత్ర...దణ - పాత్రప్రహరేశ్వర ప్రభృతి=పాత్ర ప్రహరేశ్వరులు మొదలైన, బంహిష్ఠ=మిక్కిలి యధికులైయుండెడి, ఉత్కల=ఒడ్డెరాజులయొక్క, అనీక=సమూహముచేత, గుప్త=రక్షింపఁబడిన, దివిస్పృక్పటుయంత్రకొండపలిహృత్=ఆకాశము నొరయుచుండెడు సమర్థమైన యంత్రములు గలిగియుండెడి కొండపల్లిదుర్గమును హరించుచునుండెడి, బాహా=భుజమందలి, అసి=ఖడ్గమనియెడు,

కద్రూజ=సర్పముయొక్క, దీప్యత్=ప్రకాశించుచునుండెడి, ఉదారోద్యమ = మహోద్యోగముగలిగిన, కృష్ణరాయనృపసంజ్ఞాస్మత్కృత=కృష్ణరాయలనియెడిపేరుగలిగిన నాచేతఁ జేయఁబడిన, ఆముక్తమాల్యదన్=ఆముక్తమాల్యద యనియెడు ప్రబంధమునందు, హృద్యపద్యము=మనోహరపద్యములుగల, ఆశ్వాసము, తృతీయంబై = మూఁడవదియై, మహిన్=భూమియందు, ఫాల్గుగున్=ఒప్పఁగాత.

గద్యము. ఇది శ్రీదక్షిణామూర్తిమంత్రోపాసనా సమాసాదితాఖండ సాహితీధురీణుండు నాత్రేయగోత్ర పవిత్రుండును వావిళ్లవంశ పయోరాశి రాకాసుధాకరుండు నగు రామస్వామిశాస్త్రిచేత ననేక పూర్వవ్యాఖ్యానాభిప్రాయంబులఁ బర్యాలోచించి రచియింపఁబడిన రుచిసమాఖ్యానం బగు నాముక్తమాల్యదా వ్యాఖ్యానంబునందుఁ దృతీయాశ్వాసము.

శ్రీరస్తు.

ఆముక్తమాల్యద

సవ్యాఖ్యానము.

చతుర్థాశ్వాసము.

క. శ్రీమందిరభుజమధ్యమ
గోమండలకర్షివేణుగుంభన దృప్య
ద్భౌమాహృతసురజనయి
త్రీమణితాటంక వృషగిరిస్థ ఖగాంకా. 1

టీ. శ్రీ...మ-శ్రీ=లక్ష్మీదేవికి, మందిర=నివాసస్థానమగు, భుజమధ్యమ = వక్షఃస్థలముగలవాఁడా! గోమం...న-గోమండల=ధేనుసమూహమును, కర్షి = ఆకర్షించుచున్న, వేణు=పిల్లఁగ్రోవియొక్క, గుంభన=పూరించుటగలవాఁడా! దృప్య...క-దృప్యత్ భౌమ-దృప్యత్=గర్వితుఁడగు, భౌమ=భూసుతుండగు నరకాసురునివలన, అహృత=అపహరింపఁబడిన, సురజనయిత్రీ = దేవతామాతయగు నదితియొక్క, మణితాటంక=రత్నమయకర్ణభూషణములుగలవాఁడా! వృషగిరిస్థ=వేంకటాచల నివాసా! ఖగాంకా=గరుడకేతనా.

తా. నరకాసురుఁ డదితికర్ణతాటంకములు తనపరాక్రమమువలనఁ దెచ్చియుండెను; వానిని శ్రీకృష్ణుండు మరలఁ దీసికొనె నని శ్రీభాగవతప్రసిద్ధము. తక్కినవి వేంకటరమణస్వామికి విశేషణములు.

వ. అవధరింపు మాసమయంబున. 2

టీ. ఇది గ్రంథకర్త స్వామికి విన్నవించెడు మాట. ఆసమయంబునన్ = విష్ణుచిత్తుఁడు పరతత్త్వనిరూపణముఁ జేసిన సమయమందు.

మ. బలిమిం ద్రెంపఁగఁ బోలెఁ జాయవడుచుం బర్యాయభంగంబునన్
గలనూలెల్లను సంచు మోవఁ దెగి రాఁగాఁ గొంత సేపుండి తాఁ
బెలుచ న్నంటు ఫుటుక్కనం దునిసి వే పృథ్విం బడె న్జాలె మి
న్నుల మ్రోసె న్సురదుందుభు ల్గురిసెఁ బెన్సోనై విరుల్వొంబరన్.

టీ. బలిమిన్ = బలాత్కారముచేత, త్రెంపఁగఁబోలెన్ = త్రెంచివేయుట చేత నన్నట్లు, పాయవడుచున్ = విచ్చిపోవుచు, పర్యాయభంగంబునన్ - పర్యాయ = క్రమముగా, భంగంబునన్ = తెగుటచేత, కలనూలెల్లను = ఆసూత్రమందుఁ గలిగియున్న నూలంతయును, అంచుమోవన్ = చివరదనుక, తెగిరాఁగాన్ = తెగివచ్చుచుండఁగా, కొంతసేపుండి = కొంతకాలమచ్చటనుండి, తాన్ = జాలెయనుట, పెలుచన్ = కఠినముగా, గంటు = ముడుపు, ఫుటుక్కనందునిసి = ఫుటుక్కనుశబ్దము గలుగునట్లుగా భిన్నమై, వే = త్వరితముగా, జాలె = వరహాలసంచి, పృథ్విన్ = భూమియందు, పడెన్. అంత, మిన్నులన్ = ఆకాశమందు, సురదుందుభుల్ = దేవతాభేరులు, మ్రోసెన్ = ధ్వనిచేసెను, విరుల్ = పుష్పములు, పెన్సోనై = పెద్దవర్షమై, బోరనన్ = బోరనిధ్వనిగలుగునట్లు, కురిసెన్ = వర్షించెను.

తా. విష్ణుచిత్తుఁడు పరతత్త్వనిరూపణము సేయఁగా నంతకుమున్న విద్యాశుల్కముగా వ్రేలఁగట్టించియున్న వరహాల సంచికిఁ జుట్టియున్న సూత్రమందలి నూలంతయును దనకుఁ దానే తెగి యంచునకు వెడలఁగా ముడుపు ఫుటుక్కనుధ్వని సేయుచు సూత్రమునుండి తునిసి జాలె క్రిందఁ బడెననియును, ఆపరతత్త్వ నిర్ణయమునకు దేవతలు సంతోషించి దుందుభులు మ్రోయించి పుష్పవర్షములు గురియించిరనియు భావము.

శా. ఆవేళ న్పతి పారితోషికము లీ • నందంద పంపన్ భ్రిమ
త్సేవివ్రాతముచే ద్రుతస్ఖలిత మై • దీప్యన్మణిస్వర్ణభూ
షావాసచ్ఛటజానుదఘ్న యగుచు • స్సంసచ్చతుశ్శాలికా
రై వేశ్మాంతరపద్ధతి న్నెరసె గో•త్రాచిత్రమాల్యంబనన్. 4

టీ. ఆవేళన్ = ఆసమయమందు, పతి = పాండ్యరాజు, పారితోషికములు = సంతోషపు బహుమతులను, ఈన్ = ఇచ్చుటకై, అందంద = అచ్చటచ్చటనే, పంపన్ = సేవకులనుబంపఁగా, భ్రిమ...చేన్ - భ్రిమత్ = తొట్రుపడుచున్న, సేవి = సేవకులయొక్క, వ్రాతముచేన్ = సమూహముచేత, ద్రుతస్ఖలితయై = త్వరితముగా జారినదై, దీప్యన్మణిస్వర్ణభూషావాసచ్ఛట (ఇది కర్తృపదము), దీప్యత్ = ప్రకాశించుచున్న, మణి = రత్నములుచెక్కిన, స్వర్ణభూషా = బంగారు సొమ్ములయొక్కయు, వాసః = వస్త్రములయొక్కయు, ఛట = సమూహము, సంస...తిన్ - సంసత్ = సభాసంబంధినియగు, చతుశ్శాలికా = నాలుగు శాలలుగల మండపము యొక్కయు, రైవేశ్మ - బొక్కసపుటింటియొక్కయు, అంతర = మధ్యప్రదేశమందలి, పద్ధతిన్ = మార్గమందు, జానుదఘ్నయగుచున్ = మోఁకాలిలోఁతై, గోత్రా...బనన్ - గోత్రా = భూమియొక్క, చిత్ర = నానావర్ణముగల, మాల్యంబనన్ = మాలికాలంకారమో యనునట్లు, నెరసెన్ = వ్యాపించెను.

తా. పాండ్యరాజాసమయమందు సంతోషించి విష్ణుచిత్తుఁడు మొదలగు వారికి బహుమతులొసంగుటకై పైపైని సేవకులను బొక్కసములకుఁ బంపఁగా వా రాయగ్రాణమునుండి రత్నములుచెక్కిన కనకభూషణములను వస్త్రముల నవ్వారిగాఁ దెచ్చునప్పుడు త్వరపాటుచేత వారిచేతులలో నుండి జాఱిపడిన యవి రాజు మొదలగువారు గూరుచున్న సభామంటపము మొదలుకొని బొక్కసమునకును మార్గమధ్యమందు మోఁకాలియెత్తున నిండియుండె నని భావము. దీనిచే జాఱిపడిన రత్నాభరణాదులే యంతమిక్కుటముగా నుండఁగా బహుమతులిచ్చిన రత్నాదులకు లెక్కయే లేదనుట. అలం. అతిశయోక్త్యర్థాపత్త్యుత్ప్రేక్షలు.

ఆ. వేదవేద్యమైన • విష్ణుతత్త్వం బిట్లు
వాదు గెలిచి తెలిపి • వసుమతీశు
భక్తి నోలలార్చి • భగవత్ప్రపన్నుఁగాఁ
జేసి లోకహితము • సేయుటయును. 5

టీ. ఇందు విష్ణుచిత్తుఁడను కర్తృపద మధ్యాహార్యము. వేదవేద్యమైన=వేదములచేఁ దెలియఁదగిన, విష్ణుతత్త్వంబు=నారాయణ తత్త్వమును, ఇట్లు, వాదుగెలిచి=వాదమున గెలిచి, తెలిపి=బోధించి, వసుమతీశున్ = పాండ్యరాజును, భక్తిన్=భక్తిరసమందు, ఓలలార్చి=తేలఁజేసి, భగవత్ప్రపన్నుఁగాన్-భగవతి = శ్రీమన్నారాయణునియందు, ప్రపన్నుఁగాన్=ప్రపత్తిగలవానిఁగా, చేసి=ఒనరించి, లోకహితము, లోక=లోకములకు, హితము=ఉపకారమును, చేయుటయును=చేయఁగా నే.

శా. అర్ధావాగ్విబుధ మ్మహోవచనక•వ్యాహార మాహోవచ
స్సిద్ధ మ్మాః కృతతాం గతః కలి రితి • శ్రీసూక్తివిద్యాధర
మ్మిద్ధౌద్ధత్య మగా ల్లయంహి కుధియా • మిత్థం వద త్కిన్నర
మ్మధ్వీరాగ్రణి గెల్పుటుత్సవమునం • దయ్యె న్నభమ్మంతయున్. 6

టీ. నభమ్మంతయున్=ఆకాశమెల్లను, అర్ధీ...దున్ - అర్ధీరాగ్రణి=ధీరాగ్రేసరుఁడగు నావిష్ణుచిత్తునియొక్క, గెల్పుటుత్సవమునందున్ = విజయోత్సవమునందు, అర్ధావాగ్విబుధమ్మ - అర్ధా = యథార్థమనెడు, (అర్ధా యన్నది సత్యార్థకమైన యవ్యయము.), వాక్=మాటలుగల, విబుధమ్మ=(దేవతలు) గలదియు, అహోవచనకవ్యాహారము - అహో=అద్భుతమనెడు, వచన=పలుకులుగల, కవ్యాహారము = పితృదేవతలుగలదియు, 'హవ్యకవ్యే దైవపిత్ర్యే' యని యమరము, అహోవచస్సిద్ధమ్మ - అహో=చిత్రమనెడు, వచః=పలుకులుగల, సిద్ధమ్మ=సిద్ధులుగలదియు, ఆఃకృతతాంగతః కలిరతి శ్రీసూక్తివిద్యాధరమ్మ - కలిః=కలియుగము, కృతతాం = కృతయుగమగుటను, గతః=పొందెను, ఆః=ఆశ్చర్యము, ఇతి = ఇట్లను, శ్రీసూక్త = శుభవాక్కులుగల,

విద్యాధరమ్మ = విద్యాధరులుగలదియును, ఇద్ధౌద్ధత్యమగాల్లయంహిసుధియామిత్థంవదత్కిన్నరమ్మ - సుధియామ్=సుశిక్షితబుద్ధులు గలవాండ్రయొక్క, ఇద్ధౌద్ధత్యమ్-ఇద్ధ=వృద్ధిఁబొందియున్న, ఔద్ధత్యమ్=ధార్ష్ట్యము, లయమ్=నాశమును, అగాద్ధి=పొందెనుగదా, ఇత్థంవదత్=ఇట్లుచెప్పుచున్న, కిన్నరమ్ము = కిన్నరులుగలదియు, అయ్యెన్=అయెను, అద్ధావాగ్విబుధమ్మనునది మొదలుగా నైదు కేవలసంస్కృతములవలెఁ గనఁబడు వాక్యములనడుమ నున్న యద్ధాదిపదములు వానికి వేఱువేఱఁ బరమందున్న వాగాదిసంస్కృతశబ్దములతోడ నన్వయించుచుండ విబుధాదిశబ్దములు సమాసాంతగతములై తత్సమంబులగుచు నుండుటవలన నపదాన్వయ సుప్తిఙ్త్వాత్తుమునా మనుసూత్రంబునకు విరుద్ధమ్ము గాకుండుటంజేసి సుసంగంబు లయ్యెను.

తా. ఆవిష్ణుచిత్తుండు వాదమున జయించినప్పుడాకాశమందుఁ జేరియున్న దేవతలు సత్యమనియును, పితృదేవత లహో యనియును, సిద్ధులాహా యనియును, విద్యాధరులు కలియుగము కృతయుగమాయె నిది యెంత వింత యనియును, కిన్నరులు దుర్జనులబింక మడఁగెననియును, మెచ్చి సంతసిల్లి పలుకుచుండిరని భావము.

సీ. సెలవులు నాఁకుచు • వెలియరుంగులు సూడ,
కరిగి పాదూవాహు • నరయువారు
తమమోళ్లిల నుండునం • దలము గానక దాఁటి,
పేరెలుంగున బెత్తఁ • జీరువారు
నగరు వెల్వడుదాఁకఁ • దెగి పోయి మఱి నిల్చి,
తోడివిద్వాంసులఁ • గూడువారు
నెదురైన తమవాని • గృహకృత్య మడిగి వాఁ,
డనునవి తప్ప నూఁకొనెడివారు
తే. వాద మేమాయె నన్న భూ • వరునిపక్షు
పాత మాదాసరికిఁ గల్గి • బ్రతికె ననెడు
వారు నౌ లెం డిటు విమర్శ • దూరమైన
వాకిట వసించు నెవ్వఁ డ • న్వారు నగుచు. 7

టీ. ముందు వచ్చెడు పద్యములోనుండు విద్వాంసులను కర్తృపద మధ్యాహార్యము. ఇదివఱలో వాదముసేయుచున్న యితరవిద్వాంసులు, సెలవులు=ఊర్ధ్వాధరోష్ఠసంధికోణములను, నాఁకుచున్=విన్నఁదనమున నాఁకికొనుచు, వెలియరుంగులు=నగరు వాకిట నున్న తిన్నెలను, చూడక = వీక్షింపకయే, అరిగి = ఆవలఁబోయి, పాదూవాహున్=పాదుకలు దెచ్చువానిని, అరయువారున్=వెదకెడువారును, వాకిటి

తిన్నెలమీఁదనున్న తమ పాదుకలు దెచ్చెడు సేవకులను గానక ఆవల నరిగి వెదకుచుండిరనుట. తమ మ్రోలన్ = తమయెదుటనే, ఉండునందలముల్ — ఉన్నయందోళికను, కానక = చూడక, దాఁటి = అతిక్రమించి, పేరెలుఁగునన్ = పెద్దకంఠనాదముచేత, బెస్తన్ = బోయిని, చీరువారల్ = పిలిచెడువారును, నగరువెల్వడుదాఁకన్ = రాజగృహము విడుచువఱకు, తెగిపోయి = కేడించిపోయి, మఱి = పిమ్మట, నిల్చి = నిలుచుండి, తోడివిద్వాంసులన్ = తమతోడిపండితులను, తాఁకువారల్ = కలిసికొనువారును, రాజుభయముచేత నొండొరులు అచ్చటఁ గలియక నగరు దాఁటిపోయి యొకరితో నొకరుగూడిరనుట. ఎదురైన = తమకెదురుపడిన, తమవానిన్ — తమకు సంబంధించినవానిని, గృహకృత్యము = తమయింటివార్తను, అడిగి = ప్రశ్నచేసి, వాఁడు — ఆయడుగఁబడినవాఁడు, అనునవి = చెప్పెడు మాటలను, తప్పన్ — మనస్సునను దగులనియట్లు, ఊఁకొనెడువారు = ఊఁకొట్టెడువారును, తమయింటనుండి వచ్చినవాఁడు తమకెదురుపడఁగా వానిఁ దమ యిండ్లవార్త యడిగి వాఁడు చెప్పెడు పలుకులయందు మనస్సులేక జరిగిన వాదమందే మతి గలిగి యూరక ఊఁకొనుచుండిరనుట. వాదమేమాయెన్ — వాదునెల్లినవిధమేమి, అన్నన్ = అని ఎవరేని యడుగఁగా, భూవరుని పక్షపాతము = రాజుయొక్క పక్షపాతము, ఆదాసరికిన్ = అవిష్టచిత్తునకనుటకు బనులుగాఁ దిరస్కారోక్తిగ నాదాసరివాని కనిగనుట. కలిగె — ఉదయించి, బ్రతికెన్ = ఆదాసరి జీవించెను, రాజు పక్షపాతమునిలన నావిష్టచిత్తుఁడు బ్రదికెనే కాక నిక్కమునకు నేమే జయించితి మని చెప్పిరనుట, అనెడు వారును = అని చెప్పెడువారును, ఔలెండు = ఔ నుద్గమింపుఁడు, ఇట్లు — ఈవిధముగా, విమర్శదూరమైన = విచారణకు దూరమగు, వాకిటన్ = ద్వారమందు, ఎవ్వఁడు వసించున్ = ఎవ్వఁడు నిలుచును? అన్ వారు నగుచున్ — అని పలికెడువారునై, కలిసి యని ముందటిపద్యమున కన్వయము. ఇట్లు న్యాయవిమర్శలేని రాజు ద్వారమం దెవ్వఁడును నిల్వఁగూడదని యనుట. ఇక్కడఁ బరాజితులయిన విద్వాంసుల స్వభావము వర్ణింపఁబడెఁగాన స్వభావోక్త్యలంకారము.

తే. కలిసి యొకకొంతసేపు శృంగాటకముల
నగరుదెసఁ జూచుచునె మంతనంబు లాడి
చనిరి విద్వాంసు లిండ్ల కజ్జనవిభుండు
రూఢి కతనిమహాగజారూఢుఁ జేసి. 8

టీ. విద్వాంసులు = ఆపండితులు, శృంగాటకములన్ — నలుత్రోవలు గలిసెడు చోటులయందు, కలిసి = కూడుకొని, నగరుదెసన్ = రాజగృహముతట్టు, చూచుచునే = వీక్షించుచునే, మంతనంబులాడి = రహస్యములాడి, ఇండ్లకుఁ జనిరి =

తమ గృహములకుఁ బోయిరి. ఆజ్జనవిభుండు = ఆపాండ్యరాజు, రూఢికిన్ = ప్రసిద్ధి కొఱకు, అతనిన్ = ఆవిష్ణుచిత్తుని, మహాగజారూఢున్ - మహాగజ = పెద్దయేనుఁగు మీఁద, ఆరూఢున్ = ఎక్కినవానిఁగా, చేసి = ఒనరించి; పురి నేఁగించి యను ముందటి పద్యముతో నన్వయము.

మ. పురి నేఁగించి తదీయ మైననగరం • బుం జేర్పుఁ డంచు న్వడిన్
దొరలన్ రాజకుమారులన్ బనుపఁగాఁ • దూర్యస్వనంబు ల్నిరం
తరవందిస్తుతులుం జెలంగ గజఘం • టావారకాంతాంఘ్రినూ
పురము ల్మ్రోయఁగఁ గొల్చి వా రిరుగడం • బో మార్గమధ్యంబునన్.

టీ. పురిన్ = మథురాపట్టణమందు, ఏఁగించి = మెఱవడిఁ జేయించి, ఊరేఁగించి యనుట తదీయమైన = ఆవిష్ణుచిత్తునిసంబంధియైన, నగరంబున్ = పట్టణమగు శ్రీవిల్లిపుత్తూరిని, చేర్పుడంచున్ = ప్రవేశపెట్టుండని, పాండ్యరాజనుట. దొరలన్ = రాజులను, రాజకుమారులన్ = రాచకొమరులను, పనుపఁగాన్ = పంపఁగా, తూర్యస్వనంబుల్ = వాద్యఘోషములును, నిరంతరవందిస్తుతులన్ = ఎడతెగని బట్టులకైవారములును, చెలంగన్ = విస్తరిల్లుచుండఁగా, గజ...ల్ - గజఘంటా = ఏనుఁగులకుఁ గట్టిన గంటలును, వారకాంతాంఘ్రినూపురముల్ = ఆటకత్తియలయొక్క పాదములయందలి అందియలును, మ్రోయఁగాన్ = ధ్వనిసేయుచుండఁగా, వారు = రాజులు, రాజకుమారులు, వందిమాగధులు, వారకాంతలు మొదలగువారు, ఇరుగడన్ = పార్శ్వద్వయమందు, ద్విగుసమాసము, పోన్ = పోవుచుండఁగా, మార్గమధ్యంబునన్ = నడితెరువునందు, క్రియ ముందటి పద్యమం దున్నది.

ఉ. ఇంగిలికంబునం దడిపి • యెత్తు కసీసపురెంటెమో యన
న్నింగి గరుత్పరంపరల • నిగ్గున లేఁదొగ రెక్కునంత వీఁ
చెం గలశాబ్ధిమీఁగడల • జి డ్డెఱిఁగించెడు కమ్మగాడ్పు నిం
డెం గడు మ్రోఁత పెన్దిరువ • డిం గని రాఖగరాజు మూఁపునన్. 10

టీ. నింగి = ఆకాశము, ఇంగిలికంబునన్ = హింగుళశబ్దార్థమగు నింగిలికము చేతను, తడిపి = ఆర్ద్రముఁజేసి, ఎత్తు = పైకెత్తిన, కసీసపురెంటెమో = నీలవస్త్రమో, అనన్ = అనునట్లుగా, గరు...నిగ్గునన్ - గరుత్ = ముందు చెప్పఁబడు పెరియతిరువడి ఱెక్కలయొక్క, పరంపరలన్ = పంక్తులయొక్క, నిగ్గునన్ = కాంతిచేత, లేఁదొగరెక్కునంతన్ = తరుణారుణకాంతి గలుగునంతలోనే, గరుత్మంతుని ఱెక్కలెఱ్ఱనివి గావున వానికాంతులచే నాకాశమెఱ్ఱనయ్యెననుట. కల...జిడ్డు - కలశాబ్ధి = పాలసముద్రముయొక్క, మీఁగడల = మీఁగడలయొక్క, జిడ్డు = జిడ్డువాసనను, ఎఱిఁగించెడు = తెలిపెడు, కమ్మగాడ్పు = సుగంధివాయువు, వీఁచెన్ = విసరెను, గరు

త్మంతుఁడు కదలఁగానే యాయన ఱెక్కలవలనఁ బుట్టిన వాయువు క్షీరసముద్రపు మీఁగడలవాసనను రేఁపఁగా నావాసన లావాయువుతోఁ గూడి వచ్చె ననుట. మ్రోఁత=పెద్ద ధ్వని, కడుఁ = మిక్కిలి, నిండెన్ = సంపూర్ణమయ్యెను. పెన్దిరువడిన్=పెరియ తిరువడి యని ద్రవిడభాషయందు శ్రీవైష్ణవసంకేతితమైన నామము గల వైనతేయుని, కనిరి = ఆరాజులు మొదలగువారు చూచిరి, అఖగరాజు మూఁపునన్- అఖగరాజు=ఆపక్షీంద్రుఁడగు గరుత్మంతునియొక్క, మూఁపునన్ = స్కంధమందు, క్రియ ముందటి పద్యమునం దున్నది.

తా. విష్ణుచిత్తునకుఁ బ్రత్యక్ష మగుటకు శ్రీ క్షీరసముద్రము నుండి స్వామి వెడలఁగానే గరుత్మంతుని ఱెక్కల యెల్లకొంగులచేత నాకాశ మింగిలీకముతోఁ దడిపి యెత్తిన నీలిగుడ్డవలె నీలలోహితవర్ణము గలిగియుండె నింతలోనే పాలమీఁగడ జిడ్డువాసనలతో వాయువులు విసరె నంతలోనే గరుత్మంతుని ఱెక్కల ధ్వని వినంబడె నింతలో నతివేగవంతుండగు గరుత్మంతుండు గానఁబడియె నంత నతని వీఁపుమీఁద స్వామియుఁ దోఁచె నని భావము.

సీ. చిగురుఁబోట్లపుదోయిఁ • జెందమ్ములనఁ దార్క్ష్య,
హస్తోదరముల ది•వ్యాంఘ్రు లమర
నునుఁగప్పుమేనఁ దోఁ•చిన తదర్ఘ్యచ్ఛాయ,
లీలఁ దాల్చుపసిండి•చేల మెఱయ
వ్రాలిన యోగిన•గ్నము నిర్మలాంతఃక,
రణములుఁబోలె హా•రములు దనర
సిరికి బుట్టింటిసె•చ్చెలు లౌట మనవికి,
డాసె నా మకరకుం•డలము లమర
తే. శ్రిత సిత మరాళ వాత్స్యాభి•హాస పరాగ
వలయమండిత కల్పశా•ఖలొ యనఁగ
శంఖచక్రాంచితోరుహ•స్తములు దనరి
దోఁచెఁ గమలేక్షణుండు చ•తుర్భుజుండు. 11

టీ. చిగురు...న్ - చిగురుఁబోట్లపు=చివుళ్ళ దొన్నెలయొక్క, దోయిన్=ద్వంద్వమందు, చెందమ్ములనన్ = ఎఱ్ఱదామరపువ్వులనునట్లు, తార్క్ష్య...ములన్- తార్క్ష్య=గరుత్మంతునియొక్క, హస్తోదరములన్=కరతలపుటములయందు, దివ్యాంఘ్రులు=శ్రీపాదములు, అమరన్=పొందుపడఁగా, నునుఁగప్పుమేనన్=నిద్దమగునీలవర్ణముగల దివ్యమంగళవిగ్రహమందు, తోఁచిన=ప్రతిఫలించిన, తదర్ఘ్య=ఆవాహన

మగు గరుత్మంతునియొక్క, ఛాయలీలన్ = కాంతివలె, తాల్చు...చేల - తాల్చు= ధరియించిన, పసిండిచేల=కనకాంబరము, మెఱయన్=ప్రకాశించుచుండఁగా, వ్రాలిన...లెన్-వ్రాలిన=చేరినట్టి, యోగివర్గము=యోగీశ్వర సమూహముయొక్క, నిర్మలాంతఃకరణములుఁబోలెన్=నిష్కళంకములగు అంతరంగములవలెను, వ్రాలిన యను శబ్ద మంతఃకరణశబ్దముతో నన్వయించునది. ఇది సమస్తపదము. హారములు = ముక్తాహారములు, తనరన్=ఒప్పుచుండఁగా, సిరికిన్=శ్రీదేవికి, పుట్టి...టన్- పుట్టింటి=జనకగృహసంబంధులైన, నెచ్చెలులాటన్=స్నేహితులాటచేతను, మనవికిన్=విన్నవించుటకు, డాసెనాన్=సమీపించెనో యనునట్లు, మకరకుండలములు=మకరాకారకర్ణభూషణములు, అమరన్, శ్రీదేవియును మకరములును సముద్రమునందే జనించుటంజేసి లక్ష్మికిఁ బుట్టినయింటి స్నేహములు గలవి గావున మిక్కిలి చనువు గలిగి శ్రియఃపతి వీనుల సమీపమునకుఁ జేరననుట. శ్రిత...లో-శ్రిత=చేరియున్న, సిత=తెల్లనైన, మరాళి=హంసచేతను, వాత్యా=సుడిగాడ్పుచేత, అభిహత=రేఁపఁబడిన, పరాగ=కెందూళియొక్క, వలయ=వలయముచేతను, మండిత=అలంకరింపఁబడిన, కల్పశాఖలాయనంగన్=కల్పవృక్షపుకొమ్మలో యనునట్లు, శంఖ...లు-శంఖ=పాంచజన్యముచేతను, చక్ర=సుదర్శనముచేతను, అంచిత=ఒప్పుచున్న, ఉరు=దీర్ఘములైన, హస్తములు=భుజములు, తనరన్=ప్రకాశింపఁగా, శంఖము హంసవలెను, చక్రము పరాగవలయము వలెను, భుజములు కల్పశాఖవలె నున్నవనుట. కమలేక్షణుండు=తమ్మికంటి, చతుర్భుజుండు=నాల్గుభుజములుగలిగినస్వామి, తోఁచెన్=ప్రత్యక్షమయ్యెను. ఉత్ప్రేక్షాలంకారము.

క. ఎప్పుడు హరి గని రమరులు
  ముప్పదియును మూఁడుకోట్లు • మునిఁ గనుఁగొనువా
  రప్పుడు తత్కరములతో
  విప్పిన గొడుగులును మింట • వేగమ మొగిడెన్. 12

టీ. ఎప్పుడు=ఏక్షణమందు, మునిఁగనుఁగొనువారు = విష్ణుచిత్తుని సేవించెడివారు, ముప్పదియును మూఁడుకోట్లు=త్రయస్త్రింశత్కోటిసంఖ్యగల, అమరులు=దేవతలు, హరిన్=స్వామిని, కనిరి=చూచిరో, అప్పుడు=ఆక్షణమందు, తత్కరములతోన్=వారిహస్తములతోడ, విప్పిన=తెఱవఁబడిన, గొడుగులును=దేవతల ఛత్రములును, మింటన్=ఆకాశమందు, వేగమ=శీఘ్రమే, మొగిడెన్=ముకుళితమయ్యెను.

తా. ముందే స్వర్గమందలి ముప్పదిమూఁడుకోట్లు దేవతలు విష్ణుచిత్తునిఁ జూడ వచ్చియుండిరి గావున వారలు స్వామి వేంచేసినంతనే యదివఱలోఁ దెఱవఁబడియున్న గొడుగులు ముడిచి హస్తములు మొగిడ్చి నమస్కరించిరి. అలం. సహోక్తి.

తే. సామరదిదృక్షుఖస్థరక్షఃపిశాచ
పుంజమహిభుక్పతత్రప్రభంజనములు
సోఁకఁ బెఱిఁ బాఱెఁ గళ్యాన శూర్పవాత
ఘట్టనలఁ బాఱు పెనుపొల్లకట్టుఁ బోలె. 13

టీ. సామర...లు - సామర=దేవతలతోఁగూడిన, దిదృక్షు=చూడనిచ్ఛయించిన, ఖస్థ=ఆకాశమందు నిలిచియున్న, రక్షఃపిశాచపుంజము=రక్కసులయొక్కయు పిసాసులయొక్కయు సమూహము, రక్షఃపిశాచాదులు దేవయోనులగుటంజేసి స్వర్గమందుండరనుట. అహి ... ములు - అహిభుక్ = సర్పభక్షకుఁడగు గరుత్మంతుని యొక్క, పతత్ర = ఱెక్కలవలని, ప్రభంజనములు = పెనుగాడ్పులు, సోఁకన్ = స్పృశింపఁగానే, వెఱన్=వెఱపుచేతను, కళ్యానన్=కళ్లమునందు, శూర్ప...లన్-శూర్పవాత=చేటల గాడ్పులయొక్క, ఘట్టనలన్=ఒరపిళ్లచేత, పాఱు...న్-పాఱు=ఎగసిపోవుచున్నట్టి, పెను=పెద్దదియగు, పొల్లకట్టువోలెన్=తఱకలవలె, పాఱెన్=పరుగెత్తెను. ప్రథమపాదమందున్న సామరపదముయొక్క ప్రథమవర్ణమును రక్షశ్శబ్దముయొక్క యంతిమవర్ణముతోడ సంబంధపడునట్లు హల్ప్రిధానముగా నుభయవళుల లోసిదిగా సాంబాదిశబ్దములవలె విశ్రమముఁ జెప్పినాఁడు. సమ్మదదిదృక్షు అను పాఠమున సంతోషమునఁ జూడఁగోరదు అని యర్థము. కళ్లానమునందు, 'వికృతౌ క్వచిచ్ఛలోపో మోర్దీర్ఘశ్చాత ఆదిమస్యభవే' త్తను సూత్రానుసరణముగా, కం. 'మానుగ ధృతరాష్ట్రుఁడు ప్రా, ణానం గలుగంగ' ననియెడు భారతప్రయోగమువలె సంగతమైనది. అంతరిక్షమందంతకు మున్ను దేవతలతోడఁ జేరి యున్న రక్షఃపిశాచ సంఘము తమజాతికి విరోధియగుస్వామికి వాహనమైన గరుత్మంతునికి ఱెక్కలగాడ్పు తమపై వీవఁగానే భయపడి పరుగెత్తెను. దేవతలు మాత్రము నిలచి యుండిరి; ఎట్లంటేని, కళ్ళమందు ధాన్యముమీఁదఁ జేఁటలచేత విసరఁగానే గట్టి నిల్చి పొట్టు చెదరి పోయినట్లని భావము.

క. నీరంధ్రకుసుమధారా
సారచరచ్చంచరీకసంకులకలఝుం
కారానుకారిసంస్తవ
కారి మునిస్తోమ సామగానం బెసఁగెన్. 14

టీ. నీరంధ్ర...బు - నీరంధ్ర = దట్టమైన, కుసుమధారా = పుష్పధారల యొక్క, ఆసార=వర్షమందు, చరత్ = సంచరించుచున్న, చంచరీక = తుమ్మెదల యొక్క, 'ఇన్దిన్దిరశ్చఞ్చరీకః' యని యమరము. సంకుల=అధికమైన, కల=అవ్యక్త మధురములగు, ఝుంకార=ఝుంకృతులను, అనుకారి=అనుకరించుచున్న, సంస్తవ=

స్తోత్రములను, కోరి=చేయుచున్న, ముని=నారదాదిమునులయొక్క, స్తోమ=సమూహముయొక్క, సామగానంబు=సామవేదముపాట, ఎసఁగెన్=విస్తరిల్లెను, స్వామితోఁగూడ నారదాది మునీంద్రులు సామగానము సేయుచుండఁగా నది పుష్పవర్షము బడి తిరిగెడు తేఁటుల ఝంకారమువలె మధురమై వీతెంచె ననిభావము.

తే. అట్లు ప్రత్యక్ష మైనపద్మాక్షు నంత
రిక్షమునఁ గాంచి ముని ప్రమోదాక్షిజలము
నిగుడఁ బులకించి కరటిఘంటికల తాళ
ములుగ నిట్లని యమ్మహాత్ముని నుతించె. 15

టీ అట్లు = పూర్వోక్తరీతిగా, ప్రత్యక్షమైన = సాక్షాత్కరించినట్టి, పద్మాక్షున్=తామరలవంటి నేత్రములుగల స్వామిని, లేక, లక్ష్మీదేవియే నేత్రములయందుఁగలస్వామిని, అంతరిక్షమునన్=ఆకాశమందు, కాంచి=చూచి, ముని=విష్ణుచిత్తుఁడు, ప్రమోదాక్షిజలము=ఆనందబాష్పములు, నిగుడన్=వెలికుబుకఁగా, పులకించి = గగుర్పాటు గలిగి, కరటిఘంటికలన్ - కరటి = తానెక్కియున్న యేనుఁగుయొక్క, ఘంటికలన్=ఇరుప్రక్కలనున్న గంటలే, తాళములుగన్=వాయించెడు తాళములు గాఁగా, అమ్మహాత్మునిన్=ఆపరమాత్ముఁడగు స్వామిని, ఇట్లని=వక్ష్యమాణక్రమముగా, నుతించెన్=కొనియాడెను.

కవిరాజవిరాజితము.

జయ జయ దానవదారణకారణ • శార్ఙ్గరథాంగగదాసిధరా
జయ జయ చంద్రదినేంద్రశతాయుత • సాంద్రశరీరమహఃప్రసరా
జయ జయ తామరసోదరసోదర • చారుపదోజ్ఝితగాంగఝరా
జయ జయ కేశవ కేశినిషూదన • శౌరి శరజ్జలజాక్షహరీ. 16

టీ. దానవ...రా - దానవ = రాక్షసులయొక్క, దారణ = భేదనమునకు, కారణ=హేతువులగు, శార్ఙ్గ=ధనువును, రథాంగ = చక్రమును, గదా = గదను, అసి=నందకమనుఖడ్గమును, ధరా=ధరించినస్వామీ! జయజయ=సర్వోత్కృష్టుఁడవుగాఁ బ్రవర్తిల్లుమా: దరా అనుపాఠమందు శంఖమును గలవాఁడా యని యర్థము. దానవదారణకారణ యని ప్రత్యేక విశేషణముగానుం జెప్పవచ్చును, జయజయ యని నాల్గు పాదములయందును వచ్చును. చంద్ర...రా - చంద్ర=చందురులయొక్కయు, దినేంద్ర=సూర్యులయొక్కయు, శతాయుత = అయుతశతసంఖ్యలయొక్క వలెనే, సాంద్ర=దట్టమైన, శరీర = దివ్యమంగళముయొక్క, మహః = కాంతులయొక్క, ప్రసరా=వ్యాప్తికలవాఁడా, తామ...రా - తామరస = తామరపువ్వులయొక్క, ఉదర=అంతర్భాగమునకు, సోదర=తోఁబుట్టువును, చారు = సుందరమునగు, పద=

పాదముచేత, ఉజ్ఝిత=విడువంబడిన, గాంగ = గంగానదీసంబంధియగు, ఝరా=ప్రవాహము గలవాఁడా! కేశినిషూదన=కేశియను రక్కసుని సంహరించినవాఁడా, శరజ్జలజాక్ష - శరత్=శరత్కాలమందలి, జలజ=కమలమువంటి, అక్ష=కన్నులుగలవాఁడా! కేశవ=బ్రహ్మరుద్రుల కుత్పత్తిస్థానమైనస్వామీ. 'క ఇతి బ్రహ్మణో నామ ఈశోఽహం సర్వదేహినామ్, ఆవాంతవాఙ్గసంభూతౌ తస్మాత్కేశవనామవాన్' అని ప్రమాణము. శౌరి=హరీ, అని మంగళాశాసనము చేసెను. భగవంతునకు జీవకోటి యాశీర్వాదము చేయవచ్చునా యనినఁ బూర్వ మట్టియాచారము కలదు. 'పూర్వాం దిశం వజ్రధరః దక్షిణాం పాతు తే యమః, వరుణః పశ్చిమా మాశాం కుబేరస్తూత్తరాందిశ' మ్మని సీతమ్మవారు శ్రీరాములవారికి మంగళాశాసనము చేసియున్నారు.

మ. దివిజద్వేషి నుదారవారిచరమూ◆ ర్తిం ద్రుంచి చాతుర్య మొ
ప్ప వడిం జొకపుఁదెల్ల కౌచుగమి దం◆భం బొంద మైఁ దాల్చి వే
దవిశుద్ధాక్షరపఙ్క్తిఁ గ్రమ్మఱఁగ వే◆ధం జేర్చెదో నాఁగఁ ద
ద్భువనం బబ్ధిసితాంబుబిందు లలమం◆ బ్రోద్యద్రుచిం దాఁటవే. 17

టీ. దివిజద్వేషిన్=వేదచోరకుఁడగుహయగ్రీవాసురుని, ఉదార...ర్తిన్-ఉదార=కొలఁదిదెలియరాని, వారిచర=మీనముయొక్క, మూర్తిన్ = శరీరముచేతను, త్రుంచి=ఖండించి, చాతుర్యము=విన్నాణము, ఒప్పన్=తనర్చునట్లు, వడిన్=వేగముచేత, చొకపు...బు-చొకపు=చదరమగు, తెల్లకాచు=ధవళకాంతిగల పైపొట్టుయొక్క, గమి=సమూహమునెడు, దంభంబు=వ్యాజము, ఒందన్=పొందునట్లు, మైన్ = శరీరమందు, తాల్చి = ధరించి, వేద...పఙ్క్తిన్ - వేద - వేదములయొక్క, విశుద్ధ=శుభ్రములగు, అక్షర=అక్షరములయొక్క, పఙ్క్తిన్=శ్రేణిని, క్రమ్మఱఁగన్=మరల, వేధన్=బ్రహ్మదేవుని, చేర్చెదో నాఁగన్=చేర్తువో యనునట్లు, తద్భువనంబు=ఆబ్రహ్మలోకము, అబ్ధి...లు-అబ్ధి=సముద్రముయొక్క, సిత—తెల్లనైన, అంబు=ఉదకములయొక్క, బిందులు=బిందువులు, అలమన్ = వ్యాపింపఁగా, ప్రోద్యద్రుచిన్-ప్రోద్యత్=వృద్ధిఁబొందుచున్న, రుచిన్=కాంతిచేత, దాఁటవే = అతిక్రమింపవా. 'ఉదారో దక్షిణే ఖ్యాతే దానశౌణ్డే మహత్యపి' యని రత్నమాల. 'స్త్రియాం మూర్తిస్తను స్తనూః' అనియును, 'కపటోఽస్త్రీ వ్యాజ దమ్భోపధయశ్ఛద్మకైతవే' యనియు నమరము. నీవు మత్స్యరూపమును ధరించి వేదచోరకుఁడగు రక్కసుని వధించి వాఁడపహరించిన వేదములు నేర్పుతో నప్పుడే బ్రహ్మకిచ్చుటకై పోయెడువో యనునట్లు నీవు సంచరింపుచుండుట వలన సముద్రోదకములు సత్యలోకము నాక్రమింపుచుండఁగా నీ వాలోకమును దాఁటవైతివనియును నప్పుడు నీమీనశరీరమునందలి తెల్లనిపొలుసు పరిశుద్ధ

ములగు వేదాక్షరములో యన్నట్లుండె ననియు భావము. కైతవాపహ్నుత్యనుప్రాణిత మైన యుత్ప్రేక్షాలంకారము.

చ. ఎలమిఁ యుగాంతవారి కెదు • రెక్కు తఱిఁ వడిఁ దాలుగహ్వరం
బులఁ జనునీటివెల్లిఁ బడిఁ • బోవు సపక్షులగోరు వాశ్చరం
బులు దనుఁ దాఁకఁ దద్గతత • మ్రోయు నజాండము దైత్యు వేదప
జ్క్తులుగొని గూల్చి*నట్టి జయ • దుందుభిఁ జేసితి కా మురాంతకా.

టీ. ఎలమిన్=సంతోషముచేతను, యుగాంతవారికిన్=ప్రళయోదకమునకు, ఎదురెక్కు తఱిన్=ఎదురుగాఁబోవు సమయమందు, వడిన్=వేగముచేతను, తాలుగహ్వరంబులన్=దవుడలనెడు, గహ్వరంబులన్=గుహాలయందు, చను=పోవునట్టి, నీటివెల్లిబడిన్=జలప్రవాహమువెంట, పోవు=పోయెడు, సప...లు-సపక్షనగ = ఱెక్కలతోఁ గూడియున్న మైనాకాదిపర్వతములును, ఉరు=గొప్పలగు, వాశ్చరంబులు=తిమితిమింగిలములు మొదలగు జలచరములును, తనున్=బ్రహ్మాండముననుట, తాఁకన్=తగులఁగా, తద్గతతన్=ఆదవుడలను పొందియుండుటచేతను, మ్రోయు=ధ్వనిఁజేయుచున్న, అజాండము=బ్రహ్మాండమే, దైత్యున్=సోమకాసురుని, వేదపంక్తులుగొని=వేదసమూహములను దీసికొని, కూల్చినట్టి=సంహరించినట్టి, జయదుందుభిన్ = జయభేరినిగా, చేసితికా, మురాంతకా=మురాసురహరా యని సంబోధనము. ఇచ్చట నజాండము యని ప్రథమావిభక్తి. 'ఇతరత్రచద్వితీయా తస్యాః ప్రథమాచ జడపదానాంస్యాత్' అనుసూత్ర మనుసరించి యప్రాణి వాచక మగు జయదుందుభియందలి ద్వితీయకుఁ దుల్యమైనది. మఱియు, 'కర్మాదేః కర్తృత్వ' మిత్యాది సూత్రపద్ధతివలన జయదుందుభియందుఁ గూల్చినట్టి యనుపద మన్వయించుట సరిగా నున్నది.

మీనము తన నైజగుణముచేత నీటి కెదురెక్కుట ప్రసిద్ధము గావున నీమత్స్యము ప్రళయోదక ప్రవాహమున కెదురెక్కుచుండఁగా నావేగమునకు నిలువలేక యానీటి వెంబడి మైనాకాది పర్వతంబులును దిమిప్రముఖంబు లగు మహాజలచరంబులు నవళంబులై దొరలి యామీనముయొక్క దవుడలలోఁ బడినవనియును, జలప్రళయమందు బ్రహ్మాండము సెడకుండ నామత్స్యమూర్తి తనదవుడల నునిచికొని యున్నాఁడనియును, నామైనాకాదు లావేగముచేత నాబ్రహ్మాండము దగులఁగా నది ధ్వనిఁజేసెఁగావున నాబ్రహ్మాండమే స్వామి వేదములు దీసికొని రక్కసునిఁ బ్రక్కలించిన దానికి జయభేరివలె నుండెననియుఁ భావము. అనుభయతాద్రూప్యరూపకాలంకారము.

చ. మితి గడవం దిమింగిలత • మెయ్మెయి వెంచిన నీదు వాతఁ గు
త్సితపలలాశియైనచిఱుఁ • జేఁ పది ద్రెళ్ళుట నీవు మ్రింగుటే

* సద్వి.

శ్రుతు లగునూరువు ల్మగుడఁ • జొచ్చుతఱి న్భవదేధనైధనై
ధిత జవశక్తి నీడ్చుకొని • తెచ్చుటకాక తదల్పతాల్పతన్. 19

టీ. మితి=పరిమాణము, కడవన్=మీఱునట్లు, తిమింగిలతన్=మహామీనత్వముచేత, మెఱ్మె...తన్-మెఱ్మెయివెంచిన=మిక్కిలిశరీరము పెంచినట్టి, నీరు=నీసంబంధియైన, వాతన్=వక్త్రమునందు, కుత్సిత...ప-కుత్సితపలలాశియైన=కుత్సితరాక్షసుఁడనియును, మీనములు మాంసము భక్షించుట ప్రసిద్ధముగావున నట్టిపలలాశియగు, చిఱుచేఁప=చిన్నచేఁప, ఆది=మత్స్యతారోపముచేత నసహంద్వాచకము, రాక్షసుఁడనుట, ద్రెళ్లుట=పడుట, నీవుమ్రింగుటే=నీవు కబళించుటయే యని ప్రశ్నార్థకము. శ్రుతులగు=వేదమయములగు, ఊరువుల్=ఉచ్ఛ్వాసవాయువులు, మగుడన్=మరల, చొచ్చుతఱిన్=వక్త్రమునందుఁ బ్రవేశించునప్పుడు, తదల్పతాల్పతన్-తత్=ఆపలలాశియొక్క, అల్పతాల్పతన్=అత్యంతాల్పమౌటచేతను, భవ...న్-భవత్=నీయొక్క, ఏధనైధన = అతిసమృద్ధిచేతను, ఏధిత = వృద్ధిచేయఁబడిన, జవ = వేగముయొక్క, శక్తిన్ = సామర్థ్యముచేతను, ఈడ్చికొని తెచ్చుటకాక = తీసికొనివచ్చుటయేకాక, మ్రింగుట కాదనుట. తిమింగిలత మెఱ్మెయి యనుచోట నికారము లోపించుటకు విరాటపర్వమున మ. "మగుడం గీచకుఁ బట్ట వాఁడును బలోన్మాదంబున న్బాహులఁ, ర్వగరిష్ఠుం డగునాహిడింబరిపుఁ దీవ్రక్రోధుఁడై పట్టి బె, ట్టుగఁ ద్రోపాడఁగ నిద్దఱు న్భుజబలాటోపంబుమై నొండొరు, న్మిగులం జాలక కొంత సేపువడి మెఱ్మెఁ బోరి రుగ్రాకృతిన్." అన్నపద్యంబునం జతుర్థపాదంబునను, నిర్వచనోత్తరరామాయణమందు, ఉ. "అటున మూర్ఛవోయినప్రహస్తుఁ గనుంగొని యింకఁ దాఁకిన, న్గీటడఁగించు నర్జునుఁడుకేవలుఁడే యని భీతచిత్తులై, మేటిమగ ల్బలంబెడలి మెఱ్మెయి మార్కొన లేక పాఱిన, న్గాటుకకొండవోలె దశకంఠుఁ డెదిర్చె మహీమహేంద్రునిన్." అనిన పద్యంబునఁ దృతీయపాదంబునను, దిక్కన సోమయాజిప్రయోగంబు కలిమిం జేసి యిందుం బ్రయోగింపంబడియె.

ఇంతంత యని చెప్పఁగూడని యత్యున్నతశరీరముతో మత్స్యమూర్తి విహరించుచుండఁగా నాయన యుచ్ఛ్వాసవాయువులు మగిడి ముఖమందుఁ బ్రవేశించునప్పుడావాయువులవెంబడి నీమహామీనము ముందఱ నత్యల్పతముం డనఁగా నున్నయా రక్కసుఁడు దనకుఁ దానే ద్రెళ్లెను గాక యామత్స్య మదియొకయత్నముగా వాని మ్రింగ లేదనియును మహామత్స్యములును బర్వతాదులును బ్రవేశించెడు నావక్త్రమందీకుత్సితపలలభక్షక మగురాక్షసుఁ డనుచిన్న చేఁప పడిపోవుట చిత్రము గాదు. హేత్వపహ్నుత్యలంకారము.

జలపూరప్లవమానమృణ్మయమహీ • సంరక్షకై గారయీ
బలె ముక్తామణిశుక్తిశంఖనికురుం • బం బెల్లఁ జూర్ణంబుగా
బలభిద్వజ్రసదృఙ్నిజోపరిపరి • భ్రామ్యన్మహామందరా
చలసంఘృష్టిఘురట్టమైనకమఠ • స్వామి న్నినుం గొల్చెదన్. 20

టీ. జల...కై - జలపూర=నీర్వ్యామియందు, ప్లవమాన=నానుచున్న, మృణ్మయ=మృత్తికావికారమగు, మహీ=భూమియొక్క, సంరక్షకై=రక్షణముకొఱకు, గారయీబలెన్ = గచ్చుసేయుటకొఱకువలె, ముక్తా..బు - ముక్తామణి=ముత్తెములయొక్కయు, శుక్తి=గుల్లలయొక్కయు, శంఖ=సంకులయొక్కయు, నికురుంబంబెల్లన్=సమూహమంతయును, చూర్ణంబుగాన్=సున్నమగునట్లు, బల...ము - బలభిద్వజ్ర = దేవేంద్రుని వజ్రాయుధముతోడ, సదృక్ = సమానమైన, నిజోపరి= స్వకీయమైనపైభాగమందు, పరిభ్రామ్యత్=తిరుగుచున్న, మహత్=గొప్పదియైన, మందరాచల=మందరపర్వతముతోడ, సంఘృష్టి=ఒరసికొనుటకు, ఘురట్టమైన=అడుఁ తిరుగలియయిన, కమఠస్వామిన్=కూర్మరాజైన, నినున్=నిన్ను, కొల్చెదన్= సేవించెదను.

తా. సముద్రమథనకాలమందు మందరాచలము క్రిందఁ గమఠమూర్తియొక్క కర్పరమొరసికొనుచుండఁగా సముద్రమందలి ముత్తెములు ముత్తెపుఁజిప్పలు శంఖము లెల్ల నాపర్వతకర్పరములసందునఁబడి నలిగి చూర్ణమగుచుండె గావున సముద్రోదకములయందు మృద్వికార మగుభూమి నానికరఁగు నని దానిఁ గట్టిపఱచుటకై గారకొఱకు స్వామి సున్నము నూఱుచున్నాఁడో యన్నట్లుండె నని భావము. ఫలోత్ప్రేక్ష. సంఘృష్టిఘురట్టమనుచో రూపకము.

చ. ఒకమఱి బుడ్డగింప విల • యోదకము ల్పయి కుబ్బి చిప్ప వ్ర
చ్చుకొని మహాభ్రవీథిఁ జన • సూకరత న్మెయి వెంచి వెండి క్రిం
దికిఁ గయివ్రాలు తత్సలిల • నిర్మలధార నతఃపరస్ఫుర
త్ప్రకృతికి నీ యజాండమును • బంగరు ముంగఱఁగా నొనర్పవే. 21

టీ. ఒకమఱి=ఒకతూరి, బుడ్డగింపన్ = ఘూత్కారముసేయఁగా, ఇది వరాహచేష్ట, విలయోదకముల్=ప్రళయజలములు, పయికుబ్బి = పైకినుబికి, చిప్ప=బ్రహ్మాండకర్పరమును, వ్రచ్చుకొని = భేదించుకొని, మహాభ్రవీథిన్ = మహాకాశముయొక్క వీథియందు, చనన్=పోవునట్లుగా, సూకరతన్=వరాహత్వముచేత, మెయివెంచి= శరీరమును బెంచి, వెండి=మరల, క్రిందికిన్=అధోభాగమునకు, కయివ్రాలు=దిగజాఱుచున్న, తత్స...ధారన్-తత్=మున్నుచెప్పఁబడిన, సలిల = ఉదకముయొక్క,

నిర్మల=తేటయయిన, ధారన్=ధారచేతను, అతఃపర=బ్రహ్మాండమునకుఁ బరమైనట్టియు, స్ఫురత్=ప్రకాశించుచున్న, ప్రకృతికిన్=మాయ యనెడు స్త్రీకి, ఈయజాండమును=ఈబ్రహ్మాండమును, బంగరుముంగఱగాన్=సువర్ణమయ నాసాభూషణముగాఁగ, ఒనర్పవే=చేయవా.

తా. వరాహావతారమందు నొక్కసారి ప్రళయసముద్రమందలియుదకములలో నాదివరాహము మూఁతి నుంచి బుడ్డగింపఁగానే యాయుదకములు బ్రహ్మాండకర్పరము దాఁటి యావలఁ బైకి పోయి మగిడి వచ్చుచుండఁగా నాయుదకధార యాకర్పరమునకుఁ బైగా నున్నప్రకృతి యనెడు స్త్రీయొక్క ముక్కుకొన నున్నసన్నకాఁడవలె నుండె ననియును, బ్రహ్మాండ మాకాఁడకు నదికి యున్న బంగారుముంగఱవలె నుండెననియు నట్లొక్కసారి బుడ్డగించినమాత్రనే సముద్రోదకములు బ్రహ్మాండమును దాఁటఁ జేయునంత బలముగలిగిన వరాహరూపమును స్వామి ధరించె ననియును భావము. రూపకము.

మ. అసురేంద్రాశయకుండికాచ్ఛరుధిర•వ్యాప్తస్వకచ్ఛాయఁ గాం
చి సముద్యత్ప్రతిసింహమత్సరమిళ•చ్చేష్టన్ దదుద్దామదీ
ర్ఘసటాఝూటముఁ బెల్లగించుగతి నాం•త్రశ్రేణిఁ గిన్కం బెరం
జుసితక్రూర భవన్నఖావళులు ప్రోఁ•చు న్మర్త్యపంచాననా. 22

టీ. మర్త్యపంచాననా=ఓనరసింహా అనిసంబుద్ధి. అసు...న్ - అసురేంద్ర=రాక్షసేశ్వరుఁడగు హిరణ్యకశిపునియొక్క, ఆశయ=హృదయమనెడు, కుండికా=కుండికయందలి, అచ్ఛ=తేటయయిన, రుధిర=నెత్తుటియందు, వ్యాప్త=ప్రతిబింబితమైన, స్వక=స్వీయమైన, ఛాయన్=నీడను, కాంచి=చూచి, సము...న్ - సముద్యత్=విజృంభించుచున్న, ప్రతిసింహ=అన్యసింహమనెడి, మత్సర=ఈసుతోడను, మిళత్=కూడుకొన్న, చేష్టన్=చిట్టకముచేతను, తదు...న్ - తత్=ఆప్రతిసింహముయొక్క, ఉద్దామ=గొప్పలగునట్టియు, దీర్ఘ=నిడుదలగు, సటా=జూలువెండ్రుకలయొక్క, ఝూటమున్=సమూహమును, పెల్లగించుగతిన్=పెకలించినట్లుగా, ఆంత్రశ్రేణిన్=ప్రేఁగులయొక్క పంక్తిని, కిన్కన్=కోపముచేత, పెరంజు...లు- పెరంజు=తెమల్చుచున్నట్టి, సిత=తెల్లనైన, క్రూర=తీక్ష్ణములైన, భవన్నఖావళులు=నీగోళ్లయొక్క పఙ్క్తులు, ప్రోచున్=మమ్ము రక్షించును.

తా. స్వామి నృసింహావతార మెత్తినప్పుడు హిరణ్యకశిపునిహృదయముఁ జీల్చి యారక్తమందు నీడఁ జూచి ప్రతిబింబించిన తనరూపును మఱియొకసింహము రూపమని మత్సరించి యాకోపముచేత దత్సింహముయొక్క సటలు పెల్లగించెనో యన్నట్లు హిరణ్యకశిపుని ప్రేఁగులు బైటికి లాఁగె ననియు, నట్లు లాఁగిన తెల్లనితీక్ష్ణము లగుగోళ్లు

తమ్ము రక్షించు నని మంగళాశీర్వచనము చేసె ననియు భావము భ్రాంతిమదను ప్రాణితోత్ప్రేక్షాలంకారము.

ఉ. మునుమున్దెల్పును దూఱఁదూఱమఱికెంపు నవ్వెండియుందూఱఁగం
దనగాయం గలనల్పుఁ దోఁప నఖకోణశ్రేణిచే విక్రమం
బున వాఁ డుగ్రతఁ గొన్నయట్టి విలస న్మూర్తిత్రయీ తేజముం
గొను లీల న్విదళింపవే యసురవక్షోభిత్తి మిథ్యాహరీ. 23

టీ. మిథ్యాహరీ = మాయాసింహరూపధారివగు నృసింహస్వామీ యని సంబుద్ధి. మునుమున్ = మొదలను, తెల్పును = ధావళ్యమును, దూఱఁదూఱన్ = ఊచ్చిపోఁగా, మఱి = పిమ్మట, కెంపున్ = ఎఱుపును, వెండియుందూఱన్ = ఇంకనుందూఱిపోఁగా, కందనగాయన్ = గుండెకాయయందు, కల = కలిగినట్టి, నల్పున్ = నీలవర్ణమును, తోఁపన్ = కనుపడఁగా, విక్రమంబునన్ = పరాక్రమముచేతను, వాఁడు = ఆ హిరణ్యకశిపుఁడు, ఉగ్రతన్ = బెట్టిదముచేతను, కొన్నయట్టి = గ్రహించిన, విలస... మున్ - విలసత్ = ఒప్పుచున్న, మూర్తిత్రయీ = పంచానన చతురానన జనార్దనులనియెడు ముగ్గురు మూర్తులయొక్క, తేజమున్ = తేజస్సును, కొనులీలన్ = మరల గ్రహియించునట్లు, నఖ...చేన్ - నఖ = గోళ్ళయొక్క, కోణ = కొనలయొక్క, శ్రేణిచేన్ = పఙ్క్తిచేత, అసుర...న్ - అసుర = రాక్షసునియొక్క, వక్షోభిత్తిన్ = గోడవంటి వక్షఃస్థలమును, విదళింపవే = చీల్పవా?

తా. హిరణ్యకశిపుని వక్షఃస్థలము భేదించినప్పుడు మొదటిభాగము తెగఁగానె తెల్లగా నుండె ననియును, మఱికొంత తెగఁగానె ఆమాంస మెఱ్ఱగా నుండెననియు, కడకుఁ దెగఁగా గుండెకాయం దవిలి నల్లగానుండెననియును, ఆ మూఁడుకాంతులు దోఁచుట దొల్లిట వాఁడు విక్రమించి శివుని తెల్లనితేజస్సును బ్రహ్మదేవుని యెఱ్ఱనితేజస్సును విష్ణుదేవుని నల్లనితేజస్సును గ్రహించెను గావున నవి వానిశరీరములోనుండఁగా స్వామివారు వాని మరల బైటికిఁ దీయుచున్నట్లుండె ననియు భావము. స్వభావోక్త్యనుప్రాణితోత్ప్రేక్షాలంకారము.

మ. బలిదైతేయభయాంధకారభరిత బ్రహ్మాండగేహంబులో
పలఁ బై మండెడుతత్ప్రతాపమయదీపజ్వాల డింద న్గడుం
దలమై మింటికి గ్రక్కున న్నెగయును ద్యత్తన్మహాచ్ఛాయ నాఁ
గలనీలాంగము శింశుమార మొరయంగాఁ బెంపవే వామనా. 24

టీ. బలి...లన్ - బలి = బలిచక్రవర్తియనెడు, దైతేయ = రాక్షసునివలని, భయ = భయమనియెడు, అంధకార = కటికిచీఁకటిచేత, భరిత = నింపఁబడిన, బ్రహ్మాండ = బ్రహ్మాండమనెడు, గేహంబులోపలన్ = ఇంటిలోపలను, పైన్ = ఉపరిభాగమందు,

మండెడు...ల - మండెడుఁ=ప్రజ్వరిల్లెడు, తత్ప్రతాపమయ=ఆ బలిచక్రవర్తియొక్క పరాక్రమరూపమైన, దీపజ్వాల=దివ్వెవెలుంగు, డిండక్ - మఱుఁగుపడునట్లుగా, కఢుక్=మిగుల, దలమై=దట్టమై, మింటికిక్ = ఆకాశమునకు, గ్రక్కునక్=వేగముగా, నెగయు ..య - నెగయు=ఉద్గమించుచున్న, ఇది నకారాది పదము, ఉద్యత్=ప్రకాశించుచున్న, తత్ = ఆదీపప్రభానివారణానంతరమయిన, మహాచ్ఛాయనాక్=పెద్దనీడయోయనఁగా, కలనీలాంగము - కల=ఉన్నట్టి, నీలాంగము=నల్లనిశరీరమును, శింశుమారము=శింశుమారచక్రము, ఒరయంగాక్=అంటునట్లు, పెంపవే=పెనుపవా? వామనా=వామనస్వామీ! యని మొదటికన్వయము.

తా. బలిచక్రవర్తినలని భయమునెడు చీఁకటి బ్రహ్మాండమునునిండలో వ్యాపించియుండె ననియును, దానిమీఁద నన‌ఁగా మూఁడులోకము లతిక్రమించి యతని ప్రతాప మనియెడుదీపము వెల్గుచుండె ననియును, దద్దీపజ్వాల యడఁపఁగున ట్లంతకంటెఁ బైఁగా శింశుమారచక్ర మంటునట్లు స్వామివారు నల్లనిశరీరముఁ బెంపఁగా నది దీపమున కడ్డ మగుఛాయవలె నుండె ననియును భావము. రూపకానుప్రాణితోత్ప్రేక్షాలంకారము.

మ. శమితక్షత్త్రకళత్రనేత్రజలవర్షావేళ నీకీర్తిహం
సము క్రౌంచస్ఫుటతావకాంబకసుషిం బాఁగంగ నీక్షించి న
ర్షము రా నంచలు నంద నేఁడుఁ జను నిచ్ఛ న్నాఁటి తచ్చేష్ట వా
యమిఁ దిర్యక్తతి దా గతానుగతికం బౌఁగా కుఠారీ హరీ. 20

టీ. కుఠారీ హరీ = పరశుధారివగుస్వామీ! యనిసంబుద్ధి. శమిత...శక్-శమిత=నశింపఁ జేయఁబడిన, క్షత్త్ర=రాజులయొక్క, కళత్ర-భార్యలయొక్క, నేత్రజల=కన్నీళ్ళనియెడు, వర్షావేళక్=వర్షాకాలమందు, నీకీర్తిహంసము - నీకీర్తియనెడునంచ, (ఇచ్చట సమాసాంతమగుటవలన మువర్ణకము సచ్చినది.) క్రౌంచ...న్-క్రౌంచ=క్రౌంచగుబ్బలియందు, స్ఫుట=వ్యక్తమైన, తావక-నీసంబంధియగు, అంబక=బాణమువలని, సుషిక్=బిలమందు, 'రంధ్రశ్వభ్రం వపాసుషి' యనియమరము. చాఁగంగక్=కదలిపోఁగా, ఈక్షించి = చూచి, వర్షమురాఁ - వానరాఁగానే, అంచలుక్=హంసలును, ఇచ్ఛక్=మనస్సునందు, తచ్చేష్ట - తత్=ఆనీకీర్తిహంసముయొక్క, చేష్ట=గమనవ్యాపారము, నాఁటి=నాఁటినుండి, వాయమిని=ఎడఁబాయమిం డుటచేత, అంద=ఆక్రౌంచబిలమునందె, నేఁడును - ఈకాలమందునను, చనును=పోవును, తిర్యక్తతి - తిర్యక్=పశుపక్షిప్రముఖతిర్యగ్జాతులయొక్క, తతి=సమూహము, తాన్=తాను, గతానుగతికంబు బౌఁగా = ముందటఁబోయినదానివెంట నే పోవునుగదా. అర్థాంతరన్యాసము.

తా. ఓ పరశురామావతారా! నీవు రాజులను సంహరించుటవలన వారిభార్యలు దుఃఖించుచుండఁగా వారికన్నీరను వర్షాకాలమందు నీకీర్తిహంసము, తొల్లి నీవు కుమారస్వామివలెనే శివునొద్ద విలువిద్య నేర్చికొని పరీక్షకొఱకుఁ గ్రౌంచపర్వతమును నీ బాణముచేత ఛేదించితివి కావున, నాబిలములోనుండి యావలికి వెడలి పోయెననియును, అపోవుట సూచి భూమియందలి యితరహంసలు వర్షాకాలము రాఁగానే ఆ బిలములోనుండియే యిప్పటికిని మానససరస్సునకుఁ బోవుననియును, దిర్యగ్జాతి యొకదానివెంట నొక్కటి చనుపోవునేకాని జంటవిడువదనియును భావము. హంసలు వర్షాకాలము రాఁగానే క్రౌంచపర్వతబిలముద్వారా మానససరస్సునకుఁ బోవుట ప్రసిద్ధము. పరశురాముఁడు క్రౌంచపర్వతమును భేదించె ననుటకు 'భృగుపతియశోవర్త్మయత్క్రౌంచరంధ్రి' మ్మని కాళిదాసప్రయోగము.

మ. పవిధారాపతనంబుఁ గైకొననియ•ప్పౌలస్త్యుమై సప్తధా
తువులం దూఱఁ బరిశ్రమంబునకు ను•ద్యోగించె నా సప్తసా
లవిభేదం బొనరించి నిల్వక వెసం • జన్నట్టి యుష్మన్మరు
జ్జవనాస్త్రం బొసఁగు న్సిరుల్ రఘుకుల•స్వామీ రమావల్లభా. 26

టీ. రఘుకులస్వామీ=రఘువంశనాయకా! రమావల్లభా = శ్రీసీతానాథా! పవి...బున్ - పవి = వజ్రాయుధముయొక్క, ధారా = అంచుయొక్క, పతనంబున్ = ప్రహారమును, కైకొ...లన్-కైకొనని=సఱకుసేయని, అప్పౌలస్త్యు=ఆపులస్త్యసంశజుఁడైన రావణాసురునియొక్క, మై=శరీరముయొక్క, సప్తధాతువులన్=త్వగసృగస్థిస్నాయు శుక్లవసామజ్జలనియెడు నేడు ధాతువులను, దూఱన్ = ప్రవేశించుటకై, పరిశ్రమంబునకున్ = అలవాటునకు, ఉద్యోగించెనాన్=ఆరంభించెనో యనునట్లు, సప్త...బు-సప్త=ఏడైన, సాల=కిష్కింధాప్రాంతమందలి మద్దిచెట్లయొక్క, విభేదంబు=వ్రచ్చుటను, ఒనరించి=చేసి, నిల్వక=విరమింపక, వెసన్ = వేగముచేత, చన్నట్టి = పోయినట్టి, యుష్మ...బు - యుష్మత్ =నీయొక్క, మరుత్=వాయువువలె, జవన=వేగముగలిగిన, అస్త్రంబు = బాణము, (వాయవ్యాస్త్రమనియైనియుం జెప్పవచ్చును.) సిరుల్=శ్రీలను, ఒసఁగున్=ఇచ్చుఁగాత.

తా. దేవేంద్రుని వజ్రాయుధముచేతఁ బ్రహరింపఁబడియు లక్ష్యము సేయని రావణాసురుని కఠినమైన శరీరమందలి సప్తధాతువులను భేదించుటకై ముస్నే యలవఱుచుకొనుటకువలె సప్తసంఖ్యగల సాలవృక్షములమీఁద సుగ్రీవునినమ్మకముకొఱకు శ్రీరామస్వామివారు బాణమును బ్రయోగింపఁగా నది ఆసాలములలోదూఱి యావలఁ బోయెననియు, నట్టి బాణము మాకు సిరులొసంగుత మనియును భావము.

సీ. స్యందనస్థితబిడౌ•జఃక్షత్తృజాడ్యకృ,
జ్జంఝామరుద్గరు•జ్ఝాత్కృతములు
క్రవ్యాశిరాడ్గాత్ర•కనదసృగ్గాహన,
స్ఫుటశల్యహవ్యభు•క్చూత్కృతములు
యోధవర్మితహృత్పు•టోత్క్రాంతనిజపాత,
సాలాశ్మకృతముహు•ష్ఠాత్కృతములు
పతితోగ్రరక్షస్క•బంధభారభృశార్తి,
భుగ్నభోగఫణీంద్ర•ఫూత్కృతములు
తే. శ్రాంతరథ్యనిరంతర•చ్ఛాయదములు
దివ్యతావకకార్ముకో•త్ప్రేరితములు
కలుషము లడంచుఁ గాత లం•కాపురాంగ
ణాంబరచరత్కలంబ క•దంబకములు. 27

టీ. స్యందన = రథమందు, స్థిత = ఉన్నట్టి, బిడౌజః = దేవేంద్రుని యొక్క, క్షత్తృ = సారథియగు మాతలికి, జాడ్య = మాంద్యమును, కృత్ = చేయుచున్న, జంఝామరుత్ = పెనుగాడ్పులుగల, గరుత్ = గఱులయొక్క, ఝాత్కృతములు=ఝాత్కారములు గలవియు, క్రవ్యా...లు - క్రవ్య= మాంసమును, అశి = భక్షించెడురాక్షసులకు, రాట్ = రాజైన దశకంఠుని యొక్క, గాత్ర=దేహమందలి, కనత్ = ఒప్పుచున్న, అసృక్ = రక్తమందు, గాహన=మునుఁగుటచేత, స్ఫుట=వ్యక్తమైన, శల్య = ములుకులయందలి, హవ్యభుక్ = అగ్నియొక్క, చూత్కృతములు = చూత్కారములు గలవియు, యోధ...లు - యోధ = జోదులయొక్క, వర్మిత=సంజాతకవచములగు, హృత్పుట=హృదయపుటములవలన, ఉత్క్రాంత=వెడలిన, నిజ=స్వకీయములగు, పాత =ప్రేటులచేతనగు, సాల =లంకాపురి కోటలయందలి, అశ్మ = పాషాణములచేత, కృత=చేయఁబడిన, ముహుః=సారెసారెకుఁగలుగు, ఠాత్కృతములు=ఠాత్కారములు గలవియు, పతిత...లు - పతిత=పడిన, ఉగ్ర = భయంకరులగు, రక్షః = రక్కసులయొక్క, కబంధ=మొండెములయొక్క, భార=బ్రువుచేతనైన, భృశ=మిక్కిలియగు, ఆర్తి= పీడచేత, భుగ్న=వంగిన, భోగ=పడగలుగల, ఫణీంద్ర=పాపఱేఁడగు శేషునియొక్క, ఫూత్కృతములు = ఫూత్కారములు గలవియు, శ్రాంత...లు - శ్రాంత = బడలిన, రథ్య=తేరిగుఱ్ఱములకు, నిరంతర=దట్టమగు, ఛాయదములు=నీడనిచ్చునవియు, దివ్య...లు - దివ్య=శ్రేష్ఠమగు, తావక=నీసంబంధియగు, కార్ముక=ధనువువలన, ఉత్ప్రే

రితములు = విడువఁబడినవియు, అగు, లంకా...లు - లంకాపుర = లంకాపట్టణము యొక్క, అంగణ=సమీపమందలి, అంబర=బైటను, చరత్=చరించుచున్న, కలంబ=బాణములయొక్క, కదంబకములు=సమూహములు, కలుషములు=మాపాపములను, అడంచుఁగాత=అడచివేయుఁగాత. ని. 'శతాఙ్గస్స్యందనోరథః', 'బిడౌజాః పాకశాసనః', 'సూతః క్షత్తాచ సారథిః', 'జంఝూవాతస్సవృష్టికః', 'గరుత్పక్షశ్ఛదాః పత్త్రం', 'రుధిరేసృగ్లోహితాస్ర రక్తక్షతజశోణితం', 'హుతభుగ్దహనోహవ్యవాహనః', 'భటా యోధాశ్చయోద్ధారః', 'సన్నద్ధోవర్మితస్సజ్జః', 'ప్రాకారోవరణస్సాలః', 'ముహుఃపునశ్శశ్వదభీక్ష్ణమసకృత్సమాః', 'కబంధోఽస్త్రీక్రియాయుక్త మపమూర్ధ కళేబరం', 'భోగస్సుఖేస్త్ర్యాదిభృతావహేశ్చఫణకాయయోః', 'రథ్యోవోఢా రథస్యయః', 'కలంబమార్గణశరాః', 'నికురుంబం కదంబక' మ్మని యాయాపదముల కమరము. 'శల్యోవంశ శలాకాయాం శమంతామరయోరపి, శల్యః కశ్చిన్మహీపాల' యని రత్నమాల.

శ్రీరాముఁడు రావణునితో యుద్ధము సేయునప్పుడు స్వామి ధనుస్సువలన విడువఁబడి లంకాపట్టణ ప్రాంతములయందు సంచరించెడు బాణపరంపర లప్పుడు స్వర్గమునుండి దేవేంద్రునివలనఁ బనుపఁబడిన రథమందు సారథ్యముఁ జేయుచున్న మాతలికి మాంద్యము గలుగునట్లు, పార్శ్వములయందుఁ గట్టిన ఱెక్కలు పెనుగాడ్పుతో ఝూత్కారములు సేయుననియును, మఱియు రావణుని శరీరమందుఁ బ్రవేశించి యెమ్ములతో నొఱసికొనినప్పుడు ములుకులలో నిప్పువడఁగా నందలి రక్తమా నిప్పుతోఁ జేరి చుంయిమని శబ్దము వెడలుననియును, ఇతర రాక్షసుల కవచములు చించి హృదయములు భేదించి వెన్నులోనుండి దూఱి యంత నిలువక లంకాపట్టణపుకోట పాషాణములకుఁ దగులఁగా సారెకు ఠాంకారములు గలుగుననియును, ఈబాణముల చేత లెక్కకు మిక్కిలియగు రక్కసుల పీనుఁగు పెంటలవలన నధిక భారముగల భూమిని భరింపలేక పడగలు వంచికొని శేషుఁడు బుసలు విడుచుననియును, విడువని యుద్ధమందు రథమునకుఁ బూన్చినవి వేలుపుల గుఱ్ఱములేనియు మిక్కిలి బడలికను జెందఁగా వాని బడలికదీఱుటకుఁ బందిలివేసినట్లు దట్టమగు నీడ నిచ్చుచున్నవనియును, నట్టిబాణములు మాపాపములు పోఁగొట్టుఁగాక యని భావము.

చ. క్షితి హాలకృష్టిఁ బుట్టి యడఁ•గెన్ క్షితియందున సీత యంచుఁ ద
త్క్షతి విరహార్తి పాండిమముఁ • దాలిచి రామశరీరమెత్తి యీ
క్షితిఖననక్రియ న్మగుడఁ • జెందఁగఁ గాక కళిందజాతట
క్షితి దున నేటికి న్హలము•చే మఱి నీ కవశాత్మత న్హరీ. 28

టీ. హరీ = ఓస్వామీ! ఇచ్చట హలీయనియునుంగలదు, సీత = సీతాదేవి, క్షితిన్=భూమియందు, హాలకృష్టిన్=నాఁగలివలన, దున్నుటచేత, పుట్టి = జనించి,

క్షితియందున=భూమియందే, అడంగెన్ = అణఁగిపోయెను, అంచున్ = అనుచు, తత్సతి=ఆసీతయొక్క, విరహార్తిన్ - విరహ = ఎడఁబాపుచేసైన, ఆర్తిన్=పీడచేత, పాండిమమున్=తెల్లఁదనమును, తాలిచి=ధరించి, రామశరీరము=రామావతారము, (బలరామావతారమనుట) ఈక్షితిఖననక్రియన్-ఈక్షితి=ఈభూమియొక్క, ఖనన=త్రవ్వుటయొక్క, క్రియన్=కార్యముచేతను, సుగుడఁజొంగఁగాక = తిరిగిపొందుటకై కాక, కళింద...న్ - కళిందజా = కాళిందీనదియొక్క, తట = దరియొక్క, క్షితిన్=భూమిని, మఱి=పదంపడి, హలముచేన్ = నాఁగలిచేతను, అవశాత్మతన్- అవశ=స్వాధీనముగాని, ఆత్మతన్=శరీరముగలుగుటచేత. నీసునన నేఁటికిన్-సునన్= దున్నుట, నీకేటికిన్=నీకేమి యక్కఱ యనుట.—ఇచ్చట సున్న ధాతువు 'ప్రథమ లుగ పిద్వినులోన్వః' అనుసూత్రమువలన సును అనియెడు ధాతువగుచ్చు. కం. 'సునక యు వెదబెట్టకయును' నను మొదలగు ప్రబంధపరమేశ్వరాది మహాకవి ప్రయోగసిద్ధం బయి యున్నది.

స్వామీ! పూర్వము రామావతారమెత్తినప్పుడు సీతాదేవి భూమియందు జనక చక్రవర్తి దున్నించుచుండఁగా బుట్టి కడపట స్వామివారి సభాస్థలిలో భూమియందే యడఁగిపోయెఁ గావున నారాముఁడే సుగల బలరాముఁడై యవతరించి యా సీతావిర హమువలన మున్నువల్లనైన దేహము తెల్లనై యుండఁగా నాసీత భూమిలోనే యున్న దనియును, మున్ను దున్నుటవలననే పుట్టెఁగావున మరల దున్ని యాసీతను బొందవల యునని యూహించి విరహాతిశయమువలన మైమఱచి కాళిందీతీరభూమి నాఁగటిచే దున్నితివే కాక వేఱొకప్రయోజన మేమున్నదనియును భావము. యమునాతీరమును దున్నుటకు సీతాప్రాప్తిని ఫలముగా నుత్ప్రేక్షించినాఁడు గనుక ఫలోత్ప్రేక్ష.

ఉ. ఆయతయుష్మదాకృతి క•రాగ్రనగాంచలవాంతవారిధా
రాయుతచంద్రకాంతఫల•కావళి బింబిత యై వెలుంగ నా
రాయణమూర్తిమత్కవచ•రత్నముచేఁ బరిరక్షఁ గాంచె నా
నోయదువీరవృష్టిఁ బసి • యూఱడఁ బ్రోవవె సప్తరాత్రముల్. 29

టీ. ఓయదువీర=ఓయాదవవీరుఁడవగు శ్రీకృష్ణాయని యామంత్రణము. ఆయ త...తి - ఆయత=పొడువగు, యుష్మత్=నీయొక్క, ఆకృతి=ఆకారము, కరాగ్ర... ళిన్ - కరాగ్ర-కర=నీహస్తముయొక్క, అగ్ర=చివరయందలి, నగ-గోవర్ధనపర్వత ముయొక్క, అంచల=అంచులవలన, వాంత=వెడలుచున్న, వారిధారా=ఉదకధార లతోడ, యుత=కూడిన, చంద్రకాంతఫలక=చంద్రకాంతపుఁబలకలయొక్క, ఆవ ళిన్=పఙ్క్తులయందు, బింబితయై=ప్రతిఫలించినదై, వెలుంగన్=ప్రకాశించుచుండఁ గా, నారా...చేన్ - నారాయణ=నారాయణసంబంధమగు, మూర్తిమత్=శరీరము

గల, కవచరత్నముచేత౯=కవచశ్రేష్ఠముచేత, పరిరక్షణ౯ = మిక్కిలిసంరక్షణమును, కాంచెనాఁ=పొందెనోయనఁగా, వృష్టి౯=దేవేంద్రనియుక్తవర్షమందు, సప్తరాత్రముల్=ఏడురాత్రులు, పసి=పశుసమూహము, ఊఱడక౯=ఊఱటఁజెందునట్లు, ప్రోవవె=సంరక్షింపవా.

తా. స్వామీ కృష్ణావతారమెత్తినప్పుడు దేవేంద్రుఁడు సప్తరాత్రములు ప్రబలమగు వర్షము గురియింపఁగా నట్టికాలమందు గోవర్ధనగిరి హస్తాగ్రమునందు ధరించి గోవులను రక్షించితివిగావున నాపర్వత మెత్తినప్పుడు చుట్టును జాలుచున్న యుదకధాగల తోఁగూడిన చంద్రకాంతములయందు నీయాకృతి ప్రతిఫలించుచుండఁగా నేదిక్కుఁ జూచినఁ గృష్ణమయమై యుండుటంజేసి శరీరముగలనారాయణకవచము గోవులుధరించినవియో యన్నట్లుండెననియును నారాయణకవచ మాపదలనడంచుట ప్రసిద్ధంబుగావున నట్టికవచధారణంబుననే యవి రక్షింపఁబడినట్లు గోవులను నీవు రక్షించితివనియును భావము. నారాయణుఁడనుపదమున కర్థ ముదకవాసియగు విష్ణువు గనుక నిచ్చట నుదకప్రతిబింబితమైన శ్రీకృష్ణవిగ్రహము నట్లు చెప్పెను. ఉత్ప్రేక్షాలంకారము.

మ. తరుణత్వత్సుతబాణపంచకమునం దైత్యాబలాశ్రేణి త
ద్వరసందోహము యుష్మదాత్మకజరద్బాణం బొకంట న్జెడ౯
త్వరఁ గావించితి వేటికో యహహ బుద్ధం బయ్యె నీభావ మ
త్తరుణీశీలతనుత్ర మేరికి నసాధ్యం బౌటఁ గా కేశవా. 30

టీ. కేశవా=బ్రహ్మేశానోత్పత్తికారణమవైన స్వామీ యని సంబోధనము. తరుణ...న్-తరుణ=లేఁతివాఁడగు, త్వత్సుత=నీకొడుకగు మన్మథునియొక్క, బాణ=బాణములయొక్క, పంచకమునన్=ఐదింటిచేత, దైత్యాబలాశ్రేణి౯ - దైత్య=త్రిపురరాక్షసులయొక్క, అబలా=భార్యలయొక్క, శ్రేణి=సమూహంబును, యుష్మ...టన్ - యుష్మదాత్మక=భవన్మయమైన, జరత్ = ముదిమిగల, బాణంబొకంటన్ = ఒక్కబాణముచేతను, తద్వర...ము - తత్ = ఆదైత్యస్త్రీలయొక్క, వర=భర్తలయొక్క, సందోహము=సమూహము, చెడన్=భంగపడునట్లు, ఏటికో=ఏలొకో, త్వరఁ గావించితివి=శీఘ్రిముసేసితివి, అహహ=ఆహా! నీభావము=నీయభిప్రాయము, బుద్ధంబయ్యెన్=తెలియనయ్యె. అత్తరుణీశీల=ఆస్త్రీలయొక్క పాతివ్రత్య మనియెడు, తనుత్రము=కవచము, ఏరికిన్=ఎవ్వారికిని, అసాధ్యంబౌటఁగా=అసాధ్యమౌటచేతఁగదా యని త్వర గావించితివనుట కన్వయము.

తా. త్రిపురసంహారకాలంబున నాత్రిపురస్త్రీలపాతివ్రత్య మసాధ్యమవుటంజేసి ముందఱవారిని జెఱచుటకు స్వామి తనకుమారుఁ డగుమన్మథుఁడు దనకంటె లేఁతవాఁడగుట వలన నతని యైదుబాణములను ముసలివాఁడగు తనరూపమయిన యొకబాణమును

ద్వరితముగా వారిభర్త లగు త్రిపుర రాక్షసులఁ జెఱుపుట కుపయోగింపఁ జేసెనని ముఖ్యభావము.

శా. ఘోరాపారమహాఘపంచకముఁ జెక్కుల్సేయఁగా నేర్ప నా
ధారాపంచకధావనం జెలఁగుగంధర్వంబుఁ ద్రొక్కించు బ
ల్బీరంపున్నెఱరౌతు కీకటశరాళీవారవాణీభవ
ద్దోరుద్భ్రాంతకృపాణికాద్వితయవిద్యుద్గ్రంథినిం గొల్చెదన్. 31

టీ. ఘోరా...న్-ఘోర = కఠోరములగునట్టియు, అపార=పారములేని, మహత్=అధికములగు, అఘ=పాపములయొక్క, పంచకమున్=ఏనింటని, 'స్వర్ణస్తేయీ సురాపాయీ భ్రూణహా గురుతల్పగః, మహాపాతకిన స్త్వేతే తత్సంయోగీచ పఞ్చమః' అని. ఇవి మహాపాతకములు. చెక్కుల్=భేదములు, చేయఁగాన్=చేయుటకు, నేర్పన్ నాన్=నేర్పుటకో యనునట్లు, ధారా...న్-ధారా=అశ్వగతివిశేషములగు నాస్కందిత ధౌరితక రేచిత వల్గిత ప్లుతములనియెడు ధారలయొక్క, 'గతయోమూః పఞ్చధారా' యని యమరము. పంచక=ఐదింటియొక్క, ధావనన్=పరువిడుటచేతను, చెలఁగు...బున్ - చెలఁగు=ప్రకాశించుచున్న, గంధర్వంబున్=అశ్వమును, త్రొక్కించు...తున్-త్రొక్కించు=నడిపించుచున్నట్టి, బల్=అధికమగు, బీరంపు=వీరగుణముగల, నెఱరౌతున్=పూర్ణరాహుత్తయినట్టియు, కీకట...థిన్-కీకట=బోయలయొక్క, కీకటదేశవాసులు బోయలు, 'దేశభేదే చకీకటః' యని నిఘంటువు. శరాళి=బాణసమూహములకు, వారవాణీభవత్=కవచమగుచున్న, దోః=భుజములయందు, ఉద్భ్రాంత=త్రిప్పఁబడుచున్న, కృపాణికా=పట్టాకత్తులయొక్క, ద్వితయ=జంటయనియెడు, విద్యుద్గ్రంథిన్=మెఱపులముడి గలిగిన, నిన్=కల్కియగునిన్ను, కొల్చెదన్=సేవించెదను.

తా. స్వామి కల్క్యవతారమున నుత్తమాశ్వముమీఁద నెక్కి బవిరి, నువాలంబు, ఱవగాలు, జోఁడన, జళిపి యను పేరులుగల యైదు గమన విశేషములచేత నడుపుచుండఁగాఁ బంచమహాపాపముల నడఁగఁద్రొక్కుటకు నైదు విధములగు గమనములు నేర్పుచున్నట్లుండుననియును, రెండుచేతుల రెండు పట్టాకత్తులు పూని త్రిప్పుచుండఁగా నన్ని ప్రక్కల మెఱపులు మెఱసినట్లుండు ననియును, నాఖడ్గద్వయ సంచారమే యాకాలమందు స్వామి నెదురింపఁగల బోయలబాణ పరంపరలకుఁ గవచమై యాబాణములను పైకి రానీకుండు ననియును భావము.

చ. అని నుతియింపఁగా హరి సుధాశనవర్ధకిఁ జూచి పాండ్యుఁ డి
చ్చినధన మిమ్మునీశ్వరుఁ డశేషము భాగవతాస్మదీయగే

హానివహాసాత్కరించి యకటా కడు రిక్తత నొందు నేతదీ
యనిలయ మప్పురిన్మణిమ•యంబును సార్థముఁ జేయు నావుడున్.

టీ. అని = ఈరీతిగాను, నుతియింపఁగాన్ = స్తోత్రము సేయఁగా, హరి= స్వామి, సుధాశనవర్ధకిన్ - సుధాశన=దేవతలయొక్క, వర్ధకిన్=వడ్రంగియగు విశ్వకర్మను, 'త్వష్టాతు వర్ధకీ త్వష్టా' యని యమరము. చూచి=ఈక్షించి, పాండ్యుఁడిచ్చిన ధనము = పాండ్యరాజొసంగిన ద్రవ్యమును, ఇమ్మునీశ్వరుఁడు = ఈ విష్ణుచిత్తుఁడు, అశేషము=సమస్తమును, భాగ...చి - భాగవత = భగవద్భక్తులవిషయమందు, అస్మదీయ=నాసంబంధులగు, గేహ = ఆలయములయొక్క, నివహ = సమూహమునకు, సాత్కరించి=వినియోగ పఱిచి, అకటా = అయ్యో, కడున్=మిక్కిలి, రిక్తతన్= లేమిని, ఒందుఁగాన్=పొందును. ఏతదీయనిలయము - ఏతదీయ=ఈవిష్ణుచిత్తుని సంబంధియగు, నిలయము=గృహమును, మణిమయంబును=మణివికారముగాను, సార్థమున్= ధనసహితమైనదిగాను, అప్పురిన్ = ఆవిల్లిపుత్తూరియందు, చేయు = చేయుము, నావుడున్=అనఁగా.

తా. సుగమము.

తే. విశ్వకర్మయు నట్ల కా•వించె నంత
నంబుజాక్షుఁడు నమ్ముని • నాదరించి
యీక్షణాగోచరుం డయ్యె • ఋషియు నేఁగి
పౌరులు భజింప విల్లిపు•త్తూరి కరిగె. 33

టీ. ఈక్షణాగోచరుండయ్యెన్=అంతర్ధానముం జెందెను. కడమ సుగమము.

క. స్థానికులు దన్ముని దిదృ
క్షానందితు లగుచుఁ బురము • కైసేసి ప్రజ
ల్తో నరుగ నాగవాసము
తో నెదురుగ నేఁగి రంత • తూర్యము లులియన్. 34

టీ. స్థానికులు=శ్రీవిల్లిపుత్తూరిలోని దేవస్థానమందలి యధికారులు, తన్ముని= ఆవిష్ణుచిత్తునియొక్క, దిదృక్షా=చూడనిచ్ఛచేత, ఆనందితులగుచున్=సంతోషపడినవారగుచు, పురమున్=విల్లిపుత్తూరిని, కైసేసి=అలంకరించి, ప్రజల్=పౌరులు, తోనరుగన్=కూడరాఁగా, నాగవాసముతోన్=భోగముమేళముతోడ, ఎదురుగ నేఁగిరి= అభిముఖముగాఁ బోయిరి. తూర్యములు=వాద్యములు, ఉలియన్=ధ్వని సేయుచుండఁగా, అంతన్=పిమ్మట, ఇది మొదటి కన్యయము.

తా. సుగమము.

వ. ఇట్లైదుర్కొని పట్టపవిత్ర భగవత్ప్రసాదతీర్థంబు లుపాయనంబులుగాఁ బ్రణామంబు లాచరించి లేచి ప్రాంజలులై ధర్మపరికర్మవర్మితం బగుబ్రహ్మరథంబున నబ్భాగవతవతంసంబు నునిచికొని పోవు సమయంబునఁ, బరస్పరసమేతంబు లగుపౌరజానపదజనంబులు గలసి మెలసి నడుచునెడ మృదంగం బుపాంగం బావజంబు దండెతాళం బురుమ కిన్నెర సన్నగాళె వీణె ముఖవీణె వాసెక్రోలు డోలు మౌరి భేరి గౌరు గుమ్మెటంబు ఢుక్క ఢక్కి చక్కి చుయ్యంకి లోనగు నసంఖ్యాతవాదిత్ర త్రితయ పరంపరలు మొరయ, నెడనెడఁ బడఁతుకలు మలఁపుగొనఁ, బట్టణాగతగజ ఘట్టఘోట్టాణఘోటక ఘంటికాకదంబ ఘుర్ఘుర ఘోషంబుల కనుప్రాసంబులై విలాసినీమంజుమంజీరంబు లెలుఁగియ్య, నల్లనల్లనం జాఁగుతఱిఁ గెలంకులఁ గవచితకుథాకర్బురలగుకరివరక రేణుకంధరలం గనకాంకుశంబులు చేఁబూని సేవించి పోవుసామంత భూకాంతకుమారఘట్టంబులం బిట్టు గాంచి యొండొరుఁ గడవ, సంభ్రమించుచు మ్రొక్కి నిక్కి చేయెత్తి యొత్తిలి నేత్రంబు లుత్తానతరళతారకంబులుగా మగిడి మగిడి పొగడుచుం బోవుతఱిఁ, దద్రాజకదంబకం బచ్చటిపడంతుకలకుం దమకుం బురికిం జనుదెంచినప్పు డెల్ల నెడకాం డ్రగుట మేలమాడఁబోలు నా ప్రోలిమేళంపుఁ గళాపతుల ప్రేయునెపంబునం గ్రామగ్రామగ్రామణులొసంగునారంగమాతులుంగజంబీరకుందకందుకాదులం బూర్వానుభుక్త లగునక్తంకరముఖుల వైవ, ధళధళత్తరళతాటంకంబును నంకురితస్మితంబునుగా నాతన్ముఖప్రేంఖోళితస్ఫీతసాకూతవిభ్రమాకేకరాపాంగ విలోకనంబును నాచలితధమ్మిల్లంబునుంగా మొగంబులు మొగిచికొని సంమర్దంబునం జనుమార్దంగికుల మూఁపుల మఱుఁగులం డాఁగి యన్నాగవాసంబు నాగరకవిలోకనంబునం జెలరేఁగి మొగంబులు బిగించికొని వేదు రెత్తినగతి నరిదియెత్తఁ బ్రతిపదంబును మర్దళముఖావమర్దనకుఁ గ్రుంగుటయు, బయలు పడి చేయునది లేక యాకడకు మగిడి తుఱుము దిద్దుచుఁ దద్వారణాభినయవత్పరాచీనకరాబ్జలై సుడివడునెడం బోడముకర్ణకుసుమావతంసకపోలఖురళీ కించిచ్చలనోపలక్ష్యవైలక్ష్య హాసకుందంబులు సాంద్రతర

చంద్రికాకందంబులం దీటుకొలుపఁ, జాటూక్తివాచాటు లగుజరఠవని
తలు తముకు మ్రొక్కం దారు మ్రొక్క కొక్కించుక యోరమోమి
డి వారి యిరుపక్కియల నొదిఁగి తొంటియంటుఁ దలంచి తలవాంచిన
వంచనం గటాక్షించి యొక్కనక్కంబునకుఁ దమచేత మ్రొక్కించు
కొనువేడ్క నక్కడం బుడమితేఁడు లేమి సామాన్యమానవులం గై
కొనక సుమాళంబు వేద్యంబుగా విద్యావయోవృద్ధుల రగుమీరు
మ్రొక్కం దారు మ్రొక్కమి యెట్లు మ్రొక్కింపం డనుటయు, గ్ర
క్కనం బొడము మ్రొక్కనగవుల మోముదమ్ములకు వేఱొక్క వింత
తెలివియొక్క మ్రొక్క కక్కడఁ గెడఁగూడి నడచు తోడిచేడియల
కద్దొరలకుఁ దమకుం దద్దయుం బొందు గలదను పెద్దఱికం బెఱుక
పఱుపఁ గెమ్మోవులు మలంచి లోలోన నొయ్యనను చుక్కన నక్కి
లెఱింగి దక్కసొమ్మని తమ్మునమ్ముదుసల్లు ముందఱికి నూకి యక్క
క్క మ్రొక్కవే మనపాలివేలు పని బుజ్జగించియు బొమలుగొని
జంకించియు నెట్టకేలకు నొడంబఱిచినఁ, ద్రపాతరళనయన లై విరళ
విరళాంగుళాంజలిబంధంబుగా మ్రొక్కి కక్కసాన నిట్లు మ్రొక్కిం
చి హెచ్చి యచ్చయ్యాట మెడఁ బడక యుండఁ జిగురుగండెలుఁ
బోలె నల్లుకొని గొల్లన నగునల్లోలాంగనలఁ గల్లకోపంబునం గొట్టి
కసరుఁ జూప, భూపసంఘంబుపై నిగుడ మగుడ మఱుపడు కొమిరె
హరిణలోచనలచలితకంకణ సంకులక్రేంకారంబు లాననామోద మే
దురాళి ఝుంకారంబుల బింకంబు లడంపఁ, జెవులసంకులు లోవంక
భుజంబులు కొంకి సిగలు గావిదుప్పటులు నొప్ప నిమ్ముదెప్పరంబై
ముప్పున నప్పొరంబు సేరి, రసికజనబాంధవంబున బంధువియోగంబు
మఱచి, గంధకలనాకుసుమ స్రగ్గ్రథనాదుల నాంధ్యంబులేకలరునం
ధ్రదేశీయు లగు గంధకారులు పాటిపాటి పద్యంపు మ్రొక్కులతో
వెట్టివెట్టికై వారంబుల గౌరు తత్తడులపై వచ్చు రాచవారిపై నాఁ
డువారిపైఁ నాళువారిపైఁ జల్లగాఁ జల్లఁ జెల్లెగసి సృష్టియెల్లను ముష్టీ
కరించు నస్పష్టభేద యగు పరిమళసమష్టిం బెట్టు పిష్టాతకంబు నభో
మండలికిం జండాతకంబై చండకిరణంబులు మాటుపఱుపఁ, బన్నీరు
సించిన నన్నీరుతిత్తు లొత్త, వియత్తలంబునం బాఱె కైవ్రాలు ధా

రల వాద్యంబులు దడిసిన విద్యోపజీవులు పుష్కరంబులు గ్రాప నగ్గి రోయుచుండ, నమ్మోత్తమత్తఱి నృత్తంబుఁ జూడ నిలిచి మెత్తమెత్తన నడుచుచుండు మిండతండంబునుం దారుసప్పిండు పుండరీకాస్యలవకాశంబుఁ గాంచి కాశకుసుమప్రతిఫలనపాండురంబులై పద్యాతిహృద్యపార్శ్వద్వయోద్యానపాదపంబులకుం బొఱుచెంగలువకాలువలకుండిగ్గి, కాసరదధిమండమాసరంబులుగాఁ బిసికి యారంబెట్టిన నారంగశృంగిబేరభంగంబులతోఁ గట్టిన కలమాన్నంపుఁజల్ది పోకపొత్తులంగుడువఁ గూర్చుండ వీక్షించి,కుక్షింభరిత్వంబున క్షుత్క్షాములై తిరిగితిరిగి వేసరియోసరిలినదాసరిగుంపు వారిపాల గోపాలభిక్ష భిక్షించి భక్షింపఁ దీరక్షోణి నిలిపిన తోరంపుదివెదారికోలల (తిరువలికోక్కలల) రంధ్రగోళంబుల నుత్కీలంబులై మండు ధగధగనిజగజ్జ్యోతిదీపజాలంబుల మధ్య ధూపకుండికాంగారంబుల నీరారఁ గ్రాఁచి నాదుఁబరికింప వాయించు ధిమిధిమిధ్వానంబులకుం బెదరి యావలి యుపవనశుకంబు లావలికావలియు పవనశుకంబు లీవలికి దట్టంబుగాఁ గట్టనితోరణంబులై పఱవఁ, దలలు విసరుటయు నోరు దెఱచుటయుఁ గేలు సఱచుటయుఁ దక్క మిక్కుటంబగు నక్కోలాహలంబున నేపాటియుం బాట వినరాక మూఁకగట్టిన భాగవతజాతంబులే తేర, నూరూరి సంతసంతకుం దిరుగఁ బెద్ద లింటింట సంతరించిన పిలుకవాటుగోడిగల జావడంబులకుం బుట్టి కాల్గట్టి విడువ నెత్తంబున మెత్తని గఱికమేసి పోసరించి మాపుమాపున మేపుసజ్జకవణంపు మేపునఁ బిడుక గొఱపంబుతో మకంబునఁ బుటపుటనై కఱియకంబడి వ్రాఁతఁ గని మైన నీడకని మైనం బెదరుకొదమతట్టువగుంపు కాలి కొలందికి వేళ్లు లాలుకుంచెలు గీలించిన గవ్వదంటలగంటల నలంకరించి మోలుగుమడ్డిం దోఁచి మూరకొక్కండును జేనకొక్కండునుగాఁ గుట్టినడొల్లు టుల్లారు లుల్లసిల్ల బల్లించిన పల్లంబులపైఁ జిల్లతైలంబును వాసనకొండుపులం బూనిసమణుంగుఁజంద్రికచేలలె రవణంబులుగా నెదురుగా వేడుకకుం జూడవచ్చిన యవ్వీటి మేటిసాలె యగసాలె పటుసాలె వానె వైజాతి సాఁతు లెత్తైలకొమిరెలు తుములపై వచ్చు తచ్చమూసామజంబులం జూచి యేచిన

వెఱం దమయెక్కిరింత లెక్కఁగొని వాగె లిరుగేలం గుదియంబట్టిన నిలువ కయ్యుత్సవం బీక్షింపవచ్చినప్రజలం ద్రొక్కుచుం బోవఁ, దన్మధ్యవృద్ధవధ్వాతురాదులు దిట్ట సిట్టట్టనలేక ప్రాణంబులు పిడికిటం బట్టుకొని పోవుచున్న విధవిధకేదారంబులం ద్రెళ్లి చట్టలు దిగంబడి వెడల లేకుండం దారు దిగ నిమ్ములేక బిమ్మటిగొని నలుదెసలుం జూడం జూచి కేలు చఱచి కొహాహో యని గేలిసేయు గణికాకదంబంబుల చప్పటులు నిబిడనిష్కుటవిటపిఝాటమ్ములం బ్రతిశబ్దంబులు పుట్టింప,నిట్లనూనవిభవంబు సిగురొత్త నత్తిరుపతి సొచ్చి యచ్చక్రధరు నగరిమోసల నిలుచుటయు, నవ్విష్ణుచిత్తుండు దద్రథావతరణంబు చేసి ధరణీధవ సమూహాస్థాని కవ్వ్యూహంబు వెంటరా నవ్వైకుంఠు సేవించి, తత్ప్రసాదలబ్ధం బగు పరిధట్టంబున నలంకృతుండై, నానాలంకార సహితంబును రత్నకాంచన మయంబు నగు నాత్మీయభవనంబుం గాంచి విస్మితుండై పుండరీకాక్షు మహిమాభిలబ్ధవైభవంబుగాఁ దెలిసి తత్రత్యధాత్రీకళత్రవర్గంబుల ననిపి, ప్రవేశించి తొంటికంటె శతగుణంబుగా భాగవతపూజాప్రవణుండై యుండె నంత. 35

టీ. ఇట్లు=పూర్వోక్తప్రకారముగా, ఎదుర్కొని=ఎదురుగావచ్చి, పట్ట=తిరుప్పరివట్టమును, పవిత్ర=పావనములైన, భగవత్ప్రసాద తీర్థంబులు=రంగమన్నారుస్వామియొక్క యభిషేకోదకనిర్మాల్యాదులును,(ఇచ్చట గ్రంథకర్త 'అల్పాచ్తరంపూర్వ' మ్మని ద్వంద్వమునకు నిషేధ మున్నప్పటికిని'లక్షణహేత్వోః క్రియాయాః' యనుజ్ఞాపక సూత్రముచేతఁ బ్రయోగించియున్నాఁడు.) ఉపాయనంబులు కాఁగ = కానుకలు కాఁగా, ప్రణామంబులాచరించి=నమస్కరించి, లేచి=ఉత్థితులై, ప్రాంజలులై=చేతులు జోడించినవారై, భర్మ...బగు - భర్మ=బంగారుమయమైన, పరికర్మ=అలంకారముచేతను, పరిష్కృతంబగు = సన్నద్ధమైన, బ్రహ్మరథంబునన్=బ్రహ్మరథమందు, అబ్భాగవతతల్లజంబున్ = భగవద్భక్తశిరోభూషణమయిన యావిష్ణుచిత్తుని, ని. 'గాఙ్గేయం భర్మ కర్బురం', 'పరికర్మాఙ్గసంస్కారః', 'సన్నద్ధో పరిష్కృతస్సజ్జః', 'పుంస్యుత్తంసావతంసౌ ద్వౌ కర్ణపూరేపి శేఖరే', యనియు నమరము. ఉనిచి=ఉంచి, కొనిపోవు సమయంబునన్=వెంచేపు చేసికొని వెళ్ళుకాలమందు, పరస్పర...లగు - పరస్పర=అన్యోన్యము, సమేతంబులగు=కలసియున్నటువంటి, పౌర...బులు - పౌర=పట్టణమందలి, జానపద=పల్లెలయందలి, జనంబులు = నరులు, కలసి = కూడికొని,

మెలసి=వ్యాప్తమై, నడుమనెడన్ = పోవుతటి, మృదంగంబు = మద్దెల, ఉపాంగంబు=నిత్తి, ఆవజము=రుంజ, దండె=తంబురా, తాళంబు=లయకుసరిగా వాయించు కంచువాద్యము, ఉరుమ=వాద్యవిశేషము, కిన్నెర = తంత్రీవాద్యవిశేషము, సన్నగాళె=తిరుచ్చిన్నము, వీణె=విపంచి, ముఖవీణె = మోర్సింగు, వాసెగ్రోలు = పిల్లనగ్రోవి, ఢోలు = వాద్యవిశేషము, మౌరి = నాగసరమును, భేరి = దుందుభి, 'భేరీ స్త్రీ దుందుభిః పుమాన్' అని యమరము. గౌరు=కాహళి, గుమ్మెట=డుడుము, గుమ్మెటంబు=డప్పు, ఢుక్క, చక్కి, ఢక్కి, వాద్యవిశేషములు. చుయ్యంకి=సన్నాయి, లోనగు=మొదలుగాఁగల, అసంఖ్యాత = లెక్కకుమిక్కుటమైన, (అంక్యాదివాద్యత్రితయ మనియును పాఠముగలదు) వ్యాది...లు - వాదిత్ర=వాద్యములయొక్క, త్రితయ=మూఁటియొక్క, పరంపరలు = సమూహములు, ని. 'తౌర్యత్రికం నృత్తగీతవాద్యం నాట్యమిదంత్రయ' మ్మని యమరము. మొరయన్ = ధ్వనిచేయఁగా, ఎడనెడన్=నడుమనడుమ, పడఁతుకలు=నాట్యస్త్రీలు, మలఁపుగొనన్ = ఎదురుతిరిగి నాట్యముచేయఁగా, పట్టణా...కున్ - పట్టణ = నగరములనుండి, ఆగత = వచ్చినటువంటి, గజఘట్ట=ఏనుంగుల సమూహముయొక్కయు, ఘోట్టాణ = ఘోట్టాణదేశమందుఁబుట్టిన, ఘోటక=అశ్వములయొక్కయు, ఘంటాకదంబ=గంటలసమూహముయొక్క, ఘుర్ఘురఘోషంబులకున్=ఘుర్ఘురధ్వనులకు, అనుప్రాసంబులై=అనుకరణములై, విలాసినీ...లు - విలాసినీ=స్త్రీలయొక్క, మంజు=సుందరములయిన, 'మనోజ్ఞంమంజుమంజుళ' మ్మని యమరము. మంజీరంబులు - అందెలు, 'మంజీరో నూపురో స్త్రియా' మ్మని యమరము. ఎలుఁగియ్యన్ = ధ్వనిచేయఁగా, అల్లనల్లనన్=మెల్లమెల్లగా, చాగుతటిన్=నడచుసమయమందు, కెలంకులన్=ప్రాంతములందు, కవచి...లగు - కవచిత=కంచుకములుగాఁ జేయఁబడినటువంటి, కుథా=పృష్ఠాస్తరణములచేత, కర్బురలగు=చిత్రవర్ణములయిన, ని. 'ప్రవేణ్యాస్తరణంవర్ణః పరిస్తోమః కుథోద్వయోః' యని యమరము. కరి...లన్ - కరిసర=గజశ్రేష్ఠములయొక్కయు, కరేణు=పిడియేనుంగులయొక్కయు, కంధరలన్=కంఠప్రదేశములయందు, ని. 'కరేణురిభ్యాంస్త్రీనేభే' యనియు, 'కంఠోగళో౽థగ్రీవాయాం శిరోధిః కంధరేత్యపి' యనియు నమరము. కనకాంకుశంబులు=బంగారపుసృణులు, చేఁబూని = చేతఁబట్టి, సేవించిపోవు=విష్ణుచిత్తు ననుసరించిపోవుచున్నట్టి, సామంత...బులన్ - సామంత=తనదేశమును జుట్టికొనియున్న దేశములకు నధిపతులైన, భూకాంత = రాజులయొక్క, కుమార = పుత్త్రులయొక్క, ఘట్టంబులన్ = సమూహముల, బిట్టుగాంచి = మిగులఁజూచి, ఒండొరుఁ...చున్ - ఒండొరున్ = ఒకరొకరిని, కడవన్ = అతిక్రమించుటకొఱకు, సంభ్రమించుచున్ = త్వరపడుచు, మ్రొక్కి = అంజలిఁజేసి, నిక్కి = ఊబికి, చేయెత్తి = హస్త ప్రసారణముఁజేసి, ఒత్తిలి =

ఒకపార్శ్వమున కొఁదిఁగి, నేత్రంబులు=కన్నులు, ఉత్తాన...గాన్ - ఉత్తాన=ఉబికినట్టియు, తరళ=చంచలమయిన, తారకంబులుగాన్=కనీనికలు గలిగినవి కాఁగా, (కనుపాపలుగలిగినవి కాఁగా ననుట.) ని. 'నిమ్నం గభీరం గంభీర ముత్తానం తద్విపర్యయే, చఞ్చలం తరళం చైవ తారకాక్ష్ణః కనీనికా' యనియు నమరము. మగిడిమగిడి=ఎదురు తిరిగితిరిగి, పొగడుచుం బోవుతఱిన్=స్తోత్రమొనరించుచు వెళ్లుసమయంబున, తద్రాజకదంబకంబు = ఆరాజకుమారవర్గము, అచటిపడఁతులకున్ = అక్కడనున్న స్త్రీలకును, తమకున్=తమకును, (వచ్చినవారికనుట). పురికిం జనుదెంచి నపుడెల్లన్=మధురకు వచ్చినప్పుడంతయు, ఎడకాండ్రగుటన్=కుంటెనగాండ్రగుటచేత, మేలమాడన్=పరిహాసమాడుటకొఱకు, పోలు=తగిన, ఆ ప్రోలి...లన్ - ఆ ప్రోలి=అప్పట్టణమందలి, 'పట్టణంబున కాఖ్యలై బరగుచుండు, ప్రోలనఁగ వీడనంగను శూలపాణి' యని యాంధ్రనామసంగ్రహము. మేళంపు=నాగవాసము గూడివచ్చిన, కళావతులన్=వేశ్యలను, వ్రేయుసెపంబునన్ = వ్రేయునట్టి వ్యాజముచేత, గ్రామ...లు- గ్రామగ్రామ=ఊరూరియొక్కయు, గ్రామణులు=గ్రామాధికారులు, ని. 'గ్రామణీర్నాపితే శ్రేష్ఠః' యని యమరుఁడు. ఒసంగు...లన్-ఒసంగు=తెచ్చియిచ్చిన, నారంగ=తీయనారింజ (కిచ్చిలి) పండ్లచేతను, మాతులుంగ=మాదీఫలములచేతను, జంబీర=నిమ్మపండ్లచేతను, కుందకందుకాదులన్=మొల్లపూబంతులు మొదలగువానిచేతను, ని. 'ఫలపూరో బీజపూరో రుచకో మాతులుఙ్గకః' యనియు, 'స్యుర్జంబీరేదంతశఠఃజంబజంబీరజంభలా' యనియు, 'గేందుకః కందుకః' యనియు నమరము. పూర్వానుభుక్త=ముందనుభవింపఁబడి నటువంటి, నక్తం...లన్-నక్తంకర=చంద్రునివంటి, ముఖులన్=మోములుగలస్త్రీలను, వైవన్=వ్రేయఁగా, ని. 'నక్షత్రేశః క్షపాకరః' యని యమరము. ధళధళ...ను-ధళధళత్=తళతళమనునట్లుగా, తరళ=మెఱయుచున్న, తాటంకంబును=కమ్మలుగలిగినదియు, ని. 'తాటంకః కర్ణపూరకః' యని యమరము. అంకు...ను-అంకురిత=ఉదయించినటువంటి, స్మితంబును గాన్=చిఱునవ్వుగలదియు నగునట్లుగ, తన్ముఖ...ను - తన్ముఖ=విటముఖ పర్యంతమును, ప్రేంఖోళిత=జోగినటువంటి, ని. 'ఆజీవదర్థేభివ్యాప్తౌ సీమ్న్యర్థే ధాతుయోగజ' యనియు, 'ప్రేంఖోళిత స్తరళిత స్తులితాందోళితావపి' యనియు నమరము. స్ఫీత=విశాలమైన, సాకూతః=అభిప్రాయ సహితమైన, విభ్రమ=విలాసముగలిగిన, ఆకేకర=ఇంచుకంతయోరగా చూచుచున్నట్టి, అపాంగ=కడకన్నులయొక్క, ని. 'విశాలంవిపులంస్ఫీత' మనియు, 'అపాంగౌ నేత్రయో రంతౌ' అనియు విశ్వామరములు. విలోకనంబును=చూపులు గలుగునట్లుగా, ఆచలిత...గాఁ - ఆచలిత = ఇంచుకంత చలింపఁబడిన, ధమ్మిల్లంబునుగాఁ=కొప్పుగలుగునట్లుగా, 'ధమ్మిల్లస్సంయతాః కచాః' యని యమరము. మొగంబులు తిగిచికొని=ముఖంబులఁ ద్రిప్పికొని, సమ్మర్దంబునఁ=సంఘమందు,

చను...నన్-చను=వెళ్లుచున్న, మార్దంగికుల=మద్దెలవాయించువారలయొక్క, మూపుల=భుజములయొక్క, మఱుఁగులన్=చాటున, డాఁగి=అదృశ్యమై, అన్నాగవాసంబు = ఆవేశ్యాసమూహము, నాగరక...నన్ - నాగరక = ఆపట్టణపు జనుల యొక్క, విలోకనంబునన్=చూచుటచేతను, చెలరేఁగి=బిట్టురేఁగి, మొగంబులు=ముఖములు, బిగించి=ముడిచికొని, వేదురెత్తినగతిన్=వెఱ్ఱెత్తినరీతిని, 'వెడగు వేదురు వెఱ్ఱివేరడి వీరడి వెంగలి వెంబరవి త్తనంగ'నని యాంధ్రనామ సంగ్రహము. అరిదియెత్తన్=ఆశ్చర్యమగునట్లు, (అరులెత్తన్ - అనుపాఠమందు దరువుబట్టుటకని యర్థము.) ప్రతిపదనంబును = అడుగడుగునకును, మర్దల...కున్ - మర్దలముఖ=మృదంగముఖముయొక్క, అవమర్దనకున్ = వాయించుటకు, క్రుంగుటయు = వంగఁగా, బయలుపడి=బయటఁబడి, (మద్దెలకొంగ్రడ చాటున దాఁగియున్న వేశ్యలనుట.) చేయునదిలేక=ఒనరించునట్టి యుపాయాంతరము దోఁచక, ఆకడకుమగిడి = నారంగాదుల వేయుచున్న విటులవైపునఁదిరిగి, తుఱుముదిద్దుచున్ = కొప్పుసవరించుచు, తద్వా...లుని - తత్=ఆకంచుకొందులయొక్క, వారణ=నివారించుటయందు, అభినయవత్=వ్యంజకముతోఁగూడిన, పరాచీన=పరాఙ్ముఖములైన, 'పరాఙ్ముఖః పరాచీన' యని యమరము. కరాబ్జులై=హస్తారవిందములుగలవారై, సుడివడునెడన్=తిరుగుచున్న సమయమందు, పొడము...లు-పొడము=కనుపడుచున్నటువంటి, కర్ణకుసుమావతంస - కర్ణ=చెవులయందున్న, కుసుమ = పుష్పరూపమైన, ఆవతంస=భూషణముయొక్కయు, కపోల=గండస్థలములనియెడు, ఖురళీ=సాముచేయుప్రదేశములయందు, కించిచ్చలన = ఇంచుకంతకంపనముతో, ఉపలక్ష్య=కూడుకొన్నటువంటి, వైలక్ష్య=ఆశ్చర్యముతోఁ గూడినటువంటి, 'విలక్షోవిస్మయాన్విత' యని యమరము. హాసకుందంబులు=మల్లెమొగ్గలవంటి నగవులు, సాంద్ర...లన్ - సాంద్రతరమైన=దట్టమైన, 'ఘనంనిరన్తరం సాంద్ర' మని యమరము. చంద్రికా=వెన్నెలయొక్క, కందంబులన్ = మూలప్రదేశములను, దీటుకొలుపన్=సామ్యమునుబొందింపఁగా, ముఖము లనేకములుగాన బహువచనప్రయోగము. చాటూ క్తి...లు - చాటూక్తి = చతురవాక్యములచేతను, వాచాట=గర్వవాక్యములు గలిగినవారు, ని. 'వాచాటో బహుగర్హ్యవా' క్కని యమరము. అగుజరఠవనితలు=అయినవృద్ధాంగనలు, 'జరఠా జీర్ణ కర్కశౌ' అని నానార్థరత్నమాల. తమకున్=ఆ విటులకు, మ్రొక్కన్=నమస్కరింపఁగా, తారు=తాము, మ్రొక్కక=అంజలిగావింపక, ఒక్కించుక=ఇంచుకంత,ఓరమోమిడి=మాఱుమొగముచేసి,వారి...లన్ - వారి=ఆ వృద్ధస్త్రీలయొక్క, ఇరుపక్కియలన్=ఒదిఁగి,ఇరు=రెండైన,పక్కియలన్=పార్శ్వములయందు,ఒదిఁగి=ఒత్తిగిలి, తొంటియంటుఁదలంచి=పూర్వపు సంబంధమును స్మరించి, తలవాంచినన్=శిరస్సువంపఁగా, వంచనన్=ఆరాజకుమారులు ఆస్త్రీలు నమస్కరింపని కపటమును

కటాక్షించి=చూచి, ఎక్కసక్కెంబునకున్ =పరిహాసమునకు, తమచేతన్ = ఆ స్త్రీల చేత, మ్రొక్కించుకొనువేడ్కన్=వందనము చేయించుకొనవలయునను కుతూహలము చేతను, అక్కడన్=ఆస్థలమందు, పుడమిఱేఁడులేమిన్=రాజులేనందువలన, సామాన్యమానవులన్=సాధారణ జనులను, కైకొనక=లక్ష్యపెట్టక, సుమాళంబు=మనోభావము, వేద్యంబుగాన్=తెలియుటకొఱకు, విద్యావయోవృద్ధులగు - విద్యా=గానాదులచేతను, వయః=వయస్సుచేతను, వృద్ధులగు=పెద్దలగు, మీరుమ్రొక్కన్=మీరు నమస్కరింపఁగా, తారు=తాము, (వయస్త్రీలనుట.) మ్రొక్కమియెట్లు=నమస్కరింపక పోవుటెట్లు, మ్రొక్కింపుఁడనుటయు=మీరు నమస్కరింపఁ జేయుఁడనుటయు, గ్రక్కునన్=శీఘ్రముగ, పొడము...లన్-పొడము=పుట్టుచున్న, మొక్కనగవులన్ = హాసాంకురములచేత, మోముదమ్ములకున్=ముఖపద్మములకు, వేఱొక్కవింత తెలివియొక్కన్=మఱియొక యాశ్చర్యపు తేట గనుపట్టఁగా, మ్రొక్కక=నమస్కరింపక, అక్కడన్=ఆ స్థలమందు, కెడగూడి=జతగూడి, నడచు=చనుచున్న, తోడిచేడియలకున్=సహవాసపుస్త్రీలకు, అద్దొరలకున్=ఆ రాజకుమారులు, తమకును=వారాంగనలకు, తద్దయుంబొందుగలదను - తద్దయున్=ఎక్కువగా, పొందుగలదను = అనుకూల్యము గలదను, పెద్దఱికంబు=గొప్పతనము, ఎఱుకపఱుపన్=బయలుపఱుచుటకొఱకు, కెమ్మోవులు=ఎఱ్ఱనియధరోష్ఠములు, మలంచి=మడిచి, (పెదవులు విఱిచియను) లోలోనన్=లోలోపల, ఒయ్యనొయ్యనన్ = మిగుల శీఘ్రముగను, చుక్కనన్=రిక్కవేయఁగా, (అనఁగా నాశ్చర్యకరమైన ధ్వని విశేషము చేయఁగా ననుట) అక్కలెఱింగి=అజాడదెలిసి, దక్కసొమ్మని=ధనము దొఱకెనని, తమ్మున్ = ఆస్త్రీలను, అమ్ముదుసళ్లు=అవృద్ధవేశ్యలు, ముందఱికినూఁకి=అగ్రభాగమునకుఁద్రోచి, అక్కక్క=ఓ యక్కక్క, (ఆదరముచేత ద్విరుక్తి.) మనపాలివేలుపు = మనపాలిటిదైవము, మ్రొక్కవే =వందనము సేయుము, అని, బుజ్జగించియుక్ = మంచిమాటలాడియును, బొమలగొని = భ్రూసంజ్ఞచేతను, జంకించియుక్ = వెఱపించియును, ఎట్టకేలకుక్ = కొంతసేపటికి, ఒడంబఱిచినక్ = సమ్మతింపఁజేయఁగా, త్రపా...లై - త్రపా=లజ్జచేతను, తరళ=చంచలములైన, నయనలై = నేత్రములు గలవారై, విరళ...గాక్ - విరళవిరళ = మిక్కిలి యెడములైన, అంగుళ = వ్రేళ్లుగల, అంజలి బంధంబులుగాక్ = జోడింపబడినచేతులు గలుగునట్లుగా, మ్రొక్కి=వందన మొనరించి, (విరళవిరళాంజలి బంధమనియును పాఠము గలదు. కక్కసంబునక్ = బహుసంకటముచేతను, అట్లు = అలాగున, మ్రొక్కించి=నమస్కారముచేయించి, హెచ్చి = అతిశయించి, అచ్చయ్యాట మెఱపడక యుండక్=అసల్లాప మెఱముగాకుండఁగా, జిగురుగిండెలువోలెక్=జిగురు గండెల

లాగున, (జిగురుగండెలనఁగాఁ బత్తులఁబట్టుటకై అవి నశ్వత్థ క్షీరాదులచేత వండఁబడి వీనెలకుఁ బూయఁబడి యుండు పక్షిగ్రహణ యంత్ర విశేషములు) అల్లుకొని=చుట్టికొని, గొల్లనగు=గొల్లునహసించుచున్న, అల్లోలాంగనలన్=అవృద్ధవేశ్యలను, కల్లకోపంబునన్=అబద్ధపు కోపముచేత, కొట్టి=ప్రహరించి, కసురుఁజూపు=కోపదృష్టి, అబ్భూపసంఘంబుపైన్=ఆ రాజకుమార సంఘముమీఁద, నిగుడన్=ప్రసరించునట్లుగ, మగుడన్=మరలను, మఱుపడు=అదృశ్యలగునట్టి, కొమిరె...నలు-కొమిరె=పిన్నవయస్సుగల, హరిణలోచనల=లేడికన్నులవంటి కన్నులుగల స్త్రీలయొక్క, చలిత...రంబు-చలిత=కదలింపఁబడిన, కంకణ=కరభూషణములయొక్క, సంకుల=సంకీర్ణములైన, ని. 'సంకీర్ణం సంకులాకీర్ణే' యని యమరము. క్రేంకారంబులు=క్రేంకారధ్వనులు, ఆననా...లన్-ఆననామోద - ఆనన=ముఖముయొక్క, ఆమోద=పరిమళమునకు, ని. 'ఆమోదస్సోఽతి నిర్హారీ' యని యమరము. మేదుర=దట్టమైన, అళి=తుమ్మెదలయొక్క, ఝుంకారంబులన్=ఝుంకారధ్వనులను, బింకంబులడంపన్ = గర్వముల నణఁపఁగా, తిరస్కరింపఁగా ననుట, చెవులసంకులు - చెవుల = కర్ణప్రదేశములయందలి, సంకులు=సంకుపూసలును, లోవంకభుజంబులు - లోవంక = లోపలికివంగిన, భుజంబులున్ = బాహువులును, కొంకిసిగలు=వంకరకోశబంధంబులు, కావిముప్పట్లున్=చాయబట్టలును, ఒప్పన్=అమరియుండఁగా, ఇమ్ము=స్వస్థలము, దెప్పరంబై=తప్పిపోయి, ముప్పునన్=వార్ధక్యమందు, అప్పురంబు=ఆ శ్రీవిల్లిపుత్తూరు, చేరి=ప్రవేశించి, రసిక...నన్-రసికజన=సజ్జనులయొక్క, బాంధవంబునన్=సహవాసముచేత, బంధువియోగంబు మఱచి-బంధువియోగంబున్=బాంధవులనెడబాయుటను, మఱచి=విస్మృతిజెంది, గంధకలనా...లన్ - గంధకలనా = బుక్కా చేయుట, కుసుమస్రక్=పుష్పమాలికలయొక్క, గ్రథనాదులన్=కూర్చుట మొదలగువానియందు, ఆంధ్యంబులేక=మాంద్యములేక, అలరు=ఒప్పుచున్నట్టి, ఆంధ్రదేశీయులగు=తెనుఁగు దేశమందుండివచ్చిన, గంధకారులు=బుక్కావాండ్రు, పాటి...తోన్ - పాటిపాటి = కొంచెకొంచెపు, పద్యంపు=పద్యములతోఁ గూడిన, మ్రొక్కులతోన్ = దండములతోడను, వెట్టివెట్టికైవారంబులన్ = చేతులు సాచి చేయు పిచ్చిపిచ్చి స్తోత్రములతో, గౌరు తత్తడులపైవచ్చు=ఏనుంగులమీఁదను గుఱ్ఱములమీఁదను వచ్చెడి, రాచరిపైకిన్ = రాజసంఘంబులమీఁదను, ఆఁడువారిపైన్=నాట్యమాడు స్త్రీలమీఁదను, ఆళువారిపైన్=పెరియాళ్వారి (విష్ణుచిత్తుని) పైని, చల్లఁగాఁజల్లన్=మిగుల నవకీర్ణము చేయఁగా, పెల్లెగసి=బిట్టెగసి, సృష్టియెల్లను=సర్గజగమంతయును, ముష్టీకరించు=పిడికిటిపట్టున వ్యాపించిన, అస్పష్ట భేదయగు=భేద మేర్పడకయున్న, పరిమళసముష్టింబెట్టు=వాసనలనీనుచున్న, పిష్టాతకంబు=బుక్కా, ని. 'పిష్టాతః పటవాసకః' యని యమరము. నభోమండలికిన్=అంతరిక్ష

ప్రదేశమునకు, చండాతకంబై=అర్ధోరుకమై, చండకరకిరణమ్ములన్=సూర్యకిరణములను, మాటుపఱుపన్=అచ్ఛాదింపఁగా, పన్నీరునించిన=హిమాంబువులచే నిండించిన, అన్నీరు తిత్తులొత్తన్=(తన్నీరుతిత్తు లనియును బొంతముకలను.) అపన్నీటి చర్మభస్త్రికలను బిగియఁబట్టఁగా, వియత్తలంబునంబారి=అంతరిక్షమున కెగసి, కైవ్రాలు=క్రిందుగా వంగుచున్న, ధారలన్=ఉదకధారలచేతను, వాద్యంబులు=మృదంగాములు, తడసినన్=క్లిన్నములుగాఁగా, విద్యోపజీవులు=ఆవాద్య విద్యలచేత జీవనము చేయువారు, పుష్కరంబులుగ్రాఁపన్- పుష్కరంబులు = వాద్యభాండముఖంబులు, క్రాఁపన్=కాఁచుటకొఱకు, ని. 'పుష్కరం కరిహస్తాగ్రే వాద్యభాణ్డముఖేజలే' అని యమరము. అగ్గిరోయుచుండన్=నిప్పును వెదకుచుండఁగా, అమ్మొత్తము = ఆసమూహము, అత్తఱిన్=ఆసమయమందు, నృత్తంబుజూడనిలిచి=నాట్యమాడుటను వీక్షింపనిలిచి, మెత్తమెత్తనన్=మెల్లమెల్లన, నడచుచుండు=అరుగుచున్నట్టి, మిండమితండంబును=విటసమూహమును, తారన్=తామును, అప్పిండు...లు-అప్పిండు=ఆసమూహమందలి, పుండరీకాస్యలు=స్త్రీలు, అవకాశంబున్=సమయమును, కాంచి=చూచి, కాశ...లు-కాశకుసుమ=రెల్లుపువ్వులయొక్క, ప్రతిఫలన=ప్రతిబింబించుటచేతను, పాండురంబులు=తెల్లనై, పద్యా...కము-పద్యా=మార్గములయందు, ని. 'హరిణః పాండురః పాండుః సరణిః పద్ధతిః పథ్యా' యని యమరము. అతిహృద్య = మిగుల మనోహరములైన, పార్శ్వద్వయ = ఇరుప్రక్కలయందును, ఉద్యానపాదపంబులకున్= ఆక్రీడావనమందున్న వృక్షములకు, పాఱు...కున్ డిగ్గి - పాఱు=ప్రవహించుచున్న, చెంగలువ కాలువలకుడిగ్గి - చెంగలువ = ఎఱ్ఱకలువలుగల, కాలువలకున్ = సారణులకు, డిగ్గి = దిగి, కాసరీదధిమండ మాసరంబులుగాఁ బిసికి - కాసరీ = గేదెలయొక్క, దధి = పెరుఁగుచేతను, మండ = మీఁగడచేతను, ని. 'మండం దధిభవం మస్తు'అని యమరము. మాసరంబులుగాన్=దట్టముగాను, పిసికి=కలిపి, ఊరంబెట్టిన నారంగశృంగిబేర భంగంబులతోన్ కట్టిన - ఊరంబెట్టిన=లవణముతోఁ జేర్చి నానఁబెట్టిన, నారంగ = నారింజకాయల (నారదబ్బ కాయల) యొక్కయు, శృంగిబేర= అల్లముయొక్కయు, భంగంబులతోన్ = తునకలతోడను, ని. 'ఆర్ద్రికం శృంగిబేరం స్యాత్' త్తని యమరము. కట్టిన=బంధించిన, కలమాన్నపుజ్జద్ది=రాజనపుఁ బర్యుషితాన్నము, 'మోస్తువిభక్త్యేకవచనకేపుంపూ' అని శబ్దానుశాసనుఁడు సూత్రించినాఁడు గనుక కలమాన్న మనుచోట మకారమునకుఁ బుమాదేశము వచ్చెను. పాకపాత్తులన్=క్రమకపుపట్టలయందు, పాత్తులన్=ఏకపాత్రలయందు, కుడువన్=భోజనము సేయుటకు, కూర్చుండన్=ఆసీనులుకాఁగా, వీక్షించి=చూచి, కుక్షింభరిత్వంబునన్=ఉదరపోషణత్వంబుచేతను, క్షుత్క్షాములై=ఆఁకలిచేతఁ గృశించినవారై, తిరిగితిరిగి=సంచరించి సంచరించి, వేసరి=విసికి, ఓసరిలిన=అలసినట్టి, దాసరిగుంపు = దాసళ్ళసమూహము, వారి

పాలన్ = చల్దిగుడుచువిటులయొద్ద, గోపాలభిక్ష = అన్నభిక్ష, (దాసర్లు భిక్షకుఁ బోవునపుడు గోపాలభిక్ష యని యడుగుట ప్రసిద్ధముగాన నిచ్చట గోపాలభిక్షయని ప్రయోగించినాఁడు. మాధుకర మన్నట్లు) భిక్షించి=యాచించి, భక్షింపన్=భోజనము చేయుటకు, తీరక్షోణులన్ = ఏటిదరినేలలయందు, నిలిపిన=ఉనిచిన, తోరంపు=లావగు, దివెదారికోలల = దీపపు కంబములయొక్క, (తిరువిళక్కోలలను పాఠమున నిదె యర్థము.) రంధ్రగోళంబులన్=సుషిరప్రదేశములనుండి, ఉత్కీలంబులై=ఉద్గత జ్వాలలై, మండు=వెలుఁగుచున్న, ధగధగని = ధగధగమనియెడు, జగజ్జ్యోతి దీపజాలంబులన్ - జగజ్జ్యోతి (యనఁగాఁ బ్రమిదెలు మొదలగువానియందు వత్తివేయక మధ్య ప్రదేశమందుఁ జమురుచేతఁ దడుపఁబడిన గుడ్డలులోను గాఁగలవానినించి వెలుఁగించు దీపము.), దీపజాలంబులన్=దీపసమూహములచేతను, 'జాలంగవాక్ష ఆనాయే క్షారకే కపటే గణే' యని విశ్వము. మధ్య...లన్ - మధ్య=మార్గముయొక్క నడుమను వేసిన, ధూపకుండికాంగారంబులన్-ధూప=ఉపచారార్థము వేసిన సాంబ్రాణి పొగయొక్క, కుణ్డికా = పాత్రలయందున్న, వి. 'పుంసిచకుండః పీఠ రేతోయాధా రేచవహ్నిగర్తేచ, కుండో జారాజ్జాతస్సభర్తృకాయాంకమండలౌకుండీ' యని నానార్థరత్నమాల. అంగారంబులన్=అగ్నులయందు, ని. 'అంగారో౽లాతముల్ముక' మ్మని యమరుఁడు. నీరారంగ్రాఁచి, నీరారన్=తడియాఱునట్లుగ, గ్రాఁచి=తప్తముచేసి, నాదుఁబరికింపన్=ధ్వనిచూచుటకు, వాయించు=ధ్వనిజేయునట్టి, ధిమిధిమిధ్వానంబులకున్ = ధిమిధిమి యను ధ్వనులకు, బెదరి=జడసి, ఈవలియుపవన శుకంబులు - ఈవలి=ఇవతలి వైపున నున్న, ఉపవన=ప్రాంతోద్యానవనమందలి, శుకంబులు=చిలుకలు, ఆవలికిన్=ఆవలి వైపునకును, ఆవలి యుపవనశుకంబులు=అవలి తోఁటయందున్న చిలుకలు, ఈవలికిన్ =ఇవతలికిని, దట్టంబుగాన్=ఎడతెగకుండ, కట్టనితోరణంబులై= ఏర్పఱుపని మకర తోరణంబులై, పఱవన్=వ్యాపింపఁగా, తలలు విసరుటయు=శిరఃకంపనములు చేయుటయును, (అభినయించునపుడు తలలు కదలుచుండుననుట.) నోరు దెఱచుటయు = పాడుటకు వదనములు విప్పుటయు, కేలుపఱచుటయు = చప్పట్లు గొట్టుటయును, తక్కన్=తప్ప, మిక్కుటంబగు=అతిశయమైన, అక్కోలాహలంబునన్ = అకలకల ధ్వనియందు, 'కోలాహలః కలకలః' యని యమరము. ఏపాటియు=ఎంతమాత్రమును, పాటవినరాక=పాడుట వినఁబడక యుండఁగా, మూఁకగట్టిన= గుంపులైయున్న, భాగవతజాతంబులే తేరన్ - భాగవత=భగవద్భక్తులయొక్క, జాతంబులు = సంఘంబులు, 'ఉత్పన్నభూతయోర్జాతం బృందజాత్యోస్తునద్వయోః' యని యుత్పలమాల. ఏ తేరన్=ఎచ్చుచుండఁగా, ఊరూరి సంతసంతకున్-ఊరూరి=ప్రతిగ్రామముయొక్క, సంతసంతకున్ = ప్రతిసంతకును, (సంత యనఁగా వారమున కొకపర్యాయము సకల వస్తువులంజేర్చికొని యందఱకును విక్రయించుటయుఁ గ్రయమునకుఁ దీసికొనుటయు

నిట్టి వ్యాపారమునకు నిర్ణయించుకొన్న ప్రదేశము.) తిరుగన్ = సంచరించుటకు, పెద్దలు=ప్రముఖులు, ఇంటింటన్=ప్రతిగృహమందును, సంత...కున్ - సంతరించిన= పోషించిన, పిలుకవాటు=పిల్లలనిచ్చునట్టి, గోడిగలజావడములకున్ = ఆఁడు గుఱ్ఱపు తట్లకు, పుట్టి=జనియించి, కాలుగట్టివిడువన్=పొడువైన త్రాటిచేఁ బాదబంధన మొనరించి విడువఁగా, నెత్తంబునన్ = ఊరఁబాటియందు, మెత్తని=మృదువులైన, గఱిక మేసి=దూర్వనుదిని, బోసరించి=గర్వించి, మాపుమాపునన్ = ప్రతి సాయంకాలమందును, మేపు తినిపించుచున్న, సజ్జకవణంపు మేపునన్ = గంటెకోటి మేతచేతను, పిడుక=కరీషమును, గొరపంబు=గుఱ్ఱమును దోమునట్టి సాధనముచేత, తోమకంబునన్= శరీరశోధనముచేతి, పుటపుటనై=నున్ననున్ననై, కరియకంబడి ప్రాఁతఁగనియైనన్= నల్లకంబడి గుడ్డచూచినను, నీడఁగనియైనన్=మనుష్యాదులనీడను వీక్షించినను, బెదరు= జడుపుఁగొనుచున్న కొదమతట్టువగుంపు, కొదమ = లేఁతలైన, తట్టువ = గుఱ్ఱముల యొక్క, గుంపు=సమూహము, కాలికొలందికి=పాదముల పర్యంతము, వ్రేలు=లంబితములై యున్న, లాలుకుంచెలు = ఎఱ్ఱని కుచ్చులు, లాలుకుంచెలనఁగా గంగెద్దుల వాండ్రు చేతబట్టుకొనివచ్చు సౌరంపుకుచ్చులని కొందఱు. కీలించిన=కట్టిన, గవ్వదండలన్=వరాటికాసరములచేతను, కంటలన్=గంటలచేత, అలంకరించి=ప్రసాధనముఁ జేసి, మొలుగుమడ్డిందోచి = మోదుగుచెక్క వేసి కాఁచిననీళ్లతోఁ దడిసి, మూరకొక్కండును=హస్తప్రమాణమున కొకటియును, జేనకొక్కండునుగాన్ = అరమూర కొక్కటియును గలుగునట్లుగ, కుట్టిన=కుట్టబడిన, డొల్లుటుల్లారులుల్లసిల్లన్ - డొల్లుటుల్లారులు=వ్రేలుజాలరు, ఉల్లసిల్లన్=వెలుఁగునట్లుగా, (మోదుగుచెక్క రసముచేతను రంగువేయఁగా, నలుపువర్ణము వచ్చునుగాన నెఱ్ఱనికుచ్చుల నడుమను వీని నొక్కటిని జేర్చి కట్టఁబడియున్న జాలరుల ననుట.) పల్లించిన = ఆయితపఱచిన, పల్లంబుల పైన్ = పల్యాణముల మీఁద, చిల్లతైలంబును = ఇడుగపగరును, వాసనకోడుపులన్ = పరిమళయుక్తమైన శలాకలచేతను, పూసిన = లేపనము చేయఁబడిన, మణుంగు = చలువచేయఁబడి నటువంటి, చంద్రికచేలలై = తెల్లబట్టలై, రవణంబులుగాన్ = భూషణములుగాను, ఎదురుగాన్ = అభిముఖముగాను, వేడుకకుం జూడవచ్చిన=సంతోషముచేత వీక్షించుటకై వచ్చిన, అవ్వీటి...లై - అవ్వీటి=ఆశ్రీవిల్లిపుత్తూరియందున్న, మేటి = ప్రబలులైన, సాలె=వస్త్రకారులును, అగసాలె=స్వర్ణకారులును, పటుసాలె=పట్నూలువాండ్రును, వానె=హీనజాతికోమట్లును, వైజాతి =పలుపవాండ్రును, సాతులు=గోనెలు నేయువాండ్రును, (అనఁగాఁ బెరికవాండ్రనుట) ఎత్తెల=చాఁపలు నేయువాండ్రును, వీరలయొక్క, కొమిరెలు=స్త్రీలు, (కొమరులు అను పాఠమున చిన్నవాండ్రనియర్థము.) తుములమై=సంకులమై, ఎచ్చు...లన్- వచ్చు=ఏతెంచుచున్న, తచ్చమూసామజంబులన్ జూచి = ఆసేనయందలి యేనుఁగుల

వీక్షించి, ని. 'పృతనానీకినీ చమూః' యని 'సామజః పేచకీశూర్పశ్రుతిర్ద్వైదణ్డ ఇత్యపి' యనియు నమరము. ఏచిన=అధికమైన, వెఱన్=భయముచేతను, తమ=తమయొక్క, ఎక్కిరింత లెత్తికొని=అశ్వములు దమపైనున్నవారి నెత్తుకొని, వాఁగెలిరుగేలం గుదియం బట్టినన్ - వాఁగెలు=కళ్లెములను, ఇరుగేలన్=రెండుచేతుల చేతను, కుదియంబట్టినన్= బిగియఁబట్టినను, నిలువక=ఆ స్థలమందుండకయె, అయ్యుత్సవంబీక్షింపవచ్చిన=ఆ తిరునాళ్లఁజూడ నేతెంచినట్టి, ప్రజలన్=మనుష్యులను, త్రొక్కుచున్, పోవన్=పారిపోవఁగనె, తన్మధ్యవృద్ధవధ్వాతురాంధులుదిట్టన్ - తన్మధ్య=ఆ త్రొక్కుఁడుపడుచున్న వారి నడుమనున్న, వృద్ధ=ముసల్లును, వధూ=స్త్రీలును, ఆతుర=రోగపీడితులును, అంధులు=లోనగువారు, తిట్టన్=శపింపఁగా, ఇట్టట్టనలేక=మాఱుమాటాడలేక, ప్రాణంబులు పిడికిటం బట్టికొని=అరచేతిలో నుసురులం బెట్టికొని, పోవుచున్=వెళ్లుచును, నవీనసవిధకేదారంబులన్ - నవీన=నూతనములైన, సవిధ=సమీపమందున్న, కేదారంబులన్=దమ్ముచేసిన వరిమళ్లలోను, ని. 'కేదారకం స్యాత్కైదార్యం క్షేత్రం కైదారకం గణే' యనియమరము. త్రెళ్లి=తుళ్లి, చెట్టలుదిగంబడి=చంకలవఱకుఁ గ్రుంగిపోయి, (చప్పటలనియును పాఠముగలదు) వెడలలేకుండన్=పైకి లేవజాలకుండఁగా, తారు= తాము, దిగన్=దిగుటకు, ఇమ్ము లేక=స్థలముగానక, పిమ్మటఁగొని, ఊంగిటగుడిచి= మనోదుఃఖముబొంది, నలుదెసలున్ = నాలుగు దిక్కులను, చూడన్=వీక్షింపఁగా, చూచి=వారినిజూచి, కేలుచఱచి=చప్పట్లుగొట్టి, కోహోయని=కోహోయను పరిహాస వ్యంజకమగుధ్వని విశేషము చేసి, గేలిసేయు=పరిహాసముఁజేయుచున్న (తేరిచూచి హోయని గేలిసేయు నగ్నికాకదంబంబులయని యొకపాఠము) (నగ్నిక యనఁగా సమర్తాడనిది) గణికాకదంబంబుల=వేశ్యాసంఘములయొక్క, చప్పటులు=చేతులు తట్టుటలు, నిబిడనిష్కుటవిటపిఝాటంబులన్ - నిబిడ=దట్టమైన, నిష్కుట = ఉపవనములయొక్క, విటపి=వృక్షములయొక్క, ఝాటంబులన్ = సమూహములందు, ప్రతిశబ్దంబులు=ప్రతిధ్వనులు, పుట్టింపన్=ఇయ్యఁగా, ఇట్లు=ఇత్తెఱంగున, అనూనవిభవంబు= మహావైభవము, చిగురొత్తన్=అంకురింపఁగా, అత్తిరుపతి=ఆ శ్రీవిల్లిపుత్తూరు, చొచ్చి=ప్రవేశించి, అచ్చక్రధరు=ఆ శ్రీమహావిష్ణునియొక్క, నగరిన్=దివ్యమందిరముయొక్క, మొసలన్=ముఖశాలయందు, నిలుచుటయున్=ఉండఁగా, ఆ విష్ణుచిత్తుండు=ఆ పెరియాళ్వారు, తద్రథావతరణంబుజేసి = ఆ బ్రహ్మరథమునుడిగ్గి, ధరణీధవసమూహస్థానిక వ్యూహంబులు - ధరణీధవ=రాజులయొక్క, సమూహ=సంఘమును, స్థానిక=దేవస్థానాధికారులయొక్క, వ్యూహంబులు=సమూహములును, వెంటరాన్= వెంబడించి రాఁగా, అవ్వెన్నుం దగ సేవించి=ఆస్వామిని దర్శనముచేసి, తత్ప్రసాదలబ్ధంబగు=ఆ పుండరీకాక్షుని యనుగ్రహమువలనఁ బొందఁబడినదైన, 'ప్రసాదస్తు ప్రసన్నతా' యని యమరము. పరివట్టంబునన్=తిరుపరివట్టంబుచేత, అలంకృతుండై=భూషితుం

డై, నానాలంకారసహితంబును - నానాలంకార=అనేక విధములగు ప్రసాధనముల తోడ, సహితంబును=కూడికొనినదియును, రత్న=మణులయొక్కయు, కాంచన=బంగారముయొక్కయు, మయంబుననగు=వికారములైన, ఆత్మీయభవనంబుఁగాంచి=స్వీయగృహమునుజూచి, విస్మితుండై=ఆశ్చర్యమునొందినవాఁడై, పుండ...గాన్ - పుండరీకాక్ష=శ్రీమహావిష్ణునియొక్క, మహిమ=ప్రభావముచేతను, అభిలబ్ధ=పొందఁబడిన, వైభవంబుగా=ప్రాభవముగాను, తెలిసి=ఎఱింగి, తత్రత్య...లన్ - తత్రత్య=అచ్చటనున్న, ధాత్రీకళత్ర=రాజులయొక్క, వర్గంబులన్=సమూహములను, అనిపి=పంపి, ప్రవేశించి=గృహప్రవేశ మొనరించి, తొంటికంటెన్=మునుపటికంటెను, శత గుణంబుగాన్=నూఱంతలధికముగా, భాగవతపూజాప్రవణుండై - భాగవత=విష్ణుభక్తులయొక్క, పూజా=సపర్యయందు, ప్రవణుండై=ఆసక్తి గలవాఁడై, ఉండెన్=ఉండెను. అంతన్=తరువాత.

తా. శ్రీవిల్లిపుత్తూరిలోనుండు దేవస్థానమందలి యధికారులు నృత్తగీత వాద్యములతోడ నా విష్ణుచిత్తునెదుర్కొని నమస్కరించి యతనిం దాము తెచ్చిన స్వర్ణమయంబైన బ్రహ్మరథమునం దునిచికొనిపోవుచుఁ దతి మహావైభవంబులతో నందఱు వెంట నంటిరాఁగా నా విష్ణుచిత్తుండు పురము ప్రవేశించి కోవెలముందఱ బ్రహ్మరథంబుడిగ్గి యచ్యుతుని సేవించి యాదేవుని యనుగ్రహంబున లబ్ధంబైన కాంచననిర్మితంబగు తన గృహము ప్రవేశించి తొల్లింటికంటె నధికంబుగ భాగవతపూజాపరాయణుండై యుండెనని భావము.

మ. ఉలుపా ల్పట్టినయిండ్ల మజ్జననృపా•ర్హోదారభుక్తిక్రియో
జ్జ్వలులై రే హరికొల్వునన్ వివిధలా•స్యస్పర్ధిసుభ్రూభ్రుకుం
సులవాదు ల్సరి దీర్చి పుచ్చి మణివా•సోభూషణగ్రామముల్
జలజాతాక్షునకున్ సమర్పణము సే•య్యం జేసి యవ్వేకువన్. 36

టీ. ఉలుపాల్పట్టిన=కానుకలుదెచ్చిన, ఇండ్లన్ = వారి గృహములయందు, మజ్జన=అభ్యంగాములచేతను, నృపార్హ = రాజయోగ్యమైన, భుక్తిక్రియా = భోజన వ్యాపారములచేతను, ఉజ్జ్వలులై = వెలుఁగుచున్నవారలై, రే=రాత్రియందు, హరి కొల్వునన్=భగవత్సన్నిధానమందు, వివిధలాస్యస్పర్ధి - వివిధ = పలుదెఱంగులైన, లాస్య=నాట్యములయందు, 'లాస్యంనృత్తంచనర్తన'మ్మని యమరము. స్పర్ధి = వివాద పడుచున్న, సుభ్రూ=స్త్రీలయొక్కయు, భ్రుకుంసుల=నర్తకులయొక్కయు, 'భ్రకుంసశ్చ భ్రుకుంసశ్చ భ్రూకుంసశ్చేతి నర్తకః'యని యమరము. వాదులు = వివాదములను, సరిదీర్చి=సరిపుచ్చి, (సమ్మతిపఱచియనుట.) పుచ్చి=అంపి, (ఇచ్చి యను పాఠమున వారికి బహుమతులిచ్చి యని యర్థము.) మణివాసోభూషణగ్రామముల్ - మణి=రత్న

ములును, వాసః=వస్త్రములును, భూషణ=ఆభరణములును, గ్రామముల్ = ఊళ్లును, జలజాతాక్షునకున్=పుండరీకాక్షునకు, నిష్ఠన్=భక్తిచేతను, సమర్పణముఁ జేసి = సమర్పించి, అవ్వేకువన్=ఆ తెల్లవాఱుజామున.

తా. అప్పుడా విష్ణుచిత్తు ననుసరించి వచ్చియున్న పుడమిఱేండ్రు తమకుఁ గాను కలుదెచ్చి యిచ్చియున్న వారి గృహములయందు నభ్యంగస్నానములును రాజయోగ్యంబు లయిన భోజనకృత్యంబులం దీర్చికొని రాత్రియందు భగవత్కైంకర్యాసక్తచిత్తులై యాదేవమందిరముల కరుగుదెంచి యందనేకవిధ నాట్యములయందు వాడుచున్న నర్తకీనర్తకుల వాదములు దీర్చి పుత్తెంచి యప్పుండరీకాక్షునకు నతిభక్తితోడం బ్రత్నరత్నభూషణాంబర గ్రామావళు లొసంగి తెల్లవాఱఁగానే.

తే. ప్రభువు లరిగిరి క్రమ్మఱఁ • బాండ్యనగరి
కమ్మునియు నట్లు వైష్ణవా•భ్యర్చనంబుఁ
దనచిరంతనతులసికా•దామకరణ
దాస్యమును జేసికొనుచుఁ ద•త్పరత నుండె. 37

టీ. క్రమ్మఱన్ =తిరిగియు, ప్రభువులు = అధికారులు, పాండ్యనగరికిన్= మధురకు, అరిగిరి=వెళ్లిరి, అమ్మునియున్=ఆ విష్ణుచిత్తుఁడును, అట్లు=పూర్వప్రకారము, వైష్ణవాభ్యర్చనంబున్=భాగవతారాధనమును, తన...ను - తన=తనయొక్క, చిరంతన=బహుకాలమునుండి యొప్పియున్న, తులసికాదామ = తులసిమాలికలయొక్క, కరణ=చేయుటయును, దాస్యమును=కైంకర్యమును, చేసికొనుచు = సలుపుకొనుచు, తత్పరతన్=భగవదాసక్తిచేతను, 'తత్పరే ప్రసితాసక్తా' అని యమరము. ఉండెన్.

తా. అప్పుడా ప్రభువులు మధురాపురంబునకు మరలనేతెంచిరి. పిమ్మట మునివరుండైన యావిష్ణుచిత్తుండు మునుపటియట్ల తాను భాగవతారాధనమును, చిరకాలానుష్ఠితంబై యున్న తులసీమాలికాకరణరూపంబగు భగవత్కైంకర్యమును జేసికొనుచు నాదేవునియం దాసక్తిగలవాఁడై యుండెను.

వ. ఒక్కనాఁడు మధ్యాహ్నసమయమాలికారోపణానంతరంబున మందిరంబునకుం బోవునతనిం బ్రసాదమందస్మితవళక్షుం బగుకటాక్షంబున వీక్షించి పక్షిపుంగవకేతనుండు పుండరీకనికేతన కిట్లనియె.

టీ ఒక్కనాఁడు=ఒకదినము, మధ్యా...నన్ - మధ్యాహ్నసమయ=మధ్యాహ్నకాలమందు, ని. 'సమయాశ్శపథాచార కాలసిద్ధాంతసంవిద' యని యమరము. మాలికారోపణానంతరంబునన్=పుష్పమాల సమర్పణముఁ జేసిన పిదప, మందిరంబునకుంబోవు=తనగృహమునకు వెళ్లుచున్న, అతనిన్=ఆవిష్ణుచిత్తుని, ప్రసాదమందస్మిత

వళక్షంబగు - ప్రసాద = అనుగ్రహముచేతనైన, మందస్మిత = చిఱునవ్వుచేతను, వళక్షంబగు=తెల్లనైన, ని. 'వళక్షోధవళోఽర్జునః' యని యమరము. కటాక్షంబునన్=అపాంగదర్శనముచేత, వీక్షించి=చూచి, పక్షిపుంగవకేతనుండు=గరుడధ్వజుండు, (భగవంతుఁడనుట.) పుండరీకనికేతనకున్=లక్ష్మితో, ఇట్లు=వక్ష్యమాణక్రమంబున, అనియెన్=పలికెను.

తా. ఒక్కనాఁ డావిష్ణుచిత్తుండు మధ్యాహ్నకాలమున నిత్యము తాను పుష్పమాలికను స్వామికి నొసంగురీతిని సమర్పించి తనయింటికి వెళ్లుచుండఁగా నప్పుడప్పక్షిపుంగవకేతనుండైన విష్ణుదేవుం డతనిం దన కరుణాకటాక్షమునకుఁ బాత్రుంజేసి యా పద్మనికేతన యగులక్ష్మీదేవితో నిట్లని వచించెను.

తే. యామునాచార్యుఁ డొక్కఁడు • నీమహాత్ముఁ
డొక్కఁడును గాదె మన్మతం • బుద్ధరించి
రస్మదీయకృపాతిశ•యమున ననిన
నిందిరాదేవి తనభర్త • కిట్లు లనియె. 39

టీ. యామునాచార్యుఁడొక్కఁడు=యామునాచార్యుఁ డొక్కండును, ఈ మహాత్ముఁడొక్కఁడును=ఈవిష్ణుచిత్తుఁడొకఁడును, కాదె=వీరలిరువురే గదా, మన్మతంబు=శ్రీవైష్ణవసిద్ధాంతమును, ఉద్ధరించిరి=నిర్వహించిరి, అస్మ...నన్ - అస్మదీయ=నాసంబంధియైన, కృపాతిశయమునన్ = దయాధిక్యముచేతను, అనినన్ = ఇట్లనఁగా, ఇందిరాదేవి = లక్ష్మీదేవి, 'ఇందిరా లోకమాతా మా' యని యమరము. తనభర్తకున్ = తనకు భర్తయైన శ్రీమహావిష్ణువునకు, ఇట్టులనియెన్ = వక్ష్యమాణక్రమంబున వచించెను.

తా. యామునాచార్యుండును ఆళవందారును, విష్ణుచిత్తుండును, వీరిరువురేకదా నాకృపకుం బాత్రులై వైష్ణవసిద్ధాంతం బుద్ధరించి రనఁగా విని యా లక్ష్మీదేవి తనభర్తయైన శ్రీవిష్ణుదేవునితో నిట్లనియె.

క. ఇతనికథ యెఱిఁగినది కా
యతఁ డేమి యొనర్చె ననిన • నబ్జాక్షుం డా
శతపత్త్రనిలయ కిట్లను
నతివ కలం డొకఁడు మత్ప•దాశ్రితుఁ డాదిన్. 40

టీ. ఇతనికథ=ఈవిష్ణుచిత్తునిచరిత్రము, ఎఱిఁగినదికా=తెలియఁబడినదిగదా, అతఁడు=ఆయామునాచార్యుఁడు, ఏమియొనర్చెన్=ఏమిచేసెను, అనినన్=ఇట్లు మందలింపఁగా, అబ్జాక్షుండు=పుండరీకాక్షుఁడు, ఆశతపత్త్రనిలయకున్=ఆ యిందిరా

దేవికి, ఇట్లనుక్ = ఈలాగున(బలికెను, అతివ = ఓ లక్ష్మీ, అదిక్ = తొలుదొల్తను, మత్పదాశ్రితుఁడు, మత్పద = నా చరణములను, ఆశ్రితుఁడు = ఆశ్రయించినవాఁడు, ఒకఁడు = ఒక్కఁడు, కలండు = ఉండెను.

తా. ఈ విష్ణుచిత్తుని చరిత్రంబెల్లఁ దెలియంబడియున్నదిగాని యయ్యామునాచార్యుం డేమి యొనరించెనో తెలియఁబడదు గాన వివరించి తెలుపుమనవుఁ డప్పుడప్పుండరీకాక్షుం డాయబ్జాలయతో నోయింతీ యింతకుమున్ను మదీయచరణారవిందమరంద పాన ప్రముదిత హృదయుం డై యొక్కరుం డుండె నని యానతిచ్చెను.

ఆ. అతఁడు చిఱుతనాఁడె • యాచార్యకులమున
వేడ్క వేదశాస్త్ర • విద్య లభ్య
సించు చుండ నపుడు • చెలువ యిప్పటిపాండ్య
నృపతి పూర్వవంశ్యుఁ • డే యొకండు. 41

టీ. అతఁడు = ఆ యామునాచార్యుఁడు, చిఱుతనాఁడె = పిన్నవయస్సున నే, ఆచార్యకులమునన్ = గురుని గృహమందు, ని. 'సభావాసః కులం క్షితిః' యని యమరశేషము. వేదశాస్త్ర - వేద = శ్రుతులు, శాస్త్ర = షట్ఛాస్త్రములు, విద్యలన్ = కళలను, అభ్యసించుచుండక్ = నేర్చుకొనుచుండఁగా, (అనఁగాఁ జదువులు చదువఁగా ననుట.) చెలువ = ఓలక్ష్మీదేవి, అపుడు = ఆ కాలమందు, ఇప్పటి పాండ్యనృపతి పూర్వవంశ్యుఁడే = ఈపాండ్యరాజువంశమునఁ బూర్వము జనించినవాఁడే, ఒకండు = ఒక రాజు.

తా. యామునాచార్యుండు బాల్యమందె గురుకులవాస మొనరించుచు వేదశాస్త్రాది నిఖిలవిద్యలు గఱచుచుండు నవసరంబున నిప్పటి పాండ్యరాజుయొక్క వంశజుఁడగు పూర్వపు రాజులలో నొక్కరుఁడుండెను. ఇక్కడ యామునాచార్యునికంటె విష్ణుచిత్తుఁడు పూర్వుఁడైనను యామునాచార్యుఁడు పూర్వుఁడని భగవంతుఁడు చెప్పుటవలన లోకసంరక్షణార్థము భగవదవతారము లెట్లు పలుమాఱు కలుగునో అట్లే భాగవతావతారము లని యెఱుఁగునది.

తే. వెఱ్ఱిశైవంబు ముదిరి మ • ద్వినుతి వినఁడు
నతి యొనర్పఁడు మామక • ప్రతిమలకును
హరుఁడె పరతత్త్వ మను మదీ • యాలయముల
నుత్సవంబుల కులుకు నెఁ • య్యురును నట్లు. 42

టీ. వెఱ్ఱిశైవంబు = చిత్తభ్రమరూపమైన శివభక్తి, ముదిరి = అతిశయించి, మద్వినుతివినఁడు = నాస్తోత్రముల నాలకింపఁడు. (అనఁగా జెవులఁ బెట్టఁడనుట) మామకప్రతిమలకును = నా సంబంధులయిన విగ్రహములకును, నతియొనర్పఁడు = నమస్కరింపఁడు,

హరుఁడే=శివుఁడె, పరతత్త్వమనుక్ = పరబ్రహ్మమనును, మదీయాలయములన్= విష్ణుమందిరములయందలి, ఉత్సవములకున్=తిరునాళ్లకును, ఉలుకున్=అదరిపడును, నెయ్యురును=అతని స్నేహితులును, అట్ల=ఆరాజువలెనే, (ఉలుకుమరనుట.)

తా. ఆ రాజునకు వెఱ్ఱిశైవము ముదిరి విష్ణుస్తవములు చెవియందుబెట్టక విష్ణువిగ్రహములకు నమస్కరింపక విష్ణుమందిరములయందు జరిగింపంబడు నుత్సవాదుల కసహ్యపడుచు శివుఁడే పరబ్రహ్మ మని తాను తనస్నేహితులతోఁగూడ నివ్విధంబుగానుండెను.

సీ. అశ్రాంత జంగమా • ర్చా శ్రద్ధ వర్తిలు,
వేదవిద్ద్విజపూజ • వీటఁ గలుపు
భౌమవారపు వీర • భద్ర పళ్లెర మిడు,
గృహదైవతంబు లి • ట్టింకు లింక
షణ్ణవతిశ్రాద్ధ • చయ మారఁ బెట్టు శం,
కరదాస మయ్య భ • క్తప్రతతికి
నాద్యంబు లైన దే • వాలయంబులు వ్రాల,
నవని నిరాశ మ • తాళి నిలుపుఁ

తే. జందె ముత్తరశైవంబుఁ • జెంది త్రెంచుఁ
బతితు లారాధ్యదేవళ్లె • ప్రాప్యు లనుచు
నుపనిషత్తులు వారిచే • నుబ్బి వినును
వెండి యే జంగ మెత్తిన • వెఱఁగుపడును. 43

టీ. అశ్రాంతజంగమార్చాశ్రద్ధన్ - అశ్రాంత=ఎడతెగని, జంగమార్చా=జంగములపూజయందు, శ్రద్ధన్=ఆసక్తిచేత, (అత్యంతజంగమార్చాశ్రద్ధననియును బాఠముకలదు.) వర్తిలున్=ప్రవర్తించును, వేదవిద్ద్విజపూజన్ - వేదవిత్=వేదార్థమెఱింగిన, ద్విజ=బ్రాహ్మణులయొక్క, పూజన్=సపర్యమును, వీటఁగలపున్=వ్యర్థమగునట్లుచేయును, భౌమ...ము - భౌమవారపు=అంగారకవారసంబంధియైన, వీరభద్రపళ్లెరము=వీరభద్రపళ్లెరమనుగణార్చనను, ఇడున్=ఒనర్చును, గృహదైవతంబులు=ఇలువేల్పులు, ఇట్టింకులింకన్=మిక్కిలి యింకిపోఁగా, (బెదిరిముడిగియుండఁగానని కొందఱు, ఆపక్షమున నిట్టింకులనఁగా జింకలుభయమునొంది దూరముగ వెళ్లుటకు యత్నించుసమయమున బెదరి ముడిగియుండు నవస్థావిశేషము.) షణ్ణవతిశ్రాద్ధచయము=తొంబదియాఱుతిథులు. శ్లో. 'అమాయుగమనుక్రాంతిధృతిపాతమహాలయాః, త్రిస్రోష్టకాశ్చ విజ్ఞేయా షణ్ణవత్యః ప్రకీర్తితాః' ఆరన్ = నశింపఁగా, శంకరదాసమయ్య=

శంకరదాస్యముగల యయ్యలనియెడు, భక్తప్రతతికిన్=సేవక సమూహములకు, పెట్టున్=ఇడును, ఆద్యంబులైన=పురాతనములగు, దేవాలయంబులు=కోవెలలు, ప్రాలన్=పడిపోఁగా, అవనిన్=భూమియందు, నిరా...ళి-నిరాశ=జంగములకు, మఠాళి=సన్న్యాసులు మొదలగువారుండుగృహసమూహములు, నిలుపున్=కట్టించును,(జంగమపీఠస్థులకు స్థిరంతులనియును, మఱియు వారలకే చరంతులనియు, లింగధారులయొక్క గురువులకు నయ్యలనియును వారిలో వ్యవహారము గనుక స్థిరాళిమఠాళి యను పాఠమున స్థిరంతులమఠములు నని యర్థము.) జంధెము=యజ్ఞోపవీతమును, ఉత్తరశైవంబున్=పిమ్మటవచ్చిన శైవంబును, చెంది=అంగీకరించి, త్రెంచున్ = త్రెంచివైచును, పతితులు=వేదబాహ్యులైన, ఆరాధ్యదేవళ్ళే=ఆరాధ్యదైవతములె (అనఁగా లింగధారులనుట.), ప్రాప్యులనుచున్=పొందఁదగిన వారనుచును, ఉపనిషత్తులు=కాలాగ్నిరుద్రాద్యుపనిషత్తులను, వారిచేన్=ఆ యారాధ్యులచేతను, ఉబ్బి=సంతోషించి, వినుచున్=ఆలకించివినుచును, వెండి=మఱియును, ఏ జంగము=ఏ జంగమదేవరైనను, ఎత్తినన్=ప్రశంసచేసినను, వెఱఁగుపడున్=ఆశ్చర్యపడును.

తా. అనఁగా నప్పాండ్యరాజు వైదికంబులగు కర్మముల మాని జంగాల సేవించుచు వారు చెప్పు శైవశాస్త్రములనే యాదరించుచుండె నని ముఖ్యతాత్పర్యము.

క. శివలింగముఁ దాల్చినజన
నివహము లేమైనఁ జేయనిది పాపము దా
నవుఁగాదనఁ డాసమయము
నవునను విప్రులక యగ్రహారము లిచ్చున్. 44

టీ. శివలింగముఁదాల్చిన=శివలింగము గట్టికొనిన, జననివహములు=నరసమూహములు, ఏమైనఁజేయన్=ఏపనిచేసినను, తాన్=తాను, ఇది=ఇట్లొనర్చుట, పాపము=దురితమని, అవుఁగాదనఁడు = యుక్తమనిగాని అయుక్తమనికాని చెప్పఁడు, ఆసమయమున్=ఆయాచారమును, ని. 'సమయాశ్శపథాచార కాలసిద్ధాంత సంవిద' యని యమరము. అవునను విప్రులక = అదియుక్తమని చెప్పుచున్న పుడమివేలుపులకే, అగ్రరము లిచ్చున్=గ్రామముల నొసంగును.

తా. మఱియు నారాజు లింగధారులగు జనంబు లెటువంటి దుష్కృత్యములొనర్చినను విచారింపక యుండుటయేకాక, యాశైవాచారము యుక్తమని తన యభిప్రాయము ననుసరించి పలుకుచుండు బ్రాహ్మణుల కగ్రహారాదుల నిచ్చుచుండెను.

తే. అతఁడు రాజ్యంబుఁ బాలించునవసరమునఁ
దనవశం బైనయట్టియాత్మామ్రపర్ణిఁ

గలుగు నలపుట్టరానిము • క్తామణివర
కులము మాహేశ్వరులకంధ • రలకుఁ దీఱె. 45

టీ. అతఁడు=ఆపాండ్యరాజు, రాజ్యంబుక్=దేశమును, పాలించు నవసరమునన్=ఏలుచున్న కాలమందు, తనవశంబైనయట్టి=తనయధీనమైన, అత్తామ్రపర్ణిన్=ఆతామ్రపర్ణియనునదియందు, కలుగు...బు-కలుగు = జనించుచున్న, అల=ప్రసిద్ధమైన, పుట్టరాని=అపూర్వములైన, ముక్తామణివర = శ్రేష్ఠంబులగుముత్తియములయొక్క-, కులంబు=రాశి, మాహేశ్వరుల కంధరలకున్=లింగధారుల మెడలకు,తీఱెన్=సరిపోయెను,(కంధలకును దీఱెనను పాఠమున బొంతలకు సరిపోయె నని యర్థము.)

తా. ఆరాజు రాజ్యపాలనం బొనర్చుతఱిఁ దనదేశమందున్న తామ్రపర్ణి యను నదియం దుద్భవించి యమూల్యంబులై చెలంగుచున్న ముత్తియపురాసు లాలింగధారులకు హారములయ్యెనని భావము.

తే. అప్పు డిచ్ఛకు లగుబ్రాహ్మ • ణౌఘ మెల్ల
నాత్మ జనిభూమి విడువలే • కలికభూమి
గడ్డముల నాన రుదురాక • లిడ్డ సంది
సూతసంహిత లిఱికించి • చొరఁ దొడఁగిరి. 46

టీ. అప్పుడు=అకాల-మందు, ఇచ్ఛకులగు = ఇచ్ఛానువర్తులైన, బ్రాహ్మణౌఘమెల్లన్=విప్రులందఱును, ఆత్మ జనిభూమిన్ = తమజన్మభూమిని, విడువలేక=త్యజింపఁజాలక, అలికభూతి - అలిక=ముఖమందలి, భూతి=భస్మము, గడ్డములన్=చుబుకప్రదేశములయందు, ఆనన్=నిండఁగా, రుదు...దన్-రుదురాకలిడ్డ = రుద్రాక్షలుకట్టికొనిన, సందిన్=సందిటియందు, సూతసంహితలు=సూతసంహితా గ్రంథములను, ఇఱికించికొని=ఉనిచికొని, చొరఁదొడఁగిరి=ప్రవేశింపనారంభించిరి. ని. 'జనిరుత్పత్తిరుద్భవ' యనియు, 'భూతి ర్భసిత' యనియు నమరము.

తా. అపుడు జన్మభూమియం దపేక్షగల కొందఱు బ్రాహ్మణు లా రాజుయొక్క- యిచ్ఛానువర్తనముగలవారలై తమముఖములయందు గడ్డములవఱకు వ్యాపించునట్లు విభూతిఁబూసి రుద్రాక్షలు ధరించికొని చంకలో సూతసంహిత యను గ్రంథము నిఱికించికొని యెదుటికి రా సాగి రని తాత్పర్యము.

క. శీలముఁ బట్టియు గంజా, హాల లుపాంశున భుజించు • నధముల బైటం
జాలఁడు వైవన్ విప్ర, స్ఖాలిత్యము బైట వేసి • కనుగిఱవు సభన్. 47

టీ. శీలమున్=జంగమదీక్షను,పట్టియున్=పూనియును, గంజాహాలలు-గంజా=గంజాయిని, హాలలు=వివిధమద్యములను, ఉపాంశునన్=రహస్యమందు, భుజించు

ధనులన్ = సేవించుచున్న నీచులను, బైటవైవన్=బయలుఁబెట్టుటకు, చాలఁడు=శక్తిహీనుఁడగును, విప్రస్ఖాలిత్యమున్- విప్ర=బ్రాహ్మణులయొక్క, స్ఖాలిత్యమున్=తప్పితమును, బైటవేసి=ప్రకటనచేసి, సభన్=కొలువుకూటమందు, కనుగిలుపున్=హేళనముచేయుమని సభ్యులఁజూచి కనుసంజ్ఞఁజేయును. ని. 'సురాహాలిప్రియాహాలా' యనియు, 'రహశ్చోపాంశు చాలిఙ్గ' యనియు నమరము.

తా. శైవదీక్ష వహించియు రహస్యముగా గంజాయిఁ దిని మద్యపానముఁ జేయుచున్నట్టి భ్రష్టులనుబట్టి విచారించి శిక్షింపఁడుగాని, బ్రాహ్మణులకుఁ బ్రమాదముచేత సంభవించిన కొంచెపుతప్పితములను సభయందు బయలుపఱిచి సభ్యులంజూచి హేళనముచేసి యాక్షేపింపుఁడని కనుసంజ్ఞఁ జేయుచుండును.

క. ఆరాజుమహిషి నియతి మ, దారాధనపరత నుండు • నట్లుండియు దు
ర్వారవ్యథకుం గానదు, పారము విభుఁ డస్మదంఘ్రి • భక్తుఁడు గామిన్.

టీ. ఆ రాజుమహిషి=ఆ పుడమిఱేనిపట్టపురాణి, నియతిన్=భాగ్యముచేతను, మదారాధనపరతన్-మత్=నాయొక్క, ఆరాధన=పూజనమందు, పరతన్=ఆసక్తిచేత, ఉండున్=వర్తించును, అట్లుండియున్=మద్భక్తురాలైయుండియును, విభుఁడు=ప్రియుఁడు, అస్మదంఘ్రిభక్తుఁడు కామిన్- అస్మత్=నాయొక్క, అంఘ్రి=పాదములకు, భక్తుఁడు కామిన్=భక్తుఁడు కాకుండుటంజేసి, దుర్వారవ్యథకున్=మితిలేని మనోదుఃఖమునకు, పారమున్=తుదను, కానదు=చెందదు.

తా. ఆ రాజుయొక్క భార్య మాత్రము తనసుకృతముచే నాసపర్యయందనురక్తిగలదియైయుండియుఁ, దనమగండు నాకు భక్తుఁడుగాకయుండుటఁజేసి, తానపారంబగు దుఃఖసముద్రంబున మునింగియుండు.

వ. మఱియు నప్పురంధ్రీరత్నంబు. 49

టీ. మఱియున్=ఇంకను, అప్పురంధ్రీరత్నంబు - పురంధ్రీ=సచ్చరిత్రగలవనితలలోపల, రత్నంబు=శ్రేష్ఠయైన యాపట్టపుదేవి.

సీ. వింగడంబై నట్టి • ముంగిట *నెలకొన్న,
బృందావనికి మ్రుగ్గు • బెట్టు దాన
దశమినాఁ డేకభ • క్తముఁ జేసి యవలినాఁ,
డోర్చి జాగరముతో • నుండు నిట్రు
బారసి వోసీదు • పైనిద్రఁ బాఱుట,
క్కలువాడు మత్పుణ్య • కథలఁ ద్రోయు

* నిడికొన్న.

నేమంపుమూనాళ్లు • కామింప దధినాథు,
 మఱునాఁడు కన్నును • మనసు దనియ
తే. నారజపువన్నెఁ బ్రతి సెజ్జ • కరుగుఁ గూర్మి
 నరుగుచో నాభిఁ దుడిచి క•ప్పూరపునాభి
 బెట్టు నిట్టులు మద్భక్తి • పుట్టియును ని
 జేశునెడ భక్తి చెడదు మ•దిష్ట మగుట. 50

టీ. వింగడంబైనట్టి=విరళముగనున్నయట్టి, ముంగిటన్ = ముంగిలియందు, నెలకొన్న=పాదుకొనియున్న, బృందావనికిన్ = తులసీవనమునకు, తాన = తానె, ముగ్గుఁబెట్టున్=రంగవల్లినిడును, దశమినాఁడు=దశమిదివసమందు, ఏకభక్తముఁజేసి =ఒక్కప్రొద్దుండి, ఆవలినాఁడు=మఱుచటిదినము, (అనఁగా నేకాదశియందనుట.) ఓర్చి=సహించి, జాగరముతోన్=నిద్రలేమితోడను, ఉండునిట్రు = ఉపవాసముండును, బారసి=ద్వాదశీవ్రతము, పోనీదు=విడువదు, పై నిద్రన్ = పారణానంతరమందుఁగలుగునిదురను, పాఱుటక్కులువాడు=బ్రాహ్మణస్త్రీలుపాడునట్టి, 'పాఱుఁ డనఁగఁ బుడమివేల్పు బాఁపఁడనఁగ' నని యాంధ్రనామసంగ్రహము. మత్=నాయొక్క, పుణ్యకథలన్=పవిత్రకరంబులగు చరిత్రములచేతను, ప్రోయున్ = కడపును, నేమంపుమూనాళ్లు, నేమంపు=నియమమైన, మూనాళ్లు=దశమి యేకాదశి ద్వాదశి యను మూఁడు దివసములును, అధినాథున్=పెనిమిటిని, కామించు=కోరదు, మఱునాఁడు=ఆ మూఁడురోజులు కడచినవెనుక, కన్నులు=నేత్రంబులు, మనస్సున్=మనంబును, తనియన్ = ఆనందించునట్లు, ఆరజపువన్నెన్ - ఆరజపు = మనోహరమైన, వన్నెన్=సొగసుతోడను, పతి=ప్రియునియొక్క, సెజ్జకున్ = పానుపుమీఁదికి, కూర్మిన్=ప్రేమచేత, అరుగున్=వెళ్లును, అరుగుచోన్=ప్రియునింగలయుటకు వెళ్ళునప్పుడు, నాభిన్=నిడుపుగఁబెట్టిన కస్తూరిబొట్టును, తుడిచి = తీసివేసి, కప్పురపునాభిన్=కర్పూరపుబొట్టును, పెట్టున్=పెట్టుకొనును, (విభూతిచుక్కయని పెనిమిటి కగపడునట్లనుట.) ఇట్టులన్=ఇవ్విధంబుగ, మద్భక్తిపుట్టియును=నాయందుఁబూజ్యానురాగ ముదయించియును, నిజేశునెడన్=తనభర్తయందు, భక్తిచెడదు=అనురాగము విడువదు, మదిష్టమగుటన్ = నాకిష్టమైనయది యగుటచేతను, (స్త్రీలు పతివ్రతలై యుండుట తమకిష్టమని తెలిసి యామె పతిభక్తి విడువదనుట).

తా. మఱియు సచ్చరిత్రలు గలవనితారత్నంబైన యారాణియు, విశాలంబైన నగళ్లయొక్క ముంగిళ్ళయందు నెలకొనియున్న తులసీవనమందుఁ దావ ముగ్గులు పెట్టుచు దశమినాఁ డొక్కప్రొద్దుండి యేకాదశిని శుద్ధోపవాసజాగరణములచేతఁ గడపి ద్వాదశినాఁడు పారణయొనర్చి బ్రాహ్మణస్త్రీలు పాడుచున్న విష్ణుస్తోత్రపాఠ

ములచేత నిదురపోకయ ప్రొద్దుపుచ్చి యామూఁడురాత్రులు పతిసంభోగముఁ గోరక నియమముచేత నిశ్శేషకాదశీవ్రతమాచరించి యామఱునాఁడు ప్రియుఁ డుత్సహించునట్లు కన్నులపండువై సొబగైయున్న యలంకారముఁ జెలంగుచు నత్యంతప్రీతితోడం గాంతునిఁ గూడం దలంచిపోవు నవ్వసరంబున ముంను దనముఖంబున నిలువుగ నునిచికొనియున్న కస్తూరీతిలకమునుడిచి శైవదీక్ష వహించియున్న తనభర్త విభూతి యని యుత్సహించునట్లు కర్పూరముతోఁ జుక్కబొట్టు పెట్టి పతిశయ్యం జేరును. నాయందిట్లమ్భుతంబైనభక్తి జనించియును స్త్రీలకుఁ బతివ్రతాధర్మం బత్యంతాదరణీయం బని మద్వ్యాసనంబు నెఱింగియ పతిభక్తియందు మిగుల ననురక్తురాలై యుండె నని భావము.

క. వనజజరుద్రాదులు మ,త్తనువుల తత్పూజనంబు • తథ్యము మత్పూ
జనమతదీప్సితఫలదా, తను నే నట్లైనఁ గలవు • తరతమవృత్తుల్.

టీ. వనజజరుద్రాదులు=బ్రహ్మయు, రుద్రుఁడు మొదలగువారు, మత్తనువుల=నాశరీరములే, తత్పూజనంబు-తత్=వారలయొక్క, పూజనంబు=అర్చించుట, మత్పూజనమ=నన్నుఁ గూర్చి యొనర్చినపూజయే, సత్యము=యథార్థము. తదీ...ను-తత్=అట్లా బ్రహ్మరుద్రాదులను బూజించువారలయొక్క, ఈప్సితఫల = ఇష్టసిద్ధులకు, దాతను=ఇచ్చువాఁడను, నేన=నేనే. అట్లైనన్=ఆలాగైనప్పటికిని, తరతమవృత్తుల్=హెచ్చుదగ్గులు, కలవు=కలిగియుండును.

తా. ఈశానుఁడు, బ్రహ్మయు లోనగువారంతయును నాశరీరంబు లగుటంజేసి వారల వారాధించినయెడ యథార్థముగ నన్నారాధించినట్లు సంతసించి యట్లొనర్చిన మనుజులకు నభీష్టార్థముల నిచ్చువాఁడను నేనయైనను నాకును వారలకును దారతమ్యము గలదు.

క. కేవలశరీరదృష్టిన, దేవతల న్వేఱ కలుగఁ • దెలిసినజడులన్
నావాసుదేవతాస్థితి, భావింపనిపూజ సాంత•ఫలమై త్రిప్పున్. 52

టీ. కేవలశరీరదృష్టిన-కేవల=ముఖ్యముగ, శరీర=ఇతరదేవతల శరీరములయొక్క, దృష్టిన=చూచుటచేతనే, దేవతలన్=అస్మచ్ఛరీరభూతులైన యితరదేవతలను, వేఱ కలుగన్=ప్రత్యేకముగ నున్నట్లు, తెలిసినజడులన్=ఎఱిఁగినయజ్ఞానులను, నావాసుదేవతాస్థితి - నా = నాయొక్క, వాసుదేవతా=వాసుదేవత్వముయొక్క, శ్లో. 'సర్వత్రాసౌ సమస్తంచ వసత్యత్రేతివై యతః, అతోఽస్యవాసుదేవేతి విద్వద్భిః పరిపఠ్యతే' అని విష్ణుపురాణము. స్థితిన్=ఉంటను, భావింపని=తలంపని, పూజ=ఆరాధనము, సాంతఫలమై-సాంత=అంతముతోఁగూడిన, ఫలమై=ఫలముగలదై, త్రిప్పున్=మళ్లించును.

తా. ముఖ్యముగ నితరదేవతలందఱు నా శరీరంబులే, కాన నట్టిదేవతలు నాకు వేఱుగా నున్నవారనియును, బ్రత్యేకఫలప్రదులనియును, దెలిసికొనియున్న యజ్ఞులను నా వాసుదేవత్వస్థితిని దెలియనిపూజ యల్పఫలప్రదాయకమై యనేక జననమరణరూప దుఃఖములం ద్రిప్పుచుండు నని భావము.

వ. మఱియు నీరహస్యంబుఁ దెలియ కబ్భూపతి తామసుండై మామకీనంబు లగు జనంబుల సామాన్యబుద్ధిం జూచుచుఁ దద్వృత్తుల కగు నుపద్రవంబుల నుపేక్షించుచు రక్షావిముఖుండై యుండ వీక్షించి కలియుగంబునఁ ద్రవిడమండలంబునఁ గృతమాలాతామ్రపర్ణీతటంబుల మద్భక్తులు తఱచగుటను దద్దేశంబున గోడయుం డతం డగుటను రక్షణశిక్షణంబులు రాజముఖంబునం గాక నేన సాక్షాత్కరించి చేయమియుఁ దద్రక్షణేచ్ఛ యస్మదాభిముఖ్యంబునం గాని పొడమమియు నాయాభిముఖ్యంబు సంవాదంబునం గాని వుట్టమియు నే విచారించి తదాభిముఖ్యకరణార్థంబుగ నాస్థానం బెక్కి వాదిజయంబు సేయవలయు ననుతలం పవ్విప్రకుమారునకుం బుట్టింప నతం డేఁగి నానాదేశాగతదీనానాథవృద్ధభూసురకుటుంబంబులకు ధాన్యాజినపటాదులు వటువులకుం బెండ్లిండ్ల కనుపనీతుల కుపనయనంబులకుఁ బంగ్వంధబధిరాదులకు సౌరభేయాదియానంబులు మఱియుఁ జెఱువు గడమబడియె ననియుఁ బేదగుడులకుఁ బూజ నడువదనియు నెడవునం జలిపంది రిడియెద మనియుఁ దిథి చిక్కె ననియుఁ దీర్థయాత్రఁ జనియెద మనియును వ్రతోద్యాపన కనియును వ్యాధి మాన్పుకో ననియును జెప్పి పంప నారాణివాసంబు గుప్తాగుప్తప్రకారంబులం బంపుద్రవ్యంబుఁ దెచ్చి యిచ్చుముదుస ళ్ళగు వర్షధరులచేతులకుం గ్రందుకొని చే సాఁచిన సందిటితోరణంబులై తోఁచు నేకదండిత్రిదండిబ్రహ్మచారుల యున్నమితదండంబుల నిండారుకాషాయకద్రువస్త్రకౌపీనపరంపరలం గ్రమ్మి *కావళ్లపడగల జాడఁ గొని కేవలకార్పణ్యంబ విద్యగాఁ దక్కినవిద్య లెఱుంగక వేఁడు నీదృగ్విధానేకప్రాణుల కాధారం బగు పడమటిద్వారంబుఁ జేరి ప్రతిదినాస్మత్పాదభజనకథాశ్రుతపూర్వ యగునాయుర్వీధవు దేవి కాశీ

* కావళ్ళపడగల జడగొని.

ర్వచనాఙ్కితంబులు దౌవారికముఖంబున నంబంపి వైదేశికుండ వైష్ణవ
వటుండ వాదిగలిగిన విష్ణుతత్త్వంబె పరతత్త్వం బని వాదించి గెలి
చెద వసుధావరుండు విష్ణుభక్తివిముఖుండు గావున వైష్ణవునిమనవి
విన్నవింప నెవ్వారు వెఱతురు నీవు విష్ణుభక్తిపరాయణావు పతిహి
తాచారవుం గావున నీకు విన్నవించి పంపితి నీవిభుఁడు నీకు విధే
యుండు విన్నవించి నన్ను రప్పించి వాదంబు సేయింప నోపుదేని
వాదించి గెల్చి నీదుభర్తకు భగవద్భక్తి బుట్టించి కృతార్థుం గావిం
చెద నని విన్నవింపం బంచిన. 53

టీ. మఱియును, నీరహస్యంబున్=సర్వము నేననియెడి రయేకాంతమును, తెలియక=ఎఱుంగక, అబ్భూపతి=ఆరాజు, తామసుండై=తమోగుణముగలవాఁడై, మామకీనంబులగు=మద్భక్తులైన, జనంబులన్=మనుజులను, సామాన్యబుద్ధిఁజూచుచు=సాధారణజనులని తలంచుచు, తద్వృత్తులకున్ - తత్=ఆ భక్తులయొక్క, వృత్తులకున్=మాన్యక్షేత్రాదులకు, అగు నుపద్రవంబులన్=కలిగినబాధలను, ఉపేక్షించుచు=నివర్తింపఁజేయక, రక్షావిముఖుండై=పాలించుటకుఁ బరాఙ్ముఖుండై, ఉండన్=వర్తించుచుండఁగా, వీక్షించి=చూచి, కలియుగంబునన్=కలికాలమునందు, ద్రవిడమండలంబునన్=అఱవదేశమునను, కృతమాలాతామ్రపర్ణీతటంబులన్-కృతమాలా=కృతమాలయను నదియొక్కయు, తామ్రపర్ణీ=తామ్రపర్ణియనునదియొక్కయు, తటంబులన్=తీరములయందు, మద్భక్తులు=నాకు దాసులైన భాగవతోత్తములు, తఱచగుటన్=విస్తరిల్లియుండుటచేతను, శ్లో. 'కలౌ ఖలు భవిష్యంతి నారాయణపరాయణాః, క్వచిత్క్వచిన్మహాభాగ ద్రావిడేషు చ భూరిశః' యని శుకయోగీంద్రునివచనము. తద్దేశంబునకున్ = ఆదేశమునకు, ఒడయండు = రాజు, అతండగుటన్ = ఆ పాండ్యరాజగుటచేతను, 'ఒడయఁ డేలిక యెకిమీఁడు పుడమిఱేఁ' డని యాంధ్రనామసంగ్రహము. రక్షణశిక్షణంబులు - రక్షణ=పాలించుటయు, శిక్షణంబులు=శాసించుటయును, రాజముఖంబునం గాక = పార్థివునివలననే కాని, నేన=నేనే, సాక్షాత్కరించి=ప్రత్యక్షమై, చేయమియున్=చేయకుండుటయును, తద్రక్షణేచ్ఛ - తత్ = ఆభగవద్భక్తులయొక్క, రక్షణేచ్ఛ = పాలనాభిలాషము, అస్మదాభిముఖ్యంబునం గాని - అస్మత్ = నాయొక్క, అభిముఖ్యంబునం గాని = సన్నిధియందే కాని, పొడమమియున్=పుట్టమియును, నాయాభిముఖ్యంబు - నా = నాయొక్క, ఆభిముఖ్యంబు=అనుకూల్యము, సంవాదంబునం గాని = సంవాదాత్ప్రామాణ్యంబను న్యాయముచేతనే కాని, పుట్టమియున్=జనింపకుండుటయును, విచారించి=తలపోసి, తదాభిముఖ్యకరణార్థంబుగన్ - తత్=ఆరాజుయొక్క, అభిముఖ్య=అభిముఖుఁడగుటయొక్క, కరణా

ర్థంబుగన్=చేయుటకును, ఆస్థానంబెక్కి=సభను బ్రవేశించి, వాదిజయంబు-వాది=వాదులయొక్క, జయంబు=గెలుపును, చేయవలయున్=ఒనరింపవలయును, అను=అనునట్టి, తలంపు=ఆలోచనను, అవ్విప్రకుమారునకున్=ఆబ్రాహ్మణవటువునకు, పుట్టింపన్=జనింపఁజేయఁగా, అతండు=ఆవిప్రుఁడు, ఏఁగి=వెళ్లి, నానా...కున్ - నానాదేశాగత=బహుదేశములనుండి వచ్చినట్టియు, దీన=దరిద్రులైనట్టియు, అనాథ = దిక్కులేనట్టియు, వృద్ధ = వృద్ధులైనట్టి, భూసురకుటుంబములకున్ = బ్రాహ్మణసంసారులకు, ధాన్యాజినపటాదులు-ధాన్య=వడ్లును, అజిన=కృష్ణాజినములును, పటాదులు=వస్త్రములులోనగువానిని, వటువులకున్=బ్రహ్మచారులకు, పెండ్లిండ్లకును=వివాహములకును, అనుపనీతులకున్=జందెములేనివారికి, ఉపనయనంబులకున్=ఉపనీతులుగా నొనర్చుటకును, పంగ్వంధబధిరాదులకున్ = కుంటుగ్రుడ్డుచెవిటివాండ్రకు, సౌరభేయాదియానంబులును=ఎడ్లు మొదలగు వాహనంబులును, (సురభి యనఁగాఁ గామధేనువు దానివలనఁ బుట్టినది. సౌరభేయ మనఁగా నెద్దు, అది మొదలైనవి యని విగ్రహార్థము.) మఱియున్=వెండియును, చెఱువుగప్పఁబడియెననియు = చెఱువుగుంటల పని ముగియకున్నదనియు, పేదగుడులకుఁ బూజనడువదనియు = బీదవడియున్న దేవాలయములోని దేవతలకు ధూపదీపనైవేద్యాదులకు లేకయున్నదనియు, ఎడవునన్=ఎడారిని, చలిపందిరిడియెదమనియున్ = పానీయశాల నేర్పఱిచెదమనియు, తిథి = పైతృకము, చిక్కెననియున్ = దిగఁబడుననియు, తీర్థయాత్రఁజనియెదమనియు = పుణ్యతీర్థంబుల సేవించుటకు వెళ్లెదమనియును, వ్రతోద్యాపనకనియు = శాస్త్రసిద్ధకర్మంబులఁ దుది ముట్టించుటకనియును, వ్యాధిమాన్పుకోననియు = రోగముఁ బోఁగొట్టుకొననియును, చెప్పిపంపన్=వార్తఁబుచ్చియంపఁగా, ఆరాణివాసంబు = రాజుదేవి, గుప్తాగుప్తప్రకారంబులన్- గుప్త=రహస్యమైనట్టియు, అగుప్త=ప్రకటమైనట్టియు, ప్రకారంబులన్=రీతులచేతను, పంపుద్రవ్యంబున్ - పంపు = అనిపినట్టి, ద్రవ్యంబు = సామగ్రులను, తెచ్చి = తీసికొని వచ్చి, ఇచ్చు...కున్ - ఇచ్చు = ఇడుచున్నయట్టి, ముదుసళ్లగు = వృద్ధులైనట్టి, వర్షధరుల=షండులయొక్క, చేతులకున్=హస్తములకు, క్రమ్మకొని= సందడిగొని, చేసాచిన = హస్తప్రచారణము చేయుచున్న, సందిటితోరణంబులై= సందిళ్లతోఁ గట్టిన తోరణములై, తోఁచు...లన్ - తోఁచు=కనఁబడుచున్న, ఏకదండి=స్మార్తసన్న్యాసులయొక్కయు, త్రిదండి = వైష్ణవసన్న్యాసు లనఁగా జియ్యరులయొక్కయు, బ్రహ్మచారుల=వటువులయొక్కయు, ఉన్నమిత=ఎత్తఁబడ్డ, దండంబులన్=కఱ్ఱలయందు, నిండా...లన్ - నిండారు=వ్యాపించుచున్న, కషాయ=ఎఱ్ఱనైనట్టియు, కద్రు = పచ్చనైనట్టి, ని. 'రాగద్రవ్యే కషాయోస్త్రీ నిర్యాసే పారదే రసే, పిఙ్గౌ కద్రుపిఙ్గళౌ' అని యాదవామరములు. వస్త్రకౌపీన పరంపరలన్ - వస్త్ర=శాటులయొక్కయు, (దండెములకుం గట్టు ముద్రవస్త్రములనుట.) కౌపీన =

గోఁచులయొక్కయు, పరంపరలన్ = సమూహములచేతను, క్రమ్మి=కప్పి, కావళ్ళపడగలజాడఁగొని - కావళ్ళ = కావలియున్న స్థానములందలి, పడగల = లెక్కములయొక్క, జాడఁగొని = వైఖరిఁదెలిసి, (కావళ్ళ=వివిధములయొక్క, పడగల = కొసలవలెను, జడగొని=మెలికలుగొని,) కేవలకార్పణ్యంబ=ఒక్క దీనత్వమే, విద్య కాన్ = చదువుగా, తక్కిన విద్యలెఱుంగక = వేఱుచదువు లెఱుఁగక, వేఁడు...కున్ - వేఁడు = యాచించుచున్న, ఈదృగ్విధ = ఇత్తెఱంగుననున్నట్టి, అనేక = లెక్కకు మిక్కుటంబైన, ప్రాణులకున్ = చేతనులకు, ఆధారంబగు = ఆస్పదమైన, పశ్చిమద్వారంబున్ = వెనుకనున్న గుమ్మమును, (అనఁగా దిడ్డివాకిలి ననుట.) చేరి = ప్రవేశించి, ప్రతిదిన = దినదినమందును, అస్మత్పాద = నాచరణములయొక్క, భజనకథాశ్రుతపూర్వయగు = ముందువినఁబడిన భజన గాథలుగలదైన, (పూర్వము వినఁబడినవి శ్రుతపూర్వములు, దేనిచేత నాపాద భజనకథలు ముందు వినఁబడియున్నదో అదియని విగ్రహార్థము. భగవత్పాదారవింద ధ్యానగరిష్ఠురాలనుట.) ఆయుర్వ్యధరుదేవికిన్=ఆపాండ్యరాజుభార్యకు, ఆశీర్వచనాక్షతంబులు=మంగళాశాసనపూర్వకాక్షతలను, దౌవారికముఖంబునంబంపి=ద్వారపాలునిచేతఁ బంపి, వైదేశికుండన్=పరదేశిని, వైష్ణవవటుండన్ = విష్ణుభక్తిగల బ్రహ్మచారిని, వాదిగలిగినన్ = విద్యావాదము చేయువాఁడున్నయెడ, విష్ణుతత్త్వంబె=నారాయణస్వరూపమే, పరతత్త్వంబని=పరమార్థమని, వాదించి=ప్రసంగమొనరించి, గెల్చెదన్=జయించెదను. వసుధావరుండు=రాజు, విష్ణుభక్తివిముఖుండు కావునన్=నారాయణునియందుఁబూజ్యప్రతిపత్తిలేనివాఁడగుటంజేసి, వైష్ణవునిమనవి = విష్ణుభక్తుఁడనైన నాయొక్క విజ్ఞాపనమును, విన్నవింపన్=ఎఱిఁగించుటకు, ఎవ్వరును=అందఱును, వెఱతురు=భయపడుదురు. నీవు, విష్ణుభక్తిపరాయణవు=విష్ణుభక్తియందాసక్తిగలదానవు, పతిహితాచారవుంగావున=భర్తకనుకూలంబగు సద్వృత్తిగలదానవునుగనుక, నీకున్=నీకొఱకు, విన్నవించి=విజ్ఞాపనముచేసి, పంపితిన్ = అనిపితిని. నీ విభుండు = నీ భర్త, నీకు విధేయుండు=నీకువశ్యుండు, విన్నవించి=విన్నపమొనరించి, నన్నున్, రప్పించి=పిలువఁబంచి, వాదంబు=ప్రసంగమును, చేయింపన్=చేయించుటకు, ఓపుదేనిన్=సమర్థురాలవైతివా, వాదించి=ప్రసంగించి, గెల్చి=ప్రతివాదులను జయించి, నీదుభర్తకున్ = నీపతికి, భగవద్భక్తిన్=శ్రీమన్నారాయణునియందు దాసక్తిని, పుట్టించి=జనింపఁజేసి, కృతార్థున్=కృతకృత్యునిఁగా, కావించెదన్=చేసెదను. అని=ఇట్లని, విన్నవింపంబంచినన్=విన్నపము చెయఁబంపఁగా.

తా. వెండియు నీ రహస్యం బెఱుంగక పుడమి నేఁడజ్ఞానుండై నాభక్తులను సామాన్యజనులమాడ్కిం జూచుచు వారల జీవనంబులకుం గలుగు నుపద్రవంబులను వారింపకయుండం జూచి నాయందనురక్తి లేని యీరాజును వాదమున మెప్పించి

నాభక్తుంగావింపనియెడఁ గలియుగంబునం గృతమాలాతామ్రపర్ణీ తీరములయందు దండిగ వాసముజేయు నాభక్తుల నద్దేశము నేలుచున్న యితండు సన్మానింపఁడని విచారించి వాదమున జయించి రాజును విష్ణుభక్తుం గావింపవలయునను తలం పయ్యామునాచార్యునకు నేఁబుట్టింప నతం డచ్చటి కరిగి యనేకదేశముల నుండివచ్చు బహువిధ యాచకతండంబుల కిష్టార్థంబుల నిచ్చుచు మత్పాదసేవయం దనురక్తురాలై యున్న యాభూపతిదేవియొద్దకు దౌవారికముఖంబున మంగళాశాసనాక్షతలం బంపి వాదిఁ గలిగినయెడ విష్ణుతత్త్వంబె పరతత్త్వ మని సిద్ధాంత మొనరింపఁగలవాఁ డయ్యును విష్ణుభక్తివిముఖుండైన రాజునకు నామనవి విన్నవించువారు లేకయుండు టంజేసి విష్ణుభక్తురా లగునీకు విన్నవించితిని నీవు విష్ణుభక్తియు, పతిభక్తియునుఁ గలదానవగుటచేత నీభర్త నీకు వశ్యుఁడైయున్నవాఁడు గాన విన్నపముఁజేసి నన్నుఁ బిలువనంపి ప్రసంగముఁ జేయింపఁగలదాన వైతివేని వచ్చి సభయందుఁ బ్రసంగించి వాదులను జయించి నీ పతికి శ్రీవిష్ణుభక్తిఁ బుట్టించి ధన్యునిం జేసెద నని విన్నవింపు మని పంచెనుట.

తే. గ్రీష్మసమయనిరుత్సాహ కేకిరమణి
నవఘనధ్వని కలరుచందమున నలరి
*యేకతపు నర్మగోష్ఠిఁ బ్రాణేశుతోడ
నతని విధ మెఱిఁగింప నిట్టట్టు వడుచు. 54

టీ. గ్రీష్మ...ణి-గ్రీష్మసమయ=వేసవికాలమందు, ని. 'సమయాశ్శపథాచారకాలసిద్ధాంతసంవిదః' యని యమరః. నిరుత్సాహ=సంతోషరహితయైన, కేకిరమణి=ఆఁడునెమలి, నవఘనధ్వనికిన్-నవ=క్రొత్తదైన, ఘనధ్వనికిన్=ఉఱుమునకు, అలరు చందమునన్=సంతసించునట్లువలె, అలరి=ఆనందించి, ఏక...ష్ఠిన్-ఏకతపు=ఏకాంతమందైన, నర్మ=విలాసార్థమగు, గోష్ఠిన్=ముచ్చటించునపుడు, ప్రాణేశుతోడన్=పెనిమిటితో, అతనివిధము-అతని=అయ్యామునాచార్యునియొక్క, విధము=ప్రసంగమొనరించెదనన్నరీతిని, ఎఱిఁగింపన్=తెలుపఁగా, ఇట్టట్టుపడుచున్=అచ్చెరువొందుచును.

తా. పిమ్మట నారాజుభార్య వేసవికాలమునం దుత్సాహము లేకయున్న యాఁడునెమలి నూతనమేఘధ్వని విని యానందించు పోలిక నుబ్బి యుత్సహించి యేకాంతంబున సరసస్సల్లాపము లాడువేళం దనప్రాణవల్లభునితో నయ్యామునాచార్యుఁ డయ్యెం డానతిచ్చినవిధం బెల్ల నెఱిఁగింప నయ్యుర్వీనాథుం డాశ్చర్యము నొందుచు.

* ఏకతపు.

క. భూవల్లభుఁ డెట్టెట్టా
తా వాదముఁ జేసి శివమతంబు జయింపం
గా వచ్చెనో చూతముగా
రావింపు మటన్న నాఁటిరాత్రి చనంగన్. 55

టీ. భూవల్లభుఁడు=రాజు, ఎట్టెట్టా=ఏలాగేలాగు, తాన్=తాను, (బ్రహ్మచారియనుట.) వాదముఁజేసి=వాదించి, శివమతంబున్=శైవమతమును, జయింపంగా వచ్చెనో=గెలువవచ్చెనో, చూతముగా=వీక్షించెదముగాని, రావింపుము=పిలువనంపుము, అటన్నన్=అట్లనఁగా, నాఁటిరాత్రి=ఆ రాతిరి, చనంగన్=వెళ్లఁగా.

తా. ఆ భూకాంతుం డేలాగున నా బ్రహ్మచారి వాదమొనరించి శివమతమును జయింపఁగలఁడో చూతము పిలువఁ బంపు మనుటయు, నింతలోఁ జెల్లవాఱఁగా నని భావము.

వ. ప్రభాతంబునం బరిమితాస్థానంబునం గొలువున్న భర్తమ్రోలఁ దా నుండి యయ్యిందువదన యతనియనుమతిం బ్రతిహారిచేతఁ బిలువఁ బంచిన నబ్భానిలింపకుమారుండు. 56

టీ. ప్రభాతంబునన్=ప్రాతఃకాలమందు, పరిమితాస్థానంబునన్=మితిజనము గలసభయందు, కొలువున్న=కూర్చుండియున్న, భర్తమ్రోలన్=పెనిమిటియెదుటను, ఉండి=నిల్చుండి, అయ్యిందువదన=చంద్రునివంటి మోముగలయారాజుభార్య, అతని = ఆరాజుయొక్క, అనుమతిన్=సమ్మతిచేత, ప్రతిహారిచేతన్=ద్వారపాలకునిచేత, పిలువఁబంచినన్ = రమ్మనిచెప్పిపంపఁగానే, అబ్భానిలింపకుమారుండు = ఆభూమివేల్పుకొమరుఁడు.

క. ద్వారంబు సొచ్చి కీలిత
గారుడమహి వజ్రవేదికం జివురులఁ గెం
పారు నొకపిప్పలముఁ గని
యా రావి న్వాదసాక్షికై వలగొనుచున్. 57

టీ. ద్వారంబు=తలవాకిలిని, సొచ్చి=ప్రవేశించి, కీ...హిన్-కీలిత=చెక్కఁబడిన, గారుడ=మరకతమయమైన, మహిన్=భూమియందు, వజ్రవేదికన్=రవలతోఁ గట్టినతిన్నెయందు, చివురులన్=చిగుళ్ళచేతను, కెం...మున్ - కెంపారు=ఎఱ్ఱనగుచున్న, ఒకపిప్పలమున్=ఒకయశ్వత్థవృక్షమును, కని=చూచి, ఆ రావిన్=ఆ యశ్వత్థమును, వాదసాక్షికై=ప్రసంగమునకుసాక్షిగా నుండుటకై, వలగొనుచున్ = ప్రదక్షిణ మొనరించుచు నని యుత్తరపద్యముతో నన్వయము.

తా. పిమ్మట హజారమునుండి నగరుఁ బ్రవేశించి పచ్చలచేతఁ జెక్కఁబడియున్నభూమియందు మిగుల వెలగల రనలచేతఁ గట్టంబడిన వేదికయం దెఱ్ఱనైన చిగుళ్లచేత నొప్పుచున్న యశ్వత్థవృక్షమును జూచి తాను జేయంబూనిన వాదమునకు దానిసాక్షిగాఁ గైకొను నిచ్ఛతోఁ బ్రదక్షిణ మొనరించుచును.

సీ. పసిఁడిగచ్చమర సో•పానముల్ మూఁటఁ దుం,
గితవిశాలితయుఁ జి•త్రితయు నైన
సభ మహాకుథముపై • శార్దూలచర్మకం,
థావృతుల్ జటిలులు • నైన జరఠ
మాహేశ్వరులు చుట్టి • రాహారసంధిరు,
ద్రాక్షాయుతముఁ దాల్చి • యళికభూతి
సురటిగాడ్పులరాల • నరుణాయతాక్షుఁడై,
కుఱుగద్దె బిల్లఁ బ్ర•కోష్ఠ మునిచి
నంది ముద్రితపాణి • యందుఁ జెక్కుఁది యా,
గమములు వినుచు హే•మము పొదివిన
తే. యలఁతిరుదురాకగమికుట్టు•లందు మెఱయ
వెలిదపారంబు మించ దు•వ్వలువ గప్పి
యడపమును వాఁడివా లొక్క•యతివ దాల్ప
భార్య వింజామ రిడ నొప్పు • పాండ్యుఁ గనియె. 58

టీ. పసిఁడి=బంగారముయొక్క, గచ్చు=పూఁత, అమరన్=ఒప్పుచుండఁగా, సోపానముల్=మెట్లు, (అనఁగా నంతస్తు లనుట.) మూఁటన్=మూఁటిచేత, తుంగిత=పొడుగింపఁబడినది, విశాలితయున్=వైశాల్యముగలదిగాఁజేయఁబడినట్టియు, చిత్రితయున్=చిత్తరువులు గలదియును, ఐన సభన్=ఆస్థానమండపమందు, మహాత్=అధికమైన, కుథముపైన్=ఆస్తరణమునందు, శార్దూలచర్మకంథావృతుల్—శార్దూలచర్మ=పులితోలుచేతను, కంథా=బొంతలచేతను, ఆవృతుల్=కప్పఁబడినట్టియు, జటిలులును=జడలుగలిగియున్నట్టి, జరఠ=వృద్ధులైన, మాహేశ్వరులు=లింగధారులు, చుట్టిరాన్=పరివేష్టింపఁగా, హారసంధిన్—హార=ముత్యాలపేరులయొక్క, సంధిన్=సందులయందు, రుద్రాక్షాయుతముఁదాల్చి—రుద్రాక్ష=రుద్రాక్కములయొక్క, అయుతముఁదాల్చి=పదివేలుధరించి, ని. 'శతంసహస్రమయుతంలక్షమానంత్యవాచక'మ్మని వచనము. అళికభూతి=ముఖమందలిభస్మము, సురటిగాడ్పులన్=వింజామరలగాలిచేత, రాలన్=పడుచుండఁగా, అరుణాయతాక్షుఁడై=ఎఱ్ఱనై దీర్ఘము

లైనట్టి కన్నులుగలవాఁడై, కుఱుగద్దెన్=కుఱుచపీఠమునందు, బిల్లన్=వస్త్రమువైన తలగడయందు, ప్రకోష్ఠమునిచి=మోఁచేయూని, నంది...దున్- నందిముద్రిత=వృషాంకితాంగుళీయకరముగల, పాణియంగున్=హస్తమునందు, చెక్కుఁది=గండస్థలమును జేర్చి, ఆగమములువినుచు = శైవాగమము లాలకించుచు, హే...మి - హేమము పొదివిన=పైఁడిపొదిగిన, అలఁతి=సన్నములయిన, రుద్రాక=రుద్రాక్షములయొక్క, గమి=సమూహము, కుట్టులంపున్=అంటుపోఁగులంపు, మెఱయన్=వెలుఁగఁగా, వె...బు-వెలి=తెల్లనైన, తపారంబు=పాగాను, మించన్=అతిశయించునట్లుగా, దువ్వలువన్=దుప్పటిని, కప్పి=ఆచ్ఛాదించికొని, అడపమును = తాంబూలపుసంచిని, వాడివాలు=పదనుగలఖడ్గమును, ఒక్కయతివ తాల్పన్=ఒక స్త్రీధరించియుండఁగా, భార్య=రాజపత్ని, వింజామర, ఇడన్ = విసరఁగా, ఒప్పు=చెన్నొందుచున్న, పాండ్యున్=పాండ్యరాజును, కనియెన్=చూచెను (ఇది పంచపాదసీసమని కొందఱును, చతుష్పాద మని, మఱికొంద ఱైదవపాదములేకయు వక్కాణింతురు).

తా. పసిండివన్నెపూఁతచే నొప్పి మూఁడంతస్తులమెట్లును మిగుల పొడవు వెడల్పునుంగల్గి పలువెఱుంగులయిన చిత్తరువులచేఁ జెన్నొందియున్న సభామంటపమునందు గొప్పరూస్తవణంబునం బులితోళ్లను బొంతలును గప్పుకొని జడలు ధరించిన వృద్ధులగు లింగధారులు దన్నుఁ బరివేష్టించియుండ రత్నహారములయొక్క నడుమనడుమను రుద్రాక్షములం గూర్పించి ధరియించి నొసటంబెట్టిన విభూతి వింజామరల గాలికి రాలుచుండఁ గన్ను లెఱ్ఱఁజేయుచు చిఱుతగద్దియయందు బిల్లదిండుమీఁద మోచెయ్యూంచి నంది ముద్రితంబులైన యుంగరములుగల హస్తమునఁ జెక్కిలి యుంచికొని మాహేశ్వరులు చదువుశైవాగమముల నాలకించి వినుచుఁ గుందనపు బంగారముచేఁ గట్టఁబడిన సన్నరుద్రాక్షల కుట్టుపోఁగులుగల్గి తెల్లనిపాగాను ధరించి నాణ్యపుదుప్పటి గప్పుకొని ఒకప్రక్క నడపమును వాఁడియైనకత్తి చేతంబట్టినయొక స్త్రీ తన్ను సేవింపం బట్టపుదేవియైన తనభార్య వింజామర నిడుచుండం బ్రకాశించుచున్న యప్పాండ్యరాజుం గనియె నని భావము.

వ. కని వినతుండై చేర నరిగి యజ్ఞోపవీతంబు గానుకిచ్చి కూర్చున్న నాదరింపక సంరంభి యై యవ్విశ్వంభరాభర్త యిట్లనియె. 59

టీ. కని=చూచి, వినతుండై=నమ్రుఁడై, చేరనరిగి = సమీపమునకుఁబోయి, యజ్ఞోపవీతంబుకానుకిచ్చి=జంఁదె ముపాయనంబుగ నొసంగి, కూర్చున్నన్=ఆసీనుఁడు కాఁగా, ఆదరింపక=మన్ననచేయక, సంరంభియై=ఉద్రేకముగలవాఁడై, అవ్విశ్వంభరాభర్త=ఆ రాజు, ఇట్లనియెన్=వక్ష్యమాణక్రమంబునఁ బలికెను.

తే. సంగతియె యోయి యిసుమంత • టింగణావు
తత్త్వనిర్ణయవాదంబు • దరమె నీకు
నోడితేనియుఁ బట్టి మొ•ఱ్ఱో యనంగ
లింగమును గట్ట కుడుగ మె•ఱింగి నొడువు. 60

టీ. ఓయి=ఓ బ్రహ్మచారీ! సంగతియె=యుక్తమా, ఇసు...వు-ఇసుమంత=ఇంచుకంత, టింగణావు=పిన్నవాఁడవు, తత్త్వనిర్ణయవాదంబు=స్వరూపనిశ్చయప్రసంగము, తరమె నీకున్=నీకు శక్యమా, ఓడితేనియున్=పరాజితుండవైతివేని, పట్టి=బలాత్కరించి, మొఱ్ఱోయనంగన్=ఆర్తధ్వని చేయఁగా, లింగమును గట్టక=శివమూర్తిబంధింపక, ఉడుగము=మానము, ఎఱింగి=విచారించుకొని, నొడువు=మాటలాడుము.

తా. అప్పుడపాండ్యరాజు ఓ బ్రహ్మచారీ! న్యాయమా, నీవు మిక్కిలి చిఱుతవాఁడవుగాన స్వరూపసిద్ధాంత మెట్లొనర్పఁగలవు. వాదమునఁ బరాజితుండవైతివేని మొఱ్ఱోయన్నను వదలక పట్టి లింగముఁ గట్టించి పంపుదుము; విచారించి మాటలాడుమనియె.

తే. వాదుల మటంచుఁ జెప్పించి • వత్తు రోట
మైన దయ నీరె యేమైన • నని విలజ్జ
జూటుదనమున సభ లెక్కు • చోరవకాండ్రు
పాఱువారలసుద్ది సె•ప్పంగ నేల. 61

టీ. వాదులమటంచున్=ప్రాసంగికులమని, చెప్పించి=వర్తమానముఁ బంపి, వత్తురు=ఏతెంచెదరు, ఓటమైనన్=ఓడినను, దయన్=కృపచేత, ఏమైనన్=కొంచెమైనను, ఈరె=ఇయ్యరా, అని=ఇట్లని, విలజ్జన్=సిగ్గు లేకుండుటచేతను, జూటుదనమునన్=మోసముచేతను, సభలు=ఆస్థానములను, ఎక్కు=ప్రవేశించునట్టి, చోరవకాండ్రు=ప్రవేశించు స్వభావముగల సాహసికులైనవారు, వత్తురను క్రియతో నన్వయము. పాఱువారల=బ్రాహ్మణులయొక్క, సుద్ది=వృత్తాంతమును, చెప్పంగ నేల=వచించుట యెందులకు.

తా. మఱియు నారాజు ఏమియు నెఱుంగని బ్రాహ్మణులు దాము వాదమం దోడినను, గరుణించి కొంచెమయిన నీయరా చూత మని తలపోసి ప్రాసంగికుల మని చెప్పికొనుచు వచ్చుచున్నారు. ఇట్లు లజ్జలేక మోసకారితనమున సభలను బ్రవేశించునట్టిసాహసికులగు నా విప్రుల వృత్తాంత మేమని వచింపుదు నని నిందించెనని భావము.

వ. అని పలికి దరహాసంబుతో దేవిదెసఁ జూచి యిట్లనియె. 62

టీ. అని పలికి=ఈలాగునఁ జెప్పి, దరహాసంబుతోన్ = చిఱునవ్వుతో, దేవి దెసన్=భార్యదిక్కును, చూచి = వీక్షించి, ఇట్లనియెన్ = వక్ష్యమాణక్రమంబుగ వక్కాణించెను.

క. అస్మన్మతస్థుఁ డోడిన
భస్మము రుద్రాక్షములును • బాసి యతనిచే
విస్మయముగఁ దప్తపుముర
ఘస్మరచక్రాంకితుండఁ • గాఁ గలవాఁడన్. 63

టీ. అస్మన్మతస్థుఁడోడినన్=నాకిష్టమైన శైవమతస్థుఁడు పరాజితుఁడాయెనా, భస్మము=విభూతిని, రుద్రాక్షములును=రుద్రాక్కములను, పాసి=త్యజించి, ఇతని చేన్=ఈ వటువుచేతను, విస్మయముగన్ = ఆశ్చర్యముగా, తప్త...డన్-తప్తపు= తపింపఁబడిన, మురఘస్మర = మురాసురుని భక్షించిన విష్ణుదేవునియొక్క, చక్ర = చక్రముచేతను, అంకితుండన్=చిహ్నితుఁడను, కాఁగలవాఁడన్=అయ్యెదను. ని. 'భక్షకో ఘస్మరోద్మర'యని యమరము.

తా. ఇపుడు నడువఁబోయెడి వాదమున నాకభిమతుండయిన శివమతస్థుఁ డోడెనేని విభూతి రుద్రాక్షములం బరిత్యజించి నేనీ బ్రహ్మచారిచేతఁ జక్రాంకితుం డయ్యెద ననియె.

తే. ఉవిద యీనీదువిద్వాంసుఁ • డోడెనేని
నీకు నితనికి నన్నపూఁనికయ యన్న
నొప్పితిమి దేవరానతి • దప్పకున్నఁ
జాలు మఱి పంచభూతము • ల్సాక్షిగాఁగ. 64

టీ. ఉవిద=ఓస్త్రీ, ఈ నీదువిద్వాంసుఁడోడెనేని = ఈ నీపండితుఁడు పరాజితుఁడాయెనా, నీకున్=నీకును, ఇతనికిన్ = ఈ యామునాచార్యునకును, అన్న= నే నన్నట్టి, పూనికయ=ప్రతిజ్ఞయే, అన్నన్=ఇట్లనఁగా, ఒప్పితిమి=యేము సమ్మతించితిమి. దేవర=తాము, ఆనతిన్=చెప్పినమాటను, తప్పకున్నన్ = అతిక్రమింపకయుంటిరా, చాలును=పర్యాప్తము. మఱి=మఱియును, పంచభూతములు=పృథివ్యప్తేజోవాయ్వాకాశములు, సాక్షిగాఁగన్=నిష్పక్షపాతముచేత జూచువారలుగాఁగా, తప్పకుండినఁ జాలునని క్రిఁది కన్వయము.

తా. ఓ వనితామణీ! నీ పండితుఁడోడెనా నీవును నీ యామునాచార్యుఁడును నేఁ జెప్పినట్లే శైవదీక్ష వహింపవలసి యుండుననఁగా విని, యా రాజుభార్య "యో స్వామీ మీయాజ్ఞ కొడంబడితిమి మీరును బంచభూతములు సాక్షిగా నానతిచ్చిన మాటను దప్పక నడపవలయు" నని ప్రత్యుత్తరమిచ్చె ననుట.

వ. అని పలుకు నయ్యిరువుర ప్రతిజ్ఞ లాకర్ణించి. 65

టీ. అని=ఇట్లని, పలుకు=వచించుచున్న, అయ్యిరువుర = ఆయిద్దఱియొక్క, ప్రతిజ్ఞలు=శపథములను, ఆకర్ణించి=విని.

తే. అతఁడు మృగకృత్తి పెళపెళ • యనఁగ బసపు
గోచి గట్టిన మోదుగ•కోల నెగయఁ
బ్రాంజలి వినీతుఁడై విన్న•పం బటంచు
నర్థముక్తాసనత నిట్టు • లనియెఁ బతికి. 66

టీ. అతఁడు=ఆ యామునాచార్యుఁడు, మృగకృత్తి=కృష్ణాజినము, పెళపెళ యనఁగన్=పెళపెళయనఁగాను, పసపుగోచిన్=హరిద్రాకౌపీనము, కట్టిన = కట్టఁబడిన, మోదుగకోలన్=పలాశదండమందు, ఎగయన్=చలింపఁగా, ప్రాంజలి = చేతులుజోడించినవాఁడై, నమ్రుఁడై, విన్నపంబటంచున్ = నేను శ్రుతపఱచునట్టి వాక్యము నాలకింపుమటంచును, అర్థముక్తాసనతన్=సగము విడువఁబడిన యాసనము గలవాఁడై, పతికిన్=రాజునుగూర్చి, ఇట్టులనియెన్=ఈలాగనియెను.

తా. అట్లయ్యిరువురు నిర్ణయించుకొనిన శపథముల నాకర్ణించి యామునాచార్యుం డపుడు దానుధరియించియున్న కృష్ణాజినము పెళపెళలాడఁగాఁ బాలాశదండమునందు బంధింపఁబడినగోచి చలించునట్లు సగము విడువఁబడ్డ యాసనముగలవాఁడై చేతులుజోడించి విన్నవించెద నాకర్ణింపుమని రాజునుగూర్చి పలికె ననుట.

క. దేవా యిట్లని యానతి
యీ వల దేఁ గడుపుగూటి • కిట రా నాడ
బ్బేవారిఁ బ్రోవ భిక్షా
జీవిక వర్ణికిని విధి సృ•జించెను గాదే. 67

టీ. దేవా=ఓరాజా! ఇట్లని=ఈలాగని, ఆనతియీవలదు=ఆజ్ఞయియ్యవలదు, ఏన్=నేను, కడుపుఁగూటికిన్=పొట్టవంటకమునకు, ఇటరాన్ = ఇక్కడికిరాను, నాడబ్బు=నాద్రవ్యము, ఏవారిన్ బ్రోవన్=ఎవ్వరిని రక్షించుటకొఱకు, వర్ణికిన్ = బ్రహ్మచారికి, భిక్షాజీవిక=యాచ్ఞాజీవనము, విధి = బ్రహ్మ, సృజించెనుగాదె = సృష్టించియున్నాఁడుగదా.

తా. ఓయిరాజా నీవీలాగున సెలవియ్యవలదు; నేనుకడుపుకూటినిమిత్తమైవివాదముఁజేసెదనని చెప్పి వచ్చినవాఁడనుకాను. నేనెవ్వరిని రక్షింపవలసియున్నది; బ్రహ్మచారికి బ్రహ్మ భిక్షావృత్తిని మున్నే సృజియించియుండలేదా యనిభావము.

తే. ఎవ్వఁ డీసర్వభూతస్థుఁ • డిత్తెఱంగు
నకును బ్రేరేచె నతనియా•నతియె తెచ్చె
నెఱిఁగినవి నాల్గు నడవ నె•ట్లేని లెస్స
యతఁడ బొంకిన నేమిసే•యంగ వచ్చు. 68

టీ. ఎవ్వఁడు=ఏభగవంతుఁడు, ఈసర్వభూతస్థుఁడు=ఈసర్వాంతర్యామియై, ఇత్తెఱంగునకున్ = ఈప్రకారమునకు, (వాదార్థమైయనుట.) ప్రేరేచెన్=ప్రేరణచేసెనో, అతని=ఆదేవునియొక్క, ఆనతియె=ఆజ్ఞయే, తెచ్చెన్ = తీసికొనివచ్చెను, అతఁడె=నన్ను దెచ్చినభగవంతుఁడె, బొంకినన్=అబద్ధమాడినను, ఏమి సేయంగవచ్చున్=ఏమి సేయఁగలను,ఎఱిఁగినవి=నాకుఁదెలిసినవి, నాల్గు=నాలుగు యుక్తులును,నొడువన్= చెప్పఁగా, ఎట్లేని=ఏలాగైనను, లెస్స=యోగ్యమె.

తా. సర్వాంతర్యామియైన యేదేవుండు నన్నిట్లువాదము సేయుమని ప్రేరేపించెనో యట్టిభగవంతుండే బొంకినపుడు నేనేమిసేయంగలవాఁడను. నాకుం దెలిసియున్న నాలుగుయుక్తులనుజెప్పెద దానిపై నేలాగైనను యోగ్యమే యనిపలికెననుట.

తే. పంతమైనను గానిమ్ము • పార్థివేంద్ర
యుక్తులను నిగ్రహస్థాన • మొదవె నేని
యమ్మ దెచ్చినవిద్వాంసుఁ • డనఁగ వలవ
దెట్లు గావింప వలయు న•ట్లట్ల చేయు. 69

టీ. పార్థివేంద్ర=ఓయిరాజా! పంతమైనను=నీవాడినప్రతిజ్ఞయైనను, కానిమ్ము = జరగనిమ్ము, యుక్తులను=ప్రతివాదియుక్తులచేతను, నిగ్రహస్థానము=ఓడుట, ఒదవెనేని=వచ్చె నేని, అమ్మ=దేవరదేవి, తెచ్చినవిద్వాంసుఁడు = రావించినపండితుఁడు, అనఁగవలవు=అనివిచారింపకుము, ఎట్లు గావింపవలయున్=ఏలాగునఁజేయవలయునో, అట్లట్ల చేయుము=ఆలాగుననేచేయుము.

వ. అని యలుకు విడిచి పలికి మగుడం గూర్చుండి యతని యనుమతి వాదంబునకుం దొడంగి. 70

టీ. అని=ఈలాగని, అలుకు=భయమును, విడిచి=త్యజించి, పలికి=వాక్రుచ్చి, మగుడన్=మరలను, కూర్చుండి=ఆసీనుఁడై, అతనియనుమతిన్=ఆరాజుయొక్కయాజ్ఞచే, వాదంబునకున్=ప్రసంగమునకు, తొడంగి=ఉపక్రమించి.

తా. ఓయిరాజా! నేఁ బ్రతివాదియుక్తులకు నోడితినేని మీరానతిచ్చినట్టిప్రతిజ్ఞయైనను జరగింపుఁడు; అమ్మగారు పిలువంబంచిన విద్వాంసుం డని యున్నింపక మీ కిష్టము వచ్చినయట్లు చేయింపుఁ డని పల్కెననుట.

సీ. అందులో నొకమేటి • కభిముఖుండై యాతఁ,
డనినవన్నియును ము • న్ననువదించి
తొడఁగి యన్నిటి కన్ని•దూషణంబులు వేగ,
పడక తత్సభ యొడఁ•బడఁగ బల్కి
ప్రక్కమాటల నెన్న • కొక్కొకమాటనె,
నిగ్రహస్థాన మ•నుగ్రహించి
క్రందుగా రేఁగినఁ • గలఁగ కందఱఁ దీర్చి,
నిలిపి యమ్మొదలి వా•నికినె మగిడి
తే. మఱి శ్రుతిస్మృతిసూత్రస•మాజమునకు
నైకకంఠ్యంబు గల్పించి • యాత్మమతము
జగమెఱుంగఁగ రాద్ధాంత•మున నొనర్చి
విజితుఁ గావించి దయ వాని • విడిచిపెట్టె. 71

టీ. అందులోన్ = ఆవాదులలో, ఒకమేటికి = ఒక ప్రౌఢవాదికి, అభిముఖుఁడై = ఎదురుగానున్నవాఁడై, అతఁడనినవన్నియును = అతండు సెప్పినయుక్తులనన్నిటిని, మున్ననువదించి = ముందనువాదముఁజేసి, తొడఁగి = ఉపక్రమించి, అన్నిటికి = అతఁడు సెప్పినయుక్తులకన్నిటికిని, అన్నిదూషణంబులు = అన్నిదోషంబులు, వేగపడక = త్వరపడక, 'ప్రథమావైభక్తికమార్చిఁసుశ్చ మహాన్పతిక్రియార్థేషు' అనుసూత్రముచేత ముపర్ణకలోపము. తత్సభ = ఆసభ్యులు, ఒడఁబడఁగన్ = సమ్మతించునట్లుగా, పల్కి = సంభాషించి, ప్రక్కమాటలన్ = పార్శ్వములనున్నవారు సెప్పునట్టియుక్తులను, ఎన్నక = గణనచేయక, ఒక్కొకమాటనె = ఒకొక్కయుక్తిచేతనే, నిగ్రహస్థానమును గ్రహించి = నిగ్రహస్థానమును బొందించి, యనుగ్రహించి, ('నిగ్రహస్థాన' మనఁగా ప్రసంగదోషములకుఁబేరు.) క్రందుగా రేఁగిన = దొమ్మిగాఁ బ్రసంగింపరాఁగా, కలఁగక = తొట్రుపాటుపడక, అందఱన్ = ఎల్లరను, తీర్చి = సమాధానపఱచి, నిలిపి = ఉంచి, అమ్మొదలివానికినె = ఆమొదలివిద్వాంసునకె, మగిడి = తిరిగి, మఱి = మఱియును, శ్రుతి = వేదములు, స్మృతి = ధర్మశాస్త్రములు, సూత్ర = వ్యాససూత్రములు, వీనియొక్క, సమాజమునకున్ = సమూహమునకు, ఐకకంఠ్యము = ఏకగ్రీవత, కల్పించి = చేసి, ఆత్మమతము = స్వమతము, జగమెఱుంగఁగన్ = లోకమెఱుంగునట్లు, రాద్ధాంతముగన్ = సిద్ధాంతముగా, ఒనర్చి = చేసి, విజితుఁగావించి = ఓడించి, దయన్ = కరుణచేత వానిన్ = అతనిని, విడిచిపెట్టె.

తా. ఆ వాదులలో నొకప్రౌఢవాది కభిముఖుండై యతఁడు సెప్పినయుక్తులను ముందనువాదముఁజేసి యుపక్రమించి పిమ్మట నా యుక్తుల కన్నిదూషణంబులును దాను త్వరపడక సభ్యులు మెచ్చునటులఁబల్కి యిరుప్రక్కలనున్నవారు సెప్పుచున్నమాటలనెన్నక యొక్కొకయుక్తిచేతనిగ్రహస్థానములోఁ దవిన ననుగ్రహించి సభ్యులు దొమ్మిగానచ్చి ప్రసంగింపఁ దాఁదొట్రుపడక యందఱను సమాధానపఱిచియుంచి యామొదలివిద్వాంసునకే మరల వేదశాస్త్ర బ్రహ్మసూత్రములకు నేకవాక్యతఁ గల్పించి చెప్పి పిమ్మట స్వమతము సిద్ధాంత మని లోక మెఱుంగునట్లుగఁ జేసి యోడించి దయచేత వాని విడిచిపెట్టును.

క. నీ వేమంటివి రమ్మం, చావలివానికిని మగిడి • యట్లనె వానిం
గావించి యొకఁడొకఁడు రా, నావిప్రుఁడు వాదసరణి•నందఱఁ గెలిచెన్.

టీ. నీ వేమంటివి=తొలుతఁదొమ్మిగఁ బ్రసంగింపవచ్చిన వారలలో నొక్కనిం జూచి యీవువల్కినదేమి, రమ్మంచు=రమ్మనియోడించి, ఆవలివానికిని=ఆవలనున్న మఱియొకనికిని, మగిడి=అభిముఖుండై, వానిన్=ఆ వానిని, అట్లనె=మొదలివాదినివలెనే, కావించి=చేసి, మఱియు నీప్రకారముగన్, ఒకఁడొకఁడు=ఒకనివెంట నొకఁడుగా, రాన్=రాఁగాను, ఆ విప్రుఁడు=ఆ యామునాచార్యుఁడు, వాదసరణిన్=వాదముఖమున, అందఱన్=వాదుల నెల్లను, గెలిచెన్=జయించెను.

తా. మఱియొకనిత్తెట్టు తిరిగి నీ వేమంటివి రమ్మని ప్రసంగించి యోడఁగొట్టి యావలివానికెదురై వానిని నోడఁగొట్టి యీరీతి నొక్కొకఁడుగ రాఁగా నావిప్రుఁడు ప్రసంగించి యందఱుఁ బ్రసంగించుసమయమున నోడఁగొట్టెను.

వ. ఇట్లు జయించి విష్ణుదేవుండె పరతత్త్వం బనియు విశిష్టాద్వైతంబ మతంబు నగుటం బ్రతిష్ఠించిన. 73

టీ. ఇట్లుజయించి=ఇవ్విధమున గెలిచి, విష్ణుదేవుండె=శ్రీమన్నారాయణుండె, పరతత్త్వంబనియున్=పరబ్రహ్మమనియును, విశిష్టాద్వైతంబ=జీవేశ్వరులకు భేదప్రతిపాదనమగుటయె, మతంబున్=సిద్ధాంతమును, అగుటన్, ప్రతిష్ఠించినన్=స్థిరపఱుపఁగా (స్థూల చిదచిద్విశిష్ట పరబ్రహ్మమునకును, సూక్ష్మ చిదచిద్విశిష్ట పరబ్రహ్మమునకును అభేదమనిచెప్పుటయ విశిష్టాద్వైతశబ్దార్థమనుట.)

క. ఆమెడను నొక్కపలు కెదు
రై యుండెడు పిప్పలమున • నాయెను విన నో
హో యిది నిక్కము నృప నా
రాయణుఁడె పరంబు కొల్వు • మతని నటంచున్. 74

టీ. ఆ యెడన్=ఆ సమయమందు, ఎ...నన్-ఎదురై యుండెడు=పురోభాగముననున్నట్టి, పిప్పలమునన్=రావిచెట్టునందు, వినన్=అందఱు వినునట్లుగ, ఓహో=ఓయీ, నృప=రాజా! ఇది=ఈ యామునాచార్యుఁడు చెప్పినది, నిక్కము=యథార్థము. నారాయణుండె=విష్ణుదేవుండె, పరంబు=పరబ్రహ్మము, అతనిన్=ఆనారాయణుని, కొలువుము=సేవింపుము. అటంచున్=ఈ లాగంచును, ఒక్క పలుకు=ఒకవాక్యము, ఆయెన్=వినఁబడెను.

తా. ఇట్లయ్యామునాచార్యుండు సిద్ధాంతమొనర్చిన సమయంబున నెదుటనున్న రావిమ్రానిలోనుండి, యోయి రాజా యీ బ్రహ్మచారి చెప్పినది నిజము శ్రీమన్నారాయణుండే పరబ్రహ్మమగుటంజేసి యద్దేవుని సేవింపుమటంచు నొక్క శబ్ద మెల్లవారలచే వినఁబడియె నని భావము.

వ. అప్పలుకులు విని ఖిన్నంబై యక్కూడినపాషండషండంబు దలవంచుకొని పోయిన నాయుర్వీధవుండు నతని మాహాత్మ్యంబునకు సంతోషించి సాష్టాంగ మెఱఁగి హర్షాద్భుతరసోత్తరంగితాంతరంగుండై భుజగశయనచరణకుశేశయభక్తి వొడమి కృతార్థతం బొంది పాండ్యమండలమునకు భాగిసేయుండ పట్టార్హుండు గావునఁ బాత్రంబని బ్రహ్మచారి యగునతనికిఁ దనకడగొట్టు చెలియలిం బరిణయంబు సేసి యరణంబుగ నమ్మహాత్మునకు ధారాపూర్వకంబుగా నర్ధరాజ్యం బిచ్చి యువరాజుం జేసి యధీతసాంగవేదుం డగునతనికి నథర్వశిరస్సభ్యస్తం బని యెఱింగి యందు దివ్యాస్త్రమంత్రంబుల కలిమియుం దెలిసి యమ్మహాత్మున కెచ్చరించి దుస్సాధం బగువిరోధియూథంబు సాధింపు మని దండయాత్రఁ బనిచిన నయ్యామునుండును సన్నద్ధుం డగుతఱిఁ దత్పురోహితప్రధానమంత్రివర్గంబు సన్నిహితంబు లగునివ్వార్షికదినంబులు గడపి శరత్సమయంబున విద్విషత్సంహారంబునకు విజయంబు సేయు మనుటయు నత్తెఱంగు రాజున కెఱింగించి తత్సమ్మతంబున నిలిచె నంత. 75

టీ. అప్పలుకులువిని=ఆ వాక్యము లాలకించి, ఖిన్నంబై = ఖేదయుక్తంబై, అక్కూడినపాషండషండంబు=వాదమునకు నాయత్తపడివచ్చిన యా వేదబాహ్యుల సమూహము, తలవంచుకొని=అవనతశిరస్కమై, లేచిపోయినన్=ఉత్థితమైపోఁగా, ఆయుర్వీధవుండును=ఆ రాజును, అతనిమాహాత్మ్యంబునకున్=అయ్యామునాచార్యుని ప్రభావంబునకు, సంతోషించి=హర్షించి, సాష్టాంగ మెఱఁగి=ఎనిమిదియంగములతో

నమస్కారమొనర్చి, ఉరస్సు, శిరస్సు, దృష్టి, మనస్సు, వచస్సు, కాళ్లు, చేతులు, చెవులు, ఈ యెనిమిదింటితోఁ జేయునమస్కారము సాష్టాంగము (దండవత్తుగా భూమిపయిం బడుట సాష్టాంగమండ్రు.) 'ఎరగెఁ జేమోడ్చె నన నమస్కృతియొనర్చె, ననుట కివి యాఖ్యలై చెల్లు' నని యాంధ్రనామసంగ్రహము. హ...డై-హర్షాద్భుతరస=సంతోషరసము చేతను, ఆశ్చర్యరసము చేతను, ఉత్తరంగిత=ఉప్పొంగింపఁబడిన, అంతరంగుండై=హృదయముగలవాఁడై, భు..క్తి-భుజగశయన=శేషశాయియొక్క, చరణకుశేశయ=పాదపద్మములయందు, భక్తి=భజింపవలయు నన్నయాసక్తి, పొడమి = పుట్టి, కృతార్థతంబొంది=కృతకృత్యుఁడై, పాండ్యమండలంబునకున్=పాండ్యదేశమునకు, భాగినేయుండె=మేనల్లుఁడె, పట్టార్హుండు గావున=ప్రభుత్వమునకుఁ దగిన వాఁడు గాన, పాత్రంబని=యోగ్యుఁడని, బ్రహ్మచారియగునతనికిన్ = వటువైనట్టి యయ్యామునాచార్యునకు, తనకడగొట్టుచెలియలిన్=తనపిన్నకనిష్ఠస్వసను, పరిణయంబుసేసి=వివాహము గావించి, అరణంబుగన్=కట్నముగ, (అరణంబనఁగా బెండ్లికాలమందు మామగారల్లుని కిచ్చునట్టిద్రవ్యము.) అమ్మహాత్మునకున్=ఆ వటువునకు, ధారాపూర్వకంబుగాన్=దానముగాను, అర్ధరాజ్యంబిచ్చి = సగము దేశమునొసంగి, యువరాజుం జేసి = పిన్నరాజుగా నియమించి, అధీతసాంగవేదుండగు=షడంగవేదవేత్తయగు, అతనికిన్=అయ్యామునాచార్యునకు, అథర్వశిరస్సు=అథర్వణశిఖ, అభ్యస్తంబని=చదువఁబడినదని, ఎఱింగి=తెలిసి, అందు = ఆ యాథర్వణవేదమందు, దివ్య = మహిమగల, అస్త్రమంత్రంబుల=బ్రహ్మాస్త్రము మొదలగు నస్త్రంబులయొక్కయు, తత్సాక్షాత్కారము చేయుమనువులయొక్కయు, కలిమియున్=కలిగియుండుటను, తెలిసి=ఎఱింగి, అమ్మహాత్మునకు=అతనికి, ఎచ్చరించి=ప్రస్తావమొనరించి, దుస్సాధంబగు=సాధింపశక్యముగాని, విరోధియూథంబున్ = శత్రుసమూహమును, సాధింపుమని=జయింపుమని, దండయాత్రన్=యుద్ధయాత్రను, పనిచినన్=చేయుమనఁగా, అయ్యామునుండు=అయ్యామునాచార్యుండు, సన్నద్ధుండగుతఱిన్ = ప్రయాణోద్యుక్తుండైన సమయమునను, తత్పు...వర్గంబు - తత్ = ఆయామునాచార్యునియొక్క, పురోహిత=పురోధస్సులయొక్కయు, ప్రధాన=మహామంత్రుల (దివానుల) యొక్కయు, మంత్రి=అమాత్యులయొక్కయు, వర్గంబు=గణంబు, సన్నిహితంబులగు=సమీపించియున్న, ఇవ్వార్షికదినంబులు = ఈ వానకాలపుదివసంబులు, కడపి=వెళ్ళఁజేసి, శరత్సమయంబునన్ = ఆశ్వయుజకార్తికమాసములయందు, విద్విషత్సంహారంబునకున్=శత్రువులం బరిమార్చుటకు, విజయంబుసేయుమనుటయు=చనుండనఁగా, అత్తెఅంగు=ఆ వర్షాకాలప్రయుక్తప్రవిరోధమును, రాజునకున్=ప్రభువునకు, ఎఱింగించి=తెలిపి, తత్సమ్మతంబునన్=ఆ రాజుయొక్కయనుమతిచేతను, నిలిచెన్=వెళ్ళకయుండెను, అంత=అట్లుపిమ్మటను.

తా. అపు డట్లనుభుతంబుగ నుత్పన్నంబులైన వాక్యంబులను విని చేయునది యులేక యాసభయందున్న పాషండులగు మర్వాదులు ఖిన్నులై లేచిపోవంజూచి, రాజయ్యామునాచార్యు మహత్త్వంబునకు మెచ్చి సంతసించి యవ్విప్రునకు దండప్రణామం బాచరించి శ్రీవిష్ణుదేవునియందు భక్తిజనించుటవలనఁ గృతకృత్యుండై తనరాజ్యము మేనల్లునికిం బట్టముగట్టునట్టిసంప్రదాయముగలది యగుటంజేసి యతనికిం దనముద్దుచెలియలినిచ్చి వివాహంబొనర్చి యావివాహకాలమున ధారాపూర్వకంబుగఁ దనరాజ్యమున నర్ధరాజ్యంబిచ్చి యువరాజుగా నియమించి తరువాత నధీతనిఖిలాస్త్రవేదుం డగు నతనిం జిరకాలముగఁ దనకసాధ్యులైయున్న శత్రురాజుల సాధింపుమని నియోగింప నందుల కయ్యామునాచార్యుం డొడంబడి యుద్ధయాత్ర వెళ్లుటకుద్యుక్తుండై యున్నంజూచి మంత్రిపురోహితులు మొదలగువార లిప్పుడు సంప్రాప్తించియున్న వర్షాకాలము వెళ్లఁగానే దండయాత్ర యొనర్చుట యుక్తమని విన్నవించిన నవ్విధం బారాజునకుం దెలిపి యతని యనుజ్ఞవడసి నిలిచియుండె నింతలో ననిభావము.

ఉ. కర్కశుఁ డంట కోర్వ కుద•కంబులు వాఃపతి గూర్చినట్లు న
య్యర్కుఁడుఁ దాను గూర్చి మఱి•యాసలిలాధిపచిహ్నవాహతం
బేర్కలుగంగ నాతఁ డెల•మి న్మకరస్థితిఁ గన్న నీర్ష్యఁ దాఁ
గర్కటకస్థుఁ డయ్యె ననఁ • గర్కటకస్థితిఁ గాంచె నత్తఱిన్. 76

టీ. అర్కుఁడు=సూర్యుఁడు, కర్కశుఁడంటకున్=ఉగ్రుఁడైనవాఁడనుటకు, ఓర్వక=సహింపక, ఉదకంబులు=జలములను, వాఃపతిగూర్చినట్లు=వరుణుఁడుసంగ్రహించినట్లు, అయ్యర్కుఁడున్=ఆసూర్యుఁడును, తానుగూర్చి=తానును జలసంగ్రహముఁజేసి, మఱి=తరువాతను, ఆ...తన్-ఆసలిలాధిపచిహ్న=వరుణునియొక్క యాగుర్తు, వాహతన్=తనకువాహనమగుటచేతను, పేర్కలుగంగన్=ప్రసిద్ధపడునట్లుగా, అతఁడు=ఆవరుణుఁడు, ఎలమిన్=ప్రీతితో, మకరస్థితిన్-మకర = మొసలియందు, స్థితిన్=ఉండుటను, కన్నన్=పొందఁగా, ఈర్ష్యన్=అసూయచేత, తాన్=తాను, కర్కటకస్థుఁడయ్యెననన్=కుళీరమందుఁబ్రవేశించెనోయన్నట్లు, అత్తఱిన్ = ఆసమయమందు, కర్కటకస్థితిఁగాంచెన్=కుళీరమందుఁబ్రవేశించెను. (సూర్యునకు సహజమైన కర్కాటకరాశి ప్రవేశమునకు మకరస్థవరుణేర్ష్యాకృతత్వము నుత్ప్రేక్షించుటవలన నుత్ప్రేక్షాలంకారము.) అనఁగా సూర్యుఁడు కర్కాటకమును బ్రవేశించెనని చెప్పుటవలన వర్షాకాల మారంభమాయె నని భావము.

తే. వనతతివరాహవాహారి•వాయుభుగ్వి
రోధివారణవర్షాంభు•లాధిఁ దొఱఁగె

నెండ్రి రవి చేర మూఁడవ•యెడకుఁ జేరు
తరణి ధరణిం బ్రమోదసం•ధాయి గాఁడె. 77

టీ. వన...ధిక్-వనతతి = వనసమూహమును, వరాహ = అడవిపందులును, వాహారి=మహిషములును, వాయుభుగ్విరోధి = మయూరములును, వారణ=ఏనుఁగు లును, వర్షాభులు=కప్పలును, ఆధిఁదొఱఁగె=మనోవ్యథమానెను. ని. 'వరాహస్సూకరో ఘృష్టిః, నీలకణ్ఠో భుజఙ్గభుక్, కుఞ్జరో వారణః కరీ, లులాయో మహిషో వాహద్విషత్కాసరసైరిభాః, భేకే మండూకవర్షాభూః' అని యంతట నమరము. రవి=సూర్యుఁడు, ఎండ్రిక్=కర్కాటమును, చేరఁగా=ప్రవేశింపఁగా, మూఁడవయెడకున్=జన్మలగ్నతృతీయస్థానమునకు, చేరు=ప్రవేశించునట్టి, తరణి=సూర్యుఁడు, ధరణిన్=భూమియందు, ప్రమోదసంధాయి=సంతోషమునిచ్చువాఁడు, కాఁడె=కాఁడా ! అగును.

తా. 'షట్త్రిదశస్థో భానుః' అని జన్మరాశికి మూఁట నాఁటింటఁ బదింటనున్న సూర్యుఁడు శుభఫలప్రదుఁడు గాన వనతతి, వారాహ, వాహారి, వాయుభుగ్విరోధి, వారణ, వర్షాభుల నామాద్యక్షరము వకారమగుటవలన 'వో వా వీ వో రోహిణీ' అని నామాద్యక్షరముచేత వీనికి రోహిణీనక్షత్రమాయెను గానఁ గృత్తికా త్రిపాదం రోహిణీ మృగశిరార్థం వృషభ మని వృషభలగ్నమాయెను. అవృషభలగ్నమునకు మూఁడవదియైన కర్కాటకమందు రవి ప్రవేశింపఁగానే వర్షములు కురిసినందున యాఁటింటికిని సంతోషకరుఁడాయెనని చెప్పి సామాన్యముచేత విశేషమును సమర్థించినందునఁ దద్రూపంబగు నర్థాంతరన్యాసాలంకారము. అనఁగా నెల్లప్పు డుదకములను గోరుచుండువనము మొదలగు నాఁటింటికిని సూర్యుఁడు కర్కాటకమును బ్రవేశింపఁగానే వర్షాకాలము గనుక వానలుగురిసి మిగుల సంతోషకరముగా నుండె ననిభావము.

తే. వనధిగమనజగర్భార్క•జనిత ఘృణులు
మఱి ప్రసూతికి నతని•ధామంబుఁ జేరె
ఘనతఁ జొచ్చినయిండ్లను•దనయ లుండి
కాన్పునకుఁ బుట్టినిల్చేరు•క్రమము గనమె. 78

టీ. వ...లు-వనధి=సముద్రముయొక్క, గమన=పొందుటచేతను, జ=పుట్టిన, గర్భ=చూలుగల (అనగా నుదకములోపలఁ గలిగినటువంటి), అర్క=సూర్యునివలన, జనిత=పుట్టినటువంటి, ఘృణులు=కిరణములు, మఱి=తదనంతరమందు, ప్రసూతిక్=ప్రసవించుటకు, అతనిధామంబుక్=అసూర్యునియొక్కస్థానమును, చేరెక్=ప్రవేశించెను. ఘనతక్=అధిక్యముచేతను, చొచ్చినయిండ్లక్=అత్తవారిండ్లను, తనయలు = కొమార్తెలు, ఉండి=కాఁపురముండి, కాన్పునకుక్=ప్రసవమునకు, పుట్టినిల్చేరుక్రమము=తల్లిగారింటికి వెళ్లుమర్యాదను, చూతమా=చూచుచున్నామనుట.

తా. సూర్యకిరణములే మేఘము లని ప్రసిద్ధిగాన నట్టిసూర్యునివలనబుట్టిన మేఘములు సముద్రునింబొందుటచేతఁ గలిగిన, లోపల నిమిడియున్న యుదకములను గర్భములఁదాల్చి ప్రసవమునకుఁ దమజన్మస్థానమైన సూర్యునిఁజేరుచున్న వన్నట్లు వర్షించుచున్నవనియు గొప్పదనముచేత నత్తవారింటఁ గాపురముచేయుచున్న కొమార్తలకు గర్భముగలుగఁగానే బిడ్డలంగనుటకుఁ బుట్టినిల్లు చేరుచుండుమర్యాద యందఱు గుర్తెఱిఁగినదేయనియు భావము. మేఘములు సముద్రోదకముచేత గర్భమును ధరించి లోకమునంతట వర్షించుచున్నవని ప్రతీతిగనుక నిట్లు వర్ణింపఁబడియె.

తే. ఉర్విఁ గాదంబినుల యల•యుమ్మనీరు
దొరుగఁ గేకులు కేకలు • తోన సేసె
ద్విజత నారణ్యకధ్వని • వినఁగఁ జేసి
గర్భము సుఖచ్యుతము సేయఁ•గడఁగె ననఁగ. 79

టీ. ఉర్విన్ = పుడమియందు, కా...రు-కాదంబినుల = మొయిళ్లగుంపుల యొక్క, అల=ప్రసిద్ధమైన, ఉమ్మనీరు=ఉబ్బనీరు, తొరుఁగన్=స్రవింపఁగా, ద్విజతన్=ద్విజత్వముచేతను, ని. 'దంతవిప్రాణ్డజోద్విజః' యని యమరము. ఆరణ్యకధ్వని=ఆటవికజనము వర్షము రాగా వర్షమువచ్చెనని రొదచేయునుగనుక నదియునునారణ్యకశాఖయొక్క ధ్వనిని,వినఁగఁజేసి=శ్రుతపఱిచి, గర్భము సుఖచ్యుతముసేయున్=సుఖప్రసవము గల్గునట్లొనర్చుటకు, కడఁగెననఁగన్=ఉపక్రమించెననఁగా, కేకులు=నెమిళ్లు, కేకలు=కేకాస్వరములను, తోన=వెంబడిగానె, చేసెన్ = ఒనర్చెను. ఇచ్చట మేఘోదయమువలన సంతసించిన మయూరములయొక్క కేకలను సుఖప్రసవార్థమైన యారణ్యకశాఖాధ్వనికి హేతువని యుత్ప్రేక్షించినందున నుత్ప్రేక్షాలంకారము.

తా. లోకమందు వేకటిగలయువిదలకుఁ బ్రసవసమయంబునఁ గల్గునుమ్మనీరు గానుపింపఁగా నక్కడనుండుస్త్రీలుదానింజూచి ప్రసవకాలంబనియూహించి తమలోఁదాము గొలగొల లాడుట ప్రసిద్ధము గావున నావిధముగా నెమళ్లు మేఘమ్ములనుండి యుబ్బునీరు స్రవింపఁగాఁ దాము ద్విజు లగుటంజేసి సుఖప్రసవార్థ మారణ్యకశాఖనధ్యయనముఁజేసి వినుపించుటకు నుపక్రమించెనో యన్నట్లు వెంబడించి కేకానాదములం జేసెను.

మ. అలపర్జన్యుఁడు భానుఁ డన్కాలిమిలో • నభ్రింపుఁ బెన్గొప్పెరన్
జల మాఁగన్ బిడుగుక్కు జాత్యపుటయ•స్కాంతంబు నత్తున్కలో
పలఁ జూప న్మహిమీఁదిలోహరజముం • బైఁ బర్వె నా లేచె వా
త్యలఁ బ్రాగ్భావముషు ల్మోగి ల్మోదల గ్ర•ద్దంతై దివిం బర్వెనన్. 80

టీ. అ...డు-అల=ప్రసిద్ధుఁడైన, పర్జన్యుఁడు=దేవేంద్రుఁడు (కమ్మరవాఁడు), భానుఁడన్=సూర్యుఁడనియెడు, కొలిమిలోన్=అయోగోళమందు, అభ్రింపుఁబెన్గొప్పెరన్ = మేఘమను పెద్దనీళ్లకాఁగును, జలమాఁగన్ = ఉదకములనింపుటకై, పి...బు - పిడుగు=అశనియను, ఉక్కు=లోహముయొక్క, జాత్యపు=సజాతీయమైన, అయస్కాంతంబు=సూదంటురాతియొక్క, అత్తునకన్=అశకలమును, లోపలన్=అంతర్భాగమందు, చూపన్=అతికింపఁగా, మ...మున్-మహిమీఁది=భూమండలము మీఁదనున్న, లోహరజమున్=ఉక్కుపొడి, పైన్=పైకి, పర్వన్=ఎగసి వ్యాపించెన్, నాన్ = అనునట్లు, వాత్యలన్ = సుడిగాడ్పులచేత, ప్రాగ్దావమషుల్-ప్రాగ్దావ = మొదలివైన కార్చిచ్చులయొక్క, మషుల్ = బూడిదలు, మొగిల్=మేఘము, మొదలన్=ప్రప్రథమమునందు, గ్రద్దంతై=గృధ్రపరిమాణముగలదై, దివిన్=అంతరిక్షమందు, పర్వినన్=వ్యాపింపఁగా, లేచెన్=ఎగసెను.

తా. తొల్దొల్త మేఘము గృధ్రమాత్రమై యంతరిక్షమున నుండునప్పుడు భూమియందున్న కార్చిచ్చుల మషీసమూహములు సుడిగాడ్పులచే నెగురఁగొట్టఁబడి పైకెగసి యందున్న స్వల్పమేఘమును గలయునపుడు పర్జన్యుండను కమ్మరవాఁడు సూర్యుఁడనుకొలిమియందు మేఘమను నీళ్లకాఁగును నీరు కాఱకుండుటకై పిడుగుక్కునకు సజాతియైన సూదంటురాతి తునుకను లోపల నతుకఁబెట్టఁగాఁ బుడమియందున్న లోహరజఃపుంజములన్నియుం బయికి నెగసి యామేఘము నావరించి వృద్ధిఁబొందించునట్లుండెనని భావము. రూపకోత్థాపితమైన యుత్ప్రేక్షాలంకారము.

తే. ఇలకు డిగి చుట్టిచుట్టి దు • మ్మెత్తి యెగసి
పోయి తమ ముంచుసుడిగాలి • పుష్కరముల
గడలినీ రభ్రికలభము • ల్గ్రాసె ధరణి
నభ్రికరిశిక్ష దివి గాంచి • నట్టికరణి. 81

టీ. ఇలకుడిగి=భూమికిదిగి, చుట్టిచుట్టి=గిరగిరందిరిగి, దుమ్మెత్తి = ధూళినిగ్రహించి, ఎగసి=మీఁది కెగిరిపోయి, తమున్ = తమ్మును (అనఁగా మేఘములననుట), ముంచు=కప్పుచున్న, సుడిగాలి = తిరుగుడువాయువును, పుష్కరములన్ = తొండపుకొనలచేత, అ...ల్-అభ్రి=మేఘములనియెడు, కలభముల్=ఏనుఁగుగున్నలు, కడలినీరు=సముద్రమునఁ బానముఁజేసియున్న నీటిని, ధరణిన్=భూమియందు, గ్రాసెన్=వెళ్ళఁజల్లెను, అభ్రికరి=ఐరావతముయొక్క, శిక్షన్=నేర్పటను, దివిన్=అంతరిక్షమందు, కాంచినట్టికరణిన్=పొందెనో యన్నట్టుంబలె నీరు వెళ్లగ్రాసెనని క్రిందికి నన్వయము.

తా. లోకమునం దేనుంగులు దొండంబుల కొనలచేత మన్మెత్తి పైకింజల్లుట యును నీటింబీల్చి మరల వెళ్ళఁజిమ్ముటయును బ్రసిద్ధముగావున, మేఘము లను నేనుంగు గున్నలు భూమియందు లేచిన సుడిగాడ్పులను తుండంబులచేత సముద్రోదకమును పానముఁజేసి యైరావతముయొక్క సాహచర్యముచేత నంతరిక్షమం దభ్యాసముఁ జేసిన విద్యచేతనో యన్నట్టుంబలె మరల వెళ్ళఁజిమ్మెను. ఇది రూపకోత్థాపితమైన యుత్ప్రేక్షాలంకారము.

తే. కృతపయఃపాననవమేఘ•పృథుకములకు
రాలె నొయ్యన వడగండ్ల•పాలపండ్లు
మఱి బలాకాద్విజాళిసం•ప్రాప్తి గలిగెఁ
బెరుఁగఁ బెరుఁగంగ ధ్వనియు గం•భీరమయ్యె. 82

టీ. కృ...కున్-కృత=చేయఁబడిన, పయః=ఉదకములను క్షీరములయొక్క, 'పయఃపానీయ దుగ్ధయోః' యనిరత్నమాల. పాన=త్రాగుటగలిగినట్టి, నవ=క్రొత్తలైన, మేఘ=మొయిళ్ళనియెడు, పృథుకములకున్=పసిబిడ్డలకు, 'పృథుకశ్శాబకశ్శిశుః' అని యమరము. ఒయ్యనన్ = మెల్లమెల్లఁగా, వడగండ్లపాలపండ్లు=వర్షోపలములను బాల్యదంతములు, రాలెన్=పడెను, మఱి=వెనుకను, బలాకా = కొంగలనియెడు, ద్విజాళి=పలునరుసయొక్క, సంప్రాప్తి=ప్రాప్తించుట, కలిగెన్ = సంభవించెను, పెరుఁగఁబెరుఁగంగన్=నానాఁట వృద్ధిఁబొందఁగా, ధ్వనియు=శబ్దమును, గంభీరమయ్యెన్=మిగుల నతిశయించెను.

తా. స్తన్యపానముఁజేయు పసిబిడ్డలకు మెల్లమెల్లనఁ బాలపండ్లు రాలి, మరల పండ్లు మొలవఁగా నానాఁట వృద్ధిఁబొంది స్వరమతిశయించున ట్లుదకపానము గల నూతన జలధరములకు వడగండ్లను బాల్యదంతములు రాలి, పిమ్మటఁ గొంగలను దంతపఙ్క్తి గల్గి క్రమముగా వృద్ధిఁజెందఁగా గంభీరధ్వని యతిశయిల్లె ననుట. రూపకాలంకారము.

మ. తనతోయంబినరశ్ము లెత్త నిల వా•త్యారేణుమూర్తి న్మహేం
ద్రునకుం జెప్పఁగ ముచ్చుఁ బట్ట దివమం•దు న్విల్లుటింపం భయం
బునఁ దద్రశ్మిసహస్రము న్వెస డిగెం • బో డాఁగి వే గ్రుమ్మరిం
ప ననం ధారలు దోఁచె మించు వెలిఁగిం•ప న్మబ్బుల న్వెల్లిపై. 83

టీ. త...బు-తన=భూమియొక్క, తోయంబు = నీటిని, (తోయమనుశబ్దము దేశ్యమగుటవలన ముఖ్యవస్తువును బోధించుచున్నదిగాన శ్రేష్ఠమైనపదార్థమనుట.) ఇనరశ్ములు=సూర్యకిరణములు, ఎత్తన్=అపహరింపఁగా, ఇల=భూమి, వా...ర్తిన్-

వాత్యా=సుడిగాలివలన నెగసినట్టి, రేణు=పరాగరూపమయిన, మూర్తిన్=శరీరము చేత, మహేంద్రునకున్=దేవేంద్రునకు, చెప్పఁగన్=ఎఱింగింపఁగా, ఆయింద్రుండు, మ్రుచ్చున్=దొంగను, పట్టన్=పట్టుటకై, దివమందున్=అంతరిక్షమందు, విల్లు టింపన్=ధనుస్సునుబూనఁగా, భయంబునన్ = భీతిచేత, తద్రశ్మి...మున్-తత్= ఆ సూర్యునియొక్క, రశ్మి=కిరణములయొక్క, సహస్రమున్=వేయును, వెసన్= వేగముచేత, డాఁగి=కానరాకయుండి, వేన్=త్వరితముగా, వెల్లిపైన్=ప్రవాహము మీఁద, గ్రుమ్మరింపన్=వర్షించుటకు, డిగెంబో=ఏఁగెను గాఁబోలు, అనన్=అను నట్లు, మించు=మెఱపు, వెలిఁగింపన్=కనుపించునట్లు వెలుఁగుచేయఁగా, మబ్బులన్ =మేఘములయందు, ధారలు=నీటిధారలు, తోఁచెన్=కనఁబడెను.

తా. భూమి తనయుదకములను ముఖ్యవస్తువులను సూర్యకిరణములు హరించి కొనిపోయినవని సుడిగాలిచే రేపఁబడిన పరాగరూపమును దాల్చి యింద్రునితో మొఱవెట్ట నాయింద్రుఁ డంతరిక్షమం దాదొంగలను బట్టుటకై తనధనుస్సును గనుపఱుపఁగా నందులకు భయమంది సహస్రకిరణములు నేకకాలమునను వానిఁ గ్రుమ్మరింప నుద్యమించినవోయనునట్లు మేఘములనుండి వచ్చు నుదకధారలు మెఱపుల వెలుంగునఁ గానవచ్చుచుండెను.

చ. తొలితొలివచ్చుధారల కె•దుర్కొని తచ్ఛటఁ దీఁగెచుట్టుగా
నలముచు ధాత్రి లేచి పొలు•పారె మలీమసబాష్పవల్లు ల
త్తొలితొలి ధారకే వెఱచి • తోనె ఘనౌఘము వానకాళ్ళకుం
బలరిపుఁ డాలయాభ్రముల • భంగినె సంకెల లూన్చెనో యనన్.

టీ. తొలితొలివచ్చు=ముందుముందుగవచ్చుచున్న, ధారలకున్=నీటిధారలకు, ఎదుర్కొని=ఎదిరించి, తచ్ఛటన్=ఆధారాసమూహమును, తీఁగెచుట్టుగాన్= లతాపరివేష్టనమన్నట్లుగా, అలముచున్=చుట్టుకొనుచు, ధాత్రిన్ = భూమియందు, లేచి=ఉత్థితమై, మ...లు-మలీమస=నల్లనైన, బాష్ప=పొగలయొక్క, వల్లులు=తీఁగలు, బలరిపుఁడు=ఇంద్రుఁడు, ఆత్తొలితొలిధారకె=ముందుముందుగురిసినయుదకధారకే, వెఱచి=మిగుల వర్షించునని జంకి, తోనె = వెంబడినే, ఘ...కున్-ఘనౌఘము= మేఘ సమూహముయొక్క, వానకాళ్లకున్=ధారలనుపాదములకు, ఆ=ప్రసిద్ధమయిన, లయ=ప్రళయకాలమందలి, అభ్రములభంగినె=పుష్కలావర్తాది మేఘములకుంబలె, సంకెలలు=నిగళబంధములు, ఊన్చెనోయనన్ = ఒనర్చెనోయన్నట్లు, పొలుపారెన్ =ఒప్పుచుండెను. ని. 'సమితి ర్మండలీ పిండీ రింఛోళీః పటలీ ఛటా, మలీమసంతు మలినం కచ్చరం మలదూషితం, బాష్పో నేత్రజలోష్మణోః, వల్లీతు వ్రతతి ర్లతా' అని యంతట నమరము.

తా. నేలమీఁదఁ జినుకులు రాలఁగానే యందున్న వేఁడిమి పొగరూపమై పై కెగయుట ప్రసిద్ధముగావున ముందు ముందు వర్షించు నుదకధారలచేతనైన గ్రీష్మాతప తప్తభూమియొక్క పొగతీఁగ లెమ్మొక్కనుచుండ దేవేంద్రుండు తొలుదొల్తఁ గను పడినయుదకధారలకు వెఱచి ముందు విశేషముగావర్షించుచునన్న శంకచేత మున్ను ప్రళయకాలమేఘములైన పుష్కలావర్తాములను నిర్బంధించినవిధమున నీమబ్బులకును సంకెలలు దగిలించెనో యన్నట్లొప్పుచుండెనుట.

చ. ఎడపక మున్ను మింటిపయి • నేతగులంబును లేక మూకతన్
వెడలెడుచోఁ గఠోరఘన•బృందము లడ్డమువడ్డ వానిమే
యిడియ జవోష్మఁ బాఱెడుర•వీందులదట్టపుబండికండ్లచ
ప్పుడుగతి మ్రోసె రేవగలు • భూరిభయంకరగర్జ లత్తఱిన్. 85

టీ. ఎడపక=ఎడతెగక, మింటిపయిన్=ఆకాశమందు, మున్ను = వర్షాకాలమునకుఁ బూర్వమందు, ఏతగులంబును లేక =ఏప్రతిబంధమును లేక, మూకతన్=చప్పుడులేనట్లు, వెడలెడుచోన్=పోవువేళలందు, క..లు-కఠోర=దట్టమైన, ఘన=మబ్బులయొక్క, బృందములు=గుంపులు, అడ్డమువడ్డన్=నిరోధింపఁగా, వానిమే=ఆ మేఘముల శరీరము, ఇడియన్=చూర్ణమగునట్లు, (ఇడియ నన్నది ద్రావిడదేశీయము.) జవోష్మన్=వేగముచేతి వేండ్రదముచేత, పా...తిన్-పాఱెడు = పరువిడుచున్న, రవీందుల=సూర్యచంద్రులయొక్క, దట్టపు=సాంద్రమైన, బండికండ్ల=రథచక్రములయొక్క, చప్పుడుగతిన్=ధ్వనివలె, రేవగలు=అహోరాత్రములు, భూరి...లు-భూరి=అధికమగునట్లు, భయంకర=భీకరములైన, గర్జలు=ఉఱుములు, అత్తఱిన్=ఆసమయమందు, మ్రోసెన్=శబ్దించెను.

తా. వర్షాకాలమునకుఁ బూర్వమున నాకాశమం దెడతెగక యేలాటి ప్రతిబంధము లేమింజేసి నిశ్శబ్దముగఁ బోవునప్పుడు దట్టమైన మబ్బులచా ళ్ళడ్డమురాఁగా వానికాయంబులు చూర్ణంబు లగునట్లు వేగము చేతి వేఁడిమితోఁ బరువిడుచున్న దివాకర క్షపాకరులయొక్క యరదముల చప్పుడులపగిఁది నయ్యవసరంబున నహోరాత్రంబు లత్యంతభయంకరంబు లైన యుఱుము లుఱిమెను.

చ. దినములవెంబడిం జడని•ధి న్మును గ్రోలినసీరులోనఁ బే
రినలవణంపుఘట్టముల • దృప్యదిరమ్మదరావము ల్దవు
ల్గొని పెటలించునార్భటు లౌ•నో యనఁగా సతటిద్భయంకర
స్తనితములన్ సృజించె నతి•సాంద్రఘనాఘనగర్భగోళముల్. 86

టీ. దినములవెంబడిన్=దినాలవరుసను, జడనిధిన్=సముద్రమందు, మున్గ్రోలినసీరులోనన్=మున్ను ద్రావిన యుదకములోపల, పే...లన్ - పేరిన=ఘనీభవిం

చిన, లవణంపుఘుట్టములన్=ఉప్పుబిళ్ళలను, దృ...ల్-దృప్యత్=అతిశయించినట్టి, ఇరమ్మద=మేఘజ్యోతియనెడు, దావముల్=కార్చిచ్చులు, తవులొ్కని=అంటుకొని, పె...కో అనఁగాన్-పెటలించు=పెట్లునట్లుగఁ జేయునట్టి, ఆర్భటులొకో యనఁగాన్=ప్రయత్నములోయన్నట్లు, స...లన్-సతటిద్భయంకర=మెఱుపులతోఁగూడిభయంకరములైన, స్తనితములన్=ఉఱుములను, అతి...ల్-అతిసాంద్ర=మిగులదట్టమైన, ఘనాఘన=వానకాలపు మొయిళ్ళయొక్క, గర్భగోళముల్=ఉదరప్రదేశములు, సృజించెన్=కావించెను, 'వార్షికాబ్దో ఘనాఘనః' యని యమరము. ఉత్ప్రేక్షాలంకారము.

తా. మేఘములు నానాఁట సముద్రమందుఁ ద్రావిన నీరు లోపలఁ బేరి యుప్పుబిళ్ళలు కాఁగా వానిని మేఘాగ్నులు దహింప నందుఁ బుట్టిన పెటపెటధ్వనులో యన్నట్లు మించులచేత భయంకరములైయున్న యుఱుము లామేఘములయం దొప్పుచుండె నని భావము.

మ. ఇనరశ్మిస్తృష వార్ధిఁ జేరి జల మొక్కింతాన నాత్మోష్మఁ జు
  య్యని వెంటం బొగముంచికో నెగసి వాతాధూతతత్సంధులం
  గన నౌచుం గళదశ్రులై వడకు రేఖం దిక్తటప్రోత్థిత
  స్తనయిత్నుచ్ఛటఁ జంచల ల్మెఱసె నాసారంబు దోరంబుగన్.

టీ. ఇనరశ్మిల్=సూర్యకిరణములు, తృషన్=దప్పిచేత, వార్ధిన్ చేరి=సముద్రమునుబొంది, జలముఒక్కింత ఆనన్=ఉదకమును గొంత పానముచేయఁగా, ఆత్మోష్మన్=స్వకీయమైన యుబ్బచేత, చుయ్యని=చుయ్యుమని ధ్వనిఘెట్టి, వెంటన్=వెంబడిగా, పొగముంచికోన్=ధూమముగప్పుకొనఁగా, ఎగసి=అంతరిక్షమునకెగసి, వా...లన్-వాత=గాలిచేతను, ఆధూత=కదలింపఁబడిన, తత్సంధులన్ = ఆమబ్బుయొక్కసందులయందు, కననౌచున్=అగపడుచు, గ...లుఐ-గళత్=జాఱుచున్నట్టి, అశ్రులై=కన్నీళ్ళుగలవై (వడదగిలినపుడు కన్నుల నీరుగాఱుట ప్రసిద్ధము.), వడకు రేఖన్=కంపించుచందమున, ది...టన్-దిక్తట=దిగంతములయందు, ప్రోత్థిత = పుట్టినట్టి, స్తనయిత్నుచ్ఛటన్=మొయిళ్ళగమియందు, ఆసారంబు=ముసరువాన, తోరంబుగన్=అతిశయింపఁగా, చంచలల్=మెఱుపులు, మెఱసెన్ = వెలిఁగెను. ని. 'స్తనయిత్ను ర్వలాహకః, ధారాసంపాత ఆసారః చఞ్చలాచపలాపిచ' యని యంతట నమరము.

తా. సూర్యుని కిరణరూపంబు లగు మేఘములు సముద్రోదకమును బీల్చుతఱిఁ దమయొక్క యూష్మముచేతఁ జుయ్యుమని శబ్దించుచుండ, వెంటనే పొగ చుట్టికొన్నందునఁ బైకెగసి వాయువుచేతఁ గదలింపఁ బడినందువలనఁ, దమయందు గానవచ్చుచుఁ గాఱుచున్న కన్నీరు గలదై కంపించు చందంబునను్న మెఱుపులు దిగంతముల

యందు జనించిన మేఘములయందు జడివాన గురియుచుండఁగాఁ బ్రకాశించె నని భావము.

మ. ఇలకుం గల్గినజీవనంబుల నిజానిష్టోగ్రమార్తండమం
డల మానం దనవైరివైరి సఖుఁడౌటం దద్రవిం బీల్చి య
య్యిల కొక్కమ్మడిఁ గ్రుమ్మరింపఁ దగుఁ దా నెంతైన నంతైనమం
డలమున్ రాహుపొసంగఁ దాల్చుగతి మింటం బర్వె నీలాభ్రముల్.

టీ. ఇలకున్=భూమికి, క...లన్-కల్గిన=ఉన్నటువంటి, జీవనంబులన్=ఉదకములను, ని...ము-నిజ=రాహువునకు, అనిష్ట=శత్రువైన, ఉగ్ర=తీక్ష్ణమైన, మార్తండమండలము=సూర్యుని బింబము, ఆనన్=పానము సేయఁగా, త...రి-తన=తనయొక్క, వైరివైరి=పగవాని పగవాఁడు, సఖుఁడౌటన్=మిత్త్రుఁడగుటచేతను, (అనఁగా లోకమందుఁ దన శత్రునిశత్రువు దనకు మిత్త్రుఁడౌట ప్రసిద్ధముగాన భూమియందున్న జలముల నపహరించిన సూర్యునకు శత్రువైన రాహువునకును భూమికిని మైత్త్రి యనుట.) తద్రవిన్=ఆసూర్యుని, పీల్చి=ఊటుకొని, (ముందు సూర్యుఁడు హరించిన యుదకములను మరల నాకర్షించి యనుట.) అయ్యిలకున్=ఆభూమికి, ఒక్కమ్మడిన్=ఒకపర్యాయమే, క్రుమ్మరింపన్=కురియుటకు, తాన్=ఆరాహువు, ఎంతైనన్=ఎంతటి యాకృతిగలవాఁడైనను, తగున్ = సమర్థుఁడగునో, అంతైనమండలమున్=అంతఁగా బెరుఁగుచున్న బింబమును, రాహు=సైంహికేయుఁడు, పొసంగన్=సరిపడునట్లు, తాల్చుగతిన్=ధారణ మొనరించెనో యన్నట్లు, నీలాభ్రముల్=నల్లమబ్బులు, మింటన్=ఆకాశమందు, పర్వెన్=వ్యాపించెను.

తా. ఆకాశమం దంతట వ్యాపించియున్న నల్లమబ్బులను జూడఁగా భూమి తనజీవనంబులను సూర్యుండు పానముఁజేసి హరింపఁగా దాని మరల రప్పించుకొనవలయు నన్న యభిప్రాయములో సూర్యునకు విరోధియైన రాహువుతోఁ జెప్ప నతఁడు భూమికి మిత్త్రుఁ డౌటంజేసి యాసూర్యకిరణములయందున్న యుదకములను గ్రహించి వర్షించుట కుద్యమించిన రాహుమండలమో యన్నట్లుండెను.

తే. పుట్టవెడలి నభోభిత్తిఁ బట్టుశక్రి
కార్ముకపుఁబెద్ద పలువన్నెకట్లజెట్టి
దైన నడచెడు కాళ్ళగుంపనఁగ గాలి
కార్కొని దిగంతముల వానకాళ్లు నడచె. 89

టీ. పుట్టవెడలి=వల్మీకమునుండి బయలుదేఱి, శ్లో. 'వల్మీకాగ్రాత్ప్రభవతి ధనుఃఖండ మాఖండలస్య' యని కాళిదాస ప్రయోగము. నభోభిత్తిన్ = ఆకాశమని

రెయెడుగోడను, ప...ది-పట్టు=అవలంబించునట్టి, శక్రకార్ముకపు=ఇంద్రధనుస్సనియెడు, పెద్ద=గొప్పదైన, పలువన్నె=నానావర్ణములుగల, కట్లజెట్టీది = కట్లుగలశతపది సంబంధి, ఐన, న...పు-నడచెడు=చనుచున్నట్టి, కాళ్ళగుంపు అనఁగన్=పాదముల చాళ్లనునట్లు, గాలిన్=వాయువుచేత, కార్క్రాని=నల్లనివై, వానకాళ్లు=వర్షధారలు, దిగంతములన్=దిక్తటములయందు, నడచెన్=ప్రవర్తించెను.

తా. వల్మీకమునుండి వెడలి యాకాశ మనుగోడ నాశ్రయించి నడచుచున్న యింద్రధను స్సనియెడు బహువిధముల వన్నెలుగల కట్లు గలిగియున్న జెట్రికాళ్ళో యనునట్లు నలుగడలయందును వర్షధారలు కానఁబడెను.

చ. ఒకచినుకు న్ససస్య యగు • నుర్వికి డిగ్గఁగ నీవు మూఁగి చా
తకము లటంచు లోఁ గనలి • దట్టముగా నలమేఘుఁ డాడుచుం
డక చన నూఁదఁగాఁ దొరఁగు • నాళపుటుండలు వోలె రాలెఁ ద
క్కక పడు వర్షధారల ము•ఖస్థము లై కరకానికాయముల్. 90

టీ. ఒకచినుకున్=ఒక్కబిందువును, ససస్య = పయిరుతోఁగూడినది, అగు ఉర్వికిన్=ఐనభూమికి, చాతకములు=స్తోకకపక్షులు, మూఁగి = చుట్టుకొని, డిగ్గఁగ నీవు=జాఱనీయవు.(తామే వర్షబిందువుల నన్నిటిని పానము చేయును) అటంచున్= ఈలాగనుచును, అల=ప్రసిద్ధుఁడైన, మేఘుఁడు=జలధరుఁడు, లోన్ = లోపలను, కనలి=కోపించి, దట్టముగాన్=నిబిడముగాను, ఆడుచుండక=సంచరింపక, చనన్= పోవునట్లు,ఊఁదఁగాన్=వెళ్ళనూఁదఁగా,తొరఁగు=పడుచున్న, నాళపుటుండలువోలెన్=క్రోవియందలియుండలవలెను, (లోకమునఁ బిట్టలు పట్టువారు నోటిలో నుండలు వేసికొని గొట్టముతో వానిఁ బిట్టలపైఁ బడున ట్లూఁదుట ప్రసిద్ధముగానఁ బ్రయోగించినాఁడు.) కరకానికాయముల్=వడగండ్లరాసులును, తక్కక=ఎడతెగక, పడు =పతనమగుచున్న, వర్షధారల=వానకాళ్ళయొక్క, ముఖస్థములై=అగ్రములయందున్నవై, రాలెన్=పడెను. శ్లో. 'సర్వంసహాపతిత మంబు నచాతకానా'మని యున్న ప్రకారము భూసంస్పృష్టజలము చాతకములకు రోగహేతువుగాన నంతరాళముననే గ్రహించుట ప్రసిద్ధము.

తా. చాతకపక్షు లొకబిందువునైనను భూమియందుఁ బడనీక పానముఁజేసి గుంపై యాడుచుండం జూచి మేఘుం డాత్మలోఁ గోపించి యాచాతకపక్షులం గొట్టుటకై పిట్టలం బట్టువాఁడు నోటనించినయుండలను గొట్టముద్వారా వెళ్లగొట్టుచందంబున నెడతెగకుండ వర్షధారాముఖంబున వర్షింపఁగ వడగండ్లు రాలె నని భావము.

సీ. ఎలగోలుజల్లు ము • న్నెళపెళ నేటవా
ల్పడిగాలి నట్టెండ్లఁ • దడిపి చనఁగ

నట్టె తోన్ వడగండ్ల కట్టావులు దుమార,
  మావులు రేచి రెండవదియుఁ జన
మఱి మూఁడవది నిల్చి మెఱసి బిట్టుఱిమి శీ,
  కరవారిసృష్టిఁ జీఁకటిగ నలమ
నుయ్యెలచేరుల యోజఁ బైపై వెండి,
  జల్లుపైఁ జల్లు పె ల్లల్లుకొనఁగ
తే. భూభిదాపాది దుర్భరాంభోభరంపు
వడి మరుజ్ఝంఝఁ దెరలక కడవ వంచి
నట్లు హోరని ధారౌఘ మైక్య మొంది
విన్ను మన్నును నొకటిగా వృష్టి బలసె. 91

టీ. ఎలగోలుజల్లు=మొదటవచ్చినవానజల్లు, ముఁన్ = ప్రథమమందు, పెళపెళన్=పెళపెళధ్వనితో, ఏటవాల్పడి=సంపుగా వాలి, గాలిన్=వాయువుచేతను, నట్టిండ్లన్=గృహమధ్యభూములను, తడిపి=నాన్చి, చనఁగన్=పోఁగా, అట్టె=అప్రకారమే, తోన్=వెంబడిగానే, వడగండ్ల=వర్షోపలములయొక్క, కట్టావులు = ఆవిరులు, దుమారము=పరాగమును, ఆవులు=ఉబ్బలను, రేఁచి=ఎగురఁజేసి, రెండవదియున్=రెండవదియైన జల్లును, చనన్=పోగా, మఱి=పిమ్మట, మూఁడవది=తృతీయమైనవానజల్లు, నిల్చి=నిలువఁబడి, మెఱసి=మించులను వెలిఁగించి, బిట్టుఱిమి=మిగుల గర్జించి, శీకర=తుంపరలతోఁగూడిన, వారిన్=ఉదకముచేత, సృష్టిన్=ప్రపంచమును, చీఁకటిగ నలమన్=అంధకారమగునట్లు చుట్టుకొనఁగా, ఉయ్యెలచేరులయోజన్=డోలయొక్క గొలుసులవలెను, పైపైన్=మీఁదమీఁదను, (వెంటవెంట ననుట.) వెండి=మఱియును, జల్లుపైన్=వర్షముమీఁదను, జల్లు=వర్షము, పెల్లు=అతిశయముగ, అల్లుకొనఁగాన్=క్రమ్మకోఁగా, భూ...న్-భూభిదాపాది-భూ=భూమియొక్క, భిదా=భేదమును, ఆపాది=ప్రతిపాదించుచున్న, నిర్భర=భరింపశక్యముగాని, అంభోభరంపు=ఉదకాతిశయముయొక్క, వడిన్=వేగముచేతను, మరుజ్ఝంఝన్=ఝంఝామారుతముచేతను, 'ఝంఝావాతస్సవృష్టికః' యని యమరము. తెరలక=తెమలక, కడవ వంచినట్లు=బానకుమ్మరించినవైఖరిని, హోరని=హోరుమనుధ్వనితోఁగూడి, ధారౌఘము=ధారాసమూహము, ఐక్యమొంది = ఏకీభవించి, విన్నుమన్నునొకటిగా=ఆకాశభూములు రెండునొక్కటి యగునట్లు, వృష్టి = వర్షము, బలసెన్ = వృద్ధిఁబొందెను.

తా. అపుడు భూమ్యంతరిక్షము లేకమగునట్లు హోరుమను ధ్వనితో నెడతెగని వర్షము గురియుచుండెననుట.

మ. అలపర్జన్యుఁడు కేకిపాత్రములగుం • పాడించుచోఁ మేఘమం
డలపుఁ మద్దెల గ్రుంగ లేవను మరు•న్మార్దంగికుం డర్థి నె
త్త లలి న్నేలకు వ్రాలుచు న్నెగయుచుం • దారాడున త్తెల్లజ
ల్లులుఁ గెంగుచ్చులు నయ్యె ధారలును ద•ల్లోలేంద్రగోపంబులుఁ.

టీ. అలపర్జన్యుఁడు=ఆ యింద్రుఁడు, కే...పు- కేకి=మయూరములనియెడు, పాత్రములన్=నటులయొక్క, గుంపు=సమూహమును, అడించుచోన్=నాట్యమాడించుతఱి, మరున్మార్దంగికుండు=వాయువనెడు మద్దెలకాఁడు, లలిన్=విలాసముగా, అర్థిఁ=ప్రియముతో, మేఘమండలపున్ మద్దెల = మబ్బులగుంపను మృదంగము, క్రుంగన్=వంగఁగా, లేవను=ఉత్థితముకాఁగా, ఎత్తన్=పైకెత్తఁగా, ధారలును= ఉదకధారలును, నేలకుఁ=భూమికి, వ్రాలుచున్=వంగుచును, ఎగయుచున్=మీఁదికి నెగయుచును, తా...లుఁ-తారాడు=జీరాడుచున్న, అత్తెల్లజల్లులున్=ఆ ధవళమయిన జాలరులును, తల్లోలేంద్రగోపంబులున్-తత్=ఆ వర్షధారలయందు, లోల =చలించుచున్న, 'చలల్లోలంచలాచల'మని యమరము. ఇంద్రగోపంబులున్=ఆర్ద్రిపురుగులును, కెంగుచ్చులున్=ఎఱ్ఱనికుచ్చులును, అయ్యెన్=ఆయెను. రూపకాలంకారము.

తా. అట్లు మేఘముగా వర్షించుసమయంబున నాప్రసిద్ధుండగుపర్జన్యుఁడు మయూరము లనునటుల నాడించునవసరంబున మేఘములు మృదంగములుగా, వాయువు మద్దెల వాయించువాఁడుగా, జలధారలు జాలరులుగా, వానియందు జలించుచున్న యార్ద్రిపురుగులు గెంగుచ్చులుగాఁ గన్పట్టెనని భావము.

ఉ. ఓహరిసాహరిం బ్రథమ • మొల్కెడుధారల గాడ్పు లేటవా
ల్గా హతి నీడ్చి వీఁగుప్రజ•లం గలఁప న్మొగు లొందె నంబుభృ
ద్వాహచలద్రథత్వము మొ•ద ల్మెఱుఁగుఁ ధ్వజ మెక్క నౌటగా
నాహదనం జెలంగుజన • మాంతము నూళ్ళకుఁ బోవ రామియుఁ.

టీ. ఓహరిసాహరిఁ = తఁడోపతండముగాను, ప్రథమము = ముందఱగా, ఒల్కెడుధారలఁ=కురియుచున్న నీటిధారలను, గాడ్పులు=వాయువులు, హతిఁ= తమయొక్క కొట్టుచేత, ఏటవాల్గాఁ=చేటచేర్పుగా, ఈడ్చి=ఆకర్షించి, వీఁగుప్రజలఁ=మఱుగులయందు దాఁగినజనులను, కలఁపఁ=తడిపివ్యాకుల పెట్టఁగా, మొగులు=మేఘము, అం...ము-అంబుభృద్వాహ=దేవేంద్రునకు,'తురాషాణ్మేఘవాహనః' యనియమరము. చలద్రథత్వము-చలత్=కదలుచున్న, రథత్వము = స్యందనభావమును, ఒందెఁ = పొందెను, ఈజనమింతకుముందేల వెళ్లక నిల్చియుండెననుశంకను వారించుచున్నాఁడు.— మొదల్=తొలుత, మెఱుఁగుఁ ధ్వజము= మించనియెడు టెక్కము, ఎక్క నౌటగాఁ=ఆరోహణముచేయఁగా, ఆహదనఁ=అగ్వజారోహణ

సమయమందు, చెలంగుజనము=ఉన్నప్రజలు, అంతము=కడపటికును, 'అజీవదర్థేభి వ్యాప్తౌ సీమార్థేధాతుయోగజే' యని యమరము. ఊళ్లకున్=గ్రామములకు, పోవరామియున్ = వెళ్ళుటకు యుక్తముకానందున, (వానవెలియువఱకనుట.) రథత్వము నొందె నని పూర్వముతో నన్వయము.

తా. ముందుగఁ దండోపతండంబులుగాఁ గురియుచున్న వర్షధారలను గాడ్పులు విసరుచున్న వేగముచేతఁ జేటచేర్పుగా లాగి, మఱుఁగునదాఁగినట్టి ప్రజలను గ్లేశపెట్టఁగా, మేఘము లింద్రునకు జలరథమగుటను బొందెననియు; లోకము నం దుత్సవాదులలో ధ్వజారోహణకాలమందున్న జనులు ధ్వజావరోహణమువఱకు నచ్చట నే యుండుట ప్రసిద్ధముగాన, మించనియెడు ధ్వజము నెత్తగానే యచ్చటనున్న జనులు తుదవఱకు నుండిరో యన్నట్లు కదలుటకు యత్నములేక యావర్షమునందుఁ దడిసిరనియును భావము. మేఘము లింద్రునికి రథముగాను, వర్షధారలు తేజిమోకులుగాను, మఱుఁగున వంగినప్రజలు రథమీడ్చువారుగా నుత్ప్రేక్షింపఁబడెను.

తే. మిగుల నామని బచ్చచాం•పేయకముల
నమ్మి కడపళ్ళఁ దము వైచి•నాఁడు మగుడ
నాసపడువారి నవ్విన•ట్లల్ల విచ్చెఁ
గలయ మూతులు కేతకీ•గహనతతులు. 94

టీ. మిగులన్=మిక్కిలియును, ఆమనిన్=వసంతఋతువునందు, పచ్చచాంపేయకములన్ - పచ్చ=పసపువన్నెగల, చాంపేయకములన్=సంపెగలను, 'భండీరోప్యథచాంపేయ శ్చంపకోహేమపుష్పకః' యని యమరము. నమ్మి=నిత్యమని విశ్వసించి, కడపళ్లన్=కడపటను, (కంచెలోననుట.) తమున్=కేతకులను, వైచి = పడవయిచి, నాఁడు=వర్షర్తువునందు, మగుడన్=తిరిగియును, ఆసపడువారిన్=ఆశించెడువారిని, నవ్వినట్లు=అపహసించినట్లు, అల్లన్=మెల్లగా, కేతకీగహనతతులు=మొగలితోటవరుసలు, కలయన్ = అంతటను, మూతులు = ముఖములు, విచ్చెన్ = వికసించెను.

తా. ఆ వర్షర్తువం దంతట వికసించియున్న మొగిలిపువ్వులనుజూడఁగా వసంతఋతువునందుఁ బ్రబలియున్న సంపంగిపువ్వులను నమ్మి తమ్ముఁ గడపట వేసి యిపుడా సంపంగులు లేకపోవుటచేత మరల నపేక్షించుచున్నజనులను జూచి నవ్విన ట్లుండెననియు నాపత్తనమునందుఁ దోఁటలచుట్టును మొగిలిపూవు లుండుట ప్రసిద్ధముగాన, గడపట వేసినట్లు వర్ణించె ననియును భావము.

చ. అనయము నందనంబు దివి•యందున యుండఁ బ్రసూనవాసనల్
గని పఱతెంచిపోవు నలి•కారుమెఱుంగులె పోవ రాక చి

క్కెనొ వనగంధలుబ్ధభుజ•గీపరివేష్టన నా మొగిళ్లపిం
డునఁ జెలఁగెం బసిండితగ•టుం దెగడుం బువురేకుమొత్తముల్.

టీ. అనయము=ఎల్లప్పుడును, నందనంబు=ఇంద్రోద్యానవనము, దివియందున = ఆకసమునందె, ఉండన్=ఉండఁగా, ప్రసూనవాసనల్=నందనోద్యాన కుసుమామోదములను, కని=పొంది, పఱతెంచిపోవు=వర్షించుటకు భూమికిదిగివచ్చిన మేఘములతోడను వచ్చి మరలిపోవుచున్నట్టి, అల=ప్రసిద్ధమైన, కొఱమెఱుఁగులె=తొలకరి మెఱుపులై, నవ=క్రొత్తదైన, గంధ=పరిమళమునందు, 'గంధేగంధక ఆమోదే దేశే సంబంధగర్వయోః' యని విశ్వము. లుబ్ధ=లోభపడుచున్న, భుజగీ= ఆఁడునాగుఁబాములయొక్క, పరివేష్టనన్=చుట్టుకొనుటచేతను, పోవరాకచిక్కెనో = చనఁజాలక పట్టుపడెనో, నాన్=అనునట్లు, మొగిళ్లపిండునన్=మొగిలివనమందు, పసిండితగటున్=బంగారువన్నెను, తెగడున్=తిరస్కరించుచున్న, పువురేకుమొత్తముల్ = పువ్వుల రేకులసమూహములు, చెలఁగెన్ = ప్రకాశించెను. హేతూత్ప్రేక్ష వస్తూత్ప్రేక్ష.

తా. ఆ దేశమునందుఁ గంచెలవరుసలనుండెడు మొగిళ్లయందుఁ జొక్కపుబంగారువన్నెగలపువ్వులరేకులఁజూడఁగా గగనంబుననె యనవరతమునుండునందనోద్యానవనప్రసూన పరిమళంబుల గ్రహించి తమకాధారంబులగు మొయిళ్లవెంట వర్షించుటకై భూమికి నరుగుదెంచి మరల పోవుచున్న మెఱుపులా నవగంధమునం దాసక్తములయిన స్త్రీసర్పములచేతఁ జుట్టఁబడి కదలుటకు శక్తిలేక నిలువంబడియున్నవో యన్నట్లుండె నని భావము.

చ. బలుసెగ నించువిల్లడుగుఁ • బట్టినదే యిపు డాకుబూదిగెం
పులఁ ద్రిరుచిత్వ మూఁది మరు•ముష్టి బిగిం దివిఁ గ్రాయు మౌక్తికం
బుల జడి దీన నందఱకుఁ • బో యిది యింద్రునిదేని పుట్ట రాఁ
గెలసమొ నాఁగ బోల్విలుజి•గిం గరకాస్రుతి నొప్పె మేఘముల్.

టీ. బలుసెగన్=మిక్కుటమగువెట్టచేతను, (గ్రీష్మకాలమందనుట.) ఇంచువిల్లు=చెఱకువిల్లు, అడుగుఁబట్టినదె=భూమినిఁబడవేసినదే, (అనఁగా మొలువవేసినచెఱకేయనుట.) ఇపుడు = ఈవర్షాకాలమందు, ఆకుబూదిగెంపులన్-ఆకు = పచ్చనియాకులచేతఁ బసరువర్ణము, బూది=నడుమనుండు తెలుపు, కెంపుల్ = చెఱకునందుండెడియెఱుపును, వీనిచేత, త్రిరుచిత్వము=హారిత శ్వేత రక్తము లనియెడు త్రివిధకాంతులుగలిగి యుండుటను, ఊఁది=పొంది, మరుముష్టిబిగిన్=మన్మథునిపిడికిటిబిగిచేతను, దివిన్ = ఆకసమునందు, మౌక్తికంబులజడి=ముత్యపువర్షము, దీనన్ = ఈ ధనుస్సును, క్రాయున్=వెళ్లగ్రాయును, అందఱకున్ పో=ఎల్లవారికిని పోవునుజుమీ, ఇది = ఈ ధనుస్సు, ఇంద్రునిదేని=ఇంద్రునిదైన పక్షమున, పుట్టరాఁగెలసమొ=పుట్టలోనుండి

యేలవచ్చెను, నాఁగన్=అనునట్లుగా, పోలు=చూడఁదగిన, విలుజిగిన్=ఇంద్రధనుస్కాంతిచేత, కరకాస్రుతిన్=వడగండ్లవానచేత, మేఘముల్=మొయిళ్లు, ఒప్పెన్=చెన్నొందెను.

తా. గ్రీష్మకాలమందు వెట్టచేత నిత్తుంధనుస్సు నేలం బడియుండి యిప్పుడాకు బూది కెంపు లనియెడు మూఁడువర్ణములు గలిగినదై మరునిముష్టిబిగిచే వెలుపలికి మౌక్తికముల వర్తించుచున్నదిసుమా! అట్లుగాక ఇంద్రునిదైన నీధనుస్సు పుట్టనుండి రానలసిననిమిత్త మేమని తోఁపింపఁజేయుచున్న యింద్రధనుస్కాంతితోఁగూడిన వడగండ్లచేత మేఘము లొప్పుచుండెనని భావము. శుద్ధాపహ్నవానుప్రాణితో త్ప్రేక్షాలంకారము.

చ. అతిజల మబ్ధిఁ గ్రోలె నితఁ • డంతయు రా నతివృష్టిదోషమౌ
మితి నిపు డబ్దతం బరిణ•మించినతోయమె చాలుఁ బంట క
న్మతి నలధాత గట్ట గగ•నంబున వర్తులత న్సమంతతో
వృత మగు సేతుమండలము • శ్రీపరివేషము సుట్టె భానునిన్. 97

టీ. ఇతఁడు=ఈ సూర్యుఁడు, అబ్ధిన్=సముద్రమందు, అతిజలము=మిక్కిలి నీటిని, క్రోలెన్=పానముచేసెను. అంతయున్ = పానముచేసిన యుదకమంతయును, రాన్ = వచ్చినపక్షమున, అతివృష్టిదోషమౌన్ = అతివృష్టిరూపమగు నీతిబాధయగును, మితిన్ = తగుమాత్రముచేతను, ఇపుడు = ఈ సమయమందు, అబ్దతన్=మేఘత్వముచేత, పరి...మె - పరిణమించిన=ఏర్పడిన, తోయమె=ఉదకమే, పంటకున్=సస్యములు ఫలించుటకు, చాలున్=పూర్ణమగును, అన్మతిన్=అనునట్టితలంపుచేత, అలధాత=ఆ బ్రహ్మ, కట్టన్=కట్టగట్టఁగా, గగనంబునన్=ఆకాశమందు, వర్తులతన్=వలయాకృతిచేతను, స...ము అగు - సమంతతః=అంతటను, వృతమగున్=చుట్టికొనియున్న, సేతుమండలము=మండలాకారమగు కట్టయొక్క, శ్రీన్=కాంతిచేత, పరివేషము=వరదగుడి, భానునిన్=సూర్యుని, చుట్టెన్=చుట్టుకొనెను.

తా. సూర్యునిఁ జుట్టికొనియున్న పరివేషమునుజూడఁగా నీ భానుం డబ్ధియందతిశయముగ నుదకపాన మొనరించియున్నవాఁడు గాన నితనికిరణము లీపల నావలవచ్చెనేనియతివృష్టిదోషము ఘటించును. మేఘరూపమువహించి యిపుడు మితముగ వర్షించిన యుదకము సస్యములకుఁ జాలియున్నయది యని ధాత తనమనంబున నాలోచించి యాసూర్యునికిరణములకుఁ గమనంబులేక యుండుటకై పరివేషమనుమిషచేత నాసహస్రాంశుని బంధించెనో యన్నట్లుండెను.

తే. గగనరంగస్థలంబున • మిగులఁ బ్రౌఢి
మమునఁ గాళిక నిల్చి కోలము నటింపఁ

బోరి మొగంబున రాలు ని•ప్పుక లనంగ
గుంపులై రాలె మహి నింద్ర•గోపతతులు. 98

టీ. గ...నన్ - గగన = ఆకాశమనియెడు, రంగస్థలంబునన్=నాట్యభూమియందు, మిగులన్=మిక్కిలి, ప్రౌఢిమమునన్=దిట్టతనముచేత, కాళిక=మబ్బులగుంపనెడి కాళికాశక్తి, 'మేఘజాలేపి కాళికా' యని యమరము. నిల్చి=నిలువంబడి, కోలమునటింపన్=నాట్యమొనరింపఁగా, బోరిన్=అధికముగా, మొగంబునరాలు=ముఖమునుండి పడుచున్న, నిప్పుకలనంగన్=అగ్నికణములో యన్నట్లు, ఇంద్రగోపతతులు=ఆర్ద్రపురుగులు, గుంపులై=మొత్తములై, మహిన్=భూమియందు, రాలెన్=పడెను. రూపకానుప్రాణితోత్ప్రేక్షాలంకారము.

క. ద్యుమణికరాళి మొగుళ్లై
యమవస శశి గలయఁ గూర్చి • పాద నాటయు న
య్యమృతపుబిందులె క్రమ్మఱ
నుమిసెడు ననఁ గలయఁ గరక • లుడుగక రాలెన్. 99

టీ. ద్యు...ళి-ద్యుమణి=సూర్యునియొక్క, 'ద్యుమణి స్తరణిర్మిత్రః' యని యమరము. కరాళి=కిరణపఙ్క్తి, మొగుళ్లై=మేఘములై, అమవసన్ = దర్శయందు, శశి=చందమామ, కలయన్=తమతోఁ గలియుటవలన, కూర్చి=అమృతబిందువులనుగూడఁ బెట్టికొని, (చంద్రుం డమృతకిరణుండగుటచేత ననుట. అమావాస్యనాఁడు చంద్రసూర్య లేకస్థానగతులౌట ప్రసిద్ధము.)'దర్శస్సూర్యేందు సంగమః'యని యమరము. పాదనాటయున్ = వేళరాఁగానే, అయ్యమృతబిందులె = అయ్యమృతకణములనే, క్రమ్మఱన్=మగుడను, ఉమిసెడుననన్=వెళ్లఁగ్రక్కుచున్నవో యన్నట్లు, కలయన్=అంతటను, కరకలు=వడగండ్లు, ఉడుగక=ఎడతెగక, రాలెన్=పతనమాయెను.

తా. అవిచ్ఛిన్నముగా వర్షముతోఁగూడ రాలుచున్న రుచ్యంబులగు వడగండ్లను జూడఁగా సూర్యకిరణములు మేఘములై యమావాస్యయందుఁ జంద్రునితోఁగూడి గ్రహించికొని కూడఁబెట్టియున్న యమృతబిందువులను సమయము తటస్థింపఁగా మరల వెళ్లఁగ్రక్కుచున్నవో యన్నట్లుండెను.

చ. స్ఫురణ మొగుళ్ళపై మొదలఁ • బొల్చి జలస్రుతి నాఁడునాఁటికిం
గరఁగుచుఁ బుట్టుచుండుమణి•కార్ముకరక్తిమ యెల్ల వెల్లిఁ గె
న్నురుగులు గట్టినట్టులు గ•నుంగొన నయ్యె సురేంద్రగోపముల్
గరఁగినవింటియప్పసరు•కై వడిఁ దెట్టెలు పెట్టుపచ్చికన్. 100

టీ. స్ఫురణన్ = ప్రకాశముచేత, మొగుళ్ళపైన్=మేఘములమీఁద, మొదలన్=ప్రథమమందు, పొల్చి=ఒప్పి, జ...తిన్ - జల=ఉదకముయొక్క, స్రుతిన్=స్రవణముచేతను, నాఁడునాఁటికిన్ = దినదినమునకు, కరఁగుచున్ = కరఁగిపోవుచు, పుట్టుచున్=ఉత్పత్తియగుచు, ఉం...మ ఎల్లన్-ఉండు=ఉన్నటువంటి, మణికార్ముక=ఇంద్రధనుస్సుయొక్క, రక్తిమ ఎల్లన్=అరుణ్యమంతయును, వెల్లిన్ = ఏఱుదయందు, కెన్నురుగులుగట్టినట్టులు=రక్తవర్ణముగల ఫేనములయినట్లు, కనుంగొనవయ్యెన్=చూడసొంపై యుండెను, కరఁగిన=ద్రవించి స్రవించిన, వింటియప్పసరుకై వడిన్=ఆమణిధనుస్సుయొక్క యాకుపచ్చవర్ణమువలె, తె...కన్-తెట్టెలు పెట్టు=గుంపులైయున్న, పచ్చికన్=పచ్చికపట్లయందు, సురేంద్రగోపములు = ఆర్ద్రపురుగులు, కనుంగొనన్ ఒప్పెన్ - అని క్రిందికి నన్వయము.

తా. ఇంద్రధనుస్సుకరఁగఁగా నైనరక్తిమము గెన్నురువువలె ఆర్ద్రపురుగులును, కరఁగినపసరువలె పచ్చికలును కానవచ్చెనని భావము. ఉత్ప్రేక్షాలంకారము.

చ. పెళపెళ మబ్బు బిట్టుఱుమ • భీతి విదూరశిలాంకుర *చ్ఛటో
త్పులకినియై ప్రియు న్నిదుర • వోవుహరి న్వడిఁ గాఁగలింపఁగాఁ
దలరి ధరిత్రి సాఁచుగఱుఁ • దాల్చిన కే లనఁ గంకణంపుమ్రోఁ
తలఁ బులు దేల వండు పయిఁ • దాల్చి నదు ల్వడిఁ జొచ్చెవారిధిన్.

టీ. మబ్బు=మేఘము, పెళపెళన్=పెళపెళమను, బిట్టుఱుమన్=విశేషముగా గర్జింపఁగా, భీతిన్=భయముచేతను, వి...నివి-విదూరశిలా=వైదూర్యములయొక్క, అంకుర=మొలకలయొక్క, ఛటా=సమూహముచేతను, (ఛల యనుపాఠమున వ్యాజముచేత నని యర్థము.) ఉత్=ఉద్గతమైన, పులకినియై=రోమాంచముగలదై, మేఘములుఱుమఁగా వైదూర్యాంకురములు పుట్టుట ప్రసిద్ధము. శ్లో. 'విదూరభూమిర్నవమేఘశబ్దా దుద్భిన్నయా రత్నశలాకయేవ' అని కాళిదాసమహాకవిప్రయోగము. ప్రియున్=ఇష్టుఁడైనట్టియు, ని...రిన్-నిదురఁబోవు=నిద్రించుచున్న, హరిన్=శ్రీకృష్ణస్వామిని, వడిన్=వేగముచేత, కాఁగిలింపఁగాన్=ఆలింగనమొనరించుటకొఱకు, తలరి=త్వరపడి, ధరిత్రి=భూమి, చాఁచు...లు-చాఁచు=ప్రసరింపఁజేసినట్టియు, గఱుఁదాల్చిన=పులకాంకురితమైనట్టి, కేలుఅనన్=హస్తమోయన్నట్లు, కంక...లన్-కంకణంపు=కంకణపక్షులనియెడు వలయములయొక్క (జాత్యేకవచనము.) మ్రోఁతలన్=శబ్దములచేతను, పులు=పచ్చికసవు, తేలన్=మునుంగకపైనుండునట్లు, వండు=బురద, పయిన్=మీఁదను, తాల్చి=ధరియించి, నదుల్=ఏళ్లు, వడిన్=వేగముతో, వారిధిన్=సముద్రమందు, చొచ్చెన్=ప్రవేశించెను. ఉత్ప్రేక్షాలంకారము.

---

* చ్ఛలా.

తా. మేఘములు పెళపెళమని యుఱుమఁగా భూదేవి భీతినొంది నిద్రవోవు తనభర్తయగు శ్రీమహావిష్ణువును గాఁగిలించుటకో యకుఁ జాఁచిన గఱుఁ దాల్చినట్టిహస్తమో యన్నట్లు కంకణధ్వనులు విస్తరిల్లఁగా పండునీళ్లతోఁ బచ్చికసవును బైనిఁదాల్చి ప్రవాహములు సముద్రమును బ్రవేశించె నని తాత్పర్యము.

తే. కేకిషడ్జంబె తక్కఁ గో • కిలపుపంచ
మం బఱుటఁ దోయిపదరులు • మది పొసఁగమి
నదియుఁ బ్రియుఁ గూర్ప నదులచోఁ • నమృత మయ్యెఁ
బ్రోషితల చేరికకు నంపు • బోటివోలె. 102

టీ. కేకిషడ్జంబె తక్కన్ = నెమలియొక్క షడ్జస్వరముదప్ప, ని. 'షడ్జం మయూరో వదతి పికః కూజతి పఞ్చమ' మ్మని యమరము. కో...బు - కోకిలపు= కోయిలయొక్క, పంచమంబు=పంచమస్వరము, అఱుటన్=లేకపోవుటవల్ల, తో...లు - తోయి=మేఘములయొక్క, పదరులు = ధ్వనులు, (ఉరుములనుట.) మదిన్ పొసఁగమిన్=మనంబునకుఁ దగనివై యుండుటవలన, అదియున్=అషడ్జస్వరమును, ప్రియున్=వల్లభుఁడైన సముద్రుని, కూర్పన్=కూర్చుటకై, నదులచోన్ = సరిత్తులపట్లను, అమృతమయ్యెన్=సుధారసమాయెను. (హితమాయె ననియర్థము.) ప్రోషితలన్ =విరహిణులయిన స్త్రీలను, చేరికకున్ = నాథులపొందునకు, అంపు...లెన్ - అంపు=పంపునట్టి, బోటివోలెన్ = మందయానవలె, హితమయ్యెనని క్రిందికిన్వయము. శ్లో. 'దేశాంతరగతే కాంతే ఖిన్నా ప్రోషితభర్తృకా' యని వారిలక్షణము.

తా. వర్షాకాలమునందు నెమిళ్ళయొక్క షడ్జస్వరముదప్ప కోయిలలయొక్క పంచమస్వరంబు లేమిం జేసి మేఘములయొక్క గర్జనధ్వను లుల్లంబునకు నిష్టములుగాక యాషడ్జస్వరమే విరహిణులైయున్న వామలోచనలను దమతమనాథులచెంతకుఁ జేర్చునట్టిబోఁటివలె నదులకు వానికిం బ్రియుండయిన సముద్రునిఁగూర్చుట విషయమై యిష్టమాయెననుట. ఇచ్చట మయూరమునకు నదీసముద్రములకు దౌత్యవర్ణనముఁ జేయుటవలన దూతీసామ్యము చెప్పఁబడెను గనుక నుపమాలంకారము.

తే. తతతనువురాహు సోమామృ • తంబు మ్రింగఁ
జక్రి దునిమినమెడగంటి • చాయఁ బొలిచె
నసితమేఘస్థమణిధను • వాసుదర్శ
నం బనఁగ నింగిఁ బ్రతిసూర్య • బింబ మడరె. 103

టీ. అ...వు-అసిత=నల్లనైన, మేఘస్థ=మేఘమందున్న, మణిధనువు=ఇంద్రధనుస్సు, త...హు-తత=విస్తారమయిన, తనువు=దేహముగల, రాహువు=సైంహికే

యుండు, సోమామృతంబు=చంద్రసుధను, గ్రసింగన్=కబళింపఁగా, చక్రి=శ్రీమహావిష్ణువు, తు...యన్-తునిమిన=ఖండించిన, మెడ=కంఠమందలి, గంటి=గాయముయొక్క, చాయన్=పోలికచేతను, పొలిచెన్=ఒప్పెను, ప్రతిసూర్యబింబము=ప్రతిఫలితసూర్యబింబము, ఆసుదర్శనంబనఁగన్=తునిమియావంకనిలిచియున్న చక్రమోయన్నట్లు, నింగిన్=ఆకాశమందు, అడరెన్=ప్రకాశించెను.

తా. మితిలేని శరీరముగల రాహువు చంద్రునియందున్న యమృతకళ గ్రసింపఁగా శ్రీమహావిష్ణువుచేత ఖండింపఁబడిన కంఠమందలి గాయముమాడ్కి మేఘమధ్యమందు నింద్రధనుస్సును అరాహుకంఠమును ఛేదింపవచ్చియున్న చక్రమువలెఁ బ్రతి సూర్యబింబమును గానవచ్చుచుండె నని భావము.

చ. స్వరుఖరతాబ్రసాహిరిపుజాలమదాచిరరుక్శిఖిప్రభా
కరకబకాతివాస్స్రితికిఁ • గా లవణేక్షుసురాజ్యదధ్యుదా
కరములు దుగ్ధశుద్ధజలకంధులు *నాఁ గలయట్టిసప్తసా
గరములు మేఘుఁ డానె నొకొ • కా యనఁగాఁ గనుపట్టె వీనిచేన్.

టీ. వీనిచేన్ = స్వరుఖరతాదిగుణములు గలిగియుండుటచేత, స్వ...కిన్-కాన్-స్వరు=పిడుగునకు, ఖరతా=తీక్ష్ణతగలుగుటకొఅకును, అబ్ర...స-అప్=ఉదకమునకు, రస= మాధుర్యముగల్గుటకొఅకును, అహిరిపుజాల=నెమిళ్ళగుంపులకు, మద=గర్వముగలుగుటకొఅకును, అచిరరుక్=మెఱుపులనియెడు, శిఖి=అగ్నికి, ప్రభా=దీప్తిగలుగుటకొఅకును, కరక=వడగండ్లకొఅకును,బక=కొంగలకొఅకును, అతివాస్స్రితికిఁగాన్=శుద్ధోదకమును వర్షించుటకొఅకును, ని. 'శతకోటిస్స్వరుక్శ్వంబోదంభోళి రశనిర్ద్వయోః, నీలకంఠోభుజంగభుక్,వర్షోపలస్తుకరకః, ఆపశ్రీభూమ్ని వార్వార' యనియంతటనమరము. మేఘుఁడు=అభ్రము, లవణ=ఉప్పుయొక్కయు, ఇక్షు=చెఱకుపాలయొక్కయు, సురా=కల్లుయొక్కయు, ఆజ్య=నేతియొక్కయు, దధి=పెరుగుయొక్క, ఉదాకరములు=సముద్రములును, దుగ్ధ=పాలయొక్కయు, శుద్ధజల=మంచినీళ్ళయొక్కయు, కంధులు=సముద్రములు, నాన్ కలయట్టి=అనుపేళ్ళతోనుండునట్టి, (లోనగునట్టియనుపాఠములు పొసఁగియుండమింజేసి దిద్దుపాటుచేయఁబడెను.) సప్తసాగరములన్=సప్తసముద్రములను, ఆనెనొకొకా=పానముచేసెనా యేమి, అనఁగాన్=అనునట్లు, కనుపట్టెన్=చూపట్టెను. హేతూత్ప్రేక్షాలంకారము.

తా. మేఘములయందు స్వరుఖరతాది గుణములు గనుపట్టుటంజేసి తత్తద్గుణహేతుభూతంబు లైన సప్తసముద్రములయందు నీ జలధరంబు లుదపాన మొనరించి వచ్చెనో యన్నట్లు గానంబడుచుండెననుట.

---

* లోనగునట్టి.

మ. తనిమం బచ్చమెఱుంగుగోఁచియు మణీ•ధన్వోజ్జ్వలాషాఢముం
గొని పుట్టం గొడు గబ్బ నెమ్మిపురియా•కు ల్విప్పి శబ్దంబు మిం
చ నతస్ఫారరజోబలిత్వమున ను•చ్చస్ఫూర్తి మిందన్ని వే
ఘననీలాంగుఁడు గాంచెఁ బాద*సలిలౌ•ఘంబున్ మరుత్సృష్టమున్.

టీ. తనిమన్=సూక్ష్మత్వముతోఁగూడిన, ప...యున్- పచ్చ=పచ్చని, మెఱుంగు=మెఱుపనియెడు, గోఁచియున్=కౌపీనమును, మ...మున్-మణీధన్వ=ఇంద్రచాపమనియెడు, ఉజ్జ్వల=వెలుంగుచున్న, ఆషాఢమున్=దండమును, 'పాలాశో దండ ఆషాఢ' యని యమరము. కొని=వహించి, పుట్టంగొడుగబ్బన్=పుట్టగొడుగులనుగొడుగులు గలుగఁగా, నె...ల్- నెమ్మిపురి=నెమలిపింఛ మనియెడు, ఆకుల్విప్పి=పాత్రమందలియాకులువిచ్చి, శబ్దంబుమించన్=ఉఱుములనియెడు వేదవాక్యములు బయలుదేఱఁగా, (కేకాధ్వనులనియెడు వేదవాక్యములనియైనఁ జెప్పవచ్చును.) న...నన్- నత=అడఁగిన, స్ఫార = అతిశయమైన, రజోబలిత్వమునన్=పరాగమను బలిచక్రవర్తిగలుగుటచేతను, ఉ...ర్తిన్- ఉచ్చ=ఉన్నతమైన, స్ఫూర్తిన్=పటిమచేతను, వే=శీఘ్రముగ, మిందన్ని=ఆకాశమందునిలిచి, ఘననీలాంగుఁడు-ఘన=మేఘమనెడు, నీలాంగుఁడు = వామనుఁడు, మరుత్=దేవతలచేతను వాయువుచేతను, సృష్టమున్ = కల్పింపఁబడిన, పాదసలిలౌఘంబున్ = పాద్యోదక ప్రవాహమును (వానకాల్వను), కాంచెన్ = పొందెను. రూపకాలంకారము.

తా. మేఘుఁడు మెఱుపు మొదలగు లక్షణములను వహించియుండఁగాఁ బసపుగోఁచి మొదలగువానిని ధరించియున్న వామనస్వామిగా రూపింపఁబడెను.

క. ఘనవృష్టికతన ఫణు లే
పున నలవల్మీకరంధ్ర•ములు మూయఁగ నె
త్తినగొడుగు లనఁగ ఛత్రా
కనికాయం బవని నెల్ల•కడలం బొడమెన్. 106

టీ. ఘనవృష్టికతనన్=ఎక్కుడు వానగల్గుటచేతను, ఫణులు = సర్పములు, ఏపునన్=ఉదుటుచేతను, అల=ప్రసిద్ధములయిన, వల్మీకరంధ్రములు - వల్మీక=పుట్టలయొక్క, రంధ్రములు=బిలములను, మూయఁగన్=కప్పుటకొఱకు, ఎత్తిన=పైనినిలిపిన, గొడుగులనఁగన్ = ఛత్రములనునట్లు, ఛత్రాకనికాయంబు = పుట్టగొడుగులయొక్క సమూహము, అవనిన్=పుడమియందు, ఎల్లకడలన్ = సకలదిక్కులయందును, పొడమెన్=పుట్టెను.

* పతితౌ.

తా. మిక్కుటంబగు వర్షములు గురియుచుండఁగా సర్పములు దమ నివాసస్థానంబులయిన పుట్టలకలుఁగు మూయుటకై యెత్తిన ఛత్రములో యన్న ట్లెల్లదిక్కులయందును బుట్టగొడుగులు కొనవచ్చెనని భావము. ఉత్ప్రేక్షాలంకారము.

ఉ. సారెకు మింట మేఘుఁడు ని॰జస్ఫురణంబు బఱఁ గ్రూర మహా పురోం
గారకయోగమూఁది తిరు॰గ న్సకుటుంబముఁ దద్గ్రహంబు నెం
తే రుష ద్రొబ్బ నంతలును ॰ నింతలునై పడుతన్నభశ్చ్యుతాం
గారశిశుప్రతానముల॰కై వడి రాలె సురేంద్రగోపముల్. 107

టీ. మేఘుఁడు=వలాహకుఁడు, మింటన్=అంతరిక్షమందు, సారెకున్=మాటిమాటికిని, ని...బు - నిజ=తనయొక్క, స్ఫురణంబు=స్ఫూర్తి, బఱన్=చెడునట్లు, క్రూరమహా=కఠినమైనట్టి, పురోంగారకయోగమూఁది = పురోంగారకమను నవయోగమువహించి, తిరుగన్ = అచ్చటనుండి మరలఁగా, శ్లో. 'పురోంగారేత్వనావృష్టిః పురశ్శుక్రే ప్రవర్షతి' అని జ్యోతిశ్శాస్త్రమునందున్నది. సకుటుంబమున్=దారపుత్త్రాదులతోనున్న, తద్గ్రహంబున్=ఆ యంగారక గ్రహమును, ఎంతేరుషన్=అధికమైన కోపముచేతను, ద్రొబ్బన్=క్రిందికిఁ బడఁద్రోయఁగా, అంతలు నింతలునై=ఇంతంతతునియలై,పడు=పడుచున్నట్టియు, త...డిన్-తన్న భః=ఆ యాకాశమువలనను, చ్యుత=జాఱిన, అంగార=అంగారకునియొక్క, శిశుప్రతానములకైవడిన్=పిల్లలగుంపులవలె, ని. 'అంగారాభూసుతోల్ముకే' యని రత్నమాల. సురేంద్రగోపముల్=ఇంద్రగోపపురుగులు, రాలెన్=పడెను.

తా. ఇంద్రగోపపురుగులు పుడమియందురాలఁగా మేఘుఁ డంతరిక్షమునందుఁ దనమహిమను నంగారకగ్రహము పురోంగారకయోగమును వహించి యడంచుచుండం జూచి,పిమ్మట నా యోగమును వదలి వెళ్లుచున్న యా యంగారకగ్రహమును, దారపుత్త్రాదులతో నత్యంతరోషముచేత భూమిపయిం బడద్రోయఁగాఁ దుత్తుమురులై పడుచున్న దానిపిల్లలో యన్న ట్లుండె నని భావము.

క. కాకోదరాహితుల వ
ల్మీకంబులఁ దూర్చె మెఱసి ॰ మేఘుం డని గుం
పై కవ గూడి పొగడె నన
భేకధ్వను లెసఁగె వృత్త॰భేదానుకృతిన్. 108

టీ. కాకోదరాహితులన్ - కాకోదర=సర్పములనియెడు, అహితులన్ = శత్రువులను, మెఱసి=మెఱుపుల మెఱయఁజేసి, మేఘుండు=ఘనుఁడు, వల్మీకంబులన్ = పుట్టలను, తూర్చెన్=ప్రవేశింపఁజేసెను, అని=ఈలాగని, గుంపై=మొత్తములై,

కవగూడి=జోడుజోడుగాఁ గూడినవై, పొగడెననన్=స్తోత్రముచేసెనో యనునట్లు, వృత్తభేదానుకృతిన్-వృత్తభేద=మండూకాది వృత్తభేదములయొక్క, అనుకృతిన్ = అనుకరణముచేతను, భేకధ్వనులు=కప్పకూఁతలు, ఎసఁగెన్=అతిశయించెను.

తా. అపుడు మండూకాదివృత్తభేదముల ననుకరించు భేకధ్వనులు గలుఁగఁగా మేఘుఁడు దమకు శత్రువులైన సర్పములను మెఱపుల మెఱయుంజేసి పుట్టలలోఁ బ్రవేశింపఁ జేసెనని తలంచికొని సంతోషించి గుంపుగూడి యామేఘమును బొగడుచున్నవో యన్నట్లుండెననుట. క్రియానిమిత్తక్రియాస్వరూపోత్ప్రేక్ష.

తే. మొగులు మై చీఁకటుల నెక్కు • జిగిమెఱుఁగుల
బగలు రాతిరి రాతిరి • పగలు చేసె
సకలమును నిద్రఁ బుచ్చు కే • శవుని నిద్రఁ
బుచ్చుఘనునకు నిట్టి ద • ద్భుతమె *తలఁప. 109

టీ. మొగులు=మేఘుఁడు, మై చీఁకటులన్ - మై=శరీరముయొక్క, చీఁకటుల=అంధకారముచేతను, ఎక్కుజిగిమెఱుఁగులన్=అధికమైనకాంతిగల మెఱుపుల చేతను, పగలు=దినమును, రాతిరి=రేయిగా, రాతిరి=నిశను, పగలు = దివముగాను, చేసెన్=కావించెను. సకలమును=సర్వప్రపంచమును, నిద్రఁబుచ్చు = ప్రళయకాలమందుఁ దనయుదరంబుననునిచికొని నిద్రింపఁజేయునట్టి, కేశవునిన్=శ్రీమహావిష్ణువును, ని...కున్ - నిద్రఁబుచ్చు=సుప్తిఁబొందించుచున్న, ఘనునకున్=మేఘునకును, అధికునకును, (భగవంతుండు వర్షాకాలమందు యోగనిద్రాసక్తుఁడని ప్రసిద్ధముగాన నిద్రఁ బుచ్చునని ప్రయోగించెను.) ఇట్టిది=పగలు రాత్రి,రాత్రిపగలుగాఁజేయుట, తలఁపన్ = విచారింపఁగా, అద్భుతమె=ఆశ్చర్యమా! (కాదనుట.) అర్థాపత్త్యలంకారము.

తా. పెనుచీఁకటిచేతను జొక్కపుమెఱుపులచేతను మేఘుఁడు రాత్రిని బగలుగను బగటిని రేయిగ నొనర్చె ననఁగా నంధకారము గ్రమ్ముకొనునట్లుగాఁ జుట్టికొని వర్షించుచు మెఱుపులు మెఱయుచుండె నని భావము.

తే. ధూళి యడఁగిన మఱిమింటఁ • దోఁచె శంప
జలధరద్రోణి మన్ను ప • ర్జన్యుఁ డెత్తి
ఖనదిఁ ద†చ్ఛ్రివిభూషేచ్ఛఁ • గడుగ మెఱయు
మృదుమహీగతవసురజో • రేఖ యనఁగ. 110

టీ. ధూళి=దుమ్ము, అడఁగినన్=అడఁగఁగా, మఱి=పిమ్మటను, మింటన్ = అంతరిక్షమందు, శంప=మెఱుపు, తోఁచెన్ = కనుపించెను, పర్జన్యుఁడు =

* యనఁగ. † త్ప్రితి.

ఇంద్రుఁడు, జ...ణిన్-జలధర=మేఘమనియెడు, ద్రోణిన్=దోనెయందు, (అనఁగా జలగడుగువాఁడు మసికట్టుకడిగెడు పలకయనుట.) మన్నున్=భూమియందలి ధూళి రూపమైన మృత్తికను, ఎత్తి=ఉంచికొని, ఖనదిన్ = ఆకాశగంగయందు, తచ్ఛ్రీవిభూషేచ్ఛన్ - తచ్ఛ్రీ=ఆగగనలక్ష్మికి, విభూషేచ్ఛన్=భూషణముకొఱకైన యిచ్ఛచేతను, కడుగన్=క్షాళనము చేయఁగా, మెఱయు=జ్వలించుచున్న, మృదుమహీగత=మృదువైనభూమియందున్న, వసు=బంగారముయొక్క, రజః=రవలయొక్క, రేఖ యనఁగన్=చాలనఁగా, తోఁచె నని క్రిందటి కన్వయము.

తా. వర్షముచేత భూమియందలి మృత్తికంగాఁ బిమ్మటఁ గానవచ్చినవిద్యుల్లత పర్జన్యుఁడు మేఘమనుదోనెయందు భూపరాగము నెత్తికొని గగనలక్ష్మికి భూషణములు చేయవలయునన్న యిచ్ఛచేత నాకాశగంగయందుఁ గడుగఁగాఁ బ్రకాశించుచుండెను.

తే. స్థూలపరిపక్వకాననో◆దుంబరాగ్ర
రంధ్రముల వాననీరు సా◆రంగ వెడలె
మశకపఙ్క్తులు దావధూ◆మంబు లడఁగ
రచ్చ సేయంగ వెడలె వి◆శ్రాంతి కనఁగ. 111

టీ. స్థూ...లన్-స్థూల=గొప్పలై, పరిపక్వ=పండియున్న, కానన=అడవియందలి, ఉదుంబర=మేడి పండ్లయొక్క, అగ్ర=తుదలయందున్న, రంధ్రములన్=బెజ్జములయందు, వాననీరు సారంగన్=వర్షోదకముప్రవేశింపఁగా, మశకపఙ్క్తులు=దోమలచాళ్ళు, దావధూమంబులడఁగన్=కాఱుచిచ్చులపొగలణఁగఁగా, విశ్రాంతికిన్=శ్రమనుబోఁగొట్టుకొనుటకొఱకు, రచ్చసేయంగన్=కొలువుసేయుటకు, వెడలెననఁగన్=బయలుదేఱె నన్నట్లు, వెడలెన్=బయలుదేఱెను.

తా. మెండువానలు గురియుటచేత నడవియందలి పరిపక్వములైన మేడిపండ్లనుండి దోమలగుంపులు వెడలఁగాఁ గాఱుచిచ్చులు చల్లాఱుటంజేసి విశ్రాంతికొఱకుఁ గొలువుచేయ నాలోచించి బయలువెళ్లెనో యన్నట్లుండెను.

స్రగ్ధర. గ్రావాళిం గేతకీకో◆రకకుటజరజో◆రాజిదూ◆ర్వాంకురశ్రీ
తో వీక్షింపం దినాను◆త్రుటి మఱుపడుచుం◆దోఁచు చిల్లా తిరోభా
వావిర్భావంబులం బా◆యక పొరయ నభ◆స్సభ్రము ల్గప్పి పై నెం
తే విప్పె పింఛికల్ బ◆ర్హిణులు దిరుగఁ బె◆ల్లింద్రజాలంబుఁ జూపెన్.

టీ. గ్రావాళిన్ - గ్రావ=పర్వతములయొక్క, ఆళిన్=సమూహమందు, ని. 'అద్రిగోత్రగిరిగ్రావాచలశైలశిలోచ్చయాః' యని యమరము. కే...జి-కేతకీకోరక=

మొగిలిమొగ్గలయొక్కయు, కుటజ=కొండమల్లెమొగ్గలయొక్క, ని. 'కలికాకోరకః పుమా'ననియు, 'కుటజో గిరిమల్లికా' యనియు నమరము. రజోరాజి=పరాగపఙ్క్తి, దూ...తోన్-దూర్వాంకుర=గరిక మొలకలయొక్క, శ్రీతోన్=సంపదతో, వీక్షింపన్=చూడఁగా, ది...టిన్ - దిన=పగటియొక్క, అనుత్రుటిన్=ప్రతిక్షణమందును, 'స్త్రీయాంమాత్రాత్రుటిః పుంసి' యనియమరము. మఱుపడుచున్=కనుపడక యుండుచును, తోఁచుచున్=కనుపడుచును, ఇట్లు=ఈప్రకారమయిన, తిరోభావావిర్భావంబులన్-తిరోభావ=కనుపడకయుండుటను, ఆవిర్భావంబులన్=కనుపడుటను, పాయక=ఎడతెగక, పొరయన్=పొందఁగా, నభస్సు=శ్రావణమాసము, అభ్రములన్=మేఘములను, కప్పి=పఱపి, పైన్=మీఁద, బర్హిణులు = నెమిళ్లు, పింఛికల్=పురుషులు, ఎంతేవిప్పై=మిక్కిలి వ్యాప్తములై, తిరుగన్=ఆడుచుండఁగా, పెల్లు=అధికంబైన, ఇంద్రజాలంబున్ = ఇంద్రజాలమనుశాబరవిద్యను, చూపెన్ = కనుపఱచెను.

తా. వర్షాకాలంబునఁ బుష్పించుచున్న కుటజకేతకాముల పరాగములును గరిక కాంతులును గొంతవడిఁ గన్పట్టియుఁ గొంతవడిఁ గన్పడకయు నిట్లు తిరోధానావిర్భావంబుల నెడతెగక పొందఁగా శ్రావణమాసం బనునైంద్రజాలికుఁడు మేఘంబులను తెరవేసి నెమిళ్ళయొక్క వెడల్పులైన పింఛములు వ్యాపింపఁజేసి యతిశయంబైన యింద్రజాలవిద్యను గనుపఱచెనని తాత్పర్యము. భస్మమును దూర్వయును నెమిలి పింఛము నింద్రజాలసాధనములు. తిరోధానావిర్భావము లింద్రజాలగుణములు. ఇవి యన్నియు నప్పుడు కలిగియున్న వనుట.

తే. గిరులతటజంబుతరువులఁ • దొరఁగుపండ్లఁ
బుట్టె జంబూనదులు గాన • బొదవు మొయిలు
మేన నవి సోఁకునెడలుగా • మితిఁ దటిచ్ఛ
లంబునను శుద్ధజాంబూన•దంబు లయ్యె. 113

టీ. గిరుల=కొండలయొక్క, తట=చరులయందుఁబుట్టిన, జంబుతరువులన్=నేరేడుచెట్లనుండి, తొ...న్-తొరఁగు=రాలుచున్న, పండ్లన్=ఫలములవలన, జంబూనదులు=నేరేడుపండ్లరసపుటేఱ్లు, పుట్టెన్=ఉదయించెను, కానన్=అడవియందు, పొ...నన్-పొదవు=అలముకొన్న, మొయిలు = మేఘముయొక్క, మేనన్=శరీరమందు, అవి=ఆ జంబూనదులు, సో...గా - సోఁకు=తాఁకునట్టి, ఎడలుగా = తావులేగదా, మితిన్=మేరదప్పక, త...ను-తటిత్=మెఱుపనియెడు, ఛలంబునను =వ్యాజముచేత, శు...లు-శుద్ధ=చొక్కములైన, జాంబూనదంబులు =సువర్ణములు, అయ్యెన్=ఆయెను.

తా. మేఘములయందుండు మెఱుపును జూడగాఁ గొండలయందలి చరులయందు జనించియున్న నేరేడుచెట్లనుండి రాలుచున్న పండ్లయందుఁ బుట్టిన జంబూనము లడవియం దెల్లదిశలనుండఁగా నం దలముకొన్న మేఘములయొక్క దేహములందు నవి సోఁకినందున జంబూనది ప్రవహించినచో స్వర్ణమగునట్టి మర్యాదదప్పక తటిత్తు లనువ్యాజమును పొంది మెయిళ్ళు శుద్ధజాంబూనదమయంబు లాయెననుట. అపహ్నవాలంకారము.

తే. సురభిబడిఁ జన్నసప్తలా•శోకకమల
కువలయామ్రాళికిఁ గదంబ•కుటజనీప
కకుభయూధికలను సాయ•కములు మరున
కేను గల్గి గేదఁగిసురె • యెక్కుడయ్యె. 114

టీ. సురభిబడిక్=వసంతునివెంబడిగా, చన్న=పోయినటువంటి, ని. 'సురభిస్తుగవిస్త్రియాం, వసంతచైత్రయోః పుంసి త్రిషు సౌమ్యసుగంధనోః' అని రత్నమాల. సప్తలా=విరజాజియొక్కయు, 'సప్తలానవమాలికా' యని యమరము. అశోక=కంకేళియొక్కయు, కమల=పద్మముయొక్కయు, కువలయ=కలువయొక్కయు, ఆమ్ర=చూతముయొక్కయు, ఆళికి =సమూహమునకు, క...లు - కదంబ=కడిమిపుష్పమును, కుటజ=కొడిసెపుష్పమును, నీప=కడపపువ్వును, (అమరమున గదంబనీపములు పర్యాయములుగాఁ జెప్పఁబడియున్నను శుకుఁడు'బిల్వపకుశామ్రకదంబనీపాః' అని భిన్నజాతిగాఁ బ్రయోగించియున్నారు గనుక నీగ్రంథకర్తయును రెంటిని వేఱుగాఁ జెప్పె నని యెఱుఁగఁదగును.) కకుభ=మద్దిపువ్వును, 'ఇంద్రద్రుఃకకుభో ఒర్జునః' యని యమరము. యూధికలు=అడవిమొల్లయును,'గణికాయూధికాంబష్ఠా' యని యమరము. అను=అనునట్టి, సాయకములు=బాణములు, మరునకుక్ = మన్మథునకు, ఏనుకల్గి=పంచబాణములకుఁ బ్రతినిధి పంచబాణములుగల్గియు, గేదఁగిసురె=మొగలిరేకను సురియకత్తి, ఎక్కుడయ్యెక్=శ్రేష్ఠమాయె నని యర్థము. అజువరియాయుధమాయెనని భావము.

తా. వసంతునితోడ నరిగిన సప్తలాశోకాది పంచబాణములకు బదులుగా నీవర్షర్తువందుఁ గదంబకుటజాది పంచసాయకములు గల్గియుఁ గేతకీకుసుమం బెక్కుడయ్యె ననఁగా నీ ఋతువు వసంతర్తువుకంటె నతిశయముగా స్మరోద్దీపక మాయెననుట.

క. నటనపరకేకిపాత్ర
స్ఫుటయువనికలన మొగుళ్లు • పొదవెఁ భూభృ

త్తటుల నవి యాకు దిను చిట
పొటరవము సెలంగెఁ దాళముల చప్పుడునై. 115

టీ. న...లు అనఁగ - నటన=నాట్యమునందు, పర = ఆసక్తములైన, కేకిఁ సెమళ్లనియెడు, పాత్ర=నాట్యస్త్రీలయొక్క, స్ఫుట = వ్యక్తమైన, యవనికలనఁగ= నీలితెరలోయనఁగా, 'ప్రతిసీరాయవనికాస్యాత్తిరస్కరణీచసా' యని యమరము. భూభృత్తటులఁగ=కొండలచరులయందు, పాదవెఁగ=వ్యాపించెను, అవి=ఆ మేఘములు, ఆకుదిను=పర్ణములను దినుచున్న, చిటపొటరవము=చిటపొటయనుధ్వని, తాళములచప్పుడునై=తాళధ్వనియై, (నాట్యోప యోగితాళంబులనుట.) చెలఁగెఁ= ఒప్పెను. రూపకానుప్రాణితమైన యుత్ప్రేక్షాలంకారము.

తా. అప్పుడు నెమళ్లనియెడు నాట్యస్త్రీలు నర్తనంబు సేయఁగా మబ్బులు కొండలలోని యాకులు మేయుచుండఁ గల్గిన చిటపొటధ్వనులు తాళంబులుగా నా మేఘములు నీలపుతెరగుడ్డలుగా నొప్పుచుండె ననుట.

చ. జలధర ముప్పుతోఁ బులు సొసంగురసం బని యప్పయోధి నిం
పొలయఁగఁ గ్రోలి పైఁ దధిపయోధియుఁ గ్రోలఁగఁ బ్రాఁచి దాఁటఁబె
న్బులుసుఁ గఱుల్లఁ గ్రాయ నవె పో వడగండ్లన రాలెఁ గాని నాఁ
డిలఁ బడువానిఁ దిన్నయపుడే చలిఁ బండ్లు వడంగ నేటికిన్. 116

టీ. జలధరము=మేఘము, ఉప్పుతోఁ = లవణముతోఁగూడిన, పులుసు= ఆమ్లము, రసంబు=రుచిని, ఒసంగునని=ఇచ్చునని, అప్పయోధిఁ = ఆ లవణసముద్రమును, ఇంపొలయఁగఁ=ప్రీతిగల్గునటుల, క్రోలి=పానముఁజేసి, పైఁ=ఆ పిమ్మటను, దధిపయోధియుఁ=పెరుఁగుసముద్రమును, క్రోలఁగఁ=త్రావఁగా, ప్రాఁచి దాటఁ = అది ప్రాచీనమైనదిగాన, (పులిసినపెరుఁగనుట.) పె...ళ్లఁ-పెన్బులుసు=మిగులఁ బుల్లనైన, కఱుల్లఁ=పెరుఁగుగడ్డలను, క్రాయఁ=వెళ్లగ్రక్కఁగా, అవెపో=అట్లువెళ్ళఁగ్రక్కఁబడిన పెరుఁగుగడ్డలే, వడగండ్లనఁ=కరకలనునట్లుగా, రాలెఁ=పతనము నొందెను, కానినాఁడు = ఈ వడగండ్లు దధికణములు కాకపోయె నేని, ఇలఁ=భూమియందు, పడువానిఁ=పతనమగుచున్న యావడగండ్లను, తిన్నయపుడే=తినఁగానే, పండ్లు=దంతములు, చలివడంగ నేటికిఁ=జిల్లుమని చల్లపడవలసిన నిమిత్తమేమి?

తా. అపుడు రాలుచున్న వడగండ్లను నోటిలోఁ వేయఁగాఁ బండ్లు జివ్వనితీపుగలవై పులుసు దగిలిన దంతములమాడ్కి పరస్పరాంతరముల నమలుటకు శక్తి చాలకుండుటంజేసి మేఘము పులుసుతో నుప్పు గలిపినట్లయిన మిక్కిలి రుచిగా నుండు నని తలంచి మొదలు లవణసముద్రమున నీరు ద్రావి యాపిమ్మట దధిసముద్రమును పానము చేయఁ

గా నది ప్రాఁచిరోటవలన మిక్కిలి పులుసుగా నుండెను గాన దాని వెళ్ళఁ గ్రక్కఁగానే యాగడ్డలే వడగండ్లనవ్యాజమున రాలుచున్న వని యుత్ప్రేక్షించినాఁడనుట.

తే. అపు డసల్లకు డిగక మేఘాళి పొదవు
నచలములపైనె నొడ్డికట్టగుమృగాలి
చూడఁ జూపట్టె మీఁదిపర్జన్యధన్వి
నృపున కగు తెరవేటయాయితమనంగ. 117

టీ. అపుడు=ఆ వర్షాకాలమునందు, అసల్లకుడిగక=బురదలలోదిగక, మేఘాళి=మబ్బులచాళ్లు, పొదవు=చుట్టుకొన్న, అచలములపైనె=కొండలమీఁదనె, దొడ్డికట్టగు=దొడ్డిలోఁ దోలఁబడినవానివలె నిలిచియున్న, మృగాళిన్ = లేళ్లగుంపు, (ఇదికర్తృపదము.) చూడన్=వీక్షింపఁగా, మీ...న్వి - మీఁది=పయినున్న, పర్జన్య=ఇంద్రుఁడనియెడు, ధన్వి=ధనుర్ధరుఁడైన, నృపునకున్=రాజునకు, అగు=అయినటువంటి, తెరవేఁటయాయితము=సిద్ధమయిన తెరవేఁట, అనంగన్ = అనునట్లు, చూపట్టెన్=కానవచ్చెను. (తెరవేఁటయనఁగా గొప్పయధికారులు వేఁటకు వెడలు నవసరంబున ననుగతులయిన వేఁటకాండ్రచేత మృగము లొక్కచోటఁ గూడియుండునట్లుగఁ జుట్టును తెరవేసి సమకూర్చుట).

తా. ఆ వానకాలమునందు జడిసి బురదలకు డిగ్గక మబ్బులగుంపుచేతఁ జుట్టును వ్యాపింపఁబడియున్న కొండలపైని దొడ్డికట్టుగా నిలువంబడియున్న మృగములను జూడగాఁ బర్జన్యం డనువిలుకాఁడగు దొడ్డరాజునకై సిద్ధపఱుపఁబడిన తెరవేఁటయో యన్న ట్లుండెను.

చ. తడి తల డిగ్గి ముంప జడతం దుద ఱెప్పలఁ గన్ను విప్పి పు
ల్కొడుచుచు నీరు ముంగఱలపోలిక ముక్కునఁ గూడ నోటఁ గొం
తొడియుచు గూఁటికడ్డ సగ మొత్తుచు ఱెక్కవిదిర్పు మున్నుగా
వడఁకుచు కాక చేష్టుడిగె వక్షము పక్షులు జానువుల్ చొరన్. 118

టీ. తడి=నీరు, తలడిగ్గి=తమశిరంబులనుండిదిగి, ముంపన్=ముంచుకొనఁగా, (అనఁగా వర్షము దొల్తఁ బక్షులశిరంబులుదడిపి పిమ్మట వానిశరీరంబులను దడుపఁగా ననుట.) జడతన్=జాడ్యముచేతను, తుదఱెప్పలన్=పక్ష్మాగ్రములచేత, కన్నువిప్పి=నేత్రములుదెఱచి, పుల్కొడుచుచు=కన్నులుపులకరించుచును (అనఁగాఁ దెఱవఁగూడని కన్నుల నతిప్రయత్నమునఁదెఱచి లోనినీళ్లు వెలువరించుచు),నీరు=వర్షోదకము, ముంగఱలపోలికన్=ముక్కుఱలకైవడి, ముక్కులఁగూడన్=నాసికలయందు వ్రేలఁగా, నోటన్=వదనముచేతను, కొంతొడియుచు=కొంతస్వీకరించుచును, గూఁటికడ్డన్=గూటిపుడకయందు, సగము=అర్థము, ఒత్తుచున్=తుడుచుచును, పక్షులు=పిట్టలు,

జానువుల్=తమమోఁకాళ్ళు, వక్షము=ఎద, చొరన్=చొచ్చియుండఁగా, వడఁకు పెకాక=కంపమొందుటయేకాక, అక్కవిదిర్పు మున్నుగాన్=పక్షవిధూననము మొదలయిన, చేష్ట=వ్యాపారము, ఉడిగెన్=మానెను.

తా. ఆసమయంబునఁ బిట్టలు గూండ్లయందు ముద్దలుగాఁ దడుపంబడి చలికి వడంకుట దక్క నొండుచేష్ట లుడిగి యుండె ననుట.

క. చెందు నెఱసంజ కుంకుమ
క్రందునఁ గెంపెక్కుదివికిఁ • గాశ్మీరత రా
నిందుశిలాత్వము రవి గని
యెం దోయముఁ గురియ నేల • యిటు గాకున్నన్. 119

టీ. చెందు=ప్రాప్తమైన, నెఱసంజ=పూర్వసంధ్యారాగమనియెడు, కుంకుమ=కుంకుమపువ్వుయొక్క, క్రందునన్ = అతిశయముచేత, కెం...కిన్ - కెంపెక్కు=ఎఱుపెక్కిన, దివికిన్ = ఆకాశమునకు, కాశ్మీరత = కాశ్మీరదేశత్వము, రాన్ = రాఁగా, రవి = సూర్యుఁడు, ఇందుశిలాత్వము = చంద్రకాంతమణియౌటను, క నియెన్ = పొందెను. ఇటుగాకున్నన్ = సూర్యుఁడు చంద్రశిల గాకుండెనేని, తో యముఁన్ = జలమును, కురియనేల=వర్షింప నిమిత్తమేమి?

తా. సంధ్యాకాలమునందు వర్షించుచుండఁగా నెఱుపుఁజెందినసంధ్య యను కుంకుమపువ్వుచేత నెఱ్ఱనైన యాకసంబునకుఁ గాశ్మీరదేశత్వమురాఁగా సూర్యుఁడు తద్దేశోద్భవం బని ప్రసిద్ధికెక్కిన యిందుశిలాత్వమును బొందెను. అటు గాకపోయె నేని యాసూర్యుఁ డుదకంబుల వర్షించుటకు హేతు వేమని ప్రజలు తలంచునట్లుండెనని భావము.

చ. అలజలరాశి నీటఁ బగ • లర్కకరావళి చూలు దాల్పఁగా
నలమిన యార్ద్ర్యరాత్రి ధవ • ళాంశుకరావళి దాము దాల్పఁ ద
జ్జలముల నాన మూఁగికొను • చాడ్పున నాడి వహించెఁ జూలు మ
బ్బుల నిల ముంచ నీలఘన • పుంజమువల్ల బలాకమాలికల్. 120

టీ. అల=ప్రసిద్ధమైన, జలరాశి=సముద్రముయొక్క, నీటన్=ఉదకముచే, పగలు=పవటియందు, అర్కకరావళి = సూర్యకిరణసమూహము, 'బలిహస్తాంశవః క రా' యనియమరము. చూలుదాల్పఁగాన్=గర్భముధరియింపఁగా, అలమినయార్ద్ర్యన్ =జనించిన యనూయచేత, రాత్రిన్=రేయియందు, ధవళాంశుకరావళి=చంద్రకిరణ సమూహము, తాముఁన్=తామును, తాల్పన్=గర్భములుధరియించుటకొఱకు, తజ్జల ములన్=అసముద్రోదకములను, ఆపన్=పానముచేయుటకై, మూఁగికొనుచాడ్పు నన్=ముట్టుకొనినట్టుంబలె, ఆడి=సంచరించి, బలాకమాలికల్=తెల్లకొంగలచాళ్ళు,

'బలాకౌబిసకంఠిక'యని యమరము.మబ్బులఁ=చీఁకట్లచేతను, ఇలఁ = భూమిని, ము...ల్లఁ - ముంచు=కప్పుచున్న, నీలఘన = కౌలమేఘములయొక్క, పుంజములల్లఁ=సమూహములవలనను, చూలు=గర్భమును, వహించెఁ=ధరియించెను.

తా. తెల్లకొంగలు రాత్రులయందు నంధకార మగునట్లు భూమియందుఁ గప్పియున్న నల్లమబ్బులను మాలికలుగాఁ జుట్టికొని యానీళ్ళుత్రాగి గర్భము ధరింపఁగా సూర్యకిరణములు పగటియందు సముద్రోదకముచేత గర్భముధరియింపఁజూచి యీర్ష్యగలవియై చంద్రకిరణములు దాము గర్భముల ధరియించుటకొఱకు నాసముద్రోదకములం బీల్చుటకై తిరుగుచున్నట్లుండె ననుట.

క. ఉఱుము విని యలకకై దివి
వెఱఁ బఱచుమరాళపటలి • విడిచినఁ బడు న
క్కఱచిన బిసలవవిసరము
తెఱఁగున వడగండ్లు ధవళ•దీధితి రాలెఁ. 121

టీ. ఉఱుమున్=గర్జితమును, విని=ఆలకించి, అలకకై=అలకాపురమునకొఱకై, దివిఁ=అంతరిక్షమునందు, వెఱఁ=భయముచేత, ప...లి - పఱచు = పఱవిడుచున్నట్టి,మరాళపటలి=అంచలగుంపు, విడిచినఁ=వదలఁగా, పడు=పతనమునొందుచున్నట్టి, అ...నఁ-అక్కఱచిన=ఆయంచలుగొఱికిన, బిసలవవిసరము = తామరతూఁడుతునుకలసమూహముయొక్క, తెఱఁగునఁ=చందమునను, వడగండ్లు=వర్షోపలములు, ధవళదీధితిఁ = తెల్లనికాంతితోడను, రాలెఁ = పడెను.

తా. సుగమము.

క. తటిదుత్సారితఫణిభృ
త్పటలి నిరన్నంబు లయ్యుఁ • దక్కవు బర్హుల్
నటన మతిహర్ష హేతూ
త్కటలాభం బిడునె మది క్షుధ నీర్వట్టుఁ. 122

టీ. బర్హులు=నెమళ్లు, త...లిఁ - తటిత్=మెఱుపులచేత, ఉత్సారిత=పోఁదోలఁబడిన, ఫణభృత్=పాములయొక్క, పటలిఁ=సమూహముచేత, నిరన్నంబులయ్యుఁ=నిరాహారములైనప్పటికిని, నటనము=నాట్యమాడుటను, తక్కవు = మానవు, అ...బు-అతిహర్ష=అత్యంతసంతోషమునకు, హేతు=కారణముయొక్క, ఉత్కట=అధికమైన, లాభంబు=ప్రాప్తి, మదిఁ=మనంబునందు, క్షుధఁ=ఆకలిని, నీర్వట్టుఁ=దప్పిని, ఇడునె=కలుగఁజేయునా ? (చేయదనుట).

తా. సంతోషము సగము లావన్న నానుడిప్రకారమనుట. అర్థాంతరన్యాసాలంకారము.

సీ. రవిఁ జూచి కుడుచువా • రలకును గృకలాస,
    ములకును దృష్టి మి • న్నులనె నిలిచె
సంధ్యార్ఘ్యదాయిద్వి • జశ్రేణి కిలు సేరు,
    మొదవులకును భ్రాంతి • మది జనించె
హాలజీవిసందోహ • ములకు బలాకికా,
    విసరంబులకు మంచి • వెదలు దొరకె
నెలమిఁ బొల్పగుయూధి • కలకు సంతలకూట,
    ములకును మఱి విచ్చు • మొగ్గ లొదవె
తే. నతిథిసంఘంబునకు నీని • నట్టియెనువ
కదుపులేఁగలగమికి వా • కట్టు లెసఁగె
మంటిమిద్దెలవారికి • మరుపనులకు
నెలఁత వాసినవారికి • నిదుర చెడియె. 123

టీ. రవిన్=సూర్యుని, చూచి=వీక్షించి, కుడుచువారలకును = భోజనము సేయువారికిని, కృకలాసములకును = తొండలకును, 'సరటః కృకలాసస్స్యా' త్తని యమరము. దృష్టి=చూపు, మిన్నులనె=అంతరిక్షమందే, నిలిచెన్=ఉండెను. (ఆదిత్యునిఁజూడక భుజింపమను నియమముగలవారలకుఁ దద్దర్శనాపేక్షచేతను, దొండలకు వానిపాలసుసంమన నీరుచొచ్చిన వాని దేహము లూడుచున్నవిగానఁ గొమ్మలం దూర్ధ్వముగ నిలిచియుండుటచేతను గను చూపు లంతరిక్షమందె యుండుననుట.) సం...కిన్-సంధ్యార్ఘ్యదాయి-సంధ్యా=సాయంకాలమునందు, అర్ఘ్యదాయి=అర్ఘ్యప్రదానము చేయునట్టి, ద్విజశ్రేణికిన్=పుడమివేల్పులసంఘమునకును, ఇలుసేరు మొదవులకున్=ఇండ్లకువచ్చుచున్న పసులకును, భ్రాంతి=సాయంకాలమనుభ్రమము, మదిన్=బుద్ధియందు, జనించెన్=పుట్టెను. హాలజీవిసందోహమునకున్ = వ్యవసాయముఁజేయు జనసమూహమునకును, బలాకికావిసరంబులకున్ = తెల్లకొంగలగుంపులకును, మం...లు-మంద=అనుకూలమైన, వెదలు=చల్లఁబడ్డచేలు, చక్కఁగా మొలచుటయు=గర్భధారణమును, దొరకెన్=ప్రాప్తించెను. శ్లో. 'గర్భం బలాకా దధతేఽభ్రయోగా న్నాకే నిబద్ధావలయం సమంతా' త్తని కర్ణోదయమందుఁ బ్రయోగము. ఎలమిన్ = ఉత్సాహముతో, పొ...కున్-పొల్పగు=ఒప్పుచున్న, యూథికలకున్=మొల్లల భేదములకును, సంతలకూటములకును = సంతలకువచ్చి కూడియున్న జనములకును, (సంత యనఁగా గ్రామాంతరములనుండి వర్తకులు నానావిధంబులైన సరకులం దెచ్చి బస్తీగా నుండుగ్రామమునకు వెలపలనునిచి యావస్తువులను విక్రయించెడు బజారు.)

మతీ=మిక్కిలియును, విచ్చుమొగ్గలు=పరువిడుటయు, మొగ్గలువిచ్చుటయును, ఒదవెన్=కలిగెను. (అనఁగా వర్షాకాలమునందుఁబుష్పించునట్టియూధికలు వికసించినవనియు, వర్షము రాఁగా సంతసనచ్చినప్రజ లూళ్ళకువిచ్చిపోయిరనియు భావము. అతిథిసంఘుంబునకున్=అతిథిసమూహమునకును, ఈ...కిన్-ఈనినట్టి, ఎనుప = గేదెలయొక్క, కదుపు=సంఘుముయొక్క, లేఁగలగమికిన్ = దూడలసమూహమునకును, వాకట్టులు=వాగ్బంధనములు, ఎసఁగెన్=అతిశయించెను, (మేరదప్పినవర్షముగురియుచుండఁగా సంచరించుట కుపాయము లేదని యతిథులకు నన్నము లేనంగునను-గేదెకదుపుల లేఁగలకుఁ జలిచేత దవడలుమూసికొని పాలుగుడువఁగూడనందునను వాగ్బంధనము లొదవె ననుట.) మంటిమిద్దెలవారికిన్=మంటితోమేడలేర్పఱచుకొన్న వారికిని,మరుపనులకు=మన్మథవ్యాపారములకు, నెలఁతన్=స్త్రీలను,(ఇది జాత్యేకవచనము.) పాసినవారికిన్=ఎడఁబాసినవారికిని, నిదుర చెడియె=నిద్రలేకపోయెను (అనఁగా మంటిమిద్దెలుగలవారికిఁ బైనున్నమన్ను వర్షముచేతఁగఱఁగి యింటిలోనురియుటచేతను, మన్మథవ్యాపారములకు స్త్రీలులేనివారికి విరహవేదనగల్గుటచేతను నిదురలేకయుంట ప్రసిద్ధము. మఱుపనులకు నెలఁతఁబాసినవారికనుదాని కితరవ్యాపారార్థము స్త్రీలనెడఁబాసినవారికని కొన్ని వ్యాఖ్యానములలోనున్నది. మరుపనులకును నిద్రలేకపోయెననియైనం జెప్పవచ్చును. ఆపక్షమున నది యధికముగా జరగెనని భావము.) శ్లో. 'వర్ణ్యానామితరేషాం వాధర్మైక్యం తుల్యయోగితా' యను లక్షణముచేత నొప్పియున్న తుల్యయోగితాలంకారము. రెండవగీటున భ్రాంతిమదలంకారము.

ఉ. కాలునిదున్న నందినయి • గంటలుదున్నక మంటినా మహా
కాలునినందిదున్ననయి • కర్దమమగ్నత లేక మంటి నా
హాలికు లెన్నఁడుం దెగని•యూరులచేలును జౌడుమళ్లునుం
గాలలి నేరు సాఁగి రిలఁ • గల్గుపసింగొని పేద మున్నుగన్. 124

టీ. కా...న్న-కాలుని=యమునియొక్క, దున్న = వాహనమైనమహిషము-'కాలోదండధరశ్శ్రాద్ధదేవః'యని యమరము. నందినయి=వృషభమై, గంటలు=అవురునుబ్బలను, దున్నక=కృషిచేయక, మంటినాన్=బ్రదికితిననఁగా, మహాకాలునినంది=రుద్రునకు వాహనంబైనవృషభము, 'మహాకాలోమహానటః' యని యమరము. దున్ననయి=దున్నపోతనై, కర్దమమగ్నతలేక=బురదలయందుఁ గాళ్ళుదిగఁబడలేక - 'పంకో స్త్రీశాదకర్దమా' యని యమరము. మంటినాన్=బ్రదికితిననునట్లుగ, హాలికులు=కృషీవలులు, ఎ...ను-ఎన్నఁడుందెగని=ఏ దివమందును దున్నని, జౌరులచేలును=గంటలుగల చెలికలును, చౌడుమళ్లునుంగాన్=ఊషరములగు కేదారములుగా, లలిన్=ఆసక్తిచేతను, పేదమున్నుగాన్=దరిద్రుఁడు మొదలుగా, ఇ...సిన్ కొని - ఇలఁగల్గు=

భూమియందున్న, పసింగొని=పశుమాత్రమునంతయును గూర్చి, ఏరుసాఁగిరి=మడక కట్టిదున్నిరి.

తా. దున్నపోతులకు వెలిదుక్కి కష్టముగనుక యమునికి వాహనమగుటవల్ల దున్నక సుఖించితినని యామహిషంబును, ఎద్దులకు రొంపి దుక్కి కష్టముగనుక నీశ్వరునకు వాహనమైనందున దున్నవలసినదిలేదని యావృషభంబును నెంచునట్లుగాఁ బుడమియం దెల్లెడలనుండు పశువులం దెచ్చి బీదలు మొదలగు హాలికులు బీటిచేలు చవటికయ్యలుగూడ దున్నిరనుట.

క. వరజుబడి రొంపిఁ ద్రొక్కం
జరణంబులఁ బెనఁగి పసిఁడి • చాయకడుపులం
బొరి నీరుకట్టె లమరెను
బిరుదులు హాలికులు దున్నఁ • బెట్టిరొ యనఁగన్. 125

టీ. వరజుబడిన్=గనిమ వెంబడిని, రొంపిఁద్రొక్కన్ = మడిలోనీరువెళ్ళకుండునట్లు బురదనుద్రొక్కఁగా, చరణంబులన్=పాదములను, పెనఁగి=చుట్టి, పసిఁడి చాయకడుపులన్=బంగారువన్నెగల యుదరములతోఁగూడిన, నీరుకట్టెలు=నీరుతొట్టుపాములు, పొరిన్=ఔద్ధత్యముచేతను, హాలికులు=కర్షకులు, దున్నన్=దుక్కియందు, బిరుదులు=తమకు సరియెవ్వరును గారని గండపెండెరములు, పెట్టిరొయనఁగన్=ధరియించిరో యన్నట్లు, అమరెన్=ఒప్పెను.

క. నాని శిఖి వంటచెఱకుల
చే నఱ నవి వెండి వంట • చెఱకులె యగుటం
బోనంబు ప్రజకు జక్కుల
బోనంబులె యయ్యెఁ బ్రొయ్యి • పొగయమి వృష్టిన్. 126

టీ. శిఖి=అగ్ని, వంటచెఱకులచేన్=వంటకట్టియలచేతను, నాని = తడిసి, ఆఱన్ = చల్లాఱఁగా, (ఎడతెగని వానలచేతఁ దడిసియున్నకట్టెలను నిప్పుమీఁద వేయఁగానే యాయగ్ని చల్లాఱెననుట.) అవి=ఆయింధనములు, వెండి=మఱియును (అనఁగా విచారింపఁగాననుట.) వంటచెఱకులెయగుటన్ = వంటకుయోగ్యములయిన చెఱకులని యన్వర్థము లగుటచేతను (అనఁగా బెల్లమువండుటకుఁ దగిన చెఱకులు రసఘనములైయుండి గానిగయందుంచి త్రిప్పఁగా నెట్లు రసమును వెళ్ళఁగ్రక్కునో యాతీరుననే ప్రొయిలోనఁ బెట్టఁగానే కట్టియలు నీరు వడియుటంజేసి వంటచెఱకు లన్నపేరు సార్థక మాయెననుట.) బోనంబు=అన్నము, ప్రజకున్=జనమునకు, జక్కులబోనంబులెయయ్యెన్ = కామేశ్వరునిఁగొల్చు జక్కులవాండ్ర యన్నమాయెను. అనఁగా శూద్రులయొక్క పెండిలిమొదలగు నుత్సవములయందు జక్కులవాండ్రు,

అరివేణిపెట్టిన శూన్యభాండములను దలమీఁదమోచికొని బోనాలుబోనాలనిపల్కుట ప్రసిద్ధముగానఁ దత్తుల్యంబాయె నని భావము. ప్రాయ్యి=అధిశ్రయణి, వృష్టిన్=వర్షముచేతను, పొగయమిన్=రాఁజకయుండుటచేత నని క్రిందికన్వయము.

సీ. ఇల్లిల్లు దిరుగ నొ • క్కింతబ్బు శిఖి యబ్బె,
　　నే నింటిలోఁ బూరి • యిడి విసరక
రాఁజదు రాఁజిన • *రవులుకొల్పానలె,
　　గాని కల్గదు కూడు • దానఁ గలిగె
నేని కూరగుట మం • దైనఁ బెన్పొగ సుఖ,
　　భుక్తి సేకూరదా • భుక్తి కిడినఁ
బ్రాగ్భోక్తలకె తీరు • బహుజనాన్నము దీర,
　　నారుల కొదవుఁ బు • నఃప్రయత్న
తే. మాజ్యపటముఖ్యలయ మెన్న • రాలయాంగ
దారులయ మెన్న రంతిక • కారజనిక
పచన నాంధోగృహిణి రామిఁ • బడక మరుఁడు
వెడవెడనె యార్వ నొగిలి రఁజ్జడిని గృహులు. 127

టీ. ఇల్లిల్లు=ప్రతిగృహమునకును, తిరుగన్=వెళ్లఁగా, శిఖి=అగ్ని, ఒక్కింత=కొంచెము, అబ్బున్=దొరకును, అబ్బెనేని=లబ్ధంబాయెనా, ఇంటిలోఁబూరి=ఇంటిపైకసవును, ఇడి=దానిపైనునిచి, విసరక రాఁజదు = వీజనముసేయక యంటికొనదు. రాఁజినన్=అంటికొనినను, రవులుకొల్పాసలెకాని=ప్రజ్వలింపఁజేయు నపేక్షయొకటిదక్క, దానన్=ఆమంటవలన, కూడు=అన్నము, కల్గదు=దొరకదు (రవులుకొల్పాసాలఁగాని యను పాఠమునందు గృహములలోని వాసములను విఱిచి పెట్టకగాని రగులదని యర్థము.) కలిగెనేని=అన్నమైనప్పటికిని, కూరగుట=శాకమగుట, మందు=ఔషధము (అనఁగా దుర్లభమనుట.) ఐనన్=శాకమైనను, పెన్పొగన్=ప్రబలంబైన ధూమముచేతను, సుఖభుక్తిచేకూరదు=సుఖకరమైనభోజనముదొరకదు. అభుక్తికిడినన్=అభోజనమున కొసంగినను, బహుజనాన్నము=ఇంటిలో నున్నవారలకెల్ల వండిన యన్నము, ప్రాగ్భోక్తలకే = తొలుబంతి భోజనముఁ జేయువారలకే, తీరున్=సరిపోవును (ఆకాలమునకువచ్చిన యతిథులఁ బరిహరింపరామింజేసి వారలకిడుటచేతఁ బక్వాన్నము సరిపోవు ననుట.) తీరన్=సరిపోఁగా, నారులకు=ఉవిదలకు, పునఃప్రయత్నము=మరలవంటయొనర్చుట, ఒదవున్=కలుగును, అంతికకున్=ప్రాయ్యికి, నా...ము - అజ్య=నేతిచేతఁ దడుపఁబడిన, పటముఖ్య=కోకలు లోనైన

* రవులుకొల్పాసాలఁ.

వానియొక్క, లయమువెన్నరు=నష్టమువిచారింపరు, ఆ...ము - ఆలయ=ఇంటియొక్క, అంగదారు=వాసాలయొక్క, లయము = నాశమును, ఎన్నరు = లెక్కింపరు (ప్రొయ్యిమండుటకై నేతిలో బట్టలుదడిపివైచియు వాసాలు పెటికివైచియును వానినష్టమును లెక్కింపకుండిరనుట.) అ...ణి - అరజనిక=రాత్రిరివఱకును, పచన=పాకము సేయుటచేతను, నాంధః=అన్నములేకయుండిన, గృహిణి = ఇల్లాలు, రామిక్=రాకపోవుటవలన, పడకన్=శయ్యయందు, మరుఁడు = పచ్చవిల్తుఁడు, పెడపెడనె=పెళపెళమని, ఆర్వన్=వేగిరింపఁగా, అజ్జడిన్=అముసారునందు, గృహులు=గృహస్థులు, నొగిలిరి=కృశించిరి. (అనఁగాఁ దొట్రుపడి రనుట.)

తా. ఆసమయంబునందు నెల్లదిక్కులనుండు సతీపతులంద ఱాహారమజ్జనశయనాదులయందుఁ గ్లేశము నొందున ట్లెడతెగక జడివానలు గురియుచుండె ననుట.

చ. పిడుగుల కల్కి లోఁ దొలిచి • భీరులు కంచముఁ జల్లుదీధితు
ల్గడపల వెళ్ళిరాఁ బొగలఁ • గావిరిబ్రుంగెడు పుల్గృహంబు లె
ల్లెడఁ గనుపట్టె నూళ్ళ నిల • యెల్లను ముంచి రసాతలంబుపై
విడియఁగ దండు డిగ్గిన స•విద్యుదురుస్తనయిత్నులో యనన్. 128

టీ. పిడుగులకున్=అశనిపాతములకు, అల్కి=వెఱచి, భీరులు=భయస్వభావముగల స్త్రీలు, 'భీరుర్భీమ్వాధరాజ్గనా' యని నిఘంటువు. కంచము=భోజన పాత్రము, లోఁదొలిచి=కడపలకులోపల నేకడిగి, చ...ల్-చల్లు=త్రిప్పి నీరు బైటఁ జల్లఁగాఁబుట్టిన, దీధితుల్=కాంతులు, కడపలవెల్లిరాన్=దేహళులదాఁటిరాఁగా, పొగలన్=ధూమములచేతను, కా...లు-కావిరిబ్రుంగెడు=ధూమ్రవర్ణము గప్పినట్టి, (వర్షాకాలమందుఁ దడిసిన గృహములకుఁ బొగచుట్టికొనియుండుట ప్రసిద్ధము.) పుల్గృహంబులు=పూరి యిండ్లు, ఎల్లెడన్=ఏదెసఁజూచినను, ఊళ్ళన్=గ్రామములయందు, ఇలయెల్లను=భూమియంతయును, ముంచి=వాననీళ్ళచేత నిండింపఁజేసి, రసాతలంబుపైన్=పాతాళముమీఁద, విడియఁగన్=అక్రమింపవలయునని, ద...లో అనన్-ఉరు=గొప్పలయిన, దండుడిగ్గిన=భూమియందుసేనాసమేతమైవిడిసిన, సవిద్యుత్=మెఱుములతోఁగూడిన, స్తనయిత్నులోయనన్=మేఘములోయనునట్లు, కనుపట్టెన్=చూపట్టెను. ఉత్ప్రేక్ష.

చ. గొడుగుల గాలిఁ గూల్చి మఱి • కోలలతోడన పాఱ నాన్చెఁ జే
డ్పడ జడి మేఘుఁ డట్లకట • పాంథులపైఁ దన కెంత వైరమో
తడిసినమేన నింకి యది • దారవియోగజవహ్నిఁ గొంత కొం
తుడిపె విధాతరక్షవిష • మొకొక్కొకమా టమృతంబు సేయఁగన్.

టీ. మేఘుఁడు=జలధరుఁడు, గొడుగులన్=ఛత్రములను, గాలిన్=వాయువు చేతను, కూల్చి=ఎగురఁగొట్టి, మఱి=పిమ్మట, కోలలతోడన=గొడుగుకఱ్ఱలుమాత్రము చేతఁబట్టి, పాఱన్=పఱువిడుచుండఁగా, జడిన్=వర్షముచేతను, చేడ్పడన్=బాధ పడునట్లుగ, నాన్చెన్=తడిపెను, అట్లు=ఆలాగుతడుపునట్లు, అకట = అయ్యో, తన కున్=మేఘునికి, పాంథులపైన్=పథికులమీఁద, ఎంతవైరమో=ఏపాటివిరోధమో (నాన్చెనని క్రిందికన్వయము.) విధాతరత్న=విరించియొక్క రత్నము, విషము=గరళ మును, ఒక్కొకమాటు=ఒక్కొకపర్యాయము, అమృతంబుసేయఁగన్ = సుధగాఁ జేయుటవలన, అది=ఆవర్షము, తడిసిన మేనన్=నానినశరీరమందు, ఇంకి=ఇగిరి, దార వియోగజనహ్నిన్=భార్యలవిరహమువల్లఁబుట్టినయగ్నిని, కొంతకొంతుడిపెన్=కొం తవడిఁబోఁగొట్టెను. ఈపద్యమునందుఁ బూర్వార్థంబున వ్యాఘాతాలంకారంబు నుత్త రార్థంబున విచిత్రాలంకారము. శ్లో. 'స్యాద్వ్యాఘాతో తథాకారి తథాకారిక్రియే తచేత్, విచిత్రంయత్ప్రియత్నశ్చే ద్విపరీతఫలేప్సయోః' అని వానికిలక్షణము.

తే. దవులఁ జల్లని దూఱ నంతకమునుపటి
జల్లునీరాని వచ్చునా జల్లు మొదలి
గాలి యెలగోలుచేఁ గొమ్మ గదలి జల్లు
దలపడకమున్న వంగుళ్లఁ దడిపెఁ దరులు. 130

టీ. తరులు=వృక్షములు, దవులన్=దూరమునందు, జల్లని = వానయనుకొని, దూఱన్=వానిక్రిందికిబోఁగా, అంతకమునుపటిజల్లు=దూరముననుండి వచ్చువానకంటె మున్ను గురిసియున్నవానయొక్క, నీరాని=ఉదకముగలవై, వచ్చునాజల్లు=దూరమున వచ్చుచున్నయావానయొక్క, మొదలి=ముందుగవచ్చిన, గాలియెలగోలుచేన్=ఎలగో లుగాలిచేతను, (దండునకు ముందుగాఁబోయి హెచ్చరికచేయుటకు సెలగోలని చెప్పు ట ప్రసిద్ధము.) కొమ్మగదలి=శాఖ చలనమునొంది, జల్లుదలపడకమున్న=వచ్చుచున్న వర్షము రాకమునుపే, వంగుళ్ళన్=నమ్రములైయున్నకొమ్మలు మొదలగువానిచేతను, తడిపెన్=నాన్చెను, పథికుల నని పూర్వపద్యముననుండు కర్మ నధ్యాహరింపవలయును.

చ. రయమున వృష్టికై యొదిఁగి రచ్చలపై విధియింతు రుగ్రతన్
హయపతిమీఁద దంతిపతి నాతనిపై నృపతిం గజాదిని
ర్ణయముల మొత్తులాడుదురు మబ్బొకయించుక విప్ప విచ్చు మొ
గ్గయి మఱి పాఱి పోదురు సమస్తదిశాగతు లైనయధ్వగుల్. 131

టీ. స...ల్-సమస్తదిశ=సకలదిశలనుండి, ఆగతులైన=వచ్చినట్టి, అధ్వగుల్ =తెరువరులు, రయమునన్=వేగముచేత, వృష్టికై=వానకై, ఒదిగి=పోటుచాలక య

డంగికొని, రచ్చలపైన్=ధర్మపుచావిళ్ళ యరుఁగులమీఁద,హయపతిమీఁదన్=అశ్వపతిపైని, దంతిపతిన్=గజపతిని, అతనిపైన్=ఆగజపతిమీఁదను, నృపతిన్=నరపతిని (అశ్వపతి ప్రబలుఁడు, వానికంటె గజపతి ప్రబలుఁడు,గజపతికంటె నరపతి ప్రబలుఁడనియనుట.) ఉగ్రతన్=కోపముతోడను, విధియింతురు=నిర్ణయింతురు, గజాదినిర్ణయములన్-గజ=యేనుఁగులు, ఆది=మొదలగువానియొక్క, నిర్ణయములన్=నిశ్చయించుటలయందు,మొత్తులాడుదురు=కలహపడుదురు (అనఁగా నశ్వపతి యెక్కు-డనియొక్కండును, గజపతియ ప్రబలుండని మఱియొక్కండును, నందఱకంటె నరపతి యధికుండని యన్యుండును, వానికంటె వీనికి నశ్వము లెక్కు-వనియు, వీనికంటె వానికి గజంబులు తక్కు-వనియు, నీ మొదలగు గజాదిసంఖ్యానిర్ణయాభినివేశములచేతఁ గలహించుచుందురనుట.) మబ్బు = మేఘము, ఒకయించుకవిప్పన్=కొంచెము విడుచఁగా, మఱి=పిమ్మట,విచ్చుమొగ్గయి=ప్రోగువీడినవారలై, పాఱిపోదురు = ఎవ్వరిదారిని వారు వెళ్ళుదురు.

తా. బాటసారులకుఁ ద్రోవ జరగకుండునట్లు జడివానలు గురియుచుండె నని భావము.

క. తనరె బలిభుక్తతులు నిం
డినగ్రామశ్రీల కఱితి • నీలము లగుటం
గనియెఁ దృణగ్రాహిత ననఁ
గొనుకసవులఁ జైత్యతరుల • గూండ్లిడుభ్రమలన్. 132

టీ. బలిభుక్తతులు = కాకులగుంపులు, 'ధ్వాంక్షాత్మఘోషపరభృద్బలిభుగ్వాయసా అపి' యని యమరము. నిండిన గ్రామశీలకన్=సంపూర్ణగ్రామలక్ష్ములకు, అఱితి=కంఠమునందున్న, నీలములగుటన్=ఇంద్రనీలమణులౌటచేత, తనరెన్ = ఒప్పెను, చైత్యతరులన్=ఉద్యానపాదపములందు,'చైత్యమాయతనే బుద్ధ బింబేచోద్యానపాదపే' యని విశ్వము. గూండ్లిడుభ్రమలన్-గూండ్లిడు=గూండ్లుపెట్టుటకొఱకు, భ్రమలన్=తిరుగుటచేతను,కొనుకసవులన్=పట్టికొనిపోవుతృణములచేతను, తృణగ్రాహితన్ = తృణగ్రాహిత్వమును, కనియెన్=పొందెను, అనన్=అనునట్లు, తనరె ననిక్రింది కన్వయము.

తా. నీలములు తృణగ్రాహులుగాన నావిధంబుగఁ గాకుల గుంపులు గ్రామసమీపముననుండు నుద్యానమందలి చెట్లయందుఁ గూండ్లు గట్టికొనవలయునన్న యిచ్ఛచేతఁ గఱచికొనిపోవుచున్న కసవులం జూడఁగా దండియైన గ్రామలక్ష్ములు కంఠమునందు ధరియించిన హారమందలి నీలమణులు తృణంబులను గ్రహించుచున్నవో యన్నట్లుగా నొప్పె ననుట.

మ. వసతు ల్వెల్వడి వానకై గుడిసె మోవన్ రాక తా నానియే
వసగా నిల్చినజమ్ముగూడఁ బొల మంబళ్మోయుచుం బట్టి పె
న్ముసురం దీగెడుకాఁపుగుబ్బెతలపెన్గుబ్బ ల్పునాస ల్వెలిం
బిసికిళ్లుం బిసికిళ్లు హాలికుల కర్పించె న్నభస్యంబునన్. 133

టీ. వసతుల్వెల్వడి=గృహములు బయలువెళ్లి, వానకై = వర్షబాధానివర్తికొఱకు, గుడిసెమోవన్ రాక=పొలములోఁ గాపునిమిత్తమై వేయఁబడ్డకుటీరముదగిలికొనఁగా లోపలికిరాక, తాన్=తాను, ఆనియే=తగిలికొనియే, వసగాన్=ఒప్పిదముగా, ని...డన్-నిల్చిన=నిలుపంబడియున్న, జమ్ముగూడన్=జమ్ముచేగట్టఁబడ్డగూడను,(జమ్ముగూడకావలిగుడిసెలోనికి రాక గుడిసె దగిలి నిలిచియుండఁగాననుట.)పొలమంబళ్మోయుచున్ = కృషి సేయుభూమికి నంబలిమోచికొనుచు, పట్టి = ధరియించి, పెన్ముసురంమున్=జడివానయందు, ఈ...ల్-ఈగెడు=గుడిసెలోపలం దూరునట్టి, కాఁపుగుబ్బెతల=కాఁపువాండ్రవనితలయొక్క, పెన్గుబ్బల్=గొప్పనైనకుచములును, పునాసల్=పూర్వసస్యంబులైన సజ్జలుమొదలయినవియును (పునర్వసుకార్తెయందుఁ జల్లఁబడ్డధాన్యములు గనుకఁ బునాసలని వ్యవహారము.) వెలిన్=వెలుపలను, హాలికులకున్ = కృషిఁజేయు శూద్రులకు, పిసికిళ్లున్=కుచగ్రహణంబులును, పిసికిళ్లు = కంకులు నల్పుటలును, నభస్యంబునన్=భాద్రపదమాసమునందు, అర్పించెన్=ఒసంగెను.

మ. గురుగుం జెంచలి దుమ్మి లేఁదగిరిసాకుం దింత్రిణీపల్లవో
త్కరముం గూడఁ బొరంటి నూనియలతోఁ గట్టావికుట్టారికో
గిరము *ల్మెక్కి తమిం గొమల్పొలము వోఁ గ్రేఁపు ల్మెయి ల్మాకమేఁ
కెరువుం గుంపటి మంచ మెక్కిరి ప్రభుత్వైకాప్తి రెడ్లజ్జడిన్. 134

టీ. గురుగున్=కురకటశాకమును, చెంచలి=తువిన్నకశాకము, తుమ్మి=ద్రోణశాకము, లేఁదగిరిసాకున్ = కోమలమైన తంటెపుకూరయును, తింత్రిణీపల్లవోత్కరమున్=చింతచిగురును, కూడన్=వానితోఁగలిపి, నూనియలతోన్=తైలములతో, పొరంటి=పొరఁటి, కట్టావి = చుట్టు నావిరి బొటి మిగుల వేఁడియయిన, కుట్టారికోగిరముల్=కుఱుచయారికకూళ్లు, (మూడు నెలలకుఁ బండునవి కుఱుచయారిక లనియు నయిదు నెలలకుఁ బండునవి పెద్దారికలనియుం జెప్పుదురు.) మెక్కి=తిని, తమిన్=రాత్రియందు, కొమల్=కొడుకులు,(చెట్లకు శాఖలవంటివారు గనుక నిట్లు చెప్పవచ్చును.) పొలముపోన్=చేలుగాయఁబోగా, రెడ్లు = పెత్తనముచేయుకాఁపులు, ప్రభుత్వైకాప్తిన్ = అధికారమొకటియబ్బుటచేత, అజ్జడిన్ = ఆ ముసురునందు, క్రేఁపుల్ =

* ల్మేసి.

దూడలు, మెయుల్=దేహములను, నాఁకన్ = లేహనమొనరింపఁగా, మేఁకెరువుం గుంపటి=మేఁకలయెరువున నెత్తియుంచిన కుంపట్లుగల, మంచమెక్కిరి=ఖట్వామారోహించిరి, (వానకుఁదడిసియు నని దూడలను మంచపుఁగోళ్లకుంగట్టు నవి దేహములను నాఁకుచుండఁగా శయనించి రనుట).

సీ. మణియష్టిఁ గేలిబ•ర్హిణషడ్జసుధ వీను,
    లోలాడఁ బ్రొద్దెక్క • మేలుకాంచి
ఘుమఘుమవత్సుమ•గంధరాజాంగమ,
    ర్దనపైఁ జిరోష్ణమ•జ్జనము లాడి
మిసిమిదువ్వలువ బ•న్నసరంబు మొగలిఱే,
    కులఁ దాల్చి జా మెక్క • కొలు వొసంగి
జాంగలామిషముతోఁ • శాల్యన్న మధికహ,
    య్యంగవీనంబుగాఁ • నారగించి
తే. మృగమదము మించుతములంపు•టీఱుల మోవి
దలముగాఁ సాగరుహసంతి• వెలుఁగ సౌధ
శిఖరవాతాయనాగతా•చిరరుగంశు
నతదృగవరోధములతోడ • నగిరి నృపులు. 135

టీ. మణియష్టిన్ = మణిమయమైనదండమునందున్న, కే...ధ - కేలిబర్హిణ=పెంపుడునెమళ్లయొక్క, షడ్జ=షడ్జస్వరమనియెడు, సుధ = అమృతము, వీనులోలాడన్=చెవులునిండఁగా, ప్రొద్దెక్క=సూర్యోదయంబైన మఱి కొంతసేపటికి, మేలుకాంచి=నిద్రలేచి, ఘు...పైన్ - ఘుమఘుమవత్=ఘుమ్మనివాసించుచున్న, సుమగంధరాజ=ఈపేరిటి ద్రవ్యముయొక్క, అంగమర్దనపైన్ = నలుఁగుబెట్టినపిమ్మట, చిరోష్ణ=మిక్కిలి వేఁడిమిగలయుదకములచేత, మజ్జనములు=జలకములు, ఆడి=సలిపి, (చిరోష్ణమజ్జనములాడి యని యున్నందున నుష్ణశబ్దమునకు నుష్ణోదకమని యర్థముఁ జెప్పవలయును.) మిసిమిదువ్వలువన్=సరిగ తళతళలాడుదుప్పటిని, బన్నసరంబున్=బన్నసరములను హారములను, మొగలిఱేకులన్=మొగిలిపువ్వులను, తాల్చి=ధరియించి, జామెక్క=జాముప్రొద్దెక్కినవెనుక, కొలువొసంగి=సభఁజేసి, జా...తోన్ - జాంగల=మరుభూమియందలి, ఆమిషముతోన్ = మాంసముతోడను, (అనఁగా మరుభూమియందు సంచరించెడు కొంజు, పూరేఁడు, ఉడుము, ఏఁనుఁబంది మొదలగు వాని మాంసమనుట.) 'పలలంక్రవ్యమామిష'మ్మని యమరము. శాల్యన్నము=రాజనపు సాదమును, అధికహయ్యంగవీనంబుగాన్=అప్పుడు వెన్నగాఁచిననేయి యెక్కుడు

గాఁ గలుగునట్లు 'తత్తుహయ్యంగవీనం యద్ధ్యోగోదోహోద్భవంఘృత'మ్మని యమరము. ఆరగించి=భోజనముఁజేసి, మృగమదముమించు = కస్తూరియొక్క వగాఁగల, తములంపుటీరులు=విడెముకాంతులు, (కస్తూరి యధికమగుటవలన నల్లగానుండుటచేత నిరులనుట.) మోవిదళముగాన్=పెదవిదట్టముకాఁగా, సాగరుహసంతివెలుఁగన్=అగరుచెక్కతో నించినకుంపట్లు ప్రజ్వలించుచుండఁగా, సౌ...న్-సౌధ=ఉప్పరిగెలయొక్క, శిఖర=పైయంతస్తులయందున్న, వాతాయన=గవాక్షములనుండి, ఆగత=వచ్చినట్టి, అచిరరుక్=మెఱుపులయొక్క, అంశు=కాంతులచేతను, నత=వంపఁబడిన, దృక్=చూపులుగల, అవరోధములతోడన్=అంతఃపురస్త్రీలతో, 'శుద్ధాంతశ్చావరోధశ్చ' యని యమరము. నృపులు=రాజులు, నగిరి=ఆనందించిరి.

వ. ఇట్లు సాంద్రసలిలధారాసారమాసరంబు లగు వార్షికవాసరంబులు ప్రశాంతం బగుటయుఁ దదనంతరంబ. 136

టీ. ఇట్లు=ఇవ్విధంబుగా, సా...లు - సాంద్ర=ఘనమైన, సలిల = ఉదకములయొక్క, ధార=ధారలయొక్క, ఆసార = సమ్యక్ప్రవర్షణములచేతను, మాసరంబులగు=వ్యాప్తములైన, వార్షికవాసరంబులు =వానకాలపుదినములు, ప్రశాంతంబగుటయున్ =శాంతింపఁగా, తదనంతరంబ=అటుపిమ్మట.

ఉ. రాజమరాళలబ్ధగిరి•రంధ్రము శాలివనీశరావలీ
వైజననంబు యజ్వహుత•వాజహుతాశము భాస్వదిందిరాం
భోజసమాగమం బుదిత•బోధభుజంగశయోపచార నీ
రాజనపుల్లహల్లకస•రం బుదయించె శరద్దినం బిలన్. 137

టీ. రా...ము - రాజమరాళ=రాజహంసలచేత, లబ్ధ = పొందఁబడిన, గిరిరంధ్రము=క్రౌంచపర్వతముయొక్క బిలముగలినట్టియు, (అంచలు మానససరోవరంబున వర్షాకాలమువెళ్లఁబుచ్చి శరదృతువురాఁగాఁ గ్రౌంచపర్వతపుబిలములోఁజొచ్చి దశార్ణాదిదేశంబులకువచ్చుట ప్రసిద్ధము.) శాలివనీ=రాజనపుంజేలకు, శరావలీ=రెల్లుగంటలసమూహమునకును, వైజననంబు=ఈనునెలయైనదియును, 'సూతిమాసో వైజననః' యని యమరము. యజ్వ = విధ్యుక్తప్రకారము జన్నముఁజేసినవారిచేత, హుత=హోమముచేయఁబడ్డ, వాజ=హవిస్సుగల, హుతాశనము = శ్రౌతాగ్నిగలదియును, (అపుడు సోమయాజులు నూతనాన్నభోజనముకొఱకు నాగ్రయణేష్ట్యాదికముఁజేసిరనుట, లేక, వాజివాజపేయము గలయదియైనఁ జెప్పవచ్చును. శరద్వాజపేయము ప్రసిద్ధము.) భా...బు - భాస్వత్ =వెలుంగుచున్న, ఇందిరా=లక్ష్మికి, అంభోజ=

కమలములతోడి, సమాగమంబు=కలయికగలదియును, (శరదృతువునందుఁ గమలము లకు వికసనముగల్గుటంజేసి వానియందే లక్ష్మి నివసించె ననుట.) ఉ...బు-ఉదిత= జనించిన, బోధ=మేల్కొనుటగల, భుజంగశయ=దామోదరునకు, ఉపచార =పూజ నార్థమైన, నీరాజన=నివాళియయిన, ఫుల్ల=పూచియున్నట్టి, హల్లక = చెంగల్వలు గల,సరంబు=కొలంకులుగలిగినట్టి,'హల్లకంరక్తసంధ్యక'మ్మని యమరము. అనఁగాఁ జాతుర్మాస్యము లప్పటికిఁ గడచినవిగాన భగవంతుండు నిద్రమేలుకొనఁగా శరల్లక్ష్మి నీరాజనమెత్తెనో యన్నట్టుంబలెఁ జెన్నొందియున్న యెఱ్ఱచెంగల్వలతో నొప్పియున్న కొలంకులు గలదనుట.)శరద్దినంబు=శరద్వాసరము, ఇలన్=భూమియందు, ఉదయిం చెన్=కనుపడెను, వికసించినచెంగల్వలను నిద్రమేలుకొన్న యీశ్వరునకు శయనోప చారనీరాజనముగా వర్ణించినందున నుత్ప్రేక్షాలంకారము.

తా. వర్షర్తుధర్మములయిన వర్షించుట మొదలగు చిహ్నములు మాని శరదృ తుధర్మములు గానవచ్చె నని తాత్పర్యము.

క. కరము పొగ రెక్కె నంబర
మురువిద్యుద్దీపకళిక • లుమిసిన ధూమ
స్ఫురణ బొగచూరె ననఁగా
హరిమణిజంబూఫలాసి•తామలరుచులన్. 138

టీ. కరము=మిక్కిలి, అంబరము=గగనము, ఉ...లు - ఉరు=అధికమైన, విద్యుత్=మెఱుపులనియెడు, దీపకళికలు=దీపాంకురములు, ఉ...ణన్-ఉమిసిన= చిమ్మినటువంటి, (శ్లో. 'నిష్ఠ్యూతోద్గీర్ణవాంతాదిగౌణవృత్తివ్యపాశ్రయమ్, అతిసుంద రమన్యత్రగ్రామ్యకక్ష్యాంవిగాహతే'అనిఆచార్యదండి చెప్పియున్నాఁడుగాన నుమిసిన- అనునది మొదలగువానికి గౌణార్థములేకాని ముఖ్యార్థములు చెప్పఁగూడదు.) ధూమ=పొగయొక్క, స్ఫురణన్=స్ఫురించుటచేత, పొగసూరెననఁగాన్=ధూమిత మాయెనో యన్నట్లు, హ...లన్-హరిమణి=ఇంద్రనీలములవలెను, జంబూఫల=నేరే డుపండ్లవలెను, అసిత=నల్లనై, అమల=స్వచ్ఛములై యున్న, రుచులన్=కాంతులచే తను, పొగరెక్కెన్=మదించెను. ఉత్ప్రేక్షాలంకారము.

ఆ. సాంధ్యరాగలహరి • సామిరంజితములై
తిరిగె మింట నిదుర • దెలిసినట్టి
యిందిరాధిపతికి • నెత్తుకర్పూరనీ
రాజనంబు లన శ•రద్ఘనములు. 139

టీ. శరద్ఘనములు=శరత్కాలమేఘములు, సా...లుని - సాంధ్య=సంధ్యాసం బంధియయిన, రాగ=రక్తిమయొక్క, లహరి=తరంగములచేతను, 'మహత్సూల్లోలకల్లో

లా లహర్య్యత్ర లికేసమే' అని యమరశేషము. సామి=సగము, రంజితములై=కెంపువర్ణములుగలవిగాఁ జేయఁబడినవై, ని...కిన్-నిదురజెలిసినట్టి=నిద్రమేల్కాంచిన, ఇందిరాధిపతికిన్=లక్ష్మీరమణునకు, ఎ...నన్-ఎత్తు=పట్టినటువంటి, కర్పూరనీరాజనంబులనన్=ఘనసారపునివ్వాళులోయన్నట్లు, మింటన్=అంతరిక్షమునందు, తిరిగెన్=సంచరించెను, 'సామిత్వర్ధేజుగుప్సనే' యనియు, 'ఇందిరాలోకమాతామా' యనియు నమరము. ఉత్ప్రేక్షాలంకారము.

చ. అళిగరుదంచలామల తదంతరబింబిత యయ్యెఁ బాకని
ర్దళితమహాఫలౌఘహరితచ్ఛదకర్కరికావనాలి నాఁ
గలమవన భ్రమచ్ఛుకనికాయము లోపల సాంధ్యరక్తిమం
బలఁతిగఁ దాల్చి మింటఁ గననయ్యె విపాండుపయోదఖండముల్.

టీ. వి...ల్-విపాండు=మిగులఁ దెల్లనైన, పయోద=మబ్బులయొక్క, ఖండముల్=శకలములు, క...ము-కలమవన=పండినరాజనపుచేలమీఁద, భ్రమత్=తిరుగుచున్న, శుకనికాయము=చిలుకలగుంపు, లోపలన్=శరత్కాలమేఘములలోపల, సా...బు-సాంధ్య=సంధ్యాకాలసంబంధియైన, రక్తిమంబు=ఆరుణ్యమును, అలఁతిగన్=కొంచెముగా, తాల్చి=ధరియించి, పా...లి-పాక=పండుటచేతను, నిర్దళిత=మిక్కిలి విరిసిన, మహత్=గొప్పవైన, ఫల=పండ్లయొక్క, ఓఘ=సమూహముగల్గియు, హరితచ్ఛద=పచ్చనియాకులుగల, కర్కరికావనాలి=దోసతోఁటలగుంపు, అ...త - అళి=తుమ్మెదలయొక్క, గరుత్=ఱెక్కలయొక్క, అంచల = కొనలవలెనున్న, అమల = నిర్మలమయిన, తత్=ఆకాశముయొక్క, అంతర=నడుమను, బింబితయయ్యె నాన్=ప్రతిఫలించెనోకోయన్నట్లు, కననయ్యెన్=చూడనొప్పెను. ఉత్ప్రేక్షాలంకారము.

తా. పండినపైరులమీఁద సంచరించుచున్న చిలుకలగుంపును దమయం దించుకంతసంధ్యాకాలికరక్తిమము ధరియించిన తెల్లని మేఘఖండములును బరిపక్వములై పండి వీరిసిన గొప్పపండ్లును బచ్చనయినయాకులునుం గల దోసతోఁటలు ద్విరేఫముల ఱెక్కలమొనలవలె నైగనిగ్యము గలయయ్యాకాశమునందుఁ బ్రతిఫలించెనో యన్నట్లుండెననుట.

క. ఘుణగణవిహారణఁ జివికిన
మణిధనువునఁ దొరఁగు నుసి సమానములై ద
ర్పణనిభనభమునఁ బరిణత
శణకణహారిణములు పాండు జలదము లొప్పెన్. 141

టీ. ఘు...ణన్-ఘుణ = నుసిపురుగులయొక్క, గణ = సమూహముయొక్క, విహారణన్=సంచారముచేత, చి...నన్-చివికిన=వానలకుఁదడిసి శిథిలమయిన, మణి

ధనువునన్ = ఇంద్రధనువునందుండి, తో...లు ఐ-తొరఁగు=పడుచున్నటువంటి, నుసిసమానములై = పరాగసదృశములై, పరి...లు-పరిణత=పరిపక్వములయిన, శణ=జనపనారయొక్క, కణ=లేశములవలెను, హారిణములు=తెల్లనైనటువంటి, పాండుజలదములు=తెల్లమబ్బులు, ద...నన్-దర్పణ=అద్దముతోడను, నిభ = సమానమయిన, నభమునన్=ఆకాశమందు, ఒలసెన్=సంచరించెను. శరత్కాలమేఘము లను మణిధనువుయొక్క పరాగములని యుత్ప్రేక్షించినందున నుత్ప్రేక్షాలంకారము.

క. రవిశశిముకురములు శర
  ద్వ్యవతి మెఱుఁగుఁబెట్టుభూతి•యో యనఁ బర్వెన్
  బవనాహతసప్తచ్ఛద
  నివహపరాగంబు దివికి • నిర్మలకాంతిన్. 142

టీ. ర...లు-రవిశశి=చంద్రసూర్యులనియెడు, ముకురములు = అద్దములను, శరద్వ్యవతి=శరదృతువనుజవరాలు, మెఱుఁగుఁబెట్టు=కాంతిఁగలుగఁజేయునట్టి, భూతియోయనన్=భస్మమోయనఁగా, ప...బు-పవన=వాయువుచేతను, ఆహత=ఎగురఁగొట్టఁబడిన, సప్తచ్ఛద=ఏడాకుల యరంట్లయొక్క, నివహ=సమూహముయొక్క, పరాగంబు=పుప్పొడి, దివికిన్ = అంతరిక్షమునకు, ని...తిన్-నిర్మల = స్వచ్ఛమయిన, కాంతిన్=తేజస్సుచేతను, పర్వెన్=వ్యాపించెను. ఉత్ప్రేక్షాలంకారము.

తా. లోకమునం దద్దమునకు వచ్చిన మాలిన్యమును భస్మముచేతఁ దుడుచుట ప్రసిద్ధముగాన నటు వర్షాకాలమందుఁ జంద్రసూర్యు లనునద్దములకు నైర్మల్యము దక్కువ పడఁగా వానికి మెఱుఁగెక్కించి చక్కఁబఱచుటకై శరద్వనిత యుంచిన విభూతియో యనున ట్లాసమయమందు సప్తచ్ఛదపరాగములు గాలిచేత నెగరఁగొట్టంబడి యంతరిక్షమున వ్యాపించె ననుట.

స్రగ్ధర. సంభూతజ్ఞప్తివాతా•శనశయనము వి•శ్వంభరుం డూఁదిలేవం
  గంభీరప్రక్రియామ•గ్నత డిగు జగతిం • గ్రిందుగాఁ దోఁచు వర్షా
  దంభోళిస్థూలరంధ్రో•ద్గతసితపృథుపా•తాళజాతాంబుధారా
  స్తంభంబు ల్పోలె నెన్ను•ల్ధవళరుచిశర•స్తంభపఙ్క్తుల్ జనించెన్.

టీ. స...ప్తిన్-సంభూత=జనించినట్టి, జ్ఞప్తిన్=మెలఁకువచేతను, వాతాశనశయనమున్=శేషపర్యంకమును, విశ్వంభరుండు=శ్రీమహావిష్ణువు, 'విశ్వంభరః కైటభజి ద్విధుశ్శ్రీవత్సలాంఛనః' యనియమరము. ఊఁదిలేవన్=ఊనికొనిలేవఁగా, గం...తన్-గంభీరప్రక్రియా=నిమ్న ప్రకారమగునట్లు, మగ్నతన్=మునుంగుటవల్లను, డిగు=క్రిందికినడఁగినట్టి, జగతిన్=భూమియందు, క్రిందుగాన్=దట్టముగా, తో...ల్-తోఁచు=కానవచ్చుచున్న, వర్షా=వానకాలమందలి, దంభోళి=పిడుగులయొక్క, స్థూలరంధ్ర

= గొప్పబెజ్జములవలన, ఉద్గత=బయలుదేఱిన, పృథు=గొప్పలైన, సిత=తెల్లనైన, పాతాళజాత = పాతాళలోకమందుఁబుట్టిన, అంబుధారాస్తంభంబుల్ పోలెన్ = స్తంభములవంటి యుదకధారలవలె, శరస్తంభపఙ్క్తిన్=ఱెల్లుకాఁడలవరుసయందు, ఎన్నుల్=కంకులు, ధవళరుచిన్=తెల్లనికాంతితో, జనించెన్=పుట్టెను. ఇందు ఱెల్లు యొక్క యెన్నులను బిడుగులరంధ్రములనుండి బయలువెళ్ళినట్టి పాతాళజలధారా స్తంభములుగా నుత్ప్రేక్షించినందున నుత్ప్రేక్షాలంకారము.

తా. ఆశరదృతువునం దేదిక్కునఁ జూచినను ఱెల్లుపొదలు ఎన్నులు దీసి తెల్లగాఁ బ్రకాశించుచుండె ననుట.

తే. నీరజేక్షణుఁ డవ్వేళ • నిద్ర దెలిసి
యడుగుఁ దనమీఁద మోప నో•యవనిరమణి
కంటకితగాత్రి యయ్యె నాఁ•గా విపాక
పరుషకంటకశాలిమం•జరులు వొలిచె. 144

టీ. నీరజేక్షణుఁడు=విష్ణుదేవుఁడు, అవ్వేళన్ = ఆ శరత్సమయమునందు, నిద్రదెలిసి=నిదురమేల్కని, అడుగున్ = పాదమును, తనమీఁదన్ = భూమిపైని, మోపనో=ఉంచఁగానో, అవనిరమణి=భూదేవి, కంటకితగాత్రియయ్యెనాఁగాన్ = పులకితాంగియయ్యెనన్నట్లు, విపాక=పండుటచేత, ప...లు - పరుష = వాడియై యున్న, కంటక=ముండ్లుగల, శాలిమంజరులు = సన్నవరియెన్నులు, పొలిచెన్ = ఒప్పెను. హేతూత్ప్రేక్షాలంకారము.

తా. పండి ముదురైనందున వాఁడిమి గలిగియున్న ముండ్లతోనుండు సన్నవరి యెన్నులం జూడఁగా నా శరదృతువునందుఁ గమలాక్షుండు నిద్ర లేచి యడుగుఁ దనమీఁద నుంచుటచేత నాభూదేవి కంటకితగాత్రి యాయె ననునట్లుండె ననుట.

మ. స్ఫుటభూయోహ్రృతిశంక వార్ధి నినర•శ్ముల్మిన్ను చేర్పం దటి
చ్ఛట లౌర్వంబుగఁ గారుగొంచు ఘనమై • యుర్మిఁ దీర వర్షింప న
చ్చోటనుం దోఁచి గ్రసింపఁ బోలుఁ గలశీ•సూనుండు గాకున్న నో
క్కొ-టఁ దారాగ్రహభాస్కరేందుమణిశు•క్తుల్వ్యక్తమై తోఁచునే.

టీ. స్ఫు...కన్ - స్ఫుట=వ్యక్తమైన, భూయోహ్రృతిశంకన్=అగస్త్యుండు మఱలఁబానముఁజేయు ననుభయముచేత, 'శంకావితర్క-భయయోః' అని యమరము. ఇనరశ్ముల్=సూర్యకిరణములు, వార్ధిన్=సముద్రమును, మిన్నుచేర్పన్ = అంతరిక్షమును బొందింపఁగా, (సూర్యకిరణములు సముద్రోదకములను మేఘములందుఁ జేర్పఁగాననుట.) తటిచ్ఛటలు=విద్యుత్సమూహములు, ఔర్వంబుగన్ = బడబాగ్నిగా,

కారుకొంచున్=నల్లనిదై, ఘనమై=మేఘమై, క్ష్మన్ = భూమిని, తీరవర్షింపన్ = ఉదకమంతయు వానలుగురియఁగా, అవ్యోమ్నన్=ఆ యాకాశమునందును, గలశీసూనుండు = అగస్త్యుఁడు, తోఁచి=కనుపించి, గ్రసింపఁబోలున్ = సముద్రోదకమును బానముఁజేసెఁగాఁబోలు, కాకున్నన్=అట్లుగాకుండెనేని, ఒక్కటన్=ఏకరీతిఁగా, తా...ల్ - తారా = చుక్కలును, గ్రహ = అంగారకాదిగ్రహములును, భాస్కర=సూర్యుఁడును, ఇందు=చంద్రుఁడును, (అనియెడు) మణి=రత్నములును, శుక్తుల్=ముత్యపుచిప్పలును, వ్యక్తమై=స్ఫుటమై, తోఁచునే=కానవచ్చునా, కానరావనుట

తా. శరత్సమయమున నంతరిక్షమందు మేఘములు లేక, నక్షత్ర సూర్యేందువులు స్ఫుటముగఁ బ్రకాశించుటను నగస్త్యోదయంబగుటను జూడఁగా బూర్వ మగస్త్యునికి వెఱచి మేఘరూపమును వహించి యాకాశమును జెందియున్న సముద్రుని నగస్త్యుండు మరలఁ బానముజేసియుండును. లేకపోయెనేని యందుండు తారాగ్రహములనియెడు రత్నములును సూర్యచంద్రు లనుముత్యపుచిప్పలును గానవచ్చుటకుఁ గారణంబు లేదనునట్లు తోఁచుచుండెననుట.

చ. అలమలయాద్రిఁ గుంభభవుఁ • డన్కతకంబు శరర్తుకుండమం
డలిఁ బ్రతిబింబకైతవము • నం దమ కిచ్చిన వారిదేవత
ల్తోలఁకుల కేలఁ దాఁప నిడి • తోమఁ గలం కడఁగెం దదీయత
త్ఫలతకు హ్రస్వమాటె కరి • తారక లంబువుఁ దేర్చునే యనన్.

టీ. అ...న్ - అల=ప్రసిద్ధమైన, మలయాద్రిన్=పటీరపర్వతమునందున్నట్టి, కుంభసంభవుఁడు=అగస్త్యుఁడని, 'అగస్త్యః కుంభసంభవః' యని యమరము. అన్కతకంబు=అనుచిల్లగింజను, 'చక్షుష్యః కతకః కాంతికృ'త్తనిరత్నమాల. శ...న్-శరర్తు=శరదృతువను, కుండమండలిన్=సరస్సమూహములందు, ప్రతిబింబకైతవమున్=ప్రతిఫలనవ్యాజముచేతను, తమకున్=ఆవారిదేవతలకు, ఇచ్చినన్=ఇయ్యఁగా, వారిదేవతల్=జలదేవతలు, తోలఁకులకేలన్=తరంగములను హస్తములచేతను, తాఁపనిడి=మెట్టురాతిమీఁదఁ బెట్టి, తోమన్=అరగఁదీయఁగా, కలంకడఁగెన్=కాలుష్యము దీఱెను, తదీయ=ఆ యగస్త్యుని సంబంధియైన, తత్ఫలతకున్ = ఆ చిల్లగింజౌటకు, హ్రస్వమాటె= చిన్నదౌటయే, కరి = సాక్షి, (చిల్లగింజ గనుకనే అరచినందున హ్రస్వమాయె ననుట.) (అట్లుగాకుండెనేని) తారకలు=నక్షత్రములు, అంబువున్=ఉదకమును, తేర్చునే=తేటగాఁజేయునా, చేయవనుట. అనన్=అనునట్లు, కలంకడఁగె నని క్రిందికన్వయము. రూపకానుప్రాణితాపహ్నుత్యుత్థాపితోత్ప్రేక్షాలంకారము.

చ. ఇలకు సుధాసమత్వము వ•హింప శరజ్జలజాక్షి కుండమం
డలి సలిలంబు కల్మష మ•డంగ మొగుల్విరియెండ గాయుచో
జిలుకు నిశారజఃపటలి • చెన్ను వహించెఁ దరంగపఙ్క్తిపై
దళదరవిందకైరవక•దంబకడారపరాగపూగముల్. 147

టీ. తరంగపఙ్క్తిపైన్=కరళ్లబంతిమీఁద, ద...త్ - దళత్=వికసించుచున్న, అరవింద=పద్మములయొక్కయు, కైరవ = కలువలయొక్కయు, కదంబ=సమూహములయొక్క, కడార=పచ్చనైనటువంటి, 'కడారఃకపిలఃపింగః' యని యమరము. పూగముల్=సమూహములు, 'పూగోవితానం ప్రకరః' యని యమరము ఇలకున్=భూమికి, సుధాసమత్వము=అమృతసామ్యము, వహింపన్=పొందునట్లు, శరజ్జలజాక్షి=శరత్కాలమను స్త్రీ, కుండమండలిన్=కొలంకులయందు, 'కుండంపిఠరేతోయాధారవిశేషేచవహ్నిగర్తేచ, కుండోజారాజ్జాతస్సభర్తృకాయాం కమండలౌ కుండీ' యని రత్నమాల. సలిలంబు=ఉదకము, కల్మషమడంగన్ = కలుషముపోవుటకు, మొగుల్=మబ్బులు, విరి=విరిసిన, ఎండగాయుచోన్=ఎండతపింపఁగా, చి...లి- చిలుకు=చల్లఁబడినటునంటి, నిశారజఃపటలి = పసపుపొడిరాశియొక్క, చెన్ను=సౌందర్యమును, వహించెన్=పొందెను.

తా. ఆసమయంబున వికసించిన తామరలయొక్కయుఁ గలువలయొక్కయుఁ బరాగములు తరంగముల పైఁ బడి శరదృతు వను స్త్రీ యుదకములోని కల్మష మడఁగించి రుచిఁబుట్టించుటకొఱకుఁ జల్లిన పసపుపొడివలె నుండె ననుట.

ఉ. హెచ్చినమైత్త్రిఁ బద్మినుల•కెల్ల ఘనాత్యయకారకుండు సొ
మ్మచ్చుపడంగఁ జేయుటకు•నై యలక్రౌంచనగంబు పేరిక
మ్మచ్చున నీడ్చుశర్వగిరి•యందలి వెండిశలాకపిండు నా
వచ్చి మరాళమాలికలు•వ్రాలెఁ గొలంకులఁ జక్రఝుంకృతిన్. 148

టీ. హెచ్చినమైత్త్రిన్=అతిశయించినస్నేహముచేత, పద్మినులకెల్లన్=తామరకొలంకులను (పద్మినీస్త్రీల) కంతయును, ఘనాత్యయ = మేఘావసానము నెడు (అనఁగా శరదృతువనుట.) కారకుండు=అగసాలవాఁడు, సొమ్ము = భూషణము, అచ్చుపడంగన్=సమముగనుండులాగున, చేయుటకునై=తీఁగెగా నొనరించుటకై, అల=ప్రసిద్ధమైన, క్రౌ...నన్ - క్రౌంచనగంబుపేరి = క్రౌంచపర్వతమనియెడు మిసగల, కమ్మచ్చునన్ = వెండిబంగారు తీఁగెతీయునట్టి యుక్కుకమ్మచ్చుయొక్క బెజ్జమందు, ఈ...నాన్-ఈడ్చు=లాగెడు, శర్వగిరియందలి = కైలాసపర్వతమునందున్న, వెండిశలాకపిండునాన్=రజతపుతీఁగసమూహమో యనునట్లు, మరాళిమాలి

కలు=హంసలబంతులు, వచ్చి=ఏతెంచి, కొలంకులన్=సరస్సులయందు, చ...తిన్-చక్ర=సుడిగాలియొక్క, ఝుంకృతిన్ = ఝుంకారముతోడను, వ్రాలెన్ = దిగెను. (అనఁగా విస్తరించి హంసలు వచ్చె నని భావము).

తే. కుంభజుఁడు వార్ధితోఁ గ్రోలి • కుక్షి నున్న
మించుముక్తాచ్ఛటలె క్రమ్మ•రించె ననఁగ
జలజదళములఁ దేటలుఁ • జవులునయిన
యంబుకణములు వొలిచెఁ బ•ద్మాకరముల. 149

టీ. కుంభజుఁడు=అగస్త్యుఁడు, వార్ధితోఁగ్రోలి=సముద్రముతోఁగూడఁ బానముచేసి, కుక్షి నున్న=ఉదరములోనున్న, మించు=అతిశయించిన, ముక్తాచ్ఛటలె=మౌక్తికసమూహములే, క్రమ్మరించెననఁగన్=మగుడదిగువకుఁబోసెనోయనఁగ, జలజదళములన్=తామరాకులయందు, తేటలు= స్వచ్ఛమైనటువంటివియు, చవులునైన=రుచిగలవియునైన, (ముత్యాలలో నొక్కటెక్కకు చవియని పేరుగనుక నవియనియు నర్థము.) అంబుకణములు=ఉదకబిందువులు, పద్మాకరములన్ - పద్మ=తామరలకు, ఆకరములన్=గనులైన కొలఁకులయందు, పొలిచెన్=ఒప్పెను.

చ. కెరలుస్రవంతిపైయిసుక • క్రిందగువేళ నినుండు మేఘపుం
దెర సనఁ జల్లఁగా విరహ•దీప్తకరప్లుత మౌసజీరకో
త్కరగుడ మట్ల పద్మినులఁ • గ్రమ్మిన కేసరమాధ్వి పొల్చెఁ బైఁ
గర మరుదారెఁ దేంట్లు సెక•గందినముత్తెపుసేసలో యనన్. 150

టీ. కె...క - కెరలు=ప్రవహించుచున్న, స్రవంతి=నదులయందు, 'స్రవంతీ నిమ్నగాపగా'యని యమరము. పైయిసుక=ప్రవాహవేగముచేత నీళ్లతోఁగలిసి పైగాఁ బ్రవహించుచున్నయిసుక, క్రిందగువేళన్ = అడుగుఁబట్టినప్పుడు, (వేగముతగ్గినప్పుడిసుకక్రిందఁబడుట ప్రసిద్ధము.) స్రవంతియనఁగా నిసుకపోసియుండు ఘటికాయంత్రమునకును బేరుగనుక దానిలోఁ బైయిసుకక్రిందికిరాఁగాననియు నర్థము.) ఇనుండు=సూర్యుఁడనునాయకుఁడు, 'ఇనస్సూర్యేప్రభౌ'యని యమరము. మేఘపుందెరసనన్=మేఘమను తెరదీయఁగా, చల్లఁగాన్=చిలుకరింపఁగా (ఉంచగాననుట.) వి...ముఅట్లు - విరహ=వియోగవేదనచేత, దీప్త=వెచ్చనైన, కర=హస్తమందు, ప్లుతమౌ=తేలుచున్న, సజీరకోత్కర=జీలకఱ్ఱతోఁగూడిన, గుడము=బెల్లమువలె, పద్మినులన్=తామరదీఁగెలనియెడుపద్మినీజాతిస్త్రీలయందు, క్ర...ధ్వి - క్రమ్ము=వ్యాపించినట్టి, సకేసరమాధ్వి = కేసరములతోఁగూడినమకరందము, పొల్చెన్=ఒప్పెను, 'పద్మినీకరిణీస్త్రీ స్త్రీ సరోజనలినీషుచ' యని రత్నమాల. (విరహతాపతప్తమైన హస్త

మందు గుడ ముంచఁగాఁ గరఁగి పాకమైనట్లు మకరంద ముండెననుట.) తేంట్లు=భ్రమరములు, సెకన్ = తాపముచేతను, కం...లోఅనన్ - కందిన = కమలినటువంటి, ముత్తెపుసేసలోయనన్=ముత్యాలతలంబ్రాలోయనునట్లు, పైన్ =ఉపరిభాగమందు, కరము=మిక్కిలి, అరుదారెన్=ఒప్పెను. ఉత్ప్రేక్షాలంకారము.

చ. జలజదళస్థతోయములు • సందుల క్రిందుగఁ దోఁచుమింటినీ
డలుఁ గనుపట్టె నత్తఱిఁ దటాకముల న్లఘిమంబు రెంటిలోఁ
దెలియఁ దరంగఁ బై కెగయు • తేఁటులచేరులఁ దూన్పఁ దోయము
ల్పలుచనఁ దేలె మిన్నడుగుఁబట్టెఁ గడుం దళమాటనో యనన్.

టీ. జ...లు-జలజదళ=పద్మపత్త్రములయందు, స్థ=ఉన్నటువంటి, తోయములు=ఉదకములును, సం...గన్ - సందుల = ఆ పద్మపత్త్రములసందులయొక్క, క్రిందుగన్=అధోభాగమునందు, తో...లు - తోఁచు=కనుపించుచున్న, మింటినీడలున్=ఆకాశముయొక్క ప్రతిఫలనములును, అత్తఱిన్=ఆ శరత్సమయమునందు, లఘిమంబు=చులకఁదనము, రెంటిలోన్=ఆకాశజలములలోను, తెలియన్=ఎఱుంగుటకొఱకు, తరంగఁబై కెగయు=కరుళ్లచేతఁ బైకెగయుచున్న, తేఁటుల=తుమ్మెదలనియెడు, చేరులన్=దారములచేతను, తూన్పన్=తామరాకులనియెడు తూనికెసిబ్బెలయందుఁ దూఁపగా, తోయముల్=ఉదకములు, పలుచనన్ = తేలికయగుటవల్ల, తేలెన్=పైకిఁదేలెను. మిన్ను=ఆకాశము, కడున్=మిక్కిలియును, దళమాటనో=మందమాటచేతనో, అడుగుఁబట్టెన్=క్రిందికిఁబోయెను. అనన్=అనఁగా, తటాకములన్=సరస్సులయందు, కనుపట్టెన్=చూపట్టెను.

తా. తామరాకులపయినుండు నీరును, వానిసందులయందుఁ దటాకములోని యుదకమునఁ బ్రతిఫలించిన యాకాశముయొక్క నీడలనుజూచి,యాకాశము తేలికో, లేక యుదకములు తేలికయో, చూత మను సంకల్పముచేతఁ దేంట్లను దారములు గల తటాక మనుతక్కెడయందుఁ దూనికవేయఁగా నుదకములు పలుచన గనుక మీఁదికి వచ్చెను ; మిన్ను దళముగనుక నడుగుఁబట్టెను.

మ. ఇలకు న్వ్రేగుగఁ బండుతీరవన పుం • డ్రేక్షుచ్ఛట ల్దీపు ల
గ్గలమై వ్రాల నురుస్వనంబు లెసఁగం • గాఁ ద్రిప్ప రాట్నంపు గుం
డ్రలు నాఁ దేనెకొలంకులం బొరలి పాఁర న్విచ్చు పంకేరుహాం
బుల నాడెం దొలుసంజఁ దేఁటివలయం • బుల్తారఝుంకారముల్.152

టీ. ఇలకున్=భూమికి, వ్రేగుగన్=బరువగునట్లు, పం...ల్ - పండు = పరిపక్వమైన, తీర=దరియందలి, వన = ఉద్యానవనమందున్న, పుండ్రేక్షుచ్ఛటల్ = నామాలచెఱకుగుంపులు, 'రసాలఇక్షుస్తద్భేదాః పుండ్రకాంతారకాదయః' యని య

మరము.) తీపులం=మాధుర్యములు, అగ్గలమై=అతిశయమై (రసమువిస్తరించియనుట), వ్రాలన్=మీఁదవంగఁగా, ఉరుస్వనంబులు=అధికమైనధ్వనులు, ఎసఁగంగా=ఒప్పఁగా, త్రిప్ప=త్రిప్పఁబడుచున్న, రాట్నంపుగుండ్రలు నాన్=చెఱకుగానిగయొక్క కోలలోయనఁగా, తేనె=మకరందము, కొలంకులన్=సరస్సులయందు, పొరలిపాఱన్ = లుంఠితమై ప్రవహింపఁగా, విచ్చు=వికసించుచున్న, పంకేరుహంబునన్=పద్మములయందు, తారఘుంకారముల్ = గంభీరములయినధ్వని విశేషములుగల, తేఁటి... బుల్ - తేఁటి = తుమ్మెదలయొక్క, వలయంబుల్ = మండలాకారభ్రమణంబులు, తొలుసంజన్=ప్రాతస్సంధ్యయందు, అడెఁ=తిరిగెను. ఉత్ప్రేక్షాలంకారము.

తా. తీరమందలి చెఱకులు వంగి తటాకములలో నున్న కమలములమీఁదఁ బడియుండ నా కమలంబులయందలి మకరందము సరస్సులలోఁ బొరలి పాఱుచుండఁగా నందు మండలాకారభ్రమణంబులు సేయుచున్నతుమ్మెదలయొక్క ధ్వనులు చెఱకుగానిగకోలలధ్వనులవలె నుండెను.

సీ. హాలనమత్కదళికం•దాభతిర్యఙ్నతా,
  స్యమునఁ గొమ్మొకటి మో•సనఁగఁ గ్రుంగఁ
గటముల డిగి చిబు•కమున రేఁ బేరిన,
  మద మంజనగ్రంథి•మాడ్కి మెఱయ
ఛిద్రోత్థహాతవల•త్కద్రూజ మనఁ జుట్టు,
  తో విష్వతో దరిఁ • దొండ మాడ
జెల్లుపెల్లలు నీటఁ • డ్రెళ్లి ఫేనము వండు,
  నయి పునఃప్రావృడా•శయము నొసఁగ
తే. ఘనరజోవృష్టికై మీఁది•కన్ను మొగుడఁ
గటిదెసలు నిక్క బరితోలు • గదలఁ గీలు
మదము తిక్తత నదులకీఁ • దదనుకృద్వ్ర
పాలితోఁ దేంట్లు పఱవఁ గో•రాడెఁ గరులు. 153

టీ. హ...నన్ - హాల=నాఁగేటిదుక్కిచేత, నమత్=వంగుచున్నటువంటి, కదళికందాభ=అనంటిదుంపసామ్యముగల, తిర్యక్=అడ్డముఁగా, నత=వంగినటువంటి, ఆస్యమునన్=ముఖమందు, కొమ్మొకటి=ఒకవిషాణము (దంతమనుట), మోసనఁగన్= ఆకువిప్పనియరఁటిమొలక యనునట్లు, క్రుంగన్=వంగఁగా, కటములన్=గండస్థలమునుండి, డిగి=జాఱి, చిబుకమునన్=గడ్డమందు, రేన్=రాత్రియందు, పే...ము - ఫేరిన=ఘనీభవించిన, మదము=దానము, అంజనగ్రంథిమాడ్కిన్ = కాటుకడబ్బి

వలెను, మెఱయన్=ఒప్పఁగా, ఛి...ము - ఛిద్రోత్థ=రంధ్రమువలన బయలువెడలినట్టియు, హత=కొట్టఁబడినదిగనుక, వలత్=చుట్టుకొనుచున్న, కద్రూజముఅనన్=సర్పమో యనఁగా, చుట్టుతోన్=పెనఁచికొనుటతోడ, విప్పుతోన్=విడఁదీయుటతోడను, దరిన్=నదీకూలమందు, తొండము=శుండాదండము, ఆడన్=చలించుచుండఁగా, ఱెల్లు = శరములు, పెల్లలు=మంటిగడ్డలును, నీటన్ = ఉదకమునందు, త్రెళ్లి=పడి, ఫేనము=నురువును, వండును=ప్రవాహముతో వచ్చియున్న బురదయును, అయి=అయినదై, పు...మున్-పునః=మరలను, ప్రావృడాశయమున్=వర్షాకాలమనుబుద్ధిని, ఒసఁగన్ = పుట్టింపఁగా, (అనఁగాఁ దెల్లని ఱెల్లు నురుఁగుగా మంటిపెల్లలు వండునుగానున్నందున వర్షాకాల మను బుద్ధిని బుట్టించెననుట.) ఘనరజోవృష్టికై-ఘన=అధికమైన, రజః=పరాగముయొక్క, వృష్టికై=వర్షమువలన (చల్లుటవలన ననుట.), మీఁదికన్ను=పైనేత్రము, మొగుడన్=మూయఁబడఁగా, కటిదెసలు=మొలప్రక్కలు (పిఱుఁదు ప్రక్క లనియుం జెప్పదగును), నిక్కన్=పైకెగయఁగా, బరితోలు=పార్శ్వమందున్న చర్మము, కదలన్=చలింపఁగా, కీలు=స్రవించుచున్న, మదము=దానోదకము, తిక్తతన్=సౌగంధ్యమును, నదులకున్=సరిత్తులకు, ఈన్=ఒసఁగఁగా, 'కటుతిక్తకషాయాస్తుసౌరభ్యేఽపిప్రకీర్తితాః' యని యాదవము. తత్=ఆ తమ్మును, అనుకృత్=అనుకరించుచున్న (పోల్చినయనుట.), వృషాలితోన్=వృషభసమూహముతోఁగూడను, 'సుకృతేవృషభే వృషః' యనియమరము. తేంట్లు=తుమ్మెదలు, పఱవన్=తమవ్యాపారమునకు వెఱచి పాఱిపోఁగా, కరులు=ఏనుఁగులు, కోరాడెను=తిర్యగ్దంతప్రహారముఁజేసెను. ఉత్ప్రేక్షాలంకారము.

శా. గండద్వంద్వగళత్కరాళమదరే • ఖల్ ఫుల్లసప్తచ్ఛదా
ఖండక్షోదసిత ల్ప్రకీర్ణకములై • కర్ణద్వయి న్మించఁగాఁ
గొండ ల్ద్రవ్విన మన్ను కత్తులగతిం • గొమ్ముం గొన ల్మ్రుంపవే
దండంబు ల్చవుదంతు లౌటఁ దెలిపెం • దండెత్తి భూపాలికిన్.154

టీ. గం...ల్-గండద్వంద్వ=కపోలద్వయమువలన, గళత్=జాఱుచున్న, కరాళ=దట్టమైన, 'కరాళోదంతురే తుఙ్గే' యని రత్నమాల. మదరేఖల్ = దానప్రవాహపుచాళ్లు, ఫుల్ల...ల్-ఫుల్ల=విచ్చినట్టువంటి, సప్తచ్ఛద=ఏడాకులయరంట్లయొక్క, అఖండ=అధికమైన, క్షోద=పుప్పొడిచేత, సితల్=తెల్లనైనవై, ప్రకీర్ణకములై=చామరములై, 'చామరంతుప్రకీర్ణక' మ్మనియమరము. కర్ణద్వయిన్=శ్రోత్రయుగమును, మించఁగాన్=అతిక్రమించికొమ్ములపర్యంతమురాఁగా, కొండల్ద్రవ్వినమన్ను==పర్వతములుకోరాడినమట్టి, కత్తులగతిన్=ఒరలతోనున్నఖడ్గములరీతిని, కొమ్ముంగొ

నల్=దంతాగ్రములను, ముంపన్=కప్పఁగా, వేదండంబుల్=మత్తేభములు, భూపాళికిన్ = రాజమండలమునకు, దండెత్తన్=యుద్ధయాత్రకొఱకు, చవుదంతులొటన్=చతుర్దంతదంతావళములొటను, తెలిపెన్=చూపెను. చామరసదృశము లైనమదరేఖలు కొమ్ములమాడ్కి నుండెను.

తే. అప్పు డన్యోన్యవిజిగీషు • లైనదొరల
కవ దొనలనుండి లబ్ధల•క్ష్యంబు లైన
స్వాన్వయశరాళిచేఁ గీర్తి • చాలఁ గనెనొ
యన వనాళిఁ బ్రఫుల్లశ•రాళి మెఱసె. 155

టీ. అప్పుడు=ఆశరత్సమయమునందు, అన్యోన్యవిజిగీషులైన = ఒండొరుల జయింపనిచ్ఛగలినటువంటి, దొరల=నృపులయొక్క, కవ=రెండైన, దొనలనుండి=తూణీరములందుండి, లబ్ధలక్ష్యంబులైన=పొందఁబడినగుఱిగలవియైన, 'లక్షంలక్ష్యం శరవ్య'మ్మనియమరము, స్వాన్వయశరాళిచేన్-స్వ=తమయొక్క, అన్వయ=వంశము గల, (తాము శరశబ్దవాచ్యులు గనుకననుట.)శరాళిచేన్=బాణసమూహముచేత, కీర్తి చాలఁగనెనొయనన్ = అధికమైనయశస్సునుబొందెనొయనఁగా, వనాళిన్=అరణ్యపంక్తియందు, ప్ర...ళిన్-ప్రఫుల్ల=వికసించిన, శరాళి=కొశకుసుమపంక్తి, మెఱసెన్=వెలిఁగెను. శ్లేషానుప్రాణితోత్ప్రేక్షాలంకారము.

తా. కీర్తి తెలుపని కవిసమయము గాన జెల్లుపువ్వులుం దెల్పగుటంజేసి యపు డవి విస్తరించి యున్నందున విస్తారమైనకీర్తిని బాణములు పొందెనో యన్నట్లుండె ననుట.

తే. దరులతడివండు పొదవుమూఁ•పురము లంటు
జెల్లుగంటల నాఁబోతు • లుల్లసిల్లె
గిరుల మోరుల సవి సము•ద్గీర్ణసలిల
జలధరచ్ఛేదములు వ్రాలఁ • జెలఁగుకరణి. 156

టీ. ద...లు - దరుల=నదీకూలములందలి, తడివండు=కర్దమము, పొదవు=వ్యాపించిన, మూపురములు=కకుత్ప్రదేశములను, అం...లన్-అంటు = తగిలికొనునట్టి, జెల్లుగంటలన్=పూచినజెల్లుగంటలచేత, ఆఁబోతులు=అచ్చుఁవేయఁబడినకోడెలు, ఉల్లసిల్లెన్=మిగులనొప్పెను,గి...విన్-గిరుల=కొండలయొక్క, మోరులసవిన్=శిఖరములను బుద్ధిచేత,స...లు-సముద్గీర్ణ=కురియఁబడిన, సలిల=ఉదకములుగల, జలధరచ్ఛేదములు=మబ్బుతునియలు, వ్రాలన్=పైఁజేరియుండఁగా, చెలఁగుకరణిన్ = ఒప్పెడుచందంబునను. ఉల్లసిల్లె నని క్రిందికన్వయము. ఉత్ప్రేక్ష.

తే. గగనలక్ష్మి నిజోరు న•క్షత్రమాలి
కలు వియన్నది జలములఁ • గడుగఁ బిసుక
నెఱయు కుంకుడుపండుల•నురు వనంగఁ
బలపలని పాండురాంబుద•పఙ్క్తు లమరె. 157

టీ. గగనలక్ష్మి=ఆకాశలక్ష్మి, ని...లు - నిజ=స్వీయమైన, ఉరు=గొప్పలైన, నక్షత్రమాలికలు=చుక్కలపంక్తులనియెడు నిరువదియేడు ముత్యములుగల హారములు 'సైవనక్షత్రమాలా స్యాత్సప్తవింశతి మౌక్తికా' యని యమరము. వి...లన్ - వియన్నది=ఆకాశగంగయందలి, జలములన్=ఉదకములయందు, కడుగన్=మురికి నెత్తుటకొఱకు, పిసుకన్=నలఁపఁగా, నె...వు అనంగన్ - నెఱయు = వ్యాపించినట్టి, కుంకుడుపండుల=ఫేనిలపుపండ్లయొక్క, నురువనంగన్=ఫేనములో యనునట్లు, పలపలని=పలుచనైన, పాండుర=తెల్లనైనట్టి, అంబుదపఙ్క్తులు=మబ్బులచాళ్లు, అమరెన్=ఒప్పెను. శ్లేషానుప్రాణితమైన యుత్ప్రేక్షాలంకారము.

శా. అప్పు ల్వారిధిచేతఁ బుచ్చికొని కా•ర్యంబైన ము న్గొన్నయ
య్యప్పు ల్దూ చనియు న్సవృద్ధికముగా • నవ్వార్ధి కే తీర్పఁగా
నప్పుణ్యాతివిశుద్ధజీవుఁడు నిజా•చ్ఛాంగంబులం దోఁచు న
ట్లొప్పారె న్శశిబింబగర్భితములై • ద్యోచారిశుభ్రాభ్రముల్. 158

టీ. అప్పుల్=ఉదకములు, ఋణములును, వారిధిచేన్=సముద్రునిచేత, పుచ్చికొని=కైకొని, కార్యంబైనన్=పనితీఱఁగా, ము...న్ - మున్గొన్న=ముందు పుచ్చికొనినట్టి, అయ్యప్పుల్=ఆ యుదకములను ఋణములను, దూచనియున్=దూరదేశములు వెళ్లియును- వానకాలము గడచియును, సవృద్ధికముగాన్=అధికముగాన వడ్డితోఁగూడను, అవ్వార్ధికే = ఆ సముద్రునికే, తీర్పఁగాన్ = సరిపుచ్చఁగా, అ...డు - అప్పుణ్యా=ఆఋణముక్తిరూపసుకృతముచేతను, అతివిశుద్ధ = మిగులఁ బరిశుద్ధుఁడైన, జీవుఁడు=ప్రాణి, ని...లన్ - నిజ=స్వీయములైన, అచ్ఛ=స్వచ్ఛములైన, అంగంబులన్=అవయవములందు, తోఁచునట్లు=అగపడునట్లు, శశిబింబగర్భితములై=చంద్రబింబ ముదరమందుఁ గలవియై, ద్యో...ల్ - ద్యోచారి=అంతరిక్షమున సంచరించుచున్న, శుభ్రాభ్రముల్=తెల్లని మబ్బులు, ఒప్పారెన్=ఒప్పిదమాయెను.

తా. 'శ్లో. బ్రహ్మహా ముచ్యతే పాపైః ఋణీ తు నకదాచన' యన్నట్లు ఋణమపరిహార్యమైన పాపము గనుక నట్టిపాపముచేత విముక్తుఁడైనమనుజునిమాడ్కిఁ జంద్రగర్భితము లైనమేఘములు వెలింగె ననుట. శ్లేషానుప్రాణితమైన యుత్ప్రేక్ష.

చ. విశదపయోదపుంబౌరల• వేష్టనచే నొకమై నభోమణీ
లశునపటత్వ మొందుట మ•నంబున నారసి కాంచి విజ్ఞుఁ డ

య్యాశివత్తకై పదంబు వలయంబునఁ బాపి యవస్తులోభక
ర్కశతఁ బ్రబోధ మొంది సిరిఁగాంచి చెలంగెఁ బయఃపయోనిధిన్.

టీ. వి...చేన్ - విశద=తెల్లనైన, పయోదపు = మేఘములవైన, పారల=ఆవరణములయొక్క, వేష్టనచేన్=వ్యాప్తిచేత, ఒకమైన్=ఒక ప్రదేశమునందు, నభోమణిన్=(సూర్యుని)ఆకాశమందలి మణిని, లశునపటత్వ మొందుటన్=లశునపటమను దోషము పొందుటను, మనంబునన్=చిత్తమందు, ఆరసి=విచారించి, కాంచి=చూచి, విష్ణుఁడు=లక్ష్మీరమణుఁడు, అయ్యశివత్తకై=ఆ దోషనివృత్తికై, (తులమెత్తుగల కెంపునకు మణి యని సంజ్ఞ గాన దానికిఁ గలుగు లశునపట మనుదోషము ద్యుమణియైన సూర్యునికి శరత్కాల మేఘరూపముతోఁ గలుగఁగాఁ జూచి శివంకరము గాదు గనుకఁ దన్నివృత్తికై యనుట.) వలయంబున్=పరివేషమువలనను (అంచువలనను), పదంబు=పాదమైన యాకాశమును, పాపి=విడిపించి, (అప్పుడు పరివేషముండదనుట.) అవస్తులోభకర్కశతన్=కూడనివస్తువునందు లోభము చేతఁ గఠినుండు కాకపోవుటవలన,(అనఁగా దోషవస్తువులయం దాసక్తిలేనివాఁ డౌటవలన ననుట.)ప్రబోధ మొంది=జాగ్రత్తనొంది, మేలుకొని, పయఃపయోనిధిన్=పాలసముద్రమునందు, సిరిఁ గాంచి=సంపద నొంది, శ్రీమహాలక్ష్మిని బొంది, చెలంగెన్=ఒప్పెను.

ఉ. అంబరవాసు లగ్నిక్రియకై ద్యుమణిస్ఫటికోపలంబునం
దుం బడయ న్శరజ్జలదతూలపరంపరఁ గొంత పై ఘటిం
పం బెలుచం జనించి మఱి మట్టున నిల్వక యాక్రమించె గా
కం బరితాపమూనె ననఁ గాసె మొగుల్విరియెండ లత్తఱిన్. 160

టీ. అంబరవాసులు=దివిషదులు, అగ్నిక్రియకై=వహ్నిఁ బుట్టించుటకై, (వర్షర్తువునందు క్షీణమైనదానినసుట.),ద్యుమణిస్ఫటికోపలంబునందున్-ద్యుమణి=సూర్యుఁడనియెడు, స్ఫటికోపలంబునందున్=స్ఫటికశిలయందు, పడయన్=పొందుటకొఱకు, శ...రన్ - శరజ్జలద=శరన్మేఘము లనియెడు, తూలపరంపరన్ = దూదిప్రోగును, కొంత=కొంచెము, పైఘటింపన్=మీఁద నుంచఁగా, పెలుచన్ జనించి = విస్తరించి యగ్ని పుట్టి, మఱి=పిమ్మటను,మట్టునన్=కొద్దిగా, నిల్వక=నిలిచియుండక, కాఁకన్=వేఁడిమిచేత, పరితాపమూనన్ = వ్యాకులత్వమును బొందునట్లు, ఆక్రమించెన్ = వ్యాపించెను. అనన్=అనఁగా, ఆత్తఱిన్=ఆసమయమునందు, మొగుల్విరియెండన్=మబ్బువిరిసిన యెండలు, కాసెన్=తపించెను.

క. కంజహితాస్తోదయపెఱి
సంజ కడల నడుమఁ గప్పు సంధిల మిన్నై

ప్పెం జూడఁ బ్రకృతిశబరీ
గుంజానాసావిభూష • కొమరు భజింపన్. 161

టీ. కం...జ - కంజహిత=సూర్యునియొక్క, అస్తోదయపు=అస్తమయోదయములయొక్క, ఎఱసంజ=ఎఱ్ఱసంధ్యారాగము, కడలన్=దిక్కులయందును, కప్పు=నైల్యము, నడుమన్=మధ్యప్రదేశమందును, సంధిలన్=వ్యాపింపఁగా, మిన్ను=అంతరిక్షము, ప్ర...రు - ప్రకృతిశబరీ=మూలప్రకృతియను చెంచితయొక్క, గుంజానాసావిభూష=గురిగింజముక్కెఱయొక్క, కొమరున్=సౌందర్యమును, భజింపన్=పొందునట్లుగా, చూడన్=వీక్షింపఁగా, ఒప్పెన్=చెన్నొందెను.

తా. సంధ్యాకాలములయందు దానిరక్తిమముఁ దిగంతములవఱకు వ్యాపించియుండఁగా నంతరిక్షమునడుమ నల్లనై ప్రకృతి యను కిరాతస్త్రీయొక్క ముక్కుఱయందు నలుపుపైవైపుగానుంచి యడ్డముగాఁ గ్రుచ్చిన గురిగింజవలెఁ జూడనొప్పెననుట. రూపకానుప్రాణితోత్ప్రేక్షాలంకారము.

తే. గూండ్లకై శాలిమంజరు • ల్గొనుచు మూఁగి
యంబరంబునఁ బఱచు కీ • రాళి వాలిచెఁ
బసరుటొంటొంటియాకుతోఁ • బండఁ బాఱి
ఛేదభయమున నెగసిన • చే లనంగ. 162

టీ. గూండ్లకై=కులాయములకై, శాలిమంజరులు=వరియెన్నులు, 'వల్లరీమంజరీస్త్రియా' మ్మని యమరము. కొనుచు=గ్రహించికొనుచు, మూఁగి=గుంపులుగూడి, అంబరంబునన్=ఆకాశమునందు, పఱచు=ఎగసిపోవుచున్న, కీరాళి=శుకపంక్తి, 'కీరశుకౌ సమౌ' అని యమరము. పసరుటొంటొంటియాకుతోన్=పసరువర్ణముగలయొక్కొకపర్ణముతోడను, పండఁబాఱి=పరిపక్వములై, ఛేదభయమునన్=తమ్మఁగోసివేయుదురన్న భయముచేత, ఎగసినచేలనంగన్=పైకెగిరినపైరుచేలోయన్నట్లు, వాలిచెన్=ఒప్పెను. ఉత్ప్రేక్ష.

సీ. శ్రీలు దారొట నా • శ్రితపద్మకర్ణికా,
కృతిఁ జెవు ల్కమలక • ర్ణికల మెఱయ
నతనుసారథ్యకృ • ద్రతిరేఖ మంచపై,
నదలించు రొదఁ జిల్క • పదుపు పర్వఁ
దొగలమొగ్గలవైవ • దూరమేగమిఁ బెట్టు,
చప్పట్లఁ జన్నులు • జడలు గదల

వెడత్రోవ మును చెప్పి • వడి నవ్వ దిరుగు న,
ధ్వగులకొలఁది యప•త్రపయు మరల
తే. నధరరదనప్రసాదంబు • నడుగ నోరు
దెఱచెనో యన ప్రీలి ము•త్తెములు తోఁచు
చెఱకుజంఘులఁ బోలమి • శిరసు వాంచు
రాజనముఁ గాచు గోపికా•రాజి పొలిచె. 163

టీ. తారు=శ్రోత్రములు, శ్రీలు = శ్రీకారములు, లక్ష్ములును, పొటన్=అయినందువలన, ఆ...తిన్-ఆశ్రిత=ఆశ్రయించిన, పద్మకర్ణికాకృతిన్=తామరమిద్దెలవలెను, చెవుల్=కర్ణములు, కమలకర్ణికలన్=తామరమిద్దెలతో, మెఱయన్=వెలుంగఁగా, అతను=పెనిమిటియైన మన్మథునకు, సారథ్యకృత్=రథమునడుపుచున్న, రతిరేఖన్=మన్మథునిభార్యయయిన రతివలె,(సారథ్యముచేయుచు రతీదేవి చిలుకగుఱ్ఱము నెట్లదలించునో యట్లనుట.) మంచపైన్=మంచముమీఁదను, అదలించురొదన్=నివారించుధ్వనిచేత, చి...న్-చిల్కపదుపు = కీరపంక్తి, పర్వన్ = పరువిడుచుండఁగా, తో...లన్-తోగల=కలువలయొక్క, మొగ్గలన్=కుట్మలములను, వైవన్ = విసరివేయఁగా, దూరమేగమిన్=ఆచిలుకలు దవ్వుగా వెళ్ళనందున, పెట్టుచప్పట్లన్=చేతులతట్టుటలచేతను, చన్నులు=కుచములును, జడలు=కేశపాశములును, కదలన్=చలింపఁగా, మును=పూర్వము, వెడత్రోవన్=దబ్బఱమార్గమును, చెప్పి=పల్కి, నవ్వన్=హాసముచేయఁగా, వడిన్=శీఘ్రముగా, తిరుగు=మరలవచ్చుచున్నటువంటి, అధ్వగులకొలఁది=పథికులతోడనే, అపత్రపయున్=సిగ్గును, మరలన్=మళ్లఁగా, (పథికులకుఁ దప్పుదారి జెప్పి నవ్వగా నది గ్రహించి యా పథికులు మళ్లిరాఁగా లజ్జించి రనుట.) అ...బున్-అధర=పెదవియొక్కయు, రదన=దంతములయొక్కయు,ప్రసాదంబున్=అనుగ్రహమును, అడుగన్ = యాచించుటకొఱకు, నోరుదెఱచెనోయనన్=వదనమువిప్పెనోయనఁగా, ప్రీలి=పగిలి, ముత్యములు=మౌక్తికములు, తోఁచు=కనుపడునట్టి, చెఱకున్=ఇక్షువనమును, జంఘులఁబోలమిన్ = తమపిక్కలను సరిపోలనందున,శిరసువాంచు=తలవంచికొనిన, రాజనమున్=శాలిసస్యమును, కా...జి-కాచు=రక్షించుచున్న,గోపికారాజి=చేలకాపరిస్త్రీలవరుస, పొలిచెన్=ఒప్పెను.ఉత్ప్రేక్ష.

తా. చెఱకులుతమయందలి రసమాధుర్యముకంటె నాచెఱకు తోఁటకాచు స్త్రీలయొక్క యధర రసమాధుర్య మధికమనియుఁ,దమలోనున్న ముత్యముల చక్కఁదనముకంటె నాస్త్రీలయొక్క పలువరుసల చక్కఁదన మతిశయమనియు, నధరరదనములకునోడి పరాజితులయినవారు నో రిగిలించి వేఁడుకొన్నట్లుంబలె కనుపులు పగిలి గర్భగతములయిన ముత్యములు గనుపట్టుచెఱకును, తమపైరు పొట్ట లాస్త్రీల పిక్కలకు

సాటిరానందున సిగ్గుచేఁ దలవాంచికొన్నట్టుంబలెఁ బండి వంగియున్న రాజనపుచేలను గామచున్న స్త్రీలు శ్రీమహాలక్ష్మికి నాశ్రయస్థానమైన కమలకర్ణికలు బహిర్నిర్గతము లయినందున శ్రీసదృశములయిన శ్రోత్రములుగనుక వాని నవి యాదరించినట్లుగఁ జెవులయందుఁ గమల కర్ణికలు ధరించికొని మన్మథ రథరథ్యంబులయిన చిలుకల నదలించురతీదేవిమాడ్కి జిలుకలందోలుచుఁ గలువపువ్వులతోఁ దోలఁగా నవి దూరము పోనందున చప్పట్లు గొట్టుచు నర్థ్యగులకు వెడత్రోవఁ జెప్పి నవ్వఁగా వారు మన్నట తోనే సిగ్గు గలవారయియొప్పి రనుట.

తే. నింగి య త్తఱిఁ దన్మహా॰నీలమైన
గరిమకుం దగఁగాఁ దృణ॰గ్రాహి యయ్యొ
ననఁగఁ బరిణత కలమాది ॰ యవసరాశి
తతులు గిరు లన నభ్రంక॰షతఁ జెలంగె. 164

టీ. నింగి=ఆకాశము, అ త్తఱిన్ = ఆశరదృతువునందు, తత్ = ప్రసిద్ధమైన, మహానీలమైన=మిగుల నల్లనైనట్టియు నీలమణియైనట్టియు, గరిమకున్=ఆధిక్యమునకు, తగఁగాక్=అర్హమగునట్లు, తృణగ్రాహి=కసవును గ్రహించునది, అయ్యె ననఁగక్= ఆయెనో యన్నట్లు, పరిణత = పండియున్న, కలమాది = వరిమొదలగువానియొక్క, యవసరాశి=గడ్డివాములయొక్క, తతులు=వరుసలు, గిరులనక్ = కొండలోయను నట్లు, అభ్రంకషతక్=ఆకాశమునొరసికొనుటచేత, చెలంగెన్=ప్రకాశించెను. పరిణామోత్ప్రేక్షాలంకారములు.

మ. అయనిష్ఠక్ ధవళాతపత్త్రి దగు న॰య్యాగంబు సాగంగ నం
దు యమిశ్రేణులు రాఁగఁ బుంగవకకుత్ ॰స్థుం డల్ల వర్షాదినా
త్యయరాముండు సలక్ష్మణుం డినున కో॰జోవా ప్తిగా విల్లు ని
ర్దయతం ద్రుంపఁ బ్రభగ్నశాల్యవని సీ॰తాలబ్ధి గాకుండునే. 165

టీ. అయనిష్ఠన్ = శుభావహ విధినిష్ఠచేతను, 'అయశ్శుభావహో విధిః' యని యమరము. ధవళాతపత్త్రిదగు=తెల్లదామరగొడుగులగల శరదృతువుదైన, అయ్యాగంబు=ఆరాకయును, ధవళాతపత్త్రిదగు=తెల్లని గొడుగుగల జనకునిదైన, ఆయ్యాగంబు=ఆ యజ్ఞమును, (ఇచ్చట ధవళశబ్దముచేతఁ బుండరీకములు లక్షింపఁబడును. 'పుండరీకాతపత్త్రి స్తం వికసత్కాశ చామర' మ్మనిరఘువంశమునశరదృతువర్ణనమున్నది.), సాగంగక్=జరగఁగా, అందుక్=ఆ శరత్కాలమందును, ఆ జన్నమునందును, యమిశ్రేణులు = హంసపంక్తులును, యోగిబృందములును, (యమిక్‌శబ్దమునకు ఋషు లర్థము ఆఋషులకు హంసలను పేరుగలను గనుక లక్షితలక్షణచేత హంసలన్న యర్థము.), రాఁగక్=వచ్చుచుండఁగా, పుంగవకకుత్స్థుండు=ఎడ్లయొక్క మూఁపుర

ములయందున్నట్టియు, కకుత్స్థులలో శ్రేష్ఠుఁడైనట్టియు, పుంగవాదు లుత్తరపదములై శ్రేష్ఠార్థమునిచ్చునవియైన నిచ్చట శ్లేషనిమిత్తము పూర్వపదమాయెను. 'ప్రాధాన్యే రాజలింగేచ వృషాంగే కకుద స్త్రియా' మ్మని యమరము. అల్ల=ప్రసిద్ధమైన, వర్షా...డు-వర్షాదినాత్యయ=శరదృతువనెడు, రాముండు=శ్రీరాముఁడు, సలక్ష్మణుండు=ఆఁడుబెగ్గురులతోఁ గూడినవాఁడును, సుమిత్రానందనునితోఁ గూడినవాఁడును, 'సారసస్యతు లక్ష్మణా' యని యమరము. సారసపక్షులు వర్షర్తువునందుఁ బిల్లలు వెట్టి శరత్కాలమునందు వ్యాపించునవియనుట. ఇనునకున్ = సూర్యునకును, జనకునకును, ఓజోవాప్తిగాన్=తేజమును, గీర్తియును గలుగునట్లుగా, విల్లు = మణిధనుస్సును, శివధనుస్సును, నిర్దయతన్ త్రుంపన్=సంకోచింపకవిఱువఁగా, ప్రభగ్న శాల్యవనిన్=కోయఁబడిన రాజనాలుగల భూమియందు, సీతాలబ్ధికాకుండునే = నాఁగేటిచాలుయొక్క లాభము కలుగకుండునా (పొలమునవరిగోయఁగానే మరల దున్నిరనుట.), 'సీతాలాంగలపద్ధతిః' యని యమరము. ప్రభగ్న=విఱుచుటచేత, శాలి=ఒప్పుచున్న, అవనిన్ = భూమియందు, సీతాలబ్ధికాకుండునే=వైదేహిప్రాప్తి కాకపోవునా? (కలుగుననుట.) రూపకానుప్రాణిత శ్లేషాలంకారము. 'నానార్థసంశ్రయ శ్లేషో వర్ణ్యావర్ణ్యోభయాస్పద' యని శ్లేషలక్షణము.

క. మొగులు విరియెండ వెండియు
నిగుడ శుకశ్రేణి పసరు • నింగి న్నిండన్
బెగడెఁ బ్రజ హరితవాజుల
గగనమణిస్యందనంబు • గదిసెనొ యనుచున్. 166

టీ. మొగులు = మేఘములు, విరియెండ = విరిసినయెండ, (శరత్కాలాతప మనుట.) వెండియున్=మిక్కిలియును, నిగుడన్=వ్యాపింపఁగా, శుకశ్రేణి=చిలుకలపనుపుయొక్క, పసరు=పచ్చనిచాయ, నింగిన్=ఆకాశమందు, నిండన్ = పూర్ణమగుచుండఁగా, హ...బు-హరితవాజుల=పచ్చడాలుగల గుఱ్ఱములుగల, 'పాలాశో హరితో హరిత్, వాజివాహార్వ గంధర్వా' యనియు నమరము. గగనమణిస్యందనంబు=సూర్యరథము, కదిసెనొయనుచున్=సమీపించివచ్చెనో యని, ప్రజ=జనము, బెగడెన్=జడిసెను. అతిశయోక్త్యలంకారము.

తే. భువి సరస్కైరవశ్రేణి • పోవఁదోల
దివిఁ గన న్గ్రహనక్షత్ర • దీప్తి దఱుమఁ
గృష్ణపక్షపువాసిలే • కిరులు దనదు
నలుపునను గూడెనన నైల్య • మొలసె నభము 167

టీ. భువిన్=భూమియందు, స...సరః=కొలకులయందున్న, కైరవశ్రేణి = తెల్లనికలువబంతి, 'సితేకుముదకైరవే' యని యమరము. పోవఁదోలన్ = వెళ్లఁదోలఁగా, దివిన్=అంతరిక్షమందు, కనత్=ప్రకాశించుచున్న, గ్రహ=అంగారకాదులయొక్కయు, నక్షత్ర=అశ్విన్యాదులయొక్క, దీప్తి = కాంతి, తఱుమన్=వెళ్లఁగొట్టఁగా, ఇరులు=అంధకారములు, కృష్ణపక్షపువాసిలేక = బహుళపక్షపురేలబలిమిలేక, తనదునలుపునను=తననైల్యముతోడను, కూడెననన్ = కలిసెనోయన్నట్లు, నభము = ఆకాశము, నైల్యమొలసెన్ = అతినైల్యమును బొందెను. ఉత్ప్రేక్షాలంకారము.

క. క్రేపుదలఁచి పసి మేయుచుఁ
జేపినపాల్గలయ నెండ • చేఁ బాంథజనుల్
దూపింపమి కజుఁ డంపిన
యాపాగా యనఁగ నదుల • నంచలు మెఱసెన్. 168

టీ. పసి=పశుసమూహము, మేయుచున్=పాలముకసవుఁదినుచును, క్రేపుతలఁచి = లేఁగదూడలను తలంచికొని, చేపినపాలు = వెలికుబికి స్రవించినక్షీరములు, కలయన్=నద్యుదకములతోఁజేరఁగా, ఎండచేన్=ఆతపముచేతను, పాంథజనులు = అధ్వగులు, దూపింపమికిన్=పానముసేయనందునకు, (ఎండలోఁ దప్పిగొన్నవారు పాలుద్రావకుంటప్రసిద్ధము.) అజుఁడంపిన=ఆనదులలోనిక్షీరనీరములు వేఱుపఱుపుమని బ్రహ్మదేవుఁడనిపినట్టి, ఆ పాగా యనఁగన్=తనవాహనపంక్తియో యనునట్లు, అంచలు = హంసలు, మెఱసెన్=వెలిఁగెను. ఉత్ప్రేక్షాలంకారము.

తే. వెదమొదవుఁగూడఁబోలేమి • వెచ్చఁగ్రొవ్వ
స్వల్ప మెడసూప వెడలెనో • యనఁగ నెట్ట
కేలకును గ్రుంగి తెచ్చు • అంకెలు నిగుడఁగ
మందగతి గున్కె వృషభము • ల్మంద పిఱుఁద. 169

టీ. వెదమొదవున్=ఋతువైనధేనువును, కూడన్=కలియుటకు, పోలేమిన్=నడువలేనందున, వెచ్చన్=తాపముచేత, క్రొవ్వు=కంఠమువఱకున్నమదము, స్వల్పము=కొంచెము, ఎడసూపఁగాన్=సందువిప్పఁగా, వెడలెనో యనఁగన్ = బయలుదేఱెనోయనఁగా, ఎట్టకేలకున్=కొంతదడవునకు, గ్రుంగి = భూమికివంగి, తెచ్చు అంకెలు=రప్పించెడు వృషభధ్వనులు, నిగుడఁగన్=సాగఁగా, వృషభముల్=ఆఁబోతులు, మందపిఱుఁదన్=పసులగుంపువెనుక, మందగతిన్ = మెల్లనినడకతో, గున్కెన్=కొంచెముగాఁ బఱువు పెట్టెను.

తే. శరధిజలమెల్ల రిత్తగాఁ • గురియ నుప్పు
డొక్కఁ బేరిన నత్తెల్పె • చిక్కి మీఁద
గాన నగుచున్న దచ్ఛత•చే ననంగఁ
బఱచు శరదభ్రములమేని • పాండి మమరె. 170

టీ. శరధిజలముఎల్లన్=సముద్రోదకమంతయు, రిత్తగాగురియన్=శూన్యమగునట్లువర్షింపఁగా, ఉప్పు=జలమందుండు లవణాంశము,డొక్కన్ పేరినన్=కడుపులో ఘనీభవింపఁగా,అత్తెల్పెచిక్కి=ఆలవణముయొక్క ధావళ్యముమాత్రము మిగిలి, అచ్ఛతచేన్=నైర్మల్యముచేత, మీఁదన్=మేఘముపై, కానఁగుచున్నది=చూడఁబడుచున్నది. అనంగన్=అనునట్లు, పఱచు=పరువిడుచున్న, శ...ము-శరదభ్రముల=శరత్కాలమేఘములయొక్క, మేని=దేహముయొక్క, పాండిమ=ధావళ్యము, అమరెన్=ఒప్పెను. ఉత్ప్రేక్షాలంకారము.

క. శరనిధి మునుగ్రోలినని
ర్భరజలములు గురిసి మేఘ•భావం బఱి య
క్కరములు కరములె కా జిగి
నోరిమె ననఁ రవియు మెఱసె•నుడిగెను మొయిలున్. 171

టీ. శరనిధిన్=సముద్రమునందు, మునుగ్రోలిన=మున్ను పానము చేసిన, నిర్భరజలములు = అధికోదకములు, కురిసి = వర్షించి, మేఘభావంబఱి=జలధరత్వమును బోఁగొట్టికొని, అక్కరములు=ఆ సూర్యకిరణములు, కరములెకాన్ = సూర్యకిరణములుగానే కాఁగా, రవి=సూర్యుఁడు, జిగిన్ = తేజస్సుచేత, ఒరిమెననన్=తీక్ష్ణుఁడాయె నన్నట్లు, మెఱసెన్=ప్రకాశించెను. మొయిలున్=మేఘమును, ఉడిగెన్=శాంతించెను. హేతూత్ప్రేక్ష.

క. ప్రాశించిన నీరంతయుఁ, బో శరదభ్రములు మగుడఁ • బూరింపఁగ నా
వేశించెఁ గొలంకుల ననఁ, గాశ ప్రతిబింబపటలి • కడు నొప్పారెన్.

టీ. శరదభ్రములు=శరత్కాలమేఘములు, ప్రాశించిన నీరంతయున్=మునుపు దాము గ్రోలినయుదకమంతయు, పోన్=వెళ్ళఁగా, మగుడఁబూరింపఁగన్=మరల నిండించికొనుటకు, కొలంకులన్=సరస్సులయందు, ఆ వేశించెన్ = ప్రవేశించెను. అనన్=అనునట్లు, కాశప్రతిబింబపటలి=రెల్లుపువ్వుల ప్రతిమానసమూహము, కడున్=మిగులను, ఒప్పారెన్=చెన్నొందెను.

తే. కొలనఁ గరిదంపతులు పద్మ•కళిక లొకటి
కొకటి యీనెత్త మకరంద•మొలుక నమరె

నివి శరత్పద్మనిలయకు • నెలమితోడఁ
గవల నభిషేకమున కెత్తు • కడవ లనఁగ. 173

టీ. కొలనన్ = సరస్సులయందు (జాత్యేకవచనము), కరిదంపతులు = సతీపతులైనగజద్వంద్వము, పద్మకళికలు = అవిరితమ్మిమొగ్గలు, ఒకటికొకటి యీనెత్తన్ = పరస్పరమిచ్చుటకై పైకెత్తగా, మకరందము = పూఁదేనె, ఒలుకన్ = క్రమ్మరించుచుండఁగా, ఇవి = ఈ పద్మముకుళములు, శరత్పద్మనిలయకున్ = శరల్లక్ష్మికి, ఎలమితోడన్ = సంతోషముచేతను, కవలన్ = జోడుగా, అభిషేకమునకెత్తు = స్నానమొనరించుటకుత్క్షిప్తమైనట్టి, కడవలనఁగన్ = కుంభములోయన్నట్లు, అమరెన్ = ఒప్పెను.

తా. తామరకొలంకులయందుఁ గ్రీడించుచున్న గజమిథునముఁజూడఁగా, శ్లో. 'లక్ష్మీర్దివ్యైర్గజేంద్రై ర్మణిగణఖచితైః స్నాపితా హేమకుంభైః' అన్న శ్లోకంగులు శ్రీమహాలక్ష్మికి హస్తంబులయందు సువర్ణకుంభములను ధరించి యభిషేక మొనరించు చందంబునఁ గానవచ్చుచుండెను.

తే. పంక మడుగంటి తేటిన • బావు లెల్లఁ
బంకములె చేసెఁ గ్రమ్మఱఁ • బంకజములు
గళితమకరందయుతరజః • కర్దమమునఁ
గారణగుణంబు గలుగదే • కార్యమునకు. 174

టీ. పంకము = అడుసు, అడుగంటి = అధఃప్రదేశముఁబట్టి, తేటినబావులెల్లన్ = స్వచ్ఛోదకములుగల్గినకొలంకులంతయును, పంకజము = కమలములు, గ...నన్ — గళిత = జాఱినటువంటి, మకరందయుత = పూఁదేనియతోఁగూడిన, రజఃకర్దమమునన్ = పరాగ పంకముచేతను, క్రమ్మఱన్ = మగుడను, పంకములె = కర్దమయుక్తములైనవిగానే, చేసెన్ = ఒనర్చెను. కారణగుణంబు = కారణముయొక్క గుణము, కార్యమునకున్ = క్రియకును, కలుగదె. (కలుగుననుట).

తా. కమలములు పంకజములుగాన నీళ్ళను బంకయుక్తములుగాఁ జేసె ననుట. సామాన్యముచేత విశేషమును సమర్థించిన యర్థాంతరన్యాసాలంకారము. శ్లో. 'జ్ఞేయస్సోఽర్థాంతరన్యాసో వస్తుప్రస్తుత్యకించన, తత్సాధనసమర్థస్య న్యాసోయోఽన్యస్య వస్తునః' అని దానిలక్షణము.

క. ఒనఁగి రగస్త్యార్ఘ్యములం
గొనసరి జను లార్ద్ధి నీరు • గ్రోలితి పీనిం
బసికై మా కిమ్మని క
న్కొసరుడుగం గావ నప్పు•గించెడుమాడ్కిన్. 175

టీ. జనుల్=మనుష్యులు, కొసరి=వేఁడికొనుచును, వార్ధి=సముద్రమందలి, నీరు=ఉదకము, క్రోలితి=పానముచేసితివి. వీనిన్=మాకుపయోగమైన యీయుదకమును, పసికై=పశువులకొఱకై, మాకున్=మా కొఱకు, ఇమ్మని=విడువుమని, కన్కిసరుడుగన్=కోపప్రయుక్తమైన నేత్రదోషము నివర్తించుటకై, కావన్=ఆయుదకమును ద్రావకరక్షించుటకొఱకు, అప్పగించెడుమాడ్కిన్=ఇదిగో రక్షింపుమనియొప్పగించినరీతిని, అగస్త్యార్ఘ్యములన్ - అగస్త్య=అగస్త్యునికి, అర్ఘ్యములన్=జలాంజలులను, ఒసంగిరి=ఇచ్చిరి. హేతూత్ప్రేక్ష. శరదృతువునందు నగస్త్యునికిచ్చునట్టి యర్ఘ్యముల నిట్లుత్ప్రేక్షించెను.

క. పరుషాతపతప్తం బగు
ధరణీపాత్రమునఁ బడుట • దళ మయ్యెఁ జుమీ
పరిపక్వంబై యనఁగా
శరదిందుజ్యోత్స్న రేల • సాంద్రతఁ గాసెన్. 176

టీ. ప...నన్-పరుష=కఠినమైన, ఆతప=ఎండచేతను, తప్తంబగు=కాఁగినటువంటి, ధరణి=భూమియనెడు, పాత్రమునన్=ఆధారమందు (పెనముమీఁదననుట), పడుటన్=పతనమగుటచేత, దళమయ్యెఁజుమీ=దట్టమాయెనుజుమీ, అనఁగాన్=అనునట్లు, పరిపక్వంబై=పండినదై, శరదిందుజ్యోత్స్న=శరచ్చంద్రచంద్రిక, రేలన్=రాత్రులయందు, సాంద్రతన్=దట్టముగా, కాసెన్=వెలిఁగెను.

తే. వృష్టితతి నిడ్డజెనఁ ద్రావఁ • గ్రింద నుండి
తేట నది నీటఁ దనవెంటఁ • దేలుమీల
తళుకుతో నాఁచులతదోఁచె • వెలికి జమిలి
వెండి మీ లెక్కువెండ్రుక • విల్లువోలె. 177

టీ. వృష్టితతిన్=వర్షాకాలమునందు, ఇడ్డ=పెట్టిన, జెనన్ = చేఁపలయొక్క జెనను, త్రావన్=పానముసేయుటకొఱకు, క్రిందనుండి=అడుగునఁబట్టి, తేట=నిర్మలమైన, నదినీటన్=ఏటియుదకమందు, తనవెంటన్ = ఆనాఁచుతీఁగవెంబడి, తే...తోన్-తేలు=పైకివచ్చుచున్న, మీల=మత్స్యములయొక్క, తళుకుతోన్ = కాంతితోడ, వెలికిన్=బైటికి, జ...లు-జమిలి=జోడుజోడయిన, వెండిమీలు = రజతముచేతఁజేయఁబడినమత్స్యములు, ఎక్కు=పైకెగయఁగానొప్పుచున్న, వెండ్రుకవిల్లువోలెన్ = గుఱ్ఱపుతోఁకవెండ్రుకలచేఁగట్టినధనుస్సోయన్నట్లు (ఇది దాసరివాండ్రు వాయించువాద్యమనియుఁ దీనిపేరు కామాచి యనియుఁ జెప్పుదురు.) నాఁచులతదోఁచెన్=ప్రాఁచితీఁగగన్పించెను.

తా. వానకాలమందుఁ జేపలు నాఁచుతీఁగవెంటఁ గ్రుడ్లు విడిచియుండ వానిం దినుటకు నీళ్లనుండి యానాఁచుతీఁగ వెంబడిని మత్స్యములు పైకి రాఁగా, నదిదాసరి వాఁడ్రు గుజ్జుపువెండ్రుకలచేత వింటిబద్దకట్టి వానిమీఁద వెండిగసుళ్లచే మత్స్యముల నేర్పఱచి వాయించునప్పుడవి పైకెగయుటవలెఁ గనఁబట్టెననుట.

క. హంసము క్రౌంచము తొలి రా
మాంసలరుచి వచ్చెఁ దాను • మలయము శిఖఁబా
ల్మాంస విఱువ నీ ర్వీఁటిచెను
హంసమున కగస్తి పరమ•హంసం బగుటన్. 178

టీ. హంసము=అంచపిట్ట, క్రౌంచముతొలిరాక=క్రౌంచపర్వతబిలమువనుండిరాఁగా, తాను=ఆయగస్త్యుఁడును, మలయముశిఖక=మలయపర్వతాగ్రమునుండి, మాంసలరుచిక=అధికకాంతిచేతను, 'బలవాన్మాంసలోంసలః' యని యమరము. వచ్చెక=ఉదయించెను, హంసమునకు=చక్రాంగమునకు, అగస్తి=అగస్త్యమహర్షి 'అగస్త్యోఽగస్తిరిత్యపి' యని ద్విరూపకోశము. పరమహంసంబగుటక=పరమహంస యనుఋషియాటచేత, హంస=అంచ, పాల్=క్షీరమును, విఱువక=నీరముతో వేఱు పఱుపఁగా, నీర్వీఁటిచెను=తానునీళ్ళలోనిబురదను బోఁగొట్టెను.

తా. హంసలు పాలునీళ్ళు నేర్పఱుప నగస్త్యుండు నీరుబురద నేర్పఱిచినందున పరమహంస యనునట్లు శరదృతువునందు నుదకంబులంతయు నిర్మలంబు లాయెననుట.

తే. క్రౌంచ మొకకొన్ని గ్రుడ్డులు • గాంచె మింట
నవి యహంసచ్ఛదాచ్ఛాద•నానుభూతి
హంసతతు లయ్యెఁ గావన్న • నరుణచూడ
గుప్తభుజగాశనాండము • ల్గురులు గావె. 179

టీ. క్రౌంచము=కొంచగుబ్బలియందున్నరంధ్రము, ఒకకొన్నిగ్రుడ్డులు=కొన్ని అండములను, మింటక=తనపైభాగమందు, కాంచెక=వహించెను. (పరశురాముని బాణముచేతఁ దొలఁచఁబడిన క్రౌంచాచల రంధ్రమునుండి హంసలు మానససరోవరంబునకుఁ జనుటయు, మరలి వచ్చుచుండుటయునుం గలదని సంప్రదాయము.) అవి=ఆక్రౌంచాచలములోని గ్రుడ్డులు, అహంస=వానియందు రాకపోకలుగల హంసేతరములైన పక్షులయొక్క, ఛద=ఱెక్కలయొక్క, అచ్ఛాదన=కప్పుటయొక్క, అనుభూతిక=అనుభవముచేత, హంసతతులయ్యెక=అంచలగుంపులాయెను, కావన్నక=హంసగ్రుడ్లనితరపక్షులుపొదిగిన హంసపిల్లలుగా నేరవన్నట్లాయెనా, అ...ల్-అరుణచూడ = కోళ్ళచేతను, 'కృకవాకుస్తామ్రచూడః కుక్కుటశ్చరణాయుధః' యని యమరము. గుప్త=పొదుగఁబడిన, భుజగాశన=నెమళ్ళయొక్క, అండముల్=గ్రుడ్డులు,

గుఱులుగావె = చిహ్నములుకావా (అవుననుట.) ఇందు సామాన్యముచే విశేషమును సమర్థించిన యర్థాంతరన్యాసాలంకారముచేత నుత్థాపితంబైన యసంబంధమైన సంబంధముఁ గలుగఁజేసిన యతిశయోక్త్యలంకారము.

చ. కలయఁగ వారిదేవతలు • గాంచుసరోవరదంభదర్పణం
బులుపయిఁ దట్టపుంజిలుము • వోవఁగఁ దారలకంచు గీయఁగా
బలె నలువంకలం గలయఁ • బాయక తేలుచుఁ బద్మరేణువు
ల్కెలఁకులఁ బాసిపోఁ జెలఁగె • గ్రేంకృతు లిచ్చుమరాళమాలికల్.

టీ. వారిదేవతలు=జలాధిదేవతలు, కలయఁగన్=అంతటను, కాంచు=చూచుచున్నటువంటి, సరోవర=కొలంకులనియెడు, దంభ=వ్యాజముగల, దర్పణంబులపయిన్=అద్దములమీఁదను, దట్టపుంజిలుము=సాంద్రమైన మాలిన్యము, పోవఁగన్=పోవునట్లు, తార=ఆజలాధిదేవతలు, అలకంచున్=ఆయద్దమైనకంచును, గీయఁగాబలె=తోమిగీతఁబెట్టినందు వలననోయన్నట్లు, నలువంకలన్ = నాలుగుదిక్కులయందును, కలయన్=వ్యాపించునట్లు, పాయక=విచ్ఛిన్నముగాక, తేలుచున్=పోవకమీఁదనేయుండుచు, పద్మరేణువుల్=నళినపరాగములు, కెలఁకులఁబాసిపోన్=ప్రక్కలకువిడిపోవునట్లు, క్రేం...ల్ - క్రేంకృతులిచ్చు=క్రేంకారములుచేసెడు, మరాళమాలికల్=అంచలబంతులు, చెలగెన్=ఒప్పెను. అపహ్నుత్యుత్థాపితోత్ప్రేక్షాలంకారము.

సీ. అర్కమండలి కభ్ర•మడ్డమై నంతనె,
యెఱ మాని మోము బి•ట్టెత్తి చూచి
ఘుమఘుమధ్వని గాలి•గుహఁ జొరఁబురి యొకిం,
చుక విచ్చి కని తలం•చుకొని వంచి
నిష్పుష్ప కేతకీ• నేత్రాంబు వొత్తి భే,
కపు టెంకి పడియచోఁ•గర్ణ మొగ్గి
కేకకుఁ ద్విత్రివనత•గ్రీవమై రాక యొ,
క్కిం తార్చి వాత నే•మేమొ కమిచి
తే. వెడలు పేరెండకును శర•ద్వృతుఁ ముడిగి
వార్షికమె యెక్కి త్రోటని•ర్వ్యంకపక్ష
తులను నివురుచు వెఱ్ఱిచూ•పున నురంబు
కెలఁకులఁ గనుంగొనుచు గానఁ• గేకు లుండె. 181

టీ. అర్కమండలికిన్=సూర్యమండలమునకు, అభ్రము=మేఘము, అడ్డమైనంతనె=కొంచెమాచ్ఛాదకముకాఁగానే, ఎఱమాని=మేఁతవిడిచి, మోము=ముఖమును,

బిట్టెత్తి=పొడవుగా నెత్తి, చూచి=వీక్షించి, (వానకాల మనుభ్రాంతిచేఁజూచి యనుట.) ఘుమఘుమధ్వని=ఘుమఘుమశబ్దముచేత, గాలి=వాయువు, గుహఁజొరన్=గుహలోఁబ్రవేశింపఁగా, పురియొకించుకవిచ్చి=పింఛమునుగొంచెమువిచ్చి,(గాలిచేతఁగల్గిన ధ్వనిని మేఘధ్వని యనిభ్రమించియనుట.)కని=చూచి,తలంచుకొని=అదియుఱుముగా దనివితర్కించి, వంచి=పింఛమునుమరలనడంచి, నిష్పుష్పకేతకీనేత్రాంబువొత్తి=పువ్వులులేని మొగలిచెట్లయొక్క కన్నీరుదుడిచి, భేకపుటెంకి = కప్పలకునికిపట్టైన, పడియచోన్=పల్వలములోని నెఱియకై, కర్ణమొగ్గి=చెవివంచి(కప్పకూఁతలుగలిగినవర్షముగల దన్న ప్రతీతినిఁబట్టియనుట), కేకమున్=తనవాక్కునకు, త్ర్య...ది-త్ర్యవనత=మూఁడు మాఱులువంచఁబడిన, గ్రీవమై=మెడగలదై, రాక=ఆకేకాధ్వనియును వెడలక, ఒక్కింతార్చి=కొంచెముధ్వనిసేసి, వాతన్=నోటిచేతను, ఏమేమొకమిచి=ఏమేమోచప్పరించుకొనుచు, వె...మన్ - వెడలు=కలిగిన, పేరెండమున్ = తీక్ష్ణాతపనివృత్తికొఱకు, శరద్వృక్షమున్=ఏడాకు లరఁటిచెట్టును, డిగి=విడిచిపెట్టి, వార్షికమెయెక్కి =గుమ్మము నారోహించి, 'శారదోవిషమచ్ఛదః, వార్షికం త్రాయమాణాస్యా' త్తని రెంటికి నమరము. (వర్షాకాలమున నెక్కియున్న వృక్షమున నెక్కినవర్షము కలుగునని శరద్వృక్షమును విడిచి వార్షికవృక్షమున నెక్కెననుట) త్రోటిన్=ముక్కుచేతను, 'చంచుస్త్రోటిరుభే స్త్రియా' మ్మని యమరము. ఇర్వంక పక్షతులను=ఉభయపార్శ్వ పక్షమూలములను, 'స్త్రీ పక్షతిః పక్షమూల' మ్మని యమరము. నివురుచున్=వెంట్రుకలు దువ్వికొనుచు, వెఱ్ఱిచూపునన్=వికృతపుదృష్టిచేత, ఉరంబున్=ఱొమ్మును, కెలఁకులన్=ఇరుప్రక్కలను, కనుంగొనుచున్=చూచికొనుచును, కానన్=అరణ్యమునందు, కేకులు=నెమళ్ళు, ఉండెన్=నివసించెను.

క. వెలుతు రస లంటి యెండియు
లలి విప్పమిఁ జెడక శిఖిక•లాపము వని వ
ర్తిలెఁ బర్జన్యుఁడు నటన
మ్ముల మెచ్చి మెఱుంగుఁ గాసె • ముద్రించె ననన్. 182

టీ. శిఖికలాపము-శిఖి=నెమిళ్లయొక్క, కలాపము=పురి, అసలంటి=బురద దగిలి, వెలుతురు=మబ్బువిడిచినయెండచేతను, ఎండియున్=ఆఱియును, లలివిప్పమిన్=ఎప్పటికినివిడఁజేయకపోవుటవలన, (సామాన్యముగాఁ దడిసినపురులు, విప్పరావు; బురదయంటియెండియున్నట్లున్న వనుట.) చెడక=చెడిపోక, వనిన్=అడవియందు, పర్జన్యుఁడు=వర్షదేవత, నటనమ్ములన్=నాట్యములను, మెచ్చి=శ్లాఘించి, మెఱుంగుఁగాసెన్=ప్రకాశించుచున్న చిత్రవస్త్రమును, ముద్రించెననన్=ముద్రవేసెనోయన్నట్లు, వర్తిలెన్=ఉండెను. (వానకాలపుబురదలు తమకలాపములకునంటి యెండచేత నిగిరి

నందున శరత్కాలమునందు నెమిళ్లు పింఛములు విప్పి యాడకయుండఁగా వర్షదేవత నెమిళ్లయొక్క నృత్యములకు మెచ్చి తననటులు మఱియొకచో నాడకుండునట్లు ముద్రవేసెనో యన్నట్లుండెననుట.)

సీ. చక్రస్తనప్రకా•శమునకు ఫేనంపుఁ,
  గొంగిడి గొనకొన • గోళ్ల గొణిగి
యశ్మనితంబంబు • హంసహారమును బ,
  రాగరేఖాస్వర్ణ•రశనముగను
జలశాటిపులినంపు•జఘనంబుపైఁ జాఱ,
  వ్యస్తవేతసభుజ•స్వస్తిక మిడి
తనిమతో వెచ్చనై • తటశరప్రతిబింబ,
  హాసాలి బాష్ప లు•చ్ఛ్వాసములకు
తే. నగుచుఁ జెందొవకంటను • నలిగి తమ్ము
లంటు కై యొత్తు పదనతి • నలరి కువల
మధులహరి నబ్ధిపైఁ జెంది • మగతనముల
నొక్కెడలఁ గూడుచు స్రవన్తు•లుబ్బు పెనఁచె. 183

టీ. స్రవంతులు=నదులు, 'స్రవంతీనిమ్నగాపగా' యనియమరము. ఉచ్ఛ్వాసములకుఁ=పరీవాహము లనునిట్టూర్పులకు, 'జలోచ్ఛ్వాసాః పరీవాహాః' యనియమరము. అగుచుఁ=అయినవై, చెం...టఁ-చెందొవ=ఎఱ్ఱగలువయనియెడు, కంటఁ=నేత్రముచేత, అలిగి=కోపగించి, (శరత్కాలమందుఁ బ్రవాహములుతక్కువైనందునఁ బెనిమిటియైన సముద్రునితోఁ దమకు సంపర్కము లేమింజేసి ప్రణయకోపమునొంది యనుట.) తమ్ములంటు=పద్మములనంటుచున్న, కైయొత్తు=సముద్రపుకెరటములవల పొంగుట యనెడు, కై=హస్తముచేతను, ఒత్తు=పట్టుటగల, పద=పాదములయందు, నతిఁ=నమస్కారముచేతను, అలరి=సంతసించి, చ...నఁ-చక్రస్తన = కోకములనియెడు కుచములయొక్క, ప్రకాశమునకుఁ=కనుపించుటకొఱకై, ఫేనంపు=నురుఁగనియెడు, కొంగు=పైటచెఱఁగు, ఇడి=విడిచి, (భర్తకుఁ గుచంబులఁగన్పించుటకై పైఁటచెఱఁగుఁ దొలంగించెననుట,) గొనకొన=అవ్యక్తముగా, కోళ్ళఁ = జలకుక్కుటములను వ్యాజముచేత (బొల్లికోళ్ళనుట.) గొణిగి=జల్పితముఁజేసి (అనఁగా మణితములనుట) అశ్మనితంబంబుఁ = పాషాణములనుకటిపశ్చాద్భాగమును, 'పశ్చాన్నితంబః స్త్రీకట్యా'మ్మని యమరము. హంసహారమును=మరాళములనుముత్యాలసరమును, ప...ను-పరాగరేఖా=పద్మరేణువులబంతియే, స్వర్ణరశనముగను=బంగారు మొలనూలుగాను, జలశాటి-జల = ఉదకములనియెడు, శాటి=వస్త్రము, పులినంపు = ఇసుకదిన్నెయని

యెడు, జఘనంబుపైన్=కటిపూర్వభాగముమీఁదనుండి, జాఱన్=గళితముకాఁగా, 'క్లీబేతుజఘనంపుర' యని యమరము. వ్య...ముఇడి-వ్యస్త=వేఱైనట్టి, వేతస=ప్రబ్బలి చెట్లనియెడు, భుజ=బాహువులయొక్క, స్వస్తికమిడి=స్వస్తికబంధమునుంచి, (భుజస్వస్తికమనఁగా భర్తనాలింగన మొనర్చుటకై చేయునట్టి భుజబంధవిశేషము.) తనిమతోన్=సూక్ష్మరూపముతోడ, వెచ్చనై=వేఁడియై, త...లు-తట=తీరమందున్న, శర=రెల్లుపువ్వులయొక్క, ప్రతిబింబ=ప్రతిఫలనములనియెడు, హాస=నవ్వుచు, అళి=తుమ్మెదల నియెడు, బాష్పలు=సకజ్జలానందబాష్పములుగలవియై, కువలమధులహరిన్ - కువల=కలువలయొక్క, 'కువాలంకువలంకువ' మ్మనినానార్థరూపకోశము మధు=మకరందముయొక్క, లహరిన్=ప్రవాహముచేతను, అబ్ధిపైన్=సంద్రముమీఁద, చెంది=పొంది, (మకరందముదకములపైఁ దేలునుగనుకఁ బైఁజెందియనుటయుక్తము.) మగతనములన్=పురుషాయితరతులచేత, ఒక్కెడలన్=ఒక్కొకప్పుడు, కూడుచున్ = కలయుచును, ఉబ్బుపెనఁచెన్=సముద్రుని నుప్పొంగించెను.

తా. (సముద్రముయొక్క సమీపమునకుఁ గలుగమకరందప్రవాహముతోవచ్చి శరత్కాలమందుఁ బ్రవాహములులేమిఁజేసి కూటమిలేకుండుటవలనఁ బ్రణయకోపప్రయుక్తంబైన నేత్రరక్తిమలు గల్గిన బ్లిక్కలువలచే నొప్పుచు నుప్పకొలువల పోటనియెడు హస్తములతో నొత్తుటచేత నమ్రత్వమునకు సంతసించి యొకానొకప్పుడు గూడుచుఁ బురుషాయితరతులచేత నదులు సముద్రునిసంతోషమును బొందించెననుట.) ఈ పద్యమునకుఁ బెక్కండ్రు పెక్కువిధములుగ నర్థవర్ణనంబులు చేయుచురు. అవి యన్నియు మిగులరసయుక్తంబులుగా నుండనందున గ్రంథవిస్తరభీతిచేత నిందుపేక్షింపంబడియె. పురుషాయితలక్షణము. 'నటదుత్తుంగపయోధరలబు గతమందాక్షక్రియోదారమ, స్ఫుటవాగంకురమత్రిశోణనివసత్సుష్వేషుదర్పంబునం, ఘటితాలింగనవామనీకృతకుచాగ్రప్రౌఢ రోమాంచమై, విటుఁజొక్కించెఁ బ్రఫుల్లపద్మనయనా వీరాయితంబెంతయున్.' అని నరసభూపాలీయమున నున్నది. రూపకాలంకారము.

వ. ఇట్లు శరత్సమయం బెసంగిన నంగీకృతక్షత్త్రియధర్ముండు గావున దిగ్విజయయాత్ర ధర్మం బని యానీతబలషట్కంబు నాకృష్టసామంతరాట్కంబుగా వెడలి. 184

టీ. ఇట్లు=ఈ యుక్తక్రమంబున, శరత్సమయంబు=శరదృతువు, ఎసఁగినన్=ఒప్పఁగా, (యామునాచార్యుండు), అంగీకృత=అంగీకరింపఁబడిన, క్షత్త్రియధర్ముండు గావునన్=క్షాత్త్రియములుగలవాఁడౌటచేత, దిగ్విజయయాత్ర - దిక్=తూర్పు మొదలగు దిశలయొక్క, విజయ=గెలుపునిమిత్తమై, యాత్ర=తర్లిపోవుట, ధర్మంబని=న్యాయముని, ఆనీత=పిలువఁబడిన, బలషట్కంబు = షడ్విధములైన సైన్యము గలుగునట్లును

(మౌల్యభృత్యాదిరూపముగ బలము షడ్విధము.) శ్లో. 'షడ్విధంబలమాదాయప్రతస్థే దిగ్జిగీషయా' యని కాళిదాసుని ప్రయోగము. ఆకృష్ట=ఆకర్షింపఁబడిన, సమస్త=ఎల్లవారైన, సామంతరాట్కుంబుగాన్=తనదేశమునకుఁ జుట్టుప్రక్కల నుండురాజులుగల్గునట్లును, వెడలి=యుద్ధయాత్రకు బయలువెడలి.

మహాస్రగ్ధర. గజఘోటస్యందనాళీ • కబళితధరణిం • గాద్రవేయాధిరాణ్మూ
ర్ధజరత్నశ్రేణు లంత • ర్మణులసవతులై • మ్రగ్గఁ బాదాతకుంత
ధ్వజవాతాఘాతఘూర్ణ • ద్వనధులరవళు • ల్వాద్యము ల్మీఱఁగాఁ ద
ద్ద్విజరాజన్యుండువిద్వి • డ్విదళన మనిఁ గా • వించె దిగ్జైత్రయాత్రన్.

టీ. గ...ణిన్-గజ=ఏనుంగులయొక్కయు, ఘోట=గుఱ్ఱములయొక్కయు, స్యందన=అరదములయొక్కయు, ఆళీ=సమూహముచేత, కబళిత=మ్రింగఁబడిన, ధరణిన్=భూమియందు, కా...ల్-కాద్రవేయ=పాములకు, అధిరాట్=దొరయయిన శేషునియొక్క, మూర్ధజ=తలయందుఁబుట్టిన, రత్నశ్రేణులు=రత్నాలపఙ్క్తులు, అంతర్మణులసవతులై=భూమి రత్నగర్భగనుకఁ దామాభూమిలో నున్నరత్నములలో సమానములైయనుట.) మ్రగ్గన్=అవిసిపోఁగా, పా...ల్ - పాదాత=పదాతిసేనాసంబంధియైన, కుంత=ఈటెలయందున్నటువంటి, ధ్వజ=టెక్కెపుబట్టలయొక్క, వాత=గాలియొక్క, అఘాత=తాఁకుడుచేతను, ఘూర్ణత్=పొంగుచున్నటువంటి, వనధుల=సముద్రములయొక్క, రవళుల్=ధ్వనులు, వాద్యముల్=మద్దెల, డోలు, వీణె, సన్నాయి మొదలగువానిని, మీఱఁగాన్=అతిశయింపఁగా, తద్ద్విజరాజన్యుండు=విప్రుఁడైన యారాజు, (యామునాచార్యుఁడనుట.), దిగ్జైత్రయాత్రన్=దిగ్విజయయాత్రయందును, అనిన్=యుద్ధమందు, విద్విడ్విదళనమున్=పగతురయొక్క సంహారమును, కావించెన్=ఒనర్చెను.

క. జన్నములు చేసి దానము
లన్నానాదేశవిప్రు • లం దనిపి సుసం
పన్నత ననిశము బహుభో
గోన్నతుఁడై యాదమఱచి • యుండె నశంకన్. 186

టీ. జన్నములు=యజ్ఞములు, చేసి=కావించి, దానములన్=ఉదకధారాపూర్వకంబుగ నిచ్చినయీవులచేతను, నానాదేశవిప్రులన్ = బహుదేశములనుండివచ్చిన బ్రాహ్మణులను, తనిపి=తృప్తినొందించి, సుసంపన్నతన్=సకలసమృద్ధిగలవాఁడౌటచేత, అనిశమున్=ఎల్లప్పుడును, బహుభోగోన్నతుఁడై=ఎక్కుడైనసుఖములచే నతిశయించినవాఁడై, అశంకన్=వెఱపులేనట్లు, ఆదమఱచి = పరాకునొంది, ఉండెన్=వసించెను. రాజ్యమోహముచేత జ్ఞానభక్తివైరాగ్యములు మఱచి యుండెననుట.

వ. మఱియు నతనిరాజ్యంబునఁ గసవుఁ గఱచి చేయెత్తి మొఱఁబెట్టుట కరులయంద, యట్లునట్లువడ మెడఁ బట్టి త్రోయుట వెడవెడం బోవుపల్లవులం బండువతలంటులకు నింటికిం దెచ్చుపణ్యాంగనాభ్రాతల పరిహాసచేష్టలయంద, సున్నమెత్తుటయుం బట్టుకారులం బట్టుటయు సౌధసౌవర్ణభూషాదినిర్మాణంబులయంద, కాసెచుట్టుటయుఁ గత్తిగట్టుటయుఁ గృకవాకులకలహంబులయంద, యతుల్యాతులనాదిఘర్షణాదిదోషంబులు జాంబూనదపరీక్షాదులయంద, యేదేనియుం గన్నువేయుటమృదంగాదివాదిత్రంబులయంద, ధాతువాదంబులు తెఱచగుట శాబ్దికులయందకాక, యితరస్థలంబుల లేకుండ రాజ్యపరిపాలనంబు సేయుచుండె. 187

టీ. మఱియున్=వెండియు, అతనిరాజ్యంబునన్ = అయ్యామునాచార్యునిదేశమందు, కసవుఁగఱచి=తృణముగఱచి, చేయెత్తిమొఱబెట్టుట=హస్తమును పైకెత్తియెలుఁగిడుట, కరులయంద=ఏనుంగులయందె, (చెయ్యనఁగాఁగరము, అది గలది కరియని వ్యవహారము.), అట్లునట్లువడన్=అయాలాగునఁ బతనమగునట్లు, మెడఁబట్టిత్రోయుట=గళముఁబట్టి యావలికిం ద్రొబ్బుట, వెడవెడంబోవు=మెల్లమెల్ల నెనడచుచున్నట్టి, పల్లవులన్=విటులను, 'షిద్గఃపల్లవికోవిటః' యని యమరము. పండువతలంటులకున్=సంవత్సరాదిపండువ మొదలగు సంతోష దినములయం దభ్యంగనము సేయుటకొఱకు, ఇంటికిందెచ్చు=గృహమునకు రావించుచున్న, పణ్యాంగనాభ్రాతల = వేశ్యాసహోదరులయొక్క, పరిహాసచేష్టలయంద=ఎగతాళివ్యాపారములయందె, సున్నమెత్తుటయున్=సుధాలేపమును, పట్టుకారులంబట్టుటయు = కంసాలవానికొఱముట్లలో నొకవిధమైనవాని చేతఁబట్టుటయు, సౌధసౌవర్ణభూషాదినిర్మాణంబులయంద - సౌధ=మేడలయొక్కయు, సౌవర్ణ=సువర్ణమయములైన, భూషాది = ఆభరణాదులయొక్కయు, నిర్మాణంబులయంద=చేయుటయందె, (సున్నముఁబూయుట మేడలకును, బట్టుకారులంబట్టుట స్వర్ణభూషాదులకు ననుట.) కాసెచుట్టుటయున్=లాఁగుమీఁద గోకకట్టుటయు, కత్తిగట్టుటయున్=ఖడ్గబంధనమును, కృకవాకులకలహంబులయంద=కుక్కుటయుద్ధంబులయందె, అ...లు-అతుల్య=సరిగానివస్తువుతో, తులనా = తూఁచుట, (పోల్చుటయని యొకయర్థము.) ఆది=లోనగు, ఘర్షణాదిదోషంబులు=ఒరయుటమొదలైనవి, జాంబూనదపరీక్షాదులంద=స్వర్ణశోధనాదులయందె, 'రుక్మంకార్తస్వరంజాంబూనదమష్టాపదోస్త్రియా' మ్మనియమరము ఏదేనియున్=ఏవస్తువునైనను, కన్నువేయుట=అభిలాషపడుట, మృదంగాది వాదిత్రంబులయంద=మద్దెలమొదలగు వాద్యములయందె, (మద్దెలకు వేయునట్టికన్ను కరణియని చెప్పఁబడును.) 'చతుర్విధ

మిదంవాద్యం వాదిత్రాతోద్యనామక'మ్మని యమరము. ధాతువాదంబులు దఱచగుట =మోసములు మెండగుటయు, భూవాదధాతువులవిషయమైనవాదములు విస్తరిల్లుటయును, శాబ్దికులయందకాక=వైయాకరణుల యందె కాని,(ఈ కాక యను పదమన్ని సావధారణసప్తమ్యంతములతో నన్వయింపవలసినది.) ఇతరస్థలంబులన్=వేఱుచోట్లను, లేకుండన్ =లేక యుండునట్లు, రాజ్యపరిపాలనంబు=ప్రజాపాలనము, చేయుచుండెన్=ఒనరించుచుండెను.

తే. తత్పితామహుఁ డైననాథముని శిష్యుఁ
డైన శ్రీపుండరీకాక్షు ననుఁగుశిష్యుఁ
డైన శ్రీరామమిశ్రాఖ్యుఁ డార్తిఁ దనదు
పరమగురుపౌత్త్రునకు నిట్టి బంధ మెట్లు. 188

టీ. తత్పితామహుఁడు=అయ్యామునాచార్యునికిఁదండ్రితండ్రి, అయిన=అయినటువంటి, నా...డు–నాథముని=శ్రీమన్నాథమునికి. శిష్యుఁడు=అంతేవాసి, అయిన=అయినట్టి, శ్రీ...డు –శ్రీపుండరీకాక్షు=యోగియగునప్పుండరీకాక్షునకు,(ఈయనపేరు ద్రవిడభాషయందు ఉయ్యక్కొండారని యందురు.)అనుఁగుశిష్యుఁడు=ప్రియచ్ఛాత్రుఁడు, 'ఛాత్రాంతేవాసినౌశిష్యాః' యనియమరము. అయిన = అయినటువంటి, శ్రీరామమిశ్రాఖ్యుఁడు = శ్రీరామమిశ్రుండను నామముగలయోగి, (ద్రవిడభాషచేతనీయనపేరు మణక్కాల్ నంబియందురు.) ఆర్తిన్ = బాధచేత, తనదు = తనకు, పరమగురు = పరమాచార్యుఁడైన నాథమునికి, పౌత్త్రునకు = మనుమఁడైన యామునాచార్యునకు, (ఇందున కుదాహరణము. శ్లో. 'పితామహంనాథమునిం విలోక్య ప్రసీద మద్వృత్త మచింతయిత్వా' యని యామునాచార్యుని ప్రయోగము. అనుంగుశిష్యుఁడైన శ్రీరామమిశ్రాఖ్యుఁడన్నచో శ్రీరామమిశ్రునికి నాచార్యుఁడు శ్రీపుండరీకాక్షుండు ఆయనకు నాచార్యుఁడు శ్రీమన్నాథముని గనుక నాయనయాచార్యునకు నాచార్యుండు పరమాచార్యుండు గానఁ బరమగురు పౌత్త్రుఁడని ప్రయోగింపఁబడెను.) ఇట్టి బంధమెట్లు = ఇటువంటి రాజ్యప్రాప్తిరూపమైన ప్రతిబంధక మేలాగు సంభవించెను.

వ. యోగసామ్రాజ్యంబు మఱచి సామ్రాజ్యంబునం దాసక్తుఁ డయ్యె నట్టిమహాత్మువంశంబునం బుట్టినట్టి యితం డిట్లగుట యతివ్యతిక్రమంబు. 189

టీ. యోగసామ్రాజ్యంబుమఱచి= ఐశ్వర్యరూపమైనశక్తియోగ ప్రపత్తియోగములను విడిచి, సామ్రాజ్యంబునం దాసక్తుండయ్యెన్=సమ్రాట్టుయొక్క భావము సామ్రాజ్యము, 'శాస్తియశ్చాజ్ఞయారాజ్ఞ స్ససమ్రా' ట్టని యమరము. అట్టిమహాత్మ

వంశంబునంబుట్టినట్టి = అటువంటి మహాపురుషుని కులమునందు జన్మించిన, ఇతండు= ఈ యామునాచార్యుండు, ఇట్లగుట=రాజ్యాసక్తుండౌట, అతివ్యతిక్రమంబు=మిగుల నక్రమము.

సీ. వృషశైలఝురవారిఁ •ద్రిషవణస్నానంబు,
నిష్ఠఁ గావించి యా•హ్నికముఁ దీర్చి
యేకాంతగుహ తత్త•టీకుశాసనమున,
నుండి లక్ష్మీశాంఘ్రి•పుండరీక
మంకురత్పులక హా•ర్దాశ్రునై దహరపు,
ష్కరమున భావించి • సవిత దిరుగ
యజ్ఞోపవీత ప•ద్మాక్షమాలికతోడి,
యోగపట్టికఁ గూడి • యురము మెఱయ

తే. శౌరిఁ దద్ధరణీధ్రవా•స్తవ్యుఁ గొలిచి
సతియు నాలర్క శౌకమం•చితము వండ
నిల్లుకుందున కర్పించి •వేల్మిఁ దీర్చి
యిట్లుతనుయాత్ర • నడపు మున్నితనితాత. 190

టీ. వృషశైలఝురవారిన్ - వృషశైల=ఘటికాచలముయొక్క, (దీనికి ద్రవిడ భాషయందు అళగర్ తిరుమల యని నామము. నారాయణాద్రి వృషభాద్రి వృషాద్రి యనిపర్యాయములు గాను వ్యవహారము గలదు.) ఝురవారిన్=సెలయేటియుదకమందు, త్రిషవణస్నానంబు=మూఁడువేళలయందును జలకములాడుటను, నిష్ఠన్ = నియమము చేత, కావించి=చేసి, ఆహ్నికమున్=సంధ్యావందనాది కృత్యమును, తీర్చి=ఒనర్చి, ఏ...హన్ - ఏకాంత=రహస్యమైన, గుహ=గుహలుగల, తత్ = ఆ వృషశైలము యొక్క, తటీ=చఱియందు, కుశాసనమునన్=దర్భాసనమునందు, ఉండి=కూర్చుండి, లక్ష్మీశ=శ్రీపతియొక్క, అంఘ్రిపుండరీకము=పాదపద్మమును, అంకురత్=మొలచు చున్న, పులక=రోమాంచమును, హార్దాశ్రువై=ఆనందబాష్పములు గలవాఁడై, దహర పుష్కరమునన్ = హృత్పుండరీకమందు, 'పుష్కరంకరిహస్తాగ్రేవాద్యభాండముఖే జలే, వ్యోమ్నిఖడ్గఫలేపద్మేతీర్థౌషధి విశేషయోః' అని యమరము. భావించి=ధ్యా నించి, సవితదిరుగన్ = ప్రొద్దుపడమటికిమళ్లఁగా, యజ్ఞోపవీత = జందెముతోడను, పద్మాక్షమాలికతోడి = తామరపూసలతోడను గూడిన, (ఇది తులసిపూలదండల కుపలక్షణము. శ్లో. 'యేకంఠలగ్నతులసీ నళినాక్షమాలా యేబాహుమూలపరిచిహ్నిత శంఖచక్రాః, యేవాలలాటఫలకే లసదూర్ధ్వపుండ్రా స్తేవైష్ణవాభువనమాశు పవిత్రయంతి'యని యున్నది. యోగపట్టికన్=యోగులుజందెముగా వేసికొనునట్టి యల్లిక

పట్టుపట్టెడను, కూడి=కలిసి, ఊరము=ఱొమ్ము, మెఱయన్=వెలుఁగఁగా, తద్ధరణీధ్ర=ఆ వృషశైలమందు, వాస్తవ్యున్=ఉన్నటువంటి, శౌరిన్=సుందరబాహువును, కొలిచి=సేవించి, సతియున్=నాథమునిభార్యయును, అంచితము=ఒప్పైన, అలర్కశాకము=ముండ్లముస్తెకూరను, వండన్=పచనముఁ జేయఁగా, ఇల్మకుంనునకున్=తన యింట నారాధింపఁబడు కమలనాభునకు, అర్పించి= సమర్పణముచేసి, వేల్మిన్ = ఔపాసనాదిహోమములను, తీర్చి=ఒనర్చి, మున్ను = పూర్వమందు, ఇతనితాత = ఈ యామునాచార్యునికిఁ బితామహుండైన శ్రీమన్నాథముని, ఇట్లు = ఉక్తక్రమంబుగా, తనుయాత్రన్=శరీరయాత్రను, నడపున్=కడపును.

క. తొడిఁబడ విషయాతురు నవి
విడువు మనుటకంటెఁ గలదె • వేఱే పగ నే
ర్పడరఁ గథాదుల నొకటం
బడి దోఁపం బలికి మైత్రి • వాపుట యొప్పున్. 191

టీ. తొడిఁబడన్=త్వరపడి, విషయాతురున్=స్రక్చందనాదివిషయములయం దాసక్తుఁడైన వానిని, అవి=ఆ విషయములను, విడువుమనుటకంటెన్ = విడిచిపెట్టుమనుటకంటె, వేఱేపగ=అన్యమైనవిరోధము, కలదె=ఉన్నదా,(లేదనుట.) నేర్పు=చతురత్వము, అడరన్=ఒప్పఁగా, కథాదులన్=భారతాదికథలయందు, ఒకటన్=దేనిచేతనైన నొకదానిచేత, బడిదోఁపన్ = పూర్వ్యాలక్రమముదోఁచునట్లు, పలికి = తెలిపి, మైత్రి=విషయములయందున్న స్నేహము, పాపుట= వదల్చుట, ఒప్పున్ = తగును.

క. వసుధం బుత్త్రాదికదు
ర్వ్యసనము సైతమును దండ్రి • వారించుటకున్
వసపడ దఁట మఱి రాజ్య
వ్యసనము వారింప నెంత•వాఁ డెవ్వాఁడున్. 192

టీ. వసుధన్=భూమియందు, పుత్త్రాదిక=సుతులు మొదలగువారియొక్క, దుర్వ్యసనము సైతమును=స్త్రీద్యూతాదిచింతయైనను, తండ్రి=జనకుఁడు, వారించుటకున్=నివర్తింపఁజేయుటకు, వసపడదఁట=శక్యముగాదఁట, మఱి=ఇఁకను, రాజ్యవ్యసనమున్=దొరతనపుచింతను, వారింపన్=నివర్తింపఁజేయుటకు, ఎవ్వాఁడున్ = ఎవ్వఁడును, ఎంతవాఁడు=ఎంతటివాఁడు, (ఎట్టివాఁడైనను మాన్పలేఁడనుట.)

ఆ. నల్ల గ్రోల నిచ్చి • మెల్లనె చివ్వంగి
నోరి జింకఁ దివియు • నేరు పొదవు

వేఁటకాఁడుపోలె • విషయాళివలనఁ ద
త్తృష్ణఁ దీర నిచ్చి • త్రిప్పు టురువు. 193

టీ. నల్లన్=రక్తమును, గ్రోలనిచ్చి=త్రావనిచ్చి, పెల్లనె=తడవుగానె, చి...కన్ - చివ్వంగి=తరక్షువుయొక్క, నోరి=నోటియందున్న, జింకన్=లేడిని, తి...లెన్ - తివియు=తీయునట్టి, నేరుపావు=నైపుణ్యముగల్గినట్టి, వేఁటకాఁడువోలెన్=మృగయువువలె, విషయాళివలనన్=శబ్దాదివిషయసమూహమునందు, తత్తృష్ణన్=ఆయామునాచార్యునియొక్క యాశను, తీరనిచ్చి=ముగియనిచ్చి, త్రిప్పుట = మళ్లించుట, ఉరువు=మంచిది.

వ. కావున నట్లయిన నితని నింక నుపేక్షింప రా దుపాయంబునఁ జొచ్చి యొక్కరీతిం ద్రిప్ప వలయు నుర్వి నాహారదోషంబు విజ్ఞాననాశంబునకు మూలం బని వితర్కించి. 194

టీ. కావునన్, అట్లయినన్=అలాగైనచో, ఇతనిన్=ఈయామునాచార్యుని, ఇంకన్=ఇఁకమీఁదను, ఉపేక్షింపరాదు. (అలక్ష్యముసేయరాదు.) ఉపాయంబునఁ జొచ్చి=నేర్పుతోఁబ్రవేశించి, ఒక్కరీతింద్రిప్పవలయున్=ఒకానొకప్రకారముచేత మళ్లింపవలయును, ఉర్విన్=భూమియందు, ఆహారదోషంబు=భోజనమువలనిదోషంబు (అనఁగాఁ బాపమనుట. ఆశ్రయనిమిత్తజాతస్వరూప దుష్టాహారవర్జనంబువలనఁ గాయశుద్ధియనియున్నదిగావున), విజ్ఞాననాశంబునకున్=మతిచెడుటకు, మూలంబని=కారణంబని, వితర్కించి=ఊహించి.

క. ముల్లుదలకొననినవకపు, పల్లవములతోడ ముక్తి• భామచెవులకుం
బల్లేరుపువ్వులగుపువు, లుల్లసిలునలర్కశాక • మొదుగుగఁగొనుచున్.

టీ. ముల్లుదలకొనని=కంటకముపుట్టని, నవకపు = లేఁతలైన, పల్లవములతోడన్=చిగుళ్లతో, ము...కున్ - ముక్తిభామ=మోక్షాంగనయొక్క, చెవులకున్=కర్ణములకు, పల్లేరుపువ్వులగు, (అనఁగాఁ బల్లేరుపువ్వులనెడు భూషణములవలెనున్నవియనుట.) పువులు=పుష్పములు, ఉ...ను-ఉల్లసిలు=ఒప్పుచున్న, అలర్కశాకము=ముండ్లముస్తెకూర, ఒదుగుగన్=విస్తారముగా, కొనుచున్ = సంగ్రహించికొనుచు, శ్లో. 'అయత్నతో యామున మాత్మదాస మలర్క పత్రార్పణ నిష్క్రియేణ, యః క్రీతవా నాస్థితయౌవరాజ్యం నమామి తం రామ మమేయసత్త్వమ్' అని ప్రసిద్ధము.

తే. తెచ్చి యొకవైష్ణవుఁడు గాను•కిచ్చె ననుచు
బానసపుబాడబులచేతఁ • బంపుటయును

నతఁడు ప్రియపడి వండించి • యారగింపఁ
దెచ్చు నిచ్చుఁ గొన్నాళ్లిట్లు • లెచ్చుచుండ. 196

టీ. ఒకవైష్ణవుఁడు=ఒకవిష్ణుభక్తుఁడు, తెచ్చి=తీసికొనివచ్చి, కానుకిచ్చెనను చుక్=ఉపహారమొసంగెనని, బానసపుబాడబులచేతక్=వంటబ్రాహ్మణులచేతను, పంపుటయును=అంపఁగా, 'అథద్విజాత్యగ్రజన్మభూదేవ బాడబాః' అని యమరము. అతఁడు=అ య్యాముసనాచార్యుండు, ప్రియపడి=ఇష్టపడి,వండించి=పచనము చేయించి,ఆరగింపక్=భోజనము చేయఁగా, ఇచ్చుక్=ప్రియముతో, తెచ్చుక్=మరలఁదెచ్చి యిచ్చును. కొన్నాళ్లు=కొన్ని దినములు, ఇట్లు=ఈప్రకారముగా, తెచ్చుచుండక్=తెచ్చియిచ్చుచుండఁగా.

వ. ఒక్కనాఁ డతండు భోజనసమయంబున సకలశాకాస్వాదనంబు సేయుచు వచ్చి తచ్ఛాకంబు నంజుచుం దలంచుకొని యేతదానీత యగుభాగవతు భోజనానంతరంబ మమ్ముం గాన్పింపుం డనిపలికి పాణిప్రక్షాళనాచమనానంతరంబ యతనిం గాన్పించుకొని నమస్కరించి వచ్చిన ప్రయోజనం బడుగుటయు నతం డిట్లనియె. 197

టీ. ఒక్కనాఁడు=ఒక్కదినమునందు,భోజనసమయంబునక్=అరగింపుతఱి, స...బు - సకల=సమస్తమైన, శాక=వ్యంజనములయొక్క, ఆస్వాదనంబు=రుచిచూచుటను చేయుచు,వచ్చి=క్రమముగావచ్చి, తచ్ఛాకంబుక్=ఆముండ్లముస్తెకూరను,నంజుచుక్=ఆస్వాదించుచును, తలంచుకొని=జ్ఞప్తి తెచ్చుకొని, ఏతదానీతయగు=ఈకూర దెచ్చినట్టి, భాగవతుక్=భగవద్భక్తుని, భోజనానంతరంబ=ఆరగించినవెనుకనే, మమ్ముంగాన్పింపుండని=మమ్ముఁ గనుఁగొనఁజేయుండని, పలికి=నుడివి, పాణిప్రక్షాళనాచమనానంతరంబ=చెయిగడిగి యుపస్పర్శము చేసినపిమ్మటను, అతనింగాన్పించుకొని=ఆమహాభాగవతునిం గానిపింపఁజేసికొని, నమస్కరించి=సేవించి, వచ్చినప్రయోజనంబడుగుటయు=ఆగమనకార్యమును బృచ్ఛసేయుఁగా, అతండు=ఆ శ్రీరామమిశ్రుఁడు, ఇట్లనియెక్=వక్ష్యమాణక్రమంబునం బలికెను.

క. మీపెద్దలు గూర్చిననిక్షేప మొకటి సహ్యజనిత•సింధుజలాంత
ర్ద్వీపమున నుండ నీకుం, జూపంగా వచ్చితిని వ•సుమతీనాథా. 198

టీ. వసుమతీనాథా=ఓయిరాజా! మీపెద్దలు=వృద్ధులయిన మీపితృపితామహాదులు, కూర్చిన=కూడఁబెట్టినట్టి, భక్తిచేత సేవించినట్టియు, నిక్షేప మొకటి=పాఁతిపెట్టినయొకనిధి, స...నక్ - సహ్య=సహ్యాపర్వతమునందు, జనిత=పుట్టినటువంటి, సింధు=కావేరియొక్క, జలాంతః=ప్రవాహద్వయమధ్యముననున్న, ద్వీపమునక్=

దీవిగడ్డయందు, ఉండన్ = ఉండఁగా, నీకున్ = నీకు, చూపంగాన్ = కనుపఱచుట కొఱకు, వచ్చితిని = ఏతెంచితిని.

క. నా కేటికి నిక్షేప మ,నాకు నిధియు నాకరంబు • నరనాథులసా
మ్మేకాన విన్నవించెద, నాకర్ణింపుము తదీయ•మగువిధ మెల్లన్. 199

టీ. నిక్షేపము = ధననిధి, నాకేటికి = నాకెందులకు, అనాకు = అనిపలుకకుము, నిధియున్ = నిక్షేపమును, ఆకరంబున్ = గనియును, నరనాథులసామ్మేకానన్ = రాజుల ద్రవ్యమేగనుక, విన్నవించెదన్ = తెలిపెదను, దదీయమగు = ఆనిక్షేపసంబంధియైన, విధమెల్లన్ = స్వరూపమంతయును, ఆకర్ణింపుము = వినుము.

సీ. స్ఫటల మణు లీ్మఱ • శాంతమై శ్వేతమై,
నట్టిత్రాఁ చొక్కటి • చుట్టియుండు
రక్షోగృహీత మ•న్ప్రథ తొల్లి గల దది,
పొలయ దం దేఁడాఱు•నెలలు గాని
యేపాటిబలి యైనఁ • జేపడుఁ బ్రాణిహిం,
సాదిపూజనముల • కాసపడదు
తనవెలుం గొగి నిరం•జనదృష్టికినె లక్ష్య,
మై యుండు నయ్యు నిం•తంత గాదు
తే. రత్న మొక్కటి పై నపూ•ర్వంబు మెఱయుఁ
గలదు పద్మంబు శంఖంబు • పలుకు లేటి
కక్షయ మనంత మాద్య మే•కాంతమందు
భూప నీ కొక్కనికె కాక • చూపరాదు. 200

టీ. స్ఫటలన్ = పడగలయందు, మణులు = రత్నములు, మీఱన్ = అతిశయింపఁగా, 'స్ఫటాయాంతు ఫణాద్వయోః' అని యమరము. శాంతమై = ఓర్పుగల్గినదై, శ్వేతమైనట్టి = తెల్లనైనటువంటి, త్రాఁచొక్కటి = ఒకకృష్ణసర్పము, చుట్టియుండున్ = పరివేష్టించియుండును (ధననిక్షేపమును సర్పము చుట్టికొనియుంటఁ బ్రసిద్ధముగానఁ బ్రకృతమందు రంగనాయకుని యామునాచార్యునియొక్క పూర్వులుంచిన నిక్షేపముగా రూపించిచెప్పినందున ద్వ్యర్థిగా శ్రీరంగేశ్వరునియందలి ధర్మములను నిధిధర్మములుగాను, నాయన శేషశాయియగుటవల్ల సర్పావతారములకు నిధులని వ్యవహారము గలదు గనుక నట్టినిక్షేపమునకు సర్పము చుట్టికొనియున్నట్లును జెప్పుట యుక్తము). ర...ము – రక్షః = రక్కసునిచేత, గృహీతము = స్వీకరింపఁబడ్డది, అన్ = ఆనెడు, ప్రథ = ప్రసిద్ధి, తొల్లి = పూర్వమునందు, కలదు = కద్దు, అది = ఆప్రసిద్ధి, అందున్ = ఆ

నిధియందు, ఏడు=సంవత్సరమునకైనను, ఆఱునెలలుగాని = షణ్మాసములకుంగాని, పొలయదు=పొందదు (నిక్షేపమునకు రాక్షసగృహీతత్వముండునుగనుక నట్లిక్కడ శ్రీరంగనాయకుఁడు పూర్వము విభీషణునిచేత స్వీకరింపఁబడినను విభీషణుఁడాఱు మాసములకు నొకపర్యాయముగాని సంవత్సరమునకు నొకపర్యాయముగాని పూజ యొనర్చుచుండుట ప్రసిద్ధముగాన నిప్పుడా నిక్షేపమునకు రాక్షసగృహీతత్వము నిరంతరములేదు సులభముగా గ్రహింపవచ్చుననుట). ఏపాటిబలియైనన్=నిశ్చలచిత్తుఁడై యెంతమాత్రముపూజచేసినను, చేపడున్=అనుగ్రహించును. 'బలిఃపూజోపహారయోః' అని యమరము. ప్రాణి=జంతువులయొక్క, హింసాది=కాయక్లేశాదులవలన, పూజనములకున్=అర్చనలను (ద్వితీయార్థమందుషష్ఠి), ఆసపడదు=అపేక్షింపదు (లోకమునందు నిక్షేపమును బొందువారలు ప్రాణిహింసాది బలులొసంగి దానింగొనుట ప్రసిద్ధముగాన నట్లుగాక సూక్ష్మబలిచేత నబ్బునని చెప్పుటవలన సులభోపాయముచేతనే శ్రీరంగేశుఁడు ప్రసన్నుఁడౌననుట),తన=ఆనిక్షేపముయొక్క, వెలుంగు=జ్వలించుట (అనఁగాఁగనుపించుటయనుట), ఒగిన్=ప్రయత్నముచేత, నిరంజనదృష్టికిన్=కాటుకఁబెట్టనికన్నులుగలవానికి, లక్ష్యమైయుండున్=చూడఁదగినదై యుండును (ధననిక్షేపాదులంజూచువారు గంటఁగాటుకఁబెట్టిచూచుట ప్రసిద్ధమైన నీ నిక్షేపమును జూచుటకు నది యక్కరలేదనుట), తనవెలుంగు=స్వప్రకాశము, ఒగిన్=యత్నముచేత,నిరంజన=బంధరహితమైన,దృష్టికిన్=జ్ఞానముగలవానికి, లక్ష్యమైయుండున్=చూడఁదగినదై యుండును(కేవలచర్మచక్షుస్సులకు గోచరము గాదనుట),అయ్యున్=కనుపించునదయ్యును, ఇంతంతగాదు=ఇంతమాత్రమని లెక్కింపరాదు, (ఆనిధి యింతయనియు శ్రీరంగనాయకులమహిమం బింతయనియుం జెప్ప శక్యంబుగాదనుట),పైన్=ఆ నిక్షేపముమీఁదను,రత్నమొకటి=ఒకమణి, మెఱయున్=వెలుఁగొందును,శంఖంబు పద్మంబు=శంఖపద్మాది సంఖ్యగలద్రవ్యము, కలదు=కద్దు (శ్రీరంగనాథునియందు శంఖము నాభియందు పద్మముండుట ప్రసిద్ధము). పలుకు లేటికి=మాటలెందులకు, అక్షయము=నాశరహితము,అనంతము=అంతములేనిదియు, దేశకృతకాలకృతపరిచ్ఛేదము లేనిదియు, ఆద్యము=బహుకాలముగనుండియున్నదియు, సర్వభూతాదియు, ఏకాంతము=రహస్యమైనదియును, అందున్=అనిచెప్పెదను. భూప=ఓయివిప్రప్రభుఁడా, నీకొక్కనికె కాక = నీకుమాత్రమే కాని, చూపరాదు = అన్యులకుఁ జూపఁగూడదు. అనఁగా నితరులుచూడఁగూడదనుట (అసాధారణభగవద్భక్తిఖని యైన నాథముని మనుమఁడవు గనుక నీ కాయోగ్యతగల దని భావము).

వ. అని విన్నవించిన సంతసించి సేనాసమేతుండై యతండు మున్నుగా శ్రీరంగంబున కరిగి కావేరీచంద్రపుష్కరిణులఁ దీర్థం బాడి రంగ

నాథు సేవించి సాభిప్రాయంబుగా నతనిం గటాక్షించిన నతం డిట్లనియె.　　201

టీ. అని=ఇట్లని, విన్నవించినన్=విజ్ఞాపనముచేయఁగా, సంతసించి=సంతోషించి, సేనాసమేతుండై = సేనతోఁగూడుకొనినవాఁడై, అతండు=ఆ శ్రీరామమిశ్రుఁడు, మున్నుగాన్=ముందుగాను, శ్రీరంగంబునకరిగి=శ్రీరంగ మను దివ్యక్షేత్రమునకు వెళ్లి, కావేరీ చంద్రపుష్కరిణులన్=కావేరీ చంద్రపుష్కరిణులయందు, తీర్థమాడి=స్నానముఁజేసి, రంగనాథున్=రంగనాయకుని, సేవించి=నమస్కరించి, సాభిప్రాయంబుగాన్=అకూతసహితమగునట్లు, అతనిన్=ఆశ్రీరామమిశ్రుని, కటాక్షించినన్=చూడఁగా, అతండు=ఆశ్రీరామమిశ్రుఁడు, ఇట్లనియె=వక్ష్యమాణక్రమంబుగఁబలికెను.

క. మీపెద్దలు కూర్చిననిక్షేప మ్మిది గొమ్మటంచు • శ్రీరంగపతి
శ్రీపదయుగ్మముఁ జూపిన
నాపృథివీపతిహఠాద• పాస్తభ్రముఁడై.　　202

టీ. మీపెద్దలు = మీపూర్వికులయిన నాథమునిప్రభృతులు, కూర్చిన=సంపాదించిన, నిక్షేపమ్ము=ధననిక్షేపము, కొమ్మటంచున్=దీనింబరిగ్రహింపు మని, శ్రీరంగపతి=శ్రీరంగనాయకునియొక్క, శ్రీపదయుగ్మమున్=శోభాయుక్తమగు పదద్వంద్వమును, చూపినన్=కనుపింపఁజేయఁగా, ఆపృథివీపతి=ఆయామునాచార్యుఁడు, హ...డు ఐ - హఠాత్=అదరుపాటున, 'ప్రసహ్యతుహఠార్థక' యని యమరము. అపాస్త=పోఁగొట్టఁబడిన, భ్రముఁడై=భ్రాంతిగలవాఁడై.

వ. గ్రక్కునఁ దనపూర్వదశఁ దలంచి యిన్నాళ్లు దనప్రమాదంబునకుం బరమ నిర్వేదననొంది నీ వెవ్వండ వనుటయు, నే మీపితామహుం డగునాథముని ప్రశిష్యుండ, నయ్యోగివరుండు భావిభవజ్జన్మం బెఱింగి భాగవతవతంసంబ వగునీచేత నివ్విశిష్టాద్వైతంబు సకలభూతహితంబుగా వెలయం గల యది యని నిశ్చయించి నీకు ద్వయం బుపదేశింపు మని తన శిష్యుఁ డగు పుండరీకాక్షున కుపదేశించిన నతండు భోగాసక్తుండ వైన నిన్నుపాయంబునఁ దెలిపి నీ కుపదేశింపు మనుటయుఁ బనివింటి ననిన సాష్టాంగంబుగాఁ బ్రణమిల్లి యతనిచేతం బంచసంస్కారసంస్కృతుండై యంతనిలువక తురీయాశ్రమంబునకు రాఁగలవాఁడై స్కంధావారంబునకు మగుడి వచ్చి కుమారునందు రాజ్యభారంబుఁ బెట్టి బంధుమిత్త్రామాత్య సమేతం

బగు బలచతుష్టయంబును బ్రకృతవర్గంబును నతని కొప్పగించి యిట్లనియె. 203

టీ. గ్రక్కునన్ = శీఘ్రముగా, తన...శన్ - తన=తనయొక్క, పూర్వదశన్=పూర్వమైనస్థితిని, తలంచి=స్మరించుకొని, ఇన్నాళ్లు=ఇన్నిదినములు, తన=తనయొక్క, ప్రమాదంబునకున్ = మఱపునకు, పరమనిర్వేదనన్ = అధికమైన విషాదమును, ఒంది=చెంది, నీవెవ్వండవనుటయున్ = నీవెవ్వండవనఁగా, నేన్=నేను, మీపితామహుండగు=మీతండ్రితండ్రియైన, నాథమునిప్రశిష్యుండన్=నాథమునియొక్క. యనుంగుశిష్యుఁడయిన పుండరీకాక్షునకంతేవాసిని, అయోగివరుండు=శ్రీమన్నాథముని, భా...బు - భావి=కాఁగల, భవత్ = మీయొక్క, జన్మంబు = అవతారమును, ఎఱింగి=తెలిసి, భాగవతవతంసంబవగు = భగవద్భక్తశిరోభూషణంబయిన, నీచేతన్ = ఇవ్విశిష్టాద్వైతంబు (స్థూలచిదచిద్విశిష్టపరమాత్మకు సూక్ష్మచిదచిద్విశిష్టపరమాత్మకు నభేద మనిచెప్పుటయేవిశిష్టాద్వైతశబ్దార్థము)సక...కాన్- సకలభూత = నిఖిలప్రాణులకును, హితంబుగాన్ = మేలగునట్లు, వెలయంగలయది=శోభింపఁగలది, అని నిశ్చయించి= అట్లనిరూఢిఁజేసి, నీకు ద్వయంబుపదేశింపుమని = నీకుమంత్రరత్నదానముఁజేయుమని, తనశిష్యుండగు పుండరీకాక్షున కుపదేశించినన్=తనయంతేవాసియైన పుండరీకాక్షునకు ద్వయమంత్రదానము చేయఁగా, అతండు=ఆపుండరీకాక్షుండు, భోగాసక్తుండవయిన=అర్థకామాదులయం దిచ్ఛగలవాఁడవయిన, నిన్నున్=నిను, ఉపాయంబునం దెలిపి = నేర్పుచేత నెఱింగించి, నీకుపదేశింపుమనుటయున్=నీకుద్వయమంత్రదానముఁజేయుమనఁగా, శ్లో. 'నేతృత్వం నిత్యయోగం సముచితగుణజాతం తనుఖ్యాపనం చోపాయం కర్తవ్యభాగం త్వథమిథునపరం ప్రాప్యమేవం ప్రసిద్ధం, స్వామిత్వం ప్రార్థనాంచ ప్రబలతరవిరోధిప్రహాణం దశైతాన్ మంతారం త్రాయతే చేత్యనిగతనియమం షట్పదోయం ద్విఖండ' మ్మనిద్వయమంత్రలక్షణము. పనివింటెననిన్=వచ్చితిననఁగా, సాష్టాంగంబుగాఁ బ్రణమిల్లి=అష్టాంగయుక్తమగునట్లు నతియొనర్చి, అతనిచేతన్=ఆశ్రీరామమిశ్రునిచేతను, పంచసంస్కారసంస్కృతుండై=అయిదు శోధనలచేత శోధింపఁబడినవాఁడై, పంచసంస్కారములనఁగా, శ్లో.'తాపః పుండ్ర స్తథా నామ మంత్రో యాగశ్చ పంచమః, అమీ పరమసంస్కారాః పరమైకాంతిహేతవః' యని దానిలక్షణము. అంతనిలుపక =అంతమాత్రముచేత విరమింపక, తురీయాశ్రమంబునకు రాగలవాఁడై = చతుర్థాశ్రమమునకువచ్చుటకుద్యుక్తుండై (అనఁగా యత్యాశ్రమమునకనుట), స్కంధావారంబునకున్=దండుదిగియున్న స్థలమునకు, మగుడివచ్చి=తిరిగివచ్చి, 'స్కంధావారో నివేశన' మ్మనినిఘంటువు. కుమారునందున్ రాజ్యభారంబుఁ బెట్టి= రాజ్యంబునఁ బుత్త్రునభిషిక్తుంజేసి, బంధుమి

త్రామాత్యసమేతంబగు=బాంధవమిత్రామాత్యులతోఁ గూడియున్న, బలచతుష్టయంబును=చతురంగసైన్యమును, ప్రకృతివర్గంబును=ప్రజాసమూహమును, అతనికిన్=ఆకుమారునికి, ఒప్పగించి=అధీనముఁజేసి, ఇట్లనియెన్=వక్ష్యమాణక్రమంబునఁ బల్కెను. 'రాజ్యాంగాని ప్రకృతయః పౌరాణాం శ్రేణయోఽపిచ' యని యమరము.

క. ఏపట్టున విసువక ర
క్షాపరుఁడవు గమ్ము ప్రజల•చక్కి విపన్నుల్
గూపెట్టిన విని తీర్పుము
కాపురుషులమీఁద నిడకు • కార్యభరంబుల్. 204

టీ. ఏపట్టునన్=ఏసమయమునందును, విసువక=వేసరక, ప్రజలచక్కిన్=జనులపట్లను, రక్షాపరుఁడవుగమ్ము=రక్షణపరతంత్రుఁడ వగుము, విపన్నుల్ = ఆపదనొందినవారలు, కూపెట్టినన్=మొఱపెట్టఁగా, విని=ఆలకించి, తీర్పుము = వారియాపదలఁదొలంగఁజేయుము, కార్యభరంబుల్=గొప్పపనులను, కాపురుషులమీఁదన్ = కుత్సితజనులయందు, ఇడకుము=ఉంచకుము.

తే. రాష్ట్రవర్ధన మెదఁ గోరు • రాజు మేలు
రాష్ట్రమును గోరుదానఁ గా•ర్యమె యనంగ
రాదు బ్రహ్మోత్తరము లైన • ప్రజలయేక
ముఖపుఁగోర్కిఁ దదంతరా•త్ముం డొసఁగఁడె. 205

టీ, రాష్ట్రవర్ధనము=ప్రజాభివృద్ధిని, (రాష్ట్ర మనఁగా దేశ మనియుం జెప్పవచ్చును.) ఎదన్=హృదయమందు, కో...లు-కోరు=అపేక్షించుచున్నటువంటి, రాజు=ఏలికయొక్క, మేలు=వృద్ధిని, రాష్ట్రమును=ప్రజయును, కోరుట=అపేక్షించును. దానన్=అట్లుకోరుటవలను, కార్యమె=ప్రయోజనమేమి,అనంగ రాదు=అనఁగూడదు, బ్రహ్మోత్తరములైన=బ్రాహ్మణులులోనగు, ప్రజల=జనములయొక్క, ఏకముఖపుఁగోర్కిన్= ఒకరూపమయినకోరికను, తదంతరాత్ముండు=వారి యంతర్యామియయిన శ్రీమన్నారాయణుఁడు, ఒసఁగఁడె=ఇయ్యఁడా (ఇచ్చుననుట).

ఆ. ఆజ్ఞవలయు నృపతి • కాభీరభిల్లాది
కంపకోల నూల • నాజ్ఞచెల్లు
నంట సార్వభౌముఁ•డైన భూపతియాజ్ఞ
కెల్లవారుఁ దల్ల•డిల్లవలదె. 206

టీ. నృపతికిన్=రాజునకు, ఆజ్ఞ=సెలవు, వలయున్ = వాలాయముకావలయును, ఆ...కిన్ - ఆభీర=గొల్లలకును, భిల్లాదికిన్=చెంచువాండ్రుబోయవాండ్రు మొదలగువారికి, 'భేదాఃకిరాతశబరపుళిందా మ్లేచ్ఛజాతయః, గోపేగోపాలగోసంఖ్యగోధుగాభీరవల్లవాః' యని రెంటికినమరము. అంపకోలన్=అంపకట్టుచేత, నూలన్=దారపుపోగుచేతను, ఆజ్ఞచెల్లునంట=ఉత్తరువుచెల్లుబడియగునఁట, (అడవులయందుండెడు పశుప్రాయులైన పాళెగాండ్రుసహిత మెవనికైన నభయదానముచేసిన వాని చేత నొకయంపకట్టైగాని నూలుపోగుగాని తమ ముద్రగా నిచ్చినపక్షమున మఱియతనిని జోరు లంట రని ప్రసిద్ధము.), సార్వభౌముఁడైన = సకలభూమండలము నేలుచున్న, భూ...కున్ - భూపతి = రాజుయొక్క, ఆజ్ఞకున్ = ఉత్తరువునకు, ఎల్లవారున్=సకలజనులు, తల్లడిల్లవలదె=వెఱవవలదా, భూమండలమునకంతయుఁ బ్రభుత్వముచేయుచుండు రాజున కెల్లవారును భయముతోఁగూడి వశంవదులై యుండవలయుననుట.

క. దుర్గము లాప్తద్విజవర, వర్గమునకె యిమ్ము దుర్గ•వత్తత్తతి క
త్యర్గళధరాధిరాజ్యవి, నిర్గతసాధ్వసత పొడమ•నిలుపకు కొలఁదిన్.

టీ. దుర్గములు=స్థలజలగిరివనదుర్గములను, ఆ...కె - ఆప్త = ప్రియులయిన, ద్విజవరవర్గమునకె=బ్రాహ్మణోత్తమ సమూహమునకె, ఇమ్ము=ఇయ్యఁగావలయును, (దుర్గాధిపత్యంబులనుట.) దుర్గవత్=స్థలదుర్గాదులుగల, తత్తతికిన్=ఆద్విజబృందమునకు, అత్యర్గళ=నివారింపశక్యముగాని, ధ...తన్ - ధరాధిరాజ్య = భూమండలాధిపత్యముచేత, వినిర్గత=పోయినటువంటి, సాధ్వసత=భయముగలుగుట, పొడమన్ = జనించునట్లు, కొలఁదిన్=కొద్దిని, నిలుపకు=ఉంచకుము. 'భీతిర్భీస్సాధ్వసంభయం' అని యమరము.

తా. దుర్గాధిపత్యమును బొందినవాఁడే పాటిశత్రువువచ్చినను వెఱవక రొదిరించుటకు యుక్తమైన బలస్తోమములం గూర్చి వానిం భరియింపు మనుట.

ఆ. మొదలఁ బెనిచి పిదపఁ • గుదియింప నెవ్వాఁడుఁ
దనదు తొంటిహీన•దశఁ దలంపఁ
డలుగుఁ గాన శీల • మరయుచుఁ గ్రమవృద్ధిఁ
బెనిచి వేళవేళఁ • బనులు గొనుము. 208

టీ. మొదలన్=ప్రథమమందు, పెనిచి=వృద్ధిచేసి, పిదపన్ = వెనుక, కుదియింపన్=తగ్గింపఁగా, ఎవ్వాఁడున్=ఎటువంటివాఁడయినను, త...శన్ - తనదు=తనయొక్క, తొంటిహీనదశన్=ముందటితక్కువస్థితిని, తలంపఁడు=స్మరింపఁడు, అలుగుఁగానన్=కోపించునుగనుక (అనఁగా దొర తన్నుఁదగ్గించినాఁడని కోపగించు

నుగాని తానున్న తక్కుఎస్థితిని దలంపఁడనుట.), శీలమరయుచున్ = వానివానినడవడి నెఱింగికొనుచును, (స్వభావము ననియైనఁ జెప్పవచ్చును.) 'శీలస్వభావే సద్వృత్తే' యని యమరము. క్రమబుద్ధిఁ బెనిచి = పర్యాయముగా వృద్ధిఁబొందించి, వేళవేళన్ = ఎల్లసమయములయందును, పనులుగొనుము = కార్యములు తీసికొనుము.

ఆ. అనభిజాతుఁ గీక • టాలయు నశ్రుతు
నలుకువాని బొంకు • పలుకువాని
నాతతాయి గడుసు • నన్యదేశ్యు నధర్ము
విడుము విప్రునేల • వేఁడితేని. 209

టీ. అనభిజాతున్ = హీనకులముగలవానిని, కీకటాలయున్ - కీకట = శబరపల్లియందు, ఆలయున్ = గృహముగలవానిని, అశ్రుతున్ = పాండిత్యము లేనివానిని, అలుకువానిన్ = పిరికిని, బొంకుపలుకువానిన్ = దబ్బరలాడువానిని, ఆతతాయిన్ = ద్రోహచింతకుని, శ్లో. 'అగ్నిదోగరదశ్చైవ శస్త్రపాణి ర్ధనాపహః, క్షేత్రదారాపహర్తాచ షడేతే ఆతతాయినః' యని యాతతాయిలక్షణము. గడుసున్ = అపవాదభయములేనివానిని, అన్యదేశ్యున్ = దేశాంతరస్థుని, అధర్మున్ = ధర్మశూన్యుని, విప్రున్ = ఇట్టిబ్రాహ్మణుని, ఏలవేఁడితేని = ఉద్యోగమిచ్చి పోషింపఁదలంచితివేని, విడుము = వదలుము. ఇట్టివారలు బ్రాహ్మణులైనను బరిహరింపుమనుట.

క. తక్కుము మిగులఁ బథిచ్యుత
పక్కణవర్ధితులఁ దొల్లి • భ్రష్టగువిప్రుం
డొక్కం డలుగఁడె ప్రోచిన
కొక్కెరపై నొక్కపూట • కూటికిఁగాఁగన్. 210

టీ. మిగులన్ = మిక్కిలి, పథిచ్యుత = స్వవృత్తిభ్రష్టులై దుష్టసంసర్గముగల, పక్కణవర్ధితులన్ = శబరవాటికలయందుఁ బెరిగినటువంటి బ్రాహ్మణులను, తక్కుము = విడువుము. తొల్లి = పూర్వమునందు, భ్రష్టగు = చెడిపోయినట్టి, విప్రుండొక్కండు = బ్రాహ్మణుఁడొక్కరుండు, ప్రోచిన = తన్నుఁగాపాడినట్టి, కొక్కెరపయిన్ = కొంగమీఁద, ఒక్కపూటకూటికిఁగాఁగన్ = ఏకకాలాహారమునకుఁగా (మాంసార్థియై మేలుమఱచి యనుట.), అలుగఁడె = కోపింపఁడా. ఈకథ మహాభారతమందలి శాంతిపర్వంబున రాజధర్మమందుఁ జెప్పఁబడియున్నయది.

తా. బ్రాహ్మణుఁడై జన్మించినను మద్యమాంసముల మఱిగి భ్రష్టుఁడైనవాఁడు నిరంతరము దానికై కులాచారములు మొదలగువానియందు లక్ష్యముంచక స్వేచ్ఛానుసారముగ వర్తిల్లుచుండును గనుక నట్టివాని కధికార మియ్యఁగూడదనుట.

చ. చదివి యధర్మభీరు నృప • శాస్త్రవిధిజ్ఞతల న్వయస్సు డె
బ్బదిటికి లోను నేఁబదికి • బాహ్యమునై యరుజన్స్వపూర్వులై
మద మఱి రాజుప్రార్థన న • మాత్యతఁ గైకొని తీర్చుపాఱువా
రొదవిన నంగముల్మిగుల • నూర్జితమౌటకుఁ బూటచాలదే. 211

టీ. చదివి=శాస్త్రాదులం బఠించి, అధర్మభీరు నృపశాస్త్రవిధిజ్ఞతలన్=అన్యాయభీతితోను రాజనీతి పరిజ్ఞానముతోనుగూడి, వయస్సు=ప్రాయము, 'ఖగబాల్యాదినోర్వయః' యని యమరము. డెబ్బదిటికిన్=సప్తతి సంవత్సరములకు, లోనున్=లోపుగాను, ఏఁబదికిన్=పంచాశద్వర్షములకు, బాహ్యమును=వెలపటిదిగాను, ఐ=కలవాఁడై, అరుజన్=రోగములేనివాఁడై, స్వపూర్వులై=తమ పెద్దలనాటనుండి కని పెట్టియున్నవారై, మదమఱి=మాత్సర్యాదులు లేక, రాజు=నృపునియొక్క, ప్రార్థనన్=వేఁడుకొనుటచేత, అమాత్యతన్=ప్రధానత్వమును, కైకొని=అంగీకరించి, తీర్చు=కార్యనిర్వాహము చేయునట్టి, పాఱువారు=బ్రాహ్మణులు, ఒదవినన్=లభించిరేని, అంగముల్=రాజ్యాంగములు, 'స్వామ్యమాత్యసుహృత్కోశ రాష్ట్రదుర్గబలానిచ, రాజ్యాంగాని' యని యమరము. మిగులన్=మిక్కిలియు, ఊర్జితమౌటకున్=వృద్ధిబొందుటకు, పూటచాలదె=ఆఅదినముచాలదా, నీతిశాస్త్రమందుఁ జెప్పంబడియున్న లక్షణములుగల మంత్రి దొరకినట్లాయెనేని శీఘ్రమున రాజ్యమభివృద్ధి నొందుననుట.

వ. అట్టిమంత్రివర్గంబు దొరక దేని. 212

శా. నీతిం దాన తలంచి చేయఁ బని గా • నీ కాకపోనీ బల
వ్రాతార్థాఢ్యత నెమ్మి నుండ కొరుఁ బ్రో • వ న్మంత్రి యంచుం గుణా
తీతుం గుమ్మడికాయ యంత యగుము • త్తెంబై మనం బేర్ప న
ట్లే తా నాతనిచేతిలో బ్రదుకువాఁ • డే యాఁ జుమీ నీఁదటన్.

టీ. నీతిన్=రాజన్యాయముచేతను, తానతలంచి=తానేయోజించి, చేయన్=రాజ్యపాలనమొనరింపఁగా, పనిగానీ=కార్యముతీరనీ, కాకపోనీ=కార్యముతీరకపోనీ, బ...తన్-బలవ్రాత=సేనాసమూహముచేతను, అర్థ=ధనముచేతను, ఆఢ్యతన్=ఒప్పియుండుటచేతను, 'ఇభ్యఆఢ్యోధనీస్వామి' యని యమరము. (ధనబలములుగల్గి స్వతంత్రుఁడై యుంటచేతననుట.) నెమ్మినుండక=నెమ్మదినుండక, గుణాతీతున్=సద్గుణముల నతిక్రమించినట్టి (అనఁగాగుణశూన్యుఁడనుట), ఒరున్=మఱియొకపురుషుని, మంత్రియంచున్=అమాత్యుఁడని, ప్రోవన్=రక్షింపఁగా, గుమ్మడికాయయంతయగుముత్తెంబై=కూశ్మాండప్రమాణమైన మౌక్తికమై (గుమ్మడికాయయంతముత్తెమనఁగా శరీరమంను ధరింపఁగూడదనుట), మనంబేర్పన్=మనోవ్యథసేయఁగా (స్వాధీనుఁడుగాక

యనుట.) అట్లే=అలాగుననే, తాన్=పరాధీనుఁడయినతాను, ఆతనిచేతిలోన్=అస్వవశుఁడుగానిమంత్రిహస్తములో, మీఁదటన్=వెనుకను, బ్రదుకువాఁడేయౌఁజుమీ=అతఁడు చెప్పినట్లు వినుకొని జీవింపవలయుఁజుమా. (అనఁగాఁ దగినమంత్రి దొరకనపుడు నీతిశాస్త్రపరుఁడై తానే యెల్లపనులు జూచికొనుచు స్వతంత్రుఁడైయున్న రాజు సుఖపడును.

క. ఒక్కనివివరివికిని దొర
లెక్కండ్రే నొక్కనొకని • వెంబడి ననుఁగు
లెక్కండ్రు నిలువఁ బనులగుఁ
గక్కసము గుదింపఁ బెంపఁ•గాఁ గాకుండున్. 214

టీ. ఒక్కనివివరివికిని=ఒకనికివిస్తరించియిచ్చుదానికి, దొరల్=ఉద్యోగస్థులు, పెక్కండ్రేని=అనేకులయిరేని (అనఁగా నొకయధికారమనేకుల కిచ్చినప్పుడనుట), ఒక్కనొకనివెంబడిన్=వారిలో నొకనొకనివెంట, అనుఁగుల్ = వారివారి స్నేహితులు, పెక్కండ్రు=అనేకులు, నిలువన్=నిలిచియుండఁగా, పనులు = రాజకార్యములు, అగున్=అనుకూలములగును, కుదింపన్=తగ్గింపఁగా, కక్కసము=కఠినము, పెంపఁగాన్=వృద్ధిసేయఁగాను, కక్కసముగాకుండున్=కఠినముగాకుండును.

. క. ధనముఖ్యము కేవల మే
పనికిన్ రాదాస్థగలిగి • పలువురు ప్రభువుల్
పనిసేయక తద్వశ్యం
బునకు నలోభానృశంస్య•ముల్ ఋతముఁ జెలుల్. 215

టీ. పలువురు=పెక్కండ్రైన, ప్రభువులు=గొప్పయుద్యోగస్థులు, పనిసేయక=ముందునిలువంబడి శ్రద్ధతోఁ గార్యమొనర్పక, ధనముఖ్యము=ధనప్రాధాన్యము, కేవలము=ముఖ్యముగా, ఏపనికిన్ రాదు=ఏప్రయోజనమునకును రాదు, తద్వశ్యంబునకున్=వారు స్వాధీనులౌటకు, అ...ల్-అలోభ=లోభరాహిత్యమును, అనృశంస్యముల్=క్రౌర్యరాహిత్యమును, ఋతమున్=సత్యమును, చెలుల్ = స్నేహితులును, (ఉండవలయునని యధ్యాహారము.)

తా. అనఁగా రాజునకు ధనముమాత్రముండి యుపయోగింపదు, గొప్పవారి సాహాయ్యమును ముఖ్యముగ నుండవలయును గాన, వారు స్వాధీను లగుటకై యౌదార్యమును, క్రౌర్యము లేకయు, సత్యప్రవర్తనమును గల్గి మిత్త్రులతోఁగూడి యుండవలయు ననుట.

క. భాండాగారహయాద్యము
లుండియు ననువగుమనుష్య • లోదవమి నవియున్

మండలము నవయ నరికొది
గుండిన సింహాసనంబు • లుర్వి న్వినమే. 216

టీ. భాం...లు-భాండ=మూలధనముయొక్క, అగార = గృహమును, (బొక్కస మనుట.) 'స్యాద్భాండమశ్వాభరణే మంత్రేమూల వణిగ్ధనే'యని యమరము.) (ఇచట వణిగ్ధనముగాకుండినను మూలధనమాత్రపరందే ప్రయోగము.)హయాద్యములు =గుఱ్ఱములుమొదలగునవి, ఉండియున్=ఉండినను, అనువగుమనుష్యులు = తగినమనుజులు, ఒదవమిన్=లేనందువలనను, అవియన్=ఆయర్థబలములురెండును, మండలమున్=రాష్ట్రమును, నవయన్=నశించిపోఁగా, అరికిన్=శత్రునకు, ఒదిగుండిన=మూలవీగుచున్న, సింహాసనంబులు=వానినధిష్ఠించురాజులను (అనఁగా సంస్థానము ల ననుట),ఉర్విన్=భూమియందు, వినమే=వినకున్నామా (అనఁగా నెవ్విధంబున నయినను మంచి మనుష్యులం గూర్చికొనియుంట యుక్తమనుట).

తే. బాహుజాంఘ్రిజముఖవిడం • బనకు నయిన
గొలిచి మనువిప్రధర్మంబు • దెలిసియైన
బూని సంకటముల నిల్చుఁ • గానఁ దఱచు
బ్రాహ్మణునిఁ బ్రభుఁ జేయుట • పతికి హితము. 217

టీ. బా...కున్-అయినన్-బాహుజ=క్షత్త్రియులను, 'మూర్ధాభిషిక్తో రాజన్యో బాహుజః క్షత్త్రియోవిరా'ట్టని యమరము. అంఘ్రిజ=శూద్రులును,ముఖ=మొదలగువారిని, విడంబనకున్ అయినన్=అనుకరింపవలయునని యైనను, కొలిచి=పూర్వమందు రాజసేవయొనర్చి,మ...బున్-మను=కాలమునుగడపిబ్రదుకుచున్న,విప్ర=బ్రాహ్మణులయొక్క, ధర్మంబున్ = ఆచారమును, తెలిసియైనన్ = గ్రహించియైనను, అతఁడు=ఆవిప్రుఁడు, సంకటములన్=ఇక్కట్టువేళలయందు, పూని=వహించుకొని, నిల్చుఁగానన్=నిలువంబడుచున్నాఁడుగనుక, పతికిన్=రాజునకు, తఱచు=విస్తారముగా, బ్రాహ్మణునిన్=విప్రుని, ప్రభుఁజేయుట=అధికారిగా నియమించుట, హితము =అనుకూలము.

ఉ. ఆయతికాని కీకు మమ • రాలయముఖ్యము లాతఁ డర్థతృ
ష్ణాయుతుఁడై నిజోర్వి నగు • నష్టికిఁ దద్ధనముం దొరల్చి రా
జాయతనంబుఁ జేర్చు మఱి • యట్టి టపథ్యము దాన నొంటిఁ గాఁ
డే యధికారి గావలయు • నించుక తిన్నను వాఁడె మాపటన్. 218

టీ. ఆయతికానికిన్=ధనమురాఁబట్టువానికి, అమరాలయముఖ్యములు=దేవాలయము మొదలగువానిని, (అనఁగా దేవబ్రాహ్మణ జీవనాధికారముల ననుట.) ఈసు

ము=ఇయ్యకము, అతఁడు=ఆయుద్యోగస్థుఁడు, అర్థతృష్ణాయుతుఁడై=ద్రవ్యాశతోఁ గూడినవాఁడై, నిజోర్వినగునష్టికిన్=తానుద్యోగముఁ జేయునట్టి దేశమునందైన నష్టికి, తద్ధనమున్=ఆదేవబ్రాహ్మణులయొక్క ద్రవ్యమును, దొరల్చి=హరించి, రాజాయతనంబున్=నృపునియింటిని, చేర్చున్=చెందించును, మఱి=అనంతరమందు, అట్టిది=ఆదేవబ్రాహ్మణద్రవ్యప్రాప్తి, అపథ్యముగానన్=రాజునకుఁగీడుగావున, ఒంటిగాఁడె=ఒక్కఁడె, అధికారిగావలయున్=ఉద్యోగస్థుఁడుగా నుండవలయును (దేవబ్రాహ్మణ ద్రవ్యలేశముగలసినను రాజునకుఁ బాతకముగాన నది కలియకుండునట్లధికారిని వేఱుగా నేర్పఱచుటయుక్తం బనుట). ఇంచుకతిన్నను=అట్లు నియమింపఁ బడినవాఁడు కొంచెము భక్షించినను, వాఁడె=ఆదేవబ్రాహ్మణవృత్త్యధికారియే, రూపఱున్=నశించిపోవును.

చ. మును దనసీమ చేసికొని • ముల్లిడి గ్రుద్దట వెండి చేనిమె
  త్తనకయి వేరు వెల్లఁకియుఁ • ద్రవ్వెడుకర్షకునట్లు శత్రుతో
  నెనసియయైన దుర్గబల • మేకొనియైన నిజాత్మ చింతలే
  క నెగడఁజేసి లోన మఱి • కంటకశోధనఁ జేయు టొప్పగున్. 219

టీ. (రాజైనవాఁడు) మును=ప్రథమమందు, తనసీమచేసికొని = తనయావరణముకావించికొని, ముల్లిడి=చుట్టును గంచెవేసి, వెంబడి=మఱియును, గ్రుద్దటన్=గ్రుద్దలిచేత, చేనిమెత్తనకయి=వరిమొదలగునవి ఫలించునట్టి ప్రదేశముననున్న మన్ను మృదువగుటకై, వేరు=నృణౌషధులమూలమును, వెల్లఁకియున్=మోట్లును (జాత్యేకవచనము.), త్ర...ట్లు-త్రవ్వెడు=ఖననముచేయుచున్న, కర్షకునట్లు=కాఁపువానివలె, శత్రుతోన్=పగతునితోడ, ఎనసియయైన=కపటస్నేహము చేసియైనను, దుర్గబలమేకొనియైనన్=స్థలజలాది దుర్గములం గైకొనియైనను, తనసీమచేసికొని = రాష్ట్రము తనయధీనముచేసికొని, నిజాత్మ=తనహృదయమును, చింతలేక=పరునిచేత నుపద్రవము కలుగునను విచారములేక, నెగడఁజేసి=ఒప్పఁజేసి, లోనన్=ఆరాజ్యమందు, మఱి=పిమ్మట, కంటకశోధనన్ = క్షుద్రశత్రునిరసనమును, 'సూచ్యగ్రే క్షుద్రశత్రౌచ రోమహర్షేచకంటకః' యని యమరము. చేయుటొప్పగున్=చేయుట యుక్తము.

తా. రాజ్యమును స్వాధీనము చేసికొనకయే క్షుద్రశత్రు నిరసనము చేయఁగూడ దనుట.

క. మొదలనె యొరుదలకానిం
  జెదరంగా నాడ కాత్మఁ • జింతింపు పదిం
  బదిగ మృష యేని మఱి విడు
  ముదస్తుఁగాఁ గాక యుండ • నొక్కమతమునన్. 220

టీ. ఒరుదలకొనిన్=పిశునుని(కొండెగానిననుట), మొదలనే=ప్రథమమందె, చెదరంగానాడక=చెదరిపోవునట్టుచెప్పక, ఆత్మన్=మనస్సునందు, పదింబదిగన్ = లెస్సగా (పదిపర్యాయములనుట), చింతింపుము=విచారింపుము, మృషయేని = అబద్ధమాయెనా, మతి=పిమ్మట, ఒక్కమతమునన్ = ఒకపక్షమునను, ఉదస్తుఁగాఁగాకయుండన్=పరాభూతుండు గాకుండునట్లు, విడుము=వదలుము.

తా. కొండెగాండ్రఁ దూలనాడిన రాజునకు రహస్య వృత్తాంతములు తెలియవు గనుక చెదరనాడఁగూడ దనుట.

క. ధరణి నసాధ్యనగాటవు
లిరవుగ భూపీడ సేయు•నెఱుకుల పొరుగూ
ళ్లిరవుగ నస్థితిశూరుల
కెరవుగ నిచ్చునది మిథము • నెట్లయిన నురున్. 221

టీ. ధరణిన్=భూమియందు, అ...లు - అసాధ్య=సాధింపనలవి గాని, నగ=కొండలును, అటవులు=అరణ్యములును, ఇరవుగన్=టెంకిచేసికొని, భూ...ళ్లు - భూపీడసేయు=భూమికుపద్రవము చేయుచున్న, ఎఱుకుల=ఈపేరుగలనీచజాతివాండ్రయొక్క, పొరుగూళ్ళు = సమీపగ్రామములను, అస్థితి=స్థితిదప్పినటువంటి, శూరులకు=శౌర్యముగలపురుషులకు,(విదేశములనుండి స్థితిదప్పివచ్చిన శూరులకనుట.)ఇరవుగన్=ఉనికిపట్టుగా, ఎరవుగన్=మనోప్తృప్తికిగాను, ఇచ్చునది=ఇయ్యవలయును, మిథమున్=పరస్పరమును, ఎట్లయినన్=స్పర్థచేత నేలాగైనను, ఉరున్=మేలగును.

తా. ఇట్లొనర్చితివేని వైదేశికులైన శూరులు చెగినను మిగుల హానిలేదు, ఆటవికులు చెగిరేని యది మిక్కిలియు మేలౌ ననుట.

వ. విశేషించియు నప్పార్వతీయబలంబు లోనం గూడుకొన్న రాజునకుఁ బ్రజాబాధదఱుగ దెట్లేని బెదరు వాపి వారలం జేకూర్చుకొనవలయు నవిశ్వాసంబును విశ్వాసంబును నలుకయు నెలమియు నతివైరంబును నత్యానుకూల్యంబును నల్పు లగుట నల్పంబునన యగు నెట్లంటేని. 222

టీ. విశేషించియున్=మిగులఁగా, అప్పార్వతీయబలంబు=అయ్యాటవికసేన, లోనం గూడుకొన్నన్=అడవిలో మెండైయుండెనా, రాజునకున్=మండలాధిపతికి, ప్రజాబాధతఱుగదు=జనపీడతక్కవపడదు (రాజునకుం దిరుగంబడి పోరలేక వాని దేశమున కుపద్రవము చేయుచుందురనుట),ఎట్లేనిన్=ఏలాగైనను,బెదరువాపి=జడుపుఁదీర్చి, వారలన్=ఆయాటవికులను, చేకూర్చుకొనవలయున్=అనుకూలము చేసికొనవలయును, అవిశ్వాసంబును=నమ్మకపోవుటయును, విశ్వాసంబును=నమ్ముటయును,

అలుకయున్=కోపమును, ఎలమియున్=ఆర్ద్రహృదయత్వమును, అతివైరంబున్=అత్యంతవిరోధమును, అత్యానుకూల్యంబును=అత్యంతసహకారిత్వమును, అల్పులగుటన్=తుచ్ఛజాతులగుటవలన, అల్పంబున=స్వల్ప కార్యముచేతనే, అగున్=కలుగును, ఎట్లంటేని=ఏవిధంబంటివా.

శా. విల్లుం దానును భిల్లుఁ డొక్కఁ డరుగ • న్విం దింట దుగ్ధాన్నమున్
భిల్లుం డన్యుఁడు వెట్ట నార యుడుక • న్వీక్షించి దొబ్బంచు వాఁ
డెల్ల న్వమ్ముగఁ జేసి త న్నునుపరా • నెందేఁ దెగం జూడఁగా
నుల్లంబై చన నంపు నార చెడు నా • నూహించి పో నంపఁడే. 223

టీ. విల్లున్ తానును=వింటిబద్ధయును దానును (విల్లుచేతఁబట్టియనుట), భిల్లుఁడొక్కఁడు=ఒక బోయవాఁడు, అరుగన్ = పోఁగా, భిల్లుఁడన్యుఁడు=మఱియొక బోయవాఁడు, ఇంటన్=తనగృహమందు, దుగ్ధాన్నమున్=పాలన్నమును, విందు = ప్రీతిపూర్వకమైనభోజనమును, పెట్టన్=ఇడఁగా, నారయుడుకన్వీక్షించి=వానియింటిజానకి త్రాటికొఅక్కై ప్రాయిమీఁదఁ బక్వమగుచున్న పట్టతాటలపై సెగ్గఁగాఁ బొంగిననీటినిజూచి, దొబ్బఅంచున్=మాంస మనియెంచి, (ఇది తనకుఁబెట్టకపోయెఁగదాయని కొంచెపుపనిగా విచారించి కోపించియనుట.) వాఁడు=అతఁడు, ఎల్లన్=దీనినంతయును, వమ్ముగఁజేసి=వ్యర్థపఱచి, తన్నుపరాన్=వాఁడు దన్నుపుటకొఅకుఁ గొంతదూరము రాఁగా, ఎందేన్=ఎక్కడనైనను, తెగంజూడఁగాన్=చంపఁదలఁపఁగా, ఉల్లంబై=మనస్సుగలవాఁడై, చననంపుము=పోనంపుము, నారచెడు నాన్=పొయిమీఁద నుడుకఁబెట్టివచ్చినత్వక్కు చిమిడిపోవుచున్నదివెళ్లవలెననఁగా, ఊహించి=ఆ పిమ్మట నుడుకునది నారగాని మాంసముకాదని వితర్కించి, పోనంపఁడే=పోవునట్లుసెలవిచ్చి పంపఁడా, (చంపకయె పోనిచ్చె ననుట.)

తా. అల్పుల కతివైరాత్యానుకూల్యము లల్పకార్యములవలననే పుట్టుచున్న వనిభావము.

క. ఆపాలుగూటనే నిజ, మేపాటియుఁ దప్ప రాడి • రే నెరసునఁ గొం
తేపాటిగన్న నలుగుదు, రీపని యెంతనక వెడఁగు• టెద నాటవికుల్.

టీ. ఆటవికుల్ = భిల్లపులిందాదులు, ఆ పాలుగూటనె= ఆ క్షీరాన్నముఁ బెట్టుటచేతనే, ఆడిరేన్=పలికిరా,నిజమేపాటియుఁ దప్పరు=తామాడినయథార్థమైన పలుకు నెంతమాత్ర మతిక్రమింపరు. నెరసునన్=తప్పిదము విషయమై, కొంత=కొంచెము, ఏపాటిగన్నన్=ఏ మాత్రము చూచినను, ఈపని=ఈ కార్యము, ఎంతనక=

ఎంతమాత్రమని యెంచక, పెదఁగు పెదక్=వెఱ్ఱిమనస్సుచేతను, అలుగుదురు = కోప గింతురు.

తా. బోయవాండ్రు మొదలగు నల్పజనులు కారణములంబట్టి ప్రసాదని గ్రహములు గలవారగుదురుగాని గొప్పకార్యములకుఁ దగినట్లు గొప్పగా యోజింప రనుట.

తే. ఆటవికవశ్యకలన సంత్యమున వైరి
మనుజపతిమైత్త్రి దూతసంమ్మానమునను
గూర్మి దతి భృతిఁ గాల్వురంకును సపారి
తోషికపుసేవ నెలమి రౌంతులకుఁ గలుగు. 225

టీ. ఆ...న-ఆటవిక=పుళిందాదులయొక్క, వశ్యకలన=స్వాధీనకరణము, సత్యమునన్=యథార్థము వచించుటచేత, కలుగున్=అగును, (సత్యవాక్యమునకే వశ్యులగుదురనుట) వై...త్రి-వైరి=శత్రువైన, మనుజపతి=నృపునియొక్క, మైత్త్రి=స్నేహము, దూతసమ్మానమునన్=వారిరాయబారులను బహుమానించుటచేతను, కలుగున్=సంభవించును, తతిన్=కోరిన సమయమందు, భృతిన్=జీతమిచ్చుటచేతను, కాల్వురకును=పదాతులకు, కూర్మి=మైత్త్రి, కలుగున్=సంభవించును, 'భృతిర్భరణమూల్యయోః' యని రత్నమాల. సపారితోషికపుసేవన్=బహుమానములతోఁగూడఁ గొలిపించుకొన్నందువల్లను, రౌతులకున్=అశ్వారోహకులకు, ఎలమి=సంతోషము, కలుగున్=సంభవించును.

తా. రాజైనవాఁడు సమయములనుబట్టి వారివారికిం దగినట్లు నడపింపవలయు ననుట.

క. మేలగు ఘోటకమును శుం
డాలంబును నాప్తసుభటుంనకె యిమ్ము తతి
న్మేలగు మేపున మందుర
బాలింపుము దొరలపాలుం పఱుపకు మెపుడున్. 226

టీ. తతిన్=ఆయా సమయములయందు, మేలగుఘోటకమును = గొప్పయశ్వమును, శుండాలంబును=ఏనుంగును, మందురన్ = వాజిశాలయందు, 'వాజిశాలాతు మందురా' యని యమరము. (ఇది గజశాలకు నుపలక్షణము.) మేలగుమేపునన్=మంచి మేఁతచేత, పాలింపుము=సంరక్షింపుము, ఆ...ట-ఆప్త=ఇష్టుఁడైన, సుభటునకె=మంచి రౌతునకె, ఇమ్ము=ఒసంగుము, ఎపుడున్=ఏ సమయమందును, దొరలపాలుపఱుపకుము=గొప్పయధికారులవశము చేయకుము.

తా. గజాశ్వాదులకు సుఖరక్షణము చేయఁదలంచితివేని దానినొప్పి నెఱుంగక యారోహణముఁజేయునట్టి గొప్పయుద్యోగస్థుల కధీనముచేయక యాప్తుఁడైన బంటున కధీనము సేయుమనుట.

తే. కార్య మొక్కఁడు గనిన మా•త్సర్యమున నొ
కండు గాదని ఖండించుఁ • గన్నెఱింగి
యిరువురను గాదనక కొల్వు • విరిసి మీఁద
నల్లవాఁ డెన్నినది సేయ • నగు శుభంబు. 227

టీ. ఒక్కఁడు=ప్రధానపురుషుఁడు, కార్యము = పనిని, కనినన్ = తెలిసి చెప్పఁగా, మాత్సర్యమునన్=అట్లుచెప్పిన వానిమీఁది ద్వేషముచేతను, ఒకండు = మఱియొకఁడు, కాదనిఖండించుక్=అతఁడు చెప్పినట్లు కాదని భంగపఱచును, కన్నెఱింగి = వారిద్దఱలోని యాలోచనక్రమము నెఱింగి, ఇరువురను = ఆలాగున జెప్పిన వారిద్దఱును, కాదనక=నిషేధింపక, కొల్వువిరిసి=సభఁజాలించి, మీఁదన్ = పిమ్మటను, అల్లవాఁడు=మాత్సర్యములేక తొల్తహితముఁ జెప్పినవాఁడు, ఎన్నినదిసేయన్= విచారించిన కార్యమునే చేయఁగా, శుభంబు=మంగళము, అగున్=ఔను.

క. పగ వెలిఁ గని లోదస్యులఁ
జిగురింపఁగఁ జేసి నృపతి • చిక్కఁపడఁ బను
లెగ్గి సేయక తారే ది
క్కుగ నడతు రశంక నల్లి•కొని దుస్సచివుల్. 228

టీ. పగవెలిఁగని=రాజునకుసమనంతరదేశమునందుండునట్టి విరోధుల నుండఁ జూచి, లోదస్యులన్ = స్వరాష్ట్రమునందలి క్షుద్రశత్రువులను, 'దస్యుశ్శాత్రవశ్శత్రవః' యని యమరము. చిగురింపఁగన్=పల్లవింపఁగా, చేసి=ఒనర్చి, నృపతి = రాజు, చిక్కఁపడన్ = గ్రహింపఁబడునట్లు, పనుల్ = రాచకార్యములను, తెగిచేయక = సాహసించి యొనర్పక, తారేదిక్కగన్=వేఱుమంత్రులులేక రాజునకుఁ దామేయాధారమగునట్లు, దుస్సచివుల్=దుష్టమంత్రులు, అశంకన్=భయములేనట్లు,అల్లుకొని= కొందఱంగట్టుకొని,(ఏకీభవించియనుట.) నడతురు=ప్రవర్తింతురు, (కావునట్టిదుర్మంత్రులు లేక యుండునట్లుగఁ బ్రభుత్వము సేయవలయు ననుట).

క. ఇప్పింతు రాత్మవశులకుఁ
దప్పింతురు పరుల కాడి • తప్పింతురు రా
జిప్పగిది వాఁడె యని వే
చెప్పినఁ బెరవారు నమ్మి • చేరక యుండక్. 229

టీ. ఆత్మవశులకున్ = తమకు స్వాధీనులై యుండువారలకు, ఇప్పింతురు = వలయువస్తువుల నియ్యఁజేయుదురు, పరులకున్=తమ కనుబంధములేనివారలకు, తప్పింతురు = ఇయ్యకుండునట్లు చేయుదురు, ఆడితప్పింతురు=రాజుపలికినమాట దొలఁగునట్లుచేయుదురు, వే=వేయివిధములుగా, చెప్పినన్ = పలికినను, రాజు = ఱేఁడు, ఇప్పగిదివాఁడెయని=ఈలాగునఁజెప్పి తప్పెడువాఁడేయని, పెరవారు=అన్యులెవ్వరును, నమ్మి=విశ్వసించి, చేరక యుండన్ = దగ్గఱవచ్చి చేరకుండునట్లు, రాజుచేతనాడి తప్పింతురని క్రిందికన్వయము.

ఆ. వాఁడిఁ బొదలు జఠర • వైశ్వానరుఁడు గఫ
ప్రముఖదోషయుక్తి • బలిమిచెడిన
వెలి మహౌషధంబు • బల మిచ్చుగతిఁ బ్రతి
సేయ వారిమదముఁ • జెఱచుఁ బరుఁడు. 230

టీ. వాఁడిన్=తైక్ష్ణ్యముచేత, పొ...డు-పొదలు=ప్రబలుండైన, జఠరవైశ్వానరుఁడు=ఔదరాగ్ని, కఫప్రముఖదోషయుక్తిన్ = శ్లేష్మాదిదోష సంబంధముచేత, బలిమిచెడినన్=సత్త్వహీనుఁడుకాఁగా, వెలిన్=వెలుపలనున్న, మహౌషధంబు=శ్రేష్ఠమైనభైషజ్యము, బలమిచ్చుగతిన్=జఠరాగ్నికిసత్త్వముగలుగఁజేయునట్టుంబలె, ప్రతిసేయన్ = బదులుగా నొకసమర్థుని నియమింపఁగా, పరుఁడు = ఆ యధికారమునకు వచ్చినపురుషుఁడు, వారిమదమున్ = ఆ దుర్మంత్రులయొక్క మదమును, చెఱచున్=అడంచును.

వ. వారిమిగిలి ప్రతిసేయ నెట్లంటేని. 231

టీ. వారిమిగిలి=పూర్వమునందున్న యీమంత్రుల నతిక్రమించి, ప్రతిసేయను ఏలాగున నితరపురుషునిఁదేవచ్చును, అంటేని=ఈలాగంటివా చెప్పెదను.

క. భండారముతో హయమద
శుండాలఘటాళి దనదు • సొమ్మై పాగా
నుండిన నంతటఁ బోయదె
పండితుఁడును బిరుదునైన • పతికిని బయలై. 232

టీ. భండారముతోన్ = బొక్కసముతోడను, హ...హయ=గుఱ్ఱములయొక్కయు, మదశుండాల=మదపుటేనుంగులయొక్క, ఘట=గుంపులయొక్కయు, ఆళి=వరుస, తనదుసొమ్మై=తనయధీనమై, పాగానుండినన్=శాలయందుండఁగా, అంతటన్=అటుపిమ్మటను, పండితుఁడును=ఎఱుకగలవాఁడును, బిరుదునైన=శూరుఁడునైనటువంటి, పతికిన్=రాజునకు, బయలై=దుర్మంత్రివ్యాపారము నివృత్తమై, పోయదె=పోదా, (పోవుననుట).

క. కుడుపున నొకకడి దఱిఁగినఁ
జెడఁ జూచుటె కాక పతికిఁ • జెలియుం గలఁడే
యిడ నని విడువం జెల్లునె
నడప వలయు నేర్చినట్లు • నమ్మకయె కృపన్. 233

టీ. కుడుపునన్=భోజనమందు, ఒకకడి=ఒక్కకబళము, తఱిఁగినన్=తక్కువపడఁగా, చెడఁజూచుటెకాక=రాజునకుఁజెఱుపుతలంచువారేకాని, పతికిన్ = రాజునకు, చెలియున్=మిత్త్రుఁడును, కలఁడే=ఉన్నాఁడా, (లేఁడనుట.) ఇడనని=ఇట్టివీరలకుఁబెట్టనని, విడువన్=త్యజించుట, చెల్లునె=తగునా, (విడువంగూడదనుట.) నేర్చినట్లు=తగినయట్లు, నమ్మకయె = వారియందు మనంబున విశ్వాసముంచకయె, కృపన్=దయచేతను, నడపవలయున్=పోషింపవలయును, (సేవకులకుఁ దక్కువపడనట్లు పోషింపకున్న స్వప్రయోజనములు జరగవుగానఁ జక్కఁగాఁ బోషింపవలయు ననుట.)

చ. ఒకటికి రోయకుంటఁ గను • మున్నవియుం ద్రుపదుండు మారణే
ష్టికిఁ బసిఁ జూపి వేఁడ ముని•సింహుఁ డొకండు తమన్న వేల్చుఁ బం
డొకఁ డపవిత్రభూమిఁ గని • యొల్లకయే చనఁ దా గ్రహించె రో
య కనియెఁ గాన నల్లెఱుఁగ • నేఁజను సర్వముఁ గాన శక్యమే.

టీ. ఒకటికిన్=ఒకయకృత్యమునకు, రోయకుంటన్ = అసహ్యపడకుండుటచేత, ఉన్నవియున్=తక్కినవడవడికలను, కనుము=తెలిసికొనుము, ద్రుపదుండు=పాంచాలుండు, మారణేష్టికిన్=హింసారూపమైన హోమమునకై, పసిన్=పెక్కుగోవులను, చూపి=అగపఱిచి, వేఁడన్=ఇచ్చెదనని ప్రార్థింపఁగా, మునిసింహుఁడొకండు=ఉపయాజుఁడు అనుమునిశ్రేష్ఠుఁడొకఁడు, 'స్యురుత్తరపదే వ్యాఘ్రపుంగవర్షభకుంజరాః, సింహశార్దూలనాగాద్యాః పుంసి శ్రేష్ఠార్థగోచరాః' యని యమరము. తమన్న వేల్చున్=తమజ్యేష్ఠభ్రాతయైన యాజుఁడు పాపకర్మమనిరోయక హోమముసేయును, అదెట్లంటేని, పండొకఁడు=ఒకఫలమును, అపవిత్రభూమిన్=అపరిశుద్ధస్థలమందు, కని=పడియుండఁగాఁజూచి, ఒల్లక=ఆఫలమునుగ్రహింపక, నేన్=నేను, చనన్=ఆవలికిఁబోఁగా, తాన్=మాయన్నయైన యాజుఁడు, రోయక=ఏవగింపక, గ్రహించెన్=పుచ్చుకొనెను, అనియెఁగానన్=అలాగనెనుగనుక, (అనఁగా ఫలాపేక్షగలవాఁడుగనుక నాయనయొద్దకు వెళ్లిన నీమారణయజ్ఞమును జేయించునుగాన నచ్చటికి వెళ్లుమని ద్రుపదునితోఁ బల్కెను గనుక ననుట.) అల్లెఱుఁగనాన్=స్థాలీపులాకన్యాయముచేత నల్లెఱుంగవలయును, చనుసర్వమున్=జరగువానినన్నిటిని, కానన్=పరీక్షించిచూచుట, శక్యమె=సాధ్యమా. (కాదనుట.)

క. వీఁ డెడరునఁ గీ డెన్నిన
వాఁడని జయమైన హింస • వదలి కొనుము శ్రీ
పోఁడి మహి యేమిగొఱబ
ల్వాఁడి సెడిన నట్టిదయకు • వైరియు నమ్మున్. 235

టీ. వీఁడు = ఈపురుషుఁడు, ఎడరునన్=ఇక్కట్టుసమయమునందు, కీడు=అనిష్టమును, ఎన్నినవాఁడని=తలంచినవాఁడని.(గూఢశత్రువును, తదవష్టబ్ధుండైన బలవద్విరోధియు ననుట.) జయమైనన్=ఉపాయముచేత గెలిచినపిమ్మట, హింసవదలి=చంపఁదలఁపక, శ్రీ=ఐశ్వర్యముయొక్క, పోఁడిమి=అతిశయమును, కొనుము=హరింపుము, అహి=పాము, కొఱబల్వాడిసెడినన్ = పంటితైక్ష్ణ్యముడంగినపిమ్మట, ఏమికొఱ=ఏమిచేయఁగలదు, వైరియున్=శత్రువును, అట్టిదయకున్=అటువంటివిరోధిని జంపకవిడిచినకృపకు, నమ్మన్=విశ్వసించును, (హింసాపరుఁడు గాకుండెనేని శత్రువైనను నమ్ముననుట)

తే. దేశవైశాల్య మర్థసి • ద్ధికిని మూల
మిల యొకింతైన గుంటగా • ల్వలు రచించి
నయము పేదకు నరిఁ గోరు • నను నొసంగి
ప్రబలఁ జేసిన నర్థధ • ర్మములు పెరుఁగు. 236

టీ. దేశవైశాల్యము - దేశ=రాష్ట్రముయొక్క, వైశాల్యము=విప్పుగల్గుట, అర్థసిద్ధికిన్=ధనాదాయమునకు, మూలము=హేతువు, ఇలయొకింతైనన్ = (అట్లు విస్తారముగాక) భూమికొంచెమైనను, గుంట=తటాకములు, కాల్వలు=వఱదకాలువలు, రచించి=కలుగఁజేసి, పేదకున్=దరిద్రుఁడైన కాఁపువానికి, అరిన్=పన్నునందును, కోరునను=వారకమందును, నయము=మేలు, ఒసంగి=కలుగఁజేసి, ప్రబలన్=వృద్ధిబొందునట్లు, చేసినన్=ఒనర్చినట్లాయెనా, అర్థధర్మములు=ధర్మార్థములు, పెరుగున్=వృద్ధినొందును.

తే. ప్రజ లవసి చన్నఁ బిలువ క • ప్పసులఁ గొలుచు
నమ్మి యిం డ్లింధనంబున • కాయె ననెడు
కలని నక్కైన యధికారి • గలనృపతికి
నేడుదీవులు గొన్న సం • మృద్ధి లేదు. 237

టీ. ప్రజలు = తనరాష్ట్రమునందలిజనులు, అవసి = నొగిలి, చన్నన్=లేచి పోఁగా, పిలువక=మరలవారిని నొడంబఱచి వెంటఁబెట్టుకొనిరాక, అప్పసులన్=వారి పశువులను, కొలుచున్=ధాన్యమును, అమ్మి=విక్రయించి, ఇండ్లు=వారిగృహములు,

ఇంధనంబులకౌయొన్=వంటచెఱకునకొఱకై గాను, అనెడు=అనునట్టి, కలనినక్కైన = పోరిలోని జంబుకమువలె నశుభమును గోరుచున్న, అధికారిగల=ఉద్యోగస్థుఁడు గల్గినట్టి, నృపతికిన్=రాజునకు, ఏడుదీవులు=సప్తద్వీపములను, కొన్నన్ = గ్రహించినప్పటికిని, సమృద్ధిలేదు=సంపదచేకూఱదు.

మ హా స్ర గ్ధ ర.

ఉర వౌచాగంబు భోగం•బు భయము నొకపా•లుగ్ర సేనావనార్థం
బిరువా ల్నిండారుభండా•రిలుచొర నొకపా•లిట్లుగా నాయ మొప్పం
జరదృష్టి న్వైరిపక్షే•క్షణము సచివము•ఖ్యస్వపక్షేక్షణంబుం
ధరణీనాథుం డొనర్పం•దగుఁ దగు దునుమం•దస్కరాళిన్నిజోర్విన్.

టీ. రాజు దనకువచ్చునట్టి యాయతిని నాలుగుపాళ్లుచేసి, ఉరవు = అధికము, ఔ చాగంబు=ఐనత్యాగమును, (ఇది త్యాగశబ్దభవము.) భోగంబు=స్వానుభవమును, ఉభయమున్=రెంటికిని, ఒకపాలు=ఒకభాగము, ఉ...బు-ఉగ్ర=ప్రతాపశాలియైన, సేనా=చతురంగబలముయొక్క, అవనార్థంబు=రక్షణముకొఱకు, ఇరువాల్= రెండుభాగములును, నిం...లు-నిండారు=సంపూర్ణమయి, భండారిలు=కోశాగారమును, చొరన్=ప్రవేశించుటకై, ఒకపాలు=ఒకభాగమును, ఇట్లుగాన్=ఈచతుష్ప్రకారములుగా, ఆయ మొప్పన్=అర్థాగమమేర్పడియుండఁగా, 'అర్థాగమోభవే దాయ' యని యమరము. చరదృష్టిన్=చారులనియెడు నేత్రముచేత, 'అపసర్పశ్చరస్స్పశ' యనియమరము. వైరిపక్షేక్షణము=శత్రుపార్శ్వదర్శనమును, సచివముఖ్యస్వపక్షేక్షణంబున్=మంత్రులులోనగు స్వపక్షజనదర్శనమును, ధరణీనాథుండు = రాజు, ఒనర్పందగున్=చేయఁదగును, నిజోర్విన్=తనరాజ్యమునందు, తస్కరాళిన్=దొంగలగుంపును, తునుమందగున్=చంపుట యోగ్యమగును.

క. లాలన నారక్షులగమి
నేలి తెలిసి ముచ్చు నాజ్ఞ•యిడ కతఁడు చెరం
బో లాఁతి నిడ నయశ మెం
తేలేవదె శూలపృథువ•ణిజ్న్యాయమునన్. 239

టీ. లాలనన్=బహుమానముచేత, ఆరక్షులగమిన్=తలవరులగుంపును, ఏలి=పోషించి, తెలిసి=ఎఱిఁగి, ముచ్చున్=దొంగను, ఆజ్ఞయిడక = వెంటనెశిక్షింపక, చెరన్=బందిఖానాలోనుండి, అతఁడు=ఆదొంగ, పోన్ = పాఱిపోఁగా, లాఁతిని డన్=వాఁడుపలాయితుఁడైనందునఁ దలవరులు తమకాజ్ఞ వచ్చునని యన్యునిం దెచ్చి యాచెఱసాలలోనుంచఁగా, శూలపృథువణిఙ్న్యాయమునన్=కొఱ్ఱునవేయఁబడిన పెద్దకోమటిశెట్టి న్యాయ్యమువలె, అయశ మెంతేలేవదే = అపకీర్తియధికముగ రాదా,

(వచ్చుననుట.) అదెట్లన, నపరాధముఁజేసినవానిం గొఱ్ఱునవేయున ట్లొక వివేకములేని రాజాజ్ఞ చేయఁగాఁ, గొఱ్ఱునవేయునవసరంబునఁ బెద్దకొఱ్ఱునం దపరాధిని వేయునెడఁ దగియుండడు చూడవచ్చిన యీపెద్దకోమటిసెట్టి తగియున్నాఁడని యొకండు చెప్పఁగా యుక్తమనియెంచి యట్లుపెద్దసెట్టినే కొఱ్ఱునవేయించిన రాజున కెంత యపకీర్తిగలిగెనో యంత యపకీర్తి గల్గుననుట.

చ. ఎఱుఁగ నగున్ స్వశక్తి నవ•నీశుఁడు నాలుగుపాళ్లు మూఁడుపా
ళ్లెఱుఁగక మోచినట్టిపని • కిష్టసుహృత్తతి దెల్ప నొక్కపా
లెఱుఁగ నగు న్నయాఢ్యమతి • నిట్లు నిరాగ్రహుఁడైనఁ జేయునె
త్తతి విపదుగ్రదండపర•తంత్రుఁడు గాక చిరంబు రాజ్యమున్. 240

టీ. అవనీశుఁడు=రాజు, నాలుగుపాళ్లన్ = తెలియందగిన నాలుగంశములయందు, స్వశక్తిన్=తనసామర్థ్యముచేత, మూఁడుపాళ్లు=మూఁడంశములను, ఎఱుఁగనగున్=తెలియఁదగును, ఎఱుఁగక మోచినట్టిపనికి=ఎఱుకపడనట్లు దాఁచియుంచిన విషయమునకు, ఇష్ట=ఆప్తులైన, సుహృత్తతి=మిత్త్రబృందము, తెల్పన్ = ఎఱుకచేయఁగా, ఒక్కపాలు = ఆయొకభాగమును, ఎఱుఁగనగున్ = తెలిసికొనవలయును, నయాఢ్యమతిన్=నీతియుక్తమైన బుద్ధిచేత, ఇట్లు=ఉక్తప్రకారముగా, నిరాగ్రహుఁడైనన్=కోపములేనివాఁడాయెనా, ఎత్తతిన్=ఏసమయమునందును, వి...డుగాక-విపత్=తనకుఁగల్గినయాపదకును, ఉగ్రదండ=అపరాధులవిషయమైన భయంకరంబగుదండమునకును, పరతంత్రుఁడుగాక=అధీనుఁడుగాక (క్రూరదండముసేయకయనుట.), చిరంబు=బహుకాలము, రాజ్యమున్=దొరతనము, చేయున్=ఒనర్చును.

తే. కన్నొకటి నిద్ర వోఁ బెఱ•కంట జాగ
రంబు గావించు భూరుహా•గ్రంబుమీఁది
యచ్ఛభల్లంబుగతి భోగ • మనుభవించు
నెడను బహిరంతరరులపై • దృష్టివలయు. 241

టీ. కన్నొకటి=ఒకనేత్రము, నిద్రవోన్=నిదురింపఁగా, పెఱకంటన్=రెండవనేత్రముచేత, జాగరంబు గావించు = మేలుకొన్నటువంటి, భూరుహాగ్రంబుమీఁది=చెట్టుయొక్కకొననున్న, అచ్ఛభల్లంబుగతిన్=భల్లూకమువలె, 'ఋక్షాచ్ఛభల్లభల్లూకా'యని యమరము. భోగమనుభవించు నెడను=రాజ్యసుఖానుభవముఁ జేయునప్పుడు, బ...పైన్-బహిరంతః= బాహ్యాంతరములయందున్న, అరులపైన్ = శత్రులమీఁద, దృష్టివలయున్=చూపునుంచవలయును.

ఉ. అక్షరపక్షపాతమున • నర్థము నూళ్లు నొసంగ నుబ్బునన్
భిక్షుజటాధరాదికులు • భిన్ననిజవ్రతులౌదు రైనదు

ర్భిక్షరుజా శిశుచ్యుతులు • పెక్కగు భక్తియ చాలు దాన నౌ
తత్క్షుభితత్వమే యఘముఁ • దార్పదు శంకఁ దలంగు మియ్యెడన్.

టీ. అ...నన్ - అక్షర=నాశమునొందని, (విద్యాపరముగానైనఁ జెప్పవచ్చును.) పక్షపాతమునన్=దాక్షిణ్యముచేత, (చెడనియనుగ్రహముచేత ననుట. అక్షరముఁ జదివియున్నారన్న పక్షపాతముచేతననియుం జెప్పవచ్చును.) అర్థమున్=ధనమును, ఊళ్ళన్=గ్రామములను, ఒసంగన్=ఈయఁగా, ఉబ్బునన్=పొగరుచేతను, భి...లు-భిక్షు=సన్న్యాసులు, జటాధర=జడలు ధరించినవారును, ఆదికులు=లోనగువారు, భిన్ననిజవ్రతులౌదురు=నియమభ్రంశముగలవారౌదురు, ఐనన్=అట్లగుటవలన, దు...లు-దుర్భిక్ష=క్షామమును, రుజా=ముక్కఁడి మొదలగు వ్యాధులును, శిశుచ్యుతులు=బాలారిష్టములును, పెక్కగున్=విస్తరిల్లియుండును, భక్తియచాలున్ = వారిపట్లఁ బూజ్యానురాగమే చాలును, దాననౌన్=ఆ యర్థగ్రామాదుల నియ్యనందున,అగు తత్క్షుభితత్వము = అగునా సన్న్యాసులు మొదలగువారు క్షోభపడుట, ఏయఘమున్=ఏ పాపమును, తార్పదు=రాజును బొందింపదు, ఇయ్యెడన్ = ఈపట్ల, శంకన్=భయమును, తలంగుము=విడువుము 'శంకావితర్క భయయోః' యని యమరము.

క. విను వారత్రయవిజ్ఞా, పన కోర్వుము వధ్యకోటి•పట్టున బెదరం
దనకప్పుడె కీడగు నను,జనముంబట్టుటకుమునుప•శస్త్రము చాలున్.

టీ. వినుము=ఈ చెప్పెడిహితము వినుమనుట. వధ్యకోటిపట్టునన్ = చంపఁదగిన ప్రజలపట్లను, వా...నన్-వారత్రయము=మూఁడుమాఱులు, విజ్ఞాపనకున్=విన్నపమునకు, ఓర్వుము=సహించుకొనుము.(మూఁడు నేరములను గావుమనుట.) చెదరన్=వాఁడు దప్పించికొనివెళ్లినా, తనకున్=రాజునకు, అప్పుడె=విడువఁగానే, కీడు=అనిష్టము, అగునను=సంభవించునని తోఁచెడు, జనమున్=మనుష్యులను, పట్టుటకున్=పట్టుకొనివచ్చుటకు, మునుప=ముందె, శస్త్రమ=శస్త్రమె, చాలున్=పర్యాప్తము.

తా. పట్టుబడిన శత్రువును విడిచిపెట్టిన హానికరంబని తోఁచెనా యప్పుడ హతునిఁ గావింపు మనుట.

క. శూరాలాపములకు నతి
శూరుఁడుఁ దా నయ్యు నృపతి • సోకోర్వఁ దగు
న్వా రుబ్బుదు రందున నిజ
శూరత దొరలందుఁ గనుట•సూ కార్య మిలన్. 244

టీ. నృపతి=రాజు, తాను అతిశూరుఁడు ఆయ్యున్=మిగులఁ బరాక్రమవంతుఁడైనప్పటికిని, శూరాలాపములకున్=వీరుఁడాడెడి శౌర్యవాక్యములకు, ఓర్వఁదగున్ = శూరాలాపప్రవణజన్యమైన యహంకృతి సహించియుండఁదగును, అందునన్ =

అట్లోర్చి వినుటవలన, వారు=ఆశూరులు, ఉబ్బుమరు=ఉత్సాహమునువిడువరు, ఇలన్=భూమియందు, నిజశూరతన్=స్వీయశూరత్వమును, దొరలందున్=తనకు సరియైన ప్రభువులందు, కనుట=చూచుట, కార్యమునూ=యుక్తమునుమీ. (అనఁగా దన భటుల శూరాలాపంబుల నోర్వవలయుననుట.)

శా. రేవు ల్మావు మతంగజంబులు మణి• శ్రీఖండముక్తాదియుల్
రావాణిజ్యము పెంచి యేలఁగ నగు • న్వర్షంపుబెవ్వన్ రుజన్
హావళ్ళందిగు నన్యభూప్రజల రా•జాయాయిజాత్యోచితిన్
బ్రోవంగాఁ దగుఁ దోఁట దొడ్డిగను లా•ప్తుల్చూడఁ బంపం దగున్.

టీ. రేవుల్=ఓడలుదిగునట్టి కరనాకపట్టణములందె, (సప్తమ్యర్థమందుఁ బ్రథమ.) మా...లు-మావు=అశ్వములును, మతంగజంబులు=ఏనుఁగులును, మణి=రత్నములును, శ్రీ...యుల్-శ్రీఖండ=చందనము మొదలగు పరిమళద్రవ్యములును, ముక్తాదియుల్=ముత్యములు మొదలగునవియును, రాన్=వచ్చునట్లుగా, వాణిజ్యము పెంచి=బేరము పెంపుసేసి, ఏలఁగ నగున్=పాలింపవలయును, వర్షంపు బెవ్వన్=క్షామముచేత, రుజన్=రోగములచేతను, హావళ్లన్=అలసటలచేతను, దిగు=చేరినటువంటి, అన్యభూప్రజలన్=దేశాంతరపుజనులను, రాజు=ప్రభువు, ఆయాయిజాత్యోచితిన్=వారివారి కులములకుఁ దగినట్లుగా, ప్రోవంగాఁదగున్=రక్షింపవలయును, తోఁట=ఉద్యానవనములు, దొడ్డి=పశువులమందను, గనులు=రత్నములుండు నాకరములును, ఆప్తుల్=తనకు హితముఁగోరుచున్నవారు, చూడఁబంపందగున్=పరామర్శచేయుటకై పంపుటయుక్తము.

తా. సముద్రతీరముననుండు పట్టణములకుఁ దురంగగజమణి శ్రీఖండాదులు వచ్చునట్లు వర్తకము వృద్ధిఁజేయించి యోడలలోని సరకులు సులభముగా దిగునట్లుగా నవతరణమార్గంబులం గాపాడవలయుననుట.

ఆ. హదను వచ్చుదాఁక • నపరాధిపై రోష
మాఁగి చెఱపవలయు • హదను వేచి
లక్ష్యసిద్ధిదాఁక • లావున శర మాఁగి
కాఁడ విడుచు వింటి•వాఁడువోలె. 246

టీ. హదనువచ్చుదాఁకన్=తనకు సమయమువచ్చువఱకును, అపరాధిపైన్=తప్పుచేసినవానిమీఁద, రోషమున్ = కోపమును, ఆఁగి = అడంచికొని, హదను=సమయమును, వేచి=కనిపెట్టి, లక్ష్యసిద్ధిదాఁక=గుఱి తనకులోనయ్యెడు పర్యంతము, లావునన్ = తనబలిమిచేతను, శరమాఁగి = బాణమునాకర్షించిపట్టి, కాఁడవిడుచు=

భాణమును దిగఁబడునట్లు వదలుచున్న, వింటివాఁడువో లెన్ = ధానుష్కునివలె, చేఱపవలయున్ = నిగ్రహింపవలయును.

శా. పోవం బోలు లఘుప్రయాణము దినంబు ల్గొన్ని యొండొంట నే
కావైరిక్షితి కంబువు *ల్పిఱుఁద రాఁగా నిల్చు జాలుంబలెం
ద్రోవన్ సైన్యము గూడ వైరిబలసాంద్రుం డైనఁ బూజాదులం
బోవం బోలుఁ జరోక్తిచేత నసఁ డేఁ బో కావరింపం దగున్. 247

టీ. (రాజు) కావైరిక్షితికిన్ = కుత్సితశత్రునియొక్క భూమికి, లఘుప్రయాణము = కొంచెపుపైనములుగ, దినంబుల్గొన్ని=కొన్నిదినములు, ఒండొంటనే = ఒకటొకటిగా, అంబువుల్ = ఉదకములు, పిఱుఁదరాఁగా = వెంబడిరాఁగా, (నఱదరాఁగా ననుపాఠమునఁ బ్రవాహమురాఁగా), నిల్చుజాలుంబలెన్=ముందుపోవుచున్న కొంచెము నీళ్లు వెనుక మెండుగవచ్చునీళ్లు కూడువఱకు నిలుచుచందమున, త్రోవన్ =మార్గమందు, సైన్యముగూడన్ = తనసేనకలిసికొను పర్యంతము, పోవంబోలున్= వెళ్లఁదగును, వైరి=ఆశత్రువు, బలసాంద్రుండైనన్=బలవంతుఁడాయెనా, పూజాదులన్=వారుసేయునట్టి యుపచారములకే, పోవంబోలున్ = మళ్లికొని వెళ్లవలెను, చరోక్తిచేతన్=వేగులవారివేగుచేతను, అసదేన్ = వాఁడు స్వల్పుఁడని వినఁబడెనా, పోక=వెనుకకు మళ్లక, ఆవరింపందగున్ = చుట్టుకొనవలయును.

చ. ద్రవిణము నొవ్వఁ గొంట నొఱంద్రాబలతో నిడుచుంట భూమి గొం
తవలికి నిచ్చుచుంట ప్రథమాప్తతఁ జూడక శంక నుంట లోఁ
బొావయు నృపాళికై యభయము న్మణిభూషలు గుప్తిఁ బంపి భూ
ధవుఁ డరియం దిడం దగు భిదం దనయం దివి మాన్పుకోఁ దగున్.

టీ. ద్రవిణము=ధనమును, నొవ్వన్గొంట = తనరాజ్యమందలి ప్రజలునొచ్చునట్లు పుచ్చుకొనుటయు, 'హిరణ్యం ద్రవిణంద్యుమ్న' మ్మని యమరము. ఒఱన్=ఆలోచనను, ద్రాబలతోన్ = పందలతోడ, ఇడుచుంట = చేయుచుండుటయును, భూమికొంత=కొంతదేశమును, ఆవలికిన్=వెలుపలికి, ఇచ్చుచుంట=ఒసంగుచుండుటయును, (శత్రువులు బలాత్కరించి తనభూమి నాక్రమింపఁగా మంచిపని యని సమ్మతించియుండుటయనుట. ఈమూఁడు రాజదోషములను), ప్రథమాప్తతన్=ముఖ్యముగానిష్టులౌటను, చూడక = విచారింపక, శంకనుంటన్ = అహితముఁజేయునన్న సంశయముతో నుండుటచేత, లోన్=లోపల, పొావయు=పొగరాఁజుచున్నట్టి, నృపాళికై =శత్రువునొద్దనుండు రాజులకొఱకు, అభయమున్=అభీతిదానమును, మణి=రత్నములను, భూషలు=ఆభరణములను, గుప్తిన్=రహస్యముగా, పంపి = అనిపి, భూధవుఁ

* వఱద.

డు=రాజు, భిద[illegible] దగును, ఇవి=[illegible] =భేదోపాయముచేతను, అరియందిడందగుఁ=శత్రువునందుంచఁ =తనయొ[illegible], ఈచెప్పఁబడిన మూఁడురాజదోషములు, తనయందు మాన్పుకోఁదగుఁ [illegible]దుద్ధ లేకుండఁజేసికొనవలయును.

[illegible] తా. శత్రురాజు తనకుఁ బరమాప్తులయిన సామంతరాజులయందపనమ్మకపడఁ [illegible] గా నందుచేత వారు లోపల దుఃఖించుచుండు సమయమున, వారి కభయదానముచేసి, మణిభూషాదులిచ్చి, భేదపఱచి, శత్రురాజతనిరాజ్యమునందలి ప్రజలునొచ్చునట్లు పన్ను పుచ్చుకొనులాగునను, దుష్టులతో నాలోచించునట్లును, వైరులు దనభూమి నాక్రమించు కొన్నప్పుడు సోమరితనముననో కయ్యమునకు వెఱచియో కొంతభాగము నిచ్చులాగు నను, జేయుచుఁ, దనరాష్ట్రమునందు నివి పుట్టకుండునట్లు విచారించుకొనుచుండవలయు ననుట.

క. అహితుఁడు వేఁడిన నేలెడు
మహి సగమే నిచ్చి తెగని • మైత్త్రి గొని విభుం
డహిభయము మాన్పికోఁదగు
నహిభయ మహిభయముకంటె • నధికము గాదే. 249

టీ. అహితుఁడు=శత్రువు, వేఁడినఁ=అడిగినచో, ఏలెడుమహిఁ = తాను రాజ్యముఁజేయుచున్నట్టిభూమిని, సగముఇచ్చియేఁ=అర్ధమిచ్చియైనను, తెగనిమైత్త్రి గొని=విడువని స్నేహము సంపాదించి, విభుఁడు=రాజైనవాఁడు, అహిభయముఁ =స్వపక్షభీతిని, మాన్పికోఁదగుఁ=నివారించుకొనఁదగును, 'మహీభుజా మహిభయం స్వపక్షప్రభవం భయ' మ్మని యమరము. అహిభయము=స్వచక్రభీతి, అహిభయముకం టెఁ=సర్పభీతికంటెను, అధికముగాదే = అతిశయముకాదా.

తా. రాజులు స్వపక్షమువలననే భయమువచ్చునప్పుడు పగవానికైనను బ్రియ ముచెప్పి యతఁడు సగమురాజ్యము గోరిన నిచ్చి స్వపక్ష భయమును మానుపుకో వలయును.

చ. పలుకులు వేయు నేమిటికిఁ • బార్థివుఁ డాత్మభుజాభృతక్షమా
తలమునఁ గుట్టుపేడు బహు • ధా యరయించి యడంచి చంచలా
క్షులగమిలో మెలంగు పురు • షుండును బోలె నశంక నించుచుఁ
మెలగఁడ యేని రాజ్యఫల • మే యది రాజ్యము దుఃఖలబ్ధికే. 250

టీ పలుకులు=మాటలు, వేయు నేమిటికిఁ=వేయియేంచులకు, పార్థివుఁడు= రాజు, ఆ...నఁ-ఆత్మభుజా=తనబాహువుచేతను, భృత=వహింపఁబడిన, 'దోర్దోషాచ భుజ'యని ద్విరూపకోశము. క్షమాతలమునఁ=భూతలమందు, కుట్టుపేడు = గూఢ శత్రువును,(తనరహస్యమును బయలుపఱచువాఁడనుట) (వియోగినీ సముత్కారముల కీడు ఛూఛుటకు ధర్పకురేఁపెడు కుట్టుపేడని వారాహప్రయోగము.) బహుధా=అనేక

ప్రకారములచేత, అరయించి=వెదకించి, (తెలిసియనుట.) అడంచి=అడఁచివేసి, చంచలాక్షులగమిలోన్=స్త్రీసంఘములోపల, మె...లన్-మెలంగు=సంచరించుచున్న, పురుషుండునుబోలెన్=నరునిచందంబున, (స్త్రీలసమక్షమునందుఁ బురుషుండేలాగున నిర్భయుండై యుండునో యట్లనుట.) అశంకనించుచున్=నిర్భయముఁ జేసికొనుచు, మెలఁగఁడయేని=సంచరింపకపోయెనా, అది=అట్లుంట, రాజ్యఫలమే=దొరతనముఁ జెల్లించుటకుఁ బ్రయోజనమా, రాజ్యము = దొరతనము, దుఃఖలబ్ధికే = అసుఖప్రాప్తి కొఱకా (గనుక లోపల నహిత మాచరించువారిని మట్టుఁ బెట్టవలయు ననుట).

తే. బెదరి చేరని బలియుని • బిగియఁ బట్ట
కతనిమై వడినేవచ్చి • హత్తఁ జేత
క్రమము పెనఁగెడు బలుమీను • త్రాటఁ జేదు
నొడ్డుగాలంపువేటకాఁ • డుపమ గాఁడె. 251

టీ. బెదరి=ఉలికి, చేరనిబలియునిన్ = దేశమునకురాకయున్న ప్రబలశత్రువును, బిగియఁబట్టక=శ్రమపడిగ్రహింపక, అతనిమైవడినేవచ్చి=తనకుఁదానేవచ్చి, హత్తఁ జేత=తనకుఁబట్టుపడులాగునఁజేయుట, క్రమము=యుక్తము, పె...ను - పెనఁగెడు=లాగులాడుచున్న, బలుమీను = గొప్పమత్స్యమును, త్రాటన్=త్రాటిచేత, చేఁదు=చేఁదుచున్నటువంటి, ఒడ్డుగాలంపువేటకాఁడు=గట్టుననున్నట్టి బడిశధారియగు లుబ్ధకుఁడు, (గాలమును మత్స్యముపట్టఁగానే వడితోలాగిన నానూత్రము తెగును గాన నట్లు గాకుండ లాగుచును వదలుచును మెల్లఁగా జేఁదుకొనుచున్న బడిశధారియనుట.), ఉపమగాఁడే=దృష్టాంతము గాఁడా.

తా. కావున నెట్టికార్యమునైనను నేర్పుతో సాధింపవలయు ననుట.

సీ. దండపారుష్యంబు • కొండెంబున నతర్క,
మరిసంధి కెడయీక • మరలఁబడుట
యవలితప్పెన్నిక • న్న విదేశ్యుఁ జెఱచుట,
ప్రతిప్రవర్తకున కే • ర్పడఁగఁ జేత
జనులవిశ్వాసంబు • గనుఁగొని మెలఁగుట,
విశ్వసనీయుల • వేర్పఱచుట
మోమోట మంత్రంబు • చో మిక్కిలిడుకొంట,
మంత్రభేత్తకు నాజ్ఞ • మఱచియుంట

తే. వింత పుట్టినఁ గనుగల్గి • చింతసేయ
కుంట మాన్యులపట్టున • నొక్క చూపె

చూడకుంట విహీనులఁ • గూడుకొంట
వ్యసనియైయుంట చలముంట • వలదు పతికి. 252

టీ. దండపారుష్యంబు=కఠినశిక్షయు, కొండెంబునన్=పైశున్యమందు, అతర్క్యము=చర్చచేసిపరీక్షింపకుండుటయు, అరి=శత్రునితోడ, సంధికిన్=సమాధానపడుటకు, ఎడయీక=సందీయక, మరలఁబడుట=తిరుగుబాటగుటయు, అవలితప్పెన్నికన్న=దేశాంతరమందుండి తనకక్కడి స్వామిచేసినయపరాధమునెంచి తన్నునమ్మి చూడవచ్చిన, విదేశ్యున్=వైదేశికుని, చెఱచుట=చెడగొట్టుట, ప్రతిప్రవర్తకునకున్=ప్రతికూలుఁడైన ప్రధానికి, ఏర్పడఁగన్=తేటపడునట్లు, చేత=ఆలోచనసేయుటయు, జనులవిశ్వాసంబు=ప్రజలకుఁగల యప్రీతిని, కనుంగొని=తెలిసికొని, మెలఁగుట=వారితోఁగూడియుంటయు, విశ్వసనీయులన్=నమ్మఁదగినవారలను, వేర్పఱచుట=భేదముగలవారిని యెన్నికొనుటయు, మోమోటన్=ముఖప్రీతిచేత, మంత్రంబుచోన్=ఆలోచించుస్థలమందు, మిక్కిలిడుకొంట=ఆలోచనకుఁ దగనివారినిఁ జేర్చుకొనుటయును, మంత్రభేత్తకున్=ఆలోచన వెల్లడిచేసినపురుషునకు, అజ్ఞ=శిక్షవిధించుటను, మఱచియుంట=విస్మరించియుండుటయు, వింతపుట్టినన్=ఉత్పాతములుజనింపఁగా, కనుగల్గి=మెలఁకువగలవాఁడై, చింతసేయకుంట=వానికిఁబ్రతికావింపనాలోచింపకుండుటయు, మాన్యులపట్టునన్=పూజ్యులవిషయమై, ఒక్కచూపె=ఏకరీతిగా, చూడకుంట=పూజసేయకుండుటయు, హీనులన్=దుష్టులతోడ, కూడుకొంట=సహవాసముఁజేయుటయు, వ్యసనియైయుంట=స్త్రీద్యూత మృగయాదిచింతలు గలవాఁడైయుండుటయు, చలముంట=పట్టువలకలిగియుండుటయును (అనఁగా మాత్సర్యము కలిమియనుట), పతికిన్=రాజునకు, వలదు=కూడదు.

తా. రాజైనవానికి నీపద్యమునందుఁ జెప్పంబడియున్న దండపారుష్యాది దుర్గుణములు లేకయుండెనేని చిరకాలము రాజ్యసుఖ మనుభవించుచుండు ననుట.

క. త్రివిధోత్పాతము లొదవిన, నవనివిభుఁడు విడువవలయు • నధికద్రవ్యం
బవనీసురముఖసురముఖ, పవనసఖముఖముల భుక్తి • బలిహోమవిధిన్.

టీ. త్రివిధోత్పాతములు=దివ్యభౌమాంతరిక్షము లనియెడు మూఁడు తెఱంగులై తెలియవచ్చునట్టికీళ్లు, ఒదవినన్=జనింపఁగా, అవనివిభుఁడు=రాజు, అ...లన్-అవనీసురముఖ=బ్రాహ్మణముఖమందును, సురముఖ=దేవతావదనమందును, పవనసఖముఖములన్=అగ్నిముఖమందును, భుక్తి=భోజనములచేతను, బలి=పూజోపహారాదులచేతను, హోమవిధిన్ = వ్రేల్చుటచేతను, అధికద్రవ్యంబు = పెక్కుధనమును, విడువవలయున్=వినియోగము చేయవలయును. క్రమాలంకారము.

తా. త్రివిధోత్పాతలక్షణము. వృద్ధవసిష్ఠుఁడు చెప్పియున్నాఁడు. 'దివిజాయే ఋక్షగ్రహాస్తేదివాఖ్యా మహాఫలదాః, పరివేషేంద్రధనురుల్కా గంధర్వ నగరనిర్ఘాతాః, గగనవికారజ మేతన్మధ్యమఫలదం తథాంతరిక్షంచ, భూమిభవాభౌమాస్స్వభి శ్చరస్థిరా వస్తుసంభవాయేచ, ఏతేఽధమఫలదాస్స్యు స్తేషాంకథయామి ఫలాని రూపాణి. ఆబాలవిద్వజ్జనసుప్రసిద్ధం యద్వస్తురూపంప్రకృతంతతోన్యత్, ఉత్పాత మాద్యస్త్రివిధంవదంతి దివ్యాంతరిక్ష క్షితిజన్మభేదం.' తదుత్పత్తికారణము వృద్ధవసిష్ఠుఁడు చెప్పియున్నాఁడు. 'అధర్మతస్త్వసత్యాచ్చ నాస్తిక్యా దతిలోభతః, అనాచారా న్నృణాం నిత్య ముపసర్గః ప్రజాయతే, తద్భేదా స్త్రివిధోత్పాతా జాయంతే దుఃఖరోగదాః, దివ్యాంతరిక్షక్షితిజాః వికారా ఘోరరూపిణః.' వరాహోక్తి. 'మనుజానామపచారా దపరక్తా దేవతాస్సృజంత్యేతాన్, తత్ప్రతిఘాతాయనృప శ్శాంతిం రాష్ట్రే ప్రయుంజీత.' గార్గివచనము. 'అకృత్వాశాంతికం రాజా దుఃఖాంభోధౌ నిమజ్జతి, పురే జనపదే కోశే వాహనేషు పురోహితే, స్త్రీస్వాత్మనిచ పుత్రేషు పచ్యతే చైవమష్టసు.' అనియున్నందున, రాజట్టియుత్పాతంబులు గలుగకుండునట్లు పాలింపవలయు, నొకవిధంబున నవి గలిగెనేని, యవ్యవహితముగఁ దచ్ఛాంతియైనను జేయవలయును.

ఉ. స్పర్ధ పరస్పరంబు దొర • పట్టున యోధులపట్టున న్నృపుల్
వర్ధన మొందఁ జేయఁ దగు • వారిహితాహితచర్య లొంద వం
తర్ధి మిథోవ్యథావహ హి • త ప్రథమానసమానతాప్రథా
ధూర్ధరతాదులం దగిలి • ద్రోహపుఁజింతఁ దలంప రేమియున్. 254

టీ. నృపుల్=రాజులు, దొరలపట్టునన్=గొప్పయుద్యోగస్థులవిషయమునను, యోధులపట్టునన్=వారిక్రింద నుండుభటుల విషయమునను, పరస్పరంబు=ఒండొరులకు, స్పర్ధ=విరోధము, వర్ధనమొందన్=వృద్ధిఁబొందునట్లుగ, చేయఁదగున్=చేయవలయును (అట్లుకలహముపుట్టించినట్లయినను), వా...లు - వారి=వారలయొక్క, హితాహితచర్యలు=మంచిచెడ్డనడతలు, అంతర్ధిన్=దాఁగుటను, ఒందవు=పొందవు, మి...లన్ - మిథః=అన్యోన్యము, వ్యథావహ=దుఃఖహేతువగు, హిత = ఇష్టులని, ప్రథమాన=ప్రసిద్ధులై, సమానతా=సములై యుండుటచేతనైన, ప్రథా=ప్రసిద్ధియొక్క, ధూర్ధరతాదులన్ = ధురంధరత్వము మొదలగువానియందు, తగిలి = తగులుకొని, ఏమియున్=ఇంచుకంతైనను, ద్రోహపుఁజింతన్=చెడుచింతను, తలంపరు= స్మరింపరు. (అందఱును హితాచరణమునం దాసక్తులైయుందు రనుట.)

చ. ధరణిపుఁ డెందునేఁ దగదు • తాఁ జన నూఱట కొక్కనిం దగుం
దొర నొనరించి పంప నరి • దుర్బలుచేఁ జెడఁ డాతఁ డర్థభా

కరితురగర్ధి లేక కొఱ • గాఁ డటు సేయ ద్విజాన్యుఁ డల్కక కా
నెరపు నతండునుం వలయు • నిండినదుర్గబలోర్వి యీఁ దగున్. 255

టీ. ధరణిపుఁడు=రాజు, ఎందు నేన్ = ఎచ్చటికెచ్చటికేనియును, తాన్= తాను, చనఁదగు=చనరాదుకనుక, ఊరటకున్ = తనకుసహాయముగానుండుటకు, ఒక్కనికిన్=ఒక్కని, దొరన్=ప్రభువునుగా, ఒనరించి=చేసి, పంపన్ = అంపుట, తగున్=యుక్తము, అరి=ప్రబలశత్రువు, దుర్బలుచేన్=బలహీనునిచేత, చెడఁడు= సాధింపఁబడఁడు (కావున), అతఁడు=అయధికారపురుషుఁడు, అ...ర్ధి - అర్థ=రొక్కముయొక్కయు, భూ=వలయునట్టి భూమియొక్కయును, కరి = ఏనుంగులయొక్కయు, తురగ=గుఱ్ఱములయొక్కయును, ఋద్ధి=సమృద్ధి, లేక=లేకయుండెనేని, కొఱగాఁడు=పనికిరాఁడు, అటు సేయన్=అట్లు పెంపుఁజేసినడపుటకు, ద్విజాన్యుఁడు=క్షత్రియుఁడులోనగువాఁడు, అల్కక=అళుకులేక, నెరపున్ = తగినవాఁడై నిలుచును, అతండునున్=ఆబ్రాహ్మణుఁడును, వలయున్=రాజునకాప్తుఁడై యుండవలయును, నిం...ర్వి - నిండిన=నిండారిన, దుర్గబలోర్వి=దుర్గమును గజతురంగబలములును భూములును, ఈఁదగున్=ఇయ్యందగును.

తా. దుర్గస్థలములు బ్రాహ్మణుల కీయక క్షత్రియాగులకిచ్చిన వారు మళ్లఁబడి పోరుదు రనుట.

క. అడవులు గడిదేశములవి
దడములుగాఁ బెంపు మాత్మ • ధరణీస్థలికిన్
నడుములవి పొళ్లుపొళ్లుగఁ
బొడిపింపుము దస్యుబాధ • పొందక యుండన్. 256

టీ. గడిదేశములవి=గడిస్థలములయందుఁగల, అడవులు=విపినములను, దడములుగాన్=బలువిడిగా, పెంపుము=వృద్ధిఁబొందింపుము, ఆ...కిన్ - ఆత్మ=తనయొక్క, ధరణీస్థలికిన్=దేశమునకు, నడుములవి=మధ్యముననుండునట్టి యడవులను, దస్యుబాధ=దొంగలవలనియుపద్రవము, పొందకయుండన్=కలుగకుండునట్లు,పొళ్లుపొళ్లుగన్=తునుకలుగా, పొడిపింపుము=నఱికింపుము.

తా. నీయేలుబడిదేశమునందు మధ్యముననున్న యడవులను జోరబాధ లేకయుండుటకై పొడిపొడిగాఁ గొట్టివేయింపు మనుట.

చ. క్షమఁ గుఱుమన్నెపుంగహన•చారిజనం బెడ దోషదృష్టి కు
ద్యమఁ గడుగంగఁ బూనిక దెగ • దల్గిన సర్వము బాస నీగి వ
శ్యముగ నొనర్పఁ దాడికగు • నొగడి కొల్లలకు న్మృతాపరా
ధమును సహస్రదండము న•తర్క్యము సర్వము నేలువానికిన్. 257

టీ. క్షమన్=భూమియందు, కులమున్నెపుంగహానచారిజనంబెడన్=కొంచెపాటిమన్నెతికముగల యాటవికజనులపట్ల, దోషదృష్టి=దోషమెంచుట, కుడ్యమున్=మంటిగోడను, కడుగంగంబూనిక=మన్నులేవకుండఁగడుగుటకు దొరకొన్నచందము, అల్గినన్=వారిపట్లఁగోపగించినను, సర్వము దెగదు=మొదలంట తెగదు, బాసన్=సత్యవాక్యము చెప్పుటచేత, ఈగిన్=వాహనాములనిచ్చుటచేతను, వశ్యముగన్=తనకువారువశవర్తులగునట్లుగా, ఒనర్పన్=చేసికొన్నట్లయిన, దాడికిన్=శత్రువులమీఁదదండెత్తుటకు, అగున్=పనికివచ్చును, గడికోల్లలకున్=గడిదేశములుకొల్లఁబెట్టుటకును, ఔన్=పనికివచ్చును, సర్వమున్=సమస్తమును, ఏలువానికిన్=పరిపాలనముఁజేయురాజునకు, శతాపరాధమును=అనేకులుచేయునట్టి యపరాధమును, సహస్రదండమున్=అనేకజనులను శిక్షించుటయును, అతర్క్యము=తలంచుటయుక్తముకాదు.

తే. సింధుర మహాశ్వముఖ్యము • ల్చేర్చు దాల
దీవి వణిజుల కూళ్లు స•ద్గృహములు పురిఁ
గొలుపుఁ దేజంబు వెల మేలు • గలుగఁ బ్రాంత
వారిఁగాఁ జేయు మరి నవి•చేరకుండ. 258

టీ. సిం...ల్-సింధుర=ఏనుఁగులును, మహాశ్వ=గొప్పయశ్వములు, ముఖ్యముల్=లోనగువానిని, చే...కున్-చేర్చు=తెచ్చుచున్నట్టి, దాల=దూరముననున్న, దీవివణిజులకున్=ద్వీపములయందలి వర్తకులకు, ఊళ్లు=గ్రామములు, పురిన్=నీపట్టణమందు, సద్గృహములు=మంచియిండ్లును, కొలువున్=నిత్యమునీసేవయును, తేజము=బహుమానములును, వెల మేలు=వారికొనుమొదలుమీఁదనాదాయమును, కలుగన్=కలుగునట్లుగా, (చేసి యనుపదమధ్యాహార్యము.) అవి=అగజాదివస్తువులు, అరిన్=నీశత్రువును, చేరకుండన్=చెందకయుండునట్లు, ప్రాంతవారిఁగాన్=వారలను నీవారినిగాను, చేయుము=ఒనర్చుకొనుము.

తే. గడి నృపులరాయబారుల•యెడఁ గొలువున
సరససల్లాపములు రాజు • సలుపవలయుఁ
గార్యఖడ్గము లనుచరు • ల్గానఁ బలుక
వలయు నవి మైత్త్రిఁ దాఁ దేలఁ • బలుకవలయు. 259

టీ. రాజు=ప్రభువు, గ...డన్-గడినృపుల=తనభూమికి సమనంతరదేశాధిపతులయొక్క, రాయబారులయెడన్=నియోగులపట్లను, కొలువునన్=తనకచ్చేరియందు, సరససల్లాపములు=రసయుక్తములగు మంచిమాటలె, సలుపవలయున్=ఆడవలయును, కార్యఖడ్గములు=కార్యసమాచారములను ఖడ్గసమాచారములను, అనుచరుల్=సమీపస్థులు, కానన్=తెలియునట్లు, పలుకవలయున్=వచింపవలయును. అవి=చారులచేతి

నట్లు చెప్పంబడినమాటలను, తాన్=రాజు, మైత్రిన్=స్నేహాభిప్రాయముచేత, తేలఁ బలుకవలయున్=ఆమాటలు తప్పిదము లైనవి కావని తేలఁబలుకవలయును.

తే. తా నవంబుగ దొరఁజేయు • వానిమంత్ర
మునకు వేగమె లోఁజేయఁ • జనదు వాఁడు
క్రొత్తమన్నన రహి ననుఁ • గులకుఁ జెప్ప
నయిన నది చెడు మఱివాఁడు • నడఁగు గాన. 260

టీ. (రాజు), తాన్=తాను, నవంబుగన్=క్రొత్తగా, దొరఁజేయువానిన్=దొరతనమిచ్చి పెంపుఁజేసినవానిని, మంత్రమునకున్=ఆలోచనకు, వేగమె=వేగిరము గా, లోఁజేయఁజనదు=కూర్చికొనఁగూడదు, (అట్లు చేర్చుకొనినట్లాయెనా) వాఁడు=ఆక్రొత్తయుద్యోగస్థుఁడు, క్రొత్తమన్ననన్=నూతనపుబహుమానములకు నుప్పొంగి, రహిన్=తేజముతో, అనుఁగులకున్=తన నెయ్యురకు, చెప్పన్=చెప్పఁగా, అయినన్=కొనసాగినను, అది=ఆకార్యము, చెడున్=కొకపోవును, మఱి=ఇంతియకాక, వాఁడున్ = అట్లు మంత్రమును బైటఁబెట్టినవాఁడును, అడఁగున్ = చెడిపోవును, కానన్=కావున, (మంత్రమునకు లోఁజేయఁగూడదని యన్వయము.)

సీ. హితబహుశ్రుతధర్మ • రత శూరతాస్వపూ
ర్వతల మన్ద్విజుల దు • ర్గముల నిలిపి
పులిజున్ను మొదలుగాఁ • బురుషాయుషావధి,
కం దుండ నవరణ • లొప్పొందుపఱిచి
చీమంత యైనను • సామంతకోటికి,
మితము దప్పక యుండ • క్షితు లొసంగి
యాయాధికవ్యయా • నధికంబునుం బ్రజా,
విరుజంబుగాఁగ బం • డరువుఁ గూర్చి

తే. క్షీణరిపుధాత్రిఁ జరదృష్టి • చేతఁ జూచి
బకగతి హఠాద్గ్రహించి తాఁ • బ్రజయు నొవ్వ
కయ పగఱగాత్రములనె చీఁ • కాకుపఱచు
నృపతి డెందానఁ జేయిడి • నిద్రవోవు. 261

టీ. హిత...లన్ - హిత=కుశలచింతచేతను, బహుశ్రుత=విశేషశాస్త్రపరిచితి చేతను, ధర్మరత=న్యాయాసక్తిచేతను, శూరతా=మగఁటిమిచేతను, స్వపూర్వతలన్=తనవంశక్రమానుగత్వముచేతను, (కూడి) మన్ ద్విజులన్ = వృద్ధియగుచున్న బ్రాహ్మణులను, దుర్గములన్=దుర్గస్థలములయందు, నిలిపి=ఉంచి, పులిజున్ను మొదలుగాన్=

పురిజనన్ము మొదలైన నిఖిలంబగు నపూర్వవస్తువులును, పురుషాయుషావధికిన్=నూఱు సంవత్సరములవఱకును, అందుండన్=ఆసర్గములయందుండునట్లు, సవరణల్=పద్ధతులు, పొందుపఱచి=కలుగఁజేసి, సామంతకోటికిన్=తన్నుఁగొలుచుచుండుసమన్నెగాండ్రకు, చీమంతయైనను=కొంచెమైనను, మితమున్=అడుకొన్న రీతిని, తప్పకయుండన్=తప్పిపోకుండ, క్షితులు=భూములు, ఒసంగి=ఇచ్చి, ఆయాధికవ్యయానధికంబును=ఆదాయ మెక్కుడుగాను వ్యయము తక్కువగాను, ప్రజావిరుజంబుగాఁగన్=తనదేశప్రజనులు నొవ్వనియట్లుగా, బండరువున్ కూర్చి=బొక్కసమునించి, క్షీ...త్రిన్-క్షీణరిపు=క్షయిష్ణువైనశత్రుని యొక్క, ధాత్రిన్=దేశమును, చరదృష్టిచేతన్=వేగువాండ్రచేతను, చూచి=ఎఱింగి, బకగతిన్=కొంగచందమునంబొంచియుండి, హఠాద్గ్రహించి=సమయము తటస్థింపఁగా నొక్కదాఁటున నాక్రమించి, తాన్=తానును, ప్రజయున్=తనయొక్క ప్రజలును, నొవ్వకయ=నొప్పిఁజెందకయే, ప...నై-పగఱ=తన శత్రువులయొక్క, గాత్రములనె=దేహములనే, చీ...తి-చీకాకుపఱచు=కలఁకపడునట్లుచేయుచున్న, నృపతి=రాజు, డెందానన్=ఱొమ్మున, చేయిడి=హస్తమునుంచుకొని, నిద్రపోవున్=సుఖముగా నిద్రించును.

తా. ఇందుఁ జెప్పంబడియున్నవిధముగా రాజు ప్రవర్తించెనేని యొందేనియు ఖేదమునొందక సుఖంబుల ననుభవించుచుండు ననుట.

క. ఎచ్చో గజఘోటక్రయ, తచ్చర్వణసుభటజీవి•తద్విజసురపూ
జోచ్చనిజభోగములకగు, వెచ్చము వెచ్చంబు గాదు•విత్తంబునకున్. 263

టీ. విత్తంబునకున్=రాజార్జించినధనమునకు, ఎచ్చోన్=ఏకాలమందును, గ...లకున్-గజ=ఏనుంగులయొక్కయు, ఘోట=అశ్వములయొక్కయు, క్రయ=కొనుటకును, తచ్చర్వణ=వానిమేపునకును, సుభటజీవిత=మంచిరాణువకునిచ్చునట్టి జీతములకును, ద్విజ=బ్రాహ్మణులయొక్కయు, సుర=దేవతలయొక్కయు, పూజా=పూజలకును, ఉచ్చనిజభోగములకున్=ఉన్నతములైన తనయనుభవములకును, అగు=ఆగునటువంటి, వెచ్చము=వ్యయము, వెచ్చంబుకాదు=వ్యయముకాదు.

తా. పైని చెప్పఁబడినవానివిషయమై వ్యయ మవశ్యముగాఁ జేయవలయుఁగాన నిది దుర్వ్యయ మని తలంపరాదు.

ఆ. ప్రతిన వలదు వైరి•పట్టున నృపతికి
దండువెడలఁ దీఱ•కుండుఁ దీఱు
గాక యుండియుండి•కాలాంతరమున నొఁ
గార్యకాఁడొ యంక•గాఁడొ నృపుఁడు.

టీ. నృపతికిన్=రాజునకు, వైరిపట్టునన్=పగతునిపట్టున, ప్రతిన=ప్రతిజ్ఞ, వలదు=ఎప్పటికిని కూడదు, దండువెడలన్=యుద్ధయాత్రకుఁబోయినను, తీరకుండున్=నిర్ణయించుకొన్న సమయమునకు ముగింపుకాకపోవును, తీరున్=ముగింపగును, కాకయుండియుండి=అప్పటికిఁ గాకుండనుండియుండి, కాలాంతరమునన్=మఱియొకసమయమందు, ఔన్=అవును, నృపుఁడు=రాజైనవాఁడు, కార్యకాఁడో=కార్యపరుఁడో, అంకగాఁడో=సమరశీలుఁడో (అనఁగాఁ గాకవుచేతఁ గార్యపరుఁడే యనుట.)

క. పోరానిపట్లఁ బొడుచుట, వైరిబలము దిరుగ జయము • స్వర్గము నగునా
నారూపయంత్రతత్ప్రా, కారాదులపట్లఁ బ్రజనె • కవియింపఁ దగున్.

టీ. రాజు, పోరానిపట్లన్=శత్రువులుపైకివెళ్లుటకు ననరులేకయున్న సమయములను, పొడుచుటన్=పోరునఁ గొట్టుటచేత, వైరిబలము=శత్రుబలము, తిరుగన్=ఏవంకఁబోవ నశక్యమై తెగించి తిరుగుబాటుకాఁగా, జయము=గెలుపైనను, స్వర్గమున్=వీరస్వర్గమైనను, అగున్=సిద్ధమౌను, (అనఁగాఁ ద్రోవలేక యిక్కట్టుననున్న శత్రువులబలమును జెనకరా దనుట.) నానారూపయంత్ర=పలుదెఱంగులగు నాయుధవిశేషములపట్లను, తత్=ఆ శత్రురాజులయొక్క, ప్రాకారాదులపట్లన్=కోటలు మొదలగువానియందును, ప్రజనె=తనబలమునె, కవియింపందగున్=కవియునట్లుచేయవలయును గాని తాను బోఁగూడ దనుట.

చ. మనమున కొండు రెండు మఱు • మంత్రముల స్సరిపోవఁ జెప్పినం
జనపతు లాతనిం బిలువ • సాగుదు రాగతి సారెఁ బిల్చున
చ్చనువునకే ధనాది గొని • సంగతి గానివి క్రొవ్వి చేయఁ జె
ప్పు నృపతి దద్బహిశ్చరిత • ముం జరుచేఁ బరికింపఁగాఁ దగున్. 265

టీ. మనమునకున్=రాజులయొక్కయుల్లమునకు, ఒండురెండుమఱు = ఒకటి రెండుమాఱులు, మంత్రములన్=ఆలోచనలను, సరిపోవన్=సరిపడునట్లు, చెప్పినన్=చెప్పినట్టాయెనా, జనపతులు=రాజులు, అతనిన్=అట్లుదమమనంబునకు సరిపడఁ జెప్పియున్నవానిని, పిలువసాగుదురు=పిలువనారంభింతురు, అగతిన్=ఆతీరునను, సారెఁబిల్చు=మాటిమాటికిఁబిలువనంపినట్టి, అచ్చనువునకే=ఆచొరవకే, ధనాది=రొక్కము మొదలగువానిని, కొని=వారివలన సంపాదించికొని, క్రొవ్వి=మదించి, సంగతిగానివి=అసంగతములయిన కొన్నిపనులను, చేయన్=ఒనర్చుటకై, చెప్పున్=నిర్ణయించును, (అట్లుగావున), నృపతి=రాజు, తత్ = ఆయాలోచనఁజెప్పువానియొక్క, బహిశ్చరితమున్=వెలినడవడిని, చరుచేన్=వేగువానిచేత, పరికింపఁగాఁదగున్ = తెలిసికొనవలయును,

తా. రాజైనవాఁడు రెండుమూఁడు ఆలోచనలకే బేలుపోయి వానినమ్మియుండక వీఁడు పరహితుఁడై యోజనలు చెప్పుచున్నవాఁడో, లేక తనకు హితబుద్ధినిఁ జెప్పుచున్నవాఁడో, యని వాని వెలినడవడి నితరులచేఁ దెలిసికొనవలయు ననుట.

క. గడివాఁడు చెడునెయోఁ దగుఁ
జెడఁజేయుట చెడఁడయేని • చెల్మియె తగుఁ బై
గడివాఁ డేపని కగుఁ దన
గడివాఁ డరియైనఁ దనకె • గడికావఁబడుఁన్. 266

టీ. గడివాఁడు=తనపగవానిమానిసియై తనగడిసరిహద్దుననుండువాఁడు, చెడునెయేన్=చెడునట్లుతోఁచినపక్షమున, చెడఁజేయుట=అట్లుపొడిచిచెఱుపుట, తగున్=యుక్తము, చెడఁడయేని = చెడఁడనితోఁచినట్లాయెనా, చెల్మియెతగున్ = వానితో మైత్రియొనర్చుటయెమంచిది, తనగడివాఁడు=తనయొక్క యెల్లయందుఁ గావలియుండువాఁడు, అరియైనన్=తనకుశత్రువైనట్టాయెనా, పైగడివాఁడు=పరునిసీమయొక్కగడి కాచువాఁడు, ఏపనికగున్=ఏమికార్యమునకు వచ్చును, తనకే=తనకొఱకే, గడికావఁబడున్=గడిరక్షింపఁబడును.

తే. రాష్ట్రి మెరియింపుకొనుము దు•ర్గములు తదవ
రోధ మగపడ్డఁ బుట్టింటి•రూఢి నడవు
పరుషములు తద్రిపులరాయ•బారులెదుటఁ
బలుకకుము సంధి యొకవేళ • వలసియుండు. 267

టీ. రాష్ట్రిము=నీశత్రురాష్ట్రిమును, దుర్గములు = వారిదుర్గస్థానములను, ఎరియింపుకొనుము=హరింపుము, తదవరోధము = వారిస్త్రీలు, అగపడ్డన్=దొరకి రేని, పుట్టింటిరూఢిన్=ఆ స్త్రీలు పుట్టినింటనుండఁగా నేమిమర్యాద నడుచునో యట్టిమరాద్యను, నడవుము=జరగింపుము, త...టన్-తద్రిపుల=ఆ శత్రువులయొక్క, రాయబారుల=సంధిమాటలాడువారియొక్క, ఎదుటన్=ముందరను, పరుషములు=కఠినవాక్యములు,పలుకకుము=పచింపకుము, ఒకవేళన్=ఒకసమయమునందు, సంధి = సమాధానము,వలసియుండున్=కావలసియుండును గనుక పరుషము లాడఁగూడ దని పూర్వముతో నన్వయము.

ఆ. ఆభిచార ఘనగ•రాంబుదూషితరుజ్ని
రంతరాద్రిగహన•దంతురోగ్ర
కీకటోర్వి మేరు • గిరిసమార్థము వచ్చె
నేని చొరకు మంపు • మిడుము కొనఁగ. 268

టీ. ఆభిచార=అభిచారక్రియలు చేయుజనులచేత, ఘన = నిబిడమైయున్నట్టియు, గరాంబు=విషజలములచేతను, దూషిత = దుష్టమైనట్టియు, రుజ్నిరంతర =

వ్యాధిబహుళమైనట్టియును, అద్రి=కొండలచేత, గహన=కాఱడవులచేతను, దంతుర=ప్రవేశింప నశక్యమైనట్టి, ఉగ్రకీకటోర్వి = ధూర్తులగుమ్లేచ్ఛులయొక్క భూములను, మేరుగిరి=హేమాద్రితో, సమ=తుల్యమైన, అర్థము=ద్రవ్యము, వచ్చునేని=లభించునట్లుండినను, చోరక=నీవువెళ్లక, ఇడుముకొనఁగన్ = ఆదేశముల నాక్రమించునట్లు, అంపుము=దళములనుమాత్రము పంపుము.

క. రాణింపఁ బల్కి తనపని
జాణై కొనుఁ గొలుచు సంత•సపుఁదఱిఁ దొలఁగుం
ద్రాణ చెడఁ గపటమానిసి
నాణె మెఱుఁగ బచ్చు గాఁగ • నరపతికిఁ దగున్. 269

టీ. కపటమానిసి = కుత్సితుఁడైన మనుష్యుఁడు, రాణింపన్ = ఇంపుపుట్టునట్లుగా, పల్కి=మాటలాడి, జాణై=చతురుఁడై, తనపనిన్=స్వప్రయోజనమును, కొనున్=కాఁజేసికొనును, సంతసపుఁదఱిన్=దొర లుత్సాహవంతులై యున్నసమయంబునను, కొలుచున్=కొలువుఁజేయును, త్రాణచెడన్=దొర కించుక బలిమిదప్పి దిగులొందఁగా, తొలఁగున్=జాఁటిపోవును, నాణెము=మంచిచెడ్డలను, ఎఱుఁగన్=తాఁదెలిసికొనుటకు, బచ్చుగాఁగన్ = కోమటివానివలె నుండుట, నరపతికిన్=రేనికి, తగున్=అమరియుండును.

సీ. తద్జ్ఞమండలిఁ గూర్చి • ధాతువుల్ దెలిసి హే,
మాదులఁ గొని ప్రకృ•త్యనుగుణాల్ప
జీవనాహృతులచేఁ • జెలఁగి మహాబలో,
ద్రేకంబు మర్దన•రిత్తఁ జేసి
స్నేహార్ద్రిఁ దగుచు న•శేషంబుఁ బోషించి,
నరవర్ణములతప్పు•సరణు లుడిపి
సతతద్విజప్రతి•ష్ఠాశాలియై బలి,
యించుపట్టులు బలి•యించి పలుచఁ
తే. జేయుపట్టులు పలుచఁగాఁ • జేసి తేజ
మెసఁగ శోధన మఱవక • యెసఁగ వలయు
సాంగరాజ్య మొకెత్తుగ • స్వాంగరాజ్య
మొక్కయెత్తుగ నృపతి యా•యుష్యపరత. 270

అవ. ఈపద్యమునందు స్వాంగరాజ్యమును బాలించుభంగి సాంగరాజ్యమును రాజైనవాఁడు పరిపాలింపవలయునని రెండర్థములు వచ్చునట్లు చెప్పుచున్నాఁడు.—

టీ. తద్జ్ఞమండలిఁ=వైద్యులను, అభిజ్ఞులను, కూర్చి=కలయఁజేసి, ధాతువుల్=సప్తధాతువులను, సువర్ణాదిజనకములైనధాతువులను, తెలిసి=ఎఱింగి, హేమాదులుగొని=సువర్ణభస్మము మొదలగువానిఁబుచ్చుకొని, ఆధాతువులయందు సువర్ణరజతాదులను స్వీకరించి, ప్ర...చేఁ-ప్రకృతి=తనశరీరప్రకృతికిని, ప్రజలకును, అనుగుణ=తగునట్లు, అల్పజీవన=మితమైనయన్నోదకములయొక్కయు, మితమైనద్రవ్యముయొక్కయు, అహ్వృతులచేఁ=పుచ్చుకొనుటచేత, చెలంగి=ఒప్పి, మహాబలోద్రేకంబుఁ=వాయువుయొక్కప్రకోపమును, ప్రబలశత్రువుయొక్కయౌద్ధత్యమును, మర్దనఁ=అంగమర్దనచేతను,దండించుటచేతను,రిత్తఁజేసి=మట్టుపఱచి, స్నేహార్ద్రుఁడగుచ్=అభ్యంజనమును, ప్రేమయుఁగలవాఁడై, అశేషంబులఁ=సకలావయవములను, సమస్తప్రజలను, పోషించి=పెంపొందఁజేసి, నరఁ=పలితమును, వర్ణములతప్పసరణులు=దేహమందాయాస్థానముల వెన్నెలు మాఱుటను, నరవర్ణముల=మనుష్యులయొక్కబ్రాహ్మణాదివర్ణములయొక్క, తప్పసరణులు=శాస్త్రవిరుద్ధాచారములను, ఉడిపి=తొదుచి తత్క్రియలచేతనుమాన్పి, సతతద్విజప్రతిష్ఠాశాలియై=ఎల్లప్పుడుఁబలువరుసలకును, బ్రాహ్మణులకును దార్ఢ్యప్రతిష్ఠలను సంపాదించుటచే నొప్పుచున్నవాఁడై, బలియించుపట్టులు బలియించి=హస్తముష్ట్యాదులను, దుర్గములను బలియఁజేసి, పలుచఁజేయుపట్టులు బలుచఁగాఁజేసి = ఉదరాదులను, మధ్యదేశమునందలి యవయవులను బలుచఁగాఁజేసి, తేజమెసఁగఁ=ఇంద్రియప్రతాపము లభివృద్ధియగునట్లు, శోధనఁ=వస్తిశోధనను, నగరశోధనను, మఱవక=విస్మృతిఁజెందక, నృపతి=రాజు, ఆయుష్యపరతఁ = ఆయుర్వృద్ధియందాసక్తుఁడౌటచేతను, స్వాంగరాజ్యము=తనశరీరము, ఒక్కయెత్తుగఁ=ఒకవంతుగాను, సాంగరాజ్యము=సప్తాంగములతోడిరాజ్యము, ఒక్కయెత్తుగఁ=ఒకవంతుగాను, ఎసఁగనలయుఁ=పెంపొందవలయును.

సీ. సౌఖశాయనిక భి•షక్పూర్వకము కాల్య,
వేళఁ గార్తాంతిక•ద్విజులగోష్ఠి
జాము వోవ నమాత్య•సామంతపూర్వకం,
బర్థార్జనస్థకా•యస్థగోష్ఠి
దినమధ్యమమున మ•ర్దనమల్లపూర్వకం,
బగుసూనసూపకృ•న్మృగయుగోష్ఠి
యపరాహ్ణమున దేవ•తార్చనాపూర్వకం,
బార్యధర్మాధికృ•ద్యతులగోష్ఠి
తే. భుక్తిమీఁద విదూషక•పూర్వకము పు
రాణకవిగోష్ఠి చారపూ•ర్వకము సంజ

జాముగాయకగోష్ఠి ని•శన్ సుషుప్తి
పూర్వకము ప్రేయసీగోష్ఠి • పొసఁగుఁ బతికి. 271

టీ. పతికిన్=రాజునకు, కాల్యవేళన్=ప్రభాతసమయమునందు, 'ప్రత్యూషో హర్ముఖంకల్య' యనియమరము. సౌ...ము-సౌఖశాయనిక=సుఖశయనమాయనియడుగు వారును, 'భృగ్వాదీననుగృహ్ణంతుసౌఖశాయనికాన్నృషీ'ననిరఘువంశమునందుఁ గవిపుంగవుఁడైన కాళిదాసునిప్రయోగమున్నది. భిషక్=వైద్యులును, పూర్వకము=మొదలుగా, కార్తాంతికద్విజులగోష్ఠి=జ్యోతిశ్శాస్త్రవిదులైన విప్రులయొక్క సంబంధమును, జాముపోఁ=జాముప్రొద్దెక్కిన వెనుకను, అ...బు-అమాత్య=మంత్రులును, సామంత=అమరగాండ్రును, పూర్వకంబు=మొదలుగా, అ...ష్ఠి-అర్థార్జనస్థ=ద్రవ్యార్జనాధికారమునందుండువారలయొక్కయు, కాయస్థ=కరణాలయొక్కయు, గోష్ఠి=సంబంధమును, దినమధ్యమమునన్=మధ్యాహ్న సమయమునందు, మ...బు-మర్దన=అంగమర్దనముఁజేయునట్టి, మల్ల=జెట్టివాండ్రు, పూర్వకంబుగన్=లోనుగా, సూ...ష్ఠి-సూద=వంటకమువండువారియొక్కయు, సూపకృత్ = పప్పుకూరలు వండువారలయొక్కయు, మృగయు=వంటవారికి మాంసముదెచ్చియిచ్చునట్టి వేఁటకాండ్రయొక్కయు, గోష్ఠి=సాంగత్యమును, అపరాహ్ణమునన్=పగటితృతీయభాగమునందు, దేవతార్చనాపూర్వకంబు=దేవపూజమొదలుగా, ఆర్య=పూజ్యులయొక్కయు, ధర్మాధికృత్=ధర్మాధికారులయొక్కయు, యతుల=జ్ఞానము నుపదేశించుచున్న మౌనులయొక్కయు, గోష్ఠి=సభయును, భుక్తిమీఁదన్=భోజనముఁజేసినపిమ్మటను, విదూషకపూర్వకము=వికటకవులుమొదలుగా, పు...ష్ఠి-పురాణ=పౌరాణికులయొక్కయు, కవి=కవీశ్వరులయొక్కయు, గోష్ఠి=సభయును, సంజజాము=సాయంకాలమునందు, చారపూర్వకము=వేగులవారు మొదలుగా, గాయకగోష్ఠి=పాఠకులయొక్కగోష్ఠియును, నిశన్=రాత్రియందు, సుషుప్తిపూర్వకము=నిద్రవోవుట మొదలుగా, ప్రేయసీగోష్ఠి=తనప్రియురాలిగోష్ఠియును, పొసఁగున్=ఒప్పును.

క. హితులు హితాహితులు సదా
హితులును నై రాజునెడల • నిటు త్రివిధమునన్
క్షితి ననుచరు లుందురు సం
తతమున్ మఱి వారిఁ దెల్పెదన్ విను మనఘా. 272

టీ. ఈపద్యార్థము వెనుకటిపద్యమున స్పష్టమగునుగనుక దీనికి టీకవ్రాయలేదు.

చ. హితులు భిషగ్గ్రిహజ్ఞబుధ•బృందకవీంద్ర పురోహితు, ల్హితా
హితులు ధనార్జనాదినృప•కృత్యనియుక్తులు, వెండి కేవలా

హితులు దశావశార్పితస • మృద్ధరమాభరణేచ్ఛ, లౌట నా
హితమును నట్ల కాఁ జతుర • వృత్తిఁ జరించుట నీతి తేనికిన్. 273

టీ. భి...ల్-భిషక్=వైద్యులును, గ్రహజ్ఞ=జ్యోతిషికులును, బుధబృంద=విద్వత్సమూహమును, కవీంద్ర=కవివరులును, పురోహితుల్=పురోహితులును, హితులు=ఇష్టులు. ధ...లు-ధనార్జనాది=ద్రవ్యముపోఁగుచేయుట మొదలగు, నృపకృత్య=రాచకార్యములయందు, నియుక్తులు=అధ్యక్షులుగా నియమింపఁబడినవారలు, హితాహితులు=హితులుగా నహితులుగానుందురు. వెండి=మఱియు, దశావశార్పిత=ఆయా దశావశముచేత నగరికియ్యఁబడినట్టి, సమృద్ధరమాభరణేచ్ఛలు=సమగ్రమైన తమయైశ్వర్యములను సమయభేదములయందు మరలఁ బొందవలయునని కోచియుండువారలు, కేవలాహితులు=కేవలశత్రువులు. లౌటన్=అట్లగుటవలన, అహితమును=వారిపట్ల రాఁజేసినహితమును, అట్లకాన్=తదనుగుణమగునట్లుగా, చతురవృత్తిన్=నైపుణిచేత, చరించుట=వర్తించుట, తేనికిన్=రాజునకు, నీతి=తగినది.

ఆ. పాత్రభూతు లెస్సఁ • బరికించి యతఁ డడు
గకయు నొకఁడు సెప్ప • కయు మునుపుగఁ
బనసపండ్లు దిగిన • పరిగ స్వప్నము గన్న
నెఱిగ నొసఁగి వెఱఁగు • పఱచు టొప్పు. 274

టీ. పాత్రభూతున్=సత్పాత్రమైనవానిని, లెస్సన్=చక్కఁగా, పరికించి=తెలిసి, అతఁడు=ఆయోగ్యపురుషుఁడు, అడుగకయున్=అడుగుటకును, ఒకఁడు సెప్పకయు = మఱియొక్కఁ డతనికి దాన మిమ్మని తనతోఁ జెప్పుటకును, మునుపుగన్=మున్నుగా, పనసపండ్లు దిగినపరిగన్=ముత్తములుగాఁ బనసపండ్లొకసారిదిగినచందముగా, స్వప్నముగన్ననెఱిగన్ = కలలో సకలవస్తుజాతముల నొక్కపర్యాయముగాఁ జూచినరీతిని, ఒసంగి=ఒక్కసారిగా నే పేరాళముగానిచ్చి, వెఱఁగుపఱచుట=ఆసత్పాత్రము నద్భుతమొందఁజేయుట, ఒప్పున్=తగును.

క. పితృదేవక్రియలనువిధిఁ, బితృక్రియలె సూక్ష్మలగుటఁ • బితృభక్తుఁడవై
శ్రుతిశీలతపశ్శాంతా, చ్యుతభక్తులకొసఁగి పనుపు • మున్నతగతికిన్.

టీ. పితృ=పితృదేవతలయొక్కయు, దేవ=దేవతలయొక్కయు, క్రియలన్=కర్మములయందు, విధిన్=విధిశాస్త్రముచేతను, పితృక్రియలె = పితృప్రీతికరములైన కర్మములె, సూక్ష్మలగుటన్=బుద్ధిమంతులచే విచారింపఁదగిన యతిశయము గలవి యగుటచేత, పితృభక్తుఁడవై=నీవును బితృభక్తి గలవాఁడవై, శ్రుతిశీలతపశ్శాంతాచ్యుత

భక్తులకున్=శాస్త్రాధ్యయనముచేతను మంచినడకలచేతను వయస్సుచేతను శాంతులై యచ్యుతునిభక్తిగల్గియున్నవారలకు, ఒసంగి=అభీష్టవస్తువులనిచ్చి, ఉన్నతగతికిన్=పితృలనూర్ధ్వలోకములకు, పనుపుము=అంపుము.

క. దానము ద్విజరక్షణకును
జ్ఞానము నిజరక్షణకుఁగ • శరణముఁ జొరు మెం
తే నారాయణు 'రాజ్యాం
తే నరకం ధ్రువ' మటంట • దీరునె యొంటన్. 276

టీ. (బ్రాహ్మణసంరక్షణము రాజధర్మమగుటంజేసి) దానము=తాఁజేయునట్టి దానములు, ద్విజరక్షణకును=బ్రాహ్మణసంరక్షణకొఱకనియు, జ్ఞానము=శ్రీపతిసర్వోత్కృష్టుఁడనియు నీ సమస్తచేతనులు నతనికి దాసభూతులనియు నెఱుంగుట, నిజరక్షణకుగన్=తనరక్షణార్థమనియును,(తెలిసి),ఎంతేన్=మిక్కిలి,నారాయణున్=శ్రీమన్నారాయణుని, శరణముఁజొరుము=లెస్సఁగా శరణువేడుము, రాజ్యాంతేనరకంధ్రువమటంట=రాజునకు రాజ్యాంతమునందు నరకము నిశ్చయమను లోకోక్తిగలదుగావుననది,ఒంటన్=మఱియొక్కదానివలన,తీఱునె=తొలఁగునా,(తొలఁగదనుట.)

తే. ఆలు పతిభక్తి స్త్రీపుంస • పాళి వావి
యతి వశిత్వము దిగుజాతు • లగ్రజాతి
ననుసరించుట హితవృత్తి • నధిపునికి
భృత్యుఁ డొదవుట నృపదండ • భీతిఁ జుమ్ము. 277

టీ. నృప=ఓయిరాజా ! ఆలు=భార్య, పతిభక్తి=భర్తవిషయమైన పూజ్యానురాగమును, స్త్రీ...ళి - స్త్రీపుంస=స్త్రీపురుషులయొక్క, పాళి=పఙ్క్తి, వావి=వరుసలను, యతి=జడదారి, వశిత్వము=ఇంద్రియనిగ్రహమును, దిగుజాతులు=తక్కువజాతివారు, అగ్రజాతిన్=మొదటిజాతివారిని, అనుసరించుట=భక్తియుక్తులై యనుసరించియుండుటయు, అధిపునికిన్=ఏలెడువానికార్యమునకు, హితవృత్తిన్=మంచినడతగలవాఁడై, భృత్యుఁడు=బంటు, ఒదవుట=ఉపయోగపడుటయును, దండభీతిఁ జుమ్ము=దండభయముచేతఁజుమీ.

తా. ఇట్లుండుటంజేసి రాజులకు యుక్తదండ మవశ్యకర్తవ్య మనుట.

ఆ. చంపి ధార్మికుండు • సతిఁ బొంది మఱి బ్రహ్మ
చారి బొంకి సత్య • శాలి యార
గించి నదుపవాసి • కేడించి శూరుఁడు
చింది ధనియు నగు వి • చిత్రసరణి. 278

టీ. చంపి=దుష్టులనుమచ్చమాపి, ధార్మికుండు=ధర్మాత్ముఁడును, సతిన్=తన ధర్మపత్నిని, కూడి=ఋతుకాలములయందుఁగలిసి, బ్రహ్మచారియు=బ్రహ్మచర్యము సల్పువాఁడును, బొంకి=పరులకు మేలుగలుగుపట్ల దబ్బఱలాడి, సత్యశాలి=యథార్థవాది, ఆరగించి, (ఆవేళయందు భుజింపక)'సాయంప్రాతర్ద్విజాతీనా'మను విధినను సరించి యినుమాఱుమాత్రము భోజనము చేసి,సదుపవాసి=ఆహారరహితుఁడును, కేడించి=గురుజనాదులతో వారియనుమతిని సంప్రాప్తముగుయుద్ధముపట్లవిముఖుఁడై చాలించి, శూరుఁడు=వీరుఁడును, చింది = సత్పాత్రమందు మెండుగ వ్యయముజేసి, ధనియున్=ధనికుఁడును, విచిత్రసరణిన్=అద్భుతరీతిని, అగున్=అవును. (కావున ధర్మసూక్ష్మమును దెలిసి నడవవలయుననుట).

తా. దుష్టుల నుక్కడంచువాఁడు ధర్మాత్ముండనియును; ఋతుకాలములయందుమాత్రము భార్యాసంగమముచేయువాఁడు బ్రహ్మచారియనియును ; పరులకు మేలు కల్గునిమిత్తమబద్ధములాడువాఁడు సత్యవంతుఁడనియును; దినమున కినుమాఱులు భోజనముచేయువాఁడు సదోపవాసియనియును; పెద్దలయనుమతిచే శత్రువునుజయింపకయే యుద్ధమునుండి మఱలినవాఁడు శూరుఁడనియును ; ధనమును సద్వినియోగమొనర్చువాఁడు ధనికుఁడనియును భావము.

ఆ. ప్రణిధి స్వపురగృహియు • భాషావిదుఁడు ప్రణి
ధ్యంతరావిదుండు • నగునతండు
లింగమాత్రకృశుఁడు • లిప్సాధికద్రవ్య
దానధనియుఁ గాక • తఱియఁ జొరఁడు. 279

టీ. ప్రణిధి=వేగువాఁడు, 'ప్రణిధిః ప్రార్థనే చరే' యనియమరము. స్వపురగృహియు=తనపట్టణమునందుఁ గాపురముండువాఁడును, భాషావిదుఁడు=నానాభాషలుదెలిసినవాఁడును, ప్రణిధ్యంతరావిదుండు = దేశాంతరపువేగరులను దెలిసినవాఁడును, లింగమాత్రకృశుఁడు=ఏచిహ్నమును లేనివాఁడును, లి...యు_లిప్సా=తాఁగోరినంతకంటె, అధికద్రవ్య = అధికద్రవ్యమును, 'వాంఛాలిప్సామనోరథః' యని యమరము. దాన=దొరయిచ్చుటచేత, ధనియు=ధనవంతుఁడును, కాక=కానివాఁడై, తఱియఁజొరఁడు=అవృత్తికిఁ బ్రవేశింపఁడు.

క. తనుభృశ దమనజ సుకృతము
ధనదత్తినె కొనఁగవలయుఁ • దత్తద్భృతుకమ
ర్దనమజ్జనభోజనలే
పన వసన ప్రసవ వహన•పరతం బతికిన్. 280

టీ. త...ము - తను=శరీరమును, భృశ=మిక్కిలి, దమనజ= ఉపవాసాదులుండి శోషింపఁజేయుటచేత సంపాదించునట్టి, సుకృతము=పుణ్యము, పతికిన్=రాజునకు, ధనదత్తినే=ద్రవ్యము నమితముగా నిచ్చుటచేతనే, కొనఁగవలయున్=గ్రహింపవలయును, త...తన్-తత్తదృతుక=ఆ యా కాలములకు ననుకూలములైన, మర్దన=అంగమర్దనము, మజ్జన=స్నానము, భోజన=అభ్యవహారము, లేపన=మైపూఁతయు, వసన=వస్త్రము, ప్రసవ=పుష్పము, వహనపరతన్=వీనియొక్క సేవతో నుండికొనవలయునని పూర్వపద్యముతో నన్వయము.

క. నానావిధపాడబముల
నాను నృపాహార మెపుడు • నపరాహ్ణమునం
గాని మఱి శుద్ధకోష్ఠువు
గానితమి న్భుక్తి యెపుడుఁ • గడు బథ్య మగున్. 281

టీ. నృపాహారము = రాజులుభోజనముచేయువంటకము మొదలగునది, ఎపుడున్=ఏకాలమందును, నా...లలు - నానావిధ=పలుతెఱంగులైన, పాడబములన్=రుచులతోడను, ఆనున్=కూడియుండును, అపరాహ్ణమునంగాని = అపరాహ్ణమందే కాని, మఱి=అటుగాక, శుద్ధకోష్ఠువు=గర్భగోళశుద్ధి, కానితమిన్ = కాకుండునట్టి త్వరచేత, భుక్తి=భోజనము, ఎపుడు=ఏసమయమందు, కడున్=మిగులను, పథ్యము=హితము, అగున్=ఔను.

తా. అనఁగా నపరాహ్ణమునందు భోజనము చేసినట్లాయెనా శరీరమునకు సౌకర్యకరముగా నుండు ననుట.

క. విను వర్గ సమత నృపుఁ డు
న్నను ధర్మాంశంబె హెచ్చె•నా పెఱ మడి కె
త్తిననీరును దెగి యలరా
జనపుమడికి నెక్కినట్లు • చను ముదమందన్. 282

టీ. నృపుఁడు = రాజు, వర్గసమత - ధర్మార్థకామములనియెడు త్రివర్గసంపదయందు సమత్వముతో, ఉన్నన్ = ఉండగా, ధర్మాంశంబె = అందు ధర్మముమాత్రము, హెచ్చెనా=అతిశయించెనా, పెఱమడికిన్=మిగిలినమళ్లకు, ఎత్తిన=కట్టఁబడిన, నీరును=ఉదకమును, తెగి=గండిచేసికొని, రాజనపుమడికిన్=వరిపైరుకయ్యను, ఎక్కినట్లు=పాఱినచందముగా, ముదమందన్=సంతోషించుట, చనున్=తగును.

క. వెలయించునట్టి యొకమణి
వెల్కుఁగాళంగొనుము ధరణి • వెండి వేషో

జ్జ్వలతకు వలదే వాసర
ములమణులవిభూషణములు • భూపతి దాల్పన్. 283

టీ. వెలయించునట్టి = నిర్దోషమైవెలుఁగునట్టి, ఒకమణిన్ =ఒకరత్నములలో నేరత్నమునైననొక్కటిని, వెలుఁగాశన్ =కాంతియందుఁగల యపేక్షచేతను, కొనుము=విడువక ధరియింపుము, వెండి=ఇంతియేగాక, ధరణిన్ =భూమియందు, భూపతి=రాజు, సువేషోజ్జ్వలతకున్ -సువేష=మంచియలంకారముయొక్క,ఉజ్జ్వలతకున్= ప్రకాశించుటకు, వాసరములన్ =ఏడువారములయందును, తాల్పన్ =ధరియించుకొనుటకు, మణులవిభూషణములు-మణుల=రత్నములచేఁ జెక్కఁబడిన, విభూషణములు= సొమ్ములు, వలదె=వలదా, అవశ్యముగ ధరియింపవలెనని కాకువు (అనఁగా నేజాతియందైనను ఘనమైన రత్నమొకటి ప్రకాశార్థమై నిరంతరము ధరియింపవలయుననియు, మఱియు నేడు వారాలలోఁ గ్రమంబుగ నాయావారాధిపతులైన గ్రహములకుఁ జెప్పఁబడిన రత్నములసొమ్ముల నాయాదినములయం దలంకరించుకొనవలయుననియు భావము.)

క. చేయునది రాజ్య మఁట యఘు
మే యవధిగ నీఁగువార•మే మనఁ జన దా
మ్నాయంబు నశక్యాను
ష్ఠేయముఁ జెప్పదు స్వశక్తిఁ•జేయఁగఁ జెప్పన్. 284

టీ. చేయునది=చేయుచుండునది, రాజ్యమఁట=ప్రభుత్వమఁట, అఘము=ఈ పాపమును, ఏయవధిగన్ =ఎన్నాళ్లకు, ఏము=మేము, నీఁగువారము=పోఁగొట్టుకొనఁగలవారము, అనఁజనదు=అని తలంపఁగూడదు, ఆమ్నాయంబును=వేదమును, స్వశక్తిన్ =శక్త్యనుసారముగా, చేయఁగన్ =చేయవలయునని, చెప్పన్ =విధించునుగాని, అశక్య=సాధ్యముగాని, అనుష్ఠేయమున్ =కృత్యమును, చెప్పదు=విధింపదు, (అనఁగా శక్త్యనుగుణముగ ధర్మమాచరించి యధర్మపరిహార మొనర్చినం బాపంబు లంటవనుట.)

వ. మను దండధరాదులు విశేషించి దోషం బెఱింగి దండించిరె ధర్మపరు లనఁబరఁగిరి ప్రజాపరిపాలనంబు పనిగాఁ బ్రజానాథుండు బహుముఖంబులం బుట్టింపం బుట్టి విరాట్సమ్రాట్ప్రభృతి వేదోదితశబ్దవాచ్యుండై దేవసదృశుం డగుమూర్ధాభిషిక్తుఁడు సోకోర్చి యిలకు నగునలజళ్లు తీర్చినంగాక జన్మంబు సఫలం బగునె కేవలేంద్రియ ప్రీతి బందీకృత పరకళత్రపథికపరిమత్ప్రహారణప్రాప్తవిత్తమ్ములఁ బొటచ్చర

ప్రభులకు జరగదే యింత లాంపట్య మేమి పని యని యవనియెడ నవన వైముఖ్యంబు చెల్ల దెట్లనినఁ దొల్లి కృతయుగంబునఁ గృతవీర్య నందనుం డగుసహస్రబాహుం డాత్మీయదోస్స్తంభ సంభృత యగు నీవిశ్వంభర నేద్వీపంబున నేనాఁట నేవీట నేత్రోవ నేక్రేవ నేవేళ నెవ్వఁ డేమి సేయం దలంచు నప్పు డందందు నసి ముసల చాపాది శస్త్రాస్త్రధారియై తోఁచి యాజ్ఞయిడు నట్లాజ్ఞయిడ నంతిమం బగు నీయుగంబున యాగానుసారంబుగా మితసారం బగు రాజలోకంబున కు శక్యంబుగాదుగదా యొక్క రాజలోకంబున కననేల యిక్కాలం బునందలిభూసురులకు నక్కాలంబు నందలి భూమిదివిజులకుఁ గలశక్తి యున్నదె యొక్క బాడబుండు కడలినీరుగ్రుక్కంగొనియె నొక్కవిప్రుం డు స్రష్టసృష్టికిఁ బ్రతిస్రష్ట యయ్యె నొక్కబ్రాహ్మణుండు బ్రహ్మదం డంబున బ్రహ్మాస్త్రంబు వారించె నట్టియనుష్ఠానంబు మాకు లే దెం దేమి ప్రయోజనం బని శక్త్యనుష్ఠానంబు వీరికి విడువవచ్చునే పీ రితరుల కుపాసనీయులు గాక పోయిరె కావున సావధానుండవై శక్తి కొలఁది శ్రుతదృష్టంబు లుపేక్షింపక రక్షణశిక్షణంబు లాచరించుచు నశక్యంబున కార్తశరణాగతరక్షకుం డగుపుండరీకాక్షుమీఁద భారం బిడి యనహంకృతిఁ బ్రవర్తిల్ల నెల్ల సంసిద్ధులు కరస్థంబు లగు నది యట్లుండె నట్లయిన పట్టబద్ధుండగు రాజు ధర్మంబునంద దృష్టి యిడి నడవ వలయు వరుణవైశ్రవణ వాయు వైశ్వానర వాసవాదుల జన్మం బులును బహుభవారబ్ధక్రియాలబ్ధంబుల భూర్భువస్స్వరాదు లగునిజ గంబులును ధర్మప్రతిష్ఠితంబులు కావునఁ దదాచరణచణుండవై ఋ ణత్రయంబును నీఁగి సమానులం దుత్తమశ్లోకుండవై రాజ్యపరిపాల నంబు సేయు మని యభిషిక్తుం జేసె నిది మదీయభక్తప్రభావంబని యంబుజాలయ కానతిచ్చె. 285

టీ. మనుదండధరాదులు=మనువు యముఁడు మొదలగువారు, విశేషించి దోషం బెఱింగి దండించిరియె=మిగులదోషంబులఁ దెలిసిశిక్షించిరియె, ధర్మపరులనఁబరగిరి= ధర్మాసక్తచిత్తులని నుతికెక్కిరి, ప్రజానాథుండు=చతురాననుండు, ప్రజాపాలనంబు పనిగాన్=ప్రజాసంరక్షణార్థముగా, బహుముఖంబులన్=ఇంద్రాదిదిక్పాలకులయం శంబులను, పుట్టింపన్=జననమొందింపఁగా, పుట్టె=జనించి, వి...డుఐ - విరాట్=

విరాట్టు, సమ్రాట్=సమ్రాట్టు, ప్రభృతి=మొదలగు, వేద=ప్రాంజదువులయందు, ఉదిత=చెప్పఁబడిన, శబ్ద=వాచకపదములకు, వాచ్యుండై=అభిధేయుండై, దేవసదృశుండగు=దేవతలతో సరియగు, మూర్ధాభిషిక్తుండు=రాజు, సోఁకోర్చి=కష్టమునుసహించి, ఇలకుఁ=భూమికి, అగు=కలుగుచున్న, అలజళ్లు=ఉపద్రవములను, తీర్చనంగాక=నివారింపఁజేయకగాని, జన్మంబు=పుట్టుక, సఫలంబగునె=సార్థకమగునా, కే...తి - కేవల=ముఖ్యముగా, ఇంద్రియ=కర్మేంద్రియములయొక్క, ప్రీతి=తృప్తి, బ...లఁ - బందీకృత = చెఱసాలలోనుంచఁబడియున్న, పర = ఇతరులయొక్క, కళత్ర = స్త్రీలచేతను, పథిక = తెరువరులయొక్క, పరిషత్ = సమూహమును, ప్రహరణ= కొట్టుటచేతను, ప్రాప్త = లభించినటువంటి, విత్తములన్ = ధనములచేతను, పాటచ్చరప్రభులకున్ = దొంగదొరలకును, జరగదె = కాలముగడవలేదా, ఇంతలాంపట్యమేమిపని యని = ఇంతటియాయాసమెందులకని, అవనియెడన్ = భూమిపట్ల, అ...బు - అవన = రక్షించుటయందు, వైముఖ్యంబు = విముఖభావము, చెల్లను = కూడదు, ఎట్లనినన్=ఏలాగంటివా, తొల్లి=పూర్వకాలమందు, కృతయుగంబునన్ = కృతయుగమందు, కృత్యవీర్యనందనుండగు = కృతవీర్యునిపుత్త్రుండైన, సహస్రబాహుండు = సహస్రబాహుఁడనువాఁడు, ఆ...త-అగు - ఆత్మీయదోస్స్తంభ= తనభుజములచేతను, సంభృతయగు=భరింపఁబడినదైయున్న, ఈవిశ్వంభరన్=ఈభూమిని, ఏద్వీపంబునన్=ఏదీవియందు, ఏనాఁటన్ = ఏదినమందు, ఏవీటన్=ఏపట్టణమందు, ఏత్రోవన్=ఏమార్గమందును, ఏక్రేవన్=ఏకార్యమందును, ఏవేళన్=ఏసమయమందును, ఎవ్వఁడు=ఎట్టివాఁడు, ఏమిసేయందలంచున్ = ఏమియొనర్చుటకుఁ జింతించుచుండునో, ఆప్పుడు అందందు=అప్పుడెవానినంతయు నెఱింగి యక్కడక్కడ, అ...రివి-అసిముసలచాపాది=కత్తి, రోఁకలి, విల్లులోనుగాఁగల, శస్త్రాస్త్రధారియై =శస్త్రాస్త్రములధరించినవాఁడై, తోఁచి=కనఁబడి, అజ్ఞయిడున్=దండించును, అట్లాజ్ఞయిడన్=ఆలాగుదండించుటకు, అంతిమంబగు = కడపటిదైన, ఈయుగంబునన్= ఈకలియుగమందు, యాగానుసారంబుగాన్=యజ్ఞములకుఁదగినట్లు, మితసారంబగు=స్వల్పబలముగల, రాజలోకంబునకున్ = నృపవర్గమునకు, శక్యంబుగాదుగదా, ఒక్క రాజలోకంబునకున్=ఒకక్షత్త్రియజనమునకు, అననేల=చెప్పనేమిటికి, ఇక్కాలంబునందలి = ఇప్పుడున్నటువంటి, భూసురులకు = బ్రాహ్మణులకు, ఆక్కాలంబునందలి=అప్పుడున్నటువంటి, భూమిదివిజులకున్=భూసురులకును, కల...క్తి - కల= కలిగియున్న, శక్తి=నిగ్రహసామర్థ్యము, ఉన్నదె=కలదా, ఒక్క బాడబుండు=ఒకపుడమిఱేఁడు, కడలినీరు=సముద్రోదకమంతయును, గుక్కంగొనియెన్=పుక్కిలియందిమిడ్చెను, ఒక్క విప్రుండు=విశ్వామిత్త్రుఁడనునొకద్విజుఁడు, స్రష్టస్సృష్టికిన్=బ్రహ్మసృష్టికి, ప్రతిస్రష్టయయ్యెన్=మాఱుసృష్టిచేయువాఁడాయెను, ఒక్క బ్రాహ్మ

ణుండు=వసిష్ఠుండని నుతికెక్కినయొక మునివర్యుండు, బ్రహ్మదండంబునన్=బ్రహ్మదండము చేత, బ్రహ్మాస్త్రంబున్ = చతురాననాస్త్రమును, వారించెన్ = మట్టుపఱచెను, అట్టియనుష్ఠానంబు=అటువంటి తపశ్చర్య, మాకు లేదు=మాయందుఁగనఁబడదు, ఎందేమి ప్రయోజనంబని=దేనియందేమి కార్యమని, వీరికిన్=ఈద్విజులకు, శక్త్యనుష్ఠానంబు=యథాశక్తినాచరించుట, విడువవచ్చునె=త్యజింపఁదగునా, వీరు=ఈబ్రాహ్మణులు, ఇతరులకున్=క్షత్త్రియాదులకు, ఉపాసనీయులుగాక పోయిరే=పూజ్యులుగాకయున్నారా, కావునన్=అట్లుండుటచేత, సావధానుండవై=జాగ్రత్తగలవాఁడవై, శక్తికొలఁది=సామర్థ్యానుగుణముగా, శ్రుత=వినఁబడినవానిని, దృష్టంబులు=చూడఁబడినవానిని, ఉపేక్షింపక=అశ్రద్ధచేయక, రక్షణశిక్షణంబులు=శిష్టసంరక్షణదుష్టశిక్షణంబులను, ఆచరించుచున్=చేయుచును, అశక్యంబునకున్=నీకు నలవిగాని కార్యవిషయమై, ఆర్తశరణాగతరక్షకుండగు=దీనజనసంరక్షణబద్ధదీక్షుండగు, పుండరీకాక్షుమీఁదన్=శ్రీమన్నారాయణునిమీఁద, భారంబిడి=బరువుంచి, అనహంకృతిన్=అహంకారరాహిత్యముచేత, ప్రవర్తిల్లన్=సంచరింపఁగా, ఎల్లసంసిద్ధులు = సకలకార్యసిద్ధులును, కరస్థంబులగున్=అఱచేతిలోనుండునవియగును, అదియట్లుండె=అదియాలాగుండెను. అట్లైన=ఆవిధమైన, పట్టబద్ధుండగు=పట్టముగట్టఁబడిన, రాజు=ప్రభువు, ధర్మంబునందె=ధర్మమునందే, దృష్టియిడి=జ్ఞప్తియుంచి, నడవవలయున్=ప్రవర్తింపవలయును, వ...లు-వరుణవైశ్రవణ వాయు వైశ్వానర వాసవాదుల=వరుణ కుబేరానిలధనంజయేంద్రాదుల యొక్క, జన్మంబులును=ఉత్పత్తులును, బ...ల-బహుభవారబ్ధ=అనేకజన్మములయందారంభింపఁబడిన, క్రియా=యాగాదిక్రియలచేతను, లబ్ధంబుల=పొందఁబడిన, భూర్భువస్స్వరాదులగు, ఇజ్జగంబులును=ఈలోకములును, ధర్మప్రతిష్ఠితంబులు కావున=ధర్మమునందుయుండునవిగనుక, తదాచరణచణుండవై=దానినాచరించుటయందుదక్షుండవై, ఋణత్రయంబును=ఋషి దేవపితృఋణములను, నీఁగి=తీర్చి, సమానులందున్=నీతోడివారలలో, ఉత్తమశ్లోకుండవై=కీర్తికరుండవై, రాజ్యపరిపాలనంబు=ప్రజాపరిపాలనంబు, చేయుమని=ఒనర్పుమని, అభిషిక్తుఁజేసెన్=పట్టాభిషిక్తుఁగావించెను, ఇది=నాచేతఁజెప్పఁబడినయీసంగతి, మదీయభక్తప్రభావంబని=నాభక్తునిప్రభావమని, అంబుజాలయకున్=లక్ష్మీదేవికి, అనతిచ్చెన్=తెలియునట్లు సెలవిచ్చెను.

శా. దుగ్ధాంభోధిమహాగృహోత్సుక సుధాంధోబృందచూడామణీ
రుగ్ధారాశబలీకృతాంఘ్రియుగ కారుణ్యాంబుసింధూభవ
ద్దృగ్ధామా ధృతమంథ సింధురవరార్తిక్షేపిదోశ్చక్ర శ్రీ
ముగ్ధాలాపరసాదరా కృతపలాన్మూర్ఛన్స్వనోదదరా. 286

టీ. దు...క-ముగ్ధాంభోధి=పా ...క్షుద్రమనియెడు, మహాగృహ=గొప్ప మందిరమందు, ఉత్సుక=ఆసక్తుఁడవైనస ... సుధాంధోబృంద=వేల్పులగుంపులయొక్క, చూడామణీ=శిరోరత్నములయొక్క, ఝర్ఝరా=కాంతిపరంపరచేతను, శబలీకృత=శబళవర్ణముగాఁ జేయంబడిన, అంఘ్రియుగ=పాదయుగళముగలవాఁడా, కా...మా-కారుణ్యాంబు=దయారసమను నీటికి, సింధూభవత్=సముద్రమగుచున్న, దృక్==చూపులను, ధామా=ఉనికిపట్టైనవాఁడా, ధృ...థ-సిం...క-ధృత=మోయఁబడిన, మంథ=కవ్వపుఁగొండగలవాఁడా, సింధురవర=గజేంద్రునియొక్క, ఆర్తి=ఖేదమును, క్షేపి=పోఁగొట్టుచున్నటువంటి, దోః=భుజమండలి, చక్ర = చక్రాయుధముగలస్వామీ, శ్రీ...రా - శ్రీ = లక్ష్మీదేవియొక్క, ముగ్ధాలాప = ముద్దుపలుకులయందును, రస=శృంగారాదిరసములయందును, ఆదరా=ఆదరముగలయోస్వామీ, కృ...రా-కృత=చేయఁబడిన, పలాత్=రక్కసులయొక్క, మూర్ఛ = మూర్ఛగల, స్వన=ధ్వనిచేతను, ఉద్యత్=విజృంభించుచున్న, దరా=శంఖముగల యోస్వామీ యని యాశ్వాసాంతమున భగవత్ప్రార్థన.

క. కరధృతదరారివితరణ
పరిపాలిత తొండమాన్నృ•పాలక పునరు
త్తరిత నరనప్తృబాలక
శరణాగతసేవధీ భు•జంగాశరథీ. 287

టీ. క...క-కరధృత = హస్తముచేతధరింపంబడిన, దరారి=శంఖచక్రములయొక్క, వితరణ = ఇచ్చుటచేత, పరిపాలిత=రక్షింపంబడిన, తొండమాన్నృపాలక=తొండమాన్‌చక్రవర్తి యను రాజుగలవాఁడా, (తొండమాన్ చక్రవర్తికి శంఖచక్రము లిచ్చెననుట ప్రసిద్ధము), పు...క-పునరుత్తరిత=మరలఁబ్రతికింపంబడఁగ, నర=విజయునికి, నప్తృ=మనుమండైన, బాలక=చిన్నవాఁడుగలవాఁడా, శ...ధీ-శరణాగత=శరణుఁబొందినవారికి, సేవధీ=నిధియైన యోస్వామీ, భు...థీ-భుజంగాశ=గరుత్మంతునిచేత, రథీ=రథముగలస్వామీ.

మత్తకోకిల. కుండలిద్విషదుగ్రకేతన • గోత్రభిద్దుర్మహారిదో
శ్చండిమోత్పులకీకృతాంగక • సత్య దాత్యకురూక్తవా
క్ఖండితత్వ యశోనిధీకృత • పాండవేయ కపర్దికో
దండఖండన పాటవాంచదు•దారదారసమాగమా. 288

టీ. కుం...న-కుండలి=సర్పములకు, ద్విషత్ = శత్రువైన గరుత్మంతుఁడే, ఉగ్ర=భయంకరమైన, కేతన=ధ్వజముగాఁగలవాఁడా, గో...త్స-గోత్రభిత్=దేవేం

ద్రునియొక్క, ద్రుమ=వృక్షమును, హారి=[illegible]ంటి, దోః = భుజములయొక్క, చండిమ=అతికోపముచేతను, ఉత్పా[illegible], ఉరులకొంకురయుక్తముగాఁజేయఁబడిన, అంగక=అవయవములుగల, సత్య=సత్య[illegible]ముగాఁడా, దౌ...య-దౌత్య=దూతభావముచేతను, కురు=కౌరవులవిషయమం[illegible]కరఁ = పలుకఁబడిన, వాక్=మాటలయందు, పండితత్వ=పాండిత్యముచేతను, [illegible]నిధీకృత=కీర్తిమంతులుగాఁజేయంబడిన, పాండవేయ=పాండుకుమారులుగ[illegible]చి, నిట్టూర్పు...మా-కపర్ది = శివునియొక్క, కోదండ=వింటియొక్క, ఖండన=విఱు[illegible]తము: పాటవ = నేర్పుచేత, అంచత్=ఒప్పుచున్నటువంటి, ఉదార=గొప్పదిగ్గై[illegible] దారసమాగమా=సీతాసంయోగముగల స్వామీ.

శా. ఇది సింహాచలదంభకేసరిపదాభీష్టార్చనాపుణ్యల
బ్ధదురుట్టంకణ పొట్టునూరివిజయస్తంభోపలోట్టంకితాం
కదృఢేష్టాక్షర కృష్ణరాయనృపసంజ్ఞాస్మత్కృతాముక్తమా
ల్యద నాశ్వాసవరంబు నాలవది హృద్యంబై మహిం బొల్పగున్.

టీ. ఇది, సిం...దన్-సింహాచల=సింహాద్రియందలి, దంభకేసరి=మాయానృసింహుఁడైనస్వామియొక్క, పద=పాదములయొక్క, అభీష్ట = ఇష్టములైన, అర్చనా=పూజలచేతనైనట్టి, పుణ్య=సుకృతముచేత, లబ్ధ=పొందఁబడినటువంటి, దురుట్టంకణ=ప్రయత్నముచేనాటఁదగినటువంటి, పొట్టునూరి=పొట్టునూరియందలి, విజయస్తంభోపల=జాతిజయస్తంభమందు, ఉట్టంకిత=వ్రాయఁబడినటువంటియు, అంక=బిరుదైనటువంటియు, దృఢ=శాశ్వతమైనటువంటి, ఇష్టాక్షర=అభిమతవర్ణములుగల్గిన, కృష్ణరాయనృపసంజ్ఞ=కృష్ణరాయధరణీకాంతుండనియెడు పేరుగల్గిన, అస్మత్=నాచేత, కృత=రచియింపఁబడిన, ఆముక్తమాల్యదన్=ఆముక్తమాల్యద యను ప్రబంధమందు, నాలవది=నాలవదియైన, ఆశ్వాసవరంబు=శ్రేష్ఠమైనయాశ్వాసము, హృద్యంబై=సకలకవిజనమనోహరంబై, మహిన్=భూమియందు, పొల్పగున్=ప్రసిద్ధమౌను.

గద్యము. ఇది శ్రీ దక్షిణామూర్తి మంత్రోపాసనా సమాసాదితాఖండ సాహితీ ధురీణుండు నాత్రేయ గోత్ర పవిత్రుండును వావిళ్ళవంశపయోరాశి రాకాసుధాకరుండు నగు రామస్వామిశాస్త్రిచేత ననేక పూర్వవ్యాఖ్యానాభిప్రాయంబులఁ బర్యాలోచించి రచియింపఁబడిన రుచిసమాఖ్యానం బగు నాముక్తమాల్యద వ్యాఖ్యానంబునందుఁ జతుర్థాశ్వాసము.

పంచ

కిన్=తెల్ల దామరపూవులుగలవాపి

శించుచున్న, తులసీవనసీమన్ =

శుభలక్షణయుక్తములగు, అంగిన్ శ్రీరస్తు.

ద=కురువిందమను పేరుగల యొ క్తమాల్యద

చనద్యుతిఁ దనరారుఁ గురువింద

మొలకలయొక్క, దళ=చెక్క వ్యాఖ్యానము.

తలహస్తతలములును, అధర

నెన్=విష్ణుచిత్తుఁడు

తా. వి

గ. గా.

పంచమాశ్వాసము.

క. శ్రీ నీళా జాంబవతీ
మానస తామరస విహరమాణమిళిందా
భా నద్యుదయ కళిందా
నానాంఘ్రిశిరోక్ష శేషనగ హర్యక్షా. 1

టీ. శ్రీ...దా - శ్రీ=లక్ష్మీదేవియొక్కయు, నీళా=నీళాదేవియొక్కయు, జాంబవతీ=జాంబవతీదేవియొక్కయు, మానస=మనస్సులనియెడు, తామరస=తామరపూవులయందు, విహరమాణ = విహరించుచున్న, మిళిందా=భృంగమా, భా...దా - భా=శరీరకాంతియనియెడు, నదీ=యమునానదియొక్క, ఉదయ=ఉత్పత్తికి, కళిందా=కళింద మనుపేరుగల పర్వతమా,(కాళిందీనది కాంతివంటి శరీరకాంతిగలవాఁడనుట.), నా...క్ష - నానా=అపరిమితములైన, అంఘ్రి=పాదములును, శిరః=శిరములును, అక్ష=కన్నులును గలవాఁడా, (ఇది పురుషసూక్తప్రశస్తము.), శే...క్షా-శేషనగ=శేషాచలమందు, హర్యక్షా=సింహమా, అని స్వామికి విశేషణములు.

వ. అవధరింపు మవ్విష్ణుచిత్తుండు. 2

టీ. అవధరింపుము=చిత్తగింపుము, అవ్విష్ణుచిత్తుం డనుకర్తృపదము ముందటి పద్యమున కన్వయింపఁగలదు.

మహాస్రగ్ధర.

ఒకనాఁడామ్రాంకురాఘంబురు కుసుమకుడ్మంగోదకోత్కోణీధల్ప
ప్రకరంబై కాంతుఁచే ముస్పతులఁబదరిపైఁ బ్రాఘి వాటించి నిట్టూ
ర్పెకదోట్టండస్సి వీరాయిత మఱి మఱి తాఁ రెట్లమున్నట్లయానా
యికలం గందర్పుఁడోటం బెఱేఁగి తఱిమి వీఁ పేసె నానంటుఁగోటన్.

టీ. ఒకనాఁడు=ఒక్కదినమందు, (ఇష్టైట...ంటి, దోః = భుజములయొ... ఉరులకాంకురయుక్తముగాఁజేయఁ =మామిడిచిగుళ్లయొక్క, ఓఘంబు=సమూహ... యఁగాఁడా, దా...య-దాత్యా= గ=పూవులపొదల్లయొక్క, ఉదర=అంతఃప్రదేశ... కర = పలుకఁబడిన, వాక్= యందు, తల్పప్రకరంబై - తల్ప=సెజ్జలయొక్క, ... నిధీకృత=కీర్తిమంతులుగాఁ చేక్=కోరికచేత, మున్=ప్రథమమందు, పతుల... నిట్టూర్పు...మా-కపర్ది = శివుని లాడి, పైఁబ్రౌఢి=ఉపరతిని, పాటించి=ఉపక్రమిం... ...తము. పాటవ = నేర్పు ఎకదొట్టన్=ఉద్ధతముకాఁగా, డస్సి=అయాసపడి, ... దారసమాగమా=సీతా అటి=ఉడిగి, మఱి=పిమ్మట, తారు=తాము, (ఆనాయికలను... బూర్వమందు, ఎట్లు=ఏవిధమో, ఆట్లయాక్=అవిధముగా నేయగుటక, రనుట.), నాయికలన్=స్త్రీలను, కందర్పుఁడు=మన్మథుఁడు, ఓటంబు=ఓడిపి టను, ఎఱిఁగి=తెలిసి, తఱిమి=వెంబడించి, వీఁపేసెనాక్ = వీఁపునఁగొట్టెనో యన గా, అంటు = అంటుకొన్న, తోఁటన్ = ఉద్యానమునందు, ఈ పద్యమునందు అమ్రాంకురౌఘం బనునది కర్తృపదము, అంటు అను ధాతువుతోడ నన్వయింపఁదగి నది. మఱియు విష్ణుచిత్తుం డను కర్తృపదముతో నన్వయింపఁదగిన క్రియాపదము పై పద్యమం దున్నది.

తా. మామిడి చిగుళ్ల శయ్యలయందు స్త్రీపురుషులు చేరి యుపరతమందుఁ బురుషుల నోడించునట్లు, నాయికలు పంతగించి తాము పురుషులపైఁ జేరి యుపరతి సల్పుచు నాయాసమువలన రోఁజుచు నుపరతిఁ జాలించి పూర్వము తా మెట్లు కిందై యుండిరో యట్లే మరలఁ బురుషులకుఁ గ్రిందైరి. కావున నా సం దెఱింగి మన్మ థుండు స్త్రీలు ఉపరతి చాలించి యోడినందులకుఁ గుఱుతుగా నోడిన వారిని వీఁ పునఁ గొట్టుట ప్రసిద్ధ మగుటవలన వారిని వీఁపునఁ గొట్టఁగా నైన గాయములో యను నట్లు మున్ను శయ్యగాఁ బఱచికొన్న యాచిగుళ్లే చెమ్మటలుగల స్త్రీల వీఁపున నంటు కొని యుండెను. ఇట్టివనమం దొక్కనాఁడు విష్ణుచిత్తుండు, అని వెనుకపద్యముతో నన్వయము.

ఉ. వింగడ మైన యొక్కవన•వీథిఁ గనుంగొనె నీడ సున్నపుర్-
రంగుటరంగు పచ్చలయ•రం గయి పో వెలిదమ్మి బావికిం
జెంగట నుల్లసిల్లు తుల•సీ వన సీమ శుభాంగి నొక్కబా
లం గురువింద కందళ ద•ళ ప్రతిమాంఘ్రికరోదరాధరన్. 4

టీ. వింగడము = విశాలము, ఐన, ఒక్కవనవీథిన్ = ఒకశృంగారవనశ్రేణి యందు, సున్నపుర్రంగుటరంగు=సున్నపురంగుగల తెల్లనితిన్నె, నీడన్=వనచ్ఛాయ చేత, పచ్చలయరంగయిపోన్=మరకతమయవేదిక యగుచుండఁగా, వెలిదమ్మిబావి

కిన్=తెల్లదామరపూవులుగలవాపికి, చెంగటన్ = సమీపమందు, ఉల్లసిల్లు=ప్రకాశించుచున్న, తులసీవనసీమన్ = తులసీవనప్రదేశమందు, శుభాంగిన్ - శుభ = శుభలక్షణయుక్తములగు, అంగిన్=అవయవములు గలిగినట్టియు, కు...రన్ - కురువిందకురువిందమను పేరుగల యొకజాతి కెంపులయొక్క, సీ. 'సలలిత మత్తకోకిల లోచనద్యుతిఁ దనరారుఁ గురువింద మనెడు కెంపు' అని రత్నశాస్త్రము. కందళ=మొలకలయొక్క, దళ=చెక్కలతోడ, ప్రతిమ=సరియైన, అంఘ్రికరోదర=పాదతలహస్తతలములును, అధరన్=మోవియుఁగల, ఒక్క బాలన్=ఒకబాలికను, కనుంగొనెన్=విష్ణుచిత్తుఁడు చూచెను.

తా. విష్ణుచిత్తుఁడు శృంగారవనవీథిలో నీడలు దేరెడు తెల్లని సున్నపురంగు గల యరఁగు చెట్టుల నీడలచేత మరకత మయమైనట్లు కనఁబడు చుండఁగా దాని సమీపమునందలి తెల్లదామరకొలని చెంగట నొక్క తులసీవనమందు శుభలక్షణ లక్షితురాలగు నొక స్త్రీశిశువును జూచె నని భావము.

చ. కనుఁగొని విస్మయం బొదవఁ • గాఁ గదియం జని సౌకుమార్యమున్
దను రుచియు న్సులక్షణవి • తానముఁ దేజముఁ జెల్వుఁ గొంత సే
పనిమిష దృష్టిఁ జూచి యహా • హా యనపత్యున కమ్ముకుందుఁడే
తనయఁగ నాకు నీశిశువుఁ • దాఁ గృప సేసె నటంచు హృష్టుఁడై.

టీ. కనుఁగొని=చూచి, విస్మయంబొదవఁగాన్=ఆశ్చర్యమంకురింపఁగా, కదియంజని=సమీపించిపోయి, సౌకుమార్యమున్=సుకుమారత్వమును, తనురుచియున్=దేహకాంతియును, సు...మున్-సులక్షణ=శుభలక్షణములయొక్క, వితానమున్=సమూహమును, తేజమున్=తేజస్సును, చెల్వున్=సౌందర్యమును, కొంతసేపు=కించిత్కాలము, అనిమిషదృష్టిన్=ఱెప్పపాటులేనిచూపుచేత, చూచి = వీక్షించి, అహహా=ఆశ్చర్యము, అమ్ముకుందుఁడే=ఆవిష్ణుదేవుఁడే, అనపత్యునకున్=సంతానములేనివాఁడనగు నాకు, తనయఁగన్=కూఁతుఁగా, ఈశిశువున్=ఈబిడ్డను, తాన్=తాను, విష్ణువనుట, కృపసేసెన్=దయచేసెను, అటంచు=అనుకొని, హృష్టుఁడై=హర్షముగలవాఁడై.

క. కొని పోయి ధర్మగేహిని
కనురక్తి నొసంగఁ బొంగి • యాయమయును జేఁ
పు నిజస్తన్యంబులచేఁ
బెనిచె న్గో మొప్ప నిట్లు • పెరుగఁ గ్రమమునన్. 6

టీ. కొనిపోయి=ఆ శిశువును దీసికొనిపోయి, ధర్మగేహినికిన్=తనభార్యకున్, అనురక్తిన్=అనురాగముతో, ఒసంగన్=ఇయ్యఁగా, పొంగి=సంతోషించి, ఆయమ

యును=ఆయమ్మయు, చే...చేన్ - చేఁపు=ఉద్రేకించుచున్న, నిజస్తన్యంబులచేన్-నిజ=స్వకీయములగు, స్తన్యంబులచేన్=చనుఁబాలచేతను, గోము=గారాము, ఒప్పన్=పొందికయగునట్లు, పెనిచెన్=సాఁకెను, ఇట్లు పెరుఁగన్=ఈవిధమున బెరుఁగుచుండఁగా, క్రమమునన్=క్రమక్రమముగా నని ముందటి పద్యమున కన్వయము.

సీ. వాతెఱ తొంటికై • వడి మాటలాడదు,
కుటిలవృత్తి సహించె • గుంతలంబు
లక్షులు సిరులురా • నఱచూడ్కిఁ గనుఁగొనె,
నాడించె బొమగొని • యాననంబు
సనుగొమ ల్నెగయ వ•క్ష ముపేక్షఁ గడకొత్తెఁ,
బాణిపాదము లెఱ్ఱ•వాఱఁ దొడఁగె
సారెకు మధ్యంబు • దారిద్ర్యములచెప్పె,
ఱొచ్చోర్వ కిటులోఁగఁ•జొచ్చె మేను
తే. వట్రిగాంభీర్య మొక్కఁడు • వెట్టుకొనియె
నాభి నానాఁటి కీగతి•నాఁటిపొందు
చవుక మైనట్టి యిచ్చటఁ • జనదు నిలువ
ననుచు జాఱెనకరణి బాల్యంబు జాఱె. 7

టీ. వాతెఱ=అధరోష్ఠము, తొంటికైవడిన్=పూర్వమువలె, మాటలాడదు=సంభాషింపదు, (యౌవన ప్రాదుర్భావము కాఁగానే రాజసము హెచ్చె ననుట.), కుంతలంబులు=తలవెండ్రుకలు, కుటిలవృత్తి=కుటిలవ్యాపారమును, వహించెన్=ధరియించెను, (పూర్వమువలె సాధారణముగ నుండక కౌటిల్యమును దాల్చె నని యర్థము, వంకర లాయె నని భావము.), అక్షులు=కన్నులు, సిరులురాన్=సంపదలు దమకు రాఁగానే, అఱచూడ్కి=సగముచూపు చేత, కనుఁగొనెన్=చూచెను. (చిన్ననాఁటి వలెఁ జూడ దని యర్థము, యౌవనాతిశయముచేత రక్త శ్వేత నీలవర్ణములు గలిగి మెఱుఁగెక్కి విలాసములు గలిగె నని భావము.), ఆననంబు=ముఖము, బొమగొని=కనుబొమముడివైచి, ఆడించెన్=కదలించెను. (పరిహాసమునకు బొమలాడించెనని యర్థాంతరము. మొగము చిట్లించుకొనె నని యర్థము, జవ్వనమునఁ గనుబొమలకుఁ గాంతియెక్కె నని భావము.), చనుఁగొమల్=స్తనాంకురములు, నెగయన్=ఎగయఁగా, వక్షము=ఱొమ్ము, ఉపేక్షన్=ఒప్పరికించుటచేత, కడకొత్తెన్=అవలద్రోఁచెను, (స్తనములనియెడు వస్త్వంతరములుగలుగఁగానే తన్నుపేక్షించి చేరనీయక యూలకుఁ ద్రోచె నని యర్థము. జవ్వనమందుఁ జన్నులు చెన్నుమీఱె నని భావము.), పాణిపాద

ములు=కరపాదములు, ఎఱ్ఱవాఱఁదొడఁగెన్=కినుకచేత నరుణవర్ణము వహించెను; (యౌవనము రాఁగానే కాలు సేతులు మిగులఁ దొగరు జిగియెక్కె నని భావము.), సారెకు=మాటిమాటికి, మధ్యంబు=నడుము, దారిద్ర్యముల=తనలేములే, చెప్పెన్=ఉచ్చరించెను. (తన లేమియే తెలుపునుగాని పిన్ననాఁటివలెఁ గలిమిఁ దెలుపదని యర్థము, నడుము సన్నమయ్యె నని భావము.), మేను=శరీరము, అప్పోర్వక=మును పటివలె మాలిన్యమునోర్వక, ఇటు=ఈప్రకారముగా, లోఁగఁజొచ్చెన్=సంకోచింప నారంభించెను, (సందడి కోర్వదని యర్థము, నాగరకము హెచ్చయ్యెనని భావము.), నాభి=పొక్కిలి, వట్టిగాంభీర్యమొక్కఁడు=ప్రయోజనములేనియొక్క గంభీరతను, పెట్టుకొనియెన్=ఉంచుకొనెను. (తొల్లింటియట్లుగాక బెట్టుగా నుండెననియర్థము. మిక్కిలి లోఁతాయె నని భావము. నానాఁటికిన్=నాఁడునాఁటికి, ఈగతిన్=ఈవిధముచేత, నాఁటిపొందు=అలనాఁటిస్నేహము, చవుకయైనట్టి=ఎల్లిదమైనట్టి, ఇచ్చటన్=ఈయమశరీరమందు, నిలువఁజనదు=ఉండఁగూడదు, అనుచు=ఇట్లని, జాతినకరణిన్=వదలిపోయినట్టుగా, బాల్యంబు=పసితనము, జాఱెన్=తొలఁగిపోయెను.

శా. హేమాభాంగవిభాధరారుణిమవక్త్రేందుప్రభాశ్రీలఁ ద
ద్భామారత్నము వొందదయ్యె మును దత్తద్వర్ణయుక్తాఖ్యలన్
శ్యామాత్వం బళిగర్వధూర్వహకచచ్ఛాయాచ్ఛటం గాంచె నోఁ
గా మున్నుర్వి శిరఃప్రధాన మనువాక్యం బెమ్మెయిం దప్పునే. 8

టీ. తద్భామారత్నము=ఆకన్యారత్నము, మును=మొదలును, హే...లన్-హేమాభాంగవిభా - హేమ=బంగారుయొక్క, ఆభా=కాంతివంటికాంతిగల, అంగ=నెమ్మేనియొక్క, విభా=పచ్చనికాంతియొక్కయు, అధరారుణిమ-అధర=వాతెఱయొక్క, అరుణిమ=ఎఱ్ఱనికాంతియొక్కయు, వక్త్రేందుప్రభా - వక్త్ర=నెమ్మొగముయొక్క, ఇందుప్రభా=చంద్రకాంతియొక్కయు, శ్రీలన్=సంపదలచేత, తత్తద్వర్ణయుక్తాఖ్యలన్ - తత్తత్=ఆయా, వర్ణ=పీతరక్తాములగు వన్నెలకు, యుక్త=తగినట్టి, ఆఖ్యలన్=నామధేయములను, పొందదయ్యెన్=పొందనియదియయ్యెను. అ...టన్ - అళిగర్వధూర్వహ-అళి=తుమ్మెదలయొక్క, గర్వ=గర్వముయొక్క, ధూః=భారమును, వహ=వహించిన, కచ=క్రొమ్ముడియొక్క, ఛాయా=నీలకాంతులయొక్క, ఛటన్=సముదాయముచేత, శ్యామాత్వంబు=శ్యామలవర్ణముగలిగినదనుటను, 'శ్యామాయౌవనమధ్యస్థా' యని యునికింజేసి యౌవనమధ్యస్థభావము ననుట. కాంచెన్=పొందెను, ఓఁగా=యుక్తమేకదా, మున్ను=పూర్వమందు, ఉర్విన్=భూమియందు, శిరఃప్రధానమను=శిరస్సే ప్రధానమనియెడు, వాక్యంబు=

మాట, 'సర్వస్యగాత్రస్య శిరఃప్రధాన' మ్మనియెడు వాక్యము. ఎమ్మెయిన్=ఏరీతిచేనైనను, తప్పునే=తప్పునా, తప్పదనుట.

తా. ఆకన్యక శరీరము బంగారువన్నెగలిగి యున్న దానివలన నొండె, అధరోష్ఠ మెఱ్ఱఁగానుండినదానివలన నొండె, నెమ్మొము చందురువన్నెగలిగి యుండిన దానివలన నొండె, తత్తద్వర్ణానుసరణముగా హేమాంగి, బింబోష్ఠి, చంద్రముఖి యనియెడు నిట్టి నామములు వహింపక తేఁటులతో దీటగు నల్లని తలవెంట్రుకల కాంతి కనుగుణముగ శ్యామ యను నామము వహించె ననియును, శ్యామయన యౌవన మధ్యస్థురాలనియును సర్వశరీరమందు శిరమే ప్రధాన మగుటచేత నా శిరఃకాంతియే ప్రధానముగా నాపేరు వచ్చె ననియును భావము.

క. ఆయతభుజైకచక్రుం
డాయదుపతి దొమ్మిఁ గెలువ • నడరు మరుని కా
లాయసచక్రపరంపర
లో యన నుంగరపుఁగురులు • యువతికి నమరున్. 9

టీ. ఆ...డు - ఆయత=నిడుపయగు, భుజ=భుజమందు, ఏక=ఒక్కటైన, చక్రుండు=సుదర్శనచక్రముగల, ఆయదుపతిన్=ఆప్రసిద్ధుఁడగు శ్రీకృష్ణుని, దొమ్మిన్=క్రందుకయ్యముచేతను, గెలువన్=జయించుటకొఱకు, అ...లో - అడరు=విక్రమించుచున్న, మరుని=స్మరునియొక్క, కాలాయసచక్రపరంపరలో-కాల=నల్లనైన, ఆయస=ఉక్కుతోఁజేయఁబడిన, చక్ర=చక్రములయొక్క, పరంపరలో=సమూహములో, అనన్=అనునట్లు, ఉంగరపుఁగురులు=వటిలకుంతలములు, యువతికిన్=ఆయువిదకు, అమరున్=ఒప్పును.

తా. ఈ గోదాదేవి శ్రీకృష్ణుని మోహింపఁ గలదియై యున్నది గావున నొక్కచక్రము మాత్రము గలిగిన యా శ్రీకృష్ణుని గెలుచుటకై యుద్యోగించిన మన్మథుని యుక్కుచక్రముల గుంపులో యన్నట్లా యువతియొక్క యుంగరములుగాఁ బ్రకాశించుచున్న తలవెంట్రుక లొప్పు నని భావము.

తే. సకలసీమంతినీ లోక•సమతిశాయి
భాగ్యవర్ణావళులు వ్రాసెఁ • బద్మగర్భుఁ
డనఁగఁ గర్పూరతిలక ర•జోవదాత
ఫాలమునఁ గుంతలశ్రేణి • పడఁతి కమరు. 10

టీ. పడఁతికిన్=ఆ స్త్రీకి, పద్మగర్భుఁడు=బ్రహ్మదేవుఁడు, స...లు - సకల=సమస్తమైన, సీమంతినీ=స్త్రీలయొక్క, లోక=జనములను, సమతిశాయి=మిక్కిలి యతిశయించుచున్న, భాగ్య=భాగ్యముగల, వర్ణ= అక్షరములయొక్క, ఆవళులు=

పఙ్క్తులను, వ్రాసెననఁగన్=లిఖియించెనో యనునట్లు, కర్పూరతిలక=కపురంపుఁదిల కముయొక్క, రజః=పరాగముచేత, అవదాత=ధవళవర్ణముగల, ఫాలమునన్=నెన్నుదుటియందు, కుంతలశ్రేణి=ముంగురులగుంపు, అమరున్=ప్రకాశించును.

తా. కర్పూరతిలకముయొక్క పరాగముచేతఁ దెల్లనైన లలాటమందు నల్లని ముంగురు లాలయయి యుండఁగా స్త్రీయమ యెల్ల పల్లవాధరలకంటె నధిక తమ భాగ్యము గలది యగు నని తమ్మిచూలి వ్రాసిన శుభాక్షరములవలె నుండు నని భావము. వస్తూత్ప్రేక్ష.

శా. సైరంధ్రుల్పయి కెత్తి కజ్జలముఁ బక్ష్మశ్రేణికం దీర్ప వా
లారుంగన్నులమీఁదఁ జూచుతఱిఁ ఫాలాంచచ్చతుర్థీనిశా
స్ఫారేందుం గనె వక్త్ర మక్కనుటఁగా పర్వేందుఁ డాత్మప్రభా
చోరుం డుండఁగఁ దన్నుఁ దద్గతవిభాచోరంబనుఱ్ లోకముల్. 11

టీ. వక్త్రము=ముఖము, సైరంధ్రులు=అలంకరించెడు స్త్రీలు, పయికెత్తి=ముఖమును పైకెగయనెత్తి, కజ్జలమున్=కాటుకను, పక్ష్మశ్రేణికన్=తొంగలిఱెప్పలయందు, తీర్పన్=దిద్దుచుండఁగా, వాలారుంగన్నులన్=నెఱిసోగలగు నేత్రములచేత, మీఁదన్=ఊర్ధ్వభాగమందు, చూచుతఱిన్=ఈక్షించునప్పుడు, ఫాల=లలాటమనియెడు, అంచత్=ఒప్పుచున్న, చతుర్థీనిశా=చవితినాఁటిరాత్రియందు, స్ఫారేందున్-స్ఫార=ప్రకాశించుచున్న, ఇందున్=చందురుని, కనెన్=చూచెను. అక్కనుటఁగా=ఆచూచుటచేత నేకదా, పర్వేందుఁడు=పున్నమనాఁటి చందమామ, ఆత్మప్రభాచోరుండు-ఆత్మ=తనయొక్క, (ముఖముయొక్క యనుట.), ప్రభా=కాంతులయొక్క, చోరుండు=ముచ్చు, ఉండఁగన్=కానవచ్చుచుండఁగా, తన్నున్=ముఖమునసుట, లోకములు=జనములు, తద్గతవిభాచోరంబనున్-తత్=ఆచంద్రుని, గత=పొందిన, ప్రభా=కాంతియొక్క, చోరంబనున్=దొంగయనును.

తా. సైరంధ్రులు ముఖమును పైకెత్తి ఱెప్పలయందుఁ గాటుక పెట్టుచుండఁగా విశాలము లగు నేత్రములచేత స్వభావముగాఁ బైని జూచునప్పుడు లలాటమనియెడు చవితినాఁటి చంద్రుఁడు గనఁబడుటం జేసి యా దోషంబున నీ మొగంబుఁ జూచిన వారెల్ల ముఖకాంతి దొంగిలిన పూర్ణచంద్రుఁ డటుండఁగా నీ నెమ్మొగమే చంద్రుని కాంతిని దొంగలించిన దని వచింతు రనియును నిందువలనఁ గాంతిచే ముఖచంద్రుల కభేద మనియును భావము.

చ. కనుఁగవఁ దన్నుఁ గెల్వఁగ మృగం బలసూడున కిందు రేతు నే
నని రుచిదక్కఁ దత్పరిమళాఢ్యత లేమి నతండు గొంకఁ దా

నినుపఁ జన న్బగం దనదు • నెత్తుటఁ బొట్టిడుకొంటకాక వా
సనక యన న్మొగం బమరుఁ • జామకు ఫాలము పచ్చికస్తురిన్. 12

టీ. మొగంబు=ముఖము, కనుఁగవన్=నేత్రద్వయముచేత, తన్నున్=మృగంబనుట, గెల్వఁగన్=జయింపఁగా, మృగంబు=ఇఱ్ఱి, అలనూఁదునకున్=అవిరోధమునకు, నేను=మృగమనుట, ఇందున్=చంద్రుని, రేఁతున్=ప్రేరేఁపుచును, అని=అనుచు, రుచిదక్కన్=కాంతిదప్ప, తత్పరిమళాఢ్యత-తత్=ఆముఖమందలి, పరిమళ=పరిమళమువంటిపరిమళముచేత, ఆఢ్యత=చాలియుండుట, లేమిన్=లేకుండుట చేత, అతండు=ఆచంద్రుఁడు, కొంకన్=సంకోచింపఁగా, తాన్=అమ్మృగము, నినుపన్=నింపుటకు, (నిండించుటకనుట.), చనన్=పోవఁగా, పగన్=చలముచేత, తనదు=అమ్మృగముయొక్క, నెత్తుటన్=రక్తముచేత, బొట్టిడుకొంటకాక=తిలకముపెట్టుకొనుటేకాని, వాసనక=వాసనకో, అనన్=అనునట్లుగా, ఫాలముపచ్చికస్తురిన్-ఫాలము=లలాటముయొక్క, పచ్చికస్తురిన్=ఆర్ద్రకస్తూరిచేత, చామకు=అశ్యామకు, అమరున్=ఒప్పును.

తా. అశ్యామయొక్క ముఖము లలాటమందలి కస్తూరితిలకముచేతఁ బ్రకాశించుచుండఁగా, నాముఖము తనయందలి కన్నుదోయిచేత నిఱ్ఱిని జయింపఁగా నా పగఁ దీర్చికొనుటకుఁ జంద్రునితోఁ గలిసికొని యామొగమును గెల్చుటకు నతనిఁదోడురమ్మన, ముఖమునకువలెఁ దనకును గాంతియున్నదే కాక, పరిమళము లేమింజేసి యతఁడు సంశయించుచుండఁగా నా మృగమనఁగా గస్తూరీమృగమగును గావున నది పరిమళమును నతనికొసంగఁ బూనుకొనఁగా నిదియంతయు సహింపక యా మొగము మృగమునెత్తుటిచేతఁ దిలకముంచుకొనెనేకాక వాసనకొఱకుఁ గాదనియును సమస్త పరిమళములు ముఖమందుఁ గలిగి యున్నవనియును భావము.

తే. కడిఁది విలు చేఁది గుఱికీల • కఱచి నిలుపు
మరుని కువలయశరము కం • పములఁబోలుఁ
దార కడకంటికై సారె • చేరిచేరి
వేగ మగుడ సలజ్జదృ • గ్విభ్రమములు. 13

టీ. తార=కనుగ్రుడ్డు, కడకంటికై=నేత్రాంతమునఱకు, సారె=మాటిమాటికి, చేరిచేరి=ప్రవేశించిప్రవేశించి, వేగన్‌మగుడన్=శీఘ్రముగా మరలుచుండఁగా, సలజ్జదృగ్విభ్రమములు-సలజ్జ=సిగ్గుతోఁగూడిన, దృక్=చూపులయొక్క, విభ్రమములు=విలాసములు, (ఇదికర్తృపదము.), కడిఁదివిలు-కడిఁది=బలువగు, విలు=ధనుస్సును, చేఁది=ఆకర్షించి, గుఱికిన్=లక్ష్యసిద్ధికొఱకు, (ఇచ్చటఁ జతుర్థికి షష్ఠి), ఈలకఱచి=పండ్లు

బిగియఁబట్టుకొని, ని...లన్‌పోలున్ - నిలుపు=నిల్వబట్టిన, మరుని=మన్మథునియొక్క, కువలయశరము=కలువతూపుయొక్క, కంపములఁబోలున్=చలనములను బోలును.

తా. ఆనెలఁత మెఱుఁగెక్కిన కడకంటిచూపులు మన్మథుఁడు పెద్దవిలుపూని తివిచి గుఱికుదురునంతకు నల్లెత్రాటికి ధనుర్దండమునకు నడుమఁ జలింపించుచున్న కలువబాణములవలె నుండె నని భావము.

తే. నవ వయస్సీధుమదముచే • శ్రవణకూప
ములఁ బడెడు శంక నలువ చా•పలము లుడుగ
నిడిన శృంఖల లనఁ గాటు•కిడిన దీర్ఘ
పక్ష్మరేఖలఁ గనుదోయి • పడఁతి కలరు. 14

టీ. నవ=నూతనమైన, వయః=వయస్సనియెడు, సీధుమదముచేన్=మద్యమదముచేత, 'మైరేయమాసవ స్సీధు'వని యమరము. శ్ర...లన్-శ్రవణ=చెవులనియెడు, కూపములన్=నూతులయందు, పడెడుశంకన్ = పడుచను సంశయముచేత, నలువ=చతుర్ముఖుఁడు, చాపలములుడుగన్ = నేత్రముల చంచలభావములు తగ్గునట్లుగా, ఇ...నన్-ఇడిన=ఉనిచిన, శృంఖలలనన్=సంకెళ్లనునట్లు, కా...లన్ - కాటుకిడిన=కాటుకబెట్టుకొనిన, దీర్ఘ=నిడుదలగు, పక్ష్మ=ఱెప్పలయొక్క, రేఖలన్ = రేఖలచేతనే, కనుదోయి=నేత్రద్వయము, పడఁతికిన్=ఆగోదాదేవికి, అలరున్=ప్రకాశించును. ఈపద్యమందు సీధుమద మనఁగా గజమద మని యర్థము చేసిన పక్షమున సీధుకూప పతన శృంఖలాది పదములవలన గజము సుద్యోతమాన మగుచున్నది గాన, నది యధ్యాహార్యము. ఆపక్షమున సీధు వనఁగా గజనేత్ర మదమునకుఁ బేరైనను వంశకరీరకరికలభాది శబ్దంబుల వలె గ్రహింప వలయును.

తా. ఆ పడఁతియొక్క నిడువాలిక లగుచు వీనుల వఱకు నున్న కాటుక కన్నులు తమయందలి యౌవన మను సారాయి మదము చేతఁ జెవులను నూతులలోఁ బడకుండననియు, సీధువనఁగా గజనేత్రమద మను నర్థమున నేనుఁగులు మదించినప్పుడు నేత్రములలో మదముచేతఁ గన్నెఱుంగక నూతులలోఁ బడినట్లే యీకన్నులును శ్రవణ కూపములందుఁ బడునో యను సంశయముచేత వాని చాంచల్య ముడుగునట్లుగా నేనుఁగులకుం బోలెఁ జతుర్ముఖుఁడు సంకెళ్లు వేసెనో యన్నట్లు తఱచు వెండ్రుకలుగల తొంగలి ఱెప్పలతోఁ గూడి ప్రకాశించు చున్నవని భావము. అలం. రూపకానుప్రాణితోత్ప్రేక్ష. శ్లో. 'దానం కపోలయో స్సీధు రక్ష్ణోశ్శృఙ్గ్యోస్తు సాగరః, కర్ణాగ్రే సీకర స్సిక్థం స్తనాగ్రే మేహనే మదః. హృదయే ఘర్మ సలిలం మేఘస్తు చరణవ్రజే, సంజ్ఞా యాష్టమదా హ్యేతే జాయంతే భద్ర దంతినః' అని గజ మదవిభేద మెఱుఁగవలయును.

చ. అనయము రాగమొప్ప సహజాననచంద్రకటాక్షపంక్తి ప
ర్విన నఘశంక గర్ణ మను శ్రీ మఱి వెట్టుఁ జెలంగి చెండుఁగొ
ట్ట నవనిఁబడ్డ కమ్మ మగుడం గొనునంతకు నంసపాళి నం
గన యిడి దాఁచు పేరఁ బెఱకర్ణము కమ్మపయిం దళుక్కనన్. 15

టీ. అనయమున్=ఎల్లప్పుడును, రాగము=అనురాగము, ఒప్పన్=స్ఫుటముగాఁగా, స... క్తి-సహజ=తోఁబుట్టువగు, ఆననచంద్ర=ముఖచంద్రునియొక్క, కటాక్ష=క్రేగంటి చూపులయొక్క, పంక్తి=చాలు, పర్వినన్=వ్యాపింపఁగా, అఘశంకన్=పాపమువచ్చుననెడుసందియముచేత, కర్ణమను=వీననియెడు, (కర్ణము శ్రీకారమువలెనున్నది గనుకను శ్రీకారము లక్ష్మీరూపము గనుకను ఇట్లు రూపకము చేసెను.) శ్రీన్=సిరిని, అంగన=అయింతి, చెలంగి=విజృంభించి, చెండుగొట్టన్=కందుకక్రీడ సలుపుచుండఁగా, అవనిఁబడ్డ=భూమిపైఁబడిన, కమ్మ=కర్ణభూషణమును, మగుడన్=మరల, కొనునంతకున్=గ్రహియించువఱకు, అంసపాళిన్-అంస=భుజాగ్రముయొక్క, పాళిన్=ప్రదేశమందు, ఇడి=ఉనిచి, దాఁచుపేరన్=గుప్తముచేసెడునెపముచేత, పెఱకర్ణముకమ్మ=రెండవవీనుతాటంకము, పయిన్=ఉపరిభాగమందు, తళుక్కనన్=తళుక్కని మెఱయఁగా, మఱివెట్టున్=మఱుఁగువెట్టును. అపహ్నవముచేత నుత్ప్రేక్ష గలిగియున్నది. అది గమ్యకర్ణశ్రీయన్నది రూపకాలంకారము.

తా. లోకమందుఁ బుణ్యాంగన యగుసహోదరి యెట్టి చెవుల నుండఁగాఁ బురుషుఁడు చూడఁగూడను కావున, నీయంగన శ్రీకారమువంటి తన కర్ణ మనెడు లక్ష్మిని తాను జెండు గొట్టునప్పు డదరి క్రిందఁబడిన కమ్మను దాను మరలఁ దీసికొనువఱకు నా చెవికి సహోదరుఁడగు మొగమనియెడు చంద్రుఁడు చూడకుండ నాచెవిం దన భుజాగ్రమందుంచి దాఁచుచున్న దనియెడు నెపముచేత నాకర్ణమును గనఁబడకుండఁ జేయు ననియును, శిరము ప్రక్కకువంచి భుజాగ్రముచే నొక చెవి దాఁచినప్పుడు రెండవచెవి కమ్మపైఁ దళుక్కని మెఱయుచున్న దనియు భావము.

శా. నాసాచంపకత న్సుగంధ మచటన్ రా భృంగముల్ గ్రోల సం
త్రాసం బందియుఁ బల్కుచో నలము వక్త్రిం బేల నా నేల యం
దే సౌరభ్యము లేదు కుందములుగా వే దంతము ల్గ్లానినాఁ
డాసక్తిన్ బ్రతిబింబదంభమున నేలా వ్రాలఁ దజ్జాతికిన్. 16

టీ. నాసాచంపకతన్-నాసా=నాసికయనియెడు, చంపకతన్=సంపెఁగ పువ్వుగలుగుటచేత, సుగంధము=ఆ సంపఁగివాసన, అచటన్=ఆముఖమందు, రాన్=వచ్చుచుండఁగా, భృంగముల్=తుమ్మెదలు, క్రోలన్=ఆస్వాదించుటకు, సంత్రాసంబు=భయమును, అందియున్=చెందియును, పల్కుచోన్=ఆయువిద పలుకునప్పుడు,

వక్త్రంబు=ముఖమును, అలము నేల=ఏటికిముసరుకొనును, నాన్=అనఁగా, ఏల=ఏటికి, (తుమ్మెదలకు సంపఁగెవాసనవిరోధమనుట.), అందు=ఆముఖమందు, ఏసౌరభ్యములేదు=ఏ పరిమళములేదు (అన్ని పరిమళములుసున్నవనుట.), దంతములు=రదనములు, కుందములుగావే=మొల్లమొగ్గలుగావా, కానినాఁడు=కానియెడల, తజ్జాతికిన్=ఆభృంగజాతికి, ఆసక్తిన్=శ్రద్ధచేత, ప్రతిబింబ=ప్రతిఫలన మనియెడు, దంభమునన్=నెపముచేత, ప్రాలన్=ప్ర[illegible], ఏలా=ఏమియక్కఱ.

తా. ఆయువిదనాసిక సంపె[illegible]పూవువలె నుండు ననియును, ముఖమందు నా సంపెఁగ వాసనలకు భయంపడి [illegible]దలు ముసర వెఱచియు మరల మాటలాడు నప్పుడు మఱియొక పరిమళము రాఁ[illegible]నికొఱకు ముసరుననియును, సర్వ పరిమళములు ముఖమందుఁ గలవనియును, [illegible]ములు మొల్ల మొగ్గలవలె నుండు ననియును, తుమ్మెదలు ముఖము మీఁదఁ దిరుగు[illegible]డాదంతములమీఁదఁ బ్రతిఫలించుననియు భావము. వ్యాజోక్తి, భ్రాంతిమద[illegible]క్తి, రూపకాలంకారములు.

తే. శంఖసామ్యంబు రా [illegible] జలజభవుఁడు
సరసిరుహపత్త్రనేత్ర క[illegible]ర యొనర్చె
జవ్వనము వచ్చి వెండి [illegible]క్షాత్కరించు
శంఖమున చేసె నును [illegible]సారచర్చ. 17

టీ. జలజభవుఁడు=తమ్మిచూలి, [illegible]న్ను=పూర్వమందు, శంఖ...బు-శంఖ=శంఖముతోడి, సామ్యంబు=సరియగుట, [illegible]=వచ్చునట్లు, సరసిరుహపత్త్రనేత్ర=తమ్మిరేకులవంటి కన్నులుగల యాపొల[illegible]యొక్క, కంధర=కంఠమును, ఒనర్చెన్=నిర్మించెను. జవ్వనము=యౌవనము, వచ్చి=[illegible]ప్రాదుర్భవించి, వెండి=మరల, సా...న-వగు, సాక్షాత్కరించు=ప్రత్యక్షమైనట్టి, [illegible]మున=శంఖమునే, ను...ర్చన్-నును=మృదువగు, గంధసారచర్చ - గంధసార[illegible]చిగంధముయొక్క, చర్చ = పూఁత చేతను, చేసెన్=ఒనర్చెను.

తా. ఆ సరసిజాక్షి కంఠము శం[illegible]తో సమ మగు నట్లు బ్రహ్మ మున్నొనర్చె ననియును, యౌవనమువచ్చి గంధ[illegible]ఁతచేత ధవళవర్ణమును గలుగఁజేసి ప్రత్యక్ష శంఖమునే చేసెననియును, దీనివ[illegible]బ్రహ్మకంటె యౌవనమే యధిక తరమని యును భావము. అలం. ఉపమా. గమ్యో[illegible]లు.

క. కమలదళేక్షణ సంగీ
తమున నెగడుమంద్రమధ్య[illegible]త్రిస్థా
నములకుఁ దీర్చిన రేఖల
క్రమమగు రేఖాత్రయమునఁ [illegible]రం బమరున్. 18

టీ. క...నన్-కమలదళేక్షణ = తామరరేకులవంటికన్నులుగల యానెలఁత యొక్క, సంగీతమునన్=గానమందు, నె...ఱన్-నెగడు=ప్రశస్తములగు, మంద్రమధ్యతార=మంద్రము, మధ్యము, తార మనియెడి, త్రి=మూఁటియొక్క, స్థానములకున్=ప్రదేశములకు, తీ...నన్-తీర్చిన=దిద్దినట్టి, రేఖలక్రమమగు=గుఱుతు రేఖలక్రమము గల, రేఖాత్రయమునన్=వళిత్రయముచేతను, [illegible]ంబు=కంఠము, అమరున్=ఒప్పును. 'మంద్రస్తు గంభీరే తారో౽త్యుచ్చైః [illegible], విలంబితం ద్రుతం మధ్య' మ్మని యమరము. 'యస్యాస్తిసో౽గళే రేఖా దృ[illegible] సా పతివ్రతా' యని సాముద్రిక శాస్త్రము.

తా. ఆయమ పాటఁబాడు నప్పుడు [illegible]ద మధ్య తారము లనియెడు స్వరములు మూఁడు పుట్టుటకు స్థానములయిన వ[illegible]ఱుతు లౌఅను మూఁడు రేఖలున్నవో యనునట్లు కంఠమున మూఁడు వళులు [illegible]కాశించు నని భావము. ఉత్ప్రేక్షాలంకారము.

తే. లలన మృదుబాహుబిసయుగ[illegible]తలు గడఁగి
బిసలతాశ్రీలనెల్లను • వెస [illegible]ంచె
మఱి హరింపంగఁ గా యవి[illegible]ఱులు విఱిగి
సారె దనుయాత్రఁ దంతు[illegible]జరపుచుండు. 19

టీ. ల...లు-లలన=ఆస్త్రీయొక్క, [illegible]దు=మెత్తనగు, బాహు=భుజములనియెడు, బిస=తామరతూఁడులయొక్క, [illegible]గ = జంటయొక్క, లతలు=తీఁగెలు, కడఁగి=యత్నపడి, బిసలతాశ్రీలనెల్లను [illegible]సలతా = లోకమందలితామరతూఁడుల యొక్క, శ్రీలనెల్లను = సంపదలనన్ని[illegible], వెసన్=వేగముగాను, హరించెన్=కైకొనియెను. మఱి=మరల, హరింప[illegible] = గ్రహింపఁగానేకదా, అవి=తూఁడులు, నెఱులు=పూర్ణత్వములు, వి[illegible] విరిసిపోయి, సారె=పలుమాఱును, తనుయాత్రన్=దేహయాత్రను, (శరీరపో[illegible] ననుట.), తంతుల=నూలిపోఁగులచేతను, జరపుచుండున్=కడపుచుండును.

తా. ఆయమయొక్క కోమల[illegible]గు బాహువు లనియెడు తామరతూఁడులు చెలరేఁగి యెల్లతూఁడుల కాంతిస[illegible] నపహరింపఁగా నవి గుంపు చెదరి మఱియొక విధముచే బ్రతుకఁ జాలక [illegible]ోఁగులు వడికికొని శరీరయాత్రఁ గడపు ననియును, దామర తూఁడులు విఱిగె[illegible]నిలో నూలిపోఁగు లుండు ననియును భావము. అలం. రూపకానుప్రాణితగ[illegible]త్ప్రేక్ష.

మ. తళుకొత్తు న్భుజకీర్తి వ[illegible]ృణి సూ • త్రస్యూతహారస్ఫుర
త్కళికా చిత్ర కుచద్వ[illegible]రిగళా • ధస్స్వల్పవిస్తారదై

ర్ఘ్యలసత్తిర్యగురస్తటం బనువివాహోంచన్మనోజాత పా
టల దంతచ్ఛదబోడబాసికము దండల్వోలెఁ గేల్లింతికిన్. 20

టీ. ఇంతికిన్ = ఆస్త్రీకి, కేళ్లు = హస్తములు, భు...ఘృణి - భుజకీర్తి=బాహుపురులయందలి, వజ్ర = వజ్రాలయొక్క, ఘృణి = కాంతులనియెడు, సూత్ర = దారములచేత, స్యూత = కూర్పఁబడిన, హార = పూవులపేరులయందు, స్ఫురత్=ప్రకాశించుచున్న, క[illegible]గ్గలచేత, చిత్ర = చిత్రవర్ణముగలయట్టియు, కుచద్వయ=చనుదోయికి, ఉప[illegible]ను, గళాధః - గళ = కంఠమునకు, అధః=క్రిందుగాను, స్వల్ప=అల్పమైన[illegible]=వెడల్పుచేత, దైర్ఘ్య=పొడవుచేత, లసత్=ఒప్పుచున్నట్టియు, తిర్యక్=అ[illegible]ఉర స్తటంబను=వక్షస్స్థలమనియెడు, వివా...చ్ఛద - వివాహ=పెండ్లియ[illegible]లసత్=ఒప్పుచున్న, మనోజాత=మన్మథుని యొక్క, పాటల=ఎఱ్ఱనగు, దం[illegible]వా తెఱగల రతీదేవియొక్క, బోడబాసిక ము=శిఖరములేని బాసికముయొక్క[illegible]డల్వోలెన్ = ఇరుగడల వ్రేలుచున్న దండల వలె; తళుకొత్తున్ = మెఱయును[illegible]

తా. అయింతియొక్క కం[illegible] దిగువగాను గుచముల కెగువగా నున్న ప్రదేశము కొంచెము వెడలుపును బ[illegible] గలిగియున్న దనియును, భుజకీర్తులయందలి వజ్రకాంతు లావక్షఃప్రదేశ మ[illegible]ల దండలయందుఁ బ్రతిఫలింపఁగా నా మొగ్గలచేత నది విచిత్ర వర్ణముగలది [illegible]మన్మథుఁడు రతీదేవిని వివాహ మైనప్పుడా రతీదేవి ముఖమందుఁ గట్టిన బాసి[illegible]వలె నే యుండె ననియును, హస్తములు రెండు నా బాసికమునకు రెండుపా[illegible]యందు వ్రేలు చున్న దండలో యనునట్లును ఉండె నని భావము.

చ. ఒదవెడు జవ్వనంబు వెలి[illegible]ఁ బయ్యెద సిగ్గుఁ గూడి బి
ట్టదుమఁగ లేఁతలౌట దిగ[illegible]కుమీఱను లేక వక్షపుం
జదుపునఁ బ్రక్కల న్మెఱసి [illegible]టలై మఱి లావుగూడఁ బైఁ
బొదలె ననంగఁ బిక్కటిలె [illegible]క చన్నులు నాఁడునాఁటికిన్.21

టీ. పొ...లు - పొల్తుక=ఆ[illegible]యొక్క, చన్నులు=స్తనములు, (ఇది కర్తృపదము.) ఒ...బు - ఒదవెడు=[illegible],జవ్వనంబు=యౌవనము, వెలికొత్తఁగన్=బైటఁద్రోయఁగా, పయ్యెద=పై[illegible], సిగ్గుఁగూడి = లజ్జనుగూడికొని, బిట్టు=గట్టిగా, అదుమఁగన్ = లోపలి[illegible]ఁగా, లేఁతలౌటన్=తరుణములౌటచేత, దిగన్=దిగివచ్చుటకును, అఁకకు[illegible]=అజ్ఞకతిక్రమింపను, లేక=చాలక, వ...నన్ - వక్షపున్=వక్షస్స్థలసంబం[illegible]చదుపునన్=సమ్మర్దముచేత, ప్రక్కలన్=పార్శ్వములందు, మెఱసి=ప్రసు[illegible] చప్పటలై= అడఁగినవై, మఱి =

పిమ్మట, లావుగూడఁగ=బలమురాఁగా, పైఁబొదలెననంగ = పైకివ్యాపించినవో యన్నట్లు, నాఁడునాఁటికిన్=దినక్రమమున, పిక్కటిలెన్=విస్తరిల్లెను.

తా. ఆ యుగ్మలి కుచములను యౌవనము బయిటఁ ద్రోయుచుండఁగాను సిగ్గు వచ్చి పైఁట చెఱఁగుతోఁ గూడి మరల లోపలికిఁ ద్రోయఁగా నవి లేఁతవి గావున దిగి వచ్చుటకును బైకెగయుటకును నేరక యురస్థ్సలమందె యొత్తిడిం బడి పార్శ్వముల కొఱఁగి అడఁగి చప్పటలై పిమ్మటఁ గ్రమక్రమముగా లేఁతఱికము వదలఁగానే బలము వచ్చి పైకిఁ బిక్కటిల్లె ననియును, [illegible] ప్రాదుర్భావము కాఁగానే చనుదోయి కానఁబడె ననియును, లజ్జ దోఁచె న[illegible], దరువాతఁ గుదురులు గట్టి యుదరమెల్ల నాక్రమించి క్రిక్కిఱిసి పిక్కటిల్లె [illegible] భావము.

తే. వృతరఘూత్తమ శాప మొుక్కి[illegible]డిచి
విడిచి కడకేఁగ నప్పు డప్పుడ [illegible]
చక్రయుగ మన ఱొమ్మొయ్య[illegible]క్రమించి
కొమిరె చన్నులు పృథు చూ[illegible]ముల నమరె. 22

టీ. వృ...ము - వృత=అవరించిన, ర[illegible]=శ్రీరామునియొక్క, శాపము=శపించుట,ఒక్కింత=ఒక కొంచెము,విడిచివి[illegible]లివదలి, కడకేఁగన్=తొలఁగి పోఁగా, అప్పుడప్పుడ=తత్కాలమందే, కవిసె[illegible]డుకొనియెడు, చక్ర = జక్కవలయొక్క, యుగముఅనన్=కవయో యను[illegible]మ్ము=వక్షస్స్థలమును, ఒయ్యన్=మెల్లఁగా,ఆక్రమించి=వ్యాపించి, కొమి[illegible]యొక్క యనికాని, కొమిరె చన్నులు=ఉదుటుకుచములనికాని, పృథు=[illegible]పెద్దవియగు, చూచుకములన్=చనుమొనలచేత, అమరున్=ఒప్పును.చక్రవా[illegible]రాత్రియెల్లవియోగముగలుగునట్లు శ్రీరాముఁడు సీతాదేవి వియోగ మనుభవి[illegible]డు శాపమిచ్చుట పురాణప్రసిద్ధము.

తా. చక్రవాకద్వయము తమకు [illegible]దిన శ్రీరామ శాపమునువదలి యప్పుడప్పుడే కలియుచుండిన నెట్లుండు నో[illegible]గానే వక్షువరియై యొండొంటికిఁ జేరువరై కుచద్వయము ఱొమ్ము నాక్ర[illegible] ననియును, ఆపక్షుల ముక్కులవలెనే చనుమొన లున్నవనియును భావము.

క. తా రెట్లట్లుగఁ దమ్ము[illegible]
జేరిన ముత్తెంపుసరులఁ [illegible]యచన్నుల్
లోరెంట లుడిపె ఘన[illegible]
వారు నిజార్జవముఁ జే[illegible]రిక నీరే. 23

టీ. చేడియచన్నుల్ = ఆబా[illegible]నములు, తారెట్లు = తామెట్లో, అట్లుగన్ = ఆరీతిగానే (అనఁగా రెండు[illegible]ములు వేఱుగా మూగముననుండి నానాఁటఁ

జేరువకువచ్చి యొరసికొన్నట్లనుట), తమ్ముంజేరిన = తమ్మునాశ్రయించిన, ముత్తెంపుసరులక్ = ముక్తాహారములను, లోరెంటలు = లోపలిజంటలను, ఉడిపెక్ = పోఁజేసెను, ఘనమగువారు = ఘనతగలవారు, నిజార్జవము - నిజ = స్వకీయమగు, ఆర్జవము = ఒయ్యారమును, చేరువారికిక్ = తమ్మనాశ్రయించినవారికిని, ఈరే = ఇయ్యరా (ఇత్తురనుట).

తా. కుచములు తాము మధ్యభాగమున సందు లేక కదిసియున్నవి గావున నందుఁ జేరిన హారములును గుచద్వయమందు విరళముగ నుండుటకు తావులేక కుచములయం దన్నిపేట లొక్కటఁ గూడి యుండు ననియును, ఘనులైన వారు దమవలెనే యుండుటకుఁ దమ యాశ్రితులకుఁ దమ సుగుణము లిత్తురనియును భావము. అర్థాంతరన్యాసాలంకారము.

తే. విరహితతిమీఁది కోపాన • మరుఁడు దివియ
వేగమై పైఁడియొఱతోన • విసరఁ గుట్లు
దునిసి బైటికి నసిధార • దోఁచె ననఁగఁ
గనకరుచి మధ్యలత నారు • కాంత కలరు. 24

టీ. కాంతకుక్ = ఆయింతికి, ఆరు = నూఁగారు, (ఇదికర్తృపదము.) వి...నన్ - విరహి = వియోగులయొక్క, తతిమీఁది = సమూహముపైనున్న, కోపానక్ = కోపముచేత, మరుఁడు = స్మరుండు, తివియక్ = ఒఱలోనుండితీయుటకు, వేగమై = వేగముగలవాఁడై, సీ. 'అప్సరోనికురుంబ మాటలుఁ బాటలు నై వినోదింపంగ నమరగణ' మనియును, క. 'కాచికొనివచ్చితగనా, నేచినయట్లచటనచట నిలిపితిమనినా, థాచేటును భంగంబును, నైచిత్తముశోకమునకు నగ్గంబయ్యెక్' అనియు నున్న భారతప్రయోగంబుల కలిమి నగుధాతువునకు కలిమిఅర్థము. పైఁడియొఱతోన = కనకమయమగునొఱతోఁగూడనే, విసరక్ = నఱుకుటకువిసరఁగా, కుట్లు = ఆయొఱకుట్లు, తునిసి = తెగి, బైటికిన్ = బాహ్యప్రదేశమునకు, అసిధార = కత్తివాదర, తోఁచెక్ అనఁగక్ = కానవచ్చెనను నట్లుగా, కనకరుచి = బంగరుకాంతిగల, మధ్యలతక్ = కాఁదీఁగెయందు, అలరుక్ = ప్రకాశించును.

తా. మన్మథుఁడు విరహులపైఁ దన కధికమగు కోపము రాఁగా నా కోపాతిశయముచేతఁ గత్తి బైటికిఁ దీయు నంత తడవులేక వేగము పడి పసిఁడి యొఱతోనే యాఖడ్గమును విసరఁగా నా వేగమువలన నొఱనుఁ గుట్టి యున్న కుట్లు తెగి యా సందున నా కత్తివాదర కనఁబడినట్లు బంగారు వన్నెగల కాఁదీఁగెయందు నల్లనికాంతిగల నూఁగారు ప్రకాశించె నని భావము. అలం. ఉత్ప్రేక్ష.

క. అండజగామిని యూరువుఁ
బిండువలవు లాన నాభి • బిలము వెడలి చ

న్గొండల నడుమను బ్రాఁకెడు
కుండలియో యనఁగ నారు • కొమరొప్పారున్. 25

టీ. అం...లు-అండజగామిని = ఆహంసయానయొక్క, ఊరుపుబిండు=ఉచ్ఛ్వాసవాయుసమూహము యొక్క, వలపులు=పరిమళములను, ఆనన్=ఆస్వాదించుటకు, నాభిబిలము=పొక్కిలియనుబిలమునుండి, వెడలి=బయలుదేఱి, చన్గొండలనడుమను=కుచగిరులమధ్యమున, ప్రాఁకెడు=ప్రాఁకుచున్న, కుండలియోయనఁగన్=త్రాఁచుఁబామోయనునట్లు, ఆరుకొమరు - ఆరు=రోమరాజియొక్క, కొమరు=సౌందర్యము, ఒప్పారున్=తనరును.

తా. మఱియు నా హంసయానయొక్క నూఁగారు పరిమళముగల యుచ్ఛ్వాసవాయువుల నాస్వాదించుటకై నాభియనియెడు బిలములోనుండి వెలువడి చన్నులనియెడు కొండలనడుమ నెగఁబ్రాకుచున్న కాలసర్పమో యనునట్లున్నదనియును, సర్పములు వాయుభక్షణము సల్పు ననియును, వాని కున్నత పర్వములయందుఁ బ్రాఁకుటయందుఁ బ్రయాసము గావున మెల్లగఁ బ్రాఁకుచుండుననియును భావము.

క. అంగన నిలిచినబాహువు
లుం గౌనును నేఱుపఱుచు • లోకమునకు ర
త్నాంగద కాంచీభేదము
లుం గెళవుల నడిమియునుకు • లు నూఁగారున్. 26

టీ. అంగన=అయింతి, నిలిచినన్ = నిలుచున్నప్పుడు, లోకమునకున్=చూచెడుజనమునకు, రత్నా...లును-రత్న=మణిమయములైన, అంగద = బాహుపురుల యొక్కయు, కాంచీ= మొలనూలియొక్కయు, భేదములు=వేఱుపాటులును, కె...లున్ - కెళవుల=పార్శ్వములయందలియును, నడిమి=మధ్యప్రదేశమందలియును, ఉనుకులున్=ఉండుటలును, నూఁగారున్=రోమావళియును, బాహువులున్=బాహువులను, కౌనును=నడుమును, ఏఱుపఱుచున్=వివరించును.

తా. నడుమును గోమలములగు బాహువులును సమకృశములై యున్నవి గావునఁ, జూచు వారి కా భేద మెఱుక పడకుండఁగా భుజకీర్తులును బార్శ్వద్వయమందు నిలుచుటలును బాహువుల దెలుపుననియును, మొలనూలు నడుమ నుండుటయును, నూఁగారు నీమూఁడును ఇది నడుమని తెలుపుననియును, నట్లుగానియెడలఁ జేతు లెయ్యవియో నడు మెద్దియో తెలియనేర వనియును భావము.

క. తనుమధ్యవళీభంగము
లను గూర్పఁగ నవియుఁ దత్కు • లములయగుటఁ గం

తుని యిడిన పత్తిఱేకనఁ
జను నొడ్డాణమున నడుము • చామకు నమరున్. 27

టీ. చామకున్=ఆశ్యామకు, త...ను-తను=సూక్ష్మమగు, మధ్య=నడుముయొక్క, వళీ=త్రివళులనియెడు, భంగములను = విఱుగులను, కూర్పఁగన్=అమర్చుటకు, అవియున్ = ఆవళులును, తత్కాలములయగుటన్ = ఆబంగారుజాతిగలవేయవుటచేత, కం...నన్-కంతుని=మన్మథుఁడనియెడు నగసాలెవానియొక్క, ఇడిన=ఉనిచిన, పత్తిఱేకనన్=పత్తికట్టునిమిత్తముంచినబంగారుఱేకోయనునట్లు, చను=ఒప్పుచున్న, ఒడ్డాణమునన్=కాంచీగుణముచేతను, నడుము=మధ్యము, అమరున్=చెన్నగును.

తా. సూక్ష్మ మగు నడుముయొక్క వళులనియెడు తునుకలకు మన్మథుఁడమకు పెట్టఁ దలఁచి బంగారు బంగారుతోనే యదుకుంగావున నావళులు బంగారుతునుకలే యగుట నా మధ్యవళుల నడుమఁ దన పత్తిఱేకను బంగారు ఱేకు వేసి యదికి బిగించెనో యనునట్లున్న యొడ్డాణముచేత నడుము పొల్పగు నని భావము. అలం. రూపకోత్థాపితోత్ప్రేక్ష.

క. లేఁగౌఁదీఁగె నితంబము
వ్రేఁగునఁ ద్రెవ్వుటయుఁ గని వి•రించి బిగింపన్
లోఁగి ముడియిడియె వదలుగ
నాఁ గోకస్తని గభీర•నాభి చెలంగున్. 28

టీ. లేఁగౌఁదీఁగె = లేఁతయగుమధ్యలత, ని...నన్ - నితంబము=పిఱుఁదుయొక్క, వ్రేఁగునన్=భారముచేతను, త్రెవ్వుటయున్=తెగిపోఁగా, కని=చూచి, విరించి=బ్రహ్మదేవుఁడు, బిగింపన్=బిగియించుటకు, లోఁగి=సందేహించి, వదలుగన్=బిఱ్ఱులేకుండ, ముడియిడియెనాన్ = ముడివేసెనోయనునట్లు, కోకస్తని = ఆచక్రవాకస్తనియొక్క, గభీరనాభి=లోఁతైనపొక్కిలి (ఇదికర్తృపదము), చెలంగున్=ప్రకాశించును.

తా. సృష్టికర్త యగుబ్రహ్మదేవుఁ డాకోకస్తనియొక్క పిఱుఁదుల భారముచేత లేఁత కౌను దీఁగె లాగఁబడి తెగుటఁ జూచి మరల సంధించుటకు యత్నపడి బిగియించిన మరలఁ దెగునేమో యని సందేహించి వదలు వదలుగా ముడి వేసి మరల సంధించిన ముడియో యన్నట్లు నాభి ప్రకాశించు నని భావము. అలం. ఉపమోత్థాపితోత్ప్రేక్షాలంకారము.

క. వెలఁది కటిపేర నిల నొక
పులినము దిగఁబడియె సింధు•పులినపుఁబజ్కిన్

నలువ యది వడఁగఁగాదే
తెలియుట కం దంచపదము • దిరముగ నిలిపెన్. 29

టీ. సింధు...పఙ్క్తిన్-సింధు=నదీసముద్రములయొక్క, పులినపు=ఇసుకదిన్నియలయొక్క, పఙ్క్తిన్=శ్రేణియందు, వెలఁదికటిపేరన్-వెలఁది=అస్త్రీయొక్క, కటి=పిఱుఁదనియెడు, పేరన్=వ్యాజముచేత, ఇలన్ = భూమియందు, ఒకపులినము=ఒక్కయిసుకదిన్నియ,దిగబడియెన్=తప్పిపోయెను. నలువ=చతుర్ముఖుఁడు, అది=అపులినము, బడఁగఁగాదే=తప్పిపోవుటచేతనేకాదా, తెలియుటకు=ఎఱుఁగుటకొఱకు, అందు=ఆసింధు పులిన పఙ్క్తియందు, అంచపదమున్ = హంసపాదమును, తిరముగన్=స్థిరముగా, నిలిపెన్=ఉనిచెను.

తా. ఆయమ పిఱుఁదు ఇసుక తిన్నియవలె నున్నదనియును, మున్ను బ్రహ్మదేవుఁడు సముద్రతీరములయందును నదీతీరములయందును సైకతములు సృజించునప్పుడా పఙ్క్తిలో నీయమ పిఱుఁదను నిసుక దిన్నె చేరక దిగఁబడియెను గాన నదియొఱఁగి యక్షర పఙ్క్తిలో దిగఁబడిన యక్షరమునకు గుఱుఁతుగా నక్కడ హంసపదము పెట్టుట ప్రసిద్ధము గావున, నట్టి విధముగానే యిది దిగఁబడుట దెలియుటకొఱకా పులిన పఙ్క్తియందు సంచరించెడు హంసలయొక్క పదచిహ్నములనియెడు హంసపాదము పెట్టె నని భావము. అలం. వ్యస్తరూపకానుప్రాణితహేతూత్ప్రేక్ష.

తే. కదళి దివియించె నగ్రాంఘ్రి • కంబు దొడల
పెనుపు నె ట్లన్నఁ బొరల శో • ధన నడంచు
కొన్న యాఁదోఁకపాటును • గొప్పు విప్పు
మెఱయు గోర్మ్రిచ్చులును గెంపు • గుఱులు గావె. 30

టీ. కదళి=అరఁటిచెట్టు, అగ్రాంఘ్రికంబు=పాదాగ్రముయొక్కయు, తొడల=ఊరువులయొక్కయు, పెనుపున్=అతిశయమును, తివియించెన్ = లాఁగికొనెను. ఎట్లన్నన్=అది యేవిధమనననఁగా, పొరల = అరఁటిపట్టలపొరలయొక్క, శోధనన్ = శోధించుటచేత, (దొంగ వగ్గఱనుండు వస్త్రములలోని పొరలసందులసోదా చూచుటయనుట.), అడంచుకొన్న=దాఁచుకొన్నట్టి, ఆఁదోఁకపాటును=గోపుచ్ఛాకారమును, (ఇదితొడలపెనుపు), కొప్పువిప్పన్ = అరఁటిపువ్వువిప్పఁగా, (దొంగ సిగముడి విప్పఁగాననుట.), మెఱయు=బయటఁబడునట్టి, గోర్మ్రిచ్చులును=గోళ్లనుదొంగలును, (అరఁటిపువ్వులోని తెల్లనికుసుమములలోఁ గొన్ని గోళ్లవలెనుండును వాని నిచ్చటఁ జౌర్యసాధకనఖాకారాయుధములుగాఁ జెప్పినాఁడు. ఆయరఁటిపువ్వునందే మఱియొకవిధమయిన కుసుమలకు దొంగలని పేరుకలదు), కెంపు=పద్మ

రాగమును, అరుణకాంతియును, (దొంగ సిగవిప్పినప్పుడు కెంపుగనుపడెననుట.), గుఱుతులు=నిదర్శనములు, కావె=కావా, అవుననుట. (ఈ పద్యమునందుఁ గ్రమవ్యత్యయమయినను దోషావహంబు గాదు ప్రయోగములు గలవు).

తా. ఈయమ తొడల సౌందర్యమును, బాదాగ్రముల యొప్పిదమును, అరఁటి చెట్టు ప్రుచ్చిలింపఁగా నది యెట్లెఱుంగ వచ్చెననఁగాఁ, బొరలు విప్పఁగాఁ దొడల యందలి సౌందర్యమును; పువ్వనియెడు కొప్పు విప్పఁగా, నందలి కెంపును గేసరములును పాదతల రక్తకాంతియును నఖాకార శస్త్రములును సాక్షులై యుండఁగా వేఱు నిదర్శనముతో నక్కఱ లే దని భావము.

తే. వసుధలో నెట్టి శ్రీ గల • వారివేని
కరభములు దాస్యములు చేయు • సరసిజాక్షి
యూరువుల కెట్ల టన్నఁ బైఁ • దారు మోచు
గొడుగులును నల్లకలశముల్ • గుఱుతులు గావె. 31

టీ. వసుధలోన్=భూమిలో, ఎట్టి శ్రీగలవారివేని=ఏవిధమైనసంపద గలవారినైనను, కరభములు=హస్తభాగవిశేషములు, ఊరువులకున్=పెందొడలకు, దాస్యములు=వరవుడములు, చేయున్=ఒనర్చును, అటు=అవిధము, ఎట్లన్నన్=ఎట్లనఁగా, పైన్=తమమీఁద, తారు=తాము, మోచు=వహించెడు, గొడుగులును=ఛత్రములును, అల్లకలశములు=అప్రసిద్ధములగు పూర్ణకుంభములును, (దాస్యములుచేసెడువారు తమ హస్తములయందు గొడుగులను జలాహారణమునకుఁ గలశములను దాల్తురనుట.), మఱియు నుత్తమస్త్రీల హస్తములయందు ఛత్రకలశాదిరేఖ లుండు ననుట. శ్లో. 'అంకుశం కుండలం ఛత్రం యస్యాః పాణితలే భవేత్, పుత్రిం ప్రసూయతే నారీ సనరః పృథివీపతిః. యస్యాః కరతలే పద్మం పూర్ణకుంభం తథైవచ, రాజపత్నీత్వమాప్నోతి పుత్రైశ్చ సహమోదతే.' అని సాముద్రికశాస్త్రము. గుఱులుగావె=అడియాలములుగావా.

తా. లోకమందలి యెంత సంపదగల స్త్రీల కరభములైన నాయమ యూరువులకు దాస్యము సేయునే కాక, యాయమ యూరువులతోడ సామ్యముఁ జెంద నేర వనియును; అవి దాసులై యుండుటకు గుఱుతు లేమనిన, నాహస్తములయందు రేఖాకారములగు ఛత్రములును గలశములు గావా యనియును; అట్టి రేఖలుగల భాగ్యవతులు గావున నే యీ యమ్మవారికి దాస్యములు సేయుటకుఁ గలుగుననియును; సాధారణస్త్రీలకది దొరకదనియును భావము. ఉత్తమస్త్రీల చేతులయందుండు ఛత్ర కలశ రేఖలనూరు సేవార్థము ధరించిన ఛత్రకలశములుగా నుత్ప్రేక్షించినాఁడు గనుక నుత్ప్రేక్షాలంకారము.

క. వలరాజుకుటుంబము న, గ్గలముగఁ బోషించుకలమ•గర్భములయ్యెన్
బాలఁతుక జంఘ లతిశ్యా, మల మంజీరస్థ నిబిడ•మరకతకాంతిన్. 32

టీ. పా...లు - పాలఁతుక=ఆపాలఁతియొక్క, జంఘలు=పిక్కలు, అ... తిన్ - అతిశ్యామల=మిక్కిలి శ్యామలవర్ణములుగల, మంజీరస్థ=అందియలయందున్న, నిబిడ=దట్టములగు, మరకత=పచ్చలయొక్క, కాంతిన్=ప్రకాశముచేత, వ...మున్- వలరాజు=మన్మథునియొక్క, కుటుంబమున్=సంసారమును, అగ్గలముగన్=అధికము గా, పో...లుఅయ్యెన్ - పోషించు=ప్రోచెడు, కలమగర్భములయ్యెన్ = వరిపొట్ట లయ్యెను,శ్యామలహరిద్వర్ణముల కభేదంబగుటకు 'మరకతమణిస్తంభగంభీరబాహు' వని శ్రీకృష్ణకర్ణామృతమునందును, 'శుకాంకనీలోపలనిర్మితానాం' అని మాఘకా వ్య తృతీయ సర్గమందును, సీ. 'అభినవ జలధర శ్యామంబు లగుచోటు లాకు జొంపం బుల ననుకరింప' అని విరాటపర్వంబున నునికిం జేసి మరకతంబులయందు శ్యామల వర్ణము గలుగునట్లు నిచ్చటఁ జెప్పఁబడియె.

తా. ఆ పాలఁతి పిక్కలతి నిర్మలము లై యుండుటం జేసి పాద కటకముల యందలి దట్టమగు పచ్చలకాంతిచే వ్యాప్తము లై వరి పొట్టలవలెఁ బచ్చని వన్నె గలిగియున్న వనియును, లోకమునందు రాజనపుఁ బొట్ట లెవ్వరి కేని పోషణార్థ ముప యోగించుఁ గావున నీ వరి పొట్టలు మన్మథుని కుటుంబ పోషణమునకు మిక్కిలి యు పయోగ మగు చున్న వనియును భావము.

తే. ఉవిద నిద్దంపుజంఘల • సవతుఁ గోరి
కలమగర్భంబు లడఁచు లోఁ • గంటకములు
చాతురుల మించి మఱి దివ•సక్రమమున
నిలువ కవి బాహిరము లైనఁ • దలలు వంచు. 33

టీ. ఉ...తున్ - ఉవిద=ఆయువతియొక్క, నిద్దంపు=స్నిగ్ధములగు, జంఘల= పిక్కలయొక్క, సవతున్=సాపత్న్యమును, కోరి=అపేక్షించి, కలమగర్భంబులు= రాజనపుఁబొట్టలు, కంటకములు = తనయందలిదోషములు, (వరికి జుంజుఱుముండ్లు గలిగి యుండుట ప్రసిద్ధము.), చాతురులన్ = నేర్పులచేత, మించి = అతిశయించి, లోన్=తనలోనే, అడఁచున్=దాఁచుకొనును, మఱి=పిమ్మట, అవి=అకంటకములు, నిలువక=లోపలనిముడక, దివసక్రమమునన్=నానాఁట, బాహిరములైనన్=బయల్ప డఁగా, తలలువంచున్=సిగ్గుచేత శిరములువంచును.

తా. నిద్దములగు నాయువిద పిక్కలతో రాజనపుఁ బొట్టలు సామ్యము రాఁ గోరి తమ యంతర్దోషములు బయల్పడనీక నేర్పుచేత దాఁచెనే కాక మఱికొన్ని దిన ములలోనే యా కంటక దోషము గనఁబడఁగా నా వరిపొట్టలు సిగ్గుచేతఁ దలలు

పంచుకొనును, అనఁగా నాయమపిక్కలు మిక్కిలి నునుపుగలిగియున్న ఎనియును వరి పొట్టలు మొదట సామ్యమునకు వచ్చినను వెనుక వెన్ను తీయఁగానే ముండ్లు బయలఁ బడుటయు భారముచేతఁ దలలు వంచుటయును బ్రసిద్ధమని భావము.

చ. ఇలఁగల వస్తు సంతతుల • కెల్లను గచ్చిడు మత్స్వభావ పా
టల రుచి యింక వేఱె యొక • డా లిడ వచ్చునె లక్కనీట మ
మ్మలమిన దెంత ముగ్ధ యిది • యంచు బదాబ్జము లంగుళీముఖం
బుల నగు నట్లు మించు నఖ • ము ల్మెఱయన్ గొమరారు నింతికిన్.

టీ. ఇలన్=భూమియందు, క...కున్ ఎల్లను - కల=ఉన్నట్టి, వస్తుసంతతులకెల్లను=సమస్త వస్తుసముదాయములకు, మ...చి-మత్=మాయొక్క, స్వభావ=ప్రకృతిచేతనే, పాటల=ఎఱ్ఱని, రుచి=కాంతి, గచ్చిడున్=వన్నెఁబెట్టును, ఇంక వేఱె=మఱియితరమగు, ఒకడాలు=ఒకవర్ణమును, ఇడవచ్చునే=మాపుఁబెట్టవచ్చునా, ఇది=ఈయమ, లక్కనీటన్=లాక్షారసముచేత, మమ్మున్=మము, అలమినది=పూసినది, ఎంతముగ్ధ=ఎంతతెలియనిది, అంచున్=అనుచు, పదాబ్జములు=అడుగుదమ్ములు, (ఇదికర్తృపదము.), అంగుళీముఖంబులన్-అంగుళీ=వ్రేళ్లనియెడు, ముఖంబులన్=మొగములచేత, నగునట్లు=పరిహసించునట్లు, మిం...ల్ - మించు=అతిశయించునట్టి, నఖముల్=గోళ్లు, మెఱయన్=ప్రకాశింపఁగా, ఇంతికిన్=ఆయమకు, కొమరారున్=ఒప్పును, ముగ్ధ యన్నందుకు, "శ్లో. ముగ్ధేత్యాద్వాదశం స్త్రీణాం మధ్యేత్యాష్టాదశం స్మృతమ్, అత ఊర్ధ్వం ప్రగల్భేతి వ్యవస్థాత్రయ ముచ్యతే." అని యాధారము.

తా. ఆయమ పాదాబ్జములకు మంగళార్థమై లాక్షారసమిడఁగా నప్పు డాపాదములు లోకమందలి సమస్తవస్తువులకు వన్నెఁ బెట్టెడు మాకు వేఱొకవన్నెఁ బెట్ట వచ్చునా యది యెఱుంగక యీ ముగ్ధ మాకు లక్కనీరుపూసె నని వ్రేళ్లనియెడు ముఖములచేతఁ బకపక నవ్వుచున్నవో యన్నట్లు గోళ్లు తెల్లఁగా మెఱయుచుండఁగా నాపాదము లొప్పు నని భావము.

క. లలనోపరిపదకచ్ఛప
ములు బలిమిమెయిన్ గజప్ర • భూతగతి శ్రీ
విలసనముఁ గొనఁగఁగాదే
కలిగెన్ గజకచ్ఛపోగ్ర • కలహం బుర్విన్. 35

టీ. ల...లు - లలనా=ఆయమయొక్క, ఉపరిపద = మీఁగాళ్లనియెడు, కచ్ఛపములు=తాఁబేళ్లు, బలిమిమెయిన్=బలాత్కారముచేత, గజ=ఏనుఁగులయొక్క, ప్ర...లు - ప్రభూతగతి=ఒయ్యారపునడకయొక్క, శ్రీ=సంపదయొక్క, విల

సనముఁ=విలాసమును, కొనఁగఁగా దే=గ్రహింపఁగాఁగదా, ఉర్విఁ=భూమియందు, గజకచ్ఛపోగ్రకలహంబు-గజ=ఏనుఁగుయొక్కయు, కచ్ఛప = తాఁబేటియొక్క, ఉగ్ర=భయంకరమయిన, కలహంబు=పోరాటము, కలిగెఁ=ఉదయించెను.

తా. ఆ లలనయొక్క మీఁగాళ్లు తాఁబేళ్లవలె నున్నవనియును, గజగమనమువంటి గమనము గలిగియున్నవనియును, ఆకచ్ఛపములు గజముయొక్క గమన సంపదను హరింపఁగా దానివలన నా యేనుఁగునకును దాఁబేటికిని గలహము సంభవించెననియును, దానిచేతనే భూమియందు గజకచ్ఛప సంవాద మను సామెత పుట్టెననియును భావము.

తే. తరుణి తను కాంతి యెదుట నూ•తనహరిద్ర
తులకు రాలేక యత్యంత•మలిన యయ్యె
నౌటఁగా రాత్రి యన నిశ • యనఁ దమిస్ర
యన నిశీథిని యన క్షప • యనఁగఁ బరఁగె. 36

టీ. నూతనహరిద్ర=పచ్చిపసపు, తరుణి=ఆ లేమయొక్క, తను=శరీరముయొక్క, కాంతియెదుటఁ=ప్రకాశముముందఱ, తులకురాలేక=సామ్యమునకురాలేక, (త్రాసునకు రాలేకయనుట.), అత్యంతమలినయయ్యెఁ=మిక్కిలి మాలిన్యమునొందెను. (పచ్చిపసపెండిన పిమ్మటఁ బైన నల్లగానగును.), ఔటఁగా=కాఁబట్టియేకదా, రాత్రియనఁ, నిశయనఁ, తమిస్రయనఁ, నిశీథినియనఁ, క్షపయనఁ (ఇవియన్నియు రాత్రికి నామములు. ఈపేళ్లే పసుపునకును జెల్లును. 'నిశాఖ్యా కాంచనీపీతా హరిద్రా వరవర్ణినీ' అని నిఘంటువు; కాన నీపేరుల చేత నా పసుపు), పరఁగెఁ=ఒప్పెను. కరఁగె నను పాఠమును గలదు. పసుపురాచినఁ గరఁగుట ప్రశస్తము.

సీ. అయ్యిందువదన ధ•రాంగన గావునఁ,
బ్రాఙ్మైత్రిఁ బారుగుల•భాగవతుల
గృహములందు మరాళి•కైకావళీ హరి,
ణీ మనోజ్ఞా సృగ్వి•ణీ సమాఖ్య
లమర జనించి వ•యస్యలై నాగక,
న్యలు పుత్త్రికావివా•హములయందుఁ
బాడు పద్మాలయా • పరిణయామేయగే
యముల ననంతక•ళ్యాణగుణము
తే. లద్భుతంబొప్ప విని విని • యతనిఁ గవయు
బుద్ధి ప్రాగ్జన్మసంస్కార•మున జనింప

దదవతారానురామేయక • థాసుధాను
కలిత లీలానుకృతుల వ • ర్తిలుచు నుండి. 37

టీ. అయ్యిందువదన = ఆచంద్రముఖి, ధరాంగనగాఁగాన్ = భూదేవియగుటచేత, ప్రాజ్జన్మమైత్రిన్ = పూర్వజన్మస్నేహముచేత, నాగకన్యలు = భుజంగకన్యలు, పా...దున్ - పొరుగుల=సమీపములయందలి, భాగవతుల = భగవద్భక్తులయొక్క, గృహములందున్=తిరుమాళిగలయందు, మరాళికా, ఏకావళీ, హారిణీ, మనోజ్ఞా, స్రగ్విణీ అనియెడు, సమాఖ్యలమరన్=నామధేయము లొప్పుచుండఁగా, జనించి=అవతరించి, వయస్యలై=ఆయమకు నెచ్చెలులై, పుత్త్రికావివాహములయందున్=బొమ్మలపెండ్లిండ్లయందు, పా...లన్ - పాడు=గానముచేసెడు, పద్మాలయాపరిణయ = లక్ష్మీకళ్యాణమనియెడు, అమేయ=లెక్కకుమీఱిన, గేయములన్ = పాటలయందు, అనంతకళ్యాణగుణములు - అనంత=విష్ణువుయొక్క, కళ్యాణ = మంగళకరములగు, గుణములు=గొనములు, అద్భుతంబొప్పన్=అబ్బురముగలుగునట్లు, వినివిని, ఆతని=అవిష్ణుదేవుని, క...ద్ధి-కవయు=కూడెడు, బుద్ధి = మనీష, ప్రాగ్జన్మసంస్కారమునన్-ప్రాగ్జన్మ = పూర్వజన్మసంబంధియగు, సంస్కారమునన్ = సంస్కారముచేత, (ఇచ్చటఁ దృతీయార్థమున సప్తమి.), జనింపన్ = పుట్టఁగా, తదవతారానుమేయకథాసుధానుకలిత లీలానుకృతులన్ - తత్=ఆస్వామియొక్క, అవతార = రామకృష్ణాద్యవతారములయొక్క, అనుమేయ=ఊహింపఁదగిన, కథాసుధా = అమృతమువంటి కథలతోడ, అనుకలిత=కూడికొన్న, లీలా = విలాసములయొక్క, అనుకృతులన్ =అనుకారములచేత, (ఇచ్చట, తదవతారకథాగోష్ఠిఁ దదవతారకలిత లీలానుకృతుల వర్తిలుచునుండి; అనియును పాఠాంతరము గలదు).

సీ. తమతండ్రి శ్రీశ దం • త్తశ్రీలు గృహమునఁ,
ద్రవిడ తండములయ్యుఁ • దనదు తొంటి
స్రగ్వినిర్మాణదా • స్యంబ నుత్సేకత,
జరపుచుఁ బ్రజ్ఞవై • ష్ణవపురాణ
సంహితావ్యాఖ్యార • చనఁ బ్రొద్దుఁ గడపుచు,
గట్టెడుకమ్మచెం • గలువ విరుల
తోమాలె లలకలు • దువ్వి కంతునకు *నా,
ర్ద్రినిబద్ధఖేటకం • బనఁగ నీల
తే. వృషకకుద్రేఖ నెడమకొ • క్కింతయొఱగ,
నిడిన ధమ్మిల్లవలయంబు • నడుగునందుఁ

* కూర్పరబద్ధ.

గొంతసే పర్థిఁ గీలించి • కూపవారి
నీడ వీక్షించి క్రిమ్మఱ • గూడ నునుచు. 38

టీ. తమతండ్రి = ఆవిష్ణుచిత్తుఁడనుట, గృహమునన్ = తమయింటియందు, శ్రీశదత్తశ్రీలు - శ్రీశ = శ్రియఃపతిచేత, దత్త = ఇయ్యఁబడిన, శ్రీలు = సిరులు, 'శోభాసంపత్తిపద్మాసు లక్ష్మీ శ్రీరితికథ్యతే' యని హలాయుధము. త్రవ్వితండములయ్యున్ =తఱఁగకయుండినను, తనదు=తనసంబంధియగు, తొంటి=తొల్లింటి, స్రగ్వినిర్మాణదాస్యంబు - స్రక్ = పుష్పమాలికలయొక్క, వినిర్మాణ = కూర్పుటయనియెడు, దాస్యంబు=కైంకర్యంబు, అనుత్సేకతన్=గర్వములేమిని, జరపుచున్ = చేయుచును, ప్రజ్ఞన్=జ్ఞానముచేత, వై...నన్-వైష్ణవపురాణసంహితా=శ్రీవిష్ణుపురాణ సంహితయొక్క, వ్యాఖ్యారచనన్=వ్యాఖ్యానముఁజేయుటచేత, ప్రొద్దుఁగడపుచున్=కాలక్షేపముఁజేయుచు, కట్టెడు=కూర్చుచుండెడు, కమ్మ=సుగంధముగల, చెంగలువవిరుల =ఎఱ్ఱగలువపూలయొక్క, తోమాలెలు = దండలు, (ఇచ్చట ద్వితీయార్థమందుఁ బ్రథమ.), అలకలు=కురులు, దువ్వి=వ్యుదసించి, కంతునకున్=మన్మథునకు, అర్ద్రి= సెఫలిక్కలచేత, నిబద్ధ = కూర్పఁబడిన, ఖేటకంబనఁగన్ = కేడెమోయనునట్లు (కూర్పరబద్ధ యనుపాఠమున మోచేతఁగట్టఁబడిన యనియర్థము.), నీలవృషకకుద్రేఖన్- నీలవృష=నల్లనియాఁబోతుయొక్క, కకుత్ = మూఁపురముయొక్క, రేఖన్=ఆకారమువంటియాకారముచేత, 'వృషాఙ్గేకకుదంత్రిషు' అని యమరము. ఎడమకు=వామపార్శ్వమునకు, ఒక్కింత=ఇంచుకంత, ఒఱగ=ఒఱగగా, ఇడిన=ఉనుచుకొనిన, అనఁగా దిద్దిన, ధమ్మిల్లవలయంబు=వట్రువయగు కొప్పుయొక్క, 'ధమ్మిల్లస్సంయతాః కచాః' అని యమరము. అడుగునందున్=అంతర్భాగమందు, కొంతసేపు, అర్థిన్= కోర్కిచేత, కీలించి=తుఱుముకొని, కూపవారిన్=నూతినీటియందు, నీడవీక్షించి=నీడఁ జూచుకొని, క్రమ్మఱ=మగిడి, గూడన్=తమతండ్రియుంచినపుష్పముల పుటికలోను, ఉనుచున్=ఉంచును. 'గూడ' అనఁగా వైష్ణవపరిభాషయందు బుట్ట అనియర్థము.

తా. ఆచంద్రవదన తనతండ్రియగు విష్ణుచిత్తుండు శ్రియఃపతి కృపవలన నధికతర సంపదలు గలిగినను గర్వింపక పూర్వమువలెనే పుష్పమాలికాకైంకర్యముఁ జేయుచు శ్రీవిష్ణుపురాణవ్యాఖ్యానముచేతఁ గాలక్షేపముఁ జేయుచుఁ గూర్చెడు చెంగలువదండలను దాను కొప్పులోధరించి నూతిలో నీడఁజూచుకొని మరల వానినిగూడ బుట్టలో నునుచుననియు నాకొప్పు నెడమప్రక్క కొఱగి యుండుననియు భావము.

ఉ. * ఆ నవలా యలంతి పసు • పాడి దుకూలముఁ దాల్చి గుబ్బచన్
గోనలఁ దావు లుప్పతిలఁ • గుంకుమ తేటల నిగ్గు దేరఁ గ

* ఆనవలావలంతి.

ప్రానన నాభిఁ దీర్చి పితృ•బద్ధ లతాంతము లర్థిఁ గొప్పునం
బూని యొకింత సే పునిచి•పుచ్చి చెలిం గని వెచ్చ నూర్పుచున్. 39

టీ. అనవలా=అయింతి, (అన్యదేశ్యమగుటంజేసి దీర్ఘాంతరము.), అ...డి-అలంతి=స్వల్పమగు, పసుపాడి=పసుపుతోడి స్నానము చేసి, (అనవలావలంతి యను పాఠమున స్త్రీరత్న మనియర్థము.), దుకూలము=ధౌతవస్త్రమును, తాల్చి=ధరించి, గుబ్బచన్గోనలన్=గుబ్బచనుగొనలయందు, (కోణశబ్దమువలనఁ గోన కొన అనురూపములు గలుగును లేక స్తనములు పర్వత సమములు గనుకఁ దత్ప్రదేశములను గోన లనవచ్చును.), తావులు=పరిమళములు, ఉప్పతిలన్=ఉదయించునట్లు, కుం...గ్గు-కుంకుమ తేటల=కుంకుమకాంతులయొక్క, నిగ్గు=నిగారింపు, తేరన్=కానరాఁగా, కప్రానన=కర్పూరముచేతనే, నాభిన్=తిరుమణిని, తీర్చి = దిద్ది, పితృబద్ధలతాంతములు-పితృ=తండ్రియగువిష్ణుచిత్తునిచేత, బద్ధ=కట్టఁబడిన, లతాంతములు = పుష్పములను, అర్థిన్=కోరికచేత, కొప్పునన్=ధమ్మిల్లమందు, పూని=ధరించి, ఒకింతసేపు, ఉనిచి=ఉంచుకొని, పుచ్చి=మరలఁదీసి, చెలిన్=చెలికత్తెను, కని=చూచి, వెచ్చన్=వేఁడిమిగాఁగ, ఊర్పుచున్=ఉచ్ఛ్వసించుచు నని ముందటిపద్యముతో నన్వయము.

క. మీపాడిన హరిచందము
లేపాడిగఁ దలఁప వచ్చు • నితఁ డేసతులం
గాపాడినవాఁ డనుఁగై
త్రోపాడినఁ దన్ను వలచి • తొయ్యలులారా? 40

టీ. తొయ్యలులారా = స్త్రీలారా, మీపాడిన హరిచందములు=మీయొక్క పాటలలోని స్వామియొక్క రీతులు, ఏపాడిగ=ఏమర్యాదగాను, తలఁపవచ్చున్ = ఊహింపవచ్చును, ఇతఁడు = ఈహరి, తన్నువలచి=తన్ను మోహించి, త్రోపాడినన్=వెంబడించినను, అనుఁగై=వారికిఁ బ్రియుఁడై, ఏసతులన్ = ఏస్త్రీలను, కాపాడినవాఁడు. ఈ ప్రశ్నవలన నాస్వామి మర్యాదలేనివాఁడనియును, దన్ను మోహించిన స్త్రీలనైనను దాను స్నేహించి కాపాడ లే దనియును, బరిహసించుట.

తే. తాను సురమాని నృపతనుల్ • దాల్చి యకట
కామినీతతి నుడికించు•కంటె నట్టె
గండెయును నల్లదాసరి • గాఁడు కిరియు
హరియు నై పోవుటయ మంచి • దనుయుగంబు. 41

టీ. తాను=అహరి, సు...ల్ - సురమాని=వామన పరశురామ బుద్ధులయొక్కయు, నృప=శ్రీరామునియొక్కయు, తనుల్=శరీరములు, తాల్చి = వహించి,

అకట=అయ్యయో, కామినీతతికిన్=స్త్రీసమూహమును, ఉడికించుకంటెన్ = తపింపఁజేయుటకంటెను, అట్టె = ఆప్రకారమే, (మరల నవతారాంతరముఁ బొందకుండు నట్లనుట), గండుమీను=మత్స్యమును, అల్లదాసరిగాఁడును=కూర్మమును, కిరియున్ =వరాహమును, హరియు=సింహమును, అయి, అనుయుగంబు=ప్రతియుగమందును, పోవుటయు=పోవుటే, మంచిది=మేలు.

తా. ఆ హరి వామన పరశురామ బుద్ధ రామావతారములయందు స్త్రీలను దపింపఁ జేయుటకంటె మత్స్య కూర్మ వరాహ సింహ రూపములతోనే ప్రతియుగమందు నుండుటయే మేలనియును, నిట్లు తిర్యగ్జాతిరూపములతో నుండిన స్త్రీలెవ్వరును మోహింపరు. గావున వారికిఁ దాపము లే దనియును భావము.

క. ఆతనువుల లేరుగదా
నాతులు మఱి కాక కలిగి • న న్వగ తిర్య
గ్జాతికి నీజాతికిఁ గల
యాతీవ్రత గలదె యెఱుఁగ • కి ట్లేలంటిన్. 42

టీ. ఆతనువులన్=అమత్స్యకూర్మాదివ్యవతారములయందు, నాతులు=స్త్రీలు, లేరుగదా, మఱికాక=వెండియునటుగాక, కలిగినన్=స్త్రీలుండినను, 'విష్ణోర్దేహానురూపాం వై కరోత్యేషాత్మనస్తను' మనియున్నది గనుకఁ దిర్యగ్జాతి స్త్రీలుండవచ్చు ననుట.), వగ=ఖేదము,తిర్యగ్జాతికిన్=అమత్స్యకూర్మాదితిర్యక్స్త్రీజాతికి, ఈజాతికిన్=ఈమనుష్యజాతికిఁ గలిగిన, ఆతీవ్రత=ఆతీవ్రపాటు, కలదె=కలుగునా, అని మరల, ఎఱుఁగక=తెలియక, ఇట్లేలంటి=ఈవిధముగా నేమిటికంటి నని ముందటి పద్యముతో నన్వయము.

తే. 'ఆత్మవ త్సర్వభూతాని' • యనుట బొంకె
ముద్దియల కైన వలవంత • ముచ్చటలను
నాటపాటలఁ గతలఁ గొం • తడఁగుఁ గాని
నోరు లేనిజంతువులకు • నొప్పి ఘనము. 43

టీ. ఆత్మవత్సర్వభూతాని - సర్వభూతాని=సమస్తభూతములును, ఆత్మవత్=తనవలెనే, అనుట=అనిచెప్పుట, బొంకె = అసత్యమా, (సత్యమేయనుట.), 'మాతృవత్పరదారాణి పరద్రవ్యాణిలోష్టవత్, ఆత్మవత్సర్వభూతాని యఃపశ్యతి సపశ్యతి.' యని శ్లోకము. ముద్దియలకున్=మనుష్యస్త్రీలకు, ఐన=కలిగిన, వలవంత=విరహతాపము, ముచ్చటలను = ఒండొరులకుఁ జెప్పుకొనుటచేత, ఆటపాటలన్=నృత్యగానములచేత, కతలన్=ఆహరికథలచేతను, కొంతడఁగుఁగాని=కొంత మట్టు

పడునుగాని, నోరులేనిజంతువులకున్ = మాటలాడలేనిజంతువులకు, నొప్పి=ప్రయాసము, ఘనము=అధికము.

తా. పై పద్యమందు నెఱుఁగక యని మరలఁ దెలిసి మనుష్యస్త్రీలకు ముచ్చటలు మొదలయిన వానిచేతఁ గొంత విరహతాప మాఱునుఁ గాని, యీ మత్స్య కూర్మాది తిర్యగ్జాతి స్త్రీలకే తాప మధిక మని యెఱిఁగి చెప్పె నని భావము.

మ. ధరపై నీతఁడు పూర్వకల్పముల సక్తస్త్రీవిశాలాంబకాం
బురుహశ్రేణి జలంబు మైఁ బులకలున్ బూరించుచున్ జేఁచు దు
ర్భరకర్మం బలమంగ వచ్చుజలచారస్తబ్ధరోమత్వకే
సరితల్పాండు డవతారదంభమున నాచ్ఛాదించుఁ దాఁ బ్రౌఢిమైన్.

టీ. ఈతఁడు=ఈహరి, ధరపైన్=భూమిమీఁద, పూర్వకల్పములన్=పూర్వయుగములయందు, స...ణిన్-సక్త=తనయందుమోహముగల, స్త్రీ=స్త్రీలయొక్క, విశాల=వెడఁదలగు,అంబకాంబురుహ=కమలములవంటినేత్రములయొక్క, శ్రేణిన్=పఙ్క్తియందు, జలంబు = ఉదకమును, మైన్ = శరీరమందు, పులకల్మన్=రోమాంచములును, పూరించుచున్=నిండించుచును, చేఁచు=వృద్ధిఁబొందఁ జేసెడు, దుర్భర= భరింపరాని, కర్మంబు = సంచితకర్మము, అలమంగన్ = వ్యాపింపఁగా, వచ్చు = సంభవించునట్టి, జలచారస్తబ్ధరోమత్వకేసరితల్ = నీటఁదిరుగుటయు, నిట్టవొడిచినరోమములు గలుగుటయు, (మెడమీఁదఁ గొనవెండ్రుకలు గలుగుటయును), తాన్=ఆహరి, ప్రౌఢిమన్=నేర్పుచేతను, పాండు=ఇతరములగు, (ఇది యొండనుశబ్దము పకారాదిగానుండునెట్లన్నను, ఒచ్చెము, పొచ్చెము, ఊను, పూను, ఒనరించు, పొనరించు, ఇత్యాదులవలెనని యెఱుఁగవలయు.),అవతారదంభమునన్=అవతారమనియెడునెపముచేత, ఆచ్ఛాదించున్=మఱుగుపఱుచును, కైతవాపహ్నవాలంకారము.'కైతవాపహ్నుతిర్వ్యక్తౌ వ్యాజాద్యైర్నిహ్నుతేః పదైః' అని దానిలక్షణము.

తా. ఆ హరి పూర్వయుగములయందు భూమిమీఁదఁ దన్ను మోహించిన స్త్రీల కోరికలు దీర్పక వారిని విరహమందు మునుఁగఁ జేసి దుఃఖపెట్టినాఁడు. కావున నా కర్మపరిపాకము దన కనుభవమునకు రాఁగా 'శుభకృచ్ఛుభ మాప్నోతి పాపకృత్పాపమశ్నుతే' యన్నట్లా స్త్రీలకుఁ గన్నీరు గలుగఁజేసిన హేతువువలన నా కన్నులతో సరియగు మీనుమేనుతోఁ దాను నీటిలోఁ దిరుగు నట్లేర్పడఁగా నది మత్స్యావతారముగాను,మఱియు నా స్త్రీలశరీరములయందు గగుర్పాటు గలుగఁజేసిన హేతువువలనఁ దనకు నట్లు నిక్క వొడిచిన రోమములురాఁగా నది వరాహావతారముగాను, మఱియు దానివలననే తనకు మెడమీఁదఁ గొనవెండ్రుకలు గలుగఁగా నర

సింహ ముఖము గల యవతారముగాను నేర్పడెను. కావున నది యా కర్మానుభవ మని తెలియఁగాకుండ మఱుఁగు పెట్టు నని భావము.

క. అనిమిషముని మనుజాధిప
జననంబుల నీతఁ డెట్లు • జలజాక్షులఁ గూ
ర్చిన వారి నేఁచె దయలే
కనిన వినుఁడు మీదు పాట • లంద తెలిపెదన్. 45

టీ. అనిమిషముని=వామన పరశురాముల యొక్కయు, మనుజాధిప=శ్రీరాముని యొక్కయు, జననంబులన్=అవతారములయందు, ఈతఁడు=ఈహరి, కూర్చినవారిన్=ప్రేమపడినవారైన, జలజాక్షులన్=స్త్రీలను, దయలేక=కృపమాలి, ఎట్లేఁచెననినన్=ఏరీతిచే ఖేదపెట్టెననఁగా, మీదు పాటలంద=మీసంబంధులగు పాటలయందే, తెలిపెదన్=ఎఱిఁగించెదను, వినుఁడు=వినుండు.

చ. మొదల నుపేంద్రుఁడై యితఁడ • మోఘహతిం భృగుపత్నిఁ ద్రుంచియ
మ్ముదుసలి గేహినీ విరహ • ముం దన యట్లన పొందు మన్న నా
కదియును దేవకార్యమున • కయ్యెడు నంచు వహించి త్రోఁచు లా
వేద వటు వయ్యు లచ్చి మది • కెన్నఁడుఁ బాయని జాలి నింపఁడే? 46

టీ. ఇతఁడు=ఈహరి, మొదలన్=ప్రథమమందు, ఉపేంద్రుఁడై=వామనుఁడై, అమోఘహతిన్=బీఱువోని వ్రేటుచేత, భృగుపత్నిన్=భృగుమహాముని భార్యను, త్రుంచి=సంహరించి, అమ్ముసలి=అవృద్ధుఁడైన భృగువు, తనయట్లన=తనవలెనే, గేహినీ విరహమున్=భార్యావిరహమును, పొందుమన్నన్=అనుభవింపుమనఁగా, నాకదియును=నాకా భార్యావియోగము, దేవకార్యమునకున్=దేవతలకార్యము కొఱకే, అయ్యెడునంచున్=అవునని, వహించి=ఆశాపమును వహించి, త్రోఁచు=కాలమును గడపుననట్టి, లావేదన్=దృఢమయిన మనస్సుచేత, వటువయ్యున్=తాను బ్రహ్మచారియయ్యును, లచ్చిమదికిన్=లక్ష్మీదేవి మనస్సునకు, ఎన్నఁడున్=సంతతమును, పాయని=విడువని, జాలి=విచారమును, నింపఁడే=నిండింపఁడా? వ్యతిరేక ప్రశ్న.

తా. భృగుభార్యను దునిమి యా వృద్ధుఁ డొసంగిన శాపము దేవతల కార్యముకొఱకగు నని తాను సమ్మతిగా వహించి వామనుఁడై యవతరించి బ్రహ్మచారియై యుండియును వివాహము చేసికొనక నిత్యానపాయిని యయిన లక్ష్మికి ఎడఁబాటువలని వ్యసనమును గలుగఁ జేసె నని భావము.

మ. ప్రళయార్కోగ్రకుఠారకోణము నృప • త్రైవిధ్యవత్ప్రీతికా
ఖ్యలఁ ద్రిస్థానము లేడుమార్లు వరుస • న్ఘటించు దోశ్శక్తిఁ గీ

ర్తిల సద్వల్లకి మ్రోయ రక్తయయి యెంతే వశ్యయా భూసతీ
తిలకంబుం దుదఁ ద్రోవఁ గశ్యపున కార్తిం బిడ్డయై పోవదే? 47

టీ. ప్ర...ము - ప్రళయార్క = విలయసూర్యునివలె, ఉగ్ర = తీక్ష్ణమగు, కుఠార = గండ్రగొడ్డలి యనియెడు, కోణము = వీణవాయించెడుకడ్డిని, 'కోణావీణాదివాదనః' మ్మనియమరము; నృ...లన్ - నృప = రాజులయొక్క, త్రైవిధ్యవత్ = శత్రుమిత్రోదాసీనభేదములచేత మూఁడువిధములుగల, పీఠికా = సింహాసనములనియెడు, ఆఖ్యలన్ = పేళ్లచేత, త్రిస్థానములు = మంద్రమధ్యతారకములనియెడు మూఁడుస్థానములను, ఏడుమార్లు = సప్తవారములు, వరుసన్ = షడ్జాదిసప్తస్వరక్రమముగా, ఘట్టించు = కొట్టెడు, వాయించెడు, దోశ్శక్తిన్ = భుజశక్తిచేత, కీర్తిలసద్వల్లకి - కీర్తి = యశమనియెడు, లసత్ = ఒప్పుచున్న, వల్లకి = వీణ, మ్రోయన్ = ధ్వనిసేయఁగా, రక్తయై = అనురక్తిగలిగినదైయనియును, రాజరక్తముచేతఁ దడుపఁబడి యెఱ్ఱనిదై, ఎంతేన్ = మిక్కిలి, వశ్యయా = స్వాధీనపడిన, భూసతీతిలకంబున్ = భూదేవి యనెడు పతివ్రతారత్నమును, తుదఁద్రోవన్ = కడకుఁద్రోయఁగా, కశ్యపునకున్ = కశ్యపుఁడనుఋషికి, ఆర్తిన్ = ఆయాసముచేత, బిడ్డయై = పుత్త్రికయై, పోవదే = పోవదా, పోయెననుట. (త్రైవిధ్యవత్తనుతావునఁ బూర్వవ్యాఖ్యానముల ననుసరించి శత్రుమిత్రోదాసీనభేదముచేత నని వ్రాసితిమిగాని శత్రు, శత్రుమిత్త్రి, మిత్రశత్రుభేదముచేత మూఁడువిధములుచెప్పుటయుక్తమని తోఁచుచున్నది.)

తా. పరశురాముఁడు కుఠారమనెడు కడ్డిచేతఁ ద్రివిధ నృప సింహాసనములనియెడు మంద్రాదిస్థానముల నేడు మాఱులు ఘట్టింపఁగా మూఁడే ళ్ళిరువదియొక్క మాఱయ్యె; నట్లు దోర్బలముచేత వాయించెఁ గావునఁ గీర్తియనెడు వీణెయొక్క మ్రోఁత విని, యనురక్తురాలగు భూమిని దా నేలక కశ్యపునకు ధారవోసిన, నాపె పతివ్రత గనుక నతనిఁ బొందక యతనికి బిడ్డయై కాశ్యపి యని పిలువఁబడె నని భావము.

మ. తనసౌందర్యము చెప్పఁగాఁ గరఁగి పద్మాకాంత రప్పించి మో
హన కంజంబున వైచి తియ్యమిడు నెయ్యం బొప్పఁ బైకొన్న మీ
ఱి నృశంసత్వమునం దొఱంగి చని వెఱ్ఱిం జేసె గాకుత్స్థుఁ డై
న నిలింపారివిదారిచందములు డెందాన న్విచారింపుఁడా. 43

టీ. త...ము - తన = ఆహరియొక్క, సౌందర్యమున్ = చక్కఁదనమును, చెప్పఁగాన్ = జనులుచెప్పఁగా, కరఁగి = ప్రియపడి, పద్మాకాంత = శ్రీదేవి, రప్పించి = రావించి, మోహనకంజంబునన్ = మోహమునుగలుగఁజేసెడుపద్మముచేత, వైచి = విసరివేసి, తియ్యమిడు = మాధుర్యమొసఁగెడు, నెయ్యంబొప్పన్ = ప్రేమమొప్పఁగా,

పైకొన్నన్ = కాఁగిలింపరాఁగా, మీఱి = అయమ నతిక్రమించి, నృశంసత్వమునన్ = క్రౌర్యముచేత, తొలఁగి = విసర్జించి, చని = పోయి, వెఱ్ఱిం జేసెన్ = ఉన్మత్తురాలిని జేసెను, కాకుత్స్థుఁడైన = ఆకాకుత్స్థవంశజాతుఁడైన, నిలింపారివిదారి = రాక్షసాంతకునియొక్క, చందములు = చర్యలు, డెందానన్ = మనస్సునందు, విచారింపుఁడా = ఆలోచింపుఁడు.

తా. శ్రీరాముల సౌందర్యమును విని శ్రీదేవి పిలిపించి విలాసముగాఁ దన చేతికమలము చేత వైచి యతిశ్రేపుచేఁ గాఁగిలింప రాఁగా, నది తప్పఁజేసి యొప్పక కఠినచిత్తుఁడై తొలఁగి యా యమను వెఱ్ఱినిగాఁ జేసిన యా రాముని చందము మీరే మదిలో విచారింపుఁ డని భావము.

చ. చెలువముఁ దాల్చి తన్గవయఁ • జేరిన రాగిణి రావణస్వసన్
నలువురు నవ్వ నత్తెఱఁగొ • నర్పక యేలిన వియ్యమై యతం
డలుగఁడు సీత కిట్టి తలఁ • పాత్మఁ దలంపక యాయమ న్వృథా
కలహమునం దనుం దొఱఁగు • కాఁకకు నాఁకకు లోను సేయఁడే.

టీ. చెలువము = సౌందర్యమును, తాల్చి = తానువహించి, తన్ = తన్ను, కవయన్ = కూడుటకు, చేరిన = సమీపించిన, రాగిణిన్ = అనురాగముగల, రావణస్వసన్ = రావణుని తోఁబుట్టువగు శూర్పణఖను, నలువురు = చూచిననలుగురు, అనఁగా సర్వజనులనుట, నవ్వన్ = పరిహసింపఁగా, అత్తెఱఁగు = ఆరీతిని, (ముక్కు సెవులు గోయుటననుట.), ఒనర్పక = చేయక, ఏలినన్ = పాలించినను, వియ్యమై = సంబంధియై, (అనఁగా బావమఱఁదియైయనుట.), అతండు = ఆరావణుఁడు, సీతకున్ = సీతాదేవికి, అలుగఁడు = కోపింపఁడు, ఇట్టితలఁపు = ఈ యాలోచనను, ఆత్మన్ = బుద్ధియందు, తలంపక = ఆలోచింపక, ఆయమన్ = ఆమెను, అనఁగా సీతాదేవిని, వృథాకలహమునన్ = రిత్తకయ్యముచేత, తనున్ = తన్ను, తొఱఁగు = ఎడఁబాసెడు, కాఁకకున్ = తాపమునకును, ఆఁకకున్ = రావణునింటచెఱలోనుండుటకును, లోనుసేయఁడే = లోఁబడఁజేయలేదా.

తా. ఆ శ్రీరాముఁడు దాను సుందరుఁడు గావునఁ దన్నుఁ జూచి మోహించి వచ్చిన శూర్పణఖను నలుగురు నవ్వున ట్లాభంగిఁ జేయక యేలికొనెనేని, దానికి సోదరుఁడగు రావణుండు దనకు బావమఱఁదియై సీత నిమిత్తము కోపింపఁడుగదా. ఈ సంగతి యాలోచింపక యిట్టి పోరు పెట్టుకొని, సీత, తన్నెడఁబాసి తాపముఁ జెందునట్లును, రావణుని నిర్బంధమునకు లోఁబడునట్లును చేసినాఁ డని భావము.

శా. శీత్కార ప్రవదస్రమై పెదవి గం • పింప న్మొఱ ల్గిట్టి ప్రా
వృట్కాలాంబుద గర్జ గెల్వఁగ వల • చ్ఛిన్నఖండశాఖాసిత

త్విట్కుంభీనస రేఖఁ గేలసిలతా • ధృద్బాహు వేష్టింప మున్
రాట్కంఠీరవ మై యొనర్చె వడి నో•ణాలంట ఘోణాచ్ఛిదన్. 50

టీ. ఫీ...మై-ఫీట్కార=ఫీట్టనుధ్వనితోడ, స్రవదస్రమై - స్రవత్=కాఱుచున్న, అస్రమై=నెత్తురుగలదై, పెదవి=ఓష్ఠము, కంపింపన్ = వడఁకుచుండఁగా, మొఱల్=ఆర్తనాదములు, కిట్టి=సమీపించి, ప్రావృట్కాలాంబుద=వర్షాకాల మేఘముయొక్క, గర్జన్=ఉఱుమును, గెల్వఁగన్=జయింపఁగా, వ...న్-వలత్=చుట్టుకొనుచున్న, శ్రీఖండ=చందనవృక్షముయొక్క, శాఖా = కొమ్మయందలి, అసిత=నల్లనగు, త్విట్=కాంతిగల, కుంభీనస=త్రాఁచుబాముయొక్క, రేఖన్ = పోలికచేత, కేలు=శూర్పణఖాహస్తము, అసిలతా=లతవంటిఖడ్గమును, ధృత్ = ధరించుచున్న, బాహున్=భుజమును, తే. 'నేలనాలుగు చెఱఁగుల నృపులకొలువు, లందు నేను వర్తించితి నవనినాథ, యగ్గలించి నాయెదుఱ బాహప్పళించి, కడఁగఁజాలెడు మల్లుబం గా[illegible]నెంచు.' అన్న పద్యమందుఁ దృతీయపాదమున వువర్ణకము లేనియట్లు సోమయాజి విరాటపర్వంబునఁ బ్రయోగించెఁ గావున నిచ్చటను వువర్ణకము లేకయే చెల్లుబడియయ్యె. వేష్టింపన్=చుట్టుకోఁగా, మున్ = పూర్వమందు, రాట్కంఠీరవమై = రాజసింహమై, ఘోణాచ్ఛిదన్ = నాసికాచ్ఛేదమును, నోణాలంటన్= నాసామూలముననుండు నెముకలంటునట్లు, వడిన్ = వేగముచేత, ఒనర్చెన్ = చేసెను.

తా. మున్ను దాను రాజసింహమై స్త్రీబాధఁ జేయకుండెడు నియమము గల్గియు, శూర్పణఖయొక్క నాసికను శల్యము దగులునట్లు ఛేదింపఁగా నాముక్కుదెగునప్పుడు ఫీట్టనుధ్వనితోఁగూడ రక్తము గాఱుచుండఁగా దానిపెదవి వడవడ వడఁకుచుండఁగా మొఱ్ఱో యను నార్తనాద ముఱిమి నట్లుంపఁగా దానిచేయి దనచేతిని జుట్టుకొనఁగా నతివేగముగా దాని ముక్కుచెవులు గోసె నని భావము. లక్ష్మణుఁడు గోసిన నయ్యాజ్ఞ తనదిగావునఁ దానే యని తాత్పర్యము.

తే. ఒల్లఁ బొమ్మన్నఁ బోదె? తా • నుల్లసముల
నేఁప నది రక్కసియయాట • * నెగ్గె? వలచి
స్త్రీలు దలవంపఁ దానవ • చ్చె నది చాల
కాఁడుదాని † బజీతు సే • యంగ నగునె? 51

టీ. ఒల్లన్=నేనిష్టపడను, పొమ్మన్నన్ = పొమ్మనిచెప్పఁగా, పోదే=ఆశూర్పణఖపోదా, తాను=ఆరాముఁడు, ఉల్లసములన్=పరిహాసములచేత, ఏఁపన్=తపింపఁజేయఁగా, అది=ఆశూర్పణఖ, రక్కసియయాటన్=రాక్షసియేయాటచేతను, ఎగ్గె=

* యెగ్గె. † బజాఱు.

తప్పిదమా, (ఔటయొగ్గ యనుపాఠమున రాక్షసియౌటయె తప్పిదమా యనియర్థము.), వలచి=మోహపడి, స్త్రీలు=విన్నకన్న స్త్రీలు, తలవంపన్=శిరములువంచుకొనునట్లు, తానవచ్చెన్=శూర్పణఖ తానేవచ్చెను, అదిచాలక=అట్లువచ్చుటయేచాలక, ('వనిత తనంతఁ దానలచివచ్చినఁ జుల్కనగాదె యేరికిన్' అని మనుచరిత్రమున నున్నది.), ఆఁడుదానిన్=స్త్రీని, బజీతుసేయఁగన్=రచ్చసేయఁగా, అగునే=తగునా.

తా. శ్రీరాముఁడు శూర్పణఖ మోహించి వచ్చినప్పుడు వలను పొమ్మని తాను జెప్పేనేని యది పోదా? యట్లు సేయక దానిని పరిహాసములచేత నడియాసలు గల్పించి మిగుల వగలఁ బొగిలించె ననియును, అది మోహము గలిగినది గావున నట్లువచ్చుట దానికిఁ దప్పుగాదనియును, లోకమం దీవార్త స్త్రీలు విని, తలలు వంచునట్లు దనంతన తాను వచ్చుటచాలక మరల దాని నిట్లు రచ్చలఁబెట్టవచ్చునా యనియును భావము.

మ. తను నంటన్ సతు లౌటఁ గోరు మునిబృందంబుం దదాపాదిప
ద్వనజక్షోదము గల్గియున్ బెఱజనిం దా వల్లవస్త్రీలుగా
జననం బందఁగఁ జేసి కూడియున్ సక్తస్వాంతలం గాందినీ
తనయప్రేరణఁ బాసె భోజపుర యాత్రాదంభ సంరంభియై. 52

టీ. తనున్=తన్ను, అంటన్ = కవియుటకు, సతులౌటన్ = స్త్రీలగుటను, కోరు=అభిలషించెడు, మునిబృందంబున్=మునులసమూహమును, త...ము - తదాపాది-తత్=ఆ స్త్రీత్వమును, ఆపాది=కలుగఁజేయునట్టి, పద్వనజ=పాదపద్మముయొక్క, క్షోదము=పరాగము, 'పదంఘ్రిశ్చరణోస్త్రియా'మ్మనియు, 'చూర్ణేక్షోదస్సముత్పింజ' యనియు నమరము. కల్గియున్=తానుగలిగియుండియును, పెఱజనిన్=మఱియొకజన్మమందు, తాన్=తాను, వల్లవస్త్రీలఁగాన్=గోపాంగనలఁగా, 'గోధుగాభీరవల్లవాః'యని యమరము. జననంబందఁగఁజేసి = పుట్టునట్లుచేసి, కూడియును=సంభోగించియు, సక్తస్వాంతలన్ - సక్త=తనయందుఁదగిలిన, స్వాంతలన్=చిత్తములుగలయా స్త్రీలను, కాందినీతనయప్రేరణన్=అక్రూరుని ప్రేరణచేత, (అక్రూరుని తల్లిపేరు కాందిని.), భోజపురయాత్రాదంభసంరంభియై-భోజపుర=మధురాపురమునకు, యాత్రా=ప్రయాణమనెడు, దంభ = నెపముచేతను, 'కపటోస్త్రీవ్యాజదంభోపధయశ్ఛద్మకైతవే'యని యమరము. సంరంభియై=ప్రయత్నముగలవాఁడై, పాసెన్=విడిచెను.

తా. శ్రీరామావతారమందు 'రామస్సర్వాంగసుందరః' యనినట్లును, 'రూపౌదార్యగుణైః పుంసాం దృష్టిచిత్తాపహారిణమ్' అనునట్లును, గలిగిన తన సౌందర్యమును జూచి మునిజనులుఁ దన్నుఁ గవియుటకై స్త్రీత్వము నపేక్షింపఁగా నప్పుడే వారలను స్త్రీలనుగాఁ జేయక, అనఁగా ఱాతిని నాతినిగాఁ జేసినవాఁడనుట. అట్టి పాదపద్మ

పరాగము గలిగియుండియు నప్పు డట్లు చేయక, తా నొక యవతార మెత్తి యా కృష్ణావతారమందు వారిని గోపికలఁగా బుట్టఁ జేసి యప్పుడు వారితోఁ గలసియు సంతత మట్లుండక తన్ను మరిగియున్న స్త్రీలను విడిచి యక్రూర ప్రేరణవలన మధురాపట్టణమునకుఁ బోఁడా? అట్లు పోవుటవలన నా స్త్రీలకు వెత గలిగె నని భావము.

చ. హతల నొనర్చె మోహితల • నల్ల యయోముఖి నాపుల స్త్యభూ
సుతను విరూప లౌట నను•చో ముసలి న్బెద నిట్ట తాడువం
టతివ రమించెఁ దా ముసలి•యయ్యు రహి న్మఱుగుజ్జు ప్రేష్యకై
ధృతిసెడి యుగ్రసేనునకు • బ్రేష్యత నొందియు దిద్ది యేలఁడే. 53

టీ. మోహితలన్=వలచిన, అల్ల యయోముఖిన్=ఆప్రసిద్ధినొందిన యయోముఖి యను రాక్షసస్త్రీని, ఆపుల స్త్యభూసుతను=పులస్త్యనందనుఁడగువిశ్రవసునికూఁతురగు శూర్పణఖను, విరూపలౌటన్=రూపహీనలగుటచేత, హతలనొనర్చెన్=భంగపఱిచెను, అనుచోన్=అనెడుపట్ల, (వారు సౌందర్యము లేనివారుగనుక భంగపఱిచెనందమాయనిన ననుట.), ముసలిన్=వృద్ధైనదానిని, పెద=పెద్దదియగు, నిట్టతాడువంటి=నిడుతాటిమ్రానివంటి, అతివన్=రేవతీదేవిని, (ఇచ్చటఁ దవాదిగణపతిత సంధి వికల్పము), తాన్=తానును, ముసలియయ్యున్=ముసలివాఁడయ్యును, రమించెన్=భోగించెను, (యుగాంతరమునుండి వృద్ధయినదియుఁ బెద్ద పొడవుగలదియు నైన రేవతీదేవిని దాను ముసల మను నాయుధము గలబలరాముఁ డయ్యును మోహించి రమింపఁడా? స్వరూపముచేత నానురూప్యముచు గలుగఁ జేసికొని రమింప లేదా? అని భావము. 'తాలాంకో ముసలీహలీ' యనియమరము. మఱుగుజ్జుప్రేష్యకై=కుబ్జయగుపరిచారికకై, ధృతిసెడి=ధైర్యములేక, ఉగ్రసేనునకున్ = ఉగ్రమైనసేవగలవానికి, (ఉగ్రసేనుఁడనుపేరుగల కంసజనకునికనుట.), ప్రేష్యతన్=పరిచారకత్వమును, ఒందియున్=తానుబొందియును, (దానికనురూపుఁడైయనుట.), దిద్ది=దానికుబ్జతను దీర్చి, ఏలఁడే=పరిపాలింపఁడా.

తా. ఓచెలులారా! అయోముఖియు శూర్పణఖయు మోహించిరేనియు వారు లావణ్యవతులు గారు. కావున వారిని దా నేలుకొన లేదని మీరంటిరేని, బలరాముఁడు దాను ముసలియయ్యును నిడుపాటితాటిచెట్టువంటి ముసలిది యగు రేవతిని రమింప లేదా? కృష్ణుఁ డుగ్రసేనునికిఁ బరిచారకుఁడయ్యును మఱు గుజ్జగు త్రివక్రను జక్కఁగా దిద్ది యతఁడు రమింపఁడా యనుటచేత నతనికిఁ బక్షపాతమేకాక లావణ్యతారుణ్యాది గుణములతో నక్కఱలే దని భావము.

తే. తనకు నందఱుఁ గూర్పు బృం•దావనమున
నొకతె రతిఁ దేల్చి కాఁక నొం•డొకతెఁ బేల్చి

యంత రాధకు మేలువాఁడై మురారి
యెల్ల సతులకు నెద నుడుఁకే యిడండె. 54

టీ. తనకున్=ఆ కృష్ణునకు, అందఱున్=వల్లవపల్లవాధరలెల్లను, సూర్పన్=మోహపడియుండఁగా, బృందావనమునన్=బృందావనమందు, ఒకతెన్ = ఒక్క గోపికను, రతిఁదేల్చి=సురతసుఖ మనుభవింపఁజేసి, ఒండొకతెన్=మఱియొకగొల్లతను, కాఁకన్=విరహతాపముచేత, ప్రేల్చి=తపింపఁజేసి, అంతన్ = అనంతరమందు, రాధకు=రాధ యనుప్రసిద్ధగోపికకు, మేలువాఁడై=అనుకూలుఁడై, మురారి=శ్రీకృష్ణుఁడు, (ఇదికర్తృపదము.), ఎల్లసతులకున్=సర్వదర్వీకరవేణులకును, (రతిఁదేలినట్టియు రతిఁదేలనట్టి వారి కందఱ కనుట), ఎదన్ = హృదయమందు, (జాత్యేక వచనము.), ఉడుకే=తాపమునే, ఇడండే=ఉనుపఁడా.

వ. అని యిట్లు త్రపాభరంబున నుపాలంభదంభంబుగాఁ జేయు పునః
పునస్స్మరణంబున నంతఃకరణరాగంబు దేటపడం దెలిసి బోటు
లీబోటి కైటభారియెడ నాటుకొన్న కన్నెకూర్మి లజ్జా వశంవద
యై వెలివిరియంగానీక పుటపాక నికాశం బగుకాఁకఁ జీకాకుపడి
నాఁడునాఁటికి నగుచున్నట్ల కిటకిట నగుచున్న దింత నియ్యింతి
యెరవు మాన్చి యింగితం బెఱుక పఱచుకొని చింతాపనోదంబు
సేయ కున్నం బ్రమాదం బని నవ్వుచు నర్మగర్భంబుగా నిట్లనిరి. 55

టీ. అనియిట్లు=ఈపూర్వోక్తప్రకారంబుగా, త్రపాభరంబునన్=సిగ్గుబ్రేఁగుచేత, ఉపాలంభదంభంబుగాన్=నిందావ్యాజముగా, చేయు = చేయుచున్న, పునఃపునస్స్మరణంబునన్=సారెసారెకగుస్మరణముచేత,అంతఃకరణ=మనస్సునందలి,రాగంబు=కృష్ణునివిషయమున ననురాగము, తేటపడన్=బయల్పడఁగా, తెలిసి=ఎఱిఁగి, బోటులు=చెలులు, ఈబోటి=ఈయువతి, కైటభారియెడన్ = కృష్ణునియందు, నాటుకొన్న=పాదుకొనినట్టి,కన్నెకూర్మిన్=వివాహమునకుముందు గలిగినయనురాగమును, లజ్జావశంవదయై=లజ్జాపరవశురాలై, వెలివిరియంగానీక = బయల్పడనీయక, పుటపాకనికాశంబగు=పుటమువేసినపాకముతోసరియగు, కాఁకన్ = అంతస్తాపముచేత, చీకాకుపడి=చిక్కువడి, నాఁడునాఁటికిన్=నానాఁటికి, నగుచున్నట్ల=నవ్వుచున్నట్లే, కిటకిటనగుచున్నది=సంకటపడుచున్నది, ఇంతన్=ఇంతట, ఇయ్యింతి = ఈయువతియొక్క, ఎరవుమాన్చి=ఆయాసమునడంచి, ఇంగితంబు = అభిప్రాయమును, 'ఇంగితం హృద్గతోభావ' అని యమరశేషము. ఎఱుకపఱచుకొని=ఎఱిఁగింపఁజేసికొని, చింతాపనోదంబు-చింతా=విచారముయొక్క, అపనోదంబు=పరిహారమును,

చేయకున్నన్=చేయక యుంటిమేని, ప్రమాదంబని = మోసమగు నని తలంచి, నవ్వుచున్=హసించుచు, నర్మగర్భంబుగాన్=విలాసగర్భమగునట్లు, ఇట్లనిరి=ఈవక్ష్యమాణ క్రమముగాననిరి.

ఉ. ఎవ్వరు నట్లపో నెరసు • లెన్నకమానరు ప్రాణభర్తలం
దవ్వుల నున్న కాఁకకత•న న్మఱి వారలు వశ్యులైనఁ దా
రెవ్వరి నొల్ల కొక్కటయి • యింద్రుఁడు చంద్రుఁ డటంచు బోటి దా
నివ్వలఁ దేరకత్తె యగు • నిట్టివి నీతలవేగనే చెలీ. 56

టీ. ప్రాణభర్తలన్=ప్రాణేశ్వరులను, దవ్వులనున్న=దూరముననున్నట్టి, కాఁకకతనన్=తాపహేతువుచేత, నెరసులు=తప్పులను, ఎన్నకమానరు=లెక్కింపకపోవరు, ఎవ్వరున్=ఎల్లవారును, అట్లపో=ఆప్రకారమే, మఱి=పిమ్మట, వారలు=ఆ ప్రాణభర్తలు, వశ్యులైనన్=స్వాధీనపడి రేని, తారు=స్త్రీలు, ఎవ్వరినొల్లక=ఎవ్వరినైన నిచ్ఛగింపక, ఒక్కటయి=సతీపతులేకమై, ఇంద్రుఁడు చంద్రుఁడటంచ్రుఁడు=అభర్త నింద్రుఁడు చంద్రుఁ డనియందురు, ఇవ్వలన్=ఈవలను, బోటి=చెలికత్తె, తాన్=తాను, తేరకత్తెయగున్=అన్యురాలవును, ఇట్టివి=ఇట్టివార్తలు, నీతలవేగనే=నీతలమీఁదనే యుదయించెనా, సర్వత్రకలవనుట. చెలీ యని సంబోధనము.

తా. దూరమందుఁ బ్రియు లున్నప్పుడు లోకమందలి స్త్రీ లందఱును భర్తల తప్పు లెన్నక పోరు. వారు సమీపించి వశపడినప్పుడు వారి నింద్రుఁడు చంద్రుఁడని భూషించుచు నేకమై యుందురు. పూర్వము ప్రియునిఁ బిలుచుట మొదలగు పనుల యందు నక్కఱ గలిగి యున్న చెలికత్తె యప్పుడు తేరకత్తెయగు నిట్టి పనులు నీకే కలిగినవా? యంతటఁ గలిగి యున్న వని భావము.

క. అనుటయు నెలనగ వడఁచుచుఁ
గన లించుక తెచ్చి యోడు•గఱచుచు నయ్యం
గనలన్ కందుకనికరముఁ
గొని వ్రేయుచుఁ గెలను చూచు•కొనుచుం బలికెన్. 57

టీ. అనుటయున్=ఇట్లనిన, ఎలనగవు=లేఁతనవ్వు, అడఁచుచున్=బయలు మెఱయనీకమాటుపఱచుచు, కనలు=కోపము, ఇంచుక=కొంచెము, తెచ్చి=బయలుపఱచి, ఔడుగఱచుచున్=ఓష్ఠముదంతపంక్తిచే గఱచుకొనుచు, అయ్యంగనలన్=ఆ స్త్రీలను, కందుకనికరమున్=చెండులపిండును, కొని=గ్రహించి, వ్రేయుచున్=కొట్టుచును, కెలను=పార్శ్వమును, చూచుకొనుచున్=ఈక్షించికొనుచు, పలికెన్=(అయింతి) పలికెను.

క. విడువక మీగానము సొగ
సిడుటయు మఱి పాడుఁ డనుట • యెగ్గే? పాసెం
బడిగిన వారే పేదలె?
కొడిమలు గట్టకుఁడి యతనిఁ • గొని పని యేలా? 58

టీ. విడువక=ఎడతెగక, మీగానము=మీయొక్క పాట, సొగసిడుటయున్=ఇంపాసంగినను, మఱి=ఇంకను, పాడుఁడనుట=గానముసేయుఁడని చెప్పుట, ఎగ్గే=తప్పా, పాసెంబు=పాయసము, అడిగినవారే=వేఁడినవారే, పేదలే=దరిద్రులా, (పాయసము మధురమైయుండిన దానినడిగినవారు దరిద్రులా అమాధుర్యము గ్రోల నిచ్ఛగించినవారే యనుట.), కొడిమలు=లేనినిందలు, ('ఎవ్వరీ కొడిమను గట్టి పెండ్లి కొడుకుం గడియారము మోవఁ జేసిరి' అని పిల్లలమఱ్ఱి పినవీరభద్రన్న జైమిని భారత మందుఁ బ్రయోగించియున్నాఁడు). కట్టకుఁడీ=పెట్టకుఁడు, అతనిఁగొని=ఆకృష్ణుని గ్రహించి, పనియేలా=యేమియక్కఱ అగలదు.

శా. పోనిం డన్న వయస్య లిట్లని రగుం • బో నిక్క మిం కెప్పుడే
కాని మ్మిం కొక కొంతసేపునకు నే • గానీ సఖీ యెల్లియేఁ
కానీ నీనుడిఁ దన్మనోజ్ఞగుణము • ల్గానీ తదన్యాయము
ల్గానీ డించినఁ జింత నీ కతనిపైఁ • గా కెవ్వరిం దేల్చెదే? 59

టీ. పోనిండన్నన్=ఆయమ పోనిండనిచెప్పఁగా, వయస్యలు=చెలులు, ఇట్లనిరి=ఈవక్ష్యమాణక్రమముగాననిరి, అగుంబో=ఔనుపో, నిక్కము=నిశ్చయమే, ఇంకెప్పుడేకానిమ్ము=ఇంకమీఁద నిప్పుడేకాని, ఇంకొకకొంతసేపునకునేఁగానీ=ఇంకొకకొంతకాలమునకేకాని, (ఇచ్చట నవధారణార్థకమగు నేకారము షష్ఠీవిభక్త్యంతిమ ద్రుతముమీఁదవచ్చినది), సఖీ=ఓచెలీ, ఎల్లియేకానీ=రేపేకాని, నీనుడిన్=నీవాక్యమందు, తన్మనోజ్ఞగుణముల్గానీ=ఆస్వామియొక్క మనోహరములగు గుణములుగానీ, తదన్యాయముల్గానీ - తత్=ఆస్వామియొక్క, అన్యాయముల్గానీ = నేరములయినఁగానీ,డించినన్=జాఱిన, (నీనోరవచ్చెనేని యనుట), చింత=విచారము, నీకు,అతనిపైఁగాక=ఆస్వామిమీఁదనేకాని, ఎవ్వరిందేల్చెదే = మఱియెవ్వరిని బ్రస్తావింతువు?

తా. ఎక్కడి ప్రసంగము లవి పోనిం డని యాయమ చెప్పఁగాఁ, జెలు లగును, నీమాట నిక్కమేకాని, యింకమీఁద నిప్పుడే కాని, మఱికొంతసేపునకేకాని, రేపే కాని, నీనోట నా శ్రీకృష్ణుని మంచిగుణములేకాని, చెడుగుణములేకాని, వచ్చెనా, యప్పుడు నీమది యతనియందుఁ దగిలియుండును గాక; మఱి యెవ్వరిని దలంతు వని భావము.

సీ. నఖముఖోజ్ఝితపరా•ఙ్ముఖముక్తబాష్పాంబు,
పటిమ దీపపుఁజిట•చిటలు దెలుపఁ
బోరి రహస్యోత్సృష్ట•ఫూత్కృతు ల్కృశమధ్య,
పార్శ్వముహుఃప్రకం•పములు దెలుప
నొదవెడుగాద్గద్య • మదరుపాటునఁ బల్క-,
రింపఁ బుట్టెడు కేక•రింత దెలుప
వలవంత విసువు కాం•తల వుట్టు దూషించు,
కారణంబుల తొంటి•కథలు దెలుప

తే. నలఁతఁ బొనుపుపైఁ బొర•లాట దెలుపఁ
దెగువ లోలోననే నవ్వ • నగవుదెలుపఁ
గలఁక మామీఁదిపనిలేని • కసరుదెలుపఁ
బొలఁతి రేలు నీయున్కియే • పుల్కుగుగాదే. 60

టీ. మఱియు సఖీవాక్యము, న...బు - నఖముఖ=కొనగోళ్లచేత, ఉజ్ఝిత=విదలింపఁబడినట్టియు,పరాఙ్ముఖ=ఆవలిమొగమై, ముక్త=విడువఁబడిన,బాష్పాంబు=కన్నీళ్లయొక్క, పటిమ=పటుత్వమును, దీపపుఁజిటచిటలు=దీపమువలనఁబుట్టిన చిటచిటధ్వనులు, తెలుపన్=ఎఱిఁగింపఁగా, (ఆయమ యావలి మొగమై కన్నీరు విడుచుచు నాబాష్పాంబువులు గొనగోళ్ల విదిలింపఁగా నవి దీపముమీఁద బడి చిటచిట యనుచుండఁగా జలసంబంధము లేక దీపమందుఁ జిటచిటధ్వని పుట్టదు గనుక నిదియు జ్ఞాపకమయ్యెననుట),పొరిన్=మిక్కిలియు,ర...ల్-రహస్య=రహస్యముగాను, ఉత్సృష్ట=విడువఁబడిన, ఫూత్కృతుల్=ఫూత్కారములను, కృ...లు - కృశ=కృశించిన, మధ్య=నడుముయొక్క, పార్శ్వ=ప్రక్కలయందలి, ముహుఃప్రకంపములు=సారెసారెకుఁగదలుటలు, తెలుపన్=తెలియఁజేయఁగా, (ఎవ్వరికినిఁ దెలియకుండ రహస్యముగా నాయాసముచేత బుసలువిడువఁగా బ్రక్కలు గదలుననుట),ఒ...ము-ఒదవెడు=జనించెడు, గాద్గద్యము=డగ్గుత్తుకపడుట, అదరుపాటునన్ = హఠాత్కారముగా, పల్కరింపన్=మేముపల్కరింపఁగా, పుట్టెడు=ఉదయించెడు, కేకరింత = కుత్తుకసవరించుకొనుట, తెలుపన్=తెలుపఁగా, (చెలికత్తెలు హఠాత్తుగాఁ బిలిచినఁ బలుకఁబోఁగా నాయమకుఁ గలిగెడు డగ్గుత్తుక యాచెలులకుఁ దెలియకుండఁ గేకరించెడునెపముచేత మఱుఁగు పఱుచు ననుట), వ...వు - వలవంత=విరహతాపమువలననైన, విసువు=వేసటను, కాంతలపుట్టు=స్త్రీలజన్మమును, దూషించు=దూషించెడు, కారణంబుల=హేతువులుగల, తొంటి కథలు=పూర్వకథలు, తెలుపన్=తెలియఁజేయఁ

గా, (స్త్రీ లైపుట్టఁగూడదని యనేకపూర్వకథా దృష్టాంతములు చెప్పెననుట.), అలఁత న్=ఆయాసమును, పానుపుపై న్=శయ్యమీఁద, పొరలాట=పొరలాడుట, తెలుప న్=తెలుపఁగా, (విరహాతిశయముచేతఁ బడకకుదురక పొరలు ననుట.), తెగువ=ప్రాణత్యాగమునకుసాహసమును, లోలోననేనవ్వు=లోలోపలనే యపహసించెడు, నగవు=హాసము, (నడచునడకలు, పలుకుపలుకులు అను వ్యవహారము ననుసరించి నవ్వు నగవన్న ప్రయోగము), తెలుప న్=తెలియఁజేయఁగా, ('మరణేసతి కిం భయ'మ్మనిన రీతిగాఁ దెంపుఁజేసి లోలోపలనే ప్రచ్ఛన్నముగా నవ్వుననుట), కలఁక=కలంగుటను, మామీఁది=మాపైఁగలిగిన, పనిలేని=కారణముమాలిన, కసరు = గద్దించుట, తెలుప న్=తెలియఁజేయఁగా, (మనస్సు తాపాతిశయముచేతఁ గలుషించి యుండుటవలనఁ జెలులను గారణములేక కసరివైచు ననుట), పాలఁతి=ఓయింతీ, రేలు = రాత్రులయందు, నీయున్కి-యే=నీవర్తనమే, పులుఁగుగాదె=గుర్తుగాదా.

చ. ఎఱుఁగరుగా యొకద్భుతము • నీచెలి దీర్ఘికఁ దీర్థ మాడ నా
యఱుతఁ దగిల్చి పోవుఁ దన • హారము పోయిన నేను బోవుదు న్
మఱవక వెంటఁ బోవ జల • మగ్నత నౌ నది సున్నమైనఁ దాఁ
గఱకటిఁ బెట్టి సొమ్మడుగుఁ • గాని నిజార్తి యెఱుంగ దేమియు న్.

టీ. ఒకసఖి తక్కినసఖులతో ననుమాట,—ఒకద్భుతము న్ = ఒకయబ్బురమును, ఎఱుఁగరుగా=తెలియరుగా, ఈచెలి = ఈసఖి అనఁగా గోదాదేవియనుట, దీర్ఘిక న్=డిగ్గియయందు, తీర్థమాడ న్=స్నానముసేయుటకు, తనహారము=తనముత్తియపుఁబేసు, నాయఱుత న్ = నాకంఠమందు, తగిల్చి=ఉనిచి, పోవు న్ = చనును, పోయిన న్=తానటుపోయిన, నేనుబోవుదు న్=నేనునుబోదును, మఱవక=విస్మృతిలేక, వెంటఁబోవ న్=వెంబడిఁబోఁగా, జలమగ్నత న్ = నీటియందుమునుఁగుటచేత, అది=ఆహారము, సున్నము=చూర్ణము, ఔ న్=అవును, ఐన న్=అట్లు సున్నముకాఁగా, తా న్ = తాను, అనగా నీయమ, కఱకటిఁబెట్టి = బాధించి, సొమ్ము=తనహారమును, అడుగుఁగాని=వేఁడునుగాని, ఏమియు న్=కొంచెమైనను, నిజార్తి=తనప్రయాసమును, ఎఱుంగదు=తెలియనేరదు, ముగ్ధయగుట నని భావము.

తా. ఈ యమ విరహతాపముచేతఁ గ్రాఁగుడువలన శరీరమందలి ముక్తాహారములు పెటిలి యుండిన ననియు, నవియే చెలికత్తియ యాయమతోడ నీట మునిఁగి నప్పుడు విరిసి సున్నమాయె ననియు, నంతతాప మీయమ యనుభవించు చున్నదని యును భావము.

చ. అనిన మరాళి పల్కు విని • వా హారిణీ యొకనాఁడు కస్తురిం
గొని యిడు బొట్టునా కనుచుఁ • గూర్మి నొసంగినఁ బెట్టుచుండఁ జూ

ట్టనుచు మొగంబు వ్రేసినటు • లౌ తనయూర్పుల నింకి యింకి పో
యిన పలు బేంట్లు గోరఁ గొని • యెత్తనె పట్టెను మాటిమాటికిన్.

టీ. అనినన్ = ఇట్లనఁగా, మరాళి = మరాళియనియెడిచెలి, పల్కెన్ = పలుకను, హరిణీ, వినవా=వినుమనుట, ఒకనాఁడు = ఒకదినమందు, కస్తురిఁగొని= కస్తూరినిదీసికొని, ఇడుబొట్టునాకనుచున్ = నాకుఁ దిలకముఁబెట్టుమని, కూర్మిన్= ప్రేమచేత, ఒసంగినన్ = కస్తూరినీయఁగా, పెట్టుచుండన్ = తానుబొట్టుపెట్టు చుండఁగా, చుట్టనుచున్=చుట్టుమని, మొగంబువ్రేసినటులౌ = మొగమడఁచినట్లగు నట్టి, తనయూర్పులన్=తనయుచ్ఛ్వాసవాయువులచేత, ఇంకియింకిపోయిన=మిక్కిలి తడియాఱిన, పలు బేంట్లు = కస్తూరియొక్క పెక్కుబీఁటికలు, మాటిమాటికిన్ = సారెసారెకు, గోరఁగొని = గోటిచేఁగ్రహించి, ఎత్తనె = ఎత్తివేయుటకే, పట్టెను= ప్రొద్దుసరిపోయెను.

తా. మరాళి హరిణితోఁ జెప్పెడు పల్కు:—వినవే చెలీ! యీ యమ నొక నాడు నాకుఁ గస్తూరి తిలకముఁ బెట్టుమనఁగా నా మొగ మడఁచినట్లు దన వేఁడి నిట్టూర్పు లెగయఁగా వాని వేఁడిమి చేత నాను నుటి తిలకము పెట్టునప్పుడే యెండి పోవు చుండఁగా నాబీఁటికలు దన గోటితోడ మాటిమాటి కెత్తనే కాలము సరిపోయెను గాని బొట్టు పెట్టుటకుఁ గాలము చాలక పోయె నని యీయమ తాపాతిశయము.

మ. అనిన న్స్రగ్విణి వల్కెఁ దన్నుఁ జెలులా • రా నే లతాడోలఁ జి
క్కన నూఁపం దెగి వ్రాలె దీని చనువ్రే • కం బేక్రియం దాల్తునో
యని పట్టం దిన మధ్య మార్క రుచి ఖి • ద్యన్మంజరుల్పోని వా
డిన పాలిండ్లను బెండు బొమ్మగతి నుం • డె న్సందిటం జుల్కనై. 63

టీ. అనినన్=అనఁగా, స్రగ్విణి = స్రగ్విణియనుచెలి, పల్కెన్ = వక్ష్య మాణరీతిచేతఁబలికెను, చెలులారా = సఖులారా, తన్నున్=ఈయమను, నేన్ = నేను, లతాడోలన్ = తీఁగెయుయ్యెలయందు, చిక్కనన్ = దృఢముగా, ఊఁపఁ గాన్=ఊఁగింపఁగా, తెగి=అలత ఈయమశరీరతాపముచేతఁదెగి, వ్రాలన్=ఈమె దిగువఁబడఁగా, దీని=ఈయమయొక్క, చనువ్రేఁకంబు=స్తనభారము, ఏక్రియన్= ఏరీతిగా, తాల్తునో, ధరింతునో, అని=అనుకొని సంశయించుచు, పట్టన్=ఈయమ నుబట్టుకొనఁగా, ది...ను-దినమధ్యమ=పట్టపగటి, అర్క=సూర్యునియొక్క, రుచి= ఎండచేత, ఖిద్యత్=వాడుచున్న, మంజరుల్పోని=పూలగుత్తులవలెనున్న, వాడిన= మ్లానములగు, పాలిండ్లను = పయోధరములచేత, బెండుబొమ్మగతిన్ = బెండుతోఁ జేసినబొమ్మవలె, సందిటన్ = నాకౌఁగిటియందు, చుల్కనై=లఘువై, ఉండెన్= నిలిచెను.

తా. ఆ వియోగతాపముచేతఁ గృశించి శరీరము తేలిక యయ్యెనని భావము.

వ. అని తన యవస్థఁ దోఁప నాఁడిన ననాదరయుం బోలె వారల కిట్లనియె. 64

టీ. తనయవస్థన్ = తనవిరహదశను, తోఁపనాఁడినన్ = బయల్పడఁబలుకఁగా, అనాదరయుంబోలెన్ = ఆదరములేనిదానివలె, వారలకిట్లనియె.

క. ఆర్పఁగఁ దీర్పఁగ మిక్కిలి
నేర్పు గల వయస్యలట్లు • నెలఁతలు మీ మీ
నేర్పునఁ బలికెద రక్కట
యేర్పడ మీ కీ విచార • మేటికిఁ జెపుఁడీ. 65

టీ. ఆర్పఁగన్ = పోఁబుచ్చుటకును, తీర్పఁగన్ = దిద్దుటకును, మిక్కిలి = అధికముగా, నేర్పుగలవయస్యలట్లు = పోఁడిమి గల చెలులు వలెనే, నెలఁతలు = స్త్రీలారా, మీమీనేర్పునన్ = మీమీసామర్థ్యముచేత, పలికెదరు = చెప్పెదరు, అక్కట = ఆశ్చర్యకము, ఏర్పడన్ = కుమురునట్లు, మీకీవిచారమేటికి = మీకీచింతయేల, చెపుఁడీ = చెప్పుఁడు.

తా. ఆర్పఁ దీర్ప నేర్పుగల చెలులవలె నక్కఱ గలిగినట్లు మీమీచాతుర్యముల కొలఁదిఁ బలికెదరుగాక మీ కీ యాలోచన మేల? చెప్పుఁ డని భావము.

వ. అని మేలంబు సేసికొని తేలిపోఁ బలికి పుటపాక ప్రకారం బగు వియోగ దవథుభరం బవ్వధూరత్నం బడంచికొని యుండియు నుండలేక నిశాసమయంబుల నొక్కొక్కమాటు తనలోన. 66

టీ. అని = ఇట్లని, మేలంబుసేసికొని = పరిహాసముచేసికొని, తేలిపోఁబలికి = అలక్ష్యముగామాటలాడి, పుటపాకప్రకారంబగు = పుటము వేసినలోపలఁగుములుచున్నట్లగు, వియోగదవథుభరంబు = విరహతాపాతిశయమును, అవ్వధూరత్నంబు = అబోటిమేటికి, అడంచికొనియుండియున్ = మఱుఁగుపఱుచుకొనియుండియు, ఉండలేక = నిలువఁజాలక, నిశాసమయంబులన్ = రాత్రులయందు, ఒక్కొక్కమాటు = ఒక్కొక్కతూరి, తనలోన = తనంతటనే, ఈ వక్ష్యమాణప్రకార మనుకొనుచుండు నని మీఁది కన్వయము.

సీ. అభినవ కువలయ • శ్యామ కోమలమైన,
డామూఁపు మకరకుం • డలముఁ దాల్ప
నిస్తులాస్యశ్రీ వ • య స్తంభ నిక్షిప్త,
నింబచ్ఛదభుజ వ • ల్లరిని నిక్క సుంత

పరువంపు మంకెనవిరి వంపు నేరవంపు
వాతెఱ చెందిరంపువాన గురియ
నందంపు మెఱుఁగువాలారు కన్గవ చూడ్కి
శ్రవణ కుండల కాంతి సవతుగాఁగ

తే. సప్తభువనాంగనానురంజనకు సప్త
విధ పరీవాహముగ గానసుధ వెలార్చు
మాడ్కి వేణువుపై వ్రేళ్లు మార్చిమార్చి
మరులు కొలిపితె గోవిందమందసతుల. 67

టీ. అ...ము-అభినవ=అప్పుడు వికసించిన, కువలయ=నల్లగలువవలెనే, శ్యామ=చామనచాయకలిగినదై, కోమలము=మృదువు, ఐన, డామూఁపు=ఎడమభుజశిఖరము, మకరకుండలముల్ = వామకర్ణ మకరకుండలమును, తాల్పన్ = వహింపఁగా, (వేణు గానము సేయు నప్పుడు మెడ యొఱగ నిడఁగా నెడమ భుజము మీఁదికిఁ గుండలమువచ్చె ననుట.), నిస్తుల = సరిలేని, ఆస్యశ్రీ = ముఖకాంతియొక్క, వయః=వయస్సును, స్తంభ=నిలుపుటకొఱకు, నిక్షిప్త = దృష్టిదోషములేకుండ నునుపఁబడిన, నింబచ్ఛద=వేఁపాకువంటి, భ్రూవు = కనుబొమ, (ఈశబ్దము హ్రస్వాంతము నగును, 'భ్రుకుటిర్భ్రుకుటిస్త్రియామ్' అని అమరము.) అల్పంబు = ఇంచుకంత, నిక్కన్=నిక్కుచుండఁగా, (సంస్కారవిశేషముచేత వేఁపాకు వయస్తంభకరమని ప్రసిద్ధము. కనుబొమయెగురవేయుచు గానముసేయునెడల ముఖకాంతి వయస్సతిక్రమింపకుండ దృష్టిదోషమురానియట్లుంచిన వేఁపాకువలె నాకనుబొమ యుండెననుట), ప...రి - పరువంపు=లెస్సవికసించిన, మంకెనవిరి=బంధూకపుష్పమును, వంపు=నమ్రముగాఁజేయుచున్న, అ...ఱ - అరవంపు=సగమువంచిన, వాతెఱ=అధరోష్ఠము, చెం...నన్-చెందిరంపు=సిందూరసంబంధియగు, వానన్=వర్షమును, గురియన్=వర్షింపఁగా, (పెదవి సగము మడిచి పిల్లఁగ్రోవి నూఁదు చున్నాఁడనుట.), అం...డ్కి - అందంపు=అందమగు, మెఱుఁగు=నిద్దమగు, వాలారు=నిడుదయగు, కన్గవ=నేత్రద్వయముయొక్క, చూడ్కి=దృష్టి, శ్ర...తి - శ్రవణకుండల=కర్ణకుండలముయొక్క, కాంతి=కాంతికి, సవతుగాఁగన్=సమానమగుచుండఁగా, (ఆ గానమప్పుడట్టి చూడ్కి కర్ణాంతాయతములగు నేత్రముల కొనలను వ్యాపించియుండె ననుట), స...కున్ - సప్తభువన=భూర్భువస్సువరాది సప్తలోకములయందున్న, అంగనా=స్త్రీలయొక్క, అనురంజనకున్=అనురక్తికలిగించుటకు, సప్తవిధపరీవాహముగన్=ఏడు తెఱఁగులగు ప్రవాహము లగునట్లు, 'జలోచ్ఛ్వాసాః పరీవాహాః' అని యమరము. గానసుధన్=గానామృతమును, వెలార్చుమాడ్కిన్=పైకుబుకఁజేసెడురీతిగా,

వేణువుపైన్=పిల్లఁగ్రోవిమీఁద, వ్రేళ్లు=అంగుళీములను, మార్చిమార్చి=పరివృత్తిఁ జేసి, గోవిందా=ఓయి శ్రీకృష్ణుఁడా, మందసతులన్=గోపికాస్త్రీలను, మరులుకొలిపితె=మోహపడఁజేసితివే, శ్రీకృష్ణుని వేణుగానవినోదము ననుసంధించుచున్నదని భావము.

ఉ. అక్కట రాధ నీకుఁ దగ • వా మగవారల నత్తమామలం
దక్కి ముకుంద వేణుకల • నాదపు టీలకు లేటిమొత్తమై
త్రెక్కొనుకాఁకచే నడికి • రే లరుదెంచిన గోపికావళిన్
బొక్కఁగ జేసి తద్రుచిర•భోగము గుత్తగ నీవ కైకొనన్. 68

టీ. రాధ=ఓ రాధికా, మగవారలన్=భర్తలను, అత్తమామలన్=శ్వశ్రూశ్వశురులను, తక్కి=కిసరించి, ము...కున్ - ముకుంద=శ్రీకృష్ణునియొక్క, వేణు=పిల్లనగ్రోవియొక్క, కల=అవ్యక్తమధురమగు, నాదపుటీలకున్ = గానమను నీలకు, (ఈల యనఁగా జారచోరులాండ్రొరులకుఁ దెలుపుకొను సంకేతనాదము), లేటిమొత్తమై=మృగీసమూహమువలెనై, త్రె...చేన్ - త్రెక్కొను=భరింపఁగూడని, కాఁకచేన్=తాపముచేత, నడికిరేలు = అర్ధరాత్రులయందు, అ...ళిన్ - అరుదెంచిన=వచ్చినట్టి, గోపికావళిన్ = గోపికాసమూహమును, పొక్కఁగఁజేసి=పరితపించునట్లొనర్చి, తద్రుచిరభోగము-తత్=ఆ కృష్ణునియొక్క, రుచిర=ఇంపైన, భోగమున్=అనుభవమును, గుత్తగ=గుత్తఁజేసినట్లు, నీవ=నీవే, కైకొనన్=గ్రహించుట, నీకున్=నీకు, తగవా=మర్యాదయే, అకట=అయ్యో, (ప్రథమపాదమందుఁ బ్రశ్లేషకలితదీర్ఘయతి).

తా. తాను దాప మనుభవించుచు రాధ నుద్దేశించి శ్రీకృష్ణ సంభోగము సమస్తగోపికలకు లేకుండఁ జేసి గుత్తఁ జేసి నట్లు నీ వొక్కతెవే యనుభవింప ఐచ్చునా యని దూఱుచున్న దనుట.

ఉ. అక్కమలాక్షుఁ డొక్కతె ని•జాంసమునం దిడి కుంజపుంజపుం
జక్కికిఁ గొంచుఁ బోవఁ బెఱ • చాన లినాత్మజవెంట వ్రేఁగున
న్మిక్కిలి డిగ్గు పాదసర•ణిం జని రోయుదు రట్టె రోసి తా
రక్కడఁ గాంచు లేమి నవల•దా యభిమాన మొకింత యింతికిన్?

టీ. అక్కమలాక్షుఁడు=ఆ కృష్ణుఁడు, ఒక్కతెన్=ఒక స్త్రీని, నిజాంసమునందున్=తనమూఁపునందు, ఇడి=ఉనిచికొని, కుంజపుంజక్కికిన్=పొదరిండ్లగుంపుతావునకు, కొంచుఁబోవన్=తీసికొనిపోవఁగా, పెఱచానలు=ఇతరస్త్రీలు, ఇనాత్మజవెంటన్=సూర్యతనయయగు యమునానదివెంబడి, వ్రేఁగునన్ = భారముచేత, మిక్కిలి=అధికముగా, డిగ్గు=దిగఁబడియున్న, పాదసరణిన్ = కాలిజాడను, చని=

పోయి, ఱోయుదురు=వెదకుదురు, అట్టె = అప్రకారమే, ఱోసి = వెదకి, తారు= తాము, అక్కడన్=ఆపొదరిండ్లప్రదేశమందు, కాంచుటేమి=చూచుటయేమున్నది, ఇంతికిన్ = స్త్రీకి, అభిమానము = ఈలువు, ఒకింత = కొంచెమైనను, వలదా= ఉండవలదా.

తా. శ్రీకృష్ణుఁడు గోపికల వంచించి యొక్కదానిఁ దనభుజము మీఁదఁ గూర్చుండఁబెట్టుకొని పొదరిండ్ల చాటునకుఁ బోఁగా, నాగోపికలందఱును గృష్ణునిం గానక స్త్రీని మోచికొనిపోవుచున్న భారము చేత నాయన పాదములు యమునా నది సికతాతలంబుల మిగుల దిగఁబడియుండిన నాజాడను బోయి వెదకెదరుగాక; యట్లు వెదకి శ్రీకృష్ణునిఁ జూచుటవలన నాగోపికతోఁగూడి యున్నప్పుడు దమకేమిపనియని యును, (స్త్రీ)కిఁ గొంచెమైన నభిమానముండవలదా యని చూచెదరనియును భావము.

చ. ఇలుగలనైన వెల్వడని • యీలువుటాండ్రకుఁ దాఁపికత్తెవై
యులు కెడలించి శౌరి తను • యోగపు వాచవిఁ జూపి మీఁదఁ బె
ల్లలము వియోగవహ్ని భవ•దంతర సైకతపఙ్క్తి పొంత వం
తలఁ బొరలించి తౌదు శమ•నస్వస యుగ్రమయూఖనందనీ! 70

టీ. ఉగ్రమయూఖనందనీ = తీక్ష్ణకిరణములుగల సూర్యునియొక్క కూఁతుర వైన యో యమునానదీ, ఇలు=గృహమును, కలనైనన్=స్వప్నమందేని, వె...న్- వెల్వడని=వెడలిరాని, ఈలువుటాండ్రకున్=మానవతులగుగోపికలకు, తాఁపికత్తెవై= కుంటెనకత్తెవై, ఉలుకెడలించి=(వారల) భయముదీర్చి, శౌ...విన్ - శౌరి=శ్రీకృష్ణునియొక్క, తను=శరీరముయొక్క, యోగపు = సంయోగమనియెడి, వాచవిన్ చూపి=వాగ్రుచిఁజూపి, (విటునియొద్దనుండి మధురవస్తువులుకొనివచ్చి స్త్రీలకిచ్చి రుచిఁబుట్టించి యనుకూలపఱుచుట దూతికకు యుక్తమేగనుక వాచవియని ప్రయోగించినాఁడు.), మీఁదన్=అనంతరమందు, పెల్లు=అధికముగా, అ...హ్నిన్ - అలము=వ్యాపించుచున్న, వియోగవహ్నిన్ = విరహాగ్నిచేత, భ...తన్ - భవత్ = నీయొక్క, అంతర = మధ్యప్రదేశమందలి, సైకత=ఇసుకదిన్నెలయొక్క, పఙ్క్తి= సమూహముయొక్క, పొంతన్=సమీపమందు, వంతలన్=తాపములచేత, పొరలించితి = వారినిఁబొరలునట్లుచేసితివి, శమనస్వసవౌదు = యమునితోఁబుట్టువగుదువు, 'యమునా శమనస్వసా' యనియమరము.

తా. ఓ యమునానదీ! నీవు జగములఁ దపింపఁజేసెడు సూర్యునికిఁ గూఁతురవై యంతకుండగు యమునికిఁ దోఁబుట్టువైతివి గావున, నీ కఠిన గుణమునకుఁ దగినట్లు స్వప్నమందైన నిల్లు వెడలని మానవతులగు గొల్ల సతుల కెడకత్తెవై యిల్లు వెడలించి భయము వాపి మొదల నతనితోఁ గూడున ట్లొనర్చి యారుచిఁ జూపి పిమ్మట నా

కృష్ణుని నెడఁ బాపి నీ యిసుకదిన్నియలమీఁద వారలు విరహాగ్నిచేతఁ బొరలాడు నట్లు చేసితివి గదే? యెంత కఠినాత్మురాల వని దూఱె నని భావము.

వ. అని యొంటి పాటునం దనలోనం బలుకు పలుకు లాలించి పొంచి యున్న వయస్య లాస్యంబు లపహాస్యచంద్రికాతుందిలంబులుగాఁ దోఁచి భామ యే మేమి నీ మనం బెఱింగియే కదా మును మున్న యతనిమాటలు మానలేవంటిమని మూదలించినం గించి దవన తాననయై నెమ్మొగంబు వెలవెలపాటు లేనగవున నడంచి మఱి మొఱంగ ననువుపడక యందంబుగూడుకొని వారికిట్లనియె. 71

టీ. అని=ఈరీతిగా, ఒంటిపాటునన్=ఏకాంతమందు, తనలోనంబలుకుపలుకులు=తనలోఁదాననియెడుమాటలు, ఆలించి=విని, పొం...లు - పొంచియున్న=డాఁగియున్న, వయస్యలు=సఖులు, ఆస్యంబులు=మొగములు, అ...గాన్ - అపహాస్య=మేలంపు నవ్వులనియెడు, చంద్రికా=వెన్నెలచేత, తుందిలంబులుగాన్=పిక్కటిల్లు నట్లుగా, తోఁచి=కనఁబడి, భామ=ఓయింతీ, ఏమేమి, ఎఱిఁగియేకదా=తెలిసియే కదా, మునుమున్న=ప్రప్రథమమందే, అతనిమాటలు=ఆస్వామివార్తలు, మానలేవంటిమని=విడువఁజాలవంటిమనుచు, మూదలించినన్=ప్రస్తావింపఁగా, (తాఁకనాడఁగా ననుట.), కించిదవనతాననయై=కొంచెముదలవంచుకొన్నదై, నెమ్మొగంబు=ముఖము యొక్క, వెలవెలపాటు=సిగ్గుచేఁ దెల్లఁబోవుటను, లేనగవునన్=లేఁత నగవుచేత, అడంచి=మట్టుపఱిచి, మఱి=ఇఁకను, మొఱంగన్=దాఁపఁగా, అనువుపడక=వలనుగాక, అందంబుగూడుకొని=వారినిగలపికొని, వారికిట్లనియె=ఆచెలుల కిట్లనియెను.

తే. నాఁడు మన మున్న నెట్లొ పూఁ•బోఁడులార
యనిన వారలు మగుడ నా•యమకు ననిరి
యింతి నాఁ డుండ కెందుఁ బో•యితివి నీ వ
టన్న నచ్చెరువడి వారి•కతివ పలికె. 72

టీ. పూఁబోఁడులార=ఓ చెలులారా, నాఁడు=ఆగోపికాకృష్ణులక్రీడాకాలమందు, మనమున్నన్=నేనుమీరునుండినను, ఎట్లొ=ఏవిధముగునో, అనినన్=అనఁగా, వారలు=ఆచెలులు, మగుడన్=మరల, ఆయమకున్=ఆమెకు, అనిరి=చెప్పిరి, ఇంతీ=ఓచెలీ, నాఁడునీవుండక=ఆకాలమందునీవుండక, ఎందుఁబోయితివి=ఎక్కడఁబోయితివి, అట్లన్నన్=ఆప్రకారమనఁగా, అచ్చెరువడి=ఆశ్చర్యపడి, అతివ=ఆయింతి, వారికిఁ బలికెన్=ఆచెలుల కనియెను.

తే. సకియలార త్రైకాలిక • జ్ఞానవంతు
లైన ఋషులట్ల పలికెద • రంత యెఱుక
యెదఁ గలిగెనేని యెఱిఁగింపుఁ • డేను మొదల
నెవ్వతె నటన్న మఱి వార • లిట్టు లనిరి. 73

టీ. సకియలార=సఖులారా, త్రై...లు - త్రైకాలిక = భూతభవిష్యద్వర్తమాన కాలత్రయసంబంధియగు, జ్ఞానవంతులు=జ్ఞానముగలవారు, ఐన, ఋషులట్ల=మునీశ్వరులవలె, పలికెదరు=వచించెదరు, అంతయెఱుక=తాదృశజ్ఞానము, ఎదన్=హృదయమందు, కలిగెనేని=ఉండెనేని, ఏను=నేను, మొదలన్=ప్రథమమందు, (పూర్వజన్మమందనుట), ఎవ్వతెను, ఎఱిఁగింపుఁడటన్న=తెలుపుఁడనఁగా, మఱి=పిమ్మట, వారు=ఆచెలులు, ఇట్టులనిరి.

మ. దివిజద్రుప్రసవంబుఁ గాంచిన సప • త్నిం జూచి చూపోప కిం
తవుజిల్గుంబని యంతసేసి మది నీ • ర్ష్యాక్రోధము ల్సందడిం
ప విరిం బోక ద్రుమంబుఁ గైకొని పతి • న్మందన్న మ్రాన్సెల్లఁ దే
నవధిం బెట్టిన సత్య వీవహహ కా • వా? భామినీ నావుడున్. 74

టీ. ది...త్నిన్ - దివిజద్రు=కల్పవృక్షముయొక్క, ప్రసవంబున్=పుష్పమును, ని. 'స్యాదుత్పాదేఫలేపుష్పేప్రసవోగర్భమోచనే' యని. కాంచిన=పొందిన, సపత్నిన్=సవతాలగురుక్మిణిని, చూచి=కాంచి, చూపోపక=ఓర్వలేక, ఇంతవుజిల్గుంబని=ఇంతైనచిన్నపనిని, అంతసేసి=అంతఁగాఁజేసి, మదిన్=మనస్సునందు, ఈర్ష్యాక్రోధముల్ - ఈర్ష్యా=ఈసును, క్రోధముల్=కోపమును, సందడింపన్=పెనఁగొనఁగా, విరిన్=పుష్పముచేత, పోక=చనక, ద్రుమంబునన్=వృక్షమును, కైకొని=గ్రహించి, పతిన్=భర్తయగుశ్రీకృష్ణుని, మందన్నన్=ఔషధమనఁగా, మ్రానల్లన్=వృక్షమెల్లను, తేన్=తెచ్చునట్లు, అవధింబెట్టిన= శ్రమపెట్టినట్టియు మేరఁబెట్టినట్టి, సత్యవు=సత్యభామవు, ఈవు=నీవు, కావా, అహహా = ఆశ్చర్యము, 'అహహేత్యద్భుతేఖేదే' యనియమరము. భామినీ=ఓయింతీయనిసంబోధనము, ('కోపనాసైవభామినీ' యనియున్నది గనుకఁ గోపముగలదానా యనుట), నావుడున్=అనఁగా.

తా. ఓభామినీ! నీసవతియగు రుక్మిణీదేవి శ్రీకృష్ణునిచేతఁ బారిజాత పుష్పము గ్రహింపఁగా నీవు చూచి యోర్వఁజాలక యీసును జలంబును మెఱయ స్వల్పమగు నకార్యంబు నెంతో గొప్పఁ జేసి యలిగి యా పుష్పమునుమాత్రమే గాక స్వర్గము నుండి పారిజాత వృక్షమునే తెప్పించి, మలదనిన మ్రానెల్లఁ దెప్పించునట్లు తలంచి యాప్రకారము శ్రీకృష్ణుని శ్రమ పఱిచిన సత్యభామవు కావా యనిరని భావము.

వ. గ్రక్కునం బ్రత్యుత్పన్నవిజ్ఞానయై గృహదీపికారోపణంబునం గృహగత పదార్థంబు లొక్కమాఱె దృగ్గోచరంబు లగునట్లు జన్మాంతరంబున నయ్యనంతునితోడి క్రీడాప్రపంచంబు సద్యస్సమనుభూతంబైన తెఱంగునం దోఁచిన. 75

టీ. గ్రక్కునన్ = త్వరగా, ప్రత్యుత్పన్నవిజ్ఞానయై - ప్రత్యుత్పన్న = ఉదయించిన, విజ్ఞానయై = విశేషజ్ఞానముకలదై, గృహదీపికారోపణంబునన్ = నిలయమందు దీపముంచుటచేత, గృహగతపదార్థంబులు = ఇంటిలోనున్న వస్తువులు, ఒక్కమాఱె = ఒకసారియె, దృగ్గోచరంబులగునట్లు = దృష్టివిషయములయినభంగిని, జన్మాంతరంబునన్ = పూర్వజన్మమందు, అయ్యనంతునితోడి = ఆశ్రీకృష్ణస్వామితోడి, క్రీడాప్రపంచంబు = విహారవైపుల్యము, సద్యస్సమనుభూతంబయిన తెఱంగునన్ = అప్పుడు లెస్సగా ననుభవించినమాడ్కిని, తోఁచినన్ = అగపడఁగా.

ఉ. వాలిక కన్నులం బొడము • వారి సకజ్జల మాశ్రితశ్రవో
గోళక మై తదంతికపుఁ • గుంతలవల్లికిఁ దల్లిఁదోడుగా
మైలవలి న్నన ల్నిగుడ • మైఁ బులక ల్పొడమన్ శ్లథాంగియై
సోలినఁ జూచి డెందములు • సుట్టిన హా యనిబోఁటు లర్మిలిన్. 76

టీ. వాలిక = నిడుదలగు, కన్నులన్ = నేత్రములయందు, పొడము = ఉదయించెడు, వారి = బాష్పము, సకజ్జలము = కాటుకనీటితోఁ గూడినదయై, ఆశ్రిత = ఆశ్రయింపఁబడిన, శ్రవః = చెవులనియెడు, గోళకమై = గోళములుగలదై, తదంతికపున్ = అకర్ణసమీపమునందున్న, కుంతలవల్లికిన్ = తలవెండ్రుకలు అనుతీఁగకు, తోడుగాన్ = తల్లియుఁదోఁబుట్టువుగాఁగా, (కాటుకతో నల్లనై యున్నదిగావునఁ గురులకు సమానమైనదనుట.), మైలవలిన్ = శరీరమనియెడి రోమలతికీఁగయందు, (లవలి = వెన్నెలతీఁగ [illegible]), ననల్ = పుష్పములు, నిగుడుమై = ప్రకటితడిరీతిచేత, పులకల్ = రోమాం[illegible] = పుట్టఁగా, శ్లథాంగియై = బెండునడినదేహముగలదియై, సో[illegible] [illegible] చూచి = వీక్షించి, బోఁటులు = చెలికత్తియలు, డెందములు = అం[illegible] [illegible] [illegible] [illegible]లుఱుక్కనఁగా, హాయని = అయ్యోయనియంగలార్చి, అర్మి[illegible] [illegible] [illegible] [illegible]ందలి ప్రేమచేత నని ముందఱి పద్యముతోనన్వయము.
[illegible] [illegible] [illegible] [illegible]ంపుచుండె నది చెవులునిండి తలవెండ్రుకలు దడు[illegible] [illegible] [illegible] [illegible] సోలినఁగాంచి డెందంబులంగంది తోడి పూఁబోఁ[illegible] [illegible] ప్రేమంబున నిట్లని [illegible]

ఉ. ఎంతకుఁ దెచ్చె నే [illegible] [illegible] చెయ్యము లిందుమీఁద జ
న్మాంతర వర్తనంబు [illegible] [illegible]ంబున కిత్తఱి నెచ్చరించి గో

రంతలు గొండలంత లగు•నట్లుగఁ జేసితి మంచుఁ జేటికా
వాంత సతాళవృంత మృదు•వాత హిమాంబుకణాళిఁ దేర్చినన్.

టీ. స...ల్-సరసిజేక్షణ=పద్మాక్షియగునీయమయొక్క, చెయ్దముల్=వ్యాపారములు, ఎంతకుఁదెచ్చెనే=ఎంతవఱకుఁదెచ్చెను, ఇంమమీఁదన్=ఈకష్టమునీఁద, జన్మాంతరవర్తనంబు = పూర్వజన్మ వ్యాపారమును, హృదయంబునకున్=ఎదకు, ఇత్తఱిన్=ఈసమయమందు, ఎచ్చరించి = ఎఱుకపఱిచి, గోరంతలు==గోరంతస్వల్పములగుకార్యములు, కొండలంతలగునట్లుగన్ = పర్వతోపమానము లగునట్లుగా, చేసితిమంచున్ = కావించితిమని, చేటికా = పరిచారికలచేత, వాంత = వీవఁబడిన, సతాళవృంత = వీవనలతోఁగూడిన, మృదువాత = మందమారుతముగల, హిమాంబు=పన్నీటియొక్క, కణాళిన్=బిందుపరంపరచేత, తేర్చినన్=మూర్ఛఁదెల్పఁగా, (విసనకఱ్ఱలమీఁదఁ బన్నీరు చిలుకరించి చెలికత్తియలు పరిచారికలచేత వీవఁ జేసి సేదఁ దేర్చిరనుట).

క. తెలిసి కను దెఱచి వెండియు
జలజేక్షణ తన్ముకుంద•చరణస్మృతిని
శ్చలతఁ గను మొగిచి మఱి య
శ్రులు ఱెప్పలఁ దోఁపఁ దెఱచి•చూచి సఖులతోన్. 78

టీ. తెలిసి=తెలివొంది, కనుదెఱచి = నేత్రమువిచ్చి, వెండియున్ = మరలను, జలజేక్షణ = ఆనాయిక, తన్ముకుందచరణస్మృతినిశ్చలతన్ - తన్ముకుంద = ఆ శ్రీకృష్ణునియొక్క, చరణస్మృతి=పాదస్మరణమందు, నిశ్చలతన్ = స్థైర్యముచేత, కనుమొగిచి = నేత్రముమూసి, మఱి=పిమ్మట, అశ్రులు = బాష్పజలములు, ఱెప్పలన్ = పక్ష్మములయందు, తోఁపన్=కానరాఁగా, తెఱచి = కనుదెఱచి, చూచి= వీక్షించి, సఖులతోన్ = చెలులతోడ. అని ముందటికన్వయము.

క. మీ రెవ్వ రనుటయును శృం
గారిణి మే మురగకన్య•కల మింతకు ము
న్నారణి కే తెంచితి మన
నారామలఁ గౌఁగిలించి • యార్తి న్బలికెన్. 79

టీ. మీరెవ్వరనుటయును = మీరెవ్వరనఁగా, శృంగారిణి = ఓ,సుందరీ, మేమురగకన్యలము = మేము నాగకన్యలము, ఇంతకుమున్ = ఈజన్మమునకుముందు, ధారణికేతెంచితిమనన్ = భూలోకమునకువచ్చితిమనఁగా నే, ఆరామలన్ = ఆ స్త్రీలను, కౌఁగిలించి = ఆలింగనముఁజేసికొని, ఆర్తిన్=మనస్తాపముచేత, పలికెన్ = వచించెను.

ఉ. అట్టి మురారి కప్పుడనుఁ • గై మఱి యీకలివేళఁ గ్రమ్మఱం
బుట్టి వియోగవేదనలఁ • బొక్కెడు నీ తను వేల తండ్రి దా
నిట్టగు నన్ను నింకొకని • కియ్యక తొల్తన యోగశక్తిఁ బోఁ
బెట్టెద దీని వెండియు ను•పేంద్రపదాంబురుహంబు పట్టెదన్. 80

టీ. అట్టిమురారికిన్ = అట్టిశ్రీకృష్ణునకు, అప్పుడు = ఆకాలమందు, అనుఁగై=ప్రియురాలనై, (ఇచ్చట అనుఁగునై యని యుండవలసినను అది వైకల్పికవిధిగా న అనుఁగై అనియునుండవచ్చును.), ఇట్లు ఆదిపర్వంబున - గీ. 'కౌరవుల కెల్ల గురువైన కారణంబు' అని ప్రయోగింపఁబడియున్నది. మఱి=పిమ్మటను, ఈకలివేళన్=ఈకలియుగకాలమందు, క్రమ్మఱన్ = మరల, పుట్టి=జనించి, వియోగవేదనలన్=విరహవేదనలచేత, పొక్కెడు=పరితపించెడు, ఈతనువేల=ఈశరీరమేటికి, తండ్రి=మాజనకుఁడు, తాను=అయున, ఇట్టగు=ఈరీతిగలిగియున్న, నన్నున్=నను, ఇంకొకనికిన్=మఱియొకనికి, ఈయకతొల్తన=ఇయ్యకముందఱనే, దీనిన్=ఈశరీరమును, యోగశక్తిన్=యోగబలముచేత, పోఁబెట్టెదన్=విసర్జించెదను, వెండియున్=మగిడి, ఉపేంద్ర = ఆత్రివిక్రమునియొక్క, పదాంబురుహంబు = చరణసరోజమును, పట్టెదన్=అవలంబించెదను.

తా. అట్టి శ్రీకృష్ణునకుఁ దొల్లి ప్రియురాలనై యుండియు నీకలివేళ మరల జనించి వియోగతాపముచేతఁ గ్రాఁగెడు నీదేహమును మాతండ్రి నన్నొకని కియ్యకమున్నే యోగశక్తిచేత విడిచి మగిడి యాయుపేంద్రు పాదపద్మంబ యవలంబించెదనని భావము.

క. అది యొండె భక్తి యెవ్వతె
యెద విశ్లేషైకభీరు•వృత్తిన్ బ్రియలా
భదశన్మెయిఁ దొఱఁగించును
హాదనున నదిగాకయున్న • నవి వైశికముల్. 81

టీ. ఎవ్వతె=ఏస్త్రీయైన, ఎదన్ = హృదయమందు, వి...త్తిన్-విశ్లేష=వియోగమువలన, ఏక=ముఖ్యమగు, భీరువృత్తిన్=భయంపడినవర్తనముచేత, ప్రియలాభదశన్ = ప్రియునియొక్కలాభదశయందే, హాదనునన్ = మంచిసమయమందు, మెయిన్=శరీరమును, తొఱఁగించును = జార్చునో, అది=ఆశరీరత్యాగవ్యాపారము, ఒండె=ఒకటే, భక్తి=పతిభక్తి, అదిగాకయున్నన్=అట్లుగాకుండినను, అవి=మిగులునట్టిభక్తులు, వైశికముల్='విత్తమాత్రోపాధిక సకలపురుషాభిలాష సామాన్యా' యనునట్లు, వేశ్యాభక్తియేకాక నిక్కము గాదనుట.

తా. ఏయింతి తనప్రాణనాథుఁడు దాఁపుననుండినప్పుడే యితనితో వియోగము గలుగు నేమో యను భయముచేత మంచిసమయము గనుఁగొని శరీరత్యాగము సేయునో యాపెదే పతిభక్తిగాక యితరములైనవి వేశ్యాభక్తివంటి వని భావము.

తే. అనిన వారలు పల్కి రా•యదువతంస
మెందుఁ జన్నాఁడు విను రంగ•మంద నిల్చె
వేగపా టేల? యతఁడ నీ•విభుఁ డగుటకు
నర్చనాదుల నివ్విటి•హరి భజింపు. 82

టీ. అనినన్ = ఇట్లుచెప్పఁగా, వారలుపల్కిరి=ఆచెలు లీవక్ష్యమాణక్రమముగా వచించిరి, ఆయదువతంసము=ఆయాదవరత్న మగుశ్రీకృష్ణుఁడు, ఎందుఁజన్నాఁడు = ఎక్కడ నేఁగినాఁడు, వినుము = ఆలకింపుము, రంగమంద=శ్రీరంగక్షేత్రమందే, నిల్చెన్ = నివసించెను, వేగపాటేల = త్వరపడుటయేటికి, అతఁడ=ఆస్వామియే, నీవిభుఁ డగుటకున్=నీభర్తయగుటకు, ఇవ్విటిహరిన్=ఈశ్రీవిల్లిపుత్తూరున నున్న స్వామిని, అర్చనాదులన్=పూజాదులచేత, భజింపుము=సేవింపుము.

తా. ఆ శ్రీకృష్ణుఁ డిప్పు డెచ్చటికిఁబోలేదు, శ్రీరంగమందే యున్నాఁడు గావున నతఁడు నీ భర్తయగుటకు నీయూరనున్న వటపెరుంగోయి లుడయననుస్వామినిఁ బూజనాదులచేతఁ గొల్వు మని భావము.

చ. అలుకకుమన్నఁ దేఱి మఱి•యంతటనుండియు వేళవేళ నె
చ్చెలు లిడు తెల్పుల న్మగుడఁ•జింతల సంతమసంబుల న్సమా
కలితత మించె సొమ్మిడని•కార్శ్యమునన్ హృదయంబున న్సదా
పలపలగాక నీలముల•బన్నసరంబయి నిర్మలాంగికిన్. 83

టీ. అలుకకుమన్నన్=వెఱవకు మనిచెప్పఁగా, తేఱి=తెలివొంది, మఱి=అనంతరమందు, అంతటనుండియున్=అప్పుడు మొదలుకొని, వేళవేళన్=ప్రతికాలమందు, నెచ్చెలులు=చెలికత్తియలు, ఇడు=ఉనిచెడి, తెల్పులన్=జ్ఞానము లనెడు ధావళ్యములతోడను, మగుడన్=మరల, చింతల=విచారము లనియెడు, సంతమసంబులన్=చీఁకటులతోడను, సమాకలితత=కూడుకొనుట, (ఇదికర్తృపదము.), నిర్మలాంగికిన్=స్వచ్ఛశరీరముగల యాయువిదకు, సొమ్మిడని=భూషణముధరించని, కార్శ్యమునన్=కృశించుటచేత, హృదయంబునన్=ఎదయందు, సదా=ఎల్లప్పుడును, పలపలగాక=పలచనగాక, నీలములబన్నసరంబయి=నీలములతోడఁ గూర్చిన ముక్తాహారమై, మించెన్=ఒప్పెను.

తా. ఆయమకుఁ గృశత్వము చేత సొమ్ము లిడకుండినను హృదయమందుఁ జెలులమాటల తెల్పులును, మరలఁ గలిగెడు చింతాభరంబులను చీఁకటులును, గూడి

కొని నీలములతోఁజేర్చిన ముత్తెపు సరమువలె నుండె ననియును, దీనికిఁ జింతాసంతమసంబులు నీలములవలెను, చెలుల మాటలవలనఁ గలిగెడు తెలువులను తెలుపులు ముత్తెములవలె నుండెననియును, లో నున్న భావము నిర్మలాంగియాట బయలఁ దోఁచె ననియును భావము.

తే. ఎలసి యేప్రొద్దుఁ గనువొంద • నీక మరుఁడు
కలహమున కంకకాఁడయి • కాలు ద్రవ్వఁ
బాండుబహుళపక్షపాపరం • పరలు వెడల
కింటిలో నేఁదుముల్ల య్యె • నిందుముఖికి. 84

టీ. ఎలసి=కనుపెట్టుకొని, ఏప్రొద్దున్=సంతతమును, కనువొందనీక=కన్నుమూయనీక, మరుఁడు=స్మరుఁడు, కలహమునకున్=పోరాటమునకు, అంకకాఁడై=బిరుదుగలవాఁడై, (ఇది విటకాఁడు మొదలగుశబ్దములవంటిది), కాలుద్రవ్వన్=కాలు ద్రవ్వుచుండఁగా, పా...లు-పాండుబహుళపక్షపా=శుక్లపక్ష బహుళపక్ష రాత్రుల యొక్క, పరంపరలు=వరుసలు, వెడలక=కడవక, ఇందుముఖికిన్ = ఆచంద్రముఖికి, ఇంటిలోన్=గృహమందు, ఏఁదుముల్లయ్యెన్=ఏఁదుఁబందిముల్లుండిన ట్లాయెను.

తా. మన్మథుఁ డెడతెగక యప్పుడుఁ గనువైచి నిద్రఁబట్టనీకుండఁ గచ్చుఁగాలుద్రవ్వుచుండఁగా శుక్లపక్షరాత్రులును బహుళపక్షరాత్రులు నొక్కఁడుగానే చక్కఁగా జరగక యేఁదుముల్లింటిలో నుండిన నాయింటి వారికెట్లు క్షేమములేక నిద్దుర పట్టక పోవునో, యారీతిగానే యాయమ శ్రమపడు నని భావము. శల్యమృగ రోమ మింటనున్న నాయింటఁ గలహము కలుగుననుట ప్రసిద్ధము. ఇచ్చట శుక్లపక్ష రాత్రులు దెల్లగాను కృష్ణపక్షరాత్రులు నల్లఁగా నుండును గనుక వానిపరంపర యేఁదుఁబందిముల్లుఁగాఁ జెప్పఁబడెను. ఆరోప్యమాణమయిన యేఁదుఁబంది ముల్లు కలహమును గలుగఁజేయుట కుపయోగించెను గనుక పరిణామాలంకారము.

మ. తలిరుంగైదువుజోదునానతి వధూ • ధైర్యంపుఁ బెన్గోట కం
దళితాహర్ముఖయంత్రకారుఁ డలుక • న్నానాఁటికిం ద్రెళ్లఁ గో
మలమార్తండమరీచిదీపకళికో • ష్మం జూఁడి యేయుం దళ
ద్దళపాథోరుహలోహనాళకుహరో • ద్యచ్చంచరీకాశ్మముల్. 85

టీ. కందళితాహర్ముఖయంత్రకారుఁడు = అంకురించినప్రాతఃకాలునియెడు పిరంగిరౌతు, త...తిన్ -తలిరుంగైదువు=చిగురుటాకుబాఁణుగల, జోదు=రోధయగు మన్మథునియొక్క, ఆనతిన్=ఆజ్ఞప్తిచేత, వ...ట - వధూ=ఆవనితయొక్క, ధైర్యంపు=ధైర్యమయమగు, పెన్గోట=పెద్దకోట, నానాఁటికిన్=దినక్రమముగా, త్రెళ్లన్=కూలుటకు, కో...ష్మన్-కోమల=మృదువులగు, మార్తండ=బాలసూర్యునియొక్క,

మరీచి=కిరణములనియెడు, దీపకళికా=మొగ్గవంటిదీపములయొక్క, ఊష్మన్=వేడిమిచేత, చూఁడి=ముట్టించి, ద...ల్ - దళత్=వికసించుచున్న, దళ=ఱేకులుగల, పాథోరుహ=కమలములనియెడు, లోహనాళ=పిరంగులయొక్క, కుహర=బిలములనుండి, ఉద్యత్=వెడలుచున్న, చంచత్=మదించిన, చంచరీక=తుమ్మెదలనియెడు, అశ్మములన్=గుండ్లను, అలుకన్=కోపముచేత, ఏయున్=ప్రయోగించును.

తా. ప్రాతఃకాల మనెడు పిరంగిరౌతు మన్మథుఁ డను యోధవరుని సెలవొంది యాయమ ధైర్యమనియెడు కోట నానాఁటికిఁ గ్రిందఁ గూలుటకై, బాల సూర్యకిరణములు సోఁకుటవలన వికసించుచున్న కమలము లనియెడు పిరంగులలోనుండి వెడలెడు గండుతుమ్మెద లనియెడు గుండ్లను ధార సేయుననియును; నప్పు డాకిరణజ్వాలయే జెనకి త్రాటిరంజకపువేఁడిమియై యుండె ననియును; అయమకు రాత్రులు ధైర్యము లేదాయెఁగదా ప్రాతఃకాలమందును లేదాయె ననియును; సాయంకాలము లందుఁ గమలములు ముకుళించు నప్పుడు తుమ్మెద లా కమలములలోఁ జొచ్చియుండి సూర్యోదయము కాఁగానే వికసిల్లిన వానిలోనుండి వెడలుచుండె ననియును భావము.

తే. ప్రాంత ఘటయంత్రసరముఁ ద్రిప్పుచు జపించు
మగువధృతి మాల మధ్యాహ్నమంత్రవాది
సురుచిరవితానదంభకౌసుంభధారి
తుహినధారాగృహాంగి * బిందువులు సెదర. 86

టీ. మధ్యాహ్నమంత్రవాది=మధ్యాహ్నమనియెడిమాంత్రికుఁడు, మ...తి - మగువ=ఆయమయొక్క, ధృతి=ధైర్యము, తూలన్=చలించుటకై, సు...రి - సురుచిర=ప్రకాశించుచున్న, వితాన=మేలుకట్టనియెడు, దంభ=వ్యాజముగల, కౌసుంభ=కాషాయవస్త్రమును, ధారి=ధరించినవాఁడును, తు...గి - తుహినధారాగృహ=మంచువంటిధారలుగల గృహమనియెడు, అంగి=శరీరముగలవాఁడునై, (ఇవిరెండును మధ్యాహ్నమంత్రవాదికి విశేషణములు), బిందువులు=ధారాబిందువులు, (బిందువులనఁగా ధైర్యముయొక్క ప్రాణము లనికొందఱు, బంధువులని మఱియొకపాఠము.), అప్పుడును ప్రాణములనియే యర్థము. 'బంధుర్బంధూకపుష్పే స్యాత్ప్రాణబంధ్వో శ్చభర్తరి' అని విశ్వము. చెదరన్=పడుచుండఁగా, ఘ...మున్ - ఘటయంత్ర=కుంభయంత్ర మనియెడు, సరమున్=జపమాలికను, త్రిప్పుచున్=పరివృత్తిఁజేయుచు, ప్రాంతన్=సమీపమున, జపించున్=జపముసేయును.

---

* బంధువులు.

తా. తోఁగ రద్దిన చందువలనియెడు కాషాయములను ధరించి మంచువలె ధారలు గురిసెడు గృహమనియెడి శరీరము భస్మధూసరిత మైనట్లు తెల్లఁగా నుండఁగా, జలము వెదఁజల్లుచుఁ దిరుగుచున్న ఘటయంత్ర మనియెడు జపమాలికఁ ద్రిప్పుచు మధ్యాహ్న మనియెడు మాంత్రికుఁడు మగువ ధైర్యము చెడి పోవుటకుఁ దన నోటి తుప్పరలు రాలు నట్లు జపముఁ జేయు చుండు నని భావము. దీనివలనఁ దాపోపశమనార్థమై నీటి తుంపురులు సెగయు చున్న ఘటయంత్రములుగల యింటిలో నాయిక యుండఁగా, నక్కడను దాప మధిక మాయె నని తోఁచుచున్నది. ఘటయంత్రమనఁగా నొక మోకు వెంటఁ గడవలు గట్టి బావిలోఁ జేఁదుచు రాఁగాఁ గొన్ని మునుఁగునవియు మఱికొన్ని నీరు గ్రుమ్మరించునవియై యుండును.

ఉ. తామరసాప్తతామ్రముఖి• దంష్ట్రిత విస్ఫుట మల్లి హల్లక
స్తోమరజచ్ఛటాంగక మ•ధుద్యుతితారవియద్ద్రుచంక్రమో
ద్దామ పితృప్రసూ ప్లవగి•దైన్యరుతోత్థ రథాంగ పోత చిం
తామయ నిద్రలం బొలసి • తాపముసేయఁ దొడంగె నింతికిన్. 87

టీ. తా...ఖి-తామరసాప్త=కమలాప్తుఁ డగుసూర్యుఁ డనియెడు, తామ్ర=ఎఱ్ఱనైన, ముఖి=మొగముగలయట్టియు, దంష్ట్రిత=కోఱలుగాఁ జేయఁబడిన, విస్ఫుట=వికసించిన, మల్లి=మల్లెపువ్వులు గలిగినట్టియు, హల్లక = ఎఱ్ఱగలువలయొక్క, స్తోమ=సమూహముయొక్క, రజః=పుప్పొళ్లయొక్క, ఛటా=ప్రోగనియెడు, అంగక=శరీరముగలయట్టియు, మధు=మకరందముయొక్క, ద్యుతి = కాంతివంటి కాంతిగల, తార=నక్షత్రములనెడు కనుగ్రుడ్లుగలట్టియు, (శ్లిష్టరూపకము), వియత్=ఆకసమనియెడు, ద్రు=వృక్షమందు, చంక్రమ=సంచరించుటయందు, ఉద్దామ=అడ్డపాటులేనియదియును నగు, పితృప్రసూ=సాయంసంధ్యయనెడు, ప్లవగి = ఆఁడుకోఁతి, 'సాయంసంధ్యాపితృప్రసూ' అని యమరము. దైన్యరుత=దీనాలాపములతోడ, ఉత్థ=లేచినట్టి, రథాంగ=చక్రవాకములనియెడు, పోత=పిల్లలుగలదియై, చింతామయ=చింతావికారములగు, నిద్రలన్=నిద్దురలయందు, పొలసి=కనఁబడి, ఇంతికిన్=ఆయమకు, తాపముసేయన్=తాపము గలుగఁ జేయుటకు, తొడంగెన్=ఉపక్రమించెను.

తా. 'స్వప్నేమయాయం వికృతో౽ద్యదృష్టః శాఖామృగశ్శాస్త్రగణైర్నిషిద్ధః' అని సుందరకాండమందును, 'స్వప్నే వానరమార్జాల భల్లూకౌదుగఖహేతవః' అని గ్రంథాంతరమున నున్నట్లు, స్వప్నమందు వానరదర్శనము శుభావహము గాదు గావున 'క్షోయం తామ్రముఖః కపి' అనినట్లు అస్తమింపఁబోయెడు సూర్యుఁ డనియెడు నెఱ్ఱని ముఖము గలిగి, సాయంకాలమందు వికసిల్లుచున్న మల్లెమొగ్గలనియెడు తెల్లని కోఱలు గలిగి, యెఱ్ఱగలువ పుప్పొడి తిప్ప యనియెడు పచ్చని శరీరము గలిగి 'పిఙ్గాక్షం

పురతస్థ్సితి' మన్న ట్లాపూలమకరందమువలె పింగళ వర్ణము గల నక్షత్రము లనెడు కను గ్రుడ్లు కలిగి యాకస మనియెడు చెట్టుమీఁదఁ దిరుగుచు నస్తమయకాలమందు నొండొంటిఁ బాసి దీనాలాపములు సేసెడు జక్కవ లనియెడు పిల్లలలోఁ గూడిన సాయంసంధ్య యనియెడు నాఁడుకోఁతి,యీనాయకకు నిద్రలు లేకున్నను శరీర మెఱుఁగరాని చింతామయ నిద్రలలోఁ దోఁచుచుండుఁ గావున, నాయమ మిగులవగలం బొగిలెనని భావము.

వ. ఇత్తెఱంగున సకల కాలంబుల నారటంబునకు నూఱటఁ గాన కుండియు నప్పుండరీకాక్షి యందుండు నప్పుండరీకాక్షు నారాధనంబున నా రాధారమణుం గ్రమ్మఱఁ జెంద డెందంబునం దలంచి. 88

టీ. ఇత్తెఱంగునన్=ఈ ప్రకారముగాను, సకలకాలంబును = అహోరాత్రములు, ఆరటంబునకు=పరితాపమునకు, ఊఱటఁగానకుండియు=ఉపశాంతి పొందకుండియు, అప్పుండరీకాక్షి=ఆనాయిక, అందుండు=అశ్రీవిల్లిపుత్తూరునన్నుఁడు, పుండరీకాక్షు=విష్ణువుయొక్క, ఆరాధనంబునన్=పూజచేయుటచేతను, ఆ రాధారమణున్ = ఆ శ్రీకృష్ణస్వామిని, క్రమ్మఱంజెందన్=తిరిగిపొందుటకు, డెందంబునన్ తలంచి=మనస్సున నెంచుకొని.

సీ. పద్మాస్య ప్రతిదిన•ప్రత్యూషమును మౌన,
నియతి మేల్కని సఖీ•చయము మ్రోల
హేమపాత్రిక హరి•ద్రామలక్యాదిక,
స్నానీయవస్తువ్ర•జంబుఁ గొనుచు
ధౌతాంశుకంబులు • తడి యొత్తులును దేర,
నంతఃపథంబున • నరిగి నిజగృ
హారామదీర్ఘిక • ననుసంహితద్రావి,
డామ్నాయయై స్నాన • మాచరించి
తే. వర్జనీలేశ పూర్ణసౌ•భాగ్యదాంగ
ధూళి చకచక లీరెండ•తోడ మాఱు
మలయ నిడువెండ్రుకలగుంపు • మలచివైచి
వేగ వెడవెడ దడియొత్తి • విధియుతముగ. 89

టీ. పద్మాస్య=ఆకమలముఖి, ప్రతిదినప్రత్యూషమును=ప్రతిదినప్రాతఃకాలమందును, మౌననియతిన్=మౌనవ్రతముచేత, మేల్కని = నిద్దురలేచి, సఖీచయము=చెలులమొత్తము, మ్రోలన్=తనముందఱ, హేమపాత్రికన్=బంగారుపళ్లెరమునందు,

హ...బున్-హారిద్రా=పసుపును, అమలక్యాదిక=ఉసిరికపిండిమొదలగు, స్నానీయ=స్నానమునకుఁదగిన, వస్తు=ద్రవ్యములయొక్క, వ్రజంబున్=సమూహమును, కొనుచున్=గ్రహించికొనుచు, ధౌతాంశుకంబులు = ఉదికినచీరలును, తడియొత్తులును=తడిఁదుడుచుకొను వస్త్రములును, తేరన్=తెచ్చుచుండఁగా, అంతఃపథంబునన్=పెరటిత్రోవను, అరిగి=పోయి, ని...యఐ-నిజగృహ=తమయింటి సంబంధియగు, ఆరామ=ఉద్యానమందలి, దీర్ఘికన్=డిగ్గియయందు, అనుసంహిత=అనుసంధానముసేయఁబడిన, ద్రావిడామ్నాయయై=ద్రావిడవేదముగలదియై, 'నమామ్యహం ద్రావిడవేదసాగరమ్' అనియు, 'ద్రవిడోపనిషద్గాథాం పఠితస్య ద్విజస్యవై, యోవై పాదోదకం పాతి సపునాతి వసుంధరామ్' అనియున్నది గనుక ద్రవిడ వేదానుసంధానముఁ జేసెననుట. స్నానమాచరించి=తీర్థమాడి, ప...లు-పర్ణనీలేశ=పసపుపొడికి, పూర్ణ=మెండుకొన్న, సౌభాగ్య=సొబగుఁదనమును, ద=ఇచ్చునట్టి, అంగ=శరీరముయొక్క, ధూతి=వడఁకుటయొక్క, చకచకలు=చాకచక్యములు, ఈరెండతోడన్=బాలాతపముతోడ, మాఱుమలయన్=ప్రతిఘటింపఁగా, ని...పు-నిడు=దీర్ఘములగు, వెండ్రుకలగుంపు=కేశములసమూహము, మలఁచివైచి=వెనుకకువేసికొని, వేగన్ = శీఘ్రముగా, వెడవెడన్=అసమీచీనముగా, తడియొత్తి=ఒడలుదుడిచి, విధియుతముగన్=శాస్త్రవిధిప్రకారముగా నని ముందఱికన్వయము.'లలాటే కేశవం ధ్యాయే' త్తని యూర్ధ్వపుండ్ర ప్రకరణమం దున్నది గనుక విధియుత మని ప్రయోగింపఁబడెను.

ఉ. కుందరదాగ్ర నెన్నొసల • గుమ్మడిగింజతెఱంగు పాండుమృ
ద్బిందువుఁ దీర్చి చెందిరము • పేచకశీర్షముపైఁ బలెన్ గటిం
జందురుకావిజీ బమరఁ • జల్లని రేయిటి తట్టుపు న్గళు
ల్విందులఁదేల నూనెముడి•వెండ్రుకలం దడి తావు లీనఁగన్. 90

టీ. కుందరదాగ్ర = మొల్లమొగ్గలవంటిదంతాగ్రములుగల యాయువతి, నెన్నొసలన్=లలాటమందు, పాండుమృత్ = తిరుమణియొక్కయు, గుమ్మడిగింజతెఱంగు=కూశ్మాండ బీజముయొక్కరీతిగా, బిందువున్=తిలకమును, తీర్చి=దిద్ది, చెందిరము=సిందూరము, పేచకశీర్షముపైఁబలెన్=గజమస్తకముమీఁదవలె, 'పేచకః పేచకీ తథా' అని ద్విరూపకోశమందును, 'సామజః పేచకీశూర్ప శ్రుతిర్ద్విదండ' అనియమరమున నున్నదిగనుకఁ బేచకిశీర్ష మన్నపాఠమును గ్రాహ్యము. చందురుకావిజీబు = చంద్రకావిజిల్గుచీర, కటిన్ = పిఱుందున, అమరన్ = ఒప్పఁగా, చల్లని=శీతలమగు, రేయిటి = రాత్రియందలి, తట్టుపున్గు = సాంకవవిశేషము, అళుల్ = తుమ్మెదలు, విందులఁదేలన్ = విందుభోజనములు సేయఁగా, నూనెముడి వెండ్రుకలన్=నూనెగలిగి ముడివేయఁబడిన కేశపాశమునందు, తడితావులీనఁగన్=ఆర్ద్రపరిమళములు సృజింపఁగా అని ముందఱికన్వయము.

తా. తిరుమణిని శ్రీచూర్ణమును బెట్టుకొని, చంద్రకావిచీర ధరించి యుండె ననియు, రాత్రి శరీరమునందు ధరించిన పుష్ప వాసనలకుఁ దుమ్మెదలు గ్రమ్ముకొనుచుండె ననియు, మెఱుఁగు రాచియున్న వెండ్రుకలు ముడియిడఁగా నొక వింత పరిమళము వచ్చుచుండె ననియు భావము.

తే. బోటి గట్టిన చెంగల్వ•పూవుబెత్తుఁ
దరు పరిణ తోరు కదళి మం•జరియుఁ గొనుచుఁ
బోయి గుడి నంబి విజనంబుఁ•జేయఁ జొచ్చి
మ్రొక్కి వేదికఁ బలువన్నె•ముగ్గు బెట్టి. 91

టీ. బోటి=చెలికత్తె, క...త్తు-కట్టిన=కూర్చిన, చెంగల్వపూవుబెత్తు=ఎఱ్ఱకలువపూవులదండ,త...యున్-తరు=వృక్షమునందే, పరిణత=లెస్సగాఁబండిన,ఉరు=పెద్దదైన, కదళి=అరఁటిపండ్లయొక్క, మంజరియున్ = గెలయును, కొనుచు=గ్రహించుచు, పోయి=చని, నంబి=అర్చకుఁడు, గుడిన్=కోవెలను, విజనంబుఁజేయన్=జనరహితమగునట్లు గావింపఁగా, చొచ్చి=అచ్చటఁ బ్రవేశించి, మ్రొక్కి=స్వామికి దండముసమర్పించి, వేదికన్=తిన్నెయందు, ప...గ్గున్ - పలువన్నె=పెక్కురంగులు గల, ముగ్గున్=రంగవల్లిని, పెట్టి=తీర్చి.

తే. కపిలగవి సర్పిఁ బృథు దీప•కళికఁ దీర్చి
ద్వయముతో వక్షమునఁ గల్వ•దండ సేర్చి
యగరు ధూపంబు లిడి శర్క•రాజ్యయుక్త
హృద్యకదళీఫలాళి నై•వేద్య మిచ్చి. 92

టీ. కపిలగవి = కపిలధేనువుయొక్క, సర్పిన్ = నేతిచేత, పృథు = పెద్దయగు, దీపకళికన్=దీపజ్వాలను, తీర్చి = వెలిఁగించి, ద్వయముతోన్ = ద్వయమనియెడు మంత్రోచ్చారణముతోడ, వక్షమునన్=స్వామివక్షస్స్థలమందు, కల్వదండ=చెంగల్వమాలికను, చేర్చి=సమర్పించి, అగరుధూపంబులిడి = అగరుచెక్క పొడితో ధూపములువేసి, శ...ళిన్-శర్కరా=చక్కెరతోడను,ఆజ్య=నేతితోడను, యుక్త=కూడియున్న, హృద్య=మనోహరములగు, కదళీఫల=అరఁటిపండ్లయొక్క, ఆళిన్=సమూహమును, నైవేద్యము=ఆరగింపును, ఇచ్చి=సమర్పించి.

క. ఖండిత పూగీ నాగర
ఖండంబులు ఘన శశాంక•ఖండంబులచే
హిండితములు గావించి య
ఖండస్థిరభక్తి నొసఁగి•కదలి చెలులతోఁ. 93

టీ. ఖం...లు-ఖండిత=కత్తిరింపఁబడిన, పూగీ=పోకలయొక్కయు, నాగర=సొంటియొక్కయు, ఖండంబులు=తునుకలను, ఘ...చేన్ - ఘన=గొప్పలగు, శశాంక ఖండంబుల చేన్=కర్పూరశకలముల చేతను, 'ఘనసారశ్చంద్రసంజ్ఞః' అని నిఘంటువు. హిండితములుగావించి = కలియఁగూర్చి, అఖండ = కొదవలేని, స్థిర=తిరమయిన, భక్తిన్=భక్తిచేత, ఒసఁగి=స్వామికిసమర్పించి, కదలి=అచ్చటనుండి వెడలి, చెలుల తోన్=సఖులతోడ నని ముందరి కన్వయము.

తే. చెలువ గర్భగృహ ప్రద•క్షిణముఁ జేసి
వినతయై మౌళి శఠకోప•మును ధరించి
చరణతీర్థముఁ గొని తత్ప్ర•సాదలబ్ధ
మయిన మాల్యముఁ దాల్చి గే•హమున కరుగు. 94

టీ. చెలువ=ఆసుందరి, గ...మున్-గర్భగృహ=గర్భగృహమునకు, ప్రదక్షిణముఁ జేసి=వలగొని, వినతయై=నమ్రయై, మౌళిన్ = శిరమునందు, శఠకోపమును=శ్రీశఠకోపమును, ధరించి = వహించి, చరణతీర్థమున్ = ఆస్వామివారి శ్రీపాదతీర్థమును, ధరించి=వహించి, కొని=పుచ్చుకొని, త...మున్ - తత్=ఆస్వామియొక్క, ప్రసాద = ప్రసన్నత్వముచేత, లబ్ధమయిన = లభించిన, మాల్యమున్ = పూదండను, తాల్చి=ధరించి, గేహమునకున్=తనయింటికి, అరుగున్=పోవును.

క. ప్రతిదినము నిట్లు చని య
చ్యుత పూజ యొనర్చి వచ్చి • సుదతి వియోగ
చ్యుతధైర్య యగుచు నయ్యదు
పతిగుణములు ద్రవిడభాషఁ • బాడుచు నుండున్. 95

టీ ప్రతిదినమున్ = అనుదినమందును, ఇట్లు = ఈరీతిగా, చని = పోయి, అచ్యుతపూజ=ఆస్వామిపూజనము, ఒనర్చి=చేసి, వచ్చి=మరలనింటికివచ్చి, సుదతి=ఆయమ, వియోగ = విరహముచేత, చ్యుత = జారిన, ధైర్యయగుచున్ = ధైర్యము గలదియై, అయ్యదుపతి=ఆ శ్రీకృష్ణునియొక్క, గుణములు=కల్యాణగుణములను, ద్రవిడభాషన్=ద్రావిడభాషయందు, పాడుచునుండున్=గానముచేయుచుండును. ఈయమ స్వయముగా తిరుప్పావైను ద్రవిడప్రబంధము చేసి దానిని గానము చేసె ననుట.

తే. మొదల నాముక్తమాల్యద • మదనతాప
తరణి పెనువెట్ట వేఁగిన • దక్షిణాశ
మత్కృతోష్మకుఁ దుదముట్ట • మాఁడు ననుచుఁ
దొలఁగె ననుత్తరాశకుఁ • దొలఁగెఁ దరణి. 96

టీ. మొదలన్ = ప్రథమమందు, ఆముక్తమాల్యద - ఆముక్త=ధరించివిడువఁబడిన, మాల్య=పుష్పమాలికలను, ద=స్వామికిచ్చిన చూడికొడుత్త నాచ్చియారనియెడు నాయమ్మయొక్క, మదనతాప - మదన=మన్మథునిచేతనైన, తాప=విరహతాప మనియెడు, తరణి=సూర్యునియొక్క, పెనువెట్టక్ = అధికోష్ణముచేత, వేఁగిన=పరితపించిన, దక్షిణాశ=దక్షిణదిక్కు, మత్కృత=నాచేతఁజేయఁబడిన, ఊష్మకున్=వేఁడిమికి, తుదముట్టన్=పరిసమాప్తమగునట్లు, మాఁడుననుచున్= మాఁడిపోవునని, తొలఁగెననన్=తొలఁగెనో యనునట్లు, తరణి=సూర్యుఁడు, ఉత్తరాశకున్=ఉత్తర దిక్కునకు, తొలఁగెన్=సంచలించెను, ఉత్తరాయణగతుఁ డాయె ననుట.

తా. ఇప్పుడె చూడికొడుత్తనాచ్చియారుయొక్క విరహతాపమనెడు సూర్యదీప్తిచేత నీదక్షిణదిక్కు వేఁగుచున్నది ; దీనిపై నేనును వేఁడిమిఁ జేసితినేని యీదిక్కు మాఁడి పోవు నని తలంచి సూర్యుఁ డాదిక్కునుండి తొలంగెనో యనున ట్లుత్తరాయణ ప్రవేశమాయెననియు, నాచూడికొడుత్తనాచ్చియారు ధనుర్మాసమం దీవ్రతముఁ బూని ముప్పది దినములు ముప్పది పాటలుగాఁ దిరుప్పావై పాడెననియును, పిమ్మట మకరసంక్రమణము ప్రవేశించె ననియును భావము. రూపకోత్థాపితహేతూత్ప్రేక్ష.

చ. తెలియఁగ వచ్చె నట్టితఱిఁ • దిగ్మకరుండు ధనాధిపాశకై
తొలఁగినకారణం బతివ • దుర్వహ దీర్ఘవియోగవహ్ని పె
ల్లలమిన తద్దిశం దగిలి• నట్టి తనూష్మ ఘనీభవన్మహా
జలమయశంకర శ్వశుర• శైలము కోనల చల్వఁ దీర్పఁగన్. 97

టీ. అట్టితఱిన్=ఆసమయమందు, తిగ్మకరుండు=తీక్ష్ణకిరణుండగు సూర్యుఁడు, ధనాధిపాశకై = కుబేరదిక్కునకై, తొలఁగినకారణంబు = తొలఁగిచనిన హేతువు, అ...హ్ని - అతివ=ఆచూడికొడుత్తనాచ్చియారుయొక్క, దుర్వహ=వహింపఁగూడని, దీర్ఘ=పొడువగు, వియోగవహ్ని=విరహాగ్ని, పెల్లు=అధికముగా, అ...శన్ - అలమిన=వ్యాపించినట్టి, తద్దిశన్=ఆదక్షిణదిశయందు, త..ష్మన్ - తగిలినట్టి=తనకు నంటినట్టి, తనూష్మన్ = శరీరతాపమును, ఘ...ల్వన్ - ఘనీభవత్=కరుడుగట్టిన, మహాజలమయ=మహోదకవికారమగు, శంకర=ఈశ్వరునకు, శ్వశుర=మామయగు, శైలము=హిమవత్పర్వతముయొక్క, కోనల=చరులయందలి, చల్వన్=శైత్యముచేత, తీర్పఁగన్=పోఁగొట్టుకొనుటకని, తెలియఁగవచ్చెన్=ఎఱుకపడవచ్చెను.

తా. సూర్యుఁడు దక్షిణ దిక్కునుండి యుత్తరదిక్కునకుఁ జనుటకుఁ గారణమేమనఁగా, దక్షిణ దిశయందుఁ జూడికొడుత్తనాచ్చియారుండెఁ గావున నాయమతాపమాదిక్కెల్ల వ్యాపింపఁగా సూర్యుఁ డచ్చట నుండఁగా నతనికి నా వేఁడిమి దాఁకుట

కతంబున హిమవత్పర్వతము చఱియలలోని శైత్యముచేత నాకాఁక నడంచుకొనుటకై యీ యుత్తర దిశకుఁ బోయె నని భావము. కావ్యలింగానుప్రాణితఫలోత్ప్రేక్ష.

తే. కినిసి వలఱేఁడు దండెత్తఁ • గేతు వగుట
మీన మిలఁ దోఁచు టుచితం బ • మేష మేమి
పని యనఁగనేల? విరహాఖ్యఁ • బాంథయువతి
దాహమున కగ్గి రాఁగఁ ద • త్తడియు రాదే? 98

టీ. కినిసి=కోపించి, వలఱేఁడు=మన్మథుఁడు, దండెత్తన్=విరహులమీఁద దండెత్తిరాఁగా, కేతువగుటన్=టెక్కెమౌటచేత, మీనము = మత్స్యము, (మీనసంక్రాంతియనుట.), 'ప్రద్యుమ్నో మీనకేతనః' అని యమరము. ఇలన్ = భూమియందు, తోఁచుట=కనఁబడుట, ఉచితంబ=తగినదియే, మేషము=మేఁక, (మేషసంక్రాంతియనుట), ఏమిపనియనఁగనేల=ఏమిపనికివచ్చెననుట యేల, విరహాఖ్యన్=విరహమనెడుపేరిచేత, పాం=కున్ - పాంథ=వియోగవతులగు, యువతి=ఉవిదలయొక్క, దాహమునకున్=దహించుటకై, అగ్గి=అగ్ని, రాఁగన్=వచ్చుచుండఁగా, తత్తడియున్=వాహనమును, రాదే=రాదా.

తా. మన్మథునకు మీనము టెక్కెము గావున నతఁడు దండెత్తి వచ్చునప్పుడది కనఁబడుట సరియేగాని, మేషమేల వచ్చె ననఁగా నగ్ని మేషవాహనుఁడుగావున నతఁడు విరహ మను నామముచేత వియోగినులను దహించుటకై రాఁగా నతని వాహనము వచ్చె ననియును, మీన సంక్రాంతి వచ్చి యా నెల గడచి మేషసంక్రాంతి వచ్చెననియును భావము. శ్లేషచేత మీనమేషములకు సంతాపకరత్వము చెప్పినాఁడు గనుక నలంకారముచేత వస్తుధ్వని.

చ. ప్రియ పరిరంభణ ద్రఢిమ • పెల్లిఁకఁ జైత్రుఁడు వచ్చి చేయుఁగా
వ్యయ మని సీతునంద చెలు • వల్పెదవు ల్దడుపంగ వచ్చెఁ దా
రయమునఁ జేర్చి యా ఋతువు • రాఁ జలి విచ్చి తొలంగి రయ్యవ
స్థ యుచితమే కదా విపది • ధైర్యమనం జనుమాట యింతకున్.

టీ. ప్రి...ల్లు-ప్రియ=ప్రియులయొక్క, పరిరంభణ=ఆలింగనములయొక్క, ద్రఢిమ=దార్ఢ్యముయొక్క, పెల్లు=అధిక్యమును, ఇఁకన్ = భవిష్యత్కాలమందు, చైత్రుఁడు = మధుమాసము, వచ్చి = ఆసన్నుఁడై, వ్యయముసేయుఁగా = నాశము జేయునుగదా, అని = అనుకొని, సీతునంద = చలికాలమందే, చెలువల్ = సుందరులు, పెదవుల్దడుపంగన్ = భయముచేత పెదవులుఁదడుపుకొనుచుండఁగా (చలి

చేతఁ బగిలిన పెదవులను నాలుకలచేఁ దడుపుదురు గనుక దానిని భయానుభావముగాఁ జెప్పినాఁడు), ఆ ఋతువు=ఆవసంతర్తువు, తాన్=తాను, రయమునన్=వేగముచేతను, పేర్చి=అతిశయించి, వచ్చెన్=ప్రవేశించెను, రాన్=అట్లురాఁగా, చలివిచ్చి=చలిదీఱి, (భయములేకయనుటయును వసంతర్తువురాఁగానే చలిపోయెననుట), అయ్యవస్థ=అట్లుభయపడి పెదవులుదడుపుటయును, చలిచేతఁదడుపుచుండుటయును, తొలంగిరి=విడిచిరి. ఇంతకున్=ఇంతపనికిని, విపదిధైర్యమనంజను=ఆపదయందు ధైర్యముండవలయు ననఁగా నొప్పుచున్న, మాట=వాక్యము, 'విపది ధైర్యమథాభ్యుదయే క్షమా' అను వాక్యమనుట, ఉచితమేకదా=తగినదేకదా.

తా. స్త్రీలందఱు తమ ప్రియుల బిగి కౌఁగిలింత లింకఁ జైత్రుఁడు వచ్చి యిప్పటివలెనుండనీక నశింపఁ జేయు నని చలి కాలమందే భయపడి పెదవులు దడిపి కొనుచుండఁగా నతఁడు రానే వచ్చెను; అట్లు రాఁగా వారు చలిదీఱి యా యవస్థవిడిచిరి, విపది ధైర్య మనుమాట యీపని కుచితమే కదా యనియును, చలికాలములో వలెఁ జైత్రమాసములో గాఢాలింగనము లుండవనియును, చలిచేతఁ బెదవులు పగులఁగా నాలుక కొనలచేఁ దడుపుకొందు రనియును, వసంతర్తువు రాఁగానే చలి తగ్గిననియును, వారా పెదవులు దడుపుట మాని రనియును భావము. హేతూత్ప్రేక్ష. శ్లేషము.

ఉ. సృష్ట బహువ్రణం బయిన • సీతున కల్కి నిజోష్ఠపల్లవో
చ్ఛిష్టముఁ గొన్న దిమ్మధు వి•సీయన కింతులు మోవిఁ దన్మధూ
చ్ఛిష్టముఁ గొన్న యొచ్చె మఱ•జేసిన వారు కృతం బెఱింగి వి
స్పష్టముగా నొనర్చిరి వ•సంతున కూఱట దోహదంబులన్. 100

టీ. ని...మున్ - నిజోష్ఠపల్లవ-నిజ=తమయొక్క, ఓష్ఠపల్లవ=మోవిచిగురుల యొక్క, ఉచ్ఛిష్టమున్=ఎంగిలిని, కొన్నది=గ్రహించినది, ఇమ్మధువు = ఈతేనియ, ఇసీయనక=చీయనక, ఇంతులు=స్త్రీలు, సృ...బు - సృష్ట=సృజింపఁబడిన, బహువ్రణంబు=పలుగాయములుగలది, ఐన, సీతునకున్=చలికాలమునకు, అలిన్=వెఱచి, మోవిన్=అధరోష్ఠమునందు, తన్మధూచ్ఛిష్టమున్-తత్=తమచేతనిరసింపఁబడినట్టి, మధు=తేనియకు, ఉచ్ఛిష్టమున్ = ఎంగిలియైనమయినమును, 'మధూచ్ఛిష్టంతు సిక్థకమ్' అని యమరము. కొన్న=గ్రహించిన, ఒచ్చెము=లోపమును, అఱఁజేసినన్=పోవునట్లొనర్పఁగా, వారు=ఆస్త్రీలు, కృతంబెఱింగి=ఉపకారమెఱిఁగి, వసంతునకున్=మధుమాసమునకు, దోహదంబులన్=దశవిధదోహదములచేత, 'తరుగుల్మలతాదీనా మకాలే కుశలైః కృతం, పుష్పాద్యుత్పాదకం ద్రవ్యం దోహదంస్యాత్తు తత్క్రియా' యని దోహదప్రకారము. ఊఱటన్=విశ్రాంతిని, విస్పష్టముగాన్=ప్రకటమగునట్లు, ఒనర్చిరి=చేసిరి.

తా. స్త్రీలు మున్ను తేనియ ద్రావునెడ నది యోష్ఠపల్లవములయందలి మాధుర్యమును బుచ్చుకొన్నదిగాఁ దమయెంగిలి తిన్నదని తెలిసియు దానికి రోఁతపడక చలికి వెఱచి తమ పెదవులయం దున్నట్టి తేనియ కెంగిలి యగు మయినమును జలిపుండ్ల కడ్డముగాఁ బెట్టుకొనియుండి రనియును; వసంతర్తువు రాఁగానే చలి పోయెను గావున, వారలా మయినము వదలునట్లు, అనఁగా తమ నా చిన్నతనము నీ వసంతుఁడు పోఁగొట్టె నని యుపకారస్మృతి గలిగి, యందులకుఁ బ్రత్యుపకారముగా వసంతుని కార్యమగు పుష్పింపఁజేయుటను దామే దోహదములచేతఁ గనఁబఱిచి యతనికి నూఱట గలుగఁ జేసి రనియును భావము. పరివృత్త్యలంకారము.

మ. మునుపే చంద్రబలంబు గల్గి మలయంపుం గమ్మ లేగాడ్పుఁ దే
రున నేతెంచు లతాంత బాణునకు సూర్యుండు న్మహిం గ్రొత్తగా
ననుకూలించెఁ గలంబున న్విరహిణీప్రాణాపహారంబు సే
యన యూహించు విధాత కృత్య మది యేలామాను నెప్పట్టునన్?

టీ. మునుపే=పూర్వమే, చంద్రబలంబుగల్గి=గ్రహచార రీతిచేతఁ జంద్రబలంబుగల్గి, (మన్మథునికిఁ జంద్రుఁడు స్నేహితుఁ డనుట), మ...నన్ - మలయంపు=మలయపర్వతసంబంధియైనట్టియు, కమ్మ=పరిమళించునట్టి, లేగాడ్పు=మందమారుతమనియెడు, తేరునన్=రథమందు, ఏ...కున్ - ఏతెంచు=వచ్చునట్టి, లతాంతబాణునకున్=పుష్పాస్త్రుఁడగు మన్మథునికి, సూర్యుండున్=సూర్యుఁడును, మహిన్=భూమియందు, క్రొత్తగా=నూతనముగా, అనుకూలించెన్=చాలివచ్చెను. (సూర్యుఁడు మేషమునఁ బ్రవేశించి వసంతర్తువును తేఁగా నది మన్మథునకు సాహాయ్య మయ్యెననియును; చంద్రసూర్యు లనుకూలించి రనుటవలనను, మహి ననుటవలనను, గాలదేశములు మన్మథునికి మేలిమియై యుండెననియును భావము.) చలంబునన్=దీర్ఘక్రోధముచేత, విరహిణీప్రాణాపహారంబు - విరహిణీ=పాంథస్త్రీలయొక్క, ప్రాణ=ప్రాణములయొక్క, అపహారంబు=అపహరణమును, చేయన=చేయుటకే, (అవధారణము), ఊ...ము - ఊహించు=సంకల్పించెడు, విధాత=బ్రహ్మయొక్క, కృత్యము=కార్యము, అది=అట్టిది, ఎప్పట్టునన్=ఎచ్చోటనైన, ఏలామానున్=ఏమిటికి విరమించును, కొనసాగు ననుట. అర్థాంతరన్యాసాలంకారము.

క. మలయ కట కోటజస్థిత
కలశీసుత సేన నిట్లు గనెనో తదాశా
నిలుఁ డనఁగ వలసవృత్తిన
మెలఁగుచు నాపోశనించె మిహికాజలధిన్. 102

టీ. మ...వన్ - మలయ=మలయపర్వతముయొక్క, కటక=చఱియ యందలి, 'కటకం వలయే సానౌ రాజధానీనితంబయోః' అని నిఘంటువు. ఉటజ=పర్ణశాల యందు, స్థిత=ఉండిన, కలశీసుత = కలశసంభవుఁ డగు నగస్త్యమహామునియొక్క, సేవన్=శుశ్రూష చేత, తదాశానిలుఁడు- తత్=ఆదక్షిణపుదియగు, ఆశా = దిశయందలి, అనిలుఁడు=వాయువు, ఇట్లు=ఈవక్ష్యమాణక్రమముగా, కనెనో యనఁగన్= పొందెనో యనునట్లు, అలసవృత్తిన్- అలస=సొలుమాలిన, వృత్తిన=వర్తనముచేతనే, మెలఁగుచున్=సంచరించుచు, మిహికాజలధిన్ - మిహికా=మంచనియెడు, 'ప్రాలేయం మిహికాచసా' అని యమరము. జలధిన్=సముద్రమును, ఆపోశనించెన్=ఆపోశనము చేసెను.

తా. సముద్రపానముచేసియున్న యగస్త్యుఁడు నివసించెడు దక్షిణ దిశయందే మలయమారుత ముండును గావున, నాయనయొద్ద శుశ్రూషచేసి తాను దనగురువువలెనే మంచనియెడు కడలినిద్రావె ననియును 'మిసేశీతనివారణ' మ్మని యున్నది గావునఁ, జైత్రమాసమందు మంచు ఇనికిపోయె ననియును,మంద మారుతము వీచెనని యును భావము.

క. మలయతరు న్యాయము యిలఁ
గల తరువులకెల్లఁ జేయఁగా బొలసెఁ జుమీ
యలరించు నెపంబునఁ బరి
మళితములుగ ననఁగ నచటిమారుత మొలసెఁ. 103

టీ. మ...మ-మలయతరు=మలయపర్వతమందలి చందనవృక్షములయొక్క, న్యాయము=న్యాయమే, (పరిమళగుణమే యనుట), ఇలన్=భూమియందు, కలతరువులకెల్లన్=ఉన్న సమస్తవృక్షములకును, చేయఁగాన్=చేయుటకై, అలరించునెపంబునన్=పుష్పించెడువ్యాజముచేత, పరిమళితములుగన్=సంజాత పరిమళములగునట్లు, పొలసెఁజుమీ=వీచెనుజుమీ, అనఁగన్=అనునట్లు, అచటిమారుతము=ఆమలయపర్వతమందలి వాయువు, ఒలసెన్=పొలసెను.

తా. మలయ పర్వత మందలి చందన వృక్షములకుఁ గల పరిమళగుణమే భూమియందలి యెల్ల చెట్లకుఁ గలుగఁ జేసెడు నిమిత్తము వానిఁ బుష్పింపఁ జేసెడు వ్యాజముచేతఁ బరిమళము గలిగె ననిపించి సంచరించెనో యనునట్లు, మలయ మారుతము వీచెను. ఎల్ల తరువులు లెస్సగా పుష్పించి పరిమళించు చున్న వని భావము.

ఉ. కుప్పసము ల్వదల్చి రిజి గుబ్బల నొత్తిలి హత్తి వేగుజా
మిప్పలలర్చు గాడ్పుల కధీశుఁ గ్రమంబున ఘర్మ శంకమై

నుప్పతిలంగ దోమతెర • లుప్పర మెత్తిరి దక్కి రూష్మముల్
దెప్పరమైన లోహశక • టీ ప్రకటీకరణంబుఁ గామినుల్. 104

టీ. కామినుల్=వలపుగలయింతులు, కుప్పసములు=కూర్పాసములను, (అవి కలవనుట), వదల్చిరి=సడలించిరి, ఇఱిగుబ్బలన్ = క్రిక్కిఱిసిన గొప్పచన్నులచేత, (వలిగుబ్బల నను పాఠమున శీతలస్తనములచేత ననియర్థము. 'కూపోదకం వటచ్ఛాయా తాంబూలం స్తనమండలం, శీతకాలే భవేదుష్ణ ముష్ణకాలేతుశీతల' మ్మని యున్నది. అధీశున్=తమప్రియుని, ఒత్తిలి=ఒత్తిగిలి, హత్తి=ఆలింగనము చేసికొని, క్రమంబునన్=కొంతసేపునకు, మైన్=శరీరమందు, ఘర్మశంక = చెమ్మటపోసె ననుసందియము, ఉప్పతిలంగన్=ఉత్పత్తికాఁగా, వేగుజాము=వేకువజామునందు, ఇప్పలలగ్చు=ఇప్పచెట్ల బుష్పింపఁజేసెడు, గాడ్పులకున్=వాయువులకుఁగా, దోమతెరలు=మశకబాధానివృత్త్యర్థముగా వేసియున్న తెరబట్టలను, ఉప్పర మెత్తిరి=పైకెగయవేసిరి, ఊష్మముల్=కాఁకలు, దెప్పరమైనన్=అతిశయముకాఁగా, లో...బున్-లోహశకటీ=ఇనుపకుంపట్లయొక్క, ప్రకటీకరణంబున్=బయల్పఱచుటను, తక్కిరి=మానివేసిరి.

తా. కామినులు చలికాలమందువలె అవికలు తొడుగక యవి సడల్చి తా మొత్తిగిలి నాథులం గౌఁగిలించుకొని తమక్రిక్కిఱిసిన గుబ్బలు వారి ఱొమ్ములుదాఁకున ట్లునిచికొని కొంతసేపునకు శరీరమందుఁ జెమట వోసె నని సంశయించి ప్రభాత సమయమందు నిప్పపూల విప్పఁ జేసెడు వాయువులు మెల్లన వీచుచుండఁగా మంచముల దోమతెరలు పైకెగయ నెత్తిరి గాని, తొల్లింటి యట్లు యినుపకుంపటులు గదలింప రైరని భావము. స్వభావోక్త్యలంకారము.

మ. అరుణాంశుండు హిమర్తువన్ రజని డీ • లై క్రుంకి పుష్పర్తు వా
సర కల్యోదితుఁ డౌచు మున్న యిడుట • న్నాశ్యమాకుచాలేప సం
కరసాంద్రాగ్నిశిఖారుణప్రభఁ గొనన్ • గాకున్నఁ గాలజ్ఞప
త్త్ర రుతం బెట్లు చెలంగు మానకుపిత • స్త్రీకర్ణ దంభోళియై. 105

టీ. అరుణాంశుండు=అరుణకిరణుండగు సూర్యుఁడు, హి...నిన్ - హిమర్తువన్=హేమంత ఋతువనియెడు, రజనిన్=రాత్రియందు, డీలై=దుర్బలుఁడై, క్రుంకి=అస్తమించి, శ్లో. 'ఉపచితేషు పరేష్వసమర్థతాం వ్రజతి కాలవశా ద్బలవా నపి, తపసి మందగభస్తి రభీశుమా న్నహి మహాహిమహానికరోఽభవేత్.' అన్నట్లు హేమంతర్తువునందు సూర్యుఁడు బలహీనుండనియును రాత్రియందు బలహీనుండై యస్తమించి యనియును భావము. పు...డు-పుష్పర్తు=వసంతర్తువనెడి, వాసర=దినముయొక్క, కల్య=ప్రాతఃకాలమందు, 'ప్రత్యూషోఽహర్ముఖంకల్యమ్' అని యమరము. ఉదితుఁడౌచున్=ఉదయించుచు, మున్న యిడుటన్=మునుపు నిలచియుండుటచేత, శ్యా...భన్ -

శ్యామా=చామలయొక్క, కుచ=గుబ్బలయందలి, ఆలేప = కలపముతోడను, సంకర=కూడియున్న, సాంద్ర=దట్టమగు, అగ్నిశిఖ = కుంకుమపువ్వనెడి యగ్నిజ్వాలయందలి, అరుణప్రభన్ = ఎఱ్ఱనగుతనకాంతిని, కొనెన్ = మరలగ్రహించెను. 'కామినీస్తనభర గిరిదుర్గసీమ్ని నిర్భయ నిలీన నిదాఘ భార' అన్నట్లు స్త్రీల కుచముల యందుఁ జలికాలమున నగ్నిదాఁగుట ప్రసిద్ధము. సూర్యుఁ డస్తమించునప్పుడు దన తేజ మగ్నిలో నునుచుట 'దినాంతే నిహితం తేజస్సవిత్రేవ హుతాశన' అన్నట్లు ప్రసిద్ధము. మఱియు 'కుంకుమేగ్నిశిఖం మతమ్' అను నిఘంటువుచేత నగ్నిశిఖ మను నామముగల కుంకుమపువ్వు స్త్రీలు కుచములయందు హేమంత సమయమందు దలఁది కొని యుండిరి గనుక నాకుంకుమపువ్వు నందలి యరుణకాంతి యనుట. హిమర్తు వను రాత్రి చని, వసంతర్తు వను మఱునాఁటి ప్రభాతము వచ్చెననుట. కొకున్నన్= అట్టురాకున్న, కా...బు - కొలజ్ఞపత్త్రి=కుక్కుటములయొక్క, రుతంబు=నాదము, మా...లి-మానకుపిత స్త్రీ=నాథునితప్పునఁ గోపించియున్న స్త్రీలయొక్క, కర్ణ=చెవులకు, దంభోళిఐ=వజ్రాయుధమువలెఁగఠోరమై,ఎట్లుచెలంగున్=ఏభంగి విజృంభించును. కొలజ్ఞపత్త్రియనఁగాఁ గాలం వసంత కాలం జానాతి వేత్తీతికొలజ్ఞ అను వ్యుత్పత్తిచేతఁ గోకిలము. 'కొలజ్ఞౌ పికకుక్కుటౌ' అని శాశ్వత నిఘంటువున నున్నది గనుక 'వసంతకాలేసంప్రాప్తే కాకఃకాకః పికఃపికః' అని యన్నట్లు, కోయిలలు గూసెననుటయుఁ, దెల్లవాఱు జామునఁ గోడికూసినఁ బొల యలుకఁ బూనియున్న పొలఁతులకు భయ మగుననుటయును, వసంతర్తువునందుఁ గోయిల కూయఁగానే మానకుపితురాలగు స్త్రీకి విరహము గలుగుననుటయు ప్రసిద్ధములు.

తా. సూర్యుఁడు చలికాలము వదలి వసంతకాలమందు లెస్స ప్రకాశించెఁ గావున,నా హేమంతర్తు వతనికి రాత్రిప్రాయ మై యుండె ననియు; నప్పు డతని కరుణకాంతి హిమప్రచ్ఛన్నమై యుండు ననియు; వసంతర్తువు ప్రాతఃకాలము వలె నుండె ననియు;నప్పుడు స్త్రీలు స్తనములయందుఁ గుంకుమ పువ్వులమకొనుట మానిరి గావున నది సూర్యసంబంధియగు నరుణకాంతియై యుండి యా స్త్రీల స్తనములయందలి యగ్నికి నొప్పగింపఁబడి మరల గ్రహియింపఁబడి నట్లుండెననియు, నా వసంతర్తువు సూర్యోదయకాలము గానిపట్ల కొలజ్ఞములగు కోయిలలయొక్కయు, కోళ్లయొక్కయు కూఁతలేల వినవచ్చుననియు; నవి విని మానకుపితలగుయువతులు భయంపడుటకుఁ గతంబేమి యనియును భావము. అనుమానానుప్రాణిత రూపకాలంకారము.

తే. మృగమదాలేపమును మాని • యగరుకలనఁ
జన్నుఁగవ మీఁది కొప్పిరి • బన్నసరము
లొంటి కురువేరు పోఁచకుఁ • గంటగింప
రైరి తుఱిమెదు సరపువ్వుఁలం దతివలు.

టీ. అతివలు = స్త్రీలు, మృగమదాలేపమును = కస్తూరి యలఁదుకొనుటను, అగరుకలనన్ = అగరుగంధ మలందుకొనుటను, మానిరి = విసర్జించిరి, చన్నుఁగవమీఁదికిన్ = కుచద్వయోపరిభాగమునకు, బన్నసరములు = ముత్యాలహారములు, ఒప్పిరి=సమ్మతించిరి, తుఱిమెడు=తమకురులయందుఁ జెక్కెడు, సరపువ్వులందున్= దండలుగట్టిన పుష్పములయందు, ఒంటికురువేరు పోఁచకున్=ఒక్కఁడైనలామజ్జకశలాకకు, కంటగింపరైరి=ఏవగింపరైరి. ఏవగింపక ధరించి రనుట. ఇవి యన్నియు సమశీతోష్ణము లగు నుపచారములు. స్వభావోక్త్యలంకారము.

చ. చిలువసుధారసాధరల • చెల్వపుఁ బుక్కిటితావిఁ దీయనై
వలపులనందు తత్ప్రియుల • వక్త్రవిషజ్వలనోష్మ నొఱ్ఱనై
వెలువడి దద్గుణద్వితయ • వేధఁ జుమీ యన మ్రానుపట్టుటల్
తలిరులు పుట్టుటల్ గలుగఁ • దారొకెనేఁ జందనశైల వాతముల్.

టీ. చందనశైలవాతముల్=మలయమారుతములు, చి...విన్ - చిలువసుధారసాధరల = అమృతరసమువంటి యధరోష్ఠములుగల నాగకన్యకలయొక్క, చెల్వపు =సుందరమగు, పుక్కిటితావిన్=పుక్కిళ్లపరిమళముచేత, తీయనై=మధురమై, వ...ష్మన్ - వలపులనందు=ప్రేమవశ్యులయిన, తత్ప్రియుల = ఆయాఁడుబాములమగలగు మగపాములయొక్క, వక్త్రవిష=పుక్కిళ్లవిషమనియెడు, జ్వలన = అగ్నియొక్క, ఊష్మన్=వేఁడిమిచేత, ఒఱ్ఱనై=తీక్ష్ణమై, వెలువడి=బయలుదేఱి, తత్=ఆ, గుణ= మాధుర్యతీక్ష్ణత్వగుణములయొక్క, ద్వితయ=ద్వంద్వమువలన నయిన, వేధన్ =వేధచేత, చుమీ=చుమా, అనన్=అనఁగా, మ్రానుపట్టుటల్=ఆవాయువులఁసోఁకుటవలన శరీరములు నిశ్చేష్టితములగుటయు, ఆకులురాలి మ్రాఁకులుమాత్ర మగపడుచుండుటయు, (ఇది విషాగ్ని గుణము), తలిరులుపుట్టుటల్ = చెట్లయందుఁ జిగుళ్లుదయించుటయును, (ఇది యధర మాధుర్య గుణము), కలుగన్=కలుగునట్లుగా, తారొకెనెన్= విసరెను.

తా. మలయమారుతము వచ్చునప్పు డాఁడుబాములు మగపాము లాపర్వతము మీఁద నీ వాయువును భక్షించుటచేత రెండు గుణములు గలిగి యాఁడుబాముల పానముచేతఁ జిగుళ్లుపుట్టుటయును మగపాముల పానముచేత మ్రాన్పాటుటయును గలుగు నని భావము. (ఈ పద్యమునందు వ్యుత్క్రమము దోషావహంబుగాదు 'ఊర్ధ్వపుండ్రం త్రిపుండ్రంవా మధ్యేచ్ఛిద్రంతు ధారయేత్, శ్రుణు షణ్ముఖతన్మధ్యే ఉమయాహం శ్రియాహరిః.' అని యున్నది.

మ. మదనస్యందనతా స్వవృత్తిఁ దెలిపెం • బాటీర భూభృద్భవ
న్మృదువాతం బతిపక్వ పాదప లతా • వృంతావళీ మూలరం

ధ్రిదళ త్పంకజకర్ణికాగణహారి•ద్రాభంగ భా భాసుర
చ్ఛదన చ్ఛద్మవివర్తికాంచన కన•చ్చక్రచ్ఛటాచ్ఛీత్కృతిన్. 108

టీ. పా...బు - పాటీరభూభృత్=మలయపర్వతమందు, వలత్=సుడియుచున్న, మృదువాతంబు=మందమారుతము, అ...తిన్-అతిపక్వ=మిగులఁబండిన, పాదప=వృక్షములయొక్కయు, లతా=తీఁగెలయొక్కయు, వృంత = పూఁదొడిమలయొక్క, 'వృంతంప్రసవబంధన'మ్మని యమరము. ఆవళీ=పఙ్క్తులయొక్క, మూలరంధ్రి=మొదళ్లగండ్లనుండి, దళత్=విరియఁబడుచున్న, పంకజకర్ణికా = తామరమిద్దెలయొక్క, గణ=సమూహముయొక్కయు, హారిద్రాభంగ=పసపుఁజిందఅలయొక్కయు, భా=కాంతివంటికాంతిచేత, భాసుర=ప్రకాశించుచున్న, ఛదన = ఆకులనియెడు, ఛద్మ=వ్యాజముచేత, వివర్తి=గిఱగిఱగిఱిగొనుచున్న, కాంచన = బంగారుచేత, కనత్=ప్రకాశించుచున్న, చక్ర=బండికండ్లయొక్క, ఛటా=గుంపుయొక్క, ఛీత్కృతిన్=ఛీత్కారముచేత, మ...ర్తిన్-మదన=మన్మథునికి, స్యందనతా=రథమగుటయందు, స్వవృత్తిన్=తనవ్యాపారమును, తెలిపెన్=ఎఱుకపఱిచెను.

తా. చెట్లమీఁదనుండియుఁ దీఁగెలమీఁదనుండియుఁ బండుటాకులు డొడిమలూడి తామర మిద్దెలవలెను బసపుఁజిందఅలవలెను బచ్చనై కొంచెము ధ్వనితో గిఱగిఱఁ దిరుగుచుండె ననియు, నవి యట్లగుట వాయువు మన్మథునికి రథమగుటకు గుఱుతుగా నాబండి బంగారు చక్రములు దిఱుగుచున్నవో యన్నట్లుండె ననియు భావము. 'మందానిలస్యందనః' అని దక్షిణవాయువునకు మన్మథరథత్వము ప్రసిద్ధము. కైతవాపహ్నవాలంకారము.

వ. తదనంతరంబ. 109

సీ. త్వష్ట్ర వశా రక్త రాం•కవ మరణ్యానిమ,
ధూది తారుణిమవ•ల్ల్యురగరసని
క్షోద్గతి తరుగరుత్మ•ద్గరు ద్గణ ముద్భి,
దాహార్యజీమూత•రోహితంబు
నవ మిళిందప్రాహు•ణికనిమంత్రణ శోభ,
నాక్షతప్రతతివా•యస విభక్త
పరభృతౌఘప్రాప్త • పత్త్రిక మాలతీ,
త్రాసామయావహా•ర్ద్రిక్షతజము
తే. ప్రిమదవన వనదేవతా•సముదయాంగ
రాగ మినజ హరిజ్జగ•త్ప్రాణ శాణ

కషణదళితదళాంతసం క్రాంతకాంతి
ఘనమణిశలాకచిగురాకు గలయ మొలిచె. 110

టీ. క్ష్మా...ము-క్ష్మా=భూమియనెడు, వశా=ఆఁడేనుఁగునకు, 'కరణీ ధేనుకా వశా' అని యమరము. రక్త=ఎఱ్ఱనగు, రాంకవము=బూర్నీసును, 'రాంకవం మృగరోమజమ్' అని యమరము. అరణ్యాని=మహారణ్యమునకు, 'మహారణ్యమరణ్యానీ' అని యమరము. మధు=వసంతర్తువను మద్యము చేత, ఉదిత=పుట్టినట్టి, అరుణిమ=ఎఱుపును, వల్ల్యురగ=తీఁగెలనియెడు పాములయొక్క, రసనికా=నాలుకయొక్క, ఉద్గతి=బయలవెడలుటయును, తరు...ము-తరు=వృక్షములనియెడు, గరుత్మత్=గరుత్మంతులయొక్క, గరుత్=ఱెక్కలయొక్క, గణము = సమూహంబును, ఉ...బు - ఉద్భిత్=పొదలనియెడు, అహార్యజీమూత=కల్పితమేఘములకు, రోహితంబు=కొరడును, 'ఇంద్రాయుధం శక్రధనుస్తదేవ ఋజు రోహితమ్' అని యమరము. న...తి-నవ = నూతనమగు, మిళింద=తుమ్మెదలనియెడు, ప్రాహుణిక=అతిథులయొక్క, నిమంత్రణ=విందునకుఁ బిల్చుటయందు, శోభనాక్షత=శుభాక్షతములయొక్క, ప్రతతి = సమూహంబును, వా...క-వాయస=కాకులతోడ, విభక్త=వేఱుపడిన, పరభృత=కోయిలలయొక్క, ఓఘ=గుంపుచేత, ప్రాప్త=పొందఁబడిన, పత్త్రిక=విభాగపరిష్కార పత్త్రికయును, (వసంతఋతువు రాఁగానే కాకులతోఁ గోకిలలు వేఱుపడుట ప్రసిద్ధము.), మా...ము-మాలతీ=జాజిచెట్టునకు, త్రాస=భయమనెడు, ఆమయ=రోగమును, ఆవహ=కలుగఁజేయునట్టి, ఆర్ద్రక్షతజము=పచ్చిరక్తంబును, ప్ర...ము-ప్రమదవన=క్రీడోద్యానములయందలి, వనదేవతా=వనదేవతలయొక్క, సముదయ = సమూహముయొక్క, అంగరాగము=కుంకుమంపుమైపూఁతయును, ఇనజ=సూర్య పుత్త్రుఁ డగుయమునియొక్క, 'ఇనస్సూర్యేప్రభావపి' అని నిఘంటువు. హారిత్ =దిక్కగుదక్షిణసంబంధియగు, జగత్ప్రాణ=వాయువనియెడు, శాణ=సానతోడి, కషణ=ఒఱపిడిచేత, దళిత = రాల్పఁబడిన, దళ=ఆకులనెడుపొరలయొక్క, అంత=నాశముచేత, 'అంతో నాశో ద్వయోర్మృత్యౌ' అని యమరము. సంక్రాంత=నెరసినట్టి, కాంతి=దీప్తిగల, ఘన=గొప్పయగు, మణిశలాక=రత్నపుకణికయునగు, చిగురాకు=పల్లవములు, (జాత్యేకవచనము.), కలయన్=అంతటను, మొలిచెన్=మొనసూపెను.

తా. భూమియనియెడు నాఁడేనుఁగుపైఁ గప్పిన యెఱ్ఱబూర్నీసువలెను, మహారణ్యమునకు వసంతఋతువను మద్యముచేతఁ దోఁచిన రక్తకాంతివలెను, తీఁగెలనియెడు పాములు దమ నాలుకలు వెడల నిడెనో యనునట్లును, వృక్షములనియెడు గరుడ పక్షుల ఱెక్కలో యనునట్లును, పొదలనియెడు కల్పిత మేఘములకుఁ గొరడులను పగిదిని, తుమ్మెదలను నభ్యాగతులనుఁ గ్రొత్తగఁ బిలుచుటకై యునిచిన శోభనాక్షతముల చందంబునను, కాకులతోడఁ గూడియుండి యప్పుడు వేఱుపడిపోయెడు

కోకిలముల కొదవిన విభాగ పత్త్రికలయందంబునను, జాజిచెట్లకు భయరోగమును గల్పించు క్రొత్తనెత్తుటి భంగిని, క్రీడోద్యాన వనదేవతలు నెమ్మేనులఁ బూసికొన్న కుంకుమంపు మైపూఁత భాతిని, మలయ మారుతం బను సానతో నొఱయంబడి రాలిన యాకులచేతఁ గానఁబడిన మెండగు దీప్తి గలిగిన గొప్ప రత్నశలాకలజోకయనం దగి చిగురాకు మొనసి కనఁబడియె నని భావము.

తే. శరనిధుల మాఘ్యములు దీఱె • మరున కట్టి
యడరున జయింతు మని కదా • యద్దినాళిఁ
గ్రూరతిథిఁ గృష్ణరజనిఁ ద•ద్వైరిఁ గనియుఁ
బెద్ద లివురాకుఁ బట్టెన • పెట్టువడిరి. 111

టీ. మరునకున్=స్మరునికి, శరనిధులన్=అంపదొనలయందు, మాఘ్యములు=మొల్లపువ్వు లనియెడు బాణములు, తీఱెన్=సమసిపోయెను, (వసంతర్తువులో మొల్లలుపూయవనుట.), అట్టియడరునన్=అసంకటమునందు, (బాణములేనివేళననుట), పెద్దలు=వృద్ధులు, (యోగులనుట), జయింతుము=మన్మథునిఁ గెల్తుము, అనికదా=అనియె కాదా, అద్దినాళిన్=అమాఘదినపరంపరయందు, క్రూరతిథిన్=క్రూరతిథియైన, కృష్ణరజనిన్=బహుళపక్ష చతుర్దశి రాత్రియందు, (శివరాత్రినాఁడనుట.), తద్వైరిన్=ఆమన్మథవైరి యగుశివుని, కనియున్=చూచియు, (సేవించి యనుట.), ఇవురాకుఁ బట్టెన=చిగురాకనియెడు పట్టాకత్తిచేతనే, పెట్టువడిరి=దెబ్బఁదినిరి.

తా. పెద్దలగువారు మన్మథునికి మొల్లములుకులు లేని తఱి వేచి, యాయిఱకటమున నతని గెల్తమని తలంచి, యతని విరోధియగు శివునిఁ గ్రూరతిథియగు చీకటి రాత్రియందుఁ జూచియుఁ బ్రయోజనము లేక పోవుటయేకాక, యా మన్మథుఁడు తనకు బాణములు లేకుండినను జిగురాకనియెడు పట్టాకత్తిచేతనే వసంతర్తు ప్రారంభ కాలమునందు వారలఁ బ్రహరించి జయము గొనెను.

తే. అవని నపుడు నవోదితుం • డైన యట్టి
మరునకుం గుసుమర్తు వ • న్మంత్రసాని
బొడ్డుగోసిన కొడవలిఁ • బోలె విరహి
దారకం బయ్యెఁ గింశుక•కోరకంబు. 112

టీ. అవనిన్=భూమియందు, అపుడు=తత్కాలమందు, నవోదితుండైన=నూతనముగా నుదయించిన, (అభ్యుదయమొందినయనుట), అట్టి=అప్రసిద్ధుఁడగు, మరునకున్=స్మరునకు, కుసుమర్తువన్=వసంతర్తువనియెడు, మంత్రసాని=సుఖప్రసవముచేయించునట్టిస్త్రీ, బొడ్డుగోసిన=నాభినాళచ్ఛేదముఁజేసిన, కొడవలిఁబోలెన్ = లవిత్రము

వలెనే, కింశుకకోరకంబు=మోదుగు మొగ్గ, విరహి=వియోగులకు, దారకంబయ్యెన్=ఛేదకమాయెను.

తా. వసంతర్తువునందు మోదుగులు పుష్పింపఁగా నా మొగ్గ వంకరగా నెఱ్ఱనై యుండుట వలన నప్పుడు పుట్టిన మన్మథుని బొడ్డు గోసిన నెత్తురుతోడి లిక్కి కొడవలి వలె నుండెననియు, నది విరహులకు వేధఁ జేయునదియై యుండె ననియు భావము.

చ. కుసుమములెల్లఁ గామినుల • కొప్పుల నుండ నటుండ లేమి సి
గ్గునఁగఁగ వంగినట్లు జని • యించె నన ల్మఱి వంగి జీవితే
శ సమితి గొమ్ములం గరఁచి • చల్లఁ గుచ క్షణి కాంగరాగ మా
టసదె యటంచు రాగిలిన • యట్టులు రాగిలి విచ్చెఁ గింశుకిన్. 113

టీ. కుసుమములెల్లన్=సమస్తపుష్పములును, కా...లన్ - కామినుల=యువతులయొక్క, కొప్పులన్=ధమ్మిల్లములయందు, ఉండన్=ధరింపఁబడి యుండఁగా, అటుండలేమిన్=తామట్లుండలేకపోవుట చేత, (నిర్గంధములగుట చేతననుట.), సిగ్గునఁగఁగన్=లజ్జ యతిశయింపఁగా, వంగినట్లు=నమ్రములైనటువలె, ననల్=మొగ్గలు, జనియించెన్=పుట్టెను, మఱి=పిమ్మట, వంగి = ఆశ్లేషంగియుండి, జీవితేశసమితి - జీవితేశ=ఆస్త్రీల ప్రాణనాథులయొక్క, సమితి=సమూహము, కరఁచి=రసముదీసి, కొమ్ములన్=చిమ్మనగ్రోవుల చేత, చల్లన్=చిమ్ముచుండఁగా, (మోదుగుపూమొగ్గల రసము దీసి వసంతములాడుదురనుట), కు...ట - కుచ=స్తనములయందు, క్షణిక=క్షణమాత్రముండెడు, అంగరాగమాట=మైపూఁతయగుట, అసదె=స్వల్పమా, (అన్ని పుష్పములవలెఁ గొప్పులయందుండుటకంటెఁ జన్నులపైఁ జేరుట సామాన్యము గాదనుట), అటంచున్=అనుకొని, రాగిలినయట్టులు=రంజిల్లినభంగి, రాగిలి=రక్తిగలిగి, కింశుకిన్=మోదుగుచెట్టునందు, విచ్చెన్=వికసించెను, ఎఱ్ఱనై మోదుగుఁబువ్వులు వికసిల్లెననుట.

ఉ. నైపుణిఁ జందనాద్రి గహ • నద్రుమ సౌరభ వీచిఁ దామ్రప
ర్ణీ పరిలబ్ధ మౌక్తికమ • ణిప్రకరంబులు దోఁచి దక్షిణా
శాపవనుండు నల్లు వెదఁ • జల్ల జనించెన కాక వీనికే
లా పొడమంగ నప్పొలప • మప్పుడు నా వనిఁ దోఁచెఁ గ్రొన్ననల్.

టీ. దక్షిణాశాపవనుండు=దక్షిణదిగ్వాయువు, నైపుణిన్=నేర్పుచేత, తామ్రపర్ణీ=తామ్రపర్ణీనదియందు, పరిలబ్ధ=గ్రహింపఁబడిన, మౌక్తికమణి=ముక్తామణులయొక్క, ప్రకరంబులు=సమూహములును, చం...చిన్ - చందనాద్రి=మలయపర్వతముయొక్క, గహన=అరణ్యమండలి, ద్రుమ=చందనవృక్షములయొక్క, సౌరభ=పరిమళముయొక్క, వీచిన్=తరంగమునకు, తోఁచి = తోఁగఁజేసి, (తడిపి

యనుట), చల్లువెదక౯=చల్లెడువెదయందు, (లోకమందు గొర్రువెద, చల్లువెద యని రెండువిధములు. వానిలో వరుసగా నేర్పడియుండునది గొర్రువెదయును, అంతట వ్యాపించియుండునది చల్లువెదయును గనుక చల్లువెదయన్నాఁడు.), చల్ల౯ = విత్తనము వేయఁగా, జనించెనకో క=మొలిచెనేకాని, అప్పుడు=ఆవసంతకాలమందు, వీనికి౯=ఈమొగ్గలకు, అప్పాలపము=ఆపాలుపు, (ముత్తెములవంటి రూపమును బరిమళము నుట.), పొడమంగ౯=పుట్టుటకు, ఏలా = ఏమిపని, నా౯ = అనునట్లు, క్రొన్నల్ = క్రొత్తమొగ్గలు, వని౯=వనములయందు, (జాత్యేకవచనము.), తోఁచె౯=కనుపడెను.

తా. వనములయందు ముత్తెములవంటి రూపము గలిగి పరిమళముతోడ మొగ్గలు పుట్టఁగా మలయమారుతము తామ్రపర్ణీనదిలోని ముత్తెములేతే యవి మలయవృక్షపరిమళ లహరీతరంగములో నేర్పుగా ముంచి యవియే వెదఁబెట్టి చల్లిన కారణముచేత మొలకలెత్తినవేకాని లేనియెడ నీచెట్లమీఁది మొగ్గల కా శృంగార మేలవచ్చునని భావము. ఇట్లు చెప్పుటచేత మలయమారుత మొకకర్షకుఁ డని ధ్వనించుచున్నది.

క. వీరుద్ద్రుమిథునమేళన
కై రతిపతి యేయ దుస్సి • హరితద్యుతిఁ బై
నారెగయఁ బొటమరించిన
నారసముల మొనలనంగ • నన లవి మించె౯. 115

టీ. వీ...కై - వీరుత్=లతలయొక్కయు, ద్రు = వృక్షములయొక్కయు, మిథున=ద్వంద్వముయొక్క, మేళనకై=సంపర్కముకొఱకు, రతిపతి = మన్మథుఁడు, ఏయ౯=బాణము నేయఁగా, దుస్సి=నాటి యావలనుండి యావలికిఁబోయి, హరితద్యుతి౯=పచ్చనికాంతిచేత, పైక౯=ఉపరిభాగమందు, నారెగయ౯=నారయెగసిపోవునట్లు, పొటమరించిన=అంకురించిన, నా...గ౯ - నారసముల=నారాచములనియెడు బాణములయొక్క, మొనలనంగ౯=అగ్రములోయనునట్లు, ననలవి=ఆమొగ్గలు, (వ్యస్తవిశేషణము.), మించె౯=అతిశయించెను.

తా. లతావృక్షసంపర్కమునకై మన్మథుఁ డాలతలను వృక్షములను దన నారసములచే నేయఁగా నవి యాలతావృక్షశరీరములలోఁదూఱి వెన్నులయందు మొనలఁ జూపుచున్నవో యన్నట్లు మొగ్గలు బలిసె నని భావము.

చ. తనయుదరంబునం బొడమి • తామ్రరుచిచ్ఛట లుల్లసిల్లఁ గో
ల్కొను ధరణీజ సంతతికిఁ • గోరక దంతము లించుకంత ని
క్కనయది యాదిగాఁగఁ జెలఁగె౯ వనలక్ష్మి గడుం జెలంగఁగాఁ
జనుఁ బ్రియుఁడైన మాధవుని • సంగతి మీఁదటఁ జాలఁ గల్గుట౯.

టీ. తనయుదరంబునన్=తనగర్భమందు, పొడమి=పుట్టి, తా...లు-తామ్రరుచి=అరుణకాంతులయొక్క, ఛటలు=సమూహములు, ఉల్లసిల్లన్ = ప్రకాశింపఁగా, కో...కిన్ - కోల్కొను=వృద్ధిఁబొందుచున్న, (శిశువులుపుట్టినప్పు డెఱ్ఱగానుండుటయు నానాఁటికి వృద్ధియగుటయుఁ బ్రసిద్ధము),ధరణీజ=వృక్షములనియెడు, సంతతికిన్=సంతానమునకు, కో...లు - కోరక=మొగ్గలనియెడు, దంతములు=పండ్లు, ఇంచుకంత=కొంచెము, నిక్కనయది=అంకురించినది, ఆదిగాఁగన్=మొదలుకొని, వనలక్ష్మి=వనలక్ష్మియనియెడు పొలఁతి, కడున్=మిక్కిలి, చెలఁగెన్=సంతోషించెను, ప్రియుఁడు=ఇష్టుఁడు, ఐన, మాధవుని=వైశాఖమాసమనియెడు పురుషునియొక్క, సంగతి=సాంగత్యమనియెడుసంపర్కము, మీఁదటన్=భావికాలమందు, చాలన్=చాలునట్లు, కల్గుటన్=కల్గునను హేతువుచేతను, చెలంగఁగాఁజనున్=సంతోషింపఁదగును.

తా. లోకమందలి స్త్రీలు దమ సంతానమునకుఁ బండ్లు మొలిచెడువఱకు బాలింతలై పురుషసాంగత్యము లేకుండి పండ్లు మొలవఁగానే పురుషులు దమతో సంభోగింతురని సంతోషపడినట్లుగానే, వనలక్ష్మియు వృక్షములు చిగిర్చి వృద్ధియై మొగ్గలు పొడమిన కారణంబున నావృక్షములు బిడ్డలనియును, మొగ్గలు వారిపండ్లనియును, వైశాఖమాసము తన పురుషుఁడనియును, ప్రకాశము సంతోషమనియును, నన్నట్లు చెలువయ్యె నని భావము. వనలక్ష్మి యనియు, మాధవునిసంగతి యనియుఁ జెప్పుట వలన, లక్ష్మికి మాధవ సాంగత్యము యుక్తమే యని భావము. బాలింతలకు బిడ్డలకు దంతములు మొలచు నంతవఱకుఁ బురుష సంపర్కము గూడదని స్మృతులయందుఁ బ్రసిద్ధము.

సీ. మును నన ల్దమిఁ బట్టి • ముంగాళ్లముక్కుజో,
డనలఁ బీలిచి పస•ర్కొనిన విడిచి
పరువంపు విరి గొందు • లరసి చాలై త్రోవఁ,
బెట్టి యీరము లీఁగు • పిండుఁ దగిలి
క్రొవ్విరి దోలుత నొ•క్కఁడు గని యది వ్రాలు,
తఱి దాని నిలఁబడఁ • దాఁకి గ్రోలి
యాకురాలుపుగండ్ల • నానెడు నాస నిం,
తడుగూది బం కంటి • యంగలార్చి
తే. మెట్టకేలకు నొకఁ డబ్బఁ • బొట్టనిండ
గ్రోలి యది గాలిఁ గదలినఁ • గూలు నగుచు

ప్రమదవనపాలికలు వేడ్క • బట్ట నగుచు
మధుదినాదిక్షుధాభ్రిమ • న్మధుపచయము. 117

టీ. మ...ము-మధుదినాద=వసంతర్తుప్రథమదినమందు, క్షుధా = ఆఁకలిచేత, భ్రిమత్=భ్రమిమ్మరుచున్న, మధుపచయము=తేఁటిగుంపు, ముసు=మొదలను, ననల్=మొగ్గలను, తమిన్=మోహముచేత, ముంగాళ్లన్=అగ్రాంఘ్రులచేత, పట్టి = అవలంబించి, ముక్కుజోడనలన్=నాసికాబిలద్వయములచేత, పీలిచి=దూఁటికొని, పసరొక్కనినన్=పసరువాసనరాఁగా, విడిచి=వానివిసర్జించి, ప...లు-పరువంపు=పక్వములగు, విరి=పూలుగల, గొంచులు=మూలమూలలు, అరసి=వెదకి, చాలై = గుంపుగొని, త్రోవఁబెట్టి=పోవుటను మార్గముఁబెట్టి, ఈరములీఁగు = పాదలుదూఁటెడు, పిండున్=సమూహమును, తగిలి=వెనుముట్టి, తొలుతన్=ప్రథమమందు, క్రొవ్విరిన్=క్రొత్తపుష్పమును, ఒక్కఁడు=ఒకభృంగము, కని = చూచి, అదిగ్రాలుతఱిన్=అదిముసరికొనునప్పుడు, దానిన్=ఆభృంగమును, ఇలఁబడన్ = భూమియందుఁబడునట్లు, తాఁకి=తగిలి, క్రోలి=మకరందముఁబానముసేసి, ఆకురాలుపుగండ్లన్=ఆకులురాలిన తొడిమలమొదళ్లయందు, ఆనెడునాసన్=పానముసేసెడునాశచేత, ఇంత=కొంచెము, అడుగూఁది=పాదమునిలిపి, బంక=ఆవృంతమూలనిర్యాసము, అంటి = స్పృశించికొని, అంగలార్చి=కాలువెలుపలికిరాక ఖేదపడి, ఎట్టకేలకున్=కొంతసేపునకు, ఒకఁడబ్బన్=ఒకపుష్పముదొరకఁగా, పొట్టనిండన్=కడుపునిండునట్లు, క్రోలి=మకరందపానముసేసి, అది=ఆపుష్పము, గాలిన్ = వాయువుచేత, కదలినన్=చలింపఁగా, నగుచున్=నవ్వుచును, ప్రమదవనపాలికలు=శృంగారవనములను బరిపాలించెడు పాలఁతులు, పట్టన్=పట్టుకొనుటకు, అగుచున్=దుర్బలములై వశపడుచు, కూలున్=క్రిందఁబడును.

సీ. మరుదూథ మలయాహి • గరధూమ్య లనుగళ,
న్మనసిజ రథపదాం • జనకళికలు
త్రాసధావచ్ఛశి • రత్యక్తబాష్పముల్,
పికపంచమస్వరో • ద్భేద వీణ
లబ్ధాగమన్మరం • దాసార జంబువుల్,
హిందోళ సాక్షాన్మ • కుందరోచు
లభిసారికాంశుకో • ద్యన్నీల గుళికలు,
జాత్యనుల్లసనాత్త • శాపతతులు

తే. చైత్రసంజీవనౌషధీ• జాతచేత
నాత్మజని హేతు తరుపున• ర్వాయి యువతి
కరవిధూతహసంతి కేం• గాలచయము
లళుల పజ్జుఁలు వనుల నం• త్రాడఁ దొడఁగె. 118

టీ. మ...మ్య-మరుత్=వాయువుచేత, ఊఢ=వహింపఁబడిన, మలయ=మలయపర్వతమందలి, అహి=సర్పములయొక్క, గర=విషముయొక్క, ధూమ్యలు=ధూమసమూహములైనట్టియు, (వాయువశముచేతనే పొగలెగయుననియు విషధూమములు మిగుల నల్లనై యుండుననియు భావము.), అ...లు-అనుగళత్=విడువకజాఱుచున్న, (ఇది యంజన కళికలకు విశేషణము.), మనసిజ=మన్మథునియొక్క, రథపద=బండిచక్రములయందలి, అంజనకళికలు=కందెనముద్దలయినట్టియు, (వసంతర్తువునందుఁ గ్రొత్తగా మరుఁడు వెడలెఁ గావునఁ దేరుచక్రముల కప్పుడు కందెనవేయఁగా నాచక్రములు దిరుగునప్పుడా కందెనముద్దలు జాఱుననుట.), త్రా...ల్-త్రాస=భయముచేత, ధావత్=పాఱిపోవుచున్న, శిశిర=శిశిరర్తువుచేత, త్యక్త=విడువఁబడిన, బాష్పముల్=కన్నీళ్లైనట్టియు, (శిశిరర్తువు వెడలినప్పుడు దుఃఖించెననుట.), పి...లు-పిక=కోయిలలయొక్క, పంచమస్వర=పంచమ స్వరముయొక్క, ఉద్భేద=పుట్టుటకు, వీణలు=కస్తూరివీణలైనట్టియు, 'పికఃకూజతిపంచమమ్' అని నిఘంటువు. వీణయందు పంచమస్వరముండుటకు 'శ్రుతిభ్యస్స్యు స్వరాష్షడ్జర్షభ గాంధార మధ్యమాః, పంచమో ధైవతశ్చాథ నిషాద ఇతిసప్తధా, తేషాం సంజ్ఞా స్సరిగమ పధనీత్యపరామతాః' అని సంగీతశాస్త్రము. అబ్దాగమత్ = వర్షాకాలమువలె నాచరించుచున్న, మరంద=మకరందముయొక్క, ఆసార=ధారాసంపాతమునకు, జంబువుల్=నేరేడుపండులైనట్టియు, (వర్షాకాలమందు నేరేళ్లుఫలించుననుట, అబ్దాగమమనఁగా సంవత్సరాగమము, అబ్దాగమమే అబ్దాగమని శ్లిష్టరూపకము.), హిం...లు-హిందోళ=ఆకాలమందుఁ బాడఁదగిన విష్ణుప్రియమైనహిందోళగానమునకు, సాక్షాత్=ప్రత్యక్షమయిన, ముకుంద=కఱివేల్పుయొక్క, రోచులు=శరీరకాంతులయినట్టియు, 'శిశిరస్య వసంతస్య సంధా హిందోళరాగకమ్' అని సంగీతశాస్త్ర ప్రసిద్ధము. కావున నప్పుడా రాగమునకు సంతోషించి ప్రసన్నుఁడైవచ్చి గోవిందుని శరీరకాంతులవలె నుండెననుట. అ...లు-అభిసారికా=ప్రియులకొఱకు సంకేత స్థానములను గూర్చి పోవుచుండెడు స్త్రీలయొక్క, 'కాంతార్థి నీతు యాయాతి సంకేతం సాభిసారికా' అని యమరము. అంశుక=వస్త్రములకు, ఉద్యన్నీలగుళికలు = సద్యోనైల్య సంపాదకఘుటికా విశేషములు, (అభిసారికలు తమ గోపనార్థమై నీలవస్త్రములుధరింతురనుట), జా...లు - జాతి = జాజులవలన, అనుల్లసన = ప్రకాశములేకుండుటంబట్టి, ఆత్త=

పొందఁబడిన, శాప=తిట్లయొక్క, తతులు=సమూహములైనట్టియు, (వసంతర్తువందు జాజులు వికసిల్లవు గావున నవి వసంతునిఁ దిట్టఁగా నాశాపములే యిట్లు వచ్చె ననుట), చై...లు-చైత్ర=చైత్రమాసమనియెడు, సంజీవనౌషధీ=సంజీవనౌషధముచేత, జాత= ఉదయించిన, చేతన = చైతన్యముగల, ఆత్మ = తమయొక్క, జని = జన్మమునకు, హేతు=కారణములగు, తరు=వృక్షములనుగూర్చి, పునర్యాయి=మగిడిపోవుచున్న, యువతి=ఉవిదలయొక్క, కర=హస్తములచేత, విఘాత=పాఱఁజల్లఁబడిన, హసంతికా=కుంపట్లయందలి, ఇంగాల = బొగ్గులయొక్క, చయములు = సమూహములైనట్టియు, 'నిర్ధూమాంగారభరిత హసంతికాయంత్రస్యచ' అనిభోజరాజన్నట్లు, చలికాలమందు స్త్రీలు కుంపట్లెత్తియుండి వసంతర్తువు రాఁగానే చలిదీఱెఁ గావున నాకుంపట్లు పాఱఁ జల్లగా నందలి నల్లబొగ్గులకు వసంతర్తువనెడు సంజీవనౌషధము దగిలి ప్రాణములువచ్చి తమ జన్మములకు హేతువులగు వృక్షములను గూర్చి మరలఁ బోవుచున్నట్లుండెననుట. అళులపఙ్క్తులు=తుమ్మెదలగుంపులు, వనులన్=వనముల యందు, అట్టాడన్=సంచరించుటకు, తొడఁగెన్=ఉపక్రమించెను.

తే. ద్విజతఁ గాంచియు మధుసేవ • విడువలేక
జాతిఁ బాసిన తేంట్లని • స్వనముఁ గూడు
కొనుటనో యనఁ గోకిల • స్వనము సెలఁగెఁ
దనకు మఱి పంచమత్వంబు • దప్పకుండ. 119

టీ. ద్విజతఁగాంచియు = విప్రత్వమును బొందియును, 'దంతవిప్రాణ్డజా ద్విజా' అని నిఘంటువున్నదిగానఁ దుమ్మెదలు నండజము లగుటచేతఁ బక్షులయ్యె ననుట. మధుసేవన్=మద్యపానమును, విడువలేక = విసర్జింపలేక, (మకరందపాన మనుటయు నిది కోకిలపర్యాయ మైనప్పుడు ద్విజత్వమును వసంతర్తు సేవయనుట.), జాతిన్=తమద్విజజాతిని, పా...న్ - పాసిన=విడిచిన, తేంట్ల=తుమ్మెదలయొక్క, నిస్వనమున్=నాదమును, కూడుకొనుటనో = సంయోగించుటచేతనో, (తుమ్మెదలు మధుసేవవలనఁ గులభ్రష్టము లయినవనియును, (జాజినివిడిచె ననుట.), అనన్=అను నట్లు, కోకిలస్వనము=పికస్వరము, తనకు, మఱి=పిమ్మట, పంచమత్వంబు = పంచమస్వరత్వమును, ఐదవ మహాపాతకుఁడగుటయును, 'పికఃకూజతిపంచమమ్' అన్నట్లు పంచమ స్వరత్వమనుటయుఁ 'దత్సంయోగీచ పంచమ' యనున ట్లయిదవవాఁడగుటయు ననుట, తప్పకుండన్=తప్పిపోకుండునట్లు, చెలఁగెన్=ఒప్పెను, (కోకిలములకుఁ బంచమస్వరము స్ఫుటముగా వచ్చెననుట.)

ఉ. పూచినమావులం దవిలి • పూవిలుజోదున కమ్మె మాధవుం
డేచిన శంక నాతఁ డవి • యేకొనియే పథికావళీజయ

శ్రీచణుఁ డయ్యె నట్టిద యకృత్యముచే నగునట్టిపీడయుం
గోచరమానె దైవ మనుకూలము నై పరుమేలు దీఱినన్. 120

టీ. మాధవుండు=వసంతుఁడు, పూ...లన్-పూచిన = శరీరముపూచిన, మావులన్=గుఱ్ఱములను, తవిలి=అంటి, ఏ...కన్ - ఏచిన=అతిశయించిన, శంకన్=అనర్థశంకచేత, పూవిలుజోదునకున్=కుసుమకార్ముకునకు, అమ్మెన్=విక్రయించెను, (గుఱ్ఱములకు శరీరములు పూచెనేని యవి కీడుసేయుట యశ్వశాస్త్రప్రసిద్ధ మను టయుఁ బూచిన మామిళ్లనుటయును),అవియేకొనియే=ఆ పూచిన మావులనే కొనియే, అతఁడు=ఆమన్మథుఁడు, ప...డు-పథికావళీ=విరహిసమూహముయొక్క, జయశ్రీ=జయసంపదయందు, చణుఁడు అయ్యెన్=సమర్థుఁడయ్యెను, అట్టిద=అట్టిదేకదా, అకృత్యముచేన్=దుష్కార్యముచేత, అ...యున్-అగునట్టి=కలుగునట్టి, పీడయున్=ఆర్తియును, దైవమనుకూలమునై=దైవమనుకూలించియుండియు, పరుమేలు - పరు=శత్రువుయొక్క, మేలు=మంచికాలము, తీఱినన్=సమాప్తికాఁగా, గోచరమానె=తనకుఁ గనుపడునా,(మావుల నమ్మినవాఁడు మాధవుఁడుగనుక దైవ మనుకూలమై యని చెప్పెను, దైవానుకూల్యమున్నప్పుడు జయ మెవ్విధముననైనఁ గలుగుననుట.)

తా. వసంతర్తువునందు మామిడిచెట్లు లెస్సగాఁ బూచెననియును,మన్మథుఁడా పువ్వులచేతఁ బథికులను జయించె ననియును భావము.కీడు చేయవలసిన పూచినమావులు జయప్రదము లయినట్లు చెప్పుటవలన వ్యాఘాతాలంకారము. 'స్యాద్వ్యాఘాతో తథాకారి తథాకారిక్రియేత చేత్' అని దానిలక్షణము. ఆవ్యాఘాతాలంకారము మావు లను తావున శ్లేషమూలకాభేదాతిశయోక్తిచేత ననుప్రాణితము గనుక నా రెంటికిని సంకరము దీని కర్థాంతరన్యాసాలంకారముతో సంసృష్టి.

మ. ఉరుశక్తి న్మధుమాసదోగ్ధ పిదుకన్ జ్యోత్స్నాగవీచంద్రిమన్
స్ఫుర దూధః ప్రవిముక్తమైన నిబిడజ్యోత్స్నాపయఃపూరమున్
విరియంబాఱినగొజ్జెఁగ ల్గురియ మున్నీరైన యక్కమ్మనీ
రు రహిం గూడిన నేర్పరించుగములై రోలంబకాదంబముల్. 121

టీ. మధుమాసదోగ్ధ - మధుమాస=వసంతర్తువనెడు, దోగ్ధ = పాలుపిదుకు వాఁడు, ఉరుశక్తిన్=మహాబలముచేత, పిదుకన్=పిండఁగా, జ్యో...మన్ - జ్యోత్స్నా=వెన్నెలరాత్రియనెడు, గవీ=గోవుయొక్క, చంద్రమః=చందమామయనెడు, స్ఫురత్ = గొప్పదైన, ఊధః = పొదుఁగువలన, ప్రవిముక్తమైన=కురిసిన, నిబిడ=దట్టమైన, జ్యోత్స్నా=వెన్నెలయనెడి, పయః = పాలయొక్క, పూరమున్ = సమూహమును, వి...ల్-విరియంబాఱిన=వికసించిన, గొజ్జెఁగల్ = గొజ్జంగిపూలు, కురియన్=వర్షింపఁగా, మున్నీరైన = సముద్రప్రాయమయిన, అక్కమ్మనీరు =

ఆమకరందమును, రహిన్ = సొంపుగా, కూడినన్=కలిసికొనఁగా, రోలంబకాదంబముల్ - రోలంబ=తుమ్మెదలనియెడు, కాదంబముల్=కలహంసలు, గములై= గుంపులై, ఏర్పరించున్ = ప్రత్యేకపఱచును. (వెన్నెలయందు గొజ్జఁగపూఁదేనెను దుమ్మెదలు గ్రోలెననుటయు, హంసలు పాలు నీరు వేఱు పఱచుటయు ప్రసిద్ధములనుట). రూపకాలంకారము.

ఉ. దిగ్గియ నంచ దూఁడు గొని • తీర వనేక్షువు వంక మీఁదుగా
నగ్గడ ఫుల్ల కేసరము•నందు వసింపఁగ నెక్కు నూలిను
న్ప్రగ్గము నం దనారత మ•రంద సరస్యరవిందగోష్ఠికిన్
వెగ్గల మాడు తేంట్లు మరు•వింటికిఁ బూనె గుణద్వయత్వమున్.122

టీ. దిగ్గియన్=దీర్ఘికయందు, (రూ. డిగ్గియ), అంచ = హంస, తూఁడు= కమలనాళమును, కొని = గ్రహించి, తీ...గాన్ - తీర = దరియందలి, వన = వనముయొక్క, ఇక్షువు = చెఱకుయొక్క, వంకమీఁదుగాన్ = వంపుమీఁదుగా, అగ్గడన్ = ఆప్రాంతమందు, ఫు...దున్-ఫుల్ల = పుష్పించిన, కేసరమునందున్= పొన్నచెట్టునందు, 'పున్నాగః పురుషస్తుఙ్గః కేసరో దేవవల్లభః' అని నిఘంటువు. వసింపఁగన్ = వ్రాలఁగా, ఎ...ముల్ - ఎక్కు=ఆచెఱకున కెక్కినట్టి, నూలి=ఆ బిసనాళ తంతు సంబంధియగు, నున్ = నునుపైన, ప్రగ్గముల్ = సూత్రంబు, అందు =ఆపొన్నచెట్టున, అ...కిన్ - అనారత = ఎడతెగని, మరంద = మకరందముయొక్కయు, సరసీ=ఆడిగ్గియయందలి, అరవింద = కమలములయొక్క, గోష్ఠికిన్ = సమాజమునకును, వెగ్గలము = అధికముగా, ఆడు = సంచరించుచున్న, తేంట్లు = తుమ్మెదలును, మరువింటికిన్ = మన్మథుని ధనువునకు, గుణద్వయత్వమున్ - గుణ = గొనయములయొక్క, ద్వయత్వమున్ = జంటతనమును, పూనెన్ = వహించెను.

తా. ఒక సరస్సులోనుండి హంస తామరతూఁడు ద్రుంచుకొని దాని దరినున్న చెఱకు వంకమీఁదుగాఁ బొన్నచెట్టుమీఁద వ్రాలఁగా నాబిసనాళతంతువులా చెఱకునకుఁ దగుల్కొని యది యొక యల్లెత్రాడుగాను, మఱియు నా పొన్నపూలమకరందము కొఱకు నా సరస్సునందలి కమలముల మకరందము కొఱకు నెడతెగక చాలుగట్టి యాచెఱకువంకమీఁదుగానే తిరుగుచున్న తుమ్మెదలొక్క యల్లెత్రాడుగాను, ఈరెండును రెండల్లెత్రాళ్లుగా మన్మథునకి ధనుస్సయిన యా చెఱకునకమరెననియును, బాంథ విజయమునకై మన్మథుఁడు తన వింటికి బటువుగా రెండల్లెత్రాళ్లు వేసికొనె ననియు భావము.

చ. నిడుద మధూళిక ల్నడుమ • నే కొని తీఁగెలు సాఁగఁ జుట్టుకొం
* చడవిఁ గడార కాచకట • కాకృతి సుళ్ల మెలంగె గాడుపుల్
జడగతి నధ్వనీనపరి • షత్పటునిశ్వసితానలం బెదు
ర్పడ మఱి సార్చులై సుఱసు • ఱం దుద సుళ్లుగ స్రుక్కెనో యనన్.

టీ. ని...ల్ - నిడుద = పొడువులగు, మధూళికల్ = మకరందధారలను, నడుమనే=భూమినిబడకుండమధ్యభాగముననే, కొని=గ్రహించి, తీఁగెలుసాఁగన్= మకరందము జిగటగావునఁ దీఁగెలు సాఁగునట్లు, చుట్టుకొంచున్ = వలయితములౌచు, గాడుపుల్ = వాయువులు, అ...బు - అధ్వనీన=పథికులయొక్క, పరిషత్ = సమూహముయొక్క, పటునిశ్వసిత = నిట్టూర్పులయొక్క, అనలంబు = అగ్ని, ఎదుర్పడన్ = తనకెదురుగాఁగా, మఱి = పిమ్మట, సార్చులై = మంటలతోఁగూడినవై, సుఱసుఱన్=సుఱసుఱయనఁగా, తుదన్=అగ్రమందు, సుళ్లుగ=ఆవర్తములుగలుగఁగా, స్రుక్కెనో యనన్=శోషించెనో యనునట్లు, అడవిన్=అరణ్యమందు, కడార=కపిలవర్ణముగల, 'కడారః కపిలః పిఙ్గ' అని నిఘంటువు. కాచకటక=గాఁజు చుట్టయొక్క, ఆకృతి=ఆకారమువంటి యాకారముగల, సుళ్లన్ = ఆవర్తములచేత, జడగతిన్=మందగమనముచేత, మెలంగెన్ = సంచరించెను.

తా. పుష్పములనుండి జాఱెడు మకరంద ధారలు క్రిందఁబడకుండ నడుమనే గ్రహించి తీఁగెలు సాఁగునట్లు వలయితములై గాజులవలెఁ గపిల వర్ణము గలిగి యడవులయందు వాయువులు సంచరింపఁగా విరహులయొక్క నిట్టూర్పుచిచ్చెదుఱుపడఁగా మండుచు నగ్రముల సుళ్లవలె ముడుఁచుకొని సుఱసుఱ స్రుక్కెనో యన్నట్లుండె నని భావము.

చ. కురిసినక్రిందిపుప్పొడులఁ • గొంచు నగంబుల మీఁదికై పిశం
గరుచులఁ గొన్ని పెల్లెగసె • గాడ్పులసుళ్ పతి మాధవుండు రా
నెరవుగఁ బూవు సొమ్మిడి వ• నేందిర భూమికి వెండి మెట్టదా
మరరవణంబు రాఁ గొన భ్ర•మద్గతులౌ మలుచుట్టులో యనన్.

టీ. కు...లన్ - కురిసిన = పుష్పములనుండి రాలినట్టి, క్రింది = వృక్షముల క్రిందనున్న, పుప్పొడులన్=పుష్పరజములను, కొంచున్=గ్రహించుచు, అగంబుల మీఁదికై=వృక్షములపైకిఁగాను, పిశంగరుచులన్ = పచ్చనికాంతులచేత, కొన్ని= కతిపయములగు, గాడ్పులసుళ్లు = వాయువులయొక్క యావర్తములు, (కర్తృపదము.), పతి = భర్తయగు, మాధవుండు = విష్ణుఁడు, (వైశాఖమాసముననుట), రాన్ = రాఁగా, వనేందిర = వనలక్ష్మి, పూవుసొమ్ము = పుష్పము లనియెడు,

* చడరి.

మె...బు-మెట్టదామర=స్థలకమలమనియెడు, రవణంబు=భూషణము, రాఁ=రాఁగా, భూషణము, భూమికి=నేలకు, ఎరవుగనిడి=ఎరవుగాఁబెట్టి, వెండి=మఱియు, కొనన్=తీసికొనఁగా, భ్రిమద్గతులా - భ్రిమత్=తిరుగుచున్న, గతులా=గమనములుగల, మలుచుట్టులోయనన్=చీలలోయనునట్లు, పెల్లు=అధికముగా, ఎగసెన్=ఉద్గమించెను. సుళ్లనుకర్తృపదమునకు 'సలోలోశ్చ' అను సూత్రముచేత సుల్లోపమై యీరూపము వచ్చెను.

తా. భూమికిని దనకును భర్తయగు మాధవుఁడు రాఁగా, వనలక్ష్మి తనకుఁగల పూవుసొమ్మును భూమికెరవుగాఁబెట్టి భూమికిఁగల మెట్టదామర యను వేఱొక వింతసొమ్ము తాను బెట్టుకొనఁగా మరలు దిరుగుచున్న మరచుట్టులో యనునట్లు చెట్లక్రింద రాలిన పుష్పాదులు రేఁపికొని పచ్చని వన్నెగలిగి కొన్ని సుడిగాడ్పులు చెట్లపై కెగసె నని భావము.

చ. తరుణు లదోనిదాన మధు♦ధార నన ల్వకుళాళి నింపఁగాఁ
దరుణుల మేము గామె యని♦ తద్గతలై వనదేవత ల్సురం
ధర వకుళౌఘ మెల్లను న♦న ల్గనఁ గ్రాయఁగ నించుబుగ్గలన్
దొరసె మధుప్రపూర్ణత మ♦ధూకములం బృథు పాండు పుష్పముల్.

టీ. తరుణుల్=యువతులు, అ...రన్-అదోనిదాన-అదః=ఈపుష్పములకు, నిదాన=ఆదికారణమయిన, మధుధారన్=మద్యధారచేత, వకుళాళిన్=పొగడచెట్ల పఙ్క్తియందు, ననల్=పుష్పములను, నింపఁగాన్=నిండింపఁగా, 'వకుళో ముఖసీధునా' అన్నట్లనుట, ఏము=మేము, తరుణులముగామె=యువతులముగామా, అని=అనుచు, తద్గతలై-తత్=ఆ వనమును, గతలై=పొందినవై, వనదేవతల్ = వనదేవతలు, సురన్=మద్యముచేత, (మకరందముచేతననుట.), ధరన్=భూమియందు, వకుళౌఘము=పొగడలగుంపు, ఎల్లను=సమస్తమును, ననల్గనన్=మొగ్గలువేయునట్లు, క్రాయఁగన్=ఉమియుటకై, నిం...లు-నించు=నిండించియున్న, బుగ్గలు=పుక్కిళ్లు, అన్మధూకములన్=అను ఇప్పచెట్లయందు, పృ...లు-పృథు=పెద్దవియగు, పాండు=తెల్లనగు, పుష్పములు=పువ్వులు, మధుప్రపూర్ణతన్ - మధు=మకరందముచేత, ప్రపూర్ణతన్=మిక్కిలి నిండియుండుటచేత, దొరసెన్=పోలెను.

తా. ఇప్పపువ్వులు మిగులఁ దెల్లనై మకరంద భరితములై యుండఁగా దశవిధదోహదములలో నొకఁడైన ముఖసీధువుచేతఁ దరుణులు పొగడచెట్లను బుష్పింపఁ జేయఁగాఁ జూచిన వనదేవతలు తాము ను దరుణు లగుట నారీతిగానే సమస్త వకుళవృక్షములను బుష్పింపఁ జేయుటకై యత్నపడి యుమియుటకై తెల్లని మద్యముఁ బుక్కిళ్లఁ బట్టియుండఁగా నా బుగ్గలవలెనుండె నని భావము.

చ. తరుణుల కౌఁగిట న్ననుచు • తమ్ము వృథా విరులెత్తి చేసె మో
పరులుగఁ జైత్రుఁ డంచుఁ దద • భావమనోభవవహ్ని వెచ్చి ని
ర్భరమధుపాళిధూమము ప • రాగపు నీఱును దేనెగట్టిచాఁ
దరుదుగఁ దాల్పఁగాఁ గొరవు • లై యొఱుగంబడెఁ గొన్ని భూజముల్.

టీ. త...టన్-తరుణుల=ఉవిదలయొక్క, కౌఁగిటన్=ఆలింగనముచేత, న...మ్మున్-ననుచు = పుష్పించునట్టి, తమ్మున్=తమ్మును, (గోరింటలను), 'ఆలిఙ్గనాత్కురవక' అన్నట్లనుట. వృథా=వ్యర్థముగా, విరులెత్తి=పుష్పములెత్తి, చైత్రుఁడు=వసంతర్తువు, మోఁపరులుగన్=బరువుమోసెడువారిఁగా, చేసెన్=ఒనర్చెను, అంచున్=అనుచు, త...హ్నిన్-తత్ = ఆయువత్యాలింగనముయొక్క, అభావ=లేమిచేత, మనోభవ=మన్మథసంబంధియయిన, వహ్నిన్=అగ్నిచేత, వెచ్చి = దగ్ధములై, ని...ము-నిర్భర=నిబ్బరములైన, మధుప=తుమ్మెదలయొక్క, ఆళి=పఙ్క్తియనెడు, ధూమము=పొగయును, పరాగపు=పుష్పరజోమయమగు, నీఱును=భస్మమును, తేనెకట్టిచాఁదు=మకరందమనియెడు కట్టిచాఁదును, (పచ్చికట్టె కాలునప్పుడు లోపలినీరు పైకుబికి చాఁదుగట్టుననుట), అరుదుగన్=వింతగా, తాల్పఁగాన్=ధరింపఁగా, కొన్నిభూజముల్=కొన్నిచెట్లు, కొఱవులై=అలాతములై, (కొరవులనఁగా గురువకములు) ఒఱుగంబడెన్=నేలవ్రాలెను. (తాపభరముచే ననుటయుఁ బుష్పభరముచే ననుటయు.) అలాతమనునర్థమున శకటరేఫము. శ్లేషయందు రేఫద్వయము గ్రాహ్యము.

తా. కురవకశబ్దభవములై కొరవు లని చెప్పఁబడియెడు గోరింటలు స్త్రీల యాలింగనములచేతనే మేము పూయుదుమే యట్టి మమ్ము నీ చైత్రుఁడు బరువుచేటుగాఁ దాను వృథా పుష్పింపఁజేసెనని యాస్త్రీల యాలింగనము లేకుండుటవలని మదనాగ్నిచేతఁ దపింపఁ బడినందులకుఁ జిహ్నముగాఁ దుమ్మెదలు పొగ లెగసినట్లును, బుప్పొడి బూదిరాలినట్లును, మకరందము దానిలోని నీరుపేరి నల్లఁబడి చాఁదుగట్టిన ట్లుండగాఁ నొఱుగఁబడి తమపేరు సార్థక మగునట్లు కొఱవులవలె నుండెననియును, నాకులు మొదలగునవి కనుపడకుండునట్లు లెస్స పూచి యుండె ననియును భావము. అలం. గమ్యోత్ప్రేక్ష.

ఆ. ఫలశలాటు లురుల • నళులకై తమకూడు
చెఱుప మావు లంటి • చెలువ పిండు
మగుడ ననలు నింప • మొగము గన్నులు నెఱ్ఱఁ
బాఱె మిగుల శౌక • పైకములకు. 127

టీ. చెలువపిండు = సుందరీసమూహము, ఫలశలాటులు = పండ్లుగాయలు, ఉరులన్=రాలిపోవునట్లు, అళులకై=తేఁటులకొఱకు, తమకూడు=తమ యాహారము

కాకన నాతి దన్నినవికాసము నొంది వనస్థలస్థితా
శోకము సేసె మెచ్చునఁ బ్రసూనరజఃకనకాభిషేకమున్. 131

టీ. తాఁచినన్ = తన్నినను, మేకొని=అంగీకరించి, భృగువున్=భృగుమహామునిని, మెచ్చిన వానికిన్ = మెచ్చుకొన్నయావెన్నునకు, మ...ర్త్య-మర్త్య=మనుష్యుఁడైనరామావతారమందలి, భార్య = గృహిణి, ఔ శ్రీకిన్ = ఐన శ్రీదేవియగు సీతకు, నివాసమై=ఉనికిపట్టై, చెలిమిసేయుటన్=స్నేహముచేయుటచేత, ఇ...తి - ఇట్టి=ఈవిధమయిన, ప్రశాంతి = అధికశాంతి, కల్గెనో కాక=కలిగినదోకాక, అనన్=అనునట్లు, నాతి=ఒకయింతి, తన్నినన్=తన్నఁగా, వికాసమునొంది=వికసిల్లి, 'అశోకశ్చరణాహత్యా' యన్నట్లనుట. వ...ము - వనస్థల=వనప్రదేశమందు, స్థిత=ఉన్నట్టి, అశోకము = అశోకవృక్షము, మెచ్చునన్=సంతుష్టిచేత, ప్ర...మున్-ప్రసూనరజః=పుప్పొడియనియెడు, కనకాభిషేకమున్, చేసెన్=ఒనర్చెను.

తా. తొల్లి భృగుమహాముని తన్నఁగాఁ గోపింపక మెచ్చుకొన్న విష్ణుదేవునికి, రామావతారమందు భార్యయైన సీతాదేవికి లంకయందు నివాసస్థానమై చెలిమి చేయ నా సంబంధముచేతఁ దనకు నట్టి శాంతగుణము గలిగెనో యనున ట్లశోకవృక్షము దన్నొక నాతి దన్నఁగా బుష్పించి పచ్చని పుప్పొడిచేత నాయింతికిఁ గనకాభిషేకముఁ జేసి నట్లుండె నని భావము.

మ. అళు లేతద్వదనేందురాగ మిళనా ప్రాదుర్భవత్కోరకం
బుల తేనెల్సుధ లంచు రా నొకతె నెమ్మోము మెత్తఁ జైత్రంపుఁ బు
వ్వులలోఁ దద్గుణు లయ్యె గంధఫలిఁ బువ్వుల్వుట్టి పోఁదోలె నొ
చ్చెల చేఁదై తఱచెందుఁ దల్లిబడికోలట్టాటయే కామహిన్.132

టీ. ఒకతె=ఒక్కనాతి, నెమ్మోముమెత్తన్ = ముఖమెత్తఁగా, అళులు = తుమ్మెదలు, ఏ...త్-ఏతద్వదనేందు-ఏతత్ = ఈనాతియొక్క, వదన=ముఖమనియెడు, ఇందు=చంద్రునియొక్క, రాగ=రక్తితోడ, మిళనా=కూడుటచేత, ప్రాదుర్భవత్=పుట్టుచున్న, కోరకంబుల=మొగ్గలయొక్క, తేనెల్=మకరందములు, సుధలంచున్=అమృతములని, (తియ్యనై యుండు నని యనుట), 'ముఖరాగేణచంపకః' అనునట్లనుట. చైత్రంపు బువ్వులలోన్=చైత్రుఁడువికసింపఁజేసిన పుష్పములలో,తద్గుణులయ్యెన్=ఆ కాంతాముఖగుణములే కలవియయ్యెనా యనికాకువు, (కాలేదనుట), గంధఫలిన్=సంపెఁగయందు, పువ్వుల్వుట్టి=పుష్పము లుదయించి,చేఁదై=తిక్తమై, పోఁదోలెన్ = వెడలఁగొట్టెను, ఒచ్చెల=ఇదిఖేదోక్తి, ఎందున్ = ఎచ్చటనైనను, మహిన్=భూమియందు, తఱచు=బహుళముగా, తల్లిబడికోలట్టవుటయేకా=తల్లివలె

పక, ఫలమొసఁగెన్=పండిచ్చెను, (కోరికనిచ్చెను), 'స్థాణూరుద్రఉమాపతిః' అని అమరము. స్థాణువుపైఁ బోయ కన్నప్ప యనువాఁడు పూజార్థము పుక్కిటి సుర నుమియఁగాఁ గోపగింపక కామితఫలమిచ్చెనఁట. ఇది శ్రీకాళహస్తి మాహాత్మ్యప్రసిద్ధము. అట్టె=అప్రకారమే, పద్మవదన=తమ్మివంటి మొగముగల యువిద, వదనసురన్=తననోటియందలిమద్యమును, కూర్మిన్ = ప్రేమచేత, ఒసఁగన్=ఇయ్యఁగా, పుష్పమైననీవలదే=పూవేనియునీవలదా, అనుమాడ్కిన్ = అనియెడురీతిచేత, ఉమిసినన్=ఉమియఁగా, పొగడ=వకుళవృక్షము, ననిచెన్=పుష్పించెను. 'వకుళో ముఖసీధునా'

తా. మున్నొక్క మగవాఁడు స్థాణువుపై నుమిసిన నతనికి ఫలమొసఁగి యుండఁగాఁ,దామరవంటి మోముగల యువతి పుక్కిటి సుర యొసఁగఁగా బువ్వైన నియ్యవలదా? యన్నట్లు, పొగడపై నొకమగువ యుమియఁగా నది పూచెననిభావము.

తే. మధువుఁ గాంతలపుక్కిటి • మధువుఁ బేళ్ల
యీర్ష్యఁ బస సూపఁ బొగడపై • నెలయ దాన
విరిసెఁ దొల్లిటి దళములు • విరులు జడిసె
దీన నగ్గల్పునకు నుబ్బి • తేటు లార్చె. 130

టీ. మధువున్=వసంతమాసమును, కాంతల = స్త్రీలయొక్క, పుక్కిటి=బుగ్గలయందలి,మధువున్=మద్యమును, పేళ్ల=సమాననామములచేతనైన, ఈర్ష్యన్=ఈసుచేత, పస=తమతమహెచ్చులను, చూపన్=కనఁబఱుచుటకై, పొగడపైన్=వకుళవృక్షముమీఁద, ఎలయన్=వ్యాపింపఁగా, దానన్=అవ్యాపించుటచేత, తొల్లిటి దళములు = మున్నున్నసైన్యములు, (ఆకులనుట), 'దళంశస్త్రీభఛేభదే' అని నిఘంటువు. విరిసెన్=విచ్చెను, (రాలెననుట), విరులు = తొల్లింటిపువ్వులు, జడిసెన్=భయపడెను, (క్రొత్తపువ్వులు జడిగొనెననుట), దీనన్ = ఈహేతువుచేత, అగ్గల్పునకున్ = ఆవసంతవిజయమునకు, ఉబ్బి=సంతసించి, తేటులు = తనపక్షముననున్న తుమ్మెదలు, ఆర్చెన్=సింహనాదముచేసెను. (ధ్వనిచేసెననుట).

తా. మధువను నామము వసంతర్తువునకును మద్యమునకుఁ జెల్లునుగావున, నా నామైక్య వైరముచేతఁ దమతమ పస పొగడచెట్టుపైఁ గనుపింపఁగా, సువిదల పుక్కిళ్ల మధువుచేఁ జిగిరించి పుష్పించియున్న యాకులను బువ్వులను రాలిచి, వసంతర్తువు పొగడను మరలఁ బుష్పింపఁజేసెననియును; మరలఁ బూచినపూల కలరి తుమ్మెదలు మ్రోసెననియును భావము.

ఉ. మేరొని తాఁచినం భృగువు • మెచ్చిన వానికి మర్త్యభార్యయా
శ్రీకి నివాస మై చెలిమి • సేయుట నిట్టిప్రశాంతిగల్గె నో

కాకన నాతి దన్నినవి • కాసము నొంది వనస్థలస్థితా
శోకము సేసె మెచ్చునఁ బ్ర • సూనరజఃకనకాభిషేకముల్. 131

టీ. తాఁచినన్ = తన్నినను, మేకొని=అంగీకరించి, భృగువున్=భృగుమహా మునిని, మెచ్చిన వానికిన్ = మెచ్చుకొన్నయా వెన్ను నకు, మ...ర్త్య-మర్త్య=మనుష్యుఁడైనరామావతారమందలి, భార్య = గృహిణి, ఔ శ్రీకిన్ = ఐన శ్రీదేవియగు సీతకు, నివాసమై=ఉనికిపట్టై, చెలిమిసేయుటన్=స్నేహము చేయుటచేత, ఇ...తి - ఇట్టి=ఈవిధమయిన, ప్రశాంతి = అధికశాంతి, కల్గినోకాక=కలిగినదోకాక, అనన్=అనునట్లు, నాతి=ఒకయింతి, తన్నినన్=తన్నఁగా, వికాసమునొంది=వికసిల్లి, 'అశోకశ్చరణాహత్యా' యన్నట్లనుట. వ...ము - వనస్థల=వనప్రదేశమందు, స్థిత= ఉన్నట్టి, అశోకము = అశోకవృక్షము, మెచ్చునన్=సంతుష్టిచేత, ప్ర...ముల్- ప్రసూనరజః=పుష్పొడియనియెడు, కనకాభిషేకముల్, చేసెన్=ఒనర్చెను.

తా. తొల్లి భృగుమహాముని తన్నఁగాఁ గోపింపక మెచ్చుకొన్న విష్ణుదేవునికి, రామావతారమందు భార్యయైన సీతాదేవికి లంకయందు నివాసస్థానమై చెలిమి చేయ నా సంబంధముచేతఁ దనకు నట్టి శాంతగుణము గలిగెనో యనునట్లశోకవృక్షము దన్నొక నాతి దన్నఁగా బుష్పించి పచ్చని పుప్పొడిచేత నాయింతికిఁ గనకాభిషేకముఁ జేసి నట్లుండె నని భావము.

మ. అళు లేతద్వదనేందురాగ మిళనా • ప్రాదుర్భవత్కోరకం
బుల తేనెల్సుధ లంచు రా నొకతె నె • మ్మోము మెత్తఁ జైత్రంపుఁ బు
వ్వులలోఁ దద్గుణు లయ్యె గంధఫలిఁ బు • వ్వుల్పుట్టి పోఁదోలె నొ
చ్చెల చేఁదై తఱచెందుఁ దల్లిబడికో • లట్టౌటయే కామహిన్.132

టీ. ఒకతె=ఒక్కనాతి, నెమ్మోము మెత్తన్ = ముఖమెత్తఁగా, అళులు = తుమ్మెదలు, ఏ...ల్-ఏతద్వదనేందు-ఏతత్ = ఈనాతియొక్క, వదన=ముఖమనియెడు, ఇందు=చంద్రునియొక్క, రాగ=రక్తితోడ, మిళనా=కూడుటచేత, ప్రాదుర్భవత్=పుట్టుచున్న, కోరకంబుల=మొగ్గలయొక్క, తేనెల్=మకరందములు, సుధలంచున్=అమృతములని, (తియ్యనై యుండు నని యనుట), 'ముఖరాగేణచంపకః' అనునట్లనుట. చైత్రంపు బువ్వులలోన్=చైత్రుఁడువికసింపఁజేసిన పుష్పములలో,తద్గుణులయ్యెన్=ఆ కాంతాముఖగుణములే కలవియయ్యెనా యనికావువు, (కాలేదనుట), గంధఫలిన్=సంపెఁగయందు, పువ్వుల్పుట్టి=పుష్పము లుదయించి,చేఁదై=తిక్తమై, పోఁదోలెన్ = వెడలఁగొట్టెను, ఒచ్చెల=ఇదిఖేదోక్తి, ఎందున్ = ఎచ్చటనైనను, మహిన్=భూమియందు, తఱచు=బహుళముగా, తల్లిబడికోలట్టవుటయే కా=తల్లిపలె

నగుటయేకదా, (ఈ పద్యము ప్రథమపాదమందాజుపశ్లేషముచేత యతినిర్వహింపవలయును).

తా. ఒకస్త్రీ మొగమెత్తఁగా దాని ముఖచంద్రసంయోగమువలనఁ బుట్టిన సంపెంగ మొగ్గలలోని మకరందము చంద్రసుధవలెనే తియ్యఁగా నుండునని తుమ్మెదలు రాఁగాఁ జెట్టునఁ బుట్టుటచేఁ బూర్వపు గుణమే కలిగి సంపెంగ పువ్వులు తుమ్మెదలకు మిక్కిలి చేఁదై చేరకుండఁ బాఱవోలెను; బిడ్డలకుఁ దల్లి గుణమే యుండునని భావము.

చ. అలరెఁ బ్రియాళు వోర్తు ప్రియ • మాట వసంతముఁ బాడ నప్పు డ
వ్వేలఁది సపత్ని భక్తికిని • వేల్పులు మెత్తురు గాన రాగమచ్
ఛలమునఁ దన్నుఁ బాడఁగ వ•సంతుఁడు దా దయచేసెఁ గాక యా
యెలె నిజశక్తినా యనుచు • నీపసకుం గొదవెట్టె నీసునన్. 133

టీ. ఓర్తు=ఒక్కతె, ప్రియమాటన్ = తనకిష్టమాటవలన, వసంతమున్ = వసంతరాగమును, పాడన్ = గానముసేయఁగా, ప్రియాళువు = ప్రేంకణపుఁజెట్టు, అలరెన్=పుష్పించెను, 'వసంతస్సహాయస్తు వసంతర్తౌప్రగీయతే' అనుసంగీతశాస్త్ర సంప్రదాయమునఁ బాడఁగా, 'గీత్యాప్రియాళు ర్నితరాం' అన్నట్లు పుష్పించెననుట. అప్పుడు = ఆకాలమందు, అ...త్ని - అవ్వేలఁది=ఆపాడినచేడియొక్క, సపత్ని=సవతి, వేల్పులు=దేవతలు, భక్తికిని, మెత్తురుగానన్=మెచ్చుకొందురుగావున, రాగము=వసంతరాగము, అచ్ఛలమునన్=అను నెపముచేత, తన్నున్=ఆవసంతుని, పాడఁగన్=గానముసేయఁగా, వసంతుఁడు, తాన్=తాను, దయచేసెఁగాక=కృపచేసెనుగాని, ఈప్రియాళువును బుష్పింపఁజేసెనుగానియనుట. నిజశక్తినా-నిజ=ఈబిడయొక్క, శక్తినా = సామర్థ్యముచేతనా, ఆయెలె = అప్పడేయాయెలే, ఇది నిస్సారార్థకము. అనుచున్ = అనిపల్కుచు, ఈపసకున్ = ఈ పాటఁబాడి పుష్పింపఁజేసినసారస్యమునకు, ఈసునన్=సవతియందలి యీర్ష్యచేత, కొదవెట్టెన్=కొఱఁతను ఆరోపించెను.

తా. ఓర్తు వసంతరాగముఁ బాడఁగాఁ బ్రేంకణము పూచెను; దానికి నాస్త్రీయొక్క సవతి మెచ్చుకొనక యీసుచేత వేల్పులు భక్తికి మెత్తురు గావున, వసంతమనియెడు తనపేరుగల రాగముచేతఁ దన్నుఁ బాడఁగా, నావసంత దైవతమే యీచెట్టును బుష్పింపఁ జేసెనుగాని, యీపె కింత సామర్థ్యమా యని నిరసించె నని భావము.

తే. అధరసుధఁ బ్రాణి జతఁబ్రాణి • యగుచు మౌక్తి
కాండమాలిక నిడెను నా•సాగ్రమౌక్తి

కంబ యనఁజాలు ననలిచ్చె • గతజరత్సు
మంపు వావిలిమొగ మూర్పు • నింప నోర్తు. 134

టీ. ఓర్తు=ఒక్కతె, మొగమూర్పు=మొగమునందలి యుచ్ఛ్వాసమును, నింపన్=నిండింపఁగా, 'సిందువారోముఖానిలాత్' అనునట్లనుట. అధరసుధన్=అధరమందలి యమృతస్పర్శముచేత, ప్రాణిజతన్=ప్రాణముగల ముత్తెపుఁ జిప్పవలనఁ బుట్టినదగుటచేత, ప్రాణియగుచు=తాను ప్రాణము గలదగుచు, నాసాగ్రమౌక్తికంబ-నాసా=ఆపొలఁతిముక్కుయొక్క, అగ్ర=కొనయందలి, మౌక్తికంబ=ముక్తాభూషణమె, మౌ...కీన్ - మౌక్తికాంత=ముత్తెంపుగ్రుడ్లయొక్క, మాలికన్=పఙ్క్తిని, ఇడెను=పెట్టెను, అనన్=అనునట్లు, గతజరత్సుమంపు-గత=రాలిపోయిన, జరత్=ముదురువైన, సుమంపు=పువ్వులుగల, వావిలి=నిర్గుండివృక్షము, చాలుననలిచ్చెన్ = శ్రేణిగానుండు మొగ్గలనీనెను.

తా. ఒక్క మగువ నిట్టూర్పు నింపఁగా దానివలనఁ బువ్వులు రాలిపోయిన వావిలి చెట్టునందుఁ గ్రొత్తగా శ్రేణికట్టి మొగ్గలు గనిపించెననియు; నవి యాస్త్రీ యొక్క యధరమందలి యమృత స్పర్శముచేతఁ బ్రాణముగల ముత్తెపుఁ జిప్పలో దాను బుట్టియున్న కతంబునను, దానును బ్రాణముగలదై యానెలఁత నాసాభూషణ మగు మౌక్తికము పాలుగా ముత్తెపు గ్రుడ్లు పెట్టె నట్లుండె ననియును భావము.

చ. ఘనమగు నాకురాలి తిల•కం బతిరిక్తత నున్న నోర్తు లోఁ
గనికర మూని కన్నుఁగవఁ • గాయజుఁ డిల్లడ యిడ్డ తూపులే
యనువుగ నించెఁగాక మఱి • యంటక ముట్టక యొక్కచేష్టలే
క నెగడెఁ జూడ్కి నంట యిది • కల్లనఁగా నలరించెఁ జూపులన్. 135

టీ. ఓర్తు=ఒకయింతి, ఘనమగు=దట్టమైన, ఆకురాలి, తిలకంబు=బొట్టుగుచెట్టు, అతిరిక్తతన్=మిక్కిలిదారిద్ర్యముచేత, ఉన్నన్=ఉండఁగా, లోన్=మనస్సులో, కనికరము=కారుణ్యమును, ఊని=వహించి, కన్నుఁగవన్=తననేత్రద్వయమందు, కాయజుఁడు=పూవిల్తుఁడు, ఇ...లే-ఇల్లడయిడ్డ=దాఁచియుంచిన, తూఁపులే=బాణములే, అనువుగన్=సొగసుగా, నించెఁగాక=ఈపె నిండించెఁగాని, మఱి=లేనియెడ, అంటకముట్టక=తగలకతాఁకకయే, (ఇదిజాత్యుక్తి), ఒక్కచేష్టలేక=ఒకవ్యాపారములేక, చూడ్కిన్=చూపుచేత, నెగడెనంట=వృద్ధియయ్యె ననుట, ఇది=ఈపల్కు, కల్లనగా=అసత్యమనునట్లుగా, చూపులన్=వీక్షణములచేత, అలరించెన్=పుష్పింపఁజేసెను, 'తిలకోవీక్షణేనచ' యన్నట్లనుట.

తా. ఒక బొట్టుగుచెట్టున నాకులు రాలి బీదగిలి యుండఁగా, నోర్తు కరంబు గనికరంబున దానిఁ జూడఁగా నప్పుడే తప్పక విప్పగల గొప్పపువ్వు లుప్పతిల్లె, నది

మదనుని యంప గుదులు దాఁచియున్న యాచకోరలోచన లోచనంబులందలి యాములుకులు మరల వెడలించి యీ తిలకంబుపై సెలయించెఁ గాని, లేకున్న నీజోకనటకముట్టకయే చిట్టలుం బెట్టకయ యుట్టిపడ్డట్టు లిట్టు పువ్వులు పుట్టుట కల్లయని యొల్ల రను నట్లొప్పియుండె నని భావము.

తే. సాంద్రమకరందవృష్టి ర•సాతలంబుఁ
దొరఁగు పువ్వుల భువియుఁ బూ•ధూళి నభము
నీక్రమత్రయి మాధవుఁ • డాక్రమించె
నురువిరోచనజనిత మ•హోష్మ మడఁగ. 136

టీ. సాం...ష్టి - సాంద్ర = తఱచైన, మకరంద = పూఁదేనియలయొక్క, వృష్టి=వానచేత, రసాతలంబున్ =పాతాళమును, తొరఁగు=రాలుచున్న, పువ్వులన్ =పుష్పములచేత, భువియున్ =భూమిని, పూధూళిన్ =పుష్పరజముచేత, (మిశ్రసమాసము), నభమున్ =ఆకాశమును, ఈక్రమత్రయిన్-ఈ=ఈ చెప్పఁబడినమకరందపుష్పరజము లనియెడు, క్రమ=పాదవిక్షేపములయొక్క, త్రయిన్ =మూఁటిచేత, మాధవుఁడు=వసంతుఁ డనియెడు త్రివిక్రముఁడు, ఉ...ము-ఉరు=విస్తారమైన, విరోచన=సూర్యునిచేత, జనిత=పుట్టింపఁబడిన, మహోష్మము=మహాతాపము, విరోచనజనిత=విరోచనసుతుఁ డగు బలిచక్రవర్తియొక్క, మహోష్మము=మహాప్రతాపము, అడఁగన్ =శాంతిఁబొందునట్లు, ఆక్రమించెన్ =త్రిలోకముల నాక్రమించెను.

తా. మాధవుండని విష్ణునకుఁ దగిన పేరుగల వసంతుఁడు, సూర్యప్రతాపము బలిప్రతాపమువలె నడఁగునట్లు, పాతాళమర్త్య స్వర్గలోకములను వరుసగా మకరందపుష్పరజములచేత మూఁడడుగులచేత నాత్రివిక్రమునివలె నాక్రమించెననియును, వసంతర్తువునందు సూర్యుఁ డంత విస్తారముగా వేఁడిమిఁ జూపఁడనియును భావము. ప్రకృత వసంతవర్ణనముచేత నప్రస్తుత త్రివిక్రమ పరిస్ఫూర్తి గలుగుటవలన సమాసోక్త్యలంకారము.

క. ఊడుకొనఁ బడు మధూలిక
యోడికలకుఁ గ్రిందఁ గ్రిమ్మ•యుండెడు తేంట్లన్
నీడలు దరిగియుఁ దిరుగని
జాడఁ దరు ల్వ్రాలిచె నవ్వ•సంతపువేళన్. 137

టీ. ఊడుకొనన్=భూమియూటుపట్టునట్లు, ప...కున్-పడు=స్రవించుచున్న, మధూళిక=మకరందధారలయొక్క, ఓడికలకున్=ప్రవాహములకు, క్రిందన్=అధోభాగమందు, క్ర...ట్లన్ - క్రమ్మియుండెడు=ముసదుకొన్న, తేంట్లన్=తుమ్మెదలచేత, నీడలుదిరిగియు=ఛాయలు ప్రొద్దువెంబడి మఱియొకదిక్కునకుఁ దిరిగియును,

తిరుగనిజాడన్ = తిరుగనిరీతిగానే, తరుల్ = వృక్షములు, అవ్వసంతపువేళన్ = ఆవసంత కాలమందు, పొలిచెన్ = ఒప్పెను.

తా. ఆ వసంతఋతువునందు మకరందమధికమై స్రవింపఁగా నావాసనకుఁ జెట్ల క్రింది భూమిమీఁదఁ దుమ్మెదలు గ్రమ్ముకొని లేవక నల్లనై యుండెఁ గావునఁ బ్రొద్దు వెంట నీడలు దిరిగినను దిరుగనియట్లే యాచోట్లు నీడలవలె నుండె నని భావము.

చ. శతదళమంజరీ ధవళ • చైత్రి నిశామల చంద్రికౌఘముల్
వృత వియదంత కేళి వన • వృక్ష లతాంతరజచ్ఛట న్గళం
కితఁ గని కామినీ కమన • కేళియుఁ బోఁ జెడవా నగాటవీ
కతక పరాగ మొక్కెడెసఁ • గ్రిమ్మి యనచ్ఛత మాన్పకుండినన్.

టీ. శ...ల్ - శతదళ = తెల్లదామరపువ్వులయొక్క, మంజరీ = గుత్తులవలెనే, ధవళ = తెల్లనైన, చైత్ర = చైత్రమాససంబంధినులగు, నిశా = రాత్రులయందలి, అమల = స్వచ్ఛమైన, చంద్రికా = వెన్నెలయొక్క, ఓఘముల్ = జలప్రవాహములు, 'ఓఘోవితానే వేగ్యాంచ' అని నిఘంటువు. వృత = ఆవరింపఁబడిన, వియదంత = ఆకాశప్రదేశముగల, కేళివన = ఉద్యానవనములయందలి, వృక్ష = చెట్లయొక్క, లతాంత = పుష్పములయొక్క, రజః = పరాగములయొక్క, ఛటన్ = సమూహముచేత, కళంకితన్ = బురద గలుగుటను, కని = పొంది, న...ము - నగాటవీ - నగ = పర్వతములయందలి, అటవీ = అడవులయందలి, కతక = చిల్లచెట్లయొక్క, పరాగము = రజము, ఒక్కెడెసన్ = ఒకదిక్కునందు, క్రమ్మి = వ్యాపించి, అవచ్ఛతన్ = స్వచ్ఛముగాకుండుటను, మాన్పకుండినన్ = పోఁగొట్టకుండుటచేత, కామినీకమన = విటీవిటులయొక్క, కేళియున్ = క్రీడయును, పోన్ = పోవునట్లుగా, చెడవా = చెడిపోవా, (పోవునను).

తా. తెల్లనైన చైత్రమాస రాత్రులయందలి వెన్నెల లనియెడు నిర్మలోదక ప్రవాహము లుద్యానవనములలోని పుష్పాదుల తిప్పలచేతఁ గలఁగినవై యుండఁగా నవి తేఱుట కొకమూలను గొండల యడవులలోని చిల్లచెట్ల పుప్పొడులు వ్యాపించి యా కలఁక దీర్చి యా నీరు దేర్చిన లెస్సైయుండునే కాక, యట్లు చేయకుండిన నాప్రవాహములు విటీవిటుల క్రీడల కుపయోగింపక తాముం జెడిపోవు నని భావము. (బురదనీటిలోఁ జిల్లపాడిరాల్చిన నీరు తేరుట ప్రసిద్ధము).

సీ. శైత్యపాండిమలు దుః • షారాంతమునఁ జేరె,
నిరులుకొ స్తాత్రిషపం • దిరుల విరుల
వలయగానముల యు • క్తులకార్శ్యమునఁ జేరె,
మలయగపుఁ గమ్మవీ • వలులనలుల

సౌరభోల్లాసము•ల్జాతి గ్రుంగఁగఁ జేరె,
  నలరారు గోదమ క్రో•వులను నెలను
స్ఫుట జటామస్కరం•బులు ప్రతిచ్యుతిఁ జేరె,
  నందన ప్లక్ష సం•తతుల వృతుల
తే. స్వభృతపరభృత వినుత రం•సాలపరిష
దహరహస్క్షిప్త బహురహః•ప్రహారవిహార
మాణ మానవతీ పరి•మ్లానిమాని
వారి వారిజ వనగంధ•వాహ మొలసె. 139

టీ. తుషారాంతమునన్-తుషార=మంచుయొక్క, అంతమునన్ = నాశకాల మందు, (శిశిరర్తువుగడవఁగాననుట), శైత్యపాండిమలు=చల్లఁదనమును దెల్లఁదనమును, (ఇవి మంచిగుణములు), ఇరులుకొన్ = చీఁకట్లు గ్రమ్ముచున్న, ద్రాక్షపందిరులన్ = ద్రాక్షా కాయమానములయందును, విరులన్=పుష్పములయందు, చేరెన్ = ప్రవేశించెను. (ద్రాక్షపందిళ్లు బలసి యల్లికొనెఁ గావున నచ్చటఁ జల్లదనమును, పుష్పములు వికసిల్లఁగా నందు దెల్లఁదనమునుజేరె ననుట),అ...నన్ - అయుక్తుల=ప్రియులతోఁ గూడికొనని విరహముగలస్త్రీలయొక్క, కార్శ్యమునన్ = కృశించుటయందు, వలయుగానములు=వారియొక్కకంకణములును సంగీతములును, మలయంపు=మలయ పర్వతసంబంధులగు, కమ్మ=పరిమళించుచున్న, వీవలులన్ = వాయువులయందును' అలులన్=తుమ్మెదలయందును, చేరెన్=ప్రవేశించెను, (విరహముచేత స్త్రీలు కృశింపఁగా వారి కంకణములు దూసి పోయెననియుఁ, జింతచేత గానములు మానిరనియు, నా చిహ్నములు వరుసగా సుడిగాడ్పులయందుఁ గంకణత్వమును దుమ్మెదలయందు గానమును జేరెననుట,) జాతి = జాజి, (జాత్యేకవచనము), క్రుంగఁగన్ = అడఁగి పోఁగా, సౌరభోల్లాసముల్ = వానియొక్క పరిమళ ప్రకాశములు, అలరారు= పుష్పించుచున్న, కొదమక్రోవులను=గున్నలయిన క్రోవిచెట్లయందును, (పరిమళమ నుట), నెలను=చంద్రునియందును, (ప్రకాశమనుట), చేరెన్ = ప్రవేశించెను, ప్రతి చ్యుతిన్-ప్రతి = సన్న్యాసులయొక్క, చ్యుతిన్ = జాఱుటచేత, (వసంతర్తువురాఁ గానే సన్న్యాసులు వ్రతమును గాపాడుకోఁజాలక పోయిరనుట), స్ఫుట=స్పష్టము లగు, జటా=వారియొక్కజడలును, మస్కరంబులు = వేణుదండములును, నందన= ఉద్యానములలోని, ప్లక్ష=జువ్విచెట్లయొక్క, సంతతులన్ = సమూహములయందు, (జటా స్వరూపములుగ నూడలు దిగెననుట), వృతులన్=ఆవరణములయందు, (వెలు గులవెదుళ్లు గానవచ్చెననుట), 'వేణుమస్కరతేజనా' అనియును 'ప్రాచీనంప్రాం తతోవృత్తి' అనియు నిఘంటువులు. చేరెన్ = ప్రవేశించెను, స్వభృత = తమచేతఁ

బోషింపఁబడిన, పరభృత = కోయిలలచేతను, వినుత = శ్లాఘింపఁబడిన, రసాల= తియ్యమామిళ్లయొక్క, పరిషత్=గోష్ఠులయందు, అహరహః=దినదినమును, క్లృప్త= చేయఁబడిన, బహు=అనంతములగు, రహః = ఏకాంతములందలి, ప్రహార=జాములయందు, విహరమాణ=విహరించుచున్న, మానవతీ = ఈలువుటాండ్రయొక్క, పరిమ్లానిను=హెచ్చైనబడలికను, అనివారి = మిక్కిలినివారించుచున్న, వారిజవనగంధవాహము=కమల వనములమీఁదుగా వీచెడు వాయువు, ఒలసెన్=విసరెను.

తా. మామిడితోఁటయందుఁ గోయిలలు చిగుళ్లకొఱకు గుంపులు గూడి కూయుచుండఁగా నవియనియెడు గడియారములచేతఁ బ్రొద్దులు గడపుచు స్త్రీలుండఁగా వారి బడలికలు వాయువులు దీర్చునని భావము. కడమ సుగమము. పర్యాయాలంకారము. 'పర్యాయో యదిపర్యాయేణైకస్యానేకవర్ణన' మ్మని దానిలక్షణము.

ఉ. సారెకుఁ గీరము ల్ఫలరసాలము శాఖలలోనఁ ద్రిమ్మరం
గా రహిఁ దన్మధూళికకుఁ గా నళిపఙ్క్తులు వెంట గ్రుమ్మరం
గా రొదమించె నందుఁ జిలుక ల్వనలక్ష్మియుఁ దద్వచస్సుధాం
ధోరుచు లానఁగా సరపణు ల్జనుల ట్లిడి పెంపఁగా బలెన్. 140

టీ. సారెకున్ = మాటిమాటికి, కీరముల్ = చిలుకలు, ఫల = పండియున్న, రసాలము = తియ్యమామిడియొక్క, శాఖలలోనన్=కొమ్మలలోపల, త్రిమ్మరంగాన్=సంచరించుచుండఁగా, రహిన్=శృంగారమును, తన్మధూళికకుఁగాన్- తత్=ఆఫలములయొక్క, మధూళికకుఁగాన్=రసధారకుఁగాను, అళిపఙ్క్తులు= తేఁటిచాళ్లు, క్రుమ్మరంగా=తిరుగఁగా, అందున్ = ఆవనమందు, వనలక్ష్మియున్= తద్వచస్సుధాంధోరుచులు-తత్=ఆచిలుకలయొక్క, వచః=పలుకులనెడు, సుధాంధః=అమృతరూపమగునన్నముయొక్క, రుచులు = చవులను, ఆనఁగా = ఆస్వాదించుటకై, జనులట్లు = భూప్రజలవలెనే, సరపణుల్ = గొలుసులను, ఇడి=ఉనిచి, చిలుకల్=చిలుకలను, పెంపఁగాబలెన్=పెనుచుచున్నట్లు, రొద=ధ్వని, మించెన్= అతిశయించెను.

తా. పండిన తియ్యమామిడి కొమ్మలలోఁ దిరుగుచున్న చిలుకల వెంబడి తుమ్మెదలు మెదలఁగా నవి సరపణులవలె నుండెఁ గావున, వనలక్ష్మియుఁ జిలుకల పలుకులు విని యలరుటకై మనుష్యులవలెనే చిలుకలకు గొలుసులు వేసి పెనుచుచున్నట్లుండఁగాఁ జిలుకలు రొదసేసె నని భావము.

సీ. ప్రతిహంతృతాత్తకేతత చన్న భృంగసం,
ఘపుటంగములచేతఁ గాయమెత్తి

యమదిశాగత మరు•త్ప్రాణియై *దదళిరం,
  గస్థలాబ్జినిఁ దమ్మి•కన్ను దెఱచి
ప్రాంతఫుల్లామ్ర సం•శ్రయి తచ్ఛటాహతా,
  ద్గతి లేచి చెలిఁ జైత్రుఁ•గౌఁగిలించి
యురు పరాగపుశాటి•నుద్దండ వాప్యుత్ప,
  లస్రవత్సీధు ర•త్యస్రముడిపి
తే. క్రమ్మఱఁ బలాశ కటకాము•ఖమునఁ గీర
చలితశాఖాస్ఫుటాశోక•శరముఁ గూర్చెఁ
దద్రతికిఁ గాఁగఁ జలికాలఁ•దన్నిమంచు
పాండురాంగుండు విడిచిపో•బ్రదికి మరుఁడు. 141

టీ. మరుఁడు = మన్మథుఁడు, వ్ర...త - వ్రతి=వ్రతములుగల వారియొక్క, హంతృతా=హత్యచేతను, ఆత్త=సంభవించిన, కీటత=పురుగగుట, చన్న్=పోఁగా, భృం...తన్-భృంగసంఘపు=తేఁటిగుంపులనెడు, అంగములచేతన్ = అవయవముల చేత. కాయమెత్తి=(తాను), దేహమెత్తి,(సన్న్యాసులను జంపుటచేతఁ బురుగు జన్మము వచ్చెననుట), య...ణి-ఐ - యమ=యమునియొక్క, దిశా = దిక్కువలన, ఆగత= వచ్చినట్టి, మరుత్=వాయువుచేత, ప్రాణి ఐ=ప్రాణములుగలవాఁడై, త.. లిన్-తద ళి=మున్ను చెప్పఁబడినతుమ్మెదలకు, రంగస్థల = నృత్తస్థలమైన, అబ్జినిన్=కమలలత యందు, తమ్మి=తామరయనియెడు, కన్ను = నేత్రమును, తెఱచి=విచ్చి, (అందఱ ప్రాణములు దీయువాఁడు యముఁడు మరల నీ మరుని ప్రాణములను బంపెననుట, పుట్టినపిదప శిశువు గన్ను దెఱమననుట), ప్రాం...లిన్ - ప్రాంత=సమీపమందలి, ఫుల్ల=పుష్పించిన, ఆమ్ర=మామిడిచెట్టును, సంశ్రయి = ఆశ్రయించినట్టియు, తచ్ఛ టా-తత్=అతుమ్మెదలయొక్క, ఛటా = సమూహముయొక్క, హతాద్గతిన్=అల వోకచేతను, లేచి=ఉద్గమించి, చెలిన్=స్నేహితుఁడైన, చైత్రున్=వసంతమాసమును, కౌఁగిలించి=ఆలింగనము చేసికొని, (ఎడఁబాసి యాపదఁజెందినవారు తమచెలినిఁజూడఁ గానే కౌఁగిలించుకొనుట ప్రసిద్ధము), ఉ...టిన్ - ఉరు = విస్తారమగు, పరాగపు= పుప్పొడిరూపమగు, శాటిన్=వస్త్రముచేత, ఉద్దండ=అధికమగు, వాపి=డిగ్గియయం దలి, ఉత్పల=కలువపువ్వువలన, స్రవత్=జాఱుచున్న, సీధు=మకరందమనియెడు, రత్యస్రము - రతి=తనభార్యయగురతీదేవియొక్క, అస్రము=కన్నీటిని, ఉడిపి=తుడిచి, (తన విరహముచేత రతీదేవి దుఃఖించుచుండఁగా మరల నుదయించి యాయమకన్నీరు

* వికచరంగత్స్థలా.

దుడిచె ననుట), క్రమ్మఱన్ = మరలను, ప...నన్ - పలాశ = మోదుగుఁబువ్వనియెడు, కటకాముఖమునన్ = కటకాముఖమనుహస్తమందు, 'తర్జనీమధ్యమామధ్యే పుంఖోంగుష్ఠేనపీడ్యతే, యస్మిన్నామికాయోగాత్ సహస్తఃకటకాముఖమ్' అని తల్లక్షణము. కీ...మున్-కీర = చిలుకచేత, చలిత = కదలింపఁబడిన, శాఖా = కొమ్మయందు, స్ఫుట = వికసించిన, అశోక = అశోక పుష్పమనియెడు, శరమున్ = బాణమునకు, కూర్చెన్ = సంధించెను, మ...డు-మంచు = శిశిరర్తువనియెడు, పాండురాంగుండు = తెల్లనిశరీరముగల శివుఁడు, తద్రతికిఁగాఁగన్ = ఆట్టిరతిదేవికొఱకు, చలికాలన్ = చలియనుపాదముచేత, తన్ని = తాఁచి, విడిచి = ఇతనినంతటవిసర్జించి, పోన్ = పోఁగా, బ్రదికి = జీవించి, కూర్చెననుదానితో నన్వయము. చలికాల మనియెడు శివుఁ డీ మన్మథునిందుదముట్టఁ జంపక, కాలఁ దన్ని రతీదేవియందుఁ గరుణించి, యామెకై వీని విడిచెఁగావున, బైఁ జెప్పినట్లు బ్రదికి యిట్లాయె ననుట.

చ. చిగురుఁ బికాళికి న్ఫలముఁ • జిల్కలగుంపునకు న్మధూళిఁ దేఁ
టిగమికిఁ దావి గాలికి వి•టీవిటకోటికిఁ బువ్వులుం దలం
బుగఁ గృప నీనియు న్సురభి•పుంస్త్వముఁ బాంథులచోటఁ బూనె న
ట్లగుఁ బ్రజ కోర్కులిచ్చుతన • కాత్మఁ దలంచినదబ్బ దేయనన్. 142

టీ. సురభి = వసంతర్తువు, (కామధేనువు ననియుం జెప్పఁదగు), పికాళికిన్ = కోయిలచాలునకు, చిగురు = పల్లవమును, చిల్కలగుంపునకున్ = శుకసమూహమునకు, ఫలమున్ = పండును, తేఁటిగమికిన్ = భృంగచయమునకు, మధూళిన్ = మధుధారను, గాలికిన్ = మలయమారుతమునకు, తావిన్ = పరిమళమును, విటీవిటకోటికిన్ = కామినీకమనసముదాయమునకు, పువ్వులున్ = పుష్పములును, దలంబుగన్ = దట్టముగా, కృపన్ = దయచేత, ఈనియున్ = ఇచ్చియును, (ఈనుట స్త్రీధర్మముగనుక నది గలిగియు నని పుంస్త్వవిరోధము), అట్లగున్ = ఆరీతియగును, ప్ర...బు - ప్రజ = జనముయొక్క, కోర్కులు = కామితములను, ఇచ్చు = ఒసఁగునట్టి, తనకున్, ఆత్మన్ = బుద్ధియందు, తలంచినది = ఊహించినది, అబ్బదే = లభింపదా, అనన్ = అనునట్లు, పాంథులచోటన్ = విరహులవిషయమున, పుంస్త్వమున్ = మగతనమును, పూనెన్ = వహించెను, (విరహులనుమాత్రము బాధించె ననుట).

తా. సురభి యనఁగా వసంతర్తువును గామధేనువునుగాన, నది స్త్రీవ్యక్తియైన నందఱకుఁ గోరిక లిచ్చునట్టి సామర్థ్యము గలిగి యున్న తనకు అమగతనము గోరినచోరాదా యనునట్లు పుంస్త్వముం దాల్చె నని భావము.

సీ. సహకార ఫలరస • సౌరభ్యములఁ గూడి,
మాధ్వి మోవులఁ గదం•బముగ వలవ,
మలయజోదరత జం•భల ఫలత్వగ్గత,
శ్రీ మించు చెవులఁ గో•జ్జెఁగలు మెఱయ
శశి కదళోదర•చ్ఛదపుఁ బావడలూరు,
చకచకఁ బట్టి పా•లికిఁ బెనంగి
ద్రొక్కు తేంట్లకుఁ గాఁక • లెక్కింపఁ జెరివిన,
గంధఫలీపఙ్క్తిఁ • గబరు లలరఁ
తే. గేలఁ గలవంటకపుదావి•కిని బులిమిన
ఘుసృణములు మించి సనల బే• రెసగెడు వన
ములు నమేరురజోవృష్టిఁ • బూదిఁ జఱవ
నింతు లెనసిరి పూఁబొద•రిండ్లఁ బతుల. 143

టీ. స...లన్ - సహకారఫల = తియ్యమామిడిపండ్లయొక్క, రస = రసముయొక్క, సౌరభ్యములన్ = పరిమళములను, కూడి=కలిసికొని, మాధ్వి = తేనె, మోవులన్=వాతెఱలయందు, కదంబముగన్ = కలపముగా, వలవన్ = పరిమళింపఁగా, (మామిడిపండ్లరసమును మద్యమును స్త్రీలు గ్రోలుదురనుట), మ...తన్ - మలయజ = చందనము, ఉదరతన్ = లోపలఁగల్గియుండుటచేత, జం...శ్రీన్ - జంభలఫల = దూదినిమ్మపండ్లయొక్క, త్వక్ = చెక్కులను, గత = పొందిన, శ్రీ=కాంతివంటికాంతిచేత, మించు = అతిశయించుచున్న, చెవులన్ = శ్రోత్రములయందు, గోజ్జెఁగలు = గోజ్జెఁగపూలు, మెఱయన్ = ప్రకాశింపఁగా, (స్త్రీలు గోజ్జెఁగపూలను కర్ణభూషణములుగా నునిచికొనిరనుట), శ...లు - శశికదళీ = కర్పూరపుటరఁటిచెట్టుయొక్క, ఉదర = గర్భమందలి, ఛదపు = మోవువంటి, పావడలు=అంగదట్టములు, ప్రావారములు, ఊ...కన్ - ఊరు = తొడలయందలి, చకచకన్ = మెఱసెడుకాంతిని, పట్టి = అవలంబించి, పాలికిఁబెనంగన్ = భాగమునకుఁ బెనఁగులాడఁగా, (లేఁత యరఁటి మోవులవంటి పావడలు గట్టుకొని రనుట), త్రొ...కున్ - త్రొక్కు = (వాసనలకై తమతలలు) త్రొక్కుచున్న, తేంట్లకున్=తుమ్మెదలకు, కాఁకలు=తాపములను, ఎక్కింపన్=అతిశయింపఁజేయుటకు, చె...క్తిన్ - చెరివిన=తుఱిమినట్టి, గంధఫలీపఙ్క్తిన్ = సంపెఁగపూలచాలుచేత, కబరులు=క్రొమ్ముడులు, అలరన్ = ప్రకాశింపఁగా, (తమ తలలమీఁద వ్రాలుచున్న తేఁటులకోటుపడి వానికి భయముకొఱకు సంపెఁగపూలు దుఱిమి రనుట), కేలన్ = హస్తమందు,

క...కిఁ - కలవంటకపు = చిత్రాన్నములయొక్క, తావికిఁ=మరిమళముపోవుటకు గాను, పు...లు - పులిమిన = పూసికొనియున్న, ఘుసృణములు = కుంకుమపుఁబూఁతలు, మించఁగ=అతిశయింపఁగా, (శర్కరాన్నము (చక్కరపొంగలి) మొదలగు కలవంటకములను భుజింపఁగా నావాసన తెలియకుండుటకుఁ జేతులయందుఁ గుంకుమ పూవుఁ జేర్చిరనుట), ననలఁ=పుష్పములచేత, పే...లు - పేరెసఁగెడు = మిక్కిలి యొప్పుచున్న, వనములు=తోఁటలు, న...ష్టిఁ - నమేరు=సురపొన్నలయొక్క, రజః=పుప్పొడులయొక్క, వృష్టిఁ=కురియుటచేత, బూదిఁ=భూతిని, (దుమ్మనను ట), చఱవఁ=పూయుచుండఁగా,(స్త్రీలమీఁదఁ బుప్పొడులు రాలుచుండు ననుట), ఇంతులు=యువతులు, పూఁబొదరిండ్లఁ=పూచిన నికుంజములయందు,పతులఁ=తమ నాథులను, ఎనసిరి=పొందిరి.

తా. స్త్రీలు లెస్సగా నలంకరించుకొని నికుంజగృహములయందుఁ దమ నాథులతోఁ గ్రీడించిరని భావము.

వ. అట్టి వసంత సమయంబున. 144

ఉ. కామిని మేఘరంజి మధు•గర్వ మడంతు నటంచు లో నిజ
క్షేమముఁ గోరి పాడి మణి•చిత్ర మరుత్తృణతా చిరద్యుతి
స్తోమ వలాహకావలులు • దోఁచి ప్రఫుల్ల కదంబ కేతకో
ద్దామ సమీరణాహతులఁ • దాపము నీ నొఱగు న్విచేష్టతన్. 145

టీ. కామిని=చూడికుడుత్తనాచ్చియారు, మధుగర్వము-మధు = వసంతర్తువు యొక్క, గర్వము=క్రొవ్వును, అడంతునటంచున్=అడఁచెదనని, లోన్=అంతరంగమందు, నిజక్షేమమున్=తనసేమమును, కోరి=అపేక్షించి, మేఘరంజిన్=మేఘరంజి యనియెడురాగమును, పాడి=గానముచేసి, మ...లు - మణి=మణిమయమైనట్టియు, చిత్ర=నానావర్ణములుగల,మరుత్తృణత=దేవధనువు,అనఁగా నింద్రచాపమును, అచిరద్యుతి=మెఱుములయొక్క, స్తోమ=సమూహమునుగల, వలాహక = మేఘముల యొక్కయు, బెగ్గురుపులుఁగులయొక్కయు, ఆవలులు=పఙ్క్తులు, తోఁచి=కనఁబడి, ప్ర...లన్ - ప్రఫుల్ల=వికసిల్లిన, కదంబ=కడిమిపూవులయొక్కయు, కేతక=గేదంగులయొక్కయు, ఉద్దామ=అధికమగు, సమీరణ=వాయువుయొక్క, ఆహతులన్=వీచుటలచేత, తాపమున్=సంతాపమును, ఈన్=కలుగఁజేయఁగా, విచేష్టతన్=చేష్టలుడుగుటచేత, ఒఱగున్ = సోలును,(ఇచట మూర్ఛారూపమయిన మన్మథావస్థ చెప్పఁబడినది.)

తా. వసంతర్తువు హెచ్చియుండుటచేత దానిమద మడంతునని తనక్షేమముఁ గోరి మేఘరంజిరాగము నా చూడికుడుత్తనాచ్చియా రాలాపముఁ జేయఁగా, నంత మేఘోదయమై వెంటనే యాచిహ్నము లన్నియుఁ గల్గి యావర్షర్తువందుఁ బుష్పిం

చెడు కడిమి గేదఁగి పూలమీఁదుగా వాయువులు విసరుటవలన మిక్కిలి తాప మొదవఁగా నాయమ చేష్టలు దక్కి మూర్ఛ మునిఁగె నని భావము.

తే. అతివ పూర్ణేందుభీతిఁ ద • దశ్మశాలఁ
దెండి యతఁ డందు నినుమడి • తీండ్రఁ దోఁప
మింటి పయినుంట గా దని • యింటిపైకిఁ
దెచ్చుకొంటి నటంచుఁ బెఱ • ఱిచ్చ వెడలు. 146

టీ. అతివ=అయింతి, పూ...తిన్ - పూర్ణేందు=నిండుచంద్రునివలన, భీతిన్=భయముచేత, తదశ్మశాలన్=ఆచంద్రకాంతశాలయందు, తెండి=తెన్నండి, (శయనించియనుట), అతఁడు=ఆ చంద్రుఁడు, అందు=ఆ చంద్రకాంతశాలయందు, ఇ...ద్రన్-ఇనుమడి=ద్విగుణమయిన, తీండ్రన్=వేండ్రముగా, తోఁపన్=కనఁబడఁగా, మింటిపైన్=ఆకసముమీఁద, ఉంట=ఉండుట, కాదని=కూడదని, ఇంటిపైకిన్=గృహముమీఁదికి, తెచ్చుకొంటిన్, (ప్రతిబింబరూపముగా ననుట), అటంచున్=అని, పెఱిచ్చన్=మిక్కిలిచీఁదఱచేత, వెడలున్=ఆ చంద్రకాంతశాలనుండి వెడలును.

తే. భ్రమర గీతిక మాయ వి • పంచి మీట
దాన శ్రుతిఁగూడి మిగులఁ ద • ద్రక్తి హెచ్చ
వే నివారించి లేచి దై • వికము నెదుట
యుక్తులు ఫలింప వనుచు బి • ట్టూర్చి నవ్వు. 147

టీ. భ్ర...క - భ్రమర=తేఁటులయొక్క, గీతిక = పాట, మాయన్=మాయుటను, (వినరాకుండుటకనుట), విపంచిన్=వీణను, మీటన్ = వాయింపఁగా, దానన్=ఆమీటుటచేత, శ్రుతిన్=సుతియందు, కూడి=కలసికొని, మిగులన్=అధికముగా, తద్రక్తి=ఆభృంగగానానురక్తి, హెచ్చన్=అతిశయింపఁగా, వే=వేగముగాను, నివారించి=చాలించి, లేచి, దైవికము నెదుటన్=దైవయత్నముముందఱ, యుక్తులు=మనయుక్తులు, ఫలింపవనుచున్ = తుదముట్టవని, బిట్టూర్చి = నిట్టూర్పువిడిచి, నవ్వున్ = హసించును, పూర్వపద్యమున నున్న యతివ యను కర్తృపదమున కను వృత్తి చేసికోవలయును.

తే. వెలఁది కతితాపదం బయ్యె • విరులపాన్పు
మును దదంఘ్రిహతాది భ • ర్త్సనలు గన్న
తరులఁ బొడమిన పూఁజట • దన కొనఁగునె
పొంచి తఱివేచి మిగుల నొ • ప్పించుఁగాక. 148

టీ. వెలందికి=ఆయింతికి, విరులపాన్పు=పుష్పశయ్య, అతితాపదంబయ్యెన్=మిక్కిలితాపముచేసెను, మును=పూర్వము, త...లు - తదంఘ్రిహతాది - తత్=ఆయమయొక్క, అంఘ్రిహత=కాలితన్నులే, ఆది=మొదలగు, భర్త్సనలు=తిరస్కారములను, క...లన్ - కన్న=పొందిన, తరులన్ = వృక్షములయందు, పొడమినవి=పుట్టినయాపుష్పములు, పొంచి=వంచించి, తఱివేచి=సమయముఁగనిపెట్టి, మిగులన్=అధికముగా, నొప్పింపుఁగాక=నొప్పిగలుగఁజేయునేకాక, తనకు, ఊఱట = సుఖమును, ఒసఁగునె=ఇచ్చునా, (ఇయ్యదనుట) అనఁగా, దోహదములయందు, తనచే 'అశోకశ్చరణాహత్యా॰॰ముఖసీధునా' అన్నట్లు, పాదతాడనాదులగు తిరస్కారములఁజెందిన యశోక వృక్షము మొదలనగునవి సుఖమునీయవనుట.

శా. పూజాదంభమున న్పరాకుమెయి ము • న్బ్రాఁబోఁడి నేర్పూఁది చే
తోజాతానల మార్ప శాస్త్రసరణిన్ • దూలి న్హరి న్వ్రాసి ల
జ్జాజాడ్యాకులదృష్టిఁ బ్రత్యవయవేక్షం జేయుచో వెండి వ
క్షోజాగ్రిద్రమఁ గాంచి తల్లడిలు నీసు న్దాపమున్ మీఱఁగన్.

టీ. ప్రాఁబోఁడి = అవనిత, పూజాదంభమునన్ = పూజయనెడు వ్యాజముచేత, పరాకుమెయిన్ = హెచ్చరికలేనియట్లు, మున్=మొదలను, నేర్పు = సామర్థ్యమును, ఊఁది=అవలంబించి, చేతోజాతానలము=మన్మథాగ్నిని, ఆర్పన్ = మాన్పుటకు, శాస్త్రసరణిన్=శాస్త్రమార్గముచేత, తూలిన్=తూలికచేత, హరిన్=శ్రీయఃపతిని, వ్రాసి=లిఖించి, ల...ష్టిన్ - లజ్జా=సిగ్గుచేతనయిన, జాడ్య=జడభావముచేత, ఆకుల=వ్యాకులమగు, దృష్టిన్ = చూడ్కిచేత, ప్రత్యవయవ = అవయవములన్నింటియొక్క, ఈక్షన్=చూచుటను, చేయుచోన్ = ఒనర్చునెడ, వెండి=మరల, వ...మన్ - వక్షః=ఆస్వామివక్షస్స్థలమందు, జాగ్రత్=విలసిల్లుచున్న, రమన్=శ్రీదేవిని, కాంచి=చూచి, ఈసున్ = (సపత్నీభావముననగు) నీర్ష్యయును, (ఇది యీర్ష్యాశబ్దభవము), తాపమున్=సంతాపమును, మీఱఁగన్ = అతిశయింపఁగా, తల్లడిలున్=పరితపించును.

తా. ఆ లేమ తనవిరహ మార్పఁ దలఁచి శాస్త్రోక్త మార్గముగా వక్షస్స్థలమందు శ్రీదేవి గలుగునట్లు, స్వామియొక్క రూపమును బూజావ్యాజముచేతఁ బరాకుఁగా జిత్తరువునందుఁ గలముతో వ్రాసి,పిమ్మట లజ్జనొంది, యాస్వామియొక్క ప్రత్యవయవసౌష్ఠవమును జూచుచున్నప్పుడు వక్షస్స్థలమందుఁ దాను వ్రాసిన లక్ష్మీదేవిని చూచి, తన సవతియగుట నీసును దాపము నతిశయింపఁ దల్లడిల్లు చుండునని భావము.

చ. కుముదసరస్తట స్ఫటిక • కూల వనోత్పలశయ్య వ్రాలి పూ
ర్ణిమలఁ బికాళిఁ గుట్టుసుఱు • ద్రిక్కఁగ ధర్మపుదార వట్టు శే
షము రెయి మల్లి కాళి రుతి • సక్కఁగఁ జేయకయుండ నిల్పు నా
యమ మఱునాఁటికిం గలుగ • సాంతగళ చ్ఛ్రుతి గుంభితాశ్రువుల్.

టీ. కుముదసరః=వెలిగలువడిగ్గియయొక్క, తట = దరియందలి, స్ఫటిక= స్ఫటికమణివికారమగు, కూల=తీరమందలి, వన=ఉద్యానమందు, ఉత్పలశయ్యన్= కలువపూలపాన్పునందు, వ్రాలి = సొరఁగి, పూర్ణిమలన్ = పున్నమలయందు, పికాళిన్=కోయిలగుంపుచేత, గుట్టు = మర్మము, మానమనుట, కుట్టుసుఱు అనుపక్షమున (కొంచెము ప్రాణము), ఉసుఱు = ప్రాణమును, త్రిక్కఁగన్=మిగులునట్టు, ధర్మపుదార=ధర్మోదకధారను, ప...ము-పట్టు=గ్రహించునట్టి, శేషము = మిగిలియున్న దాని, రేయి=రాత్రియందు, మ...తి-మల్లికా=మల్లెపూలయందలి, అళి=తుమ్మెదల యొక్క, రుతి=ధ్వని, చక్కఁగఁజేయకయుండన్=కడతేర్పకుండునట్లు, ఆయమ= =ఆమె, మఱునాఁటికిన్=మఱుచటిదినమునకు, కలుగన్=ఉండుటకు, సాం...ల్-సాంత=మిక్కిలియు, గళత్=జాఱుచున్న, శ్రుతి=చెవులయందు, గుంభిత=నింపఁబడిన, అశ్రువుల్=కన్నీళ్లు, నిల్పున్=నిలుచునట్లుసేయును.

తా. ఆమె పున్నమలయందుఁ దెల్లకలువ డిగ్గియ దరులయందు స్ఫటికమయ తీరములయందుఁ గలువపూసెజ్జయందు మేనువైచి యుండఁగాఁ బగలు కోయిల గుంపులు ప్రాణమానములను క్షీణింపఁజేయుచుండఁగా వాని యాచించి ధర్మోదక ధారం బట్టి కొంచెము మిగులఁ జేసికొనఁగా నా మిగిలిన దానిని రాత్రియందు మల్లె పూలపైఁ దిరిగెడు తేఁటుల మ్రోఁత నిరవశేషముఁ జేయకుండ రెండవనాఁటికుండు టకై చెవుల నిండఁ గన్నీరు నించును. అనఁగా నామ్రోఁత వినకుండ నా నీరడ్డపడు ననియు, దుఃఖించుచున్నప్పుడు నేత్రకోణములనుండి జాఱిన యశ్రువులు వీనులు నిండె ననియు భావము. ఇచట నామెకు సాత్త్వికభావము చెప్పఁబడెను. తే. 'సత్త్వమన మనోవృత్తిజంబులైన, భావములు సాత్త్వికము లష్టభావితములు.' 'స్తంభరోమాంచ బాష్ప వైస్వర్యకంప, నలయ వైవర్ణ్యమూర్ఛసంజ్ఞలఁ దనర్చి' అని దానిలక్షణము.

తే. నెలఁతఁ గుచకుంభ యుగళ ముం • డియు వియోగ
జలధి యీఁదింప లే దయ్యె • సఖులు వంచు
చున్న పన్నీటి వెల్లిలోఁ • గొన్నకతన
ముంప కది లాఘవమునఁ దే • లింపఁగలదె. 151

టీ. కుచకుంభయుగళము-కుచ=పాలిండ్లనియెడు, కుంభ = కుంభములయొక్క, యుగళము=ద్వంద్వము, ఉండియున్=కలిగియు, నెలఁతన్=ఆ కోమలిని,

వియోగజలధిన్ = విరహసముద్రమును, ఈఁదింపలేనయ్యెన్ = ఈఁదఁజేయలేక పోయెను, సఖులు=ఆమెచెలులు, వ...నన్-వంచుచున్న=కుమ్మరించుచున్న, పన్నీటి వెల్లిన్=పన్నీటి ప్రవాహమును, లోఁగొన్నకతనన్=ముంచినహేతువుచేత, అది=ఆ కుంభ యుగము, ముంపక=మునుఁగఁజేయక, లాఘవమునన్=తేలికగా, తేలింపఁగలదే =తేలఁజేయఁగలదా.

తా. ఆమెకుఁ దాపోపశమనముకొఱకుఁ జెలులు పన్నీ రమితముగా వంచు చున్నారనియును, దానిచేతనైనను దాపము దీఱక యది యొక సముద్రప్రాయ మై యున్నదనియును భావము.

ఉ. చంచలనేత్ర దాల్చు జల • జాతమృణాల సరంబు వేగ స
ళ్లించినఁ బాఱుతెంచి కబ • ళించి తదూష్మకు నంగలార్చు రా
యంచ కుచేష్టఁ గాంచి యిఁక • నైనను గందు మొ యంచు మోమె వీ
క్షించినఁ దోఁచు లేనగవు • సేరుచు బోంట్లకొకింత ప్రాణముల్.

టీ. చంచలనేత్ర=ఆచంచలాక్షి, తా...బున్ - తాల్చు=ధరించిన, జలజాత మృణాల=తామరతూఁడులయొక్క, సరంబున్=మాలికను, వేగన్=తెల్లవాఱఁ గానే, సళ్ళించినన్=సడలించి యీవలవేయఁగా, పాఱుతెంచి=పరువెత్తివచ్చి, కబ ళించి=మ్రింగి, తదూష్మకున్-తత్ = ఆబిసనాళిసంబంధియగు, ఊష్మకున్=(శరీర స్పర్శచేతనైన) వేఁడిమికి, అం...ష్టన్-అంగలార్చు = వగర్చుచున్న, రాయంచ= రాజహంసయొక్క, కుచేష్టన్=వెఱ్ఱిచేష్టను, కాంచి= చూచి, ఇఁక నేనియు, కందు మొయంచున్=నవ్వునుజూతుమేమోయని, మోమె=ఆమెముఖమునె, వీక్షించినన్= తాముచూడఁగా, తో...వు-తోఁచు=అగపడిన, లేనగవు=ఆమెయొక్క చిఱునగ వు, బోంట్లకున్ = చెలులకు, ఒకింత = ఇంచుకంత, ప్రాణముల్, చేరుచున్=ఒడఁ గూర్చును.

తా. ఆమె తాపోపశమనార్థమై తామరతూఁడుల సరములు ధరించి యుండి మఱునాఁడు తెల్లవాఱినవెనుక నవి వీడఁదీసి పాఱవైచిన, నప్పటి పెంపుడు హంస వచ్చి యామృణాళమును గబళించి వెంటనే (యవి యామె విరహతాపముచేత వేఁ డిమియెక్కియున్నవి గావున నాహంసకు గొంతులోఁ గనరెత్తఁగానే), ఉమియుచు నంగలార్చుచుండెఁ, గావున నావింతఁ జూచియైన నీయమ నవ్వునా యని యామె మోమే చూచుచుండఁగా, నామె నవ్వెను. ఆచిఱునగవు వలనఁ జెలులకుఁ బ్రాణము వచ్చి ధైర్యము గలిగియుండి రని భావము.ప్రాణసంశయము గలిగినప్పుడు నవ్వువచ్చె నేని బ్రదుకుట ప్రసిద్ధము.

ఉ. శ్రీపతి మీఁది గీతముల • ప్రేమ విపంచిక నంటఁ బాణి సం
తాపము సోఁకి మెట్లమయి • నంబు గరంగిన డించి పాడు నా
లాపినిఁ దాల్చి పెజ్జెమట • ల న్మఱి తంత్రులు జజ్వగాఁ గలా
లాపిని దాన పాడును గ • ళంబును గద్గదమైన మ్రాన్పడున్. 153

టీ కలాలాపిని - కల = అవ్యక్తమధురములగు, ఆలాపిని = ఆలాపములుగల యామంజుభాషిణి, శ్రీ...మన్ - శ్రీపతిమీఁది = శ్రియఃపతిమీఁది, గీతముల=గీతములయందలి, ప్రేమన్=ప్రేముడిచేత, విపంచికన్=వీణను, అంటన్=స్పృశింపఁగానే, పాణిసంతాపము=విరహముచేతనైనచేతులవేఁడిమి, సోఁకి=తగిలి, మెట్లమయినంబు=వీణమెట్లకువేసియున్న మైనము, కరంగినన్ = కరఁగిపోఁగా, డించి=ఆవీణనుదించి, లాపినిన్=తంబుఱాను, తాల్చి=ధరించి, పాడున్ = గానముచేయును, మఱి=పిమ్మటను, పెజ్జెమటలన్=ఆయాసమువలనఁగలిగిన యెక్కుడుచెమ్మటలచేతను, తంత్రులు=తంబుఱాతంతులు, జజ్వగాన్ = నానిజజ్వపడఁగా, తాన = తానే, పాడును=గాత్రమునఁబాడును, గళంబును = కంఠమును, గద్గదమైనన్ = డగ్గుత్తుకపడఁగా, మ్రాన్పడున్ = చేష్టయుడుగును, (నానాఁటికి విరహమధికమాయెననుట), ఇవియు సాత్త్విక భావములే

తే. ప్రతికుసుమతల్పమునఁ జాఱి • పడిన తప్త
వలయ మలినాంకయుగము వ • ర్తులతఁ బొలిచెఁ
జూడ నిఁక మాన ధైర్యము • లున్న్న లనుచు
సుదతి బోంట్లకుఁ ద్రప వ్రాసి • చూపె ననఁగ. 154

టీ. సుదతి = మంచిపలువరుసగలయాయువిద, చూడన్ = ఆలోచింపఁగా, ఇఁకన్=భావికాలమందు, మానధైర్యముల్=మానమును దాలిమియు, సున్నలనుచున్=పూజ్యములని, (లేవనుట), త్రపన్=సిగ్గుచేత, బోఁట్లకున్=చెలులకు, వ్రాసిచూపె ననఁగన్=లిఖించి కనుపఱిచె ననునట్లు, ప్రతికుసుమతల్పమునకున్=అన్ని పూలపాన్పులందును, జా...ము - జాఱిపడిన=కృశత్వముచేత వీడిపడిన, తప్త=శరీరతాపముచేతఁ దపింపఁబడిన, వలయ = కంకణములయొక్క, మలిన=నల్లబడిన, అంక=చిహ్నముల యొక్క, యుగము=ద్వంద్వము, వర్తులతన్=వట్రువగుటచేత, పొలిచెన్=ఒప్పెను.

తా. పూలపాన్పులు శరీర తాపముచేత వాడిపోవు చుండఁగా వేఱువేఱ పరలఁ బఱచుచుండఁగా నట్టి ప్రతిపాన్పునందును జాఱి పడిన కంకణద్వయముయొక్క మలినములగు గుండ్రని గుఱుతులు సుదతి తన కిఁకమీఁద మాన ధైర్యములు రెండు లేవని తాను సిగ్గుచేతఁ జెప్పలేక చెలులకుఁ దెలియునట్లు వ్రాసి చూపెనోయనునట్లు గనిపించె నని భావము.

ఉ. ఆ వనజాక్షి కాఁకఁ బొర•లాడ నలంగిన సొమ్ము జీరలున్
వేవిన నూడ్చి యూడ్చి మఱి•వేఱ వహించుట వారక్లప్తముల్
గా వనమాలి సేవ యెడ•కాంక్ష నొదుంగక కల్ల తెల్వితో
నే వలవంత దాఁగఁ జరి•యించిన డాఁగమిఁ జూచి నెవ్వఁగన్. 155

టీ. ఆవనజాక్షి=ఆపద్మాక్షి, కాఁకన్ = విరహతాపముచేత, పొరలాడన్= పొరలఁగా, నలంగిన = క్షుణ్ణము లైనట్టి, సొమ్ము = భూషణములు, చీరలున్=వస్త్రములును, వేవినన్=తెల్లవాఱఁగానే, ఊడ్చియూడ్చి=పరిహరించిపరిహరించి, (అతిశయంబున ద్విరుక్తి.), మఱి=ఆవల, వేఱ=ప్రత్యేకమయినవాని, వహించుట=ధరించుటయే, వారక్లప్తముల్గాన్ = అవసరనిర్ణీతము లగునట్లుగా, వనమాలిసేవయెడన్ = భగవత్సేవపట్టున, కాంక్షన్ = ఆసక్తిచేత, ఒదుంగక = వెనుదీయక, కల్ల తెల్వితోనే=లేనితెలివితోడనే, వలవంత = విరహతాపము, దాఁగన్ = ప్రచ్ఛన్నమగునట్లు, చరియించినన్ = సంచరించినను, డాఁగమిన్ = దాఁగకుండుటచేత, చూచి=వీక్షించి, (దీనికి వెనుకటిపద్యముననున్న విష్ణుచిత్తుఁడన్నది కర్తృపదము), నెవ్వగన్ = ఖేదముచేత, (ముందటిపద్యముతో నన్వయము.)

తా. ఆమె విరహాతిశయముచేతఁ బొరలి పొరలి నలఁగిన సొమ్ములును వలువలును వదలివదలి మరల ధరించుచు, నాధరించుట యనునది, శృంగారము కొఱకను నట్లు, గనుపఱిచి, భగవత్సేవయందుఁ గాంక్షమానక లేనితెలివిని దెచ్చుకొని, తనతాపము దెలియకుండునట్లు సంచరించిన, నా విరహము దాఁగక బయల్పడఁగా జూచి విష్ణుచిత్తుఁడు ఖేదపడు నని భావము.

క. పుత్త్రియుఁ దాఁ గామిని నొక
పుత్త్రియు నట్లుండుటకు న•బుద్ధేక్షుధనుః
పత్త్రియగు విష్ణుచిత్తుఁ డ
పత్త్రపలే కదియు నేత•పంబో యనుచున్. 156

టీ. తాన్ = ఆవిష్ణుచిత్తుఁడు, పుత్త్రియున్=పుత్త్రవంతుఁడును, కామిని = కాకుండుటచేతను, ఒకపుత్త్రియున్=తనయొక్క యొకకూఁతురును, అట్లుండుటకున్=ఆరీతిగనుండుటకును, అబుద్ధేక్షుధనుఃపత్త్రి - అబుద్ధ=ఎఱుంగఁబడని, ఇక్షుధనుః=చెఱకువిల్తునియొక్క, పత్త్రి=ములుకులుగలవాఁడును, అగు విష్ణుచిత్తుఁడు=ఆగునా పెరియాళువారు, అపత్త్రపలేక=లజ్జలేక, అదియున్, ఏతపంబో=ఏమితపస్సో, అనుచున్=అనియెంచుచు.

తా. ఆ విష్ణుచిత్తుఁ డెన్నఁడును మదన శరప్రహార మెఱుఁగనివాఁడు గావున నాయమకుఁ గల్గినది విరహమని యెఱుఁగక యామె యట్లుండుటయు నొక తపమే యని తలఁచె నని భావము.

వ. తలపోసి దినదిన ప్రవర్ధమాన తనయా తనుగ్లాని కత్యంత దుఃఖితుండై తత్కారణం బెఱుంగక వల దని మౌగ్ధ్యంబున వారించి చూచి యంత కంత కగ్గలం బగుదు గుడికిం జని పూజాంతిమ నమస్కారణానంతరంబునఁ, దన మనో నిర్వేదనం బన్నగరి వెన్నునకు విన్నవింపం బున ర్నమస్కృతిఁ జేసి, దేవా దేవర దాసియగు మదీయ పుత్త్రి యేమి గుఱించియో విచిత్రంబగు వ్రతచర్యం గాత్రశోషంబు సేయుచున్నది, వలదన్న విన దపుత్త్రికుండ నగునాకుఁ బుత్త్రియైనను బుత్త్రికుండైనను దాన యే నేమి సేయుదు, మఱి తన తపశ్చర్య తెఱంగు మా తపశ్చర్య తెఱంగు గాదు, ఏము భవద్దివస భవజ్జనిదివస రాత్రులం దక్క గణరాత్ర జాగరంబు లెఱుంగ, మేము బిసబీజాక్ష వలయంబులు దక్క బిసవలయంబు లెఱుంగ, మేము ప్రసాదకుసుమంబుఁ జెవిఁ జెరువుటఁ దక్క నవి గప్పుకొన నందు శయనింప నెఱుంగ, మేము చెంబుల భవత్తీర్థంబు గ్రోలినఁ దా నంగంబులు దడిపి కొను, నేము చాంద్రాయణంబులఁ జంద్రవృద్ధి బడిఁ గడియెక్కించినఁ దాడించు, నేము నిదిధ్యాస నిశ్వాస నిరోధంబు సేసినం దాఁ దద్ధ్యానదశ వెలికి నిగుడించు, నేము చిన్ముద్రకై హృదయంబునం గేలు సేర్చినం దాఁ గపోలంబునం జేర్చు, పల్కలోత్తరీయంబు లేము వహించినం దాఁ గిసలయోత్తరీయంబులు వహించు, నేము సితపక్ష నూత్నేందుఁ గీర్తించినం దాఁ బూర్ణేందు నుపాలంభించు, నిట్లుగాఁ బ్రవర్తిల్లు చున్నయది, యిది యేటితపంబున్మాదంబు గానోపు, నెంత భవదీయ భక్తిగలిగిన మాదృశులకుఁ బ్రకృతి సంబంధంబు విడువ దంతర్యామివి నీవెఱుంగని యది లేదు, దీని తెఱం గెఱింగింపవే యనవుఁడు, ననుకంపాతిశయంబునఁ దచ్ఛాందసంబునకు మందస్మితంబు సేసి మందరధరుం డిట్లనియె. 157

టీ. తలపోసి=పైఁ జెప్పిన ట్లాలోచించి, ది...కిన్ - దినదినప్రవర్ధమాన = నానాఁటికి వృద్ధియగుచున్న, తనయా తనుగ్లానికిన్ = కూఁతురొక్క శరీర కృశత్వ

మునను, అత్యంతదుఃఖితుండై=మిక్కిలిదుఃఖించినవాఁడై, తత్కారణంబు = ఆ విరహహేతువును, ఎఱుంగక = తెలియక, వలదని, మౌగ్ధ్యంబునన్ = మూఢభావము చేత, వారించి = నివారించి, చూచి, అంతకంతకున్ = అప్పటప్పటికి, అగ్గలంబగుడున్ = విరహము దుస్సహముకాఁగా, గుడికిం జని = స్వామికోవెలకేఁగి, పూ...నన్ - పూజాంతిమ = పూజాంత్యమగు, నమస్కరణానంతరంబునన్ = నమస్కారమైన పిమ్మట, తనమనోనిర్వేదనంబు = తనమనఃఖేదమును, అన్నగరివెన్నునకున్ = ఆశ్రీవిల్లిపుత్తూరిలోని మన్నారుస్వామికి, విన్నవింపన్ = విజ్ఞాపనముజేయుటకు, పునర్నమస్కృతిఁ జేసి=మరలనెఱఁగి, దేవా=ఓస్వామీ, దేవరదాసియగు = దేవరవారి దాసురాలగు, మదీయపుత్త్రి=నాకూఁతురు,ఏమిగుఱించియో=ఏఫలమునుగూర్చియో, (విరించిగుఱించి తపంబుసేసె నని భారతప్రయోగము కలిమింజేసి యిది కర్మప్రవచనీయార్థక మగుదేశ్యపదము), విచిత్రంబగు = వింతయైన, ప్రతచర్యన్=నియమాచరణముచేత, గాత్రశోషంబు = శరీరశోషణమును, చేయుచున్నది = కావించుచున్నది, వలదన్న వినదు, అపుత్త్రికుండ నగు నాకున్=పుత్త్రులులేనినాకు, పుత్త్రియైనను బుత్త్రకుండైనను తాన=కూఁతురేనియు గొడుకేనియుఁ దానే, ఏనేమిసేయుదుఁజ = నేనేమి యాచ్చరించెను, మఱి=ఇంకను, తనతపశ్చర్య తెఱంగు = తానుదపముచేసెడురీతి మాతపశ్చర్య తెఱంగుగాదు, (విలక్షణతపమనుట), ఏము=మేము, భ...న్-భవద్దినస= దేవరవారి దినముయొక్క, (హరివాసరమనుట), భవజ్జనిదివస=దేవరవార లవతరించిన జయంతుల దినములయొక్క, రాత్రులందక్కన్ = రాత్రులయందేకాక, గ...లు-గణరాత్రి = పెక్కురాత్రులయందు, జాగరంబులు = నిద్రలేకుండుటలు, ఎఱుంగము (విరహాతిశయమున నామెకు రాత్రులయందు నిద్రలేదనుట, ఈరీతిగానే ముందఱను తెలియఁదగును),ఏము బిసబీజాక్షవలయంబులుదక్క=మేము తామరపూసలమాలికలు దక్క, ఇది భాగవతలక్షణము. ' యే కంఠలగ్నతులసీ నలినాక్షమాలా యే బాహుమూలపరిచిహ్నిత శంఖచక్రాః, యేవా లలాటఫలకే లసదూర్ధ్వపుండ్రా స్తేవైష్ణవా భువనమాశు పవిత్ర యంతి ' యని యున్నది. బిసవలయంబు లెఱుంగము = తామర తూఁడుల మాలిక లెఱుంగము, (తాపోపశమనమున కామెధరించె ననుట), ఏము ప్రసాదకుసుమంబుఁ జెవిఁ జెరువుటఁదక్క=మేము ప్రసాదలబ్ధమగుపూవుఁ గర్ణమందు జెక్కికొనుటేకాక, అవి గప్పుకొన నంను శయనింప నెఱుంగము = పూలు మేనఁ గప్పుకొనుటను బూలపైఁ బవ్వళించుట నెఱుఁగము. (ఆమె యట్లుసేసె ననుట), ఏము చెంబులఁజ భవత్తీర్థంబుగ్రోలినఁజ = మేము పానపాత్రములచేత దేవరవారి యభిషేకతీర్థంబు పానముసేసినను, తా నంగంబులు దడిపికొనుఁజ = తాను శరీరముఁ దడుపుకొనును, (తాపశాంతి కనుట), ఏము = మేము, చాంద్రాయణంబులన్ = చాంద్రాయణము లనియెడు ప్రతములయందు, చంద్రవృద్ధిబడిన్ = చందురు

వృద్ధివెంటను, కడియెక్కించినన్=అన్నకబళమువృద్ధిఁజేసిన, తాన్ డించున్=తాను దగ్గించును, (విరహాతిశయముచేననుట), ఏము = మేము, నిదిధ్యాసనిశ్వాసనిరోధము సేసినన్=బ్రహ్మధ్యానమను నిశ్వాసములనిల్పినను, తాన్=తాను, తద్ధ్యానదశన్=ఆ బ్రహ్మధ్యానదశయందు, వెలికినిగుడించున్=బహిర్గతములఁజేయును, (తాప మోపలేక నిట్టూర్పునిగుడించుననుట), ఏము=మేము, చిన్ముద్రకై, హృదయంబునన్=ఎదయందు, కేలు=హస్తమును, చేర్చినన్=ఉంచిన, తాన్=తాను, కపోలంబునన్=చెక్కిటియందు, చేర్చున్ = ఉంచును, (చింతచేత ననుట), ఏము, వల్కలోత్తరీయంబులు=నారచీరలు, వహించినన్ = తాల్చిన, తాన్, కిసలయోత్తరీయంబులు = తలిరాకుఁజీరలు, వహించున్=ధరించును, (తాపశాంతికనుట), ఏము, సితపక్షసూత్నేందున్=శుక్లపక్షంబునందలి క్రొన్నెలను, కీర్తించినన్=కొనియాడిన, తాన్, పూర్ణేందున్=నిండుచందురుని, ఉపాలంభించున్=దూషించును,(ఉద్దీపకుఁడగుటచేత ననుట),ఇట్లుగాన్=ఈరీతిగా, ప్రవర్తిల్లుచున్నయది, ఇదియేటితపంబు, ఉన్మాదంబుకానోపున్=వెఱ్ఱియైయుండవచ్చును, ఎంతభవదీయభక్తిగలిగినన్ = మీయందు భక్తియెంతయుండినను, మాదృశులకున్=మావంటివారికి,ప్రకృతిసంబంధంబు=మాయాసంబంధము,(తనయాది మమకార మనుట), విడువదు=వదలదు,అంతర్యామివి నీ వెఱుంగని యదిలేదు=సర్వాంతర్యామివగు నీకుఁ దెలియనిదిలేదు, దీని తెఱంగు=ఈపడుచునడవడి, ఎఱింగింపవే = తెలియఁజేయవే, అనవుఁడున్ = అనఁగా, అనుకంపాతిశయంబునన్=దయాతిశయముచేత, తచ్ఛాందసంబునకున్ = ఆవిష్ణుచిత్తుని వైదికత్వమునకు, మందస్మితంబుసేసి=చిఱునగవునవ్వి, మందరధరుఁడు=గట్టుదాల్పువేల్పు, ఇట్లనియెన్=ఈవక్ష్యమాణ క్రమముగాఁ బలికెను.

ఉ. కంధర నీలవర్ణ మధు•కైటభ నాగ సుపర్ణ యోగిహృ
ద్గ్రంధిభిదోత్థ భోగివని•తాస్వనవచ్ఛ్వసనస్రవచ్ఛిర
స్సంధి వసన్నిశాపతిర•స స్రుతి దుగ్ధపయోధివీచికా
మంధర కేళికాదరస•మాశ్రిత పక్షిశిరోధిసోదరా. 158

టీ. కంధర=జలగరమువలె, నీల=నల్లనైన, వర్ణ=మైవన్నెగలవాఁడా, మధుకైటభ=మధుకైటభ రాక్షసులనెడు, నాగ=పాములకు, సుపర్ణ=గరుత్మంతుఁడగువాఁడా, యోగి=అష్టాంగయోగములుగల మునులయొక్క, హృద్గ్రంధి=హృదయగ్రంధియొక్క, భిదా=భేదించుటచేత, ఉత్థ=ఎగసినట్టి, భోగివనితా=ఆఁడుబాముయొక్క, (కుండలినీశక్తి 'శక్తిః కుండలినీనామ బిసతంతునిభా శుభా' యని వామకేశ్వరమహాతంత్రము). స్వనవత్=ధ్వనిగల్గిన, శ్వసన=నిట్టూర్పుచేత, స్రవత్=స్రవించుచున్న, శిరస్సంధి=కపాలమందు, వసత్=వసించుచున్న, నిశాపతిరస=అమృతము

యొక్క, స్రుతి=స్రావమనెడు, దుగ్ధపయోధి=పాలకడలియొక్క, వీచికా=అలల యొక్క, మంథర=మెల్లనైన, కేళికా=క్రీడయందు, ఆదర=ఆదరణముగలవాఁడా, సమాశ్రిత=ఆశ్రయించిన, పఙ్క్తిశిరోధి=పఙ్క్తికంఠుఁడగు రావణునియొక్క, సోదరా=తోఁబుట్టువగు విభీషణుఁడు గలవాఁడా.

క. కరధృత దరారి వితరణ ... ... *

(ఇది పూర్వాశ్వాసాంతమున వచ్చినపద్యముగనుక నిక్కడ వ్రాయలేదు.)

తోటక వృత్తము.

ద్రుహిణాండకరండక • ధూర్వహ గ
ర్భహరార్భక దుర్భర • పక్వతపః
కుహనార్భక వార్భృత • కోనిరి హా
రి హిరణ్మయహర్మ్య చ • రిష్ణుపదా. 159

టీ. ద్రుహిణాండకరండక=బ్రహ్మాండ కటాహములయొక్క, ధూర్వహ=భారమువహించిన, గర్భ=కడుపుగలవాఁడా, హరార్భక=కుమారస్వామియొక్క, దుర్భర=భరింపఁగూడని, పక్వ=పరిపక్వమైన, తపః=తపముచేత, కుహనార్భక=కపటబాలుఁడవై యవతరించినవాఁడా, వార్భృతకోనిరి - వాః=ఉదకములచేత, భృత=నిండిన, కోనిరి=స్వామి పుష్కరిణియందు, హారి=ఒప్పుచున్న, హిరణ్మయహర్మ్య=స్వర్ణమయ మంటపమందు, చరిష్ణు=సంచరించెడు, పదా=పాదములుగలవాఁడా.

మ. ఇది యంధ్రోక్తియథార్థనామ యవనా • సృక్పూర్ణ కెంబావి వా
రిదపద్ధత్యవరోధి వప్రవలయ • శ్రేణీవిఘాతక్రియా
స్పద సేనాగ్రద కృష్ణరాయ మహిభృ • త్సంజ్ఞాస్మదాముక్తమా
ల్యద నాశ్వాసము పంచమం బమరు హృ • ద్యంబైన పద్యంబులన్.

టీ. ఇది=ఈగ్రంథము, ఆంధ్రోక్తి=ఆంధ్రభాషచేత, యథార్థనామ=అన్వర్థనామముగల, యవనాసృక్=మ్లేచ్ఛరక్తముచేత, పూర్ణ=నింపఁబడిన, కెంబావి=కెంబావియను పట్టణముయొక్క, (దీనికే యాంధ్రోక్తి యథార్థనామము), వారిదపద్ధతి=మేఘమార్గమును, అవరోధి=అడ్డగించుచున్న, వప్రవలయ=వలయములవంటి కోటలయొక్క, శ్రేణి=పఙ్క్తులయొక్క, విఘాత=పడఁగొట్టుటయొక్క, క్రియా=కార్యమునకు, అస్పద=కారణమగు, సేనా=దండునకు, అగ్రద=అగ్రేసరుఁడైన, కృష్ణరాయమహిభృత్సంజ్ఞ=కృష్ణరాయ భూపాలుఁడను పేరుగల, అస్మత్ = నాయొక్క,

ఆముక్తమాల్యదన్=ఆముక్తమాల్యద యను ప్రబంధంబునందు, హృద్యంబైన=మనోహరము లగునట్టి, పద్యంబులన్ = పద్యములచేతను, పంచమంబు = ఐదవది యగు, ఆశ్వాసము, అమరున్=ఒప్పును.

గద్యము. ఇది శ్రీదక్షిణామూర్తి మంత్రోపాసనా సమాసాదితాఖండ సాహితీధురీణుండు నాత్రేయ గోత్ర పవిత్రుండును వావిళ్లవంశపయోరాశి రాకాసుధాకరుండు నగు రామస్వామిశాస్త్రిచేత ననేక పూర్వ వ్యాఖ్యానాభిప్రాయంబులఁ బర్యాలోచించి రచియింపఁ బడిన రుచిసమాఖ్యానం బగు నాముక్తమాల్యదా వ్యాఖ్యానంబునందుఁ బంచమాశ్వాసము.

శ్రీరస్తు.

ఆముక్తమాల్యద

సవ్యాఖ్యానము.

షష్ఠాశ్వాసము.

క. శ్రీకారి కృపార్ద్రేక్షణ
వైకుంఠ యకుంఠభక్త • వరద పదాబ్జా
స్తోక మరందాయిత గం
గా కాకోదరనగోద • యస్థ పతంగా. 1

టీ. శ్రీ...ణ - శ్రీకారి=లక్ష్మీకరమగు, కృపా=దయచేత, ఆర్ద్ర=చల్లనైన, ఈక్షణ=దృష్టిగలవాఁడా, వైకుంఠ=వైకుంఠవాసుఁడా, అ...ద - అకుంఠ=భంగములేనియట్లు, భక్త=భక్తులకొఱకు, వరద=వరములొసంగెడువాఁడా, పదాబ్జ=పాదకమలమునకు, అస్తోక=సమృద్ధమైన, మరందాయిత=మకరందమువలెనుండెడు, గంగా=గంగానదిగలవాఁడా, కాకోదరనగ=శేషశైలమనియెడు, ఉదయ=ఉదయపర్వతమందు, స్థ=ఉన్నట్టి, పతంగా=సూర్యుండైన వాఁడా.

వ. అవధరింపు మనంతర వృత్తాంతంబు. 2

చ. కలఁ డొకరుండు పేరుకొనఁ • గాని కులంబు మదీయభక్తుఁ డి
య్యిల మును వాఁడు వామనత • నే వసియించిన పుణ్యభూమి యం
దుల నొకయోజనత్రయపు • దూరపుటూర వసించి బ్రాహ్మవే
ళలఁ జనుదెంచి పాడు మము • లాలన మంగళనామ కైశికిన్. 3

టీ. పే...బు - పేరుకొనఁగాని=చెప్పరాని, కులంబు=కులమందలి, మదీయ=నాదగు, భక్తుఁడు, ఒకరుండు = ఒక్కఁడు, కలఁడు = ఉండెను, వాఁడు = ఆతఁడు, మును=తొల్లి, వామనతన్=వామనావతారముచేత, ఏన్=నేను, వ...కున్ - వసియించిన=నివసించినట్టి, పుణ్యభూమియందులకు=దివ్యదేశప్రాంతమునకు, (ఆ దివ్యదేశము తిరుక్కుఱుంగుడి యనుట.) ఒకయోజనత్రయపుదూరపుటూరన్=ఒక మూఁడుయోజనములు దూరముగల యూరియందు, వసించి=నివసించి, బ్రాహ్మవేళలన్=

బ్రాహ్మముహూర్తములయందు, (తెల్లవాఱ నాల్గు గడియలు గలదనఁగా ననుట) చనుదెంచి=వచ్చి, మంగళనామకైశికిన్=మంగళనామకైశికి యను రాగముచేత, లాలనన్=ఆదరముచేత, మముఁ=మమ్ము, పాడున్=గానముసేయును.

తా. పంచమకులమందుఁ బుట్టిన మాభక్తుఁ డొక్కఁడు గలఁడు, వఁతండు తొల్లి నేను వామనావతారముచేత వసించిన దివ్యదేశమునకు మూఁడామడ దూరమం దొక గ్రామమందు వసించి ప్రభాతసమయములయందు మంగళనామకైశికిచేత మమ్ము గానము సేయుచుండు నని భావము.

వ. అహరహంబు నమ్మహాత్ముండు. 4

క. జాత్యుచితచరిత్రమ మ
త్ప్రీత్యర్థం బూఁది తనదు హృదయము శుచితా
నిత్యంబుగఁ దత్తనుసాం
గత్యము మసిపాఁత మానికంబై యొదుఁగన్. 5

టీ. జా...ము - జాత్యుచిత=తనజాతికిఁ దగినట్టి, చరిత్రమ=నడవడియే, మత్ప్రీత్యర్థంబు=మాసంతోషముకొఱకు, ఊఁది = వహించి, 'శ్రేయాన్ స్వధర్మోవిగుణః పరధర్మాత్స్వనుష్ఠితాత్' అను గీతావాక్యము ననుసరించియనుట. తనదు హృదయము =తనసంబంధియగు నంతరంగము, శు...గన్ - శుచితా = పరిశుద్ధత్వముచేత, నిత్యంబుగన్=స్థిరమగుచుండఁగా, త...ము - తత్తను=ఆచండాల శరీరముయొక్క, సాంగత్యము=సంగమము, మసిపాఁత = మసిగుడ్డయందలి, మానికంబై=మాణిక్యమై, ఒదుఁగన్=ఒదిఁగి యుండఁగా.

తా. అతఁడు మద్భక్తుఁడైనను మాకు వర్ణాశ్రమాచారములయందుఁ బ్రీతి గావున నది యెఱిఁగి తా నొక యాధిక్యమునకుఁ బోక, తన కులోచితాచారమందే నిలిచి, తన హృదయము నిత్యపరిశుద్ధమై, యా శరీర సాంగత్యము మసిగుడ్డను గట్టిన మాణిక్యము వలెనుండఁగా. అని ముందటిపద్యముతోడ నన్వయము.

సీ. చమురైన తోల్కుబుసంబు టెంకియును ని,
త్తడి శంఖ చక్ర కుండలము లమర
దివెదారికొమ్ము దో ల్తిత్తియు జోడమ్ము,
మెడమీఁది మొగలాకు గొడుగు దనర
మత్పాదరక్షయు మావు వెన్నెఱక గు,
ట్టిన యోటి తిపిరిదండెయును మెఱయఁ

జిటితాళములు చంక • పుటిక నొక్కొకమాటు,
  గతిరయంబునఁ దాఁకి • కలసి మొరయ
తే. వలుద వనమాలకంటెయు • మలిన తనువు
  బట్టెతిరుమన్ను బెదరుఁ గెం•బుట్టుఁ జూపుఁ
  బసపుఁబోటితోలు పల్లంబు • నెసకమెసఁగ
  వచ్చు సేవింప సురియాళు•వైష్ణవుండు. 6

టీ. చమురైన=చమురంటిన, తోల్లుబుసంబు=చర్మకూర్పాసము, (తోలు చొక్కాయనుట), టెంకియు=కుళ్లాయియును, ఇ..లు-ఇత్తడి=ఆరకూటమయములగు, శంఖచక్రకుండలములు=శంఖ చక్రముల చెవులపోఁగులు, అమరన్=ఒప్పుచుండఁగా, దివెదారికొమ్ము = గరుడగంబమును, లేక, దీపమునకుం బోయు నేతిచేత నించిన పసరపు కొమ్మనియుం జెప్పవచ్చును. తోల్తిత్తియున్ = చర్మపుఁ దిత్తియును, జోడమ్ము = ధనుస్సునఁజేర్పక పాడిచెడు బాణమును, 'చాపానపేక్షిత శరమొప్పు జోడమ్మ' ని దేశ్యనామార్థకోశము. జొడమ్మని యనేకపుస్తకపాఠము. అప్పుడు ములుకులేని బోడి బాణ మని యర్థము. మె...గున్ - మెడమీఁది=అంసముమీఁద నున్న, మొగలాకుగొడుగు = కేతకీపత్త్రములఁగూర్చినఛత్రమును, తనరన్ = ప్రకాశింపఁగా, (మొగలాకను నెడ మొగలి+ఆకు' పరిమిత్యర్థకము పర మగునపుడు వలె నాక్వాదులు పరమగు నపుడును నిత్యసంధి), మత్పాదరక్షయు=మాపాదుకయును, మా...కన్ - మావు=గుఱ్ఱముయొక్క, వెన్నెఱకన్=మెడమీఁది వెండ్రుకలచేత, కు...ను - కుట్టిన=కూర్చినట్టి, ఓటి=ఓడువాసిన, తిపిరిదండెయును=సారకాయదండెయు, మెఱయన్=ప్రకాశించుచుండఁగా, చిటితాళములు=చిఱుతాళములు, చంకపుటికన్=చంకనున్న భవనాశిని, ఒక్కొకమాటు=ఒక్కొక్కతూఱి, గతిరయంబునన్=గమనవేగముచేత, తాఁకి=తగిలి, కలసి=ఏకమై, మొరయన్=ధ్వనిచేయఁగా, వ...యున్-వలుద=వట్రువయగు,వనమాలకంటెయున్=తులసిపూసలపేరును, (కుతికంటనుట),మలినతనువున్=మాసిన శరీరమును,(దేహాభిమాని గాఁడనుట), పట్టెతిరుమన్ను=పట్టెలుగా స్ఫుటమైన శ్రీ మృత్తికయును,బెదరుఁ గెంబుట్టుఁ జూపున్=బెదరుచు నెఱ్ఱనైపుట్టుచున్న చూడ్కియు, (ఎఱ్ఱనిబెదురుఁజూపు లనుట)పసపుఁబోటితోలుపల్లంబున్=పసపుఁ బట్టించిన కుఱుచయగు చర్మపుఁ జన్నిదమును, (పసపు బోడి తోడి వలువయు నని యొక పాఠము), ఎసక మెసఁగన్=ఒప్పుచుండఁగా, సురియాళు వైష్ణవుండు=ఆ మాలదాసరి, సేవింపవచ్చున్=సేవార్థమై వచ్చుచుండును. (ఊరియాళి నియుం బాఠము కలదు. అపభ్రంశమున నవలంబించిన దని యర్థము).

శా. గండాభోగముల న్ముదశ్రులహరు ♦ ల్గప్ప న్నుతు ల్పాడి యా
దండ న్వ్రేగులు డించి భక్తి జనితో♦ద్యత్తాండవం బాడు నా
చండాలేతరశీలుఁ డుత్పులకియై ♦ చాండాలిక న్మీఁటుచున్
గుండు ల్నీరుగ నెండ గాలి పసి తాఁ♦కుం జూడ కాప్రాహ్ణమున్.

టీ. ఆ చండాలేతరశీలుఁడు = చండాలురకంటె నితరులగు సజ్జనులయొక్క-శీలమువంటి శీలము గల యతఁడు, 'శ్వపచోఽపి మహీపాల విష్ణుభక్తో ద్విజాధికః, విష్ణుభక్తివిహీనస్తు ద్విజోఽపి శ్వపచాధమః' అన్నట్లనుట. గండాభోగములన్-గండ=చెక్కిళులయొక్క, ఆభోగములన్ = పరిపూర్ణత్వములయందు, 'ఆభోగః పరిపూర్ణతా' అని నిఘంటువు. (అనఁగా అంతట ననుట), ము...ల్ - ముదశ్రు=ఆనందబాష్పములయొక్క, లహరుల్=ప్రవాహములు, కప్పన్=ఆచ్ఛాదించుచుండఁగా, నుతుల్పాడి=కీర్తనలుపాడి, ఆదండన్=ఆసమీపమందు, వ్రేగులు=తనబరువులు, డించి=దించి, ఉత్పులకియై=గగుర్పాటుగలవాఁడై, గుండుల్=పాషాణములు, నీరుగన్=గానశక్తిచేతఁ గరఁగి నీరగునట్లు, చాండాలికన్=తనవీణను, 'చాండాలికా తు కండోలవీణా చండాలవల్లకీ' అని నిఘంటువు. మీఁటుచున్=వాయించుచును, ఎం...కున్ - ఎండ=ఆతపముయొక్కయు, గాలి=వాయువుయొక్కయు, పసి=ఆఁకలియొక్కయు, తాఁకున్=వేధను, చూడక=లక్ష్యముసేయక, అప్రాహ్ణమున్=అపరాహ్ణమగుదనుక, భ...బు - భక్తిజనిత=భక్తిచేతఁబొడమిన, ఉద్యత్=లెస్సైన, తాండవంబు=నాట్యమును, ఆడున్=ఆడును. ఆప్రాహ్ణమనుచోటఁ బ్రాహ్ణమనఁగా నహస్సులో మూఁడవభాగమని అనఁగా పదిగడియలప్రొద్దెక్కునఱకని కొందఱందురు.

తే. అట్లు దడవుగఁ గొల్చి సా♦ష్టాంగ మెఱఁగి
గర్భమంటపిఁ గడిగిన ♦ కలఁకజలము
లోని ఱాతొట్టి నిండి కా♦లువగఁ జాఁగి
గుడి వెడలి వచ్చు నది శూద్రుఁ ♦ డిడఁగ గ్రోలి. 8

టీ. అట్లు=అప్రకారము, తడవుగన్=ఆలస్యముగ, కొల్చి=సేవసేసి, సాష్టాంగము=కర చరణ వక్షో లలాట భుజములతోఁ గూడునట్లు, ఎఱఁగి = నమస్కరించి, గర్భమంటపిన్=గర్భగృహమును, క...ము - కడిగిన = క్షాళనము జేసిన, కలఁకజలము=కలుషోదకము, లోని=లోపలనున్న, ఱాతొట్టి=ఱాతితొట్టి, నిండి=పూర్ణమై, కాలువగన్=కుల్యగాను, చాఁగి=ప్రవహించి, గుడి=కోవెలను, వెడలివచ్చు=వెలువడి ఎచ్చిన, అది=ఆయుదకము, శూద్రుఁడు=నాలవజాతివాఁడు, ఇడఁగన్=ఒసఁగఁగా, గ్రోలి=పానముఁజేసి.

తా. ఇట్లు తడవుగా సేవించి నమస్కరించి గర్భగృహముఁ గడిగిన సంమార్జనోదకము లోపలి తొట్టి వెలువడి బైటికిరాఁగాఁ, దాను పంచమకులీనుఁడుగావున, నాయుదకమునంటక శూద్రుని నొక్కని యాచించి, యతనిచేతఁ దెప్పించుకొని పానముజేసి యని ముందటి కన్వయించును.

ఉ. ఆతఁడు ముఖ్యజాతిఁ గని • నంతన పాయుచు నెండ గాలి నెం
తో తడవుం బ్రసాద విని • యోగము వార్చి వసించుచుం ద్రివ
ర్ణేతరజాతి మెచ్చి దయ • నిడ్డ ప్రసాదము దండెసాఁచి శ్ర
ద్ధాతిశయంబునన్ వినతి • నంది భుజించుఁ గొనుం దదంబువున్. 9

టీ. అతఁడు=ఆదాసుఁడు, ముఖ్యజాతిన్ = శ్రేష్ఠజాతిగలవానిని, (బ్రాహ్మణాదులననుట), కనినంతన = చూచినమాత్రనే, పాయుచున్ = తొలఁగుచును, ఎండన్=ఆతపమందును, గాలిన్=వాయువునందును, ఎంతోతడవున్=ఎంతోసేపు, (చిరకాలమనుట), ప్రసాదవినియోగము - ప్రసాద=ప్రసాదముయొక్క, వినియోగము=పంచిపెట్టుటను, వార్చి=నిరీక్షించి, (ఉ. 'ఇంతన నేలయేను భుజగేశ్వరరాకయ వార్చినాఁడ నా, కంతవు నంతకుం గుడువ నాఁకలి నీళులు ద్రావఁ దృష్ణయు, క్కింతయు లేదనియును; తే. 'అనిప నీరాక వార్చి మహాశతోడ, నున్న విప్రునికోర్కి నీ వొక్క భంగి' ననియును ; 'అనఘ నారాక వార్చి నీవధికనిష్ఠ, నిట్టులున్కికిఁ గారణంబేమి కోర్కి'యనియును; ఇత్యాది శాంతిపర్వ ప్రయోగము లుండుట నిచ్చట గొందఱపేక్షార్థక మని చెప్పుదురు.) వసించుచున్=నివసించుచును, త్రివర్ణేతరజాతి-త్రివర్ణ=బ్రహ్మక్షత్రియ వైశ్యులకంటె, ఇతర=అన్యుఁడైన, జాతి=శూద్రజాతిగలవాఁడు, మెచ్చి=హర్షించి, దయన్=తనయందలికృపచేత, ఇడ్డ=ఒసఁగిన, ప్రసాదమున్, దండెసాఁచి=చేతనున్న దండెసాఁచి, శ్రద్ధాతిశయంబునన్=అత్యాసక్తిచేత, వినతిన్=వినయముచేత, అంది = అందుకొని, భుజించున్=సాపడును, తదంబువున్=వానిచే నియ్యఁబడినతీర్థమును, కొనున్=గ్రహించును.

తా. ఆతఁడు గర్వ మించుకేని లేనివాఁడును, బ్రసాదాదులయం దత్యంత శ్రద్ధ గలవాఁడు ననియును భావము.

వ. ఇట్లు దన దివాకీర్తిజని నగు పరమార్తి నైచ్యంబు సకలజన
శోచ్యంబుగా గుడి లాఁపరా తూఁపరాణి కడ నిలిచి బహిరావరణ
ప్రదక్షిణంబ కావించి ప్రాద్దెక్క నిజపక్కణంబునకుం బోవు చుండు
నిట్లుండి యొక్కనాఁడు. 10

టీ. ఇట్లు=ఈరీతిగా, త...నిన్ - తన=తనయొక్క, దివాకీర్తిజనిన్=నికృష్టమగుపంచమజన్మముచేత, 'చండాలప్లవమాతఙ్గ దివాకీర్తిజనంగమాః' అనియమరము.

అ...బు - అగు=కల్గినట్టి, పరమార్తి = అధికమగు నార్తివల్లనైన, నైచ్యంబు = నీచభావము, (జాత్యుచిత వినమ్రభావమనుట), స...గాన్ - సకలజన = ఎల్లవారలకును, శోచ్యంబుగాన్=క్లేశార్హముగాఁగను, (ఇతనిఁ జూచి యందఱు జాలింబడి కనికరింతు రనుట), గు...డన్ - గుడి=కోవెలయొక్క, లాఁపరా=చదరమగుపలకఱాలుగల, తూపరాణికడన్ = జలధారిదాపున, నిలిచి=నిలుచుండి, కొలిచి = సేవించి, బహిరావరణ ప్రదక్షిణంబ కావించి = బహిఃప్రాకారమున కావల వలగొని, (తాను బంచముఁడగుటచేత గుడిలోపలికిఁ జనండనుట), ప్రొద్దెక్కన్ = పొద్దుపోఁగా, ని...కున్ - నిజ=స్వకీయమగు, పక్కణంబునకు=పల్లెకు, 'పక్కణశ్శబరాలయః' అని నిఘంటువు. పోవుచుండున్=చనుచుండును, ఇట్లుండి=ఈరీతి వచ్చుచుం బోవుచుండి, ఒక్క.నాఁడు=ఒక్కదినసంబున.

క. అద్దమరే యద్దాసరి
యద్దండ బిడాలగాహి • తాలయ కృకవా
కూద్దండ రవము విని చను
ప్రొద్దాయె నటంచుఁ బాడఁ • బోవుచుఁ ద్రోవన్. 11

టీ. అద్దమరే=అర్ధరాత్రమునందు, అద్దాసరి = ఆదాసుఁడు, అద్దండన్=ఆసమీపమందు, బి...ము - బిడాల=పిల్లి చేతను,'ఓతు ర్బిడాలో మార్జాలః' అనినిఘంటువు. గాహిత=ప్రవేశింపఁబడిన, ఆలయ=ఇంటియందలి, (కోళ్లగుడిసె యనుట.) కృకవాకు = కోళ్లయొక్క, ఉద్దండ=అధికమైన, రవము=రవళిని, విని=ఆకర్ణించి, చనుప్రొద్దు=తాను నిత్యముం బోయెడు సమయము, అయెనటంచున్ = అయ్యెనను కొని, పాడఁబోవుచున్ = గానముసేయ నేఁగుచును, త్రోవన్=మార్గమందు.

తా. అర్ధరాత్రసమయమందుఁ గుక్కుటాలయములోనికిఁ బిల్లి చొరఁగా నవి వెఱచి కూఁత లిడిన దాని విని వేఁకువ కోడికూఁత లని తలంచి తాను నిత్యముగాఁ బాడ నేఁగెడు సమయ మాయె నని బయలుదేఱిపోవుచు మార్గమందు. ఇది ముందటి కన్వయ మగును.

ఆ. మరులుదీఁగె మెట్టి • యిరు లన్నవో యని
యెడు తమిస్రఁ గాడు • పడి పొలంబు
లెల్లఁ దిరిగి తూర్పు • దెల్లనౌతఱి నొక్క
శూన్యగహనవాటిఁ • జొచ్చి చనుచు. 12

టీ. మరులుదీఁగె=వెఱ్ఱితీఁగెను, మెట్టి=ఆదాసరి త్రొక్కి, ఇరులన్నన్=చీఁకటు లనిపిలువఁగానే, ఓ యనియెడు=ఓ యని పలికెడునట్టి, (కటికి-చీఁకటియనుట),

తమిస్రన్ = చీఁకటి రాత్రియందు, 'తమిస్రా తామసీరాత్రిః' అని యమరము. కొడు పడి = త్రోవదప్పి కలువరపోయి, పొలంబులెల్లన్ = ఎల్లపొలములన్నియు, తిరిగి = దిమ్మదిరిగి, తూర్పు = ప్రాగ్దిశ, తెల్లనొతటిన్ = తెల్లఁబడుసమయమందు, (ప్రభాతసమయమనుట), ఒక్కశూన్యగహనవాటిన్ = ఒక పాడైనయూరుగలయడవియందు, చొచ్చి = ప్రవేశించి, చనుచున్ = పోవుచు.

సీ. ఇడిసిన యిడుపుల • యెడలఁ బొట్రే నుత్త,
రేను గసెంద కో • రింద పొదలఁ
గెడసిన గరిసెల • క్రింద లాఁగలఁ గ్రుస్సి,
యదవకాఁపురముండు • నాఖుతతుల
సగముదుమ్మునఁ బూడి • చిగిరింత వామూయఁ,
బెరిఁగిన నూతిపాఁ • తర బొఱియలఁ
జీమలు ప్రాలీడ్వఁ • జివికిన వెలుగుప,
ట్టునఁ బండి యెండి క్రుం • గిన గుసుకులఁ
తే. బెంటదొగ్గళ్లలోఁ గడు • పంటి శ్మశ్రు
చలనములఁ గ్రుక్కు జీర్ణోతు • వులఁ బొలంబు
దుండుగల మళ్ల యారులఁ • దూలి రాడు
చిక్కు నేతాల పాడరి • సీమఁ జనుచు. 13

టీ. ఇ...లన్ - ఇడిసిన = విరిగిన, ఇడుపుల యెడలన్ = వాకిళ్ల యుభయ పార్శ్వములయందు, పొ...లన్ - పొట్రేను = చిటిరేఁగుచెట్లయొక్కయు, ఉత్తరేను = ఆపామార్గములయొక్కయు, కసెంద = కాసమర్దములయొక్కయు, కోరింద = కోరింద చెట్లయొక్క, పొదలన్ = పొదరులచేత, కె...దన్ - కెడసిన = క్రిందికొఱిగినట్టి, గరిసెల క్రిందన్ = గాదెబొట్టలక్రిందను, లాఁగలన్ = బొక్కలయందు, క్రుస్సి = కృశించి, అదవకాఁపురముండు = కొనగాఁపురమున్నట్టి, ఆఖుతతులన్ = మూషకములగుంపులచేత, సగము = అర్ధభాగము, దుమ్మునన్ = గాలిదుమ్వచేత, పూడి = పూడ్పఁబడి, చిగిరింత = చిగిరింతగడ్డి, వామూయన్ = మొగముమూయ, పె...లన్ - పెరిఁగిన = ఎదిగినట్టి, నూతి = చేఁదుడుబావులయొక్కయు, పాఁతర = పాఁతరలయొక్కయు, బొఱియలన్ = బొందలచేత, (నూతి పాఁతర గుంటలు సగముపూడి యదిమొదలు గడమచిగిరింత బలసియున్నదనుట), చీమలు = పిపీలికలు, ప్రాలు = బియ్యమును, ఈడ్వన్ = ఆకర్షించుకొనిపోఁగా, చి...నన్ - చివికిన = జీర్ణమయినట్టి, వెలుగుపట్టునన్ = దొడ్డికంపలపట్టున, పండి = పచ్చఁబారి, ఎండి = శుష్కించి, క్రుం...లన్ - క్రుంగిన = అడఁగిపోయిన, గుసుకు

లన్=గనుకుఁగసవుచేత, పెంటదొగ్గళ్లలోన్=పెంటలమీఁదిదొగ్గలిచెట్లయందు, కడుపంటి = కడుపు వెన్నున నంటుకొని, (అశనములేక నకనక లాడుననుట), శ్మశ్రు = మీసములయొక్క, చలనములన్ = కదలుటలచేత, క్రు...లన్ - క్రుక్క = అడఁగియున్న, జీర్ణోతువులన్ = ముసలిపిల్లులచేఁతను, 'తద్బభ్రుం దేశ్మశ్రుపుంముఖే, ఓతుర్బిడాలో మార్జాలః'అనియు నిఘంటువు.పొ...లన్-పొలఁబు=పొలముయొక్క, దుండుగల=దుండిగపుఁజెట్లచేతను, మళ్ల=వరిమళ్లయొక్క, బొరులన్ = బొరుగసవుగంటలచేతను (కృషిలేకయుండుటచేతఁ బొలములందు దుండిగములును, వరిమళ్లయందు వీరణపుగంటలును మొలిచినవనుట),తూలి=నేలకువ్రాలి,రాడుచిక్కు=నిద్రటాడుమాత్రము మిగులునట్లున్న, ఏతాల=ఏతములుగల, పాడరిసీమన్=పాడడచిన భూమియందు, (కూచము మాత్రము గనుపడుచు జలయంత్రములు గుమ్మునఁ బూడిపోయిన పాడుభూమి యనుట), చనుచున్=పోవుచును.

క. అపమార్గత నరుగుచు మా
ర్గపు ధామార్గవపుఁ గంటకంబులఁ గాళ్లన్
విపరీతత నూడ్చుచు నే
రుపున నృల్లేరు లీడ్చి • త్రోయుచుఁ జనుచున్. 14

టీ. అపమార్గతన్=త్రోవదప్పుటచేత, అరుగుచున్=పోవుచు, మా...లన్-మార్గపు=తానుబోయెడిమార్గమందలి, ధామార్గవపు=ఉత్తరేనిచెట్లసంబంధులగు, 'అపామార్గశ్శైఖరికో ధామార్గవమయూరకా'యనినిఘంటువు. కంటకంబులన్=ముండ్లను, కాళ్లన్=పాదములయందు, విపరీతతన్=ఎమురుతెగుట చేత, ఊడ్చుచున్=పోరాల్చుచు, నేరుపునన్=ఉపాయముచేత, పల్లేరు=పల్లేరుగాయలు, ఊడ్చి = నేలమీఁదఁగాల్లీడ్చి, త్రోయుచున్=త్రోయుచును, చనుచున్=పోవుచును.

శా. కాంచె న్వైష్ణవుఁ డర్ధయోజన జటాఘూటోత్థశాఖోపశా
ఖాంచర్ఝూటచరన్మరుత్రియ దవీయః ప్రేషితోద్యచ్ఛదో
దంచత్కీటకృత వ్రిణచ్ఛలన లిప్యాపాదితా ధ్వన్యని
స్సంచారాత్తమహాఫలోపమఫలస్ఫాయ ద్వటక్ష్మాజమున్. 15

టీ. వైష్ణవుఁడు=అభాగవతుఁడు, అర్ధయోజన = రెండుపరుగులదూరముసఖుఁగల, జటా=ఊడలయొక్క, ఘాటీ=సమూహమును, అత్థ=మొలిచినట్టి, శాఖా=కొమ్మలయొక్కయు, ఉపశాఖా=ప్రక్కకొమ్మలయొక్కయు, అంచత్=ఒప్పుచున్న, ఝూట=గుంపులయందు, చరత్=సంచరించుచున్న, మరుత్=వాయువుయొక్క, రయ=వేగముచేత, దవీయః=దవ్వుగా, ప్రేషిత=చిమ్మఁబడినట్టియు, ఉద్యత్=ఎగురు

చున్నట్టి, ఛద=ఆకులయందు, ఉదంచత్=స్ఫుటములగుచున్న, కీట=పురుగులచేత, కృత=చేయఁబడిన, వ్రణ=బొంతలనియెడు, ఛలన=వ్యాజముగల, లిపిన్=అక్షరములచేత, ఆపాదిత=సంపాదింపఁబడిన, అధ్వన్య = మార్గస్థులయొక్క, నిస్సంచార=సంచారాభావముచేత, ఆత్త=పొందఁబడిన, మహాఫల-మహాత్=శ్రేష్ఠమైన, ఫల=పుణ్యఫలముతోడ, ఉపమ= సామ్యముగల, ఫల=పండ్లచేతను, స్ఫాయత్ = వృద్ధిఁబొందుచున్న, వటక్ష్మాజమున్=మఱ్ఱిచెట్టును, కాంచెన్=చూచెను.

తా. ఆభాగవతుఁ డామార్గమందు రెండుకోసులవెడలుపున నూడలుదిగి యూడలయందే యనేక శాఖోపశాఖలు గలిగి యాశాఖలయందలి యాకులమీఁద బురుగులు దొలిచిన బొందలతోఁ గూడ నవి వీడి వాయువశముచేత దూరముగాఁ గొట్టుకొనివచ్చి యెగురుచుండఁగా నావృక్ష మచ్చట బ్రహ్మరక్షస్సున్నది, యీత్రోవను రావలదని మార్గస్థులకుఁ దెలియుటకు నాయాకులనెడు జాబులమీఁదఁ బురుగులచేఁ దొలువఁబడిన గీఁత లనియెడు నక్షరములు వ్రాసి పంపుచున్నదో యన్నట్లును, దానివలన మార్గస్థు లా మార్గమున సంచరింపకుండుటంజేసి, మహాపుణ్యఫలముచేఁ గలిగిననుటకు సమానముగా గొప్పలగు పండ్లచేత నొప్పుచున్న యొక్క పెద్దమఱ్ఱిచెట్టును జూచె నని భావము.

ఆ. కాంచి యాతఁ డొక్క • కాలిత్రోవయు నంతఁ
గాంచి యందుఁ దెరువుఁ • గాంచినదియ
పరమలబ్ధి గాన • ద్వరితంపుగతి నవ్వ
టావనీజ మంత • నంతఁ గదిసి. 16

టీ. కాంచి=ఆవృక్షమునట్లుచూచి, అతఁడుక్=ఆభక్తుఁడు, ఒక్క కాలిత్రోవయున్=ఒకకాలిమార్గమును, అంతఁగాంచి=అంతటఁజూచి, అందున్=ఆపాడడచిన సీమయందు, తెరువుఁగాంచినదియ=మార్గముఁజూచుటయే, పరమలబ్ధిగాఁగక్=పరమలాభముగా, త్వరితంపుగతిక్=శీఘ్రగమనముచేత, అన్వటావనీజము=ఆమఱ్ఱిచెట్టును, అంతనంతక్=అంతటంతను, కదిసి=చేరవచ్చి.

సీ. ఎలనీటి బొండలం • బులఁ బోలె మెదడెల్ల,
జుఱ్ఱి వైచిన డొల్లు • పుఱ్ఱెగములు
నెఱచి గీఱిన జీఱ • లేర్పడఁ దుదముట్టఁ,
జీఁకిన నులిపచ్చి • కీకసములు
దొనదొనయును నీఁగె • తుట్టెల యూ పేరు,
పడక కంపలను వేఁ • లెడు కరుసులు

ధూళ్ల మక్కెక్కి మంగళ్ల తిప్పలు రేఁగు,
వడువున గాలి నాడెడు నెఱికలు
తే. దునిసిన వరాంగకముల బొత్తులను గమిచి
పోక యొండొంటితోఁ బెఱపీకులాడు
శ్వాపదంబులుఁ బదహతిఁ ద్రస్సి వలుచు
వరుగు దఱచగు మురుత్రోవ నరిగి యెదుట. 17

టీ. ఎ...లెన్-ఎలనీటి=లేఁతనీరుగల, బొండలంబులఁబోలెన్=టెంకాయ బొండ్లములవలెనే, మెదడెల్లన్=మస్తిష్కమంతయు, జుఱ్ఱి=ఊటుకొని, వైచినన్=పరిహరింపఁగా, డొల్లు=దొరలాడుచున్న, పుఱ్ఱెగములున్ = నరకపాలసమూహములును, (ఎళనీరుద్రావి పారవైచిన టెంకాయ బొండ్లములవలెనే తలకాయల మెదడు జుఱ్ఱి వేయఁగా నాపుఱ్ఱెలు డొల్లుచున్న వనుట), ఎఱచిగీఱినజీఱలు=మాంసముగీచుకొన్న గీఱలు, ఏర్పడన్=కనుపడునట్లు, తుదముట్టన్=కడవెడలునట్లు, చీకిన=చప్పరించిన, ను...లు-నులిపచ్చి=కొంచెముపచ్చిగల, కీకసములు=ఎముకలను 'కీకసంకుల్యమస్థిచ' అని నిఘంటువు. దొనదొనయను=దొనదొన యనియెడు ముసరికొనుచప్పుడుగల, ఈఁగతుట్టెలన్=మక్షికౌరాసులచేత, రూపేరుపడక=రూపము దెలియరాక, కంపలను = కంపవెలుగులయందు, వ్రేలెడు=వ్రేలాడుచున్న, కరుసులు=పచ్చిచర్మములును, ధూళ్లన్=దుమ్ములచేతను, మక్కెక్కి = మక్కుడువారి, మం...లు - మంగళ్ల=క్షౌరకులయొక్క, తిప్పలు=పెంటలు, రేఁగువడువునన్ = రేఁగినట్లు, గాలిన్=వాయువుచేత, ఆ...లు-ఆడెడు=చలించుచున్న, ఎఱకలు=వెండ్రుకలును, తు...లన్-తునిసిన=ఖండింపఁబడిన, నర=మానవులయొక్క, అంగకములన్=అవయవములను, పొత్తులను=కూడ, కమిచి=కబళించి, పోక=అనలజరగక, ఒండొంటితోన్=పరస్పరమును, పెఱుపీఁకులాడు = వాదులాడుచున్న, శ్వాపదంబులున్ = దుష్టమృగవిశేషంబులును, పదహతిన్=కాలితన్నుచేత, ద్రస్సి=ద్రయ్యలై, వ...గు-వలచు=కంపుగొట్టుచున్న, వరుగు=మాంసపువరుగును, (వరుగనఁగా గృధ్రవిశేషములనియుఁ జెప్పవచ్చును), తఱచగు=దట్టముగాఁగలిగిన, మురుత్రోవన్=మాంసములుమురిగియున్న దుర్గంధమార్గమున, అరిగి=పోయి, ఎదుటన్=ముందఱ.

తా. అబ్రహ్మరక్షస్సు నేకులను బట్టి చంపుచుండుం గాన నాప్రదేశమందు మెదడు జుఱ్ఱివైచిన కపాలములును, శల్యములు మాంసముతోడ నోటఁగఱచి పండ్లఁగీఱితిని పారవేసినయవియును, శరీరములు చర్మములొలిచి కంపల మీఁద వేయగా నీఁగెలు మూఁగి రూపు గానరాకుండునవియును, బహుకాలముగా నేకులఁ జంపుటచేత వారి తలలవెండ్రుకలు కుప్పలైపడియుండి ధూళిచేతఁ గొంత బ్రుంగుడువడి గాలిచేత

మంగళ్ల వెంటలు రేఁగినట్లు రేఁగుచుండు నవియును, దునిఁగిపోయిన మానవావయవముల నవ్వాల నివ్వాలఁ గబళించి దుష్టమృగములు పీఁకులాడుచుండునవియును, గాళ్లఁ దన్ని బ్రద్దలుచేసి యెండవేసిన వరుగులును గలిగి, యిట్టిభీభత్సరసాస్పదంబైన యా మరు మార్గమున నతఁ డరుగు చుండె నని భావము.

సీ. ముంగాళ్లఁ జాఁగిపై • ముచ్చుఁజూపులు పర్వ,
బొమిక లెత్తుచుఁ బాఱి • పోవు శునులఁ
బలలతోరణములు • వట్టి బిట్టెగయ శా,
ఖాధూతి నెగయు కం • కముల రొదల
నడ్డంబు దిరిగి త • లాహతిఁ బడి రొండి,
హస్తంబు లిడి యంగ • లార్చు కపుల
డబ్బాటుమై నొక్కె • డలు సూపి యవి మాయ,
నడఁగ వేఱెడఁ జూపు • వ్యాపృతులను
తే. నెవ్వఁడో యొక్కఁ డున్నవాఁ • డిందు వాఁడు
నరుఁడు గాఁ డింధనాధికా • హరణమునకు
వేళయును గాదు పొలగాలి • వీచెఁ దెరువు
నెడ పనుచు జాలిగొని సంశ • యించు వేళ. 18

టీ. ముంగాళ్లన్=ముందటికాళ్లచేత, చాఁగి=చాఁగిలిపడి, పైన్=ఉపరిప్రదేశమున, ముచ్చుఁజూపులు=దొంగచూపులు, పర్వన్=వ్యాపింపఁగా, బొమికలు=శల్యములను, ఎత్తుచు=ఎత్తుకొనుచు, పా...లన్ - పాఱిపోవు=పరుగులిడుచున్న, శునులన్=కుక్కలచేతను, పలలతోరణములు=మాంసపుఁదోరెములను, పట్టి=కఱచుకొని, బిట్టు=పెల్లుగా, ఎగయ=ఎగసిపోవఁగా, శాఖాధూతిన్ = కొమ్ములు గదలుటచేత, ఎ...లన్ - ఎగయు=పుట్టుచున్న, కంకముల = రాబందులయొక్క, 'లోహపృష్ఠస్తుకంకస్స్యాత్' అని నిఘంటువు. రొదలన్=శబ్దములచేతను, అడ్డంబుదిరిగి=అబ్రహ్మరక్షస్సున కడ్డాలువచ్చి, తలాహతిన్ = అఱచేతివ్రేటును, పడి = పొంది, (దెబ్బఁదినియనుట), రొండిన్=కటిప్రదేశమందు, హస్తంబులుఇడి=చేతులిడుకొని, అంగలార్చు=మిడుకుచున్న, కపులన్=కోఁతులచేతను, డబ్బాటుమైన్=హఠాత్తారముగా, ఒక్కెడలుచూపి=ఒక్కదిక్కుగానుపించి, అవి=ఆ ప్రదేశములు, మాయన్=టక్కుచేత, అడఁగన్=కనఁబడకపోఁగా, వేఱెడన్=మఱియొక్కదిక్కును, చూపు=కనఁబడుచున్న, వ్యాపృతులను=వ్యాపారములచేతను, ఇందు=ఈ ప్రదేశమందు, ఎవ్వఁడోయొక్కఁడున్నవాఁడు, వాఁడు, నరుఁడుగాఁడు=మానవుఁడుగాఁడు, ఇం...

కున్ - ఇంధన=శుష్కములు, ఆదిక=మొదలుగాఁగలవన్యవస్తువులయొక్క, ఆహరణమునకున్=తెచ్చుటకును, వేళయునుగాను=సమయంబునుగాను, పాలగాలి=మాంసపుగాలి, వీచెన్=విసరెను, తెరువున్=మార్గంబును; ఎడపు=ఎడారి, అనుచున్=అనితలఁచుచు, జాలిఁగొని=దిటముచెడి, సంశయించువేళన్=సందియపడునప్పుడు.

సీ. మృతమర్త్యు రెంటాన • నిడ్డఁ జాలక నెత్రు,
    రంజిల్లు పెనుపొట్ట • ముంజివానిఁ
బల్లచీమల వక్ర•భల్లాతకియుఁబోలె,
    నెఱ్ఱదుప్పటి నొప్పు • కఱ్ఱివాని
వ్యత్యస్త హస్తిమ•స్తాభఁ బాయగు గడ్డ,
    మును దంష్ట్రికలుఁ బొల్చు • మొగమువానిఁ
గడుదుర్ల నిడుతుట్టె • గతిఁ జోఁగలోఁ బాండు,
    రత మించు కపిలకూ•ర్చంబువాని
తే. నెఱుకుఁదెఱువరిఁ గన శాఖ • లెక్కఁ జాఱు
ప్రేవుజందెంబుఁ గసరి పైఁ • బెట్టువాని
వ్రేలు డగుబొజ్జ గల బూర•గాలివానిఁ
జెంబుతలవాని నవటు కం•చంబువాని. 19

టీ. మృతమర్త్యున్=చచ్చినమానవుని, రెంటానన్=మడచి, ఇడ్డన్=ఉంచుకొనఁగా, చాలక=పాడవుసాలక, నెత్రురంజిల్లు=రక్తమంటియున్న, పెనుపొట్ట=పెద్దకడుపునందలి, ముంజివానిన్ = కటిసూత్రముగలవానిని, (శవమును గౌపీనముగాఁ బెట్టుకొన్న నది పాడవుసాలక యీడ్చియీడ్చి మొలత్రాటిలోఁ దోఁపుకొనఁగా దాని నెత్తురు పొట్టకంటెననుట), పల్లచీమలన్=బాఁపనచీమలచేత, వక్రభల్లాతకియుఁబోలెన్=వంకరజీడిచెట్టువలె, ఎఱ్ఱదుప్పటి=రక్తవర్ణముగల దుప్పటిచేతను, ఒ...నిన్ - ఒప్పు=ఒప్పుచున్న, కఱ్ఱివానిన్ = నల్లనిమేనుగలవానిని, వ్య...భన్ - వ్యత్యస్త=క్రిందుమీఁదయిన, హస్తి=ఏనుఁగుయొక్క, మస్త=తలయొక్క, ఆభన్=రీతివంటి రీతిచేతను, పాయగు=పాయయైనగడ్డమును, దంష్ట్రికలున్ = కోఱలును, పొల్చు=మెఱయుచున్న, మొగమువానిన్=ముఖముగలవానిని, (కుంభికుంభస్థలము తలక్రిందు జేసిన నాకుంభస్థలములవలెఁ బాయవడ్డ గడ్డమును నాదంతి దంతములవంటి కోఱలును గలిగి యున్నవనుట), క...తిన్ - కడుఁదుర్ల=కణుఁదురీఁగెలయొక్క, నిడు=నిడుదయైన, తుట్టెగతిన్=పెఱవలె, చోఁగలోన్=గుంతలోన్, (చొంగలోననుట), పాండురతన్=తెల్లఁదనముచేత, మిం...నిన్-మించు=అతిశయించుచున్న, కపిల=కడార

వర్ణముగల, కూర్చంబువానిన్=భ్రూమధ్యదేశముగలవానిని, 'కూర్చమ స్త్రీభ్రువోర్మధ్యమ్' అని నిఘంటువు. ఎఱుకుదెఱువరిన్ = ఎఱుకువాఁడగుమార్గస్థుని, కనన్=చూచుటకొఱకు, శాఖలెక్కన్=కొమ్మలనెక్కఁగా, జాఱు = జాఱిపోవుచున్న, ప్రేవుజందెంబున్=ప్రేగులజన్నిదమును, కసరి=గద్దించుకొని, పైఁ బెట్టువానిన్=భుజముమీఁదికిఁద్రోచికొనువానిని, వ్రేలుడగు=వ్రేలాడుచున్న, బొజ్జగల = బొజ్జగలిగిన, బూరగాలివానిన్=ఊఁచకాళ్లవాని, చెంబుతలవానిన్ = చెంబువలె నున్నవై బట్టగట్టిన శిరముగలవానిని, అవటుకచంబువానిన్ – అవటు=మెచ్చెనగుంటయందు, 'అవటుర్ఘాటా కృకాటికా' అని నిఘంటువు. కచంబువానిన్=జుట్టుగలవానిని, (కర్తృపదక్రియాపదము లీపద్యమందు లేవుగావునఁ గుళికము, 'క్వచిత్కుళికసంఖ్యాదావత్రవాహిత కృద్భవేత్' అని యథర్వణోక్తి).

తే. కండకన్నులవాని నాఁకటను బండ
  తిట్ల బేతాళికల సారెఁ • దిట్టువాని
  నగగరిమవాని నన్వర్థ•నాముఁ గుంభ
  జాను వనునొక్కద్విజనిశా•చరునిఁ గనియె. 20

టీ. కండకన్నులవానిన్=కండపెరిఁగిన కన్నులుగలవానిని, ఆఁకటను=ఆఁకటిచేతను, 'షౌపవిభక్తికనామ్నామత్వంస్యాత్సప్తమీతృతీయార్థే' అను సూత్రముచేత నత్వము. బండతిట్లన్=బూతుఁదిట్టులచేత, బేతాళికలన్=ఆఁడుదయ్యాలను, సారెన్=పల్మఱును, తిట్టువానిన్=తిట్టుచుండెడువానిని, నగగరిమవానిన్ – నగ=పర్వతముయొక్క, గరిమవానిన్=గురుత్వమువంటి గురుత్వముగలవానిని, (కొండంతవాఁడనుట), అన్వర్థనామున్=సార్థకనామధేయముగలవానిని,కుంభజానువుఅన్=కుంభజానువనుపేరుగల, (కుంభజానువనఁ గుండలవంటి మోఁకాళ్లు గలవాఁడనుట), ఒక్క=ఒక్కఁడైన, ద్విజనిశాచరునిన్=బ్రహ్మరాక్షసుని, కనియెన్=చూచెను.

ఉ. వాఁడును గంటిఁ బోకు మని • వ్రాలె మహిన్ విటపాళి నుగ్గుగా
  వీఁడును మున్న రే పగటి•వేళకు మానిసియాటఁ బోరిలో
  వాఁడిమిఁ గొంతకాల మిల • వ్రాలుట లావరియౌట నిల్చి యా
  వాఁడిశరంబుచే నడువ • వాఁ డది ద్రుంపుడు వీఁడు నుద్ధతిన్. 21

టీ. వాఁడును=ఆ బ్రహ్మరాక్షసుఁడును, కంటిన్=చూచితిని, పోకుమని=పోవకుమని, విటపాళి=చెట్టుకొమ్మలగుంపు, నుగ్గుగాన్=చూర్ణమగునట్లు, మహిన్=భూమియందు, వ్రాలెన్=దుమికెను, వీఁడును=ఈదాసరియును, మున్న = పూర్వమందు, రేపగటివేళకున్ = రాత్రియొక్క పగటియొక్క సమయమునకు, మానిసియాటన్=తగిన మనుష్యుఁడౌటచేత, పోరిలోన్=యుద్ధమునందు, వాఁడిమిన్ = పరాక్రమముచేత,

కొంతకాలము=కొన్నాళ్లు, ఇలఁ బ్రాలుటన్=భూమియందుఁ దిరుగుటచేతను, లావరి యాటన్=బలముగలవాఁడాటచేతను, నిల్చి=ఎదిరించి, ఆవాఁడిశరంబుచేన్=ఆము న్నుదాను దెచ్చిన జోడమ్మనియెడు బాణముచేత, ('సంస్కృతపదేన పరిమితమాంధ్రి పదం కర్మధారయో భవతి'అను సూత్రముచేత, మఱియు 'నాంధ్రిం షడ్వర్ణపర్యంతం సంస్కృతేన సమస్యతే'అను నధర్వణోక్తిచేతను 'వాఁడిమయూఖము ల్గలుగువాఁడప రాంబుధిఁజేరనేటికి న్రాఁడు కచుఁడు'అను వాగనుశాసనప్రయోగముచేతను సాధువు.) అడువన్=కొట్టఁగా,వాఁడు=అరక్కసుఁడు, అది=బాణమును,'ఇతరత్రచ ద్వితీయా తస్యాః ప్రథమాచజడపదానాం స్యా' త్తనుసూత్రముచేత ద్వితీయకుఁ బ్రథమ.త్రుంపుడున్=విఱిచివేయఁగా, వీఁడును=ఈదాసరియును, ఉద్ధతిన్=రభసముచేతను.

సీ. తిగిచిన నడుగులు • దెమలక ఱొమ్మప్ప,
ళించి యవ్వలికిఁ జం•డించి దాఁటి
చఱచిన వంచించి • చరమభాగమునకై,
తిరిగి తత్క్రియ కగు • దృష్టి నిలిపి
పైఁబడ్డఁ జనుమర•పట్ల కొడ్డుక యుండు,
పిడికిళ్ల బలిమి లోఁ • బడక నిలిచి
చొరఁజూడ గ్రుంగి ము•ష్టులబిగి కోటగాఁ,
జొరవీక తిరిగెడు • చోన తిరిగి

తే. యసుర వధసాధనము రోయు•నపుడు గ్రుద్ది
తాచి తిరిగినఁ గృతముష్టి•దండ నిలిచి
యెడకొలఁది * వెనుక నడు మొయ్య • నడచియడచి
మత్పదస్మృతి యాత్మ నే•మఱక యతఁడు. 22

టీ. తిగిచినన్=ఆరాక్షసుఁడుదన్నుఁబడలాగినను,అడుగులు దెమలక=తనయడు గులుగదలక, ఱొమ్ము=వక్షఃస్థలము, అప్పళించి=ఆస్ఫాలించి, అవ్వలికిన్ = ఆవలికి, చండించి=ఎగసి, దాఁటి=లంఘించి, చఱచినన్=ఆరాక్షసుఁడఱచేతఁ బ్రేసినను, వం చించి=కికురించి, చరమభాగమునకై=వెనుకదిక్కునకై,తిరిగి=మరలి, తత్క్రియకగు= మఱలఁజరచుటకైన, దృష్టి=చూపు, నిలిపి, పైఁబడ్డన్=ఆయసుర తనపైఁబడిరాఁ గా, చనుమరపట్లకున్= ఱొమ్ము మీఁదికి, ఒడ్డుకయుండు = ఒడ్డుకొనియుండెడు, పిడికిళ్లబలిమిన్=ముష్టిబలముచేత,లోఁబడక=లోఁకువగాక, నిలిచి, చొరఁజూడన్= ఆయసురచొచ్చిరాఁబోఁగా, గ్రుంగి = తానువంగి, ముష్టులబిగి = పిడికిళ్లబిగువే,

* వెనుక నడుగొయ్య.

కోటగాక=వప్రముగా, చొరవీక=చొరవయియ్యక, తిరిగెడుచోన=అయసురతిరిగెడుచోటనే, తిరిగి, అసుర=అరక్కసుఁడు, ఐధసాధనము=తన్నుజంపెడునుపాయమును, రోయునపుడు=వెదకునప్పుడు, గ్రుద్ది=పిడికిటఁబొడిచి, తాఁచి = తన్ని, తిరిగినక=వాఁడుదిరుగఁగానే, కృత=అమర్పఁబడిన, ముష్టి=పిడికిటియొక్క, దండక=ప్రాపున, నిలిచి, ఎడకొలఁది=సందుచిక్కినకొలఁదియు, వెనుక=వానివీపును, నడుము=మధ్యదేశమును, ఒయ్యక=క్రమముగా, అడచియడచి=కొట్టికొట్టి, ('వెనుకనడుగొయ్యనడచినడచి' అనియును పాఠమునందు అప్పుడు వెనుకకుఁబోయియనుట.) మత్పదస్మృతి = మాపాదానుచింతనమును, ఆత్మన్ = బుద్ధియందు, ఏమఱక = మఱచిపోక, అతఁడు = అదాసరి, (ఇదికర్తృపదము). అసురయనుచోట 'స్త్రీత్వే బహుత్వేసురాదే రసమాసే' అను సూత్రముచేత నది సురాదిగణపఠితమైన నేకవచనమందు స్త్రీత్వము. కం. 'చంపునొకో యక్కట కొ, రింపం దలఁచునొకొ లఘుచరిత్రంబులకుం, బంపఁ గడంగునొకో శం, కింపం డేఁక కఱుకుటసుర గీ డొనరింపక.' అని నిర్వచనోత్తరరామాయణప్రయోగము.

తే. తాఁచి పోఁజూడఁ దనరాక్షసీచయంబు
నెల్లఁ జీరిన డిగ్గి వా • రేఁగు దేరఁ
బోయె నదె వాఁడు రారె రా • రే యటంచుఁ
పాఱి వారును దానును • బట్టికొనుఁడు. 23

టీ. త్రాచిపోఁజూడక = అదాసరితట్టివైచిపోవనుద్యోగింపఁగా, తనరాక్షసచయంబునెల్లక=తనరాక్షసస్త్రీలనందఱను, చీరినక=పిలువఁగా, డిగ్గి=చెట్టుదిగి, వారేఁగుదేరక=వారురాఁగా, వాఁడు=అమనుష్యుఁడు, పోయెనదె=అదిగోపోయెను, రారెరారేయటంచుక=రండురండనుచు, 'ఏదోతౌవ్యతిరేకా దపిసంప్రార్థనపరౌ క్రియాణాం స్త' అనుసూత్రముచేత వ్యతిరేకరూపము; మీఁది యేకారము సంప్రార్థనపరము. పాఱి=ఉఱికి, వారును=ఆయాఁడు రక్కసులును, తానును=కుంభజానుఁడును, పట్టికొనుఁడుక=అదాసరిని బట్టుకోఁగానే.

క. పెంబోతద్దాసరి య
ప్డుం బదహతులను గపోణి • పోటుల నిరుమే
నం బొడుచుచుఁ బెనఁగుచుఁ బో
వం బట్టి పటంబుఁ జేర్చి • వాఁ డిట్లనియెక. 24

టీ. పెంబోతు=పెనుబోతగు, (బలసినవాఁడనుట; బంబోతనికొందఱందురు) అద్దాసరి=అదాసుఁడు, అప్డుక = అప్పుడును, 'పోశ్చతదాద్యర్థవాచకేషుతత' అను సూత్రముచేతఁ బువర్ణోపరివిద్యమానమగు నుత్వమునకు లోపంబును 'తద్ధ్రితంచ బిందు

స్స్యాత్' అని చెప్పఁబడిన సూత్రముచేత ప్రథమాసమశబ్దముమీఁద సముచ్చయార్థకమగు ద్రుతంబునకుఁ బూర్ణబిందువును వచ్చినది. పదహతులను = కాలితన్నులచేతను, కపోణిపోటులన్ = మోఁకాటిపోటులచేతను, ఇరుమేనన్ = రెండుప్రక్కలయందును, (ఇది యిరువంక యిరుదెస యిరుగెడ యిరువాఁగు ద్విగు వేకవచనాంతమగుచుఁ దనరు, అన్నట్లు ద్విగు సమాసము.) పొడుచుచున్ = పెనఁగుచున్, పోవన్ = పోవఁగా, పట్టి = ఆదాసరినిబట్టుకొని, వటంబుఁ జేర్చి = మఱ్ఱిచెట్టుదాపునఁ జేరిచి, వాఁడు = ఆయసుర, ఇట్లనియెన్.

శా. సారాస్వాదనఁ బ్రాణపంచకము తృ•ష్ణం బాసి సంతర్పణ
న్మారింబోనసిఁ ద్రుంచి పొంగెడు భవ•న్ముండంబు ధారోష్మమిం
పారం గ్రోలి పిశాచి నీదు కఱకు•ట్లందీ నదస్త్రాలకాం
తారాంతర్నృకపాల కుండవిగళ•న్మైరేయముం గ్రోలెదన్.

టీ. సారాస్వాదనన్ = నీక్రొవ్వుఁజవిచూచుటచేత, ప్రాణపంచకము = నా పంచప్రాణములును, తృష్ణన్ = దప్పిని, పాసి = విడిచి, సంతర్పణన్ = తృప్తిచేత, మారింబోన్ = సంతోషింపఁగా, (క. 'మదిలోన నన్నుఁదలఁచుచు, బదరీఫలమాత్ర హవ్యభాగము నలునం, దొదవించి తేనియును న, భ్యుదయము నేనొంది మారిఁ బోవనె చెపుమా.' అనియును; గీ. 'గాడ్పుమురిపెంపు నెందునుగల్గియెల్ల, వారిమనసులు వేడ్కల మారెఁబోయె' ననియును, హరివంశమునం దెఱ్ఱప్రగడగారి ప్రయోగము.) అసిన్ = కత్తిచేత, త్రుంచి = ఖండించి, పొం...ము - పొంగెడు = పొంగుచున్న, భవన్ముండంబు = నీబోడితలయొక్క, ధారోష్మము = వెచ్చనిరక్తధారను, ఇంపారన్ = ఇష్టము దీఱునట్లు, గ్రోలి = పానముఁజేసి, పిశాచి = ఈయాఁడుపిశాచము, నీదు = నీసంబంధియగు, కఱకుట్లు = కడ్డితోఁగుట్టికాల్చినమాంసఖండములను, అందీన్ = అందియియ్యఁగా, (క. 'నమ్మకము కైదువ మోఁపగు, జమ్మి వెసం బ్రాఁకి విడిచి చాపము నాకం, దిమ్మనుడు సేయునది లే, కమ్మగ్గుం డమ్మహీజ మలసత నెక్కెన్.' అని విరాటపర్వమునందును; క. 'ఇతఁడు మదీయ పురోహితుఁ, డితనికిఁ దగనెల్ల పనులు నెఱిఁగించిపుడే, ధృతరాష్ట్రకడకుఁ బనుపుడు, చతురవచనరచనఁ గలిపి సంప్రీతి మెయిన్.' అని యుద్యోగపర్వమందును; సోమయాజిగారును ప్రయోగించినారుగాన నీక్త్వార్థకయిత్వసంధి సాధువు.) అ...ముక్ - అదః = ఈ, తాలకాంతార = త్రాటితోపుయొక్క, అంతః = లోపలనున్న, నృ = నరులయొక్క, కపాల = పుఱియలనియెడు, కుండ = కుండలనుండి, విగళత్ = జాఱుచున్న, మైరేయమున్ = మద్యమును, గ్రోలెదన్ = త్రాఁగెదను.

క. న న్నిం తలయించిన ఖలు
నిన్నుఁ బుజువిధి వధింతు • నే యని యార్పుల్
మి న్నందగ బుస కొట్టుచు
నన్నిచుఁడు వాఁగరు వెడలు • నవ్యక్తోక్తిన్. 26

టీ. నన్ను=నను, ఇం తలయించిన=ఇంతకష్టపెట్టిన, ఖలున్ = దుష్టుఁడైన, నిన్నున్=నిను, ఋజువిధిన్ = మృదువైనరీతిచేత, వధింతు నే=చంపుదునా, (చంప ననుట), అని=అనుచు, ఆర్పుల్=బొబ్బరింతలు, మిన్నందగన్=ఆకసమంటఁగా, బుస కొట్టుచున్=నిట్టూర్పువిడుచుచు, అన్నిచుఁడు=ఆరాక్షసుఁడు, వా... క్తిన్ - వాఁగరు వెడలు=మదము బయల్పడునట్టి, అవ్యక్తోక్తిన్=ఉన్మత్తభాషణముచేతను.

తే. అసియుఁ బాత్రియుఁ దేఁ బంచి • యాంత్రవల్లిఁ
గోలుగొక్కరఁ ద్రోయ న•క్కుజముతోడ
నొఱగి రక్కసుతో దైన్య•విరహితముగ
ధర్మ మెఱిఁగించుసూక్తి నా•తండు పలికె. 27

టీ. అసియున్=ఖడ్గమును, పాత్రియున్ = రక్తముఁబట్టుటకుఁబాత్రమును, తేన్=తెచ్చుటకై, పంచి=ఆజ్ఞాపించి, ఆంత్రవల్లిన్=తీఁగెవంటిప్రేఁగుచేత, కోలుగొక్కరన్=మాటకట్టుగా, (పసరముచు బడదీసెడునట్లనుట), త్రోయన్=పడఁద్రొబ్బఁగా, అక్కుజముతోడన్=అమఱ్ఱిచెట్టుతో, ఒఱఁగి, రక్కసుతోన్=రాక్షసునితో, దైన్యవిరహితముగన్=విన్నఁబాటులేనివిధమున, ధ... క్తిన్ - ధర్మమెఱిఁగించు=ధర్మపద్ధతినిదెలిపెడు, సూక్తిన్=మంచిమాటచేత, అతండు=అహరిదాసుఁడు, పలికెన్=వచించెను.

తా. అసురియాళుని బ్రహ్మరాక్షసుఁడుకట్టి మఱ్ఱిచెట్టునకానింపఁగా, నతండు ధైర్యముతో నారాక్షసునింజూచి యిట్లనియె నని భావము.

చ. విను మొకమాట రాత్రిచర • వేగిర మేటికి నిన్ జయింతురే
యనిమిషులైన భాజనగ•తాన్నము నే నిఁక నెందుఁ బోయెదన్
బెనఁగక ప్రాణరక్షణ ము•పేక్ష యొనర్చుట పాప మిందు కై
కనలకు నాకు మేనిమెడఁ • గాంక్షయు లే దిది వోవుటే యుర్వన్.

టీ. రాత్రిచర=ఓరక్కసుఁడా, ఒకమాటవినుము=ఒకవచన మాకర్ణింపుము, వేగిరమేటికి=వేగమేల, అనిమిషులైనన్=దేవతలేని, నిన్ జయింతురే=నిన్ను జయింపఁ

గలరా, (గెల్వలేరనుట), భా...ము-భాజనగత=కంచములోకివచ్చిన, అన్నము=అశనమగు, నేను, ఇఁకన్=ఇఁకమీఁద, ఎందుఁబోయెదన్=ఎచ్చటికిఁ బోఁగలను (భావిక్రియ) పెనఁగక, ప్రాణరక్షణము=స్వజీవసంరక్షణము, ఉపేక్షయొనర్చుట=ఒప్పరికించుట, పాపము, 'హంతు మభ్యాగతం శత్రుం యశ్శక్త్యా ననివారయేత్, స ఆత్మఘ్న ఇతిఖ్యాతో రౌరవం నరకం వ్రజేత్' అనియున్నది.) ఇందుకై=ఈపనికై, (ఇందను నది యేతదర్థకమగు దేశ్యపదముగావున దీనిమీఁద, చతుర్థీవిభక్త్యర్థకమగు కైవర్ణకము వచ్చెను కావుననే యిందుమీఁద నిందుచేత మొదలగునవి గలుగును.) కనలకు=అలుగకు, నాకు, మేనియెడన్=శరీరముపట్ల, కాంక్షయున్=అపేక్షయు, లేదు, ఇది=ఈమేను, పోవుటే=నశించుటే, ఉరున్=మేలగును.

ఆ. హీనజన్మ మఱుట • రెవ్వఁడే నొకప్రాణి
సంతసిలుట ముక్తి • పొంత గనుట
మేలెకాదె శిబియ • మేల్బంతిగాఁడె న
శ్వరపు దేహ మమ్మి • పరము గొనుట. 29

టీ. హీనజన్మము=చండాలజన్మము, అఱుట=పోవుటయును, ఎవ్వఁడేని=ఎవ్వఁడైనను, ఒకప్రాణి=ఒకపురుషుఁడు, (ఏనిశబ్దమున కికారలోపము), సంతసిలుట=సంతోషించుటయు, ముక్తిపొంత=మోక్షసమీపమును, కనుట=పొందుటయు, మేలెగాదె=మంచిదేకదా, న...ము - నశ్వరపు=శాశ్వతముగాని, దేహము=తన శరీరమును, అమ్మి=వెలపుచ్చి, పరముగొనుట=మోక్షము గ్రహించుటయందు, శిబియ=శిబిచక్రవర్తియే, మేల్బంతిగాఁడె=మార్గప్రదర్శకుఁడు గాఁడా, (అగుననుట).

చ. తెవు లయినం గ్రహం బయినఁ • దే లయినం గర మైన నాత్మ పెం
దెవు లయిన న్జలం బయినఁ • దెక్కలియైన మృగాగ్నులైన మే
ల్తవు లయిన న్వ్రణం బయినఁ • ద్రాఁచయిన న్పిడుఁ గైనఁ దీర్చు బే
లవు తను వూర కే చెడ కే•ల న్గృశు నొక్కనిఁ బ్రోచు టొప్పదే.

టీ. తెవులయినన్ = వ్యాధియేనియు, గ్రహంబయినన్ = పిశాచమేనియు, తేలయినన్=వృశ్చికమేనియు, గరమయినన్=విషమేనియు, ఆత్మ పెందెవులయినన్=పెద్దమనోవ్యాధియేనియు, జలంబయినన్=ఉదకమేనియు, తెక్కలియైనన్=చోరుఁడేనియు, మృగాగ్నులైనన్=మృగములేనియు నగ్నియేనియు, మేల్తవులయినన్=స్త్రీధనవ్యాసంగమైనను, వ్రణంబయినన్=పుండేనియు, త్రాఁచయినన్=సర్పమేనియు, పిడుఁగైనన్ = అశనియేనియు, బేలవు = బేలయగు, (నిష్ప్రయోజక

శమనుట) తనువు=రీరమును, తీర్పన్=నశింపఁజేయుము, ఊరకే=అట్లు వ్యర్థముగానే, చెడక=చెడిపోక, ఇలన్=భూమియందు, కృశున్=ఆఁకొన్న, ఒక్కనిన్=ఒక పురుషుని, ప్రోచుట=పోషించుట, ఒప్పదే=తగదా, (ఒప్పుననుట).

తా. రోగాదులచేత నీ తనువు నశింపకుండ నాఁకలిగొన్న యొక్కనికిఁ దృప్తిగా నిచ్చుట మంచిదని భావము.

వ. అది యట్లుండె నింకొక్క హితంబు సెప్పెద నదియును బ్రాణభయంబున నాడు కార్యవశంపు మాటగాఁ దెలియక మాధ్యస్థంబకాఁ దెలిసి వినుము. వినకున్న భూతహితంబుఁ గోరి యుచ్చరించు మాట కీశ్వరుండైన మెచ్చుఁగదా? వ్యాఘ్రి సింహ వరాహ వృక జంబుకాది శరారువులయం దొక్క తిర్యక్కవుగావు; దేవయోనివి, నీకును మాకుంబలెఁ గర చరణ ముఖావఘనంబులు గలవు; మాటలను మాయట్ల యకర్తవ్యకర్తవ్యతావిచారంబులు సమానంబ, హా మఱచి యంటి; స్థావరంబులకంటెఁ గీటాదులకు, వానికంటె మఱి మృగాదులకు, వానికంటె మఱి పశు పతంగాదులకు, వానికంటెను మాకును, మాకంటెను మీకును, గరణ కళేబరాది పాటవం బెక్కుడు, విజ్ఞానంబును, ఘనం బిట్టి నీ కేకాంత కుత్సావహంబగు బీభత్స *పథ్యాపథ్య భక్ష్యాభక్ష్య పేయాపేయవివేకంబులు లేకునికి యుక్తమే, రుచిగాదు శుచిగా దీదురాహారం బదియు సకల దురితావతంస యగు హింస నొనగూడునది, హింస పరలోకంబునం గదా బాధకంబు, పరలోకంబు ప్రాణాంతంబునం గదా చిరస్థిరప్రాణుల మగు మా కేల హింసాభయం బనవలదు; ప్రాణభయంబు మనుష్యుల మగుమాకు నేఁడైన, మీకు మఱునాఁడైన నవలి నాఁడైనఁ దుద యుగాంతంబునం దైన నిడుపు గుఱుచల నెప్పుడుఁ దప్ప దంతవత్త్వంబునకుఁ దారతమ్యం బేమి? మున్నిటనైనను మునుంగుట సరియగుటఁ బర్వతంబునకుం బరమాణువునకు నేమి యంతరంబు, మీఁదు విచారింప వలవదే, తపోలబ్ధవరాదులం బూర్వంబునం గీర్వాణుల మదం బడంచి హెచ్చిన హిరణ్యాకశిపు దశముఖాదులు శతసహస్ర సంఖ్యాక సంవత్సరంబులు జీవించియుం బంచత్వం

* పథ్యావథ్య.

బుఁ బొంది తారు మున్ను జయించిన జముచేతనే చిక్కరే? యి
క్కడికి మీరు ప్రబలులరైన నక్కడికి వాఁడు ప్రబలుండు, సకల
భూత తారతమ్యంబును నిజ నిజస్థానవిశేషంబునన వచ్చు, నచ్చం
డాంశు సుతుని పీట మేర దప్పిన మాకుం దప్పనియట్ల బాధ
మీకుం దప్పదు, మీరు నాసారిముఖ బర్హిర్ముఖులు జాతిఁ దలపో
య భ్రాత లట్లయ్యుం బరంబున మీరు వారు బాధ్యబాధకతల
నొందు చున్నా రీతైజసంబగు తారతమ్యంబునకుం దమస్సత్త్వం
బులు హేతువులు, వాని కాహృతులు హేతువులు, వ్యాహృతులం
గ్రతువుల చరుపురోడాశాహుతులభుక్తులం బవిత్రులై యమర్త్యత
మీకంటె నతిదీర్ఘకాలంబు వారు జీవించెద రప్పావనత చూచి
కదా సదా చతుర్ముఖాంశజుం డగుసుధాంశుండు గఱింగి సకల
రసముల కవధి యగు సుధారసంబున నాప్యాయనం బొనరించు
చున్నవాఁ డేతదర్థంబు మా కుచ్చరింపరాదుగాని వేదంబు ప్రథమ
కళ యనలుండు త్రావు నని చెప్పు, మఱియు నాయాకళ లాయా
వేల్పులకుం గ్రమంబునం జెప్పు, నింత విచారించి రుచించినట్ల నడు
వు మనినఁ గహకహ నవ్వి యద్దాసరికి సురద్రోహి యిట్లనియె. 31

టీ. అదియట్లుండెన్=ఆనీతియారీతినుండెను, ఇంకొక్కహితంబుసెప్పెదన్=మఱియొకహితము వచించెదను, అదియును=ఆమాటయును, ప్రాణభయంబునన్=ప్రాణభీతిచేత, ఆ...గాన్-అడు=వచించెను, కార్యవశంపు=పనిగడపుకొనుటకైన, మాటకాన్=పలుకుగా, తెలియక = తలంచక, మాధ్యస్థంబకాఁ దెలిసి = మధ్యస్థపుమాటగానె తెలిసి, వినుము=ఆలకింపుము, వినకున్నన్=నీవువినకుండినను, భూతహితంబుఁగోరి=లోకోపకార మపేక్షించి, ఉచ్చరించు మాటకున్=వచించెడుపలుకునకు, ఈశ్వరుండైనన్=పరమాత్ముఁడైనను, మెచ్చున్ కదా=హర్షించునుగదా, వ్యాఘ్రసింహవరాహవృకజంబుకాది = పులి సింగము పంది తోఁడేలు నక్కమొదలగు, శరారువులయందున్ = ఘాతుకజంతువులయందు, ఒక్కతిర్యక్కువుకావు=ఒకతిర్యగ్జంతువవుగావు, దేవయోనివి=దేవతలలో నొక భేదమైనవాఁడవు, 'విద్యాధరోఽప్సరో యక్ష రక్షోగంధర్వకిన్నరాః, పిశాచో గుహ్యకస్సిద్ధో భూతోఽమీ దేవయోనయః' అని యమరము. అనఁగా, రక్షః పిశాచములును దేవయోనులే యనుట. నీకును మాకుంబలెన్=నీకును మాకువలెనే, క...లు-కరచరణముఖ=కాలుసేతులు మొదలగు, అపఘనంబులు = అవయవములు, 'అంగప్రతీకోఽవయవో ఽపఘనోఽథ కళేబరే' అని యమరము.

కలవు=ఉన్నవి, మాటలునుమాయట్ల=సంభాషణములునుమావలెనే, అ...లు-అకర్తవ్యకర్తవ్యతా=చేయరాని చేయవచ్చిన పనులగుటయొక్క, విచారంబులు=ఆలోచనములు, సమానంబ=సమమే, హా=అహహా, మఱచియంటి=మఱచిపోయి యిట్లు పలికితిని, స్థావరంబులకంటెన్=వృక్షాదిస్థావరంబులకంటెన్, కీటాదులకున్=పురువులు మొదలగువానికిని, వానికంటెన్=ఆకీటకాదులకంటె, మఱి=అధికముగా, మృగాదులకున్=మృగములు మొదలగువానికిని, వానికంటెన్ = అమృగాదులకంటె, మఱి, పశుపతంగాదులకున్=పశుపక్ష్యాదులకును, వానికంటెను=ఆపశ్వాదులకంటెను, మాకును, మాకంటెమీకును, కరణకళేబరాదిపాటవంబు=ఇంద్రియశరీరాది పటుత్వము, ఎక్కుడు=అధికము, విజ్ఞానంబును=విన్నాణంబును,ఘనంబు=అధికము,ఇట్టిసేకు,ఏ...బు-ఏకాంత=ముఖ్యముగ, కుత్సా=నిందకు, ఆవహంబగు=సంపాదకమైన, 'కుత్సానిందాచ గర్హణే' అనియమరము. భీ...లు-భీభత్స=రోఁతయైన, పథ్యాపథ్య=హితాహితములయొక్కయు, (వధ్యావధ్య యనుపాఠమునఁ జంపఁదగిన చంపఁదగని యని యర్థము), భక్ష్యాభక్ష్య=తినఁదగినవియు, తినరానివియును అయినట్టి వాని యొక్కయు, పేయాపేయ=త్రాఁగఁదగిన త్రాఁగరానివానియొక్కయు, వివేకంబులు=జ్ఞానములు, లేకునికి=లేకుండుట, యుక్తమే=తగునా, (తగదనుట) ఈదురాహారంబు=ఈదుర్భోజనము, రుచిగాదు=చవిగాదు, శుచిగాదు=పవిత్రముగాదు, ఇదియు=ఈదురాహారమును, సకలదురితావతంసయగు=సమస్తపాపశేఖరమైన, హింసన్=హింసించుట చేత, ఒనగూడునది=సంభవించునట్టిది, హింస=అట్లుహింసించుట, పరలోకంబునఁ గదా=లోకాంతరంబునం గదా, బాధకంబు=బాధకము, పరలోకము=అట్టిలోకాంతరము, ప్రాణాంతంబునంగదా=ప్రాణావసానమైనప్పుడుగదా, చిర=బహుకాలము, స్థిర=తిరముగానుండునట్టి,ప్రాణులమగు=ప్రాణములుగలమాకు, ఏలహింసాభయంబన వలదు=హింసవలనవచ్చెడు వెఱపేలయనఁగూడదు, ప్రాణభయంబు=ప్రాణభీతిమనుష్యులమగుమాకు, నేఁడైనన్=నేఁడుగలిగిన, మీకు, మఱునాఁడైనన్, అవలినాఁడైనన్=ఆమఱునాఁడైనను, తుదన్ = చివరను, యుగాంతంబునందైనన్ = యుగప్రళయమప్పుడేనియును, నిడుపుగుఱుచలన్ = దీర్ఘహ్రస్వకాలముగా, ఎప్పుడుఁదప్పదు, అంతవత్త్వంబునకున్ = చావుగలుగుటకు, తారతమ్యంబేమి = కాలముయొక్క హెచ్చుతగ్గులేమి, మున్నీటనైనన్ = సముద్రమందైనను, 'మువ్వన్నె ముప్పొద్దు మున్నీరు ముక్కంటి ముచ్చిచ్చునఁగఁ గబ్బములను మఱియు, నిరువంక యిరువెస యిరుగడయిరువాఁగు ద్విగువేకవచనాంత మగుచుఁ దనరు.' అనుటచే నేకవచనాంతద్విగుసమాసము. మునుంగుటసరియగుటన్=మునిఁగిపోవుట సమానముగావున, పర్వతంబునకున్=కొండకును, పరమాణువునకున్ = దృగ్గోచరముకానినలుసునకు, ఏమియంతరంబు=ఏమిభేదము, 'శోమజతోరణుకులాచలయో ర్విశేషః' అన్నట్లు సముద్ర

మందుఁ బర్వతమేనియు బరమాణువేనియు మనుఁగుననుట) మీఁదు=ముందఱకలుగు నది, విచారింపవలవదే = ఆలోచింపనలదా, తపః=తపములచేత, లబ్ధ=పొందఁబడిన, వరాదులన్=వరములు మొదలగువానిచేత, పూర్వంబునన్=తొల్లిటికాలమందు, గీ...బు-గీర్వాణుల=దేవతలయొక్క,మదంబు=పొగరు,అడంచి, హెచ్చిన=అతిశయించిన, హి...లు-హిరణ్యకశిపు, దశముఖ=రావణాసురుఁడు, అనులు=మొదలగువారు, శ...లు-శతసహస్రసంఖ్యాక=నూఱువేలు లెక్కగల,వత్సరంబులు=ఏండ్లు,జీవించియున్= బ్రదికియుండియును, పంచత్వంబుఁబొంది=మృతినొంది, తారమున్నుజయించిన= తాముపూర్వముజయించినట్టి, జముచేత నేచిక్కరే=యమునిచేతనే పట్టుపడరా, 'ఈజముఁ డనునది సంస్కృతభవ ప్రాకృత తత్సమము. 'జడామోముఖసమాడయాః ప్రాకృత తత్సమా' యనియును; సీ. 'జడయను జముఁడను శబ్దము సంస్కృత ప్రాకృత సమప్రశస్తిఁగాంచు'నన్నట్లనుట. ఇక్కడకిన్=ఈలోకమునకు, మీరు, ప్రబలులరైనన్=బలవంతులరైనను,అక్కడికిన్=ఆలోకమునకు, వాఁడు=అయముఁడు, ప్రబలుఁడు=బలవంతుఁడు,స...లను-సకలభూత=సమస్తభూతములయొక్క,తారతమ్యంబును =ఎక్కువదక్కువలును, ని...న - నిజనిజ=తమతమ, స్థానవిశేషంబునన=స్థానబలము చేతనే,ఐచ్చున్=ఐచ్చును, అ...టన్-అచ్చండాంశుసుతుని=అయుష్ణకరునికుమారుఁడగు యమునియొక్క, వీటన్=పట్టణమందు, మేరదప్పినన్=దురాచారముఁజేసిన, మానుందప్పనియట్లు=మనుష్యులమగుమాకును దప్పనట్లుగానే, బాధ=నరకయాతన,మీకున్ తప్పదు=మీకునుదప్పదు,(పాపఫల మందఱకు నొక్కటే యనుట), మీరున్= రాక్షసులైనమీరును, ఆసౌరిముఖబర్హిర్ముఖులు=అయముఁడు మొదలగు దేవతలు, జాతిఁదలపోయన్=జాతిని విచారింపఁగా, భ్రాతలు=అన్నదమ్ములు, అట్లయ్యున్, పరంబునన్=పరలోకమునందు, మీరువారును, బాధ్యబాధకతలన్=బాధ్యబాధక భావములను, ఒందుచున్నారు,(మీరు బాధింపఁబడువారును వారు బాధించెడువారు ననుట), ఈతైజసంబగు=ఈతేజస్సంబంధియగు, తారతమ్యంబునకున్= హెచ్చుతగ్గులకు, తమ స్వత్వంబులు=తమ స్వత్వగుణములు, హేతువులు=వరుసగాఁ గారణములు,వానికి= అట్టి తమస్సత్త్వగుణంబులకు, అహృతులు=ఆహారములు, హేతువులు=కారణములు, వ్యాహృతులన్ = భూర్భువరాదిమంత్రములచేత, క్రతువులన్ = యజ్ఞములయందు, చ...లన్ - చరు=అన్నముయొక్క, పురోడాశ=హవిస్సుయొక్క, అహుతులు=హవనములయొక్క, భుక్తులన్=భుజించుటలచేత, పవిత్రులై = పావనులై, అమర్త్యతన్=చావులేకుండుటచేత, మీకంటెన్, అతిదీర్ఘకాలంబు=మిక్కిలి నిడుపైన కాలము, వారు=ఆదేవతలు, జీవించెదరు=బ్రదికెదరు, అపావనత = అపవిత్రత్వమును, చూచికదా=ఈక్షించిరేకదా, సదా=నిరంతరమును, చతుర్ముఖాంశజుండగు =బ్రహ్మాంశసంభూతుఁడైన, సుధాంశుఁడు=అమృతకరుండగు చంద్రుఁడు, కలంగి=

తాను గఱఁగి, సకలరసములకున్=సకల మాధుర్యములకు, అవధియగు = పరమావధియగు, సుధారసంబునన్=తన యమృతరసముచేత, ఆప్యాయనంబు = తృప్తిని, ఒనరించుచున్నవాఁడు=చేయుచున్నాఁడు, ఏతదర్థంబు=ఈయర్థము, మాఱుచ్చరింపరాదు గాని=మాకుఁ జెప్పఁగూడదుగాని, వేదంబు=శ్రుతి, ప్రథమకళ = చంద్రుని ప్రథమకళను, అనలుండు=అగ్ని, త్రావునని=పానము సేయునని, చెప్పున్ = ప్రతిపాదించును, మఱియున్ = ఇంకను, ఆయాకళలు, ఆయావేల్పులకున్ = ఆయాదేవతలకు, క్రమంబునన్=వరుసగా, చెప్పున్, ఇంత=నేఁజెప్పినయీయాయావదర్థమును, విచారించి =ఆలోచించి, రుచించినట్లు=నీకింపగునట్లె, నడువుమనినన్ = వర్తిల్లుమనఁగా, కహకహ, (ఇదియనుకరణశబ్దము) నవ్వి=హసించి, అద్దాసరికిన్, సురద్రోహి = బ్రహ్మరాక్షసుఁడు, ఇట్లనియె.

క. చంపకు చదువుల మేము ప
 ఠింపని శాస్త్రములె? మాపఠింపని శ్రుతులే?
 యింప వవి నమ్మవేఁ 'బ్రథ
 మాంపిబ తేవహ్ని' యనెడు మాటవుఁ గాదే. 32

టీ. చదువులన్=చదువులచేత, చంపకుము=బాధింపకుము, మేము, పఠింపని=చదువని, 'భవతిక్రియాపదానాం త్రివిధానామించుగాగమ' అను సూత్రముచేతఁ బఠించుచు నని రాఁగా, 'వ్యతిరేకాదా భావినిచాత్స్య' త్తను సూత్రముచేత నా చువర్ణకమున కత్వమువచ్చి యా చవర్ణమునకు'వ్యతిరేకాదికేచచోఽపస్స్య' త్తను సూత్రముచేతఁ బత్వమును దానిపైఁ బ్రతిషేధవాచినాం ని యను సూత్రముచేత నివర్ణకమును వచ్చెను. శాస్త్రములె=చదువులా, (అన్నియు మేము చదివితిమనుట) మా...లే - మా=మాయొక్క, పఠింపనిశ్రుతులే=చదువనివేదములా (ప్రథమార్థమందు షష్ఠి. సీ. 'తెల్లంబు గాదె మీకెల్ల సుయోధను చేసినకుటిల విచేష్టితములు' అని యుద్యోగ పర్వము) అవి=ఆవేదశాస్త్రములు, ఇంపవు=మాకు రుచింపవు, (ఇంచు అనుటకు మధురమగు నని యర్థము. దీనికి; ఆ. 'జిహ్వ మరలఁ బడఁగ జిలుకల కగ్నిళ, పించె సురలు చెవుల కించునట్టి, పలుకు వాని కొసఁగిరి' అని యానుశాసనికపర్వప్రయోగము. కావుననే యింపవిల్కాఁడని తియ్యవిల్తునకుఁ జెప్పుదురు; దీనికి వ్యతిరేకార్థమందు నా పత్వము వచ్చెను) నమ్మవేన్=నమ్మవేని, ప్రథమాంపిబతేవహ్నిః=ప్రథమాం పిబతేవహ్ని ర్ద్వితీయాం పిబతేరవి రిత్యాదివచనము. 'లోపో నమ ఆదికే విసర్గస్య' అనుసూత్రముచేత విసర్గలోపము.అనెడు=అనునట్టి, (ఇది='అనుకృతేఽస్తివాక్యంతు' యను సూత్రానుసరణముగా ననుకరణము,) మాటవున్, కాదె=అటుగాదా.

మ. నిలు మోహో మము వారి భ్రాత లనుచున్ • నీవంటివార ల్సుధా
శులపూతాశులు గా రటంటి ప్రతిప•త్సోమాంశము న్గ్రోలు మున్
జ్వలనుం డం టేఁక నొండు ని న్నడిగెదన్ • సర్వాశిగాఁడా? యతం
డిలఁ దన్న్యాయ మ చాలు మాకు నఘ మే?•వృద్ధానుచారం బిఁకన్.

టీ. నిలుము=నిలువుము, (కం. 'నిలువుము పిలువుము కొలువుము, గెలువుము విడువు మనఁగాఁ దగినబహుశబ్దం, బులకుం ద్వితీయ వర్ణము, దొలఁగిన దోషం బులేదు తుహినాంశుధరా.' అని యడిదము సూరయ కవిసంశయవిచ్ఛేదంబునం జెప్పి వీనికి నుదాహరణంబులఁ జెప్పినాఁడు. ఓహో=పరిహాసార్థకము, మమున్=మమ్మును, వారిభ్రాతలనుచున్=ఆదేవతల తోఁబుట్టువులనుచును, నీవంటి=నీవుచెప్పితివి, వారల్=ఆదేవతలు, సుధాశులు=అమృతాశనులు, అపూతాశులుకారు=అపవిత్రాహారులుగారు, అటంటి=అలాగంటివి, ప్ర...మున్-ప్రతిపత్=పాడ్యమినాఁటి, సోమాంశమున్=చంద్రకళను, జ్వలనుండు=అగ్ని, మున్ = మున్నుగాను, క్రోలు నంటి=పానముఁజేయునంటివి, ఇఁకన్=ఇంకను, 'నిత్యమనుత్తరపురుష క్రియాస్వీత' యనుసూత్రముచేత నిత్యసంధి. ఒండు=ఒకసంగతి, నిన్నడిగెదన్, అతండు=ఆ యగ్నిహోత్రుఁడు, సర్వాశిగాఁడా=అన్నిటితిండికాఁడుగాఁడా, ఇలన్=భూమియందు, తన్న్యాయమే=ఆన్యాయమే, మాకున్, చాలు=ఆచారము (పర్యాప్తమనియు నుజెప్పవచ్చును) ఇఁకన్=ఇంకను, వృద్ధానుచారంబు=పెద్దలవలె, నడుచుట, అఘమే=పాపమా, (కాదనుట).

తే. హరికి సఖుఁడును రథమును • నగు గరుడుఁడు
దొరకి నమృతంబు సురలకు • మరల నిచ్చి?
యహులు గూడుగ వరమున • నడిగికొనఁడె?
యమృత మైనను జవుల జా•త్యన్న సమమె? 34

టీ. హరికిన్=విష్ణునకు, సఖుఁడును=చెలికాఁడును, రథమును=వాహనమును, 'నాగాంతకో విష్ణురథః' అని యమరము. అగు = అయినట్టి, గరుడుఁడు=గరుత్మనుఁడు, దొ...బు - దొరకిన=తనకులబ్ధమైన, అమృతంబు=సుధను, సురలకున్=దేవతలకు, మరలనిచ్చి=క్రమ్మఱనొసంగి, అహులు=సర్పములు, కూడుగన్=తనకాహారముగా, వరమునన్=వరముచేత, అడిగి=యాచించి, కొనఁడె = గ్రహింపఁడా, అమృతమైనను=సుధయేనియు, చవులన్ = రుచులచేత, జా...మె - జాత్యన్న=దమ తమ జాత్యుచితాహారమునకు, సమమె = సరియగునా. (కాదనుట.)

చ. నిదురయుఁ గూడుఁ బోఁ జదివి • నే నిటఁ గన్నదియేమి యెవ్వఁడీ
చదువుల యర్థవాదపు మృ•ష ల్విని బేల్పడు నీవు మాయెడం
జదువుల మాటలాడి కనఁ • జాల వొకానొక మెచ్చు నొక్కఁడీ
చదివిన కూర వింతచవి • చాలఁగఁదెమ్మను మెచ్చు దక్కఁగన్. 35

టీ. నిదురయున్=నిద్రయును, కూడున్=అన్నమును, పోన్ = పోవునట్లు, చదివి=పఠించి, నేను, ఇటన్=ఇచ్చటను, కన్నది=పొందినది, ఏమి = ఏమిగలదు, ఎవ్వఁడు=ఏపురుషుఁడు, ఈ...ల్ - ఈచదువుల=ఈశాస్త్రములయొక్క, అర్థవాదపు=అర్థవాదసంబంధులగు, మృషల్=కల్లమాటలు, విని=ఆకర్ణించి, బేల్పడున్=బేలుపోవును, (ఎవ్వఁడును బేల్పోఁడనుట), ఈవు=నీవు, మాయెడన్ = మాపట్లను, చదువులమాటలాడి=శాస్త్రార్థప్రసంగముజేసి, ఒక్కఁడు=ఒక్కటి, ఈ...ర - ఈ చదివిన, పఠించిన, (చదివినయన్న పాఠమున నెనిచినయనియర్థము) కూర=శాకము, వింతచవి=క్రొత్తరుచిగలది, చాలఁగఁదెమ్మ=చాలునంతతే, అను = ఇట్లనియెడు, మెచ్చు=శ్లాఘ, తక్కఁగన్=వినా, ఒకానొకమెచ్చున్=ఒకానొకఁడైనశ్లాఘను, కనఁజాలవు=పొందఁజాలవు.

తా. ఈశాస్త్రప్రసంగముల వలన నేమి ప్రయోజనము లేదు. దీనికి బేలుపోవువాఁ డెవ్వఁడును లేఁడు. ఈ చదివిన కూర క్రొత్త రుచి గలది; యా కూర నేమఱియు నింత పెట్టుమందును. నీకీ చదువులచేత నావలన నంతకంటె నే మేలును గలుగ దనియును, నీ వెన్ని చదివినను నిన్ను వధింపక విడువ ననియును భావము.

వ. అని గీష్మతి మతం బవలంబించి నిజాలాపహేళనపరుండైన రక్కసు కుతర్కోక్తులకుం గృష్ణస్మరణంబు సేసి,యిందులఁ బొందుపడు ప్రత్యుత్తరంబుల వీనిఁ గెలఁకిన బుద్ధిక్షోభంబుగా నింతకంటె నేమి యబద్ధంబులు వినంబడునో, మీఁదఁ గార్యంబు గల మాకు దీనిఁ గాదనం బని లే దని యందంబుఁ గూడుకొని ఛందోనువర్తనపరుండై నీచసంస్కృతికి రోసి, తన్మఖోల్లాసంబునకు శబ్దచ్ఛలంబున నంతర్గతంబున సుగతు నిడుకొని నీవు సర్వజ్ఞుండ, వేను నరుఁడ, హీనకులుండ, ననభ్యస్తశాస్త్రుండ, నీకుత్తరం బీశక్తుండ నే,మద్వచనస్ఖాలిత్యంబులు సహించి దయచేసి నమ్మి మత్ప్రార్థనంబు గావింపుము.

టీ. అని=ఇట్లని, గీ...బు-గీష్పతి=బృహస్పతియొక్క, మతంబు=మతమును అవలంబించి, ని...డు - నిజ=స్వకీయములగు, ఆలాప=పల్కులయొక్క, హేళన=పరిహసించుటయందు, పరుండైన=ఆసక్తుఁడైన, ర...కున్ - రక్కసు=రాక్షసుని

యొక్క, కుతర్క=కుశంకలయొక్క, ఉక్తులకున్=మాటలకు, కృష్ణస్మరణంబు సేసి=కృష్ణకృష్ణ యనుకొని, ఇంకులకున్=ఈ నీ తర్కములకు, పొం...న్=పొందుపడు=సమాధానకరములగు, ప్రత్యుత్తరంబులన్=బదులుమాటలచేత, వీనిఁగెలఁకిరన్=వీనిఁగెరలించినను, బుద్ధిక్షోభంబుగాన్=మనఃక్లేశమగునట్లు, ఇంతకంటెన్=విన్నదానికంటెను, ఏమియబద్ధంబులు=ఏమివినరానివి, వినఁబడునో, మీఁదన్=తరువాతను, కార్యంబుగలమాట=భగవత్సేవయనుఫలిగలిగినమాట, దీనికిన్=వీఁడు సెప్పినయీమాటను, కాదనం బనిలేదని=కాదనుట కక్కఱ లేదని, ఆందంబుఁగూడుకొని=ఉల్లాసముఁదెచ్చుకొని, ఛందోనువర్తనపరుండై - ఛందః=వానియిష్టము యొక్క, అనువర్తన=అనుసరించివర్తించుటయందు, పరుండై=ఆసక్తుఁడై, నీచసంస్మృతికిన్=హీనస్మరణమునకు, రోసి=ఏవగించి, తన్ముఖోల్లాసంబునన్=వానిముఖప్రీతికొఱకు, శబ్దఛలంబునన్=శబ్దవ్యాజముచేత, అంతర్గతంబునన్=మనస్సునందు, సుగతునిడుకొని=బుద్ధదేవునిచికొని, నీవుసర్వజ్ఞుండవు=నీవన్నియు నెఱింగినవాఁడవు, 'సర్వజ్ఞస్సుగతోబుద్ధః' అని నిఘంటువు. సర్వజ్ఞశబ్దమున కర్థాంతరము బుద్ధుఁ డనుట. ఏను=నేను, నరుండ=మనుష్యుఁడను, హీనకులుండన్=నీఁచజాతివాఁడను, అ...డన్ - అనభ్యస్త=అభ్యసింపఁబడని, శాస్త్రుండన్=శాస్త్రములు గలవాఁడను, నీకుత్తరంబీశక్తుండనే=నీకుఁబ్రత్యుత్తరమిచ్చుటకుసమర్థుఁడనా, (కానుట). మత్=నా యొక్క, వచః=పలుకులయందలి, స్ఖాలిత్యంబులు=తప్పులను, సహించి=సైరించి, దయచేసి=కృపయునిచి, నమ్మి=విశ్వసించి, మత్ప్రార్థనంబు=నావేఁడుకోలును, కావింపుము=చేయుము.

శా. ప్రఖ్యాతుండవు దైత్యులందు మునుపా • పైనొక్క నీకా యశో
భిఖ్య న్నేమను జేర్తు మే యొసఁగఁ ద • ప్పింప వ్రతం బొక్కఁడే
ముఖ్యంబై యొనరింతు దాని సఫలం • బు న్జేయఁగా లేవుగా
'సఖ్యంసాప్తపదీనమన్మన మిథ • స్సాఙ్గత్య' మూహించుచున్. 37

టీ. మునుపు=మొదలనే, దైత్యులందున్=రక్కసులయందు, ప్రఖ్యాతుండవు=ప్రసిద్ధుఁడవు, ఆపైన్=అంతమీఁద, ఒక్కఁడైన, యశోభిఖ్యన్=కీర్తికాంతిని, 'అభిఖ్యానామశోభయోః' అని యమరము. నేనును, చేర్తున్=సంపాదింతును, మే యొసఁగన్=నాశరీరము నీకిచ్చుటకు, తప్పింపన్=తప్పఁజేయను, వ్రతంబొక్కఁడే=ఒక్కవ్రతమే, ముఖ్యమై=ముఖ్యముగాఁగలిగి, 'అప్సరోనికురుంబమాటలు పాటలు, నై వినోదింపంగ నమరగణము' అనియును;'ద్వాదశదినము లాతఁడు గారవింపంగ వర్తించి పంద్రెండుసంవత్సరముల, ప్రాయమై రాజ్యసంప్రాప్తికి నేతెంచి యర్థునియుపయంబు నస్తమనము, నుబోట్ల పొలిమేర లైన' అను నీ మొదలగు శాంతి

పర్వప్రయోగములును; కం. 'కాచికొని వచ్చి తగవా, నేచిన యట్లచట నచట నిలిపితి మునినా, థా చేటును భంగంబును, నై చిత్తము శోకమునకు నగ్గం బయ్యెన్.' అని మాసలపర్వప్రయోగంబును గలిమింజేసి అగుధాతువునకు కలిమి అర్థముగాఁ జెప్పవలయును. ఒనరింతున్=చేయుదును, దానిన్=ఆ వ్రతమును, సఖ్యంసాప్తపదీనమను=సఖ్యంసాప్తదీనంస్యాత్తనువాక్యప్రకారమగు, (ఏడడుగులుతోడ నడచిన స్నేహము గలుగుననుట) మ...ము-మన=మనయొక్క, మిథస్సాంగత్యము=ఒండొరులచెలిమిని, ఊహించుచున్=తలంచుచును, సఫలంబున్ = ఫలముతోఁగూడినదానిఁగా, చేయఁగాలేవుగా=చేయలేవా. అనిప్రార్థన.

తా. మన మిరువురము చెలికాండ్ర మగుటవలన నావ్రతమును సఫలముఁ జేయుమని భావము.

వ. అది యెద్దియం టేని. 38

క. ఈకుఱుఁగటి యీకురుగుడి
వైకుంఠునిఁ బాడి వత్తు • వ్రతముగఁ దత్సే
వాకృతి కడపట నశనము
నీ కౌదు న్ముఖ్య మిదియ • నేఁ డగుతుదకున్. 39

టీ. ఈ...నిన్ - ఈకుఱుఁగటి=ఈసమీపమందలి, ఈకురుగుడి=ఈతిరుక్కురుంగుడియొక్క, వైకుంఠునిన్=వెన్నుని, వ్రతముగన్ = నియమముగా, పాడివత్తున్=గానముచేసివచ్చుచుందును, త...తిన్ - తత్సేవా=ఆకొలువనియెడు, కృతి=కార్యముయొక్క, కడపటన్=అంతమునందు, అశనమునీకౌదున్ = నీ కాహారమగుదును, నేఁడగుతుదకున్=నేఁటితుదకు, ఇదియ=ఇట్లగుటయే, ముఖ్యము=శ్రేష్ఠము, వ్రతముగ, కడపటనగునశనము, నీకౌమనని పాఠాంతరముగల దట్లేని, తత్సేవే=ఆభగవంతునికొలువే, కడపటన్=అంత్యమందు, అగున్=అగును.

ఉ. అంచు నతండు వల్కఁ దరహాసతఁ జెక్కిలిఁ గొట్టి లెస్స పం
డించితి వోయి దాసరి వనిం దెరవాటులు గొట్టికొట్టి మే
న్వెంచి విరక్తి దాసరివి • నిన్నఁగదా యయినాఁడ వీమమున్
గొంచెముఁ జేసి త్రాడ్గొటికికోఁ దల పోసెదు మెచ్చితి న్నినున్. 40

టీ. అంచున్=ఇట్లనుచు, అతండు=ఆదాసుఁడు, పల్కన్=చెప్పఁగా, దరహాసతన్=చిఱునగవుగలుగుటచేతను, చెక్కిలిఁగొట్టి=చెంపఁగొట్టి (చిఱునగవునఁ జెంపమీఁద మెల్లనఁగొట్టెననుట) ఓయిదాసరి, లెస్సపండించితివి=చక్కఁగాఁబొంకముఁజేసితివి, వనిన్=అడవియందు, తెరవాటులుగొట్టికొట్టి=త్రోవద్రొంగతనములుగొట్టికొట్టి,

మేన్వెంచి=శరీరముఁ బెంచుకొని, విరక్తిఁ = వైరాగ్యముచేత, నిన్నఁగడా=నిన్నటి దినమున నేకదా, దాసరివయినాఁడవు, ఈమమున్ = ఇట్టి మమ్మును, కొంచెముఁజేసి= తగ్గపఱచి, త్రాడ్గొటికికో=ఉచ్చుగొఱుకుకొనుటకు, (తప్పించుకొనిపోవుటకనుట, త్రాడనుపదంబున డుపర్ణమువిూఁది యుత్వమునకు లోపము వచ్చినది) తలపోసెదు= ఆలోచించెదవు, నినుఁ=నిన్ను, మెచ్చితిఁ = మెచ్చుకొంటిని, (ఇట్లు పరిహసించె ననుట).

శా. ఏరాజ్యంబు నరుండు నోరి కడివో • నీబోధ మాలించు నిం
కేరాజ్యంబు నరుండు బాసకయి మే • నీఁ దాన యేతెంచుఁ దీ
పార న్నేఁ జననీమియు న్మగిడి నీ • వారామియుం దెల్ల మే
లా రంతు ల్పలుపల్కు లంత్యకుల యేలా చింత లేలా వగల్. 41

టీ. ఏ...డు - ఏరాజ్యంబు = ఏదేశమండలి, నరుండు = ప్రాణి, నోరికడి వోన్=నోటికందిన కబళముపోవునట్లు, ఈబోధము=ఈయుపదేశమును, ఆలించున్= వినును, (ఎవ్వఁడు వినఁడనుట) ఇంకన్=మఱియును, ఏరాజ్యంబునరుండు = ఏనీచ పురుషుఁడు, బాసకయి=ప్రమాణమునకై, మేను = శరీరమును, ఈన్=ఇచ్చుటకు, తాన=తనకుఁదానే, ఏతెంచున్=వచ్చును, (ప్రమాణముఁ జేసితినేయని యెవ్వండును రాఁడనుట) తీపారన్ = రుచిమీఱఁగా, (ప్రీతిచేతననుట) నేన్ = నేను, చననీమి యున్=పోనియ్యకుండుటయును, మగిడి=తిరిగి, నీవు, ఆ రామియున్=ఆరాకుండు టయును, తెల్లము=స్పష్టము, అంత్యకుల=చండాలుఁడా, ఏలారంతుల్=రచ్చలేమి టికి, పలుపల్కులు=పెక్కుమాటలు, ఏలాచింతలు = విచారములేల, ఏలావగల్= దుఃఖములేల.

తా. ఏదేశమందైనను దన నోటి కందిన యాహారమును విడిచెడువాఁడును లేఁడు, బాసయిచ్చి వచ్చితి నని తనశరీర మొక్కని కాహారముగా నొసఁగినవాఁడును లేఁడు, కావున నిన్ను విడుచుటయు లేను, నీవు మరల వచ్చుటయును లేను, చండా లుఁడా, నీ మాట నమ్మమునా, యింక నీ యఱపులతోడను విచారములతోడ నధిక ప్రసంగములతోడను డక్కులతోడను బ్రయోజనము లే దని భావము.

తే. అనినఁ జెవి మూసి నారాయ • ణా యటంచు
నతఁడు నను నమ్మవే పిశి • తాశి యొక్క
శపథమున నమ్మ మని వాఁడు • నమ్మతింప
వేనవే ల్సత్యములు వల్కి • వినకయున్న. 42

టీ. అనినన్=ఇట్లనఁగా, చెవిన్ = కర్ణమును, మూసి = ఆచ్ఛాదించుకొని నారాయణాయటంచున్, అతఁడు=ఆదాసుఁడు, పిశితాశి = ఓరాక్షసుఁడా, నను

నమ్మవే=నన్నునమ్మవా, ఒక్కశపథమునన్=ఒకప్రమాణముచేత, నమ్ముమని=విశ్వసింపుమని, వాఁడు, సమ్మతింపక=ఒప్పికొనునట్లు, వేనవేల్సత్యములు=వేవేలుసత్యములు, పల్కి=వచించి, వినకయున్నన్=వాఁ డంగీకరింపకుండఁగా.

ఉ. ఎవ్వనిచూడ్కిఁజేసి జని•యించు జగంబు వసించు నిజ్జగం
బెవ్వనియందు డిందు మఱి • యెవ్వనియం దిది యట్టి విష్ణుతో
నివ్వల నొక్కవేల్పు గణి•యించిన పాతకినౌదు నేఁడ నే
నెవ్విధినైన నిన్గదియ•నేని యన న్విని బంధ మూడ్చినన్. 43

టీ. ఎవ్వనిచూడ్కిఁజేసి=ఏపురుషుని వీక్షణముచేత, జగంబు=జగత్తు (అంత్యహల్లోపమై జగం బనియయ్యె),జనియించున్=కల్గునో, ఎవ్వనియందున్=ఏపురుషుని యందు, ఇజ్జగంబు=ఈజగము, వసించున్ = నిలుచునో, ఇది = ఈజగము, మఱి= పిమ్మటను, ఎవ్వనియందున్ = ఏపురుషునియందు, డిందున్ = లీనమగునో, అ... తోన్ - అట్టి=తాదృశుఁడైన, విష్ణుతోన్ = వాసుదేవునితో, ఇవ్వలన్=ఈవలను, ఒక్కవేల్పున్=మఱియొకదేవతను, గణియించిన=సరిగా లెక్కఁబెట్టిన, పాతకినౌదున్=పాపముగలవాఁడనౌదును,(విష్ణునితో మఱియొక దైవము సమాన మని చెప్పుటకంటె నధికమగు పాపము లేదనుట) నేఁడ=నేఁటిదినమే, నేన్=ఏను, ఎవ్విధినైనన్= ఏచొప్పుననేనియును, నిన్ గదియనేని = నిన్నుఁజేర రాకపోతినా, (ఇది పూర్వముతో నన్వయము) అనన్=ఇట్లనఁగా, విని=ఆలకించి, బంధమూడ్చినన్=కట్టు విప్పఁగా నే.

తా. నేఁటిదినమే నిన్ను నే నేప్రకారముగానైనఁ జేర రాకపోతినేని విష్ణుని తోడ సరియగు నొక దేవుఁడున్నాఁ డని చెప్పెడు వాని పాపమునఁ బోఁగలవాఁడ నని యాదాసుఁడు ప్రమాణముఁ జేయఁగా నారక్కసుఁడు మాఱు పల్కక కట్టు విడిచె నని భావము.

చ. అతఁడు తదల్పపాపఫల • మందుట సుంకము దీర్చి పోయి త
చ్ఛతదళపత్త్రినేత్రునకుఁ • జాఁగిలి మ్రొక్కి రణద్విపంచియై
స్తుతికలితప్రబంధములఁ • జొక్కగఁ బాడి యసత్యభీభర
ద్రుతగతి వచ్చి రాత్రిచరు•తో వ్రతపూర్తి గదార్తి నిట్లనున్. 44

టీ. అతఁడు=ఆదాసుఁడు, త...ము-తదల్ప=ఆకొంచెమైన, పాప=పాపము యొక్క, ఫలము అందుట=ఫలమును బొందుటయనెడు, సుంకము=అభ్యంతరము, (బంధింపఁబడినఫలమనుట) తీర్చి=చెల్లించుకొని పోయి, తచ్ఛతదళపత్త్రినేత్రునకున్= ఆకమలదళనయనుఁడగు తిరుక్కురుంగుడిస్వామికి, చాఁగిలిమ్రొక్కి = దండవత్ప్రణామముఁజేసి, రణద్విపంచియై - రణత్ = మ్రోయుచున్న, విపంచియై=వీణగలవా,

డై, స్తు...లన్-స్తుతి=నుతులతోడను, కలిత=కూడుకొన్న, ప్రబంధములన్=గ్రంథములచే, చొక్కఁగన్=స్వామిసంతోషించునట్లు, పాడి=గానముఁజేసి, అ...తిన్-అసత్యభీభర=అప్రమాణ భయాతిశయముచేత, ద్రుత=వేగముగల, 'లఘుక్షిప్రమరం ద్రుతమ్' అని యమరము. గతిన్=గమనముచేత, వచ్చి, రాత్రిచరుతోన్ = ఆరక్కసునితో, వ్రతపూర్తి=వ్రతపూరణముచేత, గత=పోయిన, ఆర్తిన్ = పీడచేత, ఇట్లనున్=ఈ ప్రకారమనును.

తా. వ్రతపూర్తిచేత మనఃఖేదము లేక శీఘ్రముగా వచ్చెనని భావము.

ఉ. నీ చెఱఁ బాసి పోయి రజ•నీచర చక్రి భజింప ముక్తి పొం
దే చెర యే చెఱం దవుల • నే నిఁక నుండఁగఁ జూడు పంచుచో
నేచరణంబు లేయుదర • మేయుర మేశిర మేకరంబు లీ
వాచరణంబు లాయుదర • మాయుర మాశిర మాకరంబులున్. 45

టీ. రజనీచర=ఓయి రేద్రిమ్మరీ. నీచెఱన్=నీనిర్బంధమును, పాసి = విడిచి, పోయి = చని, చక్రిన్=స్వామిని, భజింపన్=సేవింపఁగా, ముక్తి = మోక్షము యొక్క, పొందు=స్నేహము, ఏచెర=హెచ్చెనురా, ఏన్ = నేను, ఇఁకన్=ఇఁక మీఁద, ఏచెఱన్=ఏనిర్బంధమందును, తవులన్=చిక్కుపడను, పంచుచోన్=నన్నుఁ బనుపునప్పుడు, ఏచరణంబులు=ఏపాదములో, ఏయుదరము=ఏకడుపో, ఏయురము=ఏవక్షఃస్థలమో, ఏశిరము = ఏశిరస్సో, ఏకరంబులు=ఏహస్తములో, ఆచరణంబులు, ఆయుదరము, ఆయురము, ఆశిరము, ఆకరంబులున్, ఈవు=నీవు, ఉండఁగఁజూడు=ఉండఁజూచికొనుము.

తా. నీ చెఱ వదలి పోయి స్వామి సేవఁ జేసి యెల్ల బంధములు వదలి వచ్చినాఁడను, నీవు నన్నుఁ బంపు నప్పుడే కాళ్లేకడుపు నేవక్షమేశిర మేహస్తములు గలిగియుంటినో యాకాళ్లు మొదలగునవి యిప్పుడుండఁ జూచుకొమ్మని చెప్పెనని భావము.

తే. అనినఁ దత్సత్యమునకు నే•త్రాంబు లురులఁ
బ్రమద పులకితగాత్రుఁ డై • పాఱు టసుర
యినుని మధ్యందినపుటెండ • దనదు పెద్ద
బట్టతల మించఁ బ్లవు జేరఁ • బాఱు తెంచి. 46

టీ. అనినన్=ఇట్లనఁగా, తత్సత్యమునకున్ - తత్=ఆదాసరియొక్క, సత్యమునకున్=నిక్కువమునకు, నేత్రాంబులు=ఆనందబాష్పములు, ఉరులన్ = స్రవింపఁగా, ప్ర...డు-ప్రమద=సంతోషముచేత, పులకిత = గగుఱుపొడిన, గాత్రుఁడై=శరీరముగలవాఁడై, పాఱుటసుర=బ్రహ్మరాక్షసుఁడు, (తే. 'పాఱుఁడల్లుఁడుదమ్ముఁడు

న్పదములోలి, దగు సమాసములైన డుత్వములు వాయు, నల్లువాండ్రనఁ బాలు వాండ్రనఁగఁ దమ్మఁ, గుఱ్ఱ లనఁ దెన్గుపదములు గొన్ని యిట్లు' అని యడిదము సూరయగారు కవిసంశయవిచ్ఛేదంబునఁ జెప్పిరిగావున నిది సంగతమయ్యె) ఇ...డ-ఇనుని=సూర్యునియొక్క, మధ్యందినపుటెండ = మధ్యాహ్న సంబంధియైనయెండ, త...లన్-తనను=తనసంబంధియగు, పెద్దబట్టతలన్=బట్టతలయందు, మించన్=తళతళ మెఱయుచుండఁగా, ప్లవున్ = ఆసురియాళుని, 'చండాలప్లవమాతంగ దివాకీర్తిజనంగమాః' అని యమరము. చేరన్=సమీపించునట్లు, పాఱుతెంచి=పఱువెత్తి.

ఉ. కొండయుఁబోలె భక్తి వలఁ•గొంచునె వాఁడు నిజద్రుమభ్రమీ
హిండన వ్రాలుపాకలపు•టేనుఁగుఁబోలె నొస ల్తదంఘ్రిలం
దుండ రొద న్మహాగిరులు• హోరనఁ బ్రస్తుతి వ్రాలి దంష్ట్రికా
దండము లెత్తి పట్టిన ప•దం బొకఁ డొక్కఁడ నెత్తి జేర్చుచున్.

టీ. కొండయుఁబోలెన్=పర్వతమువలె, భక్తిన్=భక్తిచేత, వలఁగొంచునె=ప్రదక్షిణముసేయుచునె, వాఁడు=ఆరాక్షసుఁడు, ని...నన్-నిజ=తన్నుఁగట్టిన, ద్రుమ=వృక్షముయొక్క, భ్రమీ=చుట్టు తిరుగుటయొక్క, హిండనన్ = ఆవృత్తిచేత, వ్రా...లెన్-వ్రాలు=పడునట్టి, పాకలపు=పాకల మనురోగముగల, (ఆరోగమువచ్చినప్పుడుమదముచేత శిరస్సుపగులు నందురు. 'గజరోగస్తు పాకల' యని నిఘంటువు. ఏనుఁగుఁబోలె=గజమువలెనే, నొసల్=ఆరాక్షసునిలలాటము, తదంఘ్రిలందున్=ఆదాసుని పాదములయందు, ఉండన్=తగిలియుండునట్లు, రొదన్ = తనకంఠధ్వనిచేత, మహాగిరులు=పెద్దకొండలు, హోరనన్=ప్రతిధ్వనియియ్యఁగా, ప్రస్తుతి = స్తోత్రముచేతను, వ్రాలి=ప్రణామముచేసి, దంష్ట్రికాదండము = దంషములవంటి నిడుకోలలు, ఎత్తి=మీఁదికెత్తి, పట్టిన=తానుబట్టుకొన్న, పదంబు=ఆదాసరిపాదమును, ఒకఁడొక్కఁడ=ఏకైకముగా, నెత్తిన్=తనశిరమునందు, చేర్చుచున్=ఉంచుకొనుచు.

తా. కొండవంటి శరీరముగల యారక్కసుండు హరిదాసునకుఁ బ్రదక్షిణము సేయుచుఁ దనమ్రోఁతచేత నద్రులు మాఱ్మ్రోయఁగాఁ బ్రస్తుతిసేయుచు నా దాసరి పాదముల వ్రాలఁగా నేనుఁగు దనకట్టు కంబముచుట్టు తిరిగి బృంహితధ్వనితో నేల వ్రాలినట్లుండెననియును, మఱియు నాబ్రహ్మరాక్షసుఁ డాసురియాళువైష్ణవుని పాదమొక్కఁడొక్కఁడె మెల్లన నెత్తి భక్తిచేత నెత్తిమీఁదఁబెట్టుకొనె ననియును భావము.

శా. ఈసర్వంసహ దేవదానవమహీ•భృన్మౌనివాచాతప
శ్శ్రీసర్వస్వము నేతదన్యకృతులం• జెప్పంబడు న్ఘోర మా
సీసత్యం బురరీకృతాంత మిల నెం• తే వృద్ధనై మంటినే
నాసత్యం బిఁక నిన్నుబోలెఁ గృతసం•ధా ధూర్వహు ల్లేమికిన్.

టీ. ఈసర్వంసహాన్=ఈభూమియందు, దే...మున్-దేవ=వేల్పులయొక్కయు, దానవ=రక్కసుల యొక్కయు, మహీభృత్ = పుడమి ఱేండ్రయొక్కయు, మౌని=జడదారులయొక్కయు, వాచాతపః=వచనరూప తపస్సులయొక్కయు, శ్రీ=సంపదలయొక్క, సర్వస్వమున్ = అంతయును, ఏ...లన్ - ఏతత్=ఈశరీరదాన వాఙ్మయముకంటె, అన్య=ఇతరములైన, కృతులన్ = కార్యములయందును, చెప్పంబడున్=వచింపఁబడును, (దేవాదులంద ఱితరవిషయములయందు సత్యములు చెల్లించుకొనిరేకాక యిట్లు మేనువిడుచుటకై నెఱవేర్చుకొనరనుట) ఘోరమౌ=భయంకరమైన, 'ఘోరంభీమంభయానక' మ్మని యమరము. నీసత్యము = నీబుతము, ఉరరీకృతాంతము- ఉరరీకృత=అంగీకృతమగు, అంతము=అవధిగలది, (రాద్ధాంత మనుట) ఇలన్=భూమియందు, నేను, ఎంతేన్=మిక్కిలియు, వృద్ధనై=పెద్దవాఁడనై, (తే. 'ఉత్తమజ్ఞాన వృద్ధనా నుండెనేని, బాలుఁడయ్యును బూజ్యుండు బ్రాహ్మణుండు' అని సభాపర్వంబునను; ఆ. 'నుష్టబుద్ధి నీచు దుర్యోధనుండు నీ, మాటవినెడు దురభిమానఘనుఁ'డని యుద్యోగపర్వంబునను; చ. 'అవినయబుద్ధి వై హరికి నర్ఘ్య మయోగ్యమ యంటినీవుమూ,ర్ఖవు శిశుపాల యింక బలుక న్వలసె న్సభలోన'నని సభాపర్వంబునను; ఉ. 'ఆదిఁ దొడంగి మూఁడుకృతు లంద్రకవిత్వ విశారదుండు వి,ద్యాదయితుం డొనర్చె మహితాత్ముఁడు నన్నయభట్టు దక్షతన్.' అని విరాటపర్వంబునను బ్రయోగంబులుండుటంజేసి వృద్ధ సాధువయ్యె.)మంటిని=బ్రతికితిని, ఇఁకన్=ఇంతటినుండి, నిన్నుబోలెన్=నీవలెను, కృ...కిన్-కృత=చేయఁబడిన,సంధా=ప్రమాణముయొక్క, ధూర్వహుల్ = భారమునిర్వహించుకొనువారు, లేమికిన్=లేకుండుటకు, నాసత్యంబు=నాప్రమాణము, (నేను బ్రమాణముఁ జేసెద ననుట).

తా. దేవతలయందును, రాక్షసులయందును, మునులు రాజులు మొదలగు వారియందును, నీసత్యము లేదనియును; నీసత్యమే సిద్ధాంత మనియును; దీనికి నేను బెద్దవాఁడను గావున నీతో సమానులగు సత్యవంతులు లేరని ప్రమాణముఁ జేసెదనని చెప్పెననియును భావము.

చ. ఇతరులు నీకు నీడె మఱి • యాధృతి నీస్మృతి నీబు తేరిత
స్థితగతి నీమురారిపద•సేవన *జీవనవన్మతిన్ సమా
దృత కలగాన †సింధు లహా•రీ ప్లవన ప్లవభావ భా గురు
శ్రుతి తత బద్ధ తుంబిక౯ గు•రుంగుడినంబి కృపావలంబిక౯. 49

టీ. సమాదృత=ఆదరింపఁబడిన, కల=అవ్యక్తమధురమగు, గాన=పాటయనెడు, సింధు=నదియొక్క, 'సింధుర్నా సరితిస్త్రియామ్' అనియమరము. లహరీ=ప్రవాహమునందు, ప్లవన=తేలుటయందు, (విహరత్ అనుపాఠమున విహరించుచున్న యని

* జీవన. † విహరత్.

యర్థము). ప్లవభావ=తెప్పయాటను, 'ఉడుపంతుప్లవఃకోల' అనియమరము. భాక్=పొందిన,ఉరు=అధికమైన,శ్రుతి=సుతిచే,తత=దండెయందు, 'తతం వీణాదికంవాద్య' మ్మని యమరము. బద్ధ=కట్టఁబడిన, తుంబికిన్=సొరకాయగలిగినట్టియు, కురుఁగుడి=కురుంగుడి యను నామధేయము గల దివ్యదేశమందలి, నంబి=నంబియను తిరునామము గల స్వామియొక్క, కృపా=దయను, అవలంబించినయట్టి, నీకున్, ఈధృతిన్=ఈధైర్యము చేతను, ఈస్మృతిన్=ఈజ్ఞానము చేతను, ఈఋతేరిత=ఈసత్యవాక్యము యొక్క, 'సత్యంతథ్యమృతం సమ్యక్' అనియమరము. స్థిత=నిలుకడయైన, గతిన్=ప్రాప్తి చేతను, ఈమురారిపద సేవన=ఈశ్రీకృష్ణపాద సేవచేత, జీవనవత్=బ్రతుకుగల, (జీవన వత్తనుపాఠమున భగవత్సేవానిత్య సంబంధముగలయనుట) మతిన్=బుద్ధిచేతను, మఱి యితరులు=మఱియన్యులు, ఈడె=సమానమా, (ఎవ్వఁడును సమానులు గారనుట).

తా. జలప్రవాహములయందీతకాయలు తేల్చునట్లే గానరసప్రవాహమందు మునుఁగకుండ నీ వీణకాయయుఁ దేల్చునని భావము. కడమ సుగమము.

తే. అనిన నాతనిఁ గౌఁగిట • నునిచి పలికె
వ్రత మొనర్పించె నని భాగ•వత వతంస
మోయి రజనీచరేంద్ర నీ•యురుకృపాక
టాక్షమునఁ జేసి ధన్యుఁడ•నైతి ననఘ. 50

టీ. అనినన్=ఇట్లనఁగా, భాగవతవతంసము=ఆపరమభాగవతుఁడగు దాసరి, వ్రతము=తన గానవ్రతమును, ఒనర్పించెనని=ఆరాక్షసుఁడు నెఱవేర్పించెనని, ఆతనిన్=ఆరక్కసుని, కౌఁగిటనునిచి=ఆలింగనము చేసికొని, పలికెన్=వచించెను, ఓయిరజనీచరేంద్ర=ఓరాక్షసశ్రేష్ఠుఁడా, నీ=నీయొక్క, ఉరు=అధికమగు, కృపా=దయతోడి, కటాక్షమునఁజేసి=క్రేఁగంటిచూపుచేత, అనఘా=ఓయి పాపరహితుఁడా, ధన్యుఁడనైతిన్=కృతార్థుఁడనైతిని.

ఉ. బాసలు బండికండ్లు మఱి • ప్రాణభయంబున లక్షసేసినం
గ్రాసము గృచ్ఛ్రలబ్ధ ముడు•గ న్వసమే యిది నీక చెల్లెనో
భూసురవంశ్య పుణ్యజన•పుణ్యజనాంకము దావకీనమే
పో సమకూరెడిం గులము•పొత్తున దైత్యులకెల్ల నంకతన్. 51

టీ. బాసలుబండికండ్లు=ప్రమాణములు చక్రములవంటివి (లేదా బాసలుబండికండ్లన్నది, తాయిరప్ప, త్రాళ్లుతగుళ్లను వానివలె నాడెడుమాట.) మఱి=అధికముగా, ప్రాణభయంబునన్=ప్రాణభీతిచేత, లక్షసేసినన్=నూఱువేలు చేసినను, కృచ్ఛ్రలబ్ధము=ప్రయాసముచేత వచ్చినట్టి, 'స్యాత్కష్టంకృచ్ఛ్రమాభీలమ్' అనియమరము. గ్రాసము=ఆహారమును, ఉడుగన్=విడుచుటకు, వసమే=వశమా (శక్యముగాదనుట), ఇది=

ఇట్లువిడుచుట, నీకచెల్లెన్=నీకేయొప్పెను, ఓభూసురవంశ్యపుణ్యజన=ఓబ్రాహ్మణవంశమునఁ బుట్టినపుణ్యాత్ముఁడా, లేక, ఓబ్రహ్మరాక్షసుఁడా, ('యాతుధానః పుణ్యజనః' యని నిఘంటువున్నది కావునఁ బుణ్యజనశబ్దమునకు రాక్షసుఁడు నర్థమగును) పుణ్యజనాంకము=పుణ్యజనుఁ డనెడుబిరుదు, తావకీనమే పో = నీసంబంధియైనదే, కులము పొత్తునన్=కులసామ్యముచేత, దైత్యులకెల్లన్=రక్కసులకెల్లను, అంకతన్=నామధేయమగుటచేత, సమకూరెడిన్=కలుగుచున్నది.

తా. నీవింతపుణ్యాత్ముఁడవుగావునఁ బుణ్యజనుఁడను బిరుదు నీకె చెల్లెను; ఇంతియకాక, నీకులమువారగుటవలన రాక్షసుల కందఱకును నీవవచ్చిన పుణ్యజననామమే వచ్చె నని భూషించెననుట.

చ. కడుపు మహాక్షుధ న్నకన•కంబడ నన్గృతకృత్యుఁ జేయఁ బో
విడిచితి వేము జాత్యముగ• వేధవిధించిన కూడు మీకు నీ
యెడ నొకకీడు గల్గదిఁక• నే మనిన న్మఱి నీకు నానసూ
బడలిక దీఱ నిత్తనువుఁ• బారణసేయుము మైత్త్రిగల్గినన్. 52

టీ. కడుపు=నీయుదరము, మహాక్షుధన్=పేరాఁకలిచేతను, నకనకంబడన్=సొటసొటలఁబోవఁగా, (ఇవి జాతి సాధారణభాషలు) నన్=నన్ను, కృతకృత్యున్=కృతార్థునిఁగా, చేయన్=ఒనరించుటకు, పోవిడిచితివి=విడిచిపెట్టితివి, ఏము=మేము, మీకు, జాత్యముగన్=జాత్యుచితముగా, వేధ=బ్రహ్మదేవుండు, విధించిన=నిర్ణయించిన, కూడు=ఆహారము, (మీకు మానవులమైనమేమే యాహారమనుట) ఈయెడన్=ఈకార్యమునందు, ఒకకీడుగల్గదు=మీకొకదోషము లేదు, ఇఁక నేమనినన్=ఇంతటనీవేమనియుఁజెప్పినను, మఱినీకు నానసూ = మఱినీకు నొట్టుసుమా, మైత్త్రిగల్గినన్=నాయందు స్నేహముండెనేని, బడలిక దీఱన్=నీశ్రమదీఱునట్లు, ఇత్తనువున్=ఈనాదేహమును, పారణము సేయుము=భుజింపుము.

క. ఈమాట నొ్బరపొచ్చెము
లేమికి నీశ్వరుఁడ కరి ని•లింపవిరోధీ
నామెయి మేదోమయ దృ
ప్తామిషములు మెసవు మన్న•నతఁ డను నార్తిన్. 53

టీ. నిలింపవిరోధీ=ఓయిరాక్షసుఁడా, ఈమాటన్=ఈవాక్యమందు, పొరపొచ్చెము=కపటము, లేమికిన్=లేకుండుటకు, ఈశ్వరుండు=అంతర్యామియగు పరమాత్ముఁడే, కరి=సాక్షి, నామెయి=నాశరీరమందలి, మే...లు-మేదోమయ=మెదడుగల, దృప్త=క్రొవ్వియున్న, ఆమిషములు = మాంసఖములను, మెసవుమన్నన్=మెక్కుమనఁగా, అతఁడు=ఆ రాక్షసుఁడు, ఆర్తిన్=జాలిచేత, అనున్=ప్రత్యుత్తరమిచ్చెను.

శా. ఎట్టో యిట్టగునయ్య పల్క దయలే • కిన్నాళ్లు నీకూడె యీ
పొట్టం బెట్టి మహాఘలబ్ధిఁ దనువుం • బోషించి యెన్నాళ్లకే
నెట్టే నొక్కతపస్వి యొక్కవ్రతి రాఁ • డే చూడఁడే తత్కృపన్
బుట్టు న్నీగెద దీనినా నొదవి యో • పుణ్యాత్మ యెట్లంటివే. 54

టీ. ఎట్టో=ఎట్లెట్లో, (ప్రశ్నార్థకము) ఇట్టు=ఈప్రకారము, దయలేక=కృప మాలి, పల్కనగునయ్య=పల్కవచ్చునటయ్యా, ఇన్నాళ్లును = జరిగినంతకాలమును, ఈకూడె=ఈమనుష్యమాంసాహారమే, ఈపొట్టంబెట్టి = ఈనింద్యమైనడొక్కలోఁ బెట్టుకొని, మ...బ్ధిన్ - మహాఘ = మహాపాపముయొక్క, లబ్ధిన్ = ప్రాప్తిచేత, తనువున్=ఈనాశరీరమును, పోషించి = పెంచుకొని, ఎన్నాళ్ళకేని = ఎన్నిదినములకైనను, ఎట్టేని = ఏరీతిగానైనను, ఒక్కతపస్వి = ఒకతపసి, ఒక్కవ్రతి = ఒక నియమముగలవాఁడు, రాఁడే = రాఁడా, చూడఁడే = వీక్షింపఁడా, (ఇవి వ్యతిరేకప్రశ్నార్థకములు) తత్కృపన్ = వానిదయచేత, దీనిపుట్టున్ = ఈజన్మమును, ఈగెదనాన్ = పాపికొనియెద ననితలఁచుచుండఁగా, ఒదవి = అట్లులభించి, ఓపుణ్యాత్మ=ఓయిపుణ్యాత్ముఁడా, ఎట్లంటివే=ఏవిధముగానంటివే.

తా. ఇదివఱలోఁ గలకాలము నీ మానవ మాంసమే యాహారముగాఁ గొనుచుండి మేను పెంచుకొని యెన్నఁటికైన నొక్క సన్న్యాసియైన రాఁడా, యొక్క భక్తుఁడైన రాఁడా, నన్ను చూడఁడా, యాయనదయచేత నీపాపపుజన్మముఁ బోఁగొట్టుకొందునని యున్నందులకు నీ వట్లువచ్చియు నే మంటి వని భావము.

క. మీవంటి భాగవతులుం
బావనులుగఁ జేయరేని • మఱిగతి యేదీ
మావంటివారి కిఁక మా
యేవము వెనుకటిది చూడ • కీక్షింపు కృపన్. 55

టీ. మీవంటి భాగవతులు, పావనులుగన్=పవిత్రు లగునట్లుగాను, చేయరేని= చేయకుండిన, ఈమావంటివారికి, మఱిగతి = గత్యంతరము, ఏది=ఎద్ది? ఇఁకన్=ఇంతటను, వెనుకటిది=పూర్వముగలిగిన, మాయేవము=మాహేయమును, (అకృత్యమనుట) చూడక=ఆలోచింపక, కృపన్=దయచేత, ఈక్షింపుము=చూడుమా.

తే. స్వధితియైనను ద్విజుఁ దిన్న • శస్త్ర మైన
సరియకాఁ గాంచనము చేయుఁ • బరుసవేది
యీ యసాధారణన్యాయ • మెన్నవలదె
మాదృశులచోటఁ గదియు భ • వాదృశులకు. 56

టీ. పరుసవేది=స్పర్శవేధి యనియెడు సిద్ధరసము, స్వధితియైనను=గొడ్డలియైనను, 'ద్వయోఃకుఠారస్స్వధితి' అని యమరము. ద్వి...నఙ్-ద్విజుఙ్=విప్రుని, తిన్న=సంహరించిన, శస్త్రమైనన్=ఆయుధమైనను, సరియకాన్=సమానముగానే, కాంచనము చేయుమున్=బంగారే చేయును,(స్పర్శవేధి యినుమును బంగారము చేయుట ప్రసిద్ధము) మాదృశులపోటన్=మావంటివారియెడల, క...కున్-కదియు=చేరవచ్చునట్టి, భవాదృశులకున్ = మీవంటివారికి, ఈయసాధారణన్యాయము = ఈవిశేషన్యాయమును, ఎన్నవలదె=గణింపవలదా ? అనఁగా గణింపవలయుననుట.

తా. పరుసవేది యినుమును సువర్ణమును జేసినట్లే మీరు మమ్ముఁ బవిత్రులను జేయవలయు నని భావము.

తే. అనిన దేహార్పణము నొల్లఁ • గార్తిఁ బలుకు
కృపణత కతఁ డభిప్రాయ • మెద్ది యనిన
నిత్తుఁ దను వంట యనుకంప•యే మదాత్మ
కసటుఁ బాపుటయే యను•కంపగాక. 57

టీ. అనినన్=ఈరీతిఁబలుకఁగా, దేహార్పణమున్ = శరీరమునిచ్చుటను, ఒల్లక=ఇచ్ఛగింపక, ప...కున్-పలుకు=ఆరక్కసుండు పచించునట్టి, కృపణతకున్=దైన్యమునకు, అతఁడు=ఆదాసరి, అభిప్రాయము=రాక్షసుఁడ వైననీతాత్పర్యము, ఎద్దియనినన్=ఏదియనఁగా, మదాత్మ=నాయాత్మయొక్క, కసటున్=బ్రహ్మరక్షస్త్వరూపమగు మాలిన్యమును, పాపుటయే = పోఁగొట్టుటయే, అనుకంపగాక = దయగాని, 'కృపాదయానుకంపాస్యాత్' అని యమరము. తనువు = శరీరమును, ఇత్తునంట=ఇచ్చెదననుట, అనుకంపయే=కనికరమా, (కాదనుట).

తా. దేహసమర్పణము నొల్లక జాలిఁబడి వేఁడుకొన్న యారక్కసునిఁ గాంచి, యాదాసరి నీయభిప్రాయ మే మని యడుగఁగా, వాఁడు నా బ్రహ్మరక్షస్త్వము వదల్చుటయే దయగాక శరీర మిచ్చెద ననుట దయగా దని చెప్పెనని భావము.

శా. ఘంటాకర్ణుని మించుకర్మ మొకొ నా • కర్మంబు మౌనీంద్రులం
దుంట ల్సేయఁడె మాన్పి యీఁడె భగవం•తుం డట్టి శ్రీ యట్టి శ్రీ
కంటె న్భాగవతుండు మించ నోపఁగం•గా లేఁడె యా మేలు నా
కంటింప న్మఱి రాదె పూజనము గాఁ•దా ప్రాణిమే ల్చక్రికిన్. 58

టీ. నాకర్మంబు=నేఁజేసినచెడ్డపని, ఘంటాకర్ణునిన్=ఘంటాకర్ణుఁడనువాని, మిం...కొ-మించు=అతిశయించెడు, కర్మమొకొ=కర్మమే మోకా, మౌనీంద్రులన్=మునిశ్రేష్ఠులను, తుంటల్సేయఁడె=వాఁడునతికివేయలేదా, భగవంతుండు=షడ్గుణైశ్వర్యసంపన్నుఁడగు శ్రియఃపతి, మాన్పి=ఆపాపము నుడిపి, అట్టిశ్రీ = అట్టిసంపదను,

ఈఁడె=ఈయఁడా, (మోక్షపదవినిచ్చెననుట) అట్టిశ్రీకంటెన్ = అటువంటిసంపదకంటెను, మించన్=అధికమగునట్లు, భాగవతుండు = ఆభగవద్దాసుఁడు, ఒసఁగంగాలేఁడె=ఇయ్యలేఁడా, మఱి=ఇంకను, ఆమేలు = అట్టియుపకారమును, నాకు, అంటింపన్రాదె=కలుగునట్లుచేయఁగూడదా, ప్రాణిమేలు=ప్రాణికొఱకగునుపకారము, చక్రికిన్=శ్రియఃపతికి,పూజనముగాదా=పూజించుటగాదా,('సంతోషంజనయేత్ప్రాజ్ఞస్తదేవేశ్వరపూజనమ్'అన్నట్లుగా జనులకుసంతోషముఁజేయుటేయీశ్వరునిఁబూజించుట యనుట. దీనికి, 'జనస్యాశయమాలక్ష్య యో యథా పరితుష్యతి,తం తథైవానువర్తేత పరారాధన పండిత' యని అష్టాంగహృదయమందుఁ బ్రమాణాంతరమును గలదు).

తా. ఘంటాకర్ణునికంటె నేనెక్కుడగు పాపము సేయలేదనియును;శ్రియఃపతి యాతనిపాతకము లడంచి చెప్ప నలవిగానియట్టి మహోన్నతపదవి నొసంగలేదా,యా భగవంతునికంటె నెక్కుడుగా భాగవతులు నొసంగలేరా, యట్టి యుపకారము నీవు నాకుఁ జేయఁగూడదా,యొకప్రాణికి మేలు సేయుటయే పరమేశ్వరునిఁ బూజించుట కాదా, కావున నను రక్షింపు మని యా రాక్షసుఁడు వేడికొనె నని భావము.

వ. అనిన విని మాతంగుం డాతెఱంగెతెఱంగైన సంగతం బగు ననిన నాతం డే నొక్క బ్రహ్మరాక్షసుండఁ గుంభజానుసంజ్ఞుఁడ నుగ్రకర్ముండనై యీన్యగ్రోధం బాశ్రయించి వంచనం బథికపంచజనచర్వణంబు సేయుచుండుదు. పూర్వంబున సోమశర్మ యను భూబర్హిర్ముఖుండఁ బ్రాగ్జనిద్విజుండఁ గాన దయనీయుండన యొక్క దుష్కర్మంబున నిల్లైతి నీవు కైటభారిం బాడిన నేటి పాటఫలంబు సజలంబు గా నాకిచ్చితేని భీభత్సకుత్సార్హం బగు నీజన్మంబు వేఁగు, నీకు నార్తరక్షణంబున నగు సుకృతం బనంతంబుసిద్ధించు, నత్యంతధర్మసాధనం బగు నిమ్మేను నిల్లుసేరు ననిన, నమ్మేని మాటలకుఁ గలకల నవ్వి యవ్విష్ణుదాసుం డిట్లనియె. 59

టీ. అనినవిని=ఇట్లనఁగా నాలించి, మాతంగుండు=ఆసురియాళు, ఆతెఱంగు=ఆరీతి, (బ్రహ్మరక్షస్త్వనివృత్తియనుట) ఏతెఱంగైనన్=ఏవిధమైనను, (ఏమిచేయఁగా ననుట) సంగతంబగుననినన్ = అనుకూలించుననఁగా, ఆతండు, ఏనొక్కబ్రహ్మరాక్షసుండన్, కుంభజానుసంజ్ఞుండన్=కుంభజానువను పేరుగలవాఁడను, ఉగ్రకర్ముండనై-ఉగ్ర=ఘోరములగు, కర్ముండనై = కృత్యములు గలవాఁడనై, ఈన్యగ్రోధంబాశ్రయించి=ఈమఱ్ఱిచెట్టునఁ జేరికొని, వంచన=మోసముచేత, ప...బు - పథిక=మార్గస్థులగు, పంచజన=మనుష్యులయొక్క, చర్వణంబు=నమలుటను, చేయుచుండుదున్=

కావించుచుందును; (మనుష్యులను భక్షించుచుందుననుట) పూర్వంబునన్=పూర్వకాలమందు, (ఈ బ్రహ్మరాక్షసుఁడను గాకమున్ననుట) సోమశర్మయను=సోమశర్మయను పేరుగల, భూబర్హిర్ముఖుండన్=భూమిసురుండను, ప్రాగ్జనిద్విజుండ గానన్=పూర్వజన్మ బ్రాహ్మణుఁడను గావున, దయనీయుండన = దయసేయదగినవాఁడనే, ఒక్కదుష్కర్మంబునన్=ఒక దుష్కార్యముచేత, ఇట్లైతిన్ = ఈవిధముగా నైతిని, నీవు, కైటభారికిన్=శ్రియఃపతిని, పాడిన=గానముచేసిన, నే...బు - నేఁటి=ఈదినముయొక్క, పాటఫలంబు=గానఫలము, సజలంబుగాన్ = ఉదక ధారాపూర్వకంబుగా, నాకిచ్చితేని=నాకు నొసంగితివా, భీభత్స కుత్సార్హంబగు - భీభత్స=రోఁతకును, కుత్స=నిందకును, అర్హంబగు=తగినట్టి, ఈజన్మంబు=ఈబ్రహ్మరాక్షసజన్మంబు, వేగున్=కడతేరును, నీకును, ఆర్తరక్షణంబుననగు=దీనసంరక్షణచేత గలిగెడు, సుకృతంబు=పున్నియము, అనంతంబు=మితిలేనిదై, సిద్ధించున్=ఒనఁగూడును, అత్యంత=మేరమీఱిన, ధర్మ=ధర్మమునకు, సాధనంబగు=ఉపాయమగు, ఇమ్మేనున్=ఈనీశరీరమును, 'శరీర మాద్యంఖలు ధర్మసాధనమ్' అని ప్రమాణము. ఇల్లు సేరుననినన్=నీయిల్లు సేరుననఁగా, ఆమ్మేనిమాటలకున్ = అశరీరముకొఱకగు మాటలకు, కలకల (ఇది యనుకరణ శబ్దము) నవ్వి = పరిహసించి, అవిష్ణుదాసుఁడు = అభాగవతుఁడు, ఇట్లనియెన్=ఈవక్ష్యమాణ క్రమముగా జెప్పెను.

తా. శరీరము నీయిల్లు సేరు ననిరక్కసుఁడనియెఁ గావున, తనశరీరమందపేక్షలేని యాదాసుఁడందులకు నవ్వెనని భావము. కడమ సులభము.

క. ఇటువంటివి యిట కెక్కుడు
నిట దిగుడువి యొంద నెన్నియే నిదియును నొ
క్కటి యొకనాఁటిద కా దొక
త్రుటి గీతఫలంబు నొసఁగుదునె యిమ్మేయికిన్. 60

టీ. ఇటువంటివి=ఇట్టి శరీరములును, ఇట కెక్కుడున్=ఇంతకధికములగు శరీరములును, ఇటదిగుడువి=ఇంతకుఁ దక్కువగు తనువులును, ఎన్నియేని = ఎన్నియైనను, ఒందన్=పొందను, (అనేకతనువులు దాల్చియున్నాననుట) ఇదియును=యీదేహము, ఒక్కటి=ఇదివఱకుఁ జెందినవానిలో నొకటి, ఇమ్మెయికిన్=ఈశరీరమునకై, ఒకనాఁటిద కాదు=ఒకనాఁటి పాటఫలమే కాదు, ఒకత్రుటి = ఒక చిటక వేయునంత కాలముయొక్క, గీతఫలంబున్=గానఫలమును, ఒసఁగుదునె=ఇత్తునా, ఇయ్యననుట.

తా. ఇటువంటి శరీరములు నింతకు మించినవియును దక్కువైనవియు ననేకము లెత్తియున్నాఁడను గావున, నాశరీరములలో నిది యొక్కటే కాని, దీనికొఱకు నా

పాటఫల మొక్కనాఁటిదే కాదుగదా యొక్క క్రేఁక్మిడి ఫలమైన నియ్యనని చెప్పెనని భావము.

సీ. దిక్పాలతను వెత్తి • తిరిపంపుఁ దనుఁ దోన,
    యెన్నిమార్లెత్త మీ• యేను నీవు?
మాతంగ తను వెత్తి • మశకంపుఁ దనుఁ దోన,
    యెన్నిమార్లెత్త మీ• యేను నీవు?
కేసరి తను వెత్తి • కీటంపుఁ దనుఁ దోన,
    యెన్నిమార్లెత్త మీ• యేను నీవు?
ధరణీశ తను వెత్తి • దాస్యంపుఁ దనుఁ దోన,
    యెన్నిమార్లెత్త మీ• యేను నీవు?
తే. సోమయాజుల మెన్నిమా• ర్గాము శ్వపచ
ఖగకులుల మెన్ని మాఱులు • గాము పాము
గాములము యెన్నిమాఱులు • గాము వెండి
కంసరిపుభక్తుల మొకండె • కాము గాని. 61

టీ. కం...ము-కంసరిపు=కృష్ణునికి, భక్తులము=సేవకులము, ఒకండె=ఒక్కఁడే, కాముగాని, ఈయేనును=ఈ నేనును, ఈవు=నీవును, ది...వు - దిక్పాల=ఇంద్రాద్యష్టదిక్పాలకుల యొక్క, తనువు=శరీరమును, ఎత్తి=తాల్చి, తోన=వెంటనే, తి...నుక్ - తిరిపంపు=భిక్షమెత్తెడు, తనుక్=శరీరమును, ఎన్నిమార్లు=ఎన్నిపర్యాయములు, ఎత్తము=ధరింపము, (ఇంద్రాదులమై సంపద లనుభవించియుఁ బుణ్యక్షయము కాఁగానే మరల భిక్షుకులమై నీవును నేనును బెక్కుమాఱులు భూమిపైఁ బుట్టితిమనుట) ('తోనయెన్నిమార్లెత్త మీయేనునీవు' అనునర్థము నే తక్కిన మూఁడుపాదంబులందును గ్రహించునది) మా...వు - మాతంగ=ఏనుంగుయొక్క, తనువు=శరీరమును, ఎత్తి, మశకంపుఁదనుక్=దోమశరీరమును, (కడమసుగమము) కేసరితనువు=సింహశరీరమును, ఎత్తి, కీటంపుఁదనుక్=పురుగురూపమును (కడమ సుగమము), ధరణీశతనువు=రాజశరీరమును, ఎత్తి, దాస్యంపుఁదనుక్=బానిసరూపును (కడమసుగమము), సోమయాజులము=యజ్ఞములను జేసినవారము, ఎన్నిమార్గాము = ఎన్నిమాఱులు గాలేము, (అనేకపర్యాయము లైతిమనుట) శ్వపచ=శునకమాంసభక్షకులము, ఖగకులులము=పక్షిజాతులము, ఎన్నిమాఱులుగాము = ఎన్నిపర్యాయములై యుండలేదు, పాముగాములము=సర్పగ్రహములము, (గామన్నది గ్రహశబ్దభవము) ఎన్నిమాఱులుగాము=ఎన్నిపర్యాయములై యుండలేము.

తా. నీవును నేనును దిక్పాలాద్యనేకజన్మము లెత్తినామేకాని, యేజన్మమందేని విష్ణుభక్తిగలవారముగాము, కావున మరలమరల నాజన్మములు వచ్చుచుండె ననియును, విష్ణుభక్తిగలిగిన పిదప జన్మము లేదనియును భావము.

ఆ. పూఁతనీరు చెలఁది • నేఁత మూటాయిటి
దూది యెండ పసుపు • దొట్టి యక్క-
రంబు మేను దీని • రహిఁ బుణ్య మమ్మట
కప్పురంబు వెట్టి • యుప్పు గొనుట. 62

టీ. మేను=శరీరము, పూఁతనీరు=అలికిపూసిననీరు, (ఈతనీరను పాఠమునం జేఁపలఁ బట్టు సాధన మగు నూతలోని జల మనియర్థము) చెలఁదినేఁత=సాలెపుర్వు నేసిననేఁతతోఁగట్టిన, మూట, ఆయిటిదూది=ఎండకాలము గాలిలోఁబెట్టినదూది (బూరుగుదూది యని కొందరు) ఎండపసుపు=ఎండలోనునిచినపసుపు, (ఎండలో నునిచిన పసుపునకు వర్ణము చెడు ననుట; మఱియును సాయంప్రాతఃకాలములయందు నెండలో నునిచినవస్తు వాక్షణము మాత్రము పచ్చగానుండు నావల నుండదుగాన నా వర్ణ మని కొంద ఱందురు) తొట్టియక్కరంబు=బోసినోటివాఁ డుచ్చరించినయక్షరము, (పురుఁగు దొల్చిన యక్షర మని కొందఱందురు) [అనఁగా మేను వీనివలెనే శాశ్వతముగాక నష్ట మగుననుట] దీనిరహి=దీనిప్రకాశమునుగూర్చి, (కర్మప్రవచనీయకము లేకయే కేవలద్వితీయమీఁద నాయర్థము వచ్చును. అంచులకు, ఆ. 'అరుగు డెంచి యన్న యడుగులఁ గడు నార్త, నాద మడరఁ ద్రెళ్లి నాథుఁ బనవి, రేఁడు చ్చు చున్న నల్ల యెత్తి యమ్మద్దియఁ, దడవి కన్ను నీరు దుడిచి యతఁడు.' అని యుత్తరరామాయణమునందు సోమయాజిప్రయోగమును మఱికొన్నియుం గలవు.) పుణ్యమమ్మట=పుణ్యము విక్రయముచేయుట, కప్పురంబు=కర్పూరమును, పెట్టి=ఇచ్చి; ఉప్పు=లవణమును, కొనుట=గ్రహించుటయే.

తా. ఈయస్థిర మగు శరీరముకొఱకుఁ దన పుణ్యమును వ్యయము సేయరాదని భావము.

వ. అనిన దనుజుం డిట్లనియె. 63

క. సంగీతఫలంబునఁ గో
సంగీ సగమైనఁ దయపొసఁగ నీవే మిాఁక్
మ్రింగినగ్రుక్క న్వారధి
కిం గొఱఁతయె కొదయె విష్ణుకీర్తన కనినన్. 64

టీ. గోసంగీ=ఓగోసంగిదాసరీ, (మాతంగ దాసుఁడనుట) సంగీతఫలంబునన్=నేఁటిగానఫలమందు, సగమైనన్=అర్ధభాగమైనను, దయపొసఁగన్=దయయొప్ప

నట్లుగా, ఈవే=ఇయ్యవే, (వ్యతిరేకార్థకముమీఁద నేకారమువచ్చిన సంప్రార్థనపర క్రియ) మీన్=మీనము, మ్రింగిన=ఆహారించిన, గ్రుక్కన్=గ్రుక్కెడునీటిచేత, వారిధికిన్=సముద్రమునకు, కొఱఁతయె=తక్కువగునా, విష్ణుకీర్తనకున్, కొదయె=నీకుఁ దక్కువగునా, (సముద్రమున కుదకము దఱుగనియట్లు నీకు హరికీర్తన తఱుగ దనుట) అనినన్=ఇట్లనఁగా.

శా. ఏలా నోంచె దదేయ మిట్లడిగి యెం • తే బాస మేనం బలం
బో లీలావటు గీతకీర్తనఫలం • బో నీయెడ న్మున్న పా
తాళప్రశ్నలు మాని మేన్గొనుము బే • తాళచ్ఛలోక్తిన్ రుషం
దూలింపం దలఁతేని *పుట్టు మఱి నూ • తు ల్ద్రివ్వ బేతాళముల్.

టీ. అదేయము=ఇయ్యఁగూడనిదాని, ఇట్లుఅడిగి=ఈరీతినియాచించి, ఏలానోంచెదు=ఏలనొప్పించెదవు, మున్న=మున్ను, నీయెడన్=నీపట్ల, ఎంతే=ఎంతయును, బాస=నాప్రమాణము, మేనన్ పలంబో=దేహమందలిమాంసమో, లీ...బో-లీలావటు=మాయాబ్రహ్మచారియగు వామనునియొక్క, గీత=గానముసేయఁబడిన, కీర్తన=కీర్తనలయొక్క, ఫలంబో=ఫలమో, (మున్న నేను శరీరమిచ్చెదనని ప్రమాణముఁ జేసితినే కాని గానఫలమిచ్చెద నని చేయలేదనుట) పాతాళప్రశ్నలు=అగాధప్రశ్నములను, (పాతాళమం దిప్పుడేమున్నదని యడిగినట్లనుట) మాని=విడిచి, మేన్గొనుము=నాశరీరమును గ్రహియింపుము, బేతాళచ్ఛలోక్తిన్ - బేతాళ=మీ బేతాళసంబంధియగు, ఛలోక్తిన్=దంభపుమాటచేత, రుషన్=రోషముచేత, (నాకు రోషముపుట్టించియనుట) తూలింపన్=తూలఁజేయుటకు, తలఁతేని=తలఁచినట్లాయెనా, మఱి=ఇంకను, నూతుల్ ద్రవ్వన్=కూపములు ద్రవ్వఁగా, (ఇంక నిట్టి ప్రశ్నలు సేయఁగాననుట) బేతాళముల్=మఱికొన్ని బేతాళగ్రహములు, పుట్టును=ఉత్పత్తియగును, 'బావి త్రవ్వఁబోఁగా భూతము బయలుదేరెను' అన్నసామెత యర్థము నిక్కడఁ జెప్పినాఁడు. మఱియును తూలింపం దలఁతేని బుద్ధిమఱినూతుల్ద్రివ్వ నాతాళముక్. అని కొందఱు పాఠాంతరముగాఁ జెప్పి దానికిఁ ద్రాటిచెట్ల ప్రమాణమున బావులు ద్రవ్వవలయు ననియెడు బుద్ధిఁవంటి దని యర్థము చేయుదురు.

తా. ఇంకఁ బాతాళ ప్రశ్నలు మాని, నేను జేసిన ప్రమాణప్రకారము నాశరీరమును భక్షింపుము,తడవుఁ జేసి నన్నలఁత పెట్టనలయునని తలంచి మఱియుఁ ద్రవ్వితివా మఱికొన్ని బేతాళములు వచ్చి నన్నుభక్షించుఁ గావున, మన మాటచొప్పున నీవే భక్షింపు మని చెప్పె నని భావము.

వ. అనిన సాలకటంకటేయుండు సాలఁగటకటంబడి కార్యేచ్ఛం గన్నీరు గ్రుక్కుకొని కటకటా! కైటభారి కనుంగులగు డింగరీలు దయాళు

---

* బుద్ధి మఱి నూతుల్ ద్రవ్వ నాతాళముక్.

వులు గావలవదే? తొల్లి దర్శన ప్రవర్తకుండై వైయాసికంబు లగు సూత్రంబులు వివరించి విష్టరశ్రవు నద్వైతవైశిష్ట్యంబుఁ బ్రతిష్ఠించిన లక్ష్మణాఖ్యయోగీంద్రుండు చిరకాలసేవ సంతుష్టుండై నిజదేశికుం డగు పూర్ణాహ్వయుం డనధికారుల కీకు మని విధియుక్తంబుగాఁ దనకుఁ బ్రసాదించిన గీతాచరమార్థంబుఁ గృపాతరంగితుండై రంగేశధామ దామోదరనామ చామీకరగోపురం బెక్కి యుచ్చైస్స్వనంబున నుచ్చరించిన గురుం డలిగిన, దేవా! దేవరయాజ్ఞ మీఱి యే నొక్కరుండ రౌరవంబునం బడకుండుట మేలో? భాగవతపరిషత్తునకుఁ బరమపద మగపడుట మేలో? యని వితర్కించి నీ వుచ్చరించుట గా నుచ్చరించితి నని తదభినందితుం డయ్యె, నతండ నిజఛాత్త్రసత్త్రంబునకుఁ బ్రత్యహంబును గల్యంబున మాల్యం బొల్లక గవ్యంబు సమర్పించి వేఁడిన వల్లవీవల్లవులకుఁ బరమ పదంబుఁ బ్రసాదించె, నతండ బంధముక్తుం డయ్యు నవతారాంతరంబునఁ గాలాంతరంబున సంకుచితజ్ఞానులై విషయపరు లగు నరులకుం బరమునందలితీపొదవ సుందరజామాతృ నామంబున నర్చిరాదిగతి విశదీకరించె, నతండ యిటమీఁద యాదవగిరిటెంకణంబు పాషండసంకులంబుగా వచ్చినఁ దచ్చ్యుతికి శఠకోపసమాఖ్య సంభవించి నీరంధ్రవాదంబున నంధ్రాదివిషయ విద్వజ్జనంబుల నధోక్షజవిషయవాదభిక్ష వేఁడి దిగ్విజయంబు సేసి గరుడకుధర గుహాకుంఠ నృకంఠీరవంబు కుహనాత్రిదండియై బ్రుసీ *కుసుంభాంబరాంభఃకుండిక లొనంగ నంగీకృతాంతిమాశ్రముం డై ఫణిప కణభు గక్షపాద బాదరాయణ కపిల జైమిని శాసనంబులు మఠ మహాసన మహీసురులు మున్నుగా నెంతేవాసి నంతేవాసులకుఁ దెలివి పఱుపం బరమహంసానుష్ఠానపరకాష్ఠయై పదయుగ ప్రపన్న భువనప్రపంచపంచజనహృదయభవనంబులం బద్మాపద్మాక్షులు పల్లెర్లు దుడిచి †పాడెక్కభక్తి బోధించి భూతలంబుఁ బావనంబు సేయంగలవాఁడు, మఱియు హయవదనపదారాధకుండై వేంకటేశుం డను నింకొక్క మనీషి మధుమథనమతప్రతిపాదకం బగు ప్రబంధశతంబు రచించి శిలోంఛవర్త

* కాసుంభరాంభఃకుండిక. † పాడెక్క.

నంబునం దపంబు సేయం దనకు జరచ్ఛదన శాకదానంబు నగస్త్యౌర్వీరుహంబునకు నిర్వాణం బొసంగం గలం డిట్టి యేష్యంబులు మదీయ దివ్యబోధంబున నెఱింగియుండు నేతాదృశం బగు త్రైకాలిక జ్ఞానంబు కలిమి నిమ్మేను మాననీయంబుగదా యం టేని యది జాత్యంబుదక్కం దపస్సత్యశమదమాది లబ్ధంబు గాదు; నిషాది భవిష్యదర్థంబులం జెప్పుచున్నది, అది శుచియే? కాశికంబు డబ్బగాటిగబ్బలుంగు గాళికనుం బెంటి పైఁడికంటి లోనగు తిర్యక్కులు భావి ప్రయోజనసూచకంబు లై యున్న యవి యవి తపస్సులే? యట్ల మావిజ్ఞానంబును నెట్లనిన, నాస్తిక్యంబువలన శాస్త్రంబులెడ నధీతిబోధంబులు దక్క నాచరణప్రచారంబులు లేమి ధర్మంబు దూరం బది నిమిత్తంబుగా నిత్తెఱం గెఱుంగక భవోత్తారకంబుగాదు, గావునం గలుష రహిత కాయంబునంగాని కల్యాణంబు లబ్ధంబుగాదు, గాఁబట్టి యివ్వీరూపవిగ్రహం బనుగ్రహంబున నుడిపి కృతార్థుం జేయుమని పాదంబులవ్రాలి పాటం బాతికపా లేని యీవే యనిన, నతం డదియును నీలేనన్న, బోని మ్మీ ప్రభాతసమయంబునం బాడిన చరమగీతంబైన నిచ్చి ప్రపన్నుండగు నన్న విపన్నుం జేయుమని లేవకున్నం, బరమ దయార్ద్రుండై, 'యట్ల కానిమ్ము లె' మ్మని యతని లేవనెత్తి, యత్తనుప్రాప్తిప్రకారంబు సవిస్తరంబుగాఁ జెప్పుమనిన నవధరింపు మని యప్పాలదిండి దుఃఖార్తుండై యిట్లనియె. 66

టీ. అనినన్=ఇట్లనఁగా, *సాలకటంకటేయుండు=సాలకటంకటా వంశస్థుఁడగు నారాక్షసుఁడు, చాలన్ కటకటంబడి=మిక్కిలిదుఃఖించి, కార్యేచ్ఛన్=ప్రయోజనాభిలాష చేత, కన్నీరు, గ్రుక్కుకొని=అడఁచుకొని, కటకటా = అయ్యయ్యో, కైటభారికిన్=శ్రీపతికి, అనుంగులగు=హితులగు, డెంగరీలు=పెద్దలు, (సమర్థులనికొందఱు), దయాళువులు=కృపగలవారు, కావలవదే=కావలదా, తొల్లి=పూర్వమందు, దర్శనప్రవర్తకుండై=మతనిర్వాహకుఁడై, వైయాసికంబులగు=వ్యాసప్రోక్తంబులగు, సూత్రంబులు=వేదాంతసూత్రములు, వివరించి=వ్యాఖ్యానమొనరించి, వి...బు-విష్టర

* ఈ సాలకటంకట హేతిప్రహేతు లను నాదిమ రాక్షసులలో నొకఁడైన హేతికిఁ గుమారుఁ డగు విద్యుత్కేశునకు భార్యయును సుకేశుఁ డను రాక్షసునకుఁ దల్లియు సంధ్య యనుదానికిఁ గూఁతురు నైనది.—ఈ కథ శ్రీమద్రామాయణోత్తర కాండమునందుఁ బ్రసిద్ధము.

శవు=నారాయణునియొక్క, అద్వైతవైశిష్ట్యంబు=విశిష్టాద్వైతమును, ప్ర...డు-ప్రతిష్ఠించిన=సిద్ధాంతముఁజేసినట్టి(సూక్ష్మచిదచిద్విశిష్టబ్రహ్మము జగత్కారణ మనియు, స్థూలచిదచిద్విశిష్టబ్రహ్మము కార్య మని యనుట), లక్ష్మణాఖ్యయోగీంద్రుఁడు=రామానుజాచార్యులనెడు యోగిశ్రేష్ఠుఁడు, (ఎంబెరుమానారులనుట), చిరకాలసేవన్=బహుకాలశుశ్రూషచేత, సంతుష్టుండై, నిజ=తనయొక్క, దేశికుండు=ఆచార్యుఁడు, అగు పూర్ణాహ్వయుండు=ఐన. పెరియనంబిగా రనియెడు ద్రవిడ నామముగల పూర్ణాచార్యులు, అనధికారులకున్=యోగ్యతలేనివారికి, ఈకుము అని=ఇయ్యకు మని, విధియుక్తముగాన్=శాస్త్రోక్తప్రకారముగా, తనకున్, ప్రసాదించినన్ = అనుగ్రహింపఁగా, గీతాచరమార్థంబు=భగవద్గీతాచరమశ్లోకార్థము, కృపాతరంగితుండై-కృపా=దయచేత, తరంగితుండై=సంజాతతరంగములుగలవాఁడై, రం...బు-రంగేశ=శ్రీరంగనాయకులయొక్క, ధామ=కోవెలయందలి, దామోదరనామ=దామోదర మనుపేరుగల, చామీకర=స్వర్ణమయమగు, గోపురంబు, ఎక్కి, ఉచ్చైస్స్వనంబునన్=గంభీరకంఠనాదముచేత, ఉచ్చరించి=పలికి,(తిరుమంత్రద్వయచరమార్థములను గోపుర మెక్కి చాటినాఁడనుట) గురుండు=తమయాచార్యులగుపూర్ణాహ్వయులు, అలిగినన్=కోపింపఁగా, దేవా=స్వామీ, దేవరయాజ్ఞ మీఱి=దేవరవారియాజ్ఞనుల్లంఘించి, ఏనొక్కరుండ=నేనొక్కఁడనే, రౌరవంబునన్=నరకమునందు, పడకుండుట=కూలకుండుట, మేలో=మంచిదో, భాగవతపరిషత్తునకున్=భాగవతసమూహమునకు, పరమపదంబు=మోక్షస్థానము, అగపడుట=లభించుట, మేలో=మంచిదో, అని=యిట్లని, వితర్కించి=తలపోసి, నీవుచ్చరించుటగాన్=మీరేయుపదేశించునట్టుగా, ఉచ్చరించితిని=అనిచెప్పితినని, తదభినందితుండయ్యెన్-తత్=ఆ పెరియనంబిగారిచేత, అభినందితుండయ్యెన్=మెప్పించుకొనియెను, అతండ=ఆరామానుజగురుఁడే, ని...కున్-నిజ=తనయొక్క, ఛాత్ర=శిష్యులయొక్క, 'ఛాత్రాంతేవాసినౌ శిష్యే' యని యమరము. సత్త్రంబులకున్ = రామానుజకూటములకు, 'సత్త్రమాచ్ఛాదనేయజ్ఞే సదాదానేవనేపిచ' అని విశ్వము. ప్రత్యహంబును=ప్రతిదినమును, కల్యంబునన్ = తెలవడకనె, 'ప్రత్యూషోహర్ముఖం కల్య' అని యమరము. మూల్యంబు=వెలను, 'మూల్యంవస్నోఽప్యవక్రయః' అని యమరము. ఒల్లక=ఇచ్ఛయింపక, గవ్యంబు = గోసంబంధియైనపాలు పెరుఁగు నేయి, సమర్పించి, వేఁడినన్=యాచింపఁగా, వల్లవీవల్లవులకున్ = గోపికాగోపకులకు, పరమపదంబున్, ప్రసాదించెన్=కృపనొసఁగెను, అతండ=ఆ యుడయవరులే, బ...య్యున్-బంధ=కర్మబంధములవలన, ముక్తుండయ్యున్ = విడువఁబడినవాఁడైనను, అవతారాంతరంబునన్=మఱియొక యవతారమందు, కాలాంతరంబునన్=మఱియొకకాలమందు, సం...లై-సంకుచిత=తక్కువపడిన, జ్ఞానులై=ఎఱుకగలవారై, విషయపరుల=శబ్దాదివిషయాసక్తులు, అగునరులకున్ = ఐనమానవులకు, పరమునందలి=మోక్షమునందలి, తీపు=రుచి, ఒదవన్=పుట్టునట్లుగా, సుం...నన్-

సుందరజామాతృ=సుందరజామాతృఁడనియెడు, నామంబునన్=నామధేయముచేత,
అర్చిరాదిగతి=అర్చిరాదిమార్గగమనము, (ముక్తులగువారు సూర్యమండలమును భేదిం
చుకొని పోవు మార్గప్రకారము ననుట) విశదీకరించెన్=తేటపఱచెను, అతండ=ఆ
యెంబెరుమానారే, ఇటమీఁదన్=భవిష్యత్కాలమందు, యాదవగిరిటెంకణంబు=
యాదవాచలప్రాంతము, (తిరునారాయణపురప్రాంతమనుట), పా...పాషండ =
వేదబాహ్యులచేతను, సంకులంబు=సంకరము, కావచ్చినన్, తచ్చ్యుతికిన్ - తత్=ఆ
పాషండులయొక్క, చ్యుతికిన్=నాశమునకు, శఠకోపసమాఖ్యన్=శఠకోపులనునామ
ధేయముచేత, సంభవించి=అవతారమెత్తి, నీరంధ్రవాదంబునన్ = ఎడతెగనిప్రసంగ
ముచేత, అం...లన్-అంధ్రాదివిషయ=అంధ్రదేశము మొదలగుదేశములందలి, విద్వ
జ్జనంబులన్=విద్వాంసులను, అ...క్షున్-అధోక్షజవిషయ=భగవద్విషయమగు, వా
ద=ప్రసంగమనియెడు, భిక్షన్=భిక్షను, వేఁడి=అడిగి,దిగ్విజయంబుసేసి=దిక్కులను
గెలిచి, గ...మున్ - గరుడకుధర=గరుడాచలముయొక్క, గుహాయంమున్, (అహో
బిలమనుట),అ...బు-అకుంఠ=అప్రతిహతుఁడైన, నృకంఠీరవంబు=నరసింహస్వామి,
కుహనాత్రిదండివి=కపటసన్న్యాసివై, బ్రు...లు-బ్రుసీ=జపాసనమును, 'వ్రతినా
మాసనం బ్రుసీ' అని యమరము. కుసుంభాంబర=కాషాయమును,అంభఃకుండికలు=
కమండలువును, 'కౌసుంభరాంభకుండికలు' అను పాఠమున రాంభ మనఁగా వేణు
దండ మని యర్థము; కడమసుగమము. ఒసంగన్ = ఇయ్యఁగా, అం...డువై-అంగీ
కృత = గ్రహింపఁబడిన, అంతిమ=కడపటిదైన, ఆశ్రముండై = యత్యాశ్రమముగల
వాఁడై, ఫ...లు-ఫణిప = శేషునియొక్కయు, కణభుక్ = కణాదునియొక్కయు,
అక్షపాద = గౌతమమునియొక్కయు, బాదరాయణ = వ్యాసునియొక్కయు,
కపిల=కపిలునియొక్కయు, జైమిని=జైమినియొక్కయు, శాసనంబులు=విధులు,(వీరి
మతములనుట), మ...లు - మత = తమమతముయొక్క, మహానస = బానసమందలి,
మహీసురులు = బ్రాహ్మణులు, (పాచకులనుట.), మున్నుగాన్ = మొదలుగా,
ఎంతేవాసిన్ = మిక్కిలిచక్కఁగా, అంతేవాసులకున్ = శిష్యులకు, తెలివిపఱు
పన్=బోధించుటకై, ప...ష్ఠవై-పరమహంస=యతీశ్వరులయొక్క, అనుష్ఠాన=ఆచార
మునకు, పరకాష్ఠవై=పరమావధివై, ప...లక్ - పదయుగ = తమపదద్వంద్వము
నకు, ప్రపన్న=ప్రపత్తిఁజేసినట్టి, భువన=లోకములయొక్క, ప్రపంచ=లోకమందలి,
పంచజన = నరులయొక్క, 'పంచజనాః పురుషాః పూరుషా నరాః' అనియమరము.
హృదయ=మనస్సులనియెడు,భవనంబులక్=గృహములయందు, పద్మాపద్మాక్షులు=
శ్రీశ్రీపతులు, పల్లేర్లు=కామక్రోధాదు లనియెడు కంటకములను, తుడిచి=ఊడ్చివైచి,
పాడు=శూన్యములగువానిని, ఎక్కన్=ప్రవేశింపఁగా, 'పాడెక్కను' అనిపాఠాం
తరము అట్లైనఁ బాడుకొనఁగా ననియర్థము, భక్తిబోధించి=భక్తినుపదేశించి, భూతలం

బుక్=భూప్రదేశమును, పావనంబుసేయంగలవాఁడు=పవిత్రముఁజేయఁగలఁడు, మఱియు=ఇంకను, హయవదన = హయగ్రీవస్వామియొక్క, పద = పాదములయొక్క, ఆరాధకుండై = పూజించెడువాఁడై, వేంకటేశుండను = వేంకటేశాపరనామముగల వేదాంతదేశికుఁడనుట. ఇంకొక్కమనీషి=మతియొక్క విద్వాంసుఁడు, మ...బు - మధుమథన=మధుసూదనుఁడగు శ్రీపతియొక్క, మత=మతముయొక్క, (శ్రీమన్నారాయణుఁడే పరతత్త్వమనియనుట) ప్రతిపాదకంబు, ప్రబంధశతంబు=నూఱుప్రబంధములను, రచించి=ఏర్పఱిచి, శిలోంఛనర్తనంబునన్=శిలోంఛవృత్తులచే జీవించుటచేతను, (శిలోంఛము లనునవి ప్రత్యేకవృత్తు లనవలయును. శిల మనగా నియమగృహోపాదానము ; ఉంఛమనఁగా రాలిన నీవారాదులని గ్రహించునది.), తపంబుసేయక్=తపస్సుచేయుచుండఁగా, తనకుక్=ఆవేదాంత దేశికునకు, జ...బు - జరచ్ఛదన=ముదురాకులనియెడు, శాకదానంబుసేయు, అగస్త్యోర్వీరుహంబునకుక్ = అగిసెమ్రానికి, (ఇచ్చట నలరోక్కర్వీరుహంబునకని కొందఱనుచు దానికి ముల్లుచ్చితచెట్టని చెప్పికొం డ్రు) నిర్వాణంబు=పరమసుఖమును, ఒసంగంగలండు=కృపసేయఁగలఁడు, ఇట్టియేప్యంబులు=భవిష్యదర్థంబులు, మ...నక్ - మదీయ=నాసంబంధియగు, దివ్యబోధంబునక్=దివ్యజ్ఞానముచేత, ఎఱింగియుండుదుక్=తెలిసికొనియుందును, ఏతాదృశంబు=ఇటువంటిది, అగు, త్రై...మిక్ - త్రైకాలిక = భూతభవిష్యద్వర్తమానకాలత్రయసంబంధియగు, జ్ఞానంబు=తెలివియొక్క, కలిమిక్=ఉనికిచేత, ఇమ్మేను=ఈ శరీరము, మాననీయంబుగదా=పూజ్యమేకదా, అంటేని=అంటివా, అది=అజ్ఞానము, జాత్యంబుదక్కక్=జాతిప్రయుక్తముగాని, తపస్సత్యశమదమాది లబ్ధంబు - తపః=తపమును, సత్య=నిక్కమును, (సత్త్వమనికొందఱు) శమ=మనోనిగ్రహమును, దమ=బహిరింద్రియనిగ్రహమును, ఆది=మొదలగువానిచేత, లబ్ధంబు=పొందఁబడినది, కాదు, నిపాది=ఎటువది, భవిష్యదర్థంబులన్=కాఁగలకార్యములను, చెప్పుచున్నది=వచించుచున్నది, అది=అగద్దెచెప్పునది, శుచియే=పవిత్రురాలా, (కాదనుట), కౌశికంబు=గూబయు, డబ్బగాటె గబ్బులుఁగు, ఇవిపక్షివిశేషములు, గౌళి=బల్లి, కసుంబెంటె, పైఁడిగంటె, లోనగు=మొదలైన, తిర్యక్కులు=తిర్యగ్జంతువులు, భా...లు - భావిప్రయోజన = ముందటిపనులకు, సూచకంబులై=తెలియఁజేయునవియై, ఉన్నయవి=ఉన్నవి, అవి=అకాశికొటులు, తపస్వులే=తపస్సంపన్నములా, మావిజ్ఞానంబును=మావిన్నాణమును, అట్ల=అప్రకారమే, ఎట్లనినన్=అది యేప్రకారమనఁగా, నాస్తిక్యంబువలనన్=నమ్మకములేకుండుటవలన, శాస్త్రంబు లెడన్=శాస్త్రములపట్ల, అధీతిబోధంబులు=చదువుట తెలియుటలు, తక్కన్=తప్ప, ఆ...లు - ఆచరణ=ఆచరించుటయు, ప్రచారంబులు=ఆచరింపఁజేయుటలును, లేమిన్ = లేకుండుటచేత, ధర్మంబు, దూరంబు=మాకు లేము, ఆదినిమిత్తంబు గాన్=అదికారణముగా, ఇత్తెఱంగు ఎఱుంగక=

ఈమార్గముఁ దెలియక, భవోత్తారకంబు=సంసారోద్ధారంబు, కాదు, కావునన్=కాఁబట్టి, క...ని - కలుష=పాపముచేత, రహిత=విడువఁబడిన, కాయంబునం గాని=శరీరముచేతఁ గాని, కల్యాణంబు=మోక్షశుభము, లబ్ధంబుగాదు=లభింపదు, కావునన్=కాఁబట్టి, ఇ...బు - ఇవ్విరూప=ఈవికృతరూపముగల, విగ్రహంబు=నాశరీరమును, అనుగ్రహంబునన్=ప్రసాదముచేత, ఉడిపి=పోఁగొట్టి, కృతార్థున్ చేయుమని=ధన్యునిం జేయుమని, పాదంబులవ్రాలి=పాదాక్రాంతుఁడై, పాటన్=గానమందు, పాతిక పాలేని=పాదాంశమైనను, ఈవేయనినన్=ఇయ్యవేయనఁగా, అతండు=ఆదాసరి, అదియును=ఆపాతికపాలైనను, ఈలేనన్నన్=ఇయ్యలేననఁగా, పోనిమ్ము=పోనీ, ఈప్రభాతసమయంబునన్=నేఁటిప్రాతఃకాలమందు, పా...నన్ - పాడిన=గానము సేసిన, చరమగీతంబైనన్=కడపటిపాటయైనను, ఇచ్చి=ఒసంగి, ప్రపన్నుండన్=శరణాగతుఁడను, అగునన్ను, అవిపన్నుంజేయుమని=ఆపదలేనివానిఁగాఁజేయుమని, లేవకున్నన్=పాదములపైనుండి లేవకుండిన, ప...డుచి - పరమదయా=ఉత్కృష్టదయచేత, ఆర్ద్రుఁడై=చల్లనివాఁడై, అట్లకానిమ్ము, లెమ్మని, అతనిన్=ఆరాక్షసుని, లేవనెత్తి, అ...బున్ - అత్తను=ఆరాక్షసశరీరముయొక్క, ప్రాప్తి=వచ్చుటయొక్క, ప్రకారంబున్=రీతిని, సవిస్తరంబుగాన్, చెప్పుమనినన్, అపూ్పలదిండి=అమాంసభక్షకుండగురాక్షసుఁడు, దుఃఖార్తుండై=దుఃఖపీడితుండై, అవధరింపుమని, ఇట్లనియె.

* * *

ఉ. ఉండుదుఁ జోళభూమి నొక • యూరఁ గళల్పదునాల్గు నేర్చి వా
క్చండిమఁ జర్చ గెల్తు ఘట • † శాసుల శ్రోత్రులఁ దప్పుపట్టుదుర్
ఖండల ముష్టి విప్పఁ గని • నవ్వుదు వెండి ప్రయోక్తల న్సుధీ
మండలి గ్రాంథికత్వ మని • మానము సేయుదుఁ జల్పవాది నై. 67

టీ. చోళభూమిన్=చోళదేశమందు, ఒకయూరన్=ఒకగ్రామమందు, ఉండుదున్=నివసింతును, కళల్=విద్యలు, పదునాల్గు=చతుర్దశసంఖ్యాకములగువాని, 'అంగానివేదా శ్చత్వారో మీమాంసా న్యాయవిస్తరః, పురాణం ధర్మశాస్త్రంచ విద్యాహ్యేతా శ్చతుర్దశ' అనియును, అంగములాఁ అనుటకు, 'శిక్షా వ్యాకరణం కల్పో నిరుక్తం జ్యోతిషం తథా, ఛంద శ్చేతి షడంగాని' అనియు ప్రమాణము. నేర్చి, ఘటశాసులన్=తార్కికులను, (ఘటశాస్త్రులనను పాఠమున నిదేయర్థము), వాక్చండిమ=వాక్ప్రచండత్వముయొక్క, చర్చన్=ఆక్షేపముచేత, గెల్తున్=జయింతును, శ్రోత్రులన్=యాగతంత్రజ్ఞులను, తప్పుపట్టుదున్=స్ఖాలిత్యములుపట్టుదును, వెండి=

* * * ఇచ్చటఁ గొన్ని ప్రక్షిప్తపద్యములు గలవు. వానిని ఆశ్వాసాంతమునఁ గనందగు.

† శాస్త్రుల.

మఱియును, ప్రయోక్తలన్=షోడశకర్మాధికారులను, ఖం...ష్టి-ఖండల=ఖండకారికలయొక్క, ముష్టి=సంచికను, విప్పన్=విప్పఁగా, కని=చూచి, నవ్వుదున్=పరిహసింతును, సు...ము - సుధీ=విద్వాంసులయొక్క, మండల = సమూహముయొక్క, గ్రాంథికత్వము=గ్రంథనిపుణతను, జల్పవాదినై = జయేచ్ఛచేత కథలను వాదించువాఁడనై, అవమానము సేయుదును.

వ. ఇన్నడవడిం బ్రభిన్నగండంబగు వేదండంబునుంబోలె మదాంధుండనై యల్పవిద్యాలబ్ధి విడువ ముడువ వేసరని వీసంబుగల రెడ్డియుం బోలె నచ్చదువె పరబ్రహ్మంబై పెద్దలం జెనకి యోడియు సరియైతి ననియును సరిపోయి జయించితి ననియు నబద్ధంబు లాడి చిల్లరప్రభువులం భ్రమియించు చుండి దీక్షితులం జూచి యియక్షు వొడమి ద్రవ్యభిక్షార్థినై మధురకుం బోయి యప్పురంబున. 68

టీ. ఇన్నడవడిన్=ఈనడతచేత, ప్రభిన్నగండంబు - ప్రభిన్న=మదము కాఱుచున్న, గండంబు=చెక్కులుగల, అగు, వేదండంబునుంబోలె=ఏనుంగువలె, మదాంధుండనై=మదముచేత మత్తుఁడనై, అ...బ్ధిన్-అల్పవిద్యా=కొంచెపువిద్యయొక్క, లబ్ధిన్=ప్రాప్తిచేత, విడువన్=మాటవిచ్చుటకును, ముడువన్=మరలమాటఁగట్టుటకును, వేసరని=విసువని, వీసంబు=వీసముకాసులుకల, రెడ్డియుంబోలెన్=రెడ్డివానివలెనే, అచ్చదువె=నాకు వచ్చియున్న యాచదువే, పరబ్రహ్మంబై, పెద్దలన్ = వృద్ధులను, చెనకి=ప్రసంగమునకుఁ గదలించి, ఓడియు=అపజయముబొందియు, సరియైతిననియు=సమముగాఁ బ్రసంగించితిననియు, సరిపోయి=వారితోసరియై, జయించితిననియున్=గెల్చితిననియును, అబద్ధంబులాడి=దబ్బరలాడి, చిల్లరప్రభువులను, భ్రమియించుచుండి=భ్రమియింపఁజేయుచుండి, దీక్షితులంజూచి = ఆహితాగ్నులను గాంచి, ఇయక్షు=యజ్ఞముఁ జేయవలయునను నిచ్ఛ, 'యష్టు మిచ్ఛా ఇయక్షా' అని వ్యుత్పత్తి, పొడమి=అంకురించి, ద్రవ్యభిక్షార్థినై=ద్రవ్యభిక్షను గోరినవాఁడనై, మధురకున్=మధురాపట్టణమునకు, పోయి, అప్పురంబునన్=ఆమధురాపట్టణమందు.

సీ. బహిఁవడ్డద్విజున క•ల్పవుఁ బాచితం బిడి,
    పసిఁడికై తా వాని•బంతిఁ గుడిచి
కలసి వణిక్పురో•థలతోడఁ బుణ్యాహ,
    ముల బియ్యములకు నై • మొత్తులాడి
శశి రవి గ్రహ జప•స్నానాదికము లెల్ల,
    దొరలవాకిండ్ల కే•దొద్ద యిచ్చి

*పచ్చిజిత్తోల్బట్టి • చుచ్చాల మెట్లంది,
కొనఁ దాన యూరెల్లఁ • గుత్తవట్టి
తే. దర్భపోటులఁ దిని లేని•తఱుల మైత్రి
నంటి పితృశేషము భుజించి • యదియు నెడల
నక్కవాడల నరకూళ్ళు • మెక్కి మీఁద
వీని శేఖర మొకతులా• ర్త్విజ్యము కొని. 69

టీ. బ...కుఁ - బహిష్కృత=వెలివేయఁబడిన, ద్విజునకుఁ=విప్రునకు, అ...బు - అల్పపు=కొంచెమయిన, ప్రాచితంబు=ప్రాయశ్చిత్తమును, ఇడి=పెట్టి, పసిఁడికై=ధనముకొఱకు, తాన్=తాను, వానిబంతిన్=వాని పఙ్క్తియందు, కుడిచి = భుజించి, వ...డన్ - వణిక్=కోమట్లయొక్క, పురోధలతోడన్=పురోహితులతో, కలసి=చేరుకొని, పు...కై - పుణ్యాహముల = కోమటిండ్ల పుణ్యాహవాచనముల యొక్క, బియ్యములకు=తండులముకొఱకు, పెంత్తులాడి=కలహించి, శ...లుఎల్లన్-శశి = చంద్రునియొక్కయు, రవి =సూర్యునియొక్కయు, గ్రహ = గ్రహణముల యందుఁ జేయునట్టి, జప=జపములు, స్నాన=స్నానములు, ఆదికములెల్లన్ = మొదలగునవి యెల్ల, దొరలవాకిండ్లకే = ప్రభుద్వారములకే, దొద్దయిచ్చి = కొల్లయిచ్చి, (దానములకొఱకై తాను జేసిన నవగ్రహజపము మొదలగునవి ధనికుల వాకిండ్లనే ధారఁబోసె ననుట),ప...లు - పచ్చి=ఆర్ద్రమగు, ఇజ్జీతోలు=కృష్ణాజినమును, బత్తి చుచ్చాలమెట్లు=ఎనుము మేఁక ఆవు వీని వరుసలను, అందికొనన్=దానముపట్టుటకై, తాన=తానే, ఊరెల్లన్=అపట్టణమెల్లను, గుత్తవట్టి = గుత్తచేసి, (పచ్చిజిత్తోల్పట్టి చిచ్చులనని పాఠాంతరము. అట్లయిన పచ్చి జింకతోళ్ళం గ్రహించి వేసవికాలములయం దనియర్థము.),దర్భపోటులన్=నిమంత్రణములయందు, తిని=భక్షించి, లేని తఱులన్=అబ్రాహ్మణార్థములు లేని కాలములయందు, మైత్రిన్ = స్నేహముచేత, అంటి=చేరి, పితృశేషము=తద్దినపుఁగూడు, భుజించి=మెసవి, అదియున్ = అపితృశేషమును, ఎడలన్=దొరకకపోఁగా, అక్కవాడలన్=అమ్మలక్కల వీథులయందు, అరకూళ్లు=చాలిచాలని యర్ధాశనములను, మెక్కి=తిని, మీఁదన్=అనంతరమందు, వీని=ఈకార్యముయొక్క, శేఖరము=శిరోభూషణమగు, ఒక...ము-ఒక=ఒకటియైన, తులా=తులాభారముయొక్క, ఆర్త్విజ్యము = ఋత్విగ్భావము, (తులాభారదానమనుట), కొని=గ్రహించి.

తా. ఈపైనిచెప్పినవన్నియును బాపహేతువులు గాన నింద్యము లయిన నర్థాతురత్వమును బట్టి యన్నియుం జేసె ననిభావము.

---

* పచ్చిజిత్తోల్పట్టి చిచ్చుల.

ఉ. ఇట్లొనఁగూర్చి వైశ్యునకు • నిచ్చి చనన్మఱి పుచ్చి చౌకము
ల్వెట్టుచు వడ్డిలెక్క లటు • వెట్టుచు ధారణవాసికై కొదల్
పెట్టుచు వాఁడు రేఁగి మఱి • పెట్టుదుఁ బెట్ట ననంగ మిట్టఁ గూ
పెట్టుదు నిట్టు పోరఁ గని • పెట్టుక యొక్కరుఁ డుండి వెండియున్.70

టీ. ఇట్టు=ఈప్రకారము, ఒనఁగూర్చి=కూడఁబెట్టి, వైశ్యునకున్=కోమటికి, ఇచ్చి=వడ్డికిచ్చి, చనన్=మరల నూరికి బోవుటకై, మఱి=పిమ్మట, పుచ్చి=తీసికొని, చౌకముల్=ఉడ్డలు, (నాలుగేసి యనుట) పెట్టుచున్=ఇడుచు, వడ్డి లెక్కలు, అటు పెట్టుచున్=ఆప్రకారము వేయుచును, ధారణవాసికై=బియ్యము మొదలగువాని ధర వారడికై, కొదల్పెట్టుచున్=తక్కువలు సేయుచు, వాఁడు=ఆకోమటి, రేఁగి=చెల రేఁగి, మఱి=పిమ్మటను, పెట్టుదుఁ బెట్టననంగన్=ఇత్తునీయనని చెప్పఁగా, మిట్టన్=రచ్చ మిట్టయందు, కూ పెట్టుదును=కూఁతలుపెట్టుదును, ఇట్టుపోరన్=ఇట్లు పోరుచుండఁగా, ఒక్కరుఁడు=ఒకమానిసి, కనిపెట్టుకయుండి=కాచుకొనియుండి, వెండియున్=మరలను.

తా. ఇట్లు కూడఁబెట్టిన ధనము కోమటికి వడ్డికిచ్చి నేనమ్మిన బియ్యము మొదలగు వాని ధర వారడికొఱకును జిల్లర వడ్డికొఱకును బీకులాడి రచ్చలలోఁ జెప్పుకొను చుండఁగా నొక్క దొంగ కనిపెట్టుకొని యుండెనని భావము.

సీ. వెలివాడఁ బనిక్రొత్త • మలకవా ల్గొని నూనె,
యిడి తంగెడాకుగ • ట్టెడు తహాతహా
కూర్చంబు నొరిగించు • కొని యుష్ణతోయంపు,
టంగడిఁ దలయంటు • కాడి దడవు
వంట పుట్టింటి కె • ప్పంటికంటెను బాలు,
పెరుఁగు నే గూర లం • పెడు తెగువలు
సంబెళ విదలించి • తాంబూలదళ పూగ,
నివహంబుఁ జాలంగ • నించు నుబ్బ
తే. బ్రహ్మచారిభుజంబు మా • త్రకు సడింపు
బ్రాలు నాలికి మేలుచీ • రలు గొనియెడు
సంభ్రమంబును బెఱపాంథ • జనులఁ బయిన
మడుగు ప్రశ్నంబులను మత్ప్రి • యాణ మెఱిఁగి. 71

టీ. వెలివాడన్=చండాలవాటికయందు, పని=పనితరముగల, క్రొత్తమలక వాల్=క్రొత్తపాదరక్షలు, కొని=వెలచేసి, నూనెయిడి=నూనెఁబూసి, తంగెడాకు,

కట్టెడు=ఆపాదరక్షలకుఁగట్టునట్టి, తహతహ=త్వరపాటును, కూర్చంబు=కనుబొమల సందు, 'కూర్చమస్త్రీ భ్రువోర్మధ్యమ్' అనినిఘంటువు. గొరిగించుకొని=క్షౌరముఁ జేయించుకొని, సొగసునకుఁ గనుబొమలసందుమాత్రమే గొరిగించుకొనె ననుట, ఉష్ణతోయంపు=వేడినీరమైన, అంగడిక=దుకాణమందు, తలయంటుకాడి= అభ్యంగము సమయముదైన, తలయంటుకాడు అనుపాఠమున నభ్యంగముఁ జేసికొని తిరిగెడు, తడవు=ఆలస్యమును, వంటపుట్టె=వంటఁజేసిపెట్టెడు పెద్దమ్మయొక్క, ఇంటికిక=గృహమునకు, ఎప్పంటికంటెను=పూర్వముకంటెను, పాలు పెరుఁగు నేగూరలు=పాలును, పెరుఁగును, నేయిని, శాఖములును, అంపెడు=పంపునట్టి, తెగువలు=ఔదార్యములను, సంబెళ=పక్కాకుపెట్టె, విదలించి=విప్పి, తాంబూలదళ=తమ్మలపాకులయొక్క, పూగ=పోకలయొక్క, నివహంబుక=సమూహమును, చాలంగక=చాలునట్లు, నించు=నిండించునట్టి, ఉబ్బు=ఉత్సాహమును, బ్రహ్మచారి=శిష్యునియొక్క, భుజంబు=మూపుననున్న, మాత్రనక=అసిమికి, సడింపుఁబ్రాలు=దంపుడుబియ్యమును, ఆలికిక=భార్యకుఁగాను, మేలుచీరలు=మంచిమంచికోకలను, కొనియెడు=గ్రహించెడి, సంభ్రమంబు=చిడిముడిపాటును, పెఱ=ఇతరులగు, పాంథజనులక = మార్గస్థులను, పయనమడుగు=ప్రయాణ మెప్పుడనియడిగెడు, ప్రశ్నంబులను=ప్రశ్నలచేతను, మత్ప్రయాణము=నాపయనము, ఎఱిఁగి= తెలిసికొని.

తా. పైనిచెప్పినప్రకారము ప్రయాణసన్నాహము గాఁగా దొంగ లెస్సఁగా దెలిసికొన్నాఁడని భావము.

క. హత్తుకొని యొక్కకొందఱ
నత్తెఱువుం గట్టఁ బనిచి • యందఱ క్రియఁ దాఁ
ది త్తొకటియుఁ గొని తే మఱి
యుత్తర ముత్తర మటంచు • నొక ప్రొద్దుకడక. 72

టీ. హత్తుకొని=వెంబడించికొని, ఒక్కకొందఱక=మఱికొందఱక, అత్తెఱువుక=ఆమార్గమును, కట్టఁబనిచి=అడికట్టఁబనిపి, అందఱక్రియక=అందఱివలెనే, తాక=ఆదొంగ, తిత్తి=సంచి, ఒక్కటియుఁగొనితేక=ఒక్కటి తీసికొనిరాఁగా, మఱి=అనంతరమందు, ఉత్తరముత్తరమటంచుక=పోవలసినదుత్తరదిశయని, ఒకప్రొద్దుకడక=ఒకప్రొద్దువేళను. 'తిత్తియొకటికొని' అనుట సాధువు.

తే లేచి పోవంగఁ దత్తఱ • మేచి తోడి
వారు నన నేను ముడిమోపు•వటున కెత్తి
పోవ వాఁ డిందు రండని • త్రోవ యడవిఁ
బెట్టి యొకవాఁగు డిగ నీల• వెట్టుటయును. 73

టీ. లేచిపోవంగన్ = లేచిపోవుచుండఁగా, తత్తఱమేచి = త్వరపాటతిశయించి, తోడివారుచనన్ = తోడిమార్గస్థులుపోఁగా, నేను, ముడిమోపు = మూటబరువు, వటునకెత్తి = బ్రహ్మచారికెత్తి, పోవన్ = పోవుచుండఁగా, వాఁడు = ఆచోరుఁడు, ఇందురండని = ఇటురండనుచు, త్రోవ = మార్గమును, అడవిఁబెట్టి = అడవిలోఁబెట్టి, ఒక వాఁగు డిగన్ = ఒక వంక దిగఁగానే, ఈలవెట్టుటయును = ఈలవేయఁగానే, (జార చోరు లీలవెట్టుట వారిసంజ్ఞ).

క. అఱచేతివ్రాలు గనున
త్తఱిఁ బడె నొకయంపకట్టె • దానికి నిలువం
బిఱుబిఱ్ఱున ఱాలు వడెం
దెఱపియుఁ గనలేమి సాతు • దిరుగుడువడియెన్. 74

టీ. అఱచేతివ్రాలు = అఱచేతిగీఱలు, కనునత్తఱిన్ = చూచెడుకాలమందు, (అరుణోదయకాల మనుట.), ఒకయంపకట్టె = అంపకోల, పడెన్ = వ్రాలెను, దానికిన్ = ఆయంపకట్టకు, నిలువన్ = మార్గమునడువక నిలువఁగా, బిఱుబిఱ్ఱునన్ = బిఱుసు బిఱుసుగా, ఱాలువడెన్ = పాషాణములుపడెను, సాతు = పథికసమూహము, తెఱపియున్ = పోవుటకుసందును, కనలేమిన్ = తెలియలేకుండుటచేతను, తిరుగుడువడియెన్ = కలగుండుపడెను.

మహాస్రగ్ధర.

కవిసె న్గల్పాంతజంతు • గ్రసన భృశ బుభు • క్షాత్వర త్ర్యక్ష పార్శ్వ
ప్లవమా నోత్పాతభూత • ప్రకర పటిమ హా • లాహాల స్పర్ధి హేతి
చ్ఛవి రే ఖానేక రాహూ • చ్చలిత రవులు ర • క్షశ్చమూ జిత్పులింద
ప్లవబృందంబు ల్వని న్న • ల్గడఁ బొడుపొడుమ • న్బల్కులు న్మ్రల్కులు
[న్రాన్.

టీ. కల్పాంత = ప్రళయకాలమందు, 'క్షయకల్పాంత ఇత్యపి' అనియమరము. జంతు = ప్రాణులయొక్క, గ్రసన = భక్షణమందు, భృశ = మిక్కిలియగు, బుభుక్షా = ఆఁకలియొక్క, 'భోక్తు మిచ్ఛా బుభుక్షా' త్వర = వేగముగలిగిన, త్ర్యక్ష = ఫాలాక్షునియొక్క, పార్శ్వ = ప్రక్కలయందు, ప్లవమాన = పరువులెత్తుచున్న, ఉత్పాత = భయంకరములైన యుల్కాదులతోఁ గూడిన, భూత = భూతములయొక్క, ప్రకర = సమూహముయొక్క, పటిమన్ = సామర్థ్యమువంటి సామర్థ్యముతో, హాలాహల = కాలకూటముతోడ, స్పర్ధి = కలహించెడు, హేతి = ఆయుధములయొక్క, ఛవి = కాంతులయొక్క, రేఖా = పఙ్క్తులనియెడు, అనేక = పెక్కులైన, రాహు = రాహుగ్రహములచేత, ఉచ్చలిత = చలింపఁజేయఁబడిన, రవులు = సూర్యుఁడు గలిగినట్టి, రక్షశ్చమూ = రాక్షససేనను, జిత్ = జయించుచున్న, పులింద = కిరాతకులయొ

క్కయు, ప్లన=చండాలురయొక్కయు, బృందంబుల్ = సమూహములు, వనిన్= అడవియందు, నల్గడన్=నాల్గుదిక్కులయందు, పొడుపొడుమన్=పొడు పొడు మని యెడు, (ఇది యామ్రేడిత ప్రార్థనార్థకము.), పల్కులున్ = మాటలును, ములుకులున్=బాణములును, రాన్=రాఁగా, కవిసెన్=చుట్టుకొనెను.

తా. ప్రళయకాలరుద్రుని సూరెలఁ బాఱుతెంచుచున్న మహోఘాతములవలెఁ బటిమ గలిగి యనేక రాహువు లనెడు బుద్ధిచేత సూర్యుఁడు భయంపడునట్టి యాయుధ కాంతులు కాలకూటమును మీఱుచుండఁగా ననేక కిరాతకులును జండాలురును గుంపులు గూడుకొని వాఁడితూపు లేయుచుఁ బొడుపొడు మని పల్కుచు నలుదిక్కులఁ గ్రమ్ముకొని రని భావము.

వ. ఇట్లు చెట్లు వెడలి విండ్లు వంచుకొని ముంచుకొను నన్నల్లప్రజం
జూచి హల్లకల్లోలం బై విఱుగంబడు నెడ. 76

టీ. ఇట్లు=ఈప్రకారము, చెట్లువెడలి = అడవిలోనుండివెడలివచ్చి, విండ్లు= ధనువులను, వంచుకొని=ఎక్కువెట్టివంచి, ముంచుకొనుచున్న, అన్నల్లప్రజన్ = ఆనల్లనిప్రజను, చూచి, హల్లకల్లోలంబై=పెద్దరంతై, విఱుగంబడు నెడన్ = విఱిగిపోవునప్పుడు.

సీ. పసలేదు నిలరోయి • పాతకులా రని,
దేవాయుధంబులు • ఱూవువారు
పైఁడిబాసముఁ జెట్ల • బడవైచి దుడ్డుపె,
ట్లకుఁ బాఱుచునె యొలె • లైవ్వచువారు
బరువు డించి కటారి • పరుఁజించి నిల్పి యిం,
దెందు వచ్చెద రని • యెదురువారు
వస్త్రంబు గొండు దే • వర యోయి యిది చన్నఁ,
బ స్తని దయపుట్టఁ • బలుకువారు
తే. కలవి మాముూఁక నిప్పింతుఁ • దొలఁగుఁ డొకటి
యాఁడుదానిఁ జేనంటకుఁ • డనుచుఁ బెద్ద
తనము నభిమానమును దెంపు • గనఁగఁ బలికి
నిలిపి దోఁపిచ్చువారు నై • తొలఁగి రపుడు. 77

టీ. పసలేదు=పలుమంది లేరు, (దొంగలుగొంచెమనుట.), పాతకులారా = ద్రోహులార, నిలరోయి=నిలువుఁడోయి, అని, దేవాయుధంబులు=పాషాణములు దుంటకట్టెలును, (ఇక్కడ దేవశబ్దమునకు యాజ్ఞ మని యర్థము చేసి దాని యాయుధములు

దారుమయములుగాను బాషాణమయములుగా నుండును గనుక తాలును గుంటకట్టెలు ననవచ్చును.), ఱూవువారు=విసరువారును, పైఁడిబాసముల్=బంగారు మొదలగునది, (పైఁడిబాస మనునది నానుడుమాట), చెట్లన్=వృక్షములయందు, పఁడవైచి=పాఱవైచి, గుడ్డుపెట్లకున్=గుడ్డుకఱ్ఱలదెబ్బలకు, పాఱుచునె=పరువిడుచునే, ఒలెల్=వస్త్రములను, వైచువారు=పాఱవేయువారును, బరువు=తామెత్తుకొన్న బరువును, డించి=దిగువిడించి, కటారిపఱఁజించి=కటారియమర్చుకొని, నిల్చి, ఇంకెందువచ్చెదరని, ఎదురువారు=ఎదిరించెడువారును, వస్త్రంబుఁగొండు=ఈబట్టను దీసికొనుఁడు, ఇది=ఈమాట, దేవరయోయి=దేవతయోయి, చన్నన్=ఇదిపోయినట్లాయెనా, పస్తు=ఉపవాసముండవలసివచ్చున, అని, దయపుట్టన్=దయగలుగునట్లు, పలుకువారు=మాటలాడెడువారును, మామూఁకన్=మాగుంపునందు, కల = కలిగినవస్తువులు, ఇప్పింతున్ = ఈఁజేసెదను, తొలఁగుఁడు=తొలఁగిపొండు, ఒకటి=ఒకటివినుఁడు, ఆఁడుదానిన్=స్త్రీని, చేనంటకుఁడు=చేతఁ దాఁకవలదు, అనుచున్=ఇట్లని, పెద్దతనమున్ = (అగుంపులోఁ దమకుఁగల యధికార మనుట) అభిమానమును, (స్త్రీలయెడలఁ గలపరువనుట), తెంపు=తెగువ, (సొమ్ములు వోయినఁ బోవుఁగాక స్త్రీలను దాఁకకున్న మంచి దని తలంచుట), కనఁగన్=తెలియునట్లు, పలికి=చెప్పి, నిలిపి=గుంపును నిలువఁజేసి, దోఁపిచ్చువారునై=చూఱనొసఁగువారై, తొలఁగిరి=విముఖులైరి, అపుడు.

సీ. తొడువింటివాఁడు స•న్ద్రోవఁ బోవక యెదు,
ర్పడువాండ్రఁ దొడిఁబడఁ • బదరి పొడిచి
పిసుఁ గీక పెనఁగినఁ • బెద్ద నొంపక యెత్తి,
బాఱించి చేఁ గల•పాటి *నాఁచి
యాయితంబై చించు•కరిగెడువాఁ డేటు,
లవి మీఱి చన్న వెఁ•దవులు టుడిగి
పొదవు చే లేకయ • పుటపుటయును నైన,
వాని శోధింప న•వ్వలికిఁ బనిచి
తే. పొదలఁ దూఱిన నీఁటె చా•పుల వెడల్చి
గట్టుబట్టలు గొని ప్రాఁత•బట్ట దయను
గోచులకు నిచ్చి గనపరా•కులు నిగిడ్చి
చెప్పుటట్టలు శోధించి • సిగలు విప్పి. 78

* దోఁచి.

టీ. తోఁడువింటివాఁడు=అంబుదొడిగిన విల్లుగలవాఁడు, చన్ద్రోవన్=పోయెడు త్రోవను, పోవక=ఏఁగక, ఎదుర్పడువాండ్రన్ = ఎదురైనవారిని, తొడిఁబడన్ = తొట్రుపడునట్లు, పదరి=హుంకరించి, పొడిచి, పినుఁగు=పీనుఁగు, (లోభియనుట.), ఈక=తనసొమ్మియ్యక, పెనఁగినన్=పెనఁగులాడఁగా, పెద్ద=మెండుగాను, నొంపక=నొప్పింపక, ఎఱ్ఱఁబాఱించి=నెత్తురుగాఱఁబొడిచి, చేఁగలపాటి=చేతనున్న మాత్రము సొమ్ము, నాఁచి=అపహరించి, అయితంబై = ఆయత్తపడినవాఁడై, చించుక=గుంపును చించుకొని, అరిగెడువాఁడు=పోవునట్టివాఁడు, అవియేటులు=ఆదొంగల ప్రహారములను, మీఱి=అతిక్రమించి, చన్నన్ = పోయినను, వెన్దవులుట = వెంబడించుట, ఉడిగి=మాని, (మార్గస్థుఁ డెవ్వండేని గుంపుఁ జించుకొనిపోఁగా దొంగలు వానిఁ దఱుమ రనుట.), పొదవు=ద్రవ్యము, చేలేకయ=చేతలేకయే, పుటపుటయునునైన వానిన్=బలిసిలావైనవాని, శోధింపన్ = వానిదాఁపున సొమ్ములుచూచుటకు, అవ్వలికిన్=ఆవలికి, పనిచి=పంపి, (బలముగలవాఁడు గుంపులోనున్న వాని నవ్వలికి దొంగలు పంపిరనుట), పొదలఁదూఱినన్=కొందఱు పొదలోఁదూఱఁగా, ఈటెచాపులన్=ఆపొదలమీఁదికిఁ బొడిచెదమని ఈఁటెలు చాచుటలచేత, వెడల్చి = వారిని బయలికి రప్పించి, కట్టుబట్టలు=కట్టుకొన్న వస్త్రములు సైతము, కొని=గ్రహించి, ప్రాఁతబట్ట=జీర్ణవస్త్రమును, దయను=దయచేత, గోఁచులకున్=కౌపీనములకుఁగా, ఇచ్చి=ఒసఁగి, గనపగాకులు=గన్నేరాకులవంటియమ్ములయులుఁగులను, నిగుడ్చి=లోపలదూర్చి, చెప్పుటట్టలు=పాదరక్షలయట్టలు, శోధించి=వెదకి, సిగలు=జుట్లు, విప్పి, (మార్గస్థులు చెప్పుటట్టల సందులను సిగలయందును సొమ్ములు దాఁచియున్నారని దొంగలు వాని నెల్ల శోధించి రనుట).

వ. ఇట్లు పాటచ్చరులు పెచ్చువెరిగి విచ్చలవిడి నుచ్చావచంబులగు సార్థంబు నర్థంబు లపహరించు సంకులంబున. 79

టీ. ఇట్లు=ఈవిధముగా, పాటచ్చరులు=చోరులు, 'ప్రతిరోధిపరాస్కందిపాటచ్చరమలిమ్లుచా' అని యమరము. పెచ్చువెరిగి = చెలరేఁగి, విచ్చలవిడిన్=స్వేచ్ఛచేత, ఉచ్చావచంబులగు=అనేకవిధములగు, 'ఉచ్చావచం నైకభేద' మ్మని యమరము. సార్థంబు=బాటసారులయొక్క, అర్థంబులు=ధనములు, అపహరించు=దోఁచుకొనెడు, సంకులంబునన్=సందడియందు.

సీ. కటినుండి చనుమర • గడిగాఁగ బిగియించి,
కట్టిన నిడు నీలి • కాసె మెఱయ
బిల్లిగడ్డము మించఁ • బెరిఁగి మీసలు కుఱ్ఱ,
గోళంబుమీఁద నుయ్యాల లూఁగ

బూఁది బ్రుంగిన మొగం•బున వడిగట్టు మై,
నపుమైల ప్రాఁజాఁదు • నాఁ జెలంగఁ
జిటిప్రేలి పూసపై • ఘటియిల్లు వెడఁబట్టు,
చిమ్ముల సురియ డా • ల్ముమ్మరముగ
తే. నూరనుండియుఁ గనుపెట్టు•కుండువాఁడు
దప్పిపో నన్ను డబ్బాటు • దాఁ బొడగని
యట్టివేళఁ గాకశ్మశ్రు • వనెడు నొకప్ర
చండ చండాల చోరభ•టుండు దఱిమి. 80

టీ. కటినుండి=పిఱుఁదుదగ్గఱనుండి, చనుమర=అఱొమ్ము, గడిగాఁగ=హద్దుగా, బిగియించి=బిగించి, కట్టిన, నిడు=పొడుపైన, నీలికాసె=నీలిదట్టి, మెఱయన్=ప్రకాశింపఁగా, పిల్డిగడ్డము=పిల్లిగడ్డమును, మించన్=అతిశయించునట్లు, పెరిఁగి, మీసలు=మీసాలు, కుక్షిగోళంబుమీఁదన్=గుండ్రని కడుపు మీఁద, ఉయ్యాల లూఁగన్=డోలాయమానములగుచుండఁగా, బూదిన్=తానుబూసికొన్న బూడిదచేత, బ్రుంగిన=కప్పఁబడిన, మొగంబునన్=ముఖమందు, వడిఁగట్టు=వడియఁగట్టిన, మైనపుమైల=మధూచ్ఛిష్టమాలిన్యము, ప్రాఁజాఁదునాన్ = ప్రాఁతచాఁదుచుక్కయనునట్లు, చెలంగన్=ఒప్పఁగా, (వడియఁగట్టిన మైనపుమైలను జాఁదుచుక్కవలెఁ బెట్టుకొన్నాఁడనుట), చిటిప్రేలి=కనిష్ఠికాంగుళియొక్క, పూసపైన్=గనుపుమీఁద, ఘటియిల్లు=సంగతమైన, వెడఁబట్టు=దసిలిగాఁబట్టుటయొక్క, చిమ్ముల = విసరుటలుగల, సురియ=సురకత్తియొక్క, డాల్=కాంతి, ముమ్మరముగన్=అతిశయిల్లఁగా, ఊరనుండియు=నేను వెడలినగ్రామమునుండియును, కనుపెట్టుకుండువాఁడు=వేచియున్నవాఁడు, తప్పిపోన్=తప్పించికొనిపోఁగా, నన్ను, డబ్బాటు=అదాటున, (హఠాత్కారముగా ననుట), తాన్=ఆమొదలిచోరుఁడు, పొడగని=గుఱుతుఁజూచి, అట్టివేళన్=ఆసమయమందు, కాకశ్మశ్రువనెడు = కాకశ్మశ్రువనుపేరుగల, ఒక=ఒక్కఁడైన, ప్రచండ=మిక్కిలియుద్దండుఁడైన, చండాల=మాలఁడైన, చోర=దొంగయగు, భటుండు=బంటు, తఱిమి=వెంబడించి.

చ. కవ వటు డించి యేగునుకఁ • గా సురెఁ గొంకులఁ దార్చి కూలుడు
న్నివిడిన భూజ్జపై మిగులు • నిద్దపు దోవతి దట్టి డొల్లిరాఁ
దివిచి పెనంగ వల్లువముఁ • ద్రెంచి యనంతుని గంట్లు కూనపుం
జెవులుగ గొదఁ గట్టు గసె•చేరుల కెక్కియు దోఁపునొల్చి పోన్.

టీ. కవ=నాకు జతయగు, వటున్=బ్రహ్మచారిని, డించి=డిగ్గవిడిచి, ఏన్=నేను, గునుకఁగాన్=గునుకుపరుగెత్తఁగా, (తప్పించుకొనిపోవఁగాననుట), సురెన్=వానికత్తిని, కొంకులన్=నాజానుసంధులయందు, తార్చి=అంటవేసి, (క్రొంకులఁగూర్చి యనికొందఱందురు), కూలుడున్=క్రిందఁబడఁగానే, నివిడిన=నిగిడినట్టి, (పైకుబికినట్టియనుట), బొజ్జపైన్=వ్రేలెడుకడుపుమీఁద, మిగులు=వ్యాపించియున్న, (ముల్లెయున్నదని తెలియునట్లుబ్బుకొనియున్నదనుట), నిద్దపు=స్నిగ్ధమగు, దోవతి=దోవతియొక్క, దట్టి=కట్టును, డొల్లిరాన్=జాఱివచ్చునట్లు, తివిచి=ఈడ్చి, పెనంగన్=నేనుపెనఁగులాడఁగా, వల్లువము=వరహాలముల్లె, త్రెంచి=తెగఁగోసికొని, అనంతుని గంట్లనున్=కట్టుపోఁగులకుఁబైగానున్న గణుపులవఱకు, (నాగుఁబడిగపోఁగులుగల బొందలవఱకనియునుఁజెప్పవచ్చును.), ఊనవున్=తెగిపోయినట్టి, చెవులుగన్=చెవులుగలుగునట్లుగా, (చెవులుదెగునట్లుగాబోఁగులుఁదెంపినాఁడనుట.), గాదన్=తాలువులక్రిందుగా, కట్టు=కట్టుకొనియున్న, కసెచేరుల=బొందెచేరులుగల, టెక్కియున్=కుళ్లాయియు, దోఁపునొల్చి=దోఁచుకొని, పోన్=పోవుచుండఁగా.

క. నోరిసని నుండ కే నో
రోరి యకట మా సమీప • పూరనె మనియుం
దూరము వోయితివే సో
మ్మేరీతిని నీకు దక్కు•నే కానీరా. 82

టీ. నోరిసనిన్=నోటిశనిచేత, ఉండక=ఊరకుండక, ఏను=నేను, ఓరోరి, (ఇది నీచసంబుద్ధి), అకట=అయ్యో, మా=మాయొక్క, సమీపపు=దాఁపుననున్న, ఊరనే=గ్రామమందే, (తములపాకు మొదలగు పదములకువలె పుగాగమము), మనియున్=బ్రదికియుండియు, దూరముపోయితివే=దూరమేఁగితివా, సొమ్ము=ఈధనము, ఏరీతిని=ఏవిధముచేతనైనను, నీకుదక్కునే=నీకు నిల్చియుండునా, కానీరా=కానిమ్మురా.

తే. అనిన నలఁతిగఁ గోల్పోక • యతఁడు రెడ్డి
రాజుఁ గను నని కోదయుఁ దీ•ర్పంగ మగిడి
యంత పరియును బైప్రజ • కలికి పాటి
పోవ వాఁడును వెడపొట్లు • వొడిచి చనియె. 83

టీ. అనినన్=ఇట్లనఁగా, అలఁతిగన్=కొంచెముగా, కోల్పోక=నశింపక, అతఁడు=ఆయన, రెడ్డి=పటేలును, అనఁగా గ్రామాధికారిని, రాజున్=ప్రభువును, కనునని=చూచునని, కోదయున్=కొఱఁతయును, తీర్పంగన్=తీర్చుటకై, (చంపుటకై యనుట.), మగిడి=మరలివచ్చి, అంత=సమస్తమైన, పరియును=తనతోడిగుంపును,

పైప్రజకున్=పైఁగావచ్చెడువారికి, అలికి=భయపడి, పాఱిపోవన్=పరువెత్తఁగా, వాఁడును=ఆకాకశ్మశ్రుఁడును, పెడపోట్లు=తప్పుపోట్లు, పొడిచి, చనియెన్=పోయెను.

ఉ. అంతటఁ బొంత బెద్దరువు • నం దరుదెంచు పిఱిందిమంది మ
త్కాంత సహోదరుండును నొ•కం డరుదెంచుచు సాతు వడ్డ వృ
త్తాంత మెఱింగి నన్నరసి • తాఁ గని యార్తి నొకండు దా నతి
శ్రాంతుని నన్నుఁ గావట ది•సంతులు గొట్టుచు మోచు కేఁగుచోన్.

టీ. అంతటన్=తదనంతరము, పొంతన్=సమీపమందు, పెద్దెరువునందున్=రాజమార్గమందు, అరుదెంచు=వచ్చుచున్న, పిఱిందిమందిన్ = వెనుకటిప్రజయందు, మత్కాంత సహోదరుండును = నాభార్యతోడఁబుట్టినవాఁడును, ఒకండు=ఒకపురుషుండు, అరుదెంచుచున్=వచ్చుచును, సాతు=సార్థము, (పథికసమూహమనుట.), పడ్డ=పొందిన, వృత్తాంతము=వార్తను, ఎఱిఁగి=తెలిసి, నన్నరసి=నన్నువిచారించి, తాన్=తాను, కని=చూచి, ఆర్తిన్ = దుఃఖముచేత, తానొకండును = నామఱఁదియొక్కఁడే, అతిశ్రాంతునిన్=మిక్కిలిబడలియున్న, నన్ను, కావటన్=కావటిబుట్టయందు, మోచుక=మోచికొని, దిసంతులుగొట్టుచు = నానేరములు పరిహాసముగానెన్నుచు,(మఱఁదిగావున దుఃఖమందును దన యవివేకమునకుఁ బరిహాసించె ననుట.), ఏఁగుచోన్=పోవుచుండఁగా.

తా. అంతట సమీపమందలి పెద్దబాటను వచ్చెడు కొంతమందిలోఁ గలిసి తన యిల్లాలి తోఁబుట్టినవాఁడు వచ్చుచుండి త్రోవను దోఁపు పడిన ప్రజవార్త విని తన్ను విచారించి వచ్చి చూచి వగచి మిగులఁ బడలియున్న తన్నుఁ గావటిలో నునిచికొని తానొక్కఁడును మోచికొనుచుఁ దన్ను నేరము లెన్నుచుఁ బోయె నని భావము.

సీ. కొంగవా ల్నఱుకు లం•గుళులఁ బట్టుక జబ్బ,
లంటఁ గుట్టెడ వెజ్జు • నరయువారు
తలఁ బడ్డగుదియదె•బ్బలఁ బొఁత మసి యిడి,
యంబలి గం జిడ్ల • నడుగువారు
తమనేగిఁ జెప్ప లో • దయమీఱ విని చీరఁ,
జిం చిచ్చువారి దీ•వించువారు
నొలఁబడ్డ నెపమునఁ • గలలేని సిరిఁ జెప్పి,
చుట్లలపై దాడి • వెట్టువారు
తే. నైన పాంథులచేతఁ గ్రం•దైన యూళ్ల
జాడగా నిటఁ దెచ్చి యి•న్నీడ డించి

పాఱు నీ రానఁ బోవ నొ•వ్వారి మగిడి
వచ్చునాలోన నీ రూపు • వచ్చె నాకు. 85

టీ. కొంగవాల్=కొంగవాలుగా నంకలైన, నఱుకులు=గాయములు, (కొంగవాలనఁగా మాలవాని చేతి కత్తి. కం. 'సురియాళు చేతికత్తికి, నరులందఱు పేరువెట్టినారు ధరిత్రి, న్మరి కొంగవాలనంగను,దిరుమలపై నుండు దేవదేవ ముకుందా' అని దేశ్యనామార్థకోశమందుఁ జెప్పఁబడియున్నది; కాన, నట్టైనఁ గొంగవాల్=ఆకత్తిచేతనైన, నఱుకులు=గాయములని చెప్పునది.) అంగుళులన్=వ్రేళ్లచేత, పట్టుక=బిగఁబట్టుకొని, జబ్బలను=తుంట్లను, అంటన్=కదిసికొనునట్లు, కుట్టిడన్=కుట్టుటకై, వెజ్జున్=వైద్యుని, అరయువారు=వెదకెడువారును, తలన్=శిరమునందు, పడ్డ=పడినట్టి, గుదియ=ముద్దుకఱ్ఱలయొక్క, దెబ్బలన్=గాయములయందు, పాఁతమసియిడి=గుడ్డకాల్చిన మసియదిమి, అంబలి, గంజి, ఇండ్లన్=ఇంటింటను,అడుగువారు=యాచించువారును, తమసేగి=తమకుఁగలిగినకీడును, చెప్పన్=తెలియజేయఁగా, లోన్=అంతఃకరణమందు, దయ=కృప, మీఱన్=అతిశయించునట్లు, విని=ఆకర్ణించి, చీరన్=వస్త్రమును, చించిచ్చువారిన్=చించియొసంగెడువారిని, (చించిచ్చు, 'చించియిచ్చు' క్త్వార్థఇత్తునకుసంధి.) దీవించువారు=ఆశీర్వదించెడివారును, ఒలఁబడ్డ=ఒలువఁబడిన, (దొంగలచేత దోఁపుడు పోవుటయనుట. ఇందులకు స్త్రీపర్వమునందు, జలధరవృత్తము. 'గాసిగ నీడ్చి వల్వ లొలఁగా నలుకన్' అనిప్రయోగముగలదు), నెపమునన్=వ్యాజముచేత, కల=కలిగినట్టియు, లేని=లేనట్టియు, సిరిన్=తమసంపదను, చెప్పి, చుట్టలపైన్=బంధువులమీఁద, దాడిఁబెట్టువారు=దండువెడలెడువారును, (తాము దోఁపుడుపోయిన సాకుచేతఁ గొంచెము వోయినను గొప్పగాఁ జెప్పుకొనుచుఁ జుట్టాల యిండ్లమీఁదికి భోజన వస్త్రాదులకుఁ బోయి రనుట), ఐన=ఈరీతి గలిగిన, పాంథులచేతన్=దోఁచఁబడినమార్గస్థులచేత, క్రందైన=సందడిగల, ఊళ్లజాడగాన్=గ్రామములమీఁదుగా, ఇటఁదెచ్చి=నామఱఁది నన్నిక్కడికిదెచ్చి, ఇన్నీడడించి=ఈమఱ్ఱిచెట్టునీడను గావడి దించి, పాఱు=ప్రవహించెడు, నీరు=ఉదకమును, ఆనఁబోవన్=పానముసేయఁబోఁగా, నొవ్వారి=నొప్పిఘనమై, మగిడివచ్చునాలోనన్ = తిరిగి వచ్చునంతలోనే, ఈ రూపు=ఈబ్రహ్మరాక్షసరూపము, నాకు, వచ్చెను.

వ. కయ్యంబునఁ బాఱఁబాఱఁ గాయంబు సేసి వెఱవేకిఁగొలిపిన కాకశ్మశ్రునామధేయచండాలు కరాళవేషంబు గన్నులం గట్టినట్లుండఁ గడఁగనుట నిట్టి కరాళవేషంబు గలిగెఁ గైశికిగాన ఫలదానంబున దీని మానుప వే? అనిన నతం డేను ఫలంబెఱుంగ, ఫలంబు పరమేశ

ముఖోల్లాసంబ యాజ్ఞాకైంకర్యంబులకు ననుమతి కైంకర్యంబులకు
ఫలపరిమాణ గణన ప్రపన్నుల కెక్కడియది? కాన బంధకం బగుట
ఫలం బింతంత యందుఁ గొంతఁ గొ మ్మనవెఱతు భగవంతుండ
రక్షించు నూఱడిలు మన్న నన్నోరిమాట నోరనయుండ నతండు.

టీ. కయ్యంబునన్=మున్ను చోరులకును బధికులకును గలిగిన జగడమునందు, పాఱఁబాఱన్=మిక్కిలి పరువెత్తఁగా, కాయంబు=నాశరీరమును, గాయంబుసేసి=రక్తసిక్తముఁజేసి, వెఱవేఁకి=భయజ్వరమును, కొలిపిన = కలుగఁజేసిన, కాకశ్మశ్రు నామధేయ చండాలు=కాకశ్మశ్రుఁడను పేరుగల మాలనియొక్క, కరాళవేషంబు=భయంకరాకారము, కన్నులం గట్టినట్లుండన్ = ప్రత్యక్షముగాఁ బొడఁగట్టినట్లుండఁగా, కడఁగనుటన్ = పంచత్వమును బొందుటచేత, ఇట్టికరాళవేషంబు = ఈ విధమైన భీభత్సరూపము, కలిగెన్ = నాకు సంభవించెను. (అంత్యకాలమందా చండాలునిరూపమే స్మరణకు వచ్చెనుగావునఁ దదనుగుణముగా నిట్టిరూపము వచ్చెననుట), కైశికిగానఫల దానంబునన్ - కైశికిగాన = మంగళకైశికిగానము యొక్క, ఫలదానంబునన్ = ఫలము నాకొసఁగుటచేత, దీనిన్ = ఈవికృతాకారమును, మానుపవే=పోఁగొట్టవే, అనినన్=ఇట్లనఁగా, అతండు=ఆభగవద్దాసుఁడు, ఏను=నేను, ఫలంబెఱుంగన్=గానఫలము నెఱుఁగను, ఫలంబు=ఆఫలము, పరమేశ=శ్రీపతియొక్క, ముఖోల్లాసంబ=ముఖోల్లాసమే, ఆజ్ఞాకైంకర్యంబులకున్=వేదశాస్త్రములచేత విధింపఁబడినకైంకర్యములకును,(సంధ్యావందనాదుల కనుట),అనుమతికైంకర్యంబులకున్=భృత్యుఁడు సేయుకీర్తనాది కైంకర్యములకును, ఫలపరిమాణ=ఫలపరిమితియొక్క, గణన=లెక్కవెట్టుట, ప్రపన్నులకున్=భగవద్దాసులకు, ఎక్కడియది=ఏపది, కానన్ = కాఁబట్టి, బంధకంబగుటన్=ఆగణనము బంధకారణంబు గావున (పునర్జననహేతువనుట.) ఫలంబు=ఆగానఫలము, ఇంతంత=ఇంతయంతయనియును, అందున్=ఆగానఫలమందు, కొంత=కొంతభాగమును, కొమ్మన వెఱతున్=గ్రహింపుమనుటకు భయంపడుదును, భగవంతుఁడ=శ్రీపతియే, రక్షించున్=కాచును, ఊఱడిలు మన్నన్=స్వస్థచిత్తుండవుగమ్మనఁగా, అన్నోరిమాట, నోరనయుండన్=నోటనేయుండఁగా, (అంతశీఘ్రముగా ననుట), అతండు=ఆబ్రహ్మరాక్షసుఁడు.

సీ. స్నిగ్ధ త్రిభాగ ముండిత శిరశ్శిఖతోడ,
హిమధవళోపవీతములతోడఁ
బుణ్యావద్వితయోర్ధ్వపుండ్రవల్లులతోడఁ,
దులసికాబ్జస్రగావళులతోడఁ

కౌపీన కటిసూత్ర • కాషాయయుగితోడ,
జలపూర్ణశుభకమం•డలువుతోడఁ
బాణిస్థ దివ్యప్ర•బంధసంపుటితోడ,
నుత్తరవాక్పూర్వ • కోక్తితోడఁ
తే. బసిఁడిజిగితోడ బ్రహ్మవ•ర్చసము వొల్చు
భాగవతలక్ష్మితో ధూమ•పటలినుండి
వెడలు శిఖివోలె నమ్మేను • వెడలి చూడఁ
జూడ వైష్ణవుఁడై నిల్చె • సోమశర్మ. 87

టీ. స్నిగ్ధ=నిద్దమైనట్టియు, త్రిభాగ=మూఁడుపాళ్లయందు, ముండిత=భద్రాకరణముఁ జేయఁబడిన, శిరః=శిరమునందలి, శిఖతోడన్=జుట్టుతోడను, (శిరస్సుమూఁడు భాగముల క్షౌరముసై యొక్కభాగమందు శిఖయు నుండెననుట.), హిమ=మంచువలెనే, ధవళ=తెల్లనగు, ఉపవీతములతోడన్=జన్నిదములతోడను, పుణ్య=పవిత్రములగు, షడ్ద్వితయ=పండ్రెండైన, ఊర్ధ్వపుండ్రవల్లులతోడన్=లతలవంటి యూర్ధ్వపుండ్రములతోడను, తులసికా=తులసిపూసలయొక్కయు, అబ్జ=తామరపూసలయొక్కయు, స్రక్=మాలికలయొక్కయు, ఆవళులతోడన్=సమూహములతోడను, కౌపీన=గోవణముతోడను, కటిసూత్ర=మొలత్రాటితోడను, కాషాయయుగితోడన్=రెండుకాషాయవస్త్రములతోడను, (ఇది ద్వంద్వసమాసమును 'సర్వోద్వంద్వో విభాషయైకవద్భవతి' అన్నట్లేకవచనాంతము. కాషాయయుగళితో ననియుం గొందఱందురు), జల=తీరముచేత, పూర్ణ=నిండిన, శుభ=మంగళమైన, కమండలువుతోడన్=పాత్రతోడను, పాణిస్థ=హస్తమందున్న, దివ్యప్రబంధ=ద్రావిడవేదముయొక్క, సంపుటితోడన్=పుస్తకముతోడను, (సంపుటముతో ననికొందఱు), ఉత్తరవాక్=ద్వయమందలి యుత్తరవాక్యమే, పూర్వక=పూర్వముగాఁగల, ఉక్తితోడన్=సంభాషణముతోడ, (ద్వయానుసంధానముఁ జేయుచున్నాఁడనుట, ఇచ్చట నుత్తరవాక్యమును నెడఁ జరమశ్లోకమని కొందఱనెదరు). పసిఁడిజిగితోడ=సువర్ణచ్ఛాయతోడను, బ్రహ్మవర్చసము=సదాచారాధ్యయనసమృద్ధి, పొల్చు=ఒప్పుచున్న, (బ్రహ్మవర్చసముఁ బ్రోచునని కొందఱందురు), అట్టైన, బ్రహ్మవర్చసమున్=బ్రహ్మవర్చస్సును, ప్రోఁచు=రక్షించునట్టి, భాగవతలక్ష్మితోన్=భాగవతకాంతితోడను, ధూమపటలినుండి=పొగగుంపువలన, వెడలు=బహిర్గతుఁడగు, శిఖివోలెన్=అగ్నిహోత్రునివలెను, అమ్మేను=ఆరాక్షసశరీరమును, వెడలి=వెలువడి, చూడఁజూడన్=చూడఁగాఁజూడఁగా, సోమశర్మ, వైష్ణవుఁడై=విష్ణుభక్తుఁడై, నిల్చెన్=నిలిచెను.

వ. ఇట్లు భాగవతపరిచయప్రభావంబున బ్రాహ్మణ్యంబెకాక భాగవత శ్రీయునుం గలిగి యుప్పొంగింది యినుమడియగు చందంబునం బరమ హర్షభరితుండై స్వరూపానురూపంబుగా నతనికిఁ బూజఁ గావించి.

టీ. ఇట్లు=ఈప్రకారము, భాగవత=భగవద్దాసునియొక్క, పరిచయ = గుఱుతెఱుకయొక్క, ప్రభావంబునన్=మహిమచేతను, బ్రాహ్మణ్యంబెకాక =విప్రత్వమేకాక, భాగవత శ్రీయునున్ =భాగవతసంపదయును,కలిగి, ఉప్పొంగింది, ఇనుమడియగు చందంబునన్ = ద్విగుణితమగునట్లు, (బ్రాహ్మణ్యము వైష్ణవత్వముచేత రెట్టించె ననుట.), పరమహర్ష=పరమానందముచేత, భరితుండై=పరిపూర్ణుఁడై, స్వరూపానురూపంబుగా=సంప్రదాయమునకుఁ దగినట్టుగా, అతనికి=అ నంబాడువా నను భాగవతునకు, పూజన్=సపర్యను, కావించి=ఒనరించి.

సీ. జయ దురుత్తరణసం•సర ణాబ్జదళనీర,
  జయజయ గాయక • సార్వభౌమ
జయ శౌరి గాథా ర•సజ్ఞ పుణ్యారసజ్ఞ,
  జయజయ తత్త్వసం•శయ లవిత్ర
జయ *జనార్వాచీన • జని సంగ వంచక,
  జయజయ దేశిక•చరణ శరణ
జయ యుక్తవాక్ప్రీతి•ప్యాత్తతృణీకృత దేహ,
  జయజయ భగవదా•జ్ఞాకృతిస్థ
తే. జయ సకలజంతు సమచిత్త•జయ దయార్ద్రి
జయ ముకుందాన్యదేవో స్తి • శాస్త్రబధిర
జయచతుర్ద్వయభక్తిల•క్షణచితాంగ
జయ మురారిప్రపన్నాంఘ్రి•జలజమధుప. 89

టీ. దురుత్తరణ=తరింపశక్యముగాని, సంసరణ=సంసారమనియెడి, అబ్జదళ=తామరాకునందలి, నీర=ఉదకమైనవాఁడా, (తామరాకుపై నీరు తద్దళము నంటకుండినట్లు నీవుసంసారమందుఁదగులననుట.), జయ=సర్వోత్కర్షముగానుండుము, గాయకసార్వభౌమ=కీర్తనాపరులకుఁ జక్రవర్తివైనవాఁడా, జయజయ, శౌరి = శ్రీపతియొక్క, గాథా=కథలయొక్క, రస=సారస్యమును, జ్ఞ=తెలిసిన, పుణ్యా=పవిత్రమగు, రసజ్ఞ=జిహ్వగలవాఁడా, జయ, (నీ నాలుక భగవద్గుణకథన మధుర రసమును దెలిసిన దనుట),తత్త్వసంశయ=పరబ్రహ్మ మేదో యను సంశయమునకు, పవిత్ర=కొడ

---

* జయార్వాచీన.

వలి వైనవాఁడా, (తత్త్వశబ్దము పంచవింశతి తత్త్వములకు నన్వయింపవచ్చును, అట్టివాని సందేహనివర్తకుఁ డనుట.), జయజయ, జన=జనులయందు, అర్వాచీన=తక్కువగు, జని=జన్మముయొక్క, 'జనిరుత్పత్తిరుద్భవః' అనియమరము. సంగ=సాంగత్యముచేత, వంచక=మోసముసేయువాఁడా. (మహిమ గూఢము చేసి జాతిని బ్రకటించువాఁ డనుట. మఱియు జనులకు నీచజన్మములు రాకుండఁ జేసెడివాఁడవనుట. జయజయార్వాచీనజని సంగవంచక యనుపాఠమున, ఇఁకను వచ్చుజన్మముల సంబంధము లేనివాఁడని యర్థము.), జయ, దేశిక=ఆచార్యులయొక్క, చరణ=శ్రీపాదములే, శరణ=రక్షకముగాఁగలవాఁడా, 'శరణంగృహరక్షిత్రోః' అని యమరము. జయజయ, ఉక్త=పలుకఁబడిన, వాక్=మాటయొక్క, ప్రతిష్ఠా=నిలుకడచేత, తృణీకృత=తృణప్రాయముగాఁ జేయఁబడిన, దేహ=నిజశరీరముగలవాఁడా, (సత్యమందు బుద్ధియునిచి దేహాభిలాష లేనివాఁడనుట.), జయ, భగవత్ = భగవంతునియొక్క, ఆజ్ఞా=ఆనతిని, కృతి=చేయుటయందు, స్థ=స్థిరపడినవాఁడా, సకల=సమస్తములైన, జంతు=ప్రాణులయందు, సమ=సరియైన, చిత్త=హృదయముగలవాఁడా, జయ, దయార్ద్ర=దయచేతఁ జల్లనివాఁడా, జయ, ముకుంద=మోక్షప్రదుఁడగు నారాయణుని కంటె, అన్య=ఇతరుఁడగు, దేవోస్తి=దేవుఁడున్నాఁడనెడు, శాస్త్ర=శాస్త్రమందు, బధిర=చెవిటివాఁడా, (విష్ణునికంటె నన్యదైవముగలదనుచదువు వినఁడనుట), జయ, చతుర్ద్వయ=ఎనిమిదివిధములైన, భక్తిలక్షణ=భక్తిచిహ్నములచేత, చిత=వృద్ధియయిన, అంగ=దేహముగలవాఁడా, (ఇచట భక్తి యెనిమిదివిధములనుటకుఁ బ్రమాణము. 'మద్భక్తజనవాత్సల్యం.పూజాయాం చానుమోదనం, స్వయ మభ్యర్చనం చైవ మదర్థే దంభవర్జనం, మత్కథాశ్రవణేభక్తిః స్వర నేత్రాంగ విక్రియా, మమానుస్మరణం నిత్యం యచ్చమా ముపజీవతి, భక్తిరష్టవిధా హ్యేషా యస్మిన్ మ్లేచ్ఛేపి వర్తతే, సవిప్రేంద్ర స్సచ శ్రీమాన్ సయతి స్సచపండితః' యని యున్నది),జయ, మురారి=మురాసురమర్దనుండగు శ్రీపతియొక్క, ప్రపన్న=ప్రపత్తిచేసిన భక్తులయొక్క, అంఘ్రిజలజ=పాదపద్మములకు, మధుప=భృంగమవైనవాఁడా, జయ.

వ. అని ప్రస్తుతించి ప్రదక్షిణంబు గావించి పునర్భవభయంబున భవనభార్యాప్రముఖ సుఖ విముఖుండై బదరీవనాదిపురుషోత్తమాధిష్ఠిత పుణ్యభూములఁ బౌనఃపున్యంబుగం దీర్థయాత్రఁ జరించుచుఁ బరమనిర్వృతిం బొందె నిప్పుణ్యకథ వహనసమయంబునఁ గుహనావరాహంబువలన మహీమహిళ మదీయ పూజోపచితోపచారంబుల విశేషఫలదంబు గానంబ యన విని వైష్ణవియుం దాఁ గావునఁ దదాకలన కుతూహలంబునం గూఁతురై నీ కొదవి యహరహంబును

విప్రలంభదంభేరితాగాధగాథార్థసమేతగీతరసంబునం బ్రొద్దుపుచ్చు
టగాని వేఱొండుగా దేమి తపంబు సేయుచున్నదియో యం టింత
కంటెఁ బరమపతపంబున్న దే? యన్నియును మేల య్యెడు, శ్రీరంగం
బునకు రంగేశు సేవింపఁ దోడుకొనిపోయి ర మ్మనుటయుఁ, బ్రసాద
మ్మని ప్రణామమ్ము సేసి పసిండి పల్లకి న బ్బాలికారత్నంబు నునిచి
పరిచారికా శతంబును భాగవతపరిషత్తునుం గొలువఁ బ్రయాణ
పర్యాయంబులఁ బరమానురాగంబునం బోయి. 90

టీ. అని=ఇట్లని, ప్రస్తుతించి=కొనియాడి, ప్రదక్షిణంబు గావించి=వలగొని, పునర్భవభయంబునన్=మరలజన్మము గలుగునను భయము చేత, భవన=ఇల్లును, భార్యా=ఇల్లాలును, ప్రముఖ=మొదలగు, సుఖ=సుఖములవలన, విముఖుండై=పరాఙ్ముఖుండై, బదరీవనాది=బదరికారణ్యము మొదలైన, పురుషోత్తమాధిష్ఠిత - పురుషోత్తమ=నారాయణుని చేత, అధిష్ఠిత=ప్రవేశింపఁబడిన, పుణ్యభూములన్=దివ్యదేశములయందు, పావనపుణ్యంబుగన్=మరలపుణ్యమును, తీర్థయాత్రఁజరించుచు=తీర్థయాత్రలయందు సంచరించుచును, పరమనిర్వృతిన్=పరమసుఖమైన మోక్షమును, పొందెన్=ప్రాపించెను, ఇప్పుణ్యకథ=ఈపవిత్రచరిత్ర, వహనసమయంబునన్=వరాహావతారమైనహించినప్పుడు, కుహనావరాహంబువలనన్=మాయావరాహమువలన, (వరాహావతారుఁడే యనుట.), మహీమహిళ=భూకాంత, మదీయ=నాసంబంధినులగు, పూజా=పూజలయందు, ఉపచిత=వృద్ధిఁబొందిన, ఉపచారంబులన్=కైంకర్యములయందు, విశేషఫలదంబు=హెచ్చుఫలము నొసంగునది, గానంబ యనన్=గానమే యనఁగా, విని=ఆకర్ణించి, తాన్=ఆభూకాంత, వైష్ణవియున్=విష్ణుసంబంధినియును, కావునన్=కాఁబట్టి, తదాకలన=ఆగానము సేయుటయందలి, కుతూహలంబునన్=వేడుకచేత, కూఁతురై=పుత్త్రికయై, నీకొదవి=నీకుఁగనఁబడి, అహరహంబును=ప్రతిదినమును, విప్రలంభ=వియోగమనియెడు, దంభ=వ్యాజముచేత, ఈరిత = పలుకఁబడిన, ఆగాధ=గంభీరములైన, గాథా=కథలయొక్క, అర్థ=అర్థముతోడ, సమేత = కూడియున్న, గీతరసంబునన్=గానరసముచేత, ప్రొద్దుపుచ్చుట గాని = కాలక్షేపము సేయుట గాక, వేఱొండు గాదు=మఱియొకటిగాదు, ఏమితపంబు సేయుచున్నదియో యంట = ఏమితప మాచరించుచున్నదో యంటివి, ఇంతకంటెన్ = ఇట్లు గానము సేయుచుండుట కంటెను, పరమతపంబున్నదే = హెచ్చుతపస్సున్నదా, (లేదనుట), అన్నియును=యావత్కార్యములును, మేలయ్యెడున్ = మంచి యగును, శ్రీరంగంబునకున్ = శ్రీరంగస్థలంబునకు, రంగేశు సేవింపన్=శ్రీరంగనాయకుని సేవించుటకై, తోడుకొని=ఆయమను దోడ్కొని, పోయిరమ్మనుటయు = పోయిరమ్మనఁగా, ప్రసాదమ్మని =

మహాప్రసాదమని, ప్రణామమ్మునేసి = నమస్కరించి, పసిండిపల్లకిన్ = కనకాందోళికయందు, అబ్బాలికారత్నంబున్=ఆగోదాదేవిని, ఉనిచి=ఇడికొని, పరిచారికాశతంబును=అనేకపరిచారికలును, భాగవతపరిషత్తును=భగవద్భక్తసమూహంబును, కొలువన్=భజింపఁగా, ప్రయాణము పర్యాయంబులన్=పయనంపువరుసలచేత, పరమానురాగంబునన్=పరమానందముచేత, పోయి=ఆవిష్ణుచిత్తుఁ డరిగె.

తా. ఆనంబాడువాను చరిత్రము పూర్వము వరాహావతారమున విష్ణుదేవుఁడు భూదేవికిఁ జెప్పఁగా, గానకైంకర్య మధికఫలదం బని, యట్లు పాడుటకై యాభూమియె యీ చూడికుడుత్తనాంచారాయె ననియు, నీ యమను శ్రీరంగనాయకుని సేవార్థమై తీసికొని పొమ్మని వడపెరుంగోయి లుడయవరు సెప్పఁగా నా విష్ణుచిత్తుం డట్ల చేసె నని భావము.

మ. చని కాంచె న్విరజాభిధాంతర వపు • స్సహ్యోద్భవాతీర నం
దనవాటీ వలయద్రుమావళి దళాం•తర్దృశ్య పాపాళి భం
జనచాంపేయసుమాయమాన।విషమ•స్వర్ణావృతివ్రాత ర
శ్మి నభస్స్పృక్శిఖరాళి దీపకళికా • శృంగంబు శ్రీరంగమున్. 91

టీ. చని=ఆవిష్ణుచిత్తుండరిగి, విరజా=విరజానదియానెడు, అభిధాంతర=మఱియొకపేరుగల, వపుః=దేహముగల, సహ్యోద్భవా - సహ్య = సహ్యపర్వతమువలన, ఉద్భవా=ఉదయించినకావేరీనదియొక్క, 'కావేరీవిరజాసేయమ్' అని ప్రమాణము. తీర=దరియందలి, నందనవాటీ=వనవీథియొక్క, వలయ = మండలమందలి, ద్రుమ=వృక్షములయొక్క, ఆవళి = సమూహముయొక్క, దళ = ఆకులయొక్క, అంతః=సందులనుండి, దృశ్య=చూడఁదగినట్టియు, పాప=దోషములనియెడు, అళి=తేఁటులయొక్క, భంజన=భంగపఱుచుటయందు, చాంపేయ=సంపెఁగలయొక్క, సుమాయమాన=పువ్వులవలెనుండెడు, విషమ=బేసియగు సప్తసంఖ్యాకములైన, స్వర్ణావృతి=సువర్ణప్రాకారములయొక్క, వ్రాత=సమూహమునందలి, రశ్మి=కాంతులచేత, నభస్స్పృక్=ఆకాశము నొరయుచున్న, శిఖర=శిఖరములయొక్క, ఆళి=పఙ్క్తులనియెడు, దీపకళికా=మొగ్గలవంటి దివ్వెలయొక్క, శృంగంబున్ = కొనలు గలిగిన, శ్రీరంగమున్=శ్రీరంగస్థలమును, కాంచెన్=చూచెను.

తా. విరజా నామాంతరముగల దేహముచేత నొప్పుచున్న కావేరీతీరమందు దట్టములగు వనములయందలి తరువుల యాకుల సందులఁ గానవచ్చుచున్న యేడు బంగారు ప్రాకారముల కాంతులు పాపము లనియెడు తుమ్మెదలకుఁ దలదిమ్ము పుట్టించి పాఱఁదోలెడు సంపంగిపూలవలెనుండె ననియును, పై శిఖరములు దీపకళికలవలె మెఱయుచు మిన్నంటియుండె ననియును భావము.

క. చోళీ హల్లక చిత కచ
పాళీ పాళీభవ ద్వి•పంచీ స్వన భృం
గాళీ కవేరదుహితృ మ
రాళీ ధ్వను లెసఁగు గాడ్పు • వ్రతి వడ యుడిపెన్. 92

టీ. చోళీ=చోళదేశస్త్రీలయొక్క, హల్లక=ఎఱ్ఱకలువలతోడ, చిత=కూర్పఁబడిన, కచ=క్రొమ్ముడులయొక్క, పాళీ=సమూహములకు, పాళీభవత్=పఙ్క్తిఁగట్టునట్టియు, విపంచీ=వీణెలయొక్క, స్వన=నాదమువంటినాదముగల, భృంగ=తేఁటులయొక్క, ఆళి=సమూహములయొక్కయు, కవేరదుహితృ=కావేరియందలి, మరాళి=హంసికలయొక్కయు, ధ్వనులు=కంఠనాదములు, ఎసఁగు=వీతెంచునట్టి, గాడ్పు=వాయువు, వ్రతి=నియమవంతుఁడగు విష్ణుచిత్తునియొక్క, వడ=మార్గాయాసమును, ఉడిపెన్=పోఁగొట్టెను.

తే. ఆతఁ డఘమర్షణస్నాన • మమ్మరుద్వృ
ధాంబువుల నాడి మాధ్యాహ్ని•కాదిఁ దీర్చి
స్నాతయు నలంకృతయు నౌ త•నయను దోడు
కొనుచు వైష్ణవ పరిషత్తు • గొలువ నరిగి. 93

టీ. అతఁడు=ఆవిష్ణుచిత్తుఁడు, అమ్మరుద్వృధాంబువులన్=ఆకావేరీ తీర్థములయందు, అఘమర్షణస్నానమాడి=అఘమర్షణసూక్తములను చెప్పుచు స్నానముచేసి, మాధ్యాహ్నికాదిన్=మాధ్యాహ్నిక బ్రహ్మయజ్ఞానుష్ఠానములను, తీర్చి=నిర్వర్తించి, స్నాతయున్ = స్నానముఁ జేసిన యట్టిదియు, అలంకృతయున్ = సర్వాలంకారశోభితురాలును, ఔ=అగునట్టి 'వాయిరవుర్వ్యక్రతమా' అనుసూత్రముచేత నిది వక్రతమము. తనయను=తనకుమారికను, తోడుకొనుచు=వెంటఁబెట్టుకొనుచు, వైష్ణవ=విష్ణుభక్తులయొక్క, పరిషత్తు=సమూహము, కొలువన్=సేవింపఁగా, అరిగి=పోయి.

సీ. చరణంపు సరపణి • మొరపంబు విన్న*దం,
తులతోనె యెదురు నిం•తులకుఁ దొలఁగి
యిడి నట్టి మణిముష్టి • గృహుల యారతి కెంపు,
ఱాళ్లనే కలయు వా•కిళ్లఁ జల్లి
ప్రసనాది తావికిఁ • బ్రతిగ్రహేశాగ్రభు,
క్త్యుపవల్లునకె పోలె • శ్వాస ముడిపి

* దంతుల కట్ల.

నృత్తగీతోత్థశౌ॰రిస్తుతి కీర శా,
రి జయట్ల యర్ధో౯ర॰రీకృతి విని
తే. వలభి రత్నాంశువులఁ గట్టు ॰ తెలుపు చిత్రి
మగుట కోర్వక ధిగధిగ ॰ నరిగి ధాన్య
ముడిగెడు విరక్తభాగవ॰తాళి వలన
వెల్లదీవినిపోని య॰వ్వీడు సొచ్చి. 94

టీ. చరణంపు=స్త్రీలపాదములయందలి, సరపణి=భూషణవిశేషముయొక్క, మొరపంబు=ధ్వనిని, విన్నక=వినఁగానే, దంతులతో సె=ఏనుఁగులతోడనే, ఎదురు=తమకెదురుపడెడు, ఇంతులకున్=స్త్రీలకు, తొలఁగి=ఓరసిల్లి, (స్త్రీలపాదభూషణ రవము వినఁగానే యందలి యతియపాత్రపరులగు వైష్ణవు లేనుంగులకుఁ దొలఁగినట్లే యా స్త్రీలకుఁ దొలఁగుదురనుట. శ్రీరంగమం దేనుంగులును గలవనుట.), ఇడినట్టి=తమకు నిచ్చినట్టి, మణిముష్టి=మాణిక్యభిక్ష, గృహుల=ఆగృహస్థులయొక్క, ఆరతి=నీరాజనములయందలి, కెంపుతాళ్లనే=రత్నములయందే, కలయక = కలియునట్లు, వాకిళ్లన్ = వారి ద్వారములయందు, చల్లి = సారఁజల్లి, (వీరు పేదలని యైశ్వర్య వంతులగు నచ్చటి గృహస్థులు వీరు వాకిండ్లయందుండఁగానే వీరికి రత్నభిక్షఁబెట్టఁగా వైరాగ్యమువలన నవి యొల్లక మరల వారు వీరికి రతనాలయారతి సమర్పించెడు పళ్లెరములలోనే కలియఁబోయుదురుగాక తండులములుదక్క మఱియొకటి యంటరనుట.), ప్రసవాది=పుష్పము మొదలగుదానియొక్క, తావికిన్=పరిమళమునకు, ప్రతిగృహేశార్థ=ప్రతి తిరుమాళిగల పెరుమాళ్లకొఱకైన, భక్ష్యపు = పణ్యారముల సంబంధియగు, వల్పునకెపోలె=వాసనకెనలె, శ్వాసముడిపి=ఉచ్ఛ్వాసమును జాలించి, (అభిక్షుకులు పుష్పాదులయం దాసక్తి కూడదని యందులకును తిరుపణ్యారములు స్వామి కొరగింపు గాకమునుపు మూర్కొన్న నపచార మగు నని యావాసనకును బోకుండఁ దమ శ్వాసమును బిగఁబట్టుమ రనుట.), నృత్త=నాట్యములయందును, గీత=పాటలయందును, ఉత్థ=కలిగిన, శౌరి=శ్రీపతియొక్క, స్తుతి=వినుతిని, కీర=చిలుకలవలనను, శారి=గోరువంకలవలనను, జయట్ల=పుట్టిన దానివలెనే, అర్థోరరీకృతి = అర్ధాంగీకారముచేత, విని=ఆకర్ణించి, (ఆయతియపాత్రపరులు విరక్తులుగావున నృత్తగానాదులయందు నాసక్తిలేకయుఁ గీరశారికాదిభాషలనువలెనే యందు భగవన్నామ ముండుటవలన దాని నర్ధాంగీకారముగా వింద్రనుట.), వలభి=లోపలయందలి, రత్న=రతనములయొక్క, అంశువులన్=కొంతులచేతను, కట్టు = తాము ధరించుకొన్న, తెలుపు=ధవళవస్త్రము, చిత్రమగుటకున్ = చిత్రవర్ణమౌటకు, ఓర్వక = సహింపక, ధిగధిగనరిగి=బిసబిసఁబోయి, ధాన్యము=తండులమును, ఆడిగెడు = యాచించునట్టి, విరక్త=విరక్తులగు, భాగవతాళివలనన్ = భగవద్భక్తసమూహము వలన, వెల్లదీవిని

పోని=శ్వేతద్వీపమువలెనున్న, అవ్వీడు = ఆ శ్రీరంగస్థలము, చొచ్చి=ప్రవేశించి, (ఆ శ్రీరంగమందు భిక్షమెత్తెడు భాగవతులు శ్వేతద్వీపమునుండి యవతరించిన నిత్యసూరులేకాక మనుష్యులు గాని యింద్రాది దేవతలుగాని గారు. ఇందులకుఁ బ్రమాణము. శ్లో. 'దిదేవిషతిమానుషస్సచలితద్విభూపత్యసౌ శిశర్విషతిసర్వదా వివిధయిష్యతేతేనచ, ముముక్షిషతితత్త్వగత్యవగతేస్స నిస్సంశయం నిని త్యిషతి సర్వదా సచరిరంగభిక్షూషతిః.' అని శ్రీపరాశరభట్టరుశ్రీసూక్తికలదు, దీనికిసరియగు తెనుఁగు మదీయము. చ. 'నరుఁ డమరత్వ మాయమరనాథతయాతఁ డతండు నెప్పుడున్, గిరిశతఁ గొంక కాతఁడును గీర్వ్యవతీశతయాతఁ డెంతయున్, మురిప మెలర్ప ముక్తతయు ముక్తుఁడు నిత్యత నిత్యుఁడు న్నిరం, తరమును రంగభిక్షుకత దప్పక కోరుదు రోలి నాత్మలన్').

ఉ. గోపురకందరాళికడఁకు న్శశిపుష్కరిణీకణార్ద్రి సం
తాపహరానిలంబులు *పతాకరణన్మణికింకిణీ కలా
లాపముల న్సుఖం బడుగ నాజిటఁ జొచ్చి యకాండ గాహనా
చాపలకృన్మరుద్గణముఁ జండుఁ డదల్చెడు లోనివాకిటన్. 95

టీ. గోపురకందరాళి=దరులవంటిగోపురములపఙ్క్తియొక్క, కడకున్=తుదవఱకు, శశిపుష్కరిణి=చంద్రపుష్కరిణియందలి, కణ=జలబిందువులచేత, ఆర్ద్రి=చల్లనైనట్టియు, సంతాపహర=సేఁదదేర్చెడు, అనిలంబులు=వాయువులు, పతాక=ధ్వజమందలి, (వితానమనిపాఠాంతర మట్లేని మేలుకట్లయందలి), రణత్=మ్రోయుచున్న, మణికింకిణీ=రతనంపుమువ్వలయొక్క, కల=జిలిబిలియగు, ఆలాపములన్=ధ్వనులనియెడు పలుకులచేత, సుఖంబడుగన్=కుశల ప్రశ్నముసేయఁగా, అజిటఁజొచ్చి=ఆప్రాకారములయందుఁబ్రవేశించి, అకాండ=అసమయమందు, 'కాండో స్త్రీదండబాణార్వవర్గావసరవారిషు' అని నిఘంటువు. గాహనా=ప్రవేశించుటయందు, చాపలకృత్=త్వరపడుచున్న, మరుద్గణమున్=దేవతాసమూహమును, చండుఁడు=చండుఁడను ద్వారపాలకుఁడు, అదల్చెడు = రావలదని యదలించుచున్నట్టి, లోనివాకిటన్=సప్తమగోపురద్వారమందు.

తా. విష్ణుచిత్తుం డరిగెడు నవసరంబున దేవతలు సేవింప వచ్చిన నది వారికి నసమయంబని యా దేవతలను జండుఁ డను ద్వారపాలకుం డదలించుచు లోపలికి రాకుండఁ జేయునట్టి సప్తమప్రాకారద్వారమందుఁ జేరెనని భావము. కడమ సులభము.

ఉ. వేత్రముఁ గేలఁ బూని మణివేది కుథంబు పయి న్సితాంబరు
న్నేత్రుని ముద్రవ్రేల్మెఱయ నిశ్చలు లై యిరుమై మనాజ్ఞమ

* వితాన.

ద్గాత్రుల దంతివక్త్రులశ • తంబు వినీతి భజింప నొప్పు త
త్సూత్రవతీశు వందనము • తోఁ గని యాతఁడు బూజ సేయఁగన్.

టీ. వేత్రమున్=బెత్తమును, కేలన్=హస్తమందు, పూని=వహించి, మణివేది=రత్నంపుటరుంగునందలి, కుథంబుపయిన్=తివాచీమీఁదను, సితాంబురుట్=పుండరీకములవంటి, నేత్రుని=కన్నులుగల శ్రీపతియొక్క, ముద్రవేల్=ముద్రతోడి యుంగరముగలయుంగుళము, మెఱయన్=ప్రకాశింపఁగా, నిశ్చలులై=చలింపనివారై, ఇరుమైన్=ఉభయపార్శ్వములయందు, మనాక్=ఇంచుకంత, 'కించిదీషన్మనాగల్పే' అని నిఘంటువు. నమత్=నమ్రములగు, గాత్రుల=దేహములుగలవారగు, దంతివక్త్రుల=గజముఖులయొక్క, శతంబు=నూఱు, (నూఱ్వురుగజముఖులనుట.), వినీతి=వినయముచేత, భజింపన్=సేవించుచుండఁగా, ఒప్పు=మెఱయుచున్న, తత్=ఆప్రసిద్ధుఁడగు, సూత్రవతీశున్=సూత్రవతీదేవినాథుఁడగువిష్వక్సేనుని, (విష్వక్సేనుండు గజముఖశతముచేఁ బరివేష్టింపఁబడుటకుఁ బ్రమాణము. 'యస్యద్విరదవక్త్రాద్యాః పారిషద్యాః పరశ్శతం, విఘ్నన్నిఘ్నంతిసతతంవిష్వక్సేనం తమాశ్రయే' అనిగలదు.), వందనముతోఁగని=నమస్కారపూర్వకముగాఁ గాంచి, ఆతఁడు=ఆవిష్వక్సేనుఁడు, పూజసేయఁగన్ = తన్నుఁ బూజింపఁగా.

తే. అవిదితపురందరాయుధం • బైన కనక
శిఖరియునుబోలె నెఱకల • జిగులు దెసల
నింగి నీరెండఁ గాయ వే • దాంగువినత
సుతుని నతిఁ గాంచి మగుడఁ ద • న్నతియుఁ గాంచి. 97

టీ. అవిదిత=ఎఱుఁగఁబడని, పురందరాయుధంబైన = వజ్రివజ్రముగలయట్టి, కనకశిఖరియునుబోలెన్=మేరుపర్వతమువలెనే, (ఇంద్రునిచేత ఱెక్కలు ద్రక్కలింపఁబడని బంగరుకొండవలెనున్నాఁడనుట.), ఎఱకల=పక్షములయొక్క, జిగులు=కాంతులు, దెసలన్=దిశలయందును, నింగిన్=ఆకాశమందును, నీరెండగాయన్=చల్లనియెండగాయు చుండఁగా, కాంతు లాతపమువలెనుండె ననుట. వేదాంగున్=ఛందోమయుఁడైన, 'కాంతస్తేపురుషోత్తమః ఫణిపతిశ్శయ్యాసనం వాహనం వేదాత్మా విహగేశ్వరో యవనికా మాయా జగన్మోహినీ' అని ప్రమాణము. వినతసుతుని=వైనతేయుఁడగు గరుత్మంతుని, నతిన్=నమస్కారముచేత, కాంచి=చూచి, మగుడన్=మరల, తన్నతియున్=ఆవైనతేయుని నమస్కారమును, కాంచి=పొంది.

వ. అతనిచే విజ్ఞాపనంబు సేయించి యనుమతిం గాంచి చతుర్భుజులు
జలధరశ్యాములు శతపత్త్రలోచనులు చపలాపిశంగవసనులు వన

మాలికాబద్ధబాహుమధ్యులు నైన మధుమథన ప్రతిబింబంబులుం
బోని పారిపార్శ్వికులఁ బరాంకుశ ప్రభృతిముక్తుల సేవించుచుఁ దద
భినందితు లై చని మహావకాశంబును మణిమయస్తంభసంభృ
తంబును శాతకుంభకుంభ శోభిత శేఖరంబును నై చిత్రనేత్రవితాన
లంబమాన నానాప్రసూనదామ ముక్తాగుళుచ్ఛాచ్ఛచామరంబు
ను నుద్వేలకాలాగరుధూపధూపితంబు నగు మహావిమానమధ్య
విధుకాంతవితర్దికాతలంబునఁ జరణముఖ తత్త్వప్రతీకాధిష్ఠిత ధర్మాది
సూరి పరిషదాత్మకంబును దేజోమయంబును నగు విపులవిమల పీఠం
బునఁ బరిమళాలోలరోలంబజాలం బగు నంబురుహంబు జాంబూన
దత్విడుత్తమర్ణవిస్తీర్ణకర్ణికోపరివీథ నూర్ధస్యపాథోనిధానంబునకుఁ
బ్రథమహేతుభూతం బగు భూతతన్మాత్రయుం బోలెఁ బారద స్ఫటిక
పటీర పాండురుచి పుండరీకంబుల పసకు మసమసక లెసకొల్పు మిసి
మిగల భోగిభోగ భాగంబునకుం బరభాగంబు మిగులఁ దదాత్మకం
బ యగు నుపబర్హంబున మహార్హకేయూరమణికర్బురం బగుకూర్ప
రం బూని మననపర ముని మనోరాగరస మార్జనం జేసి మిగుల నరు
ణిమ వహించెనో యనఁ జాలు కెంగేలు కపోలంబునం గదియం ద్రి
దశ తరు కుసుమ కంచుకిత కంచుకికంచుకాత్మకం బగు దుకూలని
చోళంబున నొత్తిగిలియున్నవానిం గరిం గఱకఱిం బెట్టి బిట్టు దనచేతి
చక్రంబునం దెగిన నక్రంబు పూజ్యం బగు సాయుజ్యంబు నొందెనో
యన నుపరి పరిదృశ్యమాన గండస్థలస్థ మణిమకరకుండల ప్రతిబింబ
రుచి డంబరంబునం బరమ సౌందర్య మకరంద నిష్యందియగు ముఖా
రవిందంబున నందంబగు వాని నిర్నిమిషదృష్టి నెట్టుకొని చూచుతఱి
నీలావదాతయు తెప్ప వట్టు తఱి బిట్టెదుర్కొను కలధౌత గౌర
గౌర మహామహఃపూరంబున మునింగి దుర్నిరీక్ష్యయు నగు
నిజ రుచిర మూర్తివలనఁ దనకు సాకార నిరాకారతలు వారికిఁ
జూపు రూపున దీపించు వానిఁ, గళత్రంబు లగు శ్యామా
ఛాయలచేత బ్రేముడిం బొదువంబడిన యట్లు కప్పులు దొంగలు
నగుపక్ష్మకాలికల నొప్పు సోమ సూర్యాత్మకంబు లగు వెడంద నిడు
వాలు టెక్కసెరల కన్నులం గెందమ్మి ఱేకుల వెదఁజల్లువాని మంకెన

విరి బింకంబు నింకించు నధరశోణిమ నెపంబున వెలుంగు ముఖజ నితహుతాశనుతోఁ దత్సఖుం డగు గంధవహుం గూర్ప నిక్కెనన నొక్కింత నిక్కి చొక్కంపుఁ బొటమలఁ జూపట్టె తిల కుసుమ విల సనాపహాసి యగు నాస భాసమానుం డగు వాని నుదరజాత శ్వేత ధామ తామరసంబుఁ గనుంగొని మహదాశ్రయంబు గనిన పూర్ణి మాశశాంకుండను శంక నాతనికి నాకు వైరంబు మాన్పు మని తత్సహోదరిగావున రత్నకాంచనంబులు లంచంబులుగా నివేదించి యడుగు లొత్తు నిందిరకు వరముం బడియున్న రాహు వనం గే యూర కటక మణి ముద్రికాంకితం బగు దీర్ఘ బాహుపరిఘంబు కటితటోత్సంగంబున మెఱయు వాని నురఃస్థల న్యస్త నిస్తులాస్తోక కౌస్తుభ గభస్తి మండలంబున నిండోలగంబుండు పుండరీకనికేతన తనుచ్ఛాయ యన నచ్ఛాచ్ఛం బగు (శ్రీవత్సంబున లోచనోత్సవం బుఁ గావించువాని) విజితమృగనాభినాభి సౌరభ్యంబునకు* నెగయు నుత్తుంగ భృంగ మాలిక యన మెఱయు నసిత పేశలతులసీపలాశ దామంబున నభిరామ కోమలాలంకృతి యగువానిఁ గపట కరటి విరోధియై యసుర యుసురం గొని మగుడ మనుజాంగంబు నంగీక రించునెడఁ దలంపంబడమి నట్లున యుండె నన బడు గగు నడుము పసఁ గడు నొడిక మగువాని ఘన జఘన చరమేతర ధరాధరాధి త్యకాతలంబునం గాంచన కాంచికామణిమకుట గగనమణి గాయు నీరెండ మెండ నంబరఁగు మెఱుంగు పీతాంబరంబునం బొదువంబడి దాని సన్నదనంబు వెలుపలం దోఁపఁ గనక పుష్యరాగంపుఁ డెర వారు వైదూర్యమణిస్తంభయుగంబునుంబోలెఁ గించి దామిాలిత (నీలిమంబగు నూరుయుగళంబువాని) (త్రై) విక్రమం బగు విగ్రహం బుతో నాగ్రహంబున మీఁదికిం జాఁచు తఱిఁ జంక్రమణ రయం బునం దగిలివచ్చిన మణిమయస్వర్భువనజాంబూనదప్రాకారవలయం బనం దీండ్రించు నుద్దండ గండపెండెరంబునం బొడము నఖండ ప్రభామండలంబునం బరిహిండితంబులై మత్స్యపండుల వడవుగల మడిమల బెడంగు పడి భావి నిజ కమఠావతార సూచకంబులుం

---

* ఎఱగు.

బోలెఁ గోదమతామేళ్ల మేళ్లనగు మీఁగాళ్లతోఁ గోకనద మృదూదరంబు లమర మెఱుఁగు జుక్కల జిగి మొక్కపఱుచు నఖ చక్రవాళ చంద్రికల భక్తజన మనస్తమోవిదళనంబుఁ గావించుచు హల కులిశ కలశ కమల మకరాంకు శాంకితంబులై లక్ష్మీకుచకుంకుమాకలన నరుణారుణంబు లగు చరణంబులం దాపత్రయాపహరణంబు సేయువాని నారాయణుం బురాణపురుషుఁ బురుషోత్తముఁ బ్రణతార్తిహరు వాసుదేవు హృషీకేశు నీశనుతు విభీషణవరదు ననంగజనకు రంగరమణుం గాంచి సహ సమాగత భాగవత పరిషత్సమేతంబుగాఁ దానుం దనుజాతయుం బ్రమద భయ భక్తిరసమగ్నులై జయజయ శబ్దంబులతో సర్వాంగాలింగిత క్షోణీతలంబు లగు నమస్కారంబులు గావించి నిలిచి నిటలతటఘటితాంజలిరై యిట్లని నుతియించె. 98

టీ. అతనిచేఁ=ఆవైనతేయునిచేత, విజ్ఞాపనంబుసేయించి=శ్రీరంగనాయకునకుఁ దనరాక విన్నపంబు సేయించి, అనుమతింగాంచి=సెలవును బొంది, చతుర్భుజులు=నాలుగు భుజములుగలవారును, జలధర=మేఘమువలెనే, శ్యాములు=నీలచ్ఛాయగలవారును, శతపత్త్ర=తామరలవంటి, లోచనులు=కన్నులుగలవారును, చపలా=మెఱుపులవలెనే, పిశంగ=పచ్చనైన, వసనులు=వస్త్రములు గలవారును, (పీతాంబరులనుట), వనమాలికా=తులసీవనమాలికలతోడ, బద్ధ=కూర్పఁబడిన, బాహుమధ్యలును=వక్షస్స్థలములు గలవారును, ఐన=అయినట్టి, మధుమథన=మధుసూదనుఁడైన శ్రీహరియొక్క, ప్రతిబింబంబులుంబోని=ప్రతిబింబములవంటి, పారిపార్శ్వికుల=పార్శ్వవర్తులగునట్టి, పరాంకుశ=నమ్మాళ్వారులే, ప్రభృతి=మొదలగు, ముక్తుల = ముక్తాత్ములను, సేవించుచు=భజించుచును, తదభినందితులై=వారిచేత నాదరింపఁబడినవారై, చని=ఆవలనరిగి, మహావకాశంబును=మహావిశాలమైనదియును, మణిమయ = రత్నవికారమునైన, స్తంభ=స్తంభములచేత, సంభృతంబును=భరింపఁబడినదియును, శాతకుంభకుంభ=బంగరు కలశములచేత, శోభిత=అలంకృతములైన, శేఖరంబును = శిఖరములు గలదియును, ఐ=అయినదై, చిత్ర = విచిత్రవన్నెలుగల, నేత్ర = నేత్రవస్త్రముల చేతనైన, 'స్యాజ్జటాంశుకయోర్నేత్రమ్' అని యమరము. వితాన=మేలుకట్లయందు, 'అస్త్రీ వితానముల్లోచః' అని నిఘంటువు. లంబమాన=వ్రేలుచున్న, నానా=అనేకవిధములగు, ప్రసూనదామ=విరిసరులును, ముక్తాగుచ్ఛ=ముత్తెముల గుత్తులును, అచ్ఛచామరంబును=తెల్లని జల్లులుగలదియును, ఉద్వేల=మేరమీఱిన, కాలాగరు = కృష్ణాగరువు

యొక్క, ధూప=ధూపముచేత, ధూపితంబును=ధూపింపఁబడినదియును, అగు = అవునట్టి, మహావిమానమధ్య=మహా గర్భగృహమధ్యమందలి, విధుకాంత = చంద్రకాంత ఱాళ్లచేఁ జేయఁబడిన, వితర్ది కాతలంబునన్=వేదికాస్థలమందు, చరణముఖ=పాదములు మొదలగు, తత్తత్ప్రతీక=ఆయాయవయవములయందు, అధిష్ఠిత=ఉన్నఁబడిన, ధర్మాది=ధర్మవర్మప్రముఖులగు, సూరి=నిత్యసూరులయొక్క, పరిషదాత్మకంబును = సమాజస్వరూపమైనట్టిదియు, తేజోమయంబును = ప్రకాశస్వరూపమైనట్టిదియును, అగు = అవునట్టి, విపుల = పఱపైనట్టియు, విమల = నిర్మలనుగునట్టి, పీఠంబునన్ = సింహాసనమందు, పరిమళ = క్రొత్తావులకొఱకు, ఆలోల = సంచరించుచున్న, రోలంబ = తుమ్మెదలయొక్క, 'ఇందిందిరశ్చంచరీకో రోలంబోబంభరోపిచ' అనినిఘంటువు. జాలంబగు = సమూహముగల, అంబురుహంబు = కమలముయొక్క, జాంబూనద త్విట్ = బంగరురంగునకు, ఉత్తమర్ణ = అప్పాసంగెడునట్టియు, విస్తీర్ణ = వెడలుపైన, కర్ణికోపరివీథిన్=మిద్దియపైపెసయందు, ఊధస్యపాథోనిధానంబునకున్=క్షీరవారిరాశికి,(ఊధస్య మనఁగాఁ బొదుఁగువలనఁ బుట్టినది గావున క్షీర మనుట. ఈశబ్దము మానవజాతియందు స్తన్యమువలె నుండును.), ప్రథమహేతుభూతంబగు=ఆదికారణమైన, భూతతన్మాత్రయుంబోలె=ఆదిభూతమువలెనే, (సూక్ష్మావస్థగల క్షీరమువలెననుట.), పారద=పాదరసముయొక్కయు, 'రసస్సూదశ్చపారదే' అని నిఘంటువు. స్ఫటికమణులయొక్కయు, పటీర = శ్రీగంధముయొక్కయు, పాండురుచి=చలివెలుంగుయొక్కయు, (చంద్రుఁడనుట), పుండరీకంబుల=తెలి విరిదమ్ములయొక్క, పసకున్=మేలిమికి, (ధావళ్యమున కనుట.), మసమసకలు=మాలిన్యమును, ఎసకొల్పు=అపాదించుచున్న, మిసిమిగల=కాంతిగలయట్టి, భోగిభోగ - భోగి=శేషునియొక్క, భోగ=శరీరముయొక్క, 'భోగస్సుఖేధ నేచాహి శరీర ఫణయోర్మతః' అని నిఘంటువు. భాగంబునకున్ = ప్రదేశమునకు, పరభాగంబు=గుణోత్కర్షము, 'పరభాగోగుణోత్కర్షః' అని నిఘంటువు. మిగులన్=అతిశయించునట్లు, తదాత్మకంబయగు=ఆశేపశరీరమయమగు, ఉపబర్హంబునన్=తలగడయందు, 'ఉపధానంతూపబర్హమ్' అని నిఘంటువు. మఱియు శేషుఁడే యుపధానమగుటకు, శ్లో. 'నివాసశయ్యాసన పాదుకాంశుకోపధాన వర్షాతపవారణాదిభిః, శరీరభేదైస్తవశేషతాంగతో యథోచితం శేష ఇతీర్యతేజనైః' అనియాళవందారుశ్రీసూక్తిప్రమాణము.), మహార్హ=మిక్కిలియుచితమగు, కేయూర=బాహుపురియందలి, మణి=రత్నములచేత, కర్బురంబగు=చిత్రవర్ణమైన, కూర్పరంబు=మోచేతిని, 'స్యాత్కఫోణిస్తుకూర్పరః' అని నిఘంటువు. ఊని=ఊఁదుకొని, మననపర=ధ్యానపరులైన, ముని=మునులయొక్క,మనః=మనస్సుల యందలి, రాగరస=అనురాగరసముయొక్క,మార్జనంజేసి=తుడుచుటచేత, (మునిమానసములకు విరక్తిగలుగఁజేసెననుట.), మిగులన్=అధికమగునట్లు, అరుణిమ=

ఎఱ్ఱఁదనమును, వహించెనోయనన్=తాల్చెనోయనుటకు, చాలు=తగిన, కెంగేలు=ఎఱ్ఱనిహస్తము, కపోలంబునన్=చెక్కిటియందు, కదియన్=సమీపింపఁగా, (చెంపక్రింద శ్రీహస్తముఁబెట్టుకొన్నారనుట.), త్రిదశతరు=కల్పవృక్షములయొక్క, కుసుమ=పువ్వులచేత, కంచుకిత=కప్పఁబడిన, కంచుకి=శేషునియొక్క, కంచుకాత్మకంబగు=కుబుసమేయైనట్టి, దుకూలనిచోళంబునన్ - దుకూల=వలిపెమైన, నిచోళంబునన్=సెజ్జవలువయందు, (పడకదుప్పటియనుట.), ఒత్తిగిలియున్నవానిన్=ఒంటిప్రక్కనుబవ్వళించియున్నట్టియు, కరిన్=గజేంద్రుని, కఱకటింబెట్టి=బాధపెట్టి, బిట్టు=కఠినముగాను, తనచేతిచక్రంబునన్=సుదర్శనముచేత, తెగిన=ఖండితంబైన, నక్రంబు=మకరము, పూజ్యంబగు=పూజింపఁదగిన, సాయుజ్యంబున్ = భగవద్దివ్యమంగళవిగ్రహసాంగత్యమును, ఒందెనోయనన్=పొందెనోయనునట్లు, ఉపరి=మీఁదిభాగమందు, పరిదృశ్యమాన=లెస్సగాకానవచ్చుచున్న, గండస్థల = చెక్కిటియందు, స్థ=ఉన్నట్టి, మణి=రత్నఖచితమైన, మకరకుండల=మకరాకారమగుకర్ణభూషణముయొక్క, ప్రతిబింబరుచి=ప్రతిఫలనకాంతులయొక్క, డంబరంబునన్=ఆధిక్యముచేత, పరమసౌందర్య=మిన్నయగుచెన్నెడు, మకరంద=పూఁదేనియను, నిష్యందియగు=కురియుచున్న, ముఖారవిందంబునన్=మోముదామరచేతను, అందంబగువానిన్=సుందరుఁడగునట్టియు, నిర్నిమిషదృష్టి=ఱెప్పవాల్పనిచూడ్కిచేతను, సెట్టుకొని=ప్రయాసపడి, (కథంచనార్థకము.), చూచుతఱిన్=సేవించునప్పుడు, నీలావదాతయు=నల్లని తెల్లని వర్ణము గలిగినదియును, ఱెప్పపట్టుతఱిన్=ఱెప్పవాల్పుగలిగి చూచునప్పుడు, బిట్టు=అధికముగాను, ఎదుర్కొను=నేత్రములకెదురయ్యెడు, కలధౌత=రజతమునకె, గౌరగౌర=మిక్కిలితెల్లనైన, మహత్=అధికమైన, మహః=తేజముయొక్క, 'తేజోధామమహోవిభా' అని నిఘంటువు. పూరంబునన్=ప్రవాహమందు, మునిఁగి=అచ్ఛాదింపఁబడి, దుర్నిరీక్ష్యయున్=చూడశక్యముగానిదియు, అగు=అవునట్టి, నిజ=స్వకీయమగు, రుచిర=మనోహరమైన, మూర్తివలనన్=దివ్యమంగళవిగ్రహమువలన, తనరు=ఒన, సాకార నిరాకారతలు=ఆకారముతోఁ గూడియుండుటయును నాకారము లేకుండుటయును, వారికిన్=సేవించువారికి, చూపురూపునన్=కనఁబడిచెడురీతిచేతను, దీపించువానిన్=వెలుంగుచున్నట్టియును, కళత్రంబులగు=చంద్రసూర్యులభార్యలయిన, శ్యామా=రాత్రిచేత, ఛాయచేత=ఛాయాదేవిచేత, (రాత్రియు నలుపు ఛాయ గావున నాయుభయు నలుపనుట.), ప్రేముడిన్=ప్రేమచేత, పొదువఁబడినయట్లు=ఆలింగనముచేయఁబడినట్లు, కప్పులు=నల్లనివియు, తొంగలులన్=దీర్ఘములయినవియు, అగు=అవునట్టి, పక్ష్మ=ఱెప్పలయొక్క, కాలికలన్=నైల్యములచేత, ఒప్పు=సుందరమగుచున్న, సోమసూర్యాత్మకంబులగు=చంద్రసూర్యమయములగు, నడంద=విశాలములును, నిడువాలు=దీర్ఘములునైన, ఎఱ్ఱసెరల=రక్తరేఖలుగల, కన్నులన్=నేత్రముల

చేత, కెందమ్మిఱేకుల=ఎఱ్ఱదామరపూఁ ఱేకులను, వెదజల్లువానిన్=వ్యాపింపఁజేయుచున్నవాని, (స్వామికిఁ జంద్రుఁడొక్కనయనంబును సూర్యుఁడొక్కనయనంబగుటచేత వారిరువుర భార్యలయిన రాత్రియును ఛాయాదేవియును వచ్చి తమ నల్లనికొంతులు గానవచ్చునట్లు వాకి నాలింగనముఁజేసికొని విడువకయుండినట్లు నల్లని తొంగలిఱెప్పలొప్పెననుట.), మంకెనవిరి=బంధూకపుష్పముయొక్క, బింకంబున్=గర్వమును, ఇఁకించు=ఇవురఁజేసెడు, అధర=వాతెఱయొక్క, శోణిమ=అరుణకాంతియనెడు, నెపంబునన్=వ్యాజముచేత, వెలుఁగు=తేజరిల్లుచున్న, ము...తోన్-ముఖ=నెమ్మొమువలన, జనిత=ఉత్పన్నుఁడగు, హుతాశనుతోన్=అగ్నిహోత్రముతో, (ముఖమువలన నింద్రుండు నగ్నియుఁబుట్టుట శ్రుతిప్రసిద్ధము), తత్సఖుండగు=అయ్యగ్గిచెలియైన, గంధవహుంగూర్పన్=వాయువును గలుపుటకై, నిక్కనన్=నిక్కినదోయనునట్లు, ఒక్కింత=ఇంచుకంత, నిక్క, చొక్కంపు=సుందరములైన, పొటములన్=పుటములచేత, చూపట్టి=దర్శనీయమై, తిలకుసుమవిలసనాపహాసియగు=నువ్వుబువ్వుమవ్వంపునవ్వునట్టి, నాసన్=ముక్కుచేత, భాసమానుండగువానిన్ = ప్రకాశించుచున్నట్టియు, (కొంచెమునిక్కినముక్కుపుటములలోనుండినిట్టూర్పులువెడలుననుట.), ఉదరజాత=నాభియందుఁబుట్టిన, శ్వేత=తెల్లనగు, ధామ=కాంతిగల, తామరసంబున్ = కమలమును, కనుంగొని=చూచి, మహదాశ్రయంబుగనిన = మహదాశ్రయమునుబొందిన, 'నీచాశ్రయోనకర్తవ్యఃకర్తవ్యోమహదాశ్రయః' అన్నట్లనుట. పూర్ణిమాశశాంకుండనుశంకన్ = పున్నమనాఁటిచందురుం డను సందియంబున, (తెల్లనినాభీకమలము చంద్రునివలె నుండెననుట.), అతనికి=ఆచంద్రునికి, నాకు=రాహువునకనుట, వైరంబుమాన్పుమని=పగలేకుండఁజేయుమని, తత్సహోదరిగావున = ఆచంద్రునికిఁ దోఁబుట్టువగుటంజేసి, రత్నకాంచనంబులు = మణికనకములు, లంచంబులుగా నివేదించి=ఉపాయనములుగా సమర్పించి, అడుగులొత్తు = స్వామిపాదములొత్తుచున్న, ఇందిరకున్=శ్రీదేవికి, (దీనికిఁ దత్సహోదరి యనునది విశేషణము), వరముబండియున్న=ప్రాణాచారముపడియున్న, రాహువనన్=రాహుగ్రహమనునట్లు, (చంద్రుఁడు తొల్లి దుర్బలుఁడై యుండి మహదాశ్రయముఁ జేసినపిదపఁ దనకుఁ జేటు గలుగునని యులికి రాహుగ్రహ మిట్లు చేసిన ట్లుండెననుట.), కేయూర = భుజకీర్తులచేతను, కటక=కడియములచేతను, మణిముద్రికా=రతనంపుముద్దుటుంగరములచేతను, అంకితంబగు=చిహ్నితమైన, బాహుపరిఘుంబు=పరిఘాయుధమువంటి దీర్ఘభుజము, కటితటోత్సంగంబునన్=పిఱుందుప్రక్కమీఁదను, మెఱయువానిన్=ప్రకాశించుచున్నట్టియు, ఉరస్స్థల=వక్షఃస్థలమందు, న్యస్త=ఉనుపఁబడిన, నిస్తుల=సరిలేని, అస్తోక=స్థూలమగు, కౌస్తుభ=కౌస్తుభమణియొక్క, గభస్తి=కాంతులయొక్క, మండలంబునన్=సమూహమందు, 'మండలంచక్రవాళకమ్' అని యమరము. నిండోలగంబుండు=నిండుసభ

దీటిన, పుండరీకనికేతన=కమలనివాసినియగులక్ష్మీదేవియొక్క, తనుచ్ఛాయయనన్=దేహకాంతియో యనునట్లు, అచ్ఛాచ్ఛంబగు=మిక్కిలిస్వచ్ఛమగు, శ్రీవత్సంబునన్=శ్రీవత్సమనుమచ్చచేత, లోచనోత్సవంబుఁ గావించువానిన్=కన్నులపండువుచేయునట్టియు, విజిత=గెలువఁబడిన, మృగనాభి=కస్తూరిగల, సౌరభ్యంబునకున్ = నెత్తావికి, నెగయు=వచ్చుచున్న, (ఎఱుగు ననిపాఠాంతర మట్లేని వాలుచున్న), ఉత్తుంగ=తఱుచైన, భృంగమాలికయనన్=తుమ్మెద వరుసయనఁగా, మెఱయు=తనరుచున్న, అసిత=నల్లనైన, పేశల=లేఁతయగు, తులసిపలాశ = తిరుతుళాయిదళములయొక్క, దామంబునన్=వనమాలికచేత, అభిరామ=సుందరమగు, కోమల=మృదువైన, అలంకృతియగువానిన్ = అలంకారముగలయట్టియు, (ఆకృతియగువానినని కొందఱందురు.), కపటకరటివిరోధియై=మాయాసింహమై, అసుర = హిరణ్యకశిపునియొక్క, ఉసుఱుగొని=ప్రాణాపహారముఁజేసి, మగుడన్=మరల, మనుజాంగంబున్=మానవాకారమును, అంగీకరించు నెడన్=గ్రహియించునప్పుడు, తలంపంబడమిన్=జ్ఞప్తిరాకుండుటచేత, అట్లనయుండెననన్=అప్రకారమే యుండెననునట్లు, బడుగుబడుగగు=మిక్కిలిసూక్ష్మమగు, నడుముపసన్ - నడుము=మధ్యముయొక్క, పసన్=మేలిమిచేత, కడున్=మిక్కిలి, ఒడికమగువానిన్=శృంగారమైనట్టివానిని, ఘన=గొప్పైన, జఘన=పిఱుఁదనియెడు, చరమేతరధరాధర=ఉదయపర్వతముయొక్క, అధిత్యకాతలంబునన్=ఊర్ధ్వప్రదేశమందు, 'ఉపత్యకాద్రేరాసన్నా భూమిరూర్ధ్వమధిత్యకా' అనియమరము. కాంచనకాంచికా=బంగారుమొలనూలియందలి, మణిమకుట=మణిశ్రేష్ఠమనియెడు, గగనమణి=సూర్యుఁడు, కాయు=వ్యాపింపఁజేయు, నీరెండమెండనన్=బాలాతపాతిశయమనునట్లు, పరఁగు=ఒప్పుచున్న, మెఱుఁగు = కాంతివిశిష్టమైన, పీతాంబరంబునన్=కట్టుబంగరుపుట్టముచేత, పొదువంబడి=అచ్ఛాదింపఁబడి, దాని=ఆవస్త్రముయొక్క, సన్నఁదనంబునన్=పలిపెదనముచేత, తననున్నదనంబు=తొడదోయినునుపు, 'పరుషోసరళేచైవ సమాసేనుమతో భవేత్, అద్రుతాత్సరసాదంను పట్టిమూర్ఛ్చవిభక్తిషు, తసేచమత్రచిదతోవికారాచ్చాపికేచన' అనునథర్వణోక్తిచేత నుమాగమము. వెలుపలందోఁపన్=బయిటగానరాఁగా, కనకపుష్యరాగంపు=కనకపుష్యరాగము లను మణులయొక్క (లేక), కనక = బంగారుయొక్కయు, పుష్యరాగంపు = పుష్యరాగములయొక్కయు సంబంధముగల, తెరవారు=తెరలుగలిగిన (లేక), తెరవారు = నూలిపోఁగులుపైఁదిరిగినట్లుండు, వైదూర్యమణి = వైదూర్యరత్నవికారములగు, స్తంభ = స్తంభములయొక్క, యుగంబునుంబోలె = జతవలెనే, ఆ. 'పగలు గొందిఁ గానఁబడెడు బిడాలంబు, కన్నువోలె వెలుఁగు గల్గి నూలు, తిరుగు నట్లు మీఁదఁ దెరవారు వైదూర్య, రత్నమున కిది ప్రయత్నమమరు.' అని వైదూర్యలక్షణము. కించిదామీలిత = కొంచెము గప్పఁబడిన,

నీలిమంబగు = నైల్యముగల, ఊరుయుగళంబువానిన్ = తొడదోయిగలయట్టియు, త్రైవిక్రమంబగు=త్రివిక్రమావతారసంబంధియగు, విగ్రహంబుతోన్=నెమ్మేనితోడ, ఆగ్రహంబునన్=కోపముచేత, మీఁదికిఁజాఁచుతఱిన్=గగనంబునకుఁ బ్రసరింపఁజేయునప్పుడు, చంక్రమణరయంబునన్ = ప్రసరణవేగముచేత, తగిలివచ్చిన=చుట్టివచ్చిన, మణిమయ=రత్నవికారమైన, స్వర్భువన=స్వర్గలోకమందలి, జాంబూనదప్రాకారవలయంబునన్=వలయమువంటి బంగారుకోటయనునట్లు, తీండ్రించు=మెఱయుచున్న, ఉద్దండ=అధికమైన, గండపెండేరంబునన్=పాదకటకమందు, పొడము=పుట్టునట్టి, అఖండ=ఎడతెగని, ప్రభా = కాంతులయొక్క, మండలంబునన్=సమూహముచేత, పరిహిండితంబులై = కూర్పఁబడినవై, మఱ్ఱిపండువడువుగల=వటఫలసౌందర్యము గలిగినట్టి, మడిమలన్=పార్ష్ణిభాగములచేత, బెడంగువడి=ప్రకాశించి, భావి=కాఁగల, నిజ=స్వకీయమైన, కమఠావతార=కూర్మావతారమునకు, సూచకంబులుంబోలె=సూచకములవలెనే, కొదమతాఁబేళ్ల=లేఁతతాఁబేళ్లయొక్క, (తాఁబేలు దా మేలనియునుం గలదు), మేళ్లన్=మేలులను, నగు=హసించెడు, మీఁగాళ్ళతోన్=ప్రపదంబులతోడ, కోకనద=ఎఱ్ఱగలువలవలెనే, 'రక్తోత్పలంకోకనదమ్' అనియమరము. మృదు=కోమలములైన, ఉదరంబులు=గర్భములు, (అఱకాళ్ళనుట.), అమరన్=ఒప్పఁగా, మెఱుఁగుఁజుక్కల = ప్రకాశముగల నక్షత్రములయొక్క, జిగి=కాంతిని, మొక్కపఱుచు=భంగపఱుచునట్టి,నఖ=గోళ్లయొక్క, చక్రవాళ=మండలములయొక్క, చంద్రికలన్=వెన్నెలలచేత, భక్తజనమనః=భక్తులమనస్సులయందలి, తమః=శోకమను చీఁకటియొక్క,'రాహుధ్వాంతే గుణేశోకే తమశ్శబ్దోఽభిధీయతే' అనినిఘంటువు. విదళనంబున్=ఛేదనమును, కావించుచు=చేయుచును, హలకులిశకలశకమల మకరాంకుశ=హలకులిశాదితత్త్రేఖలచేత, అంకితంబులై=చిహ్నితములై, లక్ష్మీకుచకుంకుమాకలనన్=కలుములజవరాలి పాలిండ్ల చెందిరంపుఁబూఁతచేత,అరుణారుణంబులగు=తఱుచు కెంజాయగల, చరణంబులన్=శ్రీపాదములచేత, (శ్రీదేవి స్వామి పాదములను దనయక్కునఁ జేర్చుకొనిన నవి మిగులఁ గెంపెక్కెననుట.), తాపత్రయాపహరణంబు సేయువానిన్=ఆధ్యాత్మికాధిదైవికాధిభౌతికములను తాపత్రయమును రూపుమాపునట్టి, నారాయణున్, పురాణపురుషున్, పురుషోత్తమున్, ప్రణతార్తిహరున్, వాసుదేవున్, హృషీకేశున్, ఈశనుతున్, విభీషణవరదున్, అనంగజనకున్, రంగరమణున్=ఏవంవిధ నామధేయములుగల శ్రీరంగనాయకస్వామిని, కాంచి=దర్శనముసేసి, సహసమాగత = తనతోడవచ్చిన, భాగవత=భగవద్భక్తులయొక్క, పరిషత్సమేతంబుగాన్=సమాజముతోఁగూడ, తానున్=ఆవిష్ణుచిత్తుండును,తనుజాతయున్=కొమార్తెయగుచూడికొడుత్తనాంచారును, ప్రమదభయభక్తిరసమగ్నులై, జయజయశబ్దంబులతోన్ = జయజయయనువాక్యములతో, సర్వాంగా

లింగిత=సర్వావయవములచేత స్పృశింపఁబడ్డ, క్షోణితలంబులగు=భూతలములుగల, నమస్కారంబులు, కావించి, నిలిచి, నిటలతట=లలాటప్రదేశమందు, ఘటిత=కూర్పఁబడిన, అంజలిరై=దోసిలిగలవాఁడై, ఇట్లని=ఈవక్ష్యమాణక్రమముగా, స్తుతియించెన్=వినుతించెను. (అవిఘ్నచిత్తుఁడనుట.)

తే. విధిగృహాక్షయవిత్తసే•వధికి శరణు
చిరకృతేక్ష్వాకుపుణ్యరా•శికిని బ్రణుతి
ధనపతి భ్రాతృకులదేవ•తకు జొహారు
నతమృడాదికసుమనస్సు•నకు నమస్సు. 99

టీ. విధి=చతుర్ముఖునియొక్క, గృహ=ఇంటియందు, అక్షయ=నాశములేని, విత్త=ధనమునకు, సేవధికిన్=నిక్షేపమయిననీకు, శరణు=నమస్కారము, (శ్రీరంగనాయకులు బ్రహ్మగృహమందలితిరువారాధన యనిప్రసిద్ధము.), చిర=తడవుగాను, కృత=చేయఁబడిన, ఇక్ష్వాకు=ఇక్ష్వాకుమహారాజుయొక్క, పుణ్య=సుకృతములయొక్క, రాశికిని=ప్రోవైననీకు, ప్రణుతి=వందనము,(తరువాత ఇక్ష్వాకుమహారాజునకుఁ దపః ఫలమవై తోఁచితివనుట.), ధనపతి=కుబేరునకు, భ్రాతృ=తమ్ముఁడైనవిభీషణునకు, కులదేవతకున్=కులదైవమైననీకు, జొహారు=జోహారు, (పిమ్మట శ్రీరాములవలన విభీషణునకువచ్చితి వనుట.), నత=నమ్రములైన, మృడాదిక=శివుఁడుమొదలగు, 'గిరీశోగిరిశో మృడః' అనియమరము. సుమనస్సునకున్=దేవతలుగలవానికి, 'సుపర్వాణస్సుమనసః' అనియమరము. నమస్సు=నమస్కారము.

తే. కొలుతు సర్వేశు సర్వాత్మ•కుని ననంతు
నప్రకాశు నభేద్యు స•మస్తలోక
సముదయాధారు నణుసమూ•హములకును న
ణీయు నిన్ను ననాధారు • నిత్యు సత్యు. 100

టీ. సర్వేశున్=సర్వప్రపంచనాథుఁడైనట్టియు, సర్వాత్మకునిన్=సర్వాంతర్యామి యైనట్టియు, అనంతున్ = అంతరహితుఁ డయినట్టియు, అప్రకాశున్ = చక్షురగోచరుఁడయినట్టియు, అభేద్యున్ = ఇయత్తా పరిమాణ విశిష్టుఁ డని తెలియ శక్యుఁడుగానియట్టియు, సమస్తలోక=సర్వలోకములయొక్క, సముదయ=వృద్ధికి, ఆధారున్=మూలాధారమైనట్టియు, అణుసమూహములకును = సూక్ష్మవస్తురాసులకంటె, అణీయున్ = పరమాణుస్వరూపుఁడైనట్టియు, నిత్యున్, అనాధారున్, సత్యున్, నిన్నున్, కొలుతున్ = సేవింతును, ఇక్కడ చెప్పిన అణీయస్త్వాదులు శ్రుతిప్రసిద్ధములు.

క. నారాయణు భూ ప్రభృతిక
గౌరవవద్వస్తువితతి•కంటె మిగిలి పెం
పారు గరిష్ఠతగల పర
పూరుషు శరణంబు వేఁడి • పొగడెద నిన్నున్. 101

టీ. నారాయణున్=(నరసమూహము నారము. దానికి అయన మనియును, అది అయనముగాఁగలవాఁడనియును, వ్యుత్పత్తిద్వయము చేయుటచేత) ఆధారత్వాధేయత్వములు గల యట్టివానిని, భూ = భూమి, ప్రభృతిక = మొదలుగాఁగల, గౌరవవత్ = గరిమముగల, వస్తువితతికంటెన్=భూతసమూహముకంటెను, మిగిలి=అతిశయించి, పెంపారు = వృద్ధియగుచున్న, గరిష్ఠతగల = అతి గురుత్వముగలిగిన, పరపూరుషున్ = పరమపురుషుఁడవైన నిన్నున్, శరణంబువేఁడి, పొగడెదన్ = కొనియాడెదను.

తే. అజశివాదిక మగునీస•మస్తజగము
నెందుఁ బ్రభవించు వర్తించు • డిందునట్టి
మహిమ కిమ్మైన నిత్యు స•మస్తభూత
మయుఁ బరులకంటెఁ బరు మహో•మహునిఁ గొలుతు. 102

టీ. అజ = బ్రహ్మయు, శివ = శూలియు, ఆదికమగు = మొదలుగాఁగల యట్టి, ఈసమస్తజగమున్ = జగమెల్లను, ఎందు = ఎచ్చటను, ప్రభవించున్ = పుట్టునో, వర్తించున్ = సంచరించునో, డిందున్ = లీనమగునో, అట్టిమహిమకున్ = ఆమహత్త్వమునకు, ఇమ్మైన=స్థానమైనట్టి, నిత్యున్ = శాశ్వతుఁడగువాని, (అజశివాదు లశాశ్వతులనుట), సమస్త భూతమయున్ = సర్వభూతాత్మకుఁడగువాని, పరులకంటెన్ = ప్రకృతి జీవులకంటెను, పరున్= విలక్షణుఁడగువాని, మహోమహునిన్ =మహాతేజోరూపుఁడైన నిన్ను, కొలుతున్=సేవింతును.

సీ. పరపురుషునికంటెఁ • బరుఁడుగాఁ జనువానిఁ,
బరమాత్ము ముక్తికై • పరమయోగి
పరిషత్తుచే సదా • భావింపఁబడువాని,
నెవ్వనియందుఁ బ్రా•కృతము లైన
సత్త్వాదిగుణముల • సందడి లే దట్టి,
విమలుని సర్వభూ•తములకంటె
నాద్యుఁడు శుద్ధుండు • నగువాని విభుఁ గళా,
కాష్ఠానిమేషాది • కాలసూత్ర

తే. మైన యెవ్వాని శక్తీంద్రి • యవితతికిని
గోచరము గాదె నిర్లేపుఁ • డై చెలఁగుట
నతి విశుద్ధుఁడు దానయ్యు • నౌపచార
వృత్తిఁ బరమేశుఁ డగు నిన్ను • విష్ణుఁ దలఁతు. 103

టీ. పరపురుషునికంటెన్ = జీవుని కంటెను, పరుఁడుగాన్=అన్యుఁడుగా, చనువానిన్ = చెల్లునట్టివాని, 'ఉత్తమఃపురుషస్త్వన్యః పరమాత్మేత్యుదాహృత' అను గీతావాక్యప్రకారమనుట. పరమాత్మన్, ముక్తికై = మోక్షముకొఱకు, పరమయోగిపరిషత్తుచేన్=మహాయోగిసమాజముచేత, సదా = ఎల్లప్పుడును, భావింపఁబడువానిన్ = ధ్యానింపఁబడువాని, ఎవ్వానియందున్ = ఏనియందు, ప్రాకృతములైన = ప్రకృతిసంబంధులైన, సత్త్వాదిగుణముల = సత్త్వరజస్తమోగుణములయొక్క, సందడి = సంపర్కము, లేను = లేకుండునో, 'సత్త్వాదయోనసంతీశే యత్రచప్రాకృతాగుణాః' యను సంహితావచనముచొప్పున ననుట అట్టి, విమలుని=నిర్మలుఁడగువాని, సర్వభూతములకంటెన్ = ఆకాశాదిసకలభూతములకంటె, ఆద్యుఁడు = మొదలివాఁడును, శుద్ధుండునగువానిన్, విభున్ = వ్యాపకుఁడగువాని, కళాకాష్ఠానిమేషాది = కళలు కాష్ఠలు నిమిషములుమొదలగు, కాల = కాలమునకు, సూత్రమైన= నడుపునదియైనట్టి, ఎవ్వానిశక్తి = ఏనిసామర్థ్యము, ఇంద్రియసమూహమునకు, గోచరముగాదు = కనఁబడదో, నిర్లేపుఁడై = అంటనివాఁడై, చెలఁగుటన్ = ప్రకాశించుటచేత, తాన్ = తాను, అతివిశుద్ధుఁడైనను, ఔపచారవృత్తిన్=ఉపచారవ్యాపారముచేత, పరమేశుఁడగు = పరమేశ్వరుఁడైనట్టి, విష్ణున్, నిన్నున్, తలఁతు.

వ. అని పరస్వరూప సురసేవ్య భవ్య దివ్యావతారలీలలం బ్రస్తుతించినఁ గౌస్తుభాభరణుండు కరుణాతరంగితంబు లగు నపాంగంబుల నమ్మునిం గనుంగొని కుశలప్రశ్నంబుఁ గావించి కంకణాలంకార క్రేంకారంబు లంకురింపఁ బదపంకజంబులకుఁ గుసుమాంజలులు సమర్పించు సకలసీమంతినీసీమంత ముక్తామణి యగు నాముక్తమాల్యదరూపు నెలఁబ్రాయంబు సాభిప్రాయంబుగాఁ జూచి తనలోన. 104

టీ. అని = ఈప్రకారము, పరస్వరూప = నిత్యముక్తసేవ్యమైన పరస్వరూపముయొక్కయు, సురసేవ్య = వేల్పులచే భజింపఁదగిన, భవ్య=మంగళకరములగు, దివ్యావతార = దివ్యావతారములయొక్క, లీలలన్ = విలాసములను, (లేక) 'లీలా విలాసక్రియయోః' అని నిఘంటువు. ప్రస్తుతించినన్ = నుతింపఁగా, కౌస్తుభాభరణుండు = శ్రీరంగనాయకులు, కరుణాతరంగితంబులగు = కృపాతరంగయుక్తములగు, అపాంగంబులన్=క్రేఁగంటిచూపులచేత, అమ్మునిన్=ఆ పెరియాళ్వారులను, కనుం

గోని = కటాక్షించి, కుశలప్రశ్నంబుఁ గావించి=క్షేమమా యనియడిగి, కంకణాలంకార = కంకణభూషణములయొక్క, క్రేంకారంబులు = నాదములు, అంకురింపన్ = మొలతేరఁగా, పదపంకజంబులకు = తమ తిరువడిత్తామరలకును, కుసుమాంజలులు=పుష్పాంజలులను, సమర్పించు=సమర్పించుచున్న, సకలసీమంతినీ=సర్వకాంతలయొక్క, సీమంత=పాపటలకు, ముక్తామణియగు=ముత్తైమైన, అముక్తమాల్యద = చూడికుడుత్తనాంచారుయొక్క, రూపున్=రూపమును, ఎలఁబ్రాయంబున్=లేఁతప్రాయమును, సాభిప్రాయంబుగాన్=అభిప్రాయము గలిగినట్లుగాను, చూచి = వీక్షించి, తనలోన=ఆత్మగతంబున.

సీ. దీనిచూ పుదుమెక్కుఁ • గానెకా సిరిపట్టి,
  కిని బోర బిరుదు డెక్కెంబు గలిగె
దీనికౌ నల్లాడఁ • గానెకా గర్వించి,
  యుర్విఁ జైత్రునకుఁ గా • లూఁదఁ గలిగె
దీనిపాలిం డ్లుబ్బఁ • గానెకా రతిచేతి,
  కిన్నెరమ్రోఁతకు • వన్నె గలిగె
దీనిమో మొప్పారఁ • గానెకా వాణి రా,
  యంచ లేమకుఁ గులా • యంబు గలిగె
తే. దీనిపెన్నెఱు లేపారఁ • గానెకా ప్ర
పోషితమయూరికి విరాలి • పొందు గలిగె
దీనియడుగులు రంజిల్ల • గానెకా పి
పాసఁ బడు తేఁటులకు మెట్ట • పంట గలిగె. 105

టీ. దీని=ఈ యాముక్తమాల్యదయొక్క, చూపు=దృష్టి, ఉదుమెక్కుఁగానెకా=విజృంభింపఁగా నేకదా, సిరిపట్టికిని = మన్మథునికి, పోరన్=యుద్ధమునందు బిరుదుడెక్కెంబు=బిరుదైనధ్వజము, కలిగెను (ఈకన్యక మీనలోచనయనియును,మన్మథుఁడు మీనకేతనుఁ డనియు ననుట.), దీని, కౌను=నడుము, అల్లాడఁగానెకా=చలించుచుండఁగా నేకదా,గర్వించి=మదించి,ఉర్విన్=భూమియందు,చైత్రునకున్=వసంతమాసమునకు, కాలూఁదఁగలిగెన్ = పాదమునిలుపుకోఁగలిగెను, (మధ్యములతవలెనుండెననియును లతాదులవలననే వసంతునికిఁ గీర్తిగలుగుననుట.), దీని, పాలిండ్లు=పయోధరములు, ఉబ్బఁగానెకా=వృద్ధిఁబొందఁగా నేకదా, రతిచేతి=రతీదేవిహస్తమునను న్న, కిన్నెరమ్రోఁతకున్=కిన్నెరనాదమునకు, వన్నెగలిగెన్=ప్రశస్తిగలిగినది, (పాలిండ్లకుఁ గిన్నెరకాయలకు సామ్యమునకు 'పైపూఁతరుచిగాని ప్రతియొ

కిన్నెరకాయ లరిది పేరుపుతలయంపినిడిన' అని వసుచరిత్రము), దీని, మోము=ముఖము, ఒప్పారఁగానెకా=ప్రకాశింపఁగానేకదా, వాణి=సరస్వతియొక్క, రాయంచలేఁ తుకక్=రాజహంసికకు, (సరస్వతికి హంసిక వాహనమనుట), కులాయంబుగలిగెక్= నివాస మొదవెను,'కులాయోనీడమస్త్రియామ్' అని నిఘంటువు. (హంసకుఁ బద్మము నివాసమనియు నాయమ పద్మముఖి యనియునుట.),దీని, పెన్నెఱులు=నిడుగుఱులు, ఏపారఁగానెకా = బలిష్ఠములుగాఁగానేకదా, ప్రపోషితమయూరికిక్=పెంపుడు నెమలికి, విరాలిపొంచుగలిగెన్=మోహసంగతిగలిగెను, (వెంట్రుకలు మేఘమువలె నుండెననియు మేఘమునకు నెమలిసంతసించుననుట.), దీని, అడుగులు=పాదములు, రంజిల్లఁగానెకా=విలసిల్లఁగానేకదా, పిపాసఁబడు=నీరుపట్టుగల, తేఁటులకున్= మధుకరములకు, మెట్టపంటగలిగెన్. (పాదములు మెట్టదామరవలె నుండెననియు తుమ్మెదల కత్తమ్ములు నెమ్మి యొదవించుననుట.), ఈపద్యమందు విషయినిగరణా లంకారము.

తే. అనుచు నువ్విళులూరి ము॰రారి తమక
మాఁప లే కాత్మ దివ్యశు॰ద్ధాంతసీమ
కన్నెలఁతఁ దార్చి యొక్కమా॰యావధూటి
నట్ల కావించి వా రున్న॰దనియ యుండ. 106

టీ. అనుచున్=ఇట్లుదలంచుచు, ఉవ్విళులూరి=కోరికలుగోరి, మురారి=శ్రీ రంగనాయకుఁడు, తమకము=మోహమును, ఆఁపలేక=నిలుపలేక, ఆత్మ=తనయొ క్క, దివ్య=శ్రేష్ఠమైన, శుద్ధాంత=అంతఃపురముయొక్క, 'శుద్ధాంతశ్చావరోధశ్చ' అనినిఘంటువు. సీమకున్=ప్రదేశమునకు, అన్నెలఁతన్=ఆచూడికుడుత్తనాంచారును, తార్చి=ప్రవేశపెట్టి, ఒక్కమాయావధూటిన్=ఒకమాయనెలఁతను, అట్ల=ఆయాముక్తమాల్యదవలెనే, కావించి=చేసి, వారు=అవిష్ణుచిత్తుఁడు మొదలగువారు, ఉన్నదనియ=ఆయమ యక్కడనే యున్నదనియే, ఉండఁగా.

వ. పూజకులచేఁ బాదతీర్థప్రసాదపరివేష్టనంబు లిప్పించి విడిది కనిపిన గుడి వెడలి శాంబరీతనుసంభవం బాలకిం బెట్టి గృహంబునకుం జని పంజరంబు సడలించి యచ్చంచలాక్షిం గానక. 107

టీ. పూజకులచేన్=నంబులచేత, పాదతీర్థప్రసాద = శ్రీపాదతీర్థప్రసాదము లును, పరివేష్టనంబులు=పరివట్టములును, (ద్వంద్వాంతమందుబహువచనము.), ఇప్పించి= ఒసఁగించి, విడిదికి=బసకు, అనిపినన్=పంపఁగా, గుడివెడలి=కోవెలలోనుండిబయలు దేరి, శాంబరీతనుసంభవన్=మాయాపుత్త్రికను, పాలకిన్ = పల్లకియందు, పెట్టి=

ఉనిచికొని, గృహంబునకుంజని=తిరుమాళిగకుఁబోయి, పంజరంబుసడలించి = పల్లకి గవిసెనఁదీసి, అచ్చంచలాక్షిన్=ఆచపలాక్షిని, కౌనక.

శా.* అబ్రహ్మణ్యము లోన వైచు కొనె నన్యాయంబున న్మత్సుతం
దా బ్రహ్మాదుల మేర నిల్పియుఁ బ్రభుత్వం బూదియుం † దోఁతురే
యీ బ్రక్కం ద్విజుఁ జూడ రయ్య సభవా రీరంగ భర్తంచు దుః
ఖాబ్ధిశిం బడి ‡ బాష్పకంఠుఁడు సముద్యద్దోఃపలాలుండు నై.

టీ. అబ్రహ్మణ్యము = మొఱ్ఱో, 'అబ్రహ్మణ్యమవధ్యోక్తౌ' అని నిఘంటువు. (ఆబ్రహ్మణ్య మను పాఠమున నారంగనాయకులనుట. 'బ్రహ్మణ్యో దేవకీపుత్రః' యని యున్నది), ఈరంగభర్త=ఈ శ్రీరంగనాథుఁడు, తాన్=తాను, బ్రహ్మాదుల=బ్రహ్మ మొదలగువారి, మేర=మర్యాదను, నిల్పియున్=ప్రతిష్ఠాపించియును, ప్రభుత్వంబూఁదియున్=దొరతనముఁ దాల్చియును, మత్సుతన్=నాకూఁతును, అన్యాయంబునన్=ధర్మేతరవృత్తిచేత, లోనవైచుకొనెన్=లోపలవేసికొనెను, త్రోఁతురే=నను విసర్జింతురా, (ఇచ్చట దోఁతురే యని పాఠాంతర మట్లైన దోఁచుకొందురా యనియర్థము), సభవారు=సభ్యులు, ఈబ్రక్కన్=ఈ పేదవాఁడైన, ద్విజున్=బ్రాహ్మణుని, చూడరయ్యా=కనరయ్యా, అంచున్, దుఃఖాబ్ధిశిన్=దుఃఖసముద్రమందు, పడి, బాష్పకంఠుఁడు=డగ్గుత్తుకగలవాఁడును, సముద్యత్=పైకిలేచుచున్న, దోఃపలాలుండునై=కరపల్లవములు గలవాఁడునై, 'పలాలఃపల్లవస్సమౌ' అని నిఘంటువు.

శా. ఎంతేవేడుకయైనఁ బెండ్లగుటకే నే దేహము న్బ్రాణముల్
సంతానంబు నిశాంతము న్ధనము సస్యంబు ల్పశుశ్రేణు లే
కాంతస్వస్వజనార్చనంబునకె కాదా కూర్చుచే మీ కయో
వింతే యీ బుడు తెంత నన్గణుచఁ గావింపం దను న్మెత్తురే.109

టీ. ఎంతేవేడుకయైనన్ = తనకు మిక్కిలి ప్రియమైనను, పెండ్లగుటకున్=వివాహమగుటకు, ఈ నే=ఈ చిన్నదానినియ్యనా (ఇత్తుననుట), దేహమున్, ప్రాణమున్, సంతానంబున్, నిశాంతమున్=గృహమును, ధనము, సస్యంబుల్ = ధాన్యములును, పశుశ్రేణులు=పసరములు, ఏన్=నేను, కూర్చుచే = సంపాదించుచే, ఏకాంత=ముఖ్యమగునట్లు, స్వ=తనయొక్క, స్వజన=తనభక్తులయొక్క, అర్చనంబునకె = పూజనమునకే, కాదా = అవుననుట, మీకు, అయో=అయ్యో, వింతే = ఇది యాశ్చర్యమా, ఈబుడుతెంత = ఈచిన్నది యనఁగా నెంత, నన్గణుచఁగావింపన్= నన్నుఁ దక్కునపఱుపఁగా, తనున్ = తన్ను, మెత్తురే = మార్పింతురా, (మెచ్చరనుట).

* అబ్రహ్మణ్య. † దోఁతురే. ‡ బాష్పలోచనుఁడు సమ్యగ్దోఃపలాలుండు.

తా. తన కంత వేడుక గలిగిన నేను బెండ్లిచేయనా? దేహాదిపశుపర్యంతము సమస్తద్రవ్యములు తనకొఱకుఁ దనభక్తులకొఱకే కదా సంపాదించుట? నాకూఁతు రనఁగా నెంత? నన్నమర్యాద చేసిన దనకు మెప్పవునా? యని విష్ణుచిత్తుఁడు చెప్పె నని భావము.

చ. శివుఁడు విరించి వాసవుఁడుఁ • జెప్ప నశక్తులు గొల్చినట్టి వా
రవుట నిరంకుశుండ నని • యక్కట పాడిఁ దొఱంగఁ జెల్లునే?
భువనములెల్ల నీవయినఁ • బొంత దయానిధి యమ్మలేదె? భా
గవతులు లేరె? నా కొఱకుఁ • గాఁగ వహించుకొనంగఁ గేశవా.

టీ. శివుఁడు=శంభుఁడును, విరించి=చతుర్ముఖుఁడును, వాసవుఁడున్=దేవేంద్రుఁడును, కొల్చినట్టివారవుటన్=సేవించినవారగుటచేతను, (సేవకులనుట), చెప్ప నశక్తులు=మనవిసేయశక్తులుగారు, నిరంకుశుండనని=అడ్డములేనివాఁడని, అక్కట=అయ్యో, పాడిన్=మర్యాదను, తొఱంగఁజెల్లునే=విడువవచ్చునా, భువనములెల్లన్=లోకములన్నియు, నీవి=నీసంబంధులైనవి, అయినన్ = ఆయెనేనియు, (లోకములన్నియు, నీవి గావున నీపక్షముగాఁ జెప్పెనేనియు ననుట.), పొంతన్=నీసమీపమందు, దయానిధి=అక్కటికంపుఁబ్రోవైన, అమ్మ=మాతల్లియైన లక్ష్మీదేవి, లేదె=సాక్షిగా లేదా. (ఉన్నదనుట) 'ఇందిరాలోకమాతా' అని నిఘంటువు. 'మాతా చ కమలాదేవీ పితాదేవోజనార్దనః' అనునది ప్రమాణము. కేశవా=బ్రహ్మరుద్ర జననకారణమగు శరీరముగలస్వామీ, నాకొఱకుఁగాఁగన్=నాకొఱకై, వహించుకొనంగన్=పైని వేసికొనిచెప్పుటకు, భాగవతులు లేరే=శ్రీవైష్ణవులులేరా, (ఉన్నారనుట). లక్ష్మీదేవియు భాగవతులును పురుషకార పఘులని ప్రమాణము.

ఉ. నెట్టన యల్ల లచ్చి యల • నీళయు భూసతి యుండ నీకు నీ
నెట్టిక నీలపై మనసు • నిల్పుట కేమనవచ్చు? వెఱ్ఱియా
నట్టుగఁ బేద నన్నుఁ బరి•హాసము సేఁతకుఁ దక్క వింతచూ
పెట్టిది? దిద్దు నెవ్వఁ డిల • నేఱులవంకలు వారిడొంకలున్. 111

టీ. నెట్టన=సిద్ధముగా, అల్లలచ్చి=ఆ లక్ష్మీదేవియు, అలనీళయు=ఆనీళాదేవియు, భూసతి=భూదేవియు, ఉండన్ = ఉండఁగా, నీకున్, ఈ నెట్టికనీలపై=శుష్కోపవాస వ్రతముగల యీకన్యకమీఁద, మనసునిల్పుటకు, ఏమనవచ్చున్, పేద=బ్రక్కవాఁడనగు, నన్నున్, వెఱ్ఱియౌనట్టుగన్ = పిచ్చివాఁడగునట్లు, పరిహాసము సేఁతకుఁదక్కన్=గేలిసేయుటకే కాని, వింతచూపు=నూతనదృష్టి, ఎట్టిది=మీకేలాగుది, ఇలన్=భూమియందు, ఏఱులవంకలు=నదులవక్రత్వములును, వారిడొంకలున్=ఉదకముల మార్గములును, ఎవ్వఁడు, దిద్దున్=చక్కఁదీర్చును, (ఎవ్వఁడును దీర్పఁ

డనుట, నావెఱ్ఱితన మానదీవక్రత్వము మొదలగువాని వంటిదనుట), ప్రబలు లగు వారి నడకలను దిద్దుట నుర్ఘుట మని చెప్ప వచ్చును.

వ. అని యిట్లు ధరణీసురుం డదవెట్ట భాగవతక్షోభంబునకు భువనభ
ర్తయు భయంపడి తచ్ఛాందసంబునకుఁ గేలిసేయుచున్న వాఁ డను
భావం బతనికిఁ దోఁప మకరకుండలమండితంబు లగు గండదర్పణం
బులం జిఱున వ్వొలర్ప నిట్లనియె. 112

టీ. అనియిట్లు=ఈప్రకారముగా, ధరణీసురుండు=విష్ణుచిత్తుండు, అదవెట్టన్=మొఱపెట్టఁగా, భాగవతక్షోభంబునకున్=భగవద్భక్తుని దుఃఖమునకు, భువనభర్తయున్=లోకరక్షకుండగు శ్రీరంగనాథుండును, భయంపడి=జడిసి, తచ్ఛాందసంబునకున్=ఆవిష్ణుచిత్తుని యుపయోగములేనిమాటలకు, గేలిసేయుచున్నవాఁడనుభావంబు=పరిహాసముచేయుచున్నవాఁడనుతాత్పర్యము, అతనికిఁదోఁపన్=ఆవిష్ణుచిత్తునకుఁ దోఁచునట్టు, మకరకుండలమండితంబులగు=నక్రాకారకర్ణవేష్టనములచేత నలంకృతములగు, గండదర్పణంబులన్=చెక్కుటద్దములయందు, చిఱునవ్వొలర్పన్=మందహాస మంకురించునట్లు, ఇట్లనియె.

చ. ముది మదిఁ దప్పితో యి ముని•ముఖ్య! భవత్తనయ న్గృహంబునన్
బదిలము చేసివచ్చి మఱి • బట్టబయ ల్వెడదూరు దూరె దా
సదన మిఁ కొక్కమా టరసి • చంచలలోచనఁ గాన కున్నదూ
రెదు మఱి కాని బుద్ధివిప•రీతతఁ బొందక పోయి చూడుమా. 113

టీ. ఓయి మునిముఖ్య! ముదిమదిఁదప్పి, భవత్తనయన్=నీకూఁతును, గృహంబునన్=ఇంటిలోన, పదిలముచేసి=భద్రముచేసి, వచ్చి, మఱి=ఇంకను, బట్టబయల్=బహిరంగమందు, వెడదూరు=వట్టినింద, దూరెదు=నిందింతువా, ఆసదనము=ఆనీయింటను, ఇంకొక్కమాటరసి=ఇంకొక్కసారివెదకి, చంచలలోచనన్=ఆచపలాక్షిని, కానకున్నన్=చూడకుంటివా, మఱి=పిమ్మట, దూరెదుగాని=నిందింతువుగాని, బుద్ధిన్=నీమదియందు, విపరీతతఁబొందక=మఱియొక్కరీతిగాక, పోయి=చని, చూడుమా=వీక్షింపుమీ.

తే. *అనిన నాతండ్రి యిట్లని • యనియెః నే మె
ఱుంగమే యార్తిఁ గడుపు చ•ల్లంగఁ బలికి
కరుణచేసితి విజయివి • గ మ్మటంచు
బాష్పజల మాఁగి యింటికిఁ • బరువువాఱి. 114

---

* అనిన నోతండ్రి యాయనే యాయనే యె, ఱుంగమే.

టీ. అనినన్=ఇట్లనఁగా, ఆతండ్రి=ఆముని, ఇట్లనియనియెన్=ఇట్లని వచించెను, ఏయార్తిన్=ఏదుఃఖమును, ఏమెఱుంగము=మేమెఱుఁగము, కడుపుచల్లంగన్=కడుపుచల్లఁబడునట్లు, పలికి=వచించి, కరుణచేసితి=దయచేసితివి, విజయివిగమ్ము=విజయవంతుఁడవు గమ్ము, (ఇది మంగళాశాసనము.), అటంచు, బాష్పజలము=కన్నీరు, ఆఁగి=నిల్పుకొని, ఇంటికి=తనబసకు, పరువువాఱి=పరుగెత్తి.

ఆ. మ్రొక్కినట్టి తనయ • మూర్ధంబు మూర్కొని
ప్రమదబాష్ప మురుల • బ్రాహ్మణుండు
చేత వెన్ను నిమిరి • నాతల్లి నినుఁ గంటిఁ
గా యటంచు నింటి • కడ వసింప. 115

టీ. మ్రొక్కినట్టి=తనకుదండమునుసమర్పించినట్టి, తనయ=కూఁతుయొక్క, మూర్ధంబు=శిరమును, మూర్కొని=ఆఘ్రాణించి, ప్రమదబాష్పము=ఆనందబాష్పము, ఉరులన్=స్రవింపఁగా, బ్రాహ్మణుండు=ఆవిష్ణుచిత్తుఁడు, చేతన్=తనహస్తముచేత, వెన్ను=ఆయమవీఁపును, నిమిరి=తడవి, నాతల్లి, నినున్, కంటిఁగా, అటంచున్, ఇంటికడన్=తనబసయొద్ద, వసింపన్=నివసించియుండఁగా.

తే. రంగపతి బ్రహ్మ రుద్రుల • బ్రాహ్మి గౌరిఁ
దనకు నక్కన్య నడిగింపఁ • బనుపుటయును
వారు సేనేశ సహితు లై • వచ్చుటయును
విష్ణుచిత్తుండు సంభ్రమా • న్వితుఁడు నగుచు. 116

టీ. రంగపతి=రంగనాయకుఁడు, బ్రహ్మరుద్రులన్, బ్రాహ్మిన్=సరస్వతిని, గౌరిన్, తనకున్=రంగనాయకులకు, అక్కన్యన్, అడిగింపన్, పనుపన్=పంపఁగా, వారు, సేనేశసహితులై=విష్వక్సేనునితోఁ గూడినవారై, వచ్చుటయును=రాఁగా, విష్ణుచిత్తుఁడు, సంభ్రమాన్వితుఁడునగుచు=సంతోషముతోఁ గూడినవాఁడగుచు.

వ. విష్వక్సేనపూర్వకంబుఁగా వినయంబున నాతిథ్యంబు లొసంగి యుచితాసనంబుల నాసీనులై యున్నవారి యాగమనప్రయోజనం బడిగి తెలిసి ప్రమదరస భరితాంతరంగుండై యిట్లనియె. 117

టీ. సులభము.

క. ధన్యుఁడ నైతిం దనకే
కన్యక నీఁగాంచి భృగువు • గౌరవముఁ బయో
ధిన్యాయము నొందవె నీకే
నన్యాయంబే? చమూప • హార విధులారా. 118

టీ. తనకున్, ఈకన్యకను=ఈ పిన్నపడుచును, ఈఁగాంచి=ఇయ్యఁగని, ధన్యుఁడనైతిన్, భృగువుగౌరవమున్=భృగుమహాముని గురుత్వమును, పయోధిన్యాయమున్=సముద్రన్యాయమును, ఒదవెన్=ఉదయించెను, 'భృగోఃఖ్యాత్యాం సముత్పన్నా శ్రీః పూర్వ ముదధేఃపున' యని శ్రీవిష్ణుపురాణవాక్యము ప్రమాణముగా 'భార్గవీ లోకజననీ క్షీరసాగరకన్యకా'యని యమరముగలను గావునఁ దొల్లి లక్ష్మినొసంగిన భృగూదధుల గౌరవము నాకుఁగలిగెననుట), ఇటేని = ఇట్లడిగిపుచ్చుకొనుటేని, అన్యాయం బే=అన్యాయముగాదా, చమూపహరవిధులారా = విష్వక్సేన శివ బ్రహ్మలారా యని సంబోధనము.

క. వినుఁ డీఁదగు సంబంధపు
టెనయికఁ గని మోచి తెచ్చి • యిచ్చె ననరె చు
ల్కని నరులు గాన మాపుర
మునకు న్విజయంబు సేయఁ • బుత్త్రిక నిత్తున్. 119

టీ. వినుఁడు=ఆకర్ణింపుఁడు, ఈఁదగున్ = ఇయ్యఁదగును, చుల్కనినరులు, సంబంధపు టెనయికన్=వియ్యపు పొందికను, కని=చూచి, మోచి తెచ్చి=మోసికొని తెచ్చి, ఇచ్చెననరె=ఒసంగెననరా, కొనన్=కొఁబట్టి, మాపురమునకున్=మాశ్రీవిల్లి పుత్తూరికి, విజయంబు సేయన్=వేంచేసినను, పుత్త్రికనిత్తున్=కొమార్తనొసఁగుదును.

తే. ప్రభుతఁ బరమేశ్వరుం డైనఁ • బత్ప్రపన్న
జనమున కొసంగు మీకు నీఁచనువు శౌరి
తానె కట్టిన భూమికఁ • దాల్చు మాకు
ఘనత యిది మమ్ముఁ జేయుట • తనదుఘనత. 120

టీ. శౌరి=అశ్రీపతి, ప్రభుతన్=ప్రాభవము చేత, పరమేశ్వరుండైనన్=సర్వాధికుఁడైనను, పత్=పాదములయందు, ప్రపన్న=ప్రపత్తి చేసినట్టి, జనమునకున్=జనులకు, మీకున్, ఈచనువు=ఈమచ్చికను, ఒసఁగున్=ఇచ్చును, (మీరుచెప్పిన వినుననుట.), తానెకట్టిన=తానే కలుగఁజేసిన, భూమికన్=శ్వశురవేషమును, తాల్చు=ధరించునట్టి, మాకు, ఇది, ఘనత=గొప్పతనము, మమ్ముఁ జేయుట=మమ్మిట్లుగొప్పపఱుచుట, తనదుఘనత=తనగౌరవము.

తే. అనినఁ జని విన్నవింప దయారసార్ద్ర
చిత్తుఁడై విశ్వభర్త పక్షిప్రధాన
వాహనాహ్యంబు నెక్కి బ్రహ్మాదిసురలు
బలసి తమతత్తడుల నెక్కి • కొలిచి రాఁగ. 121

టీ. అనినన్=ఇట్లనఁగా, చని=వారు మరలఁబోయి, విన్నవింపన్=మనవిచేయఁగా, దయారస=కృపారసముచేత, ఆర్ద్ర=తడుపఁబడిన, చిత్తుఁడై=చిత్తముగలవాఁడై, విశ్వభర్త=శ్రీరంగపతి, పక్షిప్రధానపు=గరుత్మద్రూపమైన, ప్రౌఢవాహ్యంబున్=లీలావాహనమును, ఎక్కి, బ్రహ్మాదిసురలు, బలసి=పరివేష్టించి, తమతత్తడులన్=తమ వాహనములను, ఎక్కి, కొలిచి=సేవించి, రాఁగన్=వచ్చుచుండఁగా.

క. నాసీరుఁ డగుచు సూత్రవ
తీసఖుఁ డుడువీథిఁ బౌఁజుఁ • దీర్చిన ప్రజభూ
షాసి శతకోటి శతకో
టీ సవితృప్రభలు దిశల • డెప్పర మలమన్. 123

టీ. సూత్రవతీసఖుండు=విష్వక్సేనుఁడు, నాసీరుఁడగుచున్=సేనమొగముగుచు 'సేనాముఖంతు నాసీర' మని యమరము. ఉడువీథిన్=నక్షత్రవీథియందు, పౌఁజుఁదీర్చిన=వ్యూహముఁబన్నినట్టి, ప్రజ=జనముయొక్క, భూషా=భూషణములయొక్కయు, అసి=ఖడ్గములయొక్కయు, శతకోటి=వజ్రాయుధముయొక్క, శతకోటి=నూఱుకోట్ల సంఖ్యగల, సవితృ=సూర్యులయొక్క, ప్రభలు=వెలుంగులవంటి వెలుంగులు, దిశలన్=దిక్కులయందు, డెప్పరము=అధికముగా, అలమన్=వ్యాపింపఁగా.

వ. శ్రీవిల్లిపుత్తూరికిం జని విశ్వకర్మ మణిమయంబుగాఁ గట్టిన విడిది పట్టున విడిసి యయ్యాదిమవరుండు దివ్యాప్సరసలు హారిద్రాదికస్నానీయ మంగళద్రవ్యమండనం బొనర్పఁ బెండిలికొడుకై దివ్యవాదిత్రంబులు నారదాది దివ్యముని గానంబులు వెలయం గలధౌత ధవళ దివ్య ధారాధరంబులు గురియు సుధాధారల నభిషిక్తుం డై ముక్తావళీ కౌస్తుభాముక్త కంబుకంధరుండును గేయూర కంకణాలంకృతుండును మకరకుండల మకుటాది భూషావిభూషితుండును దివ్యాంగరాగ రూషితుండును బీతాంబరసంవీతుండును దులసీకల్పతరు ప్రసవస్రగాశ్రితోరస్కుండు నై యుండు నంత నక్కడ నటకు మునుప గృహప్రవేశంబు సేసి సంభ్రమాయత్తుం డగు విష్ణుచిత్తు ప్రయత్నంబున.

టీ. శ్రీవిల్లిపుత్తూరికింజని, విశ్వకర్మ, మణిమయంబుగాన్, కట్టిన, విడిదిపట్టున విడిసి=ప్రవేశించి, అయ్యాదిమవరుండు=ఆ మొదలి పెండ్లికొడుకైన శ్రీపతి, దివ్యాప్సరసలు=వేల్పుటచ్చరలు, హారిద్రాదిక=పసుపు మొదలగు, స్నానీయ—స్నానము కొఱకైన, మంగళద్రవ్య=శుభవస్తువులతోడి, మండనంబు=అలంకారము, ఒనర్పన్=చేయఁగా, పెండిలికొడుకై, దివ్యవాదిత్రంబులు = దేవదుందుభులు, నారదాది దివ్య

మునిగానంబులు, వెలయన్ = ప్రకటముగాఁగా, కలధౌత = వెండివలెనే, ధవళ = తెల్లనైన, దివ్యధారాధరంబులు = దేవతామేఘములు, కురియు = వర్షించుచున్న, సుధాధారలన్ = అమృతధారలచేత, అభిషిక్తుండై = అభిషేకింపఁబడినవాఁడై, ముక్తావళీ = ముత్తెపుసరాలతోడి, కౌస్తుభ = కౌస్తుభ రత్నముచేతను, అముక్త = విడువఁబడని, కంబుకంధరుండును = శంఖమువంటి కంఠముగలవాఁడును, కేయూర = భుజకీర్తులచేతను, కంకణ = కడియములచేత, అలంకృతుఁడును = అలంకరింపఁబడినవాఁడును, మకరకుండల = మకరాకృతిగల పోఁగులు, మకుట = కిరీటము, ఆది = మొదలుగాఁగల, భూషా = భూషణములచేత, విభూషితుండును = మిక్కిలి భూషింపఁబడినవాఁడును, దివ్యాంగరాగ = దివ్యచందనముచేత, రూషితుండును = అలఁదఁబడినవాఁడును, పీతాంబరసంవీతుండు = బంగరు పట్టుపుట్టంబుఁ గట్టుకొన్న వాఁడును, తులసీ = తిరుత్తుళాయియొక్కయు, కల్పతరు ప్రసవ = కల్పవృక్షపుష్పముల యొక్కయు, 'స్యాదుత్పత్తౌ ఫలేపుష్పే ప్రసవో గర్భమోచనే' అనినిఘంటువు. స్రక్ = మాలికలచేత, ఆశ్రిత = పొందఁబడిన, ఉరస్కుఁడునై = వక్షముగలవాఁడై, ఉండునంతన్ = ఉండునంతట, అక్కడ = ఆయమ్మవారియొద్ద, అటకుమునుప = అంతకుమునుపే, గృహప్రవేశంబుసేసి = తమయిల్లుసేరి, సంభ్రమాయత్తుండగు = ప్రేమాధీనుఁడగుచున్న, విష్ణుచిత్తు = పెరియాళ్వారుయొక్క, ప్రయత్నంబున.

క. శర్వాణీ వాణీ ముఖ
గీర్వాణీకోటి జానకీరఘుకులరా
ట్పూర్వాచరిత వివాహా
ఖర్వ సుగీతములు పాడఁగా విభవమునన్. 124

టీ. శర్వాణీ = పార్వతియు, 'శర్వాణీ సర్వమంగళా' అనియమరము. వాణీ = సరస్వతియు, ముఖ = మొదలగు, గీర్వాణీ = దేవతాస్త్రీలయొక్క, కోటి = సమూహము, జానకీరఘుకులరాట్ = సీతారాములయొక్క, పూర్వాచరిత = తొల్లిఁజేయఁబడిన, వివాహ = కల్యాణమందలి, అఖర్వ = అతిశయములయిన, సుగీతములు = పాటలు, పాడఁగాన్ = గానముసేయఁగా, విభవమునన్.

తే. నెమ్మి నేకావళియు స్రగ్విణియును జామ
రంబు లిరుగెడ నిడ హారిద్రాద్రవమునఁ
బెట్టెరి నలంగు లక్కన్యఁ బెండ్లికూఁతుఁ
జేయు బుపిపత్ను లర్థి నాశీర్యుతముగ. 125

టీ. నెమ్మిన్ = మైత్రిచేతను, ఏకావళియు = మున్ను చెప్పఁబడినచెలికత్తియలైన యేకావళియును, స్రగ్విణియును, ఇరుగెడన్ = ఉభయపార్శ్వములయందు, (ఇది

యేకవచనాంత ద్విగుసమాసము.), చామరంబులు=వీచోఁపులు, ఇడన్=సమర్పింపఁగా, హరిద్రాద్రవమునన్=పసుపునీటిచేత, అర్థిన్=ఆసక్తిచేత,అక్కన్యన్=ఆ యాముక్తమాల్యదాకన్యకను, పెండ్లికూఁతుఁజేయు, ఋషిపత్నులు=ఋషిభార్యలు, ఆశీర్యుతముగాన్=దీవనలతోడను, నలంగులు పెట్టిరి=ఉద్వర్తనము లాచరించిరి.

తే. అట్లు వైవాహికపుదీక్ష • యమరఁ గమ్మ
నూనెఁ దలయంటి నెఱులు గం•దానఁ బులుమ
స్వర్ణమణికుంభహిమవారి • జలక మాడి
నట్టి జగదీశ్వరికి వేల్పు•టబలయోర్తు. 126

టీ. అట్లు=ఆప్రకారము, వైవాహికపుదీక్ష=వివాహసంబంధదీక్ష, అమరన్=ఒప్పునట్లు, కమ్మనూనెన్=సుగంధతైలముచేత, తలయంటి = శిరోభ్యంగముఁజేసి, నెఱులు=ఆకురులు, గందానన్=శ్రీచందనముచేత, పులుమన్=పులుమఁగా, స్వర్ణమణి=బంగరురతనాల వికారములగు, కుంభ=కలశములయందలి, హిమవారిన్=పన్నీటిచేత, జలకమాడినట్టి = మంగళస్నానమొనర్చినట్టి, జగదీశ్వరికిన్=అయమ్మకు, వేల్పుటబలయోర్తు=ఒక్క దేవతాస్త్రీ యని ముందటి కన్వయము.

క. తడి యొత్తి సన్నవలిపం
బిడి మణిపీఠస్థయైన • యింతి మెఱుఁగు పె
న్నిడుదకురు లార్చి ధూపం
బిడెఁ దుఱుము ఘటించె నొకమృ•గేక్షణ నెమ్మిన్. 127

టీ. తడియొత్తి=తడిఁ గుడిచి, సన్నవలిపంబిడి=సన్నచీరఁగట్టించి, మణిపీఠస్థయైన=రత్నపీఠమందుఁ గూరుచున్న, ఇంతి = ఆముక్తమాల్యదయొక్క, మెఱుఁగు=మెఱుఁగారుచున్న, పెన్నిడుదకురులు=మిక్కిలి వాలికలగుకురులు, ఆర్చి=తేమార్చి, ధూపంబిడెన్=ధూపమువేసెను, ఒక మృగేక్షణ = మఱియొక్క కురంగలోచన, నెమ్మిన్=మైత్రిచేత, తుఱుముఘటించెన్=కొప్పుఁబెట్టెను.

సీ. యావకద్రవమున • నరుణాంఘ్రి నఖపఙ్క్తు,
లభ్యక్తములు సేసె • నతివ యోర్తు
నయకల వ్రేళ్లమ•ట్టియలుఁ బిల్లాం డ్లిడి,
పాయవట్టముఁ బెట్టెఁ • బై నొకర్తు
నెఱికవట్టి పసిండి•నీటివ్రాత చెఱంగు,
వలిపట్టు రహిఁ గట్టె • వెలఁది యోర్తు

కటిసీమఁ గనకమేఖలఁ జేర్చి తారహా,
రములు గీలించెఁ గంఠమున నోర్తు
తే. కటకములు హస్తసరము లంగదము లంగు
ళీయకములును బాహువల్లికల వ్రేళ్ల
నిలిపి తాటంకనాసామణుల నమర్చి
చొనిపె సీమంతవీథిఁ జేర్చుక్క యోర్తు. 128

టీ. అతివయోర్తు=మఱియొక దేవకన్యక, యావకద్రవమునన్=లత్తుక నీటిచేత, అరుణ=మునుపే యెఱ్ఱనైయున్న, నఖపఙ్క్తులు=గోళ్లచాళ్లు, అభ్యక్తములు సేసెన్=తడిపెను, ఒకర్తు=మఱియొక యంగన, నయకల=నాణెముగల, వ్రేళ్లన్=పాదాంగుళులయందు, మట్టియలును, పిల్లాండ్లు, ఇడి, పైన్=మీఁదను, పాయవట్టము=పాదభూషణ విశేషమును, (పాగడము లనవచ్చును), పెట్టెన్ = ఉనిచెను, నెఱికవెట్టి=కుచ్చిళ్లుపట్టి, పసిఁడినీటివ్రాఁతచెఱంగు = బంగారు సరిగచేతఁ జిత్రించియున్న చెఱఁగుగల, వెలిపట్టు=తెల్లపట్టుచీర, రహిన్=పొలుపుగాను, వెలఁదియోర్తు=మఱియొక్క కాంత, కట్టెను, ఓర్తు=మఱియొక్క పొలఁతుక, కటిసీమన్=పిఱుందుమీఁద, కనకమేఖలన్=బంగారుగంటలయొడ్డాణమును, చేర్చి=అలంకరించి, కంఠమునన్, తారహారములు=ముత్తెపుఁబేరులు, కీలించెన్=ఉనిచెను, ఓర్తు = మఱియొక్కత, కటకములు = కంకణములు, హస్తసరములు = చేసరపణులు, అంగదములు=భుజకీర్తులును, అంగుళీయకంబులు = ఉంగరములును, బాహువల్లికల వ్రేళ్లన్=వరుసగా బాహులతలయందును, వ్రేళ్లయందును, నిలిపి, తాటంకనాసామణులన్ = కమ్మలు ముక్కరముత్తెమును, అమర్చి = పొసఁగించి, సీమంతవీథిన్ = పాపటత్రోవయందు, చేర్చుక్క = ముక్తాభూషణమును, చొనిపెన్ =ఉనిచెను.

క. కలికి తెలిగన్నుఁగవఁ గ
జ్జలరేఖలు దీర్చి మేన సారంగమదం
బలఁది లలామక మిడి చెం
గలువలు క్రొవ్విదకు వేఱొకర్తు ఘటించెన్. 129

టీ. కలికి=ఆ పెండ్లికూఁతుయొక్క, తెలిగన్నుఁగవన్ = ధవళాక్షిద్వంద్వమందు, కజ్జలరేఖలు=కాటుకరేఖలు, తీర్చి=దిద్ది, మేనన్=శరీరమందు, సారంగమదంబు=కస్తూరి, అలఁది=పూసి, లలామకము=చేర్చుక్క, (బొట్టుమీఁద శిరమున నుంచుకొనెడు భూషణమైనదాని, 'ప్రభ్రష్టకం శిఖాలంబి పురోన్యస్తం లలామకమ్'

అనియమరము.), ఇడి=ఉంచి, వేటపోకర్తు=మతియొక నాతి, క్రోవ్వేదకున్=క్రొమ్ముడికి, చెంగలునలు=ఎఱ్ఱగలువపువ్వులు, ఘటించెన్=కూర్చెను.

వ. ఇట్లలంకృత యైయుండ లగ్నం బాసన్నం బయ్యె నని విన్నవించుటయుఁ బన్నగశయనుండు మార్తండ మండలంబులు పండ్రెండును దివియలై వెలుంగఁ దారకలగుంపు జగజంపుగా శతపత్త్రశత్త్రుం డాతపత్త్రత యంగీకరింప సింధుపతి సౌగంధికదళోపహారసహితంబుగా విపణిఁ గలయంపిఁ జిలికింపఁ బ్రకృతికాంత క్రంత సురకాంతలం గూడుకొని నంతరింప హుతవహుం డగరుధూపంబు రేఁపఁ బర్జన్యుం డుల్లెడయిడఁ బ్రాచీనపాఠంబులు పాఠకౌఘంబు లయి బిరుదప్రబంధంబులు పఠియింప విధినందన సనందనాదులు సంగీతమాంగల్యంబున నంతరంగంబున కింపొసంగ విహంగపుంగవుండు మత్తమాతంగంబై ఖచితమణికల్యాణం బగు పల్యాణం బంగీకరింప నప్రాకృతవైభవంబునం జని పరమసంభ్రమంబున భాగవతవతంసంబు భక్తికలితబహుప్రణామపూర్వకంబుగా నెదుర్కొన నెక్కిరింతడిగ్గి విష్వక్సేను కరం బవలంబించి కక్ష్యాంతరంబులం జంచలాక్షులు గడుగు నడుగుల జలంబులకుం బయిపయిం బడి గీర్వాణ సిద్ధసంఘంబు లహంపూర్విక నుర్వి నిర్వారిగా నూర్చికొని ప్రాశింపఁ బ్రవేశించి తదీయ సిద్ధిష్టం బగు జాంబూనదపీఠంబున నుపవిష్టుండై యతండు వెండియు బంగారుభృంగారుకంబులఁ గనకభాజనవిక్షిప్తంబు లగు కుశేశయ పేశల పదకిసలయంబులు గడిగి షోడశోపచారసహితంబును సపరిష్క్రియంబు నగు మధుపర్కంబు నొసంగం గొని యయ్యాళ్వారు దేవేరియుం దానును ధారవోయ నా కన్యకారత్నంబుఁ బరిగ్రహించె ననంతరంబ. 130

టీ. ఇట్లు=ఈప్రకారము, అలంకృతయైయుండన్ = అలంకరింపఁబడినదైయుండఁగా, లగ్నంబు=వివాహముహూర్తము, ఆసన్నంబయ్యెనని=సమీపించెనని, విన్నవించుటయున్=విన్నపముసేయఁగానే, పన్నగశయనుండు = శేషశాయియగు రంగనాథుఁడు, మార్తండమండలంబులుపండ్రెండును=ద్వాదశాదిత్యమండలంబులు, దివియలై వెలుంగన్=దివ్వటీలయి వెలుఁగఁగా, తారకలగుంపు=నక్షత్రసమూహము, జగజంపుగాన్ = కుచ్చులుకాఁగా (గొడుగుచుట్టునుండునవి), శతపత్త్రశత్రుండు=కమలవైరియైనచంద్రుఁడు, ఆతపత్త్రతయంగీకరింపన్=ఛత్రముగాఁగా, సింధుపతి=

సముద్రుండు, సౌగంధికదళోపహారసహితంబుగాన్ = ఎఱ్ఱగలువ ఱేకుల కానుకతోఁగూడ, విపణిన్=అంగడివీథియందు, కలయంపిన్ = కల్లాపిని, చిలికింపన్ = చల్లింపఁగా, ప్రకృతికాంత=మాయయనునాతి, సురకాంతలంగూడుకొని = దేవతాస్త్రీలంగలిసికొని, క్రంత=సమీపప్రదేశము, సంతరింపన్=సవరణపఱుపఁగా, హుతవహుండు=అగ్నిదేవుఁడు, అగరుధూపంబు, రేఁపన్=ఎగయింపఁగా, పర్జన్యుండు=వర్షదేవుఁడు, ఉల్లెడయిడన్ = ఉల్లాభముఁబట్టఁగా, ప్రాచీనపాఠంబులు = ప్రాఁజమవులు, (వేదములనుట), పాఠకౌఘంబులై=వందిమాగధసంఘములై, బిరుదప్రబంధంబులు=బిరుదుఁగైవారములు, పఠింపన్=చదువగా, విధినందన=నారదుండు, సనందన=సనందనుండు, ఆదులు=మొదలగువారు, సంగీతమాంగల్యంబునన్=సంగీతమంగళత్వముచేత, అంతరంగంబునకున్=మనస్సునకు, ఇంపొసంగన్=మాధుర్యమొనర్పఁగా, విహంగపుంగవుండు=గరుత్మంతుఁడు, మత్తమాతంగంబై=మదపుటేనుఁగై, ఖచిత=కూర్పఁబడిన, మణి=రత్నములును, కల్యాణంబగు=బంగారుగలిగినట్టి, 'వసుచంద్రంచార్జునంచకల్యాణంభూరిగైరిక'మ్మని నిఘంటువు. పల్యాణంబు=పల్లమును, (చౌడోలనుట) అంగీకరింపన్=వహింపఁగా, అప్రాకృత=లోకవిలక్షణమైన, వైభవంబునన్=సంపదచేత, చని=వేంచేసి, పరమసంభ్రమంబునన్=పరమానందముచేత, భాగవతవతంసంబు=భాగవతోత్తముఁడగు భట్టనాథుఁడు, భక్తి=భక్తితోడ, కలిత=కూడుకొన్న, బహుప్రణామపూర్వకంబుగాన్=అనేకనమస్కారపూర్వముగా, ఎదుర్కొనన్ = ఎదురుకోలునకురాఁగా, ఎక్కురింతడిగ్గి = వాహనమునుదిగి, విష్వక్సేనుకరంబవలంబించి=విష్వక్సేనుని కైదండ గ్రహించి, కక్ష్యాంతరంబులన్=ద్వారాంతరాళములయందు, చంచలాక్షులు = సువాసినులు, కడుగు = ప్రక్షాళనము చేసెడు, అడుగుల = శ్రీపాదములయొక్క, జలంబులకున్ = తీర్థములకు, పయిపయింబడి=మీఁదమీఁదఁబడి, గీర్వాణ = వేల్పులయొక్క, సంఘంబులు = గుంపులు, అహంపూర్వికన్ = ఓహరి సాహరిచేత, ఉర్వి=భూమి, నిర్వారిగాన్=నిర్జలమగునట్లుగా, ఊర్చికొని = దూఁటుకొని, ప్రాశింపన్ = పానముసేయఁగా, ప్రవేశించి=చొచ్చి, తదీయ = అభట్టనాథసంబంధులచేత, నిర్దిష్టంబగు = నిర్ణయింపఁబడిన, జాంబూనదపీఠంబునన్ = బంగరుపీఁటయందు, ఉపవిష్టుండై = కూరుచున్నవాఁడై, అతండు, వెండియున్ = మరల, బంగారుభృంగారుకంబులన్ = బంగరుగిండ్లచేత, కనకభాజన=పసిఁడిపళ్లెరంబునందు, నిక్షిప్తంబులగు = ఉనుపఁబడిన, కుశేశయ = తామరపూలవలెనే, పేశల=మృదువులైన, పదకిసలయంబులు=అడుగుఁజిగురులు, కడిగి=ప్రక్షాళనముఁజేసి, షోడశోపచారసహితంబును = ఆవాహనాసనపాద్యార్ఘ్యాచమనీయస్నానవస్త్రయజ్ఞోపవీతగంధపుష్పధూపదీపనైవేద్యతాంబూలోత్తర నీరాజన మంత్రపుష్పాత్మకములగు షోడశోపచారములతోఁ గూడినట్టిము, సపరిష్క్రియంబునగు=

అలంకారసహితమైనట్టి, మధుపర్కంబున్=గుడయుక్తదధిని, ఒసంగన్=సమర్పింపఁగా, కొని=గ్రహియించి, ఆయ్యాళ్వారు=ఆభట్టనాథుఁడు, దేవేరియున్=ధర్మపత్నియు, తానును, ధారవోయన్=ధారాదత్తముసేయఁగా, ఆకన్యకారత్నంబున్ = ఆ కన్యారత్నమగు నాముక్తమాల్యదను, పరిగ్రహించెన్ = పాణిగ్రహణముసేసెను, అనంతరంబ=పదంపడి.

మ. కలధౌతద్రవ చిత్రముల్మెఱయ ము • క్తాస్యూత మా మేచకాం
చలపుం బెంబెఱ వారి లగ్నము సమా • సన్నంబుగా వేల్పుబె
ద్దలు వంపన్ గుడ జీరకంబులు సము • ద్యత్ప్రేమ నన్యోన్య మం
జులహస్తంబుల నుంచి రర్థిఁ గనుమిం • చుల్చిట్టుము ట్టాడఁగన్.

టీ. కలధౌతద్రవ = బంగారునీటిచేతనైన, 'కలధౌతం రౌప్యహేమ్నోః' అని నిఘంటువు. చిత్రముల్=వింతపనులు, మెఱయన్=ప్రకాశింపఁగా, ముక్తా=ముత్తెములతోడ, స్యూతమా=కూర్పఁబడిన, మేచక=నల్లనగు, అంచలపు — అంచులుగల, పెంబెఱ=పెద్దతెఱమప్పటి, వారి=పట్టె, లగ్నము=ముహూర్తము, సమాసన్నంబుగాన్=మిగులదగ్గఱఁగా, వేల్పుఁబెద్దలు=బ్రహ్మాదిసురశ్రేష్ఠులు, వంపన్=క్రిందకొనవంచియుండఁగా, గుడజీరకంబులు=జీలకఱ్ఱబెల్లములు, సముద్యత్ప్రేమన్=అగ్గలంపుప్రేముడిచేత, అర్థిన్=ఆసక్తిచేత, కనుమించుల్=నేత్రతారళ్యములు, చిట్టుముట్టాడఁగన్=సందడింపఁగా, అన్యోన్య=ఒండొరులయొక్క, మంజుల=సుందరములగు, హస్తంబులన్=కరములయందు, ఉంచిరి=ఉనిచిరి.

చ. మఱి వనమాలి చూడమున • మానిని ముత్తెపుఁబ్రాలు వోయుచో
మెఱయుఁ దదంగుళీకిసల • మేళనఁ జక్రి చెమర్ప రాలి మై
నఱిముఱి ఘర్మబిందువులు • నమ్మణులు న్మొగులందునుండి డా
ల్గిఱిగొన జాలు ధారలబ • లెన్వడగండ్లబలె న్గనుంగొనన్. 132

టీ. మఱి=పిమ్మట, మానిని=ఆపెండ్లికూఁతురు, వనమాలిచూడమునన్=స్వామి శిరమందు, ముత్తెపుఁబ్రాలువోయుచోన్=ముత్తెములతలఁబ్రాలుపోయునప్పుడు, తదంగుళీకిసల — తత్=ఆయమయొక్క, అంగుళీకిసల = చిగుళ్లవంటి వ్రేళ్లయొక్క, మేళనన్=కూడుకొనుటచేత, చక్రి=స్వామి, చెమర్పన్ — చెమరింపఁగా, రాలి=స్రవించి, మైన్=స్వామి శరీరమందు, అఱిముఱి = తఱుచైన, ఘర్మబిందువులున్=చెమ్మటచినుకులును, అమ్మణులున్=ఆముత్తెములును, మొగులందునుండి=మేఘములలోనుండి, డాల్గిఱిగొనన్=కాంతి వ్యాపించుచుండఁగా, జాలు = స్రవించుచున్న, ధారలబలెన్=వర్షధారలవలెను, వడగండ్లబలెన్ = కరకములవలెను, కనుంగొనన్=చూడఁగా, మెఱయున్=ప్రకాశించును.

తా. స్వామి శరీరము నీలమేఘమువలె నున్నదనియుఁ జెమర్చి చెమట చినుకులు రాలఁగా నవి వానచినుకులవలెను దలఁబ్రాలముత్తెములు వడగండ్లవలె నున్నవి యనియును భావము.

తే. ఇంతి దోయిట సేసఁబ్రా • లెత్తుచోట
గుబ్బపాలిండ్లకేవ గ్ర • క్కున మురారి
గన్ను వేయుటఁ గని లజ్జ • గదుర బాహు
లెత్తక కరాగ్రములన పై • కెగరఁజల్లె. 133

టీ. ఇంతి=తినాతి, దోయిటన్=అంజలిచేత, సేసఁబ్రాలు=తలఁబ్రాలు, ఎత్తుచోటన్=ఎత్తునప్పుడు, మురారి=రంగనాథుఁడు, గుబ్బపాలిండ్లకేవన్=ఉదుటుగల కుచములదిక్కున, గ్రక్కునన్=శీఘ్రముగా, కన్నువేయుటన్=కన్నువేసిచూచుటను, కని=తానుజూచి, లజ్జగదురన్=సిగ్గొలయఁగా, బాహులెత్తక=చేతులుపైకెత్తక, కరాగ్రములన=కొనచేతులనే, పైకిన్=స్వామిపైకి, ఎగరఁజల్లెన్.

క. గళమునఁ గట్టెను హరి మం
గళసూత్రము పులక లతివ • గాత్రముఁ బొదువ
న్నెలఁతయుఁ బతియును గరముల
నలవఱిచిరి కంకణంబు • లన్యోన్యంబున్. 134

టీ. హరి, అతివగాత్రమున్=అయింతిసెమ్మేనిని, పులకలు=రోమాంచములు, పొదువన్=వ్యాపింపఁగా, గళమునన్=కంఠమందు, మంగళసూత్రముఁగట్టెను, నెలఁతయున్=పతియును, అన్యోన్యంబున్=ఒండొరులకు, కంకణంబులు=ప్రతిసరములు, కరములన్=హస్తములయందు, అలవఱిచిరి=అమర్చిరి.

సీ. లలనచే నిష్ఠతో • లాజలు వేల్పించి,
శార్ఙ్గి మెట్టించెను • సప్తపదులు
తెలవఁ గూడి యరుంధ • తీదర్శనముఁ జేసె,
బ్రహ్మరుద్రాది గీ • ర్వాణకోటి
యర్పించు నుడుగర • లనుకంపఁ గైకొని,
యనిచెఁ బ్రసాదభా • జనులఁ జేసి
* యాత్మపట్టణమున • కతివఁ దోడ్కొని విజ,
యంబు సేసెను మహా • హర్ష మొప్ప

* నతివై భవంబున నాత్మపట్టణమున, కతివఁ దోడ్కొని విజయంబు సేసి.

తే. సహ్యకన్యాతటోద్యాన • చందనద్రు
కుంజముల నీలకుంతలఁ • గుస్తరించి
కంతుసామ్రాజ్య మేలించి • కరుణఁ జిత్త
మొలయ జగములఁ బాలించు • చున్నవాఁడు. 135

టీ. లలనచేన్=ఆయింతిచేత, నిష్ఠతోన్, లాజలువేల్పించి=లాజహోమముఁ జేయించి, శార్ఙ్గి=స్వామి, సప్తపదులు, మెట్టించెను=త్రొక్కించెను, తెఱవన్, కూడి, అరుంధతీదర్శనముఁ జేసె, బ్రహ్మరుద్రాదిగీర్వాణకోటి, అర్పించు = సమర్పించునట్టి, ఉడుగరలు=బహుమానములను, అనుకంపన్=కృపచేత, కైకొని, ప్రసాదభాజనులఁ జేసి=అనుగ్రహపాత్రులనుజేసి, అనిచెన్=పంపెను, ఆత్మపట్టణమునకున్=శ్రీరంగమునకు, అతివఁదోడ్కొని=చూడికుడుత్త నాచ్చియారునుదోడుకొని, మహాహర్ష మొప్పన్, విజయంబుసేసెను=వేంచేసెను, సహ్యకన్యా=కావేరీనదియొక్క, తట=దరులయందలి, ఉద్యాన=శృంగారవనములందలి, చందనద్రుమ=శ్రీగంధవృక్షముల యొక్క, కుంజములన్=పొదరిండ్లయందు, నీలకుంతలన్=ఆముక్తమాల్యదను, కుస్తరించి=లాలించి, కంతుసామ్రాజ్యము=రతిపతిసామ్రాజ్యమును, ఏలించి=పరిపాలింపఁజేసి, (సురతక్రీడకుఁ బ్రవేశింపఁజేసినాఁడనుట), చిత్తము, కరుణన్ = దయచేతను, ఒలయన్=నిండఁగా, జగములన్=లోకములను, పాలించుచున్నవాఁడు=ఏలుచున్నవాఁడు.

ఉ. స్కందసరస్తటీరమణ • కందర చందన కుందవాటికా
మందసమీరలోల వన • మాలిక నిర్మలదివ్యవిగ్రహా
స్పందివిభాధరీకృత న • భస్స్ఫుటకాళిక వల్లవాంగనా
బృందమనోభిమాన ధృతి • భేదన పేశల వంశవాదనా. 136

టీ. స్కందసరః=స్వామిపుష్కరిణియొక్క, తటీ=దరియందలి, రమణ=మనోహరమగు, కందర=గుహలయందలియు, 'దరీతుకందరోవాస్త్రీ' అని యమరము. చందన=హరిచందనవృక్షముయొక్క, కుంద=మొల్లలయొక్క, వాటికా=శ్రేణులయందలియు, మందసమీర=మందమారుతముచేత, లోల=కదలుచున్న, వనమాలిక=తులసీవనమాల గలిగినవాఁడా, నిర్మల=స్వచ్ఛమైన, విగ్రహ=శరీరముయొక్క, అస్పంద=చలింపని, విభా=కాంతిచేత, అధరీకృత=క్రిందుచేయఁబడిన, నభః=ఆకాశముయొక్క, స్ఫుట=వ్యక్తమైన, కాళిక=నలుపుగలవాఁడా, వల్లవాంగనా=గోపికలయొక్క, బృంద=గుంపుయొక్క, మనః=మనస్సులయందలి, అభిమాన=ఊహలును, ధృతి=ధైర్యములను, భేదన=భేదించెడివాఁడా, పేశల=మృదువైన, వంశ=

తప్పొప్పులపట్టిక.

పుటసంఖ్య.	తప్పు.	ఒప్పు.
5	వృజిని	వృజిన
9	వికారమునకు	నికారమునకు
16	భాషలలోనను	భాషలలోను
24	గాచిం	గాంచి
27	తరువాతనో	తరువాతనే
39	ధనస్సు	ధనుస్సు
45	ఒండియందు	ఒంటియందు
,,	ఉద్యానంబు	ఉద్యానంపు
46	ప్రశస్తము	ప్రసిద్ధము
52	తెలియఁజేయుచు	తెలియఁజేయు
57	తములపాకు	తమలపాకు
65	గుప్తమన్వేపపతి	గుప్తమన్వేపతి
,,	శేషిత్వసంబంధము	భృత్యత్వసంబంధము
,,	శేషసంబంధము	స్వామిత్వసంబంధము
71	హేలాక	హేవాక
72	పాదవిక్షేపకము	పాదవిక్షేపము
,,	లయజం	మలయజం
75	తంకంబు	పంకంబు
84	పురిననుభవతకు	పురిననుభవముకు
90	గట్టుక	గట్టక
96	మర్మముచేతనే	ధర్మముచేతనే
99	భేదించెడురవి	భేదించెడునవి
102	నరవాల	వరవాల
105	షడ్భాపలను	షడ్బాధలను
109	పాడిగెను	పాడుగాయెను

పుటసంఖ్య.	తప్పు.	ఒప్పు.
109	సుండును	సుండెను
110	యెత్తినదో	యెత్తినవో
112	పాతర్వేళల	ప్రాంతర్వేళల
115	వాచార	నాచార
124	పొడవెన	పొడవైన
127	నిల్పి	నిల్చి
139	వృధ్యాజీవో	స్పృధ్యాజీవో
146	నిత్యత్వ	క్షణికత్వ
148	కాపోవుటకు	కాకపోవుటకు
149	వాసశ్మరణం	నివాసశ్మరణం
161 30 వ పద్యము టీక		గోపమ్మైనన్ — గోపముసైనను గోపమ్మైనన్ — భాగముసైనను
169	కణ్వావాక్యములు	కండువాక్యములు
177	ఆసపడుదురు	ఆసపడుదురు
178	సత్త్వమతియు	స్వత్త్వమతియు
190	త్రిభావనస్వరూప	త్రిభావనాస్వరూప
192	పశుపతిన్	పశుపతిన్
196	జంఘురమణీయము	జంఘామనోజ్ఞ
197	మకరాంగములు	మకరాంకములు
198	సెప్పితివింక	సెప్పితినింక
207	సుసంగంబు	సుసంగతంబు
208	ఉన్నయందోళికను	ఉన్నయాందోళికను
,,	వాదమేమాయన్	వాదమేమాయెన్
209	రాజుకుమారులు	రాజకుమారులు
213	దివ్యమంగళము	దివ్యమంగళవిగ్రహాను
220	యడనగు	యడగు
230	తిరువలికొల్కులల	తిరువళికొల్కులల
231	విధవిధకేదారంబులు	నవీనసవిస్తకేదారంబులన్
,,	పరిధట్టంబు	పరిఘట్టంబు
237	మిండమితండంబును	మిండతండంబును
248	ఏకభక్తము	ఏకభుక్తము

తప్పొప్పులపట్టిక.

పుటసంఖ్య.	తప్పు.	ఒప్పు.
250	వారంతయును	వారందరును
255	కలవాడయ్యును	కలవాడనయ్యును
269	కొమార్తలకు	కొమార్తెలకు
,,	నెమిళ్లు	నెమళ్లు
280	దేశే	వేశే
285	పాతములు	పాతము
288	యురంబున	యుదరంబున
290	పురులు	పురుషులు
291	పంచబాబములు	పంచబాణములు
293	ముక్కురల	ముక్కురల
295	బిసకంఠిక	బిసకంఠికా
302	గ్రామశీలకున్	గ్రామశ్రీలకున్
,,	బుద్ధా	బాద్ధే
303	నివర్త్తి	నివృత్తి
,,	గొప్పనైన	గొప్పవైన
307	జుగుప్సనే	జుగుప్సనే
311	మరాళి	మరాళ
312	గుడమ	గుడమట్లు
313	లోఅనన్	లోయనన్
314	పంకేరుహాంబునన్	పంకేరుహాంబులన్
318	కత్కశత	కర్కశత
320	జంఘుల	జంఘుల
333	అభ్యంగనము	అభ్యంగము
338	ముండ్లముస్తై	ముండ్లయుస్తై
343	కెలవారు	కెల్లవారు
345	శీలస్వభావే	శీలంస్వభావే
348	సంస్థాము	సంస్థానము
380	స్రష్టస్సృష్టికి	స్రష్టృసృష్టికి
381	పుడమిఉడు	పుడమివేల్పు
382	స్వనోదదరా	స్వనోద్యద్దురా
383	పునరుక్తరిత	పునరుత్తరిత

తప్పొప్పులపట్టిక.

పుటసంఖ్య.	తప్పు.	ఒప్పు.
388	ఒప్పున్	ఒప్పన్
394	దజాతికిన్	దజ్జాతికిన్
395	వ్యాజ్యోక్తి	వ్యాజోక్తి
407	దదవతానురామేయ	దదవతారానుమేయ
409	దీర్ఘాంతరము	దీర్ఘాంతము
430	దీపికారోహణము	దీపికారోపణము
434	ఆరోయ్ప్యమాణ	ఆరోప్యమాణ
439	మంత్రోచ్చారణముతో	మంత్రముయొక్క ఉచ్చారణముతో
446	కౌలజ్ఞపత్ర	కౌలజ్ఞపత్రి
451	గెత్తమని	గెల్తుమని
470	వలయు	వలయ
478	బాణమునకు	బాణమున్
480	శ్రీప్రతి	శ్రీపతి
,,	శియఃపతి	శ్రియఃపతి
,,	లాపిని	ఆలాపిని
,,	గళంబులు	గళంబును
494	ఘాటీ	ఘాట
,,	అత్థ	ఉత్థ
495	లిపిన్	లిపి
515	గదార్తి	గతార్తి
528	మహాసన	మహానస
529	తపస్సుతే	తపస్వులే
530	జేపడకనే	జేపకడనే
533	అనిమానము	అవమానము
547	తీరముచేత	తీర్థముచేత
548	పవిత్ర	అవిత్ర
550	మరలపుణ్యమును	మాటిమాటికి
,,	సంబంధనులగు	సంబంధములగు
558	నేత్రవస్త్రముల	వస్త్రముల
561	సరముబండియున్న	వరిముంబడియున్న
565	భూపమయు	భూతమయు

ఆంధ్రగ్రంథములు.

శ్రీమదాంధ్రభారతము.

(పద్యకావ్యము.)

వ్రాతప్రతుల సహాయమున సుప్రసిద్ధులగు పండితులు చిరకాలమునుండి సంపూర్ణ పరిశ్రమముతో బరిష్కరించుచున్నారు. భారతముద్రణ పూర్తికాఁగానే ఎఱ్ఱాప్రెగ్గడ హరివంశమును ముద్రించెదము. కొద్దిప్రతులే ప్రకటింపఁబడును కావున వలయువారు త్వరలోనే మాకు తెలియచేయవలెను. ఆది, సభా, విరాట, ఉద్యోగ, శాంతి, ఆనుశాసనిక పర్వములు విడిగా దొరకును. గ్రంథము వాల్యములుగా మంచికాలికోబైండు చేయఁబడి, మేలుకాగితములపై స్ఫుటముగ అచ్చొత్తింపఁబడుచున్నది.

		ప్రతి 1-కి రూ.	అ.
ఆది సభాపర్వములుగల సంపుటము	...	1	12
ఆరణ్యపర్వముగల సంపుటము	...	1	12
విరాటోద్యోగపర్వములుగల సంపుటము	...	1	12
ఆదిపంచకము, ఒకటే సంపుటము	...	5	0

తక్కినపర్వములు అచ్చగుచున్నవి.

ఉత్తరరామాయణము, కంకంటి. పాపరాజకృతము, చక్కనికూర్పు.		1	8
భాస్కరరామాయణము, చక్కనిప్రతి	...	2	8
రంగనాథరామాయణము ,,	...	2	8
మొల్లరామాయణము ,,	...	0	8
అచ్చతెనుఁగురామాయణము ,,	...	1	4
ఆంధ్రభాగవతము, సాధారణప్రతి	...	3	0
,, మేలుప్రతి	...	4	0
,, 2 సంపుటములు	...	4	12
మనుచరిత్ర, సటీక, చిన్నసైజు	...	1	8
వసుచరిత్ర, సటీక	...	2	8
ఆముక్తమాల్యద, సటీక	...	3	0
కృష్ణరాయవిజయము, చక్కనిప్రతి	...	0	8
ప్రభావతీప్రద్యుమ్నము ,,	...	0	8
కళాపూర్ణోదయము ,,	...	1	8
రాఘవపాండవీయము, సటీక ,,	...	1	8

వావిళ్ల. రామస్వామిశాస్త్రులు అండ్ సన్స్, చెన్నపురి. ఈ.

			ప్రతి 1-కి రు. అ.
శృంగారనైషధము	చక్కనిప్రతి	...	0 10
నరసభూపాలీయము	,,	...	0 8
విజయవిలాసము	,,	...	0 4
సారంగధరచరిత్ర	,,	...	0 8
బిల్హణీయము	,,	...	0 8
వైజయంతీవిలాసము	,,	...	0 8
రంగారాయచరిత్ర	,,	...	0 8
రామాభ్యుదయము	,,	...	1 4
నీలాసుందరీపరిణయము	,,	...	0 4
రసికజనమనోభిరామము	,,	...	0 8
రుక్మిణీపరిణయము	,,	...	0 6
రాజశేఖరవిలాసము	,,	...	0 8
పారిజాతాపహరణము	,,	...	0 6
హరిశ్చంద్రోపాఖ్యానము	,,	...	0 8
అనిరుద్ధచరిత్ర	,,	...	0 8
విక్రమార్కచరిత్ర	,,	...	1 0
వేంకటాచలమాహాత్మ్యము	,,	...	0 14
పంచతంత్రము, నారాయణకవి	,,	...	0 12
జైమినిభారతము	,,	...	0 12
ఉత్తరహరివంశము	,,	...	1 4
వేమనపద్యములు	,,	...	0 4
ఆంధ్రనామసంగ్రహము, ఆంధ్రనామశేషము, సాంబనిఘంటువు, టీకానుక్రమణికా సహితము.			0 12
అప్పకవీయము		...	1 6
సులక్షణసారము		...	0 8
ఆంధ్రభాషార్ణవము		...	0 12
శ్రీగురజాడ. శ్రీరామమూర్తిగారి ఆంధ్రకవిజీవితములు		...	2 8
శబ్దార్థచంద్రిక, అకారాది నిఘంటువు		...	2 8

ఇవి మొదలుగాగల సంస్కృతాంధ్ర గ్రంథములు అనేకములు మాయొద్ద దొరకును.

వావిళ్ల. రామస్వామిశాస్త్రులు అండ్ సన్స్,
192, ఎస్ప్లనేడు, చెన్నపురి. ఈ.

www.ingramcontent.com/pod-product-compliance
Lightning Source LLC
LaVergne TN
LVHW020114220825
819277LV00036B/411

* 9 7 8 1 0 2 1 2 1 0 7 6 0 *